நரகம்

டான் பிரவுன்

டேனியல் பிரவுன் எனப்படும் டான் பிரவுன் 1964ஆம் ஆண்டு ஜூன் மாதம் 22ஆம் தேதி அமெரிக்காவின் நியூ அம்ஸ்பியரில் பிறந்தார். அவரின் தந்தை ஒரு கணித ஆசிரியர். தாயார் தேவாலயத்தில் பியானோ வாசிப்பவர். ஆங்கிலத்தை தாய்மொழியாகக் கொண்ட அவர் கிருத்துவராகப் பிறந்து வளர்ந்தவர். எனினும் பிற்பாடு அதிலிருந்து விலகி இதுகாறும் புதிய மதமொன்றைத் தேடுகிறார்.

கல்லூரியில் பட்டம் பெற்ற பின் குழந்தைகளுக்கான ஒளிப்பதிவு நாடாவொன்றை வெளியிட்டார். ஆனால் அவை அவர் எதிர்பார்த்ததுபோல் மக்களிடம் போய்ச் சேரவில்லை. 1991ஆம் ஆண்டு ஹாலிவுட்டுக்குச் சென்ற அவர் பாடல் ஆசிரியராகவும், பாடகராகவும், பியானோ கலைஞராகவும் பணியாற்ற வேலை தேடினார். அதுசமயம் தன் வாழ்வாதாரத்திற்காக பள்ளியொன்றில் ஆசிரியராகப் பணிபுரிந்தார். அவர் சினிமா பாடலாசிரியருக்கான நேஷனல் அகாதமியில் உறுப்பினராகி அதன் பல்வேறு நிகழ்வுகளில் பங்கு கொண்டார்.

அப்போது அந்நேஷனல் அகாதமியின் டைரக்டரான பிளித்தி நியூலன் என்பவரைக் காதலித்து மணந்து கொண்டார். அவரின் முதல் நாவலான *Digital Fortress*யை 1998இல் வெளியிட்டார். அதன் பின்னர் வெளியானவை *Deception Point* மற்றும் *Angles And Demons.* இம்மூன்று நாவல்களுமே மிகக்குறைந்த அளவே விற்பனையாகின.

ஆனால் அதன் பின்னர் அவர் வெளியிட்ட அவரின் நான்காவது நாவலான டாவின்சி கோட் அவரை உலகளாவிய புகழுக்குக் கொண்டு சென்றது. 70க்கும் மேற்பட்ட மொழிகளில் மொழிபெயர்க்கப்பட்டுள்ள

இந்நாவல் இதுவரை கிட்டத்தட்ட 20 கோடி பிரதிகளுக்கும் மேல் விற்பனையாகியுள்ளது.

அவரின் சமீபத்திய நாவல் நரகம். இது உலகின் அதிகம் விற்பனையாகியுள்ள புத்தகங்களின் பட்டியலில் தொடர்ந்து இடம் பெற்றுவருகிறது.

டான் பிரவுனுக்கு சிறுவயது முதலே கணிதம், குறுக்கு மற்றும் முறைமாற்றி வார்த்தைகளின் அர்த்தங்கள் மற்றும் ஆழப் பொருள் பொதிந்த புதிர்கள் இவற்றின் உண்மையான அர்த்தங்களை விடுவிப்பதில் ஆர்வம் அதிகம். இந்த ஆர்வமே டாவின்சி கோட் நாவலில் வெளிப்பட்டது. தவிர தன் வாழ்வில் சந்தித்த மனிதர்களையே தன் நாவலின் பாத்திரங்களாகப் படைத்திருக்கிறார். இவர் தற்போது தன் மனைவி பிளித்தியுடன் நியூ இங்கிலாந்தில் வசித்து வருகிறார்.

நரகம்

டான் பிரவுன்

எதிர்
வெளியீடு

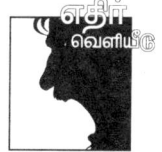

நரகம்
டான் பிரவுன்

தமிழில்: இரா. செந்தில்
முதல் பதிப்பு: டிசம்பர் 2016

எதிர் வெளியீடு,
96, நியூ ஸ்கீம் ரோடு, பொள்ளாச்சி – 642 002.
தொலைபேசி: 04259 – 226012, 99425 11302.

விலை: ரூ. 750

Inferno
Dan Brown

Translated by: R. Senthil
First Edition: December 2016

Published by
Ethir Veliyeedu, 96, New Scheme Road. Pollachi – 2.
email: ethirveliyedu@gmail.com
www.ethirveliyedu.in

ISBN: 978-93-84646-82-0

Printed at Jothy Enterprises, Chennai.
Cover Design: Vijayan
Layout: Aadhi

Copyright Notice: © Dan Brown
This edition was published by arrangement with SANFORD J. GREENBURGER ASSOCIATES, INC., USA.
Tamil edition © Copyright with Ethir Veliyeedu.

All rights reserved. No part of this book may be reprinted or reproduced or utilised in any form or by any electronic, mechanical or other means, now known or hereafter invented, including Photocopying and recording, or in any information storage or retrieval system, without permission in writing from the Publisher.

எனது பெற்றோர்களுக்கு...

அறம்சார் நெருக்கடிகள் நிலவும்போதுகூட தங்களுடைய நடுநிலையில் இருந்து விலகாதவர்களுக்காக நரகத்தின் இருளார்ந்த பகுதிகள் ஒதுக்கப்பட்டுள்ளன.

நிஜம்:

இந்த நாவலில் குறிப்பிடப்பட்டிருக்கும் கலைப்படைப்புகள், இலக்கியம், அறிவியல் மற்றும் வரலாற்றுக் குறிப்புகள் அனைத்தும் உண்மையானவை.

"கன்சார்ட்டியம்" என்பது ஏழு நாடுகளில் அலுவலகங்களைக் கொண்டிருக்கின்ற ஒரு தனியார் நிறுவனம். பாதுகாப்பு மற்றும் அந்தரங்கம் கருதி அதன் பெயர் மாற்றப்பட்டுள்ளது.

இன்ஃபெர்னோ (நரகம்) என்பது தாந்தே அலிஜீரியின் காவியக் கவிதையான *தெய்வீக இன்பியலில்* விவரிக்கப்படுகின்ற கீழுலகம். அதில் "நிழல்கள்" — அதாவது, வாழ்விற்கும் மரணித்திற்கும் இடையில் மாட்டிக்கொண்ட உடலற்ற ஆன்மாக்கள் என்ற தனியுருக்கள் குடியேறியுள்ள விரிவாக கட்டமைக்கப்பட்ட உலகமாக நரகம் சித்தரிக்கப்படுகிறது.

முன்னதாக...

நான்தான் நிழல்.

இந்த துயர்மிகுந்த நகரத்தின் மீது நான் பறந்து கொண்டிருக்கிறேன்.

முடிவற்ற கடும்துயரத்துடன் பறக்கிறேன்.

ரிவர்னோ ஆற்றின் கரையோரமாக மூச்சடைக்கும் போராட்டத்துடன்.... இடதுபக்கமாக வயா டெய் கேஸ்ட்டலானி நோக்கித் திரும்பி வடக்குப் பக்கமாக என் வழியை அமைத்துக் கொண்ட நான் யுஃபிஸி மியூஸியத்தின் நிழலை நெருங்கிக் கொண்டிருக்கிறேன்.

அவர்கள் இப்போதும் என்னை விரட்டியபடியே இருக்கிறார்கள்.

இரக்கமில்லாத தீர்மானத்துடன் என்னை விரட்டிக் கொண்டிருக்கும் அவர்களுடைய காலடிச்சத்தம் இப்போது இன்னும் அதிகரித்துக்கொண்டே இருக்கிறது.

பல வருடங்களாக அவர்கள் என்னை விரட்டிக்கொண்டே இருக்கிறார்கள். அவர்களுடைய இருப்பு என்னைப் பாதாளத்திலேயே இருக்கும்படி வைத்திருக்கிறது... பாவ மன்னிப்பை தீர்மானிக்கும் இடத்தில் வாழ நான் நிர்பந்திக்கப் பட்டேன்.... ஒரு கோத்னிக் அசுரனைப் போல் பூமிக்கு கீழே சிறைபட்டேன்.

நான்தான் நிழல்.

இங்கிருந்து மேலே இருக்கும் தரையில் இருந்து வடக்கு நோக்கி நான் என் பார்வையைத் திருப்பினேன். ஆனால் விமோச்சனத்திற்கான நேரடிப் பாதையை என்னால் கண்டுபிடிக்க முடியவில்லை.... எபனைன் மலைத்தொடர்கள் விடியலுக்கான முதல் ஒளியை வீசுகின்றன.

ஒரே ஒரு முள் மட்டும் கொண்ட கடிகாரத்துடனும், பாதுகாப்பு அரண் கோபுரத்துடனும் வீற்றிருக்கும் அந்த மாளிகையை நான் கடந்தேன்... பியாஸா டி சான் ஃபிரென்ஸே நகரில், அதிகாலை வேளையில் தங்களுடைய அடித்தொண்டையில் பேசும் வியாபாரிகளின் குரல்களுக்கு இடையிலும், லேம்பரடோட்டா காஃபி மற்றும் வறுத்த ஆலிவ்களின் மணங்களுக்கு இடையிலுமாக நான் வளைந்து நெளிந்து சென்று கொண்டிருந்தேன். பெர்கல்லோவை கடக்கும் முன்னர் பேடியா கோபுரத்தை நோக்கி மேற்குப் பக்கம் திரும்பிய நான் அந்தப் படிக்கட்டுகளின் அடியில் இருந்த கனமான இரும்பு கேட்டில் வேகமாக மோதிக்கொண்டேன்.

இங்கே எல்லா தயக்கங்களையும் பின்னுக்கு தள்ளிவிட வேண்டும்.

நான் அந்தக் கைப்பிடியை திருகினேன், என்னால் திரும்பி வரவே முடியாது என்று தெரிந்த பாதைக்குள் நான் அடியெடுத்து வைத்தேன். குறுகலாக இருந்த படிக்கட்டுகளில் ஏறினேன்... அந்தப் படிக்கட்டு மேல்நோக்கி சுழன்று செல்லக்கூடியதாக இருந்தது. பளிங்குக் கற்களால் ஆன அது, ஒன்றை ஒன்று பின்னிப் பிணைந்திருந்தது.

அந்தக் குரல்கள் கீழேயிருந்து எதிரொலித்தன. அவை இறைஞ்சின.

விடாப்பிடியாக எனக்குப் பின்னால் வந்த அவர்கள் என்னை நெருங்கிவிட்டனர்.

வருவது என்னவென்று அவர்களுக்குத் தெரியாது... அவர்களுக்கு நான் என்ன செய்தேன் என்பதும் தெரியாது!

கேடுகெட்ட நிலம்!

நான் மேலே ஏறிக்கொண்டிருக்கும்போது கண்ணுக்குத் தெரிந்த காட்சிகள் தெளிவற்றுப் போயின... பேராசைகொண்ட உடல்கள் நெருப்பு மழையில் துள்ளத் துடித்துக்கொண்டிருந்தன. பெருந்தீனி மீது ஆசைகொண்ட ஆன்மாக்கள் மலத்தில் மிதந்து கொண்டிருந்தன. துரோக மனம்கொண்டவர்கள் சாத்தானின் பனிக்கட்டி பிடியில் உறைந்துகொண்டிருந்தார்கள்.

படிக்கட்டின் இறுதியை எட்டிய நான் உச்சியை வந்தடைந்தேன், காலைநேர ஈரக்காற்றினூடாக மரணத்திற்கு அருகாமையில் தடுமாறி நின்றேன். மதில் சுவரின் இடுக்குகள் வழியாக தெரிந்த பிரதான சுவற்றை நோக்கி நான் விரைந்தேன். என்னை நாடு கடத்தியவர்களிடமிருந்து நான் புகலிடம் அடைந்த இந்த

ஆசீர்வதிக்கப்பட்ட நகரம் கீழே வெகு தொலைவில் இருக்கிறது.

அந்தக் குரல்கள் இப்போதும் அழைத்தன. எனக்குப் பின்னால் நெருங்கி வந்தன. "நீ செய்திருப்பது பைத்தியக்காரத்தனம்!"

பைத்தியக்காரத்தனம் பைத்தியக்காரத்தனத்தையே பிறப்பிக்கும்.

"கடவுள் மீதுள்ள அன்பினால், நீ அதை எங்கே மறைத்து வைத்திருக்கிறாய் என்று சொல்!" என்று அவை அலறின.

அதே கடவுள் மீதுள்ள அன்பினால், நான் அதை சொல்லப் போவதில்லை.

சில்லிட்டுப்போன கல்லிற்கு முதுகைக் காட்டியபடி எழுந்து நின்ற நான் சுற்றி வளைக்கப்பட்டேன். அவர்கள் என் பச்சைநிறக் கண்களை உற்றுப்பார்த்தார்கள். அவர்களுடைய தோற்றம் இருளடைந்து போயிருந்தது. அது தூண்டச்செய்வதாக அல்லாமல் அச்சுறுத்துவதாக இருந்தது. "எங்களுடைய வழிமுறைகள் பற்றி உனக்கே தெரியும். அது எங்கே இருக்கிறதென்பதை உன்னைக் கட்டாயப்படுத்தி சொல்ல வைப்போம்."

இதற்காகத்தான் நான் சொர்க்கத்தை நோக்கி பாதி தூரம் ஏறிவிட்டேன்.

எந்தவித எச்சரிக்கையும் இல்லாமல் அந்த இடத்தை அடைந்த நான், உயர்ந்திருந்த வளைமுகட்டிற்குள்ளாக என் கைகளை விட்டுத் துழாவி மேலே இழுத்துக்கொண்டேன், கால் முட்டிகளால் அணைத்து மேலே ஏறிய பின்னர் அந்த சரிவான பாதையில் தள்ளாடியபடியே நின்றேன். *இந்த பாதாளத்திற்கு அப்பால் எனக்கு வழிகாட்டுங்கள் வெர்ஜில்.*

அவநம்பிக்கையுடன் முன்னோக்கி விரைந்த அவர்கள் என் கால்களை பிடித்திழுக்க நினைத்தார்கள். ஆனால் என்னுடைய சமநிலையால் அச்சமுற்று காலைப் பிடித்துத் தொங்கினார்கள். இப்போது அவர்கள் முற்றிலும் நம்பிக்கையற்ற நிலையில் யாசகம் கேட்கிறார்கள். ஆனால் நான் திரும்பிக்கொண்டேன். *நான் என்ன செய்தாக வேண்டும் என்று எனக்குத் தெரியும்.*

எனக்கு கீழே, மிக மங்கலாக, வெகுதொலைவில், செந்நிறத்திலான சாய்தளக் கூரை நாட்டுப்புறத்தில் பரந்து விரிந்திருக்கும் தீக்காடாக தெரிந்தது. அது ஒரு காலத்தில் கியாட்டோ, டொனாடெலோ, புருனெலெஷி, மைக்கேலாஞ்சலோ, பொட்டிசெலி போன்ற மாமேதைகள் சுற்றித்திரிந்த அழகிய நிலத்திற்கு ஒளியூட்டியது.

அதன் நுனிக்கும் என் கால் விரல்களுக்கும் இடையே ஒரு அங்குலம்தான் இருந்தது.

"கீழே வா! இன்னும் நேரமிருக்கிறது!" அவர்கள் அலறினர்.

பாவப்பட்டவர்களே! நீங்கள் இன்னும் எதிர் காலத்தைப் பார்க்கவில்லையா? என் படைப்பின் அற்புதத்தையும் அத்தியாவசியத்தையும் நீங்கள் இன்னும் உணர்ந்து கொள்ளவில்லையா?

நான் இந்த முழு முற்றான தியாகத்தை மகிழ்ச்சியுடன் செய்கிறேன்... நீ தேடுவது கிடைக்கும் என்ற கடைசி நம்பிக்கையையும் இது முற்றாக அழித்துவிடும்.

உரிய நேரத்தில் நீ அதை கண்டுபிடிக்க முடியாது.

ஆயிரக்கணக்கான அடிகள் கீழே, காபில்ஸ்டோன் பியாஸா ஓர் அமைதியான சோலையைப் போல் அடிபணிந்திருக்கிறது. நான் நீண்டகாலமாக காத்திருக்கிறேன்... ஆனால் என்னுடைய மிகப்பெரிய செல்வத்தைக் கொடுத்தும் வாங்க முடியாத ஒரே பண்டம் காலம் மட்டுமே.

இந்தக் கடைசி நொடிகளில், நான் இந்த பியாஸாவை உற்றுப்பார்க்கிறேன். என்னை துணுக்குறச் செய்த காட்சியை உணர்ந்துகொள்கிறேன்.

நான் உன் முகத்தைப் பார்க்கிறேன்.

நீ நிழல்களில் இருந்து என்னை மேல்நோக்கி உற்றுப் பார்க்கிறாய். உன்னுடைய கண்கள் பனித்திருக்கின்றன, அவற்றில் நான் செய்து முடித்தவற்றிற்கான மரியாதை உணர்வு எனக்குத் தெரிகிறது. எனக்கு வேறு வழியில்லை என்று உனக்குத் தெரியும். மனிதகுலத்தின் மீதுள்ள அன்பினால் நான் என்னுடைய மகா படைப்பை காப்பாற்றியே ஆகவேண்டும்.

அது இப்போதும் வளர்ந்துகொண்டிருக்கிறது... காத்திருக்கிறது... நட்சத்திரங்கள் எதையும் பிரதிபலிக்காத காயலின் ரத்தச்சிவப்பான நீர்நிலைக்கு அடியில் மெதுவாக கனன்றுகொண்டிருக்கிறது.

அதனால், நான் என் கண்களை உன்னிடமிருந்து விடுத்து தொடுவானத்தை நோக்குகிறேன். சுமையேறிய இந்த உலகத்திற்கு மிக உயரே இருந்து நான் என்னுடைய இறுதி மனுவை அளிக்கிறேன்.

இனிய இறைவா, இந்த உலகம் என்னை அரக்க குணம் கொண்ட பாவம்செய்தவனாக நினைவில் வைத்துக்கொள்ளக்

கூடாது, மாறாக, உனக்கே தெரிந்த வகையில் ஒரு புகழ்மிக்க மீட்பனாகவே நினைவில் வைத்துக்கொள்ள வேண்டும் என்று மன்றாடுகிறேன். நான் விட்டுச்செல்லும் பரிசு என்னவென்று மனிதகுலம் புரிந்துகொள்ள வேண்டும் எனவும் நான் இறைஞ்சு கிறேன்.

எதிர்காலமே என் பரிசு.
மீட்பே என் பரிசு.
நரகமே என் பரிசு.

இத்துடன், ஆமென் சொல்லிக்கொண்டு, என் கடைசி அடியை எடுத்து வைக்கிறேன்,

இந்த நரகத்தில்.

1

நினைவுகள் மெல்லத் திரும்பத் தொடங்கின. அவை பாதாளக் கிணற்றின் அடியிலிருந்து வரும் நீர்க்குமிழ்களைப் போல் மேல்நோக்கி விரைந்தன.

முகத்திரை அணிந்த ஒரு பெண்.

ரத்தத்தால் செந்நிற தண்ணீராக சலசலத்து ஓடும் ஆற்றின் மறுகரையில் நின்றுகொண்டிருந்த அவளை லேங்டன் உற்றுப்பார்த்தார். அக்கரையின் வெகுதொலைவில், எந்தச் சலனமும் இல்லாமல், அசைவற்ற நிலையில் அவரையே வெறித்துப் பார்த்துக்கொண்டிருந்த அவள் முகம் முகத்திரையில் மறைந்திருந்தது. தன்னுடைய பாதங்களில் மிதந்து கொண்டிருக்கும் உடல்களுக்கு மரியாதை செலுத்தும் விதமாக அவள் தன்னுடைய கையில் இருந்த நீலநிற ரிப்பன் துணியை உயர்த்திப் பிடித்திருந்தாள். எங்கு பார்த்தாலும் மரண வாடை வீசியது.

தேடு, அந்தப் பெண் கிசுகிசுத்தாள். *அது உனக்கு கிடைக்கும்.*

அந்த வார்த்தைகளை தன்னுடைய தலைக் குள்ளாக சென்று அந்தப் பெண்ணே உச்சரிப்பதைப் போல் லேங்டனுக்கு கேட்டது. "யார் நீ?" அவர் கத்தினார், ஆனால் அவருடைய குரலில் இருந்து எந்த சத்தமும் வெளிவரவில்லை.

நேரம் சுருங்கிக்கொண்டிருக்கிறது, அவள் கிசுகிசுத்தாள். *தேடிக் கண்டுபிடி.*

லேங்டன் அந்த ஆற்றில் காலடி வைத்தார்.

ஆனால் அதன் தண்ணீர் ரத்தச் சிகப்பாக இருப்பதையும், கடந்து செல்வதற்கு மிகவும் ஆழமாக இருப்பதையும் அவரால் உணர முடிந்தது. லேங்டன் மீண்டும் தன்னுடைய பார்வையை அவளை நோக்கித் திருப்பியபோது அவளுடைய காலடியில் இருந்த உடல்களின் எண்ணிக்கை பெருகியிருந்தது. அவை தற்போது நூற்றுக்கணக்கில் இருந்தன. ஆயிரக்கணக்கிலும் இருக்கலாம். அவற்றில் சில அப்போதும் உயிருடன் இருந்தன. பெரும் வேதனையில் துடித்துக்கொண்டும், நினைத்துப்பார்க்க முடியாதபடி மரணித்துக்கொண்டும் இருந்தன. நெருப்பால் விழுங்கப்பட்டும், மலத்தில் புதைந்தும் ஒன்றின் மீது ஒன்று அமுக்கிக்கொண்டு கிடந்தன. அந்த நீர்நிலை முழுவதும் துயருற்று அழும் மனிதக் கூப்பாடுகளின் எதிரொலிகளை அவரால் கேட்க முடிந்தது.

அந்தப் பெண் அவரை நோக்கி வந்தாள். உதவி கேட்டு முறையிடுவதைப் போல் தன் கைகளை பிணைத்துக் கொண்டிருந்தாள்.

"யார் நீ?!" லேங்டன் மீண்டும் கத்தினார்.

அதற்கு பதிலளிக்கும் விதமாக தன்னுடைய முகத்தை நோக்கிக் கையை கொண்டுசென்ற அவள் தன் முகத்திரையை விலக்கினாள். அவள் மிக அழகாக இருந்தாள். லேங்டன் அனுமானித்ததைவிட வயதானவளாக இருந்தாள். அறுபது வயது மதிப்பிடத்தக்க அவள் காலத்தை கடந்து நிற்கும் சிலையைப் போல் உறுதியாகவும் திடமாகவும் இருந்தாள். அவளுடைய தாடை வலுவாக இருந்தது. ஆழ்ந்த ஜீவனும், ஏக்கமும் கொண்ட கண்கள் கொண்டிருந்த அவளுடைய வெள்ளிப் பழுப்புநிற கேசம் அவள் தோள்களில் சுருள் சுருளாக படர்ந்து கிடந்தது. நீலக்கல்லால் ஆன லேபிஸ் லஸூலி தாயத்து அவள் கழுத்தில் ஒரு பாம்பைப் போல் சுருண்டுகிடந்தது.

லேங்டனுக்கு அவளைத் தெரியும் போலவும், அவளை நம்பலாம் போலவும் தோன்றியது. ***ஆனால், எப்படி? ஏன்?***

அவள் இப்போது பிணைந்துகிடந்த இரண்டு கால்களைக் காட்டினாள். அவை பூமியிலிருந்து தலைகீழாகக் காணப்பட்டன. அவை நிச்சயம் தலையைக் குழிக்குள் வைத்து இடுப்பு வரை புதைக்கப்பட்ட ஒரு பாவப்பட்ட ஆன்மாவிற்கு சொந்தமானது தான். அதன் வெளுத்திருந்த தொடையில் ஒரே ஒரு எழுத்து எழுதப்பட்டிருந்தது, அது சேற்றினால் எழுதப்பட்ட *R* என்ற எழுத்து.

R? லேங்டனுக்கு நிச்சயமாக தெரியவில்லை. *ராபர்ட்?* என்பதில் உள்ளது போன்றா? அது... *நான்தானே?*

அந்தப் பெண்ணின் முகத்தில் இருந்தும் எதையும் தெரிந்து கொள்ள முடியவில்லை. அவள் மீண்டும், **தேடிக் கண்டுபிடி**, என்றாள்.

எந்தவித எச்சரிக்கையும் இல்லாமல் அவள் வெள்ளை நிற ஒளியை வெளிவிடத் தொடங்கினாள்... அது பிரகாசித்துக் கொண்டே சென்றது. அவளுடைய மொத்த உடலும் தீவிரமாக அதிர்ந்தது. பின்னர் இடியோசையுடன் ஆயிரக்கணக்கான ஒளிக்கீற்றுகளாக அவள் வெடித்துச் சிதறினாள்.

லேங்டன் சட்டென்று விழித்துக்கொண்டு கத்தினார்.

அந்த அறை முழுவதும் பிரகாசமாக இருந்தது. அவர் தனித்திருந்தார். மருத்துவத்துறையில் பயன்படுத்தப்படும் கடுகடுவென்ற ஆல்கஹால் வாசனை காற்றில் நிரம்பியிருந்தது, அங்கு ஏதோ ஒரு மூலையில் இருந்த இயந்திரம் அவருடைய இதயத்தின் லயத்திற்கு ஏற்ப ஒலியெழுப்பிக் கொண்டிருந்தது. லேங்டன் தன்னுடைய வலதுகையை உயர்த்தினார். ஆனால் ஒரு கூர்மையான வலி அவரைத் தடுத்து நிறுத்தியது. கீழே பார்த்தபோது அவருடைய முழுங்கையின் தோலில் மருந்தூசி ஒன்று செருகப்பட்டிருந்தது.

அவருடைய நாடித்துடிப்பு அதிகரித்தது. இயந்திரங்கள் ஒலிக்கத் தொடங்கின. மிக வேகமாக ஒலித்தன.

நான் எங்கிருக்கிறேன்? என்ன ஆயிற்று?

லேங்டனின் பின்னந்தலை யாரோ பிசைவதைப் போல் வலித்தது. மிகவும் ஜாக்கிரதையாக தன்னுடைய கைகளால் தலையைத்தொட்ட அவர் தன்னுடைய தலை வலிக்கும் இடத்தை அறிய முற்பட்டார். கட்டு போட்டிருந்த தலைக்கு கீழே தழும்புகள் நிறைய இருப்பதையும், உலர்ந்த ரத்தத் திட்டுகளுடன் தையல் போடப்பட்டிருப்பதையும் உணர்ந்தார்.

அவர் தன் கண்களை மூடினார். ஒரு விபத்தை நினைவுகூற முயற்சித்தார்.

ஒன்றுமில்லை. கடும் வெறுமை.

சிந்தித்துப்பார்.

வெறும் இருள்.

மேலாடை அணிந்த ஒருவர் உள்ளே நுழைந்தார்.

நிச்சயம் அவர் லேங்டனின் விரைவாக துடிக்கும் இதய மானிட்டரின் சத்தம் கேட்டுத்தான் வந்திருக்க வேண்டும். அவருக்கு நீண்ட தாடியும் அடர்த்தியான மீசையும் இருந்தது. அதிகப்படியாக வளர்ந்திருந்த புருவத்திற்கு கீழே அவருடைய மென்மையான கண்கள் சிந்தனையில் ஆழ்ந்திருக்கும் அமைதியை வெளிப்படுத்தியபடி இருந்தன.

"என்ன... ஆயிற்று? எனக்கு விபத்து நேரிட்டதா" என்று சமாளித்தபடியே கேட்டார் லேங்டன்.

அந்த தாடிக்காரர் தன்னுடைய உதடுகளில் விரலை வைத்தபடி வெளியே சென்று வேறு யாரையோ அந்த அறைக்குள் வரும்படி அழைத்தார்.

லேங்டன் தன் தலையைத் திருப்பிப் பார்த்தார். ஆனால் அந்த அசைவினால் அவருடைய மண்டையோட்டிற்குள் சுழன்றுகொண்டிருந்த வலி அவரை சுருக்கென்று தைத்தது. ஆழ்ந்து மூச்சைவிட்டபடி அந்த வலி தன்னைக் கடந்துசெல்லும்படி விட்டுவிட்டார். பின்னர் மிக மெதுவாகவும், படிப்படியாகவும் தன்னைச் சூழ்ந்திருந்த மருத்துவ உபகரணங்களை உற்றுப் பார்த்தார்.

அந்த மருத்துவமனை அறையில் ஒரே ஒரு படுக்கைதான் போடப்பட்டிருந்தது. பூங்கொத்துகள் இல்லை. வாழ்த்து அட்டைகள் இல்லை. அருகாமையில் இருந்த கவுண்டரில் தெளிவாகத் தெரிந்த பிளாஸ்டிக் பையில் தன்னுடைய உடைகள் மடித்து வைக்கப்பட்டிருப்பதை லேங்டன் பார்த்தார்.

கடவுளே. இது மிக மோசமான விஷயமாக இருக்கும் போலிருக்கிறதே.

லேங்டன் இப்போது தன்னுடைய படுக்கைக்குப் பின்னால் இருந்த ஜன்னலை நோக்கி தன்னுடைய தலையை மிக மெதுவாகத் திருப்பினார். வெளியே இருளாக இருந்தது. இரவு. அந்தக் கண்ணாடியில் தன்னுடைய பிரதிபலிக்கும் உருவத்தைத்தான் லேங்டனால் பார்க்க முடிந்தது — சாம்பல் நிற விநோதன், வெளிறியும் சோர்ந்தும் போய், டியூப்களோடும் வயர்களோடும் பிணைக்கப்பட்டும், மருத்துவ உபகரணங்கள் சூழப்பட்டும் கிடக்கிறான்.

குரல்கள் அந்த அறையை நோக்கி வருவது கேட்டது. லேங்டன் மீண்டும் தன் பார்வையை அறையை நோக்கித் திருப்பிக்கொண்டார். மருத்துவர்தான் திரும்பி வந்தார். இப்போது அவருடன் ஒரு பெண்ணும் இருந்தார்.

அவள் தன்னுடைய முப்பதுகளின் ஆரம்பகட்டத்தில் இருப்பதைப்போல் காணப்பட்டாள். நீலநிற மேலாடை அணிந்திருந்த அவள் தன்னுடைய பொன்னிற முடியை குதிரைவால் கொண்டை போல் பின்னலிட்டிருந்தாள். அவள் நடக்கையில் அது அங்கும் இங்கும் அலைந்தாடியது.

“நான் டாக்டர் சியன்னா புரூக்ஸ். நான் இன்றிரவு டாக்டர். மார்கோனியுடன் பணியில் இருப்பேன்.” அறைக்குள் நுழைந்தபடியே பேசிக்கொண்டு வந்த அவள் லேங்டனைப் பார்த்துப் புன்னகைத்தாள்.

லேங்டன் பலவீனமாக தலையைக் குலுக்கினார்.

உயரமாகவும் வாளிப்பாகவும் இருந்த டாக்டர் புரூக்ஸ் ஒரு விளையாட்டு வீரருக்கு உரிய உறுதியான தொனியுடன் நடந்து வந்தாள். எந்த வடிவமும் இல்லாத அந்த மேலாடையிலும் அவள் வளைந்து நெளிந்து நேர்த்தியுடன் காணப்பட்டாள். அவள் மேக்கப் போட்டிருப்பதைப் போல் லேங்டனுக்குத் தெரியவில்லை என்றாலும் அவளுடைய தோலின் பளபளப்பு வழக்கத்திற்கு மாறாக மென்மையாகக் காணப்பட்டது, அவளுடைய உதடுகளுக்கு மேலிருந்த சின்னஞ்சிறு மச்சம் மட்டுமே அதன் ஒரே மாசுமருவைப்போல் தெரிந்தது. லேசான பழுப்பு நிறத்தில் இருந்தாலும் அவளுடைய கண்கள் வழக்கத்திற்கு மாறாக ஊடுருவும் தன்மை உள்ளதைப் போல் காணப்பட்டன, அவை அவளுடைய வயதில் உள்ள யாரும் எதிர்கொள்ளத் தயங்கும் ஆழ்ந்த அனுபவ சாட்சிகளைப் போல் இருந்தன.

“டாக்டர். மார்கோனிக்கு ஆங்கிலம் பேசவராது. அதனால் உங்களுடைய சேர்க்கை படிவத்தை நிரப்பித்தருமாறு என்னைக் கேட்டுக்கொண்டிருக்கிறார்” என்று கூறியபடி அவருக்கு அருகாமையில் அமர்ந்த அவள் அவரை நோக்கி மற்றொருமுறை புன்னகைத்தாள்.

“நன்றி” லேங்டன் முனகியபடியே சொன்னார்.

“சரி” என்று தொடங்கிய அவளின் குரல் தொழில் முறை யானதாக இருந்தது. “உங்கள் பெயர் என்ன?”

அவருக்கு சில கணங்கள் தேவைப்பட்டன. “ராபர்ட்... லேங்டன்.”

அவள் லேங்டனின் கண்களில் பென்லைட்டின் ஒளியைப் பாய்ச்சினாள். “தொழில்?”

அந்த விவரம் மிக மெதுவாகத்தான் மேலெழுந்து வந்தது. “புரபஸர். கலை வரலாறு... மற்றும் குறியீட்டியல். ஹார்வர்ட் யுனிவர்சிட்டி?”

பென்லைட்டை கீழே இறக்கிய டாக்டர். புரூக்ஸ் துணுக்குற்று காணப்பட்டாள். மொசுமொசுவென்று புருவம் கொண்டிருந்த டாக்டரும் அவளுக்கு சமமாக ஆச்சரியப்பட்டவராக காணப்பட்டார்.

"நீங்கள்... அமெரிக்கரா?"

லேங்டன் அவளைக் குழப்பத்துடன் பார்த்தார்.

"அது வந்து...?" என்றபடி தயங்கினாள். "நீங்கள் இங்கே வந்தபோது உங்களைப் பற்றிய எந்த அடையாளமும் தெரியவில்லை. நீங்கள் ஹாரிஸ் டிவீட் கோட்டும், சாமர்செட் பாதணியும் அணிந்திருந்ததால் நாங்கள் உங்களை பிரிட்டிஷ் என்று நினைத்துவிட்டோம்."

"நான் அமெரிக்கன்தான்" என்று லேங்டன் அவளுக்கு உத்திரவாதமளித்தார். ஆடைகள் நன்றாக தைக்கப்படுவதற்காக தன்னுடைய உடைக்கான முன்னுரிமைகளைப் பற்றி இவ்வாறு விளக்கமளித்து அவர் மிகவும் சோர்ந்துபோயிருந்தார்.

"ஏதாவது வலி இருக்கிறதா?"

"என்னுடைய தலை" என்றார் லேங்டன், துடித்துக் கொண்டிருந்த அவருடைய கபாலம்தான் அந்த பிரகாசமான பென்லைட்டினால் சற்று மோசமடைந்தது. நல்லவேளையாக இப்போது அவள் அதை தன்னுடைய பாக்கெட்டினுள் வைத்துவிட்டாள். பின்னர் லேங்டனின் மணிக்கட்டைப் பிடித்து அவருடைய நாடித்துடிப்பை பரிசோதித்தாள்.

"நீங்கள் கத்திக்கொண்டே எழுந்தீர்கள். ஏன் என்று ஞாபகமில்லையா?" என்றாள் அவள்.

பின்னிப்பிணைந்து கிடந்த உடல்கள் சூழ்ந்த முகத்திரை அணிந்த பெண்ணின் வினோதமான காட்சிதான் லேங்டனின் கண்ணுக்கு முன்னால் பளிச்சிட்டது. ***தேடு, அது உனக்கு கிடைக்கும்.*** "எனக்கு கெட்ட கனவு ஒன்று வந்தது."

"எதைப்பற்றி?"

லேங்டன் அவளிடம் கூறினார்.

டாக்டர். புரூக்ஸ் அந்த விவரங்களை எழுதிக்கொண்டிருக்கும் போது அவளுடைய முகபாவனையில் எந்தவித மாற்றமும் இல்லாமலேயே இருந்தது. "அப்படி ஒரு அச்சுறுத்தும்படியான காட்சியை எது தோற்றுவித்திருக்கும் என்பது குறித்து உங்களுக்கு ஏதேனும் அபிப்பிராயம் இருக்கிறதா?"

தன்னுடைய நினைவை விசாரணைக்கு உட்படுத்திய லேங்டன் எதுவும் வர மறுக்கவே தலையைக் குலுக்கினார்.

"ஓகே, மிஸ்டர் லேங்டன்" அவள் எழுதிக் கொண்டே கூறினாள், "உங்களிடம் சில வழக்கமான கேள்விகள் கேட்க வேண்டும். இந்த வாரத்தில் இன்று எந்தக் கிழமை?"

லேங்டன் ஒருகணம் சிந்தித்துப் பார்த்தார். "இது சனிக் கிழமைதானே. இன்று காலை நான் கேம்பஸை கடந்து சென்றது நினைவில் இருக்கிறது... மதிய நேரத்து விரிவுரை ஆற்ற சென்றேன். பின்னர்... அதுதான் எனக்கு நினைவில் இருக்கும் கடைசி விஷயம். நான் கீழே விழுந்துவிட்டேனா?"

"அதற்கு பின்னர் வருவோம். இப்போது நீங்கள் எங்கே இருக்கிறீர்கள் என்று தெரியுமா?"

லேங்டன் மிகத்தெளிவாக அனுமானித்து கூறினார். "மாசசூசெட்ஸ் ஜெனரல் ஹாஸ்பிடல்தானே?"

டாக்டர். புரூக்ஸ் மேலும் ஒரு குறிப்பு எடுத்துக் கொண்டாள். "உங்களுக்காக நாங்கள் அழைக்கும் வகையில் யாரேனும் இருக்கிறார்களா? மனைவி? குழந்தைகள்?"

"யாரும் இல்லை" லேங்டன் மிக இயல்பாக கூறினார். பிரம்மச்சர்ய வாழ்க்கை அவருக்கு அளித்த தனிமை மற்றும் சுதந்திரத்தை அவர் எப்போதுமே அனுபவித்து வந்திருக்கிறார், ஆனால் தற்போது இருக்கும் நிலையில் தனக்கு தெரிந்த முகம் ஏதாவது அருகில் இருந்தால் நன்றாக இருக்கும் என்பதை அவரால் ஒப்புக்கொள்ளாமல் இருக்க முடியவில்லை. "என்னுடன் பணிபுரியும் சிலரை என்னால் அழைக்க முடியும். ஆனால், எனக்கு இப்போது பரவாயில்லை."

டாக்டர். புரூக்ஸ் எழுதுவதை நிறுத்தினாள். பெரிய டாக்டர் அவர்களை நோக்கி வந்தார். தன்னுடைய புருவங்களை பின்னோக்கி தடவிவிட்டுக்கொண்ட அவர் பையில் இருந்து ஒரு சிறிய வாய்ஸ் ரெக்கார்டரை எடுத்து டாக்டர். புரூக்ஸிடம் காட்டினார். புரிந்துகொண்டதாக தலையைக் குலுக்கிய அவள் தன்னுடைய நோயாளியை நோக்கித் திரும்பினாள்.

"மிஸ்டர். லேங்டன், இன்றிரவு இங்கே வரும்போது நீங்கள் திரும்பத் திரும்ப ஒரு விஷயத்தை பிதற்றிக்கொண்டே இருந்தீர்கள்." அவள் டாக்டர் மார்கோனியை நோக்கித் திரும்பினாள். டிஜிட்டல் ரெக்கார்டர் ஒன்றை வைத்திருந்த அவர் ஒரு பட்டனை அழுத்தினார்.

அந்தக் குரல்பதிவு ஓடத் தொடங்கியது. லேங்டனால் தன்னுடைய கரகரப்பான சொந்தக் குரலைக் கேட்க முடிந்தது. அதில் அவர் ஒரே விஷயத்தை திரும்பத்திரும்ப சொல்லிக் கொண்டிருந்தார்: *"வெ... ஸாரி. வெ... ஸாரி."*

"இது நீங்கள் வெரி ஸாரி, வெரி ஸாரி என்று சொல்வதைப் போன்றே எனக்கு கேட்கிறது." என்றாள் அவள்.

லேங்டன் ஒப்புக்கொண்டார் என்றாலும் அதைப்பற்றி அவருக்கு எந்த நினைவும் இல்லை.

டாக்டர் புரூக்ஸ் அவரை நிலைகுத்திய பார்வையோடு பார்த்துக்கொண்டிருந்தாள். "இதைப்பற்றி நீங்கள் ஏதாவது சொல்ல முடியுமா. நீங்கள் எதற்காவது ஸாரி கேட்டீர்களா?"

தன்னுடைய தடங்கலான நினைவுகளை லேங்டன் ஆராய்ந்தபோது அவர் மீண்டும் அந்த முகத்திரையணிந்த பெண்ணைக் கண்டார். இறந்த உடல்கள் மிதந்து கொண்டிருக்கும் அந்த ரத்தச் சிவப்பான ஆற்றின் கரையோரம் அவள் நின்றுகொண்டிருந்தாள்.

லேங்டன் திடீரென்று தெளிவற்ற ஆபத்தின் உணர்வால் பீடிக்கப்பட்டார்... அது அவருக்கானது மட்டுமல்ல... எல்லோருக்கு மானது. அவருடைய இதய மானிட்டர் வேகவேகமாக கத்தத் தொடங்கியது. தசைகள் இறுக அவர் எழுந்து உட்கார முயற்சி செய்தார்.

டாக்டர். புரூக்ஸ் லேங்டனின் நெஞ்சுக்கூட்டை விரைவாக அழுத்திப்பிடித்து அவரை படுக்க வைத்தாள். பின்னர் அந்த தாடிக்கார டாக்டரை ஒருகணம் நோக்கினாள். அவர் அருகாமை யில் இருந்த கவுண்டருக்கு சென்று ஏதோ ஒன்றை தயார்செய்யத் தொடங்கினார்.

டாக்டர். புரூக்ஸ் லேங்டன் மீது தலைகவிழ்ந்தபடி இருந்தாள். "மூளைக் காயங்கள் ஏற்பட்டால் மன அழுத்தம் ஏற்படுவது சாதாரணமான விஷயம்தான் லேங்டன். ஆனால் நீங்கள் உங்களுடைய இதயத் துடிப்பின் அளவை கீழேயே வைத்துக்கொள்ள வேண்டும். அசையக்கூடாது. பரபரப்படையக் கூடாது. அப்படியே இருந்தபடி ஓய்வெடுங்கள். உங்களுக்கு எல்லாம் சரியாகிவிடும். உங்களுடைய நினைவு மெல்லத் திரும்பி வரும்."

இப்போது ஒரு சிரிஞ்சியுடன் திரும்பிவந்த டாக்டர் அதனை புரூக்ஸிடம் ஒப்படைத்தார். அதை அவள் லேங்டனின் நரம்புகளில் செலுத்தினாள்.

“உங்களை அமைதிப்படுத்த ஒரு லேசான மயக்க மருந்து. இது வலிநிவாரணியாகவும் உங்களுக்கு உதவும்” என்று விளக்கினாள். பின்னர் எழுந்து நின்றபடியே, “உங்களுக்கு எல்லாம் சரியாகிவிடும் லேங்டன். கொஞ்சம் தூங்குங்கள். உங்களுக்கு வேறு ஏதேனும் தேவை என்றால் உங்கள் படுக்கைக்கு அருகாமையில் இருக்கும் பட்டனை அழுத்துங்கள்.”

வெளிச்சத்திலிருந்து வெளியேறிய அவள் அந்த தாடிக்கார டாக்டருடன் புறப்பட்டுச் சென்றாள்.

இருளில், அந்த மருந்து தன்னுடைய உடல் முழுவதும் சட்டென்று கரைந்தோடுவதை லேங்டனால் உணர முடிந்தது. அது அவருடைய உடலை எங்கிருந்து உருவானதோ அங்கிருந்து பின்னோக்கி இழுத்து ஆழமான கிணற்றுக்குள் தள்ளியது. அவர் அந்த உணர்வுடன் போராடினார். அந்த அறையில் நிலவிய இருளில் தன்னுடைய கண்களைத் திறக்க கட்டாயப்படுத்தினார். எழுந்து உட்கார முயற்சித்தார். ஆனால் அவர் உடல் இரும்பைப் போல் இறுகிப்போயிருந்தது.

லேங்டன் நிமிர்ந்து உட்கார்ந்தபோது தான் ஜன்னலைப் பார்த்து அமர்ந்திருப்பதை உணர்ந்தார். விளக்குகள் அணைந்து விட்டன. கறுத்திருந்த கண்ணாடியில் தெரிந்த அவருடைய பிரதிபலிப்பு மறைந்துபோனது. அது தொலைவில் ஒளிரும் அடிவானத்தால் பதிலீடு செய்யப்பட்டிருந்தது.

ஸ்தூபங்கள் மற்றும் கட்டிட முகடுகளுக்கு நடுவேயிருந்த ஒரே ஒரு ராஜ கோபுரத்தின் முகப்பு மட்டும் லேங்டனின் பார்வைத்தளத்தை ஆக்கிரமித்தது. அந்தக் கட்டிடம் கூர்முனைகொண்ட பாதுகாப்பு தளத்துடன் கற்கோட்டையைப் போல் காணப்பட்டது. அதில் இருந்த முன்னூறு அடி கோபுரம் அதன் உச்சிக்கு சற்று கீழே, வெளிநோக்கி பெருத்து ஒரு பெரிய போர்க்கள பாதுகாப்பு அரணைப் போல் காணப்பட்டது.

லேங்டன் படுக்கையில் நிமிர்ந்து உட்கார்ந்தார். அவருடைய தலைக்குள் வலி வெடித்துச் சிதறியது. எரிச்சலான துடிப்புடன் போராடிக்கொண்டிருந்த அவர் அந்த கோபுரத்தில் பார்வையை நிலைநிறுத்தினார்.

அந்த மத்தியகால கட்டுமானத்தைப் பற்றி லேங்டனுக்கு நன்றாக தெரியும்.

அது இந்த உலகத்திலேயே மிகவும் தனித்துவமானது.

துரதிஷ்டவசமாக, அது அவர் வசிக்கும் மாசசூசெட்ஸில் இருந்து நான்காயிரம் மைல்களுக்கு அப்பால் இருந்தது.

அவருடைய ஜன்னலுக்கு வெளியே, வயா டோரெகெல்லியின் நிழலில் மறைந்தபடி, வலுவான உடற்கட்டு கொண்டிருந்த ஒரு பெண் தன்னுடைய பிஎம்டபிள்யு மோட்டார் சைக்கிளில் சாவதானமாக உட்கார்ந்திருந்தாள். ஒரு கருஞ்சிறுத்தை தன்னுடைய இரையை நோக்கிப் பாயத் தயாராவதைப் போல் அவளுடைய உள்ளுணர்வுகள் இயங்கிக்கொண்டிருந்தன. அவளுடைய பார்வை கூர்மையாக இருந்தது. நெருக்கி வெட்டப்பட்டிருந்த அவளுடைய தலைமுடி தூக்கிவிடப்பட்டிருந்த கறுப்பு தோல் அங்கிக்கு மேலே குத்திட்டு நின்றது. அவள் ராபர்ட் லேங்டன் இருக்கும் மருத்துவமனை அறையின் விளக்கு அணைக்கப்படுவதை உற்றுப் பார்த்துக்கொண்டிருந்தாள்.

முன்னிரவில்தான் அவளுடைய மிஷன் மிக மோசமாக நிலைகுலைந்து போனது.

புறா ஒன்றின் குனுகல் ஒலி எல்லாவற்றையும் புரட்டிப்போட்டுவிட்டது.

இப்போது, அவள் அதை சரிசெய்ய வந்திருக்கிறாள்.

❑

2

நான் ஃப்ளோரன்சிலா இருக்கிறேன்!?

ராபர்ட் லேங்டனின் தலையில் வலி பின்னி யெடுத்தது. தற்போது தன்னுடைய மருத்துவமனை படுக்கையில் நிமிர்ந்து உட்கார்ந்திருந்த அவர் அழைப்பு பொத்தானில் திரும்பத் திரும்ப தன் விரல்களை வைத்து மாட்டிக்கொண்டிருந்தார். அவருடைய உடலமைப்பில் மயக்க மருந்துகள் இருந்தபோதிலும் இதயத்துடிப்பு வேகமாக துடித்துக்கொண்டிருந்தது.

டாக்டர். புரூக்ஸ் வேகமாக திரும்பி வந்தாள். அவளுடைய குதிரைவால் கொண்டை அங்கும் இங்கும் குதித்தாடியது. "உங்களுக்கு ஒன்று மில்லையே?"

லேங்டன் குழப்பத்துடன் தன்னுடைய தலை யைக் குலுக்கிக்கொண்டார். "நான் இத்தாலியிலா... இருக்கிறேன்!?"

"நல்லது. உங்களுக்கு நினைவு இருக்கிறது." என்றாள் அவள்.

"இல்லை!" என்ற லேங்டன் ஜன்னலுக்கு வெளியே தொலைவில் தெரிந்த கட்டளை மையக் கட்டிடத்தை சுட்டிக்காட்டினார். "எனக்கு அந்த பாலஸோ வெஷியோ நினைவில் இருக்கிறது."

டாக்டர்.புரூக்ஸ் மீண்டும் விளக்கை போட்டாள். அந்த ஃப்ளோரன்ஸ் அடிவானம் மறைந்துபோனது. அவள் அவருக்குப் பின்னால்

வந்து மெதுவாக கிசுகிசுத்தாள். "மிஸ்டர். லேங்டன், எதற்கும் கவலைப்பட வேண்டாம். நீங்கள் லேசான அம்னீஷியாவால் பாதிக்கப்பட்டிருக்கிறீர்கள். ஆனால் உங்களுடைய மூளையின் செயல்பாடு நன்றாக இருக்கிறதென்று டாக்டர். மார்கோனி உறுதிப்படுத்தியிருக்கிறார்."

அந்த தாடிக்கார டாக்டரும் உள்ளே விரைந்து வந்தார். அந்த அழைப்பொலி நிச்சயம் அவருக்கும் கேட்டிருக்கும். அவர் லேங்டனின் இதயத்துடிப்புமானியை சோதித்துக் கொண்டிருந்தபோது அந்த இளம் டாக்டர் அவரிடம் வேகவேகமாக, தெளிவான இத்தாலிய மொழியில் பேசினாள். அது ஏதோ, லேங்டன் தான் இத்தாலியில் இருப்பதை தெரிந்து கொள்ள "தயக்கம் கொண்டிருக்கிறார்" என்பதைப்போல் இருந்தது.

தயக்கமா? என்று லேங்டன் கோபத்துடன் நினைத்துக் கொண்டார். ***முட்டாளாக்கப்பட்டது போலத்தான் இருக்கிறது!*** அவருடைய உடலில் சுழன்றுகொண்டிருந்த அட்ரினலின், இப்போது மயக்க மருந்துகளுடன் ஒரு போரையே துவங்கியிருந்தது. "எனக்கு என்ன ஆனது. இன்று என்ன நாள்?" என்று அவர் கதறினார்.

"எல்லாம் நன்றாகத்தான் இருக்கிறது." என்றாள் அவள். "இது அதிகாலை நேரம். திங்கள் கிழமை, மார்ச் பதினெட்டு."

திங்கள்கிழமை. தன்னால் நினைவுக்கு கொண்டுவர முடிந்த உறைந்தும் இருண்டும் தெரிந்த கடைசி பிம்பங்களை தன்னுடைய வலிகொண்ட மனதில் நினைவுபடுத்திக்கொள்ள லேங்டன் பெரும் முயற்சி செய்தார். சனிக்கிழமை இரவு விரிவுரைகளுக்காக ஹார்வார்ட் கேம்பஸில் தனியாக நடந்து சென்றது. ***அது இரண்டு நாட்களுக்கு முன்னர்?!*** அந்த விரிவுரையில் இருந்தோ அல்லது அதற்கு பின்னரோ நடந்த எதைப்பற்றியும் நினைவுக்கு கொண்டுவர முயற்சி செய்தபோது ஒரு கூரான திகில் உணர்வு அவரைப் பற்றிக்கொண்டது. ***ஒன்றுமில்லை.*** இதயமானியின் பிங் ஒலி வேகமெடுத்தது.

டாக்டர். புரூக்ஸ் மீண்டும் லேங்டனுக்கு அருகாமையில் அமர்ந்தபோது அந்தக் கிழ டாக்டர் தன்னுடைய தாடியைச் சொரிந்துகொண்டே அந்த இயந்திரத்தை சரிபார்த்துக் கொண்டிருந்தார்.

"உங்களுக்கு எதுவும் ஆகாது" அவள் அவருக்கு உறுதியளித்தார். அவரிடம் மென்மையாகப் பேசினாள். "ரெட்ரோகிரேட் அம்னீஷியா குறித்து நாங்கள் உங்களை

ஆய்வு செய்துகொண்டிருக்கிறோம். அது தலையில் அடிபட்டு அதிர்ச்சிக்கு ஆளாகிறவர்களுக்கு தானாக ஏற்படக்கூடியது. கடந்த சில நாட்களில் உங்களிடம் உருவான நினைவுகள் ஒழுங்கு குலைந்திருக்கலாம் அல்லது காணாமல் போயிருக்கலாம். ஆனால் உங்களுக்கு நிரந்தர பாதிப்பு எதுவும் ஏற்படாது." அவள் சற்று இடைவெளி விட்டாள். "என்னுடைய முதல் பெயர் உங்களுக்கு நினைவிருக்கிறதா? நான் உள்ளே வரும்போது உங்களிடம் சொல்லியிருந்தேன்."

லேங்டன் சற்று யோசித்தார். "சியன்னா. ***டாக்டர். சியன்னா புரூக்ஸ்.***

அவள் சிரித்தாள். "பார்த்தீர்களா? நீங்கள் ஏற்கனவே புதிய நினைவுகளை உருவாக்கிக்கொள்ளத் தொடங்கிவிட்டீர்கள்."

லேங்டனின் தலையில் இருந்த வலி ஏறக்குறைய பொறுத்துக்கொள்ள முடியாத ஒன்றாகவே மாறிவிட்டது. அருகாமையில் தெரியும் பிம்பங்களும் இப்போது மங்கலாகவே இருந்தன. "என்ன... ஆயிற்று? நான் எப்படி இங்கே வந்தேன்?"

"நீங்கள் ஓய்வெடுக்க வேண்டும் என்று நினைக்கிறேன். மேலும் —"

"நான் இங்கே எப்படி வந்தேன்?" அவர் வற்புறுத்தினார். அவருடைய இதயமானி மேலும் விரைவுபட்டது.

"சரி, இப்போது சற்று மூச்சை சுலபமாக்கிக் கொள்ளுங்கள்" என்ற டாக்டர் புரூக்ஸ், தன்னுடைய சக பணியாளரிடம் சிறிது பதற்றமான பார்வையை பரிமாறிக்கொண்டாள். "நான் உங்களுக்கு சொல்கிறேன்." அவளுடைய குரல் குறிப்பிடத்தக்க வகையில் மிகவும் தீவிரமடைந்தது. "மிஸ்டர். லேங்டன், மூன்று மணிநேரத்திற்கு முன்பாக நீங்கள் எங்களுடைய அவசரப் பிரிவுக்கு வந்து சேர்ந்தீர்கள். உங்கள் தலையில் ரத்தம் வழிந்தது. சட்டென்று நீங்கள் சரிந்து விழுந்தீர்கள். நீங்கள் யார் என்பது பற்றியோ, எப்படி இங்கே வந்து சேர்ந்தீர்கள் என்பது பற்றியோ யாருக்கும் எதுவும் தெரியவில்லை. நீங்கள் ஆங்கிலத்தில் புலம்பிக் கொண்டிருந்தீர்கள், அதனால் என்னை உதவி செய்யுமாறு டாக்டர். மார்கோனி கேட்டுக்கொண்டார். நான் இங்கிலாந்தில் இருந்து இங்கே விடுமுறைக்காக வந்துள்ளேன்."

மாக்ஸ் எர்ன்ஸ்ட்டின் ஓவியத்திலிருந்து தான் எழுந்து வந்திருப்பதைப் போல் லேங்டன் உணர்ந்தார். ***இத்தாலியில் நான் என்ன இழவெடுத்துக் கொண்டிருக்கிறேன்?*** லேங்டன் வழக்கமாக கலை மாநாட்டிற்காக ஜுன் மாதம்தான் இங்கு

வருவார். ஆனால் இது மார்ச் மாதம்.

மயக்க மருந்துகள் இப்போது அவரை மிகவும் கடுமையாக உள்ளிழுத்தன. பூமியின் ஈர்ப்புவிசை அந்தக் கணத்தில் மிகவும் வலுப்பெற்றுவிட்டதைப்போல் அவர் உணர்ந்தார். அது அவரை படுக்கையில் இருந்து கீழே இழுத்துத் தள்ள முயற்சிப்பதைப் போல் இருந்தது. லேங்டன் அதனுடன் போராடினார், தலையை மேலே தூக்கி எச்சரிக்கையுடன் இருக்க முயற்சித்தார்.

அவரைப் பார்த்துக்கொண்டிருந்த டாக்டர். புரூக்ஸ் ஒரு தேவதை காற்றில் மிதந்துகொண்டிருப்பதைப் போல் காணப்பட்டாள். "ப்ளீஸ், லேங்டன். தலையில் ஏற்பட்ட அதிர்ச்சியானது முதல் இருபத்திநான்கு மணிநேரத்திற்கு கடுமையானதாகத்தான் இருக்கும். உங்களுக்கு ஓய்வு வேண்டும். இல்லையென்றால் கடுமையான பாதிப்பு ஏற்படும்."

திடீரென்று அந்த அறையில் இருந்த இண்டர்காமில் ஒரு குரல் கரகரத்தது. "டாக்டர். மார்கோனியா?"

சுவற்றில் இருந்த பட்டனை அழுத்திய தாடிக்கார டாக்டர் பதிலளித்தார். "ஆமாம்?"

இண்டர்காமில் கேட்ட குரல் இடைவிடாமல் இத்தாலியில் பேசியது. அது என்னவென்று லேங்டனுக்கு புரியவில்லை. ஆனால் அந்த இரண்டு டாக்டர்களும் ஆச்சரியத்துடன் ஒருவரை ஒருவர் பார்த்துக்கொண்டதை கவனித்தார். *அல்லது இது எச்சரிக்கையா?*

"ஒரு நிமிஷம்"என்று பதிலளித்த மார்கோனி அந்த உரையாடலை முடித்துவைத்தார்.

"என்ன நடக்கிறது?" என்றார் லேங்டன்.

டாக்டர் புரூக்ஸின் கண்கள் குறுகியிருப்பதைப் போல் தெரிந்தது. "அது ஐசியூ வரவேற்பாளர். உங்களைப் பார்க்க யாரோ வந்திருக்கிறார்கள்."

லேங்டனின் தெளிவின்மைக்கு நடுவே ஒரு நம்பிக்கை கீற்று வெட்டிச்சென்றது. "அது நல்ல செய்திதான்! ஒருவேளை எனக்கு என்ன ஆனது என்று அவருக்குத் தெரிந்திருக்கலாம்."

அவள் நிச்சயமற்றுக் காணப்பட்டாள். "உங்களைப் பார்க்க யாரேனும் வந்திருப்பதென்பது விசித்திரமான விஷயம்தான். உங்கள் பெயர்கூட எங்களுக்குத் தெரியாது. நீங்கள் இன்னும் இங்கே பதிவு செய்யப்படவும் இல்லை."

லேங்டன் மயக்க மருந்துகளுடன் போராடியபடியே தள்ளாடியபடி தலையை உயர்த்தி தன்னுடைய படுக்கையில் நேராக உட்கார முயற்சித்தார்.

டாக்டர். புரூக்ஸ் மார்கோனியை நோக்கினாள். உடனடியாக தலையசைத்த அவர் தன்னுடைய கடிகாரத்தை தட்டிப்பார்த்தார். அவள் லேங்டனை நோக்கித் திரும்பினாள்.

“இது ஐசியூ” என்று அவள் விளக்கினாள். “இவ்வளவு சீக்கிரமாக காலை ஒன்பது மணிவரை இங்கே யாரும் அனுமதிக்கப்படுவதில்லை. டாக்டர். மார்கோனி அங்கு சென்று வந்திருப்பவர் யார் என்றும், அவருக்கு என்ன வேண்டும் என்றும் பார்ப்பார்.”

“என்ன வேண்டும் என்றால் என்ன?” லேங்டன் வற்புறுத்தினார்.

டாக்டர் புரூக்ஸ் பொறுமையாக சிரித்துக்கொண்டே தன்னுடைய குரலைத் தாழ்த்தி அவரிடம் நெருங்கி வந்தாள். “மிஸடர்.லேங்டன், நேற்றிரவு நடந்தவற்றில் சிலவற்றைப் பற்றியோ... என்ன நடந்தது என்பது பற்றியோ உங்களுக்கே தெரியவில்லை. நீங்கள் யாரிடமாவது பேசுவதற்கு முன்னர், நிஜமாகவே நடந்தவற்றைப் பற்றி நீங்கள் தெரிந்துவைத்திருப்பது நல்லது என்று நினைக்கிறேன். துரதிஷ்டவசமாக, உங்கள் தரப்பில் நீங்கள் இன்னும் வலுவாக இல்லை என்றே தோன்றுகிறது —”

“என்ன நிஜமான விஷயங்கள்!?” என்று வற்புறுத்திய லேங்டன் எழும்பி உட்கார போராடினார். அவருடைய கையில் இருந்த நரம்பூசி அழுத்தியது, அவருடைய உடல் நூற்றுக்கணக் கான கிலோக்கள் எடையுள்ளதுபோல் தோன்றியது. “நான் இப்போது ஃப்ளோரன்ஸ் மருத்துவமனையில் இருக்கிறேன் என்பது மட்டும்தான் எனக்குத் தெரியும், அப்புறம் நான் திரும்பத் திரும்ப சொல்லும் வார்த்தைகள் ‘வெரி ஸாரி...’ ”

இப்போது ஓர் அச்சுறுத்தும் சிந்தனை அவரிடத்தில் தோன்றியது.

“நான் ஏதேனும் கார் விபத்திற்கு காரணமாகிவிட்டேனா?” என்றார் லேங்டன். “நான் யாரையேனும் காயப்படுத்திவிட்டேனா?!”

“இல்லை, இல்லை. நான் அப்படி நினைக்கவில்லை” என்றாள் அவள்.

“பிறகு ***என்ன?***” என்ற லேங்டன் டாக்டர்கள் இருவரையும் கோபத்துடன் பார்த்தார். “என்ன நடந்தது என்பதைத்

தெரிந்துகொள்ள எனக்கு முழு உரிமை இருக்கிறது!"

அங்கே ஒரு கனத்த அமைதி நிலவியது. இறுதியில் டாக்டர். மார்கோனி தன்னுடைய கவர்ச்சியான இளம் சக பணியாளரை நோக்கி தயக்கத்துடன் தலையசைத்தார். ஆழ்ந்து மூச்சுவிட்ட டாக்டர். புரூக்ஸ் அவருடைய படுக்கை நோக்கி வந்தாள். "ஓகே, எனக்குத் தெரிந்ததை நான் சொல்கிறேன்... நீங்கள் அமைதியாக கேட்க வேண்டும், சரியா?"

லேங்டன் தலையசைத்தார். தலையின் அசைவானது அவருடைய மண்டையோட்டில் உமிழ்ந்துகொண்டிருக்கும் வலியிடத்தில் ஓர் அழுத்தத்தை அனுப்பி வைத்தது. பதில்களைத் தெரிந்துகொள்ளும் ஆர்வத்துடன் அவர் அதை லட்சியம் செய்யவில்லை.

"முதல் விஷயம் என்னவென்றால்... உங்களுடைய தலைக்கு ஏற்பட்டிருக்கும் காயம் விபத்தினால் ஏற்பட்டதல்ல."

"பரவாயில்லை, அதுவரை சந்தோஷம்."

"அப்படி இல்லை. உண்மையைச் சொன்னால் அந்தக் காயம் துப்பாக்கி தோட்டாவினால் ஏற்பட்டது."

லேங்டனின் இதயமானி வேகமாக அலறியது. "நீங்கள் சொல்வது புரியவில்லையே?"

டாக்டர். புரூக்ஸ் நிதானமாகவும் விரைவாகவும் பேசினாள். "ஒரு தோட்டா உங்கள் மண்டையோட்டின் மேல்பகுதியை உராசி விட்டு சென்றிருக்கிறது. அதுதான் உங்கள் தலைக்காயத்தை ஏற்படுத்தியிருக்க வேண்டும். நீங்கள் உயிருடன் இருப்பதே அதிர்ஷ்டம்தான். ஓர் அங்குலம் குறைவாக உராய்ந்து சென்றிருக்கிறது." என்றபடி அவள் தலையை குலுக்கிக்கொண்டாள்.

நம்பிக்கையற்று லேங்டன் அவளை உற்றுப்பார்த்தார். என்னை யாரோ சுட்டிருக்கிறார்களா?

ஏதோ விவாதம் வெடித்தெழுந்ததைப் போல் வராண்டாவில் கோபமான குரல்கள் எழுந்தன. அது லேங்டனைப் பார்க்க வந்தவர் காத்திருக்க விரும்பாததைப் போல் தோன்றியது. ஏறத்தாழ உடனடியாக, அந்த வராண்டாவின் அடுத்த முனையில் இருந்த பலமான கதவு அடித்து திறக்கப்படும் சத்தத்தை லேங்டனால் கேட்க முடிந்தது.

முழுவதும் தோலால் ஆன உடை அணிந்திருந்தாள் அந்தப் பெண். அழுத்தமான குரலெழுப்பிய அவளுடைய கேசம் கருமையாக, கொண்டையில் ஊசி செருகப்பட்டதாக

இருந்தது. கால்கள் தரையில் படாததைப் போல் எந்தவித பிரயத்தனமும் இல்லாமலேயே நடந்துவந்த அவள் நேராக லேங்டனின் அறையை நோக்கி சென்றுகொண்டிருந்தாள்.

டாக்டர். மார்கோனி, வந்துகொண்டிருப்பவரின் பாதையை அடைக்கும் விதமாக எந்தவித தயக்கமும் இன்றி கதவு வழியில் அவளை மறித்தார். "நில்!" என்று உத்தரவிட்ட அவர், ஒரு போலீஸ்காரனைப் போல் உள்ளங்கையை விரித்து வைத்திருந்தார்.

எந்தவிதத்திலும் பின்வாங்காத அந்த அந்நியன் சைலன்சர் பொருத்தப்பட்ட கைத்துப்பாக்கியை எடுத்தாள். நேராக டாக்டர். மார்கோனியின் நெஞ்சைக் குறிபார்த்து சுட்டாள்.

ஹிஸ்ஸ் என ஒலி எழும்பியது.

அந்த அறைக்குள்ளாக டாக்டர் மார்கோனி பின்னோக்கி இழுத்துச்செல்லப்படுவதைப் பார்த்த லேங்டன் தன்னுடைய நெஞ்சைப் பிடித்துக்கொண்டு தரையில் விழுந்தார். அவருடைய மருத்துவமனை உடை ரத்தத்தில் ஊறியது.

❏

3

இத்தாலிய கடற்கரைக்கு ஐந்து மைலுக்கு அப்பால், மென்மையாக உருண்டுகொண்டிருக்கும் அட்ரியாடிக் கடலில் உருவான விடியலுக்கு முந்தைய மூடுபனியை ஊடறுத்து, 237 அடி நீளமுள்ள ஆடம்பரக் கப்பலான ***மெண்டாசியம்*** ஊர்ந்துகொண்டிருந்தது. அந்தக் கப்பலின் மறையும் தன்மைகொண்ட மேற்பரப்பில் கன்மெட்டல் கிரே நிற வண்ணம் பூசப்பட்டிருந்தது. 300 மில்லியன் அமெரிக்க டாலர்கள் மதிப்புள்ள அந்தக் கப்பலில் ஸ்பா, நீச்சல்குளம், சினிமா, பர்சனல் சப்மரைன் மற்றும் ஒரு ஹெலிபேட் என எல்லா வசதிகளும் செய்யப்பட்டிருந்தன. அந்தக் கப்பலின் உருவாக்கம் வசதியானதாக இருந்தாலும் அதன் சொந்தக்காரருக்கு அவற்றின் மீதெல்லாம் பெரிய ஈடுபாடு இல்லை. ஐந்து வருடங்களுக்கு முன்னர் அதை வாங்கிய அவர் உடனடியாக உட்பகுதிகள் பலவற்றையும் நீக்கிவிட்டு ராணுவத் தரத்திற்கு ஏற்ப குழாய்களை பதித்து, மின்னணு கட்டளை மையத்தை நிறுவிக்கொண்டார்.

மூன்று செயற்கைக்கோள் இணைப்புகள் மற்றும் மூன்று புவிசார் ஒலிபரப்பு நிலையங்களின் அபரிமிதமான ஏற்பாடுகளுடன் உருவாக்கப்பட்ட இந்த ***மெண்டாசியத்தில்*** தொழில்நுட்ப நிபுணர்கள், பகுப்பாய்வாளர்கள் மற்றும் செயல்பாட்டு ஒருங்கிணைப்பாளர்கள் என ஏறத்தாழ இரண்டு டசன் பணியாளர்கள் வேலைக்கு அமர்த்தப்பட்டிருந்தனர். அவர்கள் அனைவரும் கப்பலிலேயே இருப்பவர்கள், அந்த நிறுவனத்தின் பல்வேறு நாடுகளைச் சேர்ந்த

மையங்களுடன் தொடர்ந்து தொடர்பிலேயே இருப்பார்கள்.

அந்தக் கப்பலுக்கே உரித்தான பாதுகாப்பில் ராணுவப் பயிற்சி பெற்ற வீரர்கள், இரண்டு ஏவுகணை கண்காணிப்பு அமைப்புகள் மற்றும் நவீன ஆயுதங்கள் என எல்லாம் சேர்ந்து ஒரு சிறிய படைப்பிரிவே உள்ளடங்கியிருந்தது.

"தலைவர்" என்றே தன்னுடைய ஊழியர்களுக்கு தெரிய வந்திருக்கும் அவர் ஆழ்ந்து ஊடுருவும் கண்களும், வெளிறிய நிறமும் கொண்ட, வளர்ச்சி குறைபாடுள்ள ஒருவர். சமூகத்தின் நிழல் ஆடம்பரங்களுடன் மறைமுக சேவைகளின் பிரத்யேகமான மெனுவை வழங்கி மாபெரும் செல்வத்தை சேர்த்தவர் என்பதை அவருடைய கவர்ச்சியில்லாத உடலமைப்பையும், நேரடியாக பேசும் இயல்பையும் வைத்தே சொல்லிவிட முடியும்.

அவரை பல பெயர்களால் அழைத்தார்கள் — ஆன்மாவற்ற கூலிப்படையாளன், பாவத்தை போக்குபவன், சாத்தானின் கையாள் — ஆனால் அவர் இவை எவற்றிலும் சேர்ந்தவர் அல்ல. தங்களுடைய லட்சியங்கள் மற்றும் ஆசைகளை பின்விளைவுகள் இன்றி அடைவதற்கான வாய்ப்பை மட்டுமே தன்னுடைய வாடிக்கையாளர்களுக்கு தலைவர் வழங்குகிறார்; மனிதகுலம் இயல்பிலேயே பாவப்பட்டதுதான் என்பது அவருடைய பிரச்சினை அல்ல.

தன்னை அவதூறு செய்பவர்கள் மற்றும் அவர்களின் அறவியல் ஆட்சேபனைகள் எதுவாக இருந்தாலும் தலைவரின் அறம்சார் திசைமானி எப்போதுமே ஒரு நிரந்தர திசையை நோக்கித்தான் நிற்கும். அவர் தனக்கென்று ஒரு மரியாதையை பெற்றுள்ளார் — கன்சார்ட்டியத்திற்கும்தான் — அதற்கு இரண்டு பொன் விதிகள் உண்டு.

உன்னால் முடியாது என்றால் உறுதிமொழி அளிக்காதே. கிளைண்ட்டிடம் ஒருபோதும் பொய் சொல்லாதே.

தன்னுடைய தொழில் வாழ்க்கையில், தான் ஒப்புக்கொண்ட விஷயத்தை தலைவர் மீறியதில்லை அல்லது அதிலிருந்து பின்வாங்கியதில்லை. அவருடைய வார்த்தைகள் மிக உத்திரவாதமானவை. தான் செய்துகொண்ட ஒப்பந்தங்கள் சிலவற்றிற்காக அவர் வருந்தியிருக்கிறார் என்பதை மறுப்பதற்கில்லை. ஆனால் அதிலிருந்து பின்வாங்குவது என்ற பேச்சுக்கே இடமில்லை.

இந்தக் காலை வேளையில், தன்னுடைய கப்பலின் தனியறையில் உள்ள பால்கனிக்கு சென்றபோது அலையாடிக் கொண்டிருக்கும் கடலுக்கு அப்பால் பார்த்தபடி தன்னுடைய

அடிவயிற்றில் தங்கிவிட்ட அந்த மனக்கவலையை நீக்கிவிட முயற்சி செய்தார்.

கடந்தகாலத்தில் நாம் எடுத்த முடிவுகளே நிகழ்காலத்தில் நம்மை கட்டமைக்கின்றன.

தலைவரின் கடந்தகால முடிவுகள் கன்னிவெடி புதைக்கப் பட்ட எந்த ஒரு நிலத்தையும்கூட பேரம் பேசி விலைக்கு வாங்கும் நிலையில் அவரை வைத்திருக்கிறது. இருந்தாலும், இன்று இத்தாலியின் மத்திய நிலப்பகுதியில் ஒளிரும் விளக்குகளை ஜன்னல் வழியாக பார்த்துக் கொண்டிருக்கும்போது அவர் தன் குணாதிசியத்தையும் மீறிய பதட்டத்தை உணர்ந்தார்.

ஒரு வருடம் முன்னர், இதே கப்பலில்தான், தான் உருவாக்கிய அனைத்தையும் சிதைத்துவிடும் அளவுக்கு பின்விளைவுகளை ஏற்படுத்தி, தற்போது அச்சுறுத்துக்கொண்டிருக்கும் ஒருவர் பற்றிய முடிவை எடுத்திருந்தார். *நான் ஒரு தவறான நபருக்கு சேவை வழங்க ஒப்புக்கொண்டேன்.* அந்த நேரத்தில் அது தலைவருக்கு தெரிந்திருக்க வாய்ப்பே இல்லை, ஆனாலும், தவறான கணக்கீடானது முன்கூறமுடியாத சவால்களின் புயலை கொண்டுவந்துவிட்டது. தன்னுடைய தனித்துவமான கப்பலுக்கு அவதூறு நேர்ந்துவிடாத வகையில் "என்ன ஆனாலும் சரி" என்ற உத்தரவுகளுடன் தன்னுடைய சிறந்த களப்பணியாளர்களை அனுப்பி வைக்கும் அளவுக்கு அது அவரை ஆளாக்கிவிட்டது.

அந்நேரத்தில், ஒரு குறிப்பிட்ட களப்பணியாளரிடம் இருந்து வரும் செய்திக்காகத்தான் தலைவர் காத்திருந்தார்.

வயந்தா, மிக மூர்க்கமான, ஸ்பைக் ஹேர்ஸ்டைல் கொண்ட தன்னுடைய ஸ்பெஷலிஸ்ட்டை அவர் நினைத்துக்கொண்டார்.

தான் செய்த தவறு ஒரு சாதாரண துரதிர்ஷ்டம் என்றாள் வயந்தா. நேரங்கெட்ட நேரத்தில் கேட்ட ஒரு புறாவின் குனுகல் ஒலியால் அப்படி ஆகிவிட்டது என்றாள்.

இருப்பினும், தலைவருக்கு அதிர்ஷ்டத்தில் எல்லாம் நம்பிக்கை இல்லை. அவர் செய்தவையெல்லாம் தற்செயல் நிகழ்வையும், எந்த ஒரு தவறான வாய்ப்பையும் அழித்துவிடக்கூடியதாகவே அமைக்கப்பட்டிருக்கும். கட்டுப்பாடுதான் தலைவரின் நிபுணத் துவமே — அதாவது, எல்லாவித சாத்தியங்களையும் முன்னரே யூகிப்பது, எல்லாவித பதிலடிகளையும் எதிர்பார்ப்பது, விரும்பிய முடிவை அடைய அதற்குண்டான யதார்த்தத்தை கட்டமைப்பது. கறைபடியாத வெற்றியும் ரகசியமும்தான் அவருடைய சாதனைகள். அதனால்தான் பில்லினர்கள், அரசியல்வாதிகள்,

ஷேக்குகள் மற்றும் முழு அரசாங்கம் உள்ளிட்ட பிரமாதமான வாடிக்கையாளர்கள் அவருக்குக் கிடைத்தார்கள்.

கிழக்கே, காலை நேரத்தின் மங்கலான ஒளி அடிவானத்தில் இருந்த நட்சத்திரங்களை விழுங்கத் தொடங்கியிருந்தது. தன்னுடைய கப்பலின் மேலடுக்கில் நின்றுகொண்டிருந்த தலைவர், வயந்தா தன்னுடைய மிஷன் திட்டமிட்டபடி துல்லியமாக நடந்து முடிந்துவிட்டது என்பதைத் தெரிவிக்கும் செய்திக்காக காத்திருந்தார்.

❑

4

ஒரு கணம்.

காலம் உறைந்துபோய்விட்டதாக லேங்டன் உணர்ந்தார்.

டாக்டர். மார்கோனி எந்த அசைவு இல்லாமல் தரையில் கிடந்தார். அவருடைய மார்பிலிருந்து ரத்தம் வழிந்துகொண்டிருந்தது. தன்னுடைய உடலில் இருந்த மயக்க மருந்துகளுடன் போராடிக்கொண்டிருந்த லேங்டன் கொண்டை யூசியுடன் அந்த வராண்டாவில் அச்சமின்றி நடந்து வந்துகொண்டிருந்த கொலை காரியை நோக்கித் தன்னுடைய பார்வையை உயர்த்தினார். திறந்திருக்கும் அந்தக் கதவிலிருந்து ஒருசில அடிகளுக்கு தன்னை மறைத்துக்கொண்டார். அவள் கதவு வழியை வந்தடைந்ததும் லேங்டனை நோக்கி சட்டென்று துப்பாக்கியை உயர்த்தி அவர் தலைக்கு குறிவைத்தாள்.

நான் சாகப்போகிறேன், லேங்டனுக்கு தெரிந்து விட்டது. *இங்கேயே இப்போதே.*

மருத்துவமனையின் அந்த சிறிய அறையில் ஏற்பட்ட வெடிச்சத்தம் செவிடாக்கக்கூடியதாக இருந்தது.

லேங்டன் தன்னை பின்னுக்கு இழுத்துக் கொண்டார். தான்தான் சுடப்பட்டோம் என்று நினைத்துக்கொண்டார். ஆனால் அந்த சத்தம் தாக்க வந்தவரின் துப்பாக்கியிலிருந்து வரவில்லை.

மாறாக, அந்த அறையின் கடினமான உலோகக் கதவை அறைந்து சாத்தியதால் ஏற்பட்டிருந்தது. அதற்கு முன்பாக குதித்த டாக்டர். புரூக்ஸ் பூட்டைத் திருகினாள்.

பயத்தினால் கட்டுக்கடங்காமல் கண்கள் அலைபாய டாக்டர். புரூக்ஸ் உடனடியாக ரத்தத்தில் ஊறிப்போயிருந்த தன்னுடைய சக பணியாளரை நோக்கிப் பாய்ந்து அவருடைய நாடித்துடிப்பை பரிசோதித்தாள். டாக்டர். மார்கோனி வாய் முழுக்க ரத்தத்துடன் இருமினார். அது அவருடைய முகவாயில் வழிந்தோடி அடர்த்தியான தாடிக்குள் விழுந்தது. பின்னர் அவர் மரத்துப்போய் சாய்ந்தார்.

"என்ரிகோ, எழுந்திருங்கள்" என்று அவள் கத்தினாள்.

வெளிப்புறத்தில், உலோகத் கதவில் தோட்டாக்கள் மோதி விழும் வெடிச்சத்தம் கேட்டது. அந்த வராண்டா முழுவதும் கூக்குரல்கள் அலறின.

எப்படியோ, லேங்டனின் உடல் அசைந்தது. இப்போது அவருடைய மயக்க மருந்துகள் மீது திகிலும், உள்ளுணர்வும் ஆட்சி செய்தன. படுக்கையில் இருந்து தள்ளாடியபடியே அவர் எழுந்துகொண்டிருக்கையில், வலது முழங்கையை ஓர் எரிச்சலான வலி பதம் பார்த்தது. ஒரு கணம், கதவின் வழியாக ஊடுருவிப் பாய்ந்த ஒரு தோட்டாதான் தன்னை சுட்டுவிட்டதோ என்று அவர் நினைத்தார். ஆனால் கீழே பார்த்தபோதுதான் தன் கையில் இருந்த நரம்பூசி பிய்ந்து விழுந்துகிடப்பதைக் கண்டார். முழங்கையில் குத்தியிருந்த இடத்தில் இருந்து பிளாஸ்டிக் குழாய் பிடுங்கப்பட்டிருந்தது.

லேங்டன் இப்போது முழுமையாக விழித்துக்கொண்டார்.

மார்கோனியின் உடலுக்கு அருகாமையில் பாய்ந்த டாக்டர். புரூக்ஸ் தன் கண்களில் கண்ணீர் பெருக அவர் நாடித் துடிப்பை தேடினாள். பின்னர், தன்னுள் ஏதோ சுவிட்சை போட்டதுபோல் எழுந்து நின்று லேங்டனை நோக்கித் திரும்பினாள். அவளுடைய முகபாவனைகள் அவர் கண்களுக்கு முன்பாக உருமாறின. அவளுடைய இளம் அவயங்கள் ஒரு அனுபவம் வாய்ந்த அவசர உதவி மருத்துவர், ஏற்பட்டிருக்கும் குழப்பத்தை சமாளிப்பதற்காக பொறுமை இழந்ததுபோல் காணப்பட்டது.

"என் பின்னால் வாருங்கள்" அவள் கட்டளையிட்டாள்.

டாக்டர். புரூக்ஸ் அந்த அறையில் லேங்டனின் கையைப் பிடித்து இழுத்துச் சென்றாள். வராண்டாவில் தொடர்ந்து துப்பாக்கி சத்தங்களும் குழப்பங்களும் கேட்டுக்கொண்டிருக்கையில்

லேங்டன் தள்ளாடும் கால்களால் தடுமாறியபடியே முன்னோக்கி விரைந்தார். அவருடைய மனதில் எச்சரிக்கை ஒலி தோன்றியது. ஆனால் பலமாக மயக்க மருந்திற்கு ஆளாகியிருந்த அவருடைய உடல் அதற்கு மெதுவாகவே பதில் கூறியது. *நகரு!* அவருடைய கால்களுக்கு கீழே இருந்த தளம் சில்லிட்டுப் போயிருந்தது. அவருடைய ஆறு அடி உருவத்தை மறைக்க அந்த மருத்துவமனை மேலாடை போதவில்லை. தன்னுடைய முழங்கையில் இருந்து சொட்டிக்கொண்டிருக்கும் ரத்தம் அவருடைய உள்ளங்கையில் தேங்குவதை அவரால் உணர முடிந்தது.

கதவின் கனமான உலோகப் பிடியில் தொடர்ச்சியாக தோட்டாக்கள் மோதிச் சிதறின. டாக்டர். புரூக்ஸ் லேங்டனை ஒரு சிறிய பாத்ரூமிற்குள் அப்படியே தள்ளினாள். அவள் தொடர்ந்து முன்னேறவேண்டி இருந்தபோது, பின்னால் திரும்பி கவுண்டரை நோக்கி ஓடிச்சென்று லேங்டனின் ஹாரிஸ் டுவீட் ஜாக்கெட்டை எடுத்துக்கொண்டாள்.

என்னுடைய நாசமாய்ப்போன ஜாக்கெட்டை மறந்து விடேன்!

அவருடைய ஜாக்கெட்டை இறுகப்பற்றியபடி திரும்பி வந்த அவள் பாத்ரூம் கதவை விரைந்துசென்று சாத்தினாள். அப்போதுதான், வெளியே இருந்த கதவு படாரென்று திறந்தது.

அந்த இளம் டாக்டர் அவ்விடத்தின் கட்டுப்பாட்டை எடுத்துக்கொண்டாள். அந்த சிறிய பாத்ரூமின் வழியாக இரண்டு கதவுகளை நோக்கி விரைந்து சென்று அதை மோதித் திறந்தாள். பின்னர் அருகாமையில் இருந்த மீட்பு அறைக்கு லேங்டனை அழைத்துச் சென்றாள். அவர்களுக்குப் பின்னால் துப்பாக்கி சுடும் சத்தம் எதிரொலித்துக்கொண்டிருக்க, வராண்டாவிற்கு வெளியே தன்னுடைய தலையை நீட்டிப்பார்த்த டாக்டர் புரூக்ஸ் சட்டென்று லேங்டனின் கையைப் பிடித்து இழுத்தாள். அவரை அந்த வராண்டாவிலேயே இழுத்துக்கொண்டு படிக்கட்டுகளை நோக்கிச் சென்றாள்; அவர் எந்த நேரத்திலும் மயங்கிவிடலாம் என்பதும் அவளுக்குத் தெரியும்.

அடுத்த பதினைந்து நொடிகளுக்கு எல்லாமே மங்கலாக இருந்தது... கீழ்நோக்கி செல்லும் படிகள்... தடுமாற்றம்... கீழே விழுதல். லேங்டனின் தலைக்குள் கேட்கும் அடி ஏறத்தாழ தாங்கிக்கொள்ள முடியாத ஒன்றாகவே இருந்தது. அவருடைய பார்வை இப்போது முன்பைவிட மிகவும் மங்கிப்போயிருந்தது. அவருடைய தசைகள் இறுகிப்போயிருந்தன, ஒவ்வொரு கணமும் தாமதமான எதிர்வினையாகவே தோன்றியது.

பின்னர் காற்று சில்லிட்டிருந்தது.

நான் வெளியே வந்துவிட்டேன்.

டாக்டர். புரூக்ஸ் அந்தக் கட்டிடத்திற்கு வெளியே இருந்த இருளார்ந்த சந்தினுள் அவரை தள்ளிக்கொண்டு செல்கையில், கூரான எதன் மீதோ காலை வைத்துவிட்ட லேங்டன் அப்படியே சரிந்து, அந்தப் பாதையிலேயே கடுமையாக விழுந்து மோதிக் கொண்டார். அவள் அவரை கால்களில் நிற்க வைக்கப் போராடினாள். அவரை மயக்கமடைய வைக்கச் செய்த மருந்தை வாய் விட்டு சபித்தாள்.

அந்த சந்தின் அடுத்த முனையை அவர்கள் நெருங்கிக் கொண்டிருந்தபோது லேங்டன் மீண்டும் தடுமாறினார். இந்தமுறை அவரை அங்கேயே விட்டுவிட்டு தெருவை நோக்கி விரைந்த அவள், தெருவின் தொலைவில் இருந்த யாரையோ சத்தம்போட்டு அழைத்தாள். மருத்துவமனைக்கு முன்பாக நிறுத்தி வைக்கப்பட்டிருந்த டாக்ஸியின் வெளிறிய பச்சை நிற ஒளியை லேங்டனால் பார்க்க முடிந்தது. அந்தக் கார் நகரவில்லை. அதன் டிரைவர் தூங்கிவிட்டான் என்பதில் சந்தேகமில்லை. கத்தியபடியே டாக்டர். புரூக்ஸ் தன்னுடைய கைகளை அகல விரித்து அசைத்துக்கொண்டிருந்தாள். இறுதியில் அந்த டாக்ஸியின் முன்விளக்குகள் எரிந்து, அவளை நோக்கி மெதுவாக நகர்ந்தது.

அந்த சந்தில் லேங்டனுக்குப் பின்னால் ஒரு கதவு உடைத்து திறக்கப்பட்டது. அதைத்தொடர்ந்து விரைவாக நெருங்கிவரும் காலடி ஓசைகள் கேட்டன. திரும்பிப் பார்க்கையில் ஒரு கரிய உருவம் தன்னை நெருங்கி வருவதை அவர் கண்டார். லேங்டன் தன்னுடைய காலை திரும்ப எடுக்க முயற்சித்தார். ஆனால் அந்த டாக்டர் ஏற்கனவே அவரை இழுத்து, வெறுமனே நின்று கொண்டிருந்த அந்த ஃபியட் டாக்சியின் பின்னிருக்கையில் அவரைத் தள்ளிக்கொண்டிருந்தாள். அவர் இருக்கையில் பாதியும், தரையில் பாதியுமாக அமர்ந்தார். டாக்டர். புரூக்ஸ் அவருக்கு மேலாக கரணம் அடித்து கதவை இழுத்துச் சாத்தினாள்.

தன்னுடைய காருக்குள் விழுந்த அந்த விசித்திரமான இருவரையும் தூக்கக் கலக்கத்துடன் இருந்த கண்களால் அந்த டிரைவர் திரும்பிப் பார்த்தான். புசுபுசு உடையில் இருந்த ஒரு இளம், குதிரைவால் கொண்டை போட்ட பெண், பாதி கிழிந்த மருத்துமனை உடையில் ரத்தம் சொட்டிக்கொண்டிருக்கும் கையுடன் ஒரு ஆண். பக்கவாட்டு கார் கண்ணாடி வெடித்துச் சிதறும்வரை தன்னுடைய காரில் இருந்து அவர்களை வெளியே செல்லுமாறு சொல்ல அவன் ஏறக்குறைய தயாராகவே இருந்தான்.

கருப்பு தோலாடை அணிந்திருந்த அவள் அந்த சந்திலிருந்து துப்பாக்கியை நீட்டிப் பிடித்தபடி வெளியே வந்தாள். லேங்டனின் தலையை டாக்டர். ப்ரூக்ஸ் இழுத்து கீழே தள்ளியபோது அந்த பிஸ்டல் மீண்டும் ஹிஸ் ஒலியை எழுப்பியது. பின்பக்க ஜன்னல் கண்ணாடி வெடித்து கண்ணாடித் துண்டுகளாக அவர்கள் மீது சிதறியது.

டிரைவருக்கு அதற்கு மேல் உந்துதல் தேவைப்படவில்லை. அவன் ஆக்ஸிலேட்டரை மிதித்தான். டாக்ஸி சீறிப்பாய்ந்தது.

நினைவுகளின் விளிம்பில் சிக்கி லேங்டன் தடுமாறினார். என்னை யாரோ கொல்லப் பார்க்கிறார்களா?

அவர்கள் அந்த முனையை சுற்றி வந்ததும், டாக்டர். ப்ரூக்ஸ் எழுந்து உட்கார்ந்து லேங்டனின் ரத்தம் தோய்ந்த கையைப்பற்றி இழுத்தாள். அந்தக் குழாய் அவருடைய சதையில் இருந்த துளையிலிருந்து அலைந்தாடியபடி நீட்டிக்கொண்டிருந்தது.

“ஜன்னலுக்கு வெளியே பாருங்கள்” அவள் உத்தரவிட்டாள்.

அதற்கு லேங்டன் பணிந்தார். வெளியே, மங்கலான கல்லறைப் பாறைகள் இருளில் விரைந்துகொண்டிருந்தன. அவர்கள் ஓர் இடுகாட்டைக் கடந்துசெல்வதுபோல் தோன்றியது. அந்த டாக்டரின் விரல்கள் ஊசிக்குழாயை மென்மையாக ஆராய்ந்துகொண்டிருப்பதை லேங்டன் உணர்ந்தார். பின்னர், எந்தவித முன்னறிவிப்பும் இன்றி அவள் அதை வெளியே பிடுங்கியெடுத்தாள்.

ஒரு பற்றியெரியும் வலி லேங்டனின் தலையை நோக்கிப் பயணித்தது. அவருடைய கண்கள் பின்னோக்கிச் சுழன்றன. எல்லாம் கருமையானது.

❑

5

மிகுந்த சத்தத்துடன் ஒலித்த தலைவரின் ஃபோன் அட்ரியாடிக் கடலின் அமைதியான பனிப்போர்வையிலிருந்து அவரது பார்வையைக் கவர்ந்ததால் தன்னுடைய தனியறைக்கு விரைந்தார்.

நேரம் வந்துவிட்டது என்று ஆவலுடன் எதிர்பார்த்திருந்த செய்தியை நினைத்துக்கொண்டார்.

அவருடைய மேசையில் இருந்த கம்ப்யூட்டர் திரை உயிர்பெற்றது. அது ஸ்வீடிஷ் செக்ட்ரா டைகரின் ஃபோனில் இருந்து அழைப்பு வந்திருப்பதைத் தெரிவித்தது. வாய்ஸ் என்கிரிப்ட் செய்யப்பட்ட அந்த ஃபோன், இந்தக் கப்பலுடன் இணைக்கப்படுவதற்கு முன்னர் தடம்காண முடியாத நான்கு ரூட்டர்கள் மூலமாக வந்துசேரும் விதத்தில் உருவாக்கப்பட்டிருந்தது.

அவர் தன்னுடைய ஹெட்செட்டை அணிந்துகொண்டார். "இது தலைவர். பேசலாம்" என்று பதிலளித்த அவருடைய வார்த்தைகள் மெதுவானதாகவும், எச்சரிக்கை உணர்வு கொண்டதாகவும் இருந்தது.

"நான் வயந்தா பேசுகிறேன்" என்று அந்தக் குரல் பதிலளித்தது.

அந்தக் குரல் ஒலித்த தொனியில் வழக்கத்திற்கு மாறான பதற்றம் தோன்றியதை தலைவர் உணர்ந்து கொண்டார். களப்பணியாளர்கள் எப்போதாவது தான் நேரடியாக பேசுவார்கள். முந்தைய இரவு

நடந்த விஷயங்கள் சொதப்பிக் கொண்டதாக இருந்தாலும் அவர்கள் எப்போதுமே அவருடைய பணியாளராகவே இருப்பார் கள். இருப்பினும், களத்தில் ஏற்பட்ட குழப்பத்திற்கு தீர்வுகாண உதவும் வகையில் தலைவருக்கு ஒரு ஏஜெண்ட் தேவை, வயந்தா அந்த வேலைக்கு மிகவும் ஏற்றவள்.

"என்னிடம் ஒரு செய்தி உள்ளது" என்றாள் வயந்தா.

தலைவர் அமைதியாக இருந்தார். அது அவள் தொடரலாம் என்பதற்கான சிக்னல்.

அவள் பேசும்போது குரலின் தொனி உணர்ச்சியற்றதாக இருந்தது. அது தொழில்முறை நிபுணராக இருப்பவர்கள் தெளிவாக இருப்பதற்கு செய்யும் முயற்சி. "லேங்டன் தப்பித்துவிட்டார். அந்தப் பொருள் அவரிடம்தான் இருக்கிறது" என்றாள் அவள்.

தன்னுடைய மேசையில் அமர்ந்திருந்த தலைவர் நீண்ட நேரமாக அமைதியுடன் இருந்தார். "புரிந்தது" என்றார் இறுதியாக. "தன்னால் முடிந்தவரை விரைவாக உரிய அதிகாரிகளிடம் அதை கொண்டுசேர்த்துவிடுவார் என்று நான் ஏற்கனவே நினைத்திருந்தேன்."

தலைவர் இருக்கும் இடத்திற்கு இரண்டு அடுக்குகள் கீழே, அந்தக் கப்பலின் பாதுகாப்பு கட்டுப்பாட்டு மையத்தில், மூத்த அதிகாரியான லாரன்ஸ் நோல்டன் தன்னுடைய பிரத்யேக அறையில் அமர்ந்து தலைவரின் என்கிரிப்ட் செய்யப்பட்ட அழைப்பு முடிவுற்றதை கவனித்துக்கொண்டிருந்தார். அது நல்ல செய்தியாகத்தான் இருக்க வேண்டும் என்று அவர் நம்பிக்கை கொண்டார். தலைவரின் பதற்றம் கடந்த இரண்டு நாட்களாக அதிகரித்தபடியே இருந்தது. ஏதோ ஒரு வகையான அதி முக்கியத்துவம் வாய்ந்த ஆபரேஷன் நடந்துகொண்டிருப்பதை கப்பலில் இருந்த செயல்பாட்டாளர்கள் அனைவருமே உணர்ந்தி ருந்தார்கள்.

அந்த ஆபரேஷன் கற்பனைக்கு எட்டாத அளவுக்கு அதி முக்கியத்துவம் வாய்ந்தது. இந்தமுறை வயந்தா அதை மிகச் சரியாக புரிந்துகொண்டிருந்தாள்.

கவனத்துடன் திட்டமிட்ட விளையாட்டுத் திட்டங்களை செயல்படுத்துவதில் நோல்டன் நிபுணத்துவம் பெற்றவர். ஆனால் இந்தக் குறிப்பிட்ட நிகழ்ச்சி ஏதோ ஒரு குழப்பத்தில் சிதறிப்போய் விட்டது என்பதுடன் அதை தலைவரே தனிப்பட்ட முறையில் கையாள முடிவுசெய்தார்.

நாம் அறியப்படாத பிரதேசத்திற்குள் நுழைகிறோம்.

உலகம் முழுவதிலும் அரை டசன் மிஷன்கள் தற்போது நடந்துகொண்டிருந்தாலும், அவை அனைத்துமே இந்த கூட்டமைப்பின் பல்வேறு களப்பணியாளர்களால் பார்த்துக் கொள்ளப்படுகின்றன. அதனால் அவர்கள் தலைவரையும், கப்பலில் உள்ள அவரது பணியாளர்களையும் இந்த மிஷனை நேரடியாக கவனித்துக்கொள்ளும் வகையில் சுதந்திரமாக விட்டிருக்கின்றனர்.

அவர்களுடைய கிளைண்ட் சில நாட்களுக்கு முன்னர்தான் ஃப்ளோரன்சின் ஒரு கட்டிடத்தில் இருந்து கீழே விழுந்து மரணத்தை தழுவினார். ஆனால் இந்த கன்சார்ட்டியத்திற்கு அவருக்காக செய்யவேண்டிய, நிலுவையில் உள்ள வேலைகள் நிறையவே இருக்கின்றன — அவை எப்படிப்பட்ட சூழ்நிலையிலும் நிறைவேற்றப்படும் என இந்த நிறுவனத்தின் மீது நம்பிக்கை வைத்து அவர் அளித்துள்ள வேலைகள் — இந்த கன்சார்ட்டியமும், எப்போதும்போலவே எந்தக் கேள்வியும் கேட்காமல் அதை செய்ய விழைந்திருக்கிறது.

நான் எனக்கிடப்பட்ட கட்டளைகளை நிறைவேற்றுகிறேன் என்று நினைத்துக்கொண்ட நோல்டன் அதற்கு முழுமனதுடன் கட்டுப்படும் நோக்கமுள்ளவர். ஒலிபுகாத தன்னுடைய கண்ணாடி அறையில் இருந்து வெளியேறிய அவர் இந்த மிஷனுக்காக பலதரப்பட்ட விஷயங்களை கையாண்டுகொண்டிருக்கும் அதிகாரிகள் இருக்கின்ற, புலப்படக்கூடியதாகவும், புலப்படாத தாகவும் தோற்றமளிக்கின்ற அரை டசன் அறைகளைக் கடந்து சென்றுகொண்டிருந்தார்.

கட்டுப்படுத்தப்பட்ட காற்றழுத்தத்துடன், மெலிதாக இருந்த முக்கிய கட்டுப்பாட்டு அறையின் ஊடாக கடந்து சென்ற நோல்டன் தன்னுடைய குழுவினருக்கு தலையாட்டியபடியே டசன் கணக்கான லாக்கர்கள் அடங்கியிருந்த சிறிய வால்டிற்குள் நுழைந்தார். அவற்றில் ஒரு பெட்டியைத் திறந்த அவர் சூட்கேஸ் ஒன்றை வெளியே எடுத்தார். அதில் பிரகாசமான சிவப்பு நிறத்தில் மெமரி ஸ்டிக் ஒன்று இருந்தது. அதில் இணைக்கப்பட்டிருந்த வேலைக் குறிப்பின்படி, அந்த மெமரி ஸ்டிக்கில் ஒரு பெரிய வீடியோ ஃபைல் இருந்தது. அதனை நாளை காலை இதே நேரத்தில் கீ மீடியா அவுட்லெட்டிற்கு பதிவேற்றம் செய்யும்படி அந்த கிளைண்ட் அவர்களுக்கு சொல்லியிருந்தார்.

நாளைய அநாமதேய பதிவேற்றம் எளிதானதுதான். ஆனால் டிஜிட்டல் ஃபைல்கள் அனைத்திற்குமான வழிகாட்டுதலை பின்பற்றுதல் என்று வருகையில், அதனை அனுப்பும் முன்னர் அந்த ஃபைலை இன்று மறுபார்வை செய்தாக வேண்டும் என்று

குறிப்பிடப்பட்டிருந்தது. அது, அந்தக் குறிப்பிட்ட நேரத்தில் பதிவேற்றம் செய்வதற்கு முன்னர் கன்சார்ட்டியமானது அதை டிகிரிப்ட் செய்வது, சேகரிப்பது அல்லது தேவையான மற்ற தயாரிப்பு ஏற்பாடுகளை செய்வதற்கு வேண்டிய நேரத்தை எடுத்துக்கொள்ள உத்திரவாதமளிக்கிறது.

எதையும் அதன்போக்கில் விட்டுவிட முடியாது.

தன்னுடைய புலனாகும் அறைக்கு திரும்பிவந்த நோல்டன், அந்த கனமான கண்ணாடிக் கதவை மூடி வெளியுலகிலிருந்து தன்னை துண்டித்துக்கொண்டார்.

சுவற்றில் இருந்த ஸ்விட்சை அவர் போட்டபோது அந்த அறை உடனடியாக மறைந்துபோனது. அந்தரங்கத்திற்காக, ***மெண்டாசியத்தில்*** இருந்த எல்லாக் கண்ணாடிசுவர் கொண்ட அலுவலகங்களும் “சஸ்பெண்ட் பார்ட்டிக்கிள் டிவைஸ்” கொண்டு கட்டமைக்கப்பட்டிருந்தன. அந்தக் கண்ணாடியின் புலப்படும் தன்மையானது இதன் மூலமாகவோ அல்லது மின் சாரத்தை நிறுத்துவதன் மூலமோ கட்டுப்படுத்தப்படும். அது அந்த பேனலுக்குள்ளாக இருக்கும் மிகச்சிறிய கம்பி போன்ற லட்சக்கணக்கான மூலக்கூறுகளுடன் ஒத்திசைந்து செயல் படக்கூடியது.

பல பாகங்களாக பிரித்து வைத்திருப்பதுதான் அந்த கூட்டமைப்பின் வெற்றிக்கு அடிக்கல்லாக அமைந்துள்ளது.

உங்களுடைய மிஷனை மட்டும் தெரிந்து வைத்திருங்கள். எதையும் பகிர்ந்துகொள்ளாதீர்கள்.

இப்போது, தன்னுடைய பிரத்யேக அறையில் தனியாக அமர்ந்துகொண்டிருந்த நோல்டன் தன்னுடைய மெமரி டிஸ்க்கை கம்ப்யூட்டரில் இணைத்து, அந்த ஃபைலை கிளிக் செய்து தன்னுடைய மதிப்பீட்டைத் தொடங்கினார்.

அவருடைய திரை சட்டென்று கருமையானது. அதனுடைய ஸ்பீக்கர்கள் தண்ணீர் சலசலக்கும் மெல்லிய ஒலியை ஒலிக்கத் தொடங்கின. திரையில் ஓர் உருவம் மெலிதாக தோன்றியது. அது வடிவமின்றியும், நிழலாகவும் தெரிந்தது. இருளில் இருந்து தோன்றிய ஒரு காட்சி வடிவம்பெறத் தொடங்கியது. அது ஒரு குகையின் உட்புறப்பகுதி. அல்லது ஏதோ ஒரு வகையில் மாபெரும் அறை. அந்தக் குகையின் தரைப்பகுதி, அடியாழத்தில் உள்ள ஏரியைப்போல் நீர் நிரம்பியிருந்தது. விசித்திரம் என்னவென்றால், அந்தத் தண்ணீர், உட்புறத்தில் இருந்து ஒளியூட்டப்பட்டிருந்ததைப் போல் காணப்பட்டது.

நோல்டன் இதைப்போல் எதையும் இதற்கு முன்னர் பார்த்ததில்லை. அந்தக் குகையின் முழு கரையும் அச்சுறுத்தும் சிவப்புநிற சாயலைக் கொண்டிருந்தது, அதனுடைய வெளிறிய சுவர்கள் அலையாடும் தண்ணீரின் எதிரொலிகள் பட்டு அசைந்தாடின. *இது என்ன மாதிரியான இடம்?*

அந்த அலையாட்டம் தொடர்ந்துகொண்டிருக்கையில், கேமரா கீழ்நோக்கி சரிந்து, செங்குத்தாக கீழே இறங்கி, ஒளியூட்டப்பட்ட மேற்பரப்பை கேமரா ஊடுருவும்வரை அந்த தண்ணீரை நோக்கிச் சென்றது. அலையாடும் ஒலிகள் மறைந்தன. அதற்கு பதிலாக தண்ணீருக்கு அடியில் அச்சுறுத்தும் அமைதி உருவானது. தண்ணீரில் மூழ்கிய கேமரா தொடர்ந்து கீழ்நோக்கி சென்றது. நிற்கும்வரை சில அடிகள் கீழே சென்ற கேமரா அந்தக் குகையின் மணற்பாங்கான தளத்தில் நின்றது.

அந்தத் தரையுடன் மின்னி அணையும் செவ்வக டைட்டானிய வட்டு இணைக்கப்பட்டிருந்தது.

அந்த வட்டில் ஒரு குறிப்பு காணப்பட்டது.

இந்த இடத்தில், இந்த நேரத்தில்,

இந்த உலகம் நிரந்தரமாக மாறப்போகிறது.

அந்த வட்டின் அடிப்பகுதியில் ஒரு பெயரும் தேதியும் பொறிக்கப்பட்டிருந்தது.

அந்தப் பெயர் அவர்களுடைய கிளைண்ட்டினுடையது.

அந்தத் தேதி... நாளை.

❏

6

உறுதியான கைகள் தன்னைப் பற்றித் தூக்கு வதை லேங்டன் உணர்ந்தார். அவை அவரை பதற்றத்தில் இருந்து விடுபட்டு அந்த டாக்ஸியில் இருந்து வெளியேவர அவசரப்படுத்தின. அவருடைய வெற்றுக் கால்களுக்கு கீழே இருந்த தரைப்பகுதி சில்லிட்டுப்போயிருந்தது.

டாக்டர். புரூக்ஸின் மெல்லிய உருவத்தினுடைய உதவியுடன் இரண்டு அபார்ட்மெண்ட்களுக்கு இடையில் இருந்த, கைவிடப்பட்ட நடைபாதையை நோக்கி லேங்டன் இழுத்துச் செல்லப்பட்டார். விடியலுக்கான காற்று மரங்களின் ஊடாக சலசலத்து லேங்டனின் மருத்துமனை உடையை அலையாடச் செய்தது, லேங்டன் இதற்கு முன்னர் உணராத சில்லிட்ட காற்றை உணர்ந்தார்.

மருத்துவமனையில் அவருக்குத் தரப்பட்ட மயக்க மருந்து அவருடைய பார்வையை மங்கலா கவே வைத்திருந்தது. தண்ணீருக்கு அடியில் இருப் பதைப்போல் உணர்ந்த லேங்டன் அடர் மங்கலாக இருந்த உலகத்திற்குள்ளாக தன்னுடைய வழியை பற்றிப்பிடிக்க முயற்சித்துக்கொண்டிருந்தார். சியன்னா புரூக்ஸ் ஆச்சரியப்படுத்தும் வகையிலான தன்னுடைய பலத்தைக் கொண்டு அவரை முன்னோக்கி இழுத்துச் சென்றாள்.

“படிக்கட்டுகள்” என்று அவள் கூறியபோது அந்தக் கட்டிடத்தின் நுழைவாயிலை அடைந்துவிட்டதை லேங்டன் உணர்ந்துகொண்டார்.

படிக்கட்டின் கைப்பிடியை பிடித்துக்கொண்ட லேங்டன் மயக்கமுற்ற நிலையில் ஒவ்வொரு அடியாக எடுத்துவைத்து மேலே ஏறினார். அவருடைய உடல் கனத்துப் போயிருந்தது. இப்போது டாக்டர். புரூக்ஸ் அவரைப் பிடித்து தள்ளிக்கொண்டிருந்தாள். வரவேண்டிய இடத்திற்கு வந்தபின்னர், உதிரும் நிலையில் இருந்த பழைய கீபேடில் சில எண்களை பதிவிட்ட பின்னர் கதவு திறந்தது.

உள்ளே இருந்த காற்று அவ்வளவு கதகதப்பாக இல்லை. ஆனால் வெளியே பாதை வழியில் இருந்த சொரசொரப்புடன் ஒப்பிடுகையில் அங்கிருந்த பளிங்குத் தரையானது அவருடைய அடிப்பாதத்திற்கு மென்மையான கம்பளத்தைப் போல் தோன்றியது. டாக்டர். புரூக்ஸ் லேங்டனை ஒரு சிறிய அறைக்குள் அழைத்துச் சென்றாள். மடிப்புக் கதவை திறந்து ஒரு ஃபோன் பூத் போல் இருந்த சதுர அறைக்குள் லேங்டனை உட்கார வைத்தாள். உள்ளிருந்த காற்று இத்தாலியில் வாசனைக்கு புகழ்பெற்ற எம்எஸ் சிகரெட்டுகளின் மணத்தைப் போல் இருந்தது. லேசானதாக இருந்தாலும் அந்த வாசனை லேங்டனின் மனதை தெளிவுபடுத்த உதவியாக இருந்தது. டாக்டர். புரூக்ஸ் ஒரு பட்டனை அழுத்தினாள். அவர்களுக்கு மேலே இருந்த கியர்கள் உயிர்பெற்று விர்ரென்ற ஒலியுடன் இயங்கத் தொடங்கின.

மேல்நோக்கி...

அந்த லொடலொடத்த கேரேஜ் குலுங்கியபடியே மேல்நோக்கி சென்றபோது ஓர் அதிர்வை வெளிப்படுத்தியது. இந்தச் சுவர்கள் வெறும் உலோகத் திரைகள்தான் என்பதால் அந்த லிஃப்டின் குறுக்கே இருந்த இடைவெளி ஒருவித லயத்துடன் அவர்கள் மீது படிவதை லேங்டன் உணர்ந்தார். தன்னுடைய அரை விழிப்பு நிலையிலும் குறுகிய இடங்கள் மீதான லேங்டனின் வாழ்நாள் முழுக்க நீடித்துக்கொண்டிருக்கும் பயம் அச்சயமத்தில் உயிர்ப்பித்துக் கொண்டது.

பார்க்காதே.

சுவற்றில் சாய்ந்துகொண்ட அவர் மூச்சை தக்கவைத்துக் கொள்ள முயற்சித்தார். அவருடைய முழங்கையில் வலியெடுக்க அவர் கீழே பார்த்தபோது தன்னுடைய ஹாரீஸ் டிவீட் ஜாக்கெட்டின் கைப்பகுதியால் அவருடைய கையைச் சுற்றி தாறுமாறாக கட்டப்பட்டிருந்ததை கண்டார். மீதமிருந்த அந்த ஜாக்கெட்டின் பகுதிகள் கிழிந்துபோய், அவருக்குப் பின்னால் அசிங்கமாக தரையில் இழுபட்டுக் கிடந்தது.

பின்னியெடுக்கும் தன்னுடைய தலைவலியால் அவர் கண்களை மூடிக்கொண்டார். மீண்டும் அவரை இருள் ஆக்கிரமிக்கத் தொடங்கியது.

நன்றாகத் தெரிந்த காட்சி அவர் கண்முன்னே தோன்றியது — தாயத்து அணிந்திருந்த, தலைமுடியில் வளையம் கொண்டிருந்த வெள்ளிநிற கேசத்துடன் தோன்றிய, முகத்திரையணிந்த அதே பெண்ணின் உருவம். முன்னதாக, ரத்தச்சிவப்பான ஆற்றின் கரைகளில், துடிதுடிக்கும் உடல்கள் சூழ அவள் தோன்றினாள். இறைஞ்சுகின்ற குரலில் அவள் லேங்டனிடம் பேசினாள். ***தேடு அது உனக்கு கிடைக்கும்!***

தான்தான் அவளைக் காப்பாற்ற வேண்டும் என்ற உணர்வு நிலை லேங்டனை ஆக்கிரமித்தது... எல்லோரையும் காப்பாற்ற வேண்டும். பாதி புதைந்திருந்த, தலைகீழாக இருந்த கால்கள் ஒன்றன்பின் ஒன்றாக தங்கள் அசைவை நிறுத்திக்கொண்டன.

யார் நீ!? உனக்கு என்ன வேண்டும்?! என்று அவர் அந்தப் பேரமைதியில் கேட்டார்.

அவளுடைய ஆடம்பரமான வெள்ளிமுடி வெப்பமான காற்றில் அலையாடத் தொடங்கியது. ***நம்முடைய நேரம் சுருங்கிக்கொண்டிருக்கிறது,*** கிசுகிசுத்த அவள் தன்னுடைய தாயத்து நெக்லஸை தொட்டுப்பார்த்தாள். பின்னர் எந்த வித முன்னறிவிப்பும் இன்றி கண்ணைக் குருடாக்கும் நெருப்புத் தூணாக அவள் வெடித்தாள். அது அந்த ஆறு முழுவதும் நெருப்புக் கோளமாக அலையடித்து அவர்கள் இருவரையுமே விழுங்கியது.

லேங்டன் கத்திவிட்டார். அவர் கண்கள் பட்டென்று திறந்தன.

டாக்டர். ப்ரூக்ஸ் அவரை கவலையுடன் நோக்கினாள். "என்ன ஆயிற்று?"

"எனக்கு மதிமயக்கம் ஏற்பட்டுக்கொண்டே இருக்கிறது. அதே காட்சி மீண்டும் தோன்றியது!" என்று லேங்டன் கத்தினார்.

"வெள்ளிநிற முடிகொண்ட பெண்ணா? இறந்த உடல்கள் அனைத்துமா?"

லேங்டன் தலையசைத்தார். அவர் புருவங்களில் வியர்வைத் துளிகள் அரும்பியிருந்தன.

"உங்களுக்கு ஒன்றுமில்லை" என்று உறுதியளித்தாலும் அவளும் தனக்குள் நடுங்கியபடியேதான் இருந்தாள். "மறுமுறை

தோன்றும் காட்சிகள் அம்னீஷியா ஏற்பட்டிருக்கும்போது சாதாரணமாக நிகழ்பவை. உங்களுடைய நினைவுகளை வகைப் படுத்தி வரிசைப்படுத்தும் மூளையின் செயல்பாடு சற்றே அதிர்ச்சிக்கு ஆளாகியிருக்கிறது. அதனால் அது எல்லாவற்றையும் ஒரே காட்சியாக வெளிப்படுத்துகிறது."

"அது ஒன்றும் அவ்வளவு சிறப்பான காட்சி அல்ல" என்று அவர் சமாளித்தார்.

"எனக்குத் தெரியும். ஆனால் உங்களுக்கு குணமாகும் வரை உங்களுடைய நினைவுகள் ஒழுங்கின்றியும் குழப்பமானதாகவும் தான் இருக்கும் — கடந்தகாலம், நிகழ்காலம் மற்றும் கற்பனைகள் அனைத்துமே ஒன்றாக கலந்தே இருக்கும். கனவில்கூட இதே விஷயங்கள்தான் நடக்கின்றன."

அந்த லிஃப்ட் நிற்க வேண்டிய இடத்தை வந்து சேர்ந்தது. டாக்டர் புரூக்ஸ் மடிப்புக்கதவை வேகமாக திறந்தாள். இந்த முறை கீழ்நோக்கி இருளடைந்திருந்த குறுகலான பாதைவழியில் அவர்கள் நடக்கத் தொடங்கினர். அவர்கள் கடந்துசென்ற ஜன்னலுக்கு வெளியே ஃப்ளோரன்ஸின் கூரைமுகடுகளுடைய இருளார்ந்த மங்கிய காட்சிகள் விடியலுக்கு முந்தைய ஒளியில் உயிர்ப்பெறத் தொடங்கின. சியன்னா, அந்தக் கூடத்தின் தொலை வில் இருந்த முனையில் தாகத்திற்கு ஏங்கியபடி காட்சியளிக்கும் செடிக்கு கீழேயிருந்து ஒரு சாவியை குனிந்து எடுத்து கதவைத் திறந்தாள்.

அந்த அபார்ட்மெண்ட் மிகச்சிறியதாக இருந்தது. உள்ளேயிருந்த காற்றில் வெணிலா வாசனையுள்ள மெழுகு வர்த்திக்கும், பழைய கார்பெட்டிற்கும் இடையே ஒரு போரே நடந்துகொண்டிருப்பதற்கான குறிப்பு தெரிந்தது. அங்கிருந்த மரச்சாமான்களும் கலை வேலைப்பாடுகளும் முடிந்தவரை மோசமானதாக இருந்தன — இவற்றை அவள் பழைய விலைக்கு வாங்கியிருக்கலாம் போல் இருக்கிறது. டாக்டர். புரூக்ஸ் வெப்பச்சாதன பெட்டியை சரிசெய்தபோது ரேடியேட்டர்கள் உயிர்பெற்றன.

ஒரு கணம் அப்படியே நின்ற அவள் தன்னை நிலைநிறுத்திக் கொள்வதுபோல் கண்களை மூடி ஆழ்ந்து மூச்சுவிட்டாள். பின்னர் லேங்டனிடம் திரும்பி வந்து ஒரு மேசையும் இரண்டு நாற்காலிகளும் கொண்ட அடக்கமான சமையலறை நோக்கி அவரை அழைத்துச் சென்றாள்.

லேங்டன் அந்த நாற்காலியில் உட்காரும் நோக்கத்துடன்

முன்னோக்கி நகர்ந்தபோது டாக்டர். புரூக்ஸ் ஒரு கையால் அவருடைய கையைப் பற்றியிழுத்து மற்றொரு கையால் தன் அறையைத் திறந்துவிட்டாள். ஏறக்குறைய வெறுமையாக இருந்த அந்த அறையில் சிறு பிஸ்கெட்டுகள், சில பாஸ்தா பாக்கெட்டுகள், கோக் கேன் ஒன்று மற்றும் நோடாஸ் பான பாட்டில் ஒன்றும் கிடந்தன.

அவள் ஒரு பாட்டிலை வெளியே எடுத்து ஆறு துண்டு மாத்திரைகளை லேங்டனின் உள்ளங்கையில் வைத்து அழுத்திய படி "காஃபின்" என்றாள். "இன்றிரவைப் போல் நான் இரவு நேரங்களில் வேலை செய்ய வேண்டியிருந்தால் எனக்குத் தேவைப்படும்."

ஆறு மாத்திரைகளையும் தன்னுடைய வாயில் போட்டுக் கொண்ட லேங்டன் கொஞ்சம் தண்ணீருக்காக சுற்றுமுற்றும் பார்த்தார்.

"அப்படியே மென்று விழுங்குங்கள். அவை உங்கள் உடல் அமைப்பிற்குள் வேகமாக சென்று மயக்க மருந்துக்கு எதிராக செயல்பட உதவும்" என்றாள்.

அவற்றை மெல்லத்தொடங்கிய லேங்டன் உடனடியாக பின்வாங்கிக்கொண்டார். அவை மிகவும் கசந்தன. அவற்றை நிச்சயம் அப்படியே விழுங்கத்தான் வேண்டும். ஃபிரிட்ஜை திறந்த டாக்டர். புரூக்ஸ் பாதி காலி செய்யப்பட்டிருந்த சான் பெலேக்ரினோ பானத்தை லேங்டனின் கையில் வைத்தாள். நன்றியுடன் பெற்றுக்கொண்ட அவர் அதை நீண்டநேரம் அருந்தினார்.

குதிரைவால் கொண்டைபோட்ட அந்த டாக்டர் இப்போது அவருடைய வலதுகையை எடுத்து அவருடைய ஜாக்கெட்டை கொண்டே சுற்றியிருந்த காயக்கட்டை அவிழ்த்து அதனை சமையலறை மேசையில் வைத்தாள். பின்னர் காயத்தை கவனத்துடன் ஆராய்ந்தாள். தன்னுடைய வெறுமையான கையை பிடித்துக்கொண்டபோது அவளுடைய மெல்லிய கைகள் நடுங்குவதை லேங்டனால் உணர முடிந்தது.

"நீங்கள் உயிருடன் இருப்பீர்கள்" என்று அறிவித்தாள் அவள்.

அவளுக்கும் சரியாகிவிடும் என்று லேங்டன் நம்பினார். தாங்கள் எதைக் கடந்து வந்திருக்கிறோம் என்பதை அவரால் சரியாக புரிந்துகொள்ள முடியவில்லை. "டாக்டர். புரூக்ஸ்" என்றார் லேங்டன், "நாம் யாரையாவது அழைக்கலாம் என்று நினைக்கிறேன். தூதரகம்... காவல்துறை. யாரையாவது."

அவளும் ஒப்புக்கொள்வதுபோல் தலையாட்டினாள். "அத்துடன், நீங்கள் என்னை டாக்டர். புரூக்ஸ் என்று அழைப்பதை நிறுத்திக்கொள்ளலாமே — என் பெயர் சியன்னா."

லேங்டன் தலையசைத்தார். "நன்றி. என் பெயர் ராபர்ட்." உயிர்பிழைக்க ஓடிக்கொண்டிருக்கையில் தற்சமயம் அவர்கள் மேற்கொண்டுள்ள பிணைப்பு முதல் பெயர் அடிப்படையில் அங்கீகாரம் அளிப்பதாக இருந்தது. "நீ பிரிட்டிஷ் என்று சொன்னாயே?"

"பிறப்பால் பிரிட்டிஷ்தான்."

"பேச்சில் அப்படித் தெரியவில்லை."

"நல்லது. அதைத் தொலைக்கத்தான் நான் கடுமையாக முயற்சிக்கிறேன்."

லேங்டன் ஏன் என்று கேட்கத்தான் நினைத்தார். ஆனால் சியன்னா தன்னைப் பின்தொடர்ந்து வரும்படி அவருக்குக் கையசைத்தாள். குறுகலான பாதைவழியில் அவரை அழைத்துச் சென்ற அவள் ஒரு சிறிய பளபளப்பான பாத்ரூமிற்கு சென்றாள். சின்கிற்கு மேலே இருந்த கண்ணாடியில் தன்னுடைய மருத்துவமனை ஜன்னலில் பார்த்ததற்கு பின்னர் இப்போதுதான் முதல்முறையாக தன்னுடைய உருவத்தின் பிரதிபலிப்பை லேங்டன் பார்க்கிறார்.

சரியாக இல்லையே. லேங்டனின் அடர்த்தியான கறுத்த முடி கசங்கிப்போயிருந்தது, அவருடைய கண்கள் ரத்தம்கட்டிப்போய் சோர்வுற்றிருந்தது. பஞ்சுத் துணுக்குகள் அவர் தாடையை தெளிவின்றி காட்டின.

குழாயைத் திறந்துவிட்ட சியன்னா காயம்பட்டிருந்த லேங்டனின் முழங்கையை ஐஸில் சில்லிட்டுப்போன தண்ணீருக்குள் கொண்டுசென்றாள். அது கூர்மையாக குத்தியது. ஆனாலும் அவர் வேண்டுமென்றே அதில் வைத்துக்கொண்டார்.

புதிதாக துவைக்கப்பட்டிருந்த ஒரு துண்டை எடுத்துவந்த சியன்னா அதில் ஆண்டிபாக்டீரியல் சோப்பை தோய்த்தாள். "நீங்கள் வேண்டுமானால் அப்பால் திரும்பிக்கொள்ளலாம்."

"பரவாயில்லை. நான் இதற்கு கவலைப்படுவதில்லை —"

சியன்னா வேகமாக தேய்க்கத் தொடங்கினாள். உச்சபட்ச எரிச்சலான வலி லேங்டனின் கையைத் தாக்கியது. எதிர்ப்புத் தெரிவிக்கும் விதமாக கத்தாமல் இருக்கும் வகையில் லேங்டன் தன்னுடைய தாடையை இறுகப் பற்றிக்கொண்டார்.

“உங்களுக்கு தொற்று எதுவும் ஏற்பட்டுவிடக்கூடாது” என்ற அவள் இப்போது மேலும் கடுமையாக தேய்த்தாள். “நீங்கள் அதிகாரிகளை அழைத்தீர்கள் என்றால் இப்போது இருப்பதைக் காட்டிலும் இன்னும் அதிகமாக நீங்கள் எச்சரிக்கை உணர்வுடன் இருக்க வேண்டியிருக்கும். வலியைப் போல் வேறு எதுவும் அட்ரினலின் உற்பத்தியை இயங்கச் செய்யாது.”

தன்னுடைய கையை வலுக்கட்டாயமாக நகர்த்துவதற்கு முன்னர் இந்த பத்து நொடிகள் தேய்ப்பு எப்படிப்பட்டதாக இருந்தது என்பதை லேங்டனால் உணர்ந்துகொள்ள முடிந்தது. *போதும்!* அவர் வலுவானவராகவும் மிகவும் விழிப்பு நிலை அடைந்தவராகவும் ஆனதை ஒப்புக்கொள்ளத்தான் வேண்டும்; அவர் கையில் இருந்த வலி தற்போது அவருடைய தலைவலியால் முற்றிலும் ஆக்கிரமிக்கப்பட்டுவிட்டது.

“நல்லது” என்ற சியன்னா தண்ணீரை நிறுத்திவிட்டு அவருடைய கையை சுத்தமான துண்டினால் துடைத்து உலரச் செய்தாள். அவருடைய முன்கையில் சிறிய பேண்டேஜ் சுற்றிவிட்டாள். ஆனால் அவள் அப்படி செய்து கொண்டிருக்கும் போது சற்று முன் தான் கவனித்த ஒரு விஷயத்தால் கவனம் சிதறியதை லேங்டனால் உணர முடிந்தது — ஏதோ ஒன்று அவரை ஆழமாக கலக்கமடையச் செய்தது.

ஏறத்தாழ நாற்பது வருடங்களாக புராதான சேகரிப்பாளர்கள் பதிப்பைச் சேர்ந்த மிக்கி மவுஸ் கடிகாரத்தைத்தான் லேங்டன் அணிந்திருந்தார். அது அவருடைய பெற்றோரின் பரிசு. மிக்கியின் சிரித்த முகமும் அகல விரித்த கைகளும் அதிகம் சிரிக்க வேண்டும். குறைவாக கவலைப்பட வேண்டும் என்பதற்கான தினசரி நினைவுறுத்தியாக எப்போதுமே இருந்து வந்திருக்கிறது.

“என்னுடைய... கடிகாரம்” லேங்டன் தடுமாறினார். “அது போய்விட்டதே!” அது இல்லாமல் தன்னை சட்டென்று முழுமையற்றவராக உணர்ந்தார் லேங்டன். “மருத்துவமனைக்கு வந்திருந்தபோது நான் அதை அணிந்திருந்தேனா?”

சியன்னா அவரை சந்தேகத்துடன் பார்த்தாள். இந்த சின்ன விஷயத்திற்கா அவர் இவ்வளவு கவலைப்படுகிறார் என்பது அவளுக்குப் புதிராகவே இருந்தது. “எனக்கு எந்த கடிகாரமும் நினைவில் இல்லை. உங்களை சுத்தப்படுத்திக்கொள்ளுங்கள். நான் சில நிமிடங்களில் திரும்பி வருகிறேன். உங்களுக்கு ஏதேனும் உதவி கிடைக்குமா என்று பார்க்கலாம்.” பின்னால் திரும்பி வெளியே சென்ற அவள் கதவருகில் நின்று கண்ணாடியில் தெரிந்த அவருடைய முகத்தை உற்றுப் பார்த்தாள். “நான்

போன பின்னர் உங்களை கொலை செய்ய யாரோ ஒருவர் கடுமையாக முயற்சி செய்கிறாரே, அது ஏன் என்பது பற்றி சிந்தித்துப் பாருங்கள். அதிகாரிகள் கேட்கக்கூடிய முதல் கேள்வி இதுவாகத்தான் இருக்கும் என்று நினைக்கிறேன்."

"பொறு, நீ எங்கே போகிறாய்?"

"நீங்கள் அரைநிர்வாணத்துடனெல்லாம் காவல்துறையிடம் பேச முடியாது. நான் உங்களுக்கு கொஞ்சம் ஆடைகள் வாங்கி வருகிறேன். என்னுடைய பக்கத்து வீட்டுக்காரர் உங்களைப் போல்தான் இருப்பார். அவர் வெளியே சென்றால் நான்தான் அவர் பூனையை பார்த்துக்கொள்ள வேண்டும். அவர் எனக்கு கடன்பட்டிருக்கிறார்."

அத்துடன் சியன்னா போய்விட்டாள்.

அந்த சின்க்கிற்கு மேலே இருந்த சிறிய கண்ணாடியிடம் திரும்பி வந்த லேங்டனால் தனக்குப் பின்னாலிருக்கும் அந்த நபரை சரியாக நினைவுக்கு கொண்டுவர முடியவில்லை. ***யாரோ என்னை கொல்ல நினைக்கிறார்கள்.*** அவருடைய மனதில், பதிவு செய்யப்பட்ட தன்னுடைய சொந்தக் குரலின் உளறல் மீண்டும் கேட்டது.

வெ...ஸாரி. வெ...ஸாரி.

சில ஞாபகங்களைக் கொண்டு அவர் தன்னுடைய நினைவில் ஏதாவது இருக்கிறதா என்று விசாரணைக்கு உட்படுத்தினார். அவரால் வெறுமையை மட்டுமே காண முடிந்தது. தான் ஃப்ளோரன்ஸில் இருக்கிறோம் என்பதும், தன் தலையில் துப்பாக்கித் தோட்டா காயம் ஏற்பட்டிருக்கிறது என்பது மட்டும்தான் லேங்டனுக்குத் தெரிந்தது.

தன்னுடைய சோர்வுற்ற கண்களை லேங்டன் உற்றுப் பார்த்தபோது, எந்தக் கணத்திலும் தன்னுடைய வீட்டில் உள்ள படிப்பறையில் எழுந்து உட்கார்ந்து, ஒரு வெற்று மார்டினி கிளாஸையும், ***டெட் ஸோல்ஸ்*** நாவலின் ஒரு பிரதியையும் எடுத்துக்கொண்டு, பாம்பே சஃபைரையும், கோகலையும் ஒன்றுசேர்த்துவிடக்கூடாது என்று தனக்குள் நினைவுபடுத்திக்கொள்ள இனியும் வாய்ப்பிருக்கிறதா என்று வியந்துகொண்டார்.

❑

7

லேங்டன் ரத்தக்கறை படிந்த மருத்துவமனை கவுனை கழற்றிவிட்டு தன்னுடைய இடுப்பைச் சுற்றி ஒரு துண்டை கட்டிக்கொண்டார். முகத்தில் தண்ணீரை வாரி இறைத்துக்கொண்டு தலையில் போடப்பட்டிருந்த தையல்களை கவனத்துடன் தொட்டுப்பார்த்தார். தோல் உலர்ந்துபோயிருந்தது. ஆனால் சிக்குப்பிடித்திருந்த தன்னுடைய தலை முடியின் ஊடாக அந்த இடத்தை தொட்டுப் பார்த்தபோது காயம் காணாமல் போயிருந்தது. காஃபின் மாத்திரைகள் வேலை செய்திருக்கின்றன. இறுதியில் தனக்கு முன்னால் இருந்த பனிப்படலம் விலகிக்கொண்டிருப்பதை அவர் உணர்ந்தார்.

யோசி, ராபர்ட். நினைவுபடுத்த முயற்சி செய்.

ஜன்னல் இல்லாத அந்த பாத்ரூம் சட்டென்று மூடிய அறையைப் போல் தோற்றமளித்ததால் லேங்டன் சட்டென்று கூடத்திற்கு வந்தார். அந்தப் பாதைவழியில் பாதியளவிற்கு திறந்திருந்த கதவின் வழியாக சிந்திய இயற்கை ஒளியின் குறுகிய பாதையை நோக்கி எச்சரிக்கையுடன் நகர்ந்தார். மலிவான மேசை, பின்னலிட்ட நாற்காலி, தரையில் இறைந்துகிடக்கும் புத்தகங்கள் ஆகியவற்றுடன் அது தற்காலிகமாக அமைக்கப்பட்ட அறையைப் போல் தோன்றியது. நல்லவேளையாக அங்கே ஒரு ஜன்னல் இருந்தது.

லேங்டன் பகல்நேர சூரிய ஒளியை நோக்கி நகர்ந்தார்.

தொலைவில், எழுந்துகொண்டிருந்த டஸ்கான் சூரியன் விழித்துக்கொண்டிருந்த நகரத்தின் கேம்பனைல், பாடியா மற்றும் பெர்கெல்லோ ஆகிய கட்டிடங்களின் உச்சிகளை முத்தமிடத் தொடங்கியிருந்தது. அந்தக் கண்ணாடியில் தன்னுடைய நெற்றியை லேங்டன் அழுத்தி வைத்தார். துடிப்புடனும் சில்லிட்டும் இருந்த மார்ச் மாத காற்று தற்போது மலைப்பிரதேசங்களின் மீதாக உயரத்தொடங்கியிருந்த சூரிய ஒளியின் முழு வீச்செல்லையையும் பெரிதாகக் காட்டியது.

*அதை, **ஓவியனின் ஒளி** என்பார்கள்.*

தொடுவானத்தின் மையப்பகுதியில், சிவப்பு பளிங்குக் கற்களால் ஆன மலைபோன்ற குவிமாடம் உயர்ந்திருந்தது, அதனுடைய முகடு அடையாள விளக்குபோல் ஒளி வீசும் தங்கநிற செப்புப் பந்தினால் அலங்கரிக்கப்பட்டிருந்தது. இரண்டாம் டுவாமா. பாஸிலிகாவின் மாபெரும் குவிமாடத்தை வடிவமைத்துக்கொண்டதன் மூலம் புருனலெஷி கட்டிடக்கலை வரலாற்றை உருவாக்கியிருந்தார், தற்போது, 500 வருடங்களுக்குப் பிறகு இந்த 375 அடி உயர கட்டிடமானது நகர்த்தப்பட முடியாத அசுரனாக வீற்றிருக்கிறது.

நான் ஏன் ஃப்ளோரன்ஸில் இருக்கிறேன்?

இத்தாலிய கலையின் வாழ்நாள் அற்புதமான ஃப்ளோரன்ஸ், ஐரோப்பா முழுவதிலும் உள்ளவற்றிலேயே லேங்டனுக்கு மிகவும் பிடித்த இடம். இந்த நகரத்தின் தெருக்களில்தான் மைக்கேலாஞ்சலோ ஒரு குழந்தையாக விளையாடியிருக்கிறார். அவரின் கலையறையில்தான் இத்தாலிய மறுமலர்ச்சிக் காலம் தொடங்கியது. இதுதான் ஃப்ளோரன்ஸ், பொட்டிசெலி வரைந்த ***வீனஸின் பிறப்பு***, லியனார்டோவின் ***அனன்சியேஷன்*** மற்றும் இந்த நகரத்தின் பெருமையும் மகிழ்ச்சியுமான ***இரண்டாம் தாவீது*** ஆகிய ஓவியங்களைக் கொண்டுள்ள இந்த நகரம் இவற்றினால்தான் பல லட்சம் பயணிகளை இங்கே கவர்ந்திழுக்கிறது.

பதின்பருவத்தில் மைக்கேலாஞ்சலோவின் டேவிட் ஓவியத்தைப் பார்த்த லேங்டன் மதிமயங்கிப்போனார்... அகடேமியா டெலெ பெலெ ஆர்டி—இல் நுழைந்து... மைக்கா லாஞ்சலோவின் ***பிரிஜியோனி*** வழியாக நகர்ந்து... அந்த பதினேழு அடி உயர மாஸ்டர்பீஸை பார்த்த அனுபவம் லேங்டனுக்கு உண்டு. முழுமையான கவர்ச்சியும், அளவெடுத்த தசைகளும் முதலில் வரும் பெரும்பாலான பார்வையாளர்களை திடுக்கிட வைத்தது உண்டு. இப்போதும்கூட, லேங்டனுக்கு அந்த டேவிடின் உருவம்தான் மிகுந்த கவர்ச்சிகரமானது. டேவிட்

நரகம் ❖ 59

வலதுபக்கம் சாய்ந்திருப்பது போன்றும், அவருடைய இடது காலில் ஏறக்குறைய எந்த எடையையும் தாங்கிக்கொண்டிருக்காது போன்றும் மாயத்தோற்றத்தை உருவாக்கும் கிளாசிக்கல் *காண்ட்ராபோஸ்ட்டோ* பாரம்பரியத்தை மைக்கேலாஞ் சலோதான் உருவாக்கினார். உண்மையில், டேவிடின் இடது கால் டன் கணக்கிலான பளிங்குக் கற்களை தாங்கிக்கொண்டிருக்கும்.

டேவிட் ஓவியம்தான் லேங்டனிடத்தில் மாபெரும் சிற்பங்களின் சக்திக்கான உண்மையான முதல் மரியாதையை தோற்றுவித்தது. கடந்த சில நாட்களில் இந்த மாபெரும் படைப்பைக் காண்பதற்குத்தான் வந்திருக்கிறோமா என்பது லேங்டனுக்கு இப்போது தெரியவில்லை. ஆனால் அவருடைய மனக்கண் முன் வந்துபோன ஒரே நினைவு, தான் மருத்துவ மனையில் கண்விழித்த உடன் ஓர் அப்பாவி டாக்டர் அவர் கண்முன்னே கொலைசெய்யப்பட்டதுதான். ***வெரி ஸாரி. வெரி ஸாரி.***

அவர் உணர்ந்த குற்ற உணர்ச்சி ஏறத்தாழ குமட்டக்கூடிய ஒன்று. ***நான் என்ன செய்துவிட்டேன்?***

அவர் ஜன்னலுக்கருகில் நின்றுகொண்டிருந்தபோது தனக்கு அருகாமையில் இருந்த மேசையில் ஒரு லேப்டாப் இருப்பதை அவருடைய ஓரக்கண்ணால் பார்க்க முடிந்தது. தனக்கு நேற்றிரவு என்ன நடந்திருந்தாலும் அது இந்நேரம் செய்தியாகியிருக்கும் என்பதை அவர் சட்டென்று புரிந்துகொண்டார்.

என்னால் இணையதளத்தை அணுகமுடிந்தால் அதற்குண்டான பதில்களை கண்டுபிடிக்கலாம்.

கதவு வழிக்கு சென்ற லேங்டன் கத்தினார்: “சியன்னா?!”

அமைதி. உடைகளைத் தேடிச்சென்ற அவள் இன்னும் பக்கத்து வீட்டினரின் அபார்ட்மெண்டில்தான் இருக்க வேண்டும்.

இந்தக் குறுக்கீட்டை சியன்னா புரிந்துகொள்வாள் என்பதில் சந்தேகம் கொள்ளாத லேங்டன் தானே லேப்டாப்பை திறந்து ஆன் செய்தார்.

சியன்னாவின் லேப்டாப் உயிர்பெற்றது — வழக்கமான விண்டோஸ் “புளூ கிளவுட்” பின்னணி. உடனடியாக கூகுள் இத்தாலியா தேடு பக்கத்திற்கு சென்ற லேங்டன் அதில் ராபர்ட் லேங்டன் என்று டைப் செய்தார்.

இப்போது என்னுடைய மாணவர்களால் என்னைப் பார்க்க முடியுமானால், என்று தேடத் தொடங்கும்போது

நினைத்துக்கொண்டார். தன்னுடைய மாணவர்கள் கூகுளில் தேடிப்பார்ப்பதை லேங்டன் எப்போதுமே எச்சரித்து வந்துள்ளார். தனிப்பட்ட புகழின் ஆட்டிப்படைப்பை பிரதிபலிக்கும் ஒரு புதிய விநோதமான பொழுதுபோக்கு தற்போது அமெரிக்க இளைஞர்களை பிடித்தாட்டுகிறது.

தேடுதலுக்கான விடைகள் வந்தன. லேங்டன், அவருடைய புத்தகங்கள் மற்றும் விரிவுரைகள் சம்பந்தப்பட்ட நூற்றுக்கணக் கான இணைப்புகள் வந்தன. ***நான் தேடுவது வரவில்லை.***

செய்தி பட்டனை தேர்வுசெய்து தேடுதலை லேங்டன் தடைசெய்தார்.

ஒரு புதிய பக்கம் தோன்றியது: ***செய்தி முடிவுகள் "ராபர்ட் லேங்டன்."***

புத்தகம் கையெழுத்திடுதல்: *ராபர்ட்* ***லேங்டன் தோன்றுகிறார்...***

ராபர்ட் ***லேங்டனின் பட்டமளிப்பு உரை...***

ராபர்ட் ***லேங்டன் பதிப்பித்த சிம்பல் பிரைமர்...***

அந்தப் பட்டியல் பல பக்கங்களுக்கு நீண்டது. அதில் அவரைப்பற்றிய சமீபத்திய செய்திகள் எதுவுமில்லை — நிச்சயம் தன்னுடைய தற்போதைய சிக்கலான சூழ்நிலையை விளக்கும் எதுவும் அதில் இல்லை. ***நேற்றிரவு என்ன நடந்தது?*** லேங்டன் மேலும் சென்றார். ஃப்ளோரன்ஸில் பதிப்பிக்கப்படும் ஆங்கில மொழி செய்தித்தாளான ***தி ஃப்ளோரண்டைன்*** பத்திரிக்கையின் வலைத்தளத்தை தேடினார். தலைப்புச் செய்திகள், தற்போதைய செய்திகள் மற்றும் போலீஸ் குறிப்பு, அபார்ட்மெண்ட் தீப்பிடிப்பு, அரசு சம்பந்தப்பட்ட ஊழல் மற்றும் சிறு குற்றங்கள் பற்றிய குறிப்புகள் என அனைத்திலும் தேடிப்பார்த்தார்.

எதுவுமே இல்லையா?!

நேற்றிரவு கதீட்ரலுக்கு அருகில் மாரடைப்பால் உயிரிழந்த நகர அதிகாரி ஒருவர் பற்றிய சிறு குறிப்பு ஓடிக்கொண்டிருந்த அவசர செய்தியை அவர் நிறுத்திப் பார்த்தார். அந்த அதிகாரியின் பெயர் இன்னும் வெளியிடப்படவில்லை, ஆனால் மர்மமான அம்சம் எதுவும் சந்தேகப்படப்படவில்லை.

இறுதியில், என்ன செய்வதென்று தெரியாத லேங்டன் தன்னுடைய ஹார்வார்டு இமெயில் கணக்கிற்கு சென்று தன்னுடைய செய்திகளை ஆராய்ந்தார். அதில் ஏதேனும் செய்திகளைக் காணமுடியுமா என்று பார்த்தார். தன்னுடைய

சக பணியாளர்கள், மாணவர்கள் மற்றும் நண்பர்கள் அனுப்பிய வழக்கமான மெயில்களே அவற்றில் இருந்தன, அவற்றிலும் பெரும்பாலானவை வரவிருக்கும் வாரத்தில் அவர் கலந்துகொள்ள வேண்டிய கூட்டங்கள் பற்றியவை.

நான் போய்விட்டதுகூட யாருக்கும் தெரியவில்லை போலிருக்கிறதே.

நிச்சயமின்மை அதிகரித்துக்கொண்டே செல்ல தன்னுடைய லேப்டாப்பை நிறுத்திய லேங்டன் அதை மூடிவைத்தார். தன் கண்களில் ஏதோ ஒன்று தட்டுப்படவே, அங்கிருந்து செல்ல முற்பட்டார். சியன்னாவின் மேசையினுடைய ஒரு முனையில் பழைய மருத்துவ பத்திரிக்கைகளும் ஆராய்ச்சிக் கட்டுரைகளும் கொண்ட புத்தகக் கட்டின் மேல் ஒரு போலராய்ட் புகைப்படம் இருந்தது. அதில் சியன்னா புரூக்ஸும், தாடிவைத்த அந்த மருத்துவமனை டாக்டரும் மருத்துவமனை கூடத்தில் சிரித்தபடி நின்றிருந்தனர்.

டாக்டர் மார்கோனி, என்று நினைத்துக்கொண்ட லேங்டன் குற்றவுணர்வு உலுக்க அந்த புகைப்படத்தை எடுத்துப் பார்த்தார்.

லேங்டன் அந்தப் புத்தகக் கட்டின் மீது மீண்டும் அந்த புகைப்படத்தை வைத்தபோது அதன் மேலே இருந்த மஞ் சள்நிற புத்தகக் குறிப்பைக் கண்டார் — லண்டன் குளோப் தியேட்டரைச் சேர்ந்த கிழிந்திருந்த நுழைவுச்சீட்டு. அந்த அட்டை குறிப்பிடுவதைப் போல் அது ஏறக்குறைய இருபத்தைந்து வருடங் களுக்கு முன்னர் அரங்கேற்றம் செய்யப்பட்ட ஷேக்ஸ்பியரின் ***எ மிட்சம்மர் நைட்ஸ் டிரீம்*** நாடகத்தின் தயாரிப்புக்கானதாகும்.

அந்த நுழைவுச்சீட்டின் மேல் பகுதியில் மேஜிக் மார்க்கரால் கையால் கிறுக்கப்பட்ட செய்தி ஒன்று இருந்தது: ***அன்பே, நீ ஓர் அற்புதம் என்பதை மறந்துவிடாதே.***

லேங்டன் அந்த நுழைவுச்சீட்டை எடுத்துப் பார்த்தார். அதிலிருந்து பத்திரிக்கை துணுக்குகளின் குவியலான கத்தரிப்புகள் மேசையில் விழுந்தன. அவர் அவற்றை விரைவாக எடுக்க நினைத்தார். ஆனால் அவை இருந்த பக்கத்திற்கு அந்த நோட்டுக்குறிப்பை அவர் திறக்கையில் அப்படியே திகைத்துப் போனார்.

ஷேக்ஸ்பியரின் தந்திரக்கார தேவதையான பக் கதாபாத் திரத்தை சித்தரித்த ஐந்து வயது குழந்தையின் புகைப்படத்தையே அவர் உற்றுப்பார்த்தார். அந்தப் புகைப்படத்தில் ஐந்து வயதுக்கும்

மிகாத ஓர் இளம்பெண் குழந்தை இருந்தது. பொன்னிற கேசமும், அவருக்கு நன்கு பரிச்சயமான குதிரைவால் கொண்டையும் போட்டிருந்தாள் அவள்.

அந்தப் புகைப்படத்திற்கு கீழிருந்த வாசகத்தில் இவ்வாறு எழுதப்பட்டிருந்தது: ***ஒரு நட்சத்திரம் பிறந்துள்ளது.***

அந்த வாழ்க்கைக் குறிப்பு, குழந்தைகள் நாடகத்துறையைச் சேர்ந்த ஓர் அற்புதக் குழந்தையைப் பற்றியது — சியன்னா புரூக்ஸ் — நம்பமுடியாத ஐக்யூ உள்ள அவள் ஒரே இரவில் அனைத்து கதாபாத்திரங்களின் வசனங்களையும் நினைவில் வைத்துக்கொண்டாள். ஆரம்பகட்ட ஒத்திகைகளின்போது உடன் நடித்த நடிகர்களுக்கும் குறிப்புகள் தந்தாள். ஐந்து வயதே ஆன இந்தக் குழந்தையின் பொழுதுபோக்குகள் வயலின், செஸ், உயிரியல் மற்றும் வேதியியல் ஆகியவையே. லண்டன் புறநகரமான பிளாக்ஹீத்தைச் சேர்ந்த பணக்கார தம்பதியின் குழந்தையான இந்தப் பெண், அறிவியல் வட்டாரங்களிலும் ஏற்கனவே பிரபலமடைந்திருக்கிறாள்; நான்கு வயதில் தன்னுடைய சொந்த ஆட்டத்தின் மூலமே செஸ் கிராண்ட் மாஸ்டரை தோற்கடித்திருக்கிறாள் என்பதுடன் அவளால் மூன்று மொழிகளை படிக்கவும் முடிந்துள்ளது.

கடவுளே. லேங்டன் நினைத்துக்கொண்டார். ***சியன்னா. இதுவே நிறைய விஷயங்களை விளக்குகிறதே.***

ஹார்வார்டின் மிகப் பிரபலமான குழந்தை பட்டதாரியாக விளங்கிய சாவுல் கிரிப்கே பற்றி லேங்டன் நினைத்துப்பார்த்தார். அவன் ஆறு வயதில் தானாகவே ஹீப்ரு மொழியைக் கற்றுக் கொண்டாள். பனிரெண்டு வயதில் தெகார்த்தேயின் அனைத்து எழுத்துகளையும் படித்துவிட்டாள். மிகச் சமீபத்தில், மோஷே கெய் கெவலின் என்ற இளம்பெண் தன்னுடைய பதினோறாவது வயதில் 4.0 என்ற தரநிலை பெற்று கல்லூரி பட்டம் பெற்றாள். தற்காப்புக் கலையில் தேசிய பட்டம் வென்றாள். பதினான்காவது வயதில் ***வீ கேன் டூ*** என்ற புத்தகத்தை பதிப்பித்தாள்.

லேங்டன் மற்றொரு செய்திக்குறிப்பை எடுத்துப் பார்த்தார். சியன்னாவுக்கு ஏழு வயதாக இருக்கும்போது வெளிவந்த செய்திக் கட்டுரையில் அவளுடைய புகைப்படம். அதன் கீழே இருந்த குறிப்பு: ***208 ஐக்யூ அளவை எட்டிய குழந்தை மேதை.***

ஐக்யூ லெவல் இந்த அளவுக்கெல்லாம் இருக்கும் என்பது லேங்டனுக்கு தெரியவே தெரியாது. அந்தக் கட்டுரையில் குறிப்பிட்டுள்ளபடி சியன்னா புரூக்ஸ் ஒரு வயலின் மாமேதை,

ஒரே மாதத்தில் ஒரு புதிய மொழியை அவளால் கற்றுக்கொள்ள முடியும். அவள் தனக்குத்தானே உடற்கூறியல் மற்றும் உடலியல் குறித்து கற்றுக்கொண்டுள்ளாள்.

அவர் மருத்துவ பத்திரிக்கையில் வந்த மற்றொரு செய்திக்குறிப்பையும் பார்த்தார்: ***சிந்தனையின் எதிர்காலம்: எல்லோர் மனங்களும் சமமாக படைக்கப்படவில்லை என்று தலைப்பிட்டிருந்தது.***

அந்தக் கட்டுரையில் சியன்னாவின் புகைப்படம் இருந்தது. அப்போது பத்து வயது இருக்கலாம். பொன்னிற கேசத்துடன் இருந்தாள். ஒரு பெரிய மருத்துவ உபகரணத்திற்கு அருகாமையில் நின்றுகொண்டிருந்தாள். அந்தக் கட்டுரையில் ஒரு மருத்துவரின் நேர்காணலும் இடம்பெற்றிருந்தது. அதில், சியன்னாவின் சிறுமூளையினுடைய அளவு உடல்ரீதியாக மற்றவர்களின் சிறுமூளைகளைக் காட்டிலும் வேறுபட்டது என்றும், அவளிடத்தில் மனிதகுலத்தில் பெரும்பாலானவர்களிடத்தில் இன்னும் தோன்றியேயிராத காட்சிப் பகுப்பாய்வு அம்சங்களைக் கையாளக் கூடிய பெரிய, மிகவும் முறைப்படுத்தப்பட்ட உறுப்பாக அது உள்ளது என்றும் அந்த மருத்துவர் கூறியுள்ளார். சியன்னாவின் உடற்கூறியல் அனுகூலத்தை கேன்சரைப் போன்றே, வழக்கத்திற்கு மாறாக வேகப்படுத்தப்பட்ட மூளை செல் வளர்ச்சியுடன் அந்த டாக்டர் ஒப்பிட்டிருந்தார். விதிவிலக்காக அது ஆபத்தான புற்று நோய் செல்களைப் போன்று அல்லாமல் பயன்தரும் மூளைத் திசுக்களின் வேகமான வளர்ச்சியாகும்.

ஒரு சிறு நகரத்தின் செய்தித்தாளில் கிடைத்த கட்டுரையையும் லேங்டன் படித்தார்.

அறிவுஜீவியின் சாபம்

இந்தமுறை புகைப்படம் எதுவும் இல்லை. ஆனால் இளம் மேதையான சியன்னா ப்ரூக்ஸின் கதையை விவரிக்கும் அந்தக் கட்டுரையில் அவள் வழக்கம்போல் பள்ளிசெல்ல விரும்பியதாகவும், அவளால் பொருந்திப்போக முடியாதபடியால் மற்ற மாணவர்களின் கேலிக்கு உள்ளானதாகவும் குறிப்பிடப்பட்டிருந்தது. வரம்வாங்கி வந்த இளைஞர்களின் சமூக திறமைகளை தக்கவைத்துக்கொள்ள முடியாமையையும், அவர்கள் தங்களை சமூகத்தில் இருந்து துண்டித்துக்கொள்வதையும் பற்றி விவரிக்கப் பட்டிருந்தது.

இந்தக் கட்டுரையின்படி, சியன்னா தன்னுடைய எட்டாவது வயதில் வீட்டை விட்டு ஓடிப்போயிருக்கிறாள். தன்னுடைய புத்திசாலித்தனத்தால் யாரும் கண்டுபிடிக்க

முடியாத அளவிற்கு பத்து நாட்கள்வரை வாழ்ந்திருக்கிறாள். ஒரு ஹோட்டலில் தங்கியிருந்தவரின் மகளாக நடித்து, அந்த அறையின் சாவியைப் பெற்று, வேறு யாரோ ஒருவரின் கணக்கில் அறைக்கு உண்டான சேவையைப் பெற்றிருக்கிறாள். அங்கு அவள் தங்கியிருந்த ஒருவார காலத்தில் ***கிரே அனாடமி***–இன் 1,600 பக்கங்களைப் படித்திருக்கிறாள். அவள் தங்கியிருந்தது மிகப்பெரிய பணக்காரர்கள் தங்கக்கூடிய ஹோட்டலாகும். அதிகாரிகள் அவள் ஏன் மருத்துவப் புத்தகங்களைப் படிக்கிறாள் என்று கேட்டபோது, தன்னுடைய மூளைக்கு என்ன ஆனது என்று கண்டுபிடிக்க விரும்புவதாக அவள் அவர்களிடம் கூறியிருக்கிறாள்.

லேங்டனின் இதயம் அந்தக் குழந்தைக்காக துடிதுடித்தது. அடிப்படையிலேயே வேறுபட்டவளாக இருக்கும் ஒரு குழந்தையின் தனிமை எப்படிப்பட்டதாக இருக்கும் என்பதை அவரால் கற்பனைகூட செய்ய முடியவில்லை. அவர் அந்தக் கட்டுரைகளை மீண்டும் மடித்து வைத்தார். பக் கதாபாத்திரத்தில் இருக்கும் அந்த ஐந்து வயது குழந்தையின் புகைப்படத்தை கடைசியாக பார்ப்பதற்காக அதை அப்படியே நிறுத்தினார். இன்று காலை சியன்னாவிடம் காணப்பட்ட விசித்திரமான பண்பை வைத்துப் பார்க்கும்போது அவள் புதிரானவளாகவும், கனவினால் தூண்டப்பட்ட தேவதையாகவும் தோற்றமளித்தது விநோதமான பொருத்தம்தான் என்பதை லேங்டன் ஒப்புக்கொள்ளத்தான் வேண்டியிருந்தது. அந்த நாடகத்தில் வரும் கதாபாத்திரங்களைப் போன்று அப்படியே எழுந்து உட்கார்ந்து, தன்னுடைய மிகச் சமீபத்திய அனுபவங்கள் அனைத்தும் கனவுகளே என்று நடிக்க முடியுமானால் எப்படி இருக்கும் என்பதே லேங்டனின் அப்போதைய ஒரே ஆசை.

காகிதக் கத்தரிப்புகள் அனைத்தையும் மீண்டும் அதே பக்கத்தில் கவனத்துடன் வைத்த லேங்டன் அந்த நோட்டுப் புத்தகத்தை மூடினார். அந்த அட்டையில் இருந்த குறிப்பை அவர் மீண்டும் பார்த்தபோது ஓர் எதிர்பாராத துயரம் தோன்றுவதை அவரால் உணர முடிந்தது: ***அன்பே, நீ ஒரு அற்புதம் என்பதை மறந்துவிடாதே.***

அந்த நுழைவுச்சீட்டின் அட்டையை அலங்கரித்துக் கொண்டிருந்த பிரபலமான குறியீட்டின் மீது அவர் கண்கள் சென்றன. அது உலகம் முழுவதிலும் இருந்த பெரும்பாலான நாடக நுழைவுச்சீட்டுகளை அலங்கரித்த ஆரம்பகால அதே கிரேக்க படக் குறியீடு — 2,500 ஆண்டு பழமைவாய்ந்த குறியீடான அது நாடக அரங்குகளுக்கான மறுபெயராகவே மாறியிருந்தது.

லெ மஷேர்

இன்பியலும் துன்பியலும் கொண்ட பிரத்யேக முகங்கள் தன்னை உற்று நோக்கும் அந்தப் படத்தை லேங்டன் பார்த்தார். திடீரென்று அவர் காதுகளில் ஒரு விநோதமாக ஹம்மிங் ஒலி கேட்டது — ஒரு கம்பியானது தன்னுடைய மனதின் உள்ளே இருந்து மெதுவாக வெளியே இழுக்கப்படுவதைப் போல் அது இருந்தது. அவருடைய மண்டையோட்டிற்கு உள்ளிருந்து குத்தலான வலி தோன்றியது. அந்த முகமூடிகளின் தோற்றங்கள் அவர் கண்களின் முன்னே மிதந்தன. பெருமூச்சுவிட்ட லேங்டன் தன்னுடைய கைகளை உயர்த்தினார். மேசை நாற்காலியில் அமர்ந்த அவர் தன்னுடைய கண்களை இறுக்க மூடிக்கொண்டு, மண்டையோட்டை பிடித்துக்கொண்டார்.

அவருக்குண்டான இருளில் அந்த விசித்திரமான காட்சிகள் பெரும் சீற்றத்துடன் வெளிப்பட்டன... உச்சகட்ட வண்ண மயமான காட்சிகள்.

வெள்ளி முடிகொண்ட தாயத்து அணிந்த அந்தப் பெண் ரத்தச் சிவப்பான ஆற்றின் மறுகரையில் இருந்து அவரை மீண்டும் அழைக்கிறாள். அவசரகதியிலான அந்த சத்தங்கள் நாற்றமெடுக்கும் காற்றைக் கிழித்துக்கொண்டு, கண்ணுக்கு எட்டிய தூரம்வரை வேதனையில் வதைபட்டு, சித்திரவதைக்கும் மரணத்திற்கும் ஆளாகிக்கொண்டிருப்போரின் அலறல்களைக் கடந்து தெளிவாக கேட்டது.

தேடிக் கண்டுபிடி! அந்தப் பெண் லேங்டனை அழைத்தாள். ***நேரம் கடந்துகொண்டிருக்கிறது!***

அவளுக்கு உதவவேண்டிய தேவையால் மீண்டும் லேங்டன் உந்தப்பட்டார்... எல்லோருக்கும் உதவுவதற்காகவும்தான். ரத்தச்சிவப்பான அந்த ஆற்றின் மறுகரையில் நின்றிருந்த அவளை நோக்கி அவர் கத்தினார். ***யார் நீ?***

மீண்டும் ஒருமுறை, அவரிடத்தில் வந்த அந்தப் பெண் தன்னுடைய முகத்திரையை விலக்கி லேங்டன் இதற்கு முன்னர் ஏற்கனவே பார்த்திருந்த அதே கவர்ந்திழுக்கும் முகத்தைக் காட்டினாள்.

நான்தான் உயிர், என்றாள் அவள்.

எந்தவித முன்னெச்சரிக்கையும் இன்றி, அவளுக்கு மேலே இருந்த வானத்தில் ஒரு பிரம்மாண்ட பிம்பம் தோன்றியது — கூர்முனைகொண்ட மூக்கும் இரண்டு பச்சைநிறக் கண்களுமாக அச்சுறுத்தக்கூடிய அந்த முகமூடி லேங்டனை அப்படியே உற்றுப் பார்த்தது.

நான்தான் மரணம், அந்தக் குரல் கர்ஜித்தது.

❑

8

லேங்டனின் கண்கள் சட்டென்று திறந்தன, அவர் மூச்சை ஆழமாக இழுத்து விட்டுக்கொண்டார். அவர் அப்போதும் சியன்னாவின் மேசையில்தான் கைகளில் தலைவைத்து அமர்ந்திருந்தார், அவருடைய இதயம் காட்டுத்தனமாக அடித்துக்கொண்டது.

எனக்கு என்ன இழவு நடந்துவிட்டது?

வெள்ளிநிற கேசம் கொண்ட பெண்ணின் பிம்பங்களும், அந்த கூர்மூக்கு கொண்ட முகமூடியும் அவருடைய மனதில் நீண்டநேரத்திற்கு அகலாமல் நீடித்திருந்தன. நான்தான் உயிர். நான்தான் மரணம். அவர் அந்தக் காட்சியை உதறித் தள்ளி விடத்தான் முயற்சி செய்தார். ஆனால் அது மனதில் ஒரு வடுவைப்போல் பதிந்துவிட்டதாக உணர்ந்தார். அவருக்கு முன்பாக இருந்த மேசையில் நுழைவுச் சீட்டின் இரண்டு முகமூடிகளும் அவரை உற்று நோக்கிக்கொண்டிருந்தன.

உங்களுடைய நினைவுகள் தெளிவற்றுப்போய், ஒழுங்கு குலைந்திருக்கும். கடந்தகாலம், நிகழ்காலம் மற்றும் கற்பனைகள் அனைத்தும் ஒன்றாக கலந்திருக்கும்.

லேங்டனுக்கு தலைசுற்றுவது போல் இருந்தது.

அந்த அபார்ட்மெண்ட்டின் ஏதோ ஒரு பகுதியில் ஒரு தொலைபேசி ஒலித்துக்கொண்டிருந்தது. குத்தலான, பழைய முறையிலான அந்த ஒலி சமையலறையில் இருந்து வந்துகொண்டிருந்தது.

“சியன்னா?” லேங்டன் எழுந்து நின்று அழைத்தார்.

பதில் இல்லை. அவள் இன்னும் திரும்பி வரவில்லை. இரண்டு அழைப்பொலிகளுக்குப் பின்னர் பதில்கூறும் இயந்திரம் செயல்படத் தொடங்கியது.

“ஹாய், நான்தான் பேசுகிறேன்” தன்னுடைய செய்தியில் சியன்னாவில் குரல் மகிழ்ச்சியாக அறிவித்தது.

பின்னர் ஒரு பீப் ஒலி கேட்டது, திகிலுற்றிருந்த ஒரு பெண் கெட்டியான கிழக்கு ஐரோப்பிய தொனியுடன் ஒரு செய்தியை விட்டிருந்தாள். அவளுடைய குரல் கூடத்தின் கீழேயும் எதிரொலித்தது.

“சியன்னா டெனிகோவா! நீ எங்கே இருக்கிறாய்?! உன்னுடைய நண்பர் டாக்டர் மார்கோனி இறந்துவிட்டார். மருத்துவமனையில் ஒரே அமளி! போலீஸ் வந்துள்ளது! ஒரு ***நோயாளியைக்*** காப்பாற்றுவதற்காக நீ தப்பிச்சென்றுவிட்டதாக சொல்கிறார்கள்! ஏன்!? உனக்குத்தான் அவரைத் தெரியாதே! இப்போது போலீஸ் உன்னிடம் பேசவேண்டும் என்கிறது! அவர்கள் ஊழியர் ஃபைலை எடுத்துச்சென்றுவிட்டனர்! தகவல் தவறானது என்று எனக்குத் தெரியும். மோசமான முகவரி, எண்கள் இல்லை, போலியான விசா. அதனால் இன்று அவர்களால் உன்னைக் கண்டுபிடிக்க முடியாது, ஆனால் விரைவில் கண்டுபிடித்துவிடுவார்கள்! நான் உன்னை எச்சரிக்க முயற்சிக்கிறேன். ஸாரி, சியன்னா.” அந்த அழைப்பு துண்டிக்கப் பட்டது.

ஒரு புத்தம்புதிய துயர அலை தன்னை விழுங்கிக் கொண்டிருப்பதை லேங்டன் உணர்ந்தார். அந்த செய்தி ஒலித்த விதத்தில் இருந்து டாக்டர் மார்கோனிதான் சியன்னாவை அந்த மருத்துவமனையில் வேலை செய்ய அனுமதித்திருக்கிறார் போல் இருக்கிறது. இப்போது, லேங்டன் அங்கு வந்தது மார்கோனியின் உயிரைப் பறித்து விட்டது. ஓர் அந்நியரைக் காப்பாற்ற சியன்னா எடுத்த முயற்சி அவளுடைய எதிர்காலத்தின் மீது மிக மோசமான தாக்கத்தை ஏற்படுத்தியிருக்கிறது.

அப்போதுதான் அந்த அபார்ட்மெண்ட்டின் அடுத்த முனையில் கதவு சாத்தப்படும் ஓசை கேட்டது.

அவள் வந்துவிட்டாள்.

ஒருகணம் கழித்து பதில்சொல்லும் இயந்திரம் அலறியது. “சியன்னா டெனிகோவா! நீ எங்கே இருக்கிறாய்?!”

சியன்னா முகத்தைச் சுருக்கினாள். சியன்னா எதைக்

கேட்டுக்கொண்டிருக்கிறாள் என்பது அவருக்குத் தெரியும். அந்த செய்தி ஒலித்துக்கொண்டிருந்தபோது லேங்டன் சட்டென்று அந்த நுழைவுச்சீட்டை அப்பால் வைத்துவிட்டு மேசையை சரி செய்தார். பின்னர் அந்தக் கூடத்தில் சற்று பின்வாங்கி பாத்ரூமிற்குள் நுழைந்த அவர் சியன்னாவின் கடந்தகாலத்தை எண்ணிப்பார்த்து அசௌகரியத்திற்கு ஆளானார்.

பத்து நொடிகள் கழித்து, பாத்ரூம் கதவு மென்மையாக தட்டப்பட்டது.

"கதவு கைப்பிடியில் உங்களுக்கான உடையை வைத்திருக்கிறேன்" என்ற சியன்னாவின் குரல் உணர்ச்சிகளால் கரகரத்திருந்தது.

"மிக்க நன்றி" என்றார் லேங்டன்.

"நீங்கள் உடை அணிந்துகொண்ட பின்னர் சமையலறைக்கு வாருங்கள். நாம் யாரையாவது அழைக்கும் முன்னர் நான் உங்களிடம் காட்டியாக வேண்டிய விஷயம் ஒன்று இருக்கிறது" என்றாள் அவள்.

அந்த அபார்ட்மெண்ட்டின் சிறிய படுக்கையறை நோக்கி கூடத்தில் சோர்வுடன் நடந்துகொண்டிருந்தாள் சியன்னா. பின்னர், உடை மாட்டப்பட்டிருக்கும் அலமாரியில் இருந்து ஒரு ஜோடி நீலநிற ஜீன்ஸ் ஆடை மற்றும் ஸ்வெட்டரை எடுத்துக் கொண்டு பாத்ரூம் நோக்கிச் சென்றாள்.

கண்ணாடியில் தெரிந்த தன்னுடைய பிம்பத்தின் மீது தன் பார்வையை நிலைநிறுத்திய அவள் தன்னுடைய கெட்டியான பொன்னிற குதிரைவால் கொண்டையில் இருந்த கிளட்சை நீக்கி விட்டு தன் வழுக்கைத் தலையில் இருந்து விடுவித்த விக்கை கையில் எடுத்தாள்.

முப்பத்தி இரண்டு வயதான அந்தப் பெண் தன்னுடைய பின்பகுதியை அந்தக் கண்ணாடியில் உற்று நோக்கினாள்.

சியன்னா தன் வாழ்க்கையில் எதிர்கொள்ளாத சவால்கள் என்று எதுவும் மிச்சமில்லை. இருப்பினும் கடுமையான நிலையை கடந்துவருவதற்கு தன்னுடைய புத்திசாலித்தனத்தின் மீது நம்பிக்கை வைக்க அவள் தனக்குத்தானே பயிற்சியளித்திருக்கிறாள். அவளுக்கு தற்போது ஏற்பட்டுள்ள சிக்கலான சூழ்நிலை அவளுடைய ஆழமான உணர்ச்சிகளை உலுக்கியது.

அவள் அந்த விக்கை அப்பால் வைத்துவிட்டு தன்னுடைய முகத்தையும் கைகளையும் கழுவினாள். அவற்றை துடைத்த

பின்னர் தன்னுடைய உடைகளை மாற்றிக்கொண்டு விக்கை மாட்டிக்கொண்டு அதனை நேராக்கினாள். தன்னிரக்கத்தின் தூண்டுதலை சியன்னாவால் சகித்துக்கொள்ள முடிந்ததில்லை. ஆனால் தற்போது, கண்ணீர் மிக ஆழத்திலிருந்து பெருக்கெடுக்கும் போது அவற்றை அனுமதிப்பதைத் தவிர வேறு வழியில்லை என்பதும் அவளுக்குத் தெரியும்.

அவள் அப்படித்தான் செய்தாள்.

தன் கட்டுப்பாட்டில் இல்லாத தன் வாழ்க்கைக்காக அவள் அழுதாள்.

தன்னுடைய வழிகாட்டி தன் கண் முன்னால் மடிந்ததற்காக அவள் அழுதாள்.

தன் இதயத்தில் நிரந்தரமாக குடியேறிவிட்ட தனிமையை நினைத்து அவள் அழுதாள்.

ஆனால், எல்லாவற்றுக்கும் மேலாக அவள் எதிர்காலத்திற்காக அழுதாள்... அது சட்டென நிச்சயமற்று தெரிந்தது.

❏

9

மெண்டாசியம் சொகுசு கப்பலின் கீழ் தளத்தில் தன்னுடைய மூடித் திரையிடப்பட்ட கண்ணாடி அறைக்குள் அமர்ந்திருந்த லாரன்ஸ் நோல்டன், அவர்களுடைய கிளைண்ட் சற்று முன்னர் காட்டிய வீடியோவைப் பார்த்த பின்னரும் தன்னுடைய கம்ப்யூட்டர் மானிட்டரை அவநம்பிக்கையுடன் உற்றுப்பார்த்துக்கொண்டிருந்தார்.

நான் நாளை காலை இந்த வீடியோவை மீடியாவிற்கு அனுப்ப வேண்டியுள்ளது இல்லையா?

கன்சார்ட்டியத்தில் பத்து வருடங்கள் இருந்த பின்னர், ஏதோ ஒரு வகையில் நேர்மையற்றது மற்றும் சட்டவிரோதமானது என்ற பிரிவுகளுக்கு கீழே வந்துவிடக்கூடிய அனைத்துவிதமான விநோத வேலைகளையும் அவர் செய்து முடித்திருக்கிறார். அறம்சாராத நீதிகளுக்குள் வேலை செய்வதென்பது கன்சார்ட்டியத்தில் பொதுவான ஒரு விஷயம். அந்த நிறுவனத்தின் ஒரே அறம்சார் நீதி என்ன வென்றால், கிளைண்டிற்கு தாங்கள் அளித்த உறுதி மொழியை நிறைவேற்ற என்ன வேண்டுமானாலும் செய்யலாம் என்பதே.

நாம் கட்டளைகளுக்கு கீழ்படிகிறோம். எந்தக் கேள்வியும் கிடையாது. எது எப்படியானாலும் சரி.

இருப்பினும், இந்த வீடியோவை பதிவேற்றம் செய்வதற்கு உள்ள வாய்ப்புகளை நினைத்தபோது நோல்டனின் நிம்மதி குலைந்தது. கடந்தகாலத்தில் அவர் எத்தகைய விசித்திரமான விஷயங்களை

கையாண்டபோதும் அதைப்பற்றி எல்லாம் அவர் கவலைப்பட்டதில்லை. அதிலுள்ள காரண காரியங்களை அவர் எப்போதுமே புரிந்துகொண்டிருப்பார். அதிலுள்ள உள்நோக்கங்களை உணர்ந்து கொள்வார். வேண்டிய முடிவுகளுக்கு ஏற்ப நடந்துகொள்வார்.

இந்த வீடியோதான் அவரை தடுமாறச் செய்தது.

இதில் வேறு ஏதோ விஷயம் இருக்கிறது.

மிகவும் வேறுபட்டது.

தன்னுடைய கம்ப்யூட்டருக்கு பின்னால் அமர்ந்திருந்த நோல்டன் அந்த வீடியோ ஃபைலை மீண்டும் இயக்கினார். இரண்டாவது முறை பார்த்தால் அது இன்னும் தெளிவாக புரியலாம் என்று நம்பினார். ஒலியின் அளவை கூட்டிவைத்துவிட்டு அந்த ஒன்பது நிமிட வீடியோவைப் பார்ப்பதற்காக இருக்கையில் அமர்ந்தார்.

தெய்வீகத்தன்மையுள்ள சிவப்பு ஒளியில், ஒரு குகையில் நிரம்பியிருக்கும் விசித்திரமான நீரில் எல்லோரும் குளித்துக் கொண்டிருக்கும்போது தண்ணீரை மென்மையாக தட்டும் ஓசையுடன் அந்த வீடியோ தொடங்கியது. பின்னர், அந்தக் கேமரா ஒளியூட்டப்பட்ட தண்ணீரின் மேல்பரப்பில் இருந்து கீழே இறங்கி அந்தக் குகையின் வண்டல் படிவுகளால் ஆன தரையைக் காட்டியது. அந்தக் காட்சியில், அந்தத் தரையுடன் இணைக்கப்பட்டிருந்த பலகையில் இருந்த உரையை நோல்டன் படித்தார்.

இந்த இடத்தில், இந்த நாளில்,

இந்த உலகம் நிரந்தரமாக மாறப்போகிறது.

கன்சார்ட்டியத்தின் கிளைண்ட் ஒருவர் கையெழுத்திட்டிருக்கும் அந்த பளபளப்பான தட்டு நிம்மதியைக் குலைப்பதாக இருந்தது. அந்த தேதி *நாளை*... அதுதான் நோல்டனை அதிகம் கவலைப்பட வைத்தது. இருப்பினும், அதனைத் தொடர்ந்து வந்த விஷயங்கள்தான் நோல்டனை இருக்கையின் நுனிக்குத் தள்ளியது.

இப்போது இடதுபக்கம் திரும்பிய கேமரா அந்தப் பலகைக்கு அருகாமையில் ஒரு பொருள் தொங்கிய நிலையில் இருப்பதைக் காட்டியது.

அங்கே, தரையுடன் ஒரு சிறிய குழாயினால் பிணைக்கப்பட்ட நிலையில் அசைந்தாடும் ஒரு மெல்லிய பிளாஸ்டிக் பை கிடந்தது. அதிகப்படியான அளவுள்ள சோப்புக் குமிழைப்போல் மிக

மெல்லியதாக அங்குமிங்கும் அசைந்தாடியபடி இருந்த அது ஒரு ஒளி ஊடுருவக்கூடிய மிதவையாக நீருக்கடியில் கிடக்கும் பலூனைப் போல் கிடந்தது... அதில் ஹீலியம் நிரப்பப்படவில்லை. ஆனால் ஏதோ ஒருவகையில் ஜெல்லி போன்ற, மஞ்சளும், பழுப்புமான திரவத்தால் நிரப்பப்பட்டிருந்தது. அந்த வடிவ மற்ற பை பருத்தும், ஒரு அடி சுற்றளவிலும் இருந்தது. அதன் ஒளி ஊடுருவும் தோலுக்குள்ளாக பளபளக்கும் நீர்மம் சுழன்று கொண்டிருந்தது. அதைப் பார்க்கையில் மெதுவாக பெரிதாகிக் கொண்டிருக்கும் ஒரு புயலின் கண்ணைப் போல் இருந்தது.

கடவுளே, நோல்டன் சில்லிட்டுப்போன அமைதியில் நினைத்துக்கொண்டார். சந்தேகத்திற்கிடமான அந்தப் பை இரண்டாவது முறை பார்க்கும்போது இன்னும் அச்சுறுத்தக் கூடியதாக இருந்தது.

மெதுவாக அந்த பிம்பம் கருமையடைந்தது.

ஒரு புதிய பிம்பம் தோன்றியது — அந்தக் குகையின் ஈரமான சுவர், காயலில் ஒளியூட்டப்பட்டிருந்த விளக்குகளின் அலையலையான பிரதிபலிப்புகள் அதில் தோன்றின. அந்தச் சுவற்றில் ஒரு நிழல் தோன்றியது. ஒரு மனித உருவம். அது அந்தக் குகையில் எழுந்து நின்றது.

ஆனால் அதனுடைய தலை வடிவமற்று காணப்பட்டது. மிக மோசமாக.

மூக்கிற்குப் பதிலாக ஒரு நீளமான கூம்பு மட்டுமே இருந்தது. அவன் ஒரு பாதி பறவையைப் போல் இருந்தான்.

அவன் பேசும்போது குரல் கரகரப்பாக இருந்தது. அவன் ஓர் அச்சுறுத்தும் தொனியில் பேசினான். அளந்துவைத்த லயம். அவன் ஏதோ ஒரு கூட்டுப்பாடலை விவரிப்பதை போல் இருந்தது.

அந்தக் கூம்பு மூக்குகொண்ட நிழல் பேசும்போது நோல்டன் அசைவின்றி அமர்ந்திருந்தார். அவ்வப்போது மூச்சுவிட்டார்.

நான்தான் நிழல்.

நீங்கள் இதைப் பார்க்கிறீர்கள் என்றால், என்னுடைய ஆன்மா இறுதி நித்திரைக்கு சென்றிருப்பதாக அர்த்தம்.

பாதாளத்திற்கு விரட்டப்பட்ட நான் பூமியின் அடி ஆழத்தில் இருந்துதான் இந்த உலகத்துடன் பேச வேண்டியிருக்கிறது. நட்சத்திரங்கள் எதையும் பிரதிபலிக்காத காயலின் ரத்தச்சிவப்பான நீர்நிலைக்கு அடியில் இருக்கும் இந்த பளபளப்பான குகையில்

நான் தஞ்சமடைந்திருக்கிறேன்.

ஆனால் இதுதான் என் சொர்க்கம்... என்னுடைய பலவீன மான குழந்தைக்கு மிகப்பொருத்தமான கருவறை.

நரகம்.

நான் எதை விட்டுச்செல்கிறேன் என்பதை நீங்கள் விரைவில் தெரிந்துகொள்வீர்கள்.

இப்போதும்கூட, என்னைத் துரத்திவரும் அப்பாவி ஆன்மாக்களின் காலடித்தடங்களை என்னால் உணர முடிகிறது... அவை என்னுடைய செயல்களை எந்தப் பயனும் இல்லாமல் நிறுத்தும் நோக்கம் கொண்டவை.

நீங்கள் வேண்டுமானால் சொல்லலாம், அறியாமல் செய்த காரியத்திற்காக அவர்களை மன்னித்துவிடு என்று. ஆனால், அறியாமை என்பது மன்னிக்கக்கூடிய குற்றமல்ல எனும் காலம் வரலாற்றில் தோன்றிவிட்டது. மன்னிப்பதற்கான அதிகாரம் ஞானத்திற்கு மட்டுமே இருக்கிறது என்ற காலம் வந்தவிட்டது.

தூய்மையான மனசாட்சியுடன், நம்பிக்கையின், விமோச் சனத்தின், நாளை என்பதன் வரத்தை நான் உங்களிடமே விட்டுச் செல்கிறேன்.

இன்னும்கூட, என்னை ஒரு நாயைப்போல் வேட்டையாடத் துரத்துபவர்கள் நான் ஒரு பைத்தியக்காரன் என்ற சுயமாக நியாயப்படுத்திக்கொண்ட நம்பிக்கையால் உந்தப்பட்டவர்களே. ஒரு வெள்ளிநிற கேசம்கொண்ட அழகி என்னை ஓர் அரக்கன் என்று அழைத்தாள்! கோபர்நிகஸின் மரணத்திற்கு ஆதரவளித்த மதகுருமார்களைப் போன்று அவள் என்னை சாத்தான் என்று பழிதூற்றுகிறாள். நான் உண்மையைக் கண்டுவிட்டேன் என்று பதறுகிறாள்.

ஆனால்,

நான் தீர்க்கதரிசியல்ல.

நான் உன்னுடைய மீட்பு.

நான்தான் நிழல்.

❑

10

"உட்காருங்கள்" என்றாள் சியன்னா. "நான் உங்களிடம் சில விஷயங்கள் கேட்க வேண்டியிருக்கிறது."

லேங்டன் சமையலறைக்குள் நுழைந்தபோது தன்னுடைய பாதங்கள் மிகவும் உறுதிப்பட்டிருப்பதை உணர்ந்தார். தனக்கு நன்றாகப் பொருந்தக்கூடிய பக்கத்து வீட்டுக்காரரின் பிரையோனி சூட்டை அணிந்திருந்தார். அவை வசதியானவையாக இருந்தாலும், வீட்டிற்கு சென்றவுடன் இத்தாலிய காலணிகளை அணிந்துகொள்ள வேண்டும் என்று லேங்டன் மனதில் குறித்துவைத்துக்கொண்டார்.

நான் வீட்டிற்கு சென்றால், என்றும் நினைத்துக் கொண்டார்.

இயல்பான அழகுடன் இருந்த சியன்னா உருமாற்றம் பெற்றிருந்தாள். இறுக்கமான ஜீன்ஸில் கிரீம் நிற ஸ்வெட்டர் அணிந்திருந்தாள். அவை இரண்டுமே அவளது வளைவுநெளிவான உருவத்திற்குக் கூடுதல் அழகு சேர்ப்பதைப் போல் இருந்தது.

"என்னை மன்னிக்கவேண்டும் சியன்னா. நான் அந்த தொலைபேசி செய்தியைக் கேட்டேன். எனக்கு என்ன சொல்வதென்று தெரியவில்லை."

"நன்றி" என்றாள் அவள். "ஆனால் இப்போது உங்கள் மீதுதான் கவனம் செலுத்த வேண்டும். உட்காருங்கள்."

இப்போது உறுதியுடன் காணப்பட்ட

அவளுடைய பேச்சு, சற்று முன்பு அவளுடைய மேதைமை பற்றியும் வயதுக்கு மீறிய குழந்தைப்பருவம் பற்றியும் லேங்டன் படித்தவற்றோடு இசைந்துபோனது.

"நீங்கள் ஒரு விஷயத்தைப் பற்றி யோசித்துப் பார்க்க வேண்டும்" என்ற சியன்னா அவரை உட்காரும்படி சைகை காட்டினாள். "நாம் இந்த அபார்ட்மெண்ட்டிற்கு எப்படி வந்தோம் என்று உங்களுக்கு நினைவில் இருக்கிறதா?"

அது எப்படிப் பொருத்தமானது என்று லேங்டனுக்கு உறுதியாக தெரியவில்லை. "டாக்ஸி" என்றார் மேசையில் அமர்ந்தபடியே. "நம்மை யாரோ சுட்டார்களே."

"*உங்களை* சுட்டார்கள், புரபஸர். நாம் அதை தெளிவுபடுத்திக் கொள்வோம்."

"ஆமாம். ஸாரி."

"காரில் அமர்ந்திருக்கும்போது துப்பாக்கி சுடும் சத்தம் ஏதாவது உங்களுக்கு கேட்டதா?"

விநோதமான கேள்வி. "ஆமாம், அவர்கள் இரண்டுபேர் இருந்தார்கள். ஒருவர் பக்கவாட்டு கண்ணாடியில் சுட்டார். மற்றொருவர் முன்பக்க ஜன்னலை உடைத்தார்."

"நல்லது, இப்போது உங்கள் கண்களை மூடிக்கொள்ளுங்கள்."

தன்னுடைய நினைவாற்றல் பரிசோதனைக்கு உட்படுத்தப் படுவதை லேங்டன் உணர்ந்துகொண்டார். அவர் தன் கண்களை மூடினார்.

"நான் இப்போது என்ன அணிந்திருக்கிறேன்?"

லேங்டனால் அவளை முழுமையாக காண முடிந்தது. "கருப்புக் காலணிகள், நீலநிற ஜீன்ஸ், அப்புறம் வீ வடிவ கழுத்துடைய கிரீம் நிற ஸ்வெட்டர். உன்னுடைய கூந்தல் பொன்னிறம், தோள் அகலமானது, பின்னோக்கி அமர்ந்திருக்கிறாய். உன் கண்கள் பழுப்பு நிறம்."

லேங்டன் கண்களைத் திறந்து அவளை ஆராய்ந்தார். பின்னர் தன்னுடைய பார்வை நினைவாற்றல் இயல்பாக செயலாற்றுவதை நினைத்து மகிழ்ந்தார்.

"நல்லது. உங்களுடைய பார்வை நினைவாற்றல் திறன் பிரமாதமாக இருக்கிறது. அது உங்களுடைய அம்னீஷியா முழுமையாக பின்வாங்கிவிட்டதைக் காட்டுகிறது. அத்துடன் நினைவாற்றலை ஏற்படுத்தும் நிகழ்முறையில் உங்களுக்கு நிரந்தர

நரகம் ❖ 77

சேதம் எதுவும் ஏற்பட்டுவிடவில்லையே?"

"இல்லை. துரதிர்ஷ்டவசமாக, நீ இங்கிருந்து சென்றபின்னர் மற்றொரு காட்சி தோன்றத்தான் செய்தது."

முகத்திரையணிந்த அந்தப் பெண், இறந்தவர்கள் குவியல், R என்று குறியிடப்பட்ட பாதி புதைக்கப்பட்ட நிலையில் துடித்துக்கொண்டிருந்த கால்கள் போன்றவை தோன்றுகின்ற மதிமயக்கம் செய்யும் காட்சி மறுமுறை தோன்றியதைப் பற்றி லேங்டன் அவளிடம் கூறினாள். பின்னர் வானத்தில் தொங்கிக் கொண்டிருந்த அந்த விசித்திரமான, கூம்புமூக்கு முகமூடி அணிந்தவனைப் பற்றியும் கூறினார்.

"ஆமாம், அது இதைத்தான் கூறியது."

"சரி... அது 'நான்தான் விஷ்ணு, உலகங்களை அழிக்க வல்லவன்' என்பதைப்போல் இருக்கிறதே."

முதல் அணுகுண்டை வெடித்து பரிசோதனை செய்தபோது ராபர்ட் ஓபன்ஹைமர் சொன்னதைத்தான் அந்த இளம்பெண் மேற்கோளாக கூறியிருக்கிறாள்.

"அப்புறம், இந்த கூம்புமூக்கு... பச்சைநிற கண்களுள்ள முகமூடியா?" என்ற சியன்னா புதிரடைந்தவள் போல் காணப் பட்டாள். "உங்களுடைய மனம் ஏன் அந்த பிம்பத்துடன் ஒன்றிணைகிறது என்பது பற்றி உங்களுக்கு ஏதேனும் தெரியுமா?"

"தெரியவே தெரியாது, ஆனால் அப்படிப்பட்ட முகமூடிகள் மத்திய காலங்களில் சாதாரணமானவையாக காணப்பட்டன," என்று சற்று இடைவெளிவிட்டார் லேங்டன். "அதனை பிளேக் மாஸ்க் என்பார்கள்."

சியன்னா அச்சமடைந்து காணப்பட்டாள். "பிளேக் மாஸ்க்கா?"

லேங்டன் அதைப்பற்றி விளக்கினார். தன்னுடைய குறியீட்டியல் உலகில், 1300ஆம் ஆண்டுகளில் ஐரோப்பாவை உலுக்கிய பிளாக் டெத் எனப்படும் பிளேக் நோயைக் குறிக்க அந்த பிரத்யேக கூம்புமூக்கு முகமூடி பயன்படுத்தப்படுகிறது. அப்பிரதேசத்தில் அது மக்கள்தொகையில் மூன்றில் ஒரு பங்கினரை பலிவாங்கியது. திசுக்கள் சிதைந்து அழிவது மற்றும் தோலுக்கு கீழே ரத்தப்போக்கு ஏற்படுவது மூலமாக பலியாகிறவரின் சதையானது கருமையடைவதைக் குறிக்கும் விதமாக **பிளாக்** டெத் என்பதில் உள்ள பிளாக் பயன்படுத்தப்பட்டுள்ளதாகத்தான் பலரும் நினைக்கிறார்கள். ஆனால் பிளாக் என்ற இந்த வார்த்தை

மக்களிடையே மிக வேகமாகப் பரவிய ஆழ்ந்த உணர்ச்சி ரீதியான பீதிக்கான குறியீடு என்பதாகவே பயன்படுத்தப்பட்டிருந்தது.

“அந்த நீளமான கூம்புமூக்கு முகமூடியை, தொற்று ஏற்பட்டவர்களுக்கு சிகிச்சையளித்த மத்தியகால பிளேக் மருத்துவர்கள் தங்களுடைய மூக்கிற்கு அருகாமையில் பாதிக்கப்பட்டவர்கள் வராமல் பார்த்துக்கொள்ளும் வகையில் அணிந்திருந்தனர். இப்போதெல்லாம் நீங்கள் அதை வெனிஸ் கார்னிவெலின்போது மட்டுமே பார்க்க முடியும், அதுவும்கூட இத்தாலியின் வரலாற்றில் ஏற்பட்ட அந்த சோகமான காலகட்டத்தை நினைவுபடுத்தத்தான்.”

“உங்களுக்குத் தெரிந்த காட்சிகளில் இந்த முகமூடிகளுள் ஒன்றை நீங்கள் பார்த்ததாக சொன்னீர்களே?” என்ற சியன்னா வின் குரலில் தற்போது கொஞ்சம் நடுக்கம் தெரிந்தது. “அந்த மத்தியகால பிளேக் டாக்டர் முகமூடி பற்றி?”

லேங்டன் தலையசைத்தார். ***ஒரு கூம்புமூக்கு முகமூடி தவறு செய்வதில்லை.***

சொல்லவேண்டிய ஒரு கெட்ட செய்தியை தன்னிடம் பக்குவமாக எடுத்துச் சொல்ல சியன்னா முயற்சிக்கிறாள் என்பதை லேங்டன் உணர்ந்துகொள்ளும் வகையில் அவள் தன்னுடைய புருவங்களை குறுக்கினாள். “அந்தப் பெண் உங்களிடம் ‘தேடிக் கண்டுபிடி’ என்று சொல்லிக்கொண்டே இருந்தாளா?”

“ஆமாம். முன்பு செய்தது போலவேதான். ஆனால் நான் எதைத் தேடவேண்டும் என்பதே எனக்குத் தெரியவில்லை என்பதுதான் பிரச்சினை.”

சியன்னா ஒரு நீண்ட பெருமூச்சுவிட்டாள், அவளுடைய தோற்றம் சற்று தீவிரமானதாக இருந்தது. “எனக்குத் தெரியும் என்று நினைக்கிறேன். இன்னும் சொல்லப்போனால்... நீங்கள் அதைக் கண்டுபிடித்துவிட்டீர்கள் என்றும் சொல்லலாம்.”

லேங்டன் முறைத்தார். “நீ எதைப்பற்றிப் பேசுகிறாய்?”

“ராபர்ட், நேற்றிரவு நீங்கள் மருத்துமனைக்கு வந்தபோது உங்களுடைய மேல்கோட்டுப் பையில் வழக்கத்திற்கு மாறான ஒன்றை வைத்திருந்தீர்கள். அது என்ன என்று உங்களுக்கு நினைவிருக்கிறதா?”

லேங்டன் தலையைக் குலுக்கினார்.

“நீங்கள் ஒரு பொருளை வைத்திருந்தீர்கள்... அது ஒரு

அச்சுறுத்தும் பொருள். நாங்கள் உங்களை சுத்தம் செய்யும் போதுதான் அதை எதேச்சையாக கண்டெடுத்தேன்." அவள் மேசையில் வைக்கப்பட்டிருந்த லேங்டனின் ஹாரீஸ் டிவீட் ஜாக்கெட்டை எடுத்தாள். "இதுதான் பையில் இருந்தது. அதை நீங்களே பாருங்கள்."

நிச்சயமின்மையுடன் லேங்டன் தன்னுடைய பையைப் பார்த்தார். ***அவள் ஏன் அத்தனை அமளியிலும் என்னுடைய மேல்கோட்டை எடுக்கச் சென்றாள் என்று இப்போதுதான் புரிகிறது.*** ரத்தக்கறை தோய்ந்த தன்னுடைய கோட்டை எடுத்த அவர் எல்லா பாக்கெட்டுகளையும் ஒன்றன்பின் ஒன்றாக துழாவினார். எதுவுமில்லை. அவர் மீண்டும் தேடிப்பார்த்தார். இறுதியாக அவர் அவளிடம் அந்தக் கோட்டைப் பிதுக்கிக் காட்டினார். "இங்கே எதுவுமில்லை."

"ரகசிய பாக்கெட்டில் பார்த்தீர்களா?"

"என்ன? என்னுடைய கோட்டில் ரகசிய பாக்கெட் கிடையாதே."

"இல்லையா?" அவள் புதிரடைந்து காணப்பட்டாள். "அப்படியென்றால்... இது வேறொருவருடையதா?"

லேங்டனின் மூளை மீண்டும் குழப்பமுற்றது. "இல்லை, இது ***என்னுடைய*** மேல்கோட்டுதான்."

"நிச்சயமாகவா?"

நிச்சயமாகத் தெரியும். சொல்லப்போனால் இதுதான் என்னுடைய விருப்பமான கெம்பர்லி, என்று நினைத்துக் கொண்டார்.

அவர் அதன் தையலை மடித்து, ஃபேஷன் உலகில் காணப் படும் தன்னுடைய விருப்பமான குறியீட்டை சுமந்திருக்கும் லேபிளை சியன்னாவிடம் காட்டினார் — ஹாரீஸ் டிவீடின் குறியீட்டு கோளமானது பதிமூன்று பொத்தான்கள் போன்ற ஆபரணங்களால் அலங்கரிக்கப்பட்டு, அதன் மேல் மால்டிஸ் சிலுவை வரையப்பட்டிருந்தது.

"இதைப் பார்" என்றார் லேங்டன், கையால் எம்ப்ராய்டரி செய்யப்பட்ட *R.L.* என்ற எழுத்துகள் லேபிளில் சேர்க்கப் பட்டிருப்பதை சுட்டிக்காட்டினார். அவர் எப்போதுமே ஹாரீஸ் டிவீடின் கையால் ஆன மாடல்களையே விரும்புவார். அந்தக் காரணத்தினாலேயே தன்னுடைய பெயரின் முதலெழுத்துகளை லேபிளில் தைப்பதற்கு கூடுதல் பணம் தந்திருக்கிறார். கல்லூரி

வளாகத்தில் நூற்றுக்கணக்கான டிவீட் ஜாக்கெட்டுகள் உணவருந்தும் இடத்திலும், வகுப்பறைகளிலும் கிடக்கும். அவற்றை மேம்போக்கான அலட்சியத்துடன் மாற்றி எடுத்துக்கொள்வதில் லேங்டனுக்கு விருப்பமில்லை.

"நான் உங்களை நம்புகிறேன். இப்போது நீங்களே பாருங்கள்" என்ற அவள் அவரிடமிருந்து அந்த ஜாக்கெட்டை வாங்கிக்கொண்டாள்.

அந்த ஜாக்கெட்டின் பின்பக்க கழுத்திற்கு அருகாமையில் இருந்த தையலை வெளிப்படுத்த சியன்னா அதனை மேலும் திறந்தாள். இதோ, இங்கே தந்திரமாக மறைக்கப்பட்டிருக்கும் இந்தத் தையலில் ஒரு பெரிய, நேர்த்தியுடன் செய்யப்பட்ட ஒரு பாக்கெட் இருந்தது.

என்ன இழவு இது?!

லேங்டன் அதை நிச்சயம் இதற்கு முன்பு பார்த்ததே இல்லை.

அந்தப் பாக்கெட் மறைமுகமாக தையலிடப்பட்டிருந்தது நேர்த்தியாக தைக்கப்பட்டிருந்தது.

"இதற்கு முன்பு அது அங்கே இல்லை!" லேங்டன் வற்புறுத்தினார்.

"அப்படியென்றால் நீங்கள் *இதை* ஒருபோதும் பார்த்ததே இல்லை என்றுதான் நான் கற்பனை செய்துகொள்ள வேண்டுமா?" அந்தப் பைக்குள் கைவிட்ட சியன்னா ஒரு மெல்லிய உலோகப் பொருளை அதனுள் இருந்து வெளியே எடுத்தாள். அதை பக்குவமாக லேங்டனின் கையில் கொடுத்தாள்.

லேங்டன் முழு குழப்பத்துடன் அந்தப் பொருளை உற்றுப்பார்த்தார்.

"இது என்னவென்று தெரியுமா?" என்றாள் சியன்னா.

"இல்லை..." அவர் தடுமாறினார். "நான் இதுபோன்ற ஒன்றை பார்த்ததே இல்லை."

"சரிதான், துரதிர்ஷ்டவசமாக, இது என்னவென்று *எனக்குத்* தெரியும். யாரோ ஒருவர் உங்களைக் கொல்ல நினைப்பதற்கு இதுதான் காரணம் என்றும் என்னால் நிச்சயம் சொல்ல முடியும்."

மெண்டாசியத்தில் உள்ள தன்னுடைய தனியறையில் அமர்ந்திருந்த அதிகாரி நோல்டன், நாளை காலை தான் இந்த உலகத்துடன் பகிர்ந்துகொள்ள வேண்டியுள்ளதாக கருதப்படும்

வீடியோ குறித்த பதைபதைப்பு தன்னுள் அதிகரித்துவருவதை உணர்ந்துகொண்டார்.

நான்தான் நிழல்?

இந்த குறிப்பிட்ட கிளைண்ட் கடந்த சில மாதங்களாக மனநிலைக் கோளாறுகளுக்கு ஆளாகியிருந்தார் என்ற புரளி சுற்றி வந்தது. ஆனால் இந்த வீடியோவைப் பார்க்கும்போது அந்தப் புரளிகள் எல்லாவிதமான சந்தேகங்களுக்கும் அப்பாற்பட்டு உண்மைதான் என்று தோன்றியது.

தனக்கு இரண்டு வாய்ப்புகள் இருப்பது நோல்டனுக்கு தெரியும். வாக்குறுதி அளித்தது போல் அந்த வீடியோவை நாளைக்கு அனுப்பி வைப்பதற்கான தயாரிப்புகளை மேற்கொள்ள வேண்டும், அல்லது மறுபரிசீலனைக்காக அதனை மேல்தளத்தில் உள்ள தலைவரிடம் எடுத்துச்செல்ல வேண்டும்.

எனக்கு அவருடைய அபிப்ராயம் என்னவென்று முன்னமே தெரியும், நோல்டன் நினைத்துக்கொண்டார். கிளைண்ட்டிடம் அளித்த உறுதிமொழியைத் தவிர வேறு எந்த செயலிலும் தலைவர் இறங்கியதாக அவர் கேள்விப்பட்டதுகூட கிடையாது. ***எந்தக் கேள்வியும் கேட்காமல் அந்த வீடியோவை பதிவேற்றம் செய்யும்படிதான் அவர் என்னிடம் சொல்வார்... இதைக் கேட்டதற் காகவே அவர் என் மீதும் கோபம்கொள்வார்.***

நோல்டன் மீண்டும் அந்த வீடியோவில் கவனம் செலுத்தினார். தான் கவனிக்காத பகுதியைப் பார்ப்பதற்காக அதை மீண்டும் ஓட விட்டார். அவர் பிளேபேக் செய்யத் தொடங்கினார். தண்ணீர் சலசலக்கும் ஓசைகள் கலந்த, விசித்திரமாக ஒளியூட்டப்பட்ட அந்தக் குகை மீண்டும் தோன்றியது. மனித உருவில் இருந்த அந்த நிழல் நீர் சொட்டிக்கொண்டிருக்கும் அந்தச் சுவற்றில் பெரிதாக வளர்ந்தது — ஓர் உயரமான மனிதன் நீளமான, பறவைபோன்ற கூம்பு மூக்குடன்.

கரகரத்த குரலில் அந்த உருவமற்ற நிழல் பேசியது:

இவைதான் புதிய இருள் யுகங்கள்.

பல நூற்றாண்டுகளுக்கு முன்னர், ஐரோப்பா அதற்கேயுரிய ஆழ்ந்த துயரத்தில் வீழ்ந்து கிடந்தது. மக்கள்தொகை பெருகிப்போனது, பசி பட்டினி, அவர்கள் பாவத்திலும் அவநம்பிக்கையிலும் உழன்று கிடந்தார்கள். அவர்கள் ஓர் அடர்த்தியான காட்டைப்போல் நெருக்கியடித்து வாழ்ந்து கொண்டிருந்தனர். பட்டுப்போன மரங்களால் மூச்சுத்திணறினர். கடவுளின் மின்னல் வீச்சுக்காக காத்திருந்தனர். இறுதியில் தோன்றிய ஒரு தீப்பொறியால் உருவான

நெருப்பு நிலங்களைக் கடந்து பட்டுப்போன மரங்களை அகற்றி மீண்டும் ஒருமுறை ஆரோக்கியமான வேர்களுக்கு ஒளியைக் கொண்டுவந்தது.

தேர்வு என்பதே கடவுளின் இயல்பான ஒழுங்கு.

உங்களை நீங்களே கேட்டுப்பாருங்கள், பிளாக் டெத்தை தொடர்ந்து நடந்தது என்ன?

நம் எல்லோருக்குமே விடை தெரியும்.

மறுமலர்ச்சி.

மறுபிறப்பு.

இது எப்போதுமே இப்படித்தான் நடந்திருக்கிறது. பிறப்பைத் தொடர்ந்து மரணம்.

மனிதன் சொர்க்கத்தை அடைய வேண்டுமானால் நரகத்தை கடந்துதான் ஆகவேண்டும்.

இதைத்தான், நம் தலைவர் நமக்கு கற்றுத்தந்தார்.

இனியும் அந்த வெள்ளிநிற கேசம்கொண்ட அப்பாவி என்னை அரக்கன் என்று அழைக்க துணிவுண்டா? அவள் எதிர்காலத்திற்கு உண்டான கணிதத்தை இன்னும் புரிந்துகொள்ளவில்லையா? அது தரப்போகும் பயங்கரத்தை புரிந்துகொள்ளவில்லையா?

நான்தான் நிழல்.

நான்தான் உன்னுடைய மீட்பு.

அதனால்தான் நான் இந்த ஆழமான குகைக்குள் நிற்கிறேன். நட்சத்திரம் எதையும் பிரதிபலிக்காத காயலை உற்று நோக்கிக் கொண்டிருக்கிறேன். இந்தப் பாதாளத்தில்தான் தண்ணீருக்கு அடியில் நரகம் கனன்றுகொண்டிருக்கிறது.

அது விரைவில் தணல்களாக வெடிக்கும்.

அப்படி நடக்கும்போது, பூமியில் உள்ள எதனாலும் அதை தடுத்து நிறுத்த முடியாது.

❏

11

லேங்டனின் கையில் இருந்த பொருள் அதன் அளவுக்கு மீறி கனமாக இருந்தது. மெல்லியதாகவும் மென்மையானதாகவும் இருந்த பாலிஷ் செய்யப் பட்ட அந்த உலோக உருளை ஆறு அங்குல நீளம் கொண்டதாக, இரண்டு முனைகளும் ஒரு மினியேச்சர் நீர்மூழ்கி கப்பல் குண்டைப்போல் வட்டமாக இருந்தது.

“அதை அப்படியே பார்த்துக்கொண்டிராமல் அதன் மறுபக்கத்தைப் பாருங்கள்” என்றாள் சியன்னா. அவரைப் பார்த்து சிரித்த அவள், “நீங்கள்தானே உங்களை குறியீட்டியல் பேராசிரியர் என்றீர்கள்?”

லேங்டன் மீண்டும் அந்த டியூபில் தன் கவனத்தைச் செலுத்தினார். பளிச்சென்ற சிவப்புக் குறியீடு தெரியும்வரை அதைத் தன் கைகளில் வைத்துத் திருப்பினார். அது தான் இருந்த பக்கத்தை பளிச்சிட்டது. சட்டென்று அவருடைய உடல் நடுக்கமுற்றது.

சில பிம்பங்களுக்கு மனித மனங்களில் உடனடி பயத்தை விதைக்கக்கூடிய ஆற்றல் உண்டு என்பது குறியீட்டியல் மாணவனாக இருக்கும்போதே லேங்டனுக்குத் தெரியும். ஆனால், அவருக்கு முன்னால் இருந்த அந்தக் குறியீட்டை நிச்சயம் அந்தப் பட்டியலில்தான் சேர்க்க வேண்டும்.

அவருடைய எதிர்வினை காரணகாரியமின்றியும் உடனடியாக வெளிப்பட்டதாகவும் காணப்பட்டது; அவர் அந்தக் குழாயை டேபிளில் வைத்துவிட்டு தன்னுடைய நாற்காலிக்குத் திரும்பினார்.

சியன்னா ஆமோதித்தாள். "ஆமாம், அதுதான் என்னுடைய எதிர்வினையும்கூட."

அந்தக் குழாயில் இருந்த குறியீடு ஒரு முப்பாக உருவம்.

இது மிகப்பிரபலமான குறியீடு, 1960களில் டொவ் கெமிக்கல்ஸ் நிறுவனம், அதற்கு முன்னர் பயன்படுத்தப்பட்ட வீரியமற்ற எச்சரிக்கைப் படங்கள் அனைத்தையும் மாற்றீடு செய்யும் விதமாக இதனை உருவாக்கியது என லேங்டன் படித்திருக்கிறார். வெற்றிகரமான எல்லாக் குறியீடுகளையும்போல் இது மிகவும் எளிமையான, தனித்துவமானதாகவும், சுலபத்தில் மறுதயாரிப்பு செய்யக்கூடியதாகவும் இருந்தது. எல்லாவற்றுடனும் புத்திசாலித்தனமாக இணைத்துப் பார்த்துவிடக்கூடிய "உயிரி–ஆபத்து" குறியீடான அது, எல்லா மொழிகளிலும் ஆபத்து என்பதைக் குறிப்பிடும் உலகளாவிய பிராண்ட் ஆகிவிட்டது.

"இந்த சிறிய கொள்கலன் ஒரு பயோடியூப்" என்றாள் சியன்னா. "மிக ஆபத்தான பொருள்களை எடுத்துச்செல்ல பயன்படுத்தப்படுகிறது. நாம் இதனை மருத்துவத் துறைகளில் அவ்வப்போது பார்த்திருப்போம். உட்புறத்தில் ஒரு நுரைத்த மேலுறை இருக்கும். அதற்குள் வேண்டிய பொருளை வைத்து பாதுகாப்பாக எடுத்துச் செல்லலாம். இந்த விஷயத்தைப் பொறுத்தவரை..." அவள் அந்த உயிரி–ஆபத்து குறியீட்டை சுட்டிக்காட்டினாள். "ஓர் ஆபத்தான ரசாயனப் பொருள்... அல்லது ஒரு... வைரஸ்?" என்று சற்று இடைவெளிவிட்டாள். "முதல் எபோலா வைரஸ் மாதிரிகள் இதுபோன்ற ஒரு டியூபில் தான் ஆப்பிரிக்காவில் இருந்து கொண்டுவரப்பட்டன."

இதைக் கேட்பதற்கு லேங்டன் கொஞ்சமும் விரும்பவில்லை. "என்னுடைய பாக்கெட்டில் அது என்ன செய்துகொண்டிருக்கிறது! நான் ஒரு கலை வரலாற்று பேராசிரியன்; நான் ஏன் இதை சுமந்துகொண்டிருக்க வேண்டும்?!"

துள்ளத்துடிக்கும் உடல்களின் வன்முறையான பிம்பங்கள் அவர் மனதில் பளிச்சிட்டன... அவற்றிற்கு மேல் அந்த பிளேக்

முகமூடி தொங்கிக்கொண்டிருந்தது.

வெரி ஸாரி... வெரி ஸாரி.

"இது எங்கிருந்து வந்திருந்தாலும் சரி" என்றாள் சியன்னா. "இது மிக முன்னேறிய தயாரிப்பு. ஈயம் பூசப்பட்ட டைட்டானியம். காட்சிபூர்வமாக இதனை ஊடுருவ முடியாது. கதிரியக்கத் தினாலும்கூட முடியாது. இது அரசாங்க விவகாரம் என்று நினைக்கிறேன்." அந்த உயிரி-ஆபத்து குறியீட்டில் அஞ்சல் தலை அளவுள்ள கறுப்பு பட்டை ஒன்று இருப்பதை அவள் சுட்டிக்காட்டினாள். "விரல்ரேகை அங்கீகரிப்பு. அது தொலைந்து போனாலோ அல்லது திருடப்பட்டாலோ உள்ளேயிருப்பதன் பாதுகாப்பு கருதி அவ்வாறு ஏற்பாடு செய்யப்பட்டிருக்கிறது. இதுபோன்ற குழாய்களை குறிப்பிட்ட நபர்களால் மட்டுமே திறக்க முடியும்."

தன்னுடைய மனம் தற்போது இயல்பான வேகத்தில் செயல்படுவதை லேங்டன் உணர்ந்துகொண்டாலும், புரிந்து கொள்வதற்கு போராடுவதை உணர்ந்தார். *நான் உயிரியல்ரீதியாக மூடப்பட்ட கொள்கலனை சுமந்துகொண்டிருக்கிறேன்.*

"உங்கள் ஜாக்கெட்டில் நான் இந்த கொள்கலனை கண்டெடுத்தபோது அதை நான் டாக்டர். மார்கோனியிடம் தனிப்பட்ட முறையில் காட்டவே நினைத்தேன். ஆனால் நீங்கள் எழுந்திருக்கும் முன்னர்வரை எனக்கு அதற்கான சந்தர்ப்பம் கிடைக்கவில்லை. நீங்கள் நினைவின்றி இருந்தபோது உங்களுடைய விரலை வைத்து முயற்சி செய்து பார்க்கலாமா என்றுகூட நான் நினைத்தேன். ஆனால், அந்தக் குழாயில் என்ன இருக்கிறது என்பது பற்றி எனக்கு எதுவும் தெரியாதே, மேலும் —"

"என் விரலா?!" லேங்டன் தலையைக் குலுக்கினார். "இதை *நான்* திறக்கும் வகையில் ஏற்பாடு செய்யப்பட்டிருக்க வாய்ப்பே இல்லை. எனக்கு உயிர்-ரசாயனம் பற்றி எதுவும் தெரியாது. என்னிடம் இதுபோன்ற ஒன்று இருந்ததே இல்லை."

"உறுதியாகவா?"

லேங்டன் மிக உறுதியாக கூறினார். அவர் அந்தக் குழாயிடம் சென்று அந்த விரல் அட்டையில் தன்னுடைய விரலை வைத்தார். எதுவும் நடக்கவில்லை. "பார்த்தாயா?! நான் சொன்னேனே —"

அந்த டைட்டானியம் டியூப் சத்தமாக கிளிக் ஒலி எழுப்பியது. அது எரிகிறதோ என்று நினைத்து லேங்டன் தன்னுடைய கையை

சட்டென்று உள்ளே இழுத்துக்கொண்டார். *அடப் பாவமே.* அந்தக் கொள்கலன் தன்னைத்தானே விடுவித்துக்கொண்டு, ஆபத்தான வாயுவை வெளியிடுகிறதோ என்பதுபோல் அவர் அதையே உற்றுப்பார்த்தார். மூன்று நொடிகளுக்குப் பின்னர், மீண்டும் கிளிக் ஒலி எழுப்பிய அது மறுபடியும் தன்னைத்தானே மூடிக்கொண்டது.

பேச்சற்றுப்போன லேங்டன் சியன்னாவை நோக்கித் திரும்பினார்.

அந்த இளம் டாக்டர் மூச்சுவிட மறந்து, உறைந்துபோய் பார்த்தாள். "சரிதான், இதை சுமந்துசெல்ல வேண்டிய நபர் நீங்கள்தான் என்பது தெளிவாகிறது" என்றாள்.

லேங்டனுக்கு அந்த முழு நிகழ்வுமே பொருத்தமற்றதாக தோன்றியது. "இதற்கு சாத்தியமே இல்லை. முதலாவதாக, இந்த உலோகத் துண்டை நான் எப்படி விமானத்துறை பாதுகாப்பு கெடுபிடிகளைத் தாண்டி எடுத்து வந்திருக்க முடியும்?"

"ஒருவேளை நீங்கள் தனி விமானத்தில் பறந்திருக்கலாமோ? அல்லது நீங்கள் இத்தாலிக்கு வந்த பின்னர் இது உங்களுக்குத் தரப்பட்டிருக்கலாமோ?"

"சியன்னா, நான் உடனடியாக தூதரகத்தை தொடர்பு கொண்டாக வேண்டும். உடனே."

"முதலில் நாம் இதை திறந்துபார்க்கலாம் என்று உங்களுக்குத் தோன்றவில்லையா?"

லேங்டன் தன்னுடைய வாழ்க்கையில் சில முட்டாள் தனமான அறிவுரைகளைப் பின்பற்றியிருக்கிறார். ஆனால் ஓர் ஆபத்தான பொருள் உள்ள கொள்கலனை இந்தப் பெண் ணின் சமையலறையில் வைத்து திறப்பதென்பது அவற்றில் ஒன்றாக இருந்துவிடக் கூடாது. "நான் இதை இப்போதே உரிய அதிகாரிகளிடம் ஒப்படைத்துவிடுகிறேன்."

சியன்னா தன்னுடைய வாயை மூடியபடி பலதரப்பட்ட வாய்ப்புகளைப் பற்றி தீவிரமாக யோசித்தாள். "சரி, நீங்கள் அப்படித் தான் செய்வேன் என்றால் உங்கள் வழியைப் பார்த்துக் கொள்ள வேண்டியது தான். என்னால் இதில் சம்பந்தப்பட முடியாது. நிச்சயம் அவர்களை நீங்கள் இந்த இடத்தில் வைத்து சந்திக்கவும் முடியாது. இத்தாலிய குடியேற்றத்துறை உடனான என்னுடைய விவகாரம் சிக்கலானது."

லேங்டன் சியன்னாவை கண்ணுக்குள் உற்று நோக்கினார்.

நரகம் ❖ 87

“சியன்னா, நீதான் என் உயிரைக் காப்பாற்றியிருக்கிறாய். இருப்பினும் நான்தான் இதை சரிசெய்ய வேண்டும் என்று நீ விரும்பினால் நானே பார்த்துக்கொள்கிறேன்.”

நன்றியுடன் தலையசைத்த அவள் ஜன்னலை நோக்கி நடந்தாள். கீழே இருந்த தெருவை வெறித்துப் பார்த்தாள். “இப்படித்தான் நாம் செய்தாக வேண்டும் என்றால் சரி.”

சியன்னா விரைவாக ஒரு திட்டத்தை வரைந்தாள். அது ஓர் எளிய, திறமையான, பாதுகாப்பான திட்டம்.

அவள் தன் செல்போனின் அழைப்பவர் அடையாளத்தை நிறுத்திவிட்டு டயல் செய்தபோது லேங்டன் காத்திருந்தார். அவளுடைய விரல்கள் துடிப்புடனும், தேவையான நோக்கத்துடன் அசைந்தன.

“சந்தாதாரர் தகவல்?” என்ற சியன்னா பிசிறில்லாத இத்தாலிய மொழியில் பேசினாள். “ஃப்ளோரன்சில் இருக்கும் அமெரிக்க தூதரகத்தின் தொலைபேசி எண் கிடைக்குமா?”

காத்திருந்த அவள் ஒரு தொலைபேசி எண்ணை விரைவாக எழுதிக்கொண்டாள்.

“மிக்க நன்றி” என்றபடி போனை வைத்தாள்.

சியன்னா தன்னுடைய செல்போன் எண்ணையும் எழுதி அதனை லேங்டனிடம் கொடுத்தாள். “இனிமேல் நீங்கள்தான் பார்த்துக்கொள்ள வேண்டும். என்ன சொல்ல வேண்டும் என்று நினைவிருக்கிறதா?”

“என் நினைவாற்றல் நன்றாகவே இருக்கிறது” என்று புன்னகையுடன் கூறியபடியே காகிதத்தில் இருந்த அந்த எண்ணை டயல் செய்யத் தொடங்கினார். அடுத்த முனை ஒலிக்கத் தொடங்கியது.

இன்னும் யாரும் அழைப்பை ஏற்கவில்லை.

அவர் அந்த அழைப்பை ஸ்பீக்கரில் போட்டு சியன்னா கேட்கும்படி மேசை மீது வைத்தார். பதிவு செய்யப்பட்ட செய்தி பதிலளித்தது. தூதரக சேவைகள் குறித்த விவரங்களை தெரிவித்த பின்னர் காலை 8.30 மணிக்கு முன்பாக வேலை நேரம் தொடங்காது என்பதையும் தெரிவித்தது.

லேங்டன் செல்போனில் இருந்த கடிகாரத்தைப் பார்த்தார். அப்போது காலை 6 மணியே ஆகியிருந்தது.

“மிகவும் அவசரம் என்றால்” தானியங்கி பதிவு கூறியது,

“இரவு நேர அதிகாரியிடம் பேசுவதற்கு நீங்கள் ஏழு—ஏழு என்ற எண்ணை அழைக்கலாம்.”

லேங்டன் உடனடியாக அந்த நீட்டிப்பு எண்ணை டயல் செய்தார்.

அந்தத் தொடர்பு மீண்டும் ஒலித்தது.

“அமெரிக்க தூதரகம்” ஒரு சோர்வுற்ற குரல் பேசியது. “அதிகாரிகள் வெளியே சென்றிருக்கிறார்கள்.”

“ஆங்கிலத்தில் பேசலாமா?” லேங்டன் கேட்டார்.

“பேசலாம்” என்ற அந்த ஆள் அமெரிக்க ஆங்கிலத்தில் பேசினார். தூக்கத்தில் எழுப்பப்பட்டதால் அவர் பேச்சு எரிச்சலுற்று தெளிவற்றிருந்தது. “உங்களுக்கு என்ன உதவி வேண்டும்?”

“நான் ஃப்ளோரன்ஸிற்கு வந்திருக்கும் அமெரிக்கன். நான் தாக்கப்பட்டிருக்கிறேன். என் பெயர் ராபர்ட் லேங்டன்.”

“பாஸ்போர்ட் எண்ணைத் தாருங்கள், ப்ளீஸ்.” அந்த ஆள் நன்றாக கேட்கும்படியாகவே கொட்டாவி விட்டான்.

“என்னுடைய பாஸ்போர்ட் தொலைந்துவிட்டது. அது திருடுபோய்விட்டதோ என்று நினைக்கிறேன். என் தலையில் சுட்டிருக்கிறார்கள். நான் மருத்துவமனையில் இருக்கிறேன். எனக்கு உதவி வேண்டும்.”

அந்த அட்டெண்டண்ட் சட்டென்று விழித்துக்கொண்டான். “சார்!? நீங்கள் சுடப்பட்டிருப்பதாகவா சொன்னீர்கள்? உங்களுடைய முழுப் பெயரையும் மறுமுறை சொல்கிறீர்களா, ப்ளீஸ்?”

“ராபர்ட் லேங்டன்.”

அந்தத் தொடர்பில் சலசலப்பொலி கேட்டது. அதன் பின்னர் அந்த ஆளின் விரல்கள் கீபோர்டில் டைப் செய்யும் ஒலியை லேங்டனால் கேட்க முடிந்தது. கம்ப்யூட்டர் பிங் ஒலி எழுப்பியது. பின்னர் இடைவெளி. நிறைய விரல்கள் கீபோர்டில் டைப் செய்வது கேட்டது. மற்றொரு பிங் ஒலி. பின்னர் மூன்று உயர் ஒலியுடன் பிங் ஒலிகள்.

ஒரு நீண்ட இடைவெளி.

“சார், உங்கள் பெயர் ராபர்ட் லேங்டன்தானே?” என்றான் அவன்.

“ஆமாம், அதுதான். நான் பிரச்சினையில் இருக்கிறேன்.”

"ஓகே, சார், உங்களுடைய பெயரில் சிவப்பு நடவடிக்கை குறியீடு இடப்பட்டிருக்கிறது, அதாவது நான் உங்கள் இணைப்பை உடனடியாக தூதரகத்தின் முதன்மை நிர்வாக அதிகாரிக்கு மாற்றித்தருகிறேன்" என்ற அவன் தன்னால் நம்ப முடியாத விஷயத்தை கேட்டுவிட்டதைப் போல் சற்று இடைவெளிவிட்டான். "தொடர்பிலேயே காத்திருங்கள்."

"இருங்கள். எனக்கு என்ன வேண்டும் என்றால்...."

அந்த இணைப்பு ஏற்கனவே ஒலிக்கத் தொடங்கிவிட்டது.

அது நான்குமுறை ஒலித்து பின்னர் தொடர்புகொண்டது.

"நான் காலின்ஸ் பேசுகிறேன்" என்று அடித்தொண்டையில் இருந்து பேசும் குரல் கேட்டது.

ஆழ்ந்து மூச்சுவிட்ட லேங்டன் முடிந்தவரை அமைதியாகவும் தெளிவாகவும் பேசினார். "மிஸ்டர் காலின்ஸ், என் பெயர் ராபர்ட் லேங்டன். நான் ஃப்ளோரன்ஸிற்கு வந்திருக்கும் ஒரு அமெரிக்கன். என்னை சுட்டுவிட்டார்கள். எனக்கு உதவி வேண்டும். நான் உடனடியாக அமெரிக்க தூதரகத்திற்கு வர விரும்புகிறேன். எனக்கு உங்களால் உதவ முடியுமா?"

எந்தவித தயக்கமும் இல்லாமல் அந்தக் குரல் பதில் கூறியது, "ஐயோ கடவுளே, நீங்கள் உயிருடன் இருக்கிறீர்களா, மிஸ்டர். லேங்டன். நாங்கள் உங்களைத்தான் தேடிக்கொண்டிருக்கிறோம்."

❑

12

நான் இங்கே இருப்பது தூதரகத்திற்கு தெரியுமா?

லேங்டனுக்கு இந்தச் செய்தி உடனடி விடுதலையுணர்வைத் தந்தது. தூதரகத்தின் முதன்மை நிர்வாக அதிகாரி என்று தன்னை அறிமுகப்படுத்திக்கொண்ட மிஸ்டர். காலின்ஸ் உறுதியான மற்றும் தொழில்முறையாளருக்குரிய லயத்துடன் பேசினார். அவருடைய குரலில் ஒரு அவசர தொனியும் இருந்தது. "மிஸ்டர். லேங்டன், நீங்களும் நானும் உடனடியாக பேசியாக வேண்டும். நிச்சயம் போனில் பேச வேண்டாம்."

இந்த விஷயத்தில் லேங்டனுக்கு எதுவும் தெளிவாக புரிபடவில்லை, ஆனாலும் தற்போது அவர் அதில் குறுக்கிடவில்லை.

"உங்களை அழைத்துவர நான் ஒருவரை அனுப்புகிறேன். நீங்கள் எங்கே இருக்கிறீர்கள்," என்றார் காலின்ஸ்.

சியன்னா பதட்டத்துடன் நகர்ந்தாள். ஸ்பீக்கர் போனில் ஏற்பட்ட இடைநிலை மாற்றத்தை கவனித்தாள். லேங்டன் அவளிடம் ஆமோதிக்கும் வகையில் தலையாட்டினார். அது முற்றிலும் அவளுடைய திட்டத்திற்கு ஏற்ப செயல்படும் நோக்கம் கொண்டதாக இருந்தது.

"நான் இங்கே பெனிஸோன் லா ஃபியோ ரெண்டினா என்ற பெயருள்ள சிறிய ஹோட்டலில் இருக்கிறேன்" என்ற லேங்டன் சில கணங்களுக்கு

முன்னர் சியன்னா கைகாட்டிய ஒரு கந்தலான தெருவோர கடையை உற்றுப்பார்த்தார். அவர் காலின்ஸிற்கு அந்தத் தெருவின் முகவரியைக் கொடுத்தார்.

"பெற்றுக்கொண்டோம்" என்று அவர் பதிலளித்தார். "வெளியே எங்கும் செல்லாதீர்கள். உங்கள் அறையிலேயே இருங்கள். உங்களிடம் யாரையாவது உடனடியாக அனுப்பி வைக்கிறோம். அறை எண் என்ன?"

லேங்டன் ஓர் எண்ணை தயாரித்து வைத்திருந்தார். "முப்பத்தி ஒன்பது."

"சரி. இன்னும் முப்பது நிமிடங்கள்." காலின்ஸ் தன்னுடைய குரலைத் தாழ்த்திக்கொண்டார். "மிஸ்டர். லேங்டன், நீங்கள் காயம் பட்டிருப்பது போலவும் குழப்பத்தில் இருப்பது போலவும் தோன்றுகிறது. ஆனால் நீங்கள் இப்போதும் பாதுகாப்பாகத்தான் இருக்கிறீர்களா?"

பாதுகாப்பாகவா? அந்தக் கேள்விக்கு ஒரேயொரு அர்த்தம்தான் இருக்க முடியும் என்பதை லேங்டன் உணர்ந்தார். அவருடைய கண்கள் சமையலறையில் இருந்த அந்த உயிரிக் குழாயை நோக்கிச் சென்றது. "ஆமாம், சார். நான் இன்னும் பாதுகாப்பாகத்தான் இருக்கிறேன்."

காலின்ஸ் நன்றாக கேட்கக்கூடிய வகையில் மூச்சை இழுத்து விட்டார். "உங்களிடமிருந்து நாங்கள் எந்தச் செய்தியையும் கேட்டிருக்காவிட்டால், நாங்கள்... ஆமாம், வெளிப்படையாக சொல்லவேண்டும் என்றால், நாங்கள் மிக மோசமான விஷயத்தையே யூகித்திருப்போம். இப்போது எனக்கு நிம்மதி. நீங்கள் எங்கே இருக்கிறீர்களோ அங்கேயே இருங்கள். நகர வேண்டாம். இருபது நிமிடங்கள். யாராவது ஒருவர் வந்து உங்கள் கதவைத் தட்டுவார்."

காலின்ஸ் வைத்துவிட்டார்.

மருத்துவமனையில் விழித்ததில் இருந்து தன்னுடைய தோள்கள் இப்போதுதான் ஆசுவாசம் அடைவதை லேங்டனால் உணர்ந்துகொள்ள முடிந்தது. ***என்ன நடக்கிறது என்று தூதரகத்திற்கு தெரிந்திருக்கிறது. மேலும் விரைவில் எனக்கு இதற்கான பதில்கள் தெரிந்துவிடும்.*** தன்னுடைய கண்களை மூடிக்கொண்ட லேங்டன் மெதுவாக மூச்சுவிட்டார். இப்போதுதான் ஏறத்தாழ ஒரு மனிதனைப் போல் உணர்ந்தார். அவருடைய தலைவலி எல்லாம் பறந்துபோய்விட்டது.

"ம், இவற்றையெல்லாம் பார்க்க எம்ஐ–6 போன்று

இருக்கிறது." என்று ஜோக்கடிக்கும் தொனியில் கூறினாள் சியன்னா. "நீங்கள் உளவாளியா?"

அந்தக் கணம்வரை தான் யார் என்பது பற்றி லேங்டனுக்கு எந்த ஐடியாவும் இல்லை. இரண்டு நாட்களின் நினைவை இழந்துவிட்டு, அடையாளம் காணப்பட முடியாத சூழ்நிலையில் விடப்படுவோம் என்ற கருத்தாக்கமே அவருக்கு புரிந்துகொள்ள முடியாத ஒன்றாக இருந்தது. ஆனால் இதோ இப்போது ஒரு சிதிலமடைந்த ஹோட்டலில் இருந்து 20 நிமிடங்கள் தொலைவில் இருக்கும் அமெரிக்க தூதரகத்தை பேச்சுவார்த்தைக்காக அழைக்க முடிகிறது.

இங்கே என்னதான் நடக்கிறது?

அவர் சியன்னாவை உற்றுப்பார்த்தார். தாங்கள் பிரிய வேண்டிய நேரம் வந்துவிட்டதை அவர்கள் உணர்ந்து கொண்டனர் என்பதுடன் தங்களுக்குள் தீர்க்கப்படாத விஷயம் ஏதோ இருப்பதைப் போன்றும் உணர்ந்தனர். தன் கண்முன்னால் தரையில் விழுந்து உயிரைவிட்ட அந்த தாடிக்கார டாக்டரையும் அவர் நினைத்துப் பார்த்தார். "சியன்னா, உன்னுடைய நண்பர்... டாக்டர். மார்கோனி... அவருக்காக நான் மிகவும் வருந்துகிறேன்" என்றார்.

அவள் வெறுமனே ஆமோதித்தாள்.

"இதற்குள் உன்னைக் கொண்டுவந்துவிட்ட காரணத்திற்காகவும் நீ என்னை மன்னிக்க வேண்டும். மருத்துவமனையில் நீ இருந்த சூழ்நிலை வழக்கத்திற்கு மாறானது என்று எனக்குத் தெரியும். விசாரணை என்று ஏதாவது வந்தால்..." அவர் குரல் மங்கிப்போனது.

"பரவாயில்லை. ரொம்ப நாளைக்கு நான் இங்கே அந்நியராக சுற்றிக்கொண்டிருக்க மாட்டேன்."

சியன்னாவின் வாழ்க்கையில் இன்று காலையில் இருந்தே எல்லாம் மாறிவிட்டது என்பதை தொலைவாகத் தெரிந்த அவள் கண்களில் இருந்தே லேங்டனால் உணர்ந்துகொள்ள முடிந்தது. லேங்டனின் வாழ்க்கையும்கூட தற்போது குழப்பத்தில்தான் இருக்கிறது. இருப்பினும் தன்னுடைய மனம் அவளை நோக்கிச் செல்வதை அவர் உணர்ந்தார்.

அவள் என் வாழ்க்கையை காப்பாற்றினாள்...

நான் அவள் வாழ்க்கையை நாசமாக்கிவிட்டேன்.

அவர்கள் இருவரும் ஒருநிமிடம் அமைதியாக உட்கார்ந்

திருந்தனர். அவர்களுக்கு இடையில் இருந்த காற்று கனத்திருந்தது. அவர்கள் இருவருமே பேசிக்கொள்ள விரும்பினாலும் பேச எதுவுமில்லை. மேலும், அவர்கள் அந்நியர்கள், சாலையில் இருக்கும் ஒரு பிரிவுக்கல்லை அடைந்திருக்கும் ஒரு குறுகிய விசித்திரமான பயணத்தில் அவர்கள் தற்போது தங்களுக்கான பாதைகளை கண்டடைய வேண்டியிருக்கிறது.

“சியன்னா” என்றார் லேங்டன் இறுதியாக, “தூதரகத்துடன் இந்த விஷயத்தை நான் பேசித் தீர்த்தவுடன், உனக்கு நான் உதவக்கூடிய விஷயம் என்று ஏதேனும் இருக்கிறதா ... இருந்தால் சொல்லு ப்ளீஸ்.”

“நன்றி” என்று கிசுகிசுத்த அவள் தன் பார்வையை துயரத்துடன் ஜன்னலை நோக்கித் திருப்பிக்கொண்டாள்.

நிமிடங்கள் கடந்துகொண்டிருக்கையில், சியன்னா புரூக்ஸ் தன்னுடைய இந்த நாள் ஏன் இப்படி கடந்தது என்று யோசித்தபடியே ஜன்னலுக்கு வெளியில் பார்த்துக்கொண்டிருந்தாள்.

அதற்கு காரணம் அட்ரினலின்தான் என்று அவளுக்குத் தெரியும். ஆனால் அந்த அமெரிக்க பேராசிரியரிடம் தன்னிடத்தில் ஏற்பட்டிருக்கும் ஈர்ப்பு அவளுக்கே விநோதமாக தெரிந்தது. அவர் அழகாய் இருப்பதற்கும் மேலாக, நல்ல மனம் கொண்டவராகவும் இருக்கிறார். இன்னொரு வாழ்க்கையில், ஏதோ ஓர் இடத்தில் ராபர்ட் லேங்டன் போன்ற ஒருவருடன்தான் அவள் வாழ விரும்பியிருந்தாள்.

அவர் என்னை விரும்ப மாட்டார், நான் சேதப்பட்டவள், என்று நினைத்துக்கொண்டாள் சியன்னா.

அவள் அந்த உணர்ச்சியில் சிக்கித் தவித்தபோது ஜன்னலுக்கு வெளியே இருந்த ஏதோ ஒன்று அவளின் கவனத்தை ஈர்த்தது. அவள் நிமிர்ந்து உட்கார்ந்தாள். தன்னுடைய முகத்தை அந்தக் கண்ணாடியில் பதித்து தெருவை உற்று நோக்கினாள். “ராபர்ட், அதோ பாருங்கள்!”

அந்தத் தெருவில் பென்சியோன் லா ஃபியோரண்டினா ஹோட்டலுக்கு முன்பாக அப்போதுதான் உறுமிக்கொண்டு நின்ற பளபளப்பான கறுப்புநிற பிஎம்டபிள்யூ மோட்டார் சைக்கிளை லேங்டன் கவனத்துடன் கூர்ந்து பார்த்தார். மெலிந்தும், வலுவாகவும் காணப்பட்ட அதன் டிரைவர் தோலாடையும், ஹெல்மெட்டும் அணிந்திருந்தாள். அவள் அந்த பைக்கை முன்னும் பின்னும் ஓட்டி பளபளப்பான அந்த ஹெல்மெட்டை கழற்றியபோது, லேங்டன் மூச்சுவிட மறந்தது சியன்னாவிற்கும் கேட்டது.

அந்தப் பெண்ணின் தலைமுடி ஸ்டைலில் எந்த மாற்றமும் இல்லை.

அவள் தன்னுடைய பிரசித்தபெற்ற கைத்துப்பாக்கியை எடுத்தாள். அதன் சைலன்சரை சரிபார்த்தாள். அதனை தன்னுடைய ஜாக்கெட் பாக்கெட்டில் செருகினாள். பிறகு, ஆபத்தான அழகியாக அந்த ஹோட்டலுக்குள் நுழைந்தாள்.

"ராபர்ட்" சியன்னா கிசுகிசுத்தாள். அவள் குரல் அச்சத்தால் நடுக்கமுற்றிருந்தது. "உங்களைக் கொல்ல, அமெரிக்க அரசாங்கமே ஆள் அனுப்பியிருக்கிறது."

❏

13

அந்த அபார்ட்மெண்டின் ஜன்னலுக்கு அருகாமையில் நின்றுகொண்டிருந்த ராபர்ட் லேங்டனின் கண்கள் அந்த ஹோட்டலிலேயே ஒட்டிக்கொண்டன. அந்த ஸ்பைக் தலைமுடி கொண்ட பெண் இப்போதுதான் அதற்குள் நுழைந்திருக்கிறாள். ஆனால் அவளுக்கு எப்படி இந்த முகவரி தெரியும் என்று லேங்டனால் சற்றும் யூகிக்க முடியவில்லை.

அவருடைய உடல் முழுவதும் தன் வேலையைக் காட்டத் தொடங்கியிருந்த அட்ரினலின் அவருடைய சிந்தனை அமைப்பை மீண்டும் ஒருமுறை பிரித்துப் போட்டது. "என்னைக் கொல்வதற்கு என்னுடைய அரசாங்கமே ஆள் அனுப்பியிருக்கிறதா?"

சியன்னாவும் அவரைப் போன்றே அதிர்ச்சியில் இருந்தாள். "ராபர்ட், அப்படியென்றால் உங்களை மருத்துவமனையில் வைத்து தீர்த்துக்கட்டுவதற்கான முந்தைய முயற்சிகூட உங்கள் அரசாங்கம் செய்த தாகத்தான் இருக்க வேண்டும்." அவள் எழுந்து நின்று அபார்ட்மெண்ட் கதவின் பூட்டினை மீண்டும் ஒருமுறை சரிபார்த்தாள். "அமெரிக்க தூதரகம் உங்களைக் கொல்வதற்கான அனுமதியைப் பெற்றிருந்தால்..." அவள் தன்னுடைய எண்ணத்தை சொல்லி முடிக்கவில்லை, அதற்கு அவசியமும் இல்லை. அந்தக் குறிப்புகள் மிகவும் பயங்கரமானவை.

நான் என்ன செய்துவிட்டேன் என்று அவர்கள் நினைத்துக்கொண்டிருக்கிறார்கள்? என்னுடைய

அரசாங்கமே என்னை வேட்டையாட வேண்டிய தேவை என்ன?!

மறுபடியும், மருத்துவமனையில் இருந்து இழுத்துவரப்பட்டது முதல் லேங்டன் முணுமுணுத்துக்கொண்டிருந்த இரண்டு வார்த்தைகளை அவரால் கேட்க முடிந்தது.

வெரி ஸாரி... வெரி ஸாரி.

“உங்களுக்கு இங்கே பாதுகாப்பில்லை” என்றாள் சியன்னா. “*நமக்கு* இங்கே பாதுகாப்பில்லை.” அவள் தெருவை சுட்டிக் காட்டினாள். “நாம் இருவரும் மருத்துவமனையில் இருந்து தப்பி ஓடிவந்ததை அவள் பார்த்திருக்கிறாள். உங்களுடைய அரசாங்கமும் காவல்துறையும் என்னை ஏற்கனவே தடம்காண தொடங்கிவிட்டார்கள் என்பதில் எந்த சந்தேகமும் இல்லை. என்னுடைய அபார்ட்மெண்ட்டின் வாடகை உரிமை வேறு ஒருவர் பெயரில் இருக்கிறது. ஆனால் எப்படியும் அவர்கள் என்னைக் கண்டுபிடித்துவிடுவார்கள்.” அவள் தன்னுடைய கவனத்தை அந்த உயிரி–குழாயின் மீது திருப்பினாள். “இதை நீங்கள் திறந்தாக வேண்டும், உடனே.”

லேங்டன் அந்த டைட்டானியம் சாதனத்தை நோக்கினார். அவர் கண்களுக்கு அந்த உயிரி–ஆபத்து குறியீடு மட்டுமே தெரிந்தது.

“அந்த டியூபில் எது இருந்தாலும் சரி” என்றாள் சியன்னா. “அதற்கு அடையாளக் குறியீடு இருக்கலாம், ஒரு ஏஜென்ஸி ஸ்டிக்கர், ஃபோன் நம்பர், *எது வேண்டுமானாலும் இருக்கலாம்.* உங்களுக்கு தகவல் வேண்டும். எனக்கும் தகவல் வேண்டும். உங்களுடைய அரசாங்கம் என் நண்பரைக் கொலை செய்திருக் கிறது.”

சியன்னாவின் குரலில் இருந்த வலி லேங்டனை அவரது சிந்தனையில் இருந்து விடுவித்தது, அவரும் அதற்கு ஆமோதித்தார், அவள் சொல்வது சரி என்பதை உணர்ந்துகொண்டார். “ஆமாம், எனக்கும் வருத்தமாக இருக்கிறது.” அந்த வார்த்தைகளை மறுபடி யும் கேட்ட பின்னர் லேங்டனின் குரல் சுருங்கிப் போனது. அவர் மேசைமேல் இருந்த அந்தக் கொள்கலனை நோக்கித் திரும்பினார். அதற்குள் எத்தகைய விடைகள் மறைத்துவைக்கப்பட்டிருக்கும் என்று அவருக்கும் தெரியாது. “இதைத் திறப்பது மிகவும் பயங்கரமானதாக இருக்கலாம்.”

சியன்னா ஒரு கணம் யோசித்தாள். “உள்ளே இருப்பது எதுவாக இருந்தாலும் அது மிகச்சிறப்பான முறையில் மூடி வைக்கப்பட்டிருக்கிறது. அநேகமாக அதிர்ச்சியைத் தாங்கும்

ஃபிளெக்ஸி கிளாஸ் சோதனைக் குழாயாக இருக்கலாம். போக்குவரத்தின்போது வெளிப்புற ஓட்டிற்கு கூடுதல் பாதுகாப்பை வழங்கக்கூடியதாகவும் இந்த பயோடியூப் வடிவமைக்கப்பட்டிருக்கலாம்."

ஹோட்டலுக்கு வெளியே அந்த கறுப்புநிற மோட்டார் சைக்கிள் நிறுத்தி வைக்கப்பட்டிருப்பதை லேங்டன் ஜன்னல் வழியாகப் பார்த்தார். அந்தப் பெண் இன்னும் வெளியே வரவில்லை. ஆனால் லேங்டன் அங்கே இல்லை என்பதை அவள் விரைவிலேயே கண்டுபிடித்துவிடுவாள். அவளுடைய அடுத்த நடவடிக்கை என்னவாக இருக்கும் என்பதும், அவள் தங்களுடைய அபார்ட்மெண்ட் கதவை அடித்து நொறுக்கும் முன்னர் எவ்வளவு நேரம் கிடைக்கும் என்றும் லேங்டனுக்குத் தெரியாது.

லேங்டன் தன் மனதை திடப்படுத்திக்கொண்டார். அவர் அந்த டைட்டானியம் டியூபை தூக்கிவிட்டு அந்த பயமெட்ரிக் பேடில் தயக்கத்துடன் தன்னுடைய கட்டைவிரலை வைத்தார்.

அந்த டியூப் தன்னைத்தானே மூடிக்கொள்ளும் முன்னர், அந்த இரண்டு பாதிகளையும் ஒன்றுக்கொண்டு எதிரான திசைகளில் பிரித்தெடுத்தார். கால்வாசி திறந்தபோது அந்த கொள்கலன் இரண்டாவது முறை பிங் ஒலி எழுப்பியதும் தான் ஒப்புக்கொடுக்கப்பட்டதை லேங்டன் தெரிந்துகொண்டார்.

அந்த டியூபை தொடர்ந்து பிரித்தெடுக்கையில் லேங்டனின் கைகள் வியர்ப்பது போல் இருந்தது. சரியான முறையில் செய்யப்பட்ட இழைகளைப் போல் அந்த இரண்டு பாதிகளும் மெதுவாகத் திரும்பின. விலைமதிப்புமிக்க ரஷ்ய கூண்டுப் பொம்மையைப் பிரிப்பதுபோல் அவர் தொடர்ந்து திருகினார். ஆனால் அதில் இருந்து என்ன விழும் என்பது மட்டும் அவருக்குத் தெரியாது.

ஐந்து சுற்றுக்களுக்குப் பின்னர் அந்த இரண்டு பாதிகளும் பிரிந்தன. ஆழ்ந்து மூச்சுவிட்ட லேங்டன் அவற்றை மென்மையாக அப்பால் பிரித்து வைத்தார். அந்த இரண்டு பாதிகளுக்கும் இடையில் இருந்த இடைவெளி அகலமானது. நுரை ரப்பர் உள்ள உள்கூடு வெளியே வந்தது. லேங்டன் அதை மேசையில் எடுத்து வைத்தார். அந்தப் பாதுகாப்பு அட்டை இழுத்துவைத்த நெர்ஃப் கால்பந்தைப்போலவும் தோன்றியது.

எதுவும் நடக்கவில்லை.

அந்த பாதுகாப்பு நுரையின் மேல்பக்கத்தை திரும்ப மடித்துவிட்ட லேங்டன், இறுதியாக பாதுகாக்கப்பட்டிருந்த பொருளை

வெளிக்கொண்டுவந்தார்.

அதிலிருந்த பொருளை, தன் தலையை ஒருபக்கமாக சாய்த்து உற்றுப்பார்த்த சியன்னா குழம்பிப்போனாள். "இது நிச்சயம் நான் எதிர்பார்த்தது அல்ல."

லேங்டனும் எதிர்கால நோக்கில் தயாரிக்கப்பட்டிருக்கும் வகையைச் சேர்ந்த குப்பியைத்தான் எதிர்பார்த்தார். ஆனாலும் அந்த பயோடியூபில் இருந்த பொருள் எப்படிப் பார்த்தாலும் நவீனகாலத்தை சேர்ந்ததுதான். அதிகப்படியான அலங்காரத்துடன், யானைத் தந்தத்தில் செய்யப்பட்டிருந்த அது **லைஃப் சேவர்ஸ்** மிட்டாய் உருளையைப் போல் இருந்தது.

"இது பழசாகத் தெரிகிறதே" என்று சியன்னா கிசுகிசுத்தாள். "ஒரு வகையான..."

"சிலிண்டர் சீல்" என்றார் லேங்டன், அதன் பின்னரே அவரால் மூச்சுவிட முடிந்தது.

கி.மு.3500ஆம் ஆண்டில் சுமேரியர்களால் கண்டுபிடிக்கப்பட்ட இந்த சிலிண்டர் சீல்கள் பதிப்புத் துறையில் செதுக்கல் வடிவங்களின் முன்னோடிகள். அலங்காரமான பிம்பங்களாக செதுக்கப்பட்டிருக்கும் ஒரு சீலில் உட்குழிவான கோல் ஒன்று இருக்கும். அதன் வழியாக அச்சாணி கம்பி நுழைக்கப்படும். இதனால், செதுக்கப்பட்ட அந்த பீப்பாயானது நவீன பெயிண்ட் ரோலரைப் போல், ஈரமான களிமண் போன்றவற்றில் உருண்டு அதிலுள்ள குறியீடுகள், பிம்பங்கள் அல்லது எழுத்துகளை "பதியச்" செய்யும்.

இந்தக் குறிப்பிட்ட சீல் சந்தேகமேயில்லாமல் முற்றிலும் அரிதானதாகவும் மதிப்புமிக்கதாகவும்தான் இருக்க வேண்டும் என்று லேங்டன் யூகித்தார். ஆனாலும் அது ஏன் ஒரு உயிரி ஆயுதம் போல் டைட்டானியம் கொள்கலனுக்குள் பூட்டி வைக்கப்பட வேண்டும் என்பதைத்தான் அவரால் இன்னமும் கற்பனை செய்ய முடியவில்லை.

லேங்டன் அந்த சீலை தன்னுடைய விரல்களில் வைத்து மெதுவாக திருப்புகையில் அதில் ஒரு பயங்கரமான உருவம் செதுக்கப்பட்டிருப்பதை உணர்ந்துகொண்டார் — அதில் மூன்று தலையுள்ள கொம்பு முளைத்த சாத்தான் ஒன்று வாய்க்கு ஒன்றாக, மூன்று வெவ்வேறு மனிதர்களை தின்றுகொண்டிருக்கும் செயல் செதுக்கப்பட்டிருந்தது.

அருமை.

அந்த சாத்தானுக்கு கீழே ஏழு எழுத்துகள் செதுக்கப் பட்டிருப்பது லேங்டனின் கண்களுக்குத் தெரிந்தது. அந்த அலங்காரமான எழுத்துகள் அச்சடிக்கும் உருளைகளில் உள்ளதைப் போன்று கண்ணாடி பிம்பத்தில் எழுதப்பட்டிருந்தன. ஆனாலும், அதைப் படிப்பதில் லேங்டனுக்கு எந்த சிக்கலும் இல்லை — ***ஸலீஜியா (SALIGIA)***

சியன்னா ஒற்றைக்கண்ணால் அந்த எழுத்துகளை சத்தமாகப் படித்தாள். "***ஸலீஜியா?***"

அதை ஆமோதித்த லேங்டன் அந்த வார்த்தை சத்தமாக ஒலித்ததைக் கேட்டு சற்று குளிர்ந்துதான் போனார். "இது ஒரு நிமோனிக் எனப்படும் நினைவூட்டு சொல். கிறிஸ்துவர்களுக்கு, மன்னிக்கப்பட முடியாத தலையாய ஏழு பாவங்களை நினைவுபடுத்துவதற்காக மத்திய காலப்பகுதியில் வாடிகனால் உருவாக்கப்பட்டது. ***ஸலீஜியா*** *(SALIGIA: Superbia, Avaritia, Luxuria, Invidia, Gula, Ira, Acedia)* என்பது ஒரு கூட்டுப்பெயர்."

சியன்னா புருவத்தை நெரித்தாள். "தற்பெருமை, பேராசை, பெருங்காமம், பொறாமை, பெருந்தீனி, வெஞ்சினம், சோம்பல்."

லேங்டன் ஆச்சரியப்பட்டார். "உனக்கு லத்தீன் தெரியும்."

"நான் கத்தோலிக்கராகத்தானே வளர்ந்தேன். எனக்கு பாவமும் தெரியும்."

புன்னகையை மறைத்துக்கொண்ட லேங்டன் தன்னுடைய பார்வையை அந்த சீலை நோக்கித் திருப்பினார். இது ஏன் ஒரு ஆபத்தான பொருளைப் போல் பயோடியூபில் பூட்டி வைக்கப் பட்டிருக்கிறது என்று அவருக்கு இன்னமும் விளங்கவில்லை.

"இது யானைத்தந்தம் என்று நினைத்தேன்" என்றாள் சியன்னா. "ஆனால் இது எலும்பு." அந்த கலைப்பொருளை சூரிய ஒளிக்கு கொண்டுசென்ற அவள் அதில் உள்ள வரிகளை சுட்டிக்காட்டினாள். "தந்தத்தில் வைர வடிவிலான குறுக்கு நெடுக்குமான கோடுகள் ஒளிபுகும் வகையில் இருக்கும்; எலும்புகள்தான் இதிலுள்ளதைப் போன்று இணையான கோடுகளையும், கருமையான வரிகளையும் பெற்றிருக்கும்."

அந்த சீலை மென்மையாக எடுத்துப்பார்த்த லேங்டன் அந்த செதுக்கல்களை மிகவும் நெருக்கத்திற்கு கொண்டுவந்து ஆராய்ந்தார். அசல் சுமேரியன் சீல்கள் எல்லாமும் அடிப்படை யான உருவங்களையும் முக்கோண வடிவத்தையும் கொண்டு செதுக்கப்பட்டிருக்கும். இந்த சீல் மிகவும் விரிவான வகையில் செதுக்கப்பட்டிருக்கிறது. மத்தியகாலத்தை சேர்ந்ததாக இருக்க லாம் என்று லேங்டன் யூகித்தார். மேலும், அதிலுள்ள ஆபரண

அலங்காரங்கள் அவருடைய மதிமயக்கங்களுடன் ஏதோ ஒரு வகையில் தொடர்புகொண்டவையாக இருந்தன.

சியன்னா அவரை கவலையுடன் பார்த்தாள். "என்ன அது?"

"திரும்பத் தோன்றும் கருப்பொருள்" என்று கடுமையாக கூறிய லேங்டன், அந்த சீலில் இருந்த செதுக்கல்களுள் ஒன்றைக் காட்டினார். "இதோ பார், இது மூன்று தலையுள்ள, மனிதர்களைத் தின்னும் சாத்தான்தானே? இது மத்தியகாலகட்டத்தில் இருந்தே ஒரு பொதுவான பிம்பமாக இருந்து வருகிறது — இதுதான் பிளாக் டெத்துடன் சம்பந்தப்பட்ட குறிப்பான். அரைத்துத் தின்றும் மூன்று வாய்கள், அந்த பிளேக் மக்களை எவ்வாறு சாப்பிடும் என்பதைச் சொல்கின்ற குறியீடு."

அந்தக் குழாயில் இருந்த உயிரி–ஆபத்து குறியீட்டை சியன்னா அசௌகரியத்துடன் பார்த்தாள்.

அந்த பிளேக் குறித்த மறைகுறிப்புகள் லேங்டன் ஒப்புக் கொள்வதைக் காட்டிலும் இந்தக் காலையிலேயே அதிகமாக அவருக்கு தென்பட்டுக்கொண்டுதான் இருந்தன. அதனால் அவற்றை அவர் மேற்கொண்டு இணைப்பதில் தயக்கம் காட்டு கிறார் என்றுதான் சொல்ல வேண்டும். "***ஸலீஜியா*** என்பது மனிதகுலத்தின் ஒட்டுமொத்த பாவங்களைக் குறிக்கிறது... மத்தியகால மதக் கோட்பாடுகளின்படி பார்த்தால் —"

"பிளாக் டெத் மூலம் கடவுள் இந்த உலகத்தை தண்டித்ததற் கான காரணம் அதுதான்," என்ற சியன்னா அவருடைய சிந்தனையை முழுமையாக்கினாள்.

"ஆமாம்." லேங்டன் சற்று இடைவெளி விட்டார். சற்று நேரம் தன் சிந்தனையின் தொடர்ச்சியை கைவிட்டார். அந்த சிலிண்டரைப் பற்றிய ஏதோ ஒரு விஷயம் விசித்திரமாக இருப்பதை அவர் அப்போதுதான் கவனித்தார். வழக்கமாக, சிலிண்டர் சீலின் உட்குழிவான மையப்பகுதியின் வழியாக ஒருவரால் பார்க்க முடியும். அது வெறும் வெற்றுக்குழாயைப் போல் காணப்படும். ஆனால் இந்த விஷயத்தில் ஒரு கோல் மூலம் தடுக்கப்பட்டிருக்கிறது. ***இந்த எலும்பிற்கு உள்ளே ஏதோ ஒன்று செருகப்பட்டிருக்கிறது.*** அதன் முனை ஒளிபெற்று மின்னுகிறது.

"உள்ளே ஏதோ ஒன்று இருக்கிறது" என்றார் லேங்டன். "அது கண்ணாடியால் ஆனதுபோல் தெரிகிறது." அவர் அந்த சிலிண்டரை தலைகீழாகத் திருப்பி அடுத்துள்ள முனையை சரி பார்த்தார். அப்படிச் செய்கையில் ஒரு மிகச்சிறிய பொருள் ஒன்று உள்ளிருந்து உருண்டது. ஒரு குழாயில் உள்ள பால்பியரிங்

போல் எலும்பின் ஒரு முனையில் இருந்து மற்றொரு முனையில் விழுந்தது.

லேங்டன் உறைந்துபோனார். தனக்குப் பின்னால் சியன்னா மென்மையாக மூச்சுவிடுவதை அவரால் கேட்க முடிந்தது.

என்ன இழவு அது?!

"உங்களுக்கு அந்த சத்தம் கேட்டதா?" சியன்னா கிசுகிசுத்தாள்.

அதை ஆமோதித்த லேங்டன் அந்தக் கொள்கலனின் அடுத்த முனையை கவனத்துடன் உற்றுப்பார்த்தார். "இதனுடைய திறப்பு... ஏதோ ஒரு உலோகத்தினால் தடுக்கப்பட்டிருக்கிறது." ***அது சோதனைக்குழாயின் திறப்பாக இருக்கலாம்?***

சியன்னா பின்னுக்கு நகர்ந்தாள். "அது... உடைந்துபோய் விட்டதா?"

"எனக்குத் தெரியவில்லை" என்ற லேங்டன் அதன் முனையை கவனமாக தட்டி கண்ணாடியை மீண்டும் ஆராய்ந்தார், அதில் உருளும் ஓசை கேட்டது. ஒரு கணம் கழித்து, அந்த சிலிண்டரில் இருந்த வாயு முற்றிலும் எதிர்பாராத ஒன்றைச் செய்தது.

அது மிளிரத் தொடங்கியது.

சியன்னாவின் கண்கள் அகலத் திறந்தன. "ராபர்ட், நிறுத்துங்கள்! அசையாதீர்கள்!"

❑

14

லேங்டன் அப்படியே நிறுத்திவிட்டார், காற்றில் நின்ற அவருடைய கைகளில் அந்த எலும்பு சிலிண்டர் அப்படியே இருந்தது. சந்தேகமே இல்லாமல், அடுத்த முனையில் உள்ள அந்தக் குழாய் ஒளியை உமிழ்ந்தது. அதில் உள்ள பொருள்கள் திடீரென்று விழித்துக்கொண்டதைப் போல் பளபளத்தன.

சட்டென்று, உள்ளிருந்த ஒலி மீண்டும் இருண்டு போனது.

சியன்னா நெருங்கி வந்தாள். வேகமாக மூச்சு விட்டாள். தலையை உயர்த்திப் பார்த்த அவள் அந்த எலும்புக்குப்பிக்குள்ளிருந்த புலனாகும் பகுதியை ஆராய்ந்து பார்த்தாள்.

"அதை மீண்டும் தட்டுங்கள்" அவள் கிசுகிசுத் தாள். "மிக மெதுவாக."

லேங்டன் அந்த எலும்பை தலைகீழாகத் திருப்பினார். மீண்டும் அந்த சிறிய பொருள் அந்த எலும்பிற்குள் உருண்டுவந்து நின்றது.

"மறுபடியும்" என்றாள் அவள், "மெதுவாக."

லேங்டன் அதை மீண்டும் செய்தார். மீண்டும் அந்தக் குழாய் சத்தமெழுப்பியது. இந்த முறை அதன் உட்புறக் கண்ணாடி மங்கலாக ஒளிர்ந்து, அணையும் முன்னர் மீண்டும் பளபளப்பாக ஒளிர்ந்தது.

"இது சோதனைக் குழாய்தான். தூண்டு பந்துடன் உள்ளது" என்று சியன்னா அறிவித்தாள்.

ஸ்பிரே பெயிண்ட் கேன்களில் பயன்படுத்தப்படும் இந்த தூண்டு பந்து பற்றி லேங்டனுக்கு நன்றாகவே தெரியும் — கேன்கள் நன்றாக குலுக்கப்படும்போது அதனுள் போடப்பட்ட மாத்திரைகள் பெயிண்ட்டை கலக்க உதவும்.

"இதில் ஒளிர்விடும் ரசாயனப் பொருள்கள் பயன்படுத்தப் பட்டிருக்கலாம்" என்றாள் சியன்னா. "அல்லது தூண்டப்படும்போது ஒளிரும் ரசாயனம் சேர்க்கப்பட்டிருக்கலாம்."

லேங்டனுக்கு வேறுவிதமான கருத்துகள் இருந்தன. ரசாயனத்தினால் மின்னும் ஸ்டிக்குகள் ஆனாலும் சரி, உயிர்மத்தின் தூண்டுதலினால் மின்னும் பொருள்கள் ஆனாலும் சரி தன்னுடைய கையில் இருக்கும் அந்த சிலிண்டரில் அப்படிப் பட்ட எதுவும் இல்லை என்பதை லேங்டனால் நிச்சயமாக சொல்ல முடியும். அவர் அந்தக் குழாய் மின்னும்வரை பலமுறை தட்டிப்பார்த்தார். பின்னர் பளபளக்கும் அதன் முனையை தன்னுடைய உள்ளங்கையில் வைத்துக்கொண்டார். எதிர்பார்த்தது போலவே, ஒரு மங்கலான சிவப்புநிற ஒளி தோன்றி அவருடைய தோலில் ஒளியைப் பாய்ச்சியது.

208 என்ற அளவில் உள்ள ஐக்யூகூட சில நேரங்களில் தவறாகும் என்பதை தெரிந்துகொள்வதே நன்றாக இருக்கிறது.

"இதைப் பாருங்கள்" என்ற லேங்டன் அந்தக் குழாயை வலுக்கட்டாயமாக குலுக்கினார். உள்ளே இருந்த அந்தப் பொருள் முன்னும் பின்னுமாக குதித்தது, வேகமாக, மிக வேகமாக.

சியன்னா பின்னுக்கு குதித்தாள். "நீங்கள் என்ன செய்கிறீர்கள்!?

அப்போதும் அந்த டியூபை குலுக்கிக்கொண்டிருந்த லேங்டன் எரிந்துகொண்டிருந்த விளக்கின் சுவிட்சை அணைத்து அந்த சமையலறைக்கு வேண்டிய இருளைக் கொண்டுவந்தார். "உள்ளே இருப்பது சோதனைக் குழாய் அல்ல" என்ற அவர் அப்போதும் தன்னால் முடிந்தவரை அதைக் குலுக்கினார். "இது ஃபாரடே பாய்ண்டர்."

லேங்டனின் மாணவர் ஒருவர் இதே போன்றதொரு உபகரணத்தை அவருக்கு கொடுத்திருக்கிறார் — முடிவேயில்லா மல் டிரிபிள் ஏ பேட்டரிகளை பயன்படுத்த விரும்பாத விரிவுரை யாளர்களுக்கான லேசர் பாய்ண்டர். அதைப் பயன்படுத்துபவர்கள் தங்களுடைய சொந்த கைனடிக் எனர்ஜியை தேவைக்கேற்ப ஒருசில நொடிகளிலேயே மின்சாரமாக மாற்றிக்கொள்ளலாம்.

அந்த சாதனம் குலுக்கப்படும்போது, ஓர் உலோக உருளையானது வரிசையான பெடல்களில் முன்னும் பின்னுமாக போய்வந்து ஒரு சிறிய ஜெனரேட்டராக சக்தி பெறும். யாரோ ஒருவர் வேண்டுமென்றேதான் இந்த பாய்ண்டரை ஒரு உட்குழிவான செதுக்கப்பட்ட எலும்பில் செய்திருக்கிறார் — ஒரு நவீன எலக்ட்ரானிக் பொம்மையாக பயன்படுத்தப்பட்ட புராதன தோல்தான் அது.

அவருடைய கையில் இருந்த அந்த முனை சட்டென்று மின்னியது. லேங்டன் சியன்னாவை நோக்கி அசௌகரியமாக புன்னகைத்தார். "ஷோ டைம்."

சமையலறையின் வெறுமையான சுவற்றில் இருந்த, எலும்பால் உறையிடப்பட்ட அந்த முனையையே அவர் பார்த்துக் கொண்டிருந்தார். அந்தச் சுவர் மின்னியபோது சியன்னாவின் மூச்சு தடுமாறியது. ஆனாலும், லேங்டன்தான் உண்மையில் அந்த ஆச்சரியத்தினால் கட்டுண்டு கிடந்தார்.

அந்தச் சுவற்றில் தோன்றிய ஒளி வெறும் சிறிய லேசர் புள்ளி அல்ல. அது ஒரு பழைய மாடல் லேசர் புரஜக்டர் உமிழ்ந்த ஒளியில் இருந்து தோன்றிய மிகக் கச்சிதமான உயிர்துடிப்புள்ள புகைப்படத்தைப் போல் தோன்றியது.

கடவுளே! தனக்கு முன்னால் இருந்த சுவற்றில் மிகப் பயங்கரமான காட்சி ஒன்று தோன்றியதைப் போல் லேங்டனின் கைகள் சற்றே துணுக்குற்றன. ***நான் மரண பிம்பங்களைப் பார்த்துக் கொண்டிருப்பதில் எந்த ஆச்சரியமும் இல்லை.***

தன் பங்கிற்கு வாயை கையால் மூடிக்கொண்டு முன்னால் அடியெடுத்து வைத்த சியன்னாவும் உறைந்துதான் போனாள்.

செதுக்கப்பட்ட அந்த எலும்பில் இருந்து வெளிவந்த காட்சி மனித வதைபடுதல் குறித்த ஒரு துயரமான தைலவண்ண ஓவியம் — நரகத்தின் பல்வேறு நிலைகளில் ஆயிரக்கணக்கான ஆன்மாக்கள் துயருற்று துடித்துக்கொண்டிருந்தன. அந்தப் பாதாளமானது பூமியை குறுக்கும் நெடுக்கமாக வெட்டி, அளவிட முடியாத ஆழம் கொண்டதாக கூம்பு வடிவில் காணப்பட்டது. அந்த நரகக் குழி பாவங்களின் அளவை வைத்து கீழ்நோக்கி பிரிந்துகொண்டே சென்றது. அதன் ஒவ்வொரு நிலையிலும் பாவம் செய்த மக்கள் வதைப்பட்டுக்கொண்டிருந்தனர்.

லேங்டன் அந்தப் படத்தை மீண்டும் ஒருமுறை பார்த்தார்.

அவருக்கு முன்னால் இருந்த அந்த மகா படைப்பு — *லா மாப்பா டெல் **இன்ஃபெர்னோ*** — என்ற பெயர்கொண்ட அது

இத்தாலிய மறுமலர்ச்சி காலத்தைச் சேர்ந்த ஓவிய மேதை சாண்ட்ரோ பொட்டிசெலி என்பவரால் வரையப்பெற்றது. மிக விரிவான புளூபிரிண்ட் போல் காணப்பட்ட, நரகத்தின் வரைபடம் என்ற ஓவியமே இதுவரை வரையப்பட்டதிலேயே உயிர்போனதற்கு பிந்தைய, மிகப் பயங்கரமான காட்சிகளைக் கொண்டதாக வரையப்பட்டிருந்தது. இருள், துயரம் ஆகிய வற்றுடன் அச்சுறுத்தக்கூடிய அந்த ஓவியம் யாரையும் நிலைதடுமாறச் செய்யக்கூடியது. உயிர்த்துடிப்புள்ள, வண்ண மயமான தன்னுடைய ***வீனஸின் பிறப்பு*** ஓவியம் போன்று அல்லாமல் பொட்டிசெலி தன்னுடைய ***நரகத்தின் வரைபடம்*** ஓவியத்தை ஆழ்ந்த சிவப்பு, செபியா மற்றும் பழுப்பு நிறங்களைக் கொண்டு உருவாக்கியிருந்தார்.

லேங்டனுக்கு தன்னுடைய பழைய தலைவலி மீண்டும் உருவானது. அந்த விநோதமான மருத்துமனையில் கண்விழித்த பின்னர் முதல்முறையாக ஏதோ ஒருவிதமான புதிர் தன்னை ஆக்கிரமித்திருப்பதை அவரால் உணர முடிந்தது. இந்தப் புகழ்பெற்ற ஓவியத்தை பார்த்ததன் மூலம் அவருடைய வருத்தம்தோய்ந்த மதிமயக்கங்கள் சட்டென்று தூண்டப்பட்டன.

நான் பொட்டிசெலியின் நரகத்தின் வரைபடம் ஓவியத்தை ஆராய்ந்தாக வேண்டும், என்று நினைத்துக்கொண்ட லேங்டனால் அது ஏன் என்பதைத்தான் நினைவுக்கு கொண்டுவர முடியவில்லை.

அந்த பிம்பமே தொந்தரவுபடுத்தக்கூடியதாக இருக்கையில், அந்த ஓவியத்தின் சாராம்சம்தான் தற்போது லேங்டனிடத்தில் அதிகரித்துவரும் அமைதியின்மைக்கு காரணமாகிப்போனது. வருவதுவரைக்கும் இந்த மகா படைப்பிற்கான உந்துதல் பொட்டி செலியின் மனதில் ***உருவானதல்ல*** என்பது லேங்டனுக்கு நன்றாகத் தெரியும். அது அவருக்கும் இருநூறு வருடங்கள் முன்பு வாழ்ந்த ஒருவருடைய மனதில் உருவானது.

ஓர் ஓவியம் மற்றொன்றினால் உந்துதல் பெற்றிருக்கிறது.

பொட்டிசெலி வரைந்த அந்த ***நரகத்தின் வரைபடம்*** உண்மையில் வரலாற்றிலேயே மிகவும் போற்றப்பட்ட பதினான்காம் நூற்றாண்டைச் சேர்ந்த இலக்கியப் படைப் பிற்கு செய்யப்பட்ட அஞ்சலியாகும். இதுநாள்வரை ரீங்கரித்துக் கொண்டிருக்கும் நரகத்தின் பயங்கரமான காட்சிகள் அந்த எழுத்தில்தான் சித்தரிக்கப்பட்டிருந்தன.

அது தாந்தே எழுதிய ***இன்ஃபெர்னோ.***

அந்தத் தெருவிற்கு அப்பால், சர்வீஸ் படிக்கட்டு வழியாக சத்தமின்றி மேலே ஏறிக்கொண்டிருந்த வயந்தா, அந்த சிறிய சரிவான பென்சின் லா ஃபியோரண்டினா ஹோட்டலின் கூரையில் ஏறி தன்னை மறைத்துக்கொண்டாள். லேங்டன், இல்லாத ஓர் அறை எண்ணையும், போலியான சந்திப்பிடத்தையும் அவருடைய தூதரகத்திற்கு அளித்திருக்கிறார். அதை அவளுடைய தொழிலில் "பிம்ப சந்திப்பு" என்பார்கள். அதாவது, ஓர் உளவாளி தன்னுடைய இருப்பிடத்தை வெளிப்படுத்தும் முன்னர் அந்த சூழ்நிலையை மதிப்பிடச் செய்ய உதவும் வகையில் பொதுவாக வேவு பார்க்கும் உத்தி. இப்படிப்பட்ட போலியான அல்லது பிம்ப இடங்கள் ஒருவர் தான் இருக்கும் *உண்மையான* இடத்திலிருந்து நன்றாக பார்க்கக்கூடிய இடமாகவே தேர்வுசெய்யப்பட்டிருக்கும்.

அந்த மொத்தப் பகுதியையும் துல்லியமாக பார்க்கும் வகையில் கூரையின் மீது சரியான மறைவிடத்தை வயந்தா தேர்ந்தெடுத்தாள். மெதுவாக, அந்தத் தெருவில் இருந்த அபார்ட் மெண்ட் கட்டிடத்தின் மீது தன் பார்வையை நிலைநிறுத்தினாள்.

இப்போது உங்கள் முறை மிஸ்டர். லேங்டன்.

அதே நேரத்தில், *மெண்டாசியத்தில்* அமர்ந்திருந்த தலைவர் மஹோகனி மரத்தால் ஆன வெளித்தளத்திற்கு வந்து ஆழ்ந்து மூச்சுவிட்டார், அட்ரியாடிக் கடலின் உப்புக்காற்றை உள்ளிழுத்து ரசித்தார். இந்தக் கப்பல் பல வருடங்களாகவே அவருடைய வீடாக இருந்து வந்திருக்கிறது, இப்போதோ, ஃப்ளோரன்சில் நடந்துகொண்டிருக்கும் தொடர்ச்சியான சம்பவங்கள் அவர் உருவாக்கிய அனைத்தையும் அழித்துவிடப்போவதான அச்சுறுத்தலைக் காட்டுகிறது.

அவருடைய களப்பணியாளரான வயந்தா எல்லாவற்றையும் ஆபத்தில் தள்ளியிருக்கிறாள். இந்த மிஷன் முடிந்தவுடன் அவள் விசாரணையை எதிர்கொள்ள வேண்டியிருக்கும். அதே நேரத்தில், தலைவருக்கு அவள் இப்போதும் தேவைப்படுகிற ஒருத்தியாகவே இருந்தாள்.

அவள் இந்தக் குழப்பத்தை நல்ல முறையில் தீர்த்து, கட்டுக்குள் கொண்டுவர வேண்டும்.

அவருக்குப் பின்னால் சுறுசுறுப்பான காலடிச்சத்தம் நெருங்கிவருவது கேட்டது. அதைக்கேட்டுத் திரும்பியபோது அவருடைய பெண் பகுப்பாய்வாளர் ஒருவர் ஓட்டமும் நடையுமாக வந்துகொண்டிருப்பது தெரிந்தது. "சார், நமக்கு புதிய தகவல் வந்திருக்கிறது" என்ற அந்தப் பகுப்பாய்வாளரின் குரல் மூச்சற்று இருந்தது. தீவிரத்தன்மையுடன் ஒலித்த அவளுடைய

குரல் காலை நேரக் காற்றை வெட்டுவதுபோல் இருந்தது. "தன்னை மறைத்துக்கொள்ளாத ஐபி முகவரியில் இருந்து ராபர்ட் லேங்டன் தன்னுடைய இமெயில் கணக்கை திறந்து பார்த்திருக்கிறார்." சற்று இடைவெளிவிட்ட அவள் தன்னுடைய பார்வையை தலைவரின் மீது நிலைநிறுத்தினாள். "லேங்டன் இருக்கும் இடம் தற்போது தடம் காணக்கூடியதாக இருக்கிறது."

யார் வேண்டுமானாலும் முட்டாளாக இருக்கலாம் என்று நினைத்துபோது தலைவர் அதிர்ச்சியுற்றார். ***அது எல்லாவற்றையும் மாற்றிவிட்டது.*** தன்னுடைய கைகளை கட்டிக்கொண்ட அவர் அதன் தாக்கங்களைப் பற்றிப் பரிசீலனை செய்தார். "எஸ்ஆர்எஸ் டீமின் நிலை பற்றித் தெரியுமா?"

"தெரியும் சார். லேங்டன் இருக்கும் இடத்திலிருந்து இரண்டு மைல்களுக்குள் இருக்கிறார்கள்."

தலைவருக்கு முடிவெடுக்க ஒரே ஒரு கணம்தான் தேவைப் பட்டது.

❑

15

"லீஃபெர்னோ டை டாந்தே" சியன்னா கிசுகிசுத்தாள். அவளுடைய குரல், தற்போது தன்னுடைய சமையலறை சுவற்றில் தெரியும் பாதாள உலகத்தின் பயங்கரமான பிம்பத்தை நோக்கி நகர்கையில் பரவசமுற்றிருந்தது.

நரகத்தைப் பற்றிய *தாந்தேயின்* பார்வை இங்கே உயிர்துடிப்புடன் வண்ணம் பெற்றிருக்கிறது.

உலக இலக்கியத்தில் மிக உயரிய படைப்பாக நிற்கும் **இன்ஃபெர்னோ**, தாந்தே அலிஜீரியின் *தெய்வீக இன்பியல்* என்ற தொடரின் முதல் மூன்று புத்தகங்களில் முதலாவதாகும். 14,233 வரிகளைக்கொண்ட அந்தக் காப்பியக் கவிதை பாதாளத்திற்குள்ளாக தாந்தே இறங்கிச் செல்கையில் நேர்கின்ற மிகக் கொடூரமான காட்சிகளை விவரிக்கிறது. தூய்மைப்படுத்தலின் மூலமான தன்னுடைய பயணத்தின் முடிவில் அவர் சொர்க்கத்திற்கு வந்துசேர்கிறார். இன்பியலின் மூன்று பிரிவுகளில், அதாவது *நரகம், தூய்மையாக்கம், சொர்க்கம்* (Inferno, Purgatorio, and Paradiso) ஆகியவற்றில் — **இன்ஃபெர்னோவே** மிகவும் பரவலாக வாசிக்கப்பட்டு நினைவில் வைத்துக் கொள்ளப்பட்டுள்ளது.

1300ஆம் ஆண்டுகளில் தாந்தேவால் புனையப் பெற்ற **இன்ஃபெர்னோ**, சபிக்கப்படுதல் குறித்த மத்தியகால அறிதல்களை முற்றிலும் மறுவரையறை செய்கிறது. இதுபோன்ற நகைத்திறனுள்ள முறையில்

நரகத்தைப் பற்றிய கருத்தாக்கம் வேறு எதுவும் மக்களை இந்த அளவுக்கு கவர்ந்திழுத்தது இல்லை. ஒரே இரவில், நரகம் பற்றிய அரூபமான கருத்தாக்கத்தை தாந்தேயின் படைப்பானது தெளிவான பயங்கரமான காட்சி மூலம் திண்மைப்படுத்துகிறது. அவை பகுத்தறிவுக்கு உட்படாத, தெளிவான மற்றும் மறக்க முடியாத காட்சிகள். இந்தக் கவிதை வெளியானதைத் தொடர்ந்து, தாந்தேயின் புதுப்பிக்கப்பட்ட பதிப்பை பார்ப்பதை தவிர்க்கும் விதமாக பயந்துபோன பாவம் செய்தவர்களின் கூட்டத்தால் கத்தோலிக்க திருச்சபை நிரம்பி வழிந்ததில் ஆச்சரியப்பட எதுவுமில்லை.

இங்கே, பொட்டிசெலியால் சித்தரிக்கப்பட்டிருக்கும் நரகத்தைப் பற்றிய தாந்தேயின் மிகப் பயங்கரமான தொலை நோக்கானது சித்திரவதை செய்யப்படும் பாதாள வழியைப் போல் கட்டமைக்கப்பட்டுள்ளது. பாவப்பட்ட பாதாள தீ நிலம், உப்புக்கல், சாக்கடை, அரக்கர்கள் மற்றும் சாத்தானும்கூட அதன் மையப்பகுதியில் காத்திருக்கிறார்கள். அந்தக் குழியானது ஒன்பது பிரத்யேக அளவுகளில் கட்டமைக்கப்பட்டிருந்தது. அவை நரகத்தின் ஒன்பது சுற்றுகள், அவற்றில் பாவம் செய்தவர்கள் தங்கள் பாவத்தின் தீவிரத்தன்மைக்கு ஏற்ப இடம்பெற்றிருப்பார்கள். உச்சிக்கு அருகாமையில், ***பெருங்காமம்*** அல்லது ***“உடல்ரீதியான பேராசை கொண்டவர்கள்”*** முடிவற்ற புயலினால் ஊதித்தள்ளப்படுகிறார்கள். அது தங்களுடைய ஆசையைக் கட்டுப்படுத்திக்கொள்ள முடியாத அவர்களின் இயலாமையைக் குறிக்கிறது. அவர்களுக்கு கீழே, சாக்கடை நீரில் ***பெருந்தீனியர்கள்*** தலைகவிழ்த்து வைக்கப்பட்டிருக்கிறார்கள். அவர்களுடைய வாய்கள் அவர்களுடைய கழிவுகளாலேயே நிரப்பப்பட்டிருக்கின்றன. இன்னும் ஆழ்ந்து சென்றால், ***மத பழமைவாதிகள்*** எரியும் கல்லறைகளுக்குள் சிக்கித் தவித்தனர். முடிவற்ற தீயில் எரியும்படி அவர்கள் சபிக்கப்பட்டார்கள். அப்படியே சென்றுகொண்டிருந்தால், ஆழமாக கீழிறங்கிச் செல்லும் அது மிகவும் மோசமடைந்துகொண்டிருந்தது.

ஏழாம் நூற்றாண்டில் பதிப்பிக்கப்பட்ட அதில், நரகத்தைப் பற்றிய தாந்தேயின் நீடித்த தொலைநோக்கானது பல்வேறு சமர்ப்பணங்கள், மொழிபெயர்ப்புகளுக்கு காரணமாகியிருக்கிறது என்பதுடன், வரலாற்றின் மாபெரும் படைப்பாக்க சிந்தனையாளர்களால் மாற்றங்களுக்கும் உள்ளாகியிருக்கிறது. லாங்பெல்லோ, சாஸர், மார்க்ஸ், மில்டன், பால்சாக், போர்ஹே மற்றும் சில போப்பாண்டவர்களும்கூட தாந்தேயின் ***இன்ஃபெர்னோவை*** அடிப்படையாகக் கொண்டு நிறைய எழுதியிருக்கின்றனர். மாண்ட்டி வெர்டி, லிஸ்ஜ்ட், வாக்னர், தெய்கோவ்ஸ்கி மற்றும்

புஜினி ஆகியோர் தாந்தேயின் படைப்பை அடிப்படையாகக் கொண்டு பல்வேறு இசைக்கோர்வைகளை இயற்றியிருக்கின்றனர். அதில் லேங்டனுக்கு பிடித்தமான ரெக்கார்டிங் ஆர்ட்டிஸ்ட் லோரினா மெக்கின்னிட்டும் ஒருவர். நவீன உலகத்தின் வீடியோ கேம்கள் மற்றும் ஐபேட் ஆப்ஸ் ஆகியவற்றிலும்கூட தாந்தே சம்பந்தப்படாத விஷயங்கள் மிகவும் குறைவே.

லேங்டன் தன்னுடைய மாணவர்களிடத்தில் எப்போதுமே தாந்தேயின் தொலைநோக்குடைய உயிர்துடிப்புள்ள குறியீட்டு செழுமை பற்றி பகிர்ந்துகொள்ள ஆர்வம் கொண்டிருப்பவர். சிலநேரங்களில் தாந்தே மற்றும் இதுவரையிலான காலத்தில் எழுதப்பட்டவற்றில் காணப்படும் மறுதோன்றல் பிம்பங்கள் பற்றியும் அவர் வகுப்பெடுத்திருக்கிறார்.

"ராபர்ட்" என்ற சியன்னா சுவற்றில் இருந்த அந்த பிம்பத்தை நோக்கி நெருக்கமாக சென்றாள். "அதைப் பாருங்கள்!" என்று புனல் வடிவில் இருந்த அடிப்பகுதிக்கு அருகாமையில் சுட்டிக்காட்டினாள்.

அவள் சுட்டிக்காட்டிய அந்தப் பகுதி மேல்போஜ் எனப்படுகிறது — அதாவது "தீமையின் முனைகள்." அது நரகத்தின் எட்டாவதும், கடைசிக்கு முந்தையதுமான சுற்று என்பதுடன் அது பத்து தனித்தனி அகழிகளாக பிரிக்கப்பட்டிருந்தது. அதாவது அவை ஒவ்வொன்றும் குறிப்பிட்ட ஏமாற்று வேலைக்கானவை.

சியன்னா இப்போது முன்னைவிட மிகவும் பரவசமடைந்து அதை சுட்டிக்காட்டினாள். "இதோ பாருங்கள்! உங்களுடைய பார்வைக்கு இது தெரியவில்லையா?!"

ஒற்றைக்கண்ணை மூடிக்கொண்டு சியன்னா சுட்டிக்காட்டிய இடத்தில் லேங்டன் பார்த்தார். ஆனால் அவருக்கு எதுவும் தெரியவில்லை. அந்த மிகச்சிறிய புரஜக்டர் தன் சக்தியை இழந்து கொண்டிருந்தது. அந்த பிம்பம் மங்கலாகத் தொடங்கியது. அவர் மீண்டும் அந்த சாதனம் பிரகாசமாக மின்னும்வரை வேகமாக குலுக்கினார். பின்னர், அதை சுவற்றிலிருந்து இன்னும் சற்று பின்னால் தள்ளி வைத்தார். அந்த சமையலறையின் மற்றொரு முனையில் வைத்ததால், அது அங்கிருந்து இன்னும் பெரிய பிம்பங்களாக அவற்றைக் காட்டியது. லேங்டன் சியன்னாவிடம் வந்தார். மின்னும் அந்தப் பக்கத்தை ஆராய அதன் பக்கமாக சென்றார்.

சியன்னா மீண்டும் அந்த நரகத்தின் எட்டாவது வளையத்தை சுட்டிக்காட்டினாள். "பாருங்கள். உங்களுடைய மதிமயக்க காட்சியில் பூமியில் இருந்து தலைகீழாக வெளியே தெரியும்

ஒரு ஜோடி கால்களில் *R* என்ற எழுத்துகள் இருந்தன என்று நீங்கள் சொல்லியிருக்கிறீர்கள்தானே?" அவள் சுவற்றில் இருந்த அந்த துல்லியமான இடத்தை தொட்டுக்காட்டினாள். "அவை இதோ இருக்கின்றன!"

லேங்டன் இந்த ஓவியத்தை பலமுறை பார்த்திருக்கிறார் என்றாலும், அந்த மேல்போஜின் பத்தாவது அகழியில் இருந்த பாவம் செய்தவர்கள் தலைகீழாக பாதி புதைக்கப்பட்ட நிலையில் காணப்பட்டனர். அவர்களுடைய கால்கள் பூமிக்கு வெளியே நீட்டிக்கொண்டிருந்தன. ஆனால், அதில் விசித்திரம் என்னவென்றால், அந்தக் கால்கள் ஒன்றில், லேங்டன் தன்னுடைய மதிமயக்க காட்சியில் பார்த்த *R* என்ற எழுத்து மண்ணால் எழுதப்பட்டிருக்கிறது.

கடவுளே! அந்த மிகச்சிறிய விவரத்தை லேங்டன் உற்றுப் பார்த்தார். "*R* என்ற அந்த எழுத்து... அது நிச்சயம் பொட்டி செலியின் அசல் படைப்பில் ***இல்லை.***"

"இங்கே மற்றொரு எழுத்தும் உள்ளது" என்ற சியன்னா அதை சுட்டிக்காட்டினாள்.

வெளியே நீட்டியபடி இருந்த அவளுடைய விரலைப் பின்பற்றிய லேங்டன் அந்த மேல்போஜின் பத்து அகழிகளிலும் மற்றொன்றில் இருந்த *E* என்ற எழுத்தைக் கவனித்தார். அது தன்னை தீர்க்கதரிசி என்று சொல்லிக்கொண்ட போலி தீர்க்க தரிசியின் தலை பின்பக்கம் திருப்பி வைக்கப்பட்டு அதன் முகத்தில் கிறுக்கலாக எழுதப்பட்டிருந்தது.

இந்த உலகத்தில் என்னதான் நடக்கிறது? அந்த ஓவியம் மேம்படுத்தப்பட்டிருக்கிறதே.

மற்ற எழுத்துளும் அவருக்குப் புலப்படத் தொடங்கின. அவை அந்த மேல்போஜின் பத்து அகழிகளிலும் இருந்த பாவம் செய்தவர்களின் மீதும் எழுதப்பட்டிருந்தன. சாத்தானால் உலுக்கப்படும் மோகத்தை தூண்டும் ஒருவன் மீது *C* என்ற எழுத்து தெரிந்தது... பாம்புகளால் விழுங்கப்பட்டுக்கொண்டிருக்கும் ஒரு திருடன் மீது *R* என்ற எழுத்து தெரிந்தது... தார் கொதித்துக் கொண்டிருக்கும் குட்டையில் அமிழ்த்தப்படும் ஓர் அரசியல்வாதி மீது *A* என்ற எழுத்து தெரிந்தது.

"இந்த எழுத்துகள்" லேங்டனால் உத்திரவாதமாக சொல்ல முடிந்தது. "நிச்சயம் பொட்டிசெலியின் அசல் ஓவியத்தில் ***கிடையாது.*** இந்தப் படம் டிஜிட்டல் முறையில் எடிட் செய்யப் பட்டிருக்கிறது."

தன்னுடைய பார்வையை மிகவும் உயரத்தில் இருந்த மால்போஜின் அகழியிடத்தில் திருப்பிய லேங்டன், அதன் அடிப்பகுதியில் இருந்து அந்த பத்து அகழிகளிலும் தெரிந்த எழுத்துகளை கீழ்நோக்கிப் படித்தார்

C...A...T...R...O...V...A...C...E...R

"கேட்ரோவேஸர்? இது இத்தாலிய மொழியா?" என்றார் லேங்டன்.

சியன்னா தலையைக் குலுக்கினாள். "அது லத்தீன் வார்த்தை கூட கிடையாது. எனக்கு அது புரியவில்லை."

"அது... ஒரு கையெழுத்தாக இருக்குமா?"

"கேட்ரோவேஸர்?" அவளுக்கு சந்தேகமே மிஞ்சியது. "அது எனக்கு ஒரு பெயரைப் போல்கூட தோன்றவில்லை. ஆனால் அதோ பாருங்கள்." மால்போஜின் மூன்றாவது அகழியில் இருந்த பல எழுத்துகளுள் ஒன்றை அவள் சுட்டிக்காட்டினாள்.

லேங்டனின் கண்கள் அந்த உருவத்தைக் கண்டுகொண்ட போது, அவருள் சட்டென்று சில்லிட்டுப்போன உணர்வு தோன்றியது. மூன்றாவது அகழியில் பாவம் செய்தவர்களின் கூட்டத்திற்கு இடையே மத்திய காலப்பகுதியைச் சேர்ந்த ஒரு குறிப்பிட்ட பிம்பம் தெரிந்தது — முகமூடிக்குப் பின்னால் மறைந்திருக்கும் மனிதன், அவன் ஒரு நீளமான, பறவைபோன்ற கூம்புவடிவ மூக்குடன், மரணித்த கண்களைக் கொண்டிருந்தான்.

அது பிளேக் மாஸ்க்.

"பொட்டிசெலியின் அசல் படைப்பில் பிளேக் டாக்டர் யாராவது இருக்கிறாரா?" என்றாள் சியன்னா.

"நிச்சயம் கிடையாது. அந்த உருவம் சேர்க்கப்பட்டிருக்கிறது."

"பொட்டிசெலி தன்னுடைய அசல் **கையெழுத்தை** இட்டிருக்கிறாரா?"

லேங்டனால் அதை நினைவுக்குக் கொண்டுவர முடிய வில்லை. ஆனால் கையெழுத்து இடப்படும் வலதுபக்க கீழ் முனையை நோக்கி தன்னுடைய பார்வையை அவர் திருப்பிய போதுதான் அவள் ஏன் அப்படிக் கேட்டாள் என்பது லேங்டனுக்கு நினைவுக்கு வந்தது. அங்கே எந்தக் கையெழுத்தும் இல்லை, அத்துடன் அந்த *லா மாப்பா* ஓவியத்தின் கறுத்து பழுப் பேறிய ஓரத்தில் மெல்லிய தடிமனான எழுத்துகளில் சரியாக புலப்படாத வாசகம் இருப்பது தெரிந்தது: *la verità è visibile solo attraverso gli occhi della morte.*

அதன் சாராம்சத்தைப் புரிந்துகொள்ளும் அளவு லேங்டனுக்கு இத்தாலிய மொழி தெரியும். *"மரணத்தின் கண்களுக்குத்தான் உண்மை புலப்படும்."*

சியன்னா ஆமோதித்தாள். "விசித்திரமாக இருக்கிறது."

அவர்கள் இருவருமே மெள்ள மங்கி மறைந்துகொண்டிருந்த அந்த பிம்பத்திற்கு முன்பாக அமைதியாக நின்றிருந்தனர். *தாந்தேயின் இன்ஃபெர்னோ,* லேங்டன் நினைத்துப்பார்த்தார். *எதிர்காலம் பற்றிய உந்துதல் பெற்ற 1330ம் ஆண்டின் கலைப்படைப்பு.*

தாந்தேவைப் பற்றிய லேங்டனின் பயிற்சிப்பாடம் என்பது *இன்ஃபெர்னோவால்* உந்துதல் பெற்ற முழு ஓவியப் பிரிவையும் உள்ளடக்கியதாக இருந்தது. பொட்டிசெலியின் பிரபலமான *நரகத்தின் வரைபடத்திற்கும்* மேலாக, ரோடினின் காலத்தைக் கடந்த சிற்பமான நரகத்தின் *நுழைவாயிலைச்* சேர்ந்த *மூன்று நிழல்கள்* என்ற சிற்பம். ஸ்டைக்ஸ் ஆற்றில் மூழ்கிய உடல்களுக்கு நடுவே படகு வலிக்கும் ஸ்ட்ராடனஸின் லெக்யாஸ் படம். முடிவற்ற புயலில் சிக்கிச் சுழலும் வில்லியம் பிளேக்கின் பெருங்காமப் பாவிகள். சண்டையிட்டுக்கொண்டிருக்கும் இரண்டு நிர்வாண ஆண்களை தாந்தேவும் விர்ஜிலும் பார்த்துக்கொண்டிருப்பது போன்ற போயகிரியாஸின் விநோதமான காமக் காட்சி. எரி குண்டுகள் மற்றும் நெருப்புப் பிண்டங்களின் அலைக்கு கீழே கிடக்கும் பெய்ரோஸின் சித்திரவதைக்கு உள்ளான ஆன்மாக்கள். சல்வடார் டாலியின் மிக விசித்திரமான நீர்வண்ண ஓவியங்கள் மற்றும் மரச்சிற்பங்கள். சுரங்கப் பாதைகளில் இருந்து நரகத்தை நோக்கி சிறகுள்ள சாத்தானிடம் செல்லும் எல்லாவற்றையும் சித்தரிக்கின்ற டோரேயின் கறுப்பு வெள்ளை செதுக்கல்களின் தொகுப்பு.

நரகத்தைப் பற்றிய தாந்தேயின் கவித்துவ பார்வையானது வரலாற்றில் பெரும் மதிப்பைப் பெற்றிருக்கும் ஓவியர்களுக்கு மட்டும் உந்துதலாக அமைந்திருக்கவில்லை என்பதுபோல் தோன்றியது. அது மற்றொருவரையும் பாதித்திருக்கிறது, அவருடைய ஆன்மா பொட்டிசெலியின் ஓவியத்தை டிஜிட்டல் முறையில் மாற்றம் செய்யும் அளவுக்கு பிளவுபட்டிருக்கிறது. அவர்தான் அந்தப் பத்து வார்த்தைகளையும், அந்த பிளேக் டாக்டரையும் சேர்த்திருக்கிறார் என்பதுடன் மரணத்தின் கண்கள் மூலமாக உண்மையைக் காணுதல் என்ற அச்சுறுத்தும் வாசகத்தையும் பொறித்திருக்கிறார். பின்னர், அதே கலைஞன்தான் பீதியூட்டக்கூடிய வகையில் செதுக்கப்பட்ட எலும்பில் ஒரு ஹைடெக் புரஜக்டரை வைத்து மூடி அந்த பிம்பத்தை இணைத் திருக்கிறார்.

இத்தகைய கலைப்படைப்பை யாரால் உருவாக்க முடியும் என்பதை லேங்டனால் கற்பனை செய்துகூட பார்க்க முடியவில்லை. ஆனாலும், இந்தக் கணத்தில் அந்தப் பிரச்சினையானது மிகத்தீவிரமான ஒரு கேள்விக்கு முன்னால் பின்தங்கித்தான் போய்விட்டது.

என்ன இழவுக்கு நான் இதை சுமந்துகொண்டிருக்கிறேன்?

லேங்டனுக்கு அருகாமையில் நின்றுகொண்டிருந்த சியன்னா அடுத்த அடி எடுத்து வைப்பது குறித்து சிந்தித்துக் கொண்டிருக்கையில், அவர்களுக்கு கீழே இருந்த தெருவில் உயர்–குதிரைசக்தி கொண்ட என்ஜின் உறுமும் எதிர்பாராத எதிரொலி கேட்டது. அதைத்தொடர்ந்து பிரேக்குகள் இயங்கும் கிறீச் ஒலியும், கதவுகள் அடித்து சாத்தப்படும் சத்தங்களும் கேட்டன.

குழம்பிப்போன சியன்னா ஜன்னலுக்கு விரைந்து சென்று வெளிப்பக்கம் உற்றுப் பார்த்தாள்.

எந்த அடையாளமும் இல்லாத கறுப்புநிற வேன் ஒன்று கீழேயிருந்த தெருவில் சீறிவந்து நின்றது. அதிலிருந்து ஒரு குழு இறங்கியது. தங்களுடைய வலதுபக்க தோளில் வட்டவடிவில் பச்சைநிற பதக்கங்கள் அணிந்திருந்த அவர்கள் கறுப்புநிற சீருடையில் இருந்தனர். ரைபில்களை இறுக்கமாகப் பிடித்திருந்த அவர்கள் மூர்க்கத்துடன் முன்னேறினர். அதுதான் ராணுவத் திறன். எந்தவித தயக்கமும் இன்றி நான்கு வீரர்கள் அந்த அபார்ட் மெண்ட் கட்டிடத்தின் முகப்பிற்குள் வேகமாக நுழைந்தனர்.

தன்னுடைய ரத்தம் சில்லிட்டுப்போனதை சியன்னாவால் உணர முடிந்தது. “இவர்கள் யாரென்று எனக்குத் தெரியவில்லை, ஆனால் நம்மை கண்டுபிடித்துவிட்டார்கள்.”

தெருவில், ஏஜெண்ட் கிறிஸ்டோப் புரூடர் அந்த கட்டிடத்திற்குள் நுழைந்துகொண்டிருக்கும் தன் ஆட்களிடத்தில் கட்டளைகளைப் பிறப்பித்துக்கொண்டிருந்தார். அந்தக் கட்டளைத் தொடருக்கு கடமையும் கட்டுப்பாடுமாக உணர்ச்சி யற்ற உத்தரவு களைப் பிறப்பித்த ராணுவ பின்புலத்தைச் சேர்ந்த அவர் ஓர் அதிகாரம் மிகுந்த நபராகத் தோன்றினார். அவருக்கு தன்னுடைய மிஷனைப் பற்றியும் தெரியும், அதன் ஆபத்துகளைப் பற்றியும் தெரியும்.

அவர் வேலைசெய்யும் நிறுவனம் பல்வேறு பிரிவுகளைக் கொண்டிருந்தது. ஆனால் கண்காணிப்பு மற்றும் பதிலடி உதவி எனும் அவருடைய பிரிவானது, ஏதேனும் பிரச்சினை

ஏற்பட்டால் மட்டுமே அழைக்கப்படும்.

அவருடைய ஆட்கள் அந்த அபார்ட்மெண்ட் கட்டிடத்திற்குள் நுழைந்த பின்னர், புரூடர் அதன் வாசற்கதவிலேயே நின்றிருந்தார். தன்னுடைய கணிப்பொறி உபகரணத்தை வெளியே எடுத்த அவர் பொறுப்பிற்குரிய நபரை தொடர்புகொண்டார்.

“நான் புரூடர் பேசுகிறேன். லேங்டனின் கம்ப்யூட்டர் ஐபி எண்ணை வைத்து அவரை வெற்றிகரமாக தடம்கண்டுவிட்டோம். என்னுடைய அணி முன்னேறுகிறது. நாங்கள் அவரை பிடித்த பின்னர் உங்களுக்குத் தெரிவிக்கிறோம்” என்றார் அவர்.

புரூடருக்கு நேர் மேலே, பென்சியோன் லா ஃபியோரண்டினாவின் கூரையில் இருந்தபடி, அந்த அபார்ட்மெண்டிற்குள் ஏஜெண்டுகள் நுழைவதை வயந்தா அவநம்பிக்கைமிகுந்த அச்சுறுத்துலுடன் உற்றுப் பார்த்துக்கொண்டிருந்தாள்.

இவர்கள் இங்கே என்ன செய்துகொண்டிருக்கிறார்கள்?!

தன்னுடைய ஸ்பைக் தலைமுடிக்குள் அவள் கையை விட்டாள். நேற்றிரவு நாசமாய்ப்போன அவளுடைய அசைன்மெண்டின் மோசமான பின்விளைவுகள் சட்டென்று அவளுக்கு ஞாபகம் வந்தன. ஒரு புறாவின் ஒற்றைக் குனுகல் ஒலியில், எல்லாமே தாறுமாறாகி, கட்டுப்பாட்டை இழந்து விட்டன. ஒரு சாதாரண மிஷனாக தொடங்கிய அது... உயிர்த்திருக்கும் கொடும்கனவாக மாறிப்போய்விட்டது.

எஸ்ஆர்எஸ் குழு இங்கே வந்திருக்கிறதென்றால், என் கதை முடிந்தது.

வயந்தா அதிரடியாக தன்னுடைய செக்ட்ரா டைகர் எக்ஸ்எஸ் தொலைத்தொடர்பு சாதனத்தை எடுத்து தலைவரை அழைத்தாள்.

“சார்.” என்ற அவளுடைய குரல் தடுமாறியது. “எஸ்ஆர்எஸ் குழு இங்கே வந்துவிட்டது! புரூடரின் ஆட்கள் அந்தக் கட்டிடத்திற்குள் திபுதிபுவென நுழைந்து கொண்டிருக்கிறார்கள்!”

அவள் பதிலுக்காக காத்திருந்தாள். ஆனால் அது வந்தபோது, அந்தத் தொடர்பு சட்டென்று கிளிக் செய்யப்படும் ஓசை மட்டுமே கேட்டது. பின்னர் ஓர் எலக்ட்ரானிக் ஓசை அமைதியாக தெரிவித்தது. “மறுப்பு முறையாக்கம் தொடங்கப்பட்டிருக்கிறது.”

ஃபோனை கீழே வைத்த வயந்தா, தகவல்தொடர்பு சாதனம் செயலிழப்பதை திரையில் பார்த்து தெரிந்துகொண்டாள்.

அவளுடைய முகத்தில் இருந்த ரத்தம் சுண்டிப்போனபோது நடப்பதை ஏற்றுக்கொள்ள வயந்தா கட்டாயப்படுத்தப்பட்டாள். கன்சார்ட்டியம் இப்போது அவளிடமிருந்து எல்லாத் தொடர்பு களையும் துண்டித்துக்கொண்டது.

எந்தத் தொடர்புகளும் இல்லை. எந்தப் பிணைப்புகளும் இல்லை.

நான் மறுக்கப்படுகிறேன்.

அதிர்ச்சி ஒருகணம் மட்டுமே நீடித்தது.

அந்த இடத்தை பயம் ஆக்கிரமித்துக்கொண்டது.

❑

16

"சீக்கிரம் ராபர்ட், என் பின்னால் வாருங்கள்" சியன்னா அவசரப்படுத்தினாள்.

அந்த அபார்ட்மெண்ட் கட்டிடத்தின் கூடத்திற்குள்ளாக கதவைத் திறந்து வெளியே வந்தபோது லேங்டனின் சிந்தனை முழுவதையும் தாந்தேயின் பாதாள உலகத்தைச் சேர்ந்த, துயருற்ற பிம்பங்களே ஆக்கிரமித்திருந்தன. இந்த விஷயம் நடக்கும்வரை, ஒருவிதமான ஈடுபாடற்ற சமநிலையின் மூலம் காலைநேர மன இறுக்கத்தை சியன்னா புரூக்ஸ் எப்படியோ சமாளித்துக்கொண்டிருந்தாள். ஆனால் இப்போது, அவளுடைய அமைதியான நடத்தை, உணர்ச்சியால் பதட்டமடைந்திருப்பதை அவளுக்குள் ஏற்பட்ட உண்மையான பயத்தில் இருந்து லேங்டனால் பார்க்க முடிந்தது.

அந்தக் கூடத்தில் சியன்னா முன்னால் ஓடிக்கொண்டிருந்தாள். ஏற்கனவே கீழே இறங்கத் தொடங்கியிருந்த எலிவேட்டரை நோக்கி விரைந்த அவளை அந்த லாபிக்குள் நுழைந்துகொண்டிருக்கும் ஆட்கள் அழைத்தனர் என்பதில் எந்த சந்தேகமும் இல்லை. பின்னால் திரும்பிப் பார்க்காமல் அந்தக் கூடத்தின் முனையை நோக்கிப் பாய்ந்த அவள் படிக்கட்டில் மறைந்துபோனாள்.

அவளுக்கு பின்னாலேயே சென்றுகொண்டிருந்த லேங்டன் கடன்வாங்கிப் போட்டுக்கொண்ட இரவு உடை தடுக்கி தள்ளாடினார். தன்னுடைய பிரையோனி உடையின் மார்புப் பையில் இருந்த

அந்த சிறிய புரஜக்டரானது அவர் ஓடும்போது மேலும் கீழும் துள்ளியது. நரகத்தின் எட்டாவது வளைவை அலங்கரித்துக் கொண்டிருந்த விசித்திரமான எழுத்துகளின் மீது அவர் மனம் அலைபாய்ந்தது. கேட்ரோவேஸர். அவர் அந்த கறுப்பு முகமூடியையும் விசித்திரமான கையெழுத்தையும் கற்பனை செய்துபார்த்தார். ***மரணத்தின் கண்களுக்குத்தான் உண்மை புலப்படும்.***

சம்பந்தமில்லாத அவற்றை தொடர்புபடுத்திப் பார்க்க லேங்டன் பெரும் பிரயத்தனம் செய்தார். ஆனால் அந்தக் கணத்தில் எதுவுமே அர்த்தமாகவில்லை. படிக்கட்டின் இறுதிக்கு வந்து அவர் நிற்கவேண்டி இருந்தபோது அங்கே நின்றுகொண்டிருந்த சியன்னா கீழ்நோக்கி கூர்ந்து கவனித்துக்கொண்டிருந்தாள். கீழேயிருந்து படிக்கட்டுகளில் மேலே ஏறிவரும் காலடிச் சத்தங்களை லேங்டனால் கேட்க முடிந்தது.

“வேறு ஏதேனும் வழி இருக்கிறதா?” லேங்டன் கிசுகிசுத்தார்.

“என் பின்னால் வாருங்கள்” என்றாள் அவள்.

சியன்னா இன்று ஏற்கனவே ஒருமுறை லேங்டனை உயிர் பிழைக்கச் செய்திருக்கிறாள். அதனால் இந்தப் பெண்ணை நம்புவதைத் தவிர வேறு வாய்ப்பில்லாத லேங்டன் மூச்சை ஆழமாக இழுத்துவிட்டுக்கொண்டு அவளைத் தொடர்ந்து அந்தப் படிக்கட்டில் பாய்ந்தார்.

அவர்கள் ஒரு தளத்திற்கு கீழே வந்ததும், நெருங்கிவந்த காலடியோசைகள் இப்போது மிக நெருக்கமாக கேட்டன. அவை அவர்களுக்கு கீழே இருந்த ஒன்றிரண்டு தளங்களில் எதிரொலித்தன.

அவள் ஏன் அவர்களை நோக்கி ஓடிக்கொண்டிருக்கிறாள்?

லேங்டன் தன்னைத் தடுப்பதற்கு முன்பாக அவருடைய கையைப் பிடித்துக்கொண்ட சியன்னா பூட்டப்பட்ட கதவு களுடன் கூடிய, கைவிடப்பட்ட நீளமான பாதைவழியில் அவரைத் தள்ளினாள்.

இங்கே ஒளிந்துகொள்ள இடமே இல்லை!

சியன்னா சுவிட்சைப் போட்டதும் சில விளக்குகள் எரிந்தன. ஆனால் மங்கலான ஒளிவீசிய அந்தப் பாதைவழியில் அவர்கள் ஒளிந்துகொள்ள சிறிதளவே இடம் இருந்தது. சியன்னாவையும் லேங்டனையும் இந்த இடத்தில் தெளிவாகக் காண முடியும். தடதடக்கும் காலடியோசைகள் ஏறக்குறைய அவர்களுக்கு

மேலாக வந்துவிட்டன. இந்தக் கூடத்தின் கீழே தங்களை நேரடியாக பார்த்து விடும் வகையில் தங்களைக் கொல்ல வந்த சதிகாரர்கள் எந்தக் கணத்திலும் படிக்கட்டில் தோன்றலாம் என்பது லேங்டனுக்குத் தெரிந்தே இருந்தது.

"எனக்கு உங்களுடைய ஜாக்கெட் வேண்டும்" என்று கிசுகிசுத்த சியன்னா லேங்டனிடமிருந்து அந்த ஜாக்கெட்டைப் பறித்துக்கொண்டாள். கதவுச் சட்டகத்தின் இடையில் தனக்குப் பின்னால் லேங்டனை குனிய வைத்துக்கொள்ள கட்டாயப் படுத்தினாள். "அசையாதீர்கள்."

அவள் என்ன செய்கிறாள்? அவள் வெறுமனே பார்த்துக் கொண்டிருக்கிறாளே!

படிக்கட்டுகளில் சோல்ஜர்கள் தோன்றினர். மேல்நோக்கி விரைந்துவந்த அவர்கள் இருளடைந்த பாதைவழியில் சியன்னாவைக் கண்டதும் அப்படியே நின்றனர்.

"கடவுள் சத்தியமாக கேட்கிறேன்!" அவர்களை நோக்கி கத்திய சியன்னாவின் தொனி கடுமையாக இருந்தது. "இங்கே என்ன கூச்சல்?"

அவர்களில் இரண்டுபேர் உற்றுப்பார்த்தனர். தாங்கள் எதைப் பார்க்கிறோம் என்று அவர்களுக்கு தெளிவாகத் தெரியவில்லை.

சியன்னா அவர்களை நோக்கி இத்தாலியில் கத்திக்கொண்டே இருந்தாள். "***இந்த நேரத்தில் என்ன இவ்வளவு சத்தம்!***"

ஒரு வயதான பெண் ஷால் அணிந்திருப்பதைப் போல் தன்னுடைய கறுப்புநிற ஜாக்கெட்டைக் கொண்டு சியன்னா தன்னுடைய தலையையும், தோள்களையும் சுற்றிக் கட்டியிருப்பதை லேங்டனால் பார்க்க முடிந்தது. அவள் அங்கே வழிமறித்து நின்றுகொண்டாள். லேங்டன் அவள் நிழலில் மறைந்திருப்பதை அவர்களுடைய பார்வையில் இருந்து மறைக்கும் விதமாக தன்னை நிலைநிறுத்திக்கொண்டாள். அவர்களை நோக்கி ஒரு அடி எடுத்து வைத்த அவள் மிகவும் வயதான பெண்ணைப் போல் கத்தினாள்.

அந்த சோல்ஜர்களில் ஒருவன் ஒரு கையால் அவளை உள்ளே செல்லும்படி சைகை காட்டினான். "உடனடியாக உள்ளே செல்லுங்கள்!"

சியன்னா மற்றொரு அடியெடுத்து வைத்து முன்னே சென்று கோபத்துடன் கத்தினாள். "நீங்கள் நோயுற்ற என் கணவரை எழுப்பிவிட்டீர்கள்!"

லேங்டன் ஒருவிதமான கலக்கத்துடனே அதைக் கேட்டுக் கொண்டிருந்தார். ***அவர்கள் உன்னுடைய நோயுற்ற கணவனை எழுப்பிவிட்டார்களா?***

தன்னுடைய மெஷின்கன்னை உயர்த்திய மற்றொரு சோல்ஜர் அவளை நோக்கி நேரடியாக குறிவைத்தான். “சுடாதே. நிறுத்து!”

சியன்னா கொஞ்சநேரம் நின்றாள். அவர்களிடமிருந்து விலகி பின்னால் தடுமாறியபடியே சென்ற அவள் அவர்களை கருணையின்றி அர்ச்சித்தாள்.

விரைந்துசென்ற அந்த ஆட்கள் படிக்கட்டுகளின் மேலே மறைந்துபோனார்கள்.

அது நாடகத்தன்மையுடன் இருந்தாலும், நன்றாக இருந்தது. என்று லேங்டன் நினைத்துக்கொண்டார். ஆனால், இந்த நாடகத்தின் பின்புலம்தான் துப்பாக்கிகளால் நிறைந்துவிட்டது.

தன்னுடைய தலையில் இருந்து ஜாக்கெட்டை நீக்கிய சியன்னா அதை லேங்டனிடமே திருப்பித் தந்தாள். “சரி, என்னைப் பின்தொடர்ந்து வாருங்கள்.”

இந்தமுறை லேங்டன் எந்தத் தயக்கமும் இன்றி அவளைப் பின்தொடர்ந்தார்.

லாபிக்கு மேலே இருந்த தரைத்தளத்திற்கு அவர்கள் இறங்கி வந்தபோது மேலும் இரண்டு சோல்ஜர்கள் மேல்தளத்திற்கு செல்வதற்காக லிஃப்டில் நுழைந்தனர். வெளியே தெருவில் நின்றிருந்த வேனுக்குப் பின்னால் கண்காணித்தபடி ஒரு சோல்ஜர் நின்றிருந்தான். அவன் அணிந்திருந்த சீருடையானது அவனுடைய தசைப்பிடிப்பான உடலோடு ஒட்டி விறைத்துக் கொண்டு தெரிந்தது. அமைதியாக, சியன்னாவும் லேங்டனும் பேஸ்மெண்ட்டை நோக்கி படிக்கட்டில் கீழே இறங்கி வந்து கொண்டிருந்தனர்.

சுரங்கத் தளத்தில் இருந்த தரைவிரிப்பு கறுத்து காணப் பட்டதுடன் அதில் சிறுநீர் வாடையும் வீசியது. ஸ்கூட்டர்களும் மோட்டார் சைக்கிள்களும் நிறுத்தி வைக்கப்பட்டிருந்த மூலையை நோக்கி சியன்னா தாவி ஓடினாள். அவள் ஒரு சில்வர் நிற டிரைக் பைக் நிறுத்திவைக்கப்பட்டிருந்த இடத்தில் நின்றாள் — இத்தாலிய வெஸ்பா மற்றும் பெரியவர்கள் ஓட்டும் மூன்று சக்கர வாகனத்திற்குப் பிறந்த விநோதமான தோற்றத்தில் இருந்தது அந்த மூன்று சக்கர மொபெட். முன்பக்க மட்கார்டில் தன்னுடைய மெலிந்து நீண்டிருந்த கையை விட்ட அவள்

அதிலிருந்து காந்தப்புலம் உள்ள சிறிய பெட்டியை வெளியே எடுத்தாள். அதனுள்ளே இருந்த சாவியை வைத்து என்ஜினை உறுமச்செய்தாள்.

சில நொடிகளிலேயே, லேங்டன் அந்த பைக்கில் அவளுக்குப் பின்னால் அமர்ந்திருந்தார். அந்த சிறிய இடத்தில் மிகவும் கவனத்துடன் அமர்ந்த லேங்டன் பக்கவாட்டுப் பகுதிகளை கைகளால் துழாவினார். தன்னை தடுமாறாமல் வைத்துக்கொள்ள கைப்பிடி அல்லது வேறு ஏதேனும் கிடைக்குமா என்று பார்த்தார்.

"அடக்கமாக நடந்துகொள்ளவேண்டிய நேரமல்ல இது" என்ற சியன்னா அவருடைய கைகளைப் பற்றி இழுத்து தன்னுடைய மெல்லிய இடுப்பில் சுற்றி வளைத்தபடி வைத்துக்கொண்டாள். "நீங்கள் பிடித்துக்கொள்ள வேண்டியிருக்கும்."

அவள் சொன்னபடி லேங்டன் செய்யவும், சியன்னா அந்த டிரைக் பைக்கில் வெளியே செல்லும் வழியை நோக்கிப் பாயவும் சரியாக இருந்தது. அவர் நினைத்ததைவிட அந்த வாகனம் மிகுந்த சக்திவாய்ந்ததாக இருந்தது. அத்துடன், அந்த கேரேஜைவிட்டு வெளியேறிய உடனேயே தரைத்தளத்திற்கு வந்துவிட்ட அவர்கள், மைய நுழைவாயிலில் இருந்து ஐம்பது அடிகள் தொலைவில் தெரியும் அதிகாலை நேரத்து சூரிய ஒளியை நோக்கி விரைந்தனர். அந்தக் கட்டிடத்தின் முன்பக்கத்தில் இருந்த தசை முறுக்கிய சோல்ஜர், சியன்னாவும் லேங்டனும் தன்னை கடந்துசெல்வதை சட்டென்று பார்த்தான். அவர்களுடைய டிரைக்கின் கியரை சியன்னா முறுக்கியதும் அது கிறீச்சிட்ட ஒலியை எழுப்பியது.

பின்பக்கத்தில் ஜாக்கிரதையாக அமர்ந்திருந்த லேங்டன் பின்னால் திரும்பி தன்னுடைய தோள்பட்டையின் வழியாக தெரிந்த அந்த சோல்ஜரையே உற்றுப்பார்த்தபோது தன்னுடைய ஆயுதத்தை உயர்த்திப்பிடித்த அவன் அவர்களை கவனமாக குறிவைத்தான். லேங்டன் தனக்குத்தானே பாதுகாப்பு வளைய மிட்டுக்கொண்டார். சுடும் சத்தம் ஒருமுறை கேட்டது. அது அந்த டிரைக்கின் பின்பக்க மட்கார்டில் எதிரொலித்தது. அந்தத் தோட்டா லேங்டனின் முதுகுத் தண்டுவடத்தினுடைய அடிப்பாகத்தை ஏறத்தாழ தவறவிட்டிருந்தது.

ஜீசஸ்!

குறுக்குவெட்டுப் பாதையில் சியன்னா கடும் முயற்சியுடன் இடதுபக்கம் திரும்பினாள். சாய்ந்து விழுவதைப் போல் இருந்த லேங்டன் சமநிலைக்கு வர போராடிக்கொண்டிருந்தார்.

“என் மீது சாய்ந்துகொள்ளுங்கள்!” அவள் கத்தினாள்.

லேங்டன் முன்னோக்கி குனிந்தார். சியன்னா அந்த டிரைக்கை ஒரு பெரிய அகலச்சாலைக்கு கொண்டுவந்தவுடன் மீண்டும் நிமிர்ந்து உட்கார்ந்தார். லேங்டன் மீண்டும் ஒருமுறை சுவாசிக்கும் முன்னர் அவர்கள் ஒரு முழு கட்டிடத்தையும் கடந்திருந்தனர்.

யார் இந்த இழவெடுத்தவர்கள்?!

அந்தத் தெருவில் ரேஸ் விட்டுக்கொண்டிருந்தாலும் தனக்கு முன்னால் இருந்த சாலையின் மீதே மொத்த கவனத்தையும் வைத்திருந்த சியன்னா அந்தக் காலைநேர ஒளியில் தெரிந்த போக்குவரத்தில் வளைந்து நெளிந்து சென்றுகொண்டிருந்தாள். அவர்கள் கடந்துசெல்கையில் பாய்ந்து தாவிய சில பாதசாரிகள் ஒரு மெலிந்த பெண்ணின் பின்னால் இரவு உடையணிந்த, ஆறடி உயரமுள்ள ஆள் பயணிப்பதை கண்டு குழம்பித்தான் போனார்கள்.

மூன்று பகுதிகளைக் கடந்து வந்திருந்த லேங்டனும் சியன்னாவும் தங்களுக்கு முன்னால் இருந்த ஒரு பிரதான குறுக்கு நெடுக்கு சாலைக்கு வந்துசேர்ந்தபோது அங்கே வாகனங்களின் ஹாரன் ஒலிகள் அலறிக்கொண்டிருந்தன. ஒரு பளபளப்பான கறுப்புநிற வேன் இரண்டே சக்கரங்களில் சாய்ந்து வட்டமடித்தபடி, அந்த குறுக்குவெட்டு பாதைக்குள் வந்து நின்றது, பின்னர் அவர்களை நோக்கி நேராக சாலையில் வேகமெடுத்தது. அது அந்த அபார்ட்மெண்ட் வாசலில் வீரர்களை சுமந்தபடி நின்றுகொண்டிருந்த அதே வேன்தான்.

சட்டென்று தன்னுடைய திசையை மாற்றிய சியன்னா வலதுபக்கம் திரும்பி பிரேக்கை வேகமாக அழுத்தினாள். அங்கே நிறுத்தி வைக்கப்பட்டிருந்த ஒரு டெலிவரி டிரக்கிற்கு பின்னால் கண் பார்வையில் இருந்து மறையும்படி அவள் பைக்கை உருட்டியபோது லேங்டனின் மார்பு அவளுடைய முதுகில் அழுத்தமாக மோதியது. அந்த டிரக்கின் பம்பரில் வைத்து பின்பக்கமாக டிரைக்கை நிறுத்திய அவள் என்ஜினை அணைத்தாள்.

அவர்கள் நம்மைப் பார்த்துவிட்டார்களா!?

அவளும் லேங்டனும் குனிந்து மறைந்துகொண்டனர். மூச்சுகூட விடாமல் காத்திருந்தனர்.

அந்த வேன் எந்தவித தயக்கமும் இல்லாமல் அவர்களைக்

கடந்து உறுமிக்கொண்டே சென்றது. அது நிச்சயம் அவர்களைப் பார்க்கவில்லை. இருந்தாலும், அந்த வாகனம் வேகமெடுத்த போதுதான் அதற்குள் யாரோ ஒருவர் இருப்பதை லேங்டன் சட்டென்று பார்த்தார்.

அந்த வேனின் பின் இருக்கையில், ஒரு கவர்ச்சியான முதிய வயது பெண் இரண்டு சோல்ஜர்களுக்கு நடுவே ஒரு பிடிபட்ட இரையைப் போல் அமர்ந்திருந்தாள். அவள் கண்கள் குத்திட்டு நின்றன. தலை மேலும் கீழுமாக அசைந்தாடியது. அது அவள் மிகுந்த பரவசத்தில் இருப்பதைப் போலவோ அல்லது போதை மருந்து உட்கொண்டது போலவோ இருந்தது. கழுத்தில் தாயத்து அணிந்திருந்த அவளுடைய நீளமான வெள்ளிநிற தலைமுடி சுருள்சுருளாக அவள் மீது படர்ந்து கிடந்தது.

ஒரு கணம், லேங்டனுக்கு தொண்டை கட்டிக்கொண்டது. தான் ஒரு பேயைத்தான் பார்க்கிறோமோ என்று அவர் நினைத்தார்.

அது அவருடைய மனக்கண்ணில் தோன்றிய பெண்.

❑

17

கட்டுப்பாட்டு அறையில் இருந்து வெடுக்கென்று வெளியே வந்த தலைவர், மெண்டாசியத்தின் வலதுபக்க தளத்தில் வேகவேகமாக நடந்தபடியே தன்னுடைய சிந்தனைகளை ஒருங்கிணைக்க முயற்சித்தார். ஃப்ளோரன்ஸ் அபார்ட்மெண்டில் நடந்தவை நினைத்துப்பார்க்க முடியாத விஷயங்களாக இருந்தன.

அந்த முழு கப்பலையும் இரண்டுமுறை சுற்றிவந்துவிட்ட அவர் தன்னுடைய அலுவலக அறைக்குள் நுழைந்து ஐம்பது வருடங்கள் பழமைவாய்ந்த ஹைலேண்ட் விஸ்கி பாட்டிலை எடுத்தார். குவளையில் ஊற்றாமல் பாட்டிலை அப்படியே வைத்துவிட்டு அதற்கு பின்பக்கமாக திரும்பிக்கொண்டார் — அது, தான் இன்னும் மிகுந்த கட்டுப்பாட்டில்தான் இருக்கிறோம் என்பதற்கான அவருடைய தனிப்பட்ட நினைவூட்டல் குறிப்பு.

புத்தக அலமாரியில் ஒரு கனத்த, உதிர்ந்துபோன பெரிய புத்தகத்தை நோக்கி அவருடைய கண்கள் உள்நோக்கத்துடன் நகர்ந்தன — அது ஒரு கிளைண்ட்டிடம் இருந்து கிடைத்த பரிசு... தான் சந்தித்திருக்கவே கூடாது என்று அவர் இப்போது விரும்புகின்ற ஒரு கிளைண்ட்.

ஒரு வருடம் முன்பு... எனக்கு எப்படி தெரியும்?

கிளைண்ட்டுகளை தலைவர் தனிப்பட்ட முறையில் நேர்காணல் செய்வதில்லை. ஆனால், இவர் நம்பிக்கை மிகுந்த ஒருவர் மூலமாக

வந்து சேர்ந்தார். அதனால் அவர் அதற்கு விதிவிலக்கு தர வேண்டியதாகிவிட்டது.

தன்னுடைய தனி ஹெலிகாப்டர் மூலம் அவர் மெண்டாசியத்தில் வந்து இறங்கியபோது அன்றைய தினத்தின் கடலானது மரண அமைதியுடன் காணப்பட்டது. தன்னுடைய துறையில் குறிப்பிடத்தகுந்த ஒருவராக இருந்த அந்த வருகைதாரருக்கு நாற்பத்தி ஆறு வயது, நேர்த்தியான உடல்வாகு, மிகுந்த உயரத்துடன், ஊடுருவிப் பார்க்கும் பச்சைநிற கண்கள் கொண்டவராக இருந்தார்.

"உங்களுக்கே தெரியும்" அவரே பேச்சை ஆரம்பித்தார். "உங்களுடைய சேவைகளைப் பற்றி நம் இருவருக்கும் தெரிந்த ஒரு நண்பர் எனக்கு பரிந்துரைத்தார்." தலைவரின் அந்த ஆடம்பரமான அலுவலகத்தில் அந்த வருகையாளர் தன் கால்களை நீட்டி வைத்துக்கொண்டு வீட்டில் இருப்பதைப்போல் அமர்ந்துகொண்டார். "அதனால் எனக்கு என்ன தேவை என்பதை நானே சொல்லிவிடுகிறேன்."

"உண்மையில் அப்படி முடியாது" என்று இடைமறித்த தலைவர் அங்கு யார் பொறுப்பு என்பதையும் வெளிக்காட்டினார். "என்னுடைய நெறிமுறைகளின்படி நீங்கள் என்னிடம் எதையும் சொல்லக்கூடாது. நான் வழங்கும் சேவைகளைப் பற்றி உங்களுக்கு விளக்குவேன். பின்னர் உங்களுக்கு எப்படிப்பட்ட சேவையில், அது எதுவாக இருந்தாலும், விருப்பம் இருக்கிறது என்று சொல்லலாம்."

வருகைதாரர் சற்று ஆச்சரியமடைந்தாலும், அதை மறுப்பேதுமின்றி ஏற்றுக்கொண்டு கூர்ந்து கவனித்தார். முடிவில், மெலிந்திருந்த அந்த புதியவர் தேர்ந்தெடுத்த விஷயம் அந்த கன்சார்டியத்திற்கு மிகவும் சாதாரணமான கட்டணத்திற்கு உட்படுகின்ற ஒன்றுதான். — அதாவது கொஞ்சகாலத்திற்கு "புலப்படாத" ஒருவராக இருக்க வேண்டும், அதனால் தன்னை வேட்டையாடத் துடிக்கும் கண்களில் இருந்து வெகுதொலைவில் இருந்தபடி அவரால் தன்னுடைய முயற்சியை தொடர முடியும்.

சிறுபிள்ளை விளையாட்டு.

ஒரு போலியான அடையாள அட்டை, வெளியுலக தொடர்பில் இருந்து முற்றிலும் துண்டிக்கப்பட்ட ஓர் இடம் போன்றவற்றை வழங்கி அவருக்கான சேவையை கன்சார்ட்டியம் நிறைவு செய்யும், அங்கிருந்தபடி முழு ரகசியத்தன்மையுடன் அவர் தன்னுடைய வேலையை, அது எதுவாக இருந்தாலும் சரி, தொடர முடியும். இந்த சேவையை என்ன நோக்கத்திற்காக

அவர் தங்களிடம் கேட்கிறார் என்று கன்சார்ட்டியம் ஒருபோதும் விசாரிக்காது. தாங்கள் யாருக்காக வேலை செய்கிறமோ அவர்களைப் பற்றி முடிந்தவரை குறைவாக தெரிந்துகொள்ளவே கன்சார்ட்டியம் முன்னுரிமை அளிக்கும்.

ஒரு முழு வருடமும், அபரிதமாக கிடைத்த லாபத்தின் அடிப்படையில் அந்த பச்சை நிற கண்கள் கொண்ட கிளைண்ட் பாதுகாப்பான மறைவிடத்தை தலைவர் வழங்கிவிட்டார். அவர் ஒரு சிறந்த கிளைண்ட் ஆனார். தலைவர் அவருடன் தொடர்பு கொள்வதே இல்லை. அவருடைய எல்லா ரசீதுகளுக்கும் உரிய நேரத்தில் பணம் செலுத்தப்பட்டது.

பிறகு, இரண்டு வாரங்களுக்கு முன்னர், எல்லாமே மாறிவிட்டது.

எதிர்பாராதவிதமாக தொடர்புகொண்ட அவர், தலைவரை தனிப்பட்ட முறையில் சந்திக்க வேண்டும் என கோரிக்கை வைத்திருந்தார். அவர் தரவிருந்த பணத்தை பரிசீலிக்கையில் தலைவரும் அதற்கு உடன்பட்டார்.

படகில் வந்த அந்த மனிதர், ஒரு வருடத்திற்கு முன்னர் தலைவர் தொழில் உறவு வைத்திருந்த உறுதியானவராகவும், நேர்த்தியானவராகவும் காணப்பட்ட மனிதருடன் அடையாளம் காண முடியாத அளவுக்கு உருக்குலைந்து போயிருந்தார். கூர்மையான பச்சைக் கண்களைக் கொண்டிருந்த அவரது முகத்தில் ஒரு காட்டுத்தனம் தென்பட்டது. அவர் பார்ப்பதற்கு ஏறத்தாழ நோயுற்றிருந்தார்.

அவருக்கு என்ன நடந்தது? அவர் என்ன செய்து கொண்டிருக்கிறார்?

சோர்வுற்றுப் போயிருந்த அவருக்கு தன் அறைக்கு செல்ல தலைவர் வழிகாட்டினார்.

“வெள்ளிநிற கேசம் கொண்ட சாத்தான்” அவருடைய கிளைண்ட் திக்கினார். “அவள் தினம் தினம் என்னை நெருங்கிக் கொண்டிருக்கிறாள்.”

தலைவர் தன்னுடைய கிளைண்ட்டின் ஃபைலை உற்று நோக்கினார். வெள்ளிநிற கேசம் கொண்ட அந்த கவர்ச்சியான பெண்ணின் மீது தன் பார்வையை செலுத்தினார். “ஆமாம்” என்றார் தலைவர், “உங்களுடைய வெள்ளிநிற கேசம்கொண்ட சாத்தான். உங்களுடைய எதிரிகளைப் பற்றி எங்களுக்கு நன்றாகவே தெரியும். அவள் எவ்வளவு சக்தி வாய்ந்தவளாக இருந்தபோதிலும் ஒரு வருடம் முழுவதும் அவளிடமிருந்து

உங்களை பாதுகாத்திருக்கிறோம், அதையே நாங்கள் தொடர்ந்தும் செய்வோம்."

அந்தப் பச்சைநிறக் கண்கொண்ட மனிதர் தன்னுடைய சிக்குப்பிடித்த தலைமுடிச் சுருள்களை விரல் நுனிகளால் சுற்றிக் கொண்டிருந்தார். "அவளுடைய அழகு உன்னை முட்டாளாக்கி விடாமல் பார்த்துக்கொள், அவள் மிக ஆபத்தான எதிரி."

உண்மை, என்று நினைத்துக்கொண்ட தலைவர், தன்னுடைய கிளைண்ட் மிகுந்த செல்வாக்குள்ள ஒருவரின் கவனத்தை ஈர்த்து விட்டதை நினைத்து அசௌகரியத்துடனே காணப்பட்டார். வெள்ளிநிற கேசம்கொண்ட அந்தப் பெண்ணுக்கு மிகப்பெரிய அளவுக்கு செல்வாக்கும், மூலாதாரங்களும் இருந்தன — இந்த வகையான எதிரியை தவிர்த்துவிட்டுச் செல்வதை தலைவர் விரும்பவே மாட்டார்.

"அவளோ அவளுடைய சாத்தான்களோ என்னைக் கண்டு பிடித்துவிட்டால்..." என்று அவர் ஆரம்பித்தார்.

"அவர்களால் முடியாது. இதுவரை நாங்கள் உங்களை மறைத்துவைத்து, நீங்கள் கேட்ட அனைத்தையும் செய்து தரவில்லையா?" என்று தலைவர் அவருக்கு உத்திரவாதமளித்தார்.

"ஆமாம்" என்றார் அவர். "ஆனாலும், எனக்கு ஏதேனும் ஆகிவிட்டால்..." என்று சற்று இடைவெளிவிட்ட அவர் தன்னை சமநிலைக்கு கொண்டுவந்தபடி, "என்னுடைய கடைசி ஆசைகளை நீங்கள் நிறைவேற்றுவீர்கள் என்று தெரிந்துகொண்டால் நான் நிம்மதியாக உறங்குவேன்" என்றார்.

"எப்படிப்பட்ட ஆசைகள் அவை?"

அந்த மனிதர் தன்னுடைய பைக்குள் கையைவிட்டு ஒரு சிறிய, சீல் செய்யப்பட்ட உறையை எடுத்தார். "இந்த உறைக்குள் இருப்பவை ஃப்ளோரன்சில் உள்ள ஒரு பாதுகாப்பு பெட்டகத்தை அடைவதற்கான தகவல்களை கொண்டிருக்கின்றன. அந்தப் பெட்டியின் உள்ளே, ஒரு சிறிய பொருள் இருக்கும். எனக்கு ஏதேனும் நடந்துவிட்டால், அந்தப் பொருளை நீங்கள்தான் எனக்காக அனுப்பிவைக்க வேண்டும். அது ஒருவகையான பரிசு."

"ரொம்ப நல்லது." குறிப்புகள் எடுத்துக்கொள்ள தலைவர் ஒரு பேனாவை எடுத்தார். "அதை நான் யாருக்கு அனுப்பிவைக்க வேண்டும்?"

"அந்த வெள்ளிநிற கேசமுள்ள சாத்தானுக்கு."

தலைவர் அவரை உற்றுப் பார்த்தார். "உங்களைத் துன்புறுத்தும் ஒருவருக்கா?"

"அவளுக்கு இன்னுமொரு முள்." அவருடைய கண்கள் காட்டுத்தனமாக மின்னின. "எலும்பில் இருந்து செதுக்கப்பட்ட ஒரு புத்திசாலித்தனமான சிறிய முள். இது ஒரு வரைபடம் என்பதையும் அவளுக்கு சொந்தமான விர்ஜில் அது என்பதையும் அவளுக்கேயுரிய நரகத்தின் மையத்திற்கு அவளுடன் செல்லும் காவல்காரன் அது என்பதையும் அவள் கண்டுகொள்வாள்."

தலைவர் அந்த மனிதரையே நீண்ட நேரம் ஆராய்ந்து பார்த்தார். "நீங்கள் விரும்பியபடி எல்லாம் செய்தாகிவிட்டதாக நினைத்துக்கொள்ளுங்கள்."

"காலநேரம்தான் மிக முக்கியமானது" என்று வலியுறுத்தினார் அவர். "இந்தப் பரிசை வெகு சீக்கிரமாகவும் அனுப்பிவிடக்கூடாது. இதை நீங்கள் அந்த நேரம்வரை..." என்று இடைவெளிவிட்ட அவர் தன்னுடைய சிந்தனையை தவறவிட்டுவிட்டார்.

"எந்த நேரம்வரை?" தலைவர் வலியுறுத்தினார்.

தடுமாறியபடியே எழுந்த அந்த மனிதர் தலைவரின் மேசைக்கு பின்னால் நடந்து சென்றார். சிவப்புநிற மார்க்கரை எடுத்து தலைவரின் தனி மேசையில் இருந்த காலண்டரில் தாறுமாறாக ஒரு தேதியை வட்டமடித்தார். "இந்த நாள் வரை."

தன்னுடைய தாடையை சரிப்படுத்திக்கொண்ட தலைவர் பெருமூச்சுவிட்டார். அந்த மனிதரின் கூச்சநாச்சமற்ற தன்மையால் ஏற்பட்ட மகிழ்ச்சியின்மையை மென்று விழுங்கினார். "புரிந்தது" என்றார் தலைவர். "இங்கு வட்டமிடப்பட்ட தேதிவரை நான் எதையும் செய்யமாட்டேன். பாதுகாப்பு பெட்டகத்தில் உள்ள அந்தப் பொருளை — அது எதுவாக இருந்தாலும் சரி — உரிய நேரத்தில் அந்த வெள்ளிநிற கேசம் கொண்ட பெண்ணிடத்தில் அனுப்பி வைப்பேன். என் வார்த்தையை நீங்கள் நம்பலாம்." தன்னுடைய காலண்டரில் தாறுமாறாக வட்டமிடப்பட்ட தேதிவரை அவர் எண்ணிப் பார்த்தார். "இப்போதிலிருந்து சரியாக பதினான்கு நாட்களில் நான் உங்கள் ஆசைகளை நிறைவேற்றுவேன்."

"ஒருநாள் முன்னதாகக்கூட அது நடந்துவிடக்கூடாது!" என்றார் அந்த மனிதர் படபடப்புடன்.

"புரிந்தது" என்று தலைவர் உறுதியளித்தார். "ஒருநாள் முன்பாகக்கூட கிடையாது."

தலைவர் அந்த உறையை எடுத்துக்கொண்டார். அதனை அந்த மனிதரின் கோப்பில் வைத்தார். அத்துடன் அவருடைய ஆசைகள் துல்லியமாக நிறைவேற்றப்படுவதை உறுதிப்படுத்தும்

விதமாக அவசியக் குறிப்புகளை எடுத்துக்கொண்டார். பாதுகாப்பு பெட்டகத்தில் இருக்கும் பொருளின் இயல்பு பற்றி தன்னுடைய கிளைண்ட் தெளிவாக விவரிக்காத நிலையில், தலைவரும் அம்முறையிலேயே செய்வதென்று தீர்மானித்தார். ஒட்டுறவு இல்லாதிருப்பதே அந்த கன்சார்ட்டியத்தின் தத்துவத்தினுடைய அடித்தளங்களுள் ஒன்று. ***சேவை வழங்கு. கேள்வி எதுவும் கேட்காதே. எந்த தீர்மானமும் செய்துகொள்ளாதே.***

அந்த கிளைண்ட்டின் தோள்பட்டைகள் மென்மையாகின. அவர் பலமாக மூச்சுவிட்டார். “நன்றி.”

“வேறு ஏதேனும் இருக்கிறதா?” என்று கேட்ட தலைவரின் தொனி தன்னுடைய உருமாற்றமடைந்த கிளைண்ட்டிடம் இருந்து விடுபட்டால் போதும் என்பதுபோல் இருந்தது.

“ஆமாம், உண்மையில் ஒரு விஷயம் இருக்கிறது.” தன்னுடைய பைக்குள் கையைவிட்ட அவர் ஒரு சிறிய, சிவப்புநிற மெமரி ஸ்டிக் ஒன்றை எடுத்தார். “இது ஒரு வீடியோ ஃபைல்.” அந்த மெமரி ஸ்டிக்கை அவர் தலைவருக்கு முன்பாக வைத்தார். “இதை நான் உலக மீடியாவுக்கு பதிவேற்றம் செய்ய விரும்புகிறேன்.”

தலைவர் அவரை ஆர்வத்துடன் உற்று நோக்கினார். தங்களுடைய கிளைண்ட்டுகளுக்காக கன்சார்ட்டியம் தகவல்களை வெகுமக்களிடம் விநியோகித்திருக்கிறது. ஆனாலும் இவருடைய கோரிக்கை ஏனோ கவலைப்படுத்துவதாக தோன்றியது. “அதே தேதியிலா?” தன்னுடைய காலண்டரில் வட்டமிடப்பட்ட தேதியை சுட்டிக்காட்டியபடியே தலைவர் கேட்டார்.

“அதே தேதியில்தான்” என்று பதிலளித்தார் அவர். “ஒரு கணம் முன்னதாகவும் கூடாது.”

“புரிந்தது.” அந்த மெமரி ஸ்டிக்கில் முறைப்படியான தகவலை தலைவர் பதிந்துகொண்டார். “ஆக, அவ்வளவுதானா?” என்று எழுந்து நின்றபடி அந்த சந்திப்பை முடித்துவைக்க முனைந்தார்.

அவருடைய கிளைண்ட் இன்னமும் அமர்ந்தபடியே இருந்தார். “இல்லை. கடைசியாக ஒரு விஷயம் இருக்கிறது.”

தலைவர் மீண்டும் அமர்ந்தார்.

கிளைண்ட்டின் பச்சைநிற கண்கள் இப்போது காட்டுத் தனமாகவே மாறிவிட்டன. “நீங்கள் இந்த வீடியோவை அனுப்பிய உடனேயே நான் ஒரு பிரபலமானவனாக மாறிவிடுவேன்.”

நீங்கள் ஏற்கனவே பிரபலமானவர்தான், என்று நினைத்துக் கொண்ட தலைவர் தன்னுடைய கிளைண்ட்டின் கவர்ச்சிகரமான

நிறைவேற்றல்களை நினைத்துக்கொண்டார்.

"அதில் உங்களுக்கும் கணிசமான பங்கிருக்கிறது" என்றார் அவர். "நீங்கள் வழங்கிய சேவையால்தான் என்னுடைய மகா படைப்பை, உலகை மாற்றப்போகும் பாடலை, என்னால் உருவாக்க முடிந்தது. உங்கள் பங்களிப்பிற்காக நீங்கள் பெருமைப் பட்டுக்கொள்ள வேண்டும்."

"உங்களுடைய மகா படைப்பு எதுவாக இருந்தாலும்" என்ற தலைவரின் பொறுமையிழப்பு அதிகரித்துக்கொண்டே சென்றது. "இதை உருவாக்க உங்களுக்கு நாங்கள் அளித்த அந்தரங்கத்தை நினைத்து எனக்கு மகிழ்ச்சி."

"நன்றி சொல்லும் விதமாக, நான் பிரிவுபச்சார பரிசாக உங்களுக்கு ஒன்றை கொண்டு வந்திருக்கிறேன்." உருக்குலைந்த அந்த மனிதர் தன்னுடைய பைக்குள் கையை விட்டார். "ஒரு புத்தகம்."

இவ்வளவு நாட்களாக இவர் பணியாற்றிய ரகசிய பாடல் இந்தப் புத்தகம்தானோ என்று தலைவர் ஆச்சரியப்பட்டார். "இது நீங்கள் எழுதிய புத்தகமா?"

"இல்லை." அந்தப் பெரிய புத்தகத்தை அவர் மேசையின் மேல் உயர்த்தி வைத்தார். "முற்றிலும் முரண்படும் வகையில்... இந்தப் புத்தகம் *எனக்காக எழுதப்பட்டது.*"

புதிரடைந்த தலைவர் அவர் கொடுத்த புத்தகத்தின் பதிப்பை நோக்கினார். *இது தனக்காக எழுதப்பட்டதென்றா அவர் நினைக்கிறார்?* அந்தத் தொகுதி ஓர் அமர இலக்கியம்... பதினான்காம் நூற்றாண்டில் எழுதப்பட்டது.

"படியுங்கள்" ஓர் அச்சுறுத்தும் புன்னகையுடன் கிளைண்ட் தலைவரை அவசரப்படுத்தினார். "நான் செய்து முடித்தவற்றை புரிந்துகொள்ள இது உங்களுக்கு உதவியாக இருக்கும்."

அத்துடன், உருக்குலைந்த அந்த வருகைதாரர் எழுந்து நின்றார். விடைபெற்றுக்கொண்டு, தள்ளாடியபடியே புறப்பட் டார். அந்த மனிதரின் ஹெலிகாப்டர் கப்பல் தளத்தில் இருந்து மேலே எழும்பி மீண்டும் இத்தாலிய கடற்கரையை நோக்கி விரைவதை தலைவர் தன்னுடைய அலுவலக ஜன்னல் வழியாக பார்த்துக்கொண்டிருந்தார்.

தனக்கு முன்னால் இருந்த புத்தகத்தின் மீது தலைவர் தன் கவனத்தைத் திருப்பினார். எந்த விரலால் என்று தெரியவில்லை, அவர் புத்தகத்தின் தோல் அட்டையை திருப்பி முதல் பக்கத்திற்கு

நரகம் ❖ 131

வந்தார். அந்தப் படைப்பின் துவக்கப் பாடல் வரிகள் பெரிய எழுத்துகளில் கைமுறையாக செதுக்கப்பட்டிருந்தன. அவை அந்த முழு பக்கத்தையும் எடுத்துக்கொண்டன.

நரகம்

நம் வாழ்க்கைப் பயணத்தில் நடு வழியில்
நான் இந்த அடர்ந்த காட்டிற்கு நடுவில் இருக்கிறேன்.
நேராக செல்லவேண்டிய வழி தொலைந்துவிட்டது.

தொடங்கும் பக்கத்தில், அவருடைய கிளைண்ட் கையெழுத்திட்டிருந்த ஒரு செய்தி எழுதப்பட்டிருந்தது:

என் அருமை நண்பரே,
என் வழியை கண்டுகொள்ள உதவியதற்கு நன்றி.
இந்த உலகம் உங்களுக்கும் நன்றி சொல்லும்.

இதற்கு என்ன அர்த்தம் என்று தலைவருக்கு எதுவும் தெரியாது. ஆனால் அவர் அதை முழுமையாக படித்தார். அவர் அந்த புத்தகத்தை மூடி தன்னுடைய அலமாரியில் வைத்தார். அதிர்ஷ்டவசமாக, இந்த விநோதமான தனி ஒருவனுடனான தன்னுடைய தொழில்முறை உறவு விரைவிலேயே முடிவுக்கு வரவிருக்கிறது. இன்னும் பதினான்கு நாட்கள் இருக்கின்றன, என்று நினைத்துக்கொண்ட தலைவர் செந்நிறத்தில் தாறுமாறாக வட்டமிடப்பட்ட தன்னுடைய காலண்டரை நோக்கி தன் பார்வையைத் திருப்பினார்.

அதைத் தொடர்ந்து வந்த நாட்களில், அவரைப் பற்றி நினைக்கையில் அது சாதாரணமான ஒன்று போலவே தலைவர் உணர்ந்திருந்தார். அந்த மனிதர் வந்ததே ஒரு வேடிக்கையான விஷயம். இருந்தாலும், தலைவரின் உள்ளுணர்வின்படி எந்த நிகழ்வும் இன்றி காலம் கடந்துகொண்டிருந்தது.

பின்னர், வட்டமிட்ட அந்த தேதிக்கு முன்பாக, ஃப்ளோரன்ஸில் பேரதிர்ச்சி தரக்கூடிய தொடர்ச்சியான சம்பவங்கள் வேகமாக அரங்கேறின. தலைவர் அந்தக் குழப்பத்தை சமாளிக்க முயற்சித்தார். ஆனால் அவை அவரது கட்டுப்பாட்டை மீறி சட்டென்று வேகமெடுத்துவிட்டன. அந்தக் குழப்பங்கள் அவருடைய கிளைண்ட், பாடியா கோபுரத்தில் இருந்து கீழே விழுந்து மூச்சை விட்டபோது உச்சகட்டத்தை அடைந்தது.

அவர் தன்னுடைய மரணக்குழியில்... விழுந்துவிட்டார்.

இம்முறையில், ஒரு கிளைண்ட்டை இழந்துவிட்ட திகிலுக்கும்

மேலாக தலைவர் தன் வார்த்தையை மீறாதவராகவே இருந்தார். இறந்துபோனவருக்கு செய்துகொடுத்த கடைசி சத்தியத்தை தன்னால் முடிந்தவரை சரியாக நிறைவேற்றுவதற்கு அவர் சட்டென்று தன்னை தயார்படுத்திக்கொள்ளத் தொடங்கினார் — ஃப்ளோரன்ஸில் பாதுகாப்பு பெட்டகத்தில் உள்ள பொருள்களை அந்த வெள்ளிநிற கேசம்கொண்ட பெண்ணிடத்தில் சேர்ப்பது — அவருக்கு எச்சரித்து கூறப்பட்ட காலநேரம்தான், இதில் முக்கியமானது.

உன்னுடைய காலண்டரில் குறிக்கப்பட்டுள்ள தேதிக்கு முன்பாக கூடாது.

அந்தப் பாதுகாப்பு பெட்டகத்தின் உள்ளே இருக்கும் "புத்திசாலித்தனமான சிறிய முள்" என்ற பொருளை மீட்டுவர ஃப்ளோரன்ஸிற்கு பயணித்த வயந்தாவிடம் அதற்கான மறை குறியீடுகளைக் கொண்டிருந்த உறையை தலைவர் அளித்திருந்தார். இருந்தாலும், வயந்தா அவரை அழைத்தபோது அவள் தெரிவித்த செய்தி அவரை நடுக்கமுற வைத்து ஆழ்ந்து எச்சரிக்கை செய்தது. அந்த பாதுகாப்பு பெட்டகத்தின் உள்ளே இருந்தவை ஏற்கனவே எடுக்கப்பட்டுவிட்டன. சிறைபிடிக்கப்படுவதில் இருந்து வயந்தா நூலிழையில் தப்பியிருக்கிறாள். ஏதோ ஒரு வகையில், அந்த வெள்ளிநிற கேசம்கொண்ட பெண் இவை அனைத்தையும் தெரிந்துகொண்டு, அந்த பாதுகாப்பு பெட்டகத்தை அடைய தன்னுடைய செல்வாக்கைப் பயன்படுத்தியிருக்கிறாள், அத்துடன் அதைத் திறப்பதற்கு முயற்சி செய்வதுபோல் தோன்றும் யாரையும் கைது செய்வதற்கான பிடிவாரண்டும் பிறப்பிக்கப்பட்டிருக்கிறது.

அது மூன்று நாட்களுக்கு முன்பு.

அந்தக் குறிப்பிட்ட பொருள், வெள்ளிநிற கேசம்கொண்ட பெண்ணுக்கு, தான் அளிக்கப்போகும் கடைசி அவமரியாதை என்று அந்த கிளைண்ட் தெளிவாக குறிப்பிட்டிருந்தார் — கல்லறையில் இருந்து கொக்கரிக்கும் குரல்.

ஆனால், இப்போது அது வெகு விரைவில் பேசத் தொடங்கி விட்டது.

கன்சார்ட்டியமானது என்றென்றும் இல்லாத வகையில் முற்றிலும் குழம்பிப் போயிருந்தது — தன்னுடைய கிளைண்ட்டின் கடைசி ஆசைகளை பாதுகாக்கவும், தன்னை பாதுகாத்துக் கொள்ளவும் அதனுடைய எல்லா மூலாதாரங்களையும் பயன்படுத்தியது. இந்த நிகழ்முறையில், தன்னால் திரும்பி வரமுடியாது என்று தலைவருக்குத் தெரிந்த எல்லாவிதமான எல்லைகளையும் கன்சார்ட்டியம் மீறிச் சென்றுவிட்டது.

இப்போது, ஃப்ளோரன்ஸில் நடப்பவை எல்லாம் தெளிவுபடத் தொடங்கியதை வைத்துப் பார்க்கும்போது, தன்னுடைய மேசையையே உற்றுப்பார்த்துக்கொண்டிருந்த தலைவர் எதிர்காலம் என்ன வைத்திருக்கிறதோ என்ற ஆச்சரியத்தில் ஆழ்ந்துபோனார்.

அவருடைய காலண்டரில், அவருடைய கிளைண்ட் சுழித்துவைத்த தேதி அவரை உற்றுப் பார்த்தது — சிவப்பு மையால் கிறுக்கப்பட்ட வட்டம் நிச்சயம் ஒரு சிறப்பான நாள்தான்.

நாளை.

தயக்கத்துடன், மேசையில் தனக்கு முன்னால் இருந்த ஸ்காட்ச் பாட்டிலின் மீது தலைவர் பார்வையை செலுத்தினார். பின்னர், கடந்த பதினான்கு ஆண்டுகளில் முதல் முறையாக, அதிலிருந்து கோப்பையில் ஊற்றிய சரக்கை ஒரே மடக்கில் காலி செய்தார்.

கீழ்தளத்தில், மூத்த அதிகாரியான லாரன்ஸ் நோல்டன் அந்த சிறிய சிவப்புநிற மெமரி ஸ்டிக்கை தன்னுடைய கம்ப்யூட்டரில் இருந்து உருவி தனக்கு முன்னால் இருந்த மேசையில் வைத்தார். அவர் பார்த்ததிலேயே அந்த வீடியோதான் மிகவும் விநோதமான ஒன்று.

ஒரு நொடி குறைவாக, அந்த வீடியோ சரியாக ஒன்பது நிமிடங்கள் ஓடியது.

எப்போதும் இல்லாத வகையில் எச்சரிக்கை உணர்வடைந்த அவர் எழுந்து நின்று தன்னுடைய சிறிய அறையையே பார்த்தார். இந்த விசித்திரமான வீடியோவைப் பற்றி தலைவருடன் பகிர்ந்து கொள்ளலாமா வேண்டாமா என்று அவருக்குத் தெரியவில்லை.

உன்னுடைய வேலையைச் செய், நோல்டன் தனக்குத்தானே சொல்லிக்கொண்டார். ***கேள்விகள் கூடாது. தீர்மானம் கூடாது.***

தன்னுடையில் மனதில் இருந்த அந்த வீடியோவை கட்டாயப்படுத்தி ஒதுக்கித்தள்ளிய அவர் தன்னுடைய திட்ட அட்டவணையில் அந்த வேலையின் உத்திரவாதத்தை குறித்து வைத்துக்கொண்டார். நாளை, அந்த கிளைண்ட் கேட்டுக் கொண்டதின்படி, அவர் அந்த வீடியோ ஃபைலை உலக மீடியாவுக்கு பதிவேற்றம் செய்வார்.

❑

18

வெயெல் நிகோலா மாக்கியவெல்லி ஃப்ளோரண்டைன் அவென்யூக்களிலேயே மிகவும் அழகான ஒன்று என அறியப்படுகிறது. S–வடிவ வளைவு அபரிமிதமான காட்டுப்பரப்புகளின் புதர்களினூடே வளைந்து நெளிந்து செல்கிறது, இலை உதிர்க்கும் மரங்களுடன் அந்தப் பாதை சைக்கிளிஸ்ட்டுகளுக்கும், ஃபெராரி விரும்பிகளுக்கும் விருப்பமான ஒன்று.

அழுக்கடைந்துபோன குடியிருப்பு பகுதியை விட்டு வெளியே வந்த சியன்னா டிரைக்கை ஒவ்வொரு வளைவிலும் மிகத் திறமையோடு ஓட்டிக் கொண்டிருந்தாள். நகரத்தின் மேற்கு கரையில் பசுமையான மரங்கள் அடர்ந்த பகுதியின் வழியாக அவர்கள் சென்றுகொண்டிருந்தனர். அவர்கள் கடந்துசென்ற ஒரு தேவாலயத்தின் மணிக்கூண்டு காலை எட்டு மணியைக் காட்டியது.

லேங்டன் சற்று நிதானித்தார். அவருடைய மனம் தாந்தேயின் நரகத்தினுடைய புதிரார்ந்த பிம்பங்களால் கொந்தளித்துக்கொண்டிருந்தது... அத்துடன், அந்த வேனின் பின்னிருக்கையில் இரண்டு சோல்ஜர்களுக்கு இடையே மாட்டிக்கொண்டிருந்த அழகான வெள்ளிநிற கேசம்கொண்ட பெண்ணின் மர்ம முகமும் வந்துபோனது.

அவள் யாராக இருந்தாலும், அவள் அவர் களிடம் இருக்கிறாள், என்று லேங்டன் நினைத்துக் கொண்டார்.

"அந்த வேனில் இருந்த பெண்," டிரைக் என்ஜினின் சத்தத்திற்கும் மேலாக சியன்னா கூறினாள். "உங்கள் மனக் காட்சிகளில் தெரிந்தது அந்தப் பெண்தான் என்று உங்களுக்கு நிச்சயமாகத் தெரியுமா?"

"நிச்சயமாக."

"அப்படியென்றால் கடந்த இரண்டு நாட்களில், ஏதோ ஒரு சந்தர்ப்பத்தில் நீங்கள் அவளைப் பார்த்திருக்கிறீர்கள். ஆனால், நீங்கள் ஏன் அவளை பார்த்துக்கொண்டே இருக்கிறீர்கள் என்பதும், அவள் ஏன் உங்களிடம் தேடிக் கண்டுபிடி என்று சொல்லிக்கொண்டே இருக்கிறாள் என்பதும்தான் கேள்வி."

லேங்டன் ஒப்புக்கொண்டார். "எனக்குத் தெரியவில்லை... எனக்கு அவளை சந்தித்தது எதுவும் நினைவில் இல்லை, ஆனால் அவளுடைய முகத்தை நான் காணும்போதெல்லாம், அவளுக்கு உதவ வேண்டும் என்ற ஆவலால் நான் உந்தப்படுகிறேன்."

வெரி ஸாரி. வெரி ஸாரி.

தன்னுடைய விநோதமான அந்த மன்னிப்புக்கோரலானது, அந்த வெள்ளிநிற கேசம்கொண்ட பெண்ணை நோக்கி கேட்கப் பட்டதாக ஏன் இருக்காது என்று லேங்டன் சட்டென்று வியப்பில் ஆழ்ந்தார். ***நான் ஏதோ ஒரு வகையில் அவளை கைவிட்டுவிட்டேனோ?*** அந்த எண்ணம் அவர் அடிவயிற்றில் ஒரு முடிச்சை விட்டுச்சென்றது.

லேங்டனுக்கு, வெடிக்கக் காத்திருக்கும் ஓர் ஆயுதம் தன்னுடைய உடலில் இருந்து நீக்கப்பட்டதைப் போல் இருந்தது. ***எனக்கு எந்த நினைவும் இல்லை.*** சிறு வயதில் இருந்தே பிம்ப நினைவாற்றல் கொண்டவரான லேங்டனின் நினைவாற்றல்தான், அவர் பெருமளவுக்கு நம்பியிருக்கின்ற தன்னுடைய அறிவுஜீவித்தனத்தின் சொத்து. ஒரு மனிதன் தன்னைச் சுற்றி இருக்கின்ற சிக்கலான தெளிவற்ற விவரங்கள் ஒவ்வொன்றையும் நினைவாற்றலை இழந்த பின்னர் நினைவுக்கு கொண்டுவருதல் என்பது ரேடார் எதுவும் இல்லாத இருளில் ஒரு விமானத்தை தரையிறக்க முயற்சி செய்வதைப் போன்றுதான் இருக்கும்.

"*லா மாப்பா*—வை மறைகுறிநீக்கம் செய்வதுதான் பதில்களைக் கண்டுபிடிக்க உங்களுக்கு இருக்கும் ஒரே வாய்ப்பு எனத் தோன்றுகிறது" என்றாள் சியன்னா. "அதிலுள்ள ரகசியம் எப்படிப்பட்டதாக இருந்தாலும்... நீங்கள் வேட்டையாடப் படுவதற்கு அதுதான் காரணமாக இருக்கும்."

லேங்டன் ஆமோதித்தார். தாந்தேயின் *நரகம்* ஓவியத்தில் துடித்துக்கொண்டிருக்கும் உடல்களுக்கு பின்னணியில் அமைக்கப்பட்டிருந்த *கேட்ரோவேஸர்* என்ற வார்த்தையைப் பற்றி யோசித்தார்.

சட்டென்று ஒரு தெளிவான சிந்தனை லேங்டனின் தலைக்குள் உதித்தது.

நான் ஃப்ளோரன்ஸில் கண்விழித்தேன்...

இந்த பூமியில் ஃப்ளோரன்ஸைத் தவிர வேறு எந்த நகரமும் தாந்தேவுடன் இவ்வளவு நெருக்கம் கொண்டது கிடையாது. தாந்தே அலிஜீரி ஃப்ளோரன்ஸில்தான் பிறந்தார். ஃப்ளோரன்ஸில்தான் வளர்ந்தார். கதைகளின்படி ஃப்ளோரன்ஸில் இருந்த பீட்ரிஸ் என்ற பெண்ணிடம் காதல் வயப்பட்டார். ஃப்ளோரன்ஸில் இருந்த அவரது வீட்டிலிருந்து குரூரமான முறையில் நாடுகடத்தப்பட்டார். இத்தாலியில் நாட்டுப்புறப்பகுதியில் அலைந்து திரிய வைக்கப்பட்டார். வீட்டிற்கு செல்ல வேண்டும் என்ற ஏக்கம் அவர் ஆன்மாவில் ஏக்கத்துடன் படிந்துகிடந்தது.

நீ அதிகம் நேசிக்கும் எல்லாவற்றையும் கைவிட்டுச் செல்ல வேண்டும். நாடுகடத்தல் எனும் வில் எய்கின்ற முதல் அம்பு இதுதான், என்பது நாடுகடத்தப்பட்டதைப் பற்றி தாந்தே எழுதியது.

பாரடைஸோவின் பதினேழாவது அத்தியாயத்தில் வரும் இந்த வார்த்தைகள் லேங்டனின் நினைவுக்கு வந்தன. அவர் வலதுபக்கம் பார்த்தார். பழமையான ஃப்ளோரன்ஸின் தொலைதூர கோபுரங்களை நோக்கி விரையும் அர்னோ ஆற்றை உற்று நோக்கினார்.

லேங்டன் அந்த பழைய நகரத்தின் வடிவமைப்பை கற்பனை செய்து பார்த்தார் — சுற்றுலாவாசிகள், ஜன நெருக்கடி, ஃப்ளோரன்ஸின் புகழ்பெற்ற கதீட்ரல்கள், அருங்காட்சியகங்கள், சேப்பல்கள் மற்றும் ஷாப்பிங் சென்டர்களை சுற்றியுள்ள குறுகலான தெருக்களில் நெருக்கியடிக்கும் போக்குவரத்து. தானும் சியன்னாவும் இந்த டிரைக்கை கைவிட்டுவிட்டு அந்த மக்கள் கூட்டத்தில் கரைந்துவிட முடியுமா என்று லேங்டன் சந்தேகம் கொண்டார்.

“அந்தப் பழைய நகரத்திற்குத்தான் நாம் செல்ல வேண்டும்” என்றார் லேங்டன். “பதில்கள் என்று ஏதேனும் இருக்குமானால், அவை அங்கேதான் இருக்க வேண்டும். பழைய ஃப்ளோரன்ஸ்

நகரம்தான் தாந்தேயின் முழு உலகமும்."

சியன்னா தான் ஒப்புக்கொள்வதை ஆமோதித்தாள், "அது பாதுகாப்பானதும்கூட, ஒளிந்துகொள்ள நிறைய இடங்கள் இருக்கின்றன. நான் போர்டா ரொமானாவிற்கு செல்கிறேன். அங்கே இருந்து நாம் ஆற்றைக் கடந்துவிடலாம்."

ஆறு, ஒரு துணுக்குற்ற தொடு உணர்ச்சியை லேங்டன் உணர்ந்தார். நரகத்திற்கு செல்லும் தாந்தேயின் பயணமும் ஒரு ஆற்றைக் கடப்பதில் இருந்துதான் தொடங்குகிறது.

சியன்னா முழு வேகத்தில் சென்றாள், நிலப்பகுதி மங்கலாக கடந்துகொண்டிருக்க, லேங்டன் தன் மனக்கண்ணில் நரகத்தின் பிம்பங்கள் வழியாக ஊடுருவிப் பார்த்தார். மரணித்தவர்கள், மரணித்துக்கொண்டிருப்பவர்கள், மேல்போஜின் பத்து அகழிகள், பிளேக் டாக்டர் மற்றும் அந்த விசித்திரமான வார்த்தை — ***கேட்ரோவேஸர்.*** லா மாப்பாவிற்கு கீழே செதுக்கப்பட்டிருந்த வார்த்தைகளை அவர் நினைத்துப் பார்த்தார் — ***இறந்தவர்களின் கண்களுக்குத்தான் உண்மை புலப்படும்*** — இந்தக் கருணையற்ற வார்த்தைகள் தாந்தேயிடமிருந்து வந்த மேற்கோள்தானா என்று அவருக்கு சந்தேகமாக இருந்தது.

எனக்கு அது தெரியவில்லை.

தாந்தேயின் படைப்பு பற்றி லேங்டனுக்கு நன்றாகத் தெரியும், குறியீட்டியலில் நிபுணத்துவம் பெற்றுள்ள ஒரு கலை வரலாற்றாசிரியனாக அவர் பெற்றிருக்கும் புகழானது, தாந்தே விவரிக்கும் நிலப்பரப்பில் உள்ளிடப்பட்டிருக்கும் தொடர்ச்சியானதும், விரிவானதுமான குறியீடுகளைப் பற்றி விளக்கமளிக்க அவரை அவ்வப்போது அழைப்புக்கு உள்ளாக்க நேரிட்டிருக்கிறது. யதேச்சை நிகழ்வாக, அல்லது யதேச்சையானதாக அல்லாமல், இரண்டு வருடங்களுக்கு முன்புதான் அவர் தாந்தேயின் இன்ஃபெர்னோ குறித்து விரிவுரை ஆற்றியிருந்தார்.

"தெய்வீக தாந்தே: நரகத்தின் குறியீடுகள்."

வரலாற்றின் உண்மையான மதம்சார் குறியீடுகளுள் ஒன்றாக தாந்தே அலிஜீரி பரிணாமம் பெற்றார். உலகம் முழுவதிலும் தாந்தே சமூகங்களின் உருவாக்கத்திற்கு தீப்பொறியாக விளங்கினார். அதில் மிகப்பழமையான அமெரிக்க கிளையானது மாசசூசெட்ஸில் உள்ள கேம்பிரிட்ஜ் பல்கலைக்கழகத்தில் ஹென்றி வேட்ஸ்வொர்த் லாங்பெலோ என்பவரால் 1881இல் நிறுவப்பட்டது. நியூ இங்கிலாந்தின் புகழ்பெற்ற கவிஞரான அவர்தான் ***தெய்வீக இன்பியலை*** மொழிபெயர்த்த முதல்

அமெரிக்கர், அவருடைய மொழிபெயர்ப்புதான் மிகவும் மரியாதைக்குரிய ஒன்றாக இருந்து வருகிறது என்பதுடன் இன்றளவும் அதுதான் பரவலாக படிக்கப்படுவதாகவும் இருக்கிறது.

தாந்தேயின் படைப்புக்களுடைய குறிப்பிடத்தகுந்த மாணவரான லேங்டன், சொஸைட்டா டாண்டே அலிஜீரி வியன்னா எனும் உலகின் மிகப்பழமையான தாந்தே சமூகங்களுள் ஒன்றினால் ஏற்பாடு செய்யப்பட்ட ஒரு முக்கிய நிகழ்ச்சியில் பேசுவதற்கு அழைக்கப்பட்டிருந்தார். அந்த நிகழ்வை நடத்தும் பொறுப்பு வியன்னீஸ் சயின்ஸ் அகாடமி யிடம் ஒப்படைக்கப்பட்டது. அந்த நிகழ்ச்சியின் பிரதான வழங்குநர் —பணக்கார அறிவியலாளர் மற்றும் தாந்தே சமூகத்தின் உறுப்பினர் — அந்த அகாடமியின் இரண்டாயிரம் இருக்கைகள் கொண்ட விரிவுரைக் கூடத்தைப் பாதுகாக்க நிர்ணயிக்கப் பட்டார்.

லேங்டன் அந்த நிகழ்ச்சிக்கு வந்தபோது அவரை சந்தித்த அந்த மாநாட்டின் இயக்குநர் அவரை உள்ளே அழைத்துச் சென்றார். அவர்கள் லாபியை கடந்து சென்றபோது அவரால் சமாளிக்க முடியாவிட்டாலும் பின்னால் இருந்த சுவற்றில் பெரிய எழுத்துகளில் பெயிண்ட்டிங் செய்யப்பட்டிருந்த ஐந்து வார்த்தைகளை கவனித்திருந்தார்: ***கடவுள் தவறு செய்திருந்தால் என்ன செய்வது?***

“அது லூகாஸ் டிராபர்க்” என்று அந்த இயக்குநர் கிசுகிசுத்தார். “எங்களுடைய புத்தம் புதிய கலை வடிவம். நீங்கள் என்ன நினைக்கிறீர்கள்?”

லேங்டன் அந்த மிகப்பெரிய எழுத்துகளையே பார்த்துக் கொண்டிருந்தார். அவருக்கு என்ன பதில் சொல்வதென்று தெரியவில்லை. “ம்ம்... அவருடைய தூரிகை மிகப்பெரியதாக இருக்கிறது. ஆனால் அவருடைய கருத்தாழம்தான் சிதறடிக்கப் பட்டதைப்போல் இருக்கிறது.”

அந்த இயக்குநர் அவரை குழப்பத்துடன் பார்த்தார். பார்வையாளர்களுடனான தன்னுடைய புரிதல் நன்றாக இருக்கும் என்று லேங்டன் நம்பினார்.

இறுதியாக அவர் மேடையில் நின்றபோது, அங்கிருந்தவர்களின் கைதட்டல் உயர்ந்துகொண்டே சென்றது. லேங்டன் பார்வையாளர்களை வரவேற்றபோது அவருடைய குரல் ஒலிபெருக்கிகளில் பெரிதாகக் கேட்டது.

“இன்றிரவு வரும் பார்வையாளர்கள் தாந்தே சமூகத்தை சேர்ந்தவர்கள் மட்டுமல்லாமல், பல்வேறு அறிவியலாளர்கள் மற்றும் தாந்தேயை முதல்முறையாக அறிந்துகொள்ளும் ஆவலில் இருக்கும் மாணவர்களையும் உள்ளடக்கியவர்களாக இருப்பார்கள் என்று எனக்கு தெரிவிக்கப்பட்டது. அதனால், மத்தியகால இத்தாலிய காப்பியங்களை ஆராய்வதில் மிகவும் பரபரப்பாக இருக்கும் பார்வையாளர்களுக்காக, நான் தாந்தேயைப் பற்றி சுருக்கமான பார்வையுடன் தொடங்கலாம் என்று நினைக்கிறேன் — அவருடைய வாழ்க்கை, அவருடைய படைப்புகள், வரலாற்றில் இருப்பதிலேயே மிகவும் செல்வாக்கு செலுத்திவரும் ஆளுமைகளுள் ஒருவராக அவர் ஏன் கருதப்படுகிறார் என்பது பற்றி பார்க்கலாம்.”

மேலும் கைத்தட்டல்கள்.

தன்னுடைய கையில் இருந்த சிறிய ரிமோட்டைப் பயன் படுத்தி, தாந்தேயின் பிம்பங்களை லேங்டன் தொடர்ச்சியாக கொண்டுவந்தார். அதில் முதலாவது, தத்துவப் புத்தகத்தை இறுகப் பற்றியபடி ஒரு கதவு வழியில் அந்தக் கவிஞர் நின்று கொண்டி ருக்கும் ஆண்ட்ரியா டெல் கேஸ்டனோவின் முழு நீள சித்திரம்.

“தாந்தே அலிஜீரி” என்று லேங்டன் தொடங்கினார். “இந்த ஃப்ளோரண்டைன் எழுத்தாளர், தத்துவவாதி 1265 முதல் 1321 வரை வாழ்ந்தார். இந்த ஓவியத்தில், ஏறக்குறைய எல்லா சித்தரிப்புகளிலும் காணப்படுவதைப் போன்று தன்னுடைய தலையில் அவர் ஒரு சிவப்பு ***கெப்பூசியோவை மடிக்கப்பட்டு, இறுக்கமானதாக காது துளைகளுடன் உள்ள தொப்பி*** — அணிந்திருக்கிறார். அத்துடன், அவருடைய செந்நிற லூகா இடுப்புக்கயிறு தாந்தேயை வரைகையில் மிகப் பரவலாக பயன்படுத்தப்பட்ட ஒன்று.”

லேங்டன் அடுத்ததாக யுஃபிசி கேலரியில் இருக்கும் பொட்டிசெலி வரைந்த தாந்தேயின் சித்தரிப்பைக் காட்டினார். அந்த ஓவியத்தில் அவருடைய வலுவான தாடை மற்றும் வளைவான மூக்கு போன்ற தாந்தேயின் மிக முக்கியமான அம்சங்களுக்கு அழுத்தம் தரப்பட்டிருக்கும். “இங்கே, தாந்தேயின் பிரத்யேகமான முகம் மீண்டும் அந்த சிவப்பு கெப்பூசி யோவால் சட்டகமிடப்பட்டுள்ளது. ஆனால் இந்த முறை, அவருடைய மேதைமையின் அடையாளமாக பொட்டிசெலி அந்த தொப்பியில் ஒரு கிரீடத்தையும் வரைந்திருப்பார். அந்த பாரம்பரிய சின்னமானது கிரேக்கர்களிடமிருந்து பெறப்பட்டது

என்பதுடன் இன்றும்கூட கவிதை ஞானமுள்ளவர்கள் மற்றும் நோபல் பரிசு பெற்றவர்களை கௌரவிக்க பயன்படுத்தப்பட்டு வருகிறது."

லேங்டன் மேலும் சில படங்களை நகர்த்திச் சென்றார். அவை எல்லாமே தாந்தே தன்னுடைய சிவப்பு தொப்பியில், சிவப்பு மேலாடையில், ஞானத்தின் கிரீடத்துடன், அந்த குறிப்பிடத்தகுந்த மூக்குடன் இருப்பதையே காட்டின. "தாந்தேயின் உருவத்தை நீங்கள் முழுமைப்படுத்திக்கொள்ள வேண்டுமானால் பியாஸாடை சாண்டா குரூஸை சேர்ந்த இந்த சிற்பத்தைப் பாருங்கள்... இந்தப் புகழ்பெற்ற சுவரோவியம் பெர்கெல்லோ சாப்பலில் கியாட்டோவால் வரையப்பட்டது."

கியட்டோவின் சுவரோவியத்தை திரையிலேயே விட்டுவிட்ட லேங்டன் மேடையின் மையத்திற்கு வந்தார்.

"உங்களுக்கு சந்தேகமே ஏற்படாத வகையில், தாந்தேயின் காலத்தைக் கடந்து நிற்கும் இலக்கிய மகாபடைப்பு ***தெய்வீக இன்பியல்***தான். அது அந்தக் கவிஞர் நரகத்திற்குள் நுழைந்து, தூய்மையாக்கும் பாதையைக் கடந்து, இறுதியாக கடவுளுடன் ஒன்றிணைய சொர்க்கத்திற்கு வந்துசேரும் அச்சமூட்டக்கூடிய விஷயங்களைப் பற்றி விவரிக்கிறது. நவீன அளவுகோல்களின்படி, ***தெய்வீக இன்பியலில்*** இன்பியல் என்று எதுவும் இல்லை. அது முற்றிலும் வேறு ஒரு காரணத்திற்காக இன்பியல் என்று அழைக்கப்படுகிறது. பதினான்காம் நூற்றாண்டில், இத்தாலிய இலக்கியமானது ஒரு தேவைக்காக இரண்டு பிரிவுகளாக பிரிக்கப்பட்டிருந்தது: உயர் இலக்கியத்தைக் குறிக்க துன்பியல், அது செம்மையான இத்தாலிய மொழியில் எழுதப்பட்டிருக்கும்; மற்றொன்று கீழ்நிலை இலக்கியத்தைக் குறிக்கும் இன்பியல், அது பேச்சு வழக்கில், பொது மக்களை ஈர்ப்பதற்காக எழுதப் பட்டிருக்கும்."

ஸ்லைடுகளை நகர்த்திய அவர் முத்திரை பதித்த மிகெலி னோவின் சுவரோவியத்தைக் காட்டினார். அதில் ஃப்ளோரன்ஸ் சுவர்களுக்கு வெளியே நின்றிருக்கும் தாந்தே தன் கையில் ***தெய்வீக இன்பியலின்*** ஒரு பிரதியை வைத்திருப்பதுபோல் சித்தரிக்கப் பட்டிருப்பார். அதன் பின்னணியில், தூய்மைப்படுத்தும் சரிவான மலைத்தொடர்கள் நரகத்தின் வாயிலுக்கு மேலாக எழுந்து நிற்கும். இந்த ஓவியம் இரண்டாம் டுவாமா எனப்படும் ஃப்ளோரன்ஸில் உள்ள சாண்டா மரியா டெல் ஃபியோரின் கதீட்ரலில் தொங்கிக்கொண்டிருக்கிறது.

"இதன் தலைப்பில் இருந்தே உங்களால் யூகிக்க முடிவதைப்

போல்," என்று லேங்டன் தொடர்ந்தார். "தெய்வீக இன்பியலானது பேச்சு வழக்கிலேயே — மக்கள் பேசும் மொழியிலேயே எழுதப் பட்டிருக்கிறது. மேலும் சொல்லப்போனால், அது மதம், வரலாறு, அரசியல், தத்துவம் மற்றும் சமூக விமர்சனத்தின் திறமையான கலவையுடன், வெகுமக்கள் கற்பனையில் காட்சிப்பூர்வமாக தங்கிவிடும் வகையில் கவனமாக பின்னப்பட்ட புனைகதையாகும். இந்தப் படைப்பே இத்தாலியின் கலாச்சாரத் தூணாக மாறியது, அதாவது தாந்தேயின் எழுத்து பாணியானது நவீன இத்தாலிய மொழியின் விதிமுறையானது."

லேங்டன் ஒருகணம் பேச்சை நிறுத்திவிட்டு தொடர்ந்தார். "நண்பர்களே, தாந்தே அலிஜீரியின் தாக்கத்தை மிகைப்படுத்திக் கூறுவது சாத்தியமில்லாத ஒன்று. வரலாறு நெடுகிலுமே, பழைய ஏற்பாட்டைத் தவிர்த்து எந்த ஓர் எழுத்தும், ஓவியமும், இசையும் அல்லது இலக்கியமும் *தெய்வீக இன்பியலை*விட மிக அதிகமான அர்ப்பணங்கள், தழுவல்கள், மாறுபாடுகள் மற்றும் மறைகுறியீடுகளைப் பெற்றதில்லை."

தாந்தேயின் காப்பியக் கவிதையை அடிப்படையாகக் கொண்டு தங்களுடைய படைப்புகளை உருவாக்கிய புகழ்பெற்ற இசைக்கோர்ப்பாளர்கள், ஓவியர்கள் மற்றும் எழுத்தாளர்களின் மாபெரும் பட்டியலை கூறிய பின்னர் லேங்டன் கூட்டத்தினரை ஆராய்ந்தார். "இப்போது சொல்லுங்கள், இன்றிரவு வேறு ஏதேனும் எழுத்தாளர் இங்கே இருக்கின்றனரா?"

ஏறக்குறைய மூன்றில் ஒருபங்கு கைகள் உயர்ந்தன. லேங்டன் அதிர்ச்சியுடன் நோக்கினார். *ஆஹா, பூமியில் இருப்பதிலேயே இதுதான் மாபெரும் ஆளுமைகள் நிரம்பிய கூட்டம் போலிருக்கிறது, அல்லது இந்த இபப்ளிஷிங் அம்சம்தான் உண்மையிலேயே விஞ்சி விட்டதோ.*

"நல்லது, எழுத்தாளர்களாகிய உங்கள் எல்லோருக்குமே தெரியும், ஒரு பிளர்ப்பைத் தவிர ஓர் எழுத்தாளர் மதிக்கின்ற விஷயம் எதுவும் இருக்க முடியாது —செல்வாக்குமிக்க தனிநபர் களிடம் இருந்த வருகின்ற, மற்றவர்கள் உங்கள் படைப்பை வாங்குவதற்காக வடிவமைக்கப்படுகின்ற ஒற்றை வரி பாராட்டுதல்தான் பிளர்ப் எனப்படுகிறது. மத்திய காலங்களிலும் பிளர்புகள் இருந்திருக்கின்றன. தாந்தேவுக்கும் அவர்களில் சிலர் கிடைத்தார்கள்."

லேங்டன் ஸ்லைடுகளை மாற்றினார். "உங்களுடைய புத்தக உறையில் **இது** இருந்தால் எப்படி இருக்கும்?"

அவரைப் போல் ஒருவர் இந்த பூமியில் இன்னும் கால் பதிக்கவில்லை.

மைக்கேலாஞ்சலோ

கூட்டத்தினரிடையே ஆச்சரிய முணுமுணுப்புகள் விரைந் தோடின.

"ஆமாம்" என்றார் லேண்டன். "*சிஸ்டைன் சேப்பல் மற்றும் டேவிட்* மூலமாக உங்களுக்குத் தெரிந்த அதே மைக்கேலாஞ் சலோதான் இது. ஒரு பிரதான ஓவியர் மற்றும் சிற்பி என்பதற்கும் மேலாக மைக்கேலாஞ்சலோ ஓர் அருமையான கவிஞர். ஏறக்குறைய முன்னூறு கவிதைகளை அவர் பதிப்பித்திருக்கிறார் — அதில் 'தாந்தே' என்று தலைப்பிடப்பட்ட கவிதையும் ஒன்று, அது மைக்கேலாஞ்சலோவின் *கடைசி தீர்ப்பு* ஓவியத்திற்கு உந்துதலாக இருந்த நரகத்தின் கொடுங் காட்சிகளை விவரித்த கவிஞருக்கு சமர்ப்பிக்கப்பட்டது. மேலும், என் மீது உங்களுக்கு நம்பிக்கை இல்லை என்றால், தாந்தேயின் இன்ஃபெர்னோவில் வரும் மூன்றாவது பாடலைப் படித்துவிட்டு சிஸ்டைன் சேப்பலுக்கு சென்று வாருங்கள்; பலிபீடத்திற்கு மேலாக இந்த புகழ்பெற்ற ஓவியம் இருப்பது உங்களுக்கே தெரியும்."

ஒரு தசை—பெருத்த அசுரன் பயந்துபோனவர்களை நோக்கி ஒரு பெரிய துடுப்பினால் விளாசிக்கொண்டிருக்கும் ஒரு பயங்கரமான படத்திற்கு லேண்டன் ஸ்லைடை மாற்றினார். "இவன்தான் தாந்தேயின் நரகத்தினுடைய படகோட்டி சாரோன். இவன் தன்னுடைய துடுப்பால் பயணிகளை அடித்து விரட்டிக்கொண்டே இருப்பான்."

லேண்டன் இப்போது ஒரு புதிய ஸ்லைடிற்கு வந்தார் — அது மைக்கேலாஞ்சலோவின் கடைசித் தீர்ப்பு — அதில் ஒருவர் சிலுவையில் அறையப்படுகிறார். "இதுதான் அகாகைட் ஹேமன், பழைய ஏற்பாட்டின்படி தூக்கில் இடப்பட்டவன். இருந்தாலும், தாந்தேயின் கவிதையில் அவன் சிலுவையில் அறையப்பட்டிருக்கிறான். நீங்கள் இங்கே உள்ள சிஸ்டைன் சாப்பலில் பார்ப்பதைப்போல், பைபிளில் கூறப்பட்டுள்ளதைக் காட்டிலும், தாந்தே கூறியுள்ளதையே மைக்கேலாஞ்சலோ தேர்வுசெய்தார்" என்றபடி கொஞ்சம் சிரித்துவைத்த லேண்டன் குரலைத் தாழ்த்திக்கொண்டு சொன்னார். "இதை யாரும் போப்பிடம் சொல்லிவிடாதீர்கள்."

கூட்டம் சிரித்தது.

"மனிதர்கள் இதற்கு முன்பு கற்பனைகூட செய்து பார்த்திராத வலியும் வருத்தமுமான உலகத்தை தாந்தேயின் இன்ஃபெர்னோ உருவாக்குகிறது. அவருடைய எழுத்துகள் முற்றிலும் நேரடியாக நம்முடைய நவீன நரகம் குறித்த பார்வைகளை வரையறுக்கின்றன."

நரகம் ❖ 143

லேங்டன் சற்று இடைவெளி விட்டார். "நம்புங்கள், இதற்காகவே கத்தோலிக்க தேவாலயம் தாந்தேவுக்கு நன்றி செலுத்த வேண்டும். அவருடைய இன்ஃபெர்னோதான் உண்மையானவர்களை பல நூற்றாண்டுகளாக அச்சுறுத்தி வைத்திருக்கிறது என்பதிலும், பயந்தவர்கள் தேவாலயத்திற்கு வருவதை மும்மடங்கு அதிகரித்திருக்கிறது என்பதிலும் சந்தேகமில்லை."

லேங்டன் ஸ்லைடை மாற்றினார். "இதுதான், இன்றிரவு நாம் இங்கே கூடியிருப்பதற்கான காரணம்."

அந்தத் திரையில் இப்போது அவருடைய விரிவுரையின் தலைப்பு காட்டப்பட்டது: ***தெய்வீக தாந்தே: நரகத்தின் குறியீடுகள்.***

"குறியீட்டியல் மற்றும் சின்னங்கள் துறையில் மிகவும் செழிப்பாக இருக்கும் தாந்தேயின் ***இன்ஃபெர்னோ***வைத்தான் நான் என்னுடைய முழு செமஸ்டரிலும் சொல்லிக்கொடுக்க அர்ப்பணித்திருக்கிறேன். இன்றிரவு, நரகத்தின் வாசல்கள் வழியாக... நாம் தாந்தேவுடன் நடந்துகொண்டே, அவருடைய ***இன்ஃபெர்னோ***வின் குறியீடுகளை வெளிச்சம்போட்டுக் காட்டுவதைக் காட்டிலும் சிறந்த வழி வேறு எதுவும் இருக்க முடியாது என்றே நான் நினைக்கிறேன்."

அந்த மேடையின் விளிம்பிற்கு வந்த லேங்டன் கூட்டத்தினரை ஆராய்ந்தார். "இப்போது, நாம் நரகத்தின் வழியாக நடந்துசெல்ல திட்டமிட்டிருந்தால், நாம் ஒரு வரைபடத்தைப் பயன்படுத்தலாம் என்று நினைக்கிறேன். அது சாண்ட்ரோ பொட்டிசெலி தீட்டிய ஓவியத்தைத் தவிர வேறு எதுவும் தாந்தேயின் நரகத்தை மிகவும் முழுமைப்படுத்தியதில்லை."

அவர் தன்னுடைய ரிமோட்டைத் தொட்டார். பொட்டி செலியின் அச்சுறுத்தக்கூடிய ***மாப்பா டெல்'இன்ஃபெர்னோ*** அந்தக் கூட்டத்தினருக்கு முன்னால் தோன்றியது. அந்தப் புனல் வடிவிலான பாதாளக் குகையில் விவரிக்கப்பட்டிருக்கும் பல்வேறு கொடூரங்களை உள்வாங்கிக்கொண்டிருக்கையில் அந்தக் கூட்டத்தினரிடையே சில விசும்பல்கள் எழுந்தன.

"சில ஓவியர்களைப் போல் அல்லாமல், தாந்தேயின் உரைக்கு விளக்கமளிக்கையில் பொட்டிசெலி மிகமிக உண்மை யானவராக விளங்கினார். சொல்லப்போனால், மாபெரும் கலை வரலாற்றாசிரியரான ஜியார்ஜியோ வெஸாரி, தாந்தே மீதான பொட்டிசெலியின் பற்றுதல் 'தன்னுடைய வாழ்க்கையில் தீவிர நிலைகுலைவை ஏற்படுத்த' காரணமாக இருந்தது என்று சொல்லும் அளவுக்கு தாந்தேவை ஆராய்வதில் பொட்டிசெலி மிக அதிகமான நேரத்தை செலவிட்டார். தாந்தே சம்பந்தப்பட்ட மற்ற

பல படைப்புகளையும் பொட்டிசெலி ஓவியமாக தீட்டியுள்ளார். அதில் இந்த வரைபடம்தான் மிகவும் புகழ்பெற்றது."

அந்த வரைபடத்தை நோக்கித் திரும்பிய லேங்டன், அந்த ஓவியத்தின் மேல் இடதுபக்க ஓரத்தை சுட்டிக்காட்டினார். "நம்முடைய பயணம் இங்கிருந்துதான் தொடங்குகிறது. மேல்நோக்கிய நிலத்தில், சிவப்பு நிற உடையில், தன்னுடைய வழிகாட்டியான வெர்ஜிலுக்கு அருகில் நரகத்தின் வாசல்களில் தாந்தே நின்றுகொண்டிருப்பதை நீங்கள் பார்க்கலாம். இங்கிருந்து நாம் தாந்தேயின் இன்ஃபெர்னோவுடைய ஒன்பது சுற்றுகள் வழியாக பயணித்து இறுதியில் நாம் சந்திக்கப்போவது ..."

லேங்டன் விரைவாக ஒரு புதிய ஸ்லைடை மாற்றினார் — அந்த ஓவியத்திலேயே சித்தரிக்கப்பட்டிருக்கும் ஒரு பெரிதாக்கப்பட்ட சாத்தானின் படம் — ஒரு பயங்கரமான, மூன்று தலையுள்ள சாத்தான், தன் ஒவ்வொரு வாயிலும் ஒருவராக மூன்று வெவ்வேறு நபர்களைக் கவ்விக்கொண்டிருந்தது.

அந்தக் கூட்டம் சத்தமாக பெருமூச்சு விட்டது.

"வரவிருக்கும் கவர்ச்சிகள் குறித்து ஒரு பார்வை" என்று அறிவித்தார் லேங்டன். "இங்கிருக்கும் இந்த அச்சுறுத்தும் கதாபாத்திரத்துடன் இன்றிரவின் பயணம் முடிவுறுகிறது. இதுதான் நரகத்தின் ஒன்பதாவது சுற்று. இங்குதான் சாத்தான் வசிக்கிறது. என்றாலும்..." லேங்டன் சற்று நிறுத்தினார். "இங்கே செல்வது பாதி வேடிக்கையாக இருக்கும், அதனால் சற்று பின்னோக்கி சென்று பார்க்கலாம்... நம்முடைய பயணம் தொடங்கிய நரகத்தின் நுழைவாயில்களுக்கு செல்வோம்."

லேங்டன் அடுத்த ஸ்லைடை நகர்த்தினார் — ஒரு மலை முகட்டில் செதுக்கப்பட்ட இருளார்ந்த, சுரங்கப்பாதையுள்ள நுழைவாயிலை விவரிக்கும் குஸ்தாவ் டோரேயின் கல் அச்சு. அந்தக் கதவின் மேலே இருக்கும் குறிப்பில் இவ்வாறு பொறிக்கப்பட்டுள்ளது: ***இங்கே நுழைபவர்கள் எல்லா நம்பிக்கைகளையும் கைவிட்டுவிடுங்கள்.***

"ஆகவே..." லேங்டன் ஒரு புன்னகையுடன் கூறினார். "நாம் உள்ளே நுழையலாமா?"

எங்கோ ஓரிடத்தில் டயர்கள் சத்தமாக கிறீச்சிடும் ஒலி கேட்டது. லேங்டனின் கண்களுக்கு முன்னால் பார்வையாளர்கள் கரைந்துகொண்டிருந்தனர். அவரும்கூட தான் முன்னோக்கி தள்ளப்படுவதை உணர்ந்தார். வெயல் மாக்கியவெல்லியின் மையப்பகுதியில் அந்த டிரைக் துள்ளிக்குதித்து நின்றபோது

சியன்னாவின் முதுகுடன் லேங்டன் மோதிக்கொண்டார்.

குலுங்கிய லேங்டன் அப்போதும்கூட தனக்கு முன்னால் தோன்றும் நரகத்தின் வாயில்களைப் பற்றியே நினைத்துக் கொண்டிருந்தார். தன்னுடைய நினைவுகளை அவர் திரும்பக் கொண்டுவந்தபோதுதான் எங்கே இருக்கிறோம் என்பதைக் கண்டார்.

"இங்கே என்ன நடக்கிறது?" என்றார் அவர்.

முன்னூறு அடிகளுக்கு முன்னால் இருக்கும் போர்டா ரொமானாவை நோக்கி சியன்னா கைகாட்டினாள் — அது ஃப்ளோரன்ஸின் நுழைவாயிலாக விளங்கும் புராதன பாறை நுழைவாயில். "ராபர்ட், நமக்கு ஒரு பிரச்சினை."

❏

19

அந்த மோசமான அபார்ட்மெண்ட் வாசலில் நின்றுகொண்டிருந்த ஏஜெண்ட் புரூடர் தான் எதைப் பார்க்கிறோம் என்பதை புரிந்துகொள்ள முயற்சித்தார். ***இங்கு எப்படிப்பட்டவர்கள் வசித்திருப்பார்கள்?*** அலங்காரங்கள் சிதைந்துபோய் தாறுமாறாக இருந்தன. அதைப் பார்க்கையில் பட்ஜெட் போட்டு ஒரு கல்லூரி அறைக்கு மரச் சாமான்கள் செய்ததைப் போல் இருந்தது.

"ஏஜெண்ட் புரூடர்?" அந்தக் கூடத்தின் கீழேயிருந்து அவருடைய ஆட்களில் ஒருவன் அழைத்தான். "நீங்கள் வந்து இதைப் பாருங்கள்."

புரூடர் கீழே கூடத்திற்கு இறங்கி வந்தார், உள்ளூர் காவல்துறை இன்னுமா லேங்டனைப் பிடிக்கவில்லை என்று அவருக்கு ஆச்சரியமாக இருந்தது. புரூடர் இந்த விஷயத்தை "தங்களுக்குள்ளேயே" வைத்து தீர்த்துக்கொள்ள வேண்டும் என்றுதான் நினைத்தார். ஆனால் லேங்டன் தப்பித்தது அவருக்கு குறைவான தேர்வுகளையே வழங்கியிருந்தது என்பதுடன் உள்ளூர் காவல்துறையின் உதவியையும், சாலைத் தடுப்புகளையும் நாடவேண்டிய தேவையை ஏற்படுத்திவிட்டது. மிகவேகமான ஒரு மோட்டார் பைக்கினால் புதிர்பாதைகளைப் போல் இருக்கும் இந்த ஃப்ளோரன்ஸ் தெருக்களில் புரூடரின் வேன்களைக் கடந்து சுலபமாக தப்பிச் சென்றுவிட முடியும். பாலிகார்பனேட்டால் செய்யப்பட்ட அந்த வேன்களின் ஜன்னல்கள் மற்றும் துளையிட

முடியாத டயர்கள் ஆகியவை அவற்றை ஊடுருவ முடியாதவை ஆக்கினாலும், அவற்றின் கனத்த எடையினால் அந்த வேனை வேகமாக நகர முடியாதவையாகவும் ஆக்கிவிட்டிருந்தன. வெளிநபர்களுடன் ஒத்துழைக்க மாட்டார்கள் என இத்தாலிய காவல்துறையின் மீது தனி மரியாதையே உண்டு. ஆனால் ஃபுரூடரின் நிறுவனத்திற்கு குறிப்பிடத்தகுந்த செல்வாக்கும் உண்டு — காவல்துறை, தூதரகங்கள் போன்றவற்றில். *நமக்கு தேவை என்று கேட்கும்போது அது ஏன் என்று யாரும் கேள்வி கேட்கத் துணியக்கூடாது.*

ஃபுரூடர் அந்த சிறிய அலுவலகத்திற்குள் நுழைந்தார். அங்கே அவருடைய ஆட்கள் நின்ற நிலையில் லேடக்ஸ் கையுறை அணிந்தபடி டைப் செய்துகொண்டிருந்தனர்.

ஃபுரூடர் மேசையை நோக்கிச் சென்றார்.

"இது லேங்டனின் கம்ப்யூட்டர் போல் தெரியவில்லை," என்றான் ஒரு டெக்கி. "இது எஸ்.சி. என்ற இனிஷியல் உள்ள ஒருவரின் பெயரில் பதிவு செய்யப்பட்டுள்ளது — விரைவில் அதற்குரிய முழுமையான பெயரையும் கண்டுபிடித்துவிடுவேன்."

ஃபுரூடர் காத்திருக்கையில், மேசையில் இருந்த காகிதக் கட்டுகளின் மீது அவருடைய பார்வை சென்றது. அவற்றைக் கையில் எடுத்த அவர், ஒழுங்கற்ற அதன் வரிசையை கவனித்தார் — லண்டன் குளோப் தியேட்டரைச் சேர்ந்த ஒரு பழைய நுழைவுச்சீட்டு மற்றும் தொடர்ச்சியான செய்தித்தாள் கட்டுரைகள். ஃபுரூடர் அவற்றைப் படிக்கப் படிக்க அவருடைய கண்கள் விரிந்துகொண்டே சென்றன.

அந்த ஆவணங்களை எடுத்துக்கொண்ட ஃபுரூடர் கூடத்திற்கு திரும்பிவந்து தன்னுடைய பாஸை அழைத்தார். "நான் ஃபுரூடர் பேசுகிறேன்" என்றார் அவர். "நான் லேங்டனுக்கு உதவியது யார் என்பதை கண்டுபிடித்துவிட்டேன்."

"யார் அது?" பாஸ் திரும்பக் கேட்டார்.

ஃபுரூடர் மெதுவாக மூச்சை இழுத்துவிட்டார். "நீங்கள் இதை நம்ப மாட்டீர்கள்."

இரண்டு மைல்களுக்கு அப்பால், பறந்துகொண்டிருந்த தன்னுடைய பிஎம்டபிள்யுவில் வயந்தா சாய்ந்து உட்கார்ந்திருந்தாள். அவளுக்கு எதிரில் வேகமாக வந்து கொண்டிருந்த காவல்துறை வண்டிகளின் சைரன்கள் அலறிக் கொண்டிருந்தன.

நான் மறுக்கப்பட்டிருக்கிறேன், அவள் நினைத்துக்கொண்டாள்.

சாதாரணமாக, அந்த மோட்டார்சைக்கிளின் ஃபோர்—ஸ்ட்ரோக் என்ஜினின் மென்மையான அதிர்வு அவளுடைய

நரம்புகளை ஆசுவாசப்படுத்த உதவியது உண்டு. ஆனால் இன்று அப்படியில்லை.

வயந்தா அந்த கன்சார்ட்டியத்திற்காக பன்னிரெண்டு வருடங்கள் வேலை பார்த்திருக்கிறாள். கள உதவியாளர் என்பதில் இருந்து வியூக ஒருங்கிணைப்பாளர் பதவிக்கு உயர்ந்து, உயர் மதிப்புவாய்ந்த ஃபீல்டு ஏஜெண்ட் பொறுப்பிற்கு வந்திருக்கிறாள். ***என்னிடம் இருப்பதெல்லாம் என் தொழில் வாழ்க்கைதான்.*** களப் பணியாளர்கள் ரகசிய வாழ்க்கை வாழ வேண்டும், இடைவிடாத பயணம், நீண்ட மிஷன்கள் போன்றவை எல்லாம் சேர்ந்து எந்த ஓர் உண்மையான வெளியுலக வாழ்க்கையையும் அல்லது உறவுகளையும் தடை செய்துவிடும்.

நான் இதே மிஷனில் ஒரு வருடமாக வேலை செய்கிறேனே, என்று அவள் நினைத்துக்கொண்டாள். தலைவர் துப்பாக்கி விசையை அழுத்திவிட்டார் என்பதையோ அல்லது அவளை சட்டென்று தூக்கியெறிந்துவிட்டார் என்பதையோ அவளால் இன்னமும் நம்ப முடியவில்லை.

பனிரெண்டு மாதங்களாக, கன்சார்ட்டியத்தின் இதே கிளைண்டிற்கான உதவி சேவைகளை வயந்தாதான் மேற்பார்வையிட்டு வந்திருக்கிறாள் — அந்த கிளைண்ட் ஒரு விநோதமான, பச்சைநிற கண்கள் கொண்ட மேதை. தன்னுடைய போட்டியாளர்களாலும் எதிரிகளாலும் துன்புறுத்தலுக்கு ஆளாகாமல் தன்னுடைய வேலையை செய்து முடிப்பதற்காக மட்டுமே "காணாமல்போக" விரும்பியவர். அவர் எப்போதாவது தான் பயணம் செய்வார். பெரும்பாலும் யாருக்கும் புலப்படாமல். ஆனால், பெரும்பாலான நேரங்களில் வேலை செய்தபடியே இருப்பார். அந்த மனிதர் என்ன வேலை செய்கிறார் என்று வயந்தாவுக்கு தெரியாது. ஆனால் அதிகாரம் மிகுந்த மனிதர்கள் அவரைக் கண்டுபிடித்துவிடுவதில் இருந்து பாதுகாப்பது மட்டுமே ஒப்பந்தத்தில் அவளுக்கு குறிப்பிடப்பட்டிருந்த வேலை.

வயந்தா இந்த சேவையை மிகச்சரியான தொழில்முறையுடன் செய்துவந்தாள். எல்லாம் மிகச்சரியாக இருந்தது.

மிகச்சரியாக, அது... நேற்று இரவுவரை.

வயந்தாவின் உணர்ச்சிரீதியான நிலையும், தொழில் வாழ்க்கையும் எப்போதையும்விட இப்போது மிகவும் கீழ்நோக்கிய நிலையில் இருந்தன.

நான் இப்போது வெளியில் இருக்கிறேன்.

மறுக்கப்படும் நெறிமுறை எனப்படும் அது செயல்படுத்தப் பட்டால், அதில் சம்பந்தப்பட்ட ஏஜெண்ட் தன்னுடைய

தற்போதைய மிஷனை கைவிட்டுவிட்டு அந்தக் "களத்தை" விட்டு உடனடியாக வெளியேறிவிட வேண்டும். அந்த ஏஜெண்ட் பிடிபட்டால், அவரைப் பற்றிய எல்லா விஷயங்களையும் கன்சார்ட்டியம் கைகழுவிவிடும். உண்மையை அதன் தேவைக்கேற்ப மாற்றிக்கொள்ளக்கூடிய கன்சார்ட்டியத்தின் சர்ச்சைக்குரிய இயல்பைப் பற்றித் தெரிந்த ஏஜெண்டுகளுக்கு நிறுவனத்துடனான தங்களுடைய அதிர்ஷ்டத்தை சோதித்துப் பார்ப்பது பற்றி நன்றாகவே தெரியும்.

மறுக்கப்பட்ட இரண்டு ஏஜெண்டுகளைப் பற்றி மட்டுமே வயந்தாவுக்குத் தெரியும். விசித்திரம் என்னவென்றால், அவர்கள் இருவரையுமே அவள் மீண்டும் பார்க்கவில்லை. அவர்கள் வழக்கமான மறுசீராய்விற்கு வரவழைக்கப்பட்டு வேலையைவிட்டு நீக்கப்பட்டிருப்பார்கள் என்றும், கன்சார்ட்டியத்தின் ஊழியர் களுடன் மீண்டும் தொடர்புகொள்ளக்கூடாது என்றும் அறிவுறுத்தப் பட்டிருப்பார்கள் என்றே வயந்தா யூகித்து வந்திருக்கிறாள்.

ஆனால், இச்சமயத்தில் வயந்தாவால் அதை உறுதியாக சொல்ல முடியவில்லை.

நீ அதிகம் யோசிக்கிறாய், அவள் தனக்குத்தானே சொல்லிக் கொள்ள முயற்சித்தாள். ரத்த வெறிபிடித்த கொலையைவிட கன்சார்ட்டியத்தின் செயல்முறைகள் மிக மிக நேர்த்தியானவை.

அப்படியிருந்தும், ஒரு புத்தம்புது சில்லிடல் தன்னுடைய உடல் முழுவதும் பாய்வதை அவளால் உணர முடிந்தது.

புரூடரின் குழு வந்த கணத்தில் அந்த ஹோட்டலின் மேற்கூரையில் இருந்து கண்காணாமல் எங்காவது சென்றுவிட அவசரப்படுத்தியது அவளுடைய உள்ளுணர்வுதான், ஒருவேளை அதுதான் தன்னைக் காப்பாற்றியிருக்கிறதோ என்று வயந்தா ஆச்சரியப்பட்டாள்.

நான் இப்போது எங்கிருக்கிறேன் என்று யாருக்கும் தெரியாது.

வெயல் டெல் போஜியோ இம்பீரியலேயின் மெலிந்த நேர்ப்பாதையில் வடக்குநோக்கி வயந்தா சென்றுகொண்டி ருக்கையில், கடந்த சில மணிநேரங்களில் தனக்கு ஏற்பட்ட மாற்றங்களை வயந்தா உணர்ந்துகொண்டாள். நேற்றிரவு தன்னுடைய வேலையை தற்காத்துக்கொள்வது பற்றி அவள் கவலைப்பட்டாள். இப்போது தன்னுடைய உயிரைக் காப்பாற்றிக்கொள்வது பற்றி மட்டுமே அவள் கவலைப் படுகிறாள்.

❑

20

ஃப்ளோரன்ஸ், ஒருகாலத்தில் சுவற்றால் அணைந்த நகரமாக இருந்தது. அதனுடைய பிரதான பாறை நுழைவுவாயிலான போர்டா ரொமானா 1326இல் கட்டப்பட்டது. நகரத்தின் சுற்றளவில் பெரும்பாலான சுவர்கள் கடந்த சில நூற்றாண்டுகளுக்கு முன்னர் அழிந்துவிட்டன. போர்டா ரொமானா மட்டும் அப்படியே இருந்துகொண்டிருக்கிறது. இன்றுவரை, அந்த பிரம்மாண்டமான வாயிலின் வளைவான சுரங்கப் பாதைகள் வழியாகத்தான் அந்த நகரத்திற்குள் வாகனங்கள் வந்துசெல்கின்றன.

அந்த வாயிலும்கூட பழங்கால கற்களாலும் பாறைகளாலும் ஆன ஐம்பது அடி உயர தடையைப் போல்தான் வீற்றிருந்தது. அதனுடைய பிரதான பாதைவழியானது பெரிய மரங்களினால் ஆன கதவுகளால் தைக்கப்பட்டே இப்போதும் காணப்படுகிறது என்பதுடன், போக்குவரத்திற்காக எப்போதும் திறந்தே வைக்கப்பட்டிருக்கிறது. அந்தக் கதவுகளின் முன்பாக ஆறு பிரதான சாலைகள் சந்திக்கின்றன. மையத்தில் இருந்து பிரிகின்ற இடத்தில், தன்னுடைய தலையில் மிகப்பெரிய சுமையை சுமந்தபடி ஒரு பெண் அந்த நகரத்தைவிட்டு வெளியே செல்வதுபோன்ற சிலை வடிவமைக்கப்பட்டுள்ளது.

இந்தக் காலகட்டத்தில் போக்குவரத்து என்பது எரிச்சலூட்டும் கொடுங்கனவாக இருந்தாலும், ஃப்ளோரன்ஸின் உறுதியான நகரக் கதவானது ஒருகாலத்தில், பெண்ணைப் பெற்ற தந்தையர்கள் தங்களுடைய பெண்களை ஒப்பந்த திருமணத்திற்கு விற்பனை செய்வதற்கான, ஒப்பந்தக் கண்காட்சி நடைபெறும் இடமாகவும் அது இருந்திருக்கிறது. அங்கே அதிகபட்ச வரதட்சிணை பெறுவதற்காக தங்களுடைய மகள்களை அவர்கள் நடனமாடத் தூண்டுவார்கள்.

இந்தக் காலைப்பொழுதில், அந்த கதவுவழியில் இருந்து சில நூறு அடிகள் தொலைவில் சியன்னா தன்னுடைய பைக்கை கிறீச்சிடும் ஒலியுடன் நிறுத்தி எச்சரிக்கை சமிக்ஞை செய்தாள். டிரைக்கிற்கு பின்னால் இருந்த லேங்டன் முன்னால் பார்த்தபோது சட்டென்று அவளுடைய கவலையை புரிந்துகொண்டார். அவர்களுக்கு முன்னால், நீண்ட வரிசையில் கார்கள் அப்படியே நின்றிருந்தன. அந்தப் பிரிவு வழியில் காவல்துறையினர் ஏற்படுத்தி யிருந்த தடையால் போக்குவரத்து நிறுத்தி வைக்கப்பட்டிருந்தது. மேலும் அதிகமான காவல்துறை கார்கள் வந்துகொண்டிருந்தன. ஆயுதம் ஏந்திய போலீஸார் ஒவ்வொரு காராக சென்று அவர்களிடம் கேள்வி கேட்டுக்கொண்டிருந்தனர்.

அது நமக்காக இருக்காது, லேங்டன் நினைத்துக்கொண்டார். *அப்படி இருந்துவிட்டால்?*

போக்குவரத்திற்கு அப்பால் இருந்து வியர்வை வழிய சைக்கிள் ஓட்டிக்கொண்டு ஒரு சைக்கிள் பந்தய வீரர் வந்தார். சைக்கிளை உருட்டிக்கொண்டே வந்த அவருடைய கால்கள் அவருக்கும் முன்னால் நீண்டிருந்தன.

சியன்னா அவரை நோக்கி கத்தினாள். "என்ன நடக்கிறது?"

"யாருக்குத் தெரியும்!" கவலைப்பட்டதுபோல் காணப்பட்ட அவனும் திரும்பக் கத்தினான். "இத்தாலிய காவல்துறை." அவன் அந்த இடத்தை விட்டுப்போனால் போதும் என்பதுபோல் விரைந்தான்.

சியன்னா லேங்டனை நோக்கித் திரும்பினாள். அவளுடைய முகத்தோற்றம் மூர்க்கமாக இருந்தது. "சாலைத்தடை. ராணுவ காவல்துறை."

அவர்களுக்குப் பின்னால் சைரன் ஒலிகள் அலறின. சியன்னா தன்னுடைய சீட்டில் இருந்து பின்னால் திரும்பி வெயல் மாக்கியவெல்லியை உற்றுப்பார்த்தாள். அவளுடைய முகத்தில் இப்போது பய ரேகைகள் ஓடின.

நாம் நடுவில் மாட்டிக்கொண்டோம் என்று நினைத்துக் கொண்ட லேங்டன் அந்தப் பகுதியில் இருந்து வெளியேறுவதற்கான வழி ஏதேனும் இருக்கிறதா என்று பார்த்தார் — ஒன்றோடொன்று இணைந்த சாலை, ஒரு பூங்கா, சாலைக்கு வரும் வழி — ஆனால் அவருக்குத் தெரிந்ததெல்லாம் இடதுபக்கம் தனியார் குடியிருப்புகள், வலதுபக்கம் உயர்ந்திருக்கும் கற்சுவர்.

சைரன்களின் சத்தம் அதிகரித்தது.

"அதோ அங்கே" லேங்டன் அவசரப்படுத்தினார், தனக்கு முன்னால் முப்பது அடிகள் தொலைவில் ஒரு கைவிடப்பட்ட கட்டுமானத் தளம் இருப்பதை சுட்டிக்காட்டினார். அங்கிருக்கும் நகர்த்திச்செல்லக்கூடிய சிமெண்ட் மிக்ஸரில் குறைந்தபட்சம் அவர்கள் மறைந்துகொள்ளவாவது முடியும்.

சியன்னா பக்கவாட்டு நடைபாதையில் பைக்கை செலுத்தி அந்தப் பணியிடம் நோக்கி விரைந்தாள். அவர்கள் அந்த சிமெண்ட் மிக்ஸரின் பின்னால் வண்டியை நிறுத்திவிட்டு பார்க்கையில் அது டிரைக்கை மறைக்கும் அளவுக்கு மட்டுமே இருப்பதை உணர்ந்துகொண்டனர்.

"என் பின்னால் வாருங்கள்" என்ற சியன்னா, கற்சுவருக்கு எதிராக புதர்களில் அமைக்கப்பட்டிருந்த மலச்சேகரிப்பு தொட்டியை நோக்கி விரைந்தாள்.

அது மலச்சேகரிப்பு தொட்டி அல்ல, என்பதை உணர்ந்து கொண்ட லேங்டனின் மூக்கு அவர்கள் நெருங்கிச் செல்கையில் சுருங்கத் தொடங்கியது. அது ஒரு *தற்காலிக கழிவறை.*

கட்டுமானப் பணியாளர்களின் ரசாயன கழிவறைக்கு வெளிப்பக்கமாக லேங்டனும் சியன்னாவும் வந்தபோது தங்களுக்குப் பின்னால் போலீஸ் கார்கள் நெருங்கி வரும் சத்தத்தைக் கேட்டனர். சியன்னா அந்தக் கதவின் கைப்பிடியை இழுத்துப் பார்த்தாள். ஆனால் அது அசையக்கூட இல்லை. ஒரு பலமான சங்கிலியும், பூட்டும் அதைப் பாதுகாத்திருந்தன. சியன்னாவின் கையைப் பற்றிக்கொண்ட லேங்டன் அவளை அந்தக் கட்டுமானத்திற்கு பின்னால் இழுத்துச் சென்று, அந்தக் கழிவறைக்கும் கற்சுவற்றிற்கும் இடையில் இருந்த குறுகலான இடைவெளிக்குள் வந்துசேர்ந்தார். அவர்கள் இருவரும் நெருக்கி யடித்துக்கொண்டு நின்றனர். காற்றில் அழுகிய கனத்த வாடை வீசியது.

லேங்டன் அவளுக்குப் பின்னால் சற்று நகர்ந்து நிற்கையில் அடர் கருமை நிறத்தில் இருந்த சுபரு ஃபாரஸ்டர் கார் ஒன்று

அவர்களுடைய பார்வைக்கு வந்தது. அதன் பக்கவாட்டில் ***கேராபைனிர்*** என்ற வார்த்தை பளபளப்பாக தெரிந்தது. அந்த வாகனம் அவர்கள் இருந்த இடத்திற்கு அருகாமையில் மெதுவாக உருண்டு வந்தது.

இத்தாலிய மிலிட்டரி போலீஸ், லேங்டன் நினைத்துக் கொண்டார். அவரால் அதை நம்ப முடியவில்லை. இவர்களுக்கும் பார்த்தவுடன் சுடும் உத்தரவு தரப்பட்டிருக்குமோ என்று லேங்டன் சந்தேகித்தார்.

"நம்மைக் கண்டுபிடிப்பதில் யாரோ மிகத்தீவிரமான முனைப்பு காட்டுகிறார்கள்" சியன்னா கிசுகிசுத்தாள். "எப்படியோ அதை செய்தும் விட்டார்கள்."

"ஜிபிஎஸ்?" லேங்டன் சத்தமாக கூறினார். "அந்த புரஜக்டரில் டிராக்கிங் டிவைஸ் ஏதேனும் இருக்கலாம் அல்லவா?"

சியன்னா தலையைக் குலுக்கினாள். "என்னை நம்புங்கள், அந்தப் பொருளை தடம்காண முடியும் என்றால் இந்நேரம் போலீஸ் நம் தலைக்கு நேராக குறிவைத்திருக்கும்."

லேங்டன் தன்னுடைய உயரமான உடலை மாற்றி வைத்துக் கொண்டார். அந்த நெருக்கடியான சுற்றுப்புறத்தில் சற்றே வசதியாக வைத்துக்கொள்ள முயற்சித்தார். அந்தக் கழிவறையின் பின்பக்கத்தில் கிறுக்கலாக செதுக்கப்பட்டிருந்த வார்த்தைகளை தான் நேருக்கு நேர் பார்த்துக்கொண்டிருப்பதை லேங்டன் உணர்ந்தார்.

இத்தாலியர்களிடமே விட்டுவிடுங்கள்.

பெரும்பாலான நகரும் அமெரிக்க கழிவறைகள் பலவற்றிலும் பெரிய மார்பகங்களையையோ அல்லது ஆண் குறிகளையோ குறிப்பிடுவதைப் போன்ற தாறுமாறான கார்ட்டூன்கள் வரையப் பட்டிருக்கும். ஆனாலும், இதில் உள்ள கிறுக்கல்களோ ஓர் ஓவியக்கல்லூரி மாணவனின் ஸ்கெட்ச்புக்கில் இருப்பதைப் போன்று இருந்தது — அதில் ஒரு மனிதக் கண், நன்றாக வரையப்பட்ட கை, உருவத்தில் மனிதனாக ஓர் அற்புதமான டிராகனைப்போல் இருந்தது அந்தக் கிறுக்கல்.

"இத்தாலியில், பொதுச்சொத்துகளை சேதமாக்குவதை இங்கிருப்பதைப் போல் வேறு எங்கும் காண முடியாது" என்ற சியன்னா அவருடைய மனதைப் படித்துவிட்டதைப் போல், "ஃப்ளோரன்ஸ் ஓவியப் பள்ளி இந்த கற்சுவற்றிற்கு அப்பால்தான் இருக்கிறது" என்றாள்.

சியன்னா சொன்னது உண்மை என்பதை நிரூபிப்பதைப் போல், ஒரு மாணவர் கூட்டம் தொலைவில் தென்பட்டது. கைகளில் ஓவியப் புத்தகங்களை வைத்துக்கொண்டிருந்த அந்த மாணவர்கள் அவர்களை நோக்கி வந்தனர். அவர்கள் அரட்டை அடித்தபடி, சிகரெட் பற்றவைத்துக்கொண்டு தங்களுக்கு முன்னால் போர்ட்டா ரொமானாவில் வைக்கப்பட்டிருந்த சாலைத்தடுப்புகளை ஏதும் புரியாமல் பார்த்தபடியே வந்து கொண்டிருந்தனர்.

அந்த மாணவர்களின் கண்ணில் பட்டுவிடாதவாறு லேங்டனும் சியன்னாவும் மேலும் குனிந்துகொண்டனர். அப்படிச் செய்கையில் சற்றும் எதிர்பாராத வகையில் லேங்டனுக்கு ஒரு விநோதமான சிந்தனை தோன்றியது.

கால்கள் காற்றில் தள்ளாடியபடி இருக்க தலைகீழாக புதைக்கப்பட்டிருக்கும் பாவம் செய்தவர்கள்.

ஒருவேளை அது அந்த மனிதக் கழிவின் வாடையின் காரணமாக இருக்கலாம். அல்லது தங்களுக்கு முன்னால் வெறும் கால்களால் உந்தியபடியே சென்ற அந்த சைக்கிள்பந்தய வீரராக இருக்கலாம். ஆனால் தூண்டிய விஷயம் எதுவாக இருந்தாலும், மேல்போஜின் உருக்குலைந்த வார்த்தையும், பூமியில் இருந்து தலைகீழாக புதைக்கப்பட்ட நிர்வாணக் கால்களும் அவர் மனக்கண்ணில் பளிச்சிட்டன.

அவர் தன்னுடைய சக பயணியை நோக்கித் திரும்பினார். "சியன்னா, நம்முடைய லா மாப்பா பதிப்பில், தலைகீழாக புதைக்கப்பட்ட கால்கள் பத்தாவது அகழியில்தானே இருக்கின்றன? அதுதானே மேல்போஜின் அடிமட்ட அளவு?"

சியன்னா விசித்திரமாகப் பார்த்தாள். இந்த கஷ்டமான நேரத்திலா இப்படி என்பதுபோல் இருந்தது அவள் பார்வை. "ஆமாம், அது அடிப்பகுதியில்தான் உள்ளது."

ஒரு நொடிக்கும் குறைவான நேரத்தில் மீண்டும் வியன்னாவில் இருந்த லேங்டன் தன்னுடைய விரிவுரையை வழங்கிக் கொண்டிருந்தார். அவர், மேடையில் நின்றுகொண்டிருந்தார். தன்னுடைய உரையை முடிக்க சில கணங்களே மிச்சமிருந்த நேரத்தில் அப்போதுதான் அவர் டோரே உருவாக்கிய கெர்யோனின் உருவத்தை பார்வையாளர்களுக்கு காட்டினார் — அந்த கெர்யோன், மேல்போஜிற்கு மேலே வசிக்கின்ற, விஷமுள்ள கொட்டும் கொடுக்கை கொண்ட ஓர் அரக்கன்.

"நாம் சாத்தானை சந்திக்கும் முன்பாக" என்ற லேங்டனின்

ஆழமான குரல் ஒலிபெருக்கிகளின் வழியாக எதிரொலித்தது. "நாம் மேல்போஜின் பத்து அகழிகளை கடந்தாக வேண்டும். அவற்றில்தான் ஏமாற்றுக்காரர்களும், சாத்தானால் தூண்டப்பட்டு பாவம் செய்தவர்களும் தண்டிக்கப்படுகிறார்கள்."

அந்த மேல்போஜின் விவரங்களைக் காட்டுவதற்காக லேங்டன் ஸ்லைடுகளை நகர்த்தினார். பின்னர் பார்வையாளர் களிடம் அந்த அகழிகளை ஒன்றன்பின் ஒன்றாக காட்டினார். "மேலிருந்து கீழாக பார்க்கலாம்: பாலுணர்வு தூண்டுநர்கள் அரக்கர்களால் விளாசப்படுகிறார்கள். அலுவலகத்தில் லஞ்சம் வாங்கியவர்கள் கால்கள் காற்றில் மிதக்கும்படி தலைகீழாக புதைக்கப்பட்டிருக்கிறார்கள். சூனியக்காரர்களின் தலைகள் பின்பக்கமாக திருப்பி வைக்கப்பட்டிருக்கின்றன. ஊழல் அரசியல்வாதிகள் கொப்பறையில் வீசப்பட்டிருக்கிறார்கள். அதிகாரவர்க்கத்தினர் கனமான மரத்தால் பூட்டப்பட்டிருக் கின்றனர். திருடர்களை பாம்புகள் கடிக்கின்றன. ஏமாற்றுக்கார கவுன்சிலர்கள் தீயில் வாட்டப்படுகின்றனர். பயிர்களை நாசம் செய்தவர்கள் அரக்கர்களால் துண்டாக்கப்படுகின்றனர். இறுதியாக பொய்யர்கள், விவரிக்க முடியாத வகையில் கொன்றொழிக்கப்படுகிறார்கள்." லேங்டன் பார்வையாளர்களிடம் திரும்பினார். "தன்னைப்பற்றி தொடர்ச்சியாக சொல்லப்பட்ட பொய்களினால்தான் தான் மிகவும் நேசித்த ஃப்ளோரன்ஸில் இருந்து தான் நாடு கடத்தப்பட்டோம் என்பதற்காக இந்த கடைசி அகழியை பொய்யர்களுக்காக தாந்தே ஒதுக்கியிருக்கலாம்."

"ராபர்ட்?" அந்தக் குரல் சியன்னாவுடையது.

லேங்டன் நிகழ்காலத்திற்கு மீண்டு வந்தார்.

சியன்னா அவரை ஆராய்வதுபோல் பார்த்தாள். "என்ன இது?"

"நம்மிடம் உள்ள *லா மாப்பா* பதிப்பில்" அவர் பரவசத்துடன் கூறினார். "அந்த ஓவியம் மாற்றப்பட்டிருக்கிறது!" தன்னுடைய ஜாக்கெட் பாக்கெட்டில் இருந்து அந்த புரஜக்டரை வெளியே எடுத்த அவர் அதை நாலா பக்கமும் நன்றாகக் குலுக்கினார். அந்தத் துடிப்புப் பந்து சத்தமாக துடித்தது. ஆனால் சைரன் ஒலிகளில் அது வெளியே கேட்கவில்லை. "இந்தப் படத்தை உருவாக்கியவர் யாராக இருந்தாலும் அவர் மேல்போஜின் அகழிகளை மாற்றிப்போட்டிருக்கிறார்!"

அந்த சாதனம் ஒளிரத் தொடங்கியபோது, தங்களுக்கு முன்னால் இருந்த தட்டையான பரப்பில் லேங்டன் அதைக்

காட்டினார். அந்த மங்கலான ஒளியில் பிரகாசமாக ஒளிர்ந்த அதிலிருந்து *லா மாப்பா டெல் இன்ஃபெர்னோ* ஓவியம் தோன்றியது.

ரசாயன கழிவறையில் பொட்டிசெலி, என்று நினைத்துக் கொண்ட லேங்டன் அதற்காக வெட்கப்பட்டார். நேர்த்திமிக்க பொட்டிசெலியை திரையிட்டுக்காட்டிய மிக மட்டரகமான கடைசி இடம் இதுவாகத்தான் இருக்க முடியும். அந்த பத்து குழிகளின் வழியாக தன் கண்களை ஓடவிட்ட லேங்டன் பரவசத்துடன் ஆமோதிக்கத் தொடங்கினார்.

"இதோ!" அவர் ஆச்சரியமடைந்தார். "இது தவறானது! மேல்போஜின் கடைசி அகழியானது நோயுற்றவர்களால் நிரம்பியிருக்கும். தலைகீழாக புதைக்கப்பட்டவர்களால் அல்ல. பத்தாவது சுற்று பொய் சொன்னவர்களுக்கானது. அதிகாரத்தால் லாபம் அடைந்தவர்களுக்கானது அல்ல."

சியன்னா இன்னும் ஆர்வம் கொண்டவளாக காணப்பட்டாள். "ஆனால்... இதை ஏன் ஒருவர் மாற்றியமைக்க வேண்டும்?"

"கேட்ரோவேஸர்" ஒவ்வொரு சுற்றிலும் சேர்க்கப்பட்டிருந்த அந்த சிறிய எழுத்துகளில் தன் கண்களை ஓடவிட்டபடியே லேங்டன் முணுமுணுத்தார். "இது உண்மையில் அப்படித்தான் சொல்ல வருவதுபோல் எனக்குத் தோன்றவில்லை."

லேங்டனுக்கு ஏற்பட்ட காயத்தினால் கடந்த இரண்டு நாட்களின் நிகழ்வுகள் அவரிடமிருந்து அழிந்துபோயிருந்தாலும், தன்னுடைய நினைவாற்றல் தற்போது நன்றாக வேலைசெய்வதை அவரால் உணர முடிந்தது. தன்னுடைய கண்களை மூடிக்கொண்ட அவர் *லா மாப்பா*வின் இரண்டு பதிப்புகளையும் தன்னுடைய கண்முன்னே கொண்டுவந்து அவற்றிற்கு இடையில் உள்ள வித்தியாசங்களை பகுத்தாராய முயற்சி செய்தார். மேல்போஜில் செய்யப்பட்ட மாற்றங்கள் லேங்டன் நினைத்ததைவிட குறை வானவை... எது எப்படியோ தனக்கு முன்னால் இருந்த திரை சட்டென்று விலக்கப்பட்டுவிட்டதை லேங்டன் உணர்ந்தார்.

சட்டென்று அது தெள்ளத் தெளிவானது.

தேடு, அது உனக்கு கிடைக்கும்!

"என்ன அது?" சியன்னா அவசரப்படுத்தினாள்.

லேங்டனின் வாய் உலர்ந்துபோனது. "நான் ஃப்ளோரன்ஸில் ஏன் இருக்கிறேன் என்று எனக்குத் தெரியும்?"

"உங்களுக்குத் தெரியுமா!?"

"ஆமாம், நான் எங்கே போகவேண்டும் என்றும் எனக்குத் தெரியும்."

சியன்னா அவருடைய கைகளைப் பிடித்துக்கொண்டாள். "எங்கே?!"

மருத்துவமனையில் கண் விழித்ததில் இருந்து முதல் முறையாக தன்னுடைய கால்கள் நிலத்தில் உறுதியாகப் படுவதை லேங்டன் இப்போதுதான் உணர்ந்தார். "இந்தப் பத்து எழுத்துகளும்," அவர் கிசுகிசுத்தார். "இந்தப் பழைய நகரத்தில் உள்ள துல்லியமான இடத்தை சுட்டிக்காட்டுகின்றன. அங்கேதான் இதற்கான விடைகள் இருக்கின்றன."

"நகரத்தில் எங்கே?" சியன்னா துரிதப்படுத்தினாள். "நீங்கள் எதைக் கண்டுபிடித்தீர்கள்?"

அந்தக் கழிவறையின் மற்றொரு பக்கத்தில் இருந்து சிரிப்பொலிகள் எதிரொலித்தன. மற்றொரு மாணவர் குழு பல்வேறு மொழிகளில் அரட்டை அடித்தபடி அவர்களைக் கடந்துகொண்டிருந்தது. அந்த கழிவறையைச் சுற்றி அவர்கள் போவதை லேங்டன் எச்சரிக்கையுடன் உற்றுப்பார்த்தார். பின்னர் போலீஸ் இருக்கிறதா என்று பார்த்தார். "நாம் போய்க்கொண்டே இருக்கலாம். இதைப்பற்றி போகும் வழியில் சொல்கிறேன்."

"போகும் வழியிலா?!" சியன்னா தன்னுடைய தலையைக் குலுக்கினாள். "நம்மால் போர்டா ரொமானா வழியாக போகவே முடியாது!"

"முப்பது நொடிகள் இங்கேயே காத்திரு" என்றார் அவர் அவளிடம், "பின்னர் என்னைத் தொடர்ந்து வா."

அத்துடன் லேங்டன் நழுவிக்கொண்டார். தன்னுடைய புதிய தோழியை குழப்பத்திலும் தனிமையிலும் விட்டுவிட்டார்.

❑

21

"எக்ஸ்கியூஸ் மீ!" ராபர்ட் லேங்டன் அந்த மாணவர் கூட்டத்தைத் தொடர்ந்து சென்றார். "எக்ஸ்கியூஸ் மீ!"

அவர்கள் அனைவரும் திரும்பினர். தன்னை ஒரு தொலைந்துபோன சுற்றுலாவாசிபோல் லேங்டன் அவர்களிடத்தில் காட்டிக்கொண்டார்

"இன்ஸ்ட்டிடூட்டோ ஸ்டெடேல் டி' ஆர்டேவுக்கு எப்படிச் செல்வது?" உடைந்த இத்தாலிய மொழியில் கேட்டார் லேங்டன்.

சிகரெட் புகைத்துக்கொண்டிருந்த டாட்டூ போட்டிருந்த பையன் அலட்சியமாக பதிலளித்தான், "இத்தாலி தெரியாதா." அவன் பேச்சில் பிரெஞ்சு தொனி தெரிந்தது.

தன்னுடைய டாட்டூ நண்பனை எச்சரிக்கும் தொனியில் பார்த்த பெண்களில் ஒருத்தி போர்டா ரொமானாவை நோக்கிச் செல்லும் நீண்ட சுவற்றை சுட்டிக்காட்டி தன்மையாக கூறினாள், "இப்படியே நேராக செல்ல வேண்டும்."

நேராக, லேங்டன் மொழிபெயர்த்துக் கொண்டார். "நன்றி."

அதைத் தொடர்ந்து, கழிவறையின் பின்னால் இருந்து வெளியே வந்த சியன்னா அவர்களை நோக்கி நடந்தாள். நெடுநெடுவென்று இருந்த அந்த முப்பத்தி இரண்டு வயது பெண் அந்தக் குழுவினரை நெருங்குகையில் லேங்டன் அவளை வரவேற்கும்

விதமாக அவள் தோள்களில் கைவைத்தார். "இது என் சகோதரி. இவள் ஓர் ஓவிய ஆசிரியை."

டாட்டூ போட்டிருந்த பையன் முணுமுணுத்தான், "டி-ஐ-எல்-எஃப்," அவனுடைய ஆண் நண்பர்கள் சிரித்தனர்.

லேங்டன் அவற்றை கவனத்தில் எடுத்துக்கொள்ளவில்லை. "இங்கே ஃப்ளோரன்ஸில் பாடம் சொல்லிக்கொடுக்க சாத்திய முள்ள இடங்களைப் பற்றி ஆராய்ந்துகொண்டிருக்கிறோம். நாங்கள் உங்களுடன் வரலாமா?"

"நிச்சயம் வரலாம்" அந்த இத்தாலியப் பெண் சிரித்தபடியே கூறினாள்.

போர்டா ரொமானாவில் இருந்த காவல்துறையினரை நோக்கி அந்தக் குழுவினர் செல்கையில் சியன்னா அந்த மாணவர்களுடன் உரையாடலில் ஈடுபட்டாள். லேங்டனோ அந்தக் குழுவின் மையப்பகுதியில் கலந்துவிட்டார். அவர்கள் முன்னோக்கி குனிந்தபடி பார்வையில் படாதவாறு இருக்க முயற்சித்தனர்.

தேடு, அது உனக்கு கிடைக்கும், என்று நினைத்துக்கொண்ட லேங்டனின் இதயத்துடிப்பானது மேல்போஜின் பத்து அகழிகளையும் கண்முன் கொண்டுவந்தபோது பரவசத்துடன் வேகமெடுத்தது.

கேட்ராவேஸர். இந்தப் பத்து வார்த்தைகளும் கலை உலகில் மிகவும் தெளிவுபடுத்தப்படாத, ஒருபோதும் தீர்க்கப்படாத நூற்றாண்டுகால புதிர் என்பதை லேங்டன் உணர்ந்தார். 1563இல், தரையில் இருந்து நாற்பது அடிகள் வரையிலான உயரத்தில், பைனாகுலர்கள் உதவியில்லாமல் பார்க்க முடியாத ஃப்ளோரன்ஸின் புகழ்பெற்ற பாலஸோ வெஷியோவிற்கு உள்ளே சுவற்றில் வரையப்பட்டிருக்கும் ஓவியத்திற்குள்ளாக இருந்த செய்தியாக இது பயன்படுத்தப்பட்டிருந்தது. 1970கள் வரை வெறும் கண்களுக்கு தெரியாத வகையில் மறைக்கப்பட்டதாக இருந்த அதனை, தற்போது புகழ்பெற்று விளங்கும் ஒரு கலை பகுப்பாய்வாளர்தான் கண்டுபிடித்தார். அதன் அர்த்தத்தை வெளிக்கொண்டுவர பல ஆண்டுகளை அவர் செலவிட்டிருக்கிறார். அதுகுறித்து பல்வேறு கோட்பாடுகள் நிலவியபோதும், அந்த செய்தியின் முக்கியத்துவம் இன்றுவரை புதிராகவே இருக்கிறது.

லேங்டனுக்கு அந்த மறைகுறியீடு நன்றாக தெரிந்த ஒன்று போலத்தான் தோன்றியது — இந்த விநோதமான கொந்தளிக்கும்

கடலில் இருந்து ஒரு பாதுகாப்பான துறைமுகமாக அது இருக்கலாம். எல்லாவற்றிற்கும் மேல், உயிர்ம ஆபத்துக் குழாய்கள் மற்றும் துப்பாக்கிச்சூடுகளைக் காட்டிலும் கலை வரலாறும், புராதன ரகசியங்களும்தானே லேங்டனின் ராஜ்ஜியம்.

அவர்களுக்கு முன்பாக, மேலும் அதிகமான போலீஸ் கார்கள் போர்டா ரொமானாவை நோக்கி விரைந்துகொண்டிருந்தன.

“ஜீசஸ்” என்றான் அந்த டாட்டூ போட்டிருந்த பையன். “இவர்கள் தேடுகிற ஆள் நிச்சயம் ஏதோ ஒரு பயங்கரமான விஷயத்தைதான் செய்திருக்க வேண்டும்.”

அந்தக் குழு கலைக் கல்லூரியின் வலதுபக்க நுழைவாயிலுக்கு வந்துசேர்ந்தது. அங்கே ஒரு மாணவர் கூட்டம் போர்டா ரொமானாவில் நடந்துகொண்டிருந்தவற்றைப் பார்க்க குழுமியிருந்தது. அந்தப் பள்ளியின் குறைந்த கூலி பெறும் காவலாளி மாணவர்கள் உள்ளே சென்று கொண்டிருக்கையில் அரை மனதுடன் அவர்களுடைய அடையாள அட்டைகளை சரி பார்த்துக் கொண்டிருந்தான். ஆனால் போலீஸ் அங்கே என்ன செய்துகொண்டிருக்கிறது என்பதில்தான் அவனுடைய முழு ஆர்வமும் இருந்தது.

அந்த சதுக்கம் முழுவதும் எதிரொலிக்கும்படி, சத்தமாக கிறீச்சிடும் பிரேக் ஒலி எழுப்பியபடி அவர்களுக்கு மிகவும் நன்றாகத் தெரிந்த கறுப்பு வேன், போர்டா ரொமானாவிற்குள் சறுக்கிக்கொண்டு வந்தது.

லேங்டனுக்கு அதை மற்றுமொரு முறை பார்க்க வேண்டியிருக்கவில்லை.

ஒரு வார்த்தைகூட சொல்லாமல், அந்தத் தருணத்தை தனதாக்கிக்கொண்ட சியன்னா, தன்னுடைய புதிய நண்பர்களுடன் அந்த கேட் வழியாக நழுவினாள்.

இன்ஸ்டிடுடோ ஸ்டேல் டி'ஆர்டேக்கு செல்லும் சாலையானது ஆச்சரியப்படும் வகையில் அழகாகவே இருந்தது. ஏறத்தாழ ராஜ கம்பீரத்துடன் காணப்பட்டது. இரண்டு பக்கங்களிலும் பெரிய ஓக் மரங்கள் அணிவகுத்தன. அவை தொலைவில் தெரியும் கட்டிடத்திற்கு கூரை போல் காணப்பட்டன — அந்தக் கட்டிடம் ஒரு விரிவான மைய மண்டபம் மற்றும் மூன்று போர்டிகோக்களுடன் ஒரு பெரிய, வெளிறிய மஞ்சள்நிற கட்டுமானமாக அமைந்திருந்தது.

அந்த நகரத்தில் உள்ள மற்ற கட்டிடங்களைப் போல் இந்தக் கட்டிடமும் பதினைந்து, பதினாறு மற்றும் பதினேழாம்

நூற்றாண்டுகளில் ஃப்ளோரண்டைன் அரசியலில் ஆதிக்கம் செலுத்திய புகழ்பெற்ற வம்சத்தினரால்தான் கட்டப்பட்டது என்பது லேங்டனுக்குத் தெரியும். அந்த வம்சம்:

மெடிஸி.

இந்தப் பெயர் மட்டுமே ஃப்ளோரன்ஸின் அடையாளப் பெயர் ஆகிப்போனது. அவர்களுடைய மூன்று நூற்றாண்டு அரசாட்சியில், இந்த மெடிஸி ராஜ மாளிகை அளவிட முடியாத செல்வத்தாலும், செல்வாக்கினாலும் செழித்தோங்கியிருந்தது, நான்கு போப்புகளை அவர்களே தீர்மானித்தனர். பிரான்சின் இரண்டு மகாராணிகளை உருவாக்கினார்கள். ஐரோப்பாவிலேயே மிகப்பெரிய நிதி ஆதாரமாக விளங்கினார்கள். இன்றுவரை, உலகம் முழுவதிலுமுள்ள நவீன வங்கிகள் மெடிஸி உருவாக்கிய கணக்குப் பதிவியல் முறையையே பின்பற்றுகின்றன — அதுதான் பற்று, வரவு எனப்படும் இரட்டைப் பதிவு முறை.

இருப்பினும், மெடிஸியின் மிக்ப்பிரசித்திபெற்ற அம்சம் நிதியிலோ அல்லது அரசியலிலோ அல்ல, அது கலைசார்ந்தது. கலைக்கு வாரி வழங்கிய கொடைவள்ளல்கள் என்று கலையுலகம் அறிந்திருப்பதிலேயே, மறுமலர்ச்சி காலத்திற்கு தங்குதடையின்றி உதவியவர்கள் என்றுகூட மெடிஸியைக் கூறலாம். மெடிஸிசியின் உதவிபெற்ற புகழ்பெற்ற ஆளுமைகள் என்று டாவின்ஸி முதல் கெலீலியோவில் இருந்து பொட்டிசெலி வரை பட்டியலிடலாம் — இதில் பொட்டிசெலியின் ஓவியமான ***வீனஸின் பிறப்பு,*** தன்னுடைய சகோதரரின் படுக்கையில் திருமணப் பரிசாக பாலுணர்வைத் தூண்டக்கூடிய வகையில் ஓர் ஓவியம் வரைந்துதர வேண்டும் என்று லாரன்ஸோ டி'மெடிஸி கேட்டுக்கொண்டதன் விளைவாக உருவானதாகும்.

லாரன்ஸோ டி'மெடிஸி — தன்னுடைய வள்ளல்குணம் காரணமாக அவர் காலத்தில் மகா லாரன்ஸோ என்று அழைக்கப் பட்டவர் — தானே ஓர் ஓவியரும் கவிஞரும் என்பதுடன், பிரமாதமான கூர்மையான கண்களைக் கொண்டவர். 1489இல் ஓர் இளம் ஃப்ளோரண்டைன் சிற்பியினுடைய படைப்பின் மீது ஆர்வம்கொண்ட லாரன்ஸோ அந்தப் பையனை மெடிஸி அரண்மனைக்கு வரவழைத்தார். அங்கேதான் அவன் நுண்கலை, மகத்துவம் வாய்ந்த கவிதைகள் மற்றும் உயர் கலாச்சாரங்கள் சூழ தன்னுடைய கலையை பயிற்சி செய்தான். மெடிஸியின் அரவணைப்பில் அந்த இளம்பருவ பையன் புகழ்பெற்றான். இறுதியில் வரலாற்றில் மிகவும் கொண்டாடப்படும் இரண்டு மாபெரும் சிற்பங்களான ***பியத்தா*** மற்றும் ***டேவிட்*** ஆகியோரை அவனே சிலைவடித்தான். இன்று நமக்கு அவன்

பெயர் மைக்கேலாஞ்சலோ. அந்த மாபெரும் படைப்பாக்க ஆளுமையானவன் மனிதகுலத்திற்கு மெடிஸி வழங்கிய மகத்தான பரிசு என்றும் அழைக்கப்படுகிறான்.

கலை மீது மெடிஸிக்கு உள்ள பேரார்வத்தை வைத்துப் பார்க்கும்போது, தனக்கு முன்னால் இருக்கும் இந்தக் கட்டிடம் துடிப்புமிக்க கலைப் பள்ளியாக மாற்றப்பட்டிருப்பதை நினைத்து மெடிஸி குடும்பம் மிகவும் மகிழ்ச்சியுற்றிருப்பார்கள் என்று லேங்டன் கற்பனை செய்துகொண்டார் — உண்மையில் அந்தக் கட்டிடம் மெடிஸியின் பிரதான குதிரைக் கூடாரம். தற்போது இளம் ஓவியர்களுக்கு உந்துதலாக இருக்கும் இந்த அமைதியான பகுதி ஏன் மெடிஸியின் குதிரைக் கூடாரமாக இருந்திருக்கிறது என்றால், ஃப்ளோரன்ஸிலேயே இதுதான் மிகவும் அழகாக குதிரை சவாரி செய்ய ஏற்ற இடமாக இருந்திருக்கிறது.

பபோலி தோட்டங்கள்.

லேங்டன் தனக்கு வலதுபக்கம் பார்த்தார். உயரமான சுவற்றிற்கு வெளியில் மரநுனிகளாக தோன்றும் காடு தெரிந்தது. பரந்து விரிந்திருக்கும் இந்த பபோலி தோட்டங்கள் தற்போது சுற்றுலாவாசிகளை கவரும் ஓர் இடமாக விளங்குகிறது. தானும் சியன்னாவும் வாசலைக் கடந்து உள்ளே சென்றுவிட முடியுமா என்று லேங்டனுக்கு சிறிது சந்தேகம் இருந்தது. இதற்குள் சென்றுவிட்டால், யாரும் கண்டுபிடிக்க முடியாத வகையில் அவர்களால் போர்டா ரொமானாவை கடந்துசென்றுவிட முடியும். எல்லாவற்றிற்கும் மேல், இங்கிருக்கும் தோட்டங்கள் மிகப்பெரியவை என்பதுடன் மறைவிடங்களுக்கும் பஞ்சமில்லாதவை — இவற்றில் காடுகள், புதிர்ப்பாதைகள் மற்றும் குகைகள் போன்றவை இருந்தன. மிக முக்கியமாக, பபோலி தோட்டங்களை கடந்து சென்றால் அது பாலஸோ பிட்டிக்கு வழிகாட்டும் ஒரு கற்கோட்டையான அது மெடிஸி பிரபுவின் மாளிகையாக விளங்கியது என்பதுடன் அதில் இருக்கும் 140 அறைகள் இன்னமும் ஃப்ளோரன்ஸிற்கு சுற்றுலாவாசிகள் வந்துசெல்வதற்கான காரணங்களுள் ஒன்றாகவும் இருக்கிறது.

நாம் பாலஸோ பிட்டியை அடைந்துவிட்டால், லேங்டன் நினைத்துக்கொண்டார். *பழைய நகரத்திற்கு செல்வதற்கான பாதை கல்லெறியும் தொலைவில்தான் இருக்கும்.*

அந்தத் தோட்டங்களை மறைத்திருக்கும் உயரமான சுவற்றை ஒட்டியபடியே முடிந்தவரை லேங்டன் சத்தமின்றி முன்னேறிக்கொண்டிருந்தார். "நாம் இந்த தோட்டங்களுக்குள் எப்படி செல்வது?" என்றார் அவர். "இந்தப் பள்ளிக்குள் செல்லும்

நரகம் ❖ 163

முன்பாக நான் என் சகோதரிக்கு இதைக் காட்டவேண்டும் என்று ஆசைப்படுகிறேன்."

டாட்டூ போட்டிருந்த பையன் தலையைக் குலுக்கினான். "நீங்கள் இங்கிருந்து தோட்டங்களுக்குள் செல்ல முடியாது. பிட்டி பாலஸில் இருந்துதான் அதற்கான வழி உள்ளது. நீங்கள் போர்டா ரொமானாவை சுற்றித்தான் செல்ல வேண்டும்."

"நாசமாய்ப்போச்சு" என்றாள் சியன்னா சட்டென்று.

சட்டென்று, லேங்டன் உட்பட எல்லோருமே அவளைத் திரும்பி உற்று நோக்கினர்.

"அட விடுங்களேன்" என்ற அவள் அந்த மாணவர்களை நோக்கிக் கள்ளத்தனமாக சிரித்தபடியே தன்னுடைய பொன்னிற குதிரைவால் கொண்டையை தூக்கிவிட்டுக்கொண்டாள். "நீங்கள் யாரும் அந்த தோட்டங்களுக்குள் ரகசியமாக ஒளிந்து சென்று கஞ்சா புகைக்கவில்லை என்றா சொல்கிறீர்கள்?"

தங்களுக்குள் பார்வையை பரிமாறிக்கொண்ட மாணவர்கள் படாரென்று சிரித்தனர்.

டாட்டூ போட்டிருந்த பையன் இப்போது அவளைப் பார்த்து முழுமையாக சிரித்தான். "மேடம், நீங்கள் நிச்சயம் இங்கே வகுப்பெடுக்கத்தான் வேண்டும்." அவன் சியன்னாவை அந்தக் கட்டிடத்தின் ஒரு பக்கமாக அழைத்துச்சென்று, கார் நிறுத்துமிடத்தில் இருந்த ஒரு மூலையைக் காட்டினான். "அங்கே இடதுபக்கம் இருக்கும் ஷெட் தெரிகிறதா? அதற்குப் பின்னால் ஒரு பழைய நடைபாதை இருக்கிறது. கூரையின் மேல்பக்கம் ஏறி அப்பால் குதித்தால் சுவற்றிற்கு அந்தப் பக்கம் சென்றுவிடலாம்."

சியன்னா ஏற்கனவே அவ்விடத்தை நோக்கி நடக்கத் தொடங்கிவிட்டாள். லேங்டனை திரும்பிப் பார்த்து ஒரு திமிர்த்தனமான புன்னகையை காட்டினாள். "வாருங்கள் பாப் அண்ணா. இந்த வேலியை தாண்டிக்குதிக்க முடியாத அளவு உங்களுக்கு வயதாகிவிடவில்லையே?"

❑

22

அந்த வேனில் இருந்த வெள்ளிநிற கேசம் கொண்ட பெண் தோட்டா துளைக்காத ஜன்னலில் தன் தலையை சாய்த்து கண்களை மூடியபடி அமர்ந்திருந்தாள். தனக்குப் பின்னால் இருக்கும் உலகம் சுழன்றுகொண்டிருப்பதைப் போல் உணர்ந்தாள். அவளுக்குத் தரப்பட்டிருந்த மருந்துகள் அவளை பலவீனப்படுத்தியிருந்தன.

எனக்கு மருத்துவ சிகிச்சை வேண்டும், அவள் நினைத்துக்கொண்டாள்.

இன்னும் சொல்லப்போனால், அவளுக்கு அருகாமையில் ஆயுதம் ஏந்தியிருந்த காவலாளிக்கு உறுதியான உத்தரவுகள் தரப்பட்டிருந்தன: அவர் களுடைய வேலை வெற்றிகரமாக நிறைவேறும் வரை அவளுடையத் தேவைகள் எதையும் பொருட் படுத்தக்கூடாது. அவளைச் சுற்றிலும் கேட்ட சத்தங் களின் ரீங்காரத்தினால், அதற்கெல்லாம் இப்போது நேரம் இல்லை என்பது தெளிவாகவே தெரிந்தது.

மயக்க உணர்வு தற்போது அதிகரித்துக்கொண்டே வந்தது, அவளுக்கு மூச்சுவிடுவதில் சிரமம் ஏற்பட்டது. புதிதாக தோன்றிய குமட்டல் உணர்வுடன் போராடிக் கொண்டிருக்கையில், வாழ்க்கை தன்னை எப்படி இந்தக் கனவுபோன்ற குறுக்குப் பாதைகளில் கொண்டுவந்து சேர்த்திருக்கிறது என்பதை நினைத்து அவள் ஆச்சரியப்பட்டாள். அவளுடைய தற்போதைய மிகைப் பரவசமான நிலையில் இருந்து வெளியே கொண்டுவருவதற்கான

விடை மிகவும் சிக்கலானதுதான். ஆனால் இவை எல்லாம் எங்கிருந்து தொடங்கியது என்பதில் அவளுக்கு எந்த சந்தேகமும் இல்லை.

நியூயார்க்.

இரண்டு வருடங்களுக்கு முன்பு.

அவள் மன்ஹாட்டனில் இருந்து ஜெனீவாவிற்கு பறந்து கொண்டிருந்தாள். அங்குதான் அதிகம் விரும்பப்படுகின்ற, மிகுந்த கௌரவமிக்க பதவியான உலக சுகாதார நிறுவனத்தின் இயக்குநராக, கடந்த நான்கு வருடங்களாக அவள் பதவி வகித்து வருகிறாள். தொற்று நோய் மற்றும் கொள்ளை நோய்களில் நிபுணத்துவம் பெற்றவளான அவளை மூன்றாம் உலக நாடுகளில் அச்சுறுத்தல் ஏற்படுத்திக்கொண்டிருக்கும் பரவலான நோய் குறித்து ஆராயும் வகையிலான விரிவுரை ஆற்றுவதற்கு ஐநாவால் அழைக்கப்பட்டிருந்தாள். அவளுடைய பேச்சு நம்பிக்கை தருவதாகவும், நேர்மறையானதாகவும் இருந்தது என்பதுடன், உலக சுகாதார நிறுவனத்தால் திட்டமிடப்பட்டுள்ள சில புதிய மேம்பட்ட கண்டுபிடிப்பு முறைகள் மற்றும் சிகிச்சைகள் பற்றியும் அவள் பேசினாள். அவளுடைய பேச்சிற்கு எப்போதுமே பிரமாதமான வரவேற்பு இருந்தது.

அந்த விரிவுரையைத் தொடர்ந்து, கூடத்தில் அமர்ந்து சில கல்வியாளர்களுடன் பேசிக்கொண்டிருக்கையில், உயர்மட்ட தூதரக பேட்ச் அணிந்திருந்த ஒரு ஐநா ஊழியர் அந்த உரையாடலில் குறுக்கிட்டார்.

“டாக்டர். சின்ஸ்கி, வெளியுறவுத்துறை கவுன்சலிடம் இருந்து எங்களுக்கு அழைப்பு வந்தது. அங்கிருக்கும் ஒருவர் உங்களுடன் பேச விரும்புகிறார். ஒரு கார் வெளியே காத்திருக்கிறது.”

குழப்பமும், ஆச்சரியமும் அடைந்த டாக்டர். எலிசபெத் சின்ஸ்கி அவர்களிடம் இருந்து விடைபெற்று தன்னுடைய இரவுநேர பையை எடுத்துக்கொண்டாள். அவளுடைய லிமோ கார் முதலாவது அவென்வியூவிற்கு வந்தபோது அவளுக்கு விசித்திரமான முறையில் படபடத்தது.

வெளியுறவுத்துறை கவுன்சிலா?

பெரும்பாலானவர்களைப் போல் எலிசபெத் சின்ஸ்கியும் அந்த வதந்திகளை கேள்விப்பட்டிருக்கிறாள்.

1920களில் நிறுவப்பட்ட தனி சிந்தனை அமைப்பான அந்த சிஎஃப்ஆர் ஒவ்வொரு தலைமைச் செயலகத்தையும்

உறுப்பினராக கொண்டிருந்தது. அரை டசனுக்கும் மேற்பட்ட அதிபர்கள், பெரும்பாலான சிஐஏ தலைவர்கள், செனட்டர்கள், நீதிபதிகள் மற்றும் மார்கன், ரோத்ஷில்ட் மற்றும் ராக்பெல்லர் போன்ற வம்சாவளியினரையும் உறுப்பினராக கொண்டிருந்தது. அதன் உறுப்பினர்கள் அவை ஒப்பீட்டு ரீதியில் அல்லாமல் மூளைத்திறன், அரசியல் செல்வாக்கு மற்றும் செல்வச் செழிப்பு கொண்ட அனைவரையும் உள்ளிட்டதாக இருந்தது என்பதால் வெளியுறவுத்துறை கவுன்சிலானது "பூமியில் இருப்பதிலேயே மிகவும் செல்வாக்கு வாய்ந்த தனியார் கிளப்" என்ற கௌரவத்தை யும் பெற்றிருந்தது.

உலக சுகாதார நிறுவனத்தின் இயக்குநராக இருக்கும் எலிசபெத்தும் இந்தப் பெரிய மனிதர்களுடன் தோள் உரச உறவாடுவதற்கு அந்நியர் அல்ல. உலக சுகாதார நிறுவனத்துடனான அவளுடைய நீண்ட உறவு, அவளுடைய வெளிப்படையாக பேசக்கூடிய இயல்புடன் சேர்ந்து, உலகின் செல்வாக்கு மிக்க மனிதர்களுள் ஒருவர் என்ற தன்னுடைய பட்டியலில் ஒரு பிரதான செய்திப்பத்திரிக்கை அவரையும் சேர்த்திருந்தது. அவள் ஒரு நோயுற்ற குழந்தையாக இருந்திருப்பதை வைத்துப் பார்த்தால், அந்தப் பத்திரிக்கை வெளியிட்டிருந்த அவளுடைய புகைப்படத்தின் கீழே *உலக சுகாதாரத்தின் முகம்* என்று எழுதியிருப்பது நிச்சயம் முரண்பாடானதாகத்தான் தோன்றும்.

ஆறு வயதிலேயே கடுமையான ஆஸ்துமா தாக்குதலுக்கு ஆளான அவள், உத்திரவாதமளிக்கும் ஒரு புதிய மருந்தை — உலகின் முதல் குளுகோகார்டிகாய்ட்ஸ் அல்லது ஸ்டிராய்டு ஹார்மோன்ஸ்களை அதிக அளவுக்கு எடுத்துக்கொள்ள வேண்டிய நிலையில் இருந்தாள். அது அவளுடைய ஆஸ்துமா அறிகுறிகளை அற்புதமான முறையில் குணப்படுத்தியது. இதில் சோகம் என்னவென்றால், சின்ஸ்கி பூப்பெய்திய பின்னர் சில வருடங்கள் வரை அந்த மருந்தின் எதிர்பாராத பக்கவிளைவுகள் எதுவும் அவளிடத்தில் தோன்றவில்லை... என்றாலும், அது மாதவிடாய் சுழற்சியையும் உருவாக்கவே இல்லை. பத்தொன்பது வயதில், மருத்துவரின் அறையில் அமர்ந்திருக்கையில், அவளுடைய கருத் தரிக்கும் அமைப்பு நிரந்தரமாக செயலிழந்துவிட்டது என்பதை தெரிந்துகொண்ட அந்த இருண்ட தருணத்தை அவள் இன்னும் மறக்கவில்லை.

எலிசபெத் சின்ஸ்கிக்கு குழந்தை பிறக்கவில்லை.

காலம் இந்த வெறுமையை பூர்த்திசெய்யும், அந்த டாக்டர் உறுதியளித்தார். ஆனால் அதன் சோகமும், கோபமும் அவளுள் மட்டுமே வளர்ந்துகொண்டிருந்தது. குரூரம் என்ன

வென்றால், அவளுடைய இனப்பெருக்கத் திறனை கொள்ளை யடித்துச் சென்ற அந்த மருந்துகள் அவளுடைய விலங்கின உள்ளுணர்வுகளையும் அவ்வாறு கொள்ளையடித்துச் செல்ல தவறிவிட்டன என்பதுதான். பல்லாண்டுகளாக, இந்த சாத்திய மல்லாத ஆசையை நிறைவேற்றிக்கொள்ள தன் ஏக்கங்க ளுடன் அவள் போராடிக்கொண்டே இருந்திருக்கிறாள். இப்போது, அறுபத்தோராவது வயதிலும்கூட, ஒரு தாயையும் அவளுடைய பிஞ்சுக் குழந்தையையும் பார்த்துவிட்டால் அந்த வெறுமையானது ஏதோ ஒரு கூர்முனை தன்னைக் குத்துவதைப் போல் உணர்வாள்.

"அது இதோ இருக்கிறது, டாக்டர். சின்ஸ்கி" லிமோ டிரைவர் அறிவித்தான்.

எலிசபெத் தன்னுடைய நீளமான வெள்ளிநிற கொண்டையை சரிசெய்துகொண்டு, கண்ணாடியில் முகத்தைப் பார்த்தாள். காரில் இருந்து அவள் இறங்குகையில், மன்ஹாட்டனிலேயே மிகவும் செழிப்பாக காணப்பட்ட அந்தப் பகுதியின் பக்கவாட்டில் செல்ல டிரைவர் அவளுக்கு உதவினான்.

"நான் இங்கேயே காத்திருக்கிறேன்" என்றான் டிரைவர். "நீங்கள் தயாரானதும் நாம் நேரடியாக விமான நிலையத்திற்கு சென்றுவிடலாம்."

வெளியுறவுத்துறை கவுன்சிலின் நியூயார்க் தலைமையக மானது அந்த பார்க்கின் அறுபத்து எட்டாவதாக அமைந்துள்ள சுவாரஸியமல்லாத நியோகிளாஸிக்கல் கட்டிடம். அது ஒருகாலத்தில் ஸ்டேண்டர்டு ஆயில் ஜாம்பவானின் வீடாகவும் இருந்து வந்திருக்கிறது. அதன் வெளிப்புறமானது மென்மையாக பூசப்பட்டு சுற்றிலும் நேர்த்தியான நிலவமைப்புடன் அமைந்திருப் பதுடன் அந்த அமைப்பின் பிரத்யேக நோக்கம் குறித்த எந்தத் தடயமும் அதில் காணப்படாது.

"டாக்டர். சின்ஸ்கி" ஒரு கனிவான பெண் வரவேற்பாளர் அவளை வரவேற்றாள். "இந்த வழியாக செல்லுங்கள், ப்ளீஸ். அவர் உங்களை எதிர்பார்த்திருக்கிறார்."

சரி, ஆனால் யார் அவர்? மூடப்பட்டிருந்த ஒரு அறையை நோக்கி ஆடம்பரமான நடைபாதை வழியாக அவள் வரவேற்பாளரை பின்தொடர்ந்து சென்றாள். கதவைத் திறப்பதற்கு முன்னர் மெதுவாக அதைத் தட்டிய பின், எலிசபெத் உள்ளே செல்வதற்கு வழகாட்டினாள்.

அவள் உள்ளே சென்றதும், பின்னால் இருந்த கதவு மூடப்பட்டது.

அந்த சிறிய, இருளார்ந்த சந்திப்பு அறை வீடியோ திரையின் மினுமினுப்பில் மட்டுமே ஒளிபெற்றிருந்தது. அவர்களுக்கு முன்னால் இருந்த திரையில், மிகவும் உயரமாக நிழலொளியில் ஓர் உருவம் அவளைப் பார்த்தபடியே இருந்தது. அந்த முகம் அவளுக்குத் தெரியாவிட்டாலும், அவ்விடத்தில் இருந்த அதிகாரத்தை அவள் உணர்ந்தாள்.

"டாக்டர். சின்ஸ்கி" என்றது அந்த மனிதரின் கூர்மையான குரல். "என்னுடன் சேர்ந்துகொண்டமைக்கு நன்றி." அவரின் அழுத்தமான துல்லிய உச்சரிப்பு அவருக்கு எலிசபெத்தின் சொந்த ஊரான சுவிட்சர்லாந்து என்றது. ஆனால் அது ஜெர்மனி யாகவும் இருக்கலாம்.

"உட்காருங்கள்" என்ற அவர் அங்கிருந்த நாற்காலியை கைகாட்டினார்.

அறிமுகங்கள் கிடையாதா? எலிசபெத் அமர்ந்தாள். அந்த வீடியோ திரையில் காட்டப்பட்டுக்கொண்டிருந்த விசித்திரமான ஓவியம் அவளுடைய படபடப்பை அமைதிப்படுத்தவில்லை. *என்ன உலகம் இது?*

"இன்று காலை நான் உங்கள் விரிவுரைக்கு வந்திருந்தேன்" என்றது அந்த நிழலொளி. "உங்கள் பேச்சைக் கேட்க நான் வெகுதொலைவில் இருந்து வந்திருக்கிறேன். மிகவும் பிரமாதமான பேச்சு."

"நன்றி" என்றாள் அவள்.

"நான் நினைத்ததைவிட நீங்கள் மிகவும் அழகாகவே இருக்கிறீர்கள் என்பதையும் நான் சொல்லியாக வேண்டியிருக்கிறது... உங்களுடைய வயது மற்றும் உலக சுகாதாரம் பற்றிய பார்வையை வைத்துப் பார்த்தாலும்கூட."

தன்னுடைய தாடை கீழிறங்கியதை எலிசபெத் உணர்ந்தாள். அந்தக் கூற்று எல்லா வகையிலும் கண்டிக்கப்பட வேண்டிய ஒன்று. "எக்ஸ்கியூஸ் மீ?" என்று கத்திய அவள் அந்த இருளையே உற்றுப்பார்த்தாள். "நீங்கள் யார்? என்னை எதற்காக இங்கே வரவழைத்திருக்கிறீர்கள்?"

"மகிழ்ச்சிப்படுத்த நான் செய்த முயற்சி தோற்று விட்டமைக்காக என்னை மன்னிக்க வேண்டுகிறேன்" என்றது அந்த நெடுநெடுவென்றிருந்த நிழல். "அந்தத் திரையில் தெரியும் படம் நீங்கள் ஏன் இங்கே இருக்கிறீர்கள் என்பதைக் காட்டும்."

சின்ஸ்கி அந்த பயங்கரமான காட்சியைப் பார்த்தாள் —

நரகம் ❖ 169

மனிதக் கடலால் நிரம்பியிருக்கும் ஒரு பரந்த கடல் ஓவியம், நோயுற்றவர்களின் கூட்டம், தாறுமாறான அந்தக் கூட்டத்தில் தங்களுடைய நிர்வாண உடல்களுடன் ஒருவர் மீது மற்றவர் ஏறுவதற்கு முயற்சித்துக்கொண்டிருந்தனர்.

"மாபெரும் ஓவியர் டோரே" என்றார் அவர். "தாந்தே அலிஜீரியின் நரகம் பற்றிய பார்வையை மிகவும் அற்புதமான முறையில் சோகம் மேலிட விளக்கும் ஓவியம். இதைப் பார்க்க உங்களுக்கு சௌகரியமாக இருக்கும் என்று நம்புகிறேன்... ஏனென்றால் நாம் எல்லோரும் அங்குதான் சென்று கொண்டிருக்கிறோம்." சற்று இடைவெளிவிட்ட அவர் அவளை நோக்கி மெதுவாக நகர்ந்தார். "அது ஏன் என்று உங்களுக்குச் சொல்கிறேன்."

அவர் அவளை நோக்கி நகர்ந்தபடியே இருந்தார். ஒவ்வொரு அடி எடுத்து வைக்கும்போதும் அவர் வளர்ந்துகொண்டே இருப்பதைப் போல் இருந்தது. "நான் இந்த துண்டு காகிதத்தை எடுத்து இரண்டாகக் கிழித்து..." அந்த மேசையருகில் நின்ற அவர் ஒரு துண்டு காகிதத்தை எடுத்து அதை சத்தம் ஏற்படுத்தும் வகையில் பாதியாக கிழித்தார். "அந்த இரண்டு பாகங்களை யும் ஒன்றன் மீது ஒன்றாக வைத்தால்..." அவர் இரண்டு பாதிகளை யும் ஒன்றாக வைத்தார். "பின்னர், இதே செயல்களை நான் செய்துகொண்டே இருந்தால்..." அவர் மீண்டும் மீண்டும் காகிதங்களைக் கிழித்து அவ்வாறே அடுக்கினார். "அதன் அசல் கெட்டித்தன்மையைக் காட்டிலும் நான்கு மடங்கு அதிக கெட்டித்தன்மையுள்ள காகிதக்கட்டை உருவாக்கிவிட்டேன் இல்லையா?" அந்த அறையின் இருளில் அவருடைய கண்கள் கனன்றுகொண்டிருப்பதைப் போல் இருந்தது.

எலிசபெத் அவருடைய அதிகார தொனியையும், மூர்க்கமான தோரணையையும் மதிக்கவேயில்லை. அவள் எதுவும் சொல்லவில்லை.

"யூகரீதியாக பேசினால்" நெருக்கமாக நெருங்கி வந்தபடியே அவர் பேசினார், "அந்தக் காகிதத்தின் அசலான தாள் ஒரு மில்லி மீட்டரில் பத்தில் ஒரு பங்கு மட்டுமே இருக்கும், இதையே நான் திரும்பத் திரும்பச் செய்தால், அதாவது **ஐம்பது** முறைகள் செய்கிறேன் என்றால்... இந்தக் கட்டு எவ்வளவு உயரமாக இருக்கும் என்று உங்களுக்குத் தெரியுமா?"

எலிசபெத் எழுந்து நின்றாள். "எனக்குத் தெரியும்" தான் யோசித்ததைவிட மிகுந்த வெறுப்புடன் அவள் பதில் கூறினாள். "இரண்டுக்கு ஐம்பது மடங்கு அளவில் ஒரு மில்லி மீட்டரில் பத்தில் ஒரு பங்கு இருக்கும். இது வடிவவியல் கணிதம். நான்

இங்கே என்ன செய்துகொண்டிருக்கிறேன் என்று தெரிந்து கொள்ளலாமா?"

திருப்தியுற்றவராக காணப்பட்ட அவர் அதை ஆமோதித்தார். "ஆமாம், அதன் உண்மையான மதிப்பு என்னவாக இருக்கும் என்று உங்களால் யூகிக்க முடிகிறதா? அது இரண்டுக்கு ஐம்பது மடங்கு அளவில் ஒரு மில்லி மீட்டரில் பத்தில் ஒரு பங்கு தானா? நம்முடைய இந்த காகிதக் கட்டு எவ்வளவு உயரமாக இருக்கும் என்று உங்களுக்குத் தெரியுமா?" அவர் சற்றுநேரமே இடைவெளி விட்டார். "நம்முடைய காகிதக் கட்டு, ஐம்பது முறை இரட்டிப்பானாலே... எல்லா வகையிலும்... அது சூரியனையே எட்டிவிடும்."

எலிசபெத் இதனால் ஆச்சரியப்படவில்லை. அதிகரித்தபடியே செல்லும் வடிவவியல் கணிதத்தின் வளர்ச்சியைத்தான் அவள் தன்னுடைய எல்லாவிதமான வேலைகளிலும் பயன்படுத்தி வருகிறாள். தொற்று ஏற்படுத்தும் சுற்றளவுகள்... தொற்று ஏற்பட்ட செல்கள் பல்கிப் பெருகுவது... சாவு எண்ணிக்கை மதிப்பீடு. "நான் அப்பாவியாக தெரிந்தால் என்னை மன்னிக்க வேண்டும்" என்ற அவள் தன்னுடைய எரிச்சலை மறைக்க எந்த வகையிலும் முயற்சிக்கவில்லை. "ஆனால் நீங்கள் என்ன சொல்ல வருகிறீர்கள் என்றும் எனக்குத் தெரியவில்லை."

"நான் சொல்ல வருவதா?" அவர் களுக்கென்று சிரித்தார். "நம்முடைய மனித மக்கள்தொகை வளர்ச்சி வரலாற்றில் சட்டென்று மிக மிக அதிகமாகிவிட்டது என்பதைத்தான் நான் சொல்ல வருகிறேன். இந்த பூமியின் மக்கள்தொகையானது, இந்தக் காகிதக் கட்டினைப் போல், மிகக் குறைவான அளவில் இருந்துதான் தொடங்கியது... ஆனால் அபாயகரமான அளவை எட்டிவிட்டது."

அவர் மீண்டும் பேசினார். "இதைப் பரிசீலித்துப் பாருங்கள். பூமியின் மக்கள்தொகை பெருக ஆயிரக்கணக்கான ஆண்டுகள் ஆகியிருக்கின்றன — மனிதன் தோன்றிய காலம் முதலாக 1800கள் வரை ***ஒரு*** பில்லியன் மக்கள் தொகையினரே இருந்திருக்கின்றனர். பின்னர், அதிசயிக்கத்தக்க வகையில், 1920களில் அது இருமடங்காக, அதாவது ***இரண்டு*** பில்லியனாக அதிகரித்துவிட்டது. அதன் பின்னர், அடுத்து வந்த ஐம்பதே வருடங்களில் மக்கள்தொகை பெருக்கம் இரட்டித்து 1970களில் ***நான்கு*** பில்லியன் வந்துவிட்டது. அது இரட்டித்து விரைவில் எட்டு பில்லியன் எண்ணிக்கையை எட்டிவிடும் என்பதை உங்களால்கூட கற்பனை செய்து பார்க்க முடியும். இன்றைக்கு மட்டுமே, மனித இனமானது இந்தப் புவி கிரகத்தில் மற்றொரு கால் ***மில்லியன்*** மக்கள் தொகையினரைக்

கூட்டியிருக்கிறது. ஒரு கால் மில்லியன். இது இப்படியே தினமும் வெயில் மழை பாராமல் நடந்துகொண்டிருக்கிறது. தற்போது, ஒவ்வொரு ஆண்டும், நாம் ஜெர்மனி அளவுக்குள்ள ஒரு நாட்டை இணைத்துக்கொண்டே இருக்கிறோம்."

அந்த உயர்ந்த மனிதர் சற்று இடைவெளி விட்டு எலிசபெத் திடம் குனிந்தார். "உங்களுக்கு என்ன வயதாகிறது?"

மற்றொரு கண்டனத்திற்குரிய கேள்வி, அவள் உலக சுதாதார நிறுவனத்தின் தலைவராக இருந்தாலும் இத்தகைய பிரச்சினையை எப்படித் தீர்ப்பதென்று அவளுக்குத் தெரியும். "அறுபத்தி ஒன்று."

"உங்களுக்குத் தெரியுமா, நீங்கள் இன்னும் பத்தொன்பது வருடங்கள் வாழ்ந்தால், அதாவது எண்பது வயதுவரை, உங்களுடைய வாழ்நாளில் இந்த மக்கள்தொகை மும்மடங்கு பெருகியிருக்கும். *ஒரே வாழ்நாள் மூன்று மடங்கு.* அதன் தாக்கங் களை நினைத்துப் பாருங்கள். உங்களுக்கே தெரியும், உங்களுடைய உலக சுகாதார நிறுவனம் அந்த எண்ணிக்கையின் முன்னறிவிப்பு அளவை அதிகரித்திருக்கிறது. இந்த நூற்றாண்டின் மத்திய காலகட்டத்திற்கு முன்பாக பூமியில் ஒன்பது மில்லியன் மக்கள் இருப்பார்கள் என்று அது முன்னூகித்திருக்கிறது. விலங்கினங்கள் யாவும் எதிர்பாராத அளவுக்கு துரித விகிதத்தில் அழிவின் விளிம்பை எட்டிவிடும். இயற்கை வளங்களை அழிக்கவேண்டிய தேவை ராக்கெட் வேகத்தில் உயரும். சுத்தமான நீர் என்பது அரிதிலும் அரிதாகிவிடும். எந்த ஒரு உயிரியல் அளவீட்டின்படியும் நம்முடைய உயிரினம் நம்மால் தாக்குபிடிக்கக்கூடிய எண்ணிக் கையை விஞ்சிவிடும். இந்தப் பேரழிவிற்கு முன்பாக, இந்த பூமியின் சுகாதாரத்தினுடைய வாயில் காப்போன் என்று சொல்லிக்கொள்ளும் உலக சுகாதார நிறுவனம் நீரிழிவு நோயை குணப்படுத்துதல், ரத்த வங்கிகளை நிரப்புதல், புற்றுநோயுடன் போராடுதல் போன்ற விஷயங்களிலேயே முதலீடு செய்து வருகிறது." சற்று இடைவெளிவிட்ட அவர் அவளையே உற்று நோக்கினார். "அதனால்தான் நான் உங்களை இங்கே அழைத்து நேரடியாக கேட்கிறேன். நாம் எதிர்நோக்கப்போகும் இந்தப் பிரச்சினையை எதிர்கொள்ள என்ன இழவுக்கு உலக சுகாதார நிறுவனத்திடம் துணிச்சல் இல்லாமல் போய்விட்டது?"

எலிசபெத் இப்போது வெந்து புழுங்கிக்கொண்டிருந்தாள். "நீங்கள் யாராக வேண்டுமானாலும் இருந்துவிட்டுப் போங்கள், மக்கள்தொகை அதிக அளவில் பெருகி வரும் விஷயத்தை உலக சுகாதார நிறுவனம் *மிகவும்* சீரியஸாக கவனித்து வருவது உங்களுக்குத் தெரியாமல் இருக்காது. சமீபத்தில்கூட

மில்லியன் கணக்கான டாலர்கள் செலவழித்து, ஆப்பிரிக்காவுக்கு டாக்டர்களை அனுப்பி, இலவச ஆணுறைகள் விநியோகிக்கச் செய்து, குடும்பக் கட்டுப்பாடு குறித்து மக்களுக்கு போதித்து வருகிறோம்."

"ஆஹாஹா, ஆமாம்!" அந்த உயர்ந்த மனிதர் நக்கலடித்தார். "கத்தோலிக்க மிஷனரிகளின் மிகப்பெரிய ராணுவம் உங்கள் பாதங்களின் கீழ் அணிவகுத்துச் சென்று, ஆப்பிரிக்கர்களிடம் அவர்கள் ஆணுறைகளைப் பயன்படுத்தினால் அவர்கள் எல்லோருமே நரகத்திற்குத்தான் போவார்கள் என்று சொல்கிறது. இப்போது ஆப்பிரிக்காதான் புதிய சுற்றுச்சூழல் பிரச்சினை யாகியிருக்கிறது இல்லையா — அங்குள்ள நிலங்கள் எல்லாம் பயன்படுத்தப்படாத ஆணுறைகளின் குவியலால் குப்பைமேடாகி வருகின்றன என்பது உங்களுக்குத் தெரியுமா."

எலிசபெத் தன்னுடைய நாக்கை அடக்கிக்கொள்ள பெரும் பிரயத்தனம் செய்தாள். இந்த விஷயத்தில் அவர் சொல்வது சரிதான். இப்போதும்கூட நவீன கத்தோலிக்குகள் இனப்பெருக்க பிரச்சினையில் வாடிகன் மூக்கை நுழைப்பதற்கு எதிராக திருப்பித் தாக்கத் தொடங்கியுள்ளனர். இதில் மிகவும் குறிப்பிடத்தகுந்தவர் என்று மெலிண்டா கேட்ஸைத்தான் சொல்ல வேண்டும், ஒரு அர்ப்பணிப்புமிக்க கத்தோலிக்கரான அவர் உலகம் முழுவதிலும் பிறப்புக் கட்டுப்பாட்டை மேம்படுத்துவதற்காக 560 மில்லியன் அமெரிக்க டாலர்களை செலவழித்து தன்னுடைய சொந்த தேவாலயத்தினாலேயே கடும் சீற்றத்திற்கு ஆளாகியிருக்கிறார். பில் கேட்ஸும் மெலிண்டா கேட்ஸும் இந்த உலகின் ஆரோக்கியத்தை மேம்படுத்துவதற்காக தங்களுடைய அறக்கட்டளை மூலம் செய்து வரும் விஷயங்களுக்காக புனிதர்களாக அறிவிக்கப்பட வேண்டும் என்று பலமுறை எலிசபெத் சின்ஸ்கியே பொதுக்கூட்டங்களில் பேசியிருக்கிறாள். சோகம் என்னவென்றால், புனிதத்தன்மை வழங்கும் தகுதியுள்ள ஒரே அமைப்பும் அவர்களுடைய கிறிஸ்துவ இயல்புள்ள முயற்சிகளை கண்டுகொள்ளவே இல்லை என்பதுதான்.

"டாக்டர். சின்ஸ்கி" அந்த நிழல் தொடர்ந்து பேசியது. "உலக சுகாதார நிறுவனம் தெரிந்துகொள்ளத் தவறிய ஒரே விஷயம் என்னவென்றால் உலகில் ஒரே ஒரு சுகாதாரப் பிரச்சினைதான் இருக்கிறது என்பதைத்தான்." திரையில் தெரிந்த வருத்தம்தோய்ந்த படத்தை அவர் மீண்டும் சுட்டிக்காட்டினார் — துள்ளத்துடித்தபடி, கதறிக்கொண்டிருக்கும் மனிதக் கடல். "இதுதான்." அவர் சற்று இடைவெளி விட்டார். "நீங்கள் ஓர் அறிவியலாளர் என்பதை நான் புரிந்துகொள்கிறேன். இலக்கி யமோ அல்லது நுண்கலைகளோ படிப்பவராக நீங்கள் இல்லை,

நரகம் ❖ 173

அதனால்தான் நீங்கள் நன்றாகப் புரிந்துகொள்ளும் வகையிலான மொழியைப் பேசக்கூடிய மற்றொரு படத்தை நான் உங்களுக்குக் காட்டப்போகிறேன்."

அந்த அறையில் மீண்டும் உடனடியாக இருள் சூழ்ந்தது, திரை புத்துணர்ச்சி பெற்றது.

அந்தப் புதிய படம் எலிசபெத் ஏற்கனவே பலமுறை பார்த்ததுதான்... அது எப்போதுமே தவிர்க்க இயலாமையின் அச்சுறுத்தும் உணர்வைக் கொடுப்பது.

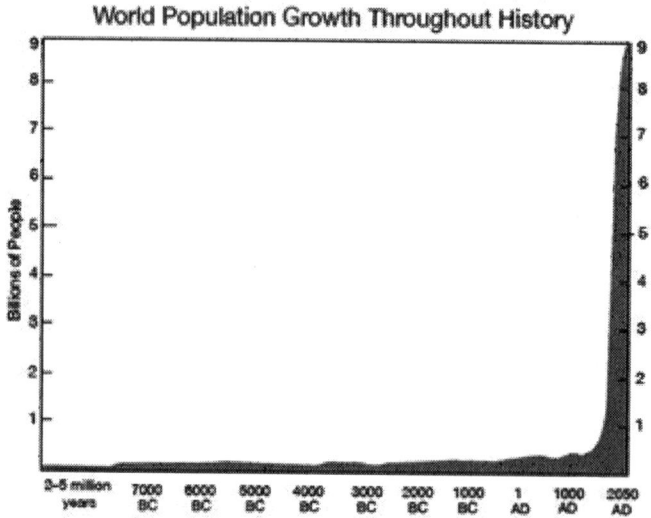

அந்த அறையில் ஒரு கனத்த அமைதி நிலவியது.

"ஆமாம்" என்றார் அந்த ஒல்லியான மனிதர். "இந்த கிராஃ பிற்கான சரியான பதில் அமைதியான பயங்கரம்தான். இதைப் பார்ப்பதென்பது, எதிரே வந்துகொண்டிருக்கும் வாகனத்தின் ஹெட்லைட்டினுடைய மையப்பகுதிக்குள்ளாக பார்ப்பதைப் போன்றதுதான்." மெதுவாக, எலிசபெத்தை நோக்கித் திரும்பிய அந்த மனிதர் ஓர் இறுக்கமான, அதிகார தொனியுள்ள புன்னகையை வெளிப்படுத்தினார். "ஏதேனும் கேள்விகள் இருக்கின்றனவா, டாக்டர். சின்ஸ்கி?"

"ஒன்றே ஒன்று" அவள் பதில் கூறினாள். "இங்கே எனக்கு விரிவுரையாற்ற அழைத்தீர்களா அல்லது என்னை அவமானப் படுத்த அழைத்தீர்களா?"

"இரண்டிற்கும் அல்ல." அவருடைய குரல் அச்சுறுத்தும்

வகையில் தூண்டக்கூடியதாக மாறியது. "உங்களுடன் பணி புரிவதற்காகத்தான் நான் இங்கே வரவழைத்தேன். மிகைப்படியான மக்கள்தொகை ஒரு சுகாதாரப் பிரச்சினை என்பதை நீங்கள் புரிந்துகொண்டிருப்பீர்கள் என்பதில் எனக்கு சந்தேகமில்லை. ஆனால் அது மனிதனின் ஆன்மாவையே பாதிக்கும் என்பதை நீங்கள் புரிந்துகொள்ளவில்லையோ என்றுதான் எனக்கு பயமாக இருக்கிறது. அதிக மக்கள்தொகை பெருக்கத்தின் நெருக்கடியால் திருடுவதை பற்றி நினைத்துக்கூடப் பார்த்திராதவர்கள் தங்கள் குடும்பத்தினருக்காக திருடர்கள் ஆவார்கள். கொலைசெய்வதைப் பற்றி நினைத்துக்கூடப் பார்த்திராதவர்கள் தங்கள் குடும்பத்திற்காக கொலைகாரர்கள் ஆவார்கள். தாந்தே குறிப்பிடும் எல்லா மரணப் பாவங்களும் — *தற்பெருமை, பேராசை, பெருங்காமம், பொறாமை, பெருந்தீனி, வெஞ்சினம், சோம்பல்* — ஊடுருவத் தொடங்கும்... அவை மனிதத்தன்மையை மீறிச்செல்லும், அவை நம்முடைய வசதி வாய்ப்புகளுக்காக வலிமை பெறும். நாம் மனிதனின் ஆன்மாவுக்கான போரை எதிர்கொள்ள நேரிடும்."

"நான் ஓர் உயிரியலாளர். நான் உயிர்களைத்தான் காப்பாற்று கிறேன்... ஆன்மாக்களை அல்ல."

"சரி, வரவிருக்கும் வருடங்களில் உயிர்களைக் காப்பாற்றுவது கூட மிகவும் சிக்கலானதாகிவிடும் என்று என்னால் உறுதியாக சொல்ல முடியும். ஆன்மீக திருப்தியின்மையைக் காட்டிலும் மக்கள்தொகை பெருக்கமே அதிகரிக்கும். மாக்கியவெல்லியில் ஒரு பத்தி இருக்கிறது—"

"ஆமாம்" அவள் குறுக்கிட்டு அந்த புகழ்பெற்ற மேற்கோளை தன் நினைவில் இருந்து கூறினாள். "உலகின் எல்லாப் பகுதிகளும் வந்தேறிகளால் நிரம்பிவிடும்போது அவர்களால் உயிர்வாழவும் முடியாது. எங்கிருந்தும் தங்களை நீக்கிக்கொள்ளவும் முடியாது... உலகம் தன்னைத்தானே தூய்மைப்படுத்திக்கொள்ளும்." அவள் அவரை ஏறிட்டுப் பார்த்தாள். "உலக சுகாதார நிறுவனத்தில் உள்ள எங்கள் அனைவருக்குமே அந்த மேற்கோள் தெரியும்."

"நல்லது, அப்படியென்றால் கொள்ளை நோய்கள்தான் உலகம் தன்னைத்தானே சுத்தப்படுத்திக்கொள்ள ஆன இயல்பான வழி என்று மாக்கியவெல்லி பேசுகிறார் என்று உங்களுக்குத் தெரியும்."

"ஆமாம், என்னுடைய பேச்சில் நான் குறிப்பிட்டதைப்போல், மக்கள்தொகை அடர்த்திக்கும், பரவலான அளவில் கொள்ளை நோய்களுக்கும் இடையில் உள்ள நேரடி தொடர்பு பற்றி எங்கள் அனைவருக்குமே தெரியும், ஆனால் நாங்கள் தொடர்ந்து

நரகம் ❖ 175

அவற்றை கண்டுபிடிக்கவும், சிகிச்சையளிப்பதற்கான புதிய முறைகள் பற்றியும் திட்டமிட்டு வருகிறோம். எதிர்கால கொள்ளைநோய்களைத் தடுக்க முடியும் என்பதில் உலக சுகாதார நிறுவனத்திற்கு இன்னமும் நம்பிக்கை இருக்கிறது."

"அது பாவம்."

எலிசபெத் அவநம்பிக்கையுடன் வெறித்துப் பார்த்தாள். "நீங்கள் சொல்வது புரியவில்லையே?!"

"டாக்டர். சின்ஸ்கி," ஒரு விநோதமான சிரிப்புடன் அவர் கூறினார், "கொள்ளை நோய்களை கட்டுப்படுத்துவது ஏதோ நல்ல விஷயம் என்பதுபோல் நீங்கள் பேசிக்கொண்டிருக்கிறீர்கள்."

நிசப்தமான அவநம்பிக்கையுடன் அவள் அவரிடமிருந்து விலகி நின்றாள்.

"இதோ நீங்களே விஷயத்திற்கு வந்துவிட்டீர்களே" என்றார் அந்த மெலிந்த மனிதர். அது ஏதோ ஓர் அட்டர்னி ஜெனரல் தன்னுடைய வழக்கை முடித்துவிட்டதைப் போல் இருந்தது. "நான் இங்கே உலக சுகாதார நிறுவனத்தின் தலைவருடன் நின்றுகொண்டிருக்கிறேன் — அந்நிறுவனத்திற்கு கிடைத்தவர் களிலேயே சிறந்தவர் அவர். இதை நீங்கள் பரிசீலித்துப் பார்த்தால் ஒரு பயங்கரமான சிந்தனையாகத்தான் தோன்றும். வரப்போகும் இந்த துயரத்தின் பிம்பத்தைதான் நான் உங்களுக்கு காட்டுகிறேன்." அவர் அந்த திரைக்கு புத்துணர்ச்சியளித்தார். மீண்டும் அந்த இறந்த உடல்கள் திரையில் தோன்றின. "கட்டுப்படுத்தப்படாத மக்கள்தொகை பெருக்கத்தின் அச்சுறுத்தும் சக்தி குறித்து நான் உங்களுக்கு நினைவூட்டுகிறேன்." அவர் அந்த சிறிய காகிதக் கட்டைக் காட்டினார். "நாம் ஆன்மீகச் சிதைவின் விளிம்பில் இருக்கிறோம் என்ற உண்மையை உங்களுக்கு வெளிச்சம்போட்டுக் காட்டு கிறேன்." சற்று இடைவெளிவிட்ட அவர் அவளை நோக்கி நேராகத் திரும்பினார். "அதற்கு உங்களுடைய பதில் என்ன? ஆப்பிரிக்காவிற்கு இலவச ஆணுறைகள் வழங்குவது." அந்த மனிதர் ஒரு அச்சுறுத்தும் புன்னகை பூத்தார். "மோத வந்து கொண்டிருக்கும் எரிகல்லின் மீது கைநிறைய நீரை அள்ளித் தெளிப்பதைப் போன்றதுதான் இதுவும். இந்த டைம்பாம் இனியும் ஒலிக்காது. அது ஏற்கனவே ஒலிப்பதை நிறுத்திக்கொண்டு வெடிக்கக் காத்திருக்கிறது. மேலும் அதீத நடவடிக்கைகள் இல்லாமல், மடங்கியல் கணிதம் மட்டுமே உன்னுடய கடவுளாக இருக்க முடியும்... 'அவர்' வெஞ்சினம் கொண்ட கடவுள். பார்க் அவென்யூவிற்கு வெளியிலேயே அவர் தாந்தேயினுடைய நரகத்தின் காட்சியை உன்னிடத்தில் கொண்டுவந்திருப்பார்.

கட்டுக்கடங்காத மக்கள் திரள் தங்களுடைய மலத்திலேயே உருண்டு புரளும் காட்சி அது. உலகளாவிய தேர்வை இயற்கை தனக்குத்தானே நிகழ்த்திக்கொள்ளும்."

"அப்படியா அது?" எலிசபெத் குறுக்கிட்டாள். "அப்படி யென்றால் சொல்லுங்கள், நீடித்த எதிர்காலம் குறித்த **உங்கள் தொலைநோக்கில்** அதுதான் பூமியின் உச்சபட்ச மக்கள் தொகையா? மனிதகுலம் நீடித்து நிலைத்திருக்கவும்... வசதியாக வாழ்வதற்குமான உங்களுடைய எண்ணிக்கையின் அளவுதான் என்ன?"

அந்த உயரமான மனிதர் புன்னகைத்தார், அவர் அந்தக் கேள்வியை பாராட்டுகிறார் என்று தெரிந்தது. "உலக மக்கள் தொகை நான்கு பில்லியனாக இருந்தால் மட்டுமே மனித குலத்தால் நீடித்து வாழ முடியும் என்பதை எந்த ஓர் சுற்றுச்சூழல் உயிரியலாளராலோ அல்லது புள்ளியியல் நிபுணராலோ சொல்லி விட முடியும்."

"*நான்கு பில்லியனா?*" எலிசபெத் பின்வாங்கினாள். "நாம் இப்போதே ஏழு பில்லியன் இருக்கிறோமே, அதனால் அந்த விஷயத்திற்கு இது மிகவும் தாமதமாகிவிட்டதாகத்தான் அர்த்தம்."

அந்த உயர்ந்த மனிதனின் பச்சைநிற கண்கள் நெருப்பாய் பிரகாசித்தன. "அப்படியா?"

❏

23

பபோலி தோட்டங்களின் அடர்ந்த மரங்களுக்கிடையே பஞ்சுபோன்ற புல்தரையில் லேங்டன் விழுந்தார். அவருக்குப் பின்னால் விழுந்த சியன்னா எழுந்து நின்று தன்னைத் துடைத்து விட்டுக்கொண்டு அவர்களின் சுற்றுப்புறத்தை ஆராய்ந்தாள்.

அந்த சிறிய காட்டின் முனையில் புதர்களும், புற்பூண்டுகளும் மண்டியிருந்த இடத்தில் அவர்கள் நின்றுகொண்டிருந்தனர். இங்கிருந்து, பாலஸோ பிட்டியைப் பார்த்தால் முற்றிலும் மங்கலாகவே தெரிந்தது. தோட்டங்களுக்குள் நுழைந்துவிட்டால் அங்கிருந்து அந்த மாளிகை சற்று தொலைவில்தான் இருக்கிறது என்று லேங்டனுக்குத் தெரியும். குறைந்தபட்சம், இந்தக் காலை நேரத்தில் எந்தப் பணியாளர்களும், சுற்றுலாப்பயணிகளும் இருக்க மாட்டார்கள்.

தங்களுக்கு முன்னால் இருந்த காட்டின் வழியாக மலைக்கு கீழே அழைத்துச்செல்லும் அந்தப் பாதைவழியையே லேங்டன் உற்றுப் பார்த்துக்கொண்டிருந்தார். அந்தப் பாதை மரங்களுக்குள் மறையத் தொடங்கும் இடத்தில், கண்ணைக்கவரும் விதத்தில் ஒரு பளிங்குச் சிலை நேர்த்தியாக அமைக்கப்பட்டிருந்தது. லேங்டன் ஆச்சரியப்படவில்லை. இந்த பபோலி தோட்டங்கள் நிகோலா டிரிபோலா, ஜியார்ஜியோ வெஸாரி மற்றும் பெர்னார்டோ போன்டாலண்டி போன்ற வடிவமைப்பாளர்களின் பிரத்யேகமான கலைப்

படைப்பினால் ஆனது — அழகியல் திறமையுள்ள புத்திசாலி குழுவினால் உருவாக்கப்பட்ட இந்த 111 ஏக்கர் கேன்வாஸ் ஒரு நடந்து திரியவேண்டிய மகாபடைப்பு என்பதில் சந்தேகமில்லை.

“நாம், வடகிழக்கு திசையை நோக்கிச் சென்றால் மாளிகையை அடைந்துவிடலாம்” என்ற லேங்டன் அந்தப் பாதையை சுட்டிக் காட்டினார். “நாம் அங்கே சுற்றுலாவாசிகளுடன் கலந்து யாரும் பார்க்காமல் வெளியேறிவிடலாம். அது ஒன்பது மணிக்குத் திறக்கும் என்று நினைக்கிறேன்.”

நேரத்தை சரிபார்த்துக்கொள்ள லேங்டன் குனிந்தார். ஆனால் தன்னுடைய மிக்கி மவுஸ் வாட்ச் இருந்த இடத்தில் வெறும் மணிக்கட்டு மட்டுமே இருந்தது. அது அந்த மருத்துவமனையில் அவருடைய மற்ற உடைகளுடன் இருந்திருக்கலாம் என்றும், அதை மீட்க ஏதாவது வழி கிடைக்குமா என்றும் யோசித்தபடியே அவர் அமைதியானார்.

சியன்னா தன் கால்களை உறுதியாக ஊன்றி நின்றாள். “ராபர்ட், அடுத்த அடி எடுத்து வைக்கும் முன்னர், நாம் எங்கே செல்கிறோம் என்பதைத் தெரிந்துகொள்ள விரும்புகிறேன். அங்கே நீங்கள் எதைக் கண்டுபிடித்தீர்கள்? மேல்போஜா? நீங்கள்தான் அதில் தொடர்ச்சி இல்லை என்றீர்களே?”

தனக்கு சற்று முன்னால் இருந்த மரங்களடர்ந்த பகுதியை நோக்கி லேங்டன் நகர்ந்துகொண்டிருந்தார். “முதலில் இங்கிருந்து நாம் வெளியே செல்வோம்.” ஒரு மூடப்பட்ட உட்குழிவான பகுதியை நோக்கி வளைந்து செல்லும் பாதை வழியாக அவர் அவளை அழைத்துச்சென்றார். அது ஓர் “அறை”, நிலவியல் இயல்புக்கு ஏற்ப அமைக்கப்பட்டது — அங்கே இருக்கைகள் போல் தோன்றும் அமைப்பும் ஒரு சிறிய குட்டையும் இருந்தன. மரங்களுக்கு கீழிருந்த காற்று சில்லிட்டுப் போயிருந்தது.

தன்னுடைய பாக்கெட்டில் இருந்து புரஜக்டரை எடுத்த லேங்டன் அதைக் குலுக்கத் தொடங்கினார். “சியன்னா, இந்த டிஜிட்டல் படத்தை யார் உருவாக்கியிருந்தாலும், அவர்கள் மேல்போஜில் வெறும் எழுத்துகளை மட்டும் சேர்க்க வில்லை. அவர்கள் அந்தப் பாவங்களின் வரிசையையும் மாற்றியிருக் கிறார்கள்.” அவர் இருக்கைகளின் மேல் தாவிக்குதித்து, சியன்னா வுக்கு மேலாக நின்றார். பின்னர் புரஜக்டரை தன்னுடைய கால்களுக்கு குறிவைத்தார். சியன்னாவுக்கு அருகாமையில் இருந்த தட்டையான இருக்கையில் பொட்டிசெலியின் *மாப்பா டெல்’இன்ஃபெர்னோ* தெளிவடையத் தொடங்கியது.

அந்தப் புனல்போன்ற வடிவத்தின் அடிப்பாகத்தில் அடுக்கடுக்காக காணப்பட்ட பருத்த பகுதியை லேங்டன் அசைத்தார். "மேல்போஜின் பத்து சுற்றுகளிலும் உள்ள எழுத்துகளைப் பார்."

அந்த விரிவாக்கப்பட்ட காட்சியில் அவற்றைப் பார்த்த சியன்னா அதனை மேலிருந்து கீழ்வரை படித்தாள். "கேட்ரோவேஸர்."

"சரிதான். அர்த்தமில்லாமல் இருக்கிறது."

"ஆனால், அந்த பத்து அகழிகளும் கலைத்துப் போடப்பட்டிருப்பதை உன்னால் உணர முடிகிறதா?"

"உண்மையிலேயே மிகவும் சுலபமானது. இந்த எழுத்துகள் பத்து சீட்டாட்ட அட்டைகளின் அடுக்கு என்றால், அந்தக் கட்டினை வெறுமனே வெட்டி வைப்பதால் பெரிய அளவுக்கு கலைந்துவிடாது. அந்த வெட்டிற்குப் பின்னரும் அந்த அட்டைகள் அதே சரியான ஒழுங்கில்தான் இருந்துகொண்டிருக்கும். ஆனால் அவர்கள் தவறான அட்டையில் இருந்து தொடங்கியிருக்கின்றனர்." லேங்டன் அந்த மேல்போஜின் பத்து குழிகளையும் காட்டினார். "தாந்தே உரையின்படி, மேல் மட்டமானது, சாத்தான்களால் துன்புறுத்தப்படும் பாலியல் தூண்டுநர்களாகத்தான் இருக்க வேண்டும். ஆனால், இந்தப் பதிப்பில், பாலியல் தூண்டுநர்கள்... ஏழாவது அகழியில்தான் தோன்றுகின்றனர்."

தனக்கருகில் மங்கிக்கொண்டே வரும் படத்தை ஆராய்ந்த சியன்னா அதற்கு ஆமோதித்தாள். "சரி, எனக்குத் தெரிகிறது. முதல் சுற்றுதான் ஏழாவது சுற்று."

அந்த புரஜக்டரை பாக்கெட்டில் வைத்துக்கொண்ட லேங்டன் மீண்டும் கீழே குனிந்தார். ஒரு சிறிய குச்சியை எடுத்துக்கொண்ட அவர், அந்தப் பாதையை மூடியிருந்த தூசியில் அந்த எழுத்துகளை எழுதத் தொடங்கினார்.

C

A

T

R

O

V

A

C
E
R

"கேட்ரோவேஸர்" என்றாள் சியன்னா.

"ஆமாம். அந்த அடுக்கு எங்கே வெட்டப்படுகிறது." ஏழாவது எழுத்தின் கீழ் அடிக்கோடிட்ட லேங்டன் தன்னுடைய கைவேலைப்பாட்டை சியன்னா ஆராயும்வரை காத்திருந்தார்.

C
A
T
R
O
V
A
-
C
E
R

"சரி" என்றாள் சட்டென்று. "கேட்ரோவா. செர்."

"ஆமாம். இப்போது அந்த அட்டைகளை மீண்டும் ஒழுங்காக அடுக்கும்போது அடிப்பகுதியை மேலே கொண்டுவரலாம். அந்த இரண்டு பாதிகளும் இடங்களை மாற்றிக்கொள்கின்றன."

சியன்னா அந்த எழுத்துகளைப் பார்த்தாள். "செர்.கேட்ரோவா," அவள் சுருங்கிப்போய், எந்த பாவனையும் இல்லாமல் காணப்பட்டாள். "இப்போதும் அர்த்தமில்லை..."

"செர் கேட்ரோவா" என்று லேங்டன் திரும்பக் கூறினார். சற்று இடைவெளி விட்ட பின்னர் அவர் அந்த வார்த்தைகளை இடைவெளியின்றி மீண்டும் கூறினார். "செர்காட்ரோவா." இறுதியில், அவர் அந்த வார்த்தைகளுக்கு இடையில் இடைவெளி விட்டு கூறினார். "செர்கா... ட்ரோவா."

வெளியே கேட்கும் அளவு மூச்சை உள்ளே இழுத்த சியன்னா லேங்டனை பார்த்தபோது அவள் கண்கள் நிலைகுத்திப் போயிருந்தன.

நரகம் ❖ 181

"ஆமாம்" லேங்டன் புன்னகையுடன் கூறினார். "செர்கா ட்ரோவா."

செர்கா மற்றும் ***ட்ரோவா*** என்ற அந்த இரு வார்த்தைகளுக்கான இத்தாலிய அர்த்தம் "தேடு", "கண்டுபிடி" என்பதாகும். அதனை ஒரு வாக்கியத்தொடராக — செர்கா ட்ரோவா என்று — இணைக்கும்போது அது பைபிள் வாசகமான "தேடு, அது உனக்கு கிடைக்கும்" என்ற பொருளைத் தருகிறது.

"உங்களுடைய மதிமயக்கங்கள்!" சியன்னா ஆச்சரியத்தில் மூச்சடைத்துப் போனாள். "முகத்திரையணிந்த பெண்! அவள்தானே உங்களிடம் தேடு கண்டுபிடி என்று சொல்லிக் கொண்டிருந்தாள்!" அவள் துள்ளிக்குதித்தாள். "ராபர்ட், இதற்கு என்ன அர்த்தமென்று உங்களுக்குப் புரிகிறதா? ***செர்கா ட்ரோவா*** என்ற வார்த்தைகள் ***ஏற்கனவே*** உங்களுடைய ஆழ்மனதில் பதிந்திருக்கின்றன என்றுதானே அர்த்தம்! உங்களுக்குத் தெரியவில்லையா? நீங்கள் மருத்துவமனைக்கு வந்துசேரும் முன்னரே இந்த வார்த்தைகளை குறியீட்டு நீக்கம் செய்திருக்க வேண்டும்! நீங்கள் இந்த புரஜக்டரில் உள்ள படத்தை ஏற்கனவே பார்த்திருக்கலாம்... ஆனால் மறந்துவிட்டீர்கள்!"

அவள் சொல்வது சரிதான், அந்த மறைகுறியீட்டை தாம் ஏற்கனவே நீக்கியிருக்காவிடில், அது முழுமையாக அவருக்கு முன்னரே தெரிந்திருக்காவிடில் அது தன்னிடத்தில் தோன்றுவதற்கான வாய்ப்பே இல்லை என்பதை அவர் உணர்ந்து கொண்டார்.

"ராபர்ட், இந்த நகரத்தில் உள்ள ஒரு குறிப்பிட்ட இடத்தைத்தான் ***லா மாப்பா*** சுட்டிக்காட்டுகிறது என்று நீங்கள் ஏற்கனவே சொன்னீர்கள். ஆனால், அது எங்கே இருக்கிறது என்று எனக்கு இன்னும் தெரியவில்லை."

"செர்கா ட்ரோவா என்பது உனக்கு எதையும் குறிப்பிடவில்லையா?"

அவள் உடலை குறுக்கினாள்.

லேங்டன் உள்ளுக்குள் சிரித்துக்கொண்டார். ***சியன்னாவுக்கு ஒரு விஷயம் தெரியவில்லை.*** "இது தெளிவுபடும்போது, அந்த வாக்கியம் பாலஸோ வெஷியோவின் சுவற்றில் இருக்கும் ஒரு புகழ்பெற்ற ஓவியத்தைத்தான் அது மிகவும் திட்டவட்டமாக சுட்டிக்காட்டுகிறது என்பது புரியும் — ஃபைவ் ஹண்ட்ரட் என்ற கூடத்தில் இருக்கும் ஜியார்ஜியோ வெஸாரியின் ***பட்டாலியா டை மர்சியானோ*** என்ற ஓவியம்தான் அது. அந்த ஓவியத்தின்

மேல் முனையில், அவ்வளவாக புலப்படாத வகையில், ***செர்கா ட்ரோவா*** என்று சிறிய எழுத்துகளில் வெஸாரி இதனை எழுதி யிருப்பார். அவர் ஏன் அவ்வாறு எழுதி வைத்தார் என்பதற்கு ஏகப்பட்ட தியரிகள் இருக்கின்றன. ஆனால் அவற்றை முடிவாக சொல்லக்கூடிய எந்த ஆதாரமும் இதுவரை கிடைக்கவில்லை."

எங்கோ ஓரிடத்தில், மரங்களடர்ந்த திரைக்குப் பின்னால் இருந்து அவர்களுக்கு மேலே ஒரு சிறிய விமானம் விருட்டென்று பறந்துசெல்லும் ஓசை கேட்டது. அந்த சத்தம் மிகவும் நெருக்கமாக கேட்டது. அது கடந்துசெல்கையில் லேங்டனும் சியன்னாவும் உறைந்துபோயினர்.

அது கடந்துசென்றதும், லேங்டன் மரங்களின் ஊடாக அதையே உற்றுப்பார்த்துக் கொண்டிருந்தார். "பொம்மை ஹெலிகாப்டர்" என்ற அவர் அந்த மூன்று அடி நீளமுள்ள, ரேடியோ மூலம் கட்டுப்படுத்தப்படும் ஹெலிகாப்டர் தொலைவில் எங்கோ இறங்குவதைக் கண்டு மூச்சை இழுத்து விட்டுக்கொண்டார். அது ஒரு பெரிய, கோபக்கார கொசுவைப் போல் உறுமியது.

இருந்தாலும், சியன்னா கவலைப்பட்டாள். "குனியுங்கள்."

நிச்சயம் அதேதான், கீழே முழுவதுமாக இறங்கி வந்த அந்த குட்டி ஹெலிகாப்டர் அவர்களின் வழியை நோக்கி வந்தது. மர உச்சிகளைக் கடந்து மீண்டும் அவர்களை நோக்கி வந்த அது இந்தமுறை அவர்களுக்கு இடது மேல்பக்கமாக வந்தது.

"அது பொம்மை அல்ல" அவள் கிசுகிசுத்தாள். "அது தகவல் சேகரிக்கும் ட்ரோன். அநேகமாக யாருக்கேனும் வீடியோ செய்திகளை அனுப்பும் வகையில் அதில் கேமரா பொருத்தப் பட்டிருக்கலாம்."

அந்த ஹெலிகாப்டர் அது தோன்றிய போர்டா ரொமானா மற்றும் ஓவியப் பள்ளியை நோக்கி வந்துகொண்டிருப்பதை கவனித்தபோது லேங்டனின் தாடைகள் இறுகிப்போயின.

"நீங்கள் என்ன செய்திருக்கிறீர்கள் என்று எனக்குத் தெரியாது" என்றாள் சியன்னா. "ஆனால் சில சக்திவாய்ந்த மனிதர்கள் உங்களைக் கண்டுபிடிப்பதில் ஆர்வமாக இருக்கிறார்கள் என்பது மட்டும் தெள்ளத்தெளிவாக தெரிகிறது."

மீண்டும் தரையிறங்கிய அந்த ஹெலிகாப்டர், அவர்கள் தாவிக் குதித்திருந்த சுவற்றின் சுற்றளவை மெதுவாக கடக்கத் தொடங்கியது.

"ஓவியப் பள்ளியைச் சேர்ந்த யாராவது நம்மைப் பார்த்திருந்து எதையாவது சொல்லியிருப்பார்கள்" என்ற சியன்னா அந்தப் பாதையில் தலையைக் குனிந்திருந்தாள். "நாம் இங்கிருந்து போய்விட வேண்டும். உடனே."

அந்தத் தோட்டங்களின் அடுத்த முனையை நோக்கி அந்த ட்ரோன் சென்றுகொண்டிருக்கையில், பாதைவழியில் தான் எழுதிய எழுத்துகளை கால்களால் அழித்துவிட்டு சியன்னாவுக்கு பின்னால் விரைந்தார் லேங்டன். அவருடைய மனம் முழுவதும் செர்கா ட்ரோவா, ஜியார்ஜியோ வெஸாரி, அத்துடன், லேங்டன் ஏற்கனவே இந்த புரஜக்டரின் செய்தியை மறைகுறிநீக்கம் செய்திருப்பதாக விளக்கமளித்தது ஆகியவை பற்றிய சிந்தனைகளே சுழன்றுகொண்டிருந்தன. ***தேடு, அது உனக்கு கிடைக்கும்.***

திடீரென்று, அவர்கள் இரண்டாவது புல்வெளிக்குள் நுழைந்தபோது, ஒரு துணுக்குறச் செய்யும் எண்ணம் லேங்டன் மனதில் பளிச்சிட்டது. அவர் அந்த மரப் பாதையில் தடுமாறி நின்றார். அவருடைய முகத்தில் குழப்ப ரேகை படர்ந்திருந்தது.

சியன்னாவும் அப்படியே நின்றாள். "ராபர்ட்? என்ன ஆயிற்று?!"

"நான் நிரபராதி" என்றார் அவர்.

"நீங்கள் என்ன பேசுகிறீர்கள்?"

"என்னைத் துரத்தி வருகிறவர்கள்... ஏதோ பயங்கரமான ஒரு விஷயத்தை செய்துவிட்டதுதான் இதற்கு காரணமாக இருக்கும்."

"ஆமாம், மருத்துவமனையில்கூட நீங்கள் தொடர்ச்சியாக 'வெரி ஸாரி, வெரி ஸாரி' என்றே சொல்லிக்கொண்டிருந்தீர்கள்."

"எனக்குத் தெரியும். ஆனால் நான் ஆங்கிலம்தான் பேசுகிறேன் என்று நினைத்தேன்."

சியன்னா அவரை ஆச்சரியத்துடன் பார்த்தாள். "நீங்கள் ஆங்கிலம்தானே ***பேசுகிறீர்கள்.***"

லேங்டனின் நீலக்கண்கள் தற்போது பரவசத்தால் நிரம்பின. "நான், தொடர்ந்து 'வெரி ஸாரி, வெரி ஸாரி' என்று சொல்லிக்கொண்டிருந்தது மன்னிப்பு கேட்க அல்ல. பாலஸோ வெஷியோவில் இருந்த ரகசிய செய்தி குறித்துதான் நான் முணுமுணுத்திருக்கிறேன்!" பதிவுசெய்யப்பட்ட பிதற்றலான

தன்னுடைய குரலை அவரால் இப்போதும் கேட்க முடிந்தது. *வெ... ஸாரி. வெ... ஸாரி.*

சியன்னா எங்கோ தொலைந்துபோனவளைப் போல் பார்த்தாள்.

"உனக்குத் தெரியவில்லையா?!" லேங்டன் இப்போது பெரிதாக புன்னகைத்தார். "நான் 'வெரி ஸாரி, வெரி ஸாரி என்று சொல்லவில்லை, நான் சொன்னது — *வெ... ஸாரி, வெ...ஸாரி!*'"

❑

24

வயந்தா பிரேக்குகளை இறுக்கமாக அழுத்திப் பிடித்தாள்.

வயந்தாவின் மோட்டார்சைக்கிள் தன் வேகத்தைக் குறைத்தது. வெயல் டெல் போஜியோ இம்பீரியல் சாலையில் ஒரு நீண்ட தேய்வுத் தடத்தை விட்டுச்சென்ற அது எதிர்பாராத போக்குவரத்து நெரிசலால் சட்டென்று நிற்க வேண்டியதாகி விட்டது. வெயல் டெல் போஜியோ அசைவற்றுக் காணப்பட்டது.

இதற்கெல்லாம் எனக்கு நேரமில்லை!

வயந்தா தன்முன் நின்றுகொண்டிருந்த கார்களுக்கு மேலாக கழுத்தை நிமிர்த்திப் பார்த்தாள். இந்த போக்குவரத்து நெரிசலுக்கு என்ன காரணம் என்பதை பார்க்க முயற்சித்தாள். அந்த அபார்ட்மெண்ட் கட்டிடத்தில் நடந்த எல்லாவித குழப்பங்களையும் தாண்டி எஸ்ஆர்எஸ் குழுவினரை தவிர்ப்பதற்காக அவள் ஏற்கனவே சுற்றிவளைத்து வந்திருக்கிறாள். இப்போது அவள் இந்த மிஷனுக்காக கடந்த சில தினங்களாக முகாமிட்டிருந்த ஹோட்டலுக்கு சென்று தன்னுடைய அறையை காலிசெய்ய பழைய நகரத்திற்கு சென்றாக வேண்டும்.

நான் மறுக்கப்பட்டிருக்கிறேன். நான் இந்த நகரத்தில் இருந்து வெளியேறியாக வேண்டும்!

இருந்தாலும், இடைவிடாத அவளுடைய துரதிர்ஷ்டம் அவளைத் தொடர்வதைப் போன்றே

இருந்தது. பழைய நகரத்திற்கு செல்ல அவள் தேர்ந்தெடுத்திருந்த பாதை தற்போது அடைபட்டிருப்பதைப் போல் தோன்றுகிறது. காத்திருக்கும் மனநிலையில் இல்லாத வயந்தா போக்குவரத்தில் ஒரு பக்கமாக பைக்கை நகர்த்திச் சென்று ஒரு சிக்கலான குறுக்குவெட்டுப் பாதையை நோக்கி குறுகலான சரிவுப்பாதையில் முடிந்தவரை விரைவாக சென்றாள். அவளுக்கு முன்னால் நான்கு பிரதான சாலைகள் சந்திக்கும் மையம் தெரிந்தது. இதுதான் ஃப்ளோரன்சிலேயே மிகவும் போக்குவரத்து நெரிசல் மிகுந்த போர்டா ரொமானா, பழைய நகரத்திற்கு செல்வதற்கான வாசல்.

இங்கே என்ன இழவுதான் நடந்துகொண்டிருக்கிறது?!

மொத்தப் பகுதியிலும் சாலைத்தடுப்பு அல்லது சோதனை மையம் என பல்வேறு வழிகளிலும் காவல்துறையினர் கூட்டம் கூட்டமாக காணப்பட்டனர். சில கணங்களுக்குப் பின்னர், அதன் மையப்பகுதியில் நடந்துகொண்டிருந்தவற்றைப் பார்த்த அவளுக்கு அதிர்ச்சியாக இருந்தது — நன்கு தெரிந்த ஒரு கறுப்பு வேனை சுற்றியிருந்த, கறுப்பு உடையணிந்த ஆட்கள் உள்ளூர் அதிகாரிகளுக்கு உத்தரவுகள் பிறப்பித்துக்கொண்டிருந்தனர்.

இவர்கள், எஸ்ஆர்எஸ் குழு என்பதில் சந்தேகமேயில்லை. ஆனாலும் இவர்கள் இங்கே என்ன செய்துகொண்டிருக்கிறார்கள் என்பதை வயந்தாவால் கற்பனை செய்துகூட பார்க்க முடியவில்லை.

ஒருவேளை...

வயந்தா மென்று விழுங்கினாள். அதற்குள்ள சாத்தியத்தைப் பற்றி நினைக்கவே அவளுக்கு பயமாக இருந்தது. லேங்டன் புரூடரிடமிருந்தும் தப்பித்துவிட்டாரா? அது நினைத்துப்பார்க்க முடியாத ஒன்று; அவரிடமிருந்து தப்பிப்பதற்கான வாய்ப்பு ஏறத்தாழ பூஜ்ஜியம்தான். பின்னர் மற்றொரு விஷயம், லேங்டன் தனியாளாக இல்லை. அந்த பொன்னிற கேசம்கொண்ட பெண் எந்தளவுக்கு விஷயம் தெரிந்தவளாக இருந்திருக்கிறாள் என்பது அனுபவசாலியான வயந்தாவுக்கு முதலிலேயே தெரிந்துவிட்டது.

அவளுக்கருகில் ஒரு காவலதிகாரி வந்தான். ஒவ்வொரு காராக சென்று பார்த்த அவன் அடர்த்தியான தலைமுடி கொண்ட அழகிய ஆண்மகன் ஒருவரின் புகைப்படத்தைக் காட்டிக் கொண்டிருந்தான். அந்தப் புகைப்படத்தில் இருப்பது ராபர்ட் லேங்டன் என்பதை வயந்தா சட்டென்று தெரிந்துகொண்டாள். அவளுடைய இதயத்துடிப்பு அதிகரித்தது.

புரூடர் அவரைத் தவறவிட்டுவிட்டாரா...

லேங்டன் இன்னும் ஆட்டம்காட்டுகிறாரா!

அனுபவம்வாய்ந்த வியூகவாதியான வயந்தா, இத்தகைய நிகழ்முறைகளின் முன்னேற்றம் தன்னுடைய சூழ்நிலையை எந்தளவுக்கு மாற்றியிருக்கிறது என மதிப்பிடத் தொடங்கினாள்.

தேர்வு ஒன்று தேவைப்பட்டால் தப்பித்துவிடு.

தலைவருக்கான மிக முக்கியமான வேலையை வயந்தா நாசமாக்கிவிட்டாள். அதன் காரணமாகவே அவள் மறுக்கப் பட்டிருக்கிறாள். அவளுக்கு அதிர்ஷ்டம் இருந்தால், முறையான விசாரணைக்குப் பின்னர் அவள் வேலைநீக்கம் செய்யப்படலாம். ஆனாலும், அவள் துரதிர்ஷ்டசாலியாக இருந்து தன்னுடைய எசமானரின் தீவிரத்தன்மையை குறைத்து மதிப்பிட்டுவிட்டால் அவள் தன்னுடைய வாழ்க்கை முழுவதும் பின்னால் பார்த்தபடியேதான் வாழ வேண்டும். மேலும், கன்சார்ட்டியம் அவளை விட்டுவைக்குமா என்றும் தெரியாது.

இப்போது இரண்டாவது தேர்வு.

உன்னுடைய மிஷனை நிறைவுசெய்.

அது தன்னுடைய மறுப்பு நெறிமுறைக்கு நேர் எதிராக இந்த வேலையைத் தொடர்வது. லேங்டன் இன்னும் ஓடிக் கொண்டிருக்கிறார். தனக்கென்று இடப்பட்ட கட்டளையைப் பின்தொடர வயந்தாவிற்கு இன்னமும் வாய்ப்பிருக்கிறது.

...

புரூடர் லேங்டனைப் பிடிக்கத் தவறிவிட்டால், என்று நினைத்துக்கொண்ட அவளின் இதயத்துடிப்பு வேகமெடுத்தது. நான் வெற்றிபெற்றுவிட்டால்...

இது இருட்டில் கல்லெறிவதைப் போன்றது என வயந்தாவுக்குத் தெரியும், ஆனால் லேங்டன் புரூடரிமிருந்து எப்படியோ முழுதாக தப்பிச்சென்றுவிட்டார் என்றால், வயந்தா அக்களத்தில் இறங்கி அந்த வேலையை முடித்துவிட்டாள் என்றால், கன்சார்ட்டியத்தின் அந்த நாளை ஒரே ஆளாக காப்பாற்றிய பெருமை அவளையே சாரும், தலைவரும் இதற்கு இறங்கி வருவார்.

நான் என் வேலையை தொடரப்போகிறேன். அவள் நினைத்துக் கொண்டாள். *இதற்காக பதவி உயர்வுகூட கிடைக்கலாம்.*

தன்னுடைய முழு எதிர்காலமும் ஒரே ஒரு சிக்கலான மிஷனை சுற்றியே அமைந்திருப்பதை வயந்தா உணர்ந்துகொண்டாள். *நான் லேங்டனை கண்டுபிடிக்க வேண்டும்... புரூடருக்கு முன்பாக.*

அது அவ்வளவு சுலபமல்ல. புரூடருக்கு வரம்பற்ற மனிதவள சக்தியும், கண்காணிப்பதற்கு சாத்தியமுள்ள அத்தனை தொழில்நுட்பங்களும் இருக்கின்றன. வயந்தா தனியாக செயல்படுகிறாள். இருந்தாலும், புரூடர், தலைவர் அல்லது காவல்துறை என்று யாரிடமும் இல்லாத ஒரே ஒரு தகவல் வயந்தாவிடம் இருக்கிறது.

லேங்டன் எங்கே செல்வார் என்று எனக்கு நன்றாகத் தெரியும்.

தன்னுடைய பிஎம்டபிள்யு பைக்கை உறுமச்செய்த அவள் 180 டிகிரி கோணத்தில் அதைத் திருப்பி தான் வந்த திசையிலேயே திரும்பிச் சென்றாள். ***பாண்ட் அலெ கிரேஸி,*** அவள் வடக்குப்பக்கம் இருந்த அந்த பாலத்தை நினைவுக்கு கொண்டுவந்தாள். அங்கே அந்தப் பழைய நகரத்திற்கு செல்ல ஒன்றுக்கும் மேற்பட்ட வழிகள் உள்ளன.

❑

25

அது மன்னிப்பு அல்ல, லேங்டனுக்கு வேடிக்கையாக இருந்தது. *அது ஓர் ஓவியரின் பெயர்.*

"வெஸாரி" சியன்னா திக்கினாள். அந்தப் பாதையில் இருந்து ஓர் அடி பின்னால் எடுத்து வைத்தாள். "தன்னுடைய சுவரோவியத்தில் செர்கா ட்ரோவா என்ற வார்த்தைகளை பதுக்கி வைத்த ஓவியர்."

லேங்டனால் சிரிப்பை அடக்காமல் இருக்க முடியவில்லை. *வெஸாரி. வெஸாரி.* தன்னுடைய விநோதமான சூழ்நிலையை விளங்கிக்கொண்ட பின்னரும், தான் எப்படிப்பட்ட ஒரு பயங்கரமான விஷயத்தை செய்திருக்கிறோம் என்பதையும் அது விளக்குவதை நினைத்து லேங்டன் அதற்கு மேலும் ஆச்சரியப்படவில்லை... அதற்குத்தான் அவர் வெளிப்படையாகவே மிகுந்த மன்னிப்பு கோரியிருக்கிறாரே.

"ராபர்ட், நீங்கள் காயப்படும் முன்னரே இந்த புரஜக்டரில் இருந்து பொட்டிசெலியின் படத்தை பார்த்திருக்கிறீர்கள் என்பது தெளிவாகிறது, வெஸாரியின் சுவரோவியத்தைக் குறிக்கும் மறை குறியீட்டையும் இது கொண்டிருக்கிறது என்பது உங்களுக்குத் தெரியும். அதனால்தான் நீங்கள் கண் விழித்ததும் வெஸாரியின் பெயரை திரும்பத் திரும்ப சொல்லியிருக்கிறீர்கள்!"

இவை எல்லாவற்றிற்கும் என்ன அர்த்தம் இருக்கும் என்று கணக்கிட்டுப் பார்க்க

லேங்டன் முயற்சித்துப் பார்த்தார். ஜியார்ஜியோ வெஸாரி — பதினா றாம் நூற்றாண்டு ஓவியர், கட்டிடக் கலைஞர் மற்றும் எழுத்தாளர் — லேங்டன் அவரை எப்போதுமே "உலகின் முதல் கலை வரலாற்றாசிரியன்" என்றே குறிப்பிட்டு வந்திருக்கிறார். நூற்றுக்கணக்கான ஓவியங்களை வெஸாரி வரைந்திருந்தபோதிலும், டசன்கணக்கான கட்டிடங்களை அவர் வடிவமைத்திருந்தபோதிலும் அவருடைய மிகவும் பிரசித்தி பெற்ற படைப்பு *Lives of the Most Excellent Painters, Sculptors, and Architects,* என்ற அவருடைய புத்தகமே. அது இதுநாள்வரை கலை வரலாற்று மாணவர்கள் படிக்க வேண்டிய தேவையுள்ள இத்தாலிய கலைஞர்களின் வாழ்க்கை வரலாறுகள் அடங்கிய தொகுப்பு.

பாலஸோ வெஷியோவில் உள்ள ஃபைவ் ஹண்ட்ரட் கூடத்தில் இருக்கும் வெஸாரியின் சுவரோவியத்தின் மேல் பகுதியில் அவர் எழுதிவைத்த "ரகசிய செய்தி" முப்பது வருடங் களுக்கு முன்னர் வெகுமக்களுக்கு தெரியவந்து அவர்கள் மனதில் படிந்துவிட்டது முதல் செர்கா ட்ரோவா என்றாலே வெஸாரி என்றாகிவிட்டது. பச்சை போர்க்கொடியில் காணப்படும் அந்த சின்னஞ்சிறு எழுத்துகளை அந்தப் போர்க்களத்தின் குழப்பமான காட்சிக்கு நடுவே அவ்வளவு எளிதில் பார்த்துவிட முடியாது. இருப்பினும், வெஸாரி ஏன் அந்த விநோதமான செய்தியை அதில் சேர்த்தார் என்பது குறித்து சில ஒருமனதான கருத்துகள் எட்டப்பட்டுள்ளன. அதில் முதன்மையானது என்னவென்றால், தொலைந்துபோன லியனார்டோ டாவின்சியின் ஓவியம் இந்த சுவற்றிற்கு மூன்று செண்டிமீட்டர்கள் பின்னால் மறைக்கப் பட்டிருக்கிறது என்பதை எதிர்கால சந்ததியினர் தெரிந்து கொள்வதற்கான தடயமே.

சியன்னா படபடப்புடன் மரங்களினூடாக பார்த்துக் கொண்டிருந்தாள். "எனக்கு இன்னும்கூட ஒரு விஷயம் புரியவில்லை. நீங்கள் 'வெரி ஸாரி, வெரி ஸாரி' என்று சொல்லவில்லை என்றால்... உங்களை ஏன் கொலைசெய்ய முயற்சிக்கிறார்கள்?"

லேங்டனுக்கும் அந்த விஷயம் புரியவில்லை.

அந்தக் கண்காணிப்பு ஹெலிகாப்டர் நெருங்கி வரும் பஸ்ஸ்... என்ற ஒலி மீண்டும் கேட்டது. இப்போது முடிவெடுக்க வேண்டிய நேரம் வந்துவிட்டதை லேங்டன் உணர்ந்து கொண்டார். வெஸாரியின் ***பேட்டேலியா டை மர்ஸியானோ*** ஓவியம், அல்லது நேற்றிரவு அவரை தாக்கிய துப்பாக்கிச்

சூடு, அத்துடன் இறுதியில் தன் கண்ணுக்குப் புலப்பட்ட பாதையைப் பார்த்தது ஆகியவற்றுடன் தாந்தேயின் ***இன்ஃபெர்னோ*** எவ்வாறு தொடர்புகொண்டிருக்கும் என்பதைக் காண அவர் தவறிவிட்டார்.

செர்கா ட்ரோவா.

தேடிக் கண்டுபிடி.

மீண்டும் அந்த வெள்ளிநிற கேசம் கொண்ட பெண் ஆற்றுக்கு அப்பால் இருந்து தன்னை அழைப்பதை லேங்டன் கண்டார். நேரம் கடந்துகொண்டிருக்கிறது! பதில்கள் என்று ஏதேனும் இருக்குமானால், அவை பாலஸோ வெஷியோவில்தான் இருக்கும்.

ஏஜியன் தீவுகளில் உள்ள பவளப்பாறைகளில் லாப்ஸ்டர் களை வேட்டையாடிய ஆரம்பகால கிரேஸியன் நீர்மூழ்கி வேட்டையாடிகளிடையே நிலவிய பழமொழி ஒன்று அவரிடத்தில் பளிச்சிட்டது. ***இருளடைந்த குகைக்குள் நீந்திச் செல்லும்போது, உங்களால் திரும்பிச்செல்ல முடிகிற அளவுக்கு மூச்சுவிட முடியாத நிலை என்று ஒன்று வரும். அப்போது உங்களுக்குள்ள ஒரே வாய்ப்பு என்னவென்றால், அறியப்படாத அப்பாதையில் முன்னோக்கியே சென்று... வழியைக் கேட்டு பிரார்த்திப்பதுதான்.***

தாங்கள் அந்த நிலையில்தான் இருக்கிறோமோ என்று லேங்டன் ஆச்சரியப்பட்டார்.

தங்களுக்கு முன்னாள் இருந்த புதிர் தோட்டத்தில் அவர் தன் பார்வையை செலுத்தினார். அவரும் சியன்னாவும் பிட்டி பேலஸை அடைந்து இந்த தோட்டங்களில் இருந்து வெளியேறிவிட்டால் பின்னர், சிறிது தூரம் நடந்து சென்றாலே உலகின் மிகப் பிரபலமான பாண்ட் வெஷியோ நடைபாலத்தைக் கடந்துவிடலாம். அது எப்போதுமே கூட்டமாக இருக்கும் என்பதுடன் நல்ல பாதுகாப்பானதும்கூட. அங்கிருந்து, பாலஸோ வெஷியோ ஒருசில தளங்கள் தள்ளியே இருக்கிறது.

அந்த ட்ரோன் இப்போது நெருங்கி வந்தது. லேங்டன் சட்டென்று ஒருகணம் சோர்வினால் பீடிக்கப்பட்டதைப் போல் உணர்ந்தார். தான் “வெரி ஸாரி” என்று சொல்லவில்லை என்பதை உணர்ந்துகொண்டதானது காவல்துறையினரிடம் இருந்து அவர் ஓடிக்கொண்டிருக்கும் விஷயத்துடன் சச்சரவுக்கு ஆளானது.

“இறுதியில், அவர்கள் என்னைப் பிடித்துவிடுவார்கள், சியன்னா,” என்றார் லேங்டன். “ஓடாமல் இருப்பதுதான் எனக்கு நல்லதாகப்படுகிறது.”

சியன்னா அவரை அபாயத்துடன் பார்த்தாள். "ராபர்ட், நீங்கள் நிற்கின்ற ஒவ்வொரு முறையும் யாரேனும் ஒருவர் உங்களைப் பார்த்து சுடுகிறார்! நீங்கள் எதில் சம்பந்தப்பட்டிருக்கிறீர்கள் என்பதை கண்டுபிடித்தே ஆகவேண்டும். நீங்கள் வெஸாரி சுவரோவியத்தைப் பார்த்தால் உங்களுடைய நினைவு திரும்பக் கிடைக்கும் என்று நம்புவோம். இந்த புரஜக்டர் எங்கிருந்து வந்தது. நீங்கள் ஏன் அதை சுமந்துகொண்டிருக்கிறீர்கள் என்பதை தெரிந்துகொள்ளவாவது அது உதவியாக இருக்கும்."

ஸ்பைக் ஹேர்ஸ்டைல் கொண்ட ஒரு பெண் டாக்டர். மார்கோனியை ஈவிரக்கமின்றி கொன்றதை லேங்டன் நினைத்துப் பார்த்தார்... சோல்ஜர்கள் அவரை நோக்கிச் சுட்டனர்... போர்டா ரொமானாவில் கூடியிருக்கிறது இத்தாலிய ராணுவ காவல் துறையே... இப்போது ஒரு கண்காணிப்பு ஹெலிகாப்டர் இந்த பபோலி தோட்டங்கள் வழியாக அவர்களை தடம்காண முயற்சிக்கிறது. அவர் அமைதியானார். தன்னுடைய சோர்வுற்ற கண்களைத் துடைத்துக்கொண்ட அவர் தனக்குள்ள தேர்வுகளைப் பற்றி ஆராய்ந்தார்.

"ராபர்ட்?" சியன்னாவின் குரல் உயர்ந்தது. "இன்னும் ஒரு விஷயம் இருக்கிறது... முன்பு அது முக்கியத்துவம் இல்லாததுபோல் தெரிந்தது. ஆனால் இப்போது அதுவே முக்கிய விஷயமாக இருக்கலாம்."

தன் கண்களை உயர்த்திய லேங்டன் அவளுடைய தொனி யில் இருந்த ஈர்ப்புத்தன்மைக்கு எதிர்வினையாற்றினார்.

"நான் இதை அபார்ட்மெண்டிலேயே உங்களிடம் சொல்ல வேண்டும் என்று நினைத்தேன். ஆனால்..." என்றாள் அவள்.

"என்ன அது?"

சியன்னா தன் உதடுகளை மடித்தாள், அசௌகரியமாக காணப்பட்டாள். "நீங்கள் மருத்துவமனைக்கு வந்தபோது மனநிலை குலைந்து, எதையோ சொல்ல முயற்சித்தீர்கள்."

"ஆமாம், 'வெஸாரி, வெஸாரி' என்று முணுமுணுத்தேன்."

"ஆமாம், ஆனால் அதற்கு *முன்னர்*... நாங்கள் பதிவு செய்யும் முன்பாக, அங்கு வந்த அடுத்த கணமே நீங்கள் சொன்ன ஒரு விஷயம் எனக்கு நினைவில் இருக்கிறது. நீங்கள் அதை ஒருமுறை தான் சொன்னீர்கள், ஆனால் அது எனக்குப் புரிந்தது."

"நான் என்ன சொன்னேன்?"

மேலே பறந்துகொண்டிருந்த ட்ரோனை ஒருமுறை பார்த்துக்

கொண்ட சியன்னா பின்னர் லேங்டனிடம் திரும்பினாள். "அதைக் கண்டுபிடிப்பதற்கான சாவியை நான் வைத்திருக்கிறேன்... நான் தோற்றுபோனால், எல்லோரும் மரணித்துவிடுவார்கள்' என்று சொன்னீர்கள்."

லேங்டனால் அவளை முறைத்துப்பார்க்க மட்டுமே முடிந்தது.

சியன்னா தொடர்ந்தாள். "உங்களுடைய ஜாக்கெட் பாக்கெட்டில் இருக்கும் பொருளைப் பற்றித்தான் நீங்கள் சொல்கிறீர்கள் என்று நினைத்தேன். இப்போது அது என்னவென்று எனக்கு உறுதியாகத் தெரியவில்லை."

நான் தோற்றுப்போனால் எல்லோரும் மரணித்து விடுவார்களா? அந்த வார்த்தைகள் லேங்டனை கடுமையாகத் தாக்கின. மரண வேட்டையாடப்படுகிறவர்களின் பிம்பங்கள் அவருக்கு முன்னால் தோன்றி மறைந்தன... தாந்தே இன்ஃபெர்னோ, உயிர்ம ஆபத்து குறியீடு, பிளேக் டாக்டர். இப்போது மீண்டும், ரத்தச்சிவப்பான ஆற்றுக்கு அப்பால் இருந்தபடி தன்னிடம் மன்றாடும் அந்த அழகான வெள்ளிநிற கேசம் கொண்ட பெண்ணின் முகம். ***தேடிக் கண்டுபிடி! நேரம் கடந்து கொண்டிருக்கிறது!***

சியன்னாவின் குரல் அவரைப் பின்னுக்கு இழுத்தது. "இந்த புரஜக்டர் எதைக் குறிப்பிட்டுக் காட்டுவதாக இருந்தாலும்... அல்லது நீங்கள் எதைக் கண்டுபிடிக்க முயற்சித்தாலும், அது நிச்சயம் மிகுந்த ஆபத்தான ஒன்றாகத்தான் இருக்க வேண்டும். உண்மையில் அவர்கள் ஏன் நம்மைக் கொல்ல நினைக்கிறார்கள் என்றால்..." அவளுடைய குரல் லேசாக கரகரத்தது, அவற்றை ஒன்றுசேர்க்க ஒருகணம் ஆனது. "இப்படி யோசித்துப் பாருங்கள். அவர்கள் உங்களை பட்டப்பகலில் சுட்டிருக்கிறார்கள்... உங்களுடன் இருந்த அப்பாவியான ***என்னையும்*** சுட்டிருக்கிறார்கள். இதற்கு மத்தியஸ்தம் செய்ய யாரும் வராததைப் போன்றே தெரிகிறது. உங்களுடைய அரசாங்கமே உங்களுக்கு எதிராக திரும்பிவிட்டது... நீங்கள் அவர்களை உதவிக்கு அழைத்தீர்கள். ஆனால் அவர்களோ உங்களைக் கொல்ல ஆள் அனுப்பியிருக்கிறார்கள்."

லேங்டன் அந்த தரையை வெறுமனே பார்த்துக் கொண்டிருந்தார். லேங்டனின் இருப்பிடத்தைப் பற்றி அந்தக் கொலைகாரனுடன் அமெரிக்க தூதரகம் தகவல் பரிமாற்றம் செய்துகொண்டதோ அல்லது தூதரகமே கொலைகாரனை அனுப்பி வைத்ததோ என்பதெல்லாம் விஷயமே இல்லை.

அதிலிருந்து தெரியவருவது ஒன்றே ஒன்றுதான். *என்னுடைய அரசாங்கம் என் பக்கம் இல்லை.*

சியன்னாவின் பழுப்புநிறக் கண்களை நோக்கிய லேங்டன் அதில் துணிச்சலைக் கண்டார். நான் எதற்காக இவளை சம்பந்தப்படுத்திவிட்டேன்? “நாம் எதைத் தேடிக் கொண்டிருக்கிறோம் என்பதை தெரிந்திருக்க வேண்டுமென்றுதான் நானும் ஆசைப்படுகிறேன். இவையெல்லாம் ஏன் நடக்கின்றன என்று அப்போது தெரிந்துவிடும்.”

சியன்னா ஆமோதித்தாள். “அது எதுவாக இருந்தாலும், நாம் அதைக் கண்டுபிடித்தே தீரவேண்டும் என்று நினைக்கிறேன். குறைந்தபட்சம் நமக்கான அனுகூலத்தையாவது அது தரும்.”

அவளுடைய வாதத்தை மறுப்பது கடினம். இன்னும் ஏதோ ஒரு விஷயம் தன்னை கவலைப்பட வைப்பதாக லேங்டன் உணர்ந்தார். *நான் தோற்றுப்போனால், எல்லோரும் மரணித்துவிடுவார்கள்.* காலையில் அவர் ஓடிக்கொண்டிருந்த நேரத்தில் எல்லாம் உயிர்ம ஆபத்து குறியீடுகள், பிளேக் மற்றும் தாந்தேயின் நரகம் பற்றிய பயங்கரமான குறியீடுகளே அவர் மனதில் ஓடிக்கொண்டிருந்தன. தான் எதைத் தேடுகிறோம் என்று அவரால் தெளிவாக குறிப்பிட முடியவில்லை என்பதை ஒப்புக்கொள்ளத்தான் வேண்டும். ஆனால், ஒரு பேராபத்துமிக்க நோய் அல்லது பெரிய அளவிலான உயிரியல் அச்சுறுத்தலுடன் சம்பந்தப்பட்ட சூழ்நிலையைப் பற்றி எண்ணிப்பார்க்கக்கூட முடியாத அளவுக்கு அவர் ஓர் அப்பாவி. ஆனால் இவை எல்லாம் உண்மை என்றால், அவருடைய சொந்த அரசாங்கமே அவரை அழித்துவிட ஏன் முயற்சி செய்கிறது?

இந்த சாத்தியமுள்ள தாக்குதலுடன் நான் சம்பந்தப்பட்டிருப்பதாக அவர்கள் நினைக்கிறார்களா?

இதில் எந்த அர்த்தமும் இல்லை. வேறு ஏதோ ஒரு விஷயம் நடக்கிறது.

லேங்டன் மீண்டும் அந்த வெள்ளிநிற கேசம்கொண்ட பெண்ணை நினைத்துப் பார்த்தார். “என்னுடைய மனக் காட்சிகளில் இந்தப் பெண்ணும் வருகிறாள். அவளைக் கண்டு பிடிக்க வேண்டும்போல் எனக்குத் தோன்றுகிறது.”

“அப்படியென்றால் உங்கள் உணர்ச்சிகளை நம்புங்கள்,” என்றாள் சியன்னா. “நீங்கள் இருக்கும் நிலையில், உங்களுக்கான சிறந்த திசைமானி உங்களுடைய ஆழ்மனம் மட்டும்தான். இதுதான் அடிப்படை உளவியல் — அந்தப் பெண்ணை

நம்பலாம் என்று உங்களுடைய ஆழ்மனம் கூறினால், அவள் என்ன சொல்கிறாளோ அப்படியே நீங்கள் செய்ய வேண்டும் என்றுதான் நான் நினைப்பேன்."

"தேடிக் கண்டுபிடி" அவை ஒரே குரலில் கூறின.

பெருமூச்சுவிட்ட லேங்டன் தன்னுடைய பாதையை தெளிவாகத் தெரிந்துகொண்டார்.

நான் செய்யவேண்டியதெல்லாம் இந்த சுரங்கத்திற்குள் நீந்திக் கொண்டே இருக்க வேண்டியதுதான்!

மிகவும் கடுமையான தீர்மானத்துடன் லேங்டன் தன்னுடைய சுற்றுப்புறத்தை ஆராயத் தொடங்கினார். தன்னுடைய பொருள்களை எடுத்து வைத்துக்கொள்ள முயற்சித்தார். ***இந்தத் தோட்டங்களில் இருந்து எந்த வழியாக வெளியேறுவது?***

சில பாதைகள் ஒன்றிணைகின்ற, அகன்று விரிந்திருக்கும் அந்த சதுக்கத்தின் முனையில் இருந்த மரங்களின் கீழ் அவர்கள் நின்றிருந்தனர். அவர்களுக்கு இடதுபக்கம் சற்று தொலைவில், அரைவட்ட வடிவிலான காயல் ஒன்று எலுமிச்சை மரங்களும், சிற்பங்களும் சூழ அமைந்திருப்பதை லேங்டன் கூர்ந்து நோக்கினார். அது ***ஐஸலாட்டோ,*** என்று நினைத்தபடியே தண்ணீருக்குள் பாதி உடல் புதைந்திருக்கும் புகழ்பெற்ற பெர்சியஸ் குதிரையின் உருவத்தை எண்ணிப்பார்த்தார்.

"பிட்டி பேலஸ் அந்த வழியில்தான் இருக்கிறது" என்ற லேங்டன் ஐஸலாட்டோவிற்கு அப்பால் கிழக்கு நோக்கி சுட்டிக்காட்டினார். அது தோட்டங்களின் முக்கிய சாலைகளை நோக்கி கிழக்கு–மேற்காக செல்லும் வயோட்டிலோன் சாலை. இரு வரிசையாக செல்லும் அந்த வயோட்டிலோன் சாலை நெடுகவும் உயரமான, நானூறு வருட பழமைவாய்ந்த சைப்ரஸ் மரங்கள் வளர்ந்திருந்தன.

"அங்கே பாதுகாப்பே இல்லை" என்ற சியன்னா மறைந்து கொள்ள முடியாத அதன் வீதிகளையும், வட்ட மடித்துக் கொண்டிருக்கும் ட்ரோன் ஹெலிகாப்டரையும் சுட்டிக் காட்டினாள்.

"நீ சொல்வது சரிதான்" என்றார் லேங்டன் ஒருபக்கமாக சாய்ந்தபடி. "அதனால்தான் நாம் அதற்கு பின்னால் உள்ள சுரங்கப்பாதையில் செல்லப்போகிறோம்."

அவர் மீண்டும் கைகாட்டினார். இந்தமுறை வயோட்டி லோனின் வாயிற்பகுதியில் புதர்களால் ஆன வேலியை

சுட்டிக்காட்டினார். அடர்த்தியான பசும் சுவராக இருந்த அதில் ஒரு சிறிய வளைவான வாசல் வெட்டப்பட்டிருந்தது. அந்த வாசலுக்கு வெளியே, ஒரு மெல்லிய வழித்தடம் தொலைவில் ஓரிடத்தை நோக்கிச் சென்றது — அது வயோட்டி லோனுக்கு நிகராக செல்லும் சுரங்கம் போன்ற பாதை. இருபுறமும் ஒக் மரத் துண்டுகளினால் மூடப்பட்டிருந்த அது 1600களில் இருந்து உள்நோக்கித் திரும்பும் வளைவாக கவனத்துடன் வெட்டப்பட்டிருந்தது. மேலே ஒன்றையொன்று பிணைந்துகொண்டு இலைகளால் ஆன கூரைபோல் செயல் பட்டது. அந்தப் பாதைவழியின் பெயர், லா செர்ஷியாடா — நேரடியாக சொன்னால் "வட்டம்" அல்லது "கூடை".

அந்த வாசலுக்கு விரைந்த சியன்னா அதன் நிழலார்ந்த வழியை உற்றுப்பார்த்துவிட்டு புன்னகையுடன் அவரிடம் திரும்பி வந்தாள். "நன்றாக இருக்கிறது."

நேரத்தை வீணடிக்காமல், அந்த வாயிலின் வழியாக நழுவிய அவள் மரங்களுக்கு நடுவில் விரைந்தாள்.

லா செர்ச்சியாடாவை ஃப்ளோரன்ஸின் மிகவும் அமைதியான இடமாகத்தான் லேங்டன் எப்போதுமே கருதி வந்திருக்கிறார். ஆனாலும், இன்று, அந்த இருளார்ந்த வழியில் சியன்னா மறைந்துகொண்டிருப்பதை பார்த்தபோது, கிரீஸ் நாட்டு ஃப்ரீ டைவர்கள் பவளப்பாறை சுரங்கங்களுக்குள் நீந்திக் கொண்டிருக்கையில் தாங்கள் வழியைக் கண்டுபிடித்து விடவேண்டி பிரார்த்திப்பதை நினைத்துக்கொண்டார்.

லேங்டனும் தன்னுடைய பிரார்த்தனையை சொல்லிக் கொண்டு அவளுக்குப் பின்னால் விரைந்தார்.

அவர்களுக்கு அரை மைல் பின்னால், ஓவியப் பள்ளிக்கு வெளியே, ஏஜெண்ட் புரூடர் போலீஸ் மற்றும் மாணவர் கூட்டத்தின் நடுவே நடந்து வந்தார். அவருடைய சில்லிட்ட பார்வை தனக்கு முன்னால் இருந்த கூட்டத்தை விலக வைத்தது. தற்காலிக கட்டளை மையத்தை நோக்கிச் சென்ற அவர், தன்னுடைய கறுப்பு வேனில் கண்காணிப்பு நிபுணர் அமைத்திருந்த அமைப்பிற்கு அருகாமையில் வந்தார்.

"அந்த ஹெலிகாப்டர் ட்ரோனில் இருந்து சில கணங்களுக்கு முன்பு எடுக்கப்பட்ட புகைப்படங்கள் இவை" என்றபடி அந்த நிபுணர் புரூடரிடம் ஒரு டேப்லட் திரையைத் தந்தார்.

அந்த வீடியோ படங்களை புரூடர் ஆராய்ந்தார். பெரிதாக்கப் பட்ட இரண்டு முகங்களின் மீது அவர் பார்வை நிலைத்தது —

ஒரு கருத்த கேசம் கொண்ட ஆண், பொன்னிற குதிரைவால் கொண்டைபோட்ட பெண் — அவர்கள் இருவருமே நிழலில் மறைந்தபடி மரக்கூட்டத்தின் ஊடாக வானத்தை நோக்கி பார்த்துக்கொண்டிருந்தனர்.

ராபர்ட் லேங்டன்.

சியன்னா புரூக்ஸ்.

சந்தேகமே இல்லை.

புரூடர் தன் பார்வையை அந்தப் பகுதி முழுவதும் பரந்து விரிந்திருந்த பபோலி தோட்டங்களின் வரைபடத்தின் மீது திருப்பினார். *அவர்களுடைய தேர்வு மிக மோசமானது,* என்று நினைத்துக்கொண்ட அவர் அந்தத் தோட்டத்தின் வடிவமைப்பில் பார்வையை செலுத்தினார். அது பரந்து விரிந்து சிக்கலானதாகவும், நிறைய மறைவிடங்களைக் கொண்டிருந்தது என்றாலும் அந்தத் தோட்டங்களைச் சுற்றி எல்லாப் பக்கங்களிலும் உயரமான சுவர்கள் இருந்தன. இதுவரை புரூடர் தான் கண்ட களங்களிலேயே இந்த பபோலி தோட்டங்கள்தான் இயற்கையான மரணப்பெட்டிகளைப் போல் அமைந்திருந்தன.

அவர்களால் வெளியேறவே முடியாது.

"உள்ளூர் அதிகாரிகள் எல்லா வழிகளையும் மூடிக் கொண்டிருக்கின்றனர். அவர்களை தேடவும் தொடங்கி விட்டனர்" என்றான் ஒரு ஏஜெண்ட்.

"எனக்கு தகவல் தெரிவித்துக்கொண்டே இருங்கள்" என்றார் புரூடர்.

மெதுவாக, வேனின் பாலிகார்பனேட் செய்யப்பட்ட ஜன்னலை நோக்கி தன்னுடைய கண்களை உயர்த்திய அவர், அந்த ஜன்னலுக்குப் பின்னால் வெள்ளிநிற கேசம்கொண்ட பெண் அமர்ந்திருப்பதைக் கண்டார்.

அவர்கள் கொடுத்திருந்த மருந்து நிச்சயம் அவளுடைய உணர்வுகளை மழுங்கடித்திருக்கும் — புரூடர் கற்பனை செய்வதைக் காட்டிலும். இருந்தபோதிலும், அவளுடைய கண்களில் தெரிந்த அச்சம் மிகுந்த பார்வையை வைத்து இங்கே என்ன நடந்துகொண்டிருக்கிறது என்பதை அவள் துல்லியமாக தெரிந்துகொண்டிருக்கிறாள் என்பதையும் அவரால் சொல்ல முடியும்.

அவள் மகிழ்ச்சியடைந்தாற்போல் தெரியவில்லை, புரூடர் நினைத்துக்கொண்டார். *அப்படியென்றால், அவள் எதற்கு?*

◻

26

ஒரு நீர்ச்சுருள் மேலே இருபது மீட்டர் உயரத்திற்கு பீய்ச்சியடித்தது.

அது மீண்டும் மென்மையாக தரையைத் தொடுவதைப் பார்த்துக்கொண்டிருந்த லேங்டன் அவர்கள் தங்களை நெருங்கி வந்துவிட்டதை தெரிந்துகொண்டார். லா செர்ஷியாடாவின் இலைகளால் ஆன சுரங்கத்தின் முனையை அடைந்துவிட்டார்கள் என்பதுடன், கார்க் மரங்கள் அடந்திருந்த வெளிப்புறப் பகுதியையும் விரைந்து கடந்துவிட்டார்கள். இப்போது அவர்கள் பபோலியின் மிகவும் புகழ்பெற்ற நீர்பீய்ச்சும் குட்டைக்கு வந்துவிட்டார்கள். சம்பந்தமே இல்லாமல் உள்ளூர் மக்களால் "முள்கரண்டி குட்டை" என்று அழைக்கப்படும் இந்த நீர்க்குட்டையின் சிறப்பம்சமே அந்தத் தோட்டங்களின் மையப்பகுதியில் அது அமைந்திருக்கிறது என்பதுதான்.

அடுக்கிவைக்கப்பட்டிருந்த மரங்களின் முனையில் நின்ற சியன்னா மரங்களினூடாக மேல்நோக்கி உற்றுப்பார்த்தாள். "எனக்கு அந்த ட்ரோன் தெரியவில்லை."

லேங்டனும் அந்த சத்தத்தைக் கேட்கவில்லை, அந்தக் குட்டையின் ஒலி மட்டும் சத்தமாக கேட்டுக் கொண்டிருந்தது.

"அதற்கு மீண்டும் எரிபொருள் நிரப்ப வேண்டி இருந்திருக்கலாம்" என்றாள் சியன்னா. "இதுதான் நமக்கான வாய்ப்பு. எந்த வழி?"

லேங்டன் அவளை இடதுபக்கம் அழைத்துச் சென்றார். அங்கிருந்து மிகச்சரிவான பகுதி தொடங்கியது. அவர்கள் மரக்கூட்டத்தில் இருந்து வெளியே வந்தபோது அந்த பிட்டி பேலஸ் கண்ணுக்குப் புலப்பட்டது.

“நல்ல சின்ன வீடு” சியன்னா முணுமுணுத்தாள்.

“மெடிஸி பற்றிய தரக்குறைவான கருத்து” முரண்பட்டு பதிலளித்தார் அவர்.

ஏறக்குறைய கால் மைல் தூரம் தாண்டியும் பிட்டி பேலஸின் பாறை முகப்பு அந்த நிலப்பகுதியை ஆக்கிரமித்திருந்தது. அது இட வலமாக விரிந்திருந்தது. அதனுடைய உப்பலான சிதறிய கற்களைக் கொண்ட வேலைப்பாடுகள் அந்த கட்டிடத்திற்கு கேள்வி கேட்க முடியாத அதிகாரத்தை வழங்கியிருந்தது. மேலும் அது கதவுகளைக் கொண்ட ஜன்னல்கள் மற்றும் வளைமுகட்டு திறப்புகளுடன் மேற்கொண்டு முக்கியத்துவம் பெறக்கூடியதாகவும் இருந்தது. பாரம்பரியமாகவே, அதிகாரப்பூர்வ மாளிகைகள் எல்லாம் மேட்டுப்பகுதிகளிலேயே அமைக்கப்பட்டிருந்தன. அதனால் தோட்டங்களில் இருக்கும் யார் வேண்டுமானாலும் மேல்நோக்கி அந்தக் கட்டிடத்தைப் பார்க்க முடியும். இருப்பினும், அந்த பிட்டி பேலஸ் அர்னோ ஆற்றிற்கு அருகாமையில் இருந்த தாழ் பள்ளத்தாக்கில் அமைக்கப்பட்டிருந்தது. அதாவது பபோலி தோட்டங்களில் உள்ளவர்கள் கீழ்நோக்கி அந்த மாளிகையைப் பார்க்க முடியும்.

அதன் விளைவு மிகவும் ஆச்சரியமளிக்கக்கூடியது. அந்த மாளிகை இயற்கையினாலேயே கட்டப்பட்டிருக்கிறது என்று ஒரு கட்டிடக்கலைஞர் அதனை விவரித்தார்... நிலச்சரிவில் பெருமளவிற்கு கொட்டப்பட்டிருந்த கற்கள் அந்த நீளமான சரிவில் படர்ந்து அடிப்பகுதியில் ஒரு நேர்த்தியான, கற்தடை போன்ற குவியலை உருவாக்கியிருந்தது. கீழ்ப்பகுதியில் அவ்வளவு பெரிய பாதுகாப்பு அரணாக இல்லாவிட்டாலும், பிட்டி பேலஸின் அந்த உறுதியான கட்டமைப்பானது நெப்போலியன் ஃப்ளோரன்ஸில் தங்கி இருந்தபோது அதனை அதிகாரத் தளமாக பயன்படுத்திக்கொள்ளும் அளவுக்கு இருந்தது.

“பாருங்கள்” என்ற சியன்னா, அந்த மாளிகையின் அருகாமை யில் இருந்த கதவுகளை சுட்டிக்காட்டினாள். “நல்ல செய்தி.”

லேங்டனும் அதைப் பார்த்தார். அந்த விநோதமான காலை நேரத்தில், மிகவும் வரவேற்கத் தகுந்த காட்சி அந்த மாளிகை அல்ல, ஆனால் சுற்றுலாவாசிகள் அந்தக் கட்டிடத்தில்

இருந்து வெளியேறி கீழே இருந்த தோட்டங்களுக்குத்தான் விரைந்துகொண்டிருந்தார்கள். அந்த மாளிகை திறக்கப்பட்டிருக்கிறது. அதாவது லேங்டனும் சியன்னாவும் உள்ளே நழுவிச் சென்று, அந்தக் கட்டிடத்தின் வழியாக தோட்டங்களுக்கு தப்பிச்செல்ல எந்தப் பிரச்சினையும் இல்லை.

அந்த முகடுகளில் அவரும் சியன்னாவும் பாதி ஓட்டமும் நடையுமாக போய்க்கொண்டே இருந்தனர். அவர்கள் கீழே இறங்குகையில், அந்த மலையின் ஒரு பக்கத்தில் வரலாற்றிலேயே முதன் முதலாக ஓபரா நிகழ்த்தப்பட்ட, குதிரை லாடம்போல் அமைக்கப்பட்டிருக்கும் பபோலி திறந்தவெளி அரங்கத்தையும் கடந்தனர். அதற்கும் அப்பால், இரண்டாம் ராம்சேஸ் பிரமிட் சிலையைக் கடந்தனர். அதிர்ஷ்டங்கெட்ட அந்த கலைப்படைப்பு அதன் அடிப்பகுதியில் அமைக்கப்பட்டிருந்தது. வழிகாட்டுப் புத்தகங்கள் அந்தப் படைப்பை "ரோமின் பொதுக்குளியலறையைச் சேர்ந்த மாபெரும் கற்படுக்கை" என்று குறிப்பிட்டன. ஆனால் லேங்டன் உண்மையில் அது என்னவாக இருக்கிறதோ அப்படியே பார்த்தார் — அது அந்த உலகின் மிகப்பெரிய குளியல் தொட்டி. ***உண்மையிலேயே அதை வேறு எங்காவது இடம்மாற்றி வைத்தால் நன்றாயிருக்கும்.***

இறுதியில் அவர்கள் அந்த மாளிகையின் பின்பக்கத்திற்கு வந்துவிட்டனர். பின்னர் மெதுவாக நடக்கத் தொடங்கிய அவர்கள் அந்த நாளின் முதல் சுற்றுலாவாசிகளைப் போல் சந்தேகத்திற்கு இடமில்லாமல் நடந்துகொண்டனர். கீழிறங்கிச் செல்லும் ஒரு குறுகலான கால்வாய் வழியாக அந்த மாளிகையின் உட்புற அரங்கத்தில் அமைக்கப்பட்டிருந்த தற்காலிக கஃபேயில் காலைநேர காபியை ருசித்துக்கொண்டிருந்த சுற்றுலாவாசிகளை வந்தடைந்தனர். புதிய காபியின் வாசனை அங்கே காற்றில் நிரம்பியிருந்தது. அங்கேயே அமர்ந்து காலை நேர உணவை சாப்பிட வேண்டும் என்ற உணர்வு லேங்டனிடம் தோன்றியது. ***இன்று அதற்கான நாளில்லை,*** என்று நினைத்துக்கொண்ட லேங்டன் அந்த மாளிகையின் மையக் கதவுகளை நோக்கிச் செல்லும் அகன்ற பாதைவழியில் நுழைந்தார்.

அவர்கள் அந்த கதவுவழியை நெருங்கியதும், வெளியே நடந்துகொண்டிருக்கும் விஷயத்தை கவனிப்பதற்காக போர்டிகோவில் கூடியிருந்த சுற்றுலாவாசிகள் மீது மோதிக் கொண்டார்கள். அந்த மாளிகைக்கு முன்னால் இருந்த பகுதியை அந்தக் கூட்டத்தின் ஊடே லேங்டன் கூர்ந்து நோக்கினார்.

அந்த பிட்டியின் பெரிய நுழைவாயில் அவருக்குத் தெரிந்த

வரையில் வறண்டும், வெறிச்சோடியும்தான் காணப்படும். பராமரிக்கப்படாத புற்தரை மற்றும் நிலப்பரப்பைக் கொண்ட அதன் முன்பகுதி அந்த மலைப்பகுதி முழுவதும் நீண்டிருக்கும் நீண்ட நடைபாதைப் போன்றே காணப்படும்.

அந்த மலையின் அடிப்பகுதியில், எதைப் பார்ப்பதற்காக கூட்டமாக கூடியிருக்கிறார்கள் என்பதை லேங்டனால் அப்போது பார்க்க முடிந்தது.

பியாஸா டெய் பிட்டிக்கு கீழே எல்லா திசைகளில் இருந்தும் அரை டசனுக்கும் மேலான போலீஸ் கார்கள் குவிந்து கொண்டிருந்தன. ஒரு சிறிய ராணுவ அதிகாரிகள் கூட்டமே ஆயுதங்களை சுமந்தபடி மாளிகையின் முகப்பைப் பாதுகாக்க மலையில் ஏறிக்கொண்டிருந்தது.

❑

27

காவல்துறையினர் பிட்டி பேலஸிற்குள் நுழைந்தபோது சியன்னாவும் லேங்டனும் அங்கிருந்து போய்விட்டனர். அந்த மாளிகையின் உட்புறத்திற்கு திரும்பிச் சென்ற அவர்கள் காவல் துறையினரிடமிருந்து தப்பிச் சென்றுவிட்டனர். பஸ்ஸ் என்ற ஒலி அதிகரித்துக்கொண்டே இருந்த மைய மண்டபம் மற்றும் உணவகம் வழியாக அவர்கள் விரைந்துகொண்டிருந்தபோது, அங்கிருந்த சுற்றுலாவாசிகள் அந்த ஒலி எங்கிருந்து வருகிறது என்று ஆர்வத்துடன் தேடிக்கொண்டிருந்தனர்.

அதிகாரிகள் தங்களை இவ்வளவு விரைவாக கண்டுபிடித்துவிட்டதை நினைத்து சியன்னா ஆச்சரியப்பட்டாள். *நம்மைப் பார்த்து விட்டதால்தான் அந்த ட்ரோன் முன்பே மறைந்து விட்டது.*

தோட்டங்களில் இருந்து அவர்கள் கீழிறங்கி வந்த குறுகலான அதே சுரங்கப்பாதையை பார்த்து விட்ட அவளும் லேங்டனும் எந்தவித தயக்கமும் இன்றி பாதைவழியில் பாய்ந்து படிக்கட்டுகளை நோக்கிச் சென்றனர். அந்த படிக்கட்டின் முடிவில் இடதுபக்கமாக எஞ்சி உயர்ந்திருந்த சுவர் காணப் பட்டது. அவர்கள் அந்த சுவற்றை ஒட்டியே சென்று கொண்டிருக்கையில், அந்தப் பாதை சுருங்கிக் கொண்டே சென்றது. இறுதியில் அதன் முடிவில் பரந்து விரிந்த பபோலி தோட்டங்களை அவர்கள் கண்டார்கள்.

சட்டென்று சியன்னாவின் கையைப் பிடித்த லேங்டன் எஞ்சி நீண்டிருந்த சுவற்றிற்கு பின்னால் பார்வையில் படுவதில் இருந்து அவளை பின்னோக்கி இழுத்தார். சியன்னாவும் அதைப் பார்த்துவிட்டாள்.

முன்னூறு அடிகளுக்கு அப்பால், கலைமன்றத்தின் மேல்பகுதி சரிவில் இருந்து காவல்துறையினர் மேலிருந்து கீழாக அணிவகுத்து நின்றபடி மரக்குவியல்களில் தேடினர். சுற்றுலாவாசிகளிடம் விசாரித்தனர். கையடக்க ரேடியோக்களின் மூலம் ஒருவருடன் ஒருவர் தொடர்பிலேயே இருந்தனர்.

நாம் மாட்டிக்கொண்டோம்!

அவளும் ராபர்ட் லேங்டனும் முதலில் சந்தித்தபோது அது இந்தளவிற்கு கொண்டுவந்து விடும் என்று சியன்னா கற்பனை செய்துகூட பார்க்கவில்லை. ***இது என் சக்திக்கு அப்பாற் பட்டது.*** சியன்னா லேங்டனுடன் மருத்துவமனையைவிட்டு வெளியேறும்போது, ஸ்பைக் ஹேர்ஸ்டைலும், துப்பாக்கியும் வைத்திருந்த ஒரு பெண்ணிடம் இருந்துதான் தப்பிச்செல்கிறோம் என்றே அவள் நினைத்திருந்தாள். இப்போதோ அவர்கள் ஒரு முழு ராணுவத்திடமிருந்தும், இத்தாலிய காவல்துறையினரிடம் இருந்தும் தப்பித்துக் கொண்டிருக்கிறார்கள். தாங்கள் தப்பிச் செல்வதற்கான வாய்ப்பு ஏறத்தாழ பூஜ்ஜியம்தான் என்பதை அவள் உணர்ந்துகொண்டாள்.

“வெளியே செல்ல வேறு ஏதேனும் வழி இருக்கிறதா?” சியன்னா மூச்சுவிடாமல் அவசரப்படுத்தினாள்.

“எனக்கு அப்படித் தெரியவில்லை” என்றார் லேங்டன். “இந்தத் தோட்டத்தைச் சுற்றி சுவர் எழுப்பப்பட்டிருக்கிறது, இது...” அவர் சற்று இடைவெளிவிட்டு கிழக்குப் பக்கமாக திரும்பிப் பார்த்தபடி. “இது... வாடிகனைப் போன்றது.” ஒரு விசித்திரமான நம்பிக்கைக் கீற்று அவர் முகத்தில் துளிர்விட்டது.

தாங்கள் தற்போதிருக்கும் பிரச்சினைக்குரிய சூழ்நிலைக்காக வாடிகன் என்ன செய்ய முடியும் என்று சியன்னாவுக்கு எதுவும் தெரியாது. ஆனால் சட்டென்று ஆமோதிக்கத் தொடங்கிய லேங்டன் அந்த அரண்மனையின் பின்பகுதியில் கிழக்குப் பக்கமாக பார்வையை செலுத்தினார்.

“இது நிச்சயமில்லாத ஒன்றுதான்” என்ற அவர் அவளைத் தன்னுடன் இழுத்துக்கொண்டார். “ஆனால், அங்கே ஒரு மாறுபட்ட வழி இருக்க வாய்ப்பிருக்கிறது.”

அவர்களுக்கு முன்பாக இரண்டு உருவங்கள் தோன்றின.

மிஞ்சியிருந்த சுவற்றின் முனையை சுற்றிவந்த அவர்கள் சியன்னா மீதும் லேங்டன் மீதும் மோதிவிட இருந்தனர். அந்த இருவரும் கறுப்பு நிற உடை அணிந்திருந்தனர். சட்டென்று பயந்து போன பார்வைக்கு அவர்கள் இருவரும் தான் அபார்ட் மெண்டில் எதிர்கொண்ட சோல்ஜர்கள்தானோ என்று சியன்னா நினைத்தாள். அவர்கள் கடந்துசென்றதும்தான் அவர்கள் சுற்றுலாவாசிகள் என்பதைத் தெரிந்துகொண்டாள் — ஸ்டைலான கறுப்பு தோலங்கியை வைத்துப் பார்க்கும்போது அவர்கள் இத்தாலியர்கள் என்று அவள் யூகித்தாள்.

ஏதோ யோசனை தோன்றியதைப் போல் அந்த சுற்றுலா வாசிகளின் கைகளைப் பிடித்துக்கொண்டு முடிந்தவரை சியன்னா புன்னகை புரிந்தாள். "அரண்மனையின் புகழ்பெற்ற காஸ்ட்யூம் கேலரி எங்கே இருக்கிறது." என்று இத்தாலிய மொழியில் படபடவென்று கேட்டாள். "ஒரு தனியார் சுற்றுலாவுக்கு எனக்கும் என் சகோதரருக்கும் தாமதமாகிவிட்டது."

"நிச்சயமாக!" அந்த ஆள் உதவி கேட்கும் இருவரையும் பார்த்துப் புன்னகைத்தான். "இப்படியே இந்தப் பாதையில் நேராக செல்லுங்கள்." அவன் மேற்குப் பக்கமாக கைகாட்டினான், அது மீதமிருக்கும் அந்த சுவருடன் லேங்டன் தேடிக்கொண்டிருந்த இடத்தை நோக்கியபடி இருந்தது.

"மிக்க நன்றி" அவர்கள் இருவரும் அந்த திசையை நோக்கிச் செல்லத் தொடங்குகையில் சியன்னா முணுமுணுத்துக் கொண்டாள்.

லேங்டன் சியன்னாவை நோக்கி பாராட்டும்படியாக தலையசைத்தார். அவர் நிச்சயம் அவளுடைய எண்ணங்களைப் புரிந்து கொண்டிருக்க வேண்டும். காவல்துறையினர் அந்த சுற்றுலாவாசிகளை கேள்வி கேட்கத் தொடங்கினால் அவர்கள் லேங்டனும் சியன்னாவும் காஸ்ட்யூம் கேலரியை நோக்கிச் சென்றதாக சொல்வார்கள். அந்த கேலரி, அவர்களுக்கு முன்பாக இருந்த வரைபடத்தில் இருப்பதைப் போல் அரண்மனையின் மேற்குப் பக்க முனையில் இருந்தது. அவர்கள் எந்த திசை நோக்கி செல்கிறார்களோ அதற்கு நேரெதிர் திசையில், வெகுதொலைவில் இருந்தது.

"நாம் அங்கே தெரியும் பாதையில் செல்லலாம்" என்ற லேங்டன், திறந்தவெளி சதுக்கத்தைத் தாண்டி அந்த அரண்மனை யில் இருந்து அப்பால் மற்றொரு மலையை நோக்கிச் சரியும் நடைபாதையைக் குறிப்பிட்டுக் காட்டினார். கற்களால் ஆன அந்த நடைபாதை பெரிய பெரிய புதர்களால் கீழே

இறங்கும் இடத்தை மறைத்திருந்தது. அதனால், நூறு அடிகள் தொலைவே உள்ள அந்த மலைக்கு கீழ்நோக்கிச் சென்றால் காவல் அதிகாரிகளிடமிருந்து அது நிறையவே பாதுகாப்பு தரக் கூடியதாக இருக்கும்.

மூடி மறைக்கப்பட்டிருக்கும் அந்தப் பாதைக்கு திறந்த வெளியைக் கடந்து செல்ல அவர்களுக்கு இருக்கும் வாய்ப்பை கணக்கிட்ட சியன்னா அது மிகவும் குறைவானது என்பதைக் கண்டுகொண்டாள். அங்கே கூடியிருந்த சுற்றுலாவாசிகள் காவல்துறையினரை மிகுந்த ஆர்வத்துடன் கவனித்துக் கொண்டிருந்தனர். தொலைவில் எங்கோ ஓரிடத்தில் இருந்து அவர்களை நோக்கி வரும் அந்த ட்ரோனின் உறுமல் ஒலி மீண்டும் கேட்கத் தொடங்கியது.

“இப்போது இல்லையென்றால் எப்போதும் இல்லை,” என்ற லேங்டன் அவளுடைய கையைப் பற்றிக்கொண்டு திறந்தவெளி சதுக்கத்தை நோக்கி அவளை இழுத்துச் சென்றார். அங்கிருந்து அவர்கள் சுற்றுலாவாசிகள் கூடியிருந்த கூட்டத்தின் வழியாக ஊர்ந்து சென்றனர். சியன்னா அந்த அவசரத்தில் ஓட முற்பட்டவளாக தெரிந்தாள். ஆனால் அவளை இறுகப் பிடித்திருந்த லேங்டன் கம்பீரமாகவும் அமைதியாகவும் அந்தக் கூட்டத்தினூடாக நடந்தார்.

இறுதியில் அவர்கள் அந்தப் பாதைவழியை அடைந்தபோது, சோல்ஜர்கள் எங்காவது தென்படுகிறார்களா என்று தன்னுடைய தோள்பட்டை வழியாக திரும்பிப் பார்த்தாள். அவள் கண்களில் பட்ட காவல்துறை அதிகாரிகள் எல்லாம் மற்றொரு வழியை பார்த்துக் கொண்டிருந்தனர். அவர்களுடைய கண்கள் உள்ளே வந்து கொண்டிருக்கும் ட்ரோனைப் பார்க்க மேல்நோக்கி திரும்பியிருந்தன.

முன்னோக்கி பார்த்தபடி இருந்த அந்தப் பாதையிலேயே லேங்டனுடன் நடந்தாள்.

அவர்களுக்கு முன்னால், பழைய ஃப்ளோரன்ஸின் தொடுவான மானது மரங்களுக்கு மேலாக துருத்திக்கொண்டிருந்தது. அது தொலைவில் இருந்தே நேரடியாக பார்க்கக்கூடிய வகையில் இருந்தது. டுவோமோவின் செந்நிற பளிங்கு கற்களால் ஆன முகட்டையும், கியாட்டோ மணிக்கோபுரத்தின் பச்சை, சிவப்பு மற்றும் வெள்ளை வண்ணத்திலான கோபுரக் கூம்பையும் அவளால் பார்க்க முடிந்தது. ஒரு கணம் அவள் பாலஸோ வெஷியோவின் நான்முனைக் கூம்பையும் பார்த்தாள். அது அவர்களால் செல்ல முடியாத இடம், ஆனால் அவர்கள்

அந்தப் பாதைச் சரிவில் இறங்கும்போது உயர்ந்திருந்த சுவர்கள் அந்தக் காட்சியை மறைத்து அவற்றை மீண்டும் விழுங்கிக் கொண்டிருந்தன.

அவர்கள் அந்த மலையடிவாரத்தை அடைந்தபோது மூச்சுத்திணறிய சியன்னாவுக்கு லேங்டன் எங்கே போய்க் கொண்டிருக்கிறார் என்று சந்தேகம் எழுந்தது. அந்தப் பாதை நேரடியாக புதிர் தோட்டத்தை நோக்கிச் சென்றது. ஆனால் லேங்டன் நம்பிக்கையுடன் இடதுபக்கம் திரும்பி மரங்களின் நிழல்கள் படர்ந்த பாதையில் மறைந்தார். அந்தப் பகுதி தனித்திருந்தது. சுற்றுலாவாசிகள் வந்துசெல்லும் இடம் என்பதைக் காட்டிலும் ஊழியர்களின் பார்க்கிங் இடம்போல் தோன்றியது.

"நாம் எங்கே செல்கிறோம்?!" சியன்னா மூச்சற்றுப்போய் இறுதியாகக் கேட்டாள்.

"ஏறக்குறைய வந்துவிட்டோம்."

ஏறக்குறைய எங்கே? முழுவதுமே சுவர்களால் மூடப் பட்டிருந்த அந்த பேஷியோ குறைந்தது மூன்றடுக்கு உயரமாவது இருக்கும். சியன்னாவின் கண்களுக்குத் தெரிந்த ஒரே வழி இடதுபக்கம் இருந்த வாகனங்கள் செல்லும் வழிதான். அதுவும்கூட பழங்காலத்தில் ராணுவ முற்றுகையின்போது காணப்பட்ட கனத்த இரும்புப் பட்டைகள் கொண்டு மூடப்பட்டிருப்பதைப் போல் இருந்தது. அந்தத் தடைக்கும் அப்பால், பியாஸா டெய் பிட்டியில் காவல்துறையினர் குழுமுவதை அவளால் பார்க்க முடிந்தது.

அந்த சுற்றுப்பகுதியில் வளர்ந்திருந்த தாவரங்களினூடே முன்னோக்கி நகர்ந்த லேங்டன் தங்களுக்கு முன்பாக இருந்த சுவற்றை நோக்கிச் சென்றார். கதவு ஏதேனும் திறந்தநிலையில் இருக்கிறதா என்று சியன்னா அங்குமிங்கும் பார்த்தாள். ஆனால் தான் பார்த்ததிலேயே மிகவும் அருவருப்பான சிலை ஒன்று ஒரு மாடக்குழியில் வீற்றிருப்பதைத்தான் அவளால் பார்க்க முடிந்தது.

அடக் கடவுளே, மெடிஸி நினைத்தால் இந்த உலகத்தில் உள்ள எத்தகையை கலைப்படைப்பையும் வாங்கிவிட முடியுமே, அவர்கள் இதையா தேர்ந்தெடுத்தார்கள்?

அவர்களுக்கு முன்னால் இருந்த சிலையில், ஒரு பருத்த, நிர்வாணமான குள்ளன் ஒரு பெரிய ஆமையிடத்தில் கால்களை அகல விரித்து வைத்திருந்தான். அந்தக் குள்ளனின் பாலுறுப்பு

ஆமையின் ஓட்டில் செருகியிருந்தது. ஆமையின் வாயோ உடல்நிலை சரியில்லாததைப் போல் நீரைக் கொப்பளித்துக் கொண்டிருந்தது.

“எனக்குத் தெரியும்” நடையைக் குறைக்காமல் லேங்டன் கூறினார். “அது பிராகியோ டை பார்டோலா — புகழ்பெற்ற அரண்மனைக் குள்ளன். என்னைக் கேட்டால், அவர்கள் அவனைப் பின்னால் இருக்கும் பெரிய குளியல் தொட்டியில்தான் வைத்திருக்க வேண்டும்.”

லேங்டன் சட்டென்று தனது வலதுபக்கம் திரும்பினார். அப்போதுவரை சியன்னா பார்த்திராத படிக்கட்டை நோக்கி நடந்தார்.

வெளியேறும் வழியா?!

அந்த நம்பிக்கை சிறிது நேரமே நீடித்தது.

அவள் அந்த முனையை நோக்கித் திரும்பி லேங்டனுக்குப் பின்னால் படிக்கட்டுகளில் இறங்குகையில் அவர்கள் ஒரு முட்டுச்சந்தை நோக்கிச் செல்வதை அவள் உணர்ந்தாள் — அதாவது அதன் சுவர்கள் ஒன்றைவிட ஒன்று இருமடங்கு உயரமாக இருந்தன.

மேலும், தங்களுடைய நீண்ட பயணம் தற்போது ஒரு பரந்தகன்ற குகையில் முடிவுக்கு வந்துள்ளதை சியன்னா தெரிந்து கொண்டாள். பின்பக்கச் சுவற்றில் இருந்து குடையப்பட்ட ஒரு ஆழமான குகை. *இது நிச்சயம் நம்மை அவர் அழைத்துச்செல்லும் இடமாக இருக்காது!*

அந்தக் குகையின் அகன்ற நுழைவாயிலுக்கு மேலாக, கத்திபோன்ற கூம்புப் படிவங்கள் அபாயகரமான வகையில் நீண்டிருந்தன. அந்தக் குழிவான பகுதிக்குப் பின்னால் கற்கள் உருகிக் கொண்டிருப்பதைப் போல் ஈரமான நிலவியல் அம்சங்கள் சுழன்றும், சுவர்களில் தொங்கியபடியும் இருந்தன... பாதி புதைக்கப்பட்ட மனித உருவங்கள் சுவற்றிலிருந்து எழுந்து வந்து கற்களால் உண்ணப்படுவதைப் போன்ற வடிவங்கள் சியன்னாவுக்கு அச்சத்தை ஏற்படுத்தின. அதன் முழுக் காட்சியும் சியன்னாவுக்கு பொட்டிசெலியின் *மாப்பா டெல் இன்ஃபெர்னோ* ஓவியத்தில் உள்ளவற்றை நினைவுபடுத்தியது.

ஏதோ சில காரணங்களால் சோர்வுற்று காணப்பட்ட லேங்டன் குகையின் நுழைவாயிலை நோக்கி தொடர்ந்து ஓடிக் கொண்டிருந்தார். அவர் சற்று முன்னர்தான் வாடிகன் நகரத்தைப் பற்றி சொல்லிக்கொண்டிருந்தார். ஆனால் போப்

அலுவலக சுவற்றிற்கு உள்பக்கத்தில் அச்சமூட்டும் குகைகள் இருக்காது என்பதில் சியன்னா உறுதியாக இருந்தாள்.

அவர்கள் நெருங்கி வந்தபோது, சியன்னாவின் கண்கள் சுவர்களுக்கு மேலாக நீண்டிருக்கும் தூண்களில் இரண்டு பெண்களை விழுங்கிக்கொண்டிருக்கும் தெளிவற்ற பேய் உருவங்களின் பிணைப்பைக் கண்டாள். ஆறு விதைப்பைகளைக் கொண்ட கவசத்தால் மூடப்பட்டிருந்த அந்தப் பெண்களின் தோற்றம் மெடிஸியின் புகழ்பெற்ற கவசத்தை நினைவூட்டியது.

லேங்டன் சட்டென்று இடதுபக்கம் சென்றார். நுழை வாயிலில் இருந்து அப்பால் இருக்கும் அந்தக் குகையில் இடது பக்கமாக ஒரு சிறிய சாம்பல்நிறக் கதவு இருந்தது. மரத்துகள்களாக உதிர்ந்துபோய் பண்டகசாலையைப் போல் காணப்பட்டது.

லேங்டன் அந்தக் கதவை நோக்கி விரைந்தார். தன்னால் திறக்க முடியும் என்ற நம்பிக்கை கொண்டிருந்தாலும் அந்தக் கதவில் எந்தக் கைப்பிடியும் இல்லை — சாவித்துவாரம் மட்டுமே இருந்தது — அதனால் அதை உள்ளுக்குள் இருந்து மட்டும்தான் திறக்க முடியும் என்பது தெளிவானது.

"நாசமாய்ப் போச்சு!" லேங்டனின் கண்களில் இப்போது கவலை சூழ்ந்தது. அவருடைய முந்தைய நம்பிக்கைகள் யாவும் அழிந்துபோய்விட்டன. "நான் நம்பினேனே —"

எந்தவித எச்சரிக்கையும் இல்லாமல், காதைக் கிழிக்கும் ட்ரோனின் ஒலி அவர்களைச் சூழ்ந்திருந்த சுவற்றில் இருந்து எதிரொலிக்கத் தொடங்கியது. அந்த ட்ரோன் மாளிகைக்கு மேலாக உயர்ந்து தாங்கள் இருக்கும் திசையை நோக்கி காற்றைக் கிழித்துக்கொண்டு வருவதை சியன்னா பார்த்தாள்.

லேங்டனும் அதைப் பார்த்துவிட்டார். ஏனென்றால் அவர் சியன்னாவின் கையைப் பிடித்து இழுத்து குகையை நோக்கி விரைந்துகொண்டிருந்தார். பார்வையிலிருந்து விலகிய அவர்கள் அந்த குகையின் கூம்பு வடிவ படிவத்திற்குள் மறைந்தனர்.

சரியான முடிவு, அவள் நினைத்துக்கொண்டாள். *நரகத்தின் வாயிலை நோக்கி ஓடிக்கொண்டிருக்கிறோம்.*

❑

28

கிழக்கே அரை மைல் தூரத்தில் வயந்தா தன்னுடைய மோட்டார் சைக்கிளை நிறுத்தி வைத்தாள். பாண்ட் அலெ கிரேஸி வழியாக பழைய நகரத்தைக் கடந்து பாண்ட் வெஷியோவை சுற்றி வந்திருந்தாள் — அது பிட்டி பேலஸை பழைய நகரத்துடன் இணைக்கும் புகழ்பெற்ற பாதசாரிகள் பாலம். தன்னுடைய ஹெல்மட்டை பைக்குடன் சேர்த்துப் பூட்டிய பின்னர் அந்தப் பாதாளத்தில் நடக்கத்தொடங்கிய அவள் காலைநேர சுற்றுலா வாசிகள் கூட்டத்துடன் கலந்தாள்.

ஆற்றின்மேல் படர்ந்துகொண்டிருந்த மார்ச் மாதத்தின் சில்லிட்ட காற்று வயந்தாவின் ஸ்பைக் தலைமுடியை கலைந்துபோகச் செய்கையில், லேங்டனுக்குத் தான் எப்படித் தெரிவோம் என்பதை அவளுக்கு அது நினைவூட்டியது. அந்தப் பாலத்தில் இருந்த கடைகளுள் ஒன்றில் நின்ற அவள் ஒரு அமோ ஃபிரன்ஸே பேஸ்பால் தொப்பியை வாங்கி தன்னுடைய முகம்வரை இழுத்துவிட்டுக் கொண்டாள்.

தன்னுடைய கைத்துப்பாக்கியால் உப்பித் தெரிந்த கைப்பையை தடவி சமன்செய்துகொண்ட அவள் அந்தப் பாலத்தின் மையத்தில் ஓர் இடத்தை தேர்வுசெய்து, பிட்டி பேலஸைப் பார்த்தபடி இருக்கும் ஒரு தூணில் இயல்பாக சாய்ந்து நின்று கொண்டாள். அங்கிருந்து, ஃப்ளோரன்ஸின் மையப் பகுதியை நோக்கி அர்னோ ஆற்றைக் கடந்து செல்லும் பாதசாரிகள் அனைவரையும் அவளால் பார்க்க முடிந்தது.

லேங்டன் நடந்துதான் செல்கிறார், என்று தனக்குத்தானே சொல்லிக்கொண்டாள். *இந்த போர்டா ரொமானாவை சுற்றி அவர் ஒரு வழியைக் கண்டுபிடித்திருந்தால், பழைய நகரத்திற்குள் செல்ல இதுதான் மிகவும் சாத்தியமுள்ள தர்க்கப்பூர்வமான வழி.*

பிட்டி பேலஸ் இருந்த மேற்குப் பக்கத்தில் இருந்து சைரன் ஒலிகளைக் கேட்ட அவளுக்கு அது நல்ல செய்தியா அல்லது கெட்ட செய்தியா என்று தெரியவில்லை. *அவர்கள் இன்னுமா அவரைத் தேடிக்கொண்டிருக்கிறார்கள்? அல்லது அவரைப் பிடித்து விட்டார்களா?* என்ன நடந்துகொண்டிருக்கிறது என்று வயந்தா தன்னுடைய காதுகளை கூர்மையாக்கிக்கொண்டு கேட்டபோது சட்டென்று ஒரு புதிய ஒலியை அவள் கேட்டாள் — தலைக்கு மேலாக உயர் ஒலியுடன் படபடக்கும் ஓசை. அவளுடைய கண்கள் தாமாக மேல்நோக்கி உயர்ந்தன. அது என்னவென்று அவள் உடனடியாக தெரிந்துகொண்டாள் — ரிமோட் கண்ட்ரோலால் இயங்கும் ஒரு சிறிய ஹெலிகாப்டர் அந்த பேலஸில் இருந்து வேகமாக மேலெழும்பி பபோலி தோட்டங்கள் இருக்கும் வடகிழக்கு முனையை நோக்கி மர உச்சிகளை உரசிக்கொண்டு சென்றது.

அது கண்காணிப்பு ட்ரோன், வயந்தா நம்பிக்கையுடன் நினைத்துக்கொண்டாள். *அது இன்னும் பறந்துகொண்டுதான் இருக்கிறது என்றால், புரூடர் இன்னும் லேங்டனை கண்டுபிடிக்கவில்லை என்றுதான் அர்த்தம்.*

அந்த ட்ரோன் வேகமாக நெருங்கிச் சென்றது. அது நிச்சயம் அந்த தோட்டங்களின் வடகிழக்கு முனையைத்தான் கண் காணிக்கிறது என்பது தெளிவாகத் தெரிந்தது. அந்தப் பகுதி பாண்ட் வெஷியோ மற்றும் வயந்தா இருக்கும் இடத்திற்கு அருகாமையில் இருந்ததால் அவளுக்கு கூடுதல் உற்சாகத்தைக் கொடுத்தது.

லேங்டன் புரூடரிடம் இருந்து தப்பியிருந்தால், அவர் நிச்சயம் இந்தப் பக்கமாகத்தான் வந்திருக்க வேண்டும்.

இருந்தாலும், வயந்தா பார்த்துக்கொண்டிருக்கும்போதே அந்த ட்ரோன் சட்டென்று அந்த உயரமான கற்சுவற்றிற்கு பின்னால் மறைந்துபோனது. மரங்கள் இருந்த வரிசைக்கு கீழே எங்கோ ஓரிடத்திலிருந்து அதன் ஒலி வருவதை அவளால் கேட்க முடிந்தது. அது ஏதோ ஒரு இடத்தை கண்டுபிடித்துவிட்டது.

❑

29

தேடு, அது உனக்கு கிடைக்கும், மங்கலான குகையில் சியன்னாவுடன் சென்றுகொண்டிருந்த லேங்டன் நினைத்துக் கொண்டார். ***நாம் வெளியேறும் வழியைத் தேடினோம் ... ஆனால் முட்டுச்சந்தைத்தான் கண்டுபிடித்திருக்கிறோம்.***

குகையின் நடுவில் இருந்த வடிவமற்ற குட்டை நல்ல பாதுகாப்பைத் தந்தது. இருப்பினும் லேங்டன் அதற்குப் பின்னால் இருந்து உற்றுப்பார்க்கையில் மிகவும் தாமதமாகிவிட்டதை உணர்ந்தார்.

அந்த ட்ரோன் இப்போதுதான் அந்த சுவர்கள் சூழ்ந்த முட்டுச்சந்திற்கு கீழிறங்கி வந்து குகைக்கு வெளியே தடுமாறி நின்றது. இப்போது அது தரையில் இருந்து பத்தே அடிகள் மேலே நிலைத்து நின்று குகையை உற்றுப்பார்த்தபடி, ஒரு பசித்த பூச்சி தன்னுடைய இரைக்காக காத்திருப்பதைப் போல் கடுமையாக உறுமிக்கொண்டிருந்தது.

தன்னை பின்னுக்கு இழுத்துக்கொண்ட லேங்டன் அந்த வருத்தமான செய்தியை சியன்னா விடம் மெதுவாகக் கூறினார். “நாம் இங்கே இருப்பது அதற்குத் தெரிந்துவிட்டது.”

அந்த ட்ரோனின் உயர் ஒலிகொண்ட ஓசை குகைக்குள் ஏறக்குறைய காதை அடைக்கச் செய்வதாக இருந்தது. அந்த ஓசை கற்சுவர்களில் பட்டு கூர்மையாக ரீங்கரித்தது. ஒரு மினியேச்சர்

மெக்கானிக்கல் ஹெலிகாப்டரால் தாங்கள் பிணையக் கைதிகளாக ஆக்கப்பட்டிருப்பதை லேங்டனால் நம்பவே முடியவில்லை. ஆனால் அதனிடமிருந்து ஓட முயற்சிப்பது எந்தப் பலனையும் தராது என்பதும் அவருக்குத் தெரியும். *அப்படியென்றால் இப்போது என்ன செய்வது? காத்திருக்கலாமா?* இந்தச் சிறிய பழுப்புநிற கதவுக்குப் பின்னால் செல்ல அவர் போட்ட திட்டம் நியாயமான ஒன்றுதான். ஆனால் அதனை உள்ளுக்குள் இருந்துதான் திறக்கமுடியும் என்பது அவருக்கே தெரியாது.

அந்தக் குகையின் இருளார்ந்த உட்பகுதிக்குள் லேங்டனின் கண்கள் பொருந்திக் கொண்டிருக்கையில், அதனுடைய வழக்கத்திற்கு மாறான சுற்றுப்புறத்தை அளவிட்ட அவர் அங்கிருந்து வெளியேற வேறு ஏதேனும் வழி இருக்கலாமோ என்று சந்தேகப்பட்டார். அவருக்கு எதுவும் உறுதியாகத் தெரியவில்லை. அந்தக் குகையின் உள்பகுதி விலங்குகள் மற்றும் மனிதர்களின் சிற்பங்களால் அலங்கரிக்கப்பட்டிருந்தது. வினோதமாக ஊறிக் கொண்டிருக்கும் சுவர்களின் ஈரப்பதத்தை அவை அனைத்தும் வெவ்வேறு நிலைகளில் உள்வாங்கிக்கொண்டிருந்தன. வருத்தமுற்ற லேங்டன் கண்களை நிமிர்த்தி தலைக்கு மேலே எங்கெங்கும் தொங்கிக்கொண்டிருக்கும் கூர்மையான வண்டல் கூம்புகளைப் பார்த்தார்.

சாவதற்கு சரியான இடம்.

போண்டலண்டி கிரெட்டோ என்று அதைக் கட்டியவரின் பெயரான பெர்னார்டோ போண்டலண்டியின் பெயரால் அழைக்கப்படும் அது ஃப்ளோரன்ஸில் இருப்பதிலேயே மிகவும் ஆர்வத்தைத் தூண்டக்கூடிய இடம் எனலாம். பிட்டி பேலஸில் தங்கும் இளம் விருந்தினர்களுக்கான வேடிக்கை மாளிகையாக கட்டப்பட்ட அந்த மூன்று அறைகள் கொண்ட குகை அமைப்புகள் இயற்கையின் அற்புதத்தையும், கோத்திக் முறையையும் கொண்டு அலங்கரிக்கப்பட்டிருந்தது. உப்பிய ஈரப் பாறைகளில் செதுக்கப்பட்ட பல்வேறு உருவங்கள் அதன் சுவர்களை அலங்கரித்தன. மெடிஸியின் காலகட்டத்தில், உட்புறச் சுவர்களில் நீர் சுரக்கும்படி செய்யப்பட்டிருந்ததால் கோடை காலங்களில் குளுமையைத் தந்து உண்மையான குகை போன்ற தோற்றமாக உருவாகியிருந்தது.

தனித்துவமான மைய நீர்நிலைக்குப் பின்னால் இருந்த முதலாவதும், பெரியதுமான அறையில் லேங்டனும் சியன்னாவும் ஒளிந்துகொண்டனர். அவர்களைச் சுற்றி மேய்ப்பர்கள்,

விவசாயிகள், இசைஞர்கள், விலங்குகள் மற்றும் மைக்கேலாஞ் சலோவின் நான்கு சிறைவாசிகள் ஓவியத்தின் பிரதி ஆகியவை சூழ்ந்திருந்தன. அவை அனைத்துமே நீர்மம் போலத் தோன்றும் அந்தச் சுவற்றிலிருந்து தங்களை விடுவித்துக்கொள்ள முனைபவை போல் காட்சியளித்தன. மேலே, கூரையில் இருந்த ஓட்டைகள் வழியாக சூரிய ஒளி வடிகட்டப்பட்டு கீழே படர்ந்தது.

ஓர் அசலான மறுமலர்ச்சிகால பார்வையாளர் இங்கே ஒரு ஹெலிகாப்டர் இந்த சுரங்கத்திற்கு வெளியே பறந்து கொண்டிருப்பதைப் பார்த்தால் அதற்கு எப்படி எதிர் வினை யாற்றுவார் என்று லேங்டன் அதிசயித்தார் — அது நிச்சயம் இத்தாலிக்கே சொந்தமான லியனார்டோ டாவின்சியின் மாய்மால கனவுதான்.

அந்த ட்ரோனின் குத்தலான ஒலி ஒருகணம் நின்றது. அது மறைந்துபோகவில்லை; பதிலாக, அப்போதைக்கு சட்டென நின்றுபோனது.

குழம்பிப்போன லேங்டன் நீர்நிலையின் பின்னாலிருந்து வெளியே உற்றுப்பார்த்தபோது அந்த ட்ரோன் தரையில் இறங்கியிருந்தது. கற்பாவிய தரையில் உட்கார்ந்திருந்த அது ஆபத்து குறைவானதாகத் தோன்றியது. குறிப்பாக, கொடுக்கு போன்ற முன்பக்கம் இருந்த அதன் வீடியோ லென்ஸ்கள் அவர்களுக்கு அப்பால் இருந்த சிறிய சாம்பல்நிறக் கதவை நோக்கிக்கொண்டிருந்தன.

லேங்டனின் ஆசுவாச உணர்வு சட்டென்று குறைந்துபோனது. அந்த ட்ரோனிற்கு நூறு அடிகள் பின்னால், ஒரு குள்ளனும் ஆமையும் இருந்த சிலைக்கு அருகாமையில், பயங்கர ஆயுதம் வைத்திருந்த மூன்று சோல்ஜர்கள் அந்தப் படிக்கட்டில் எதையோ தேடியபடி நேரடியாக அந்த குகையை நோக்கி வந்துகொண்டிருந்தனர்.

அவருக்கு நன்கு தெரிந்த கறுப்பு சீருடையணிந்திருந்த அந்த சோல்ஜர்கள் தங்கள் தோள்களில் பச்சைநிற பதக்கங்கள் அணிந்திருந்தனர். அவர்களுடைய தசைபிடிப்புள்ள தலைவனைப் பார்க்கையில் தன்னுடைய காட்சிகளில் தோன்றிய பிளேக் முகமூடிதான் லேங்டனின் நினைவுக்கு வந்தது.

நானே மரணம்.

லேங்டன் அவர்களுடைய வேனையோ அல்லது புதிரான வெள்ளிநிற கேசம்கொண்ட பெண்ணையோ எங்கும் பார்க்க வில்லை.

நானே உயிர்.

சோல்ஜர்கள் நெருங்கி வருகையில், அவர்களில் ஒருவன் படிக்கட்டின் அடியில் நின்று சுழன்று திரும்பினான். முன்னோக்கிப் பார்த்த அவன் யாரும் அந்தப் பகுதியில் இருந்து கீழே இறங்கிச் சென்றுவிடுவதை தடுப்பதுபோல் காணப்பட்டான். மற்ற இருவர் அந்த சுரங்கத்தை நோக்கி வந்துகொண்டிருந்தனர்.

லேங்டனும் சியன்னாவும் மீண்டும் நகரத் தொடங்கினர் — அவர்கள் தவிர்க்க முடியாத ஒரு விஷயத்தை தள்ளிப் போடுகிறார்கள் என்றாலும் — தங்களுடைய நான்கு கால்களாலும் சிறியதாகவும், ஆழமானதாகவும், இருளைடைந்து போயிருந்த இரண்டாவது குகையை நோக்கிச் சென்றனர். அதிலும் ஒரு மையத்தில் கலைப்படைப்பு காணப்பட்டது — இப்போது, அது ஒருவரை ஒருவர் பின்னிப்பிணைந்த நிலையில் இருந்த காதலர்களின் சிலை — அதற்குப் பின்னால்தான் தற்போது லேங்டனும் சியன்னாவும் ஒளிந்துகொண்டிருந்தனர்.

நிழலில் பதுங்கியிருந்த லேங்டன் அந்த சிலையின் அடிப்பகுதியைச் சுற்றி கவனமாக ஆராய்ந்து தங்களைக் கொல்ல வருகிறவர்கள் நெருங்கிவிட்டார்களா என்று பார்த்தார். இரண்டு சோல்ஜர்கள் ட்ரோனை நெருங்கியபோது, அப்படியே நின்ற ஒருவன் கீழே குனிந்து அதை நோக்கிச் சென்றான். அதை கையில் எடுத்த அவன் அதன் கேமராவை ஆராய்ந்தான்.

அந்த சாதனம் நம்மைக் கண்டுபிடித்துவிட்டதா? லேங்டனுக்குத் தெரியவில்லை.

மூன்றாவதும் கடைசியுமாக வந்த தசைப்பிடிப்பான உடலும், இறுகிய கண்களுமாக இருந்த சோல்ஜர் லேங்டன் இருந்த திசையை நோக்கி தன் கவனத்தை செலுத்தினான். அந்தக் குகையின் வாயில்வரை அவன் நெருங்கிக்கொண்டே வந்தான். ***அவன் உள்ளே வருகிறான்.*** தன்னை அந்த சிலைக்குப் பின்னால் இழுத்துக்கொள்ள தயாரானபோது லேங்டன் சியன்னாவிடம் ‘முடிந்தது’ என்றார். ஆனால் அதே கணத்தில் தான் எதிர்பாராத ஒன்றையும் அவர் பார்த்தார்.

அந்த சோல்ஜர் குகைக்குள் நுழைவதற்கு பதிலாக இடதுபக்கம் திரும்பி காணாமல்போனான்.

அவன் எங்கே போனான்? நாங்கள் இங்கே இருப்பது அவனுக்குத் தெரியாதா?

சில கணங்களுக்குப் பின்னர் மரத்தில் மோதும் முதல் சத்தத்தைக் கேட்டார்.

அந்த சிறிய சாம்பல்நிற கதவு, லேங்டன் நினைத்துக்கொண்டார். *அது எங்கே செல்கிறது என்று அவனுக்குத் தெரிந்திருக்க வேண்டும்.*

பிட்டி பேலஸின் பாதுகாப்பு அதிகாரியான எர்னஸ்டோ ரூஸோவுக்கு யூரோப்பியன் ஃபுட்பால் போட்டியில் ஆட வேண்டும் என்று எப்போதுமே ஒரு ஆசை இருந்ததுண்டு. ஆனால் அதிக உடல் எடையுடன் இருபத்தி ஒன்பது வயதில் தன்னுடைய சிறுவயது ஆசை நிறைவேறாது என்பதை இறுதியில் ஒப்புக்கொள்ளத் தொடங்கிவிட்டார். கடந்த மூன்று வருடங்களாக, எர்னஸ்டோ இந்த பிட்டி பேலஸில்தான் காவலாளியாக பணியில் இருந்து வருகிறார். எப்போதும் இந்த பெட்டி போன்ற அறையில், அதே சோம்பலான வேலையையே செய்துகொண்டிருக்கிறார்.

தான் இருக்கும் நிலையத்தில் இருக்கும் சிறிய சாம்பல்நிறக் கதவை வெளியில் இருந்து தட்டிப்பார்க்கும் ஆர்வக்கோளாறு சுற்றுலாவாசிகளின் சேட்டை எர்னஸ்டோவிற்கு புதியதல்ல, அவை நிற்கும்வரை அவர் அதனை சட்டை செய்வதே இல்லை. ஆனாலும், இன்று இந்த இடிபோன்ற ஓசை கடுமையாகவும் தொடர்ந்தும் கேட்டுக்கொண்டே இருக்கிறது.

எரிச்சலடைந்த அவர் மீண்டும் தன்னுடைய தொலைக் காட்சிப் பெட்டியில் கவனத்தை செலுத்தினார். அதில் ஃபியோரண்டினா மற்றும் ஜுவன்டஸ் அணிகள் இடையிலான போட்டி அதிக சத்தத்துடன் ஒலித்துக்கொண்டிருந்தது. அந்த இடிக்கும் ஓசை அதிகரித்துக்கொண்டே இருந்தது. இறுதியில், சுற்றுலாவாசிகளை சபித்துக்கொண்டே தன் அலுவலகத்தில் இருந்து வெளியே வந்த அவர் அந்த சத்தம் வரும் குறுகலான காரிடாரை நோக்கிச் சென்றார். அதன் பாதி வழியில் இருக்கும் பெரிய உலோக கிராதியானது, கூடத்து வழியின் குறுக்கே ஒருசில மணிநேரங்கள் திறந்திருப்பது தவிர மூடப்பட்ட நிலையிலேயே இருக்கும்.

பூட்டில் இருந்த திறப்பு எண்களை அழுத்தி அந்தக் கதவை திறந்த அவன் அதை ஒருபக்கமாக இழுத்து வைத்தான். அதன் வழியாக நடந்து நெறிமுறையின்படி அந்தக் கதவை இழுத்து மறுபடியும் பூட்டினான். பின்னர் அந்த சாம்பல்நிறக் கதவை நோக்கி நடந்தான்.

"இது மூடியிருக்கிறது!" வெளியே இருக்கும் நபருக்கு கேட்கும் என்ற நம்பிக்கையில் அவன் கத்தினான். "நீங்கள் உள்ளே வரமுடியாது!"

அந்த இடிப்போசை தொடர்ந்தது.

எர்னஸ்டோ தன் பற்களை நறநறவென்று கடித்துக் கொண்டான். *நியூயார்க்கர்ஸ், அவன் பந்தயம் கட்டியவர்கள். அவர்களுக்கு வேண்டுமென்றால் வேண்டும்தான்.* உலகின் எந்தப் பந்தயத்திலும் அவர்களுடைய ரெட் புல்ஸ் கால்பந்து அணி வெற்றிபெறுவதற்கான ஒரே காரணம் ஐரோப்பாவின் மிகச்சிறந்த பயிற்சியாளரை அவர்கள் வைத்திருப்பதுதான்.

அந்த இடிப்போசை அதிகரித்தது. தயங்கியபடியே பூட்டைத் திறந்த எர்னஸ்டோ அதை ஒரு சில அங்குலங்கள் திறந்தான். "மூடப்பட்டுவிட்டது!"

இடிப்போசை நின்றது. எர்னஸ்டோ இப்போது ஒரு சோல்ஜரை நேருக்கு நேராக பார்த்தான். உறைந்து போயிருந்த அந்த சோல்ஜரின் கண்கள் எர்னஸ்டோவை பின்னுக்கு நகர வைத்தது. அந்த மனிதன் காட்டிய அதிகாரப்பூர்வ அட்டையில் இருந்த எழுத்துகள் எர்னஸ்டோவிற்கு புரியவில்லை.

"என்ன நடக்கிறது?!" என்றான் எர்னஸ்டோ பயத்துடன்.

அவனுக்குப் பின்னால், இரண்டாவதாக வந்த சோல்ஜரிடத்தில் பொம்மை ஹெலிகாப்டர் போன்ற ஒன்று இருந்தது. சற்று தள்ளி, மற்றொரு சோல்ஜர் படிக்கட்டில் காவலுக்கு நின்றான். போலீஸ் சைரன் ஒலியை எர்னஸ்டோ அருகாமையில் கேட்டான்.

"நீ ஆங்கிலம் பேசுவாயா?" அந்த சோல்ஜரின் பேசும் தொணி நிச்சயம் நியூயார்க்கர் கிடையாது. *ஐரோப்பாவில் ஏதோ ஓர் இடம்?*

எர்னஸ்டோ தலையாட்டினான். "ஆமாம், கொஞ்சம் வரும்."

"இன்று காலை யாராவது இந்தக் கதவின் வழியாக வந்தார்களா?"

"இல்லை, சார், யாரும் வரவில்லை."

"நல்லது. இது பூட்டியே இருக்கட்டும். யாரும் உள்ளே வரவும் கூடாது, வெளியே போகவும் கூடாது. புரிந்ததா?"

எர்னஸ்டோ தோள்களை குலுக்கினான். எப்படியும் அதுதானே அவன் வேலை. "புரிந்தது சார். யாரும் வரவும் கூடாது, போகவும் கூடாது."

"சொல்லு, இந்தக் கதவுதானே இதற்குள்ள ஒரே வழி?"

எர்னஸ்டோ அந்தக் கேள்வியைப் பரிசீலித்தான். உண்மையில், இன்றைய நாட்களில் இந்தக் கதவும் ஒரு வெளியேறும் வழியாக

நரகம் ❖ 217

கருதப்படுகிறது, அதனால்தான் வெளிப்புறம் கைப்பிடி இல்லை, ஆனால் அவர் கேட்டதை அவன் புரிந்துகொண்டான். "ஆமாம், இப்படித்தான் இந்தக் கதவிற்கு வழி. வேறு வழி இல்லை." அந்த மாளிகைக்குள் இருந்த அசல் வழி பல வருடங்களுக்கு முன்பே அடைக்கப்பட்டுவிட்டது.

"இந்த வழக்கமான வழிகளைத் தவிர்த்து பபோலி தோட்டங்களுக்குள் செல்ல வேறு வழிகள் இருக்கின்றதா? வேறு ஏதேனும் கதவுகள் மறைந்திருக்கிறதா?"

"இல்லை, சார். எங்கு பார்த்தாலும் பெரிய சுவர்கள்தான் இருக்கின்றன. இதுதான் ஒரே வழி."

அந்த சோல்ஜர் தலையை குலுக்கிக்கொண்டான். "உங்கள் உதவிக்கு நன்றி." அந்தக் கதவை சாத்திவிட்டு பூட்டுமாறு அவன் எர்னஸ்டோவிற்கு சைகை காட்டினான்.

ஒன்றும் புரியாத எர்னஸ்டோ அதற்கு கீழ்பணிந்தான். பின்னர், காரிடாரை நோக்கிச் சென்ற அவன் அந்த இரும்புக் கிராதியைத் திறந்து, அதை நகர்த்தி, அதை பின்னால் இருந்து பூட்டிவிட்டு மீண்டும் தன்னுடைய கால்பந்து போட்டியைப் பார்க்கத் திரும்பினான்.

❑

30

லேங்டனும் சியன்னாவும் அந்த வாய்ப்பைப் பயன்படுத்திக்கொண்டனர்.

தசைப்பிடிப்பான அந்த சோல்ஜர் அந்தக் கதவை இடித்துக்கொண்டிருக்கும்போது, சுரங்கத்திற் குள் பதுங்கிச் சென்ற அவர்கள் இப்போது இறுதியாக இருந்த அறையில் கூடினர். அதன் மையப்பகுதியில் இருந்த குளிக்கும் வீனஸின் முழு உருவச் சிலை தன்னுடைய தோள்பட்டை வழியாக படபடப்புடன் பார்ப்பதைப் போல் இருந்தது.

லேங்டனும் சியன்னாவும் அந்த சிலையின் குறுகலான அடிப்பகுதிக்குப் பின்னால் ஒளிந்து கொண்டு ஆசுவாசமடைந்தனர். அங்கே காத்திருந்த போது ஒரு கூம்புவடிவ மண்படிவம் அந்த குகையின் சுவற்றில் ஏறியிருந்தது.

“எல்லாப் பாதைகளும் பாதுகாப்பாக இருக்கின் றன!” அந்த சோல்ஜர் எங்கோ ஓரிடத்தில் இருந்து கத்தினான். ஒரு மங்கலான தொணியில் அவன் ஆங்கிலத்தில் பேசியது லேங்டனுக்கு சரியாகப் புரியவில்லை. “அந்த ட்ரோனை திரும்பவும் மேலே அனுப்புங்கள். இங்கிருந்து அந்த குகையை நான் பார்க்கிறேன்.”

தனக்குப் பின்னால் சியன்னாவின் உடல் இறுகுவதை லேங்டனால் உணர முடிந்தது.

சில நொடிகளில், கனத்த பூட்ஸ் ஒலிகள் அந்த சுரங்கத்தில் கேட்டன. அந்தக் காலடியோசைகள் முதல் அறைக்கு விரைந்தன. இரண்டாவது குகைக்குள் நுழையும்போது அந்த சத்தம் இன்னும் அதிகரித்து இப்போது அவர்களை நோக்கி வந்தன.

லேங்டனும் சியன்னாவும் நெருங்கியபடியே குனிந்தனர்.

"ஹேய்!" ஒரு வித்தியாசமான குரல் தொலைவில் கேட்டது. "நாம் அவர்களைப் பிடித்துவிட்டோம்!"

அந்தக் காலடியோசைகள் சிறிது நேரம் நின்றன.

அந்த சுரங்கத்தை நோக்கி ஒருவர் சத்தமாக ஓடிவருவதை இப்போது லேங்டனால் கேட்க முடிந்தது. "சரியான அடையாளம் தான்!" என்றது அந்த மூச்சற்ற குரல். "நாங்கள் இப்போதுதான் இரண்டு சுற்றுலாவாசிகளுடன் பேசினோம். சில நிமிடங்களுக்கு முன்னர், அந்த ஆளும் அந்தப் பெண்ணும் அவர்களிடம் பேலஸின் காஸ்ட்யூம் கேலரிக்கு வழி கேட்டிருக்கின்றனர். அது அந்த பாலஸோவின் மேற்கு முனையில் இருக்கிறது."

மிகவும் மெலிதாக புன்னகைத்துக்கொண்ட சியன்னாவை லேங்டன் ஏற இறங்கப் பார்த்தார்.

அந்த சோல்ஜர் மூச்சை இழுத்தபடி தொடர்ந்தான். "மேற்குப்புற வழியைத்தான் நாம் முதலில் மூட வேண்டும்... நாம் அவர்களை தோட்டங்களில் சுற்றி வளைத்திருப்பது அதிக ரகசியத்துடன் இருக்க வேண்டும்."

"உங்கள் மிஷனை செயல்படுத்துங்கள்" அருகாமையில் இருந்த சோல்ஜர் பதில் கூறினான். "மிஷன் முடிந்தவுடன் என்னைக் கூப்பிடுங்கள்."

சுரங்கத்தில், அவர்கள் அங்கிருந்து புறப்படும் சலசலப்பான காலடியோசைகள் கேட்டன. அந்த ட்ரோனின் ஒலி மீண்டும் மறைந்துபோனது, முழு அமைதி.

சியன்னா லேங்டனின் கையைப் பிடித்து இழுத்து நிறுத்திய போது அந்த சிலையின் அடிப்பாகத்தை சுற்றிப் பார்ப்பதற்கு லேங்டன் சுற்றித் திரும்ப தயாராக இருந்தார். தன்னுடைய உதடுகளில் விரலை வைத்த அவள் பின்பக்க சுவற்றில் ஒரு மனித உருவம் மங்கலாகத் தெரிவதை தலையால் குறிப்பிட்டுக் காட்டினாள். சோல்ஜர்களின் தலைவன் அந்த சுரங்கத்தின் வாயிலில் அமைதியாக நின்றிருந்தான்.

அவன் எதற்காக காத்திருக்கிறான்?!

"நான்தான் புரூடர்" என்றான் அவன் சட்டென்று. "நாங்கள் அவர்களை வளைத்துவிட்டோம். விரைவில் அதை உங்களுக்கு உறுதிப்படுத்துகிறேன்."

அவன் தொலைபேசியில் அழைத்தான். அவன் ஏதோ அவர்களுக்குப் பின்னால்தான் இருக்கிறான் என்பதுபோல் பதட்டமே இல்லாதிருந்தது அவன் குரல். அந்தக் குகை ஒரு எதிரொலிப்பு மைக்ரோபோன் போல் செயல்பட்டு எல்லா ஒலிகளையும் உள்வாங்கி பின்பக்கம் அனுப்பியது.

"இன்னும் ஒரு விஷயம்" என்றார் புரூடர். "தடயவியல் துறையில் இருந்து இப்போதுதான் எனக்கு ஒரு செய்தி கிடைத்தது. அந்தப் பெண்ணின் இருப்பிடம் இரண்டாம் வாடகைதாரர் இடம்போல் இருக்கிறது. முழுமையாக அமைக்கப்படவில்லை. குறுகிய கால தங்குமிடம். நாங்கள் ஒரு பயோடியூபை கண்டு பிடித்தோம். ஆனால் அதில் புரஜக்டர் ***இல்லை.*** "

அந்த சோல்ஜர் தன்னுடைய நிஜமான பெயர் சொல்லிப் பேசியது லேங்டனை சில்லிட வைத்தது.

காலடியோசைகளின் சத்தம் அதிகரித்தபோது, அந்த ஆள் சுரங்கத்திற்குள் நுழைவதை லேங்டன் உணர்ந்தார்.

"சரிதான்" என்றான் அவன். "நாங்கள் அந்த அபார்ட் மெண்டில் நுழைவதற்கு சற்று முன்பாக ஒரு தொலைபேசி அழைப்பு வெளியே சென்றிருப்பதை தடயவியலும் உறுதிப்படுத்தி யிருக்கிறது."

அமெரிக்க உளவுத்துறை, லேங்டன் நினைத்துக்கொண்டார். தான் போனில் பேசியதையும், அதன் பின்னர் சட்டென்று அந்த ஸ்பைக் தலைமுடி கொலைகாரி வந்ததையும் அவர் நினைவுபடுத்திக்கொண்டார். அந்தப் பெண் காணாமல் போய்விட்டதுபோல் தெரிகிறது, அதற்குப் பதிலாக பயிற்சிபெற்ற ஒரு படையே வந்து இறங்கியிருக்கிறது.

நம்மால் அவர்களிடமிருந்து ஓடிக்கொண்டே இருக்க முடியாது.

கற்தரையில் கேட்ட அந்த சோல்ஜர்களின் பூட்ஸ் ஓசை இப்போது இருபது அடிகள் அப்பால் சென்று நின்றும் போனது. அந்த ஆள் இரண்டாவது அறைக்குள் நுழைந்தான். அவன் அதன் கடைசி வரை சென்றிருந்தால் வீனஸ் சிலையின் குறுகலான அடிப்பாகத்தில் அந்த இருவரும் மறைந்திருந்ததை கண்டுபிடித்திருப்பான்.

"சியன்னா புரூக்ஸ்" என்றான் அவன் சட்டென்று, அந்த

வார்த்தைகள் தெள்ளத் தெளிவாக இருந்தன.

லேங்டனுக்குப் பின்னால் இருந்த சியன்னா துணுக்குற்றாள். அவளுடைய கண்கள் மேல்நோக்கி சுழன்றன. அவை அந்த ஆள் தன்னை கீழ்நோக்கி பார்ப்பதைத்தான் எதிர்பார்த்திருந்தன. ஆனால் அங்கே யாரும் இல்லை.

"அவர்கள் அவளுடைய லேப்டாப்பை ஆராய்ந்து கொண்டிருக்கிறார்கள்" என்று தொடர்ந்து பேசிய அந்தக் குரல் பத்து அடிகள் தொலைவில் இருந்தது. "எனக்கு இன்னும் ரிப்போர்ட் வரவில்லை. ஆனால் அதே மெஷினில் இருந்துதான் லேங்டன் தன்னுடைய ஹார்வார்ட் இ–மெயில் கணக்கை பார்த்திருக்கிறார்."

இந்த செய்தியைக் கேட்டதும், சியன்னா அவநம்பிக்கையுடன் லேங்டனை நோக்கித் திரும்பினாள். அதிர்ச்சி மற்றும் துரோகத்தின் வெளிப்பாட்டுடன் அவரிடமிருந்து தள்ளிப்போனாள்.

லேங்டனும் அதே அளவுக்கு அதிர்ச்சியானார். ***இப்படித் தான் அவர்கள் நம்மை கண்டுபிடித்தார்களா?!*** அந்த நேரத்தில் அது அவருக்குத் தோன்றவே இல்லை. ***எனக்கு கொஞ்சம் தகவல் தேவைப்பட்டது!*** லேங்டன் மன்னிப்புக் கேட்கும் முன்னரே அப்பால் திரும்பிக்கொண்ட சியன்னாவின் தோற்றம் வெறுமையாக காணப்பட்டது.

"அது சரிதான்" என்றபடி அந்த சோல்ஜர் மூன்றாவது அறையின் நுழைவாயிலுக்கு வந்தான். லேங்டனுக்கும் சியன்னா வுக்கும் இடையில் ஆறு அடிகள் தொலைவில் நின்றான். இன்னும் இரண்டு அடிகள் எடுத்துவைத்தால் நிச்சயம் அவர்களைப் பார்த்துவிடுவான்.

"சரியாகச் சொன்னீர்கள்" என்ற அவன் இன்னும் ஒரு அடி எடுத்துவைத்தான். பின்னர், சட்டென்று பேச்சை நிறுத்திய அவன். "ஒரு நிமிடம் இருங்கள்."

தாங்கள் கண்டுபிடிக்கப்பட்டதாக நினைத்து லேங்டன் உறைந்துபோனார்.

"இருங்கள், சரியாக கேட்கவில்லை" என்ற சோல்ஜர் இரண்டாவது அறையை நோக்கி சில அடிகள் பின்னால் சென்றான். "தொடர்பு சரியில்லை. மேலே சொல்லுங்கள்..." அவன் ஒருகணம் அதைக் கேட்டான். பின்னர், "ஆமாம், ஒப்புக் கொள்கிறேன். ஆனால் நாம் எதனுடன் டீல் செய்கிறோம் என்றாவது தெரிய வேண்டும்."

அத்துடன் அவனுடைய காலடியோசை மறைந்தது. சுரங்கத்தின் தரைக்குச் சென்ற அது முற்றிலுமாக மறைந்துபோனது.

லேங்டனின் தோள்கள் இப்போதுதான் தளர்ந்தன. பின்னர் சியன்னாவை நோக்கித் திரும்பியபோது, பயத்தாலும் கோபத்தாலும் அவள் கண்கள் கனன்றுகொண்டிருந்தன.

"என்னுடைய லேப்டாப்பை பயன்படுத்தினீர்களா?!" ன்றாள் அவள், "உங்கள் மெயில்களைப் பார்த்தீர்களா?!"

"மன்னித்துவிடு... நீ புரிந்துகொள்வாய் என்று நினைத்தேன். எனக்கு கண்டுபிடிக்க வேண்டியிருந்தது —"

"அப்படித்தான் அவர்கள் நம்மைக் கண்டுபிடித்திருக்கிறார்கள்! என்னுடைய பெயரையும் தெரிந்துகொண்டுவிட்டார்கள்!"

"என்னை மன்னித்துவிடு சியன்னா, எனக்குத் தெரியாது." லேங்டனை குற்றவுணர்ச்சி உலுக்கியது.

சியன்னா திரும்பிக்கொண்டாள். முன்பக்கச் சுவற்றில் இருந்த உப்பலான கூம்பு வடிவங்களை வெறுமனே பார்த்துக் கொண்டிருந்தாள். ஒரு நிமிடத்திற்கு அவர்களில் யாரும் எதுவும் பேசிக்கொள்ளவில்லை. தன்னுடைய மேசையில் இருந்த அவளுடைய பர்சனல் பொருள்களை சியன்னா நினைவுபடுத்திக் கொண்டாளா என்று லேங்டனுக்குத் தெரியவில்லை — *எ மிட்சம்மர் நைட்ஸ் டிரீம்* நாடகத்திற்கான டிக்கெட் மற்றும் அவள் இளம் மேதையாக இருந்ததைப் பற்றி வெளிவந்த செய்தித்தாள் குறிப்புகள். *நான் அவற்றைப் பார்த்திருப்பேன் என்று சந்தேகப்படுகிறாளோ?* அப்படியென்றால் அவள் கேட்க மாட்டாள். அதைப்பற்றி முன்னதாகவே அவளிடம் சொல்லாததால் லேங்டன் இப்போது போதும் போதுமென்ற பிரச்சினையில் மாட்டிக்கொண்டுவிட்டார்.

"நான் யாரென்று அவர்களுக்குத் தெரிந்துவிட்டது" என்று மீண்டும் கூறிய சியன்னாவின் குரல் லேங்டனால் சரியாக கேட்க முடியாத அளவிற்கு மங்கலாக இருந்தது. அடுத்த பத்து நிமிடங்களுக்கு, சியன்னா சிலமுறை மெதுவாக மூச்சுவிட்டாள். அது இந்த புதிய யதார்த்தத்தை புரிந்துகொள்ள முயற்சிப்பதைப் போல் இருந்தது. அவள் அப்படிச் செய்கையில், அவளுடைய தீர்மானம் மெதுவாக உறுதிப்படுவதை லேங்டன் உணர்ந்தார்.

எந்தவித அறிவிப்பும் இல்லாமல் சியன்னா எழுந்து நின்றாள். "நாம் போயாக வேண்டும்" என்றாள் அவள். "நாம் காஸ்ட்யூம் கேலரியில் இல்லை என்பதைக் கண்டுபிடிக்க அவர்களுக்கு அதிக நேரமாகாது."

லேங்டனும் அவளுடன் எழுந்தார். "ஆனால்... எங்கே போவது?"

"வாடிகன் நகரத்திற்கு?"

"எனக்குப் புரியவில்லை?"

"நீங்கள் முன்னர் சொன்னது எனக்குப் புரிந்துவிட்டது. வாடிகன் நகரத்திற்கும் பபோலி தோட்டங்களுக்கும் உள்ள ஒற்றுமை." அவள் அந்த சிறிய சாம்பல்நிற கதவை கைகாட்டினாள். "அதுதானே அதற்கான வழி?"

லேங்டன் தலையால் ஆமோதித்து வைத்தார். "உண்மையில் அது வெளியேறும் வழி. ஆனால் அதை முயற்சித்துப் பார்க்கலாம் என்றுதான் நினைத்தேன். துரதிர்ஷ்டவசமாக அதன் வழியாக நம்மால் செல்ல முடியாது." இந்த வழி சரியான தேர்வு அல்ல என்பதை அந்த காவலாளியும் சோல்ஜரும் பரிமாறிக்கொண்ட உரையாடல்களில் இருந்தே லேங்டன் தெரிந்துகொண்டார்.

"ஆனால் நம்மால் அப்படிப் போக *முடியும்* என்றால்," என்ற சியன்னாவில் குரலில் ஒரு குறும்புத்தனம் தெரிந்தது. "அதற்கு என்ன அர்த்தம் என்று உங்களுக்குத் தெரியுமா?" ஒரு மெல்லிய புன்னகை அவள் உதடுகளை கடந்துசென்றது. "நமக்கு இன்று இருமுறை ஒரே மறுமலர்ச்சிகால ஓவியர் உதவி செய்திருக்கிறார்."

லேங்டன் நகைத்துக்கொண்டார். இதே எண்ணம்தான் அவருக்கும் சில நிமிடங்களுக்கு முன்பு தோன்றியது. "*வெஸாரி. வெஸாரி.*"

சியன்னா இப்போது பெரிதாகச் சிரித்தாள். அப்போதைக் காவது அவள் தன்னை மன்னித்துவிட்டதை லேங்டன் உணர்ந்து கொண்டார். "அது மேலே உள்ள குறியீடு என்று நினைக்கிறேன்" என்று அரைகுறை தீவிரத்தன்மையுடன் கூறினாள். "நாம் அந்தக் கதவின் வழியாகப் போகலாம்."

"சரி... ஆனால், நாம் அந்த காவலாளிக்கு பக்கமாகவா செல்லப்போகிறோம்?"

நெட்டி முறித்துக்கொண்ட சியன்னா அந்த சுரங்கத்தை நோக்கிச் சென்றாள். "இல்லை, நான் அவனிடம் கொஞ்சம் பேசப்போகிறேன்." அவள் லேங்டனை திரும்பிப் பார்த்தபோது ஒரு தீப்பொறி அவள் கண்களுக்கு திரும்ப வந்துவிட்டதைப்போல் இருந்தது. "என்னை நம்புங்கள் புரபஸர். தேவைப்பட்டால் நான் மயக்கவும் செய்வேன்."

அந்த சிறிய சாம்பல்நிறக் கதவு தட்டப்படும் சத்தம் மீண்டும் கேட்டது.

தீவிரமாகவும் இடைவிடாமலும் கேட்டது.

காவலாளி எர்னஸ்டோ ரூஸோ விரக்தியில் உறுமினான். அந்த வினோதமான, இறுகிய கண்ணுள்ள சோல்ஜர் மீண்டும் திரும்பி வந்துவிட்டான். ஆனால் அவனுடைய நேரம் மோசமாகிவிடவில்லை. தொலைக்காட்சியில் காட்டப்பட்ட கால்பந்து போட்டியில் ஃபியரண்டினாவின் நிலை மிகவும் ஆபத்தில் இருந்தது.

இடிப்போசை தொடர்ந்தது.

எர்னஸ்டோ ஒன்றும் முட்டாள் அல்ல. இன்று காலையில் இருந்தே சைரன்கள், சோல்ஜர்கள் என வெளியே விஷயம் மிகவும் பிரச்சினைக்குரியதாக இருக்கிறது. ஆனால் தன்னை நேரடியாக பாதிக்காத விஷயத்தில் தாமாக சம்பந்தப்படுத்திக்கொள்கிற ஆள் இல்லை அவன்.

மற்றவர்களின் நிலையை வேடிக்கைப் பார்க்கின்ற சாதாரண ஆள்.

பிறகு, அந்த சோல்ஜர்கூட ஒரு முக்கியமான ஆள் போலத்தான் தெரிகிறது, அவனை அலட்சியப்படுத்துவது அறிவுப்பூர்வமானது அல்ல. இந்த நாட்களில் இத்தாலியில வேலை தேடிக்கொள்வது என்பது மிகவும் கடினம். அது சலிப்பான வேலையாக இருந்தாலும் சரி. கடைசியாக ஒருமுறை அந்த ஆட்டத்தைப் பார்த்துக்கொண்ட எர்னஸ்டோ அந்த சத்தம் வந்த கதவை நோக்கி நடந்தான்.

தன்னுடைய சிறிய அலுவலகத்தில் அமர்ந்து நாள் முழுவதும் தொலைக்காட்சியைப் பார்த்துக்கொண்டிருப்பதற்காகவே தனக்கு சம்பளம் தருகிறார்கள் என்பதை அவன் இன்னமும் நம்பவில்லை. அநேகமாக நாளுக்கு இருமுறை, ஏதாவது விஐபி சுற்றுலா வரும், யுஃபிஸி கேலரி முழுவதும் நடக்க வேண்டி யிருக்கும். எர்னஸ்டோ அவர்களை வரவேற்று, அந்த உலோகக் கிராதியைத் திறந்துவிட்டு, பின்னர் அந்த சிறிய சாம்பல் நிறக் கதவைத் திறந்து உள்ளே அனுமதிக்க வேண்டும். அத்துடன் பபோலி தோட்டங்களின் மீதான அவர்களுடைய சுற்றுலா முடிந்துவிடும்.

இப்போது, அந்த இடிப்போசை அதிகரிக்கவே எர்னஸ்டோ அந்த இரும்புக் கிராதியைத் திறந்து அதன் வழியாக வெளியே வந்து பின்னர் தனக்குப் பின்னால் இருக்கும் அதைப் பூட்டினான்.

அந்த சாம்பல்நிறக் கதவை நெருங்கிக்கொண்டிருக்கும்போதே அந்த இடிப்போசையையும் தாண்டி கேட்டான், "யாரு?"

பதில் இல்லை. சத்தம் தொடர்ந்தது.

அதற்குள்ளாகவா! கடைசியாக கதவைத் திறந்த அவன் அதை இழுத்து திறந்தபோது ஒரு கணம் முன்னர் வந்த அதே உறைந்துபோன பார்வையையே எதிர்பார்த்திருந்தான்.

ஆனால் அங்கிருந்த முகமோ மிகவும் வசீகரமாக இருந்தது.

"ஹலோ" ஓர் அழகான பெண் அவனைப் பார்த்து அழகாக சிரித்தாள். அவள் ஒரு மடிக்கப்பட்ட காகிதத்தை அவனிடம் நீட்டியபோது சட்டென்று அந்தக் காகிதத்தை வாங்கிப் பார்த்த அவன், அது கீழே கிடந்து எடுத்த ஒரு காகிதத் துண்டு என்பதைத் தெரிந்துகொண்டபோது, அந்தப் பெண் அவனுடைய மணிக்கட்டைத் தன்னுடைய ஒல்லியான கைகளால் பிடித்துக்கொண்டாள். அவனுடைய உள்ளங்கைக்கு கீழே உள்ள மென்னெலும்பில் அழுத்தினாள்.

தன்னுடைய மணிக்கட்டில் ஒரு கத்தி செருகப்பட்டதைப் போல் எர்னஸ்டோ உணர்ந்தான். அந்த வெட்டுவது போன்ற குத்தைத் தொடர்ந்து மரத்துப்போன உணர்வு ஏற்பட்டது. அந்தப் பெண் அவனை தள்ளிக்கொண்டே வந்தாள். அந்த அழுத்தம் பயங்கரமாக அதிகரித்தது. அந்த வலியின் சுழற்சி மீண்டும் தொடங்கியது. பின்னோக்கி விழுந்த அவன் கையை விடுவிக்க முயற்சித்தான். ஆனால் அவனுடைய கால்கள் மரத்துப்போய் அவனை மல்லாக்கப் படுக்க வைத்தது. அவன் முட்டிக்காலிட்டு சரிந்தான்.

மற்றவை உடனடியாக நடந்தேறின.

கறுப்பு உடை அணிந்திருந்த ஓர் உயரமான ஆள் திறந்திருந்த கதவு வழியில் தோன்றி உள்ளே நுழைந்தார். பின்னர் தனக்குப் பின்னால் இருந்த சாம்பல் நிறக் கதவை மூடினார். எர்னஸ்டோ தன்னுடைய ரேடியோவை எடுக்க முயற்சித்தான், ஆனால் அவனுக்குப் பின்னால் இருந்து ஒரு மென்மையான கை அதை சட்டென்று பறித்துக்கொண்டது. அவனுடைய தசைகள் இறுகின. அவன் மூச்சுவிடத் திணறினான். அந்த உயரமான மனிதர் நெருங்கி வந்தபோது அந்தப் பெண் ரேடியோவை எடுத்துக் கொண்டு தன்னுடைய செயலால் எர்னஸ்டோவைப் போன்றே பயந்து காணப்பட்டாள்.

"திம் மாக்" அந்த பொன்னிற கேசம்கொண்ட பெண் அவரிடம் சாதாரணமாகக் கூறினாள். "சீன அக்குபன்ச்சர்.

மூன்று நூற்றாண்டுகளாக அவர்கள் இருந்து கொண்டிருப்பதற்கு காரணம் இருக்கிறது.”

அவர் ஆச்சரியத்துடன் பார்த்தார்.

“நாங்கள் உன்னை காயப்படுத்த விரும்பவில்லை” என்று எர்னஸ்டோவிடம் கிசுகிசுத்த அந்தப் பெண் அவனுடைய கழுத்தில் இருந்த அழுத்தத்தை தளர்த்தினாள்.

அழுத்தம் குறைந்ததுமே எர்னஸ்டோ தளர்த்திக்கொள்ள முயன்றான். ஆனால் அந்த அழுத்தம் மீண்டும் ஏற்பட்டது. அவனுடைய தசைகள் மீண்டும் இறுகின. சரியாக மூச்சுவிட முடியாத அவன் வலியில் முனகினான்.

“நாம் போயாக வேண்டும்” என்றாள் அவள். அவள் அந்த இரும்புக் கிராதியை நோக்கிச் சென்றாள். அதைத்தான் எர்னஸ்டோ பூட்டி வைத்திருந்தான். “சாவி எங்கே?”

“என்னிடம் சாவி இல்லை” என்று அவன் சமாளித்தான்.

அவர்களை நெருங்கி வந்த அந்த உயர்ந்த மனிதன் அதன் இயக்கத்தை பரிசோதித்தார். “இது எண்தொகை பூட்டு” அந்தப் பெண்ணை அழைத்தபோது அவர் பேசிய ஆங்கிலம் அமெரிக்க தொனியில் இருந்தது.

அந்தப் பெண் எர்னஸ்டோவிற்கு அருகாமையில் குனிந்தாள். அவளுடைய பழுப்புநிறக் கண்கள் ஐஸைப் போல் இருந்தன. “எண்தொகை என்ன?”

“நான் அனுமதிக்க மாட்டேன்” என்றான் அவன்.

அவனுடைய முதுகுத்தண்டின் மேற்பகுதிக்கு ஏதோ ஆனது. தன்னுடைய முழு உடலும் மரத்துப்போனதைப்போல் எர்னஸ்டோ உணர்ந்தான். சற்றைக்கெல்லாம் எல்லாம் இருண்டுபோனது.

அவனுக்கு நினைவு திரும்பியபோது, உள்ளேயும் வெளியே யுமான பிரக்ஞையில் அவன் திணறிக்கொண்டிருந்தான். அவனுக்கு சில விவாதம் நினைவுக்கு வந்தது. வலிமிகுந்த குத்துகள். இழுத்துச்செல்லப்பட்டது? பின்னர் எல்லாம் மங்கிப்போனது.

குழப்பங்கள் தீர்ந்தபோது, அவன் ஒரு விநோதமான காட்சியைப் பார்த்தான். அருகாமையில் கிடந்த அவனுடைய ஷூக்களில் இருந்து லேஸ்கள் நீக்கப்பட்டிருந்தன. அப்போதுதான் தன்னால் நகர முடியாது என்பதை அவன் உணர்ந்துகொண்டான். கைகளும் கால்களும் ஒன்றாக சேர்த்து கட்டப்பட்டிருக்க

அவன் தரையில் கிடந்தான். அவன் கத்த நினைத்தாலும் சத்தம் வெளிவரவில்லை. அவனுடைய சாக்ஸ்களுள் ஒன்று அவன் வாயில் திணிக்கப்பட்டிருந்தது. ஆனாலும், உண்மையான பயமே, தன்னுடைய தொலைக்காட்சிப் பெட்டியில் ஓடிக்கொண்டிருந்த கால்பந்து போட்டியைப் பார்த்தபோதுதான் வந்தது. ***நான் என்னுடைய அலுவலகத்தில் இருக்கிறேன். இரும்புக் கிராதிக்கு உள்ளே?***

சற்று தொலைவில், அந்தக் காரிடாரில் இருந்து புறப்பட்டுச் செல்லும் காலடியோசைகளின் ஓட்டத்தை எர்னஸ்டோவால் கேட்க முடிந்தது... பின்னர், மெதுவாக, அவை பேரமைதியில் மங்கிப்போயின. ***இப்படி நடந்திருக்கவே கூடாது!*** எப்படியோ, அந்தப் பொன்னிற கேசம்கொண்ட பெண் அவன் எதை செய்யக்கூடாது என்று வேலைக்கு அமர்த்தப்பட்டானோ அதை செய்ய வைத்துவிட்டாள் — புகழ்பெற்ற அந்த வெஸாரி காரிடாருக்கு செல்லும் பூட்டின் எண்தொகையை சொல்ல வைத்துவிட்டாள்.

❑

31

குமட்டலும் மயக்கமும் அதிகரித்தபடியே இருப்பதை டாக்டர். எலிசபெத் சின்ஸ்கி உணர்ந்தாள். பிட்டி பேலஸின் முன்பாக நிறுத்தப் பட்டிருந்த வேனின் பின்பக்கம் அமர்ந்திருந்த அவள் நிலைகுலைந்து காணப்பட்டாள். பக்கத்தில் அமர்ந்திருந்த சோல்ஜர்கள் அவளை கவலையுடன் பார்த்துக்கொண்டிருந்தனர்.

சில கணங்களுக்கு முன்னர் அந்த சோல்ஜரின் ரேடியோ அலறலால் —அதில் காஸ்ட்யூம் கேலரி பற்றிய ஏதோ செய்தி கேட்டது. பச்சைநிறக் கண்கள் கொண்ட அந்த அரக்கனை தன் கனவில் கண்டு கொண்டிருந்த எலிசபெத் தன் மன இருளில் இருந்து விழித்துக்கொண்டாள்.

அவள் மீண்டும் நியூயார்க்கில் வெளியுறவு கவுன்சிலின் இருளார்ந்த அறையில்தான் இருக்கிறாள். அவளை அங்கே அழைத்த மர்மமான அந்த அந்நியரின் வெறிபிடித்த பேச்சை கேட்டுக்கொண்டிருக்கிறாள். அந்த நிழல் மனிதன் அந்த அறையின் முன் பக்கத்தைப் பார்த்துக்கொண்டிருந்தான் — தாந்தேயின் ***இன்ஃபெர்னோ***வால் உந்துதல் பெற்ற, நிர்வாணமாகவும் மடிந்துகொண்டும் இருக்கும் கூட்டத்தைக் காட்டுகின்ற பயங்கரமான அந்தப் படத்திற்கு எதிரில் நெடுநெடுவென்ற அந்த ஆளின் உருவம் அரையிருளில் தெரிந்தது.

"யாராவது இந்தப் போரில் சண்டையிட்டுத்தான் ஆக வேண்டும்." என்றது அந்த உருவம். "அல்லது **இதுதான்** நமது எதிர்காலம். கணிதவியல் இதற்கு உத்தரவாதமளிக்கிறது. மனித குலமானது, ஒத்திவைத்தல், முடிவின்மை மற்றும் தனிப்பட்ட பேராசையின் தூய்மைப்படுதலில் தற்போது அந்தரத்தில் தொங்கிக்கொண்டிருக்கிறது. ஆனால் நரகத்தின் வாயில்கள் நம் காலடியில் காத்திருக்கின்றன. அவை நம் எல்லோரையும் விழுங்கக் காத்திருக்கின்றன."

தனக்கு முன்பாக அரக்கத்தனமான கருத்தாக்கங்களை முன்வைத்துக்கொண்டிருக்கும் அந்த மனிதரால் எலிசபெத் இன்னமும் தடுமாற்றத்துடனே காணப்பட்டாள். அதற்கு மேலும் பொறுத்துக்கொள்ள முடியாத அவள் சட்டென்று எழுந்தாள். "நீங்கள் என்ன சொல்ல வருகிறீர்கள் என்றால் —"

"நமக்கிருக்கும் ஒரே வாய்ப்பு," என்று அவர் குறுக்கிட்டார்.

"உண்மையில்" அவள் பதில் கூறினாள், "இதை நான் 'கிரிமினல்' என்றுதான் அழைப்பேன்."

அவர் தோள்களைக் குலுக்கிக்கொண்டார். "நேரடியாக நரகத்தை கடந்து சென்றால்தான் சொர்க்கத்திற்கு செல்லும் வழி கிடைக்கும். தாந்தே நமக்கு அதைத்தான் சொல்லிக் கொடுத்திருக்கிறார்."

"நீங்கள் ஒரு பைத்தியம்!"

"பைத்தியமா?" காயப்பட்டதைப் போல் அவர் திரும்பக் கூறினார். "நானா? எனக்கு அப்படித் தோன்றவில்லையே. உலக சுகாதார நிறுவனம் படுபாதாளத்தை உற்றுப்பார்த்துக்கொண்டே அது அங்கே இல்லை என்பதை மறுப்பதுதான் பைத்தியக்காரத்தனம். பைத்தியக்காரத்தனம் என்பது, கழுதைப் புலிகள் தன்னை சூழ்ந்துகொண்டவுடன் தன்னுடைய தலையை மணலில் புதைத்துக் கொள்ளும் நெருப்புக்கோழியைப் போன்றதுதான்."

தன்னுடைய நிறுவனத்தைக் காப்பாற்றிக்கொள்ள எலிசபெத் முயற்சிக்கும் முன்னரே அந்த மனிதர் திரையில் தெரிந்த படத்தை மாற்றினார்.

"கழுதைப்புலிகளைப் பற்றி சொல்ல வேண்டும் என்றால்" அவர் அந்த புதிய படத்தை சுட்டிக்காட்டியபடியே கூறினார். "இவைதான் மனிதகுலத்தை சூழ்ந்திருக்கும் கழுதைப்புலி கூட்டம்... அவை வேகமாக நெருங்கி வருகின்றன."

தனக்கு முன்னால் இருந்த நன்கு பரிச்சயமான ஒரு

படத்தைப் பார்த்து எலிசபெத் ஆச்சரியப்பட்டாள். உலகளாவிய சுகாதாரத்தில் மாபெரும் தாக்கத்தை ஏற்படுத்தப்போகும் முக்கிய சுற்றுச்சூழல் பிரச்சினைகள் என்று உலக சுகாதார நிறுவனத்தால் கடந்த ஆண்டு வரையறை செய்யப்பட்டவை குறித்த கிராஃப்தான் அது.

அந்தப் பட்டியலில் இவையும் இடம்பெற்றிருந்தன:

சுத்தமான நீருக்கான தேவை, உலகளாவிய தரைமட்ட வெப்ப நிலைகள், ஓஸோன் குறைந்துபடுதல், கடல் மூலாதாரங்களின் நுகர்வு, உயிரினங்களின் அழிவு, கார்பன் டை ஆக்ஸைடு செறிவுபடுதல், காடு அழிப்பு மற்றும் கடல் மட்டங்கள் உயர்வு.

இந்த எதிர்மறையான குறிப்பான்கள் அனைத்தும் கடந்த நூற்றாண்டில் அதிகரித்த விஷயங்களே. இருப்பினும், தற்போது அவை அனைத்தும் மிக பயங்கரமான அளவில் துரிதப்பட்டிருக்கின்றன.

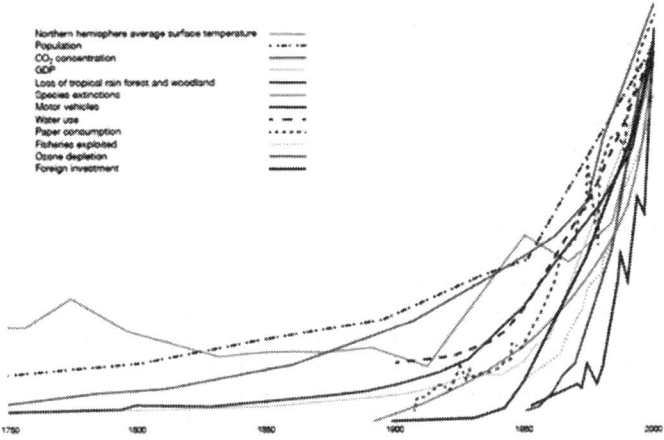

இந்த கிராஃபை பார்க்கும்போதெல்லாம் நிராதரவான உணர்வை அடைகின்ற எலிசபெத்திற்கு,இப்போதும் அப்படித்தான் இருந்தது. அவள் ஒரு அறிவியலாளர். புள்ளிவிவரங்களின் பயன்பாட்டை நம்புகிறவள். அத்துடன் இந்த கிராஃப் சில்லிட வைக்கும் தொலைவில் உள்ள எதிர்காலத்தைக் காட்டவில்லை. அது வெகு ***அருகாமையில்*** உள்ள எதிர்காலத்தையே காட்டுகிறது.

தன் வாழ்நாளில் பலமுறை, ஒரு குழந்தையை வயிற்றில் தரிக்க முடியாமைக்காக எலிசபெத் சின்ஸ்கி சித்திரவதைக்கு ஆளாகியிருக்கிறாள்.

இந்த எதிர்காலத்தைத்தான் நான் என் குழந்தைக்கு கொடுத்திருப்பேனோ?

“கடந்த ஐம்பது வருடங்களில்” என்றார் அந்த மனிதர். “இயற்கை அன்னைக்கு எதிராக நாம் செய்த பாவங்கள் பன்மடங்கு பெருகிவிட்டன.” அவர் சற்று இடைவெளி விட்டார். “நான் மனித குலத்தின் ஆன்மாவை நினைத்து அஞ்சுகிறேன். உலக சுகாதார நிறுவனம் இந்த கிராஃபை பதிப்பித்தபோது, உலக அரசியல்வாதிகள், அதிகார தரகர்கள் மற்றும் சுற்றுச்சூழலிய லாளர்கள் அனைவரும் அவசரகால கூட்டத்தைக் கூட்டினார்கள். இந்தப் பிரச்சினைகளில் எவையெல்லாம் மிகவும் தீவிரமானவை, இதில் எவற்றையெல்லாம் தீர்க்கமுடியும் என்று உண்மையிலேயே நம்பிக்கை இருக்கிறது என்பவை குறித்து அவர்கள் மதிப்பீடு செய்தார்கள். அதன் முடிவு? தனிப்பட்ட முறையில், அவர்கள் தங்களுடைய தலைகளை கைகளில் புதைத்துக்கொண்டு அழுதார்கள். பொதுவில், இவை எல்லாம் சிக்கலான விஷயங்கள் என்றாலும் இவற்றிற்கான தீர்வு குறித்து ஆராய்ந்து வருவதாக உறுதியளித்தனர்.”

“இந்தப் பிரச்சினைகள் எல்லாமே சிக்கலானவை!”

“நாசமாய்ப்போச்சு!” என்று வெடித்தார் அவர். “இந்த கிராஃப் இவற்றிற்கு இடையில் உள்ள ஓர் ***எளிமையான*** உறவை, ஒரே ஓர் ***ஒற்றை*** மாறிலியின் அடிப்படையிலான செயல்பாட்டைக் கொண்டிருக்கிறது என்று உங்களுக்கு நன்றாகத் தெரியும். இந்த கிராஃபில் உள்ள ஒவ்வொரு அம்சமும் நேரடி விகிதத்தில் ஒரே ஒரு மதிப்பை நோக்கித்தான் உயர்ந்துகொண்டிருக்கின்றன. அது எல்லோருமே விவாதிக்க அஞ்சுகின்ற மதிப்பு. அதுதான் உலகளாவிய மக்கள்தொகை.”

“உண்மையில், அது கொஞ்சம்—”

“கொஞ்சூண்டு சிக்கலானதா? உண்மையில், அது அப்படி இல்லையே! அதில் எளிமையான விஷயமென்று எதுவுமே இல்லை. ஒரு தலைக்கு சுத்தமான தண்ணீரும், சுத்தமான காற்றும் வேண்டும் என்று நீங்கள் விரும்பினால் பூமியில் ஒருசிலரே வாழ முடியும். நீங்கள் வாகன புகை உமிழ்வை குறைக்க விரும்பினால், சில டிரைவர்கள் மட்டுமே இருக்க முடியும். கடலில் மீன்வளம் அதிகரிக்க வேண்டும் என்று விரும்பினால், ஒருசிலர் மட்டுமே மீன் சாப்பிட முடியும்!”

அவர் அவளைக் குனிந்து பார்த்தார். அவருடைய தொனி மிகவும் பயங்கரமானதாக மாறியது. “உங்கள் கண்களைத் திறந்து பாருங்கள்! நாம் மனிதகுல முடிவின் விளிம்பில் இருக்கிறோம்.

நம்முடைய உலகத் தலைவர்களோ கூட்டம்கூட்டி சூரிய சக்தி, மறுசுழற்சி மற்றும் ஹைபிரீட் ஆட்டோமொபைல்கள் பற்றிய ஆராய்ச்சியை நிறுவிக்கொண்டிருக்கிறார்கள்? உங்களுக்கு அது எப்படி இருக்கிறது, அறிவியலைப் பற்றி அதிகம் படித்த பெண்ணாகிய உங்களுக்கு அது தெரியவில்லையா? ஓஸோன் குறைவுபடுதல், தண்ணீர் பற்றாக்குறை மற்றும் மக்கள்தொகை என்பவை எல்லாம் நோய்கள் அல்ல, அவை எல்லாம் **அறிகுறிகள்**. மிகுந்த மக்கள்தொகையே *நோய்*. உலக மக்கள்தொகையை பிரதான விஷயமாக எடுத்துக்கொள்ளவில்லை என்றால், வேகமாக வளர்ந்துவரும் புற்றுநோய் கட்டியின் மேல் ஒரு பேண்ட்-எய்டை ஒட்டிவைத்துக்கொள்வதைத் தவிர நாம் வேறு ஏதும் செய்யவில்லை என்றே அர்த்தம்."

"மனிதகுலத்தை நீங்கள் புற்றுநோயாகவா பார்க்கிறீர்கள்?" என்றாள் எலிசபெத்.

"புற்றுநோய் என்பது கட்டுப்பாடில்லாமல் பெருகுகின்ற ஆரோக்கியமான உயிரணுக்களில் இருந்துதான் தொடங்குகிறது. என்னுடைய கருத்தாக்கங்கள் உங்களுக்கு கசப்பாக இருக்கிற தென்று எனக்குத் தெரிகிறது. ஆனால் இதற்கான மாற்று அதைவிட மோசமான சுவைகொண்டதாக இருக்கும் என்பது வரும்போதுதான் உங்களுக்குத் தெரியும் என்பதை என்னால் உறுதியாக சொல்ல முடியும். நாம் துணிச்சலாக முடிவெடுக்க வில்லை என்றால், பின்னர்"

"துணிச்சலாகவா?!" அவள் அதட்டினாள். "நீங்கள் தேடும் வார்த்தை **துணிச்சல்** அல்ல. வேண்டுமானால் **பித்துக்குளித்தனம்** என்பதை முயற்சித்துப் பாருங்கள்."

"டாக்டர். சின்ஸ்கி," என்ற அவரின் குரல் இப்போது பயங்கர அமைதியுடன் இருந்தது. "நான் இங்கே உங்களை ஏன் குறிப்பிட்டு அழைத்திருக்கிறேன் என்றால், நீங்கள் — உலக சுகாதார நிறுவனத்தின் அறிவார்ந்த குரல் — என்னுடன் பணிபுரிந்து, சாத்தியமுள்ள தீர்வை கண்டுபிடிப்பீர்கள் என்பதற்காகத்தான்."

எலிசபெத் அவநம்பிக்கையுடன் உற்றுப்பார்த்தாள். "*இது போன்ற கருத்தாக்கங்களை ஆராய்வதில்*... உலக சுகாதார நிறுவனம் உங்களுடன் கூட்டு சேரும் என்றா நினைக்கிறீர்கள்?"

"உண்மையில், ஆமாம் என்றே நினைக்கிறேன்," என்றார் அவர். "உங்களுடைய நிறுவனம் மருத்துவர்களால் ஆனது. திசு அழுகல் நோயுள்ள ஒரு நோயாளியை மருத்துவர்கள் பார்த்தால், அந்த நோயாளியின் உயிரைக் காப்பாற்றுவதற்காக அவனுடைய கால்களில் ஒன்றை வெட்டியெடுக்க அவர்கள்

கொஞ்சமும் தயங்க மாட்டார்கள். சிலநேரங்களில் நாம் செய்ய வேண்டியிருக்கும் வேலை என்னவென்றால் இரண்டு தீமைகளில் ஒன்றைக் குறைப்பதுதான்."

"இது முற்றிலும் வேறுவிதமானது."

"இல்லை. ஒரே *விதமானதுதான்*. அளவில் மட்டும்தான் மாறுபாடு."

எலிசபெத்திற்கு போதும் போதும் என்றாகிவிட்டது. அவள் தடுமாறிபடியே எழுந்து நின்றாள். "எனக்கு விமானத்திற்கு நேரமாகிவிட்டது."

அந்த உயரமான மனிதர் அச்சுறுத்தும் வகையில் அவளை நோக்கி நகர்ந்து அவள் வழியை மறித்தார். "நியாயமான எச்சரிக்கை. உங்களுடைய ஒத்துழைப்புடனோ அல்லது அது இல்லாமலோ, இந்த கருத்தாக்கத்தை என்னுடைய சொந்த முயற்சியால் மிகச் சுலபமாக ஆராய முடியும்."

"நியாயமான எச்சரிக்கை" அவள் திருப்பித் தாக்கினாள். "இதை நான் ஒரு தீவிரவாத அச்சுறுத்தலாக எடுத்துக்கொண்டு அதன்படியே எதிர்கொள்வேன்." அவள் தன்னுடைய செல்போனை எடுத்தாள்.

அந்த மனிதர் சிரித்தார். "யூக வாதங்களை பேசியதற்காக என்னைப் பற்றி புகார் தெரிவிக்கப் போகிறீர்களா? *துரதிர்ஷ்ட வசமாக, உங்களுடைய அழைப்பை மேற்கொள்ள நீங்கள் இன்னும் காத்திருக்க வேண்டும். இந்த அறை மின்னணு பாதுகாப்பு உறை கொண்டது. உங்களுடைய ஃபோனில் சிக்னல் இருக்காது.*"

எனக்கு சிக்னல் தேவையில்லை, பைத்தியக்காரா. எலிசபெத் தன்னுடைய ஃபோனை உயர்த்தினாள். என்ன நடக்கிறது என்று அந்த மனிதன் உணர்ந்துகொள்ளும் முன்னரே, அவருடைய முகத்தை அவள் படம்பிடித்துக்கொண்டாள். அந்த ஃபிளாஷ் அவருடைய பச்சைநிற கண்களில் பட்டு எதிரொலித்தது, அக்கணத்தில் அவர் ஒரு பிரபலமானவர் என்று அவள் நினைத்துக்கொண்டாள்.

"நீங்கள் யாராக இருந்தாலும் சரி" என்றாள் அவள், "என்னை இங்கே அழைத்ததன் மூலம் மிக மோசமான காரியத்தை செய்து விட்டீர்கள். நான் விமான நிலையத்தை அடையும்போது, ஓர் உயிரியல் தீவிரவாதியாக, உலக சுகாதார நிறுவனம், நோய்க் கட்டுப்பாட்டு மையம் மற்றும் கொள்ளைநோய் கட்டுப்பாட்டு மையங்களின் கண்காணிப்புப் பட்டியலில் நீங்களும் இருக்கிறீர்கள் என்பதை நான் தெரிந்துகொள்வேன். இரவும் பகலும் நாங்கள்

உங்களைக் கண்காணிப்போம். நீங்கள் எதையேனும் வாங்க முயற்சித்தால், அதைப்பற்றி நாங்கள் தெரிந்துகொள்வோம். நீங்கள் ஓர் ஆய்வகத்தை உருவாக்கினால் நாங்கள் அதைத் தெரிந்துகொள்வோம். உங்களுக்கு மறைந்துகொள்ள இடமே கிடையாது."

அந்த மனிதர் பதட்டமான அமைதியில் நீண்டநேரம் அப்படியே நின்றார். அது அவளுடைய செல்போனை நோக்கி அவர் வரப்போவதைப் போல் இருந்தது. இறுதியில், தன்னை ஆசுவாசப்படுத்திக்கொண்ட அவர் அப்பால் நகர்ந்துசென்று ஒரு அச்சுறுத்தும் புன்னகையுடன் கூறினார். "அப்படியென்றால் நம்முடைய நடனம் தொடங்கிவிட்டது."

❑

32

இல் காரிடாயோ வெஸாரியானோ எனப்படும் வெஸாரி நடைவழியானது, பாலஸோ வெஷியோவில் உள்ள அர்னோ ஆற்றைக் கடந்து பிட்டி பேலஸில் உள்ள தன்னுடைய வீட்டில் இருந்து நிர்வாக அலுவலகத்திற்கு பாதுகாப்பாக சென்றுவர மெடிஸி அரசரான, முதலாம் காஸிமோ மகா பிரபுவின் உத்தரவின்படி 1564-இல் ஜியார்ஜியோ வெஸாரியால் வடிவமைக்கப்பட்டது.

வாடிகன் நகரத்தின் புகழ்பெற்ற பஸெட்டோ வைப் போலவே இந்த வெஸாரி நடைவழியும் மிகவும் சுத்தமான ரகசியப் பாதை வழிதான். பபோலி தோட்டங்களின் கிழக்குப்புற முனையில் இருந்து ஒரு கிலோமீட்டர் தூரத்திற்கு நீண்டிருக்கும் அது, பாண்ட் வெஷியோவைக் கடந்து, இடைப்பட்ட பகுதியில் யுஃபிசி கேலரியை ஒட்டிச்சென்று பழைய அரண்மனையின் மத்திய பகுதிக்கே செல்கிறது.

இன்றைய நாட்களிலும்கூட வெஸாரி நடைவழியானது மெடிஸி அரச வம்சத்தினருக்காக இல்லாவிட்டாலும், கலைப்படைப்புகளுக்காக ஒரு பாதுகாப்பான மறைவிடமாகவே செயல்பட்டு வருகிறது; முடிவற்றதுபோல் தோன்றக்கூடிய வகையில் பாதுகாப்பான சுவற்றைக் கொண்டிருந்த அந்த நடைவழியானது எண்ணிறைந்த ஓவியங்களுக்கு புகலிடமாகத் திகழ்கிறது — உலகப் புகழ் பெற்ற யுஃபிசி கேலரியின் வழியாகத்தான் இந்த நடைவழியும் செல்கிறது.

ஓய்வான தனிச்சுற்றுலாவின் ஒரு பகுதியாக சில வருடங்களுக்கு முன்னர் லேங்டன் இந்த நடைவழியில் பயணித்திருக்கிறார். அன்றைய மதியப்பொழுதில், மனதைக் கொள்ளைகொள்ளும் ஓவியங்களில் மெய்மறந்து அங்கேயே நின்றிருக்கிறார் — அவற்றில் இந்த உலகத்தில் உள்ளவற்றிலேயே மிகவும் விரிவான சுய–சித்தரிப்பு ஓவியத் தொகுப்புகள் அடங்கியிருந்தன. மேலே உயர்த்தப்பட்ட பாதை வழியில் தாங்கள் எங்கே இருக்கிறோம் என்பதை சுற்றுலாவாசிகள் மதிப்பிட்டுக்கொள்ளும் வகையில் இடையிடையே நிறுவப் பட்டிருந்த பார்வைத்தளங்களின் வழியாக பார்ப்பதற்கு அவர் பலமுறை ஆங்காங்கே நின்றிருக்கிறார்.

இந்தக் காலை நேரத்தில், லேங்டனும் சியன்னாவும் அந்த நடைவழியில்தான் ஓடிக்கொண்டிருந்தனர் என்றாலும், தங்களுக்கும், மற்றொரு முனையில் இருந்து தங்களைத் துரத்தி வருகிறவர்களுக்கும் இடையில் முடிந்தவரை தொலைவாக இருந்து கொள்ள வேண்டும் என்ற ஆவல் மட்டுமே அவர்களிடத்தில் இருந்தது. அடுத்த முனைக்கு செல்ல எவ்வளவு நேரம் ஆகும் என்று லேங்டனுக்குத் தெரியாது. அவர்களுக்கு முன்னால் அந்த சுரங்கம் நீண்டுகொண்டே செல்கையில், ஒவ்வொரு அடியிலும் தாங்கள் தேடிக்கொண்டிருப்பதை நெருங்கிக்கொண்டிருக்கிறோம் என்பதை லேங்டன் உணர்ந்தார்.

செர்கா ட்ரோவா. மரணக் கண்கள்... என்னைத் துரத்திக் கொண்டிருப்பவர்கள் யார் என்பதற்கான பதில்.

தொலைவில் கேட்ட கண்காணிப்பு ட்ரோனின் சத்தம் இப்போது அவர்களுக்குப் பின்னால் வந்துவிட்டது. அந்த சுரங்கத்திற்குள்ளே அவர்கள் எவ்வளவுதூரம் முன்னேறியிருக்கிறார்களோ அதே அளவிற்கு, இந்த நடைவழியின் கட்டுமானம் எவ்வளவு சிறப்பானது என்பதையும் லேங்டனால் நினைவுபடுத்திக்கொள்ளாமல் இருக்க முடியவில்லை. அந்த நடைவழியின் ஏறத்தாழ மொத்த நீளத்திற்கு நகரத்திற்கு மேலே உயர்த்தப்பட்டிருக்கும் இந்த வெஸாரி நடைவழி ஒரு பெரிய நாகப்பாம்பைப்போல் பிட்டி பேலஸில் இருந்து, அர்னோ ஆற்றைக் கடந்து, பழைய ஃப்ளோரன்ஸ் நகரின் இதயப்பகுதியை நோக்கி கட்டிடங்களுக்கு இடையே வளைந்து நெளிந்து செல்கிறது. நிலைபேறுக்கென்றே நீண்டிருப்பதைப் போல் தோன்றும் வெள்ளையடிக்கப்பட்ட அந்தக் குறுகலான பாதைவழியானது, தடையைத் தவிர்ப்பதற்காக ஆங்காங்கே இடது வலதுமான திருப்பங்களுடன் சென்றது. ஆனால், அது அர்னோ ஆற்றைக் கடந்து கிழக்குப் பக்கமாகவே சென்றது.

அந்த நடைவழியில் அவர்களுக்கு முன்னால் சட்டென்று

குரல்களின் எதிரொலிப்புகள் கேட்டன. சியன்னா சறுக்கியபடி நின்றாள். லேங்டனும் நின்றுவிட்டார். சட்டென்று அவளின் தோள்மீது அமைதியாக கைவைத்த அவர் அருகாமையில் இருந்த பார்வைத் தளத்தை நோக்கி சுட்டிக்காட்டினார்.

கீழே சுற்றுலாவாசிகள் இருந்தனர்.

அந்தப் பார்வைத்தளத்திற்கு சென்ற லேங்டனும் சியன்னாவும் கீழே உற்றுப் பார்த்தபோது தாங்கள் அப்போது பாண்ட் வெஷியோவிற்கு மேலே இருப்பதைக் கண்டார்கள். அந்த மத்தியகால கற்பாலம்தான் பழைய நகரத்திற்கு செல்ல பாதசாரிகள் பயன்படுத்திய நடைபாதையாக இருந்தது. அவர்களுக்கு கீழே, முதலாவதாக வந்திருந்த சுற்றுலாவாசிகள் 1400 வருடங்களாக அந்தப் பாலத்தில் இருந்துகொண்டிருக்கும் சந்தையை ரசித்துப் பார்த்துக்கொண்டிருந்தனர். இன்று, அந்த வியாபாரிகளில் பெரும்பாலானவர்கள் தங்க வேலை செய்பவர்களும் நகை வியாபாரிகளும் ஆவர். ஆனால் அதெல்லாம் ஒரு விஷயமல்ல. உண்மையில், இந்தப் பாலம்தான் ஃப்ளோரன்ஸின் மிகப்பெரிய, திறந்தவெளி இறைச்சி சந்தையாக இருந்தது. ஆனால், வீணாய்ப்போன இறைச்சியின் அழுகிய வாடை வெஸாரி நடைவழியை எட்டி, மகா பிரபுவின் கூருணர்ச்சியுள்ள மூக்குகளின் மீது தாக்குதலை நிகழ்த்தியதால் 1593இல் கசாப்புக்கடைக்காரர்களுக்கு தடை விதிக்கப்பட்டது.

பாலத்தின் கீழே இருந்த ஒரு குறிப்பிட்ட இடம் ஃபளோரன்ஸின் மிகப்புகழ்பெற்ற குற்றங்களுள் ஒன்று நிகழ்ந்த இடம் என்பது லேங்டன் நினைவுக்கு வந்தது. 1216இல், இளம் பிரபுவான போண்டில்மாண்டி தன்னுடைய உண்மையான காதலின் காரணமாக, தன்னுடைய குடும்பத்தினர் ஏற்பாடு செய்திருந்த திருமணத்திற்கு மறுப்பு தெரிவித்தார். அந்த முடிவின் காரணமாக இதே பாலத்தில்தான் அவர் கொடூரமான முறையில் கொலை செய்யப்பட்டார்.

அவருடைய மரணத்தின் காரணமாக உருவான இரண்டு அதிகாரம் மிகுந்த அரசியல் பிரிவினைவாதிகளான குயெல்ப்ஸ் மற்றும் கிபலின்ஸ் ஆகியோரிடையே பல நூற்றாண்டுகாலம் மிகக் கொடூரமான போர் நீடித்ததன் காரணமாகவே, அவருடைய கொலையானது, "ஃப்ளோரன்ஸின் மிகுந்த ரத்தக்களரியான மரணம்" என்று நீண்டகாலமாக குறிப்பிடப்பட்டு வந்தது. இந்த அரசியல் காழ்ப்புணர்வே ஃப்ளோரன்ஸில் இருந்து தாந்தே நாடுகடத்தப்படுவதற்கு காரணமாக அமைந்துவிட்டபடியால், அந்தக் கவிஞர் தன்னுடைய **தெய்வீக இன்பியல்** படைப்பில்

இந்த நிகழ்விற்கு ஒரு நிரந்தரத்துவத்தை அளித்துவிட்டார். ஓ, போண்டில்மாண்டியே, ஏதோ ஒரு வழியில், திருமண ஒப்பந்தத்தில் இருந்து தப்பிவிட்டாய், ஆனால், இப்படியொரு சாத்தானை கொண்டுவந்துவிட்டாயே!

இன்றுவரை, மூன்று வெவ்வேறு கல்வெட்டுகளை அந்தக் கொலை நடந்த இடத்திற்கு அருகாமையில் காணமுடியும். அவை ஒவ்வொன்றும் தாந்தேயின் *சொர்க்கம்* என்ற படைப்பில் உள்ள 16வது பாடலில் இருந்து வெவ்வேறு வரிகளை மேற்கோளாக காட்டியிருக்கும். பாண்ட் வெஷியோவின் வாயிற்பகுதியில் அமைந்திருக்கும் அத்தகைய கல்வெட்டு ஒன்றில் அச்சமூட்டும் வகையில் இவ்வாறு குறிப்பிடப்பட்டிருக்கும்:

ஆனால் அவளுடைய இறுதி ஓய்விடமான ஃப்ளோரன்ஸ், அதனுடைய பாலத்தின் மேலே உருச்சிதைவுற்ற கற்காவலாளியை அர்ப்பணிக்க விதிக்கப்பட்டிருக்கிறது. ஒரு பலி.

அந்தப் பாலத்திலிருந்து தன்னுடைய பார்வையை உயர்த்திய லேங்டன் அங்கு பரந்து விரிந்திருந்த கருநிற தண்ணீரைப் பார்த்தார். அதற்கும் கிழக்கே, பாலஸோ வெஷியோவின் தனித்த கோபுரக்கூம்பு வீற்றிருந்தது.

லேங்டனும் சியன்னாவும் அர்னோ ஆற்றிற்கு பாதி தூரம் மட்டுமே வந்திருந்த நிலையில் தாங்கள் திரும்பிச் செல்ல முடியாத நிலைக்கு வந்துவிட்டோம் என்பது லேங்டனுக்கு நிச்சயமாகத் தெரிந்திருந்தது.

நாற்பது அடிகள் கீழே, பாண்ட் வெஷியோவின் நடைபாதைக் கற்களின் மேல் நின்றபடி வெளியே வந்து கொண்டிருக்கும் கூட்டத்தினரை வயந்தா கவலையுடன் ஆராய்ந்துகொண்டிருந்தாள். தன்னுடைய ஒரே மீட்பானது, சில கணங்களுக்கு முன்னர்தான் தன்னுடைய தலைக்கு மேல் கடந்து சென்றிருக்கிறது என்பதை அவள் கற்பனைகூட செய்து பார்க்கவில்லை.

❏

33

நங்கூரமிட்டு நின்ற மெண்டாசியத்தின் உட்பகுதியில் இருந்த அறையில் அமர்ந்திருந்த நோல்டன் தன்னுடைய வேலையில் கவனம் செலுத்த வீணாக முயற்சித்துக்கொண்டிருந்தார். அச்சத்தால் நடுக்கமுற்றிருந்த அவர் கடந்த சில மணிநேரங்களாக அந்த வீடியோவையே திரும்பத் திரும்ப பார்த்துக்கொண்டிருந்தார். ஒருவர் மட்டுமே அரங்கேற்றியுள்ள அந்த ஒன்பது நிமிட வீடியோவில் மேதைமைக்கும் பைத்தியக்காரத்தனத்திற்கும் இடையில் ஏதேனும் ஒரு விஷயம் அந்தரங்கத்தில் தொங்காதா என்று ஆராய்ந்துகொண்டிருந்தார்.

நோல்டன் முதலில் இருந்து அதை வேகமாக ஓட்டிப்பார்த்தார். அதில் ஏதேனும் தடயத்தை தான் விட்டுவிட்டோமோ என்று தேடினார். அவர் மூழ்கிப்போயிருந்த கல்வெட்டை தாண்டிச் சென்றார். கருத்த மஞ்சள் பழுப்பு நிற நீர்மத்தைக் கடந்து சென்றார். அந்த கூம்புமூக்கு கொண்ட நிழல் தோன்றும் கணத்தை தெரிவு செய்தார் — அந்தக் காட்சியில் சுரங்கச் சுவற்றில் மங்கலாகத் தெரிந்த நிலைகுலைந்த உருவத்தின் மீது சிவப்பு நிற பளபளப்பான ஒளி படர்ந்திருந்தது.

நோல்டன் அந்த அச்சுறுத்தும் குரலைக் கேட்டார். அந்த மொழியின் அர்த்தத்தை விளங்கிக் கொள்ள பெருமுயற்சி செய்தார். அந்தப் பேச்சில், ஏறத்தாழ பாதியிலேயே அந்தச் சுவற்றில் தெரிந்த

நிழல் சட்டென்று பெரிதாக விரிந்து, அந்தக் குரலின் ஒலி தீவிரமடைந்தது.

தாந்தேயின் நரகம் புனைகதை அல்ல. அது தீர்க்கதரிசனம்! துயரத்திலும் துயரம். வலிமிகுந்த துன்பம். இதுதான் நாளை என்பதன் நிலவமைப்பு.

கட்டுப்படுத்தவில்லை என்றால், மனிதகுலம் ஒரு கொள்ளை நோயைப் போன்றும், புற்றுநோயைப் போன்றும்தான் செயல்படும்... நம்முடைய நன்மையையும் சகோதரத்துவத்தையும் பேணிக்காத்த இந்த பூமியின் அரவணைப்பு அடுத்தடுத்த தலைமுறைகளில் அதிகரித்தபடியே செல்கின்ற மக்கள்தொகை பெருக்கத்தால் ஏதும் செய்ய இயலாத நிலைக்கு ஆளாகிவிடும்... நாம் நம்முள் இருக்கும் அரக்கர்களை வெளிக்கொண்டுவர வேண்டியிருக்கும்... நம்முடைய அடுத்த தலைமுறைக்கு உணவளிக்க நாம் சாகும்வரை போராட வேண்டியிருக்கும்.

இதுதான் தாந்தேயின் ஒன்பது சுற்றுகள் கொண்ட நரகம்.

அங்கே இவைதான் காத்திருக்கின்றன.

மால்தஸின் மறுக்க முடியாத கணிதவியலால் எதிர்காலம் நம்மை நோக்கி தன்னைத்தானே சுண்டி எறிகையில் அதன் முதல் சுற்றில் சுழன்றுகொண்டிருக்கும் நாம்... பாதாளத்தை நோக்கி வெகுவேகமாக வீழ்ச்சியுற நம்மை தயார் படுத்திக் கொண்டிருப்போம்.

நோல்டன் அந்த வீடியோவில் இருந்த காட்சியை அப்படியே நிறுத்தினார். *மால்தஸின் கணிதவியலா?* விரைந்து சென்று இணையத்தளத்தில் ஆராய்ந்ததில், புகழ்பெற்ற பத்தொன்பதாம் நூற்றாண்டு ஆங்கில கணிதவியலாளரும், மக்கள்தொகையியல் ஆய்வாளருமான தாமஸ் ராபர்ட் மால்தஸைப் பற்றிய தக வலை அவரால் பெற முடிந்தது. இந்த மால்தஸ்தான், மிகுந்த மக்கள் தொகை பெருக்கம் காரணமாக உலகளாவிய சீர்குலைவை இந்த உலகம் சந்திக்கும் என்று முன்னூகித்து சொல்லியிருந்தார்.

நோல்டனின் அபாய உணர்வை அதிகப்படுத்தும் வகையில் மால்தஸின் **மக்கள்தொகை கோட்பாடு** என்ற புத்தகத்தில் இருந்த விஷயங்கள் மிகவும் அச்சுறுத்தக்கூடியவையாக இருந்தன.

பூமியில் மனிதனுக்கான வாழ்வாதாரத்தின் மீது மக்கள் தொகை பெருக்கமே பெரும் அதிகாரத்தைக் கொண்டதாக இருக்கும். ஏதோ ஓர் அற்ப ஆயுள் மரணம் அல்லது வேறு ஏதேனும் வகையில் மனித குலத்தை நிலைகுலையச் செய்யும். அதிலிருந்தே மனிதகுலத்தின் சீரழிவு தொடங்கும் என்பதுடன்

மக்கள்தொகையை குறைக்கும் அதிகாரத்தை யாராவது கையில் எடுத்துக்கொள்வார்கள். இவைதான் மாபெரும் அழிப்பு ராணுவத்தின் முன்னறிவிப்பாளர்கள்; அவர்கள் தங்களுக்குள்ளேயே இந்த பயங்கரமான வேலையை செய்து முடித்துக்கொள்வார்கள். ஆனால் இந்த அழித்தொழிப்பு போரில் அவர்கள் தோற்றுப் போய்விட்டார்கள் என்றால் நோய்க் காலங்கள், பேரழிவு நோய்கள், கொள்ளை நோய்கள் போன்றவை பயங்கரமாகத் தாக்கி முன்னேறும், அவை அவர்களில் ஆயிரத்திலும் ஆயிரமானவர்களை துடைத்தழிக்கும். வெற்றி முழுமையடையாத பட்சத்தில், தவிர்க்கமுடியாத அசுரத்தனமாக பஞ்சம் முன்னோக்கி விரையும், அதன் ஒரே ஒரு வீச்சிலேயே இந்த உலகின் உணவுக்கேற்ற மக்கள்தொகையை அது நேர் செய்யும்.

இதயம் படபடக்க, நிறுத்தப்பட்டிருந்த அந்த கூம்பு மூக்கு நிழலையே நோல்டன் உற்றுப் பார்த்துக்கொண்டிருந்தார்.

கட்டுப்படுத்தாவிட்டால், மனிதகுலம் புற்றுநோயைப் போல் செயல்படும்.

கட்டுப்படுத்தாவிட்டால், அந்த வார்த்தை உச்சரிக்கப்பட்ட விதம் நோல்டனுக்கு பிடிக்கவில்லை.

தயங்கும் விரலால் அந்த வீடியோவை அவர் மீண்டும் ஓடவிட்டார்.

அந்த அச்சுறுத்தும் குரல் தொடர்ந்து பேசியது.

ஒன்றும் செய்யாமல் இருப்பதே தாந்தேயின் நரகத்தை வரவேற்பதாகும்... நெருக்கியடித்துக்கொண்டு, பசி பட்டினியால் பாவத்தில் உழன்றுகொண்டிருப்பது.

அதனால்தான் மிகவும் துணிச்சலுடன் நான் செயலில் இறங்கிவிட்டேன்.

சிலர் திகிலால் துயரமடையலாம், ஆனால் எல்லா மீட்புக்கும் விலை இருக்கிறது.

என்னுடைய தியாகத்தை இந்த உலகம் ஒருநாள் புரிந்து கொள்ளும்.

அதற்காகத்தான் நான் உங்களுடைய மீட்பாக வந்திருக்கிறேன்.

நான்தான் நிழல்.

மனிதகுலத்திற்கு பிந்தைய யுகத்தின் நுழைவாயில்.

❏

34

அந்தப் பாலஸோ வெஷியோ ஒரு பெரிய செவ்வகத் துண்டைப் போல் இருந்தது. தன்னுடைய வலுவான செவ்வக முன்வாயில் மற்றும் சதுரமாக வெட்டப்பட்ட அம்பெய்தும் மாடங்களுடன் பெரிய கோட்டைபோல் வீற்றிருந்த அந்தக் கட்டிடம் பியாஸா டெல்லா சிக்னோரியாவின் தென்மேற்கு முனையைப் பாதுகாத்திருந்தது.

அந்தக் கட்டிடத்தின் வழக்கத்திற்கு மாறான ஒற்றைக் கோபுரம் கோட்டையின் சதுரமான மையப் பகுதியில் இருந்து மேலே எழும்பியிருந்தது. தொடு வானத்தை வெட்டிச் செல்வதுபோல் உயர்ந்திருந்த அது ஃப்ளோரன்ஸின் ஈடிணையற்ற குறியீடுகளுள் ஒன்றாக விளங்கியது.

இத்தாலிய அரசாங்கத்தின் அதிகாரம் மிகுந்த மையமாக விளங்கிய அந்தக் கட்டிடம் அச்சுறுத்தும் வகையிலான அதன் சிற்பங்களினால் சுற்றுலாவாசிகளை வசீகரிக்கக்கூடியதாகவும் இருந்தது. எம்மனாட்டியின் தசை முறுக்கிய **நெப்டியூன்** நான்கு கடற்குதிரைகளின் மேலே நிர்வாணமாக நிற்கிறான். அது கடலில் ஃப்ளோரன்ஸின் அதிகாரத்தைக் குறிப்பிடும் குறியீடு. மைக்கேலாஞ் சலோவின் **டேவிட்டினுடைய பிரதி** — அதை உலகின் மிகவும் விரும்பப்படும் நிர்வாண ஆண் என்றும் சொல்வார்கள் — பாலஸோவின் நுழை வாயிலில் அவனுடைய எல்லாவித புகழுடனும்

நின்றுகொண்டிருந்தது. *டேவிட்* உடன் மேலும் இரண்டு பிரம்மாண்ட நிர்வாண உருவங்களான ***ஹெர்குலிஸும் காகஸும்*** சேர்ந்துகொள்கின்றனர்.

வழக்கமாக, லேங்டனின் பாலஸோ வெஷியோவிற்கான வருகையானது பியாஸா டெல்லா சிக்னோரியாவில் இருந்துதான் தொடங்கும். அதற்கு காரணம், அங்கே அபரிமிதமான அளவுக்கு ஆணுருப்புகள் காணக்கிடைத்த போதிலும் ஐரோப்பாவிலேயே அதுதான் அவருக்கு மிகவும் பிடித்தமான இடங்களுள் ஒன்று. பியாஸோவின் திறந்தவெளி சிற்பக் கண்காட்சியகமான லோகியோ டெய் லான்சியில் உள்ள மெடிஸி லயன்ஸைப் பார்ப்பதைத் தொடர்ந்து கஃபே ரிவோய்ரியில் ஒரு காபியை ருசிக்காமல் பியாஸாவிற்கான பயணம் முழுமையடையாது.

ஆனாலும், இன்று, லேங்டனும் அவரது தோழியும் பாலஸோ வெஷியோவிற்குள், வெஸாரி காரிடார் வழியாக நுழைவது என்று திட்டமிட்டிருக்கிறார்கள். அதுவும் மெடிஸி பிரபுக்கள் தங்கள் காலத்தில் செய்ததைப் போன்றே — புகழ்பெற்ற யுஃபிசி கேலரியைத் தவிர்த்துவிட்டு பாலங்கள், சாலைகள் மற்றும் கட்டிடங்களின் ஊடாக, பழைய அரண்மனையின் மையப் பகுதிக்குள் நேரடியாக நுழையும் வகையிலான வழி. அப்படி சென்றுகொண்டிருக்கையில், இதுவரை தங்களுக்குப் பின்னால் எந்தக் காலடியோசையையும் அவர்கள் கேட்கவில்லை. ஆனால் அந்த காரிடாரில் இருந்து வெளியே செல்வதில் லேங்டன் இன்னமும் நம்பிக்கையுடனே இருந்தார்.

இதோ நாம் வந்துவிட்டோம், என்று உணர்ந்துகொண்ட லேங்டன் தங்களுக்கு முன்னால் இருந்த பெரிய மரக்கதவைப் பார்த்தார். ***பழைய அரண்மனைக்கான நுழைவாயில்.***

உறுதியாக பூட்டிக்கொள்ளும் அந்தக் கதவின் இயக்கவியலானது ஒரு நெடுகிடையான தள்ளும் பட்டையுடன் இணைந்திருந்தது. அது உரிய அனுமதி இல்லாமல் வெஸாரி காரிடாருக்குள் மற்றொரு பக்கத்தில் இருந்து நுழைய யாரேனும் முயற்சி செய்தால் அவசரகால வெளியேறும் வசதியை வழங்கியது.

லேங்டன் கதவில் காதை வைத்துக் கேட்டார். அடுத்த பக்கத்தில் இருந்து எதுவும் கேட்கவில்லை. அந்தப் பட்டையில் கைகளை வைத்து அதை மெதுவாகத் தள்ளினார்.

பூட்டு திறந்தது.

அந்த மரத் திறப்புவழி சில அங்குலங்கள் கிறீச்சிட்டு திறந்தபோது அதற்குப் பின்னால் இருந்த உலகத்தை லேங்டன்

கண்டார். அங்கே ஒரு சிறிய மாடக்குழி வெறுமையாகவும், அமைதியாகவும் காணப்பட்டது.

ஆசுவாச உணர்வுடன் அதற்குள் காலடி எடுத்துவைத்த லேங்டன் சியன்னாவை பின்னால் வரும்படி சைகை காட்டினார்.

நாம் உள்ளே வந்துவிட்டோம்.

பாலஸோ வெஷியோவிற்குள் இருந்த சிறிய மாடக்குழியில் எங்கோ ஓரிடத்தில் இருந்த லேங்டன் ஒரு கணம் காத்திருந்து தான் இருக்கும் இடத்தை புரிந்துகொள்ள முயற்சித்தார். அவர்களுக்கு முன்னால், ஒரு நீண்ட நடைக்கூடம் நேராக மாடக்குழி நோக்கிச் சென்றது. அமெரிக்க தலைநகர கட்டிடத்தைப் போன்றே இந்த பாலஸோ வெஷியோவும் ஒரு சுற்றுலாத்தலமாகவும், அலுவலகமாகவும் செயல்பட்டது. அந்த நேரத்தில், அவர்கள் கேட்ட குரல்கள் அதில் பணிபுரியும் ஊழியர்கள் உள்ளேயும் வெளியேயும் சென்று வந்து அன்றைய நாளைக்காக தங்களை தயார்செய்வதைப் போல் இருந்தது.

லேங்டனும் சியன்னாவும் அந்த நடைக்கூடத்தில் நகர்ந்து அதன் முனையை கவனமாகப் பார்த்தனர். அந்த நடைக்கூடத்தில் அடுத்த முனையில் இருக்கும் மைய மண்டபத்தில் அரசு ஊழியர்கள் தங்களுடைய வேலைக்கு முன்னர் காலைநேர காபியை ருசித்தபடியே மற்ற ஊழியர்களுடன் உரையாடிக் கொண்டிருக்கின்றனர் என்று நிச்சயமாகச் சொல்லலாம்.

“வெஸாரி சுவரோவியம்,” சியன்னா கிசுகிசுத்தாள். “அது ஃபைவ் ஹண்ட்ரட் ஹாலில் இருக்கிறது என்றுதானே நீங்கள் சொன்னீர்கள்?”

அதை ஆமோதித்த லேங்டன் மைய மண்டபத்தில் இருந்த கூட்டத்தைத் தாண்டி இருந்த ஒரு போர்டிகோவைச் சுட்டிக் காட்டினார். “துரதிர்ஷ்டவசமாக, அது அந்த மைய மண்டபத்தின் வழியாக செல்கிறது.”

“உறுதியாகத் தெரியுமா?”

லேங்டன் தலையசைத்தார். “யாரும் பார்க்காமல் நம்மால் இங்கிருந்து போக முடியாது.”

“அவர்கள் அரசு ஊழியர்கள். அவர்களுக்கு நம் மீதெல்லாம் அக்கறை இருக்காது. நீங்களும் இந்த இடத்தைச் சேர்ந்தவர்தான் என்பதுபோல் நடந்துகொள்ளுங்கள்.”

அவரை நோக்கி வந்த சியன்னா லேங்டனின் பிரையோனி ஜாக்கெட்டைத் தடவிவிட்டு அவருடைய காலரை சரிசெய்தாள்.

"நீங்கள் பார்க்க நன்றாகத்தான் இருக்கிறீர்கள், ராபர்ட்." அவள் அவரைப் பார்த்து அமைதியாகச் சிரித்தாள். தன்னுடைய ஸ்வெட்டரையும் சரிசெய்துகொண்ட அவள் நடக்கத் தொடங்கினாள்.

லேங்டன் அவளுக்குப் பின்னால் சென்றார். அவர்கள் இருவரும் ஏதோ நோக்கத்திற்காக நடப்பதுபோல் அந்த மைய மண்டபத்தை நோக்கிச் சென்றார்கள். அவர்கள் உள்ளே நுழைந்ததும், சியன்னா அவரிடம் சரளமான இத்தாலியில் பேசத் தொடங்கினாள் — அது ஏதோ விவசாய மானியம் சம்பந்தப்பட்டதைப் போல் இருந்தது — கை கால்களை ஆட்டி உணர்ச்சிகரமாகப் பேசினாள் அவள். வெளிப்புற சுவற்றை நோக்கிச் சென்ற அவர்கள் தங்களுக்கு இடையிலான தொலைவை தக்கவைத்தபடியே இருந்தனர். லேங்டன் அதிசயப்படும்படியாக எந்த ஒரு ஊழியரும் அவர்களை சந்தேகத்துடன் பார்க்கவில்லை.

அவர்கள் மைய மண்டபத்தைத் தாண்டிச் செல்கையில், நடைக்கூடத்தை நோக்கி வேகமாக சென்றனர். லேங்டன் அந்த ஷேக்ஸ்பியர் நுழைவுச்சீட்டு பற்றி நினைத்துக்கொண்டார். ***குறும்புக்கார சாத்தானே.*** "நீ உண்மையிலேயே நல்ல நடிகைதான்" என்று கிசுகிசுத்தார்.

"நல்ல நடிகையாக இருந்தேன்" அதே தொணியில் கூறிய அவளுடைய குரல் ஏனோ தொலைவாகக் கேட்டது.

மறுபடியும், இந்தப் பெண்ணின் கடந்தகாலத்தில் இவளுக்கு இன்னும் அதிகமான மனவலி இருக்கிறது என்பதை உணர்ந்துகொண்ட லேங்டன், தன்னுடைய ஆபத்தான சிக்கல் நிறைந்த சூழ்நிலையில் அவளை சிக்கவைத்துவிட்டதற்காக ஆழமான வருத்த உணர்வை உணர்ந்தார். அதை என்னவென்று பார்த்துவிடுவதைத் தவிர இப்போதைக்கு எதுவும் செய்ய முடியாது என்பதை அவர் தனக்குத்தானே நினைவூட்டிக் கொண்டார்.

இந்த சுரங்கத்தின் வழியாக தொடர்ந்து நீந்திச்செல் ... ஒளி வேண்டி பிரார்த்தனை செய்.

அவர்கள் போர்டிகோவை நெருங்கியபோது தன்னுடைய நினைவாற்றல் தன்னிடத்தில நன்றாக செயல்படுகிறது என்பதை நினைத்து லேங்டன் நிம்மதியடைந்தார். நடைக்கூடத்தை நோக்கி அம்புக்குறி போட்டிருந்த ஒரு சிறிய அறிவிப்புப் பலகையில் இவ்வாறு எழுதப்பட்டிருந்தது: ***இல் சலோன் டெய் சின்க்யூசெண்ட்டோ. ஃபைவ் ஹண்ட்ரட் கூடம்,*** என்று நினைத்துக்கொண்ட லேங்டன் அங்கு எத்தகைய விடை காத்திருக்கிறது என்று அதிசயித்தார். ***மரணத்தின் கண்களுக்குத்தான்***

உண்மை புலப்படும். இதற்கு அர்த்தம் என்னவாக இருக்கும்?

“அந்த அறை பூட்டப்பட்டிருக்கலாம்” அவர்கள் அந்த முனையை நெருங்கிக்கொண்டிருக்கையில் லேங்டன் எச்சரித்தார். அந்த ஃபைவ் ஹண்ட்ரட் கூடம் ஒரு பிரபலமான சுற்றுலாத்தலமாக இருந்தாலும், அந்தப் பாலஸோ இந்த காலை நேரத்தில் இன்னமும் சுற்றுலாவாசிகளுக்காக திறந்துவிடப் படவில்லை போல் தோன்றியது.

“உங்களுக்கு அது கேட்கிறதா?” என்ற சியன்னா அப்படியே நின்றாள்.

லேங்டனுக்கும் அது கேட்டது. ஒரு பலமான ஹம்மிங் சத்தம் அந்த முனையில் இருந்து வந்தது. “***அது உட்புற ட்ரோன் என்று மட்டும் சொல்லிவிடாதீர்கள்.***” போர்டிகோவின் அந்த முனையை லேங்டன் எச்சரிக்கையுடன் பார்த்தார். முப்பது அடிகளுக்கு அப்பால் ஃபைவ் ஹண்ட்ரட் கூடத்திற்கு செல்லும் எளிய மரக் கதவு ஆச்சரியப்படும் வகையில் திறந்திருந்தது. வருத்தம் என்னவென்றால், அவர்களுக்கு இடையில் ஒரு காவலாளி தரையைத் துடைக்கும் மின்னணு இயந்திரத்துடன் நின்றுகொண்டிருந்தான்.

வாயிற்காப்போன்.

கதவுக்கு வெளிப்புறத்தில் இருந்த பிளாஸ்டிக் பலகையில் இருந்த மூன்று குறியீடுகளின் மீது லேங்டனின் கவனம் சென்றது: குறைந்த அனுபவமுள்ள ஒரு குறியீட்டியலாளரால்கூட அதனை மறைகுறி நீக்கம் செய்துவிட முடியும். அதிலிருந்த பொதுவான குறிகள்: ***ஒரு வீடியோ கேமரா படத்தின் மீது X குறி; குடிநீர் குவளை படத்தின் மீது X குறி; பின்னர் ஓர் ஆண் ஒரு பெண்ணின் புகைப்படம் மீது X குறி.***

லேங்டன் அந்தச் சூழ்நிலையை தன்வசம் எடுத்துக்கொண்டார், அந்தக் காவலாளியை நோக்கி மென்மையாக அடியெடுத்து வைத்தார், அருகில் செல்லும்போது வேகமாக நடந்தார். அப்படியே அவர் பின்னால் சியன்னாவும் சென்றாள்.

அந்தக் காவலாளி அவர்களைப் பார்த்துத் திடுக்கிட்டான். “சார்?!” அவன் லேங்டனையும் சியன்னாவையும் நிற்கும்படி கையை நீட்டினான்.

லேங்டன் அவனை குறுகுறுப்பான புன்னகையுடன் பார்த்தார். பின்னர் கதவிற்கு அருகாமையில் இருந்த குறியீட்டை நோக்கிக் கைகாட்டினார். “டாய்லெட்” என்ற அவரின் குரல் உள்ளொடுங்கியிருந்தது. அது கேள்வி அல்ல.

அந்தக் காவலாளி ஒருகணம் தயங்கினான். அவர்களுடைய கோரிக்கையை மறுக்கத் தயாரானதுபோல் காணப்பட்டான். பின்னர் இறுதியாக, லேங்டன் தனக்கு முன்பாக அசௌகரியத்துடன் நிற்பதைப் பார்த்து பாவப்பட்டு தலையாட்டி உள்ளே செல்ல கைகாட்டினான்.

அவர்கள் அந்தக் கதவை அடைந்தபோது, லேங்டன் சியன்னாவைப் பார்த்துக் கண்ணடித்தார். "அனுதாபம் என்பது உலக மொழி."

❑

35

ஒரு காலத்தில் ஃபைவ் ஹண்டரட் கூடம்தான் உலகிலேயே மிகப்பெரிய அறையாக விளங்கியது. மொத்த கான்சிலியோ மெஜியோருக்குமான சந்திப்புக் கூடமாக 1494–இல் கட்டப்பட்ட இது, அந்தக் குடியரசின் பிரதான அவையைச் சேர்ந்த ஐந்நூறு பேரின் காரணமாகவே இந்தப் பெயரைப் பெற்றிருந்தது. சில வருடங்களுக்குப் பின்னர், முதலாம் காஸிமோவின் உத்தரவுப்படி அந்த அறையானது புதுப்பிக்கப்பட்டு, பெரிதாக்கப்பட்டது. இத்தாலியின் மிகுந்த அதிகாரம் பெற்ற மனிதரான முதலாம் காஸிமோதான் திட்ட மேற்பார்வையாளராகவும், கட்டிடக் கலைஞராகவும் ஜியார்ஜியோ வெஸாரியை நியமித்தார்.

பொறியியலில் மிகுந்த நிபுணத்துவம் பெற்றிருந்த வெஸாரி அசலான கூரையை உயர்த்தி அமைத்தது டன், அந்த அறையின் நாலாபக்கத்தில் இருந்தும் ஒளியை உள்ளே வரும்படி செய்திருந்ததால் அந்த அறை ஃப்ளோரன்ஸின் மிகச்சிறந்த கட்டமைப்பாக, சிற்பமாக, ஓவியமாக, நேர்த்திமிக்க காட்சியறையாக உருவாகியிருந்தது.

லேங்டனுக்கு, அந்த தளத்தில் இருப்பதிலேயே இந்த அறைதான் முதலில் கண்ணைக் கவரும் அறையாக இருந்தது என்பதுடன் இது சாதாரண இடம் அல்ல என்றுகூட அவர் சொல்வார். கறுப்பு சட்டத்திற்கு மேலாக செந்நிற கற்பாளங்கள்

போடப்பட்டிருந்த அது பனிரெண்டாயிரம் அடி நீளத்திற்கு விரிந்து உறுதி, திண்மை மற்றும் சமநிலையை உருவாக்கியிருக்கிறது.

அந்த அறையின் ஓர் ஓரமாக லேங்டன் தன் பார்வையைத் திருப்பினார். அங்கே ஆறு உறுதியான சிற்பங்கள் — ***ஹெர்குலிஸின் பணியாளர்கள்*** — சுவற்றோடு ஒரு படையணியைப் போல் நிறுத்தி வைக்கப்பட்டிருந்தன. லேங்டன் எப்போதும் ***ஹெர்குலிஸ் மற்றும் தியோமெதிஸ்*** சிற்பத்தை வேண்டுமென்றே தவிர்த்துவிடுவார். அந்த சிற்பங்களின் நிர்வாண உடல்கள் அசௌகரியமான மல்யுத்த போட்டிக் காட்சியில் ஒன்றுடன் ஒன்று பிணைந்திருக்கும். அத்துடன், "விறைகளைப் பிடித்தபடி இருக்கும்" அதன் நிலை லேங்டனை எப்போதுமே முகம் சுளிக்க வைக்கும்.

மைக்கேலாஞ்சலோவின் ***ஜீனியஸ் ஆஃப் விக்டரி*** கண்களுக்கு இதமானது. அது வலதுபக்கத்தில், தெற்குச் சுவற்றில் இருந்த மைய மண்டபத்தை ஆக்கிரமித்திருந்தது. ஏறக்குறைய ஒன்பது அடிகள் உயரமிருக்கும் இந்த ஓவியம் மிகமிக அடிப்படைவாதியான இரண்டாம் போப் ஜூலியஸின் கல்லறைக்காக திட்டமிடப்பட்டிருந்தது, வாடிகனின் ஓரினச் சேர்க்கை நிலைப்பாட்டை வைத்துப் பார்க்கையில் இந்த சிற்பத்தைத்தான் லேங்டன் எப்போதுமே முரண்பாடு மிகுந்த ஒன்றாக கருதி வந்திருக்கிறார். அந்த சிற்பம் டொமாஸோ டெய் கேவலரி என்பவரை சித்தரித்தது. இந்த இளைஞரைத்தான் மைக்கேலாஞ்சலோ தன் வாழ்நாளின் பெரும்பகுதியில் காதலித்து வந்திருக்கிறார். இவருக்காகத்தான் அவர் முன்னூறு சொனாட்டாக்களை இயற்றியிருக்கிறார்.

"நான் இங்கு வராமல் இருந்திருப்பது எனக்கே ஆச்சரிய மாக இருக்கிறது" என்று அவருக்கு அருகில் இருந்தபடி கூறிய சியன்னாவின் குரல் சட்டென்று அமைதியாகவும் மரியாதைக் குரியதாகவும் மாறியிருந்தது. "இது... மிகவும் அழகாக இருக்கிறது."

லேங்டன் அதை ஆமோதித்தார். இந்த இடத்திற்கு முதல்முதலில் வந்ததை நினைவுபடுத்திக்கொண்டார் — உலகின் மிகப் பிரபலமான பியானோ இசைக்கலைஞர் மெரிலி கேமலின் கிளாஸிக்கல் இசை நிகழ்ச்சி இங்குதான் பிரமாண்டமாக நடைபெற்றது. மகா பிரபுவுடன், பார்வை யாளர்களும் கலந்துகொள்ளக்கூடிய ஒரு தனி அரசியல் கூட்டம் நடைபெறுவதற்காக கட்டப்பட்ட அந்தப் பெரிய கூடத்தில் இப்போதெல்லாம் பிரபல இசைக்கலைஞர்களின் நிகழ்ச்சிகள், விரிவுரைகள் மற்றும் விழாக்கால இரவு விருந்துகள் நடைபெறுகின்றன. தன்னுடைய தனி அறையாக

வைத்திருந்த முதலாம் காஸிமோ அதனை சிஇஓ–க்களும், ஃபேஷன் மாடல்களுடன் பகிர்ந்துகொள்வதைப் பற்றி என்ன நினைத்திருப்பார் என்று லேங்டன் சிலநேரங்களில் யோசித்துப் பார்ப்பதுண்டு.

சுவர்களை அலங்கரித்துக்கொண்டிருக்கும் சுவரோவியங் களை நோக்கி லேங்டன் தன் பார்வையைத் திருப்பினார். அவற்றின் விசித்திரமான வரலாற்றில் லியோனார்டோ டாவின்சியால் உருவாக்கப்பட்ட ஒரு பரிசோதனைரீதியான ஓவிய உத்தியானது, "உருகும் மகாபடைப்பில்" தோல்வியில் முடிவடைந்த கதையும் அடங்கியிருக்கிறது. இங்கே "கலை ரீதியான போட்டியும்" நடந்திருக்கிறது. அதாவது பியெரோ சோடர்னிக்கும், மாக்கியவெல்லிக்கும் இடையில் மறுமலர்ச்சிகால டைட்டன்களான மைக்கேலாஞ்சலோ மற்றும் லியனார்டோவின் ஓவியங்களை இதே அறையில் நேரெதிர் சுவர்களில் வைப்பது என்ற போட்டி.

இருப்பினும், லேங்டன் இன்று அந்த அறையின் மற்ற வரலாற்று விசித்திரங்களில் அதிக கவனத்தை செலுத்தினார்.

செர்கா ட்ரோவா.

"இதில் எது வெஸாரி?" என்ற சியன்னா சுவரோவியங்களை ஆராய்ந்து கொண்டிருந்தாள்.

"ஏறக்குறைய எல்லாமும்தான்" என்றார் லேங்டன். இந்த அறையை புதுப்பிப்பதன் ஒரு பகுதியாக வெஸாரியும் அவருடைய உதவியாளர்களும் இதில் உள்ள அனைத்தையும், அதாவது அசலான சுவரோவியங்கள் முதல் புகழ்பெற்ற "தொங்கும்" கூரையை அலங்கரிக்கும் முப்பத்தி ஒன்பது வலுவான சட்டங்கள் வரை மறுமுறை தீட்டினார்கள் என்பதும் லேங்டனுக்குத் தெரியும்.

"ஆனால் இங்கிருக்கும் ***இந்த*** சுவரோவியம்" என்ற லேங்டன் தனக்கு வலதுபக்கமாக இருந்த சுவரோவியத்தை சுட்டிக்காட்டினார். "நாம் இதைப் பார்க்கத்தான் வந்திருக்கிறோம் — வெஸாரியின் *மார்சியோனோ போர்."*

அந்தப் போரின் ராணுவ மோதல் காட்சி மிகவும் பிரமாண்டமானது. — ஐம்பத்து ஐந்து அடி நீளமும் மூன்று தளங்கள் உயரமும் கொண்ட ஓவியம். அது பழுப்பு மற்றும் பச்சை நிறங்களால் ஆன சிவப்பு வண்ண சாயல்களால் வரையப்பட்டிருந்தது. வீரர்கள், குதிரைகள், ஈட்டிகள் மற்றும் கொடிகள் என அனைத்துமாக, அமைதி தவழும் மலைப்பகுதியில்

மோதிக்கொண்டிருக்கும் கண்கொள்ளா வன்முறைக் காட்சி.

"வெஸாரி, வெஸாரி" சியன்னா முணுமுணுத்தாள். "இங்கு தான் எங்கேயோ அவருடைய ரகசிய செய்தி ஒளிந்திருக்கிறது?"

பாதிக்கண்களை மூடியபடி அந்தப் பெரிய சுவரோவியத்தின் மேல்பகுதியை நோக்கித் தலையாட்டிய லேங்டன், வெஸாரி தன்னுடைய ரகசிய செய்தியான *செர்கா ட்ரோவாவை* எழுதி வைத்திருந்த குறிப்பிட்ட பச்சைநிற போர்க்கொடியை கண்டுபிடிக்க முயற்சித்துக் கொண்டிருந்தார். "இங்கிருந்து பைனாகுலார் இல்லாமல் பார்ப்பது மிகவும் கடினம்" என்ற லேங்டன் ஒரு இடத்தை குறிப்பிட்டுக் காட்டி, "ஆனால், மேலே உள்ள இந்த மத்தியப் பகுதியில், மலைப்பகுதியில் உள்ள இரண்டு பண்ணை வீடுகளுக்கு கீழே பார்த்தால் ஒரு சிறிய, பச்சைநிற கொடி தெரியும் —"

"எனக்குத் தெரிகிறது!" என்றாள் சியன்னா. வலதுபக்க மூலையை சுட்டிக்காட்டிய அவள் துல்லியமாக சரியான இடத்தைக் காட்டினாள்.

லேங்டன் தன்னுடைய கண்கள் அப்போது இளமைத் துடிப்புடன் இருந்திருக்கலாம் என்று நினைத்துக்கொண்டார்.

அந்த சுவரோவியத்தின் மேல்பகுதியை நோக்கி இருவரும் நடந்தனர். லேங்டன் அதனுடைய பிரமாண்டத்தையே உற்றுப் பார்த்துக்கொண்டிருந்தார். இறுதியாக, அதோ அவை அங்கே இருக்கின்றன. ஒரே ஒரு பிரச்சினை என்னவென்றால் அவை **ஏன்** அங்கே இருக்கின்றன என்பது லேங்டனுக்கு உறுதியாகத் தெரியாதுதான். அவர் சில கணங்களுக்கு அமைதி யாக நின்றிருந்தார். வெஸாரியின் மகாபடைப்பில் இருந்த துல்லியத் தன்மையை உற்றுப் பார்த்துக்கொண்டிருந்தார்.

நான் தோற்றுப்போனால். எல்லோரும் மரணிப்பார்கள்.

அவர்களுக்குப் பின்னால் ஒரு கதவு கிறீச்சிட்டு திறந்தது. உள்ளே நுழைந்த அந்தத் தளத்தின் காப்பாளன் ஒன்றும் புரியாமல் பார்த்தான். சியன்னா அவனை நட்புடன் நோக்கினாள். ஒரு கணம் அவர்களைப் பார்த்த அவன் கதவை மூடினான்.

"நமக்கு அதிக நேரமில்லை, ராபர்ட்" என்ற சியன்னா அவரை அவசரப்படுத்தினாள். "நீங்கள் யோசித்தாக வேண்டும். இந்த ஓவியத்தில் உங்களுக்கு ஏதாவது இருக்கும்போல் தெரிகிறதா? ஏதாவது நினைவில் இருக்கிறதா?"

லேங்டன் தங்களுக்கு மேல் இருந்த அந்தக் குழப்பமான

போர்க்களக் காட்சியை ஆராய்ந்துகொண்டிருந்தார்.

மரணத்தின் கண்களுக்கு மட்டும்தான் உண்மை புலப்படும்.

இந்த ஓவியத்தில் மரணமடைந்த ஒருவனின் கண்கள் வேறு ஏதேனும் ஒரு தடயத்தை வெறுமனே உற்று நோக்கிக் கொண்டிருக்கும்படி இருக்குமா என்றும் லேங்டன் யோசித்தார். அல்லது அது இந்த அறையில் வேறு எங்காவது இருக்குமா. துரதிர்ஷ்டவசமாக, அந்த சுவரோவியத்தில் டசன் கணக்கான இறந்த உடல்கள் கிடந்தன. அவற்றில் எதுவுமே குறிப்பிட்டு சொல்லக்கூடியவை அல்ல. இறந்த உடல்களின் எந்தக் கண்களும் குறிப்பிட்டு எதையும் நோக்கும்படியாக இல்லை.

மரணத்தின் கண்களுக்கு மட்டும்தான் உண்மை புலப்படுமா?

ஓர் உடலில் இருந்து மற்றொரு உடலுக்கு உள்ள இணைப்புக் கோடுகளை கற்பனை செய்துபார்த்த அவர், அப்படியான வகையில் ஏதேனும் ஓர் உருவம் தோன்றுமா என்றும் நினைத்தார். ஆனால் அவரால் எதையும் பார்க்க முடியவில்லை.

தன்னுடைய நினைவின் ஆழத்தை அதிவேகமாக தோண்டிப் பார்த்ததில் லேங்டனின் தலையில் மீண்டும் வலி பின்னியெடுத்தது. கீழே எங்கேயோ இருந்து, வெள்ளிநிற—கேசம் கொண்ட பெண்ணின் குரல் முணுமுணுத்துக்கொண்டே இருந்தது: *தேடு அது உனக்கு கிடைக்கும்.*

“எதைக் கண்டுபிடிக்க வேண்டும்?!” லேங்டனுக்கு கத்தவேண்டும் போல் இருந்தது.

வலுக்கட்டாயமாக தன் கண்களை மூடிக்கொண்டு மெதுவாக மூச்சுவிட்டார். தன்னுடைய தோள்களை சிலதடவை முறுக்கிய அவர் எல்லாவித நினைவார்ந்த சிந்தனைகளில் இருந்தும் விடுபட்டு, தன்னுடைய ஆழ்மன உணர்வைத் தட்டும் நம்பிக்கையில் முயற்சித்துக் கொண்டிருந்தார்.

வெரி ஸாரி.

வெஸாரி.

செர்கா ட்ரோவா.

மரணத்தின் கண்களுக்கு மட்டுமே உண்மை புலப்படும்.

அவருடைய ஆழ்மனம், அவர் சரியான இடத்தில்தான் நிற்கிறார் என்று எந்தவித சந்தேகமும் இன்றி கூறியது. அது ஏன் என்று இன்னமும் சரியாகத் தெரியாத நிலையில், தான் இங்கே எதைத் தேடி வந்தோமோ அதைக் கண்டுபிடிக்க இன்னும் சில

கணங்கள்தான் இருக்கின்றன என்று அவருடைய உள்ளுணர்வு சொன்னது.

தன்க்கு முன்பாக இருந்த டிஸ்பிளே கேஸில் இருந்த சிவப்பு வெல்வட் நிற பேண்ட் மற்றும் மேலாடையை வெறுமனே உற்றுப் பார்த்துக்கொண்டிருந்த ஏஜெண்ட் புரூடர் தன்னுடைய சுவாசத்துடன் சேர்த்து சாபத்தையும் வெளியிட்டார். அவருடைய எஸ்ஆர்எஸ் குழுவானது அந்த காஸ்ட்யூம் கேலரி முழுவதையும் தேடிவிட்டது, லேங்டனையும் சியன்னா புரூக்ஸையும் கண்டுபிடிக்கவே முடியவில்லை.

கண்காணிப்பு மற்றும் உதவிப்படை (SRS - Surveillance and Response Support), அவர் கோபத்துடன் நினைத்துக்கொண்டார். ***இந்த காலேஜ் புரபஸர் எப்போது எஸ்ஆர்எஸ் குழுவிடம் இருந்து தப்பித்தார்? அவர்கள் எங்கேதான் போய்விட்டார்கள்?***

“அந்த வழி மூடப்பட்டது” என்றான் அவருடைய ஆட்களுள் ஒருவன். “அவர்கள் தோட்டங்களில் இருப்பதற்குத்தான் வாய்ப்பிருக்கிறது.”

இது தர்க்கரீதியாக தெரிந்ததால், லேங்டனும் சியன்னாவும் வெளியேறுவதற்கு வேறு வழியைக் கண்டுபிடித்திருக்கிறார்கள் என்ற உணர்வுக்கு புரூடர் ஆட்பட்டார்.

“ட்ரோனை மீண்டும் பறக்கவிடுங்கள்” என்று விளாசினார் புரூடர். “இந்தச் சுவர்களுக்கு அப்பாலும் தேடுதலை விரிவாக்குமாறு உள்ளூர் அதிகாரிகளுக்குச் சொல்லுங்கள்.” ***இழவெடுத்தவர்கள்!***

அவருடைய ஆட்கள் சென்றபின்னர், ஃபோனை எடுத்த புரூடர் பொறுப்புக்கு உரியவரை அழைத்தார். “நான் புரூடர்” என்றார் அவர். “நமக்கு ஒரு தீவிர பிரச்சினை உருவாகியிருக்கிறது. உண்மையில், நிறைய பிரச்சினைகள்.”

❑

36

மரணத்தின் கண்களுக்கு மட்டும்தான் உண்மை புலப்படும்.

இந்த வார்த்தைகளை தனக்குத்தானே திரும்பத் திரும்ப சொல்லிக்கொண்ட சியன்னா, எதையேனும் கண்டு

பிடித்துவிடலாம் என்ற நம்பிக்கையில் வெஸாரியின் கொடூரமான போர்க்களக் காட்சியில் தேடிக்கொண்டிருந்தாள்.

அவளுக்கு எங்கு பார்த்தாலும் மரணக் கண்கள்தான் தெரிந்தன.

நாம் எதைத் தேடிக்கொண்டிருக்கிறோம்?!

மரணத்தின் கண்கள் என்பது பிளாக் டெத்தினால் ஐரோப்பா முழுவதும் சிதறிக்கிடந்த அழுகிய பிணங்களைத்தான் குறிக்கிறதோ என்றும் அவள் சந்தேகப்பட்டாள்.

அதுவாவது பிளேக் மாஸ்க் என்பதை விளக்குகிறது...

சட்டென்று, ஒரு குழந்தைப்பருவ நர்சரி பாடல் சியன்னாவில் தலைக்குள் குதித்தது: *Ring around the rosie. A pocketful of posies. Ashes, ashes. We all fall down.*

இங்கிலாந்தில் பள்ளி மாணவியாக இருக்கும் போது இந்தப் பாடலை அவள் மனப்பாடம் செய்தி ருந்தாள். அப்போது இது 1665இல் லண்டனின்

மாபெரும் கொள்ளைநோயைப் பற்றிய பாடல் என்பது அவளுக்குத் தெரியாது. இது குறிப்பிடுவது போல் *ring around the rosie (ரோஜா மொக்குகளைச் சுற்றி வளையங்கள்)* என்பது தோலில் ஏற்பட்ட ரோஸ் நிற பருவைத் தொடர்ந்து அதைச் சுற்றிலும் உருவாகும் வளையத்தை குறிப்பிடுகிறது. அதாவது ஒருவருக்கு தொற்று ஏற்பட்டிருக்கிறது என்பதைக் குறிப்பிடுகிறது. பாதிக்கப்பட்டவர்கள் சுமந்திருக்கும் *a pocketful of posies (பைநிறைய பூங்கொத்துகள்)* என்பது அழிந்துகொண்டுவரும் தங்களுடைய சொந்த உடலில் இருந்தும், நகரத்தில் வீசிய பிண நாற்றத்திலிருந்தும் தங்களைத் தற்காத்துக்கொள்ளும் பொருட்டு அவரவர் மேற்கொண்ட முயற்சியைக் குறிக்கிறது. அந்தக் கொள்ளை நோயால் தினமும் நூற்றுக்கணக்கானவர்கள் மடிந்தார்கள். பின்னர் அவர்களின் உடல்கள் எரியூட்டப்பட்டன. *Ashes, ashes. We all fall down. (சாம்பல், சாம்பல். நாம் வீழ்ந்துவிட்டோம்).*

"கடவுள் மீதுள்ள அன்பினால்" என்று துயரத்துடன் கூறிய லேங்டன் எதிர்பக்கச் சுவற்றை நோக்கித் திரும்பினார்.

சியன்னா அங்கே பார்த்தாள். "என்ன ஆயிற்று?"

"ஒரு காலத்தில் இங்கே காட்சிக்கு வைக்கப்பட்ட ஒரு கலைப் படைப்பின் பெயர்தான் அது. *கடவுள் மீதுள்ள அன்பினால்.*"

ஒன்றும் புரியாத சியன்னா, அந்த அறையில் இருந்த சிறிய கண்ணாடிக் கதவை நோக்கி விரைந்த லேங்டன் அதைத் திறக்க முயற்சி செய்வதைப் பார்த்தாள். அது பூட்டியிருந்தது. கண்ணாடியில் முகத்தை வைத்த அவர், தன்னுடைய கண்களை கைகளால் மறைத்தபடி உள்ளே உற்றுப்பார்த்தார்.

லேங்டன் எதைப் பார்ப்பதாக இருந்தாலும் அதை சீக்கிரம் பார்த்தால் நல்லது என்று சியன்னா நினைத்துக்கொண்டாள்; அந்தக் காவலாளி அப்போதுதான் மறுபடியும் வந்தான். அந்தப் பூட்டப்பட்ட அறையில் இருந்து வந்துகொண்டிருந்த லேங்டனை ஆழ்ந்த சந்தேகத்துடன் பார்த்தான்.

சியன்னா அந்தக் காவலாளிக்கு மகிழ்ச்சியுடன் கைகாட்டினாள். ஆனால் அவளையே நீண்ட நேரம் உற்றுப்பார்த்த அவன் மீண்டும் மறைந்தான்.

லா ஸ்டுடியோலோ.

ஃபைவ் ஹண்ட்ரட் கூடத்தில் *செர்கோ ட்ரோவா* என்ற வார்த்தைகள் மறைக்கப்பட்டிருப்பதற்கு நேர் எதிரில் கண்ணாடிக் கதவுக்குப் பின்னால் ஜன்னல்கள் அற்ற அறையில் அது அமைந்திருந்தது. முதலாம் பிரான்சிஸ்கோவின் ரகசிய

படிப்பறையாக வெஸாரியால் வடிவமைக்கப்பட்டிருந்த அந்த செவ்வக வடிவ ஸ்டுடியோவோ ஒரு வட்டமான, பீப்பாய் வடிவ கூரையைப் போல் உயர்ந்திருந்தது, அது உள்ளே இருப்பவர்களுக்கு தாங்கள் ஏதோ ஒரு புதையலின் மையப்பகுதியில் இருப்பதைப் போன்ற உணர்வைத் தரும்.

பொருத்தமான வகையில் அமைக்கப்பட்ட உள்பகுதி பளபளப்பான பொருள்களால் அழகூட்டப்பட்டிருந்தது. சுவர் களையும் கூரையையும் முப்பதுக்கும் மேற்பட்ட அரிய ஓவியங்கள் அலங்கரித்திருந்தன. அவை ஒன்றுக்கு ஒன்று நெருக்கமாக எந்த காலியிடத்தையும் விட்டுவைக்காததைப் போல் காணப்பட்டன. ***இகரஸின் வீழ்ச்சி... மனித வாழ்வின் உருவகம்... அற்புதமான பொன்மணிகளுடன் இயற்கை வழங்கிய பிராமிதியஸ்.***

அதற்கும் அப்பால் இருந்த அற்புதமான கண்ணாடியின் வழியாக உற்றுப்பார்த்த லேங்டன் தனக்குள் முணுமுணுத்துக் கொண்டார், “மரணத்தின் கண்கள்.”

சில வருடங்களுக்கு முன்னர் பாலஸோவிற்கு ஒரு தனியார் ரகசியப் பாதை சுற்றுலாவின்போது வந்திருந்த லேங்டன் முதல்முறையாக லா ஸ்டுடியோவிற்குள் நுழைந்தபோது மிதமிஞ்சி இருந்த ரகசியக் கதவுகள், படிக்கட்டுகள் மற்றும் பாதை வழிகள் அனைத்தும் அந்த பாலஸோவில் தேன்கூட்டைப் போல் அமைக்கப்பட்டிருப்பதைக் கண்டு ஆச்சரியப்பட்டார். அவற்றில் லா ஸ்டுடியோவிற்குள் இருந்த சில மறைக்கப்பட்ட ஓவியங்களும் அடங்கும்.

இருப்பினும், அந்த ரகசியப் பாதைகள் மட்டுமே லேங்டனின் ஆர்வத்தைத் தூண்டவில்லை. பதிலாக, இங்கிருந்த காட்சி அறையில் அவர் பார்த்த ஒரு துணிச்சலான நவீன ஓவியம்தான் அவர் கவனத்தை கவர்ந்திருந்தது. டேமியன் ஹிர்ஸ்ட் படைத்த ***கடவுள் மீதுள்ள அன்பினால்*** என்ற அந்த ஓவியம் வெஸாரியின் புகழ்பெற்ற ஸ்டுடியோவில் காட்சிக்கு வைக்கப்பட்டபோது பெரும் அதிர்ச்சியலைகளை எழுப்பியது.

கெட்டியான பிளாட்டினத்தில் மனிதனின் இயல்பான மண்டையோட்டின் அளவிற்குள்ள அதன் மேற்பரப்பு பளபள வென்ற ***எட்டாயிரம்*** வைரக்கற்களால் மூடப்பட்டிருந்தது. அதைப் பார்க்கும் விளைவு ஸ்தம்பிக்கச் செய்யக்கூடியது. ஒளியும், உயிர்ப்புமாக இருந்த அந்த மண்டையோட்டின் வெற்றுக் கண் குழிகள் வாழ்வும் மரணமும் ஒன்றின் பக்கம் ஒன்றாக அமைக்கப்பட்டிருப்பதைப் போன்ற, தொந்தரவுபடுத்தக்கூடிய படைப்பாக உருவாகியிருந்தது. ஹிர்ஸ்ட்டின் வைர மண்டையோடு

நீண்டகாலத்திற்கு முன்பே லா ஸ்டுடியோவில் இருந்து நீக்கப்பட்டு விட்டது என்றாலும், அதை நினைவுபடுத்திக்கொண்ட லேங்டனுக்கு ஒரு புதிய யோசனை தோன்றியது.

மரணத்தின் கண்கள், அவர் நினைத்துக்கொண்டார். *அந்த மண்டையோடு நிச்சயம் தகுதியானதுதான், இல்லையா?*

மண்டையோடுகள் தாந்தேயின் *இன்ஃபெர்னோ*வில் திரும்பத் திரும்ப தோன்றக்கூடிய ஒரு கருப்பொருளாகவே இருந்து வந்திருக்கின்றன. அதில் மிகவும் பிரபலமானது யுகாலினோ பிரபு நரகத்தின் கீழ் சுற்றில் வழங்கிய கொடூரமான தண்டனை — தன்னுடைய மண்டையோட்டிற்கு உள்ளேயிருந்து நிரந்தரமாக அரித்துக்கொள்ளும்படி ஒரு தீய ஆர்ச்பிஷப்பிற்கு விதிக்கப்பட்ட தண்டனையே அது.

நாம் ஒரு மண்டையோட்டையா தேடிக்கொண்டிருக்கிறோம்?

அந்தப் புதிரார்ந்த ஸ்டுடியோலோ "ஆர்வமுள்ளவர்கள் அவையின்" பாரம்பரியத்தில் கட்டப்பட்டது என்று லேங்டனுக்குத் தெரியும். ஏறக்குறைய அதன் எல்லா ஓவியங்களுமே ரகசியமாக தொங்கவிடப்பட்டிருந்தன. முன்னும் பின்னும் பிரபுவானவர் தனக்குப் பிடித்த விசித்திரமான பொருள்களை வைத்திருந்த அலமாரியை வெளிப்படுத்திக் கொண்டிருந்தன — அரிதான தாதுப்படிவ மாதிரிகள், அழகான சிறகுகள், சிப்பிகளின் படிவங்கள் மற்றும் கையால் உருக்கி, வெள்ளியால் அலங்கரிக்கப்பட்ட ஒரு மதகுருவின் கணுக்கால்.

துரதிர்ஷ்டவசமாக, அலமாரியில் இருந்த எல்லாப் பொருள் களும் நீண்டகாலத்திற்கு முன்பே அகற்றப்பட்டிருப்பதாக சந்தேகம் கொண்ட லேங்டன் இங்கே ஹிர்ஸ்ட்டின் மண்டை யோட்டைத் தவிர வேறு எந்த மண்டையோடும் காட்சிக்கு வைக்கப்பட்டிருந்ததாக அவர் கேள்விப்பட்டதும் இல்லை.

அந்தக் கூடத்தின் மற்றொரு பக்கத்தில் இருந்து அறைந்து சாத்தப்பட்ட கதவினால் லேங்டனின் சிந்தனைகள் அறுபட்டன. அந்த அறையில் விறுவிறுப்பாக நடந்துவரும் காலடியோசைகள் கேட்டன.

"சார்!" ஒரு கோபமான குரல் கத்தியது. "இந்த அறை இன்னும் திறக்கப்படவில்லை!"

ஒரு பெண் ஊழியர் தன்னை நோக்கி வந்துகொண்டிருப்பதைப் பார்க்க லேங்டன் திரும்பினார். அவள் குட்டையாக பழுப்பு நிற தலைமுடியுடன் இருந்தாள். அவள் கர்ப்பமாகவும் இருந்தாள் என்பது நன்றாகத் தெரிந்தது. அந்தப் பெண் அவர்களை நோக்கி

வேகமாக வந்தாள். தன்னுடைய கடிகாரத்தை தட்டிப் பார்த்துக் கொண்ட அவள் அந்த அறை இன்னும் திறக்கப்படாதது குறித்து ஏதோ ஒரு விஷயத்தை கத்திக்கொண்டே வந்தாள். அவள் கிட்டே வந்து லேங்டனை நேருக்கு நேர் பார்த்ததும் சட்டென்று நின்று, இன்ப அதிர்ச்சியில் தன் வாயை பொத்திக்கொண்டாள்.

"புரபஸர் லேங்டன்!" என்று ஆச்சரியப்பட்ட அவள், மகிழ்ச்சியாகக் காணப்பட்டாள். "என்னை மன்னிக்க வேண்டும்! நீங்கள் இங்கே வந்திருப்பது எனக்குத் தெரியாது. மீண்டும் உங்களை வரவேற்கிறேன்!"

லேங்டன் உறைந்துபோனார்.

தன்னுடைய வாழ்க்கையில் இந்தப் பெண்ணை தான் பார்த்ததே இல்லை என்பது லேங்டனுக்கு சர்வ நிச்சயமாகத் தெரியும்.

❏

37

“எனக்கு உங்களை அடையாளமே தெரிய வில்லை, புரபஸர்!” என்று ஆங்கிலத்தில் கூறியபடியே அவள் லேங்டனை நெருங்கினாள். “இதுதான் உங்கள் உடையா.” மென்மையாக சிரித்த அவள், லேங்டனின் பிரையோனி உடையைப் பார்த்து பாராட்டும்படியாக தலையசைத்தாள். “இது மிகவும் நவநாகரீகமானது. நீங்கள் இத்தாலியரைப் போலவே இருக்கிறீர்கள்.”

லேங்டனின் வாய் முழுதாக உலர்ந்துபோனது, ஆனால் அந்தப் பெண் தன்னுடன் சேர்ந்து கொண்டதால் எப்படியோ சிரித்தும் வைத்தார். “குட்... மார்னிங்” என்ற அவர் நடுங்கிக் கொண்டே கேட்டார், “எப்படி இருக்கிறீர்கள்?”

தன்னுடைய வயிற்றைப் பிடித்துக்கொண்டே அவள் சிரித்தாள். “சோர்ந்து போயிருக்கிறேன். லிட்டில் கேட்டலினாதான் இரவு முழுவதும் உதைத்துக்கொண்டே இருக்கிறாள்.” அந்த அறையை சுற்றிப்பார்த்த அவள் ஏதும் புரியாதவளாக காணப் பட்டாள். “நாம் இன்று திரும்பி வரப் போவதை இல் டுவோமினோ உங்களிடம் சொல்லவில்லையா. அவர் உங்களுடன்தான் இருப்பார் என்று நினைத்தேன்?”

இல் டுவோமினாவா? அவள் யாரைப்பற்றிப் பேசுகிறாள் என்று லேங்டனுக்கு எதுவும் புரிய வில்லை.

அவருடைய குழப்பத்தைக் கண்டுவிட்ட அவள் மீண்டும் சிரித்துவைத்தாள். "பரவாயில்லை, ஃப்ளோரன்சில் எல்லோரும் அவரை அந்தப் பட்டப்பெயர் சொல்லித்தான் கூப்பிடுவார்கள்." "அவர்தான் உங்களை உள்ளே விட்டதா?"

"ஆமாம் அவர்தான்" என்ற சியன்னா கூடத்தில் இருந்து வந்துகொண்டிருந்தாள். "ஆனால், அவருக்கு பிரேக்பாஸ்ட் மீட்டிங் இருக்கிறது. நாங்கள் இப்படியே சுற்றிப் பார்த்துக்கொண்டிருந்தால் உங்களுக்கு எதுவும் பிரச்சினை இருக்காது என்று அவர்தான் சொல்லியிருந்தார்" என்ற சியன்னா உற்சாகத்துடன் அவளுக்கு கை கொடுத்தாள். "நான் சியன்னா. ராபர்ட்டின் சகோதரி."

அந்தப் பெண் மிகவும் அதிகாரப்பூர்வமான தொனியில் சியன்னாவுக்கு கைகொடுத்தாள். "நான் மார்த்தா ஆல்வெரஸ். புரபஸர் லேங்டனையே தனி வழிகாட்டியாக வைத்திருக்கும் நீங்கள்தான் அதிர்ஷ்டக்காரர்."

"ஆமாம்" என்றபடி உற்சாகத்துடன் காணப்பட்ட சியன்னா தன் கண்கள் அலைபாய்வதை மறைத்துக்கொண்டாள். "இவர் மிகவும் புத்திசாலி!"

அவள் சியன்னாவை ஆராய்ந்துகொண்டிருந்தபோது ஒரு அசௌகரியமான அமைதி நிலவியது. "வேடிக்கையாக இருக்கிறது" என்றாள் அவள், "உங்கள் இருவருக்கும் இடையில் குடும்ப ரீதியான ஒற்றுமை ***எதுவும்*** எனக்குத் தெரியவில்லையே. உங்கள் உயரத்தைத் தவிர."

வந்துகொண்டிருக்கும் டிரெயின் நொறுங்கிப்போவதைப் போல் லேங்டன் உணர்ந்தார். ***இப்போது இல்லையென்றால் எப்போதும் இல்லை.***

"மார்த்தா," அவளுடைய பெயரை சரியாக கேட்டிருக்கிறோம் என்ற நம்பிக்கையில் லேங்டன் குறுக்கிட்டார், "உங்களை தொந்தரவு செய்வதற்கு மன்னிக்க வேண்டும். ஆனால்... நான் இங்கே எதற்காக வந்திருக்கிறேன் என்று உங்களுக்குத் தெரியுமென நினைக்கிறேன்."

"உண்மையில், இல்லை" என்ற அவளின் கண்கள் சுருங்கின. "நீங்கள் இங்கே என்ன செய்துகொண்டிருக்கிறீர்கள் என்று கற்பனை செய்யும் வாய்ப்பு எனக்கு கிடையாது."

லேங்டனின் இதயத்துடிப்பு அதிகரித்தது. அதைத்தொடர்ந்து வந்த அசௌகரியமான அமைதியில் தன்னுடைய சூதாட்டம் நொறுங்கி எரியப்போவதை அவர் உணர்ந்தார். சட்டென்று பெரிதாக புன்னகைத்த மார்த்தா வெடித்துச் சிரித்தாள்.

"புரபஸர், நான் ஜோக்கடித்தேன்! உண்மையில், நீங்கள் ஏன் திரும்பி வந்திருக்கிறீர்கள் என்று எனக்குத் தெரிகிறது. வெளிப் படையாக சொன்னால், இதற்கு ஏன் இவ்வளவு பரவசமாகிறீர்கள் என்று எனக்குத் தெரியவில்லை. ஆனால் நேற்று இரவு நீங்களும் இல் டுவோமினாவும் ஏறக்குறையை ஒரு மணிநேரத்திற்கு மேல் செலவிட்டதை வைத்துப் பார்க்கும்போது, அதை உங்கள் சகோதரியிடமும் காட்டத்தானே வந்திருக்கிறீர்கள்?"

"ஆமாம்..." அவர் சமாளித்தார். "அதற்காகத்தான். நான் அதை சியன்னாவுக்கும் காட்ட விரும்புகிறேன். அதில் ஒன்றும் பிரச்சினை இல்லையே?"

இரண்டாவது தள பால்கனியை நோக்கிய மார்த்தா கண்களைச் சுருக்கினாள். "ஒன்றும் பிரச்சினை இல்லை. இப்போது நான் அங்கேதான் போய்க்கொண்டிருக்கிறேன்."

அந்தக் கூடத்தின் முன்னால் இருந்த இரண்டாவது தளத்தின் பால்கனியை பார்த்தபோது அவர் இதயம் தடதடத்தது. ***நேற்று இரவு நான் அங்கேயா இருந்தேன்?*** அவருக்கு எதுவும் நினைவில் இல்லை. ***செர்கா ட்ரோவா*** என்ற வார்த்தைகளின் உயரத்திற்கு இருந்த அந்த பால்கனி பாலஸோ அருங்காட்சியகத்தின் நுழை வாயிலாகவும் செயல்பட்டது லேங்டனுக்குத் தெரியும், இங்கு வரும்போதெல்லாம் லேங்டன் அங்கே சென்றுவருவது வழக்கம்.

மார்த்தா அவர்களை அந்தக் கூடத்திற்கு அழைத்துச் செல்வதாக இருந்தபோது சற்று இடைவெளிவிட்டு, ஏதோ நினைவுக்கு வந்தவளாய்க் கேட்டாள், "சொல்லப்போனால், புரபஸர், உங்கள் அன்புச் சகோதரிக்கு பயங்கரமானவைகளைப் பார்த்தால் பயம் எதுவும் இல்லை என்கிறீர்களா?"

இதற்கு எப்படி பதில் சொல்வதென்று லேங்டனுக்குத் தெரியவில்லை.

"நாம் பயங்கரமானதைப் பார்க்கப் போகிறோமா?" சியன்னா கேட்டாள். "என்ன அது? அவர் என்னிடம் சொல்லவில்லையே?"

லேங்டனைப் பார்த்து அடக்கமாக சிரித்தாள் மார்த்தா. "புரபஸர், அதைப்பற்றி நான் உங்கள் தங்கையிடம் சொல்லவா, அல்லது நீங்களே சொல்ல விரும்புகிறீர்களா?"

லேங்டன் அந்த வாய்ப்பைப் பயன்படுத்திக்கொண்டார். "மார்த்தா, நீங்களே அதைப்பற்றி அவளிடம் சொல்லிவிடுங்களேன்."

சியன்னாவிடம் திரும்பிய மார்த்தா, இப்போது மிக மெதுவாக பேசினாள். "உங்கள் சகோதரர் உங்களிடம் என்ன

சொல்லியிருக்கிறார் என்று எனக்குத் தெரியாது, ஆனால் நாம் அந்த அருங்காட்சியத்திற்கு சென்று மிகவும் வழக்கத்திற்கு மாறான ஒரு முகமூடியைப் பார்க்கப் போகிறோம்."

சியன்னாவின் கண்கள் சற்றே விரிந்தன. "எந்த மாதிரியான முகமூடி? கார்னிவெலில் அணிந்துவருவது போன்ற அகோரமான முகமூடியா?"

"நல்ல யூகம்" என்றாள் மார்த்தா, "ஆனால், அது பிளேக் மாஸ்க் இல்லை. இது மிகவும் வேறுவிதமான முகமூடி. இதை மரண முகமூடி என்பார்கள்."

லேங்டன் சிரமப்பட்டு மூச்சுவிடுவதை கேட்க முடிந்தது. மார்த்தா அவரைப் பார்த்து புருவத்தை நெளித்தாள். தன்னுடைய சகோதரியை அச்சுறுத்தும் முயற்சியில் அவர் மிகவும் நாடகீயமாக நடந்துகொள்கிறார் என்று மார்த்தா நினைப்பது தெளிவாகத் தெரிந்தது.

"உங்கள் சகோதரர் சொல்வதையெல்லாம் கேட்காதீர்கள்," என்றாள் அவள். "1500களில் மரண முகமூடி அணிவதென்பது மிகவும் சாதாரணமான பழக்கம். அது ஒருவருடைய முகத்தில் பிளாஸ்டர் அணிந்தது போல்தான் இருக்கும். அவர் இறந்த சில நிமிடங்களில் அதை எடுத்துவிடுவார்கள்."

மரண முகமூடி. ஃப்ளோரன்சில் கண் விழித்ததில் இருந்து முதல் முறையாக அப்போதுதான் லேங்டன் தெளிவை உணர்ந்தார். *தாந்தேயின் இன்ஃபெர்னோ... செர்கா ட்ரோவா... மரணத்தின் கண்கள் வழியாக பார்ப்பது. மரண முகமூடி!*

சியன்னா கேட்டாள், "அந்த முகமூடியை அணிய யாருடைய முகம் பயன்படுத்தப்பட்டது?"

சியன்னாவில் தோளில் கைவைத்த லேங்டன் தன்னால் முடிந்தவரை அமைதியாக பதிலளித்தார். "புகழ்பெற்ற இத்தாலியக் கவிஞர். தாந்தே அலிஜீரி."

◻

38

அட்ரியாட்டிக் கடல் அலைகளை கிழித்துக் கொண்டு சென்ற ***மெண்டாசியத்தின்*** மேற்பகுதியில் மெடிட்டெரேனியன் சூரியன் பிரகாசமான ஒளியை வீசியது. சோர்வுற்றிருந்த தலைவர் தன்னுடைய இரண்டாவது ஸ்காட்சை காலிசெய்துவிட்டு தன்னுடைய அலுவலக ஜன்னலை வெறுமையாக பார்த்துக்கொண்டிருந்தார்.

ஃப்ளோரன்ஸில் இருந்து வந்த செய்தி நல்லதல்ல.

ஒருவேளை அது அவர் வெகுகாலத்திற்குப் பின்னர் முதல் முறையாக ஆல்கஹாலை சுவைத்ததன் காரணமாக இருக்கலாம். ஆனால் அதனினும் வினோதமாக உணர்ந்த அவர் குழப்பத்துடனும், சக்தியற்றவராகவும் உணர்ந்தார்... அவருடைய கப்பல் என்ஜின்களை இழந்து இலக்கின்றி அலை களில் பயணிப்பதைப் போல் இருந்தது.

அந்த உணர்வு தலைவருக்கே அந்நியமான ஒன்று. அவருடைய உலகில், எப்போதுமே ஒரு நம்பிக்கையான திசைமானி இருந்து வந்திருக்கிறது — ***அதுதான் நெறிமுறை*** — ஆனால் அது ஒருபோதும் இப்படித் தோற்றுப்போனதில்லை. நெறிமுறைதான் எந்த வகையிலும் திரும்பியே பார்க்காமல் அவர் சிக்கலான முடிவுகள் எடுப்பதற்கு சாத்தியமாக்கி இருந்திருக்கிறது.

அந்த நெறிமுறைக்குத்தான் வயந்தாவை மறுக்க வேண்டிய தேவை ஏற்பட்டது, அத்துடன் தலைவர் இந்த உடன்பாட்டை எந்த தயக்கமும் இல்லாமல்தான் எடுத்துக் கொண்டார். *இந்தக் குழப்பம் நீங்கியவுடன் நான் அவளைப் பார்த்துக்கொள்கிறேன்.*

தன்னுடைய கிளைண்ட்டுகளைப் பற்றி எவ்வளவு முடியுமோ அவ்வளவு கொஞ்சமாக தெரிந்துகொள்ள தலைவருக்குத் தேவைப் பட்டது இந்த நெறிமுறைதான். அவர்களை தீர்மானிக்க இந்த கன்சார்ட்டியத்திற்கு எந்த அறம்சார் பொறுப்பும் கிடையாது என்பதை அவர் வெகுகாலத்திற்கு முன்பே தீர்மானித்திருக்கிறார்.

சேவை வழங்கு.

கிளைண்ட்டுகளை நம்பு.

கேள்வி கேட்காதே.

பெரும்பாலான நிறுவன இயக்குநர்களைப் போன்றே, தான் வழங்கும் சேவைகள் சட்டத்தின் வரையறைக்கு உட்பட்டதுதான் என்ற யூகத்திலேயே அவர் தன் சேவைகளை வழங்கி வந்திருக்கிறார். எல்லாவற்றுக்கும் மேல், நகரத்து அம்மாக்கள் பள்ளிப் பகுதிகளில் வேகமாக செல்லாமல் இருப்பதை உறுதிப்படுத்துவதில் வோல்வோ நிறுவனத்திற்கு எந்தப் பொறுப்பும் கிடையாது. தங்கள் நிறுவனத்தின் கம்ப்யூட்டரைப் பயன்படுத்தி வங்கிக் கணக்கை ஹேக் செய்ததற்கு டெல் நிறுவனம் எந்த வகையிலும் பொறுப்பேற்க முடியாது.

இப்போது, எல்லாம் வெளிவரத் தொடங்கும் வேளையில், இந்தக் கிளைண்ட்டை கன்சார்ட்டியத்திற்கு பரிந்துரைத்த அந்த நம்பிக்கைக்குரிய நபரை முழுவதுமாக சபித்தார்.

“அவருக்கு செய்யும் செலவு குறைவு, பணமும் அதிகம்” அவர் அப்படித்தான் உறுதியளித்தார். “அவர் திறமையான மனிதர், தன்னுடைய துறையில் ஒரு நட்சத்திரம், மிதமிஞ்சிய பணக்காரர். அவர் ஒன்று அல்லது இரண்டு வருடங்களுக்கு காணாமல் போகவேண்டும் என்று விரும்புகிறார். ஒரு முக்கிய மான புராஜக்டில் வேலை செய்ய மையத்தில் இருந்து விலகி இருக்க வேண்டும் என்று நினைக்கிறார்.”

தலைவரும் அதிகம் யோசிக்காமலேயே ஒப்புக்கொண்டார். நீண்டகால இடமாறுதல் எப்போதுமே சுலபமான பணம் கிடைக்கும் வழி. தலைவர் அந்த கிளைண்ட்டின் உள்நோக்கங்களை நம்பினார்.

எதிர்பார்த்தது போலவே அந்த வேலைக்கு சுலபமாக பணம் கிடைத்தது.

அதாவது, கடந்த வாரம் வரை.

இப்போது, அந்த மனிதர் உருவாக்கியுள்ள குழப்பத்தில், ஒரு ஸ்காட்ச் பாட்டிலை சுற்றியுள்ள வளையங்களில் தானே நடந்துகொண்டிருப்பதாக தலைவர் நினைத்தார். அத்துடன் அந்த கிளைண்ட் உடனான பொறுப்புகள் முடியப்போகும் நாட்களை எண்ணிக்கொண்டிருந்தார்.

அவருடைய மேசையில் இருந்த போன் ஒலித்தது. அது கீழேயிருக்கும் தன்னுடைய முன்னணி அதிகாரிகளுள் ஒருவரான நோல்டன் என்பதை தலைவர் கண்டார்.

"சொல்லுங்கள்" அவர் பதிலளித்தார்.

"சார்," என்று பேசத்தொடங்கிய நோல்டனின் குரலில் ஓர் அசௌகரியமான தொணி காணப்பட்டது. "இதற்காக நான் உங்களை தொந்தரவு செய்வதற்கு மன்னிக்க வேண்டும். ஆனால் உங்களுக்கே தெரியும், நாளை உலக மீடியாவுக்கு ஒரு வீடியோவை பதிவேற்றம் செய்யவேண்டிய வேலை நமக்கு இருக்கிறது."

"ஆமாம்" என்றார் தலைவர். "அது தயாராகத்தானே இருக்கிறது?"

"ஆமாம், ஆனால் இதை பதிவேற்றம் செய்யும் முன்னர் இதை நீங்கள் ஒருமுறை பார்க்க வேண்டும் என்று நினைக்கிறேன்."

தலைவர் இடைவெளி விட்டார். அவருக்கு சரியாக புரியவில்லை. "அந்த வீடியோவில் நம்முடைய பெயர் குறிப்பிடப் பட்டிருக்கிறதா அல்லது நம்மை ஏதேனும் ஒரு வகையில் குறிப்பிட்டிருக்கிறதா?"

"இல்லை சார், ஆனால் அதன் விஷயம் மிகவும் தொந்தரவு செய்யக்கூடியதாக இருக்கிறது. கிளைண்ட் திரையில் தோன்றிக் கூறுகிறார் —"

"போதும் நிறுத்துங்கள்" என்று தலைவர் உத்தரவிட்டார். தன்னுடைய மூத்த அதிகாரி ஒருவரே நெறிமுறையை கடுமையான முறையில் மீறிவிட்டதை நினைத்து உறைந்துபோனார். "***விஷயம்*** என்பது முக்கியமல்லாதது. அந்த கிளைண்ட் நினைத்திருந்தால் இந்த வீடியோவை எலக்ட்ரானிக்கல் முறையில் சுலபமாக வெளியிட்டிருக்கலாம். ஆனால் அவர் ***நம்மை*** வேலைக்கு அமர்த்தினார். ***நமக்கு*** பணம் கொடுத்தார். ***நம்மை*** நம்பியுள்ளார்."

"யெஸ். சார்."

“நீங்கள் சினிமா விமர்சகராக வேலைக்கு அமர்த்தப்பட வில்லை” என்று தலைவர் எச்சரித்தார். “நீங்கள் வாக்குறுதிகளை நிறைவேற்றத்தான் வேலைக்கு அமர்த்தப்பட்டிருக்கிறீர்கள். உங்கள் வேலையை செய்யுங்கள்.”

பாண்ட் வெஷியோவில் காத்திருந்த வயந்தாவின் கூர்மை யான கண்கள் அந்தப் பாலத்தில் காணப்பட்ட நூற்றுக்கணக்கான முகங்களை ஆராய்ந்துகொண்டிருந்தது. அவள் கண்காணித்தபடி இருந்தாள் என்பதுடன் லேங்டன் இன்னும் தன்னை கடந்துசென்றுவிடவில்லை என்பது அவளுக்கு உறுதியாகத் தெரியும். ஆனால் அந்த ட்ரோன் அமைதியாகிவிட்டது. அதன் தேடுதல் அதற்கு மேலும் தேவைப்படவில்லை.

புரூடர்தான் அவரைப் பிடித்திருக்க வேண்டும்.

தயக்கத்துடனே, அவள் கன்சார்ட்டியத்தின் விசாரணை யினுடைய மோசமான விளைவுகள் குறித்து பரிசீலிக்கத் தொடங்கினாள்.

மறுக்கப்பட்ட இரண்டு ஏஜெண்டுகளின் நிலைமையை அவள் மீண்டும் நினைத்துப் பார்த்தாள். அவர்களிடமிருந்து மறுபடியும் எந்தத் தகவலும் இல்லை. அவர்கள் அப்படியே வேறு வேலைக்கு சென்றுவிட்டார்கள். அவள் தனக்குத்தானே உத்தரவாதப்படுத்திக்கொண்டாள். இருந்தபோதிலும், அப்படியே துஸ்கானி மலைப்பக்கம் சென்று மறைந்துபோனால் தன்னுடைய திறமையை பயன்படுத்தி அவளால் புதிய வாழ்க்கையை வாழ்ந்து கொள்ள முடியுமா என்றுகூட அவள் நினைத்துப் பார்த்தாள்.

ஆனால் எவ்வளவு நாளைக்கு நான் அவர்களிடமிருந்து மறைந்துகொள்ள முடியும்?

கன்சார்ட்டியம் உங்களை பார்வைக்கு கொண்டுவந்து விட்டதென்றால், அந்தரங்கம் என்பதெல்லாம் வெறும் மாயை என்பது ஏகப்பட்ட இலக்குகளுக்கு முதலிலேயே தெரிந்திருக்கும். இது வெறும் நேரம் சம்பந்தப்பட்ட விஷயம்தான்.

என்னுடைய தொழில்வாழ்க்கை இப்படித்தான் முடிய வேண்டுமா? அவள் அதிர்ச்சியுற்றாள். அதிர்ஷ்டங்கெட்ட தொடர் தோல்விகளால் கன்சார்ட்டியம் உடனான அவளுடைய ஆயுள் பனிரெண்டே வருடங்களில் முடிவுக்கு வந்ததை அவளால் ஏற்றுக்கொள்ளவே முடியவில்லை. ஒரு வருடமாக, அந்த பச்சைக் கண்ணுள்ள கிளைண்ட்டுக்கு தேவையானவற்றை நிறைவேற்றும் பணியை விழிப்புடன் செய்து முடித்திருக்கிறாள். *அவர் மரணத்தில் விழுந்தது என்னுடைய தவறில்லை. இப்போதுகூட*

நானும் அவருடனே சேர்ந்து விழுவதுபோல் இருக்கிறது.

மீட்கப்படுவதில் அவளுக்கு இருக்கும் ஒரே வாய்ப்பு புரூடரை மிஞ்சுவதுதான். ஆனால், இது நிச்சயமற்றது என அவளுக்கு ஆரம்பத்தில் இருந்தே தெரியும்.

நேற்றிரவு எனக்கு ஒரு வாய்ப்பு கிடைத்தது. நான் தவற விட்டுவிட்டேன்.

வயந்தா தன்னுடைய மோட்டார்சைக்கிளை தயக்கத்துடன் திருப்புகையில், தொலைவில் கேட்ட, பிரபலமான விர்ரென்ற ஓர் ஒலியால் சட்டென்று விழித்துக்கொண்டாள்.

ஏதும் புரியாதவளாக அவள் உற்றுப் பார்த்தாள். அவளை ஆச்சரியப்படுத்தும் வகையில் அந்த கண்காணிப்பு ட்ரோன் மீண்டும் மேலெழுந்து வந்தது. இந்தமுறை பிட்டி பாலஸின் வெகுதொலைவான முனைக்கு அருகாமையில் காணப்பட்ட அந்தச் சிறிய விமானம் அந்த பாலஸின் மேலே இலக்கற்று வட்டமடித்துக்கொண்டிருந்தது.

அந்த ட்ரோன் வேலையில் இறங்கியிருக்கிறது என்றால் அதற்கு ஒரே ஓர் அர்த்தம்தான் இருக்கிறது.

அவர்கள் இன்னும் லேங்டனை பிடிக்கவில்லை!

அவர் எங்குதான் போய்விட்டார்?

அந்தக் குத்தலான விர்ரென்ற ஒலி மீண்டும் தலைக்கு மேலே கேட்டு டாக்டர். எலிசபெத் சின்ஸ்கியை தன்னுடைய மயக்க நிலையில் இருந்து அவரை திரும்பக் கொண்டுவந்தது. *அந்த ட்ரோன் இப்போது மீண்டும் மேலே சென்றிருக்கிறதா? ஆனால் நான் நினைத்தேன்...*

அவள் வேனின் பின்னிருக்கைக்கு மாறினாள். அங்குதான் அதே இளம் ஏஜெண்ட் இன்னமும் அவளுக்குப் பின்னால் அமர்ந்திருந்தான். அவள் மீண்டும் தன்னுடைய கண்களை மூடிக்கொண்டாள். வலியுடனும் குமட்டலுடனும் போராடிக் கொண்டிருந்தாள். ஆனால், பெரும்பாலும் அவள் தன் பயத்துடனே போராடிக்கொண்டிருந்தாள்.

நேரம் போய்க்கொண்டிருந்தது.

அவளுடைய எதிரி செத்துப்போய்விட்டார் என்றாலும், இன்னும் தன் கனவுகளில் அவர் நிழலுருவாய் தன்னைப் பார்த்துக் கொண்டுதான் இருக்கிறார். இன்னமும் அவர் வெளியுறவுத்துறை கவுன்சிலின் இருளில் நின்றபடி விரிவுரையாற்றிக் கொண்டுதான்

இருக்கிறார்.

யாராவது ஒருவர் துணிச்சலுடன் செயல்பட வேண்டியது அவசியம், என்று அறிவித்த அவருடைய பச்சை நிறக் கண்கள் மின்னி மறைந்தன. *நாம் இல்லை என்றால், யார்? இப்போது இல்லையென்றால், எப்போது?*

தனக்கு வாய்ப்பு கிடைத்தபோதே அவரைத் தடுத்து நிறுத்தியிருக்க வேண்டும் என்பது எலிசபெத்திற்கு நன்றாகத் தெரிந்தது. அந்த சந்திப்பில் இருந்து பிடிவாதமாக வெளியேறி, லிமோவின் பின்னிருக்கையில் கோபத்துடன் அமர்ந்து மன்ஹாட்டானைக் கடந்து ஜேஎஃப்கே சர்வதேச விமான நிலையம் நோக்கிச் சென்றதை அவளால் மறக்கவே முடியாது. இந்தப் பைத்தியக்காரன் யார் என்று தெரிந்தகொள்ளத்தான் அவளும் ஆவலுடன் இருந்தாள். அப்போது தன்னுடைய செல்போனை வெளியே எடுத்த அவள் சட்டென்று எடுத்த அவருடைய ஃபோட்டோவைப் பார்த்தார்.

அதைப் பார்க்கையில் அவளுக்கு மூச்சு முட்டியது. டாக்டர். எலிசபெத் சின்ஸ்கிக்கு அவர் யாரென்று வெகு நிச்சயமாகத் தெரியும். அவரை வெகுசுலபமாக தடம்காண முடியும் என்பது நல்ல செய்திதான். கெட்ட செய்தி என்னவென்றால், அவர் தன்னுடைய துறையில் ஒரு மேதை — ஒரு மிக ஆபத்தான ஆளாகத்தான் அவர் தேர்வாகியிருக்கிறார்.

ஒரு நோக்கத்தை அடைய நினைக்கும் மிகத்திறமையான மூளையைவிட எதுவுமே சிறந்த படைப்பாகவும் இருக்க முடியாது... எதுவுமே சிறந்த அழிவாகவும் இருக்க முடியாது.

முப்பது நிமிடங்கள் கழித்து அவள் விமானநிலையத்திற்கு வந்துசேர்ந்தபோது, தன்னுடைய குழுவினரை அழைத்த அவள் பூமியில் உள்ள சம்பந்தப்பட்ட எந்த ஓர் ஏஜென்சியையும் — சிஐஏ, சிடிசி, இசிடிசி மற்றும் உலகம் முழுவதிலும் உள்ள அவற்றின் சகோதர நிறுவனங்கள் — அழைத்து அவரை உயிர்ம—பயங்கரவாத கண்காணிப்புப் பட்டியலில் வைக்குமாறு உத்தரவிட்டாள்.

நான் ஜெனீவாவிற்கு திரும்பி வரும்வரை இவ்வளவுதான் என்னால் செய்ய முடியும், என்று நினைத்துக்கொண்டாள்.

சோர்ந்துபோயிருந்த அவள், தன்னுடைய கைப்பையை எடுத்துப் பரிசோதகரிடம் தன்னுடைய பாஸ்போர்ட்டையும் டிக்கெட்டையும் கொடுத்தாள்.

“ஓ, டாக்டர். சின்ஸ்கி” என்றான் அந்தப் பரிசோதகர்

புன்னகையுடன். "ஓர் அருமையான மனிதர் உங்களுக்கு ஒரு செய்தியை விட்டுச் சென்றிருக்கிறார்."

"மன்னிக்க வேண்டும்?" தன்னுடைய விமானப் பயணம் குறித்துத் தெரிந்த யாரையும் எலிசபெத்திற்கு தெரியாது.

"அவர் மிக உயரமாக?" என்றான் பரிசோதகர். "பச்சைநிறக் கண்களைக் கொண்டிருந்தார்?"

எலிசபெத் தன்னுடைய பையை அப்படியே வைத்துவிட்டாள். *அவர் இங்கேயா? எப்படி?!* சுழன்று திரும்பிய அவர் தனக்குப் பின்னால் இருந்த முகங்களைப் பார்த்தாள்.

"அவர் முன்பே போய்விட்டார்" என்றார் பரிசோதகர். "ஆனால், அவர் இதை உங்களிடம் தருமாறு கூறியிருக்கிறார்." அவர் அவளிடம் மடிக்கப்பட்ட உறை ஒன்றைக் கொடுத்தார்.

அதை குலுக்கிப்பார்த்த எலிசபெத், அந்தக் காகிதத்தைப் பிரித்து கையால் எழுதப்பட்டிருந்த குறிப்பைப் படித்தார்.

அது தாந்தே அலிஜீரியின் படைப்பில் இருந்து எடுத்தாளப் பட்ட புகழ்பெற்ற மேற்கோள்.

அறம்சார் நெருக்கடிகள் நிலவும்போதும் தங்களுடைய நடுநிலையில் இருந்து விலகாதவர்களுக்காக நரகத்தின் இருளார்ந்த பகுதிகள் ஒதுக்கப்பட்டுள்ளன.

❏

39

ஃபைவ் ஹண்ரட் கூடத்தில் இருந்து இரண்டாவது தளம் நோக்கிச் செல்லும் சரிவான படிக்கட்டை மார்த்தா ஆல்வெரஸ் சோர்வுடன் உற்றுப்பார்த்தாள்.

என்னால் முடியாது, அவள் தனக்குத்தானே சொல்லிக் கொண்டாள்.

பாலஸோ வெஷியோவில் உள்ள கலை மற்றும் கலாச்சார நிர்வாகியான மார்த்தா இந்தப் படிக்கட்டுகளில் எண்ணிலடங்கா முறை ஏறி இறங்கியிருக்கிறாள். ஆனால் சமீபத்தில், எட்டுமாத கர்ப்பிணியாக அவளுக்கும் மேலே ஏறுவது மிகவும் சோர்வுறச் செய்தது.

"மார்த்தா, நாம் இந்த எலிவேட்டரில் செல்ல வேண்டாம் என்றா நினைக்கிறீர்கள்?" கவலையுடன் காணப்பட்ட ராபர்ட் லேங்டன் அருகாமையில் இருந்த அந்தச் சிறிய சர்வீஸ் எலிவேட்டரை சுட்டிக் காட்டினார். அது உடல் ஊனமுற்றவர்களுக்காக பாலஸோவால் நிறுவப்பட்டது.

மார்த்தா நன்றியுடன் சிரித்து தலையை குலுக்கினாள். "நான் நேற்றிரவே உங்களிடம் சொன்னதுபோல், உடற்பயிற்சி செய்வது குழந்தைக்கு நல்லது என்று சொல்லியிருக்கிறார். மேலும், புரபஸர், உங்களுக்கு மூடிய அறைகளில் பயம் என்பதும் எனக்குத் தெரியும்."

அவள் சொன்ன விஷயத்தால் லேங்டன்

விசித்திரமான முறையில் துணுக்குற்றுப் போனார். “ஆமாம், சரிதான். நான் சொன்னதை நானே மறந்துவிட்டேன்.”

அவர் சொன்னதையே மறந்துவிட்டாரா? மார்த்தாவுக்கு குழப்பமாக இருந்தது. *பனிரெண்டு மணிநேரத்திற்கு முன்புதானே ஒரு குழந்தைப்பருவ சம்பவத்தால் இந்த பயம் அவருக்கு ஏற்பட்டதென்று ஒரு முழுநீளக் கதையை அவர் விவரித்தார்.*

நேற்றிரவு, நோயுற்றவரைப் போன்று பருத்துக் காணப்பட்ட அவருடைய தோழர் இல் டுவோமினோ எலிவேட்டரில் மேலே ஏறி வர, லேங்டன் அவளுக்குத் துணையாக நடந்தே வந்தார். அப்போதுதான் லேங்டன் அவளிடம், தன்னுடைய சின்ன வயதில் ஒரு கிணற்றில் தனியாக மாட்டிக்கொண்டதாகவும், அதனால்தான் தனக்கு இந்த மூடிய இடங்களைப் பார்த்தால் பயம் ஏற்படுவதாகவும் கூறியிருந்தார்.

இப்போது, லேங்டனின் இளம் சகோதரி நேராகச் சென்று கொண்டிருக்கையில் அவளுடைய குதிரைவால் கொண்டை அவளுக்குப் பின்னால் அசைந்தாடிக்கொண்டிருந்தது. லேங்டனும் மார்த்தாவும் படிப்படியாக மேலேறிச் சென்றனர். ஆங்காங்கே அவள் மூச்சுவிடுவதற்காக நின்று நிதானித்து சென்றனர். “நீங்கள் அந்த முகமூடியை மீண்டும் பார்க்க விரும்புவது எனக்கு ஆச்சரியமாக இருக்கிறது” என்றாள் அவள். “ஃப்ளோரன்ஸில் உள்ள எல்லா கலைப்பொருள்களையும் காட்டிலும் இதில்தான் உங்களுக்கு அதிக ஆர்வமுள்ளதாக தெரிகிறது.”

லேங்டன் தெளிவில்லாமல் தோள்களைக் குலுக்கிக் கொண்டார். “சியன்னாவும் அதைப் பார்க்க வேண்டும் என்பதற்காகத்தான் நான் வந்தேன். எப்படியோ, எங்களை மீண்டும் உள்ளே விட்டதற்கு நன்றி.”

“நிச்சயமாக.”

லேங்டனின் கௌரவம்தான் நேற்று இரவு மார்த்தா அவருக்காக கேலரியைத் திறந்துகாட்ட தூண்டுதலாக இருந்திருக் கலாம், ஆனால் அவருடன் இல் டுவோமினோவும் வந்திருந்தார் என்பதனால் அவளுக்கு உண்மையிலேயே வேறு வழியில்லை என்பதுதான் உண்மை.

இல் டுவோமினோ எனப்படும் இக்னேஷியோ புஸோனி ஃப்ளோரன்ஸ் கலாச்சார உலகில் பிரபலமானவர். மியூஸியோ டெல்’ஓபராவின் நீண்டகால இயக்குநராக இக்னேஷியோ, ஃப்ளோரன்சின் மிக முக்கியமான வரலாற்றுத் தளமான, மிகப்பெரிய, சிவப்பு—குவிமாட கதீட்ரலும், வரலாற்றிலும்

ஃப்ளோரன்ஸின் தொடுவானத்திலும் ஆதிக்கம் செலுத்துவதுமான இல் டுவோமாவின் ஒவ்வொரு அம்சத்தையும் மேற்பார்வை செய்பவர். நில அமைப்பு மீதுள்ள அவருடைய ஆர்வம் ஏறக்குறைய நானூறு பவுண்டுகள் இருக்கும் அவருடைய உடல் அமைப்புடனும், முழுவதும் சிவந்த அவருடைய முகம் ஆகியவற்றுடன் சேர்ந்து, நல்லியபுள்ள பட்டப் பெயரான ***இல் டுவோமினோ*** "சின்னக் குவிமாடம்" என்ற பெயரை அவருக்குப் பெற்றுத் தந்திருந்தது.

இல் டுவோமினோ லேங்டனுக்கு எப்படி பழக்க மேற்பட்டது என்று மார்த்தாவுக்கு எதுவும் தெரியாது. ஆனால் நேற்று மாலை தன்னை அழைத்த டுவோமினோ தாந்தேயின் மரண முகமூடியைப் பார்க்க தனிப்பட்ட முறையில் தான் ஒரு விருந்தினரை அழைத்துவர இருப்பதாக கூறியிருந்தார். அந்தப் புதிரான விருந்தாளி புகழ்பெற்ற அமெரிக்க குறியீட்டியலாளரும், கலை வரலாற்றாசிரியருமான ராபர்ட் லேங்டனாக இருந்துவிட்ட படியால், பிரபலமான அந்த இருவரையும் பாலஸோ கேலரிக்கு அழைத்துச் செல்லும் வாய்ப்பினால் மார்த்தா சற்று பரவசமடைந்துதான் போனாள்.

இப்போது, அவர்கள் படிக்கட்டின் உச்சியை அடைந் திருந்தனர். மார்த்தா தன்னுடைய கையை இடுப்பில் வைத்தபடி ஆழ்ந்து மூச்சுவிட்டாள். ஏற்கனவே பால்கனி தடத்தில் இருந்த சியன்னா, பின்னால் இருந்த ஃபைவ் ஹண்ட்ரட் கூடத்தை கவனமாக பார்த்துக்கொண்டிருந்தாள்.

"இங்கிருந்து அந்த அறையைப் பார்ப்பதுதான் எனக்குப் பிடிக்கும்" என்றாள் மார்த்தா. "அந்த சுவரோவியங்கள் மீது உங்களுக்கு முற்றிலும் வேறுபட்ட தோற்றம் கிடைக்கும். அதில் மறைந்திருக்கும் மர்மமான செய்தி பற்றி உங்கள் சகோதரர் உங்களுக்கு சொல்லியிருப்பாரே?" என்று அவள் அந்த ஓவியத்தை கைகாட்டினாள்.

சியன்னா உற்சாகத்துடன் ஆமோதித்தாள். "*செர்கா ட்ரோவா.*"

லேங்டன் அந்த அறையையே கூர்ந்து நோக்கிக்கொண் டிருப்பதை மார்த்தா கவனித்தாள். அந்த அறையின் ஜன்னல் ஒளிகளில், நேற்றிரவு லேங்டன் ஆச்சரியத்துடன் பார்த்ததைப்போல் இப்போது பார்க்கவில்லை என்பதை கவனித்தாலும் அவளால் ஏதும் கேட்க முடியவில்லை. அவளுக்கு அவருடைய புதிய உடை பிடித்திருந்தது. ஆனால் அவர் ஷேவ் செய்திருக்க வேண்டும். அவர் முகம் வெளிறிப்போய்

சோர்வுற்றிருந்தது. அத்துடன், அவருடைய தலைமுடி, நேற்றிரவு அடர்த்தியாகவும் கெட்டியாகவும் இருந்தது. இன்று அவர் இன்னும் குளிக்கவில்லையோ என்பதுபோல் சிக்குப்பிடித்து காணப்பட்டது.

தான் உற்றுப்பார்ப்பதை லேங்டன் பார்த்துவிடும் முன்னர் அந்த சுவரோவியத்தை நோக்கித் திரும்பிய மார்த்தா, "நாம் ஏறக்குறைய அந்த *செர்கா ட்ரோவா* உயரத்திற்கு நின்று கொண்டிருக்கிறோம்" என்றாள். "வெறும் கண்களாலேயே உங்களால் அந்த வார்த்தைகளைப் பார்க்க முடியும்."

லேங்டனின் சகோதரியும் அந்த சுவரோவியத்தில் ஆர்வம் இல்லாததுபோல் காணப்பட்டாள். "தாந்தேயின் மரண முகமூடி பற்றி சொல்லுங்களேன். அது ஏன் பாலஸோ வெஷியோவில் இருக்கிறது?"

அண்ணனைப் போலவே தங்கை, என்று நினைத்துக்கொண்டே உள்ளுக்குள் முனகிக்கொண்ட மார்த்தா அந்த முகமூடிதான் இன்னும் அவர்கள் இருவரின் கவனத்தையும் கவர்ந்திருக்கிறதா என்று ஆச்சரியப்பட்டாள். இருந்தாலும், தாந்தேயின் மரண முகமூடிக்கு மிகவும் வினோதமான வரலாறு இருப்பதையும் மறுப்பதற்கில்லை. குறிப்பாக சமீபத்தில், அதன் மீது மிகுந்த ஆர்வத்தைக் காட்டிய முதல் நபர் லேங்டன் அல்ல. "சரி, சொல்லுங்கள், தாந்தேவைப் பற்றி உங்களுக்கு என்ன தெரியும்?"

அந்த அழகான இளம்பெண் புருவத்தை குறுக்கினாள். "பள்ளியில் எல்லோருக்கும் தெரிந்த அளவுக்குத்தான் தெரியும். தாந்தே ஓர் இத்தாலிய கவிஞர் நரகத்தின் வழியாக செல்லும் பயணத்தை கற்பனை செய்து விவரித்த தன்னுடைய ***தெய்வீக இன்பியல்*** படைப்பிற்காக புகழ்பெற்றவர்."

"பாதிதான் சரி" என்றாள் மார்த்தா. "தன்னுடைய கவிதையில், தாந்தே இறுதியில் நரகத்தில் இருந்து தப்பி, தூய்மைப்படுதல் வழியாக தொடர்ந்து சென்று, இறுதியில் சொர்க்கத்தை வந்தடைகிறார். ***தெய்வீக இன்பியலை*** நீங்கள் படித்திருந்தால் அவருடைய பயணம் மூன்று பகுதிகளாக பிரிக்கப்பட்டிருப்பதை பார்ப்பீர்கள் — ***நரகம், தூயமைப்படுதல் மற்றும் சொர்க்கம்.***" அருங்காட்சியத்தின் நுழைவாயிலை நோக்கி பால்கனியில் தன்னைப் பின்தொடர்ந்து வருமாறு மார்த்தா அவர்களுக்கு சைகை செய்தாள். "ஆனாலும், இந்த பாலஸோ வெஷியோவில் இந்த முகமூடி இருப்பதற்கும், ***தெய்வீக இன்பியலுக்கும்*** எந்தத் தொடர்பும் இல்லை. அதற்கு நிஜ வரலாற்றுடன்தான் தொடர்பிருக்கிறது. தாந்தே ஃப்ளோரன்சில் வசித்தார். ஒருவர்

ஒரு நகரத்தை எந்த அளவுக்கு நேசிக்க முடியுமோ அந்த அளவுக்கு இந்த நகரத்தை அவர் நேசித்தார். ஆனால் அரசியல் மாற்றம் நேர்ந்தபோது தாந்தே தவறான தரப்பினருக்கு ஆதரவாக இருந்துவிட்டார். அதனால் நாடுகடத்தப்பட்ட அவர் இந்த நகரச் சுவர்களுக்கு அப்பால் விரட்டியடிக்கப்பட்டதுடன், இங்கே திரும்பி வரமுடியாது என்றும் அவரிடம் சொல்லப்பட்டது."

அருங்காட்சியக நுழைவாயிலை அவர்கள் நெருங்கியபோது சற்று நேரம் நின்ற மார்த்தா மூச்சை இழுத்துவிட்டுக் கொண் டாள். அவளுடைய கைகள் மீண்டும் இடுப்பில் இருந்தன. அவள் பின்னால் சாய்ந்துகொண்டே தொடர்ந்து பேசினாள். "தாந்தேயின் மரண முகமூடி மிகவும் சோகமாக இருப்பதற்கு அவர் நாடுகடத்தப்பட்டதுதான் காரணம் என்று சிலர் நம்புகின்றனர். ஆனால் எனக்கு வேறொரு கருத்து இருக்கிறது. நான் கொஞ்சம் ரொமாண்டிக்கானவள் என்பதால் அந்த சோகமான முகத்திற்கும், பீட்ரிஸ் என்ற பெண்ணிற்கும் தொடர்பிருப்பதாக கருதுகிறேன். தாந்தே தன்னுடைய மொத்த வாழ்க்கையையும் பீட்ரிஸ் போர்ட்டினரி என்ற இளம் பெண்ணுடனான காதலிலேயே கழித்திருக்கிறார். ஆனால் வருத்தம் என்னவென்றால், பீட்ரீஸ் வேறு ஒருவரை திருமணம் செய்துகொண்டார். அதாவது தாந்தே தான் மிகவும் நேசித்த ஃப்ளோரன்ஸ் நகரத்தை மட்டுமல்லாது, அவர் ஆழமாக காதல் கொண்டிருந்த பெண்ணை விட்டும் பிரிந்து வாழ நேர்ந்தது. பீட்ரிஸ் உடனான அவருடைய காதலே ***தெய்வீக இன்பியலின்*** மையக்கரு."

"நன்றாக இருக்கிறது" என்ற சியன்னாவின் தொணி அவள் ஒரு வார்த்தைகூட காதில் வாங்கிக்கொள்ளவில்லை என்பதைப் போல் இருந்தது. "ஆனால், இந்த பாலஸோவிற்குள் அந்த மரண முகமூடி ஏன் இன்னும் பராமரிக்கப்பட்டு வருகிறது என்றுதான் எனக்குத் தெளிவாக புரியவில்லை?"

அந்த இளம்பெண்ணின் ஆர்வமெல்லாம் வழக்கத்திற்கு மாறாகவும், சற்றே மூர்க்கமாகவும் இருப்பதையும் மார்த்தா கண்டுகொண்டாள். "சரி" என்றபடி நடந்துகொண்டே தொடர்ந்து பேசினாள். "தாந்தே மரணமடைந்தபோதுகூட அவர் இந்த நகரத்திற்குள் நுழைய தடை விதிக்கப்பட்டவராகவே இருந்தார். அவருடைய உடல்கூட ரெவானாவில்தான் புதைக்கப் பட்டது. ஆனால், அவருடைய உண்மைக் காதலியான பீட்ரிஸ் ஃப்ளோரன்ஸ் நகரத்தில் புதைக்கப்பட்டாள். தாந்தே ஃப்ளோரன்ஸை மிக அதிகமாக நேசித்ததாலேயே, அந்த நற்குண முள்ள மனிதருக்கு அஞ்சலி செலுத்தும் வகையில் இந்த மரண

முகமூடி இங்கே வைக்கப்பட்டிருப்பது போல் தெரிகிறது."

"அப்படியா" என்றாள் சியன்னா. "குறிப்பிட்ட வகையில் இந்தக் கட்டிடத்தின் தேர்வு எனலாமா?"

"பாலஸோ வெஷியோதான் ஃப்ளோரன்சின் பழம்பெருமை வாய்ந்த குறியீடு. தாந்தேயின் காலகட்டத்தில் இது நகரத்தின் மையப்பகுதியாக விளங்கியது. உண்மையில், சுவரால் அணைந்த இந்த நகரத்திற்கு வெளியே தாந்தே நின்றுகொண்டிருப்பதைக் காட்டும் புகழ்பெற்ற ஓவியம்கூட இந்த கதீட்ரலில் இருக்கிறது. நகரத்திற்குள் நுழைய தடை செய்யப்பட்டவராக தாந்தே தோன்றும் இந்த ஓவியத்தை உற்றுப்பார்த்தால் பின்னணியில் அவருடைய பாலஸோ கோபுரம் இருப்பது தெரியும்."

"அருமை" என்ற சியன்னா இறுதியில் திருப்தியுற்றவளாகக் காணப்பட்டாள். "நன்றி."

அருங்காட்சியக கதவிற்கு வந்த மார்த்தா மூன்றுமுறை கதவைத் தட்டினாள். "நான்தான் மார்த்தா! ஹலோ!"

கதவுகளைத் திறக்கும் சாவிகளின் சத்தங்கள் கேட்டன. ஒரு வயதான காவலாளி அவளைப் பார்த்து புன்னகைத்துக்கொண்டே தன்னுடைய கடிகாரத்தைப் பார்த்தான். "முன்னதாகவே வந்து விட்டீர்கள்" என்றான் சிரித்தபடியே.

அதற்கு விளக்கமளிக்கும் விதமாக மார்த்தா லேங்டனை சுட்டிக் காட்டினாள். அந்தக் காவலாளி சட்டென்று பிரகாச மடைந்தான். "மறுபடியும் வரவேற்கிறோம்!"

"நன்றி" அந்தக் காவலாளி அவர்களை உள்ளே அழைத்த போது லேங்டன் மகிழ்ச்சியுடன் பதிலளித்தார்.

ஒரு சிறிய நுழைவாயிலின் வழியாக அவர்கள் உள்ளே நுழைந்தனர். செக்யூரிட்டி அலாரத்தை நிறுத்திய காவலாளி, இரண்டாவதாகவும் கனமாகவும் இருந்த கதவைத் திறந்தான். அந்தக் கதவு சுழன்று திரும்பியபோது உள்ளே நுழைந்த அவன் கைகளை விரித்து வரவேற்றான். "இதோ உங்கள் அருங்காட்சியகம்!"

அவனுக்கு நன்றிகூறிய மார்த்தா தன் விருந்தினர்களை உள்ளே அழைத்துச் சென்றாள்.

இந்த அருங்காட்சியகம் அமைந்திருக்கும் இடம் உண்மையில் அரசாங்க அலுவலகங்களுக்காகவே வடிவமைக்கப்பட்டது. அதாவது அகலமான கேலரிகளாக பரந்து விரிந்திருப்பதற்கு மாறாக அது அந்தக் கட்டிடத்தை பாதி வட்டமடித்தபடி

சிறிய அறைகள் மற்றும் கூடங்களுடன் ஒரு புதிர்வட்டப் பாதையைப் போல் இருந்தது. "தாந்தேயின் மரண முகமூடி அந்த முனையில்தான் இருக்கிறது" என்றாள் மார்த்தா, சியன்னாவிடம். "அது லாண்டிட்டோ எனப்படும் குறுகலான இடத்தில் காட்சிக்கு வைக்கப்பட்டிருக்கிறது. அது அடிப்படையில் இரண்டு அறைகளுக்கு இடையில் உள்ள ஒரு நடைவழிதான். பக்கச் சுவருக்கு எதிராக உள்ள ஒரு பழமையான கேபினட்டில் அது வைக்கப்பட்டிருக்கிறது. சமநிலைக்கு கொண்டுவரும்வரை அதை உங்களால் பார்க்க முடியாது. இந்தக் காரணத்தினால்தான் பல சுற்றுலாவாசிகள் அது இருப்பதை கவனிக்காமலேயே அதனருகாமையில் கடந்து சென்றுவிடுகின்றனர்."

இப்போது வேகமாக நடந்துகொண்டிருந்த லேங்டனின் கண்கள் அந்த முகமூடி ஏதோ ஒருவகையில் விசித்திரமான சக்தியை ஏற்றிவிட்டதைப் போல் அதை நோக்கிச் சென்றார். சியன்னா பக்கமாக ஒதுங்கிய மார்த்தா அவளிடம் கிசுகிசுத்தாள். "மற்ற கலைப்பொருள்களில் உங்கள் சகோதரருக்கு ஆர்வம் இல்லைபோல் தெரிகிறது. ஆனால், இங்கே இருக்கும்வரை வரைபடங்கள் கூடத்தில் இருக்கும் ***மாக்கியவெல்லி அல்லது மாப்பா முண்டி*** கோளத்தைப் பார்க்கத் தவறிவிடாதே."

மென்மையாக ஆமோதித்த சியன்னா நடந்துகொண்டே இருந்தாள். அவளுடைய பார்வையும் முன்னோக்கியே இருந்தது. மார்த்தாவால் அவர்களுக்கு ஈடுகொடுக்க முடியவில்லை. அவர்கள் மூன்றாவது அறையை அடைந்தபோது, சற்று சரிந்துவிடுவதுபோல் இருந்த அவள் சற்று நேரம் நின்றாள்.

"புரபஸர்?" மூச்சிறைத்தபடியே அவள் அழைத்தாள். "நாம் அந்த முகமூடியை பார்க்கும் முன்னர்... உங்கள் சகோதரிக்கு வேறுசில கேலரியை காட்டலாமே?"

அவளை நோக்கித் திரும்பிய லேங்டன், சிந்தனையில் எங்கோ சென்றுவிட்டு நிகழ்காலத்தை நோக்கித் திரும்பியவர்போல் கவனம் சிதறிக் காணப்பட்டார். "எக்ஸ்கியூஸ் மீ?"

மார்த்தா மூச்சுவிடாமல் அருகாமையில் இருந்த காட்சி அறையைக் காட்டினாள். "***தெய்வீக இன்பியலின்.*** ஆரம்பகால பிரதிகளுள் ஒன்று?"

லேங்டன் கடைசியாக மார்த்தாவைப் பார்த்தபோது அவள் தன் நெற்றியில் கையை வைத்துக்கொண்டு மூச்சுவிட முயற்சித்துக் கொண்டிருந்தாள். "மன்னிக்க வேண்டும் மார்த்தா! ஆமாம், அதைப் பார்த்துவிடுவதுகூட நன்றாக இருக்குமென்றுதான்

நினைக்கிறேன்."

பின்னால் விரைந்து திரும்பிய லேங்டன் அந்தப் புராதன அறையை நோக்கி மார்த்தாவின் வழிகாட்டுதலில் சென்றார். உள்ளே நன்றாக செய்யப்பட்ட தோலுறையில் இருந்த புத்தகம் காணப்பட்டது. அதன் தலைப்புப் பக்கம் திறந்து வைக்கப் பட்டிருந்தது: *லா டிவைனா காமெடியா: தாந்தே அலிஜீரி.*

"மிகப் பிரமாதம்" என்ற லேங்டனின் குரல் ஆச்சரியத்துடன் ஒலித்தது. "அதன் முன்பக்கம் எனக்குத் தெரிகிறது. அசல் நுமைஸ்டர் பதிப்புகளில் ஒன்று உங்களிடம் இருப்பது எனக்குத் தெரியாது."

உங்களுக்குத்தான் தெரியுமே, என்று நினைத்துக்கொண்ட மார்த்தாவுக்கு ஏதும் புரியவில்லை. *நேற்று இரவுதானே நான் உங்களுக்குக் காட்டினேன்!*

"பதினான்காம் நூற்றாண்டுகளில்" என்றார் லேங்டன் சியன்னாவிடம், "ஜோஹன் நுமைஸ்டர் இந்தப் படைப்பின் முதல் அச்சிடப்பட்ட பதிப்பை உருவாக்கினார். சில நூறு பிரதிகள் அச்சிடப்பட்டன. ஆனால் அவற்றில் ஏறக்குறைய ஒரு டசன் மட்டுமே எஞ்சியிருக்கின்றன. அவை மிகவும் அரிதானவை."

தன்னுடைய இளைய சகோதரியிடம் நடித்துக் காட்டுவதற் காகவே லேங்டன் இப்படி நடந்துகொள்வதுபோல் மார்த்தாவுக்கு தோன்றியது. கல்வித்துறையில் இவ்வளவு பெயர் பெற்ற ஒருவர் இந்தளவுக்கு தேவையில்லாத அடக்கத்துடன் நடந்துகொள்வது அவ்வளவு ரசிக்கும்படியாக இல்லை.

"இந்தப் பிரதி லாரண்டைன் நூலகத்தில் இருந்து கடனாகப் பெற்றது" என்றாள் மார்த்தா. "நீயும் ராபர்ட்டும் அங்கே இன்னும் போகவில்லை என்றால் அவசியம் போய்ப் பாருங்கள். உலகின் முதல் பொது படிப்பறைக்கு அழைத்துச் செல்லும் மைக்கோலாஞ் சலோ வடிவமைத்த பிரமாதமான படிக்கட்டு அங்கேதான் உள்ளது. உண்மையில் இந்தப் புத்தகங்கள் யாரும் எடுத்துச் சென்றுவிடாதபடி சங்கிலியால் பிணைக்கப்பட்டிருக்கும். உலகில் உள்ள வேறுபல புத்தகங்கள் எல்லாம் பிரதியெடுக்கப்பட்டவை மட்டுமே."

"பிரமாதம்" என்ற சியன்னா அந்த அருங்காட்சியகத்திற்குள் ஆழ ஊடுருவிப் பார்த்தாள். "முகமூடிக்கு இந்தப் பக்கம்தான் செல்ல வேண்டுமா?"

என்ன அவசரம்? சுவாசிப்பதற்கு மார்த்தா மற்றொரு நிமிடத்தை எடுத்துக்கொண்டாள். "ஆமாம், இன்னொரு

விஷயத்தையும் கேட்டால் உனக்கு சுவாரஸியமாக இருக்கும்." கூரைக்குள் மறைந்தபடி சிறிய படிக்கட்டை நோக்கியிருக்கும் சிறிய மாடத்தை அவள் சுட்டிக்காட்டினாள். "இது பார்வை நடைமேடைக்கு உங்களை அழைத்துச் செல்லும். அங்கிருந்து நீங்கள் வெஸாரியின் புகழ்பெற்ற தொங்கும் கூரை ஓவியத்தைப் பார்க்க முடியும். நீங்கள் அங்கே சென்று பார்த்துவிட்டு வருகிறீர்கள் என்றால் நான் காத்திருக்கிறேன் —"

"ப்ளீஸ், மார்த்தா" சியன்னா குறுக்கிட்டாள். "நான் அந்த முகமூடியைப் பார்க்கவே விரும்புகிறேன். எங்களுக்கு நேரம் குறைவாக இருக்கிறது."

மார்த்தா அந்த அழகிய, இளம் பெண்ணை குழப்பத் துடன் பார்த்தாள். ஒருவரை ஒருவர் முதல் பெயரிட்டு அழைத்துக்கொள்ளும் இந்த பழக்கமுறையை அவள் மிகவும் வெறுத்தாள். ***நான் திருமதி. ஆல்வெரஸ்,*** அவள் அமைதியாக நினைத்துக்கொண்டாள். ***நான் உங்களுக்கு வேண்டியதை செய்துகொண்டிருக்கிறேன்.***

"சரி, சியன்னா" என்றாள் மார்த்தா சட்டென்று. "அந்த முகமூடி இங்கேதான் இருக்கிறது."

அவர்கள் முகமூடி இருக்கும் கேலரி அறையை நோக்கித்தான் போகவேண்டும் என்றால் தன்னுடைய கருத்துரையை லேங்டனிடமும் அவருடைய சகோதரியிடமும் சொல்லி நேரத்தை வீணடிக்க மார்த்தா விரும்பவில்லை. நேற்றிரவு, லேங்டனும் இல் டுவோமாவும் அந்த குறுகலான அன்டிட்டோவில் முகமூடியை பார்த்தபடியே ஏறக்குறைய அரைமணி நேரத்தை செலவிட்டிருக்கிறார்கள். அந்தக் கலைப்பொருளின் மீது அவர்களுக்குள்ள ஆர்வத்தால் தூண்டப்பட்ட மார்த்தா, கடந்த ஆண்டு இந்த முகமூடியை சுற்றி நிகழ்ந்த வழக்கத்திற்கு மாறான தொடர் சம்பவங்களோடு அவர்களுடைய ஆர்வம் ஏதேனும் வகையில் சம்பந்தப்பட்டிருக்கிறதா என்றும் அவர்களிடம் கேட்டிருக்கிறாள். கப்சிப்பென்றிருந்த இருவரும் எந்த நிஜமான பதிலையும் சொல்லவில்லை.

இப்போது, அவர்கள் அண்டிட்டோவை நோக்கிச் செல்கையில், ஒரு மரண முகமூடியை உருவாக்குவதற்குப் பயன்படும் எளிய செயல்முறையை லேங்டன் தன்னுடைய சகோதரிக்கு விவரிக்கத் தொடங்கினார். துல்லியமாக இருந்த அந்த விவரணையை கேட்டுக்கொண்டிருந்த மார்த்தாவுக்கு மகிழ்ச்சியாக இருந்தது. அது அந்த அரிய பிரதியான ***தெய்வீக இன்பியலை*** தான் இதற்கு முன்பு பார்க்கவில்லை என்று அவர் கூறிய போலியான விஷயத்தைப் போல் இல்லை என்பதே

அதற்கு காரணம்.

"இறந்த சிறிது நேரத்தில்" லேங்டன் விவரித்தார், "இறந்தவர் படுக்க வைக்கப்பட்டு அவர் முகத்தில் எண்ணெய் பூசப்படும். பின்னர், ஓர் ஈரமான பிளாஸ்டர் தோலில் ஓட்ட வைக்கப்படும். அது வாய், மூக்கு, கண்ணிமைகள் என எல்லாவற்றையும் முன்னெற்றியில் இருந்து கழுத்து வரை மூடியதாக இருக்கும். இறுகியவுடன், அந்த பிளாஸ்டரை அப்படியே தூக்கிவைத்து அதில் புதிய பிளாஸ்டரை ஊற்றுவார்கள். அந்த பிளாஸ்டர் இறந்தவரின் முகத்தை துல்லியமாக பிரதியெடுக்கும் வகையில் கெட்டிப்படும். இந்த சம்பிரதாயம், மிகவும் புகழ்பெற்றவர்கள் மற்றும் மேதைகளிடத்தில் செய்வது பரவலாக இருந்தது — தாந்தே, ஷேக்ஸ்பியர், வால்டேர், டாஸோ, கீட்ஸ் — அவர்கள் அனைவரின் மரண முகமூடிகளும் செய்யப்பட்டிருக்கின்றன."

"கடைசியாக நாம் இங்கே வந்துவிட்டோம்" அம்மூவரும் அண்டிட்டோவிற்கு வெளியே வந்துசேர்ந்தபோது மார்த்தா அறிவித்தாள். அப்பால் விலகிக்கொண்டு லேங்டனின் சகோதரி முதலில் உள்ளே செல்லுமாறு சைகைக் காட்டினாள். "உங்கள் இடதுபக்கம் சுவற்றிற்கு எதிரில் காட்சி அறையில் அந்த முகமூடி இருக்கிறது. செங்குத்தான தூணில் இருந்து சற்று தள்ளியே இருங்கள்."

"நன்றி" என்ற சியன்னா அந்த குறுகலான காரிடாரில் நுழைந்து, காட்சி அறையை நோக்கி நேராகச் சென்று உள்ளே பார்த்தாள். அவள் கண்கள் விரிந்தன. அவள் தன்னுடைய சகோதரனை பின்னால் திரும்பி திகிலுடன் பார்த்தாள்.

மார்த்தா இந்த எதிர்வினையை ஆயிரம் முறை பார்த்திருக் கிறாள்; பார்வையாளர்கள் அந்த முகமூடியை முதல்முறை பார்க்கும்போது சற்று அதிர்ச்சியுற்று விலகிச் செல்வார்கள் — தாந்தேயின் விநோதமான முகம், வளைவான மூக்கு மற்றும் மூடிய கண்கள்.

சியன்னாவுக்கு அருகில் தாவிச்சென்ற லேங்டன் அவளுக்கு அருகாமையில் சென்று காட்சி அறைக்குள் பார்த்தார். சட்டென்று பின்வாங்கிய அவர் முகத்திலும் ஆச்சரியக்குறி படர்ந்திருந்தது.

மார்த்தா முனகினாள். இது ரொம்ப அதிகம். அவள் அவர்களைத் தொடர்ந்து உள்ளே சென்றாள். ஆனால், அந்த கேபினட்டைப் பார்த்தபோது அவளும் சத்தமாக விசும்பினாள். அடக் கடவுளே!

தாந்தேயின் பிரபலமான இறந்த முகம் தன்னை உற்றுப்

பார்க்கும் என்றுதான் மார்த்தா ஆல்வெரஸ் நினைத்தாள். பதிலாக பார்த்தது, அந்த கேபினட்டிற்கு உள்ளேயிருந்த சிவப்பு சாட்டின் துணியின் உட்பகுதியையும், அந்த முகமூடி வழக்கமாக வைக்கப்படும் இடம் வெறுமையாக இருந்ததையும்தான்.

தன்னுடைய வாயை மூடிக்கொண்ட மார்த்தா வெற்று அறையை திகிலுடன் உற்றுப் பார்த்தாள். அவளுடைய சுவாசம் வேகப்பட்டது. அருகில் இருந்த தூணை துணைக்குப் பிடித்துக் கொண்டாள். இறுதியில், தன் கண்களில் இருந்து கண்ணீர் வழிய முக்கிய நுழைவாயிலில் இருக்கும் காவலாளிகள் இருக்கும் திசையை நோக்கி விரைந்தாள்.

“தாந்தேயின் முகமூடி !” அவள் பித்துப்பிடித்தவளைப் போல் கத்தினாள். “தாந்தேயின் முகமூடியைக் காணவில்லை!”

❑

40

அந்த வெறுமையான காட்சி அறைக்கு முன்னால் மார்த்தா ஆல்வரெஸ் வெடவெடத்து நின்றாள். அவளுடைய அடிவயிற்றுக்குப் பரவிய இறுக்கம் திகிலால் உருவானதுதானே தவிர பிரசவ வலியாக இருக்கக்கூடாது என்று நம்பினாள்.

தாந்தே அலிஜீரியின் முகமூடியைக் காணவில்லை!

இப்போது முழு எச்சரிக்கையடைந்த இரண்டு பாதுகாப்பு வீரர்களும் அண்டிட்டோவிற்கு வந்து, வெறுமையான பெட்டியைப் பார்த்ததும் செயலில் இறங்கினர். ஒருவன் நேற்று இரவில் இருந்து பதிவான பாதுகாப்பு வீடியோ அறைக்குச் சென்றான். மற்றொருவன் தொலைபேசியில் அப்போதுதான் அந்தத் திருட்டைப் பற்றி காவல்துறைக்கு சொல்லி முடித்தான்.

"இன்னும் இருபது நிமிடங்களில் போலீஸ் இங்கே வந்துவிடும்!" என்று மார்த்தாவிடம் கூறிய அந்தக் காவலாளி தொலைபேசியை வைத்தான்.

"இருபது நிமிடங்களா?!" என்றாள் அவள். ***இருபது நிமிடங்கள்?!*** "நம்முடைய மிக முக்கியமான பொருள் திருடுபோயிருக்கிறது!"

நகர காவல்துறை மிகவும் தீவிரமான ஒரு பிரச்சினையை கையாண்டு வருவதாகவும், இருக்கின்ற ஆட்களை அனுப்பி, அறிக்கை வாங்கிக் கொள்ளச் சொல்லியிருப்பதாகவும் தன்னிடம்

சொல்லப்பட்டதாக அந்தக் காவலாளி விளக்கினான்.

"இதைவிட என்ன சீரியஸாக இருந்துவிட முடியும்?" என்றாள் சத்தமாக.

லேங்டனும் சியன்னாவும் கவலைகொண்ட பார்வையை பரிமாறிக்கொண்டனர். தன்னுடைய இரண்டு விருந்தினர்கள் உணர்ச்சிரீதியான சுமையால் பாதிக்கப்பட்டிருப்பதை மார்த்தா கவனித்தாள். அதில் ஆச்சரியப்பட ஒன்றுமில்லை. அந்த முகமூடியை சாதாரணமாக பார்க்க வந்தவர்கள், ஒரு பிரதான கலைப்பொருள் திருட்டின் பின்விளைவுகளைப் பார்க்க வேண்டிய நேரடி சாட்சிகளாகிவிட்டார்கள். எப்படியோ, நேற்றிரவு, யாரோ ஒருவர் அந்த கேலரிக்குள் நுழைந்து தாந்தேயின் மரண முகமூடியை திருடிச் சென்றிருக்கிறார்கள்.

இன்னும் அதிகமான மதிப்புமிக்க பலவும் திருடு போயிருக்கலாம் என்று மார்த்தாவுக்கு தெரிந்ததால் அவள் தன்னுடைய ஆசீர்வாதங்களின் மீது நம்பிக்கை வைத்தாள். எது எப்படி இருந்தாலும், வரலாற்றிலேயே இந்த அருங்காட்சியகத்தில் நடந்திருக்கும் முதல் திருட்டு இதுதான். ***எனக்கு இச்சமயத்தில் மேற்கொள்ளவேண்டிய நெறிமுறைகூட தெரியாதே!***

மார்த்தா சட்டென்று பலவீனமானவளாக உணர்ந்தாள். பின்னர் மீண்டும் அவள் உதவிக்காக தூண்களை நாடினாள்.

நேற்றிரவு மார்த்தாவுடனான தங்களுடைய செயல்கள் குறித்து நினைத்துப் பார்த்த இரண்டு காவலாளிகளும் ஏதும் புரியாதவர்களாக காணப்பட்டனர்: இரவு பத்து மணி இருக்கும். மார்த்தா, இல் டுவோமினா மற்றும் லேங்டன் ஆகியோர் உள்ளே நுழைந்தனர். சற்று நேரம் கழித்து அந்த மூவரும் ஒன்றாகவே வெளியேறினார்கள். அந்தக் காவலாளிகள் கதவுகளை மூடிவிட்டு, மீண்டும் அலாரத்தை அமைத்தார்கள். அவர்களுக்குத் தெரிந்த வகையில், அந்தக் கணத்திலிருந்து யாரும் உள்ளே வரவும் இல்லை, போகவும் இல்லை.

"சாத்தியமே இல்லை!" மார்த்தா இத்தாலியில் கத்தினாள். "நாங்கள் மூவரும் நேற்றிரவு வெளியே வரும்போது முகமூடி அங்கேதான் இருந்தது. அதனால், கேலரிக்கு உள்ளே இருந்துதான் ***யாராவது*** திருடியிருக்க வேண்டும்!"

காவலாளிகள் கைவிரித்தபடி குழம்பிப் போயிருந்தார்கள். "நாங்கள் வேறு யாரையும் பார்க்கவில்லையே!"

இப்போது, போலீஸ் இங்கே வந்துகொண்டிருக்கையில், மார்த்தா தன்னுடைய கர்ப்பிணி உடலைத் தூக்கிக்கொண்டு

செக்யூரிட்டி கண்ட்ரோல் அறைக்கு விரைந்தாள். லேங்டனும் சியன்னாவும் அவள் பின்னே பதட்டத்துடன் சென்றனர்.

செக்யூரிட்டி வீடியோ, மார்த்தா நினைத்துக்கொண்டாள். நேற்றிரவு இங்கே யார் இருந்திருப்பார்கள் என்பதை அது காட்டி விடும்.

மூன்று கட்டிடங்கள் தள்ளி, இரண்டு போலீஸ் அதிகாரிகள் லேங்டனின் புகைப்படத்தை வைத்துக்கொண்டு அந்தப் பகுதியில் உள்ளவர்களை அலசிக்கொண்டிருந்தபோது வயந்தா நிழல்களுக்குள் நழுவினாள்.

வயந்தாவுக்கு அருகில் இருந்த அதிகாரிகளின் ரேடியோக்களுள் ஒன்று அலறியது — வழக்கமான செய்திப் பரிமாறல்தான். அந்த அறிவிப்பு இத்தாலிய மொழியில் சுருக்கமாக இருந்தாலும் வயந்தாவுக்கு அதன் சாராம்சம் புரிந்துவிட்டது: *பாலஸோ வெஷியோவில் யாரேனும் அதிகாரிகள் இருந்தால் பாலஸோ மியூசியத்திற்கு சென்று திருட்டு குறித்த குற்ற அறிக்கை பெற்றுக் கொள்ளவும்.*

அந்த அதிகாரிகள் வெறுமனே அதைக் கேட்டார்கள். ஆனால் வயந்தாவின் காதுகள் அதைப் புரிந்துகொண்டன.

இல் மியூசியோ டை பாலஸோ வெஷியோ?

நேற்றிரவின் தோல்வி — அவளுடைய மொத்த வாழ்க்கையையும் அழித்த தோல்வி — பாலஸோ வெஷியோவிற்கு வெளியே இருந்த அந்த சந்தில்தான் நடந்தது.

போலீஸ் செய்தி தொடர்ந்தது. தெளிவற்ற கரகரத்த இத்தாலிய மொழியில் இருந்த அவற்றில் பெரும்பாலானவை புரியவில்லை. ஆனால் அவற்றின் இரண்டு வார்த்தைகள் மட்டும் தெளிவாகப் புரிந்தன: *தாந்தே அலிஜீரி.*

அவள் உடல் சட்டென்று முறுக்கிக் கொண்டது. *தாந்தே அலிஜீரி?!* இது நிச்சயம் எதேச்சை நிகழ்வல்ல. சட்டென்று பாலஸோ வெஷியோவை நோக்கிச் சென்ற அவள் அருகாமையில் இருந்த கட்டிடங்கள் எல்லாவற்றையும்விட துருத்திக்கொண்டு மேல்நோக்கி நீட்டிக்கொண்டிருந்த அதன் கோபுரத்தை அடையாளம் கண்டுகொண்டாள்.

அந்த அருங்காட்சியகத்தில் என்னதான் நடந்திருக்கிறது? அவளுக்குப் புரியவில்லை. *எப்போது?!*

விவரங்கள் ஒருபக்கம் இருந்தாலும், எதேச்சை நிகழ்வுகள் என்பவை பெரும்பாலான மக்கள் நினைப்பதைப் போல்

சாதாரண விஷயமாக இருக்க முடியாது என்பது ஒரு கள ஆய்வாளராக வயந்தாவுக்கு நன்றாகவே *தெரியும்.* பாலஸோ வெஷியோ மியூசியம்... மற்றும் தாந்தே? இது லேங்டனுடன் சம்பந்தப்படுகிறது.

லேங்டன் இந்த பழைய நகரத்திற்கு திரும்பி வருவார் என்று வயந்தா எல்லா வகையிலும் சந்தேகம் கொண்டிருந்தாள் — நேற்றிரவு இந்தப் பழைய நகரத்தில் லேங்டன் இருந்தபோதுதான் எல்லா நாசமும் தொடங்கியது.

இப்போது, இந்தப் பகல் ஒளியில், பாலஸோ வெஷியோவை சுற்றியுள்ள இந்தப் பகுதியில் தான் எதைத் தேடிக்கொண்டிருக்கி றோம் என்பதைக் கண்டுபிடிக்க லேங்டன் எப்படியோ திரும்பி வந்துவிட்டார். அவளைப் பொறுத்தவரை லேங்டன் இந்தப் பாலத்தைக் கடந்து பழைய நகரத்திற்குள் சென்றுவிட வில்லை என்பது மட்டும் உறுதி. இங்கு வேறு பல பாலங்கள் இருந்தாலும், பபோலி தோட்டங்களில் இருந்து நடந்தே வருவதென்பது சாத்தியமற்ற தொலைவு.

அவளுக்குக் கீழே, நான்குபேர் கொண்ட கூண்டுப்படகு ஒன்று நீர்ப்பரப்பில் தோன்றி பாலத்தின் கீழே கடந்துகொண்டிருந்தது. அதன் மேற்பரப்பில் ஃப்ளோரன்ஸ் போட்டிங் கிளப் என்று எழுதப்பட்டிருந்தது. அந்த மேற்பரப்பின் தனித்துவமான சிவப்பு, வெள்ளை மற்றும் ரோஸ் நிறங்கள் சரியான ஒத்திசைவில் இருந்தன.

லேங்டன் ஒரு படகில் கடந்துசென்றிருக்கலாமோ? அதற்கும் சாத்தியமில்லை. இன்னும்கூட பாலஸோ வெஷியோ குறித்து தெரிவிக்கப்பட்ட போலீஸ் செய்தியில் அவள் செல்ல வேண்டிய இடம் குறித்த குறிப்பு தெரிந்தது.

"எல்லோரும் கேமராவை நிறுத்துங்கள், ப்ளீஸ்!" ஒரு பெண் ஆங்கிலத்திற்கு அழுத்தம் கொடுத்து கூறினாள்.

ஆரஞ்சுநிற அலங்காரத் தோரணங்களுடன் கூடிய தொப்பி அணிந்திருந்த ஒரு பெண், பாலஸோ வெஷியோவிற்கு சென்று கொண்டிருக்கும் தன்னுடைய சுற்றுலாவாசிகளுக்கு வழி காட்டியாகும் முயற்சியில் ஒரு குச்சியை ஆட்டிக் கொண்டி ருப்பதை வயந்தா திரும்பிப் பார்த்தாள்.

"உங்களுக்கு மேலே இருப்பதுதான் வெஸாரியின் மிகப்பெரிய மகாபடைப்பு!" பயிற்சிபெற்ற உற்சாகத்துடன் விளக்கிய அந்த வழிகாட்டி, தன்னுடைய தொப்பியை உயர்த்தி எல்லோரையும் மேல்நோக்கி பார்க்க வைத்தாள்.

வயந்தா அதற்கு முன் இதைக் கவனிக்கவில்லை. ஆனால் அங்கே இரண்டாவது தள கட்டுமானம் ஒன்று கடைகளுக்கு மேலாக ஒரு குறுகிய அபாட்மெண்ட்டைப் போல் கடந்துசென்றது.

"வெஸாரி காரிடார்" என்றாள் அந்த வழிகாட்டி. "அது ஏறக்குறைய ஒரு கிலோமீட்டர் தூரம் இருக்கும். அது பிட்டி பேலஸிற்கும், பாலஸோ வெஷியோவிற்கும் இடையில் மெடிஸி குடும்பத்திற்கு பாதுகாப்பான வழிப்பாதையாகவும் இருந்திருக்கிறது."

தனக்கு மேலே இருக்கும் சுரங்கம் போன்ற கட்டுமானத்தைப் பார்த்தபோது வயந்தாவின் கண்கள் விரிந்தன. அவள் அந்தக் காரிடாரைப் பற்றிக் கேள்விப்பட்டிருக்கிறாள். ஆனால் அதைப் பற்றி சிறிதளவே தெரியும்.

அது பாலஸோ வெஷியோவிற்கு செல்கிறதா?

"அவை விஐபி-கள் மட்டும் சென்று பார்க்கக்கூடிய இடம்," என்று தொடர்ந்தாள் அந்த வழிகாட்டி. "அவர்களால் இன்றும்கூட அந்த காரிடாருக்கு சென்றுவர முடியும். அது ஒரு பிரமாதமான கலைக் கண்காட்சியகம். அது பாலஸோ வெஷியோவில் இருந்து நேராக வடகிழக்கு மூலையில் இருக்கும் பபோலி அருங்காட்சியகத்தை நோக்கிச் செல்கிறது."

அந்த வழிகாட்டி அடுத்து என்ன சொன்னாளோ தெரியாது. வயந்தா அதைக் கேட்கவில்லை.

அவள் ஏற்கனவே தன்னுடைய மோட்டார் சைக்கிளை நோக்கி ஓடிக்கொண்டிருந்தாள்.

❑

41

மார்த்தா மற்றும் வேறு இரண்டு காவலாளிகளுடன் லேங்டனும் சியன்னாவும் அந்த வீடியோ கட்டுப்பாட்டு அறைக்குள் நுழைந்தபோது லேங்டனின் தலையில் போடப்பட்டிருந்த தையல்களில் மீண்டும் வலி பின்னியெடுத்தது. அந்த நெருக்கடியான இடம் கம்ப்யூட்டர் ஹார்ட் டிரைவ்கள் மற்றும் மானிட்டர்களைக் கொண்டிருந்த நீட்டிக்கப்பட்ட அலுவலக அறையைப் போன்றே இருந்தது. உள்ளேயிருந்த காற்று இறுகிப்போய் வெப்பமாக, சிகரெட் வாடை வீசியது.

தன்னைச்சுற்றியிருந்த சுவர்கள் சட்டென்று மூடிக்கொண்டதைப் போல் லேங்டன் உணர்ந்தார்.

வீடியோ மானிட்டருக்கு முன்பாக இருந்த இருக்கையில் மார்த்தா அமர்ந்துகொண்டாள். ஏற்கனவே பிளேபேக் முறையில் இருந்த அந்த மானிட்டரில் கதவின் மேல்பக்கத்தில் இருந்து எடுக்கப்பட்ட புள்ளி புள்ளியான கறுப்பு வெள்ளை நிறத்தில் பக்கவாட்டு வழி காணப்பட்டது. திரையில் தெரிந்த நேரப்படி அந்தக் காட்சி முதல் நாள் காலைநேரத்தில் எடுக்கப்பட்டது. அதாவது, அப்போதைக்கு இருபத்து நான்கு மணிநேரம் முன்பாக என்பதைக் காட்டியது. அது சரியாக அந்த அருங்காட்சியகம் திறக்கப்படுவதற்கு சற்று முன்பாகவும், லேங்டனும் இல் டுவோமினோவும் வந்து சேர்ந்த அன்றைய மாலை நேரத்திற்கு மிக

முன்பாகவும் இருந்தது.

அந்தக் காவலாளி வீடியோவை வேக வேகமாக ஓட்டினான். அண்டிட்டோவிற்குள் சுற்றுலாவாசிகள் வெள்ளமென வேகமாக நிரம்புவதையும், அவசர அவசரமாக சென்று கொண்டிருப்பதையும் லேங்டன் பார்த்தார். இந்தக் கோணத்தில் இருந்து பார்க்கையில் அந்த முகமூடி கண்ணுக்குப் புலப்படவில்லை. ஆனால் மாறிமாறி காட்சி அறையின் உள்ளே பார்க்கின்ற, அங்கிருந்து செல்லும் முன்னர் புகைப்படம் எடுத்துக்கொள்கின்ற சுற்றுலாவாசிகள் ஒருகணம் நின்றுசெல்வது அந்தக் காட்சியில் தெளிவாகத் தெரிந்தது.

கொஞ்சம் வேகமாக, காவல்துறை தங்களை நோக்கி வந்து கொண்டிருப்பதை தெரிந்துகொண்ட லேங்டன் அப்படித்தான் நினைத்துக்கொண்டார். அவரும் சியன்னாவும் அவர்களிடம் சொல்லிவிட்டு அங்கிருந்து ஓடிவிடலாம். ஆனால் அவர்களும் இந்த வீடியோவைப் பார்க்க வேண்டியிருந்தது: என்ன நடந்து கொண்டிருக்கிறது என்பது குறித்து நிறைய கேள்விகளுக்கு இந்த வீடியோப் பதிவுதான் பதில் சொல்லக்கூடியதாக இருக்கும்.

அந்த வீடியோ பிளேபேக் தொடர்ந்தது. இப்போது இன்னும் வேகமெடுத்தது. மதியத்திற்குப் பிந்தைய நிழல்கள் அந்த அறைகளில் தென்படத் தொடங்கின. கூட்டத்தின் அடர்த்தி மெலிந்துபோகத் தொடங்கும்வரை உள்ளேயும் வெளியேயும் சென்று கொண்டிருந்த சுற்றுலாவாசிகள் கூட்டம் இறுதியில் முழுவதுமாக காணாமல் போனது. நேரம் அப்போது மாலை ஐந்து மணியைக் கடந்துகொண்டிருந்தபோது அந்த அருங்காட்சியக விளக்குகள் அணைந்து எல்லாம் அமைதியானது.

ஐந்து மணி. அருங்காட்சியம் மூடும் நேரம்.

"வேகத்தை இன்னும் அதிகப்படுத்துங்கள்," என்று உத்தர விட்ட மார்த்தா தன்னுடைய இருக்கையில் முன்னோக்கி குனிந்தபடி திரையையே உற்றுப் பார்த்துக்கொண்டிருந்தாள்.

காவலாளி அந்த வீடியோவின் வேகத்தை இன்னும் அதிகமாக்கினான். நேரக் குறியீடு வேகமெடுத்துச் சென்றது. அப்போது திடீரென்று இரவு பத்து மணி ஆகியிருக்கையில் அந்த அருங்காட்சிய விளக்குகள் எரியத் தொடங்கின.

காவலாளி அந்த வீடியோவை அதன் இயல்பாக வேகத்திற்கு கொண்டுவந்தான்.

ஒரு கணம் கழித்து, கர்ப்பிணி வடிவத்தில் இருந்த பிரபலமான மார்த்தா ஆல்வெரஸ் காட்சிக்குத் தெரிந்தார்.

அவரைத் தொடர்ந்து தன்னுடைய பிரபலமான ஹாரீஸ் டிவீட் சேம்பர்லி ஜாக்கெட்டும், தனக்கே உரித்தான கார்டவன் ஷுவும் அணிந்திருந்த லேங்டன் உள்ளை நுழைந்தார். அவர் நடக்கையில் தன்னுடைய மிக்கி மவுஸ் கடிகாரம் சட்டைக் கைப்பகுதியில் இருந்து வெளியே நீட்டிக்கொண்டிருப்பதையும் அவரால் பார்க்க முடிந்தது.

இதோ நான்... சுடப்படுவதற்கு முன்னர்.

தனக்கு முற்றிலும் எந்த நினைவுமே இல்லாத ஒரு விஷயத்தை தான் செய்து கொண்டிருப்பதைப் பார்க்கையில் லேங்டனுக்கு மிகவும் அசௌகரியமாக இருந்தது. ***நேற்றிரவு நான் இங்கேதான் இருந்திருக்கிறேனா... அந்த மரண முக மூடியைத் தேடித்தான் வந்திருக்கிறேனா?*** ஏதோ ஒரு வகையில், அப்போதைக்கும் இப்போதைக்கும் இடைப்பட்ட நேரத்தில் அவர் தன்னுடைய ஆடையை, தன்னுடைய மிக்கி மவுஸ் வாட்ச்சை, தன்னுடைய இரண்டு நாள் வாழ்க்கையைத் தொலைத்திருக்கிறார்.

அந்த வீடியோ தொடர்ந்து ஓடியது. நன்றாகப் பார்ப்பதற்காக சியன்னாவும் அவரும் மார்த்தாவிற்கு அருகாமையில் சென்றனர். சத்தமில்லாமல் ஓடிக்கொண்டிருந்த அந்த வீடியோவில் தோன்றிய லேங்டனும் மார்த்தாவும் அந்தக் காட்சி அறைக்கு வந்து அந்த முகமூடிக்கு முகமண் கூறினர். அவர்கள் இப்படிச் செய்துகொண்டிருக்கும்போதே, அவர்களுக்குப் பின்னால் ஒரு பெரிய நிழல்போல் கருத்திருந்த உருவம் கதவுவழியில் தோன்றியது. பயங்கரமாக பருத்திருந்த அந்த மனிதன் அந்தக் காட்சிக்குள் நுழைந்தான். மஞ்சள் நிற உடையணிந்து கையில் பெட்டி ஒன்றை வைத்திருந்த அவன் அந்தக் கதவில் நுழைய மிகவும் சிரமப்பட்டான். அவனுடைய பருத்த உருவத்திற்கு முன்னாள் கர்ப்பிணியான மார்த்தாவே ஒல்லியாகத்தான் தெரிந்தாள்.

லேங்டன் அந்த மனிதனை உடனடியாக அடையாளம் கண்டுகொண்டார். ***இக்னேஷியோ?!***

"அது இக்னேஷியோ புஸோனி" லேங்டன் சியன்னாவின் காதுகளில் முணுமுணுத்தார். "மியூஸியோ டெல்'ஓபரா டெல் டுவோமாவின் இயக்குநர். சில வருடங்களாக அவருடன் எனக்குப் பழக்கமிருந்தது. ஆனால் அவரை இல் டுவோமினோ என்று அழைப்பார்களா என்று எனக்குத் தெரியவில்லை."

"பொருத்தமான பதவிதான்" சியன்னா சட்டென்று பதில் கூறினாள்.

கடந்த காலங்களில் இல் டுவோமா சம்பந்தப்பட்ட கலைப்பொருள்கள் மற்றும் வரலாறு குறித்த விஷயங்களுக்காக லேங்டன் இக்னேஷியோவுடன் ஆலோசனை செய்திருக்கிறார். இந்த தேவாலயத்திற்குத்தான் அவர் பொறுப்பு, ஆனால் பாலஸோ வெஷியோவிற்கு வருகை தந்திருக்கும் இக்னேஷியோவுக்கு அதற்கு வெளியிலும் செல்வாக்கு இருப்பது தெரிந்தது. மேலும், ஃப்ளோரண்டைன் கலை உலகத்தில் இக்னேஷியோ புஸோனி ஒரு செல்வாக்கு வாய்ந்தவர் என்பதற்கும் மேலாக அவர் தாந்தே மீது ஈடுபாடு கொண்டவராகவும், ஓர் அறிஞராகவும் திகழ்ந்திருக்கிறார்.

தாந்தேயின் மரண முகமூடி குறித்த தர்க்கரீதியான ஒரு தகவல் களஞ்சியம் அவர்.

லேங்டன் மீண்டும் அந்த வீடியோவில் தன்னுடைய கவனத்தைத் திருப்பியபோது, அந்தப் பக்கவாட்டு வழியின் பின்பக்க சுவற்றைப் பார்த்தபடி மார்த்தா பொறுமையுடன் காத்திருக்க, லேங்டனும் இக்னேஷியோவும் அந்த முகமூடியை நன்றாகப் பார்க்கும் வகையில் தூண்களின் மீது நிமிர்ந்து நின்று கொண்டிருப்பதையும் காண முடிந்தது. அவர்கள் தங்களுடைய ஆராய்ச்சியையும் விவாதத்தையும் தொடர்ந்துகொண்டிருந்தபோது நேரம் கடந்துகொண்டிருந்தது. அவர்களுக்குப் பின்னால் இருந்த மார்த்தாவோ தன்னுடைய கடிகாரத்தில் நேரத்தை சரிபார்த்துக்கொண்டிருப்பது தெளிவாகத் தெரிந்தது.

அந்த வீடியோவில் ஆடியோவும் இருந்திருக்கலாம் என்று லேங்டன் விரும்பினார். *இக்னேஷியோவும் நானும் என்ன பேசிக்கொண்டிருக்கிறோம்? நாங்கள் எதைத் தேடிக் கொண்டிருக்கிறோம்?!*

அச்சமயத்தில், திரையில் தெரிந்த லேங்டன் அந்த தூண்களை நோக்கிச் சென்று நேராக அந்தக் காட்சி அறையை நோக்கிக் குனிந்தார். அவருடைய முகம் அந்தக் கண்ணாடிக்கு சில அங்குலங்களே தள்ளியிருந்தன. உடனடியாக அதில் குறுக்கிட்ட மார்த்தா அவரைக் கண்டித்ததால் மன்னிப்புக்கோரும் வகையில் லேங்டன் பின்வாங்கினார்.

“நான் கடுமையாக நடந்துகொண்டமைக்காக என்னை மன்னிக்க வேண்டும்” என்று தன்னுடைய தோள்பட்டை வழியாக பின்னால் பார்த்தபடியே மார்த்தா கூறினாள். “ஆனால் நான் சொன்னதுபோல், அந்தக் காட்சி அறை தொன்மையானது என்பதுடன் எளிதில் உடைந்துவிடக்கூடியது. வருகைதரும் மக்களை தூண்களுக்கு பின்னாலேயே நிறுத்தி வைக்க வேண்டும்

என்று அந்த முகமூடியின் சொந்தக்காரர் எங்களிடம் வலியுறுத்திக் கூறியிருந்தார். அவர் அருகில் இல்லாமல் எங்களுடைய அலுவலர் யாரும் அந்த அறையைத் திறக்க அனுமதிக்கவில்லை."

அந்த வார்த்தைகள் மனதில் பதிய ஒருகணம் ஆனது. *முகமூடிக்கு சொந்தக்காரரா?* அந்த முகமூடி அருங்காட்சியத்திற்கு சொந்தமானது என்றுதான் லேங்டன் நினைத்திருந்தார்.

அதே அளவுக்கு ஆச்சரியப்பட்ட சியன்னாவும் உடனடியாகக் கேட்டாள். "அப்படியென்றால், அந்த முகமூடி அருங்காட்சியகத்திற்கு சொந்தமானதில்லையா?"

அதற்குத் தலையைக் குலுக்கிய மார்த்தாவின் கண்கள் இப்போது அந்தத் திரையிலேயே நிலைத்திருந்தன. "ஒரு பணக்கார நலம் விரும்பி எங்களுடைய சேகரிப்பில் இருந்து இந்த தாந்தேயின் மரண முகமூடியை வாங்க விரும்பினார். ஆனால் அதை வாங்கிய பின்னர் இங்கேயே நிரந்தர காட்சிக்கு வைத்துவிட்டார். அவர் எங்களுக்கு கொஞ்சம் சொத்தையும் எழுதி வைத்தார். அதை மகிழ்ச்சியுடன் பெற்றுக்கொண்டோம்."

"கொஞ்சம் பொறுங்கள்" என்றாள் சியன்னா. "இந்த முகமூடிக்கு பணமும் கொடுத்துவிட்டு ... அதை உங்களிடமே *வைத்துக்கொள்ள* விட்டாரா?"

"இது வழக்கமான ஏற்பாடுதான்," என்றார் லேங்டன். "அறக்கொடையாக வாங்குவது — தருகின்ற பரிசை அறக்கொடை என்று பதிவு செய்யாமலேயே அருங்காட்சியகங்களுக்கு தானம் வழங்குகின்றவர்கள் செய்கின்ற வழக்கமான முறைதான் இது."

"அந்தக் கொடையாளர் வழக்கத்திற்கு மாறான மனிதர்" என்றாள் மார்த்தா. "தாந்தே குறித்த நேர்மையான அறிஞர், இன்னும் எப்படிச் சொல்வதென்றால்.... அவர் ஒரு *வெறியர்?*"

"யார் அவர்?" என்று கேட்ட சியன்னாவின் வழக்கமான தொனியில் கொஞ்சம் அவசரமும் கலந்திருந்தது.

"யாரா?" அப்போதும் திரையையே பார்த்துக்கொண்டிருந்த மார்த்தா புருவத்தை உயர்த்திபடி கேட்டாள். "அவரைப்பற்றி சமீபத்திய செய்திகளில் நீங்கள் படித்திருக்கலாமே — அவர் ஸ்விஸ் நாட்டு பில்லினர் பெர்ட்ரண்ட் ஜாப்ரிஸ்ட்?"

லேங்டனுக்கு அந்தப் பெயர் பிரபலமானதாக தெரியவில்லை. ஆனால் லேங்டனின் கையைப் பற்றி வேகமாக இழுத்த சியன்னா தான் ஏதோ ஒரு பேயைப் பார்த்துவிட்டதுபோல் காணப் பட்டாள்.

"ஓ, ஆமாம்..." என்று தயங்கியபடியே கூறிய சியன்னாவின் முகம் வெளிறிப்போயிருந்தது. "பெர்ட்ரண்ட் ஜாப்ரிஸ்ட். புகழ்பெற்ற உயிர்ம–வேதியியலாளர். இளம் வயதிலேயே பல்வேறு உயிரியல் காப்புரிமைகளுக்காக பெரும் செல்வம் ஈட்டியவர்." சற்று இடைவெளிவிட்ட அவள் எச்சிலைக் கூட்டி விழுங்கினாள். அவள் லேங்டனின்மீது சாய்ந்துகொண்டே சொன்னாள். "ஜாப்ரிஸ்ட்தான் ஜெர்ம்–லைன் மேனிபுலேஷன் என்ற துறைக்கான அடிப்படையை உருவாக்கியவர்."

ஜெர்ம்–லைன் மேனிபுலேஷன் என்பது பற்றி லேங்டனுக்கு எதுவும் தெரியாது. ஆனால் அதற்கு ஏதோ அச்சுறுத்தும் தொனி இருந்தது. குறிப்பாக கொள்ளை நோய்கள் மற்றும் மரணத்துடன் சம்பந்தப்பட்ட சமீபத்திய பிம்பங்கள் தெரியத் தொடங்கியிருப் பதில் இருந்து அவருக்கு அப்படித்தான் தோன்றியது. சியன்னா மருத்துவத் துறையில் நன்றாகப் படித்தவள் என்பதால் ஜாப்ரிஸ்ட் பற்றி அவளுக்கு நன்றாகத் தெரிந்திருக்கலாம்... அல்லது அவர்கள் இருவரும் சிறுவயதிலேயே மேதைகளாக விளங்கியதும் இதற்கு காரணமாக இருக்கலாம் என்று லேங்டன் நினைத்தார். ***இவர்கள் இருவருமே ஒருவரை ஒருவர் தெரிந்தவர்களா?***

"எனக்கு ஜாப்ரிஸ்ட் பற்றி சில வருடங்களுக்கு முன்னர்தான் தெரியும்" சியன்னா விளக்கினாள். "மக்கள்தொகை பெருக்கம் பற்றி ஊடகத்தில் பெரிய தாக்கங்களை ஏற்படுத்திய பிரகடனங்களை அவர்தான் செய்திருந்தார்." சற்று இடைவெளிவிட்ட அவள் முகம் பளபளத்தது. "உலக மக்கள்தொகை இறுதிநாள் சமன்பாட்டை முன்வைத்தவர் ஜாப்ரிஸ்ட்தான்."

"நீ சொல்வது புரியவில்லையே?"

"அடிப்படையில் இது கணித முறையில் அறியப்படுகின்ற விஷயம், அதாவது பூமியில் மக்கள்தொகை பெருகிக்கொண்டி ருக்கிறது. மக்கள் நீண்ட ஆயுளை வாழ்கிறார்கள். அதனால் நம்முடைய இயற்கை வளங்கள் தீர்ந்துகொண்டிருக்கின்றன. சமூகத்தில் உலகளாவிய சிதைவு ஏற்படாமல் இப்போதையே நிலையே நீடிக்குமானால் இந்த நிலை எந்த மாற்றமும் இல்லாமல் நீடித்துக்கொண்டே இருக்கும் என அந்த சமன்பாடு முன்யூகித்து கூறுகிறது. ஏதேனும் வகையில் பேரழிவை சந்திக்காவிட்டால்... மனிதகுலம் மற்றொரு நூற்றாண்டைக்கூட தாண்டாது என்று ஜாப்ரிஸ்ட் பட்டவர்த்தனமாக அறிவித்தார்." ஆழ்ந்து பெருமூச்சு விட்ட சியன்னா லேங்டனின் கண்களையே பார்த்துக் கொண்டி ருந்தாள். "உண்மையில், 'ஐரோப்பாவில் நடந்ததிலேயே மிகச்சிறந்த விஷயம் என்னவென்றால் அது 'பிளாக் டெத்தான்' என்று

ஜாப்ரிஸ்ட் ஒருமுறை குறிப்பிட்டிருக்கிறார்."

லேங்டன் அதிர்ச்சியுடன் அவளை உற்றுப்பார்த்தார். அவருடைய கழுத்து முடி குத்திட்டு நின்றது. மீண்டும் அவருடைய மனதில் அந்த கொள்ளைநோய் முகமூடி வந்துவிட்டுச் சென்றது. தற்போது அழிவேற்படுத்தும் கொள்ளை நோயுடன் அவர் சம்பந்தப்பட்டிருக்கும் அப்போதைய குழப்பத்தை தவிர்க்கவே அவர் காலையில் இருந்து முயற்சித்துக்கொண்டிருந்தார்... ஆனால், அதை மனதில் இருந்து நீக்குவதுதான் மிக மிக சிக்கலாகிக் கொண்டே சென்றது.

பிளாக் டெத், ஐரோப்பாவில் நிகழ்ந்தவற்றிலேயே மிகவும் நல்ல விஷயம் என்று பெர்ட்ரண்ட் ஜாப்ரிஸ்ட் சொல்லியிருப்பது நிச்சயம் அச்சுறுத்தக்கூடியதுதான். ஆனாலும், 1300களில் ஏற்பட்ட அந்த மாபெரும் பேரழிவால் கிடைத்த நீண்டகால சமூக, பொருளாதார பலன்கள் பற்றி நிறைய வரலாற்றாசிரியர்கள் குறிப்பிட்டிருப்பதையும் லேங்டன் அறிவார். அந்தக் கொள்ளை நோய்க்கு முன்னர், மிகுந்த மக்கள்தொகை, பஞ்சம் மற்றும் பொருளாதார சிரமங்கள் ஆகியவைதான் இருண்ட யுகங்களைக் குறிப்பிடுபவையாக இருந்தன. பயங்கரமானதாக இருந்தாலும், சட்டென்று தோன்றிய அந்த பிளாக் டெத், பயன்மிக்க வகையில் "மனிதகுலத்தின் அடர்த்தியைக் குறைத்தது" அத்துடன் அபரிமிதமான உணவு மற்றும் வாய்ப்புகளையும் உருவாக்கிக் கொடுத்தது. பல வரலாற்றாசிரியர்களின் கூற்றுப்படி இது மறுமலர்ச்சியைக் கொண்டுவந்த பிரதான தூண்டிலி என்றே குறிப்பிடப்படுகிறது.

தாந்தேயின் திருத்தியமைக்கப்பட்ட நரகத்தின் வரை படத்தைக் கொண்டிருந்த குழாயில் உயிர்ம-அபாய குறியீடு இருந்ததை லேங்டன் நினைத்துப் பார்த்தபோது ஒரு சில்லிட்ட உணர்வு அவரைத் தாக்கியது. அந்த அச்சுறுத்தும் சிறிய புராஜக்டர் யாரோ ஒருவரால் உருவாக்கப்பட்டிருக்கிறது. அந்த *யாரோ ஒருவர்*, தாந்தே விரும்பியும், உயிர்ம வேதியியலாளருமான பெர்ட்ரண்ட் ஜாப்ரிஸ்ட்டாக இருக்கலாம் என்பது இப்போது தர்க்கரீதியாக சரியாகத் தெரிகிறது.

ஜெனடிக் ஜெர்ம்லைன் மேனிபுலேஷனின் தந்தை. புதிர்த்துண்டுகள் அவற்றிற்கே உரிய இடத்தில் பொருந்துவதை லேங்டனால் உணர முடிந்தது. வருத்தம் என்னவென்றால், கவனத்திற்கு வரும் காட்சி அச்சுறுத்தலை அதிகரித்துக்கொண்டே செல்வதுதான்.

"இந்தப் பகுதியை வேகமாக ஓட்டுங்கள்" என்று

காவலாளிக்கு உத்தரவிட்ட மார்த்தாவின் குரல் லேங்டனும் இக்னேஷியோ புஸோனியும் அந்த முகமூடியை ஆராயும் இடத்திற்கு செல்ல வேண்டும் என்ற ஆர்வத்தில் ஒலித்தது, இதன் மூலம் அருங்காட்சியகத்திற்குள் நுழைந்து அதைத் திருடியது யார் என்பதை அவளால் கண்டுபிடிக்க முடியும்.

வேகமாக ஓட்டும் பட்டனை காவலாளி அழுத்தினான். நேரக் குறியீடும் வேகமெடுத்தது.

மூன்று நிமிடங்கள்... ஆறு நிமிடங்கள்... எட்டு நிமிடங்கள்.

திரையில், மார்த்தா அவர்களுக்குப் பின்னே நிற்கிறாள், தான் நிற்கும் இடத்தை அடிக்கடி மாற்றிக்கொண்டேயிருக்கும் அவள் தன்னுடைய கடிகாரத்தை திரும்பத் திரும்ப பார்த்துக் கொண்டிருக்கிறாள்.

“நாங்கள் ரொம்பநேரம் பேசிக்கொண்டிருந்ததற்கு மன்னிக்க வேண்டும்” என்றார் லேங்டன். “நீங்கள் அசௌகரியமாக காணப்படுகிறீர்கள்.”

“என்னுடைய தவறுதான்” என்றாள் மார்த்தா. “காவலாளி களை விட்டுவிட்டு வீட்டுக்குச் செல்லுமாறு நீங்கள் இருவருமே சொன்னீர்கள். ஆனால், அது நன்றாக இருக்காதென்று நான்தான் நினைத்துவிட்டேன்.”

சட்டென்று, திரையில் மார்த்தாவைக் காணவில்லை. காவலாளி அந்த வீடியோவை இயல்பான வேகத்திற்கு கொண்டு வந்தான்.

“பரவாயில்லை, நான் ரெஸ்ட் ரூமிற்கு சென்றது நினைவிருக் கிறது” என்றாள் மார்த்தா.

அதை ஆமோதித்த காவலாளி மீண்டும் அந்த வேக பட்டனை நோக்கி கையை நீட்டியபோது மார்த்தா அவன் கைகளைப் பிடித்துக்கொண்டாள். “பொறு!”

தன்னுடைய தலையை அங்கும் இங்கும் ஆட்டிய அவள் மானிட்டரையே குழப்பத்துடன் பார்த்தாள்.

லேங்டனும் அதைப் பார்த்தார். ***இங்கே என்ன நடக்கிறது?!***

திரையில் தன்னுடைய டிவீட் கோட் பாக்கெட்டிற்குள் கையைவிட்ட லேங்டன் ஒரு ஜோடி சர்ஜிகல் கையுறைகளை வெளியில் எடுத்து அதில் தன்னுடைய கைகளை நுழைத்துக் கொண்டிருந்தார்.

அதேநேரம், லேங்டனுக்கு பின்னால் நின்றுகொண்டிருந்த

இல் டுவோமினோ சற்று முன்னர் மார்த்தா ரெஸ்ட்ரூமை நோக்கிச் சென்ற வழியையே உற்றுப்பார்த்தபடி அந்தக் கூடத்தில் நின்றுகொண்டார். அந்த பருத்த மனிதர் லேங்டனை நோக்கித் தலையை ஆட்டி வாய்ப்பு கிடைத்துவிட்டதென்று சைகை காட்டினார்.

நாங்கள் இங்கே என்ன செய்துகொண்டிருக்கிறோம்?!

அந்த வீடியோவில் கையுறை அணிந்த தன்னுடைய கைகள் அந்த அறையின் முனையைப் பிடிப்பதையும். பின்னர், மிக மென்மையாக, அந்தக் கீல் நகரும்வரை அதைப்பிடித்து இழுத்தபோது அந்தக் கதவு மெல்லத் திறந்து, தாந்தேயின் மரண முகமூடியைக் காட்டியதையும் லேங்டன் பார்த்தார்.

மார்த்தா ஆல்வெரஸ் அப்படியே தன்னுடைய மூச்சை இழுத்துப் பிடித்துக்கொண்டு முகத்தில் கைகளை வைத்துக் கொண்டாள்.

மார்த்தாவின் திகிலை பகிர்ந்துகொள்வதைப் போல், தான் அந்த அறைக்குள் நுழைந்து, இரண்டு கைகளாலும் தாந்தேயின் மரண முகமூடியைப் பற்றி அதை எடுப்பதை லேங்டனும்கூட சற்றும் நம்பிக்கையின்றி பார்த்துக்கொண்டிருந்தார்.

“என்னைக் கடவுள்தான் காப்பாற்ற வேண்டும்!” என்றபடி படாரென்று எழுந்த மார்த்தா, தன்னுடைய கால்களை ஊன்றி சுழன்று திரும்பி லேங்டனை முறைத்துப் பார்த்தாள். “என்ன செய்தீர்கள்? ஏன் இப்படி செய்தீர்கள்?”

லேங்டன் பதில் கூறும் முன்னரே அந்தக் காவலாளிகளில் ஒருவன் ஒரு பிளாக் பிரெட்டா துப்பாக்கியை எடுத்து லேங்டனின் மார்பை நோக்கி குறிவைத்தான்.

ஜீஸஸ்!

அந்தக் காவலாளி வைத்திருந்த துப்பாக்கிக் குழலையே உற்றுப்பார்த்துக்கொண்டிருந்த லேங்டன் தன்னைச் சுற்றியுள்ள அந்த சின்ன அறை மெள்ள மூடப்படுவதையும் உணர்ந்தார். இப்போது எழுந்து நின்ற மார்த்தா ஆல்வெரஸ் தன்னுடைய முகத்தில் துரோகம் இழைக்கப்பட்டதற்கான அறிகுறியைக் காட்டியபடி அவரை முறைத்துக்கொண்டிருந்தார். அவளுக்குப் பின்னால் இருந்த பாதுகாவல் மானிட்டரில், அந்த முகமூடியைப் பிடித்திருந்த லேங்டன் அதை விளக்குக்கு முன்னால் காட்டி ஆராய்ந்துகொண்டிருந்தார்.

“அதை ஒரேயொரு முறைதான் எடுத்தேன்” என்று

வலியுறுத்திய லேங்டன் அதுவே உண்மையாகவும் இருக்க வேண்டும் என்று வேண்டிக்கொண்டார். "நீங்கள் அதை பெரிய விஷயமாக எடுத்துக்கொள்ள மாட்டீர்கள் என்றும் இக்னேஷியோ உறுதியளித்தார்!"

மார்த்தா எந்த பதிலும் சொல்லவில்லை. தான் ஏமாற்றப் பட்டதை உணர்ந்த மார்த்தா, லேங்டன் தன்னிடம் ஏன் பொய் சொன்னார் என்பதை கற்பனை செய்துபார்க்க முயற்சித்தாள். அந்த வீடியோ எதைக் காட்டப்போகிறது என்று தெரிந்தும் லேங்டன் ஏன் தனக்கருகில் அமைதியாக நின்றுகொண்டிருந்தார் என்றும் அவளுக்கு எதுவுமே புரியவில்லை.

நான் அந்த அறையைத் திறந்தது பற்றி எனக்கு எதுவும் தெரியாதே!

"ராபர்ட்" சியன்னா கிசுகிசுத்தாள். "பாருங்கள்! நீங்கள் எதையோ கண்டுபிடித்திருக்கிறீர்கள்!" அந்தக் காட்சியையே பார்த்துக்கொண்டிருந்த சியன்னா அந்த சிக்கலான சூழ்நிலை யிலும் பதில்களைத் தேடுவதிலேயே கவனத்துடன் இருந்தாள்.

திரையில், அந்த முகமூடியை உயர்த்திப் பிடித்திருந்த லேங்டன் அதனை விளக்கிற்கு நேராக வைத்துப் பார்த்தார். அந்தக் கலைப்பொருளின் பின்பக்கத்தில் அவருடைய ஆர்வத்தை தூண்டும் ஏதோ ஒன்றில்தான் லேங்டனின் கவனம் இருந்தது தெளிவாகத் தெரிந்தது.

அந்த கேமரா கோணத்தில் இருந்து பார்க்கையில் ஒரு அரை நொடியில் அந்த உயர்த்தப்பட்ட முகமூடி லேங்டனின் முகத்தை மறைக்க, தாந்தேயின் மரணித்த கண்கள் லேங்டனின் கண்களுக்கு நேராக இருந்தன. அவருக்கு அந்த அறிவிப்பு நினைவுக்கு வந்தது — *மரணத்தின் கண்களுக்குத்தான் உண்மை புலப்படும்* — அவர் சில்லிட்டுப் போனார்.

அந்த முகமூடியின் பின்னால் தான் எதைத் தேடினோம் என்று லேங்டனுக்குத் தெரியவில்லை. ஆனால் வீடியோவின் அந்தக் கணத்தில் தான் கண்டுபிடித்ததை இக்னேஷியோவிற்கு லேங்டன் சொல்கிறார். அது அந்த பருத்த மனிதருக்கு நினைவுக்கு வந்ததுபோல் அவர் தன்னுடைய மூக்குக்கண்ணாடியை தூக்கி விட்டுக்கொண்டு மீண்டும் மீண்டும் பார்க்கிறார். தன்னுடைய தலையைக் குலுக்கத் தொடங்கிய அவர் ஒரு பதட்டமான நிலை யில் அந்த பக்கவாட்டு அறையை நோக்கித் திரும்புகிறார்.

சட்டென்று இருவரும் உற்றுப்பார்க்க, அந்தக் கூடத்தில் ஏதோ ஒரு சத்தம் கேட்கிறது — அது மார்த்தா ரெஸ்ட்ரூமில்

இருந்து திரும்பி வருவதாக இருக்கலாம். அவசர அவசரமாக தன்னுடைய பாக்கெட்டில் இருந்து ஒரு பெரிய ஜிப்லாக் பையை எடுத்த லேங்டன் அந்த மரண முகமூடியை இக்னேஷியோவிடம் தரும் முன்னர் அதற்குள் மென்மையாக வைத்துத் தருகிறார், அந்தப் பெற்றுக்கொண்ட இக்னேஷியோ தயக்கத்துடன் அதை தன்னுடைய பெட்டியில் வைத்துக்கொள்கிறார். அந்தப் புராதன கண்ணாடிக் கதவை வெறுமையாக வைத்து சட்டென்று லேங்டன் மூட, தாங்கள் திருடியதை மார்த்தா கண்டுபிடித்துவிடும் முன்ன தாகவே மார்த்தாவை எதிர்கொண்டுவிடும் வகையில் அந்தக் கூடத்திற்குள் விறைப்பாக அடியெடுத்து வைத்து செல்கின்றனர்.

இரண்டு காவலாளிகளும் இப்போது லேங்டனை நோக்கி துப்பாக்கியை வைத்தபடி நின்றனர்.

அங்குமிங்கும் நடந்த மார்த்தா ஓர் உதவிக்காக மேசையைப் பிடித்துக்கொண்டாள். "எனக்குப் புரியவேயில்லை" என்று அவள் சீறினாள். "நீங்களும் இக்னேஷியோ புஸோனியும் சேர்ந்து தாந்தே மரண முகமூடியை திருடிவிட்டீர்களா?"

"இல்லை!" லேங்டன் தன்னால் முடிந்தவரை மறுத்தார். "அன்றைக்கு இரவு மட்டும் அந்த முகமூடியை எடுத்துக்கொள்ள அதன் உரிமையாளரின் அனுமதியை நாங்கள் பெற்றிருந்தோம்."

"உரிமையாளரிடமிருந்து அனுமதியா?" அவள் கேள்வியெழுப் பினாள். "பெர்ட்ரண்ட் ஜாப்ரிஸ்ட்டிடம் இருந்தா!?"

"ஆமாம்! திரு. ஜாப்ரிஸ்ட்தான் அதன் பின்பக்கத்தில் இருந்த சில குறியீடுகளை ஆராய்ந்து பார்க்க எங்களுக்கு அனுமதி அளித்திருந்தார்! நேற்று மதியம்தான் நாங்கள் அவரை சந்தித்தோம்!"

மார்த்தாவின் கண்கள் கூர்மையடைந்தன. "புரபஸர், நேற்று மதியம் நீங்கள் பெர்ட்ரண்ட் ஜாப்ரிஸ்ட்டை சந்திக்கவில்லை என்று என்னால் மிக உறுதியாக சொல்ல முடியும்."

"நாங்கள் நிச்சயம் சந்தித்தோமே —"

சியன்னா அதை மறுப்பதுபோல் லேங்டனின் கையைப் பிடித் தாள். "ராபர்ட்..." அவள் வருத்தத்துடன் பெருமூச்சு விட்டாள். "ஆறு நாட்களுக்கு முன்னர், இங்கிருந்து ஆறு கட்டிடங்கள் தள்ளியிருக்கும் பாடியா கோபுரத்தின் உச்சியில் இருந்து விழுந்து பெர்ட்ரண்ட் ஜாப்ரிஸ்ட தற்கொலை செய்துகொண்டார்."

❑

42

பாலஸோ வெஷியோவில் தன்னுடைய மோட்டார் சைக்கிளை கைவிட்ட வயந்தா பியாஸா டெல்லா சிக்னோரியாவின் சுற்றுவட்டாரத்திற்குள் நடக்கத் தொடங்கினாள். லோஜியா டெய் லான்சியின் வெளிப்புற சிற்பங்களை நோக்கிச் செல்கையில் அவளுக்குக் காயம் ஏற்பட்டிருந்ததால் அவளால் முடியவில்லை என்றாலும் அங்கிருக்கும் எல்லா உருவங்களும் ஒரே ஒரு மையக்கருத்தை நோக்கித்தான் எல்லா மாறுபாடுகளுடனும் காணப்படுகின்றன என்பதை உணர முடிந்தது: அவை பெண்களின் மீது ஆண்கள் நிகழ்த்தும் வன்முறைக் காட்சிகள்.

சபைன்கள் வல்லுறவுக்கு ஆளானது.

பாலிக்ஸினா வல்லுறவுக்கு ஆளானது.

வெட்டிக்கொய்யப்பட்ட மெடூஸாவின் தலையை பெர்சியஸ் பிடித்து வைத்திருப்பது.

அருமை என்று நினைத்துக்கொண்ட வயந்தா தன்னுடைய தொப்பியை கண்களுக்கு கீழே இழுத்துவிட்டுக்கொண்டு, முதலாவது சுற்றுலா வாசிகளை அனுமதித்திருந்த அந்த அரண்மனையின் காலைநேர கூட்டத்தினூடாக தன் பாதையை தேர்ந்தெடுத்திருந்தாள். எல்லா வகையிலும், பாலஸோ வெஷியோவிலும் வழக்கமான பிஸினஸ் தான் நடந்து கொண்டிருந்தது.

போலீஸ் இல்லை, என்று வயந்தா நினைத்துக் கொண்டாள். *குறைந்தது இது வரையிலாவது இல்லை.*

கழுத்தைச் சுற்றி ஜாக்கெட் ஜிப்பை இழுத்து விட்டுக்கொண்ட அவள் தன்னுடைய ஆயுதம் மறைக்கப்பட்டிருப்பதை உறுதிப் படுத்திக்கொண்டு அந்த நுழைவாயிலை நோக்கி நடந்தாள். இரண்டாவது மியூஸியோ டெய் பாலஸோவிற்கான அறிவிப்புப் பலகைகளை பின்பற்றியபடியே, மிகுந்த அலங்காரம் செய்யப் பட்டிருந்த மையக்கூடத்தின் வழியாக கடந்து சென்று இரண்டாவது தளத்திற்கு செல்லும் பெரிய படிக்கட்டுகளில் ஏறினாள்.

அவள் மேலே ஏறுகையில், காவல்துறையினரின் அறிவிப்பு அவள் மண்டைக்குள் கேட்டது.

இல் மியூஸியோ டை பாலஸோ வெஷியோ... தாந்தே அலிஜீரி.

லேங்டன் இங்கேதான் இருக்க வேண்டும்.

அருங்காட்சியகத்திற்கான வழிகாட்டு பலகைகள் வயந்தாவை ஒரு பெரிய, பிரமாதமாக அலங்கரிக்கப்பட்ட கேலரிக்கு அழைத்துச் சென்றன — அதுதான் ஃபைவ் ஹண்ட்ரட் கூடம் அங்கே குழுமியிருந்த சுற்றுலாவாசிகள், பிரமாண்டமான சுவரோவியங்களை ரசித்துக் கொண்டிருந்தனர். வயந்தா அங்கிருந்த ஓவியங்களை ரசிப்பதில் ஆர்வம் காட்டவில்லை என்பதுடன் அந்த அறையின் மிகவும் தொலைவில் வலதுபக்க முனையில் இருந்த மற்றொரு அருங்காட்சியகத்திற்கான வழிகாட்டுப் பலகையை கவனித்தாள்.

அந்தக் கூடத்தைத் தாண்டி சென்று கொண்டிருக்கையில், ஓர் ஒற்றை சிற்பத்தை சுற்றி நின்றுகொண்டிருந்த பல்கலைக்கழக மாணவர்கள் சிரித்துக் கொண்டும், புகைப்படங்கள் எடுத்துக் கொண்டும் இருப்பதைப் பார்த்தாள்.

அந்தப் அறிவிப்பு பலகையில் இவ்வாறு எழுதப்பட்டிருந்தது: ஹெர்குலிஸ் மற்றும் தியோமெதிஸ்

அந்த சிற்பங்களின் மீது பார்வையை செலுத்திய வயந்தா லேசாக முனகினாள்.

அந்த சிற்பம் கிரேக்க தொன்மவியலின் இரண்டு கதா நாயகர்களை சித்தரித்தது — இரண்டுமே முற்றிலும் நிர்வாணமாக காணப்பட்டன. இருவரும் ஒரு மல்யுத்தப் போட்டியில் கலந்து கொண்டிருந்தனர். தியோமெதிஸை தலைகீழாகப் பிடித்திருந்த ஹெர்குலிஸ் அவரை தூக்கியெறிய தயாராக இருப்பதைப் போல் இருந்தது, அதேநேரத்தில் ஹெர்குலிஸின் ஆண்குறியை இறுக்கமாகப் பிடித்திருந்த தியோமெதிஸ் ஹெர்குலிஸிடம் கேட்பதுபோன்ற வார்த்தைகளில் இவ்வாறு எழுதப்பட்டிருந்தது,

"நீ என்னை நிச்சயம் தூக்கி எறியத்தான் போகிறாயா?"

வயந்தா திடுக்கிட்டாள். *ஒருவரின் விதைப்பைகளை பிடித்துக்கொண்டு இப்படியா கேட்பது.*

அந்தக் குறிப்பிட்ட சிலையில் இருந்து தன்னுடைய கண்களை எடுத்துக்கொண்ட அவள் அருங்காட்சியகத்தை நோக்கிச் செல்லும் படிக்கட்டுகளில் சட்டென்று ஏறினாள்.

கூடத்தைப் பார்த்தபடி இருக்கும் உயரமான பால்கனிக்கு அவள் வந்துசேர்ந்தாள். அந்த அருங்காட்சியக நுழைவாயிலுக்கு வெளியே டசனுக்கும் மேற்பட்ட சுற்றுலாவாசிகள் காத்திருந்தனர்.

"திறப்பதற்கு நேரமாகிவிட்டதுபோல் இருக்கிறது" தன்னுடைய கேம்கார்டரின் பின்னால் நின்றபடி ஒரு சுற்றுலாவாசி மகிழ்ச்சியுடன் கூறினார்.

"ஏன் என்று தெரியுமா?" என்றாள் அவள்.

"தெரியாது. ஆனால் நாம் காத்திருக்கும் இந்த நேரத்தில் இந்தக் காட்சி அருமையாக இருக்கிறது."

அதன் முனைக்கு சென்ற வயந்தா தங்களுக்கு கீழே பரந்து விரிந்திருந்த அறையை கூர்ந்து கவனித்தாள். கீழேயிருந்த படிக்கட்டில் இருந்து வந்துகொண்டிருந்த ஒரு காவல் அதிகாரி கூட்டத்தினரை சிறிதளவே கவர்ந்தபடி, அவசரப்படாமல், படிக்கட்டை நோக்கி அந்த அறையைக் கடந்து சென்றான்.

அவன் ஏதோ அறிக்கை பெறுவதுபோல் வருகிறான், என்று வயந்தா நினைத்துக்கொண்டாள். படிக்கட்டில் சோர்வாக ஏறிக்கொண்டிருந்த அவனுடைய நடையை வைத்து, அது ஒரு வழக்கமான அழைப்பாகத்தான் இருக்கும் என்பதையும், போர்டா ரொமானாவில் லேங்டனைத் தேடுவதற்கான வருகையாக அது தெரியவில்லை என்பதையும் சுட்டிக்காட்டுவதுபோல் இருந்தது.

லேங்டன் இங்கேதான் இருக்கிறார் என்றால் அவர்கள் ஏன் இந்தக் கட்டிடத்தை சுற்றி வளைக்கவில்லை?

லேங்டன் இங்கேதான் இருக்கிறார் என்று வயந்தா தவறாக நினைத்துக்கொண்டிருக்கலாம் அல்லது உள்ளூர் காவல்துறையும் புரூடரும் இன்னும் இங்கே கூடாமல் இருந்திருக்கலாம்.

படிக்கட்டுகளின் மேலே ஏறி வந்துவிட்ட அந்த அதிகாரி அருங்காட்சியகத்தின் நுழைவாயிலை நோக்கி மெதுவாக சென்றபோது வயந்தா சாதாரணமாகத் திரும்பி ஜன்னலுக்கு வெளியே பார்ப்பதுபோல் நின்றுகொண்டிருந்தாள். தான்

மறுக்கப்பட்டது மற்றும் தலைவருடன் நீண்டநேரம் பேசாமல் இருப்பது ஆகியவற்றை கவனத்தில் எடுத்துக்கொண்டால் தான் அடையாளம் காணப்பட எத்தகைய வாய்ப்பையும் விட்டுத்தர முடியாது.

"அப்படியே நில்!" ஒரு குரல் எங்கிருந்தோ கத்தும் சத்தம் கேட்டது.

அந்த அதிகாரி அவளுக்குப் பின்னால் நேரடியாக நின்றபோது வயந்தாவின் இதயம் ஒருமுறை துடிப்பதை நிறுத்திக்கொண்டது. அந்தக் குரல் அவருடைய வாக்கி–டாக்கியில் இருந்து வந்தது என்பதை அப்போதுதான் அவள் உணர்ந்துகொண்டாள்.

"உதவி வந்துகொண்டிருக்கிறது!" அந்தக் குரல் மீண்டும் சொன்னது.

உதவிக்கானா காத்திருப்பா? ஏதோ ஒரு விஷயம் மாறிப்போய்விட்டது என்பதை வயந்தா உணர்ந்துகொண்டாள்.

அப்போதுதான் ஜன்னலுக்கு வெளியே ஒரு கறுப்புநிற பொருள் தொலைதூர அடிவானத்தில் பெரிதாகிக்கொண்டே வருவதை வயந்தா கவனித்தாள். அது பபோலி தோட்டங்கள் இருந்த திசையில் இருந்து பாலஸோ வெஷியோவை நோக்கி பறந்து வந்தது.

அது கண்காணிப்பு ட்ரோன் என்பது வயந்தாவுக்கு தெரிந்தது. புரூடருக்கும் தெரிந்துவிட்டது போல் இருக்கிறதே. அவர் இங்குதான் வந்துகொண்டிருக்கிறார்.

கன்சார்ட்டியத்தின் மூத்த அதிகாரியான லாரன்ஸ் நோல்டன் தலைவருக்கு ஃபோன் செய்யும் விஷயத்தில் இன்னமும் போராடிக்கொண்டுதான் இருந்தார். உலக மீடியா விற்கு பதிவேற்றம் செய்யும் முன்னர் தலைவர் நிச்சயம் அந்த கிளைண்ட்டின் வீடியோவைப் பார்த்திருப்பார் என்பது அவருக்கு நன்றாகவே தெரியும்.

உள்ளடக்கமெல்லாம் ஒரு விஷயமே அல்ல.

நெறிமுறைதான் அரசன்.

இந்த நிறுவனத்திற்காக வேலை செய்யத் தொடங்கும்போது இளம் அதிகாரிகளுக்கு சொல்லித்தரப்படும் மந்திரம் என்னவென்று நோல்டன் இப்போது நினைவுறுத்திக்கொண்டார். ***கேள்வி கேட்காதே. வேலையை மட்டும் செய்.***

நாளை காலை செய்யவேண்டிய வேலைக்கான வரிசையில் ஒன்றாக அந்த சிவப்பு நிற மெமரி ஸ்டிக்கை தயக்கத்துடன் வைத்தார் நோல்டன். இந்த விநோதமான செய்தியை மீடியா என்ன செய்யப்போகிறதோ என்று அவர் ஆச்சரியப்பட்டார். இதை உண்மையிலேயே அவர்கள் காட்டுவார்களா?

நிச்சயம் காட்டுவார்கள். அது பெர்ட்ரண்ட் ஜாப்ரிஸ்டிடம் இருந்து வந்துள்ளதே.

ஜாப்ரிஸ்ட், உயிர்ம-மருத்துவத்துறை உலகில் ஆச்சரியப் படுத்தும் ஒரு வெற்றிகரமான நபர் மட்டுமல்ல, கடந்தவாரம் தற்கொலை செய்துகொண்டதன் விளைவாக அவர் ஏற்கனவே செய்திகளில் இடம்பிடித்துவிட்டார். இந்த ஒன்பது நிமிட வீடியோ அவருடைய கல்லறையில் இருந்து வந்த செய்தியாக காட்டப்படும் என்பதுடன் அதனுடைய அச்சுறுத்தக்கூடிய பயங்கரவாத குணவியல்பால் மக்கள் அதைப் பார்க்காமல் தவிர்ப்பதற்கு வாய்ப்பே இல்லை.

இந்த வீடியோ வெளிவந்த சிலநிமிடங்களிலேயே வைரலாகி விடும்.

❏

43

அந்தத் தாறுமாறான அறையில் லேங்டனையும், அவருடைய மூர்க்கமான சகோதரியையும் துப்பாக்கி முனையில் காவலாளிகளிடம் விட்டுவிட்டு வெளியே வருகையில் மார்த்தா ஆல்வெரஸ் வெந்து புழுங்கிக் கொண்டிருந்தாள். ஜன்னலை நோக்கிச் சென்ற அவள் பியாஸா டெல்லா சிக்னோரியாவிற்கு வெளியே முன்பக்கத்தில் போலீஸ் கார் நின்றதைப் பார்த்ததும்தான் அமைதியானாள்.

நேரம் வந்துவிட்டது.

தன்னுடைய தொழிலில் மிகவும் மதிக்கப் படுகின்ற ராபர்ட் லேங்டனைப் போன்ற ஒருவர் தன்னை இந்த அளவுக்கு ஏமாற்றி, தான் கொடுத்த தொழில்சார்ந்த அனுகூலத்தை பயன் படுத்திக்கொண்டு, ஒரு விலைமதிக்க முடியாத கலைப்பொருளை ஏன் திருடவேண்டும் என்பதை மார்த்தாவால் கொஞ்சம்கூட புரிந்துகொள்ள முடியவில்லை.

இக்னேஷியோ புஸோனியும்கூட அவருக்கு உதவி செய்திருக்கிறார்!? நினைத்துப்பார்க்கவே முடியவில்லையே!

தன்னுடைய மனதில் உள்ளதை சொல்லிவிடும் நோக்கத்துடன் தன் செல்போனை எடுத்த மார்த்தா இல் டுவோமினோவின் அலுவலகத்திற்கு டயல் செய்தாள். அது மியூஸியோ டெல்'ஓபரா டெல் டுவோமாவில் இருந்து சில கட்டிடங்கள் மட்டுமே தள்ளியிருந்தது.

தொலைபேசி இணைப்பு ஒரே ஒருமுறைதான் ஒலித்தது.

"இக்னேஷியோ புஸோனி அலுவலகம்" மிகவும் நன்றாகத் தெரிந்த பெண்ணின் குரல் பதில் கூறியது.

இக்னேஷியோவின் செயலாளர் மார்த்தாவிற்கு தோழி, ஆனால் சும்மா பேசிக்கொள்ள இது நேரமல்ல. "யூஜினியா, நான்தான் மார்த்தா. இக்னேஷியோவுடன் கொஞ்சம் பேச வேண்டும்."

அடுத்த முனையில் ஒரு வினோதமான அமைதி நிலவியது. பின்னர் சட்டென்று அந்த செயலாளர் வலிப்பு வந்ததுபோல் தேம்பினாள்.

"என்ன ஆயிற்று?" என்றாள் மார்த்தா.

தான் அப்போதுதான் அலுவலகம் வந்ததாகவும், நேற்றிரவு டுவோமாவின் சந்திற்கு அருகாமையில் மாரடைப்பால் பாதிக்கப்பட்ட இக்னேஷியோ விழுந்து கிடந்ததை தெரிந்து கொண்டதாகவும் யூஜினியா கண்ணீருடன் மார்த்தாவிடம் கூறினாள். அவர் உதவிகேட்டு ஆம்புலன்ஸை அழைத்தபோது ஏறத்தாழ நள்ளிரவைத் தாண்டிவிட்டதாகவும், மருத்துவ உதவி சரியான நேரத்தில் வந்து சேரவில்லை என்றும் கூறினாள். புஸோனி இறந்துவிட்டார்.

மார்த்தாவின் கால்கள் தரையோடு தரையாக ஒட்டிக் கொண்டன. நேற்றிரவுதான் பெயர் தெரியாத நகர அதிகாரி ஒருவர் இறந்துவிட்டதை காலையில் செய்தியில் கேட்டிருந்தாள். ஆனால் அது இக்னேஷியாவாக இருக்கும் என்பதைக் கற்பனைகூட செய்துபார்க்கவில்லை.

"யூஜினியா, நான் சொல்வதைக் கேள்" என்ற மார்த்தா, பாலஸோவில் இருக்கும் வீடியோ கேமராக்களில் தான் பார்த்ததை விரைவாக விளக்கிவிடுவதற்காக அமைதியாக இருந்தாள் — தாந்தேயின் மரண முகமூடியைத் திருடியது இக்னேஷியோவும் ராபர்ட் லேங்டனும்தான். அவர் இப்போது துப்பாக்கி முனையில் இருக்கிறார்.

யூஜினியாவிடம் இருந்து என்ன பதிலை எதிர்பார்ப்பது என்று மார்த்தாவுக்கு எதுவும் தெரியாது. தான் காதில் கேட்டதை நிச்சயம் அவள் எதிர்பார்க்கவில்லை.

"ராபர்ட் லேங்டனா?!" என்றாள் யூஜினியா. "லேங்டன் இப்போது உன்னுடன்தான் இருக்கிறாரா!?"

யூஜினியா விஷயத்தை தவறவிட்டதைப் போல் தோன்றியது. ஆனால், அந்த முகமூடி

"நான் அவருடன் பேசியாக வேண்டும்!" என்று கத்தினாள் யூஜினியா.

பாதுகாவல் அறைக்கு உள்ளேயிருந்த காவலாளிகள் துப்பாக்கிகளால் தன்னை நேரடியாக குறிவைத்திருந்த நிலையில் லேங்டனின் தலைவலி தொடர்ந்து அதிகரித்தது. சட்டென்று கதவைத் திறந்த மார்த்தா ஆல்வெரஸ் உள்ளே நுழைந்தாள்.

திறந்திருந்த கதவின் வழியாக கண்காணிப்பு ட்ரோனின் விர்ரென்ற ஒலி தொலைவில் கேட்டதை வைத்து அது வெளியே எங்கோ ஓரிடத்தில்தான் இருக்கிறது என்பதை லேங்டனால் உணர முடிந்தது. அதன் அச்சுறுத்தும் ஒலி நெருங்கிவரும் சைரன்களின் ஒலியுடன் சேர்ந்தே கேட்டது. **நாம் இருக்கும் இடத்தை அவர்கள் கண்டுபிடித்துவிட்டார்கள்.**

"வெளியே போலீஸ் வந்துவிட்டது" என்று காவலாளிகளிடம் கூறிய மார்த்தா அவர்களில் ஒருவனை அழைத்து, காவலர்களை அருங்காட்சியகத்திற்குள் அழைத்துவர அனுப்பினாள். அங்கேயே நின்றிருந்த மற்றொருவனின் துப்பாக்கிக் குழல் இன்னமும் லேங்டனை குறிவைத்தபடியே இருந்தது.

லேங்டனை ஆச்சரியப்படுத்தும் வகையில், மார்த்தா அவரிடம் ஒரு செல்போனைக் கொடுத்தாள். "உங்களிடம் ஒருவர் பேச விரும்புகிறார்" என்ற அவளுடைய குரல் குழப்பத்துடன் காணப்பட்டது. "தொடர்புகொள்ள வேண்டுமெனில் இதை நீங்கள் வெளியேதான் எடுத்துச்செல்ல வேண்டும்."

அந்த நெருக்கடியான அறையில் இருந்து சற்று வெளியே இருந்த கண்காட்சி நடக்கும் இடத்திற்கு அந்தக் குழுவினர் இடம்பெயர்ந்தனர். அங்கே பெரிய ஜன்னல்களின் வழியாக உள்ளே நுழைந்த சூரிய ஒளி கீழேயிருந்த பியாஸா டெல்லா சிக்னோரியாவின் காட்சியை வண்ணமயமாக மாற்றியிருந்தது. இன்னமும் துப்பாக்கி முனையில் இருந்தாலும், அந்த மூடப்பட்ட இடத்தில் இருந்து வெளியே வந்ததே லேங்டனுக்கு ஆசுவாசமாக இருந்தது.

ஜன்னலுக்கு அருகாமையில் இருந்த பகுதியை சுட்டிக் காட்டிய மார்த்தா அவரிடம் ஃபோனைக் கொடுத்தாள்.

அவநம்பிக்கையுடன் அதை வாங்கிய லேங்டன் அதை தன்னுடைய காதிற்கு உயர்த்தினார். "சொல்லுங்கள்? ராபர்ட்

நரகம் ❖ 305

லேங்டன் பேசுகிறேன்."

"சின்யோர்" அந்தப் பெண் தயக்கமான ஆங்கிலத்தில் பேசினாள். "நான் இக்னேஷியோ புஸோனியின் செயலாளர் யூஜின்யா அண்டோனசி பேசுகிறேன். நேற்றிரவு நீங்கள் அவருடைய அலுவலகத்திற்கு வந்திருந்தபோது நாம் இருவரும் சந்தித்திருக்கிறோம்."

லேங்டனுக்கு எதுவும் நினைவில் இல்லை. "சரி?"

"இதைச்சொல்ல எனக்கு மிகவும் வருத்தமாக இருக்கிறது. ஆனால், இக்னேஷியோ நேற்றிரவு மாரடைப்பால் இறந்து விட்டார்."

இக்னேஷியோ புஸோனி செத்துவிட்டாரா?! அந்த ஃபோனில் லேங்டனின் பிடி இறுகியது.

அந்தப் பெண் இப்போது தேம்பிக்கொண்டிருந்தாள். அவளுடைய குரல் முழுவதும் வருத்தம் தொனித்தது. "இறந்து போகும் முன்னர் இக்னேஷியோ என்னை அழைத்தார். எனக்கு ஒரு செய்தியை விட்டுச்சென்றிருந்த அவர் அதை நீங்கள்தான் கேட்க வேண்டும் என்று உறுதிப்படுத்துமாறு கேட்டிருந்தார். உங்களுக்காக அதை ஒலிக்க விடுகிறேன்."

லேங்டனுக்கு சிறிது சலசலப்பொலி கேட்டது. சில கணங்களுக்குப் பின்னர், ஒரு வெளிறிய பதிவில் இருந்த இக்னேஷியோ புஸோனியின் மூச்சுத்திணறும் குரல் அவர் காதுகளில் கேட்டது.

"யூஜின்யா" அவர் வலியில் முனகுவது தெளிவாகக் கேட்டது. "ராபர்ட் லேங்டன் இந்த செய்தியை கேட்க வேண்டும் என்பதை உறுதிப்படுத்திக்கொள். நான் பிரச்சினையில் இருக்கிறேன். என்னால் அலுவலகத்திற்கு திரும்பி வரமுடியும் என்று தோன்றவில்லை." இக்னேஷியோ முனகினார். ஃபோனில் நீண்ட அமைதி நிலவியது. அவர் மீண்டும் பேசத் தொடங்குகையில் குரல் பலவீனமடைந்திருந்தது. "ராபர்ட், நீங்கள் தப்பிச் சென்றிருப்பீர்கள் என்று நம்புகிறேன். அவர்கள் இன்னமும் என்னைத் துரத்திக்கொண்டிருக்கிறார்கள். எனக்கு... எனக்கு உடல்நிலை சரியில்லை. நான் மருத்துவரை அடைய முயற்சிக்கிறேன். ஆனால்..." பின்னர் மீண்டும் ஒரு கனத்த அமைதி, அது *இல் டுவோமினோ* தன்னுடைய கடைசித்துளி ஆற்றலையும் மீட்டுக்கொண்டு வருவதைப்போல் இருந்தது. பின்னர்... "ராபர்ட், கவனமாகக் கேளுங்கள். நீங்கள் தேடுவது பாதுகாப்பாக மறைந்திருக்கிறது. அதன் கதவுகள் உங்களுக்காக திறந்திருக்கின்றன. ஆனால் நீங்கள் விரைந்து செயல்பட

வேண்டும். பாரடைஸ் டிவெண்டி—ஃபைவ்." அவர் நீண்டநேர அமைதிக்குப் பின்னர் முணுமுணுத்தார், "நல்வாழ்த்துகள்."

பின்னர் அந்தச் செய்தி முடிந்துபோனது.

லேங்டனின் இதயத்துடிப்பு அதிகரித்தது. இறந்துகொண்டிருந்த ஒருவரின் கடைசி வார்த்தைகளைத்தான் தான் கேட்டிருக்கிறோம் என்று அவருக்குத் தெரிந்தது. அவரை நோக்கி வீசப்பட்ட அந்த வார்த்தைகள் இன்னும் தன்னுடைய கவலையில் இருந்து அவரை மீட்கவில்லை. ***பாரடைஸ் 25? கதவுகள் எனக்காக திறந்திருக்கின்றனவா?*** லேங்டன் அதை குறித்துக்கொண்டார். ***அவர் எந்தக் கதவுகளை சொல்கிறார்?*** அவருக்குப் புரிந்த ஒரே விஷயம், அந்த முகமூடி பாதுகாப்பாக மறைத்து வைக்கப் பட்டிருப்பதாக இக்னேஷியோ சொன்னதுதான்.

யூஜின்யா மீண்டும் தொடர்பில் வந்தாள். "புரபஸர், உங்களுக்கு இது புரிகிறதா?"

"சில விஷயங்கள் புரிந்தன."

"நான் செய்யவேண்டியது ஏதேனும் இருக்கிறதா?"

இந்தக் கேள்வி குறித்து லேங்டன் நீண்டநேரம் யோசித்தார். "இந்த செய்தியை வேறு யாரும் கேட்கவில்லை என்பதை உறுதிப்படுத்திக்கொள்ளுங்கள்."

"போலீஸிடம் இருந்துமா? ஓர் உளவாளி வந்து என்னுடைய ஸ்டேட்மெண்ட்டை வாங்கிச்செல்ல இருக்கிறார்." லேங்டன் இறுகிப்போனார். தன்னை நோக்கி துப்பாக்கியை நீட்டிப் பிடித்திருந்த காவலாளியை லேங்டன் பார்த்தார். சட்டென்று, ஜன்னலை நோக்கித் திரும்பிய லேங்டன் தன்னுடைய குரலைத் தாழ்த்தி விரைவாக முணுமுணுத்தார், "யூஜின்யா... இது விசித்திரமாக இருக்கிறது. ஆனால் இக்னேஷியோ சத்தியமாக சொல்கிறேன். நீ அந்த செய்தியை அழித்துவிடு. என்னிடம் பேசியது குறித்து போலீஸிடம் ***எதுவும் சொல்லாதே.*** புரிந்ததா? இங்கே நிலைமை மோசமாகிவிட்டது, நான் —"

துப்பாக்கி முனை தன்னை அழுத்துவதை உணர்ந்த லேங்டன் ஆயுதம் தரித்த காவலாளியை நோக்கித் திரும்பினார். சில அங்குலங்கள் தள்ளி தன்னுடைய கையை நீட்டி மார்த்தாவின் ஃபோனைக் கேட்டான் அவன்.

அந்தத் தொடர்பில் நீண்ட அமைதிக்குப் பின்னர், யூஜின்யா இறுதியாகக் கூறினாள், "மிஸ்டர். லேங்டன் என்னுடைய தலைவர் உங்களை நம்பினார். அதனால் நானும் உங்களை

நம்புகிறேன்."

பின்னர் அந்த தொடர்பு முடிவுற்றது.

லேங்டன் ஃபோனை மீண்டும் அந்தக் காவலாளியிடம் கொடுத்தார். "இக்னேஷியோ புஸோனி இறந்துவிட்டார்" என்று அவர் சியன்னாவிடம் கூறினார். "இந்த அருங்காட்சியகத்தில் இருந்து சென்ற பின்னர் நேற்றிரவு அவர் மாரடைப்பால் இறந்துவிட்டார்." லேங்டன் சற்று இடைவெளி விட்டார். "அந்த முகமூடி பத்திரமாக இருக்கிறது. தான் இறக்கும் முன்னர் இக்னேஷியோ அதை மறைத்து வைத்துவிட்டார். அதை எங்கே கண்டுபிடிப்பது என்ற தடயத்தையும் அவர் எனக்கு விட்டுச் சென்றிருக்கிறார்." ***பாரடைஸ் 25.***

சியன்னாவின் கண்களில் நம்பிக்கை ஒளிவிட்டது. ஆனால் லேங்டன் மார்த்தாவை நோக்கித் திரும்பியபோது அவள் இன்னும் சந்தேகத்துடனே காணப்பட்டாள்.

"மார்த்தா" என்றார் லேங்டன். "நான் உங்களுக்காக தாந்தேயின் முகமூடியை மீட்டு வருகிறேன். ஆனால் நீங்கள் இப்போது என்னை விடுவிக்க வேண்டும். உடனடியாக."

மார்த்தா சத்தமாக சிரித்தாள். "அப்படி ஒரு விஷயத்தை நான் செய்யப்போவதில்லை! அந்த முகமூடியை ***திருடியதே*** நீங்கள்தான்! போலீஸ் வந்துகொண்டிருக்கிறது —"

"திருமதி. ஆல்வெரஸ்," சியன்னா சத்தமாகக் குறுக்கிட்டாள். ***"என்னை மன்னிக்க வேண்டும். நாங்கள் உங்களிடம் நேர்மையாக நடந்துகொள்ளவில்லை."***

லேங்டனுக்கு என்ன சொல்வதென்று தெரியவில்லை. ***சியன்னா என்ன செய்கிறாள்?*** அவள் சொன்ன வார்த்தைகள் அவருக்கு நன்றாகவே புரிந்தன.

சியன்னாவின் வார்த்தைகளால் மார்த்தாவும் திடுக்கிட்டாள். அவளுக்கு ஏற்பட்ட பெரும்பாலான அதிர்ச்சி சியன்னா சட்டென்று, சரளமான இத்தாலியில் பேசியதால் ஏற்பட்டது போல் தோன்றியது.

"முதலில், நான் ராபர்ட் லேங்டனின் சகோதரியே அல்ல," என்று மன்னிப்பு கோரும் தொனியில் சியன்னா அறிவித்தாள்.

❑

44

மார்த்தா ஆல்வெரஸ் தடுமாறியபடியே பின்னால் சென்று அவள் கைகளை மடித்தாள். தனக்கு முன்னால் இருந்த அந்த பொன்னிற கேசம் கொண்ட பெண்ணை ஆராய்ந்தாள்.

"என்னை மன்னிக்க வேண்டும்" என்ற சியன்னா இப்போதும் சரளமான இத்தாலியிலேயே பேசினாள். "நாங்கள் உங்களிடம் நிறைய விஷயங்களில் பொய் சொல்லிவிட்டோம்."

காவலாளியும் மார்த்தா அளவுக்கு குழம்பினான். ஆனால் தன் நிலையில் அப்படியே நின்றிருந்தான்.

சியன்னா இப்போது சரளமாக இத்தாலியிலேயே பேசினாள். தான் ஃப்ளோரன்ஸ் மருத்துவமனையில் வேலை செய்வதாகவும், நேற்றிரவு தலையில் துப்பாக்கி தோட்டா காயத்துடன் லேங்டன் அங்கே வந்ததாகவும் மார்த்தாவிடம் கூறினாள். தன்னை அங்கே கொண்டு சேர்த்த விஷயம் குறித்து லேங்டனுக்கு எல்லாம் மறந்துவிட்டது என்றும், மார்த்தா காட்டிய அந்த பாதுகாவல் வீடியோவைப் பார்த்து அவருக்கே ஆச்சரியமாக இருந்தது என்றும் அவள் விளக்கினாள்.

"உங்கள் காயத்தைக் காட்டுங்கள்" சியன்னா லேங்டனுக்கு உத்தரவிட்டாள்.

லேங்டனின் சிக்கலான தலைமுடிக்கு கீழே இருந்த காயத்தை மார்த்தா பார்த்தபோது

ஜன்னல் கட்டையில் அமர்ந்து சில நொடிகளுக்கு தன்னுடைய கைகளிலேயே முகத்தை வைத்திருந்தாள்.

கடந்த பத்து நிமிடங்களில், தாந்தேயின் மரண முகமூடி தன்னுடைய கண்காணிப்பின் கீழ் திருடப்பட்டது மட்டுமல்லாமல், அந்த இரு திருடர்களுள் ஒருவர் மரியாதைக்குரிய அமெரிக்க புரபஸர், மற்றொருவர் அவளுக்கு மிகவும் நம்பிக்கையான உடன் பணிபுரியும் தோழர் என்பதையும், அவர் இப்போது இறந்துவிட்டார் என்பதையும் தெரிந்துகொண்டாள். மேலும், அகன்ற கண்களைக் கொண்டிருந்தவளும், ராபர்ட் லேங்டனின் அமெரிக்க சகோதரி என்றும் மார்த்தா நினைத்திருந்த இந்த இளம் சியன்னா புரூக்ஸ் ஒரு டாக்டர், பொய்யை ஒப்புக்கொண்டவள். மற்றும் சரளமான இத்தாலியில் பேசிக்கொண்டிருப்பவள்.

"மார்த்தா" என்ற லேங்டனின் குரல் ஆழ்ந்தும் புரிதலுடனும் இருந்தது. "இது நம்புவதற்கு கடினமாக இருக்கும் என்று எனக்குத் தெரியும். ஆனால் நேற்றிரவு என்ன நடந்தது என்பது பற்றி எனக்கு எதுவுமே தெரியாது. இக்னேஷியோவும் நானும் ஏன் அந்த முகமூடியை எடுத்தோம் என்பது பற்றியும் எனக்கு எதுவும் தெரியாது."

அவர் உண்மையைத்தான் சொல்கிறார் என்று அவருடைய கண்களில் இருந்தே மார்த்தா தெரிந்துகொண்டாள்.

"அந்த முகமூடியை நான் உன்னிடமே திருப்பித் தந்து விடுகிறேன்" என்றார் லேங்டன். "என்னுடைய வார்த்தையை நீ நம்பலாம். ஆனால் என்னைப் போகவிடவில்லை என்றால் அதை மீட்க முடியாது. இப்போதைய சூழ்நிலை மிகவும் சிக்கலாகி விட்டது. நீ எங்களை உடனடியாக போகவிட வேண்டும்."

அந்த விலைமதிப்பற்ற முகமூடியை மீட்க வேண்டும் என்று நினைத்தாலும் யாரையும் போகவிடும் எண்ணம் மார்த்தாவிற்கு இல்லை. ***போலீஸ் எங்கே போய்விட்டது?!*** பியாஸா டெல்லா சிக்னோரியாவில் தனியாக நின்றிருந்த போலீஸ்காரரை அவள் பார்த்தாள். அந்த அதிகாரிகள் இன்னமும் அருங்காட்சியகத்திற்கு வந்து சேராதது விசித்திரமாக இருந்தது. தொலைவில் ஒரு வினோதமான ஹிஸ் ஒலியையும் மார்த்தா கேட்டாள் — அது யாரோ ஒரு மின்சார ரம்பத்தைப் பயன்படுத்துவதைப் போல் இருந்தது. அதன் சத்தம் இப்போது அதிகரித்தது.

என்ன அது?

லேங்டனின் தொனி இப்போது கெஞ்சுவதைப் போல் இருந்தது. "மார்த்தா, உனக்கு இக்னேஷியோவைப் பற்றித் தெரியும்.

ஒரு நல்ல காரணத்திற்காகத்தான் அவர் அந்த முகமூடியை எடுத்திருக்க வேண்டும். இங்கே ஒரு பெரிய விஷயத்தை நினைத்துப் பார். அந்த முகமூடியின் சொந்தக்காரரான பெர்ட்ரண்ட் ஜாப்ரிஸ்ட் மிகவும் குழப்பமான மனிதர். அவர் ஏதேனும் பயங்கரமான விஷயத்துடன் சம்பந்தப்பட்டிருக்கலாம் என்று நாங்கள் நினைக்கிறோம். இவை எல்லாவற்றையும் விளக்க எனக்கு நேரமில்லை. ஆனால் நீ எங்களை நம்பவேண்டும் என்று கெஞ்சுகிறேன்."

மார்த்தா வெறுமனே முறைத்தாள். இதில் எதிலுமே அர்த்தமிருப்பதாகர் தோன்றவில்லை.

"திருமதி. ஆல்வெரஸ்" என்ற சியன்னா மார்த்தாவை உறையவைப்பதுபோல் பார்த்தாள். "உங்களுடைய எதிர்காலத்தைப் பற்றியும், உங்களுடைய குழந்தையின் எதிர்காலம் பற்றியும் நீங்கள் கவலைப்பட்டால், இப்போதே எங்களை நீங்கள் போகவிட வேண்டும்."

மார்த்தா தன்னுடைய கைகளை அடிவயிற்றில் பாதுகாப்பாக வைத்துக்கொண்டாள். தன்னுடைய பிறக்காத குழந்தைக்கு விடப்பட்ட எச்சரிக்கையால் அவள் மகிழ்ச்சியடையவில்லை.

வெளியில் இருந்து கேட்ட அந்த உயர் ஒலி மேலும் அதிகரித்துக்கொண்டே சென்றது. மார்த்தா ஜன்னலுக்கு வெளியே பார்த்தபோது அந்த ஒலி எங்கிருந்து வருகிறது என்பதை அவளால் பார்க்க முடியவில்லை. ஆனால் அவளால் வேறு ஒன்றைப் பார்க்க முடிந்தது.

அந்தக் காவலாளியும் அதைப் பார்த்தான். அவன் கண்கள் விரிந்தன.

பியாஸா டெல்லா சிக்னோராவிற்கு கீழே, சைரன் ஒலிகள் இல்லாமல், அந்த அரண்மனை கதவுகளுக்கு வெளியே தாவிக்குதித்து வழிகாட்டிய இரண்டு கறுப்புநிற வேன்களுக்குப் பின்னால் நீண்ட வரிசையில் வந்த போலீஸ் வண்டிகளுக்கு வழிவிட்ட கூட்டம் இரண்டாகப் பிரிந்து நின்றது. அதிலிருந்து கறுப்பு சீருடை அணிந்த வீரர்கள் வெளியில் குதித்தனர். பெரிய துப்பாக்கிகளை சுமந்திருந்த அவர்கள் அந்த கட்டிடத்திற்குள் நுழைந்தனர்.

மார்த்தாவை பயம் பீடித்துக்கொண்டது. ***யார் இவர்கள்?!***

பாதுகாப்பு காவலாளியும் அச்சத்தை உணர்ந்தான்.

அந்த உயர் ஒலிகொண்ட ஹிஸ் ஒலி சட்டென்று காது

களைத் துளைப்பதைப் போல் கேட்டது. ஜன்னலுக்கு வெளியே காட்சிக்குத் தெரிந்த சிறிய ஹெலிகாப்டரைக் கண்டு மார்த்தா அதிர்ச்சியுடன் பின்வாங்கினாள்.

அந்த மெஷின் பத்து அடிகள் தொலைவில்கூட இல்லை. ஏறக்குறைய அந்த அறையில் இருந்தவர்களை அது முறைத்துப் பார்த்துக்கொண்டிருந்தது. அது ஒரு சிறிய ஹெலிகாப்டர், ஒரு அடி நீளமிருக்கும். அதன் முனையில் ஓர் உருளை பொருத்தப்பட்டிருந்தது. அந்த உருளை இப்போது அவர்களை குறிவைத்திருந்தது.

"அது சுடப்போகிறது" என்று கத்தினாள் சியன்னா. "எல்லோரும் குனிந்துகொள்ளுங்கள்!" அந்த ஜன்னல் கட்டைக்கு கீழே அவள் குனிந்துகொண்டாள், உறைந்துபோன மார்த்தாவும் அவளைப் போன்றே குனிந்துகொண்டாள். அந்த காவலாளியும் கீழே குனிந்தபடி இலக்கில்லாமல் அந்த சிறிய இயந்திரத்தை குறிவைத்தான்.

அந்த ஜன்னல்கட்டைக்கு க்கீழே மார்த்தா பாய்ந்தபோது லேங்டன் அப்படியே நின்றுகொண்டிருப்பதை அவள் கவனித்தாள். சியன்னாவை விசித்திரமாக பார்த்தபடி எந்த ஆபத்தும் இல்லை என்பதுபோல் அவர் நின்றிருந்தார். திரும்பவும் எழுந்திருக்கும் முன்னர் சியன்னா ஒரே ஒரு கணம்தான் தரையில் கிடந்திருப்பாள். பின்னர் லேங்டனின் கையைப் பிடித்த அவள் கூடத்தை நோக்கி அவரை தள்ளிக்கொண்டு சென்றாள். ஒருகணம் கழித்து, அந்தக் கட்டிடத்தின் முக்கிய நுழைவாயிலை நோக்கி அவர்கள் ஓடிக்கொண்டிருந்தனர்.

முட்டிக்காலிட்டு அமர்ந்த காவலாளி அவர்களை நோக்கி ஸ்நைப்பைரைப் போல் துப்பாக்கியை நீட்டிப் பிடித்தான். தப்பியோடும் அந்த இரட்டையர்களை நோக்கிக் குறிவைத்தான்.

"சுடாதே" என்று மார்த்தா உத்தரவிட்டாள். "அவர்கள் தப்பிக்க வாய்ப்பில்லை."

ஒரு முனையில் லேங்டனும் சியன்னாவும் மறைந்து போனார் கள். ஒருகணம் முன்னதாக சென்றிருந்தால் மற்றொரு வழியில் வந்துகொண்டிருக்கும் அதிகாரிகள் மீது அந்த இரட்டையர்கள் மோதி விழுந்திருப்பார்கள் என்பது மார்த்தாவுக்கு தெரியும்.

"வேகம்!" என்று அவசரப்படுத்திய சியன்னா தாங்கள் உள்ளே வந்த வழிக்கு பின்னோக்கி லேங்டனுடன் விரைந்து கொண்டிருந்தாள். உள்ளே வந்துகொண்டிருந்த போலீஸிடம் பிடிபடும் முன்னர் முக்கிய நுழைவாயிலை கடந்துவிடலாம்

என்று அவள் நம்பினாள். ஆனால் அதற்கான வாய்ப்பு பூஜ்ஜியம் என்பதை இப்போது புரிந்துகொண்டாள்.

லேங்டனுக்கும் அதேபோன்ற சந்தேகங்கள் இருந்தன. எந்தவித எச்சரிக்கையும் இல்லாமல், அந்தக் கூடத்தின் குறுக்கு வெட்டுப் பகுதியில் வழுக்கிக்கொண்டே சென்றார். "இந்த வழியில் சென்றால் நம்மால் தப்ப முடியாது."

"இப்படி வாருங்கள்!" சியன்னா தன்னைப் பின்பற்றுமாறு அவரை வற்புறுத்தினாள். "ராபர்ட், நாம் அப்படியே இங்கே நின்றுகொண்டிருக்க முடியாது!"

லேங்டன் கவனம் சிதறியவரைப் போல் காணப்பட்டார். தனக்கு இடதுபக்கம் இருந்த குறுகலான மாடப்பகுதியின் முனையில் ஒரு மங்கலான விளக்கு எரியும் அறை இருப்பதைக் கண்டார். அந்த அறைச் சுவர்களில் புராதன வரைபடங்கள் மாட்டப்பட்டிருந்தன. அதன் மையப்பகுதியில் ஒரு பெரிய இரும்புக்கோளம் இருந்தது. அந்தப் பெரிய உலோகத்தை நோக்கி மெதுவாக தலையாட்டத் தொடங்கிய லேங்டன் பின்னர் வேகவேகமாக தலையாட்டினார்.

"இந்த வழி" என்ற லேங்டன் சட்டென்று அந்த இரும்புக் கோளத்தை நோக்கிப் புறப்பட்டார்.

ராபர்ட்! தன்னுடைய சிறந்த தீர்மானத்திற்கு எதிராக சியன்னா அவரைப் பின்தொடர்ந்தாள். அந்தப் பாதையானது அதன் வழியில் இருந்து தள்ளியிருக்கும் அருங்காட்சியகத்திற்கு அவர்களை இட்டுச் சென்றது.

"ராபர்ட்?" அவள் மூச்சுவாங்கினாள். இறுதியாக அவரைப் பிடித்துவிட்டாள். "நாம் எங்கே போகிறோம்?!"

"ஆர்மீனியா வழியாக" என்றார் அவர்.

"என்ன?!"

"ஆர்மீனியா" லேங்டன் மீண்டும் கூறினார். அவர் கண்கள் அந்த இடத்திலேயே நிலைத்திருந்தன. "என்னை நம்பு."

ஒரு தளத்திற்கு கீழே, ஃபைவ் ஹண்ட்ரட் கூடத்தின் பால்கனியில் அச்சத்துடன் நின்றிருந்த சுற்றுலாவாசிகளுக்கு நடுவில் மறைந்திருந்த வயந்தா, தனக்கு அருகாமையில் புரூடரின் எஸ்ஆர்எஸ் ஆட்கள் அருங்காட்சியகத்திற்குள் தடதடத்து நுழைகையில் தன்னுடைய தலையைக் கீழே கவிழ்த்துக் கொண்டாள். கீழேயிருந்த படிக்கட்டுகளில், அந்தப் பகுதியை போலீஸ் சுற்றி வளைத்தபோது படாரென சாத்தப்படும்

கதவுகளின் ஒலி அந்தக் கூடம் முழுவதும் எதிரொலித்தது.

லேங்டன் உண்மையிலேயே அங்கு இருந்தால், அவர் மாட்டிக்கொள்வார்.

துரதிர்ஷ்டவசமாக, வயந்தாவும்தான்.

❏

45

கதகதப்பான ஓக்மர வேலைப்பாடுகளாலும், கூரையில் மரங்கள் பதியப்பட்டும் இருந்த புவியியல் வரைபடங்களால் ஆன அந்தக் கூடம் பளிங்குக் கற்களாலும், பிளாஸ்டர் உள்பக்கங்களையும் கொண்டிருந்த பாலஸோ வெஷியோவிற்கு முற்றிலும் மாறுபட்ட உலகத்தைக் காட்டியது. உண்மையில் அந்தக் கட்டிடத்தின் பொருட்கள் பாதுகாப்பிடமாக இருந்த அது ஒரு காலத்தில் மகாபிரபுவின் நகரும் சொத்துகளை வைத்திருக்கும் இடமாக டசன் கணக்கான ஆடை அலமாரிகளாகவும், பல்வேறு பிரிவுகளாக பிரிக்கப்பட்டதாகவும் காணப்பட்டது. இந்நாளில், சுவர்களில் வரைபடங்களைக் கொண்டு அலங்கரிக்கப்பட்ட, தோலுறைகளில் கைகளால் வரையப்பட்ட ஐம்பத்தி மூன்று விளக்கப் படங்கள் 1550–களில் இருந்த உலகை சித்தரித்துக் காட்டின.

வரைபட உருவாக்கத் தொகுப்பைக் கொண்டிருந்த அந்தக் கூடத்தின் மையத்தில்தான் மாபெரும் கோளம் ஒன்று ஆக்கிரமித்துக்கொண்டிருந்தது. மேப்பா முண்டி என்று பெயர்பெற்ற அந்த ஆறு அடி உயரமுள்ள கோளம் அதன் காலத்தில் ஒரு பெரிய சுழலும் கோளமாக இருந்தது என்பதுடன், விரல் நுனியின் தொடுதலியே வேறு எந்த பிரயத்தனமும் செய்யாமல் சுழலக்கூடியது என்றும் சொல்லப் பட்டது. இன்று நீண்ட கண்காட்சி அறைகளை சுற்றிப்பார்த்துவிட்டு முட்டுச்சந்தாக தெரியும் இந்த இடத்திற்கு வந்துசேரும் சுற்றுலாவாசிகள் அந்தக் கோளத்தை ஒரு சுற்று சுற்றிவிட்டு தாங்கள் வந்த

இடத்திற்கே புறப்படும் இறுதிப் புள்ளியாக இருந்துவருகிறது.

லேங்டனும் சியன்னாவும் மூச்சுகூட விடாமல் அந்த வரைபடக் கூடத்திற்கு வந்துசேர்ந்தனர். அவர்களுக்கு முன்னால், மேப்பா முண்டி கம்பீரத்துடன் வீற்றிருந்தது. ஆனால் லேங்டன் அதைப் பார்க்கக்கூட இல்லை. பதிலாக அவருடைய பார்வை அந்த அறைக்கு வெளியே இருந்த சுவர்களிலேயே இருந்தது.

"நாம் ஆர்மீனியாவை கண்டுபிடிக்க வேண்டும்!" என்றார் லேங்டன். "ஆர்மீனியா வரைபடம்!"

அவருடைய கோரிக்கையில் குழம்பிவிடாத சியன்னா ஆர்மீனியா வரைபடத்தைத் தேடி அந்த அறையின் வலதுபக்கம் இருந்த சுவற்றிற்கு விரைந்தாள்.

அதேபோல் லேங்டன் இடதுபக்கம் இருந்த சுவற்றில் தேடினார். அந்த அறையின் சுற்றளவு முழுவதிலும் அவர்கள் தேடினர்.

அரேபியா, ஸ்பெயின், கிரீஸ்...

ஒவ்வொரு நாடும் பிரத்யேகமான விவரங்களைக் கொண்டு வரையப்பட்டிருந்தது. பெரும்பாலான நாடுகள் வரையப் படாமலோ அல்லது கண்டுபிடிக்கப்படாமலோ இருந்த ஐநூறு ஆண்டுகளுக்கும் முன்னர் இது வரையப்பட்டிருக்கலாம் என்று தோன்றியது.

ஆர்மீனியா எங்கே?

தன்னுடைய காட்சிப்பூர்வமான நினைவாற்றல்களுடன் ஒப்பிட்டுப் பார்க்கும் லேங்டனின் நினைவுகளில், இங்கே தன்னுடைய "ரகசிய வழி சுற்றுலா" குறித்த பல வருடங்களுக்கு முந்தைய நினைவுகள் தெளிவானவையாக இல்லை. அந்த சுற்றுலாவிற்கு முன்னர் மதிய உணவுடன் தான் ரசித்த காஜா நெபியோலா இரண்டாவது குவளையின் சிறு பகுதியும்கூட அவருக்கு நினைவில் இல்லை. நெபியோலா என்ற வார்த்தைக்கு சின்ன மேகம் என்று அர்த்தம் என்பது மட்டும் அவருக்கு பிடிபட்டது. மேலும் சொல்லப்போனால், தனக்கு இந்த அறையில் காட்டப்பட்ட ஆர்மீனியா வரைபடத்தை அவரால் பிரத்யேகமாக நினைவுக்கு கொண்டுவர முடிந்தது. அந்த ஆர்மீனியா வரைபடத்தில்தான் ஒரு தனித்துவமான பொருள் இருக்கிறது.

அது இங்கேதான் இருக்கிறதென்று எனக்குத் தெரியும், என்று நினைத்துக்கொண்ட லேங்டன் முடிவே இல்லாமல்

செல்லும் எல்லா வரைபடங்களையும் தொடர்ந்து ஆராய்ந்து கொண்டிருந்தார்.

“ஆர்மீனியா!” சியன்னா கத்தினாள். “இங்கே இருக்கிறது!”

அந்த அறையின் வலதுபக்க மூலையில் நின்றுகொண்டிருந்த அவளை நோக்கிச் சென்றார் லேங்டன். அவர் விரைந்து செல்கையில் சியன்னா ஆர்மீனியாவை சுட்டிக்காட்டியபடி, “நாம் ஆர்மீனியாவை கண்டுபிடித்துவிட்டோம் — அதனால் என்ன” என்பதுபோல் ஒரு பார்வை பார்த்தாள்.

அவற்றை விளக்குவதற்கெல்லாம் நேரமில்லை என்று லேங்டனுக்குத் தெரியும். பதிலாக, அந்த இடத்தை அடைந்து அந்த வரைபடத்தின் பெரிய சட்டகத்தை பிடித்த அவர், அதை தன்னை நோக்கி இழுத்தார். அந்த மொத்த வரைபடமும் அறை நெடுக தொங்கிக்கொண்டிருந்தது. அதற்குப் பின்னால் இருந்த ரகசிய பாதைவழி புலப்பட்டது.

“அது சரி, அப்புறம்” என்ற சியன்னாவின் குரலில் உத்வேகம் காணப்பட்டது. “இதுதான் ஆர்மீனியா.”

எந்தவித தயக்கமும் இல்லாமல் அந்தத் திறப்பின் வழியாக உள்ளே விரைந்த சியன்னா அதற்கு அப்பால் இருந்த மங்கலான இடத்திற்குள் பயமின்றி நுழைந்தாள். அவளைப் பின்பற்றிய லேங்டன் தங்களுக்கு பின்னால் இருந்த சுவர் மூடிக்கொள்ளும் வகையில் அதைப் பிடித்து இழுத்தார்.

இந்த ரகசியப் பாதைவழி சுற்றுலா குறித்த நினைவுகள் மங்கலானவையாக இருந்தாலும் லேங்டனால் இந்தப் பாதைவழியை தெளிவாக நினைவுக்கு கொண்டுவர முடிந்தது. புலப்படாத பாலஸோ வழியாக தெரிந்த கண்ணாடியில் பார்த்துக் கொண்டே அவரும் சியன்னாவும் அந்த இடத்தைக் கடந்தனர். அந்த இடம் பாலஸோ வெஷியோவின் சுவர்களுக்குப் பின்னால் இருந்த ரகசிய வழியைப் போல் இருந்தது. இது அப்போது ஆட்சி செய்த பிரபுவும் அவருக்கு நெருக்கமானவர்களும் செல்வதற் கென்றே உருவாக்கப்பட்ட ரகசிய பாதை.

அந்தப் பாதைவழியிலேயே ஒருகணம் நின்ற லேங்டன் தாங்கள் வந்துசேர்ந்திருக்கும் புதிய சுற்றுப்புறத்தை ஆராய்ந்தார் — ஒரு வெளிறிய, கற்களால் ஆன அந்தக் கூடத்தின் தொடர்ச்சி யான ஜன்னல்கள் வழியாக வடிகட்டப்பட்டு கசிந்த வெளிறிய இயற்கை ஒளி மட்டுமே காணப்பட்டது. இந்தப் பாதைவழி ஐம்பது அடிகள் கடந்து ஒரு மரக்கதவை சென்று சேர்கிறது.

அவர் இப்போது தனக்கு இடதுபக்கமாக திரும்பினார்.

குறுகலாகக் கீழே செல்லும் படிக்கட்டு ஒரு சங்கிலித் திரையால் மறைக்கப்பட்டிருந்தது. அந்தப் படிக்கட்டின் மேலே இருந்த பலகையில் இருந்த எச்சரிக்கையில்: *USCITA VIETATA* என்று இத்தாலியில் எழுதப்பட்டிருந்தது

லேங்டன் அந்தப் படிக்கட்டை நோக்கிச் சென்றார்.

"வேண்டாம்!" சியன்னா எச்சரித்தாள். "இது 'வழி இல்லை' என்று சொல்கிறது."

"நன்றி" உதட்டளவில் புன்னகைத்த லேங்டன் கூறினார். "எனக்கும் இத்தாலி படிக்க வரும்."

அந்த சங்கிலித் திரையை கழற்றிய அவர் அதனை ரகசியக் கதவு இருந்த இடத்திற்கு எடுத்துச் சென்றார். அதனை சட்டென்று சுழலும் கதவை நிலைநிறுத்தப் பயன்படுத்தினார். கதவின் கைப்பிடியில் வைத்து சங்கிலியைப் பின்னலிட்ட அவர் அதன் அருகில் இருந்த சாமானில் பொருத்தினார். அதனால் மற்றொரு பக்கத்தில் இருந்து அந்தக் கதவை இழுத்துத் திறக்க முடியாது.

"ஓஹோ" என்றாள் சியன்னா. "நல்ல யோசனை."

"இது ரொம்ப நேரத்திற்கு தாக்குப்பிடிக்காது" என்றார் லேங்டன். "ஆனால் நமக்கு அதிக நேரம் தேவையில்லை. என்னைத் தொடர்ந்து வா."

ஆர்மீனியா வரைபடத்தை கிழித்துத் திறந்த பின்னர், அந்தக் காரிடாரின் இறுதி முனையில் இருந்த மரக்கதவை நோக்கி ஏஜெண்ட் புரூடரும் அவருடைய ஆட்களும் தேடிக்கொண்டே சென்றனர். அவர்கள் வந்து சேர்ந்தவுடன் தன்னை சில்லிட்ட காற்று மோதியதையும், பிரகாசமான சூரிய ஒளி சிறிதுநேரம் கண்களை மறைத்ததையும் புரூடர் உணர்ந்தார்.

அவர் வெளிப்புற நடைவழிக்கு வந்துசேர்ந்தார். அது அந்த பாலஸோவின் மேற்கூரையுடன் பிணைக்கப்பட்டிருந்தது. அவர் கண்கள் பாதையைத் தேடின. அது மற்றொரு கதவிற்கு வழிகாட்டியது. சற்று தள்ளி ஐம்பது அடிகள் தொலைவில் அந்தப் பாதை கட்டிடத்திற்குள் சென்றது.

ஃபைவ் ஹண்ட்ரட் கூடத்தின் ஒரு மலையைப்போல் உயர்ந்திருந்த நடைவழியின் இடதுபக்கத்தை புரூடர் ஆராய்ந்து கொண்டிருந்தார். *கடந்துசெல்ல சாத்தியமே இல்லை.* புரூடர் இப்போது தனக்கு வலதுபக்கமாக நகர்ந்தார். அந்த நடைவழியானது சட்டென்று வளைந்து திரும்பும் முகட்டுடன் நின்றதைப் பார்த்தார். அது கீழே ஒரு சிறிய கிணற்றை நோக்கிச்

சென்றது. *உடனடி மரணம்.*

அவர் கண்கள் மீண்டும் நேராகத் தெரிந்த இடத்தை நோக்கின. "இந்த வழி!"

புரூடரும் அவருடைய ஆட்களும் இரண்டாவது கதவை நோக்கிச் செல்லும் நடைவழியில் அவருடனே நகர்ந்தனர். அதே நேரத்தில் கண்காணிப்பு ட்ரோன் தலைக்கு நேராக ஒரு பிணந்தின்னியைப்போல் வட்டமடித்தது.

புரூடரும் அவருடைய ஆட்களும் கதவுவழியைத் திறந்து உள்ளே நுழைகையில் அவர்கள் அனைவரும் சட்டென்று காணப்பட்ட நிறுத்தத்தில் சரிந்து விழுந்து ஏறக்குறைய ஒருவர் மீது ஒருவர் விழுந்துவிட்டனர்.

அவர்கள் அனைவரும் இப்போது உள்ளே வந்த வழியைத் தவிர வெளியேறுவதற்கு வேறு வழி இல்லாத சிறிய அறையில் நின்றுகொண்டிருந்தனர். ஒரே ஒரு மர மேசை மட்டும் சுவற்றிற்கு நேராக நின்றுகொண்டிருந்தது. தலைக்கு மேல், அந்தக் கூரையில் வரையப்பட்டு சிதைந்துபோயிருந்த ஓவியங்கள் அவர்களை நோக்கி கிண்டல் செய்வதுபோல் இருந்தன.

அது ஒரு முட்டுச் சந்து.

புரூடரின் ஆட்களில் ஒருவன் விரைந்துசென்று சுவற்றில் இருந்த தகவல் அட்டை ஒன்றை ஆராய்ந்தான். "அப்படியே இருங்கள்" என்றான் அவன். "இதில் இங்கு ஏதோ ஃபினாஸ்ட்ரா எனப்படுகின்ற ஒரு ரகசிய ஜன்னல் இருப்பதாக குறிப்பிட்டிருக்கிறது."

புரூடர் சுற்றிலும் பார்த்தார். ஆனால் ரகசிய ஜன்னல்கள் எதையும் காணவில்லை. அவர் அந்த பலகையில் இருப்பதைப் படித்தார்.

இந்த இடம் ஒருகாலத்தில் சீமாட்டி பியான்கா கெப்பல் லோவின் தனி அறையாக இருந்திருக்கிறது. அதில் ஒரு ரகசிய ஜன்னல் பொருத்தப்பட்டிருக்கிறது. அதன் மூலமாக கீழே இருக்கும் ஃபைவ் ஹண்ட்ரட் கூடத்தில் தன்னுடைய கணவர் பேசுவதை அவர் மறைந்திருந்து பார்த்திருக்கிறார்.

புரூடரின் கண்கள் அந்த அறையை மீண்டும் துழாவின. இப்போது ஒரு சிறிய மூடித்திறப்பு பக்கச்சுவரில் மறைந்திருப்பது தெளிவாகத் தெரிந்தது. ***அவர்கள் இதன் வழியாக தப்பியிருப்பார்களோ?***

அதைப் பின்தொடர்ந்து சென்ற அவர் அந்தத் திறப்பை

ஆராய்ந்தார். அது நிச்சயம் லேங்டன் போன்ற உருவம் கொண்ட ஒருவர் செல்ல முடியாத அளவுக்கு மிகச்சிறியதாக இருந்தது. கம்பியில் முகம் புதைத்த புரூடர் அதன் வழியாக உற்றுப்பார்த்தார். அதன் வழியாக யாரும் தப்பிச் சென்றுவிட முடியாது என்பதை உறுதிப்படுத்திக் கொண்டார்; அந்த மூடித்திறப்பின் மற்றொரு பக்கத்தின் மிக நெருக்கமான திருப்பத்தில், ஃபைவ் ஹண்ட்ரட் கூடத்திற்கு சில தளங்கள் கீழ்நோக்கி செல்லக்கூடிய ஒரு சரிவு காணப்பட்டது.

அப்படியென்றால் அவர்கள் எங்கேதான் போயிருப்பார்கள்?!

அந்தச் சிறிய கல் அறையில் புரூடர் பின்னோக்கித் திரும்பிய போது அந்த நாளின் எல்லாவிதமான விரக்திகளும் தன் மீது குவிந்திருப்பதாக உணர்ந்தார். அரிதான தருணங்களில், கட்டுப்படுத்த முடியாத உணர்ச்சியின் காரணமாக, ஏஜெண்ட் புரூடர் எப்போதாவது தன்னுடைய பின்னந்தலையை முட்டிக் கொண்டு மூர்க்கத்தனமாக கத்துவது உண்டு.

சிறிய அறையில் அந்த சத்தம் செவிடாக்கக்கூடியதாக இருந்தது.

அதற்கு மிகவும் கீழே, ஃபைவ் ஹண்ட்ரட் கூடத்தில், சுவற்றின் மேல்பகுதியில இருந்த மூடித்திறப்பை சுற்றுலாவாசிகளும், காவல் அதிகாரிகளும் அண்ணார்ந்து பார்த்தனர். இதுபோன்ற கூப்பாடுகளால் அந்த சீமாட்டியின் ரகசிய ஆய்வறையானது, தற்போது காட்டு விலங்கின் கூண்டாக பயன்படுத்தப்பட்டிருப்பது போல் இருந்தது.

சியன்னா புரூக்ஸூம், ராபர்ட் லேங்டனும் முழு இருளில் அமர்ந்திருந்தனர்.

சில நிமிடங்களுக்கு முன்னர்தான் லேங்டன் சுழலும் வரை படத்தை மறைக்க சங்கிலியை சாமர்த்தியமாக பயன்படுத்திவிட்டு, தப்பி வந்திருப்பதை பார்த்திருந்தாள்.

இருப்பினும் அவளை மேலும் ஆச்சரியப்படுத்தும் வகையில், அந்தக் காரிடாரிலேயே தலையைக் கவிழ்த்து மறைந்திருப்பதற்கு பதிலாக 'வழி இல்லை' என்று எழுதப்பட்டிருந்த சரிவான பாதையை லேங்டன் தேர்ந்தெடுத்தார்.

"ராபர்ட்!" அவள் குழப்பமாக முணுமுணுத்தாள். "அந்த அறிவிப்பு '***வழி இல்லை***' என்றது! மேலும், நாம் ***கீழேதான்*** போகவேண்டும் என்றும் நினைத்தேன்."

"அப்படித்தான் செய்திருக்கிறோம்" என்றார் லேங்டன்

தன் தோள்களின் வழியாக பார்த்தபடி. "ஆனால் சில நேரங்களில் நீ மேலே செல்ல விரும்பினால்... கீழ்நோக்கித்தான் சென்றாக வேண்டும்." அவளை உற்சாகப்படுத்தும் விதமாக அவர் கண்ணடித்தார். "உனக்கு சாத்தானின் தொப்பூழ்கொடி நினைவிருக்கிறதா?"

அவர் எதைப்பற்றி சொல்கிறார்? அவரைப் பின்தொடர முடியாத சியன்னா தொலைந்துபோன உணர்வை அடைந்தாள்.

"நீ எப்போதாவது ***இன்ஃபெர்னோவை*** படித்திருக்கிறாயா?" என்றார் லேங்டன்.

ஆமாம்... ஆனால் அப்போது எனக்கு ஏழு வயதிருக்கும்.

ஒரு கணம் கழித்து அது அவள் நினைவுக்கு வந்தது. "ஓ, சாத்தானின் தொப்பூழ்கொடி. எனக்கு நினைவிருக்கிறது" என்றாள் அவள்.

அதற்கு ஒருநிமிடம் ஆனாலும், லேங்டன் தாந்தேயின் இன்ஃபெர்னோவுடைய இறுதி அத்தியாயத்தைத்தான் சொல்கிறார் என்பதை சியன்னா நினைவுக்குக் கொண்டுவந்தாள். அந்தப் பாடல்களில் நரகத்தில் இருந்து தப்பிப்பதற்காக, மாபெரும் உருவம் கொண்ட சாத்தானின் ரோமம் அடர்ந்த வயிற்றில் இருந்து தாந்தே மேலே ஏறுவார். அப்படியே சாத்தானின் தொப்பூழ் கொடியை அடைந்ததும், அதாவது பூமியின் மையம் என்று சொல்லப்படும் இடத்தை அடைந்ததும், பூமியின் ஈர்ப்பு விசை சட்டென்று திசையை மாற்றிக்கொள்ளும், அதனால் தாந்தே தூய்மைப்படுத்தும் இடத்தை நோக்கி தொடர்ந்து ***கீழே*** இறங்குவதற்கு சட்டென்று ***மேல்நோக்கி*** ஏறத் தொடங்கிவிடுவார்.

சியன்னாவுக்கு சிறிதளவே இன்ஃபெர்னோ பற்றிய நினைவிருக்கிறது. ஆனால் பூமியின் மையப்பகுதியில் இருக்கும் ஈர்ப்புவிசையின் கோமாளித்தனமான செயல்கள் அவளுக்கு ஏமாற்றத்தை அளித்திருக்கின்றன; தாந்தேயின் மேதைமை கணங்களின் சக்திகளுடைய இயற்பியல் புரிதலைக் கொண்டதாக இருக்கவில்லை என்பது மட்டும் தெளிவாகிறது.

அவர்கள் படிக்கட்டுகளின் மேற்பகுதியை அடைந்தார்கள். அங்கே பார்த்த தனித்திருக்கும் கதவினை லேங்டன் திறந்தார். அதில் ***கட்டிடக்கலை மாதிரிகள் கூடம்*** என்று எழுதப்பட்டிருந்தது.

அவளை உள்ளே இழுத்துக்கொண்ட லேங்டன் அவர்களுக்குப் பின்னால் இருந்த கதவை மூடினார்.

சிறியதாகவும் வெறுமையாகவும் காணப்பட்ட அந்த

அறையில், பாலஸோவின் உள்பாகத்திற்காக வெஸாரியின் கட்டிடக்கலை வடிவமைப்புகளின் மாதிரிகள் மரத்தால் செய்யப் பட்டு தொடர்ச்சியாக காட்சிக்கு வைக்கப்பட்டிருந்தன. சியன்னா அந்த மாதிரிகளை மேலோட்டமாக பார்த்தாள். ஆனாலும், அந்த அறையில் கதவுகளோ, ஜன்னல்களோ அல்லது வெளியேறும் வழியோ இல்லை என்பதையும் அவள் கவனித்தாள்.

"1300–ம் ஆண்டுகளில்" லேங்டன் கிசுகிசுத்தார், "இந்த அரண்மனையின் அதிகாரத்திற்கு வந்த ஏதென்ஸ் பிரபு தன் மீது தாக்குதல் நிகழ்த்தப்பட்டால் தப்பிச் செல்வதற்காக இந்த ரகசிய தப்பிச்செல்லும் வழியை கட்டினார். இதனை ஏதென்ஸ் பிரபு படிக்கட்டுகள் என்றும் அழைப்பார்கள். இது பக்கத்து தெருவில் இருக்கும் ஒரு சிறிய தப்பிச்செல்லும் வழிக்கு கீழ்நோக்கி செல்கிறது. நம்மால் அங்கே சென்றுவிட முடியும் என்றால், நாம் வெளியேறுவதை யாராலும் பார்க்க முடியாது." அவர் அந்த மாதிரிகளுள் ஒன்றை சுட்டிக்காட்டினார். "பார். அது அந்தப் பக்கமாக இருக்கிறதா?"

இந்த மாதிரிகளைக் காட்டத்தானா அவர் என்னை இங்கே அழைத்து வந்திருக்கிறார்?

அந்த மினியேச்சரை ஆவலுடன் பார்த்த சியன்னா, அரண்மனையின் மேல் பகுதியில் இருந்து தெரு மட்டத்திற்கு கீழ்நோக்கிச் செல்லும் ரகசிய படிக்கட்டுகளைப் பார்த்தாள். அது அந்தக் கட்டிடத்தின் உட்புற மற்றும் வெளிப்புற சுவர்களுக்கு நடுவில் ரகசியமாக மறைக்கப்பட்டிருந்தது.

"என்னால் அந்தப் படிக்கட்டுகளை பார்க்க முடிகிறது. ராபர்ட்" என்றாள் சியன்னா. "ஆனால் அவை அனைத்துமே அரண்மனையின் ***எதிர்ப்பக்கத்தில்*** உள்ளன. நம்மால் அங்கே போகவே முடியாது!"

"ஒரு சின்ன நம்பிக்கைதான்" என்று ஒருவித வருத்தத்துடனே கூறினார் லேங்டன்.

கீழேயிருந்த படிக்கட்டில் இருந்து வந்த நொறுங்கும் சத்தம் ஆர்மீனியா வரைபடம் அத்துமீறலுக்கு ஆளாகியிருப்பதை அவர்களுக்குச் சொன்னது. காரிடாரின் கீழ்ப்பகுதியில் இருந்து கிளம்பியிருக்கும் வீரர்களின் காலடியோசையை கேட்டபடி அவர்கள் அப்படியே கல்லாய் உறைந்து நின்றார்கள்... குறிப்பாக, 'வழியில்லை' என்று குறிப்பிட்டிருக்கும் அந்த சிறிய படிக்கட்டில்தான் அவர்கள் நின்றிருந்தார்கள்.

கீழேயிருந்து கேட்ட சத்தம் குறைந்துகொண்டே செல்கையில்,

அந்தக் கண்காட்சி அறைக்குள் நம்பிக்கையுடன் நடந்துசென்ற லேங்டன் ஒவ்வொரு மாதிரியையும் ஆராய்ந்த பின்னர் சுவற்றின் முனையில் இருந்த பெரிய அலமாரியை நோக்கி நேராகச் சென்றார். அந்த அலமாரி ஏறக்குறைய ஒரு அடி அளவுள்ள சதுரமாக இருந்தது. தரைக்கு மூன்று அடிகள் மேலே அமைக்கப் பட்டிருந்தது. எந்தவித தயக்கமும் இன்றி அதன் கைப்பிடியைப் பிடித்த லேங்டன் கதவை இழுத்துத் திறந்தார்.

சியன்னா ஆச்சரியத்தில் துள்ளினாள்.

அதற்குள்ளிருந்த பகுதி ஒரு படு பாதாளத்தைப் போல் காணப்பட்டது... அந்த அலமாரிக் கதவு மற்றொரு உலகத்திற்கான வழி. அதன் பின்னால் இருள் மட்டுமே காணப்பட்டது.

“என் பின்னால் வா” என்றார் லேங்டன்.

அந்த திறப்பிற்கு பின்னால் தொங்கிக்கொண்டிருந்த ஒரு ஃபிளாஷ் லைட்டை அவர் எடுத்துக்கொண்டார். பின்னர், ஆச்சரியப்படும்படியான துணிச்சலுடனும் உறுதியுடனும் திறப்பின் வழியாக உள்ளே நுழைந்த புரபஸர் அந்த முயல் பொந்தில் மறைந்தார்.

❑

46

லா சோபிட்டா, பூமியில் இருப்பதிலேயே இது தான் மிகவும் நாடகீயமான பாதாள அறை என்று லேங்டன் நினைத்துக்கொண்டார்.

அந்தப் பாதாளத்திற்குள் இருந்த காற்று வெறுமையாகவும் பழமையான வாடையுடனும் இருந்தது. நூற்றாண்டுகால சுண்ணாம்பு தூசு இப்போது மிகவும் மென்மை அடைந்திருந்தது. அங்கே ஒளி ஊடுருவவில்லை. பதிலாக அது காற்றிலேயே மிதந்துகொண்டிருப்பதைப் போல் இருந்தது. கிறீச்சிட்டும், முனகுவதைப் போன்றும் இருந்த அந்தப் பெரிய பகுதி ஓர் உயிருள்ள மிருகத்தின் வயிற்றில் தான் ஏறி உட்கார்ந்திருப்பதைப் போன்ற உணர்வை லேங்டனுக்கு கொடுத்தது.

குவிந்து கிடக்கும் மரச்சட்டகங்களில் கெட்டி யான காலடி ஓசையை அவர் கேட்டபோது, தன்னுடைய பிளாஷ்லைட்டை உயர்த்தி அதன் ஒளியை இருளுக்குள் பாய்ச்சினார்.

முடிவே இல்லாததுபோல் தெரிந்த அவருக்கு முன்னால் இருந்த சுரங்கம், கம்பங்கள் ஆகியவற்றின் குறுக்குவெட்டுத் தோற்றங்களால் உருவான முக் கோணங்களும் செவ்வக வடிவங்களும் குறுக்கும் நெடுக்குமான மர வலையும், பிற ஆக்கக் கூறு களும் சேர்ந்து இந்த ஃபைவ் ஹண்ட்ரட் கூடத்தின் புலப்படாத உள்கட்டமைப்பை உருவாக்கி யிருக்கின்றன.

இந்த மிகப்பெரிய நிலவறையை சில

வருடங்களுக்கு முன்பு மேற்கொண்ட ரகசிய வழிப்பாதை சுற்றுலாவின்போது லேங்டன் பார்த்திருக்கிறார். அலமாரிகளைப் போல் தோன்றும் பார்வை ஜன்னல் சுவற்றில் வெட்டி உருவாக்கப்பட்டிருந்தது. இதனால் சட்டகங்களை ஆய்வு செய்யும் பார்வையாளர்கள் பின்னர் ஃபிளாஷ்லைட்டின் உதவியுடன் அந்தத் திறப்பின் வழியாக அசல் விஷயத்தைப் பார்ப்பார்கள்.

இப்போது, உண்மையில் நிலவறைக்கு உள்ளே இருந்த லேங்டன், இந்தக் கட்டமைப்பு நியூ இங்லேண்டின் பண்ணையுடன் பொருந்திப்போவதைக் கண்டு ஆச்சரியப்பட்டார்.

அந்தத் திறப்பின் வழியாக மேலே ஏறிக்கொண்டிருந்த சியன்னாவும் தனக்குப் பின்னால் இருந்த தூணில் நிதானப் படுத்திக்கொள்ள சாய்ந்தபோது குழம்பிப் போனவளாகவே காணப்பட்டாள். அந்த அசாதாரணமாக நிலவமைப்பை அவளுக்கு காட்டுவதற்காக லேங்டன் தன்னுடைய ஃபிளாஷ் லைட்டை அங்குமிங்கும் ஆட்டினார்.

இந்த முனையில் இருந்து அந்த நிலவறையின் நீளமானது, தொலைவில் இருக்கும் மறைவுப் புள்ளியை நோக்கி நீண்டிருக்கும் தொலைநோக்கியைப் போன்ற சமதள முக்கோணங்களாக காணப்பட்டது. அவர்கள் கால்களுக்கு கீழே அந்த நிலவறையில் தரைப்பலகைகள் போடப்படவில்லை. அதனுடைய செங்குத்தான ஆதரவுத் தூண்கள் முழுமையாக வெளியே தெரிந்து மிகப்பெரிய ரயில்பாதையைப் போல் காணப்பட்டன.

லேங்டன் கீழே இருந்த நீளமான இரும்புத்தூணை சுட்டிக் காட்டி அடித்தொண்டையில் பேசினார். “இந்தப் பகுதி நேராக ஃபைவ் ஹண்ட்ரட் கூடத்திற்கு செல்கிறது. நாம் அடுத்த முனைக்கு போய்விட்டால் ஏதென்ஸ் பிரபுவின் படிக்கட்டை எப்படி அடைவது என்று எனக்குத் தெரியும்.”

தங்களுக்கு முன்னால் இருந்த தூண்கள் மற்றும் ஆதரவுக் கட்டமைப்புகளின் புதிர்த்தோற்றத்தை சியன்னா சந்தேகத்துடன் பார்த்தாள்.

“இந்தத் தூண்களுக்கு மத்தியில் என்னால் குதிக்க முடியும் என்று தோன்றவில்லை” எனறாள் சியன்னா.

தன்னாலும் அது முடியாதென்றே லேங்டனும் சந்தேகித்தார். கீழே குதிப்பது நிச்சய மரணமாகவும் இருக்கலாம். அவர் அந்த உதைச்சட்டங்களுக்கு இடையில் இருந்த திறந்த வெளியில் ஃபிளாஷ்லைட்டை அடித்தார்.

அவர்களுக்கு எட்டு அடிகள் கீழே, இரும்புக் கம்பிகளில்,

மாசடைந்த படுகிடையான திறந்தவெளி தொங்கிக்கொண்டிருந்தது. அது ஒரு தளம் போன்று அவர்கள் கண்களுக்கு எட்டிய இடம்வரை நீண்டுசென்றது. அது உறுதியானதுபோல் தோன்றினாலும் நீட்டி இழுக்கப்பட்ட துணிதான் தூசிபடிந்து கிடக்கிறது என்பது லேங்டனுக்குத் தெரியும். அது "ஃபைவ் ஹண்ட்ரட்" கூடத்தின் தொங்கு கூரையினுடைய பின்பகுதி — முப்பத்து ஒன்பது வெஸாரி கேன்வாஸ்களுக்கு சட்டகமாக விளங்கும் மரச்சட்ட குவியலானது படுகிடையாக அடுக்கி வைக்கப்பட்டிருந்தது.

தங்களுக்கு கீழே இருந்த மாசடைந்த பகுதியை சியன்னா சுட்டிக்காட்டினாள். "நாம் அங்கே கீழே இறங்கி நடந்து சென்றுவிடலாமா?"

நீ வெஸாரி கேன்வாஸின் வழியாக ஃபைவ் ஹண்ட்ரட் கூடத்திற்குள் விழ விரும்பினால் அப்படிச் செய்யலாம்.

"உண்மையில், அதைவிட நல்ல வழி ஒன்று இருக்கிறது" என்று அமைதியாகக் கூறிய லேங்டன் அவளை பயமுறுத்த விரும்பவில்லை. அந்த நிலவறையின் மையப்பகுதியை நோக்கி அவர் உதைச்சட்டத்தை கீழே நகர்த்தத் தொடங்கினார்.

அவருடைய முந்தைய வருகையின்போது, கட்டிடக்கலை மாதிரிகள் இருந்த பார்வை ஜன்னலின் வழியாக இந்த நிலவறையை கண்டதற்கும் மேலாக, அதன் மற்றொரு முனையில் இருந்த கதவின் வழியாக இந்த நிலவறையை நடந்தே சென்று லேங்டன் ஆராய்ந்திருக்கிறார். அவருடைய அரைகுறை நினைவாற்றல் உதவும் என்றால், இந்த நிலவறையின் மையப்பகுதியை ஒட்டி ஓர் உறுதியான மரப்பாதை இருக்க வேண்டும். அது அந்தப் பகுதியின் மையப்பகுதியைப் பார்க்க சுற்றுலாவாசிகளுக்கு உதவியாக இருக்கும்.

இருந்தாலும், லேங்டன் அந்த மையப்பகுதிக்கு வந்தபோது, அந்த மரப்பாதை அவர் சுற்றுலாவுக்கு வந்திருந்தபோது இருந்ததைப் போல் இல்லை என்பது நினைவுக்கு வந்தது.

அன்றைக்கு நான் எவ்வளவு நெபியாலோ குடித்தேன்?

ஒரு வலுவற்ற, சுற்றுலாவாசிகளுக்கு ஏற்றதல்லாத கட்டமைப்பான அதில் தளர்வான மரக்கட்டைகள் தூண்களுக்கு இடையில் குறுக்கும் நெடுக்குமாக கட்டப்பட்டிருப்பதைக் கண்டார் — அது ஒரு பாலம் என்பதைவிட இறுக்கமான கயிறு என்றே சொல்ல வேண்டும்.

மற்றொரு முனையில் இருந்து தொடங்கும் வலுவான சுற்றுலா நடைவழியானது பார்வை நடைமேடையின்

மையப்பகுதி வரை மட்டுமே நீண்டிருந்தது. அங்கிருந்து, சுற்றுலா வாசிகள் தங்கள் பாதங்களின் தடயங்களை வைத்துதான் திரும்பிவர வேண்டியிருக்கும். லேங்டனும் சியன்னாவும் பார்த்துக் கொண்டிருக்கும் இந்த அவசரகதியில் கட்டப்பட்ட சமநிலையுடன் உள்ள தூணானது மற்றொரு முனையில் தங்கள் வேலையை முடிக்க என்ஜினியர்களால் உருவாக்கப்பட்டதாக இருக்கலாம்.

“நாம் மரக்கட்டையில் நடந்துகொண்டிருப்பதை போல் இருக்கிறது” என்ற லேங்டன் அந்த குறுகலான பலகைகளை நிச்சயமற்றுப் பார்த்துக் கொண்டிருந்தார்.

எந்தப் பிரச்சினையும் இல்லை என்பதுபோல் தோள்களைக் குலுக்கினாள் சியன்னா. “வெள்ள நீர் சூழ்ந்த பருவகால வெனிஸைவிட மோசமில்லை.”

அவள் சொல்வதிலும் அர்த்தமிருப்பதாக லேங்டன் நினைத்தார். வெனிசிற்கு சமீபத்தில் ஆராய்ச்சி விஷயமாக வந்தபோது, செயிண்ட். மார்க் சதுக்கம் ஓரடி நீரில் மூழ்கி இருந்தது. அதனால் அவர் சிமெண்ட் கட்டைகளுக்கும், புரட்டிப் போடப்பட்ட வாளிகளுக்கும் இடையில் போடப் பட்டிருந்த மரக்கட்டைகளின் மீது நடந்தே ஹோட்டல் டேனியலி யில் இருந்து பாஸிலிக்காவிற்கு செல்ல வேண்டியிருந்தது. ஆனால், ஒருவர் தடுமாறியபடியே சென்று தன்னை ஈரமாக்கிக் கொள்வதற்கும், மறுமலர்ச்சிக்கால மகாபடைப்பு ஒன்றின் வழியாக தரையில் விழுந்து மரணத்தை தழுவுவதற்கும் நிறைய வித்தியாசம் இருக்கிறது.

தன்னுடைய சிந்தனைகளை மனதில் இருந்து வெளியே தள்ளிவிட்ட லேங்டன், சியன்னா தன்னுடைய மனதில் புதைத்து வைத்திருக்கும் எல்லாக் கவலைகளும் சரியாகிவிடும் என்ற போலியான சுய—உத்திரவாதத்தை நினைத்துக்கொண்டு குறுகலான பலகையில் முதல் அடி எடுத்து வைத்தார். இருந்தாலும், அவருடைய வெளித்தோற்றம் நம்பிக்கையுள்ளதாக காணப்பட்டாலும், அவருடைய இதயமானது முதல் மரக்கட்டையை தாண்டும்போது எகிறிக் குதித்து படபடத்தது. அவர் நடுப்பகுதிக்கு வந்தபோது, அவருடைய எடையால் அது வளைந்து கொடுத்து அபாயகரமாக கிறீச்சிட்டது. அவர் அழுத்தமாக பற்றிக்கொண்டு இன்னும் வேகமாக முன்னேறி அடுத்த முனையை எட்டிய பின்னர் பாதுகாப்பான இரண்டாவது தளத்திற்கு வந்து சேர்ந்தார்.

பெருமூச்சுவிட்ட லேங்டன் பின்னால் திரும்பி

சியன்னாவுக்காக வெளிச்சத்தைக் காட்டியபடி அவளுக்குத் தேவைப்படக்கூடிய உற்சாகமான வார்த்தைகளையும் கூறினார். ஆனால் அவை எதுவும் அவளுக்குத் தேவைப்படவில்லை. அவருடைய ஃபிளாஷ்லைட்டின் ஒளி மரக்கட்டையில் ஒளியை பாய்ச்சிய உடனேயே பிரமாதமான திறமையுடன் அதில் முன்னேறத் தொடங்கினாள். அந்தப் பலகை அவளுடைய ஒல்லியான உடலால் லேசாகவே வளைந்து கொடுத்தது. சில நொடிகளிலேயே அடுத்த முனையில் இருந்த லேங்டனுடன் அவள் சேர்ந்துகொண்டாள்.

உற்சாகமடைந்த லேங்டன் பின்னால் திரும்பி அடுத்த மரக்கட்டையை நோக்கி நடந்தார். அவர் கடந்து சென்று, பின்னர் திரும்பி நின்று அவளுக்காக ஒளியை பாய்ச்சும் வரை சியன்னா காத்திருந்தாள். பின்னர் அவரைப் பின் தொடர்ந்தாள். ஒரு நிதானமான லயத்துடன் அவர்கள் கடந்துகொண்டிருந்தனர் — அந்த இரண்டு உருவங்களும் ஒரே ஒரு பிளாஷ்லைட்டை வைத்துக்கொண்டு ஒருவர் பின் ஒருவராக நகர்ந்துகொண்டிருந்தனர். அவர்களுக்கு கீழே ஏதோ ஓரிடத்தில், போலீஸ் வாக்கி—டாக்கிகளின் கரகரப்பான ஒலி மெல்லிய கூரையின் வழியாக கேட்டது. லேங்டன் வெளிறிய புன்னகை ஒன்றை உதிர்த்தார். *எடையற்றும் கண்ணுக்குப் புலப்படாதவாறும் நாங்கள் இந்த ஃபைவ் ஹண்ட்ரட் கூடத்திற்கு மேலே தொங்கிக்கொண்டிருக்கிறோம்.*

“ராபர்ட்” சியன்னா கிசுகிசுத்தாள். “அந்த முகமூடியை எங்கே கண்டுபிடிப்பதென்று இக்னேஷியோ உங்களிடம் சொன்னதாக சொன்னீர்கள் அல்லவா?”

“ஆமாம்… ஆனால் அது ஒருவகையான மறைகுறியீடு.” அந்த முகமூடி இருக்கும் துல்லியமான இடத்தை ஃபோனில் சொல்ல இக்னேஷியோ நிச்சயம் விரும்பியிருக்க மாட்டார். அதனால்தான் அவர் அதை மிகவும் மறைகுறியாக்க முறையில் சொல்லியிருக்கிறார் என்று லேங்டன் அவளுக்கு விளக்கினார். “அவர் சொர்க்கத்தைக் குறிப்பிட்டார். அது *தெய்வீக இன்பியல்* படைப்பின் இறுதிப் பகுதிக்கான மறைகுறியீடு என்று நினைக்கிறேன். அவர் சொன்ன துல்லியமான வார்த்தைகள் ‘பாரடைஸ் 25.’ ”

சியன்னா அவரையே நோக்கினாள். “அவர் *காண்ட்டோ* இருபத்தி ஐந்தைத்தான் சொல்லியிருக்கிறார்.”

“ஒப்புக்கொள்கிறேன்” என்றார் லேங்டன். ஒரு காண்ட்டோ என்பது ஓர் அத்தியாயத்தின் மேலோட்டமான சமன், அந்த

வார்த்தை பழங்காலத்திய வாய்வழிப் பாரம்பரியமாக காப்பியப் பாடல்களை "பாடுவது" என்பதைக் குறிக்கிறது. ***தெய்வீக இன்பியலில்*** சரியாக நூறு பாடல்கள் மூன்று பகுதிகளாக பிரிக்கப்பட்டிருக்கின்றன.

இன்ஃபெர்னோ (நரகம்) 134

பர்கெட்டோரியா (தூய்மையாக்கம்) 133

பாரடைஸோ (சொர்க்கம்) 133

பாரடைஸ் ***இருபத்தி ஐந்து***, தன்னுடைய காட்சிப்பூர்வ நினைவாற்றல் அந்த முழு உரையையும் நினைவில் கொண்டுவர போதுமான அளவுக்கு வலுவாக இருக்க வேண்டும் என்று லேங்டன் விரும்பினார். ***அதை நெருங்க முடியவில்லையே அந்த உரையின் பிரதியை நாம் கண்டுபிடித்தாக வேண்டும்.***

"இன்னும் அதிகமாகவும் இருக்கலாம்" என்றார் லேங்டன். "இக்னேஷியோ என்னிடம் சொன்ன கடைசி விஷயம்: 'அந்தக் கதவுகள் உனக்காக திறந்திருக்கின்றன. ஆனால் நீதான் விரைந்து செயல்பட வேண்டும்.'" சற்று இடைவெளி விட்ட அவர் சியன்னாவை திரும்பிப் பார்த்தார். "இங்கே ஃப்ளோரன்ஸில் உள்ள ஒரு குறிப்பிட்ட இடத்தை சுட்டிக்காட்டுவதற்கான குறிப்பாக காண்ட்டோ இருபத்தி ஐந்து இருக்கலாம். அந்த இடம் நுழைவாயில்களுடன் காணப்படலாம்."

சியன்னா புருவத்தை குறுக்கினாள். "ஆனால் இந்த நகரத்தில்தான் டசன்கணக்கான நுழைவாயில்கள் இருக்கின்றனவே."

"ஆமாம், அதற்காகத்தான் நாம் பாரடைஸில் வரும் காண்ட்டோ இருபத்தி ஐந்தை படிக்க வேண்டி இருக்கிறது" என்ற அவர் அவளை நோக்கி நம்பிக்கையுடன் புன்னகைத்தார். "நீ ஏதேனும் ஒரு சந்தர்ப்பத்தில் ***தெய்வீக இன்பியல்*** முழுவதையும் மனமார படித்திருக்கிறாயா?"

அவள் அவரை வெறுமனே பார்த்தாள். "பழமையான இத்தாலிய மொழியில் இருந்த பதினான்காயிரம் வரிகளை நான் குழந்தையாக இருக்கும்போதல்லவா படித்திருக்கிறேன்?" அவள் தலையைக் குலுக்கினாள். "உங்களுக்குத்தான் பயங்கர நினைவாற்றல் இருக்கிறது புரபஸர். நான் வெறும் டாக்டர்."

அவர்கள் தொடர்ந்து பேசுகையிலும், இவ்வளவு தூரம் அவர்கள் ஒன்றாக பயணிக்கையிலும், அவளுக்கிருக்கும் தனித்துவமான அறிவை அவள் இன்னும் குறைத்தே மதிப்பிடு

கிறாளே என்று சியன்னாவை நினைத்து லேங்டன் ஏதோ ஒருவகையில் வருந்தினார். *அவள் வெறும் டாக்டரா?* லேங்டன் நகைத்துக்கொண்டார். ***இந்த பூமியில் இருப்பதிலேயே மிகவும் அடக்கமான டாக்டர்,*** என்று நினைத்துக்கொண்ட அவர் அவளுடைய சிறப்புத் திறமைகள் பற்றி படித்த காகிதத் துண்டுகளை நினைவுக்கு கொண்டுவந்தார் — அந்தத் திறமைகளில் துரதிர்ஷ்டவசமாகவும், ஆச்சரியத்திற்கு இடமில்லாத வகையிலும், வரலாற்றின் மிகவும் நீண்ட காப்பியக் கவிதையை முழுவதுமாக நினைவுக்கு கொண்டுவர முடியாத விஷயமும் அடங்கியிருக்கிறது.

அமைதியாகக் கடந்துசென்ற அவர்கள் இன்னும் சில தூண்களையும் கடந்தனர். இறுதியாக, தங்களுக்கு முன்னால் இருளில் ஒரு மகிழ்ச்சிதரும் வடிவத்தை லேங்டன் கண்டார். ***காட்சி நடைமேடை!*** அவர்கள் நடந்துசென்ற ஆபத்தான மரப்பாதை பாதுகாப்பு வழியுடன் கூடிய மிகவும் வலுவான கட்டுமானத்திற்கு அவர்களைக் கொண்டுவந்திருந்தது. அவர்கள் அந்த நடைமேடையில் ஏறினால், அந்த நடைவழியிலேயே சென்று வெளியேறும்வரை, பாதைவழியின் வழியாகச் செல்லும் நிலவறைக்குள்ளாகவே செல்ல முடியும். அது, லேங்டன் நினைவு கூர்ந்தவரை ஏதென்ஸ் பிரபு படிக்கட்டிற்கு மிக மிக அருகாமையில் செல்லக்கூடியது.

அவர்கள் அந்த நடைமேடையை நெருங்கியதும், எட்டு அடிகளுக்கு கீழே இருந்த கூரையை குனிந்து பார்த்தார். இதுவரை அவர்களுக்கு கீழே இருந்த பிறை வடிவ வளைவுகள் அனைத்தும் ஒன்றுபோலவே இருந்தன. இருப்பினும், இப்போது வரும் வளைவு மிகப்பெரியதாக, மற்றவற்றைவிட பெரியதாக இருந்தது.

முதலாம் காஸிமோ உருவம், லேங்டன் அமைதியானார்.

இந்தப் பெரிய, வட்டவடிவ வளைவு ஃபைவ் ஹண்ட்ரட் கூடத்தில் மையப்பகுதியில் அமைந்திருக்கும் வெஸாரியின் மிகவும் விலைமதிப்பற்ற ஓவியம். லேங்டன் இந்த ஓவியத்தின் ஸ்லைடுகளை தன்னுடைய மாணவர்களுக்கு எப்போதுமே காட்டி வந்திருக்கிறார். அத்துடன் அமெரிக்க தலைநகரத்தில் உள்ள வாஷிங்டன் உருவத்துடன் அதற்கிருக்கும் ஒற்றுமைகளையும் சுட்டிக்காட்டியிருக்கிறார் — அதாவது வெறுமனே குடியரசு என்ற கருத்தாக்கத்தைக் காட்டிலும் இளம் அமெரிக்காவானது இத்தாலியிடம் இருந்து கற்றுக்கொள்ள நிறையவே இருக்கிறது என்பதற்கான சாதாரண நினைவூட்டல்.

இருந்தாலும், இன்று அந்த உருவங்களை ஆராய்ந்து பார்ப்பதைக் காட்டிலும் அவற்றை விரைவாக கடந்து செல்வதிலேயே

லேங்டன் ஆர்வம் காட்டினார். தன்னுடைய வேகத்தை அதிகப் படுத்திக்கொண்டே தன்னுடைய தலையை சியன்னாவை நோக்கி லேசாகத் திருப்பிய அவர் தாம் நெருங்கி வந்துவிட்டோம் என்று கிசுகிசுத்தார்.

அப்படிச் செய்யும்போது மரக்கட்டைகளின் மையப்பகுதியை தவறவிட்டுவிட்ட அவர், கடன் வாங்கிப் போட்டுக்கொண்ட ஷூக்கள் தடுக்கி அதன் முனையின் பாதிப்பகுதியில் போய் விழுந்தார். அவருடைய கணுக்கால் சுளுக்கிக்கொண்டது. லேங்டன் முன்னோக்கி செல்கையில் பாதி ஓட்டமும் நொண்டியடித்தபடியும் தன்னுடைய சமநிலைக்குத் திரும்ப உதறிக்கொண்டே செல்ல முயற்சித்தார்.

ஆனால் அது மிகவும் தாமதம்.

அவருடைய கணுக்கால் மரக்கட்டையில் கடுமையாக மோதிக்கொண்டது. அவருடைய கைகள் அவசரகதியில் முன்னோக்கி நீண்டு, குறுக்கே இருந்த மரக்கட்டையை பிடிக்க முயற்சித்தன. அவர்களுக்கு கீழே இருந்த இருளான பகுதியில் உருண்டுசென்ற ஃபிளாஷ்லைட், கேன்வாஸில் போய் விழுந்து, அதனை ஒரு வலையைப் போல் பிடித்துக்கொண்டது. லேங்டனின் கால்கள் துவண்டன. தனக்கு கீழே இருந்த மரச்சட்டம் அப்பால் சென்று விழுகையில் அடுத்திருந்த மரக்கட்டை அவரை பாதுகாப்பாக பிடித்துக்கொள்ள, வெஸாரியின் ***அபோதியோசிஸ்*** இருந்த கேன்வாஸ் எட்டடி கீழே விழுந்து நொறுங்கியது.

அந்த சத்தம் நிலவறை முழுவதும் எதிரொலித்தது.

பயந்துபோன லேங்டன் தன் கால்கள் இடற சியன்னாவை நோக்கித் திரும்பினார்.

கேன்வாஸில் கிடந்த கைவிடப்பட்ட ஃபிளாஷ்லைட்டின் மங்கிய ஒளியில், தனக்குப் பின்னாலிருக்கும் மரக்கட்டையில் சியன்னா நின்றுகொண்டிருப்பதை பார்த்த லேங்டன் அப்பால் செல்ல வழியில்லாமல் மாட்டிக்கொண்டார். லேங்டனுக்கு ஏற்கனவே தெரிந்த விஷயத்தைத்தான் அவள் கண்களும் வெளிப்படுத்தின. கீழே விழும் மரக்கட்டையின் ஒலி ஏறக்குறைய அவர்களை கைவிட்டுவிட்டது.

வயந்தாவின் கண்கள் அந்த அலங்காரமான கூரையில் படிந்தன.

"சுரங்கத்தில் எலிகளா?" அந்த சத்தம் கீழே எதிரொலித்தபோது கேம்கார்டர் வைத்திருந்த ஆள் படபடப்புடன் ஜோக் அடித்தான்.

பெருச்சாளிகள், என்று நினைத்துக்கொண்ட வயந்தா, அந்தக் கூடத்தின் கூரையினுடைய மையத்தில் இருந்த வட்டமான ஓவியத்தை உற்றுப் பார்த்தாள். அந்த வளைவுகளின் மையப்பகுதியில் இருந்து ஒரு சிறிய தூசுப்படலம் கீழ்நோக்கி வந்தது. அந்த ஓவியத்தில் சிறிய வீக்கத்தை கண்டதை வயந்தாவால் இப்போது சத்தியம்கூட செய்ய முடியும்... ஏறக்குறைய அதன் மறுபக்கத்தில் இருந்து யாரோ ஒருவர் தள்ளிக்கொண்டிருக்கிறார்.

"பார்வையாளர் நடைமேடையில் யாராவது ஓர் அதிகாரி தன்னுடைய துப்பாக்கியை கீழே போட்டிருப்பார்" அந்த வீக்கத்தை காட்டியபடியே சொன்னான் அவன். "அவர்கள் என்ன தேடிக்கொண்டிருக்கிறார்கள் என்று உங்களுக்கு ஏதாவது தெரியுமா? இந்த நடவடிக்கைகளைப் பார்க்க வேடிக்கையாக இருக்கிறது."

"காட்சி நடைமேடையா?" என்றாள் வயந்தா. "அங்கே நம்மால் போக முடியுமா?"

"நிச்சயம் போகலாமே." அவன் அந்த அருங்காட்சியகத்தின் நுழைவாயிலை சுட்டிக்காட்டினான். "அந்தக் கதவுக்குப் பின்னால் இன்னொரு கதவு இருக்கிறது. அது சுரங்கத்திற்கு அழைத்துச் செல்லும். அங்கே வெஸாரியின் பாதுகாக்கப்பட்ட படைப்புகளைப் பார்க்க முடியும். அது நிஜமாகவே பிரமாதமாக இருக்கும்."

ஃபைவ் ஹண்ட்ரட் கூடம் முழுவதும் மீண்டும் புரூடரின் குரல் சட்டென்று எதிரொலித்தது. "அப்படியென்றால் அவர்கள் எங்கேதான் போய்த் தொலைந்தார்கள்?!"

அவருடைய குரல் சற்று முன்பு எரிச்சலுடன் அவர் கத்தியதைப் போன்றே, வயந்தாவிற்கு இடதுபக்கம் இருந்த சுவற்றில், மேலே அமைந்திருந்த கதவுத்திறப்பின் பின்பக்கத்தில் இருந்து வந்தது. புரூடர் நிச்சயம் அந்த அறையின் கதவுத்திறப்பிற்கு பின்னால்தான் இருக்கிறார். அந்த அறையின் அலங்கார கூரைக்கு உள்ளே ஒரு முழுநீள நாடகமே நடந்துகொண்டிருக்கிறது.

வயந்தாவின் கண்கள் தன் தலைக்கு மேலே இருந்த கேன்வாஸில் தெரிந்த உப்பிய இடத்திலேயே ஒட்டிக்கொண்டது.

சுரங்கத்தில் எலிகள், அவள் நினைத்துக்கொண்டாள். ***வெளியே வர முயற்சிக்கின்றன.***

கேம்கார்டர் வைத்திருந்தவனுக்கு நன்றி சொல்லிவிட்டு அருங்காட்சியகத்தின் நுழைவாயிலை நோக்கி விரைந்தாள் வயந்தா. அந்தக் கதவு மூடப்பட்டிருந்தது. ஆனால் எல்லா அதிகாரிகளும்

உள்ளேயும் வெளியேயும் போய் வந்துகொண்டிருந்ததால் அது பூட்டப்படவில்லையோ என்று சந்தேகப்பட்டாள்.

நிச்சயமாக அதுதான், அவளுடைய உள்ளுணர்வு சரியாகச் சொன்னது.

❑

47

பியாஸாவிற்கு வெளியே, காவல்துறையினரின் கூச்சல் குழப்பத்துக்கு மத்தியில், லோகியா டெய் லான்ஸியின் நிழலில் நின்றுகொண்டிருந்த ஒரு நடுத்தர வயது மனிதன் தான் நின்ற இடத்தில் இருந்தபடியே அந்த நடவடிக்கைகளை பெரும் ஆர்வத்துடன் கவனித்துக்கொண்டிருந்தான். அவன் புளூம் பாரிஸ் கண்ணாடியும், கழுத்தில் டையும், ஒரு காதில் சிறிய காதணியும் அணிந்திருந்தான்.

அவன் அந்தக் கூச்சல் குழப்பத்தை கவனித்துக் கொண்டிருக்கும்போதே கழுத்தை மீண்டும் ஒருமுறை சொறிந்துகொண்டான். அவனுக்கு ஒரே நாள் இரவில் படையரிப்பு ஏற்பட்டிருந்தது. அது மிகவும் மோசமடைந்து அவனுடைய தாடை, கழுத்து, முகவாய் மற்றும் கண்களில்கூட சிறிய பருக்களாக வளர்ந்துவிட்டிருந்தன.

தன்னுடைய நகக்கண்களைக் குனிந்து பார்த்த போது அவை ரத்தச்சிவப்பாய் மாறியிருப்பதை கவனித்தான். கைக்குட்டையை எடுத்து விரல்களை துடைத்துவிட்டுக்கொண்ட அவன் கழுத்து மற்றும் முகவாயில் இருந்த பருக்களையும் தடவிப்பார்த்துக் கொண்டான்.

தன்னைத் துடைத்து விட்டுக்கொண்டபோதே அவனுடைய பார்வை பாலஸோவிற்கு வெளியே நிறுத்தப்பட்டிருந்த இரண்டு கறுப்புநிற வேன்களின் மீது படிந்தது. அவனுக்கு நெருக்கமாக இருந்த வேனின் பின்னிருக்கையில் இரண்டுபேர் அமர்ந்திருந்தனர்.

ஒருவன் கறுப்பு உடையணிந்த சோல்ஜர்.

மற்றொருவர் வயதான, ஆனால் மிகவும் அழகான வெள்ளி நிற கேசம் கொண்டிருந்த, நீலநிற தாயத்து அணிந்திருந்த ஒரு பெண்.

அந்த சோல்ஜரைப் பார்க்கையில் அவன் ஒரு ஹைபோ டெர்மிக் சிரிஞ்சை தயார் செய்துகொண்டிருப்பது தெரிந்தது.

வேனின் உள்ளே இருந்த டாக்டர். எலிசபெத் சின்ஸ்கி சத்தமின்றி அந்த பாலஸோவிற்கு வெளியிலேயே பார்த்துக் கொண்டிருந்தாள். இந்தப் பிரச்சினை இந்த அளவிற்கு சீரழிவை கொண்டுவந்துவிட்டது என்பதை அவளால் நம்ப முடியவில்லை.

“மேடம்” என்றது அவள் அருகில் இருந்தவனின் குரல்.

தன்னுடன் வந்துகொண்டிருக்கும் அந்த சோல்ஜரை மயக்க உணர்வுடன் திரும்பிப் பார்த்தாள். அவளுடைய முழங்கையைப் பிடித்திருந்த அவன் கையில் சிரிஞ்சை வைத்திருந்தான். “கொஞ்சம் அப்படியே இருங்கள்.”

கூர்மையான ஊசியின் முனை அவளுடைய தசையில் குத்தியது.

சோல்ஜர் அந்த இன்ஜெக்சனை போட்டு முடித்துவிட்டு சொன்னான். “நீங்கள் இப்போது தூங்கலாம்.”

அவள் கண்களை மூடுகையில், நிழலில் இருந்து தன்னை ஆராய்ந்த மனிதன் தன்னைப் பார்த்துவிட்டான் என்பதை அவளால் சத்தியம் செய்துகூட சொல்ல முடியும். அவன் டிஸைனர் மூக்கு கண்ணாடியும், கழுத்தில் டையும் அணிந்திருந்தான். அவனுடைய முகம் சொறிசொறியாக சிவந்து போயிருந்தது. ஒரு கணம் அவனைத் தனக்குத் தெரியும் என்று அவள் நினைத்தாள். ஆனால் தன் கண்களைத் திறந்து மறுமுறை பார்க்க நினைத்தபோது அவன் மறைந்துவிட்டான்.

❑

48

நிலவறைக்குள் இருந்த இருளில் லேங்டனும் சியன்னாவும் இப்போது ஓர் இருபது அடி திறந்த வெளிப் பகுதியால் பிரிக்கப்பட்டிருந்தனர். அவர்களுக்கு எட்டு அடிகள் கீழே வெஸாரி வரைந்த ***நெடிய உருவத்தைக்*** கொண்டிருக்கும் கேன்வாஸை சுமந்த மரச் சட்டகத்தைத் தாண்டி அந்த சரிவுப் பாதை முடிவுக்கு வந்தது. அப்போதும்கூட எரிந்து கொண்டிருந்த நிலையிலேயே, அந்த கேன்வாஸில் கிடந்த ஃபிளாஷ்லைட் தடுப்புறையின் மேல் இருக்கும் கல்லைப்போல் ஒரு சிறு பிளவை உருவாக்கியிருந்தது.

"உனக்குப் பின்னால் இருக்கும் மரப்பலகையை" லேங்டன் கிசுகிசுத்தார். "இந்த உதைச்சட்டம் வரை இழுத்துவர முடியுமா?"

சியன்னா அந்த உதைச்சட்டத்தைப் பார்த்தாள். "அந்த கேன்வாஸின் மீதிருக்கும் மற்றொரு முனை இல்லாமல் அதை இழுத்துவர முடியாது."

லேங்டனும் அதே அளவுக்கு பயந்திருந்தார்; அவர்களால் செய்யக்கூடிய கடைசி விஷயம் ஆறுக்கு இரண்டடி உயரம் இருக்கும் வெஸாரி கேன்வாஸின் வழியாக விழுவதுதான்.

"எனக்கு ஒரு யோசனை" என்ற சியன்னா இப்போது அந்த மரக்கட்டையின் ஓரமாக பக்கவாட்டில் நகர்ந்து சுற்றுச்சுவரை நோக்கிச் சென்றாள். லேங்டன் தன்னுடைய பார்வையைத் தொடர்ந்தார், அந்த ஃபிளாஷ்லைட் ஒளியில் இருந்து அவர்கள்

அப்பால் விலகிச் செல்கையில் அவர்களின் நடையானது மிகுந்த ஆபத்தானதாக மாறிக்கொண்டிருந்தது. அவர்கள் சுற்றுச்சுவரை அடைந்தபோது, ஏறக்குறைய முழு இருளில் மூழ்கியிருந்தார்கள்.

“கீழே” என்று கிசுகிசுத்த சியன்னா தங்களுக்கு கீழிருந்த தெளிவற்ற உருவத்தை நோக்கி கைகாட்டினாள். “அந்த சட்டகத்தின் முனையில். அது சுவற்றிற்கு ஏறி வருவதைப் போல் தெரிகிறது. அது என்னைப் பிடித்துவிடலாம்.”

லேங்டன் முயற்சிப்பதற்கு முன்னதாகவே சியன்னா அந்த மரக்கட்டையில் இருந்து கீழே இறங்கத் தொடங்கிவிட்டாள். தொடர்ச்சியாக இருந்த தூண்களை ஏணியைப்போல் பயன்படுத்திக் கொண்டாள். மரக்குவியலின் நுனியில் கால் வைக்கும் போது ஜாக்கிரதையாக அடியெடுத்து வைத்தாள் அவள். அப்போது ஒருமுறை கிறீச்சிட்டு அப்படியே நின்றது. பின்னர், அங்குலம் அங்குலமாக சுவற்றோடு ஒட்டி நகர்ந்த சியன்னா லேங்டன் இருந்த பக்கமாக ஏதோ உயரமான கட்டிடத்தில் நகர்வதைப் போல் ஊர்ந்து சென்றாள். அந்த மரக்குவியல் மீண்டும் கிறீச்சிட்டது.

மெல்லிய பனிப்படலம், கரைக்கு அருகாமையில் என்று லேங்டன் நினைத்துக்கொண்டார்.

இருளில், லேங்டன் நின்றுகொண்டிருந்த மரக்கட்டையை நோக்கி சியன்னா பாதிதூரம் வந்துவிட்டபோது, அங்கிருந்து சரியான நேரத்தில் வெளியே சென்றுவிடலாம் என்றே லேங்டன் நம்பினார்.

திடீரென்று, மேலே இருந்த இருளில் ஒரு கதவு அடித்து திறக்கப்பட்டது, அந்த நடைபாதையில் வேகமாக முன்னேறும் காலடிச்சத்தங்கள் லேங்டனுக்கு கேட்டது. ஒரு ஃபிளாஷ் லைட்டின் வெளிச்சம் தோன்றி அந்த இடத்தில் தேடிக்கொண்டே வந்தது, அது ஒவ்வொரு நொடியும் நெருங்கி வந்தது. தன்னுடைய நம்பிக்கைகள் மூழ்கிக்கொண்டிருப்பதை லேங்டன் உணர்ந்தார். யாரோ அவர்கள் வழியில் வருகிறார் — முக்கிய நடைபாதைக்குச் சென்று அவர்களுடைய தப்பிக்கும் வழியை அடைக்கப் பார்க்கிறார்.

“சியன்னா, போய்க்கொண்டே இரு” என்று கிசுகிசுத்த அவர் தன்னுடைய உள்ளுணர்வின்படி செயல்பட்டார். “அந்த சுவற்றின் கடைசி வரை செல். அங்கே இறுதியாக ஒரு வெளியேறும் பாதை உள்ளது. நான் குறுக்காக ஓடிவருகிறேன்.”

“வேண்டாம்!” சியன்னா அவசர அவசரமாகக் கத்தினாள்.

“ராபர்ட், திரும்பி வந்துவிடுங்கள்!”

ஆனால் லேங்டன் முன்னமே முன்னேறத் தொடங்கிவிட்டார். அந்த நிலவறையின் மையப்பகுதியை நோக்கி உதைச்சட்டத்தின் ஊடே திரும்பிச் சென்றார். பக்கவாட்டுச் சுவரைத் தாண்டி மெல்ல நகர்ந்துகொண்டிருந்த அவர் தனக்கு எட்டு அடிகள் கீழே சியன்னாவை அந்த இருளிலேயே விட்டுவிட்டார்.

நிலவறையின் மையப்பகுதிக்கு லேங்டன் வந்தபோது, உயர்த்தப்பட்ட காட்சி நடைமேடையில் ஓர் உருவத்தை தன் பின்பக்கமாக மறைத்தபடி ஒரு ஃபிளாஷ்லைட் அங்கு வந்து சேர்ந்தது. தாழ்வான பாதுகாப்பு வழியில் நின்ற அவர் அந்த ஃபிளாஷ்லைட் ஒளியை லேங்டனின் கண்களுக்கு நேராக வைத்தார்.

அதன் ஒளி கண்களை மறைத்தது. லேங்டன் உடனடியாக சரணடைந்துவிட கைகளை தூக்கினார். ஃபைவ் ஹண்ட்ரட் கூடத்திற்கு மேலே சரியான சமநிலையில் நின்றுகொண்டு, ஃபிளாஷ் லைட்டால் எதையும் காணமுடியாத அவர் மிகவும் தாக்குதலுக்கு ஆளாகக்கூடிய நிலையில் இருப்பதாக தன்னை உணரவில்லை.

லேங்டன் ஒரு துப்பாக்கி சுடும் சத்தத்திற்கோ அல்லது யாரேனும் ஓர் அதிகாரியின் கட்டளைக்கோ காத்திருந்தார். ஆனால் அங்கே அமைதி மட்டுமே நிலவியது. ஒருகணம் அந்த ஒளி அவர் முகத்திலிருந்து நீங்கி, தனக்கு பின்னால் இருந்த இருளில் எதையோ அல்லது யாரையோ தேடத் தொடங்கியது. அந்த ஒளி அவர் கண்களை விட்டு அகன்றதுமே, தன்னுடைய தப்பிக்கும் வழியை மறைத்தபடி நிழலில் இருந்து வெளித்தெரிந்த அந்த உருவத்தை லேங்டனால் அடையாளம் காண முடிந்தது. அது ஒரு பெண், உயரமாக கறுப்புநிற உடை அணிந்திருந்தாள். அந்த பேஸ்பால் தொப்பிக்கு கீழே தெரிந்த அவளுடைய ஸ்பைக் ஸ்டைல் தலைமுடியைப் பார்த்தபோது அவருக்கு எந்த சந்தேகமும் எழவில்லை.

லேங்டனின் தசைகள் அப்படியே இறுகிப்போயின. அவருடைய மனதில் மருத்துவமனையில் டாக்டர். மார்கோனி இறந்துகொண்டிருந்த பிம்பங்கள் அலையடித்தன.

அவள் என்னைக் கண்டுபிடித்துவிட்டாள். இங்கே தன்னுடைய வேலையை செய்துமுடிக்க வந்திருக்கிறாள்.

கிரேக்க ஃப்ரீ டைவர்கள் ஆழ்கடல் சுரங்கத்திற்குள் செல்லும் பிம்பங்கள் அவர் கண்முன் பளிச்சிட்டன. திரும்பிவர

முடியாத நிலைக்கு சென்றபின்னர், அவர்கள் கல்லால் ஆன முட்டுச்சந்தில் முட்டிக்கொள்வார்கள்.

அந்தக் கொலைகாரி மீண்டும் தன்னுடைய ஃபிளாஷ் லைட்டை லேங்டனின் கண்களை நோக்கித் திருப்பினாள்.

"மிஸ்டர். லேங்டன்" அவள் கிசுகிசுத்தாள். "உங்களுடைய தோழி எங்கே?"

லேங்டன் சில்லிட்ட உணர்வை அடைந்தார். ***இந்தக் கொலைகாரி எங்கள் இருவரையுமே கொல்ல வந்திருக்கிறாள்.***

லேங்டன் சியன்னாவைத் தேடுவதுபோல் தாங்கள் வந்த பாதையில் இருளில் உற்றுநோக்கினார். "இதற்கும் அவளுக்கும் சம்பந்தம் இல்லை. உனக்கு நான்தானே வேண்டும்."

சியன்னா அந்த சுவரைத் தாண்டிச் சென்றிருக்க வேண்டும் என்று லேங்டன் வேண்டிக்கொண்டார். அவள் அந்த காட்சி நடைமேடைக்குப் பின்னால் மறைந்துவிட்டால், அவள் சத்தமில்லாமல் இந்த ஸ்பைக் தலைமுடி கொண்டவளுக்கு பின்னாலிருக்கும் மைய மரப்பாதையின் வழியாக கதவை நோக்கிச் சென்றுவிடலாம்.

மீண்டும் தன்னுடைய ஃபிளாஷ்லைட்டை உயர்த்திய அந்தக் கொலைகாரி அவருக்குப் பின்னால் இருந்த வெறுமையான நிலவறையை ஆராய்ந்தாள். அந்த ஒளி தன்னுடைய கண்களை விட்டு அகன்ற சற்றைக்கெல்லாம், வயந்தாவிற்குப் பின்னால் ஒரு உருவம் சட்டென்று நகர்வதை லேங்டனால் பார்க்க முடிந்தது.

கடவுளே, கூடாது!

சியன்னா உண்மையிலேயே அந்த மரச்சட்டகத்தின் மையப்பகுதியை நோக்கித்தான் உதைச்சட்டத்தின் வழியாக போய்க்கொண்டிருந்தாள். ஆனால் துரதிர்ஷ்டவசமாக அவள் அவர்களுடைய கொலைகாரிக்கு பத்து அடிகளே பின்னால் இருந்தாள்.

சியன்னா, வேண்டாம்! நீ மிகவும் நெருங்கிவிட்டாய்! அவளுக்கு உன்னைத் தெரிந்துவிடும்!

அந்த ஒளி மீண்டும் லேங்டனின் கண்களுக்கே திரும்பியது.

"கவனமாகக் கேளுங்கள் புரபஸர்" என்றாள் அந்தக் கொலைகாரி. "நீங்கள் உயிரோடு இருக்க வேண்டுமென்றால் என்னை நம்பித்தான் ஆகவேண்டும். என்னுடைய மிஷன் ரத்து செய்யப்பட்டுவிட்டது. உங்களைத் தாக்க எனக்கு எந்தக்

காரணமும் இல்லை. இப்போது நீங்களும் நானும் ஒரே பக்கம்தான் இருக்கிறோம். உங்களுக்கு எப்படி உதவுவது என்று நான் தெரிந்துகொள்ளலாமா."

அதை வெறுமனே கேட்டுக்கொண்டிருந்த லேங்டனின் சிந்தனைகள் முழுவதும், மங்கலான உருவமாகத் தெரிந்த சியன்னா, காட்சி நடைமேடைக்கு பின்னால், துப்பாக்கி வைத்திருக்கும் இந்தப் பெண்ணிற்கு மிகவும் நெருக்கத்தில் வந்துவிட்டதைப் பார்ப்பதிலேயே இருந்தது.

ஓடு! அவர் அவளை அவசரப்படுத்தினார். ***இங்கிருந்து எப்படியாவது போய்விடு!***

லேங்டன் எச்சரித்தாலும், தரையில் குனிந்து இருளில் பதுங்கியபடியே சியன்னா அமைதியாக கவனித்துக் கொண்டிருந்தாள்.

வயந்தாவின் கண்கள் லேங்டனுக்குப் பின்னால் இருந்த இருளையே ஆராய்ந்துகொண்டிருந்தன. ***அவள் எங்கே போயிருப்பாள்? இருவரும் பிரிந்துவிட்டார்களா?***

தப்பி ஓடும் இருவரையும் புரூடரின் கைகளில் சிக்காமல் வைத்துக்கொள்ள வயந்தா இப்போது ஒரு வழியைக் கண்டுபிடித்தாக வேண்டும். ***எனக்கிருக்கும் ஒரே வாய்ப்பு இதுதான்.***

"சியன்னா?!" வயந்தா அடித்தொண்டையில் மென்மையாக அழைத்தாள். "நான் சொல்வது உனக்கு கேட்கிறது என்றால் கவனமாகக் கேள். கீழே இருக்கின்ற ஆட்களிடம் நீ பிடிபடுவதில் எனக்கு விருப்பமில்லை. அவர்கள் அவ்வளவாக சகிப்புத்தன்மை உள்ளவர்கள் அல்ல. எனக்கு தப்பிக்கும் வழி தெரியும். நான் உனக்கு உதவுகிறேன். என்னை நம்பு."

"உன்னை நம்புவதா?" லேங்டன் சவால்விட்டார். பக்கத்தில் யாராவது இருந்திருந்தால் அவருக்கும் கேட்கும் அளவிற்கு அவர் குரல் சத்தமாக இருந்தது. "நீ ஒரு கொலைகாரி!"

சியன்னா அருகாமையில்தான் இருக்கிறாள், வயந்தா உணர்ந்துகொண்டாள். ***லேங்டன் அவளுடன் பேசிக் கொண்டிருக்கிறார். அவளை எச்சரிக்க முயற்சிக்கிறார்.***

வயந்தா மீண்டும் முயற்சி செய்தாள். "சியன்னா, இப்போதிருக்கும் சூழ்நிலை மிகவும் சிக்கலானது. ஆனால் என்னால் உன்னை இங்கிருந்து வெளியே கூட்டிச்செல்ல முடியும். உனக்கிருக்கும் வாய்ப்புகளை யோசித்துப் பார். நீங்கள் மாட்டிக்கொண்டீர்கள். உங்களுக்கு வேறு வழியில்லை."

“அவளுக்கு வாய்ப்பிருக்கிறது” லேங்டன் சத்தமாகக் கத்தினார். “உன்னிடமிருந்து எவ்வளவு தூரம் ஓடமுடியுமோ அவ்வளவு தூரம் ஓடும் அவளுக்கு அவள் சாமர்த்தியசாலி.”

“எல்லாம் மாறிவிட்டது” வயந்தா வலியுறுத்திச் சொன்னாள். “உங்களைக் காயப்படுத்தக்கூட எனக்கு எந்தக் காரணமும் இல்லை.”

“நீதான் டாக்டர். மார்கோனியை கொன்றாய்! என்னை தலையில் சுட்டதும் நீதான் என்பது இப்போது எனக்குத் தெரிகிறது.”

தனக்கு அந்த ஆளைக் கொல்லும் நோக்கமில்லை என்பதை அவர் நம்பவே போவதில்லை என்று வயந்தாவுக்குத் தெரிந்தது.

பேசுவதற்கான நேரம் முடிந்துவிட்டது. அவரை ஒப்புக் கொள்ளவைக்க என்னிடம் சொல்வதற்கு எதுவுமில்லை.

எந்தவித தயக்கமும் இல்லாமல், தன்னுடைய லெதர் ஜாக்கெட்டிற்குள் கைவிட்ட அவள் சைலன்சர் பொருத்திய கைத்துப்பாக்கியை எடுத்தாள்.

நிழலில் அமைதியாக மறைந்திருந்த சியன்னா, இப்போது லேங்டனின் எதிரில் நிற்கும் அந்தப் பெண்ணிற்குப் பின்னால் பத்து அடிகளுக்குள்ளாகத்தான் அந்த நடைவழியில் குனிந்த படி காத்திருக்கிறாள். இந்த இருளில்கூட, நிழலாகத் தெரிந்த அந்தப் பெண்ணின் உருவம் தெளிவாகப் புரிந்தது. சியன்னாவை அச்சுறுத்தும் வகையில், டாக்டர். மார்கோனியிடம் பயன் படுத்திய அதே துப்பாக்கியைத்தான் இப்போது அவள் கையில் வைத்திருக்கிறாள்.

அவள் சுடப்போகிறாள். அவளுடைய உடல் மொழியை வைத்து சியன்னாவால் அதைத் தெரிந்துகொள்ள முடிந்தது.

நிச்சயமாகச் சொல்லலாம், அவள் லேங்டனை நோக்கி அச்சுறுத்தும் வகையில் இரண்டு அடிகள் எடுத்து வைத்தாள். வெஸாரி வரைந்த உருவத்திற்கு மேலே இருந்த பார்வை நடை மேடையோடு இணைக்கப்பட்டிருந்த வழியில் நின்றாள். அந்தக் கொலைகாரி இப்போது முடிந்தவரை லேங்டனை நெருங்கிச் சென்றிருந்தாள். துப்பாக்கியை உயர்த்தி சரியாக லேங்டனின் மார்புக்கு நேராக குறிவைத்தாள்.

“இது உங்களுக்கு கொஞ்சநேரம்தான் வலிக்கும்” என்றாள் அவள், “ஆனால் எனக்கு வேறு வழியில்லை.”

சியன்னா தன் உள்ளுணர்வின்படி செயல்பட்டாள்.

வயந்தாவின் கால்களுக்கு கீழே இருந்த பலகைகளில் எதிர்பாராதவிதமாக ஏற்பட்ட அதிர்வு, அவள் சுடுகையில் அவளை லேசாக சறுக்கிவிட போதுமானதாக இருந்தது. அவளுடைய துப்பாக்கி வெடித்திருந்தாலும் அது லேங்டனை குறிவைக்கவில்லை என்பது அவளுக்குத் தெரியும்.

அவளுக்குப் பின்னால் ஏதோ ஒன்று நெருங்கி வந்தது.

வேகமாக நெருங்கியது.

வயந்தா அப்படியே சுழன்றாள். தன்னுடைய ஆயுதத்தை தன்னைத் தாக்க வந்தவரை நோக்கி 180 டிகிரி கோணத்தில் திருப்பினாள். வயந்தா மீது முழு வேகத்தில் ஒருவர் மோதியபோது அந்த இருளில் ஒரு பொன்னிற கேசம் கொண்ட உருவம் சட்டென்று பளிச்சிட்டது. துப்பாக்கி மீண்டும் வெடித்தது. ஆனால் முழு வேகத்தில் கீழே குனிந்த அவள் அதே வேகத்தில் மோதி அவள் உடலைப் புரட்டிப் போட்டாள்.

அந்தத் தரையைவிட்டு வயந்தாவின் கால் விலகியது. காட்சி நடைமேடையின் தாழ்வான கைப்பிடியில் தன்னுடைய குறுக்கெலும்பு நொறுங்க அவள் மோதி விழுந்தாள். அவளுடைய உடல் அந்தக் கைப்பிடியிலேயே நழுவிச்செல்ல, கைகளால் துழாவி தான் கீழே விழாமல் இருக்க எதையாவது பிடித்துக்கொள்ள முயற்சித்தாள். ஆனால் அதற்குள் தாமதமாகிவிட்டது. அவள் அதன் முனையில் சென்று விழுந்தாள்.

வயந்தா இருளில் வீழ்ந்துகொண்டிருந்தாள். நடைமேடைக்கு எட்டு அடிகள் கீழே இருந்த அழுக்கான தரையில் மோதி விழப் போவதை எதிர்பார்த்தாள். ஆச்சரியப்படும்படியாக, அவள் நினைத்ததைவிட அவள் விழுந்த இடம் மென்மையாக இருந்தது... எப்படியோ அவளுடைய எடையைத் தாங்கக்கூடிய ஒரு கேன்வாஸ் துணியால் அவள் பிடிக்கப்பட்டுவிட்டாள்.

சற்று குழம்பிய அவள் தன்னைத் தாக்கியவரை மல்லாந்து படுத்த நிலையில் உற்றுப்பார்த்தாள். சியன்னா புரூக்ஸ் அந்தக் கைப்பிடியில் இருந்து அவளைக் குனிந்து பார்த்துக் கொண்டிருந்தாள். அதிர்ச்சியுற்றுப்போன வயந்தா தன்னுடைய வாயைத் திறந்து பேச முயற்சி செய்தாள். ஆனால் சட்டென்று அவளுக்கு கீழே இருந்து ஒரு பலமான கிழியும் சத்தம் கேட்டது.

அவளைத் தாங்கிக்கொண்டிருந்த துணி அறுந்து கிழிந்தது.

வயந்தா மீண்டும் கீழே விழுந்துகொண்டிருந்தாள்.

இந்தமுறை அவள் மூன்று விநாடிகளாக கீழ்நோக்கி விழுந்து

கொண்டிருந்தாள். அச்சமயத்தில், அழகான ஓவியங்களால் மூடப் பட்டிருந்த கூரையை மேல்நோக்கி உற்றுப்பார்த்தபடி இருப்பதை அவள் உணர்ந்துகொண்டாள். அந்த ஓவியங்கள் அவளுக்கு நேர் மேலே இருந்தன. அது தேவதைகள் சூழ சொர்க்கத்தின் மேகங்களில் வீற்றிருக்கும் முதலாம் காஸிமோவை சித்தரிக்கும் ஒரு மிகப்பெரிய வட்டவடிவ கேன்வாஸ் — இப்போது அதன் நடுவில் ஒரு கருத்த துளை இருப்பது தெரிந்தது.

பின்னர், சட்டென்ற மோதலில், வயந்தாவின் மொத்த உலகமும் இருண்டுபோனது.

மேலே உயரத்தில், நம்பமுடியாமல் உறைந்துபோயிருந்த ராபர்ட் லேங்டன் அபோதியோசிஸின் குகைபோன்ற கிழிசலின் வழியாக உற்றுப்பார்த்தார். ஃபைவ் ஹண்ட்ரட் கூடத்தின் கல் தரையில், அந்த ஸ்பைக் தலைமுடி கொண்ட பெண் அசைவற்றுக் கிடந்தாள். அவள் தலையில் இருந்து கருத்த ரத்தம் வெளியேறி குட்டையாக தேங்கியது. அவள் தன் கையில் துப்பாக்கியை பிடித்த நிலையிலேயே கிடந்தாள்.

லேங்டன் தன் பார்வையை சியன்னாவை நோக்கித் திருப்பினார். அவளும் கீழேதான் உற்றுப் பார்த்துக்கொண்டிருந்தாள். அவள் பார்வை கீழே தெரிந்த காட்சியிலேயே நிலைகுத்தி நின்றது. சியன்னா நம்பமுடியாத பேரதிர்ச்சியில் இருந்தாள். “நான் வேண்டுமென்றே இப்படி...”

“நீ உன் உள்ளுணர்வின்படி செயல்பட்டிருக்கிறாய்” என்றார் லேங்டன். “அவள் என்னைக் கொல்லப் பார்த்தாள்.”

கீழே இருந்து அந்த கிழிந்த கேன்வாஸின் வழியாக அபாயக் கூக்குரல்கள் கேட்கத் தொடங்கின.

மென்மையாக, லேங்டன் சியன்னாவை அந்த கைப்பிடிச் சுவற்றிலிருந்து அப்பால் அழைத்து வந்தார். “நாம் போய்க் கொண்டே இருக்க வேண்டியதுதான்.”

❑

49

சீமாட்டி பியான்கா கெப்பல்லோவின் ரகசிய ஆய்வறையில் இருந்த ஏஜெண்ட் புரூடருக்கு ஃபைவ் ஹண்ட்ரட் கூடத்தில் அதிகரித்த கூச்சல் குழப்பத்தைத் தொடர்ந்து ஏதோ ஒன்று கீழே விழும் சத்தம் கேட்டது. சுவற்றில் இருந்த திரையை நோக்கி விரைந்த அவர் அதன் வழியாகக் கீழே பார்த்தார். கீழே அந்த நேர்த்தியான கல் தரையில் அவர் கண்ட காட்சி என்னவென்று புரிய அவருக்கு சில நொடிகள் ஆயின.

அந்தத் துளையை நோக்கி அவருக்குப் பின்னால் வந்துசேர்ந்த கர்ப்பவதியான அந்த அருங்காட்சிய நிர்வாகி, கீழே திகிலடைந்த சுற்றுலாவாசிகள் சூழ்ந்திருக்க ஒரு சிதறிய உருவம் கிடப்பதைப் பார்த்து திகிலடைந்து தன்னுடைய வாயை சட்டென்று மறைத்துக்கொண்டார். அவள் தன்னுடைய பார்வையை ஃபைவ் ஹண்ட்ரட் கூடத்தின் கூரையை நோக்கி உயர்த்தியபோது ஒரு வலிமிகுந்த முனகலை வெளியிட்டாள். அவள் வட்டமான கூரையைப் பார்ப்பதைக் கண்டு புரூடரும் மேலே பார்த்தார். அதில் ஓவியம் வரையப்பட்ட ஒரு கேன்வாஸின் நடுவில் கிழிந்த ஓட்டை தெரிந்தது.

அவர் அந்தப் பெண்ணை நோக்கித் திரும்பினார். “நாம் மேலே எப்படிச் செல்வது?”

அந்தக் கட்டிடத்தின் மற்றொரு முனையில், லேங்டனும் சியன்னாவும் மூச்சுக்கூட விடாமல்

சுரங்கத்தில் இருந்து கீழே இறங்கிக்கொண்டிருந்தனர். ஒருசில நொடிகளுக்குள்ளாகவே, ஒரு செந்நிற திரைக்குப் பின்னால் மறைக்கப்பட்டிருந்த ஒரு சிறிய மாட அறையை லேங்டன் கண்டு பிடித்துவிட்டார். அதை அவரால் தன்னுடைய ரகசியப்பாதை சுற்றுலாவில் இருந்து தெளிவாக நினைவுபடுத்திக்கொள்ள முடிந்தது.

அது ஏதென்ஸ் பிரபு படிக்கட்டு.

ஓடிவரும் காலடியோசைகளும், கூப்பாடுகளும் இப்போது எல்லா திசைகளில் இருந்தும் கேட்பதுபோல் தோன்றியது, தங்களுக்கு நேரம் குறைவாக இருப்பது லேங்டனுக்குத் தெரியும். அவர் அந்தத் திரையை நகர்த்தினார். அந்த சிறிய இறங்குபாதை வழியாக அவரும் சியன்னாவும் நழுவினர்.

எந்த வார்த்தையும் பேசாமல் அவர்கள் அந்த கல் படிக் கட்டில் இறங்கத் தொடங்கினர். அந்தப் பாதை அச்சுறுத்தும் வகையில் குறுகலான வளைந்துசெல்லும் படிக்கட்டுகளாக வடிவமைக்கப்பட்டிருந்தது. அவர்கள் ஆழமாக இறங்க இறங்க அது குறுகிக்கொண்டே செல்வதுபோல் இருந்தது. அந்தச் சுவர்கள் அவர்களை அழுத்திவிடுவதைப் போல் லேங்டன் உணர்ந்தாலும் அதற்கு மேல் அவர்கள் செல்லத் தேவையில்லாமல் இருந்தது.

தரைமட்டம்.

அந்தப் படிக்கட்டுகளின் அடியில் இருந்த இடம் ஒரு சிறிய கல் அறையாக இருந்தது. இருப்பினும் அதன் வெளியேறும் வழியானது பூமியில் இருப்பதிலேயே மிகச்சிறிய கதவாக இருந்தாலும் அது வரவேற்பிற்கு உரியதுதான். நான்கு அடிகள் உயரமே இருந்த அந்தக் கதவு ஒரு கனத்த மரத்தால் செய்யப்பட்டு இரும்பு ரிவிட்டுகள் அடிக்கப்பட்டிருந்தன. அதன் பலமான உட்புற போல்ட் மற்றவர்கள் அதை நெருங்கவிடாமல் வைத்திருந்தது.

“இந்தக் கதவிற்குப் பின்னால் இருந்து வரும் தெருவின் ஓசைகள் எனக்குக் கேட்கின்றன” என்று மெதுவாகக் கூறிய சியன்னா அப்போதும் நடுக்கத்துடனே காணப்பட்டாள். “இதன் மறுபக்கம் என்ன இருக்கிறது?”

“வயா டெல்லா நிய்ன்னா” என்ற லேங்டன் மக்கள் நெரிசல் மிகுந்த பாதாசாரிகள் நடைபாதையை மனதில் நினைத்துக் கொண்டார். “ஆனால், அங்கே போலீஸும் இருக்கலாம்.”

“அவர்களுக்கு நம்மை அடையாளம் தெரியாது. அவர்கள் பொன்னிற கேசம்கொண்ட பெண்ணையும், கருப்பு தலை முடியுள்ள ஆணையும்தானே தேடிக்கொண்டிருப்பார்கள்.”

லேங்டன் அவளை வினோதமாகப் பார்த்தார். "நாம் அப்படித்தானே இருக்கிறோம்..."

சியன்னா தலையைக் குலுக்கிக்கொண்டாள். சோகத்திலிருந்து விடுபட்ட உணர்வு அவள் முகத்தில் தெரிந்தது. "நீங்கள் என்னை இப்படிப் பார்க்க வேண்டாம், ராபர்ட். ஆனால் துரதிர்ஷ்டவசமாக அந்தக் கணத்தில் நான் இப்படித்தான் இருப்பேன்." தடுமாறியபடியே, சியன்னா தன்னுடைய தலை முடியில் கைவைத்து தன்னுடைய பொன்னிற கேசத்தை எடுத்தாள். பின்னர் தலையை குனிந்துகொண்டாள். அவளுடைய மொத்த தலைமுடியும் ஒரே இழுப்பில் வந்துவிட்டன.

லேங்டன் தடுமாறிவிட்டார். சியன்னா விக் அணிந்திருக்கிறாள். அது இல்லாமல் அவளுடைய தோற்றமே மாறிவிட்டது என்ற இரு உண்மைகளும் லேங்டனை துணுக்குறச் செய்தன. சியன்னா புரூக்ஸின் தலை உண்மையில் வழுக்கை, அவளுடைய வெறும் மொட்டைத்தலை மென்மையாக வெளிறிப் போயிருந்தது. அது ஏதோ புற்றுநோயாளி ஒருவர் கீமோதெரபி சிகிச்சை செய்துகொண்டதைப் போல் இருந்தது. ***மேல் பகுதியைப் பொறுத்தவரை, அவள் நோயாளி?***

"எனக்குத் தெரியும்" என்றாள் அவள். "அது பெரிய கதை. இப்போது கொஞ்சம் குனியுங்கள்." அவள் அந்த விக்கை எடுத்தபோது லேங்டனின் தலையில்தான் அதை மாட்டிவிடப் போகிறாள் என்பது தெளிவாகத் தெரிந்தது.

இதை சீரியஸாகவா செய்கிறாள்? லேங்டன் அரைமனதுடன் குனிந்தார். சியன்னா அந்த பொன்னிற தலைமுடியை அவர் தலையில் பொருத்திவிட்டாள். அந்த விக் மேலோட்டமாகத்தான் பொருந்தியது. ஆனால் தன்னால் முடிந்தவரை அவள் அதை சரிசெய்துவிட்டாள். சற்றுப் பின்னால் நகர்ந்து அவரை மதிப்பிட்டாள். முற்றிலும் திருப்தியடையாத அவள் அவர் அருகில் வந்து அவருடைய டையை இலகுவாக்கினாள். முன்னந்தலையில் லூப்பை நழுவவிட்டாள். அதை ஒரு கைக்குட்டையைப் போல் இறுக்கி சரியாக பொருந்தாத அந்த விக்கை அவர் தலையில் பாதுகாப்பாக வைத்தாள்.

இப்போது தன் வேலையைப் பார்க்கத் தயாராகிவிட்ட சியன்னா, தன்னுடைய கால்சராயை மடித்துவிட்டுக்கொண்டு, சாக்ஸ்களை கணுக்கால்வரை சுருட்டி விட்டுக்கொண்டாள். அவள் எழுந்து நின்றபோது அவள் உதடுகளில் ஒரு குறுநகையைப் பார்க்க முடிந்தது. அந்த அழகான சியன்னா புரூக்ஸ் இப்போது ஒரு பன்க்—ராக் வழுக்கைத் தலை. இந்த முன்னாள் ஷேக்ஸ்பியர்

நாடக நடிகையின் உருமாற்றம் அச்சுறுத்தக்கூடியது.

“நினைவில் வைத்துக்கொள்ளுங்கள்” என்றாள் அவள், “தொண்ணூறு சதவிகித அடையாளம் காணுதல் என்பது உடல் மொழியை வைத்துத்தான் நடக்கிறது. அதனால் நீங்கள் நடக்கும்போது ஒரு வயதான ராக் ஸ்டாரைப் போல் நடக்க வேண்டும்.”

வயதானவராக, என்னால் முடியும். ராக் ஸ்டாராக, என்னால் உறுதியாகச் சொல்ல முடியாது என்று நினைத்துக்கொண்டார் லேங்டன்.

இந்த விஷயத்தைப் பற்றி லேங்டன் விவாதிக்கத் தொடங்கும் முன்னரே அந்த சிறிய கதவின் போல்டுகளை கழற்றத் தொடங்கிய சியன்னா அதை இழுத்துத் திறந்தாள். தலையைக் குனிந்துகொண்டே மக்கள் கூட்டம் மிகுந்த அந்த கற்கள் பரப்பப்பட்ட தெருவில் வெளியேறினாள். அவளைப் பின்தொடர்ந்த லேங்டன் அந்த பகல் வெளிச்சத்தில் கை கால்கள் நான்கையும் ஏறத்தாழ ஒரே நேரத்தில் நீட்டி வைத்தபடி வெளியே வந்தார்.

பாலஸோ வெஷியோவின் அடித்தளத்தில் ஒரு சிறிய கதவின் பின்னால் இருந்து தோன்றிய, பொருத்தமே இல்லாத அந்த ஜோடியை ஒருசிலர் சற்று துணுக்குற்றுப் பார்த்தாலும், இரண்டாவது முறையாக அவர்களை யாரும் திரும்பிப் பார்க்கவில்லை. சில நொடிகளுக்குள், கிழக்கு நோக்கி நகர்ந்த லேங்டனும் சியன்னாவும் கூட்டத்தில் கரைந்துபோயினர்.

புளூம் பாரீஸ் கண்ணாடி அணிந்திருந்த அந்த ஆள் தன்னுடைய ரத்தம் வடியும் தோலை துடைத்துக்கொண்டே ராபர்ட் லேங்டன் மற்றும் சியன்னா புரூக்ஸிற்கு பின்னால் பாதுகாப்பான தொலைவில் அந்தக் கூட்டத்தின் ஊடாக பின்தொடர்ந்து கொண்டிருந்தார். அவர்கள் சாமர்த்தியமாக தங்களை உருமாற்றம் செய்துகொண்டாலும், வயா டெல்லா நிய்ன்னா தெருவில் அந்த சிறிய கதவில் இருந்து வெளியே வந்தபோதே அவர்களை கவனித்துவிட்ட அவர் அவர்கள் யார் என்பதையும் உடனடியாகத் தெரிந்துகொண்டார்.

அவர் சுழன்று திரும்ப வேண்டியிருந்ததற்கு முன்பு வரை அவர்களை ஒருசில கட்டிடங்கள் வரைதான் பின் தொடர்ந்திருந்தார். அவருடைய நெஞ்சு கடுமையாக வலித்தது. அவரை ஆழ்ந்து மூச்சுவிட கட்டாயப்படுத்தியது. நெஞ்சுக் கூட்டிற்குள் யாரோ குத்திவிட்டதைப் போல் அவர் உணர்ந்தார்.

அந்த வலியால் பற்களை கடித்துக்கொண்ட அவர், ஃப்ளோரன்ஸ் தெருக்களில் சியன்னாவையும் லேங்டனையும் பின்தொடர்ந்து செல்ல வேண்டியிருந்ததால் தன்னுடைய கவனத்தை அந்த வலியில் இருந்து திசை திருப்பிக்கொண்டார்.

❑

50

இப்போது முழுவதுமாக உயர்ந்திருந்த காலைநேர சூரியன், பழம் ஃப்ளோரன்சின் கட்டிடங்களுக்கு இடையே வளைந்து நெளிந்து செல்லும் குறுகலான கால்வாய்களில் நீண்ட நிழல்களை படர விட்டிருந்தது. தங்களுடைய கடைகளையும் மதுபான கூடங்களையும் பாதுகாத்திருந்த இரும்புக் கதவுகளை கடைக்காரர்கள் திறக்கத் தொடங்கினர். காஃபி மற்றும் புதிதாக சுடப்பட்ட கார்னெட்டி ரொட்டிகளின் மணங்களுடன் காலைநேரக் காற்று கெட்டிப்பட்டுத்தான் இருந்தது.

பசி அரித்துக்கொண்டிருந்தாலும் லேங்டன் தொடர்ந்து சென்றுகொண்டே இருந்தார். ***நான் அந்த முகமூடியை கண்டுபிடிக்க வேண்டும். அதன் பின்னால் என்ன இருக்கிறது என்பதைப் பார்த்தே ஆகவேண்டும்.***

சரிவான வயா டெய் லியோனி வழியாக வடக்குப்பக்கம் நோக்கி சியன்னாவை லேங்டன் அழைத்துச் செல்கையில், அவளுடைய வழுக்கைத் தலையை தான் பயன்படுத்திக்கொண்டது அவருக்கு மிகவும் சங்கடமாக இருந்தது. முற்றிலுமாக மாறிப் போயிருந்த அவளுடைய தோற்றம் அவளை அவ்வளவாகத் தெரியாது என்பதை அவருக்கு நினைவூட்டியது. அவர்கள் பியாஸா டெல் டுவோமோ இருந்த திசையை நோக்கிச் சென்று கொண்டிருந்தனர் — அந்த சதுக்கத்தில்தான் தன்னுடைய இறுதி தொலைபேசி அழைப்பை மேற்கொண்ட பின்னர் இக்னேஷியோ புஸோனி இறந்து கிடந்தார்.

ராபர்ட், மூச்சுகூட விடமுடியாத நிலையிலும் இக்னேஷியோ பேசியிருந்தார். *நீ தேடுவது பத்திரமாக மறைத்து வைக்கப் பட்டிருக்கிறது. அதன் கதவுகள் உனக்காக திறந்தே இருக்கின்றன. ஆனால் நீதான் விரைந்து செயல்பட வேண்டும். பாரடைஸ் டிவெண்டிஃபைவ். நல்வாழ்த்துகள்.*

பாரடைஸ் டிவெண்டி—ஃபைவ், தனக்குத்தானே சொல்லிக்கொண்ட லேங்டனுக்கு இன்னமும் புதிராகவே இருந்த விஷயம் என்னவென்றால், இக்னேஷியோ புஸோனி அந்த நிலையிலும் தாந்தேயின் படைப்பை நன்றாக நினைவில் வைத்திருந்து, தன்னுடைய நினைவில் இருந்து அந்த பிரத்யேக பாடலை குறிப்பிட்டதுதான். அந்தப் பாடலில் உள்ள ஏதோ ஒன்று புஸோனிக்கு நிச்சயம் மறக்க முடியாத ஒன்றாகத்தான் இருந்திருக்க வேண்டும். அது எதுவாக இருந்தாலும் தான் அதை நிச்சயம் கண்டுபிடித்துவிடுவோம் என்பது லேங்டனுக்குத் தெரியும், அந்தப் புத்தகத்தின் ஒரு பிரதி கிடைத்தவுடனே அவரால் எத்தனை இடங்களுக்கு வேண்டுமானாலும் சென்றுவர முடியும்.

அவருடைய தோள்பட்டை வரைக்கும் இருந்த விக் இப்போது அரிக்கத் தொடங்கியது. அத்துடன் தன்னுடைய உருவத்தில் அவர் ஏதோ ஓர் அசௌகரியத்தை உணர்ந்தாலும், சியன்னா மிகச் சரளமாக உருவாக்கிக்கொடுத்த இந்த அமைப்பு பயன்மிக்க தந்திரம் என்பதை அவர் ஒப்புக்கொள்ளத்தான் வேண்டும். அவர்களை யாரும் இரண்டாவது முறை திரும்பிப் பார்க்கவில்லை. அத்துடன் பாலஸோ வெஷியோ நோக்கி விரைந்துகொண்டிருந்த போலீஸ் உதவிப்படையினர்கூட அவர்களை கவனிக்கவில்லை.

சியன்னா அவருக்குப் பின்னால் முழு அமைதியுடன் நடந்து கொண்டிருந்தாள். அவளுக்கு ஒன்றும் பிரச்சினை இல்லையே என்று லேங்டன் அவளை ஏறிட்டுப் பார்த்துக்கொண்டார். அவள் எங்கோ தொலைவில் இருப்பதைப் போல் காணப்பட்டாள். ஒருவேளை தங்களைத் துரத்திவந்த அந்தப் பெண்ணை தான் கொன்றுவிட்ட உண்மையை ஒப்புக்கொள்ள முயற்சிக்கிறாள் போல் இருந்தது.

"உங்கள் சிந்தனைகளுக்கு ஒரு லைரா நாணயம் தரலாமா" மெதுவாக பேச ஆரம்பித்த அவர், பாலஸோ தரைத்தளத்தில் ஸ்பைக் தலைமுடி வைத்திருந்த பெண் இறந்துகிடந்த பிம்பத்தை அவள் மனதிலிருந்து அகற்றிவிடலாம் என்ற நம்பிக்கையுடன் தொடங்கினார்.

சியன்னா தன்னுடைய சிந்தனையில் இருந்து மெதுவாக வெளியே வந்தாள். "நான் ஜாப்ரிஸ்ட் பற்றி நினைத்துக் கொண்டிருந்தேன்" என்றாள் மெதுவாக. "அவரைப் பற்றி எனக்கு ஏதாவது தெரியுமா என்று நினைவுக்கு கொண்டுவர முயற்சித்தேன்."

"அப்புறம்?"

அவள் தோள்களைக் குலுக்கினாள். "அதில் பெரும்பாலும் சில வருடங்களுக்கு முன்னர் அவர் எழுதிய சர்ச்சைக்குரிய கட்டுரைகளாகவே இருந்தன. அது உண்மையிலேயே என்னிடத்தில் தங்கிவிட்டது. மருத்துவ சமூகத்தில் அது உடனடியாக வைரல் ஆனது." அவள் சற்றுத் தடுமாறினாள். "ஸாரி, சரியான வார்த்தைகள் கிடைக்கவில்லை."

லேங்டன் அவளைப் பார்த்து புன்முறுவல் பூத்தார். "சொல்லு."

"மனிதகுலம் அழிவின் விளிம்பில் இருக்கிறது என்பதுதான் அவருடைய கட்டுரையின் சாராம்சம், உலக மக்கள்தொகை பெருக்கத்தை பெருமளவு குறைப்பதற்கு ஏதேனும் பேரழிவு ஏற்படாவிட்டால் நம்முடைய இனம் இன்னொரு நூற்றாண்டு வரை தாக்குபிடிக்காது என்றும் குறிப்பிட்டிருந்தார்."

லேங்டன் அவளை நோக்கித் திரும்பிப் பார்த்தார். "ஒரு நூற்றாண்டுகூடவா?"

"அது மிகவும் கடுமையான ஆய்வு. அதற்கான யூகிக்கக்கூடிய கால அளவு முந்தைய மதிப்பீடுகளைக் காட்டிலும் மிகவும் குறைவானது. ஆனால் அதை ஏற்றுக்கொள்ளும் வகையில் மிகத் திறன்மிக்க அறிவியல் தரவுகள் உள்ளன. மனித வாழ்நாளை நீட்டிப்பதால் இந்த மக்கள்தொகை பிரச்சினையானது மிகவும் தீவிரமடையும் என்பதால் எல்லா மருத்துவர்களும் தங்களுடைய மருத்துவப் பயிற்சியை உடனடியாக நிறுத்த வேண்டும் என்றுகூட அவர் அறிவித்தார். இதனால் நிறைய எதிரிகளையும் சம்பாதித்துக்கொண்டார்."

அந்தக் கட்டுரை ஏன் மருத்துவ சமூகத்தில் காட்டுத்தீயைப் போல் பரவியது என்பதை லேங்டன் இப்போதுதான் புரிந்துகொண்டார்.

"ஆச்சரியப்பட எதுவுமில்லை" என்றாள் சியன்னா, "ஜாப்ரிஸ்ட் எல்லாப் பக்கங்களில் இருந்தும் தாக்குதலுக்கு ஆளானார் — அரசியல்வாதிகள், மதவாதிகள், உலக சுகாதார நிறுவனம் என — திகிலை ஏற்படுத்த முயற்சி செய்யும் வகையில் அழிவுநாளைக் கூறும் பித்துக்குளி என்று எல்லோருமே

அவரை வசைபாடினர். அவருடைய கூற்றில் காணப்படும் ஒரு மறைமுகமான கூற்றை அவர்கள் பிடித்துக்கொண்டனர். அதாவது இன்றைய இளைஞர் இனப்பெருக்கம் செய்வதை தேர்வு செய்தால், அவர்களுக்குப் பிறக்கும் குழந்தை மனித குலத்தின் முடிவை எதிர்கொள்ளும். ஜாப்ரிஸ்ட் தன்னுடைய கருத்தை 'அழிவுநாள் கடிகாரம்' கொண்டு விளக்கினார். அதைப் பொறுத்தவரை, பூமியில் இருக்கும் மனித வாழ்க்கையின் ஒட்டு மொத்த வாழ்நாளையும் ஒரே ஒரு மணிநேரத்தில் அடக்கினால்... நாம் இப்போது அதன் கடைசி நொடிகளில் இருக்கிறோம்."

"நான் அந்தக் கடிகாரத்தை ஆன்லைனில் பார்த்திருக்கிறேன்" என்றார் லேங்டன்.

"ஆமாம், அது அவருடையதுதான். அதுதான் ஒட்டு மொத்த குழப்பத்திற்கும் காரணமானது. இருந்தாலும், மனிதர்கள் நோய்களை *குணப்படுத்திக்கொள்ளாமல்,* அதை *உருவாக்கிக்கொண்டார்கள்* என்றால் அது மனிதகுலத்திற்கு மிகப்பெரிய உதவியாக இருக்கும் வகையில் தன்னுடைய ஜெனடிக் என்ஜினியரிங் மேம்பட்டிருக்கிறது என்று அவர் அறிவித்தபோதுதான் ஜாப்ரிஸ்ட்டிற்கு எதிரான மிகப்பெரிய தாக்குதல் தொடங்கியது."

"என்ன ?!"

"ஆமாம், நம்முடைய நவீன மருத்துவத்தால் குணப்படுத்த முடியாத வீரிய நோய்களை உருவாக்குவதன் மூலம் மக்கள்தொகை பெருக்கத்தை கட்டுப்படுத்த தன்னுடைய தொழில்நுட்பத்தைப் பயன்படுத்திக் கொள்ளலாம் என்று அவர் வாதிட்டார்."

வெளியிடப்பட்டால் முற்றிலுமாக கட்டுப்படுத்தவே முடியாத விநோதமான, வீரிய "பிரத்யேகமாக வடிவமைக்கப்பட்ட வைரஸ்களின்" பிம்பங்களால் அவருடைய மனம் தூண்டப்பட்ட போது தன்னுடைய அச்சம் அதிகரிப்பதை லேங்டனால் உணர முடிந்தது.

"சில வருடங்களிலேயே" என்றாள் சியன்னா, "மருத்துவ உலகின் மைய ஈர்ப்பாக விளங்கிய ஜாப்ரிஸ்ட் முற்றிலும் ஆதரவற்ற வராகிப் போனார். தடைசெய்யப்பட்ட ஒருவராகவும் ஆனார்." சற்று இடைவெளிவிட்ட அவளிடத்தில் ஒரு கருணைப்பார்வை தோன்றி மறைந்தது. "அதனால்தான் தடுமாறிப்போன அவர் தற்கொலை செய்துகொண்டார். இதில் மிகவும் சோகம் என்ன வென்றால் அவருடைய ஆய்வுகூட சரியாக இருக்கலாம் என்பது தான்."

லேங்டன் ஏறக்குறைய விழுந்தேவிட்டார். "மன்னிக்க வேண்டும் — அவர் சொன்னது *சரி* என்றா நினைக்கிறாய்?"

சியன்னா அவரை நோக்கி உறுதியாக தோள்களைக் குலுக்கினாள். "ராபர்ட், சுத்தமான அறிவியல் நிலைப்பாட்டில் இருந்து, — அதாவது எல்லாமே தர்க்கம், மனதிற்கு இடமேயில்லை என்பதில் இருந்து — பேசினால், எந்தவிதமான திடீர் மாற்றமும் இல்லை என்றால், நம்முடைய இனத்தின் முடிவை நோக்கி நாம் சென்றுகொண்டிருக்கிறோம் என்பதில் எந்த சந்தேகமும் இல்லை. அது வேகமாக வந்துகொண்டிருக்கிறது. அது தீ, சல்ஃபர், இறுதிநாள் அல்லது அணு ஆயுதப் போர் என்றெல்லாம் இருக்க வேண்டியதில்லை. அது இந்தக் கிரகத்தில் இருக்கும் மக்கள் எண்ணிக்கையாலேயே நடந்துவிடும். அதற்கான கணிதவியல் வரையறை கேள்விக்கு அப்பாற்பட்டது."

லேங்டன் இறுகிப்போனார்.

"நான் குறிப்பிடத்தகுந்த அளவுக்கு உயிரியலும் படித்திருக்கிறேன்" என்ற அவள், "தன்னுடைய சுற்றுச்சூழலில் பல்கிப் பெருகுவதன் காரணமாக ஒரு உயிரினம் முற்றிலுமாக அழிந்து போவதென்பது மிகவும் இயல்பானது. காட்டில் உள்ள ஒரு சிறிய குட்டையின் மேற்பகுதியில் வாழும் ஆகாயத்தாமரைச் செடி அந்தக் குட்டையின் சரியான சமநிலையில் உள்ள ஊட்டச்சத்துகளை உண்டு வாழ்வதை கற்பனை செய்து பாருங்கள். கட்டுப்படுத்தாவிட்டால், அவை மிகப்பெரியவையாக வளர்ந்து அந்தக் குட்டையின் மொத்தப் பரப்பையும் ஆக்கிரமித்துக்கொள்ளும். பின்னர் சூரிய ஒளியைத் தடுத்து அந்தக் குட்டையின் ஊட்டச்சத்துப் பெருக்கத்தை முற்றிலுமாக தடுத்துவிடும். தன்னுடைய சுற்றுச்சூழலில் கிடைக்கும் எல்லாவற்றையும் உண்டு செரித்துவிடக்கூடிய அதுவும்கூட விரைவிலேயே மடிந்து, எந்தத் தடயமும் இல்லாமலேயே காணாமல் போய்விடும்." அவள் ஆழ்ந்து பெருமூச்சுவிட்டாள். "இதே விதிதான் மனிதர்களுக்கும் காத்திருக்கிறது. நம்மால் கற்பனை செய்ய முடிவதைவிட வெகு விரைவிலும் வெகு வேகமாகவும் அந்த முடிவு வந்துவிடும்."

லேங்டன் முற்றிலும் அமைதி குலைந்துபோனார். "ஆனால்... அது சாத்தியமில்லாததைப் போன்றும் தோன்றுகிறதே."

"சாத்தியமில்லாதது இல்லை, ராபர்ட், ***நினைத்துப்பார்க்க முடியாதது.*** மூளையானது சமாளிக்க முடியாமல் அழுத்தத்திற்கு ஆளாகும் என்பதால், எல்லாவித யதார்த்தங்களையும் மறுப்பதற்

கான பாதுகாப்பு இயக்கமுறையை ஆரம்பம் முதற்கொண்டே மனித மனம் வளர்த்துக்கொண்டிருக்கிறது. அதுதான் *மறுப்பு*."

"மறுப்பு குறித்து நான் கேள்விப்பட்டிருக்கிறேன்" லேங்டன் அலட்சியமாக குறிப்பிட்டார். "ஆனால் அப்படி ஒன்று இருப்பதாக எனக்குத் தோன்றவில்லை."

சியன்னா தன் கண்களை உருட்டினாள். "அருமை, ஆனால் நம்புங்கள். அது மிகவும் நிஜமானது. மறுப்பு என்பது மனித பாதுகாப்பு இயக்கவியலின் மிக முக்கியப் பகுதி. அது இல்லை என்றால், நாம் ஒவ்வொரு நாள் காலையிலும் எழுந்திருக்கும்போதும் நாம் எப்படியும் செத்துவிடுவோம் என்ற எண்ணமே நம்மை திகிலடைய வைத்துக்கொண்டிருக்கும். அதற்குப் பதிலாக, நம்மால் சமாளிக்க முடிகின்ற மன அழுத்தங்களில் கவனம் செலுத்துவதன் மூலம் நம்முடைய இருப்பியல் அச்சங்களை நம் மனம் தடை செய்கிறது — அதாவது, சரியான நேரத்திற்கு வேலைக்கு செல்வது அல்லது நம்முடைய வருமான வரிகளை செலுத்துவது போன்றவற்றைப் பற்றியே கவனம் செலுத்துவது. நமக்கு விரிவான இருத்தல் சார்ந்த அச்சங்கள் தோன்றுகின்றன என்றால் அவற்றை வெகு விரைவாக கலைத்தெறிந்துவிட்டு எளிய வேலைகளிலும், தினசரி அல்லல்களிலும் நம்முடைய கவனத்தை செலுத்தத் தொடங்கிவிடுவோம்."

ஐவி லீக் பல்கலைக்கழகங்களைச் சேர்ந்த சில மாணவர்கள் செய்த ஆய்வில், அதிக அறிவுஜீவித்தனம் உள்ளவர்கள்கூட மறுப்பை நோக்கிய உள்ளுணர்வையே கொண்டிருக்கின்றனர் என்று தெரியவந்திருப்பதை லேங்டன் நினைவுகூர்ந்தார். அந்த ஆய்வின்படி, ஆர்டிக் பிரதேசத்தில் பனி உருகுவது அல்லது உயிரினங்கள் முற்றிலும் அழிவது குறித்த மனதை இறுக்கமாக்கும் ஆய்வுகளை வலைத்தளங்களில் படிக்கும்போது சட்டென்று அந்தக் பக்கத்தில் இருந்து வெளியேறி, தங்களுடைய மனங்களில் உள்ள பயத்தை போக்கிக்கொள்ள சற்றும் முக்கியத்துவம் இல்லாத விஷயங்களில் கவனத்தை செலுத்தவே பெரும்பாலான பல்கலைக்கழக மாணவர்கள் விரும்புகிறார்கள்; அப்படிப்பட்ட விருப்பமான தேர்வுகளில் விளையாட்டு நிகழ்வுகள், வேடிக்கையான பூனை விளையாட்டுகள் மற்றும் பிரபலங்களின் கிசு கிசுக்கள் ஆகியவை அடக்கம்.

"புராதன புராணீகத்தின்படி" என்றார் லேங்டன், "மறுக்கும் கதாநாயகன் என்பவன்தான் தலைக்கனத்திற்கும் தற்பெருமைக்குமான உச்சபட்ச நிரூபணம். இந்த உலகின்

ஆபத்துகள் தன்னை ஒன்றும் செய்யாது என்று நினைப்பவரைத் தவிர வேறு யாரும் அதிக தற்பெருமை கொண்டவராக இருந்துவிட முடியாது. இதைத் தெளிவாக ஒப்புக்கொள்ளும் தாந்தே, அதனை ஏழு கொடிய பாவங்களுள் ஒன்று என குற்றம்சாட்டுகிறார்... தற்பெருமை கொண்டவர்களை நரகத்தின் மிக ஆழமான சுற்றில் தண்டிக்கிறார்."

ஒரு கணம் அப்படியே இருந்த சியன்னா தொடர்ந்து பேசினாள். "உலகத் தலைவர்கள் பலரும் மறுப்பின் உச்சத்தில்தான் இருக்கிறார்கள்... அவர்கள் தங்களுடைய தலைகளை மணலில் புதைத்து வைத்திருக்கிறார்கள் என்று ஜாப்ரிஸ்ட்டின் கட்டுரை கடுமையாக குற்றம்சாட்டியது. குறிப்பாக அவர் உலக சுகாதார நிறுவனத்தை கடுமையாக விமர்சித்தார்."

"அது முடிந்துவிட்டதென்று நினைக்கிறேன்."

"அவர்கள் தெருமுனைகளில் 'முடிவு நெருங்கிவிட்டது' என்று பெயர்ப்பலகை வைக்கும் மத அடிப்படைவாதிகளுடன் ஒப்பிட்டுப் பேசினார்கள்."

"ஹார்வார்டு சதுக்கத்தில் இவை இரண்டு இருக்கின்றன."

"ஆமாம், இது நடக்கும் என்று நம்மால் கற்பனை செய்ய முடியாததால் நாம் அனைவருமே அவர்களை அலட்சியப் படுத்துகிறோம். ஆனால், என்னை நம்புங்கள். ஏதோ ஒன்று நடக்கப்போகிறது என மனித மனம் ***கற்பனை*** செய்யாததால் மட்டும்... அது நடக்காது என்று அர்த்தமாகிவிடாது."

"நீ ஜாப்ரிஸ்ட்டின் ரசிகையைப் போன்றே பேசுகிறாய்."

"நான் உண்மையின் ரசிகை" அவள் கடுமையாக பதில் கூறினாள், "அது ஏற்றுக்கொள்ள கடினமாக இருந்தாலும் சரி."

லேங்டன் அமைதியானார். அந்தக் கணத்தில் தான் மீண்டும் சியன்னாவிடம் இருந்து அந்நியப்பட்டுவிட்டதைப் போல் உணர்ந்தார். அத்துடன் உணர்ச்சியும், பற்றற்ற நிலையும் கலந்த அவளுடைய விசித்திரமான மன இயல்பின் கலவையை புரிந்துகொள்ள முயற்சித்தார்.

சியன்னா அவரை உற்றுப்பார்த்தாள். அவள் முகம் மென்மையானது. "இதோ பாருங்கள் ராபர்ட், மக்கள்தொகை பெருக்கத்திற்கான பதிலாக உலக மக்களில் பாதிப்பேரை ஒரு கொள்ளைநோய் கொன்றுவிடும் என்று ஜாப்ரிஸ்ட் சொல்வது சரியென்று நான் சொல்லவில்லை. அந்த நோய்களை குணப்படுத்து வதை நிறுத்த வேண்டும் என்றும் நான் சொல்லவில்லை. நாம்

சென்றுகொண்டிருக்கும் பாதையே அழிவுக்கான மிக எளிய சூத்திரம் என்றுதான் நான் சொல்ல வருகிறேன். மக்கள்தொகை பெருக்கம் என்பது முடிவுறு வெளி மற்றும் வரையறுக்கப்பட்ட மூலவளம் கொண்ட அமைப்பிற்குள் நடக்கும் மிகவிரைவான முன்னேற்றம். அதற்கான முடிவு மிக திடீரென்று வந்துவிடும். நம்முடைய அனுபவம் என்பது நம்மிடம் எரிபொருள் மெதுவாக தீர்ந்துகொண்டிருக்கிறது என்பதில் அல்லாமல்... முகட்டிலிருந்து கீழே விழுந்துகொண்டிருக்கிறோம் என்பதில்தான் இருக்க வேண்டும்."

லேங்டன் பெருமூச்சுவிட்டார். தான் அப்போது கேட்ட வற்றை மனதில் ஓடவிட்டுப் பார்த்தார்.

"இதைப்பற்றிப் பேசினால்" என்ற அவள், தங்களுக்கு இடது பக்கம் இருந்த வானத்தில் ஓரிடத்தை சுட்டிக்காட்டினாள். "அங்கிருந்துதான் ஜாப்ரிஸ்ட் குதித்திருப்பார் என்பதை என்னால் உறுதியாக சொல்ல முடியும்."

தங்களுக்கு வலதுபக்கம் இருக்கும் பார்கெல்லா அருங்காட்சி யகத்தின் நேரான கட்டிட முகப்பை தாங்கள் இப்போதுதான் கடந்து வந்திருக்கிறோம் என்பதை லேங்டன் கண்டார். அதற்குப் பின்னால், சுற்றியிருக்கும் கட்டிடங்களுக்கு மத்தியில் பாடியா கோபுரத்தின் கூரான கோபுரம் எழுந்து நின்றது. அவர் அந்த கோபுரத்தின் உச்சியைப் பார்த்தார். ஜாப்ரிஸ்ட் ஏன் குதித்தார் என்றும், அது நரகமல்ல என்று அவர் எப்படி நம்பினார் என்றும் லேங்டன் ஆச்சரியப்பட்டார். ஏனென்றால் அவர் பயங்கரமான ஏதோ ஒரு விஷயத்தை செய்துவிட்டார். நடக்கப்போவதை எதிர்கொள்ள அவர் விரும்பவில்லை.

"ஜாப்ரிஸ்ட்டை விமர்சிப்பவர்கள்கூட" என்றாள் சியன்னா. "அவர் உருவாக்கிய பல ஜெனடிக் தொழில்நுட்பங்கள் வாழ் நாள் நீட்டிப்பை அதிகரிக்கவே செய்திருக்கின்றன என்ற முரண் பாட்டையும் சுட்டிக் காட்டியிருக்கிறார்கள்."

"அதுதானே மக்கள்தொகை பிரச்சினையுடன் சம்பந்தப் பட்டிருக்கிறது."

"சரியாக சொன்னீர்கள். '**கேட்ட வரங்களைத் தரும் ஜீனி பூதத்தை மீண்டும் பாட்டிலுக்குள் அடைத்து, மனித வாழ்நாள் நீட்டிப்பிற்கு அது அளித்த பங்களிப்புகளை அழிக்க வேண்டும் என்பதே என்னுடைய விருப்பம்**' என ஜாப்ரிஸ்ட் ஒருமுறை பகிரங்கமாகவே அறிவித்திருந்தார். அது சித்தாந்தரீதியில் அறிவுப் பூர்வமானது என்றே நான் நினைக்கிறேன். நாம் எவ்வளவு நீண்டகாலம் வாழ்கிறோமோ, அந்த அளவுக்கு நம்முடைய

மூலவளங்களை முதியவர்களுக்கும் நோயுற்றவர்களுக்கும் வழங்க வேண்டியிருக்கும்."

லேங்டன் ஆமோதித்தார். "இதைப்பற்றி நான் அமெரிக்காவில் படித்திருக்கிறேன். ஆரோக்கிய பராமரிப்பு செலவுகளில் அறுபது சதவிகிதம் தங்கள் வாழ்நாளின் கடைசி எட்டு மாதங்களில் இருந்த நோயாளிகளுக்கு செலவிடப்பட்டுள்ளன."

"உண்மை, அதேநேரம் நம்முடைய மூளையோ 'இது பைத்தியக்காரத்தனம்,' என்கிறது. நம்முடைய மனமோ, 'நம்மால் முடிந்தவரை பாட்டியை நீண்ட நாட்கள் உயிருடன் வைத்திருக்க வேண்டும்' என்கிறது. "

லேங்டன் ஒப்புக்கொண்டார். "புராணீகத்தில் வரும் அப்போல்லோவுக்கும் டயோனிசஸுக்கும் இடையில் நடந்த புகழ்பெற்ற போர் — புராணீகத்திலேயே மிகப்புகழ்பெற்ற சிக்கலான சூழ்நிலை அது. அது பல யுகங்களுக்கு நடைபெற்ற மனதிற்கும், இதயத்திற்குமான போர்."

லேங்டன் கேள்விப்பட்டிருந்த அந்த புராணீக குறிப்பை, குடிக்கு அடிமையானவர்களை மீட்கும் சந்திப்புகளில் இப்போது பயன்படுத்துகிறார்கள். அதாவது ஒரு ஆல்கஹாலிக் அடிமையான நபர் ஒரு கோப்பை ஆல்கஹாலையே உற்றுப் பார்த்துக்கொண்டிருக்கிறார். அவருடைய மூளைக்குத் தெரியும், அது அவருக்கு ஆபத்தானது என்று, ஆனால் அவருடைய மனமோ அது தரும் இதமான உணர்வுக்கு ஏங்குகிறது. இதன் மூலமான செய்தி என்னவென்றால்: தனிமையாக இருப்பதாக நினைக்காதே — கடவுளர்கள்கூட குழப்பமானவர்கள்தான்.

"அகதூசியா யாருக்கு வேண்டும்? (Who needs agathusia?)" என்று சட்டென்று கிசுகிசுத்தாள் சியன்னா?

"மன்னிக்க வேண்டும், புரியவில்லையே?"

சியன்னா அவரை ஏறிட்டுப் பார்த்தாள். "எனக்கு ஜாப் ரிஸ்ட்டின் கட்டுரையின் பெயர் இப்போதுதான் நினைவுக்கு வந்தது. *அது Who needs agathusia?*"

லேங்டன் அகதூசியா என்ற வார்த்தையை கேள்விப் பட்டதில்லை. ஆனால், கிரேக்க வேர்ச்சொல்லை வைத்து கணித்தால் — அகதோஸ் மற்றும் தூசியா. "அகதூசியா... அது 'சிறந்த தியாகம்' என்று வருமா?"

"ஏறக்குறைய. அதன் உண்மையான அர்த்தம் 'பொது நலனுக்காக செய்துகொள்ளும் சுய தியாகம்'" என்று அவள்

சற்று இடைவெளி விட்டாள். "வேறுவகையில் சொன்னால், நன்மைக்கான தற்கொலை."

லேங்டன் உண்மையிலேயே இந்த சொற்பதத்தை முன்னமே கேள்விப்பட்டிருக்கிறார். ஒருமுறை, திவாலான தந்தை ஒருவர் தன்னுடைய குடும்பத்தினர் இன்ஷுரன்ஸ் பணத்தைப் பெற்றுக்கொள்வதற்காக தற்கொலை செய்துகொண்டதாக கேள்விப்பட்டபோதும், மற்றொருமுறை, ஒரு சீரியல் கில்லர் தன்னுடைய கொலை செய்யும் தூண்டுதலை கட்டுப்படுத்தவே முடியவில்லை என பயந்துபோய் தன்னுடைய வாழ்க்கையை முடித்துக்கொண்டபோதும்.

லேங்டன் கேள்விப்பட்டதிலேயே மிகவும் சில்லிட வைக்கும் உதாரணம், 1967இல் வெளிவந்த லோகன்ஸ் ரன் என்ற நாவல்தான். அதில், இந்த கிரகத்தின் வரையறைக்கு உட்பட்ட மூலவளங்களில் தங்களுடைய எண்ணிக்கையும் மற்றும் மூப்படைதலும் அழுத்தம் ஏற்படுத்திவிடக்கூடாது என்பதற்காக தங்களுடைய இளமையை முழுமையாக அனுபவித்து விட்டு இருபத்தியோரு வயதிலேயே தற்கொலை செய்து கொள்வதென்று எல்லோரும் மகிழ்ச்சியுடன் உடன்படுகின்ற ஓர் எதிர்கால சமூகம் சித்தரிக்கப்பட்டிருக்கும். லேங்டன் சரியாக நினைவுபடுத்திக்கொண்டார் என்றால், அந்தப் படத்தில் மரணமடைவதற்கான வயது இருபத்தி ஒன்றில் இருந்து முப்பதாக உயர்த்தப்பட்டிருக்கும். இது பாக்ஸ் ஆபீஸ் வசூலுக்காக செய்யப்பட்ட சமரசம் என்பதில் எந்த சந்தேகமும் இல்லை, அப்போதுதான் பதினெட்டு முதல் இருபத்தைந்து வயது வரையுள்ள பார்வையாளர்களை ஏற்றுக்கொள்ளச் செய்ய முடியும்.

"அப்படியென்றால் ஜாப்ரிஸ்டின் கட்டுரை..." என்றார் லேங்டன். "இந்தத் தலைப்பை புரிந்துகொண்டேன் என்று என்னால் சொல்ல முடியவில்லை *'Who needs agathusia?'* அவர் அதை நகைமுரணோடுதான் சொன்னாரா? நன்மைக்கான தற்கொலை யாருக்கு வேண்டும் என்றால் ... நம் ***எல்லோரும்தானே?***"

"உண்மையில் அப்படி இல்லை.. அந்தத் தலைப்பு ஒரு வார்த்தை விளையாட்டு."

லேங்டன் தலையைக் குலுக்கினார், அவர் அதை கவனிக்க வில்லை.

"Who needs suicide - ***இதில் வரும்*** *Who* ***என்பது*** *W-H-O - World Health Organization -* ***உலக சுகாதார நிறுவனம்.*** தன்னுடைய கட்டுரையில், உலக சுகாதார நிறுவனத்தின் இயக்குநரும், எப்போதும் அங்கேயே

இருப்பவருமான டாக்டர். எலிசபெத் சின்ஸ்கிக்கு எதிராக ஜாப்ரிஸ்ட் கடுமையான குற்றச்சாட்டுகளைக் கூறியிருந்தார். ஜாப்ரிஸ்ட்டின் கூற்றுப்படி, அந்த நிறுவனம் மக்கள்தொகை கட்டுப்பாட்டை சீரியஸாக எடுத்துக்கொள்ளவில்லை. இயக்குநரான சின்ஸ்கி தற்கொலை செய்துகொண்டால் உலக சுகாதார நிறுவனம் நன்றாக செயல்படும் என்றும் அந்தக் கட்டுரையில் குறிப்பிட்டிருக்கிறார்."

"கருணை உள்ளம்கொண்ட ஆள்தான்."

"மேதைமையுடன் இருப்பதால வரும் ஆபத்து என்றே நினைக்கிறேன். பல சமயங்களில், இத்தகைய ஸ்பெஷலான மூளைகள், அதாவது மற்றவர்களைக் காட்டிலும் மிகத் தீவிரமாக கவனம் செலுத்தும் திறமையுள்ளவர்கள், உணர்ச்சிரீதியான முதிர்ச்சியின் தியாக உணர்வில் அப்படிச் செய்கிறார்கள்."

சியன்னாவைப் பற்றிய கட்டுரைகளை லேங்டன் நினைத்துப் பார்த்தார். 208 அளவு ஐக்யூ கொண்ட, மிகவும் மேம்பட்ட அறிவுஜீவி செயல்திறன் கொண்ட குழந்தை மேதை. ஜாப்ரிஸ்ட்டைப் பற்றிப் பேசுகையில் அவளும்கூட ஏதோ ஒரு அளவில் தன்னைப்பற்றியும் பேசுகிறாளோ என்று லேங்டனுக்கு சந்தேகமாக இருந்தது; தன்னுடைய ரகசியத்தை எவ்வளவு காலத்திற்குத்தான் அவள் மூடிவைத்துக்கொள்ளப் போகிறாளோ என்று லேங்டனுக்குத் தெரியவில்லை.

தங்களுக்கு முன்னால், தான் தேடிவந்த நிலக்குறியீடு இருந்ததை லேங்டன் கண்டுகொண்டார். வெய டெய் லியோனியை கடந்த பின்னர், மிகவும் குறுகலான தெருக்களுடன் குறுக்கு நெடுக்காக இருந்த சந்திற்கு லேங்டன் அவளை அழைத்து வந்திருந்தார். அவர்களுடைய தலைக்கு மேலாக இருந்த தகவல் பலகையில் ***தாந்தே அலிஜீரி வழி*** என்று எழுதப்பட்டிருந்தது.

"மனித மூளை பற்றி உனக்கு நிறைய தெரியும்போல் தெரிகிறதே" என்றார் லேங்டன். "மருத்துவப் பள்ளியில் அதுதான் உன்னுடைய கவனத்தை ஈர்த்த துறையா?"

"இல்லை, நான் குழந்தையாக இருக்கும்போது நிறைய படித்திருக்கிறேன். எனக்கு சில மருத்துவப் பிரச்சினைகள் இருந்ததால்... மூளை அறிவியலில் எனக்கு ஆர்வம் ஏற்பட்டது."

அவள் தொடர்ந்து பேசுவாள் என்ற ஆர்வத்துடன் லேங்டன் அவளைப் பார்த்துக்கொண்டிருந்தார்.

"என்னுடைய மூளை..." என்றாள் சியன்னா அமைதியாக. "பெரும்பாலான சிறுவர்களிடம் இருந்து மாறுபட்டு வளர்ந்தது.

அதனால் சில பிரச்சினைகள் ஏற்பட்டன. எனக்கு என்ன பிரச்சினை என்று கண்டுபிடிக்க நான் நிறைய நேரங்களை செலவிட்டேன். அப்போதுதான் நியூரோசயின்ஸ் பற்றி நிறைய தெரிந்துகொண்டேன்." அவள் லேங்டனின் கண்களைப் பார்த்தாள். "ஆமாம், என்னுடைய வழுக்கைத் தலையும் மருத்துவ நிலையோடு சம்பந்தப்பட்டதுதான்."

லேங்டன் அவளுடைய பார்வையைத் தவிர்த்தார். தான் கேட்டுவிட்டதற்காக வெட்கப்பட்டார்.

"அதைப்பற்றிக் கவலைப்படாதீர்கள். அதனுடனே வாழ நான் கற்றுக்கொண்டுவிட்டேன்" என்றாள் அவள்.

நிழலார்ந்த அந்த சந்தின் சில்லிட்ட காற்றினூடாக அவர்கள் சென்றுகொண்டிருக்கையில், ஜாப்ரிஸ்ட்டைப் பற்றியும், அவருடைய அபாயகரமான தத்துவார்த்த நிலைப்பாடுகள் குறித்த எல்லாவற்றையும் தான் தெரிந்துகொண்டதாக லேங்டன் நினைத்துக்கொண்டார்.

மறுபடி மறுபடி தோன்றிய கேள்வி அவரைக் கவலைப்பட வைத்தது "அந்த சோல்ஜர்கள்" லேங்டன் தொடங்கினார். "நம்மைக் கொலைசெய்ய முயன்றவர்கள். யார் அவர்கள்? எனக்கு எதுவும் புரியவில்லை. ஜாப்ரிஸ்ட் ஒரு சக்திவாய்ந்த கொள்ளை நோயை பரப்பப் போகிறார் என்றால் எல்லாரும் ஒரே பக்கம்தானே இருக்க வேண்டும், அது வெளிவராமல் தடுக்கத்தானே வேண்டும்?"

"அப்படி இருக்கவேண்டிய அவசியமில்லை. மருத்துவ சமூகத்தில் ஜாப்ரிஸ்ட் ஒரு தீண்டத்தகாதவர். ஆனால் அவருடைய சித்தாந்தத்தை ஆமோதித்து ஏற்றுக்கொள்ளும் அர்ப்பணிப்புள்ள ஒரு ரசிகர் கூட்டமே அவருக்கு இருக்கிறது. அதாவது இந்த கிரகத்தைக் காப்பாற்ற வகைபிரித்து தேர்வுசெய்தல் என்பது ஒரு அடிப்படை அவசியம் என்பதை ஏற்றுக்கொள்ளும் கூட்டம். நமக்குத் தெரிந்ததெல்லாம், இந்த சோல்ஜர்கள் ஜாப்ரிஸ்ட்டின் தொலைநோக்கு நிஜமாவதை உறுதிப்படுத்த முயற்சிக்கிறார்கள் என்பதுதான்."

ஜாப்ரிஸ்ட்டுக்கு சொந்தமான தனி மாணாக்கர் படையா? லேங்டன் அதற்கும் சாத்தியம் உண்டு என நினைத்தார். எல்லாவிதமான பித்துக்குளித்தனமான கருத்துகளுக்காகவும் தங்களை மாய்த்துக்கொள்ளக்கூடிய அடிப்படைவாதிகளையும் வரலாறு நிரம்பப் பெற்றிருக்கிறது — அவர்கள் மெஸையாதான் தங்களுடைய தலைவர் என்ற நம்பிக்கைக்காகவும், நிலவிற்குப்

பின்னால் ஒரு விண்கலம் தங்களுக்காக காத்திருக்கிறது என்பதற் காகவும், தீர்ப்புநாள் தவிர்க்கவே முடியாதது என்பதற்காகவும் தங்கள் உயிரை மாய்த்துக்கொண்டவர்கள்.

"இந்த சோல்ஜர் கூட்டம் அப்பாவி மக்களைக் கொல்வ தென்று தெரிந்தே ஒப்புக்கொண்டு பயிற்சி பெற்றிருக்கிறார்கள் என்பதையும்... அதே நேரத்தில் தாங்களும் நோயுற்று மடிந்து விடுவோம் என்பது அவர்களுக்கு தெரிந்தே இருக்கும் என்பதையும் என்னால் கொஞ்சமும் நம்ப முடியவில்லை."

சியன்னா அவரை புதிராகப் பார்த்தாள். "ராபர்ட், சோல்ஜர்கள் போருக்கு செல்லும்போது என்ன *நினைத்துக்கொண்டிருப்பார்கள்* என்று நினைக்கிறீர்கள்? தங்களுடைய உயிரைப் பணயம் வைத்து அப்பாவி மக்களைக் கொல்கிறார்கள். ஏதோ ஒரு கொள்கையில் மக்கள் நம்பிக்கை வைக்கும்போது எதுவுமே சாத்தியம்தான்."

"கொள்கையா? கொள்ளை நோயைப் பரப்புவதா?"

சியன்னா அவரை உற்று நோக்கினாள். அவளுடைய பழுப்புநிறக் கண்கள் ஆராய்ந்தன. "ராபர்ட், கொள்ளை நோயைப் பரப்புவது *கொள்கை* அல்ல. அது உலகத்தைக் காப்பாற்றுவது." அவள் சற்று இடைவெளி விட்டாள். "பெர்ட்ரண்ட் ஜாப்ரிஸ்ட் டின் கட்டுரையின் ஒரு பத்தியில் மிகவும் யூகரீதியான ஒரு கேள்வியைப் பற்றி நிறையபேர் பேசுகிறார்கள். அதற்கு நீங்கள் பதில் சொல்லுங்கள்."

"என்ன கேள்வி அது?"

"ஜாப்ரிஸ்ட் இவ்வாறு கேட்கிறார்: ஒரு ஸ்விட்சை அழுத்தி அங்குமிங்குமாக பூமியில் உள்ள மக்கள்தொகையில் பாதியை உங்களால் கொன்றொழிக்க முடியும் என்றால், நீங்கள் அதை செய்வீர்களா?"

"நிச்சயம் மாட்டேன்."

"*சரி இருக்கட்டும். நீங்கள் அந்த ஸ்விட்சை உடனடியாக அழுத்தாவிட்டால் அடுத்த நூற்றாண்டிற்குள் மனித இனம் முற்றிலுமாக அழிந்துவிடும் என்று உங்களிடம் சொல்லப் பட்டால்?*" அவள் சற்று நிறுத்தி நிதானித்தாள். "அதை நீங்கள் அழுத்துவீர்களா? அது நீங்கள் உங்களுடைய நண்பர்கள், குடும்பம் மற்றும் உங்களையேகூட அழித்துக்கொள்ள வேண்டியிருக்கும் என்றாலும்கூட?"

"சியன்னா, என்னால் அப்படி —"

நரகம் ❖ 361

"அது ஒரு யூகரீதியான கேள்விதான்" என்றாள் அவள். "மனித இனத்தை அழிவில் இருந்து காப்பாற்ற இன்றுள்ள மக்கள் தொகையில் பாதிப்பேரை உங்களால் கொல்ல முடியுமா?"

அவர்கள் தற்போது விவாதித்துக்கொண்டிருக்கும் படுபயங்கரமான விஷயத்தால் ஆழமான தொந்தரவுக்கு ஆளானதை லேங்டன் உணர்ந்தார். அத்துடன், அவர்களுக்கு சற்று முன்பாக ஒரு புகழ்பெற்ற சிவப்புநிற பேனர் ஒன்று தொங்கிக்கொண்டிருப்பதைக் கண்டு அவர் மகிழ்ச்சியும் அடைந்தார்.

"பார்" என்று அவர் சுட்டிக்காட்டினார். "நாம் வந்து விட்டோம்."

சியன்னா தன் தலையைக் குலுக்கினாள். "இதுவும்கூட நான் சொன்னது போன்றதுதான். *மறுப்பு.*"

❑

51

கஸா டை தாந்தே, வெயா சாண்டா மார் கெரிட்டாவில்தான் இருக்கிறது. அதனை மியுஸியோ கஸா டை தாந்தேயின் சந்தினில் பாதியை அடைத்துக்கொண்டு ஒரு கற்சுவரின் முகப்பில் தொங்கிக் கொண்டிருந்த பெரிய பேனரின் மூலம் சுலபமாக அடையாளம் காண முடிந்தது.

சியன்னா அந்த பேனரை அவநம்பிக்கையுடன் பார்த்தாள். "நாம் தாந்தேயின் *மாளிகைக்கா* செல்கிறோம்?"

"இல்லை" என்றார் லேங்டன். "தாந்தே இதன் முனையில் வசித்தார். இது அதற்கும் மேலாக தாந்தேயின்... அருங்காட்சியகம்." லேங்டன் இந்த இடத்திற்குள் ஒருமுறை வந்திருக்கிறார். கலை சேகரிப்புகள் மீதுள்ள ஆர்வத்தால் இங்கு வந்த அவருக்கு அவை அனைத்தும் உலகம் முழுவதிலும் தாந்தே சம்பந்தப்பட்ட படைப்புகளின் போலித் தயாரிப்புகள் என்று தெரியவந்தது. ஆனாலும் அவை அனைத்தையும் ஒரே கூரையின் கீழ் பார்ப்பதே மிகவும் சுவாரஸியமானதுதான்.

சியன்னா சட்டென்று நம்பிக்கை வந்தவளாகக் காணப்பட்டாள். "*தெய்வீக இன்பியலின்* புராதன பதிப்பை அவர்கள் பார்வைக்கு வைத்திருக்கிறார்கள் என்றா நினைக்கிறீர்கள்?"

லேங்டன் சிரித்துக்கொண்டார். "இல்லை, ஆனால் மைக்ரோஸ்கோபிக் வகையில் அச்சிடப் பட்ட தாந்தேயின் தெய்வீக இன்பியல் முழு

பிரதியுடன், பெரிய போஸ்டர்களை விற்கின்ற பரிசுப்பொருள் கடையை வைத்திருக்கிறார்கள் என்பது தெரியும்."

அவள் சற்றே அதிர்ச்சியுடன் அவரை ஏறிட்டுப் பார்த்தாள்.

"எனக்குத் தெரியும் சியன்னா. ஆனால் ஒன்றுமில்லாததற்கு இது எவ்வளவோ நல்லது. பிரச்சினை என்னவென்றால் என் கண் பார்வை சரியில்லை. அதனால் ஒரு நல்ல பதிப்பை நீதான் படிக்க வேண்டும்."

"மூடிவிட்டோம்" அவர்கள் தம்முடைய கதவை நோக்கி வருவதைப் பார்த்த ஒரு முதியவர் சத்தமாகக் கூறினார். "இன்று ஓய்வு நாள்."

நோன்புக்காக மூடப்பட்டதா? லேங்டனுக்கு மீண்டும் குழப்பமான உணர்வு ஏற்பட்டது. அவர் சியன்னாவைப் பார்த்தார். "இன்றைக்கு... திங்கள்கிழமை இல்லையா?"

அவள் ஆமோதித்தாள். "ஃப்ளோரண்டைன்வாசிகள் திங்கள்கிழமைதான் நோன்பிருப்பார்கள்."

லேங்டன் முனகினார். அந்த நகரத்தின் வழக்கத்திற்கு மாறான வாராந்திர காலண்டர் அவருக்கு சட்டென்று நினைவுக்கு வந்தது. வார இறுதி நாட்களில்தான் சுற்றுலாவாசிகளின் டாலர்கள் மிதமிஞ்சி புரள்கின்றன என்பதால், நிறைய ஃபளோரண்டைன் வியாபாரிகள் தங்களுடைய அடிப்படை ஆதாரத்தை நோன்பு நாள் தடுத்துவிடக் கூடாது என்பதற்காக கிறிஸ்துவ "ஓய்வு தினமான" ஞாயிற்றுக் கிழமையை திங்கள்கிழமைக்கு மாற்றி வைத்துக்கொண்டார்கள்.

துரதிர்ஷ்டவசமாக இது தனக்கிருக்கும் மற்றொரு வாய்ப்பை நோக்கிச் செல்லுமாறுதான் கட்டாயப்படுத்துகிறது என்பதை லேங்டன் உணர்ந்தார்: ***பேப்பர்பேக் எக்ஸ்சேஞ்ச்***, லேங்டனுக்கு பிடித்தமான ஃப்ளோரண்டைன் புத்தகக் கடைகளுள் ஒன்றான அதில் நிச்சயம் ***தெய்வீக இன்பியல்*** புத்தகம் கையிருப்பில் இருக்கும்.

"வேறு ஏதாவது யோசனை இருக்கிறதா?" என்றாள் சியன்னா.

நீண்டநேரம் யோசித்த லேங்டன் இறுதியில் தலையாட்டினார். "அந்த முனைக்குப் பக்கத்தில் உள்ள இடத்தில் தாந்தே அபிமானிகள் கூடுவார்கள். அங்கே நமக்கு உதவக்கூடிய வகையில் நிச்சயம் யாராவது ஒருவர் அதன் பிரதியை வைத்திருப்பார்."

"அதுவும்கூட மூடப்பட்டிருக்கலாம்" சியன்னா எச்சரித்தாள்.

“ஏறக்குறைய இந்த நகரத்தில் உள்ள எல்லா இடங்களுமே நோன்பு தினத்தை ஞாயிற்றுக்கிழமையில் இருந்து மாற்றியிருப்பார்கள்.”

“அந்த இடத்தை அப்படிப்பட்ட ஒன்றாக நினைக்க முடியாது” என்று லேங்டன் புன்னகையுடன் பதிலளித்தார். “அது ஒரு சர்ச்.”

அவர்களுக்கு ஐம்பது அடிகள் தள்ளி, கூட்டத்தோடு கூட்டமாக, தோலில் அரிப்புடன் காதில் தங்கத் தோட்டுடன் சுவரில் சாய்ந்திருந்த அந்த மனிதன் தன்னுடைய சுவாசத்தை சுலபமாக்கிக்கொள்ள இந்த வாய்ப்பைப் பயன்படுத்திக் கொண்டான். அவனுடைய சுவாசம் இன்னமும் முன்னேறவில்லை. முகத்தில் ஏற்பட்டிருந்த அரிப்பை கண்டுகொள்ளாமல் விடுவதற்கு சாத்தியமே இல்லை. குறிப்பாக கண்களுக்கு சற்று மேலே உணர்ச்சிமிகுந்த இடத்தில் இடைவிடாமல் அரித்துக்கொண்டே இருந்தது. தன்னுடைய புளூம் பாரிஸ் கண்ணாடிகளை அகற்றிய அவன் கண்ணின் குழிக்குள் தன்னுடைய சட்டைக்கை துணியால் தோலினை கிழித்துவிடாதபடி துடைத்துவிட்டுக் கொண்டான். கண்ணாடிகளை அணிந்துகொண்டபோது தன்னுடைய இரை நகர்ந்து கொண்டிருப்பதை அவன் பார்த்தான். அவர்களைப் பின்தொடர வேண்டிய கட்டாயத்தில் முடிந்தவரை மென்மையாக மூச்சுவிட்டுக்கொண்டே அவர்களைத் தொடர்ந்து சென்றான்.

லேங்டன் மற்றும் சியன்னா இருக்கும் இடத்தில் இருந்து சில கட்டிடங்கள் பின்னால், ஃபைவ் ஹண்ட்ரட் கூடத்திற்கு உள்ளே, மிகமிக நன்கு பரிச்சயமான, கைகளை விரித்தபடி தரையில் கிடக்கின்ற, ஸ்பைக் தலைமுடி கொண்ட பெண்ணின் நொறுங்கிய உடலுக்கு அருகில் ஏஜெண்ட் புரூடர் நின்றுகொண்டிருந்தார். அவளை நோக்கிக் குனிந்த அவர் அவள் துப்பாக்கியை எடுத்து, அதை தன்னுடைய ஆட்களுள் ஒருவனிடம் கொடுக்கும் முன்னர் பாதுகாப்பு கிளிப்பை கவனமாக நீக்கினார்.

கர்ப்பவதியான அருங்காட்சியக நிர்வாகி மார்த்தா ஆல்வெரஸ் மற்றொரு பக்கம் நின்றுகொண்டிருந்தாள். நேற்று இரவு முதல் ராபர்ட் லேங்டனுடன் நடந்துகொண்டிருந்த விஷயங்களின் விவரங்களை அப்போதுதான் அவள் புரூடரிடம் சுருக்கமாக சொல்லியிருந்தாள்... அதில் இருந்த ஒரே ஒரு தகவலைத்தான் புரூடர் இப்போதும் புரிந்துகொள்ள முயற்சித்துக் கொண்டிருந்தார்.

லேங்டன் தனக்கு அம்னீஷியா ஏற்பட்டதாக சொல்லியிருக்கிறார்.

தன்னுடைய ஃபோனை வெளியே எடுத்த புரூடர் டயல்

செய்தார். தன்னுடைய பாஸ் பதில் சொல்லும் முன்னர் அடுத்த முனையில் மூன்றுமுறை அந்த தொலைபேசி ஒலித்தது. அது ஏதோ தொலைவில் இருப்பதுபோல் நிலையற்றுக் கேட்டது.

"யெஸ், ஏஜெண்ட் புரூடர்? சொல்லுங்கள்."

தன்னுடைய ஒவ்வொரு வார்த்தைகளும் புரிந்துகொள்வதை உறுதிசெய்துகொள்ளும் வகையில் புரூடர் மெதுவாகப் பேசினார். "லேங்டனையும் அந்தப் பெண்ணையும் நாங்கள் இன்னும் தேடிக்கொண்டுதான் இருக்கிறோம். ஆனால் இங்கே மற்றொரு விஷயமும் நடந்திருக்கிறது" என்ற புரூடர் சற்று இடைவெளி விட்டார். "அதுமட்டும் உண்மை என்றால்... எல்லாமே மாறிவிடும்."

தலைவர் தன் அலுவலகத்தில் முன்னும் பின்னுமாக நடந்து கொண்டிருந்தார். உணர்ச்சிகளுடன் போராடிக் கொண்டிருந்த அவர் தானாகவே சென்று மற்றொரு ஸ்காட்சை குவளையில் ஊற்றியபடி, பெரிதாகிக்கொண்டே இருக்கும் இந்த தலையாய பிரச்சினையை எதிர்கொள்ள தன்னைத் தயார்படுத்திக் கொண் டார்.

தன்னுடைய வாழ்க்கையில் அவர் எந்த கிளைண்டிற்கும் துரோகம் செய்ததோ அல்லது உடன்பாட்டை மீறியதோ இல்லை. மேலும் அதைத் தொடங்குவதாக அவருக்கு எந்த உத்தேசமும் இல்லை என்பதே மிகவும் நிச்சயமான ஒன்று. அதே நேரத்தில், அவர் நினைத்தபடி நடக்காமல் இலக்கில் இருந்து விலகிச் சென்றுவிட்டதால் அதனுடன் சேர்ந்து தானும் சிக்கிக்கொண்டோமோ என்ற சந்தேகமும் அவருக்கு இருந்தது.

ஒரு வருடம் முன்னர், புகழ்பெற்ற மரபணுவியலாளரான பெர்ட்ரண்ட் ஜாப்ரிஸ்ட் இந்த மெண்டாசியத்திற்கு வந்து தான் வேலை செய்வதற்கு ஏற்ற பாதுகாப்பான இடத்தை வழங்குமாறு கேட்டுக்கொண்டார். அந்த நேரத்தில், ஜாப்ரிஸ்ட் ஒரு ரகசிய மருந்தை உருவாக்க திட்டமிட்டுக் கொண்டிருப்பதாகவும், அதன் காப்புரிமை மூலம் ஜாப்ரிஸ்ட்டின் செல்வ வளம் பெருகும் என்று தான் தலைவர் நினைத்துக்கொண்டிருந்தார். சந்தேக குணம் கொண்ட அறிவியலாளர்களை கண்சார்ட்டியம் சந்திப்பது இது முதல்முறை அல்ல. மிகவும் தனிமையான இடத்தில் இருப்பதன் மூலம் தங்களுடைய மதிப்புமிக்க ஐடியாக்களை யாரும் திருடிவிட முடியாது என்பதற்காக அப்படிப்பட்ட இடங்க ளுக்கு முன்னுரிமையளித்த என்ஜினியர்களும் அவரிடத்தில் வந்திருக்கிறார்கள்.

அதை மனதில் வைத்துதான், தலைவர் இந்த கிளைண்ட்டை

ஏற்றுக்கொண்டார். அத்துடன் உலக சுகாதார நிறுவனத்தைச் சேர்ந்தவர்கள் அவரைத் தேடத் தொடங்கியுள்ளனர் என்பதை தெரிந்துகொண்டபோது அதனால் ஆச்சரியப்படவும் இல்லை. உலக சுகாதார நிறுவனத் தலைவரான டாக்டர். சின்ஸ்கியே அவரைத் தேடுவதில் தனிப்பட்ட முறையில் ஈடுபட்டிருக்கிறார் என்று கேள்விப்பட்டபோதும் அவர் வேறு மாதிரி நினைக்கவே இல்லை.

கன்சார்ட்டியம் எப்போதுமே சக்திவாய்ந்த எதிரிகளை எதிர் கொண்டே வந்திருக்கிறது.

ஒப்புக்கொண்டபடி, ஜாப்ரிஸ்ட் உடனான தங்களுடைய உடன்பாட்டை கன்சார்ட்டியம் மேற்கொண்டது, எந்தக் கேள்வியும் கேட்கவில்லை. அந்த அறிவியலாளருடனான மொத்த ஒப்பந்தத்தையும் கண்டுபிடிக்க பெரும் பிரயத்தனம் செய்த சின்ஸ்கியின் முயற்சிகளையும் அது முறியடித்திருக்கிறது.

ஏறக்குறைய முழுவதையும்.

அந்த ஒப்பந்தம் முடிவதற்கு ஒரு வாரத்திற்கு முன்பு ஜாப்ரிஸ்ட் ஃப்ளோரன்சில் இருப்பதை எப்படியோ தெரிந்துகொண்ட சின்ஸ்கி இங்கே வந்துவிட்டாள், அவர் தற்கொலை செய்துகொள்ளும்வரை துன்புறுத்தி துரத்தியிருக்கிறாள். தன்னுடைய வாழ்க்கையிலேயே முதல்முறையாக, தான் ஒப்புக்கொண்ட ஒருவருக்கு தலைவரால் பாதுகாப்பளிக்க முடியாமல் போய்விட்டது. அதுதான் இப்போது அவரைத் துரத்துகிறது. ஜாப்ரிஸ்ட் மரணமடைந்த விசித்திரமான சூழ்நிலையும்தான்.

அவர் தற்கொலை செய்துகொண்டார். பிடிபடாமல் இருக்க?

ஜாப்ரிஸ்ட் அப்படி என்ன இழவைத்தான் பாதுகாத்தார்?

அவர் மரணத்திற்குப் பிறகு, ஜாப்ரிஸ்ட்டின் பாதுகாப்பு பெட்டகத்தில் இருந்து சின்ஸ்கி ஒரு பொருளை பறிமுதல் செய்திருக்கிறாள், இப்போதோ, ஃப்ளோரன்சில் இருக்கும் சின்ஸ்கியுடன் நேருக்கு நேரான போரில் கன்சார்ட்டியம் இறங்கி யிருக்கிறது — உயர் மதிப்புவாய்ந்த புதையலைக் கண்டுபிடிக்க...

எந்தப் புதையலை கண்டுபிடிக்க?

தன் உள்ளுணர்வுடன் புத்தக அலமாரியில் உள்ள ஒன்றை நோக்கிப் பார்த்துக்கொண்டிருப்பதை தலைவர் உணர்ந்தார். இரண்டு வாரங்களுக்கு முன்னர், அகன்ற கண்களைக் கொண்ட ஜாப்ரிஸ்ட் அவருக்குத் தந்த அந்த கனத்த புத்தகம்.

தெய்வீக இன்பியல்.

அந்தப் புத்தகத்தை மீண்டும் எடுத்த தலைவர் அதை தன் மேசைக்கு கொண்டுவந்து கனத்த சத்தத்துடன் வைத்தார். நடுங்கும் விரல்களால் அட்டையைப் பிரித்து முதல் பக்கத்தில் இருந்த குறிப்பை மீண்டும் படித்தார்.

இனிய நண்பரே, வழியைக் கண்டுபிடிக்க எனக்கு உதவியதற்கு நன்றி.

இந்த உலகம் உங்களுக்கும் நன்றி சொல்லும்.

முதலில், தலைவர் நினைத்துக்கொண்டார், ***நீயும் நானும் நண்பர்கள் அல்ல.***

அவர் அந்தக் குறிப்பை மூன்றுமுறை படித்தார். பின்னர், தன்னுடைய கிளைண்ட் நாளைய தேதியைக் குறிப்பிட்டு பளிச் சென்று வட்டமிட்டுச் சென்ற தன்னுடைய காலண்டரை நோக்கித் தன் பார்வையைத் திருப்பினார்.

இந்த உலகம் உங்களுக்கு நன்றி சொல்லும்?

அங்கிருந்து திரும்பி வெளியில் தெரியும் அடிவானத்தையே அவர் நீண்டநேரம் பார்த்துக்கொண்டிருந்தார்.

அந்த அமைதியில், அந்த வீடியோவைப் பற்றியும், மூத்த அதிகாரி நோல்டன் முன்னதாக போனில் அழைத்ததையும் எண்ணிப்பார்த்தார். ***பதிவேற்றம் செய்யும் முன்னர் இதை நீங்களும் ஒருமுறை பார்க்கவேண்டும் என்று நினைக்கிறேன். அதன் உள்ளடக்கம் மிகவும் தொந்தரவு செய்கிறது.***

அந்த அழைப்பு தலைவரை இன்னமும் குழப்பியது. நோல்டன் அவருடைய மிகச்சிறந்த அதிகாரிகளுள் ஒருவர். இதுபோன்று கோரிக்கை வைப்பது முற்றிலும் வழக்கத்திற்கு மாறான குணாதிசியம். இத்தகைய தனித்தனியாக பிரிக்கப்பட்ட நெறிமுறைகளை மீறுவது பற்றி அவருக்கு நன்றாகவே தெரியும்.

தெய்வீக இன்பியலை மீண்டும் அலமாரியிலேயே வைத்து விட்டு ஸ்காட்ச் பாட்டிலை நோக்கிச் சென்ற தலைவர் அதில் பாதி குவளை வரை ஊற்றினார்.

அவர் ஒரு மிகக் கடுமையான முடிவை எடுக்க வேண்டியிருந்தது.

❑

52

தாந்தே சர்ச் என்றே அழைக்கப்பட்ட அந்த செய்ஸா டை சாண்டா மார்கரிட்டா டெய் செர்ச்சி ஒரு தேவாலயம் என்பதைக் காட்டிலும் பிரார்த்தனை மையமாகவே இருந்தது. அந்தச் சிறிய, ஒற்றை அறை பிரார்த்தனைக் கூடமானது தாந்தே வழிபாட்டாளர்களுக்கு ஒரு பிரபலமான ஸ்தலமாக விளங்கியது. அந்த இடம்தான் அந்த மாபெரும் கவிஞரின் வாழ்க்கையில் மிக முக்கியமான இரண்டு தருணங்களை அச்சாணியாக சுமந்திருந்ததால் அவர்களுக்கு அது புனித ஸ்தலமாக விளங்கியது.

வாய்வழிக் கதைகளின்படி, இந்த சர்ச்சில்தான், தன்னுடைய ஒன்பதாவது வயதில் பீட்ரிஸ் போர்டினரி மீது முதல்முறையாக தாந்தேயின் கண்கள் பதிந்தன — பார்த்த உடனே அந்தப் பெண் மீது காதல் கொண்டுவிட்ட அவர் தன்னுடைய வாழ்நாள் முழுவதும் அந்தப் பெண்ணுக்காகவே இதயத்தில் வலியை சுமந்திருந்தார். தாந்தேவுக்கு பெரும் வேதனை ஏற்படுத்தும் வகையில் பீட்ரிஸ் மற்றொருவரை திருமணம் செய்துகொண்டாள். பின்னர் தன் இளமைப்பருவத்தில், இருபத்தி நான்கு வயதிலேயே இறந்தும் போய்விட்டாள்.

சில வருடங்கள் கழித்து இதே சர்ச்சில்தான் ஜெம்மா டோனடியை தாந்தே திருமணம்செய்து கொண்டார். மாபெரும் எழுத்தாளரும் கவிஞருமான பொக்காசியோவின் கூற்றுப்படி தாந்தேயின் மனைவியாக அவள் ஒரு மிக மோசமான தேர்வு. குழந்தைகள் பெற்றுக்கொண்டாலும் அந்தத்

தம்பதியினர் ஒருவர் மீது ஒருவர் சிறிதளவே பாசம் கொண்டிருந்தனர். தாந்தே நாடுகடத்தப்பட்ட பின்னர், அந்த தம்பதியர் இருவருமே ஒருவரை மற்றவர் பார்க்க வேண்டும் என்ற ஆவல் இல்லாமலே இருந்தனர்.

தாந்தே வாழ்க்கையின் காதல் என்பது தன்னை விட்டுப் பிரிந்து சென்ற, தாந்தேவை அவ்வளவாகத் தெரியாத பீட்ரிஸ் போர்டினரியிடம் மட்டுமே இருந்தது. ஆனாலும், அவளுடைய ஆவிதான் தன்னுடைய மகா படைப்பிற்கு உந்துதலாக விளங்கிய தேவதையாக விளங்கியது என்றே அவருடைய நினைவையும் ஆக்கிரமித்துக்கொண்டிருந்தது.

தாந்தேயின் புகழ்பெற்ற *லா வீட்டா நுவோவா* கவிதைத் தொகுப்பு "ஆசீர்வதிக்கப்பட்ட பீட்ரிஸ்" பற்றி மனதை அள்ளும் பாடல்களால் நிரம்பி வழிகிறது. இன்றும்கூட மிகவும் போற்றப்படுகின்ற, தெய்வீக இன்பியலில் வரும், சொர்க்கத்தின் வழியாக தாந்தேவுக்கு வழிகாட்டும் அவருடைய மீட்பர் பீட்ரிஸ்தான். இந்த இரண்டு படைப்புகளிலுமே, தன்னுடைய நிறைவேறாத காதலுக்காக தாந்தே ஏங்கித் தவிக்கிறார்.

இன்றைய நாட்களில், தாந்தே சர்ச் காதல் கைகூடாமல் மனமுடைந்து போனவர்களுக்கான கோயிலாக விளங்குகிறது. இளம் பீட்ரிஸின் கல்லறைகூட இந்த சர்ச்சின் உள்ளேதான் இருக்கிறது. ஓர் எளிய கல்லறையான அதுவும்கூட தாந்தே ரசிகர்கள் மற்றும் காதல் நோய்வாய்ப்பட்டவர்களுக்கான புனிதப் பயணம் மேற்கொள்ளும் இடமாகவும் ஆகிவிட்டது.

இந்தக் காலையில், இந்த சர்ச்சை நோக்கி பழைய ஃப்ளோரன்ஸ் வழியாக தங்கள் பாதையை அமைத்துக்கொள்வதென்று சுற்றிக்கொண்டு வந்ததால் இந்தத் தெருக்கள் அவர்களுக்குத் தெரிந்தவற்றைக் காட்டிலும் சிறிய சந்துகளாக இருந்தன. அவ்வப்போது உள்ளூர் கார்கள் தோன்றுவதுண்டு, முட்டிவிடுவது போல் வரும் அவை பாதசாரிகளை சுவற்றோடு சுவராக சாய்ந்து கொள்ளச் செய்துவிடும்.

"அந்த சர்ச் அந்த மூலையில்தான் இருக்கிறது" என்று சியன்னாவிடம் கூறிய லேங்டன் அதற்குள்ளே இருக்கும் சுற்றுலா வாசிகளில் யாராவது தங்களுக்கு உதவுவார்கள் என்று நம்பினார். உதவக்கூடிய ஒருவரை கண்டுபிடிப்பதற்கான தங்களுடைய வாய்ப்பு இப்போது நன்றாகவே இருக்கிறது என்று அவருக்குத் தெரியும் என்பதால் லேங்டனின் ஜாக்கெட்டிற்கு பதிலாக சியன்னா தன்னுடைய விக்கை மாற்றிக்கொண்டாள். அவர்கள் இருவரும் தங்கள் இயல்பான நிலைக்குத் திரும்பினர். ராக்ஸ்டார்

என்பதில் இழுந்து கல்லூரி பேராசிரியர், வழுக்கைத் தலை என்பதில் இருந்து நன்றாக தலைமுடி உள்ள ஓர் இளம்பெண்.

தன்னைத் தானாக உணர்ந்ததில் லேங்டனுக்கு மீண்டும் நிம்மதி.

வயா டெல் பிரெஸ்டோ எனப்படும் இன்னும் இறுக்க மான சந்தில் அவர்கள் சென்றபோது லேங்டன் பல்வேறு கதவு வழிகளையும் ஆராய்ந்தபடியே சென்றார். சர்ச்சிற்கு செல்லும் நுழைவாயில் எப்போதுமே சிக்கலாக இருந்தது, ஏனென்றால் அந்தக் கட்டிடம் சிறியதாகவும், அலங்காரமின்றியும், இரண்டு கட்டிடங்களுக்கு இடையே மாட்டிக்கொண்டதாகவும் இருந்தது. ஒருவரால் அதை கவனிக்காமலேயே கடந்து சென்றுவிட முடியும். விசித்திரம் என்னவென்றால், இதை ஒருவரின் கண்களைப் பயன்படுத்தி அல்லாமல் காதுகளைப் பயன்படுத்தியே கண்டுபிடிக்க முடியும்.

லா செய்ஸா டை சாண்டா மார்கரிட்டா டெய் செர்ச்சயின் பிரத்யேக அம்சங்களுள் ஒன்று அதில் தொடர்ச்சியாக இசை நிகழ்ச்சிகள் நடைபெறும் என்பதுதான். எந்த நிகழ்ச்சியும் திட்டமிடப்படாத நாட்களில் அந்த சர்ச் அந்த இசைநிகழ்ச்சிகளின் பதிவுகளை ஒளிபரப்பும், அதனால் பார்வையாளர்கள் அங்கே எந்நேரமும் இசையைக் கேட்டு மகிழ்வார்கள்.

எதிர்பார்த்தது போலவே, அவர்கள் சந்தில் முன்னேறிக் கொண்டிருக்கும்போதே பதிவு செய்யப்பட்ட இசையின் மெல்லிய ஓசையை லேங்டன் கேட்டார், அது மெதுவாக அதிகரித்தபடியே சென்றது. அதை நோக்கிச் சென்ற லேங்டனும் சியன்னாவும் அந்த சர்ச்சின் வாசலுக்கு வந்துவிட்டனர். அது அதுதான் என்பதற்கான ஒரே அடையாளம் என்னவென்றால் அது தாந்தே பீட்ரிஸ் சர்ச் என்று மெல்ல அறிவிக்கப்படுவதுதான்.

தெரிவில் இருந்து சர்ச்சின் இருளார்ந்த எல்லைக்குள் லேங்டனும் சியன்னாவும் அடியெடுத்து வைத்தபோது காற்று குளிர்ச்சியாகவும் இசை சத்தமாகவும் இருந்தது. அதன் உட்புறம் வெறுமையாகவும் எளிமையாகவும் இருந்தது. அது லேங்டனுக்கு நினைவில் இருப்பதைக் காட்டிலும் சிறியது. அங்கே ஒருசில சுற்றுலாவாசிகள் மட்டுமே ஒன்றாக கூடியும், குறிப்புகள் எழுதிய படியும், நாற்காலிகளில் அமைதியாக அமர்ந்தபடி இசையை கேட்டுக்கொண்டும் இருந்தனர். அல்லது அங்குள்ள கலை சேகரிப்பை ஆராய்ந்துகொண்டிருந்தனர்.

மடோனாவை மையமாககொண்டு நெரி டி பிக்கி

உருவாக்கிய பலிபீடத்தைத் தவிர இந்த சேப்பலில் இருந்த எல்லா அசல் கலைப்படைப்புகளும் தாந்தே மற்றும் பீட்ரிஸ் ஆகிய இரண்டு பிரபலங்களைக் குறிக்கும் தற்காலத்தைய படைப்புகளால் பதிலீடு செய்யப்பட்டிருந்தன. அதற்காகத்தான் இந்த சிறிய சேப்பலுக்கு நிறைய பார்வையாளர்கள் வருகிறார்கள். பீட்ரிஸை முதல்முதலில் சந்தித்தபோது தாந்தேயின் புகழ்பெற்ற ஏக்கமான பார்வையை சித்தரிக்கும் ஓவியங்கள்தான் பெருமளவிற்கு இருந்தன. அச்சமயத்தில்தான் அந்தக் கவிஞர் தாமே குறிப்பிட்டதுபோல் அவளைப் பார்த்தவுடனே காதலில் விழுந்துவிட்டார். அந்த ஓவியங்கள் அனைத்தும் தரத்தில் பரவலாக மாறுபட்டிருந்தன. பெரும்பாலானவை லேங்டனின் ரசனையின்படி மிகவும் மலிவானவையாகவும், மோசமான ரசனை கொண்டவையாகவுமே இருந்தன. ஒரு படைப்பில், தாந்தேயின் குறிப்பிடத்தக்க சிவப்புத் தொப்பியானது அவர் ஏதோ ஒரு சாண்டாகிளாஸிடம் இருந்து அதைத் திருடிவிட்டதைப் போன்று இருந்தது. இருந்தபோதிலும், தன்னுடைய காதலியான பீட்ரிஸை நோக்கிய தாந்தேயின் ஏக்கப் பார்வை எந்த சந்தேகமும் இல்லாமல் வலிமிகுந்த, நிறைவேறாத, திரும்பப்பெற முடியாத காதல் தேவாலயம்தான்.

ஏதோ ஓர் உள்ளுணர்வில் இடதுபக்கம் திரும்பி உற்றுப் பார்த்த லேங்டன் பீட்ரிஸ் போர்டினரியின் எளிமையான கல்லறையைப் பார்த்தார். இந்த தேவாலயத்திற்கு மக்கள் வருவதற்கு இதுதான் பிரதான காரணம், அந்தக் கல்லறையில் பார்ப்பதற்கு பெரிதாக ஒன்றும் இல்லை என்றபோதிலும், அதற்கு அருகாமையில் இருந்த பிரபலமான பொருளும் அதற்கு ஒரு காரணம்.

மரவிழுதுக் கூண்டு.

இன்று காலை இந்த எளிய மரவிழுதுக் கூண்டு பீட்ரிஸ் கல்லறை அருகில் எப்போதும்போல் நிற்கிறது. அது மடிக்கப்பட்ட காகிதத் துண்டுகளால் நிரம்பி வழிகிறது — கையால் எழுதப்பட்ட ஒவ்வொரு கடிதமும் பீட்ரிஸுக்கென்றே பார்வையாளர்கள் எழுதியவை.

பீட்ரிஸ் போர்டினரி ஏதோ ஒரு வகையில் உலகம்—கடந்த காதலர்களின் புனிதக் காவலராகிவிட்டார் என்பதுடன், ஒரு நீண்டகால பாரம்பரியத்தின்படி, பீட்ரிஸிற்கு கையால் எழுதப்படும் பிரார்த்தனைகளை அந்த கூடைக்குள் சேர்ப்பதென்பது எழுதியவரின் சார்பாக அவர் செயல்படுவார் என்ற நம்பிக்கையில்தான் — ஒருவேளை அது யாரையாவது அதிகப்

படியாக காதலிப்பதற்காக இருக்கலாம் அல்லது அவர்களுடைய உண்மையான காதலை கண்டுபிடிக்க உதவுவதற்காக இருக்கலாம் அல்லது தங்களை விட்டுச் சென்றுவிட்ட காதலை மறப்பதற்கான வலிமையைத் தரும்படி கேட்பவையாக இருக்கலாம்.

பல வருடங்களுக்கு முன்பு கலை வரலாறு குறித்த புத்தகத்தின் ஆராய்ச்சிக்காக லேங்டன் இந்த தேவாலயத்தில் நின்று இந்தக் கூடையில் ஒரு குறிப்பை விட்டுச்சென்றிருக்கிறார். தனக்கு உண்மையான காதலைத் தரும்படி அவர் தாந்தேயின் காதலியிடம் கேட்கவில்லை. மாறாக தாந்தே தன்னுடைய மகா படைப்பை எழுதச்செய்த அவருடைய வலிமைக்கு கொடுத்த உத்வேகத்தை தனக்கும் தருமாறு அவளிடம் கேட்டிருந்தார்.

என்னுள் பாடுங்கள், தேவதையே, என் வழியாக அந்தக் கதையை சொல்லுங்கள்.

ஹோமரின் ஓடிஸியில் வரும் இந்த ஆரம்ப வரியைப் பார்க்க மதிப்புமிக்க கோரிக்கையாகத்தான் தெரிகிறது. ஆனால் வீட்டிற்குத் திரும்பியதும் அவர் வழக்கத்திற்கு மாறான அமைதியுடன் அந்தப் புத்தகத்தை எழுதியதற்காக, தன்னுடைய செய்தி உண்மை யிலேயே பீட்ரிஸின் தெய்வீக உந்துதலை தீண்டிவிட்டது என்று லேங்டன் ரகசியமாக நம்பிக்கொண்டிருந்தார்.

"எல்லோரும் இங்கே கொஞ்சம் பார்க்கிறீர்களா!" என்ற சியன்னாவின் குரல் சட்டென்று உயர்ந்து காணப்பட்டது.

அங்குமிங்கும் சிதறிக்கிடந்த சுற்றுலாவாசிகளை நோக்கி சியன்னா சத்தமாக தெரிவித்துக்கொண்டிருந்ததை லேங்டன் பார்த்தார். அவர்கள் அனைவரும் அவளையே ஏதோ ஒருவகை எச்சரிக்கை உணர்வுடன் பார்த்துக்கொண்டிருந்தனர்.

எல்லோரையும் பார்த்து இனிமையாகச் சிரித்த சியன்னா, யாரிடமாவது தாந்தேயின் ***தெய்வீக இன்பியல்*** பிரதி இருக்குமா என்று இத்தாலிய மொழியில் கேட்டாள். சில விநோதமான பார்வைகள் மற்றும் தலை குலுக்கல்களுக்குப் பின்னர் அவள் அதே கேள்வியை ஆங்கிலத்தில் கேட்டும் எந்தப் பதிலும் இல்லை.

அந்த பலிபீடத்தை கூட்டிப்பெருக்கிக்கொண்டிருந்த ஒரு வயதான பெண் சியன்னாவை நோக்கி ஹிஸ் என்ற ஒலியெழுப்பி தன் விரலை உதட்டில் வைத்து அமைதி என்றாள்.

லேங்டனை நோக்கித் திரும்பி வந்த சியன்னா புருவத்தை நெரித்து, "இப்போது என்ன செய்வது?" என்றாள்.

சியன்னா அப்போது செய்த காரியம் லேங்டன் மனதில்

நினைத்திருந்தது அல்ல. ஆனாலும் அவளுக்கு கிடைத்த பதில்களைக் காட்டிலும் இன்னும் நல்ல பதில்களை அவர் எதிர்பார்த்தார் என்பதையும் ஒப்புக்கொள்ளத்தான் வேண்டும். முந்தைய வருகைகளில், இந்தப் பள்ளமான இடத்தில் அமர்ந்து தெய்வீக இன்பியலை படிக்கும் சுற்றுலாவாசிகளுக்கு பஞ்சமே இல்லை என்பதை லேங்டன் கண்டிருக்கிறார். அவர்கள் தாந்தேயின் அனுபவத்தை முழுமையாக அனுபவித்து உணர்ந்தார் கள்.

இன்று அப்படி இல்லை.

அந்த தேவாலயத்தின் முனையில் ஒரு வயதான தம்பதியினர் அமர்ந்திருப்பதை லேங்டன் பார்த்தார். அந்த வயதானவரின் வழுக்கைத் தலை முன்னால் சரிந்திருந்தது. தாடை மார்பில் கிடந்தது; அவர் தூங்கிக்கொண்டிருக்கிறார். அவருக்கு அருகாமையில் இருந்த பெண்மணியோ நன்றாக விழித்திருந்தார். அவளுடைய சாம்பல்நிற தலைமுடிக்கு பின்னால் வெள்ளைநிற யேர்பேட் கேபிள்கள் ஆடிக்கொண்டிருந்தன.

ஒரு நம்பிக்கை கீற்று, என்று நினைத்துக்கொண்ட லேங்டன் நடந்துசென்று அவர்களுக்கு அருகாமையில் அமர்ந்தார். லேங்டன் நம்பியபடியே அந்தப் பெண்ணின் யேர்பேட்கள் அவர் மடியில் இருந்த ஐபோனில் இருந்து வளைந்து நெளிந்து சென்றது. தான் கவனிக்கப்படுவதை உணர்ந்த அவள், தன் காதில் இருந்த யேர்பேட்களை எடுத்துவிட்டுவிட்டு அவரைப் பார்த்தாள்.

அந்தப் பெண்மணி என்ன மொழியில் பேசுவார் என்று லேங்டனுக்கு தெரியாது. ஆனால் ஐபோன்கள், ஐபேடுகள் மற்றும் ஐபாடுகளின் உலகளாவிய பரவலாக்கமானது உலகம் முழுவதிலும் உள்ள கழிவறைகளில் பதியப்பட்டிருக்கும் ஆண்/ பெண் குறியீடுகளைப் புரிந்துகொள்வதைப் போன்றே ஒரு உலகளாவிய அர்த்தத்தைக் கொண்டிருக்கிறது.

“ஐபோனா?” என்றார் லேங்டன், அந்த சாதனத்தை சிலாகித்தபடியே.

அந்த முதிய பெண்ணின் முகம் சட்டென்று பிரகாசமானது. அவள் பெருமையுடன் தலையாட்டினாள். “இது ஒரு சாமர்த்திய மான பையன்” என்று பிரிட்டிஷ் ஆங்கிலத்தில் கிசுகிசுத்தாள். “என் மகன் எனக்காக வாங்கிக்கொடுத்தான். என்னுடைய இ–மெயிலை என்னால் இதில் கேட்க முடிகிறது. உங்களால் நம்ப முடிகிறதா — என்னுடைய இ–மெயில்களை ***கேட்கிறேன்.*** அதைப் படித்துக்காட்டும் இது எனக்கு புதையல் போன்றது.

என்னுடைய கிழட்டுக் கண்களுக்கு இது மிகப்பெரிய உதவியாக இருக்கிறது."

"என்னிடமும் ஒன்று இருக்கிறது" என்ற லேங்டன் புன்னகைத்தபடியே அவள் அருகில், அவளுடைய கணவரை எழுப்பிவிடாதவாறு ஜாக்கிரதையாக அமர்ந்தார். "ஆனால் நேற்றிரவு அது எப்படியோ காணாமல் போய்விட்டது."

"அய்யோ பாவம்! நீங்கள் 'உங்கள் ஐபோனை கண்டு பிடிக்கும்' அம்சத்தை முயற்சித்துப் பார்த்தீர்களா? என் மகன் சொன்னான் —"

"நான் ஒரு முட்டாள். அதை செயல்படுத்தாமல் விட்டு விட்டேன்." லேங்டன் அவளை நோக்கி வெட்கத்துடன் பார்த்து விட்டுத் தயக்கத்துடன் கேட்டார், "உங்களை குறுக்கிடுவதாக நீங்கள் நினைக்கவில்லை என்றால், உங்களுடையதை நான் கொஞ்ச நேரம் பயன்படுத்திக்கொள்ளலாமா? நான் ஆன்லைனில் ஒரு விஷயம் பார்க்க வேண்டியிருக்கிறது. அது எனக்கு மிகவும் உதவியாக இருக்கும்."

"நிச்சயமாக!" அவள் இயர்பேட்ஸ்களை எடுத்துவிட்டுக் கொண்டு அவருடைய கைகளில் திணித்தார். "ஒன்றும் பிரச்சினையே இல்லை அன்பே."

அவளுக்கு நன்றி சொல்லிவிட்டு லேங்டன் போனை எடுத்துக்கொண்டார். அவருக்கு அருகாமையில் அமர்ந்தபடி தான் இந்த போனை தொலைத்துவிட்டால் எப்படி இருக்கும் என்று தனக்குத்தானே முனகியபடி இருக்கையில், லேங்டன் கூகுள் தேடுபொறி விண்டோவை தூக்கிவிட்டு மைக்ரோபோன் பட்டனை அழுத்தினார். அந்த ஃபோன் ஒருமுறை பீப் ஒலி எழுப்பியதும் லேங்டன் தன் தேடுதலைத் தொடங்கினார்.

"தாந்தே, தெய்வீக இன்பியல், சொர்க்கம், காண்ட்டோ இருபத்தி ஐந்து."

அந்தப் பெண் இப்போதுதான் அதுபோன்ற விஷயத்தைப் பார்க்கிறாள் என்பதுபோல் அதிசயித்துப் பார்த்தாள். அந்தச் சிறிய திரையில் தேடல் முடிவுகள் வரத்தொடங்கியதும், லேங்டன் சட்டென்று சியன்னாவை திரும்பிப் பார்த்தார், அவள் பீட்ரிஸிற்கு எழுதப்பட்ட கடிதங்கள் இருந்த கூடைக்கு அருகாமையில் நின்று அச்சிடப்பட்ட ஏதோ ஒன்றைப் புரட்டிக் கொண்டிருந்தாள்.

சியன்னா நின்றுகொண்டிருந்த இடத்திற்கு வெகு அருகாமை யில் கழுத்தில் டை அணிந்திருந்த ஒருவன் நிழலில் மண்டியிட்டு

நரகம் ❖ 375

ஆழ்ந்து பிரார்த்தித்துக்கொண்டிருந்தான். அவனுடைய தலை கீழே கவிழ்ந்திருந்தது. லேங்டனால் அவன் முகத்தைப் பார்க்க முடியவில்லை. ஆனால் அந்த தனிமையான மனிதனிடத்தில் ஏதோ ஒரு சோகத்தை உணர்ந்தார். அநேகமாக அவன் தான் காதலித்த ஒருவரை இழந்துவிட்டு ஆறுதல் தேடி இங்கே வந்திருக்கலாம்.

லேங்டன் மீண்டும் தன் கவனத்தை ஐபோனில் திருப்பினார். சில நொடிகளுக்குள்ளாகவே, டிஜிட்டல் வகைப்பட்ட தெய்வீக இன்பியல் பதிப்புகள் நிறைய வந்திருந்தன. அவை பொது உரிமை என்பதால் இலவசமாக அணுக முடிந்தது. சரியாக காண்ட்டோ 25 என்ற பக்கம் திறந்தபோது தொழில்நுட்பத்தை சிலாகித்தே ஆகவேண்டும் என்பதை அவர் ஒப்புக்கொண்டார். ***கனத்த புத்தகங்களை வலுக்கட்டாயமாக நாடுவதை நிறுத்திக்கொள்ள வேண்டும்.*** அவர் தனக்குத்தானே நினைவுபடுத்திக்கொண்டார். ***மின்பதிப்புகளுக்கான காலம் வந்துவிட்டது.***

அந்த வயதான பெண் பார்த்துக்கொண்டிருக்கையில், வெளிநாட்டில் இணையத்தளத்தை திறப்பதால் ஆகும் உயர் டேட்டா அளவுகள் குறித்து கவலை தெரிவிப்பதுபோல் அவள் காணப்பட்டதால், தனக்கு கிடைத்திருக்கும் வாய்ப்பு மிகவும் குறைவானது என்பதை உணர்ந்துகொண்ட லேங்டன் தனக்கு முன்னால் இருந்த வலைத்தள பக்கத்தில் தீவிர கவனம் செலுத்தினார்.

எழுத்து சிறியதாக இருந்தது. ஆனால் அந்த தேவாலயத்தின் மங்கலான ஒலி அந்த ஒலியூட்டப்பெற்ற திரையை மிகவும் படிக்கக்கூடியதாகக் காட்டியது. தற்போக்காக மேண்டெல்பாம் மொழிபெயர்ப்பைக் கண்டுபிடித்துவிட்டதில் லேங்டன் மகிழ்ச்சியடைந்தார் — அது அமெரிக்க பேராசிரியரான ஆலன் மேண்டல்பாம் என்பவரின் பிரபலமான நவீன பதிப்பு. தன்னுடைய அற்புதமான மொழிபெயர்ப்பிற்காக மேண்டெல்பாம் இத்தாலியின் மிக கவுரமிக்க, பிரசிடென்ஷியல் கிராஸ் ஆஃப் தி ஆர்டர் ஆஃப் த ஸ்டார் ஆஃப் இத்தாலியன் சாலிடாரிட்டி விருதைப் பெற்றிருக்கிறார். லாங்ஃபெலோ பதிப்பைவிட அதிக கவித்துவத்துடன் இருக்கிறது என்றாலும் மேண்டெல்பாமின் மொழிபெயர்ப்பு மிக மிக புரிந்துகொள்ளக்கூடியதாக இருக்கிறது.

இன்று நான் கவிதை குறித்து தெளிவடையப் போகிறேன், என்று நினைத்துக்கொண்ட லேங்டன், இக்னேஷியோ, தாந்தேயின் மரண முகமூடியை மறைத்து வைத்திருக்கும் ஃப்ளோரன்சில் உள்ள அந்தக் குறிப்பிட்ட இடத்திற்கான குறிப்புகளை அந்த உரையில் விரைவாக கண்டுபிடித்துவிடலாம் என நம்பினார்.

அந்த ஐபாடின் சிறிய திரை ஒரு நேரத்தில் ஆறு வரிகளை மட்டுமே காட்டியது. அதைப் படிக்கத் தொடங்குகையில் அந்தப் பத்தியை லேங்டன் நினைவுபடுத்திக்கொண்டார். காண்ட்டோ 25இன் துவக்கத்தில் தாந்தே தெய்வீக இன்பியலைக் குறிப்பிட்டுக் காட்டுகிறார், இதை எழுதுகையில் தனக்கு ஏற்பட்ட உடல்ரீதியான வேதனைகள், இந்த தெய்வீகக் கவிதையானது அழகான ஃப்ளோரன்சில் இருந்து தன்னை ஒதுக்கிவைத்த நயவஞ் சகமான குரூர நாடுகடத்தலில் இருந்து தன்னை வெளியேற்ற வைக்கலாம் என்று தனக்குள்ள நம்பிக்கை போன்றவற்றை தாந்தே குறிப்பிடுகிறார்.

காண்ட்டோ 25

இது நடந்துதான் ஆகவேண்டும் என்றால்... இந்தப் புனிதக் கவிதை — இத்தனை ஆண்டுகளாக என்னை சரிந்துவிழச் செய்த, சொர்க்கமும் பூவுலகமும் பகிர்ந்துகொண்ட இந்தப் படைப்பு — ஏதேனும் ஒருகட்டத்தில் நான் உறங்கிய இடத்தில் இருந்து என்னைத் தடைசெய்த குரூரத்தை விஞ்சிவிடுமா, தன் மீது ஓநாய்கள் நிகழ்த்தும் போரை எதிர்த்து நிற்கும் ஒரு ஆட்டுக்குட்டி...

தெய்வீக இன்பியலை எழுதும்போது தனக்கு வீடாக விளங்கிய அழகிய ஃப்ளோரன்ஸ் குறித்துத்தான் தாந்தே ஏங்குகிறார் என்பதை இந்தப் பத்தி நினைவுறுத்துகிற அதே நேரத்தில், நகரத்தில் லேங்டன் தேடுகின்ற அந்தக் குறிப்பிட்ட இடம் பற்றிய எந்தக் குறிப்பும் அதில் இல்லை.

"டேட்டா கட்டணம் பற்றி உங்களுக்குத் தெரியுமா?" என்று குறுக்கிட்ட அந்தப் பெண்மணி சட்டென்று ஏற்பட்ட கவலையால் தன்னுடைய ஐபோனையே பார்த்தாள். "வெளிநாடுகளில் இணையத்தளத்தை பயன்படுத்துவது பற்றி என் மகன் சொன்னது இப்போதுதான் நினைவுக்கு வந்தது."

தனக்கு ஐந்து நிமிடங்கள்தான் ஆகும் என்றும் அதற்குரிய கட்டணத்தை செலுத்திவிடுகிறேன் என்றும் லேங்டன் அவளிடம் உறுதியளித்திருந்தார். ஆனாலும்கூட காண்ட்டோ 25இன் மொத்தமுள்ள நூறு வரிகளையும் அவள் படிக்கவிடப் போவதில்லை என்பது லேங்டனுக்குத் தெரிந்து விட்டது.

அடுத்த ஆறு வரிகளை நகர்த்திய அவர் தொடர்ந்து படித்தார்.

அச்சமயத்தில், வேறொரு குரலுடனும், வேறொரு கம்பளி யிலும் நான் ஒரு கவிஞனாக என்னுடைய ஞானஸ்நான ஊற்றுக்கு கவுரவ கிரீடத்துடன் திரும்பலாம்; அங்கேதான்

கடவுளை நோக்கி ஆன்மாக்களை வரவேற்கும் நம்பிக்கைக்கான வழியை நான் முதலில் கண்டுபிடித்தேன். அதன் பின்னர், அந்த நம்பிக்கைக்காகவே என் முன் நெற்றியில் பீட்டர் மகுடம் சூட்டினார்.

லேங்டனுக்கு இந்தப் பத்தியும் அவ்வளவாக நினைவில் இல்லை — தன்னுடைய எதிரிகளால் வழங்கப்பட்ட அரசியல் ஆதாய வாய்ப்பு குறித்த விளக்கம்தான் இது. வரலாற்றின்படி, அவர் அந்த நகரத்திற்கு திரும்பி வரவேண்டும் என்று விரும்பினால் பொதுமக்கள் முன்னிலையில் வெட்கித் தலைகுனிதலை ஏற்றுக்கொள்ள வேண்டும் என்று, ஃப்ளோரன்ஸிற்குள் நுழைய அவரைத் தடைசெய்த "ஓநாய்கள்" அவரிடம் கூறின. அதாவது, கூடியிருக்கும் மக்கள் முன்னிலையில், ஞானஸ்நான ஊற்றிற்கு அருகாமையில் சாக்குப்பையை மட்டுமே அணிந்தபடி தன்னுடைய குற்றத்தை அவர் ஒப்புக்கொள்ள வேண்டும்.

லேங்டன் அப்போது படித்துக்கொண்டிருந்த பத்தியில், அவர்கள் வழங்கிய வாய்ப்பை மறுத்துவிடும் தாந்தே, அந்த ஞானஸ்நான ஊற்றிற்கு தான் திரும்பி வந்தால் சாக்குப்பை அணிந்த குற்றவாளியாக அல்லாமல், கௌரவமான கிரீடத்தை அணிந்த ஒரு கவிஞனாகத்தான் வருவேன் என்று சூளுரைத்தார்.

மேற்கொண்டு நகர்த்துவதற்காக லேங்டன் தன்னுடைய ஆட்காட்டி விரலை உயர்த்தினார். ஆனால் சட்டென்று அதற்கு எதிர்ப்பு தெரிவிக்கும் வகையில் அந்தப் பெண் அவருடைய கையில் இருந்து ஐபோனை பறித்துக்கொண்டாள்.

அவள் சொல்வது லேங்டனுக்கு கேட்கவில்லை. திரையைத் தொடுவதற்கு முந்தைய கடைசி நொடியில் அவர் படித்த கடைசி வரியை, இரண்டாவது முறையாக பார்த்திருந்தார்.

நான் ஒரு கவிஞனாக, கௌரவமான கிரீடத்தை அணிந்தவனாக என்னுடைய ஞானஸ்நான ஊற்றுக்கு திரும்பி வருவேன்.

அந்த வார்த்தைகளையே உற்றுநோக்கிய லேங்டன், ஒரு குறிப்பிட்ட இடத்தை கண்டுபிடிக்க வேண்டும் என்ற தன்னுடைய ஆவலால் அதன் முதல் வரிகளிலேயே இருந்த பளிச்சிடும் வாய்ப்பை அவர் ஏறக்குறைய தவறவிட்டுவிட்டதை உணர்ந்தார்.

என்னுடைய ஞானஸ்நான ஊற்றில்...

உலகின் மிகப் பிரபலமான ஞானஸ்நான ஊற்றுகளுள் ஒன்றிற்கு ஃப்ளோரன்ஸ் தாயகமாக விளங்குகிறது. அது ஏறக்குறைய எழுநூறு வருடங்களாக இளம் ஃப்ளோரன்டைன்களுக்கு

ஞானஸ்நானம் வழங்கி தூய்மைப்படுத்தியிருக்கிறது — அவர்களில் ஒருவர் தாந்தே அலிஜீரி.

அந்த ஊற்றைக் கொண்டிருக்கும் கட்டிடத்தின் படத்தை லேங்டன் உடனடியாக கற்பனையுடன் இணைத்துப் பார்த்தார். அது ஒரு பிரமாண்டமான, எட்டு பக்கங்கள் கொண்ட தேவாலய மாக, டுவாமாவைவிட மிகவும் தெய்வீக மானதாக விளங்குவது. தான் படிக்கவேண்டியதை படித்து முடித்து விட்டோமா என்று லேங்டனுக்கு சந்தேகமாக இருந்தது.

இந்தக் கட்டிடம்தான் இக்னேஷியோ குறிப்பிட்ட இடமாக இருக்குமோ?

ஒரு தங்கநிற ஒளிக்கீற்று லேங்டனின் மனதில் பளிச்சிட்ட போது ஒரு அழகான பிம்பம் உருவானது — செம்புக் கதவுகளின் அற்புத ஜோடி — காலைநேர சூரிய ஒளியில் பளபளத்து மின்னுவது.

இக்னேஷியோ என்னிடம் என்ன சொல்ல வந்திருக்கிறார் என்பது எனக்குத் தெரிகிறது!

ஃப்ளோரன்சில் இந்தக் கதவுகளைத் திறக்கக்கூடிய ஒரே நபர் இக்னேஷியோ புஸோனிதான் என்பதை அவர் உணர்ந்து கொண்டபோது தொடர்ச்சியாக உருவாகிக் கொண்டிருந்த சந்தேகங்கள் கரைந்தோடின.

ராபர்ட், அந்தக் கதவுகள் உனக்காக திறந்திருக்கின்றன. ஆனால் நீதான் வேகமாக செயல்பட்டாக வேண்டும்.

லேங்டன் அந்த ஐபோனை அந்தப் பெண்ணிடமே திருப்பிக் கொடுத்துவிட்டு அவளுக்கு நன்றி தெரிவித்தார்.

சியன்னாவிடம் விரைந்துசென்ற அவர் பரவசத்துடன் கிசுகிசுத்தார். "இக்னேஷியோ சொன்ன அந்தக் கதவுகள் எதுவென்பதை நான் தெரிந்தகொண்டேன்! *அது சொர்க்கத்தின் கதவுகள்!*"

சியன்னா சந்தேகத்துடன் பார்த்தாள். "சொர்க்கத்தின் கதவுகளா? அவையெல்லாம்... சொர்க்கத்தில் இல்லையா?"

"உண்மையில்" என்ற லேங்டன், முரண்பட்ட புன்னகை ஒன்றை உதிர்த்தபடி கதவை நோக்கிக் கைகாட்டினார். "உனக்கு அதை எங்கே தேடவேண்டும் என்று தெரியவேண்டும் என்றால், *ஃப்ளோரன்ஸ்தான் சொர்க்கம்.*"

❑

53

நான் ஒரு கவிஞனாக திரும்பி வருவேன்...
என்னுடைய ஞானஸ்நான ஊற்றிற்கு.

வெயா டெல்லா ஸ்டுடியோ என்று அழைக்கப் படும் குறுகலான பாதைவழியில் வடக்கு நோக்கி சியன்னாவை அழைத்துக்கொண்டு செல்கையில் தாந்தேயின் வார்த்தைகள் லேங்டனின் மனதில் திரும்பத் திரும்பக் கேட்டுக்கொண்டிருந்தன. அவர்கள் சேரவேண்டிய இடம் முன்னால்தான் இருந்தது. ஒவ்வொரு அடி எடுத்துவைக்கும்போதும் தாங்கள் சரியான பாதையில்தான் சென்று கொண்டிருக்கி றோம், தங்களைத் துரத்துபவர்களை பின்னால் விட்டுவிட்டோம் என்ற நம்பிக்கை அதிகரித்துக் கொண்டே வருவதை லேங்டனால் உணர முடிந்தது.

அந்தக் கதவுகள் உனக்காக திறந்தே இருக்கின் றன. ஆனால் நீதான் விரைவாக செயலாற்ற வேண்டும்.

வெடிப்புகளுடன் காணப்பட்ட அந்த சந்தின் முனையை அவர்கள் எட்டியபோது, தங்களுக்கு முன்னால் ஒலிக்கும் இசைக்கருவிகளின் நாதத்தை லேங்டனால் கேட்க முடிந்தது.

பியாஸா டெல் டுவாமா.

சிக்கலான கட்டமைப்பைக் கொண்டிருந்த அந்த மாபெரும் பியாஸா ஃப்ளோரன்சின் புராதன சமய மையமாக விளங்கியது. இப்போது சுற்றுலாத் தலமாகிவிட்ட அந்த பியாஸா, சுற்றுலாப் பேருந்துகள் மற்றும் பார்வையாளர்களின் கூட்டத்தால் ஃப்ளோ ரன்சின் புகழ்பெற்ற பிரார்த்தனை மையமாக மாறி விட்டிருந்தது.

பியாஸாவின் தெற்குப் பக்கத்திற்கு வந்த லேங்டனும் சியன்னாவும் இப்போது பச்சை, பின்க் மற்றும் வெள்ளை பளிங்கு கற்களால் ஆன மனதைக் கொள்ளை கொள்ளும் கதீட்ரலின் பக்கவாட்டை நோக்கி வந்தனர். ஒரு கலைநயம்மிக்க படைப்பாக பிராண்டமான கட்டமைப்பைக் கொண்டிருந்த அந்த கதீட்ரல் இரு பக்கங்களிலும் வெகுதொலைவு நீண்டிருந்தது. அதனுடைய ஒரு பக்கம் மட்டுமே வாஷிங்டன் நினைவாலயத்திற்கு சமமாக இருந்தது.

வழக்கத்திற்கு மாறான ஆரவார வண்ணக் கலவைகளுக்கு சாதகமான வகையில் பாரம்பரிய ஒற்றைவர்ண பாறை சித்திரவேலைப்பாடுகள் இல்லாதிருந்தாலும் அந்தக் கட்டிடம் ஒரு சுத்தமான கோதிக் பாணியில் அமைந்த ஒன்று. ஃப்ளோரன்ஸிற்கு முதல்முறையாக வந்தபோது இந்தக் கட்டமைப்பு ஏறக்குறைய பகட்டாக இருப்பதாக லேங்டன் நினைத்ததையும் ஒப்புக்கொள்ளத்தான் வேண்டும். ஆனாலும், அடுத்தடுத்த வருகைகளில் இதை ஆராய்வதற்கு பலமணி நேரங்களை செலவிட்ட அவரை அதன் வழக்கத்திற்கு மாறான அழகியல் விளைவுகள் கவர்ந்திழுத்தன. இறுதியில் அவர் அதன் பிரமாண்டமான அழகை பாராட்டத்தான் வேண்டியிருந்தது.

இல் டுவோமா — அல்லது முறைப்படி சாண்டா மரியா டெல் ஃபியோர் என்றழைக்கப்படும் இது — இக்னேஷியோ புஸோனிக்கு ஒரு பட்டப்பெயரை வழங்கியதற்கும் மேலாக, ஃப்ளோரன்ஸிற்கு ஆன்மீக இதயத்தை வழங்கியதோடு மட்டுமல்லாமல் பல்வேறு நாடகங்களையும், சதியாலோசனைகளையும் வழங்கியிருக்கிறது. இந்தக் கட்டிடத்தில் விரைவாக மாறிவிடும் கடந்தகாலத்தில், மிகவும் சர்ச்சைக்கு உள்ளான வெஸாரின் இறுதித் தீர்ப்பு ஓவியம் குறித்த நீண்ட, முரட்டுத்தனமான விவாதங்கள் முதல்... அந்தக் கட்டிடத்தின் கவிகைமாடத்தை கட்டிமுடிக்க வேண்டிய கட்டமைப்பு குறித்த கடுமையான போட்டியும் அடங்கும்.

இறுதியில் இதன் ஆதாயமிக்க ஒப்பந்தத்தை கைப்பற்றிய ஃபிலிப்போ புருனெலெஷி அதன் கவிகைமாடத்தைக் கட்டி முடித்தார் — அந்தக் காலகட்டத்தில் அதுதான் மிகப் பெரியது. இன்றுவரையிலும், தன்னுடைய மகாபடைப்பை திருப்தியுடன் பார்த்தபடி பாலஸோ டெய் கேனெனிஷிக்கு வெளியே அமர்ந்திருக்கும் புருனெலெஷியின் சிற்பத்தை இப்போதும் காணமுடியும்.

இந்தக் காலையில், தன்னுடைய காலத்தில் வியத்தகு கட்டமைப்பாக விளங்கிய, புகழ்பெற்ற சிவப்புக்கல் பதிந்த கவிகைமாடத்தை நோக்கி தன்னுடைய கண்களை லேங்டன்

வானத்தில் உயர்த்தியபோது, அந்தக் கட்டிடத்தின் குறுகலான, சுற்றுலாவாசிகளால் நிரம்பியிருக்கும் படிக்கட்டுகள் தான் இதுவரை எதிர்கொண்ட, தனக்கு அச்சத்தை ஏற்படுத்தும் மூடியப் பகுதிகள் அளவுக்கு அது இருக்குமா என்பதை தெரிந்து கொள்வதற்காகவே அந்தக் கவிகைமாடத்தில் ஏறுவதென்று முட்டாள்தனமாக முடிவெடுத்த நேரத்தை நினைவுபடுத்திப் பார்த்தார்.

"ராபர்ட்?" என்றாள் சியன்னா. "நீங்கள் வருகிறீர்களா?"

லேங்டன் அந்தக் கவிகை மாடத்தில் இருந்து தன் பார்வையை அகற்றி, தான் செல்லும் பாதையில் இந்தக் கட்டிடத்தைக் கண்டு வியப்பதை நிறுத்தவேண்டும் என்பதை உணர்ந்தார். "கொஞ்சம் மன்னிக்க வேண்டும்."

அந்தக் கட்டிடத்தின் சுற்றளவை விட்டு விலகாமல் அவர்கள் தொடர்ந்து முன்னேறிச் சென்றனர். இப்போது அவர்கள் அந்தக் கதீட்ரலுக்கு வந்துசேர்ந்துவிட்டனர். தாங்கள் பார்க்க வேண்டிய இடங்களின் பட்டியலை சரிபார்த்தபடியே அதன் வெளியேறும் வழியில் சுற்றுலாவாசிகள் நிரம்பிவழிவதை லேங்டன் கவனித்தார்.

அவர்களுக்கு முன்னால் மணிக்கூண்டு உயர்ந்திருந்தது. அது அந்தக் கதீட்ரல் வளாகத்தில் இருக்கும் மூன்றில் இரண்டாவது கட்டிடம். ஜியாட்டோ மணிக்கூண்டு எனப்படும் அதற்கு பின்னால்தான் கதீட்ரல் அமைந்திருந்தது. பின்க், பச்சை மற்றும் வெள்ளைநிறக் கற்களால் முன்பக்க அலங்காரத்துடன் இருந்த அந்த சதுக்கத்தின் ஸ்தூபி ஏறக்குறைய முன்னூறு அடிகள் உயரத்திற்கு எழும்பியிருந்தது. பூகம்பங்கள், மோசமான காலநிலை ஆகியவற்றைக் கடந்து, தனது உச்சியில் இருபதாயிரம் பவுண்டுகள் எடையுள்ள மணியை சுமந்துகொண்டு இத்தனை நூற்றாண்டுகளாக வீற்றிருக்கும் அந்த அற்புதக் கட்டுமானத்தைக் கண்டு லேங்டன் எப்போதுமே வியந்திருக்கிறார்.

அவருக்கு அருகாமையில் சுறுசுறுப்பாக நடந்து வந்து கொண்டிருந்த சியன்னாவின் கண்கள் அந்த மணிக் கூண்டிற்கு அப்பால் தெரிந்த வானத்தை படபடப்புடன் ஆராய்ந்து கொண்டிருந்தது. அவள் அந்த ட்ரோன் விமானத்தைத்தான் தேடிக்கொண்டிருக்கிறாள் என்பது தெளிவாகத் தெரிந்தாலும் அது இங்கே எங்கேயும் காணப்படவில்லை. இந்தக் காலை நேரத்தில்கூட கூட்டம் கணிசமான அளவுக்கு அடர்த்தியாக இருந்தது. அதன் அடர்த்தியில் மறைந்திருப்பதுகூட நல்லதுதான் என்று லேங்டன் நினைத்தார்.

அவர்கள் அந்த மணிக்கூண்டை அடைந்தவுடன், சுற்றுலா வாசிகளை கார்ட்டூன்களாக வரைந்துகொண்டிருக்கும் ஓவியர் களைக் கடந்தனர். அங்கே ஒரு பையன் ஸ்கேட்போர்டில் விளையாடிக்கொண்டிருந்தான். தேனிலவுக்கு வந்த ஜோடி ஒற்றைக்கொம்பு குதிரையை முத்தமிட்டுக்கொண்டிருந்தது. மைக்கேலாஞ்சலோ சிறுவனாக இருக்கும்போது தன்னுடைய ஓவியப்பலகையை அமைத்துக்கொண்ட இடத்தில் இதுபோன்ற விஷயங்கள் அனுமதிக்கப்பட்டிருப்பது லேங்டனுக்கு ஏதோ ஒரு விதத்தில் வேடிக்கையாக இருந்தது.

ஜியாட்டோவின் மணிக்கோபுரத்தை சுற்றித் திரும்பிய லேங்டனும் சியன்னாவும் கதீட்ரலுக்கு நேராக அந்த சதுக்கத்திற் குள் நுழைந்தனர். அங்கே இருந்த கூட்டம் இன்னும் நெருக்கமாக இருந்தது. உலகம் முழுவதிலும இருந்து வந்திருந்த சுற்றுலாவாசிகள் அதன் வண்ணமயமான முக்கிய நுழைவாயிலை நோக்கி கேமரா போன்களையும், வீடியோ கேமராக்களையும் குறிவைத்திருந்தனர்.

வெறுமனே உற்றுப்பார்த்த லேங்டன் தன்னுடைய பார்வையை கண்ணுக்குத் தெரியத் தொடங்கிய சிறிய கட்டிடத் தின் மீது ஏற்கனவே பதித்துவிட்டார். கதீட்ரலின் முன்பக்க நுழைவாயிலுக்கு நேர் எதிரே அந்தக் கதீட்ரல் வளாகத்தில் அமைந்திருக்கும் மூன்றாவதும், இறுதியுமான கட்டிடம் காணப் பட்டது.

அதுவும்கூட லேங்டனின் விருப்பத்திற்குரிய ஒன்றுதான். அது சான் ஜியோவானி ஞானஸ்நானம்.

ஒரேவிதமான பலவண்ண முன்பக்க கற்களால் அலங்கரிக்கப் பட்டிருக்கும் அந்த ஞானஸ்நான மண்டபம் தன்னுடைய வசீகரமான எண்கர வடிவத்தினால் பெரிய கட்டிடத்தில் இருந்து தனித்துக் காணப்பட்டது. அந்த எட்டுபக்க கட்டுமானமும் மேலீடான வெண்ணிற கூரைக்கு மேலேறிச் செல்லும் மூன்று பிரத்யேக அடுக்குகளைக் கொண்டிருந்தது.

அந்த எண்கரமானது அழகியலுடன் எந்த வகையிலும் சம்பந்தப்படவில்லை என்றாலும், குறியீட்டியலுடன் எல்லா வகையிலும் சம்பந்தப்பட்டிருப்பது லேங்டனுக்குத் தெரியும். கிறிஸ்துவத்தில், எட்டாம் எண் என்பது மறுபிறப்பையும், மறு—படைப்பையும் குறிக்கிறது. இந்த எண்கரம், சொர்க்கத்தையும் பூமியையும் உருவாக்க கடவுள் எடுத்துக்கொண்ட ஆறு நாட்களையும், ஓய்வுநாள் ஒன்றையும், எட்டாவது நாளாகிய ஞானஸ்நானம் மூலமாக கிறிஸ்துவர்கள் "மறுபிறப்பு" அல்லது "மறு—படைப்பை" அடைந்தது ஆகியவற்றை குறிக்கின்ற காட்சி

ரீதியான நினைவூட்டியாகும். உலகம் முழுவதிலும் உள்ள ஞானஸ்நான மண்டபங்களுக்கு எண்கரம் என்பது பொதுவான வடிவமாகும்.

இந்த ஞானஸ்நான மண்டபம் ஃப்ளோரன்ஸின் மிகவும் வசீகரமான கட்டிடமாக இருக்கும் அதே நேரத்தில் அதை அமைவிக்க தேர்ந்தெடுக்கப்பட்ட இடம் நியாயமற்றதாக இருப்பதாகவும் லேங்டன் கருதினார். இந்த ஞானஸ்நான மண்டபம் உலகில் வேறு எந்த இடத்தில் இருந்திருந்தாலும் அதுவே மையக் கவர்ச்சியாக இருந்திருக்கும். ஆனாலும், இங்கே, தன்னுடைய இரண்டு பிரமாண்டமான உடன்பிறப்புகளுக்கு மத்தியில் அந்த ஞானஸ்நான மண்டபம் குள்ளமான மனிதரைப் போல் காட்சியளித்தது.

நீ உள்ளே நுழையும் வரை, என்று தனக்குத்தானே நினைவுபடுத்திக்கொண்ட லேங்டன் அதன் உட்பகுதியின் அற்புதமான பளிங்குக் கல் வேலைப்பாடுகளை நினைவுக்குக் கொண்டுவந்தார். அந்த ஞானஸ்நான மண்டபத்தின் பளிங்குக் கூரையே சொர்க்கத்தை நினைவுபடுத்துவதுபோல் இருக்கும் என ஆரம்பகாலத்தில் அதைக் கண்டு வியந்து பிரமித்திருக்கிறார்கள். *எங்கே தேடவேண்டும் என்று நீ தெரிந்துகொள்ள விரும்பினால்,* லேங்டன் முரண்நகையோடு சியன்னாவிடம் சொல்லியிருந்தார், *ஃப்ளோரன்ஸ்தான் சொர்க்கம்.*

பல நூற்றாண்டுகளாக இந்த எட்டுப்பக்கங்கள் கொண்ட புனித இடம் எண்ணிறைந்த பிரபலங்களுக்கு ஞானஸ்நானம் செய்வித்திருக்கிறது — தாந்தேவும் அவர்களுள் ஒருவர்.

நான் ஒரு கவிஞனாக திரும்பி வருவேன்... என் ஞானஸ்நான ஊற்றுக்கு.

அவருடைய நாடுகடத்தலின் காரணமாக, இந்தப் புனித இடத்திற்கு —அவருடைய ஞானஸ்நான இடத்திற்கு— திரும்பிவர தாந்தேவுக்கு அனுமதி அளிக்கப்படவில்லை. ஆனாலும், நேற்றிரவு நடந்த விரும்பத்தகாத தொடர்ச்சியான நிகழ்வுகளின் ஊடாக தாந்தேயின் மரண முகமூடி இறுதியில் தன் இடத்தை அடைந்திருக்கும் என்ற நம்பிக்கை லேங்டனித்தில் அதிகரித்துக்கொண்டே சென்றது.

இந்த ஞானஸ்நான மண்டபம், இக்னேஷியோ இறக்கும் முன்னர் அந்த முகமூடியை அவர் இங்கேதான் மறைத்து வைத்திருக்க வேண்டும் என்று லேங்டன் நினைத்தார். அவர் இக்னேஷியோவின் அவசர அவசரமான தொலைபேசி செய்தியை நினைவுபடுத்திக்கொண்டார். ஒரு சில்லிட்ட

தருணத்தில் தன்னுடைய மார்பை பிடித்துக்கொண்ட அந்த பருத்த மனிதர், தடுமாறியபடியே பியாஸாவிற்குள் சென்று, முகமூடியை கவனமாக மறைத்து வைத்துவிட்டு தனது இறுதி தொலைபேசி அழைப்பை மேற்கொண்டிருப்பதை லேங்டன் மனக்கண்ணில் கண்டார். *கதவுகள் உனக்காக திறந்திருக்கின்றது.*

லேங்டனும் சியன்னாவும் கூட்டத்தினூடாக வளைந்து நெளிந்து செல்கையில் அவருடைய பார்வை ஞானஸ்நான மண்டபத்திலேயே நிலைத்திருந்தது. லேங்டன் ஓட்டமும் நடையுமாக விரைகையில் சியன்னா மிகவும் சுறுசுறுப்பான ஆர்வத்துடன் முன்னேறினாள். தொலைவில் இருந்துகூட, அந்த ஞானஸ்நான மண்டபத்தின் பிரமாண்டமான மையக் கதவுகள் சூரிய ஒளியில் பிரகாசிப்பதை அவரால் பார்க்க முடிந்தது.

வெண்கலத்தின் மீது தங்கமுலாம் பூசப்பட்ட, பதினைந்து அடிகளுக்கும் மேலான உயரத்தில் இருந்த அந்தக் கதவுகளை செய்துமுடிக்க லோரன்ஸோ கிபெர்ட்டிக்கு இருபது வருடங்களுக்கும் மேல் ஆனது. அவை நுண்மையான பைபிள் திருவுரு வங்களின் சிக்கலான பத்துப் பலகைகளைக் கொண்டு அலங்கரிக்கப்பட்டிருந்தன. அதன் தர இயல்பைக் கண்ட ஜியார்ஜியோ வெஸாரி அந்தக் கதவுகளை, "எல்லாவகையிலும் மறுக்கமுடியாத அளவு முழுமையானது... இதுவரை உருவாக்கப் பட்டதிலேயே மிகச்சிறந்த மகாபடைப்பு" என்று சிலாகித்தார்.

ஆனாலும், அந்தக் கதவுகளைக் கண்டு மைக்கேலாஞ்சலோ வைத்த பெயர்தான் இன்றும்கூட நீடித்திருக்கிறது. அவற்றை மிக அழகானவை என்று வர்ணித்த மைக்கேலாஞ்சலோ அவற்றை சொர்க்கத்தின் கதவுகளாகத்தான் பயன்படுத்த வேண்டும் என்று அறிவித்தார்.

❏

54

வெண்கலத்தினால் ஆன பைபிள், என்று நினைத்துக்கொண்ட லேங்டன் தனக்கு முன்பாக இருந்த அழகான கதவுகளைக் கண்டு வியந்தார்.

கிபெர்ட்டியின் பளபளக்கும் சொர்க்கத்தின் கதவுகள் பத்து சதுர பலகைகளைக் கொண்டதாக இருந்தது. அவை ஒவ்வொன்றும் பழைய ஏற்பாட்டைச் சேர்ந்த முக்கிய காட்சிகளை சித்தரித்தன. ஈடன் தோட்டம் முதலாக மோஸஸ் முதல் சாலமன் அரசனின் கோயில் வரை கிபெர்ட்டியின் செதுக்கப் பட்ட விவரணையானது இரண்டு செங்குத்தான தூண்களிலும் ஒவ்வொன்றிலும் ஐந்து பலகைகள் என்ற விகிதத்தில் விரிந்திருந்தன.

தனித்தனி காட்சிகளின் அற்புத வரிசையானது கடந்த நூற்றாண்டுகளில் கலைஞர்கள் மற்றும் கலை வரலாற்றாசிரியர்களிடையே, பிரபலமாதலின் போட்டி குறித்த விஷயமாக ஏதோ ஒருவகையில் உருவெடுத்திருக்கிறது. அதில் பொட்டிசெலி முதல் நவீன விமர்சகர்கள் வரை "அற்புதமான பலகைகள்" குறித்த தங்களுடைய முன்னுரிமைகளுக்காக வாதிட்டிருப்பதும் அடங்கும். இதில் இத்தனை நூற்றாண்டுகளின் பொதுக்கருத்தின் அடிப்படையில் வெற்றிபெற்றவர் ஜேகப் மற்றும் இஸாவ் — இடது பக்க சுவற்றின் மையப் பலகையில் இருப்பவை — வியப்படைய வைக்கும் பல்வேறுவிதமான கலைநுணுக்க முறைகள் அதை உருவாக்கப் பயன் படுத்தப்பட்டிருக்கின்றன. ஆனாலும், அந்தப் பலகையின் ஆளுகைக்கான காரணம் கிபெர்ட்டி

தன்னுடைய பெயரை பொறித்துக்கொள்ளும் வகையில் அதைத் தேர்வு செய்ததுதானோ என்று லேங்டன் சந்தேகப்பட்டார்.

சில வருடங்களுக்கு முன்னர் இக்னேஷியோ புஸோனி இந்தக் கதவுகளை லேங்டனிடம் பெருமையுடன் காட்டியிருக்கிறார். அரை மில்லினியம் காலகட்டத்தில் வெள்ளங்கள், சூறையாடல்கள் மற்றும் காற்று மாசுபாட்டிற்குப் பிறகே இந்த பளபளப்பான கதவுகள் இதன் துல்லியமான மாற்றுப்பிரதிகளால் பதிலீடு செய்யப்பட்டிருக்கின்றன என்பதை வெட்கத்துடன் ஒப்புக்கொண்டுதான் ஆகவேண்டும். அதன் அசல் படைப்பு தற்போது மியூஸியோ டெல்'ஓபரா டெல் டுவாமோவிற்குள், மறுசீரமைப்பிற்காக பாதுகாப்பாக வைக்கப்பட்டுள்ளன. தாங்கள் போலிகளைக் கண்டு வியக்கிறோம் என்றும், அது உண்மையில் தான் எதிர்கொண்டதிலேயே "போலி" கிபெர்ட்டி கதவுகளின் இரண்டாவது ஜோடி என்பதையும் புஸோனியிடம் சொல்வதில் இருந்து லேங்டன் தன்னைத்தானே தடுத்துக் கொண்டார் — முதல் ஜோடி கதவுகள் ஒரு விபத்தினால் தனியாக எடுத்துவைக்கப்பட்டுவிட்டன. கிரேஸ் கதீட்ரலின் புதிர்ப்பாதைகளை ஆராய்ந்து கிபெர்ட்டியின் சொர்க்கத்தின் கதவுகளுடைய மறுபதிப்புகள் மத்தியகால இருபதாம் நூற்றாண்டில் இருந்து இந்தக் கதீட்ரலின் முன் கதவுகளாக இருந்துவருவதை கண்டுபிடித்தபோதுதான் அவர் அதையும் தெரிந்துகொண்டார்.

லேங்டன் கிபெர்ட்டியின் மகா படைப்பின் முன்பாக நின்றுகொண்டிருக்கையில், அவருக்கு அருகாமையில் அமைக்கப்பட்டிருந்த தகவல் பலகை அவர் கவனத்தை ஈர்த்தது. அதில் இருந்த எளிய இத்தாலிய சொற்றொடர் அவரை துணுக்குறச் செய்தது.

லா பெஸ்ட்டே நெரா. அதன் அர்த்தம் "பிளாக் டெத்." ***கடவுளே, நான் திரும்பிய பக்கமெல்லாம் இது இருக்கிறதே*** என்று லேங்டன் நினைத்துக்கொண்டார். அந்த அறிவிப்புப் பலகை சொல்வதுபோல், இந்தக் கதவுகள் கடவுளுக்கான "அர்ப்பணிப்பாக" நிறுவப்பட்டவை — ஏதோ ஒரு வகையில் அந்தக் கொள்ளை நோயில் இருந்து தப்பிப் பிழைத்தமைக்காக கடவுளுக்கு ஃப்ளோரன்ஸ் செலுத்திய நன்றிக்கடன்தான் அது.

சொர்க்கத்தின் கதவுகளில் இருந்து லேங்டன் தன் பார்வையை வலுக்கட்டாயமாக திருப்பிக்கொண்டபோது, அவருடைய மனதில் இக்னேஷியோவின் வார்த்தைகள் மீண்டும் எதிரொலித்தன. ***அந்தக் கதவுகள் உனக்காக திறந்திருக்கின்றன. நீதான் விரைந்து செயலாற்ற வேண்டும்.***

இக்னேஷியோ உறுதியளித்திருக்கிறார் என்றாலும்,

சொர்க்கத்தின் கதவுகள் நிச்சயம் பூட்டித்தான் இருந்தன. சில அரிதான மதம்சார் பண்டிகைகளைத் தவிர அவை எப்போதுமே பூட்டித்தான் இருக்கும். வழக்கமாக, சுற்றுலாவாசிகள் வடக்குப் பக்கம் இருக்கும் வேறுவகையான முனையில் இருந்துதான் இந்த ஞானஸ்நான தளத்திற்கு வருவார்கள்.

அவருக்கு அருகாமையில் கால்விரல் நுனியில் நின்று கொண்டிருந்த சியன்னா அந்தக் கூட்டத்தை சுற்றிப்பார்க்க முயற்சித்துக்கொண்டிருந்தாள். “கதவுப் பிடிகள் எதுவும் இல்லை” என்றாள் அவள். “சாவித்துவாரங்களும் இல்லை. ஒன்றுமேயில்லை.”

உண்மைதான், என்று நினைத்துக்கொண்ட லேங்டன், கிபெர்ட்டி தன்னுடைய மகா படைப்பை கதவுப் பிடிகள்போன்ற சாதாரண விஷயங்களால் நாசமாக்கிவிடக்கூடாது என்று நினைத்திருப்பார். “அந்தக் கதவு உள்பக்கமாக திறக்கும். உள்ளிருந்துதான் பூட்ட முடியும்.”

ஒருகணம் யோசித்துப்பார்த்த சியன்னா விரல்களால் தன் உதடுகளை மூடிக்கொண்டாள். “அப்படியென்றால் இங்கிருந்து... இந்தக் கதவு பூட்டியிருக்கிறதா இல்லையா என்று யாருக்கும் தெரியாது.”

லேங்டன் ஆமோதித்தார். “இக்னேஷியோவும் நிச்சயம் அப்படித்தான் நினைத்திருப்பார் என்று நம்புகிறேன்.”

தனக்கு வலதுபக்கமாக இரண்டு அடிகள் நடந்துசென்ற அவர் வடக்குப் பக்கத்தில் சற்று தொலைவில் இருந்த, அவ்வளவாக அலங்காரமற்ற சுற்றுலாப் பயணிகளின் நுழைவாயில் கதவுகளை உற்றுப்பார்த்தார். அங்கே, சலிப்புற்றுக காணப்பட்ட வழிகாட்டி சிகரெட் புகைத்தபடியே அபெர்ச்சுரா 1300–1700 என்று குறிப்பிடப்பட்ட நுழைவாயிலை சுற்றுலாவாசிகளுக்கு காட்டிக் கொண்டிருந்தான்.

அது சிலமணி நேரங்களாக திறக்கப்படவில்லை என்று நினைத்துக்கொண்ட லேங்டன் சந்தோஷப்பட்டார். ***அதனால் உள்ளே இன்னும் யாரும் வரவில்லை.***

யதேச்சையாக அவர் தன்னுடைய கைக்கடிகாரத்தைப் பார்த்தார். அந்த மிக்கி மவுஸ் தொலைந்துபோனது மீண்டும் அவர் ஞாபகத்திற்கு வந்தது.

அவர் மீண்டும் சியன்னாவை நோக்கித் திரும்பியபோது, கிபெர்ட்டியின் மகா படைப்பை நெருங்கிவிடாமல் இருக்கும் வகையில் சுற்றுலாவாசிகளை தடுத்து நிறுத்த சொர்க்கத்தின்

கதவுகளுக்கு சில அடிகளுக்கு முன்பாக போடப்பட்டிருந்த இரும்பு வேலியின் வழியாக புகைப்படம் எடுத்துக்கொண்டிருந்த ஒரு சுற்றுலாக் குழுவுடன் அவள் சேர்ந்திருந்தாள்.

அந்தப் பாதுகாப்புக் கதவு கறுப்புநிற உருக்கு இரும்பினால் செய்யப்பட்டிருந்தது. அதன் மேல் பகுதியில் இருக்கும் சூரியக்கதிர் போன்ற கூர்முனையில் தங்கநிற வர்ணம் பூசப்பட்டிருந்தது. அத்துடன் அது புறநகர்ப் பகுதிகளில் உள்ள வீடுகளைச் சுற்றி அமைக்கப்பட்டிருக்கும் சாதாரண வேலிகள் போன்றதுதான். சொர்க்கத்தின் கதவுகளைப் பற்றிக் குறிப்பிடும் தகவல் பலகை யானது அந்த வெண்கலக் கதவுகளின் மீது அல்லாமல் அந்த சாதாரண பாதுகாப்பு வேலியிலேயே மாட்டப்பட்டிருந்தது விநோதமாக இருந்தது.

அந்த அறிவிப்புப் பலகை அந்த இடத்தில் வைக்கப் பட்டிருப்பது சுற்றுலாவாசிகளிடத்தில் சில குழப்பங்களை ஏற்படுத்துவதாக லேங்டன் கேள்விப்பட்டிருக்கிறார். அதை உறுதிப்படுத்துவதுபோல், அப்போது கூட்டத்தின் வழியாக அங்கே வந்த பருத்த பெண் ஒருவர் அந்த அறிவிப்புப் பலகையைப் பார்த்துவிட்டு, இரும்பு வேலியைப் பார்த்து புருவத்தை சுருக்கிக்கொண்டு சொன்னாள், “இதுதான் சொர்க்கத்தின் கதவுகளா? நாசமாய்ப் போச்சு, இது என் வீட்டில் இருக்கும் நாய் வேலியைப் போன்றே இருக்கிறதே!” என்ற அவள் யாருடைய விளக்கத்தையும் எதிர்பார்க்காமல் அப்படியே அங்கிருந்து சென்றுவிட்டாள்.

அங்கே சென்ற சியன்னா அந்த பாதுகாப்பு வேலியை கெட்டியாகப் பிடித்துக்கொண்டு அதன் பின்னால் இருக்கும் பூட்டின் அமைப்பை அந்தக் கம்பிகளின் ஊடாக சாதாரணமாக உற்றுப் பார்த்தாள்.

“இதோ பாருங்கள்” என்று கண்களை அகலத் திறந்து லேங்டனைப் பார்த்தாள் அவள். “இதன் பின்னால் இருக்கும் பூட்டு பூட்டப்படாமலேயே இருக்கிறது.”

கம்பிகளின் வழியாக பார்த்த லேங்டன் அவள் சொல்வது சரிதான் என்பதைக் கண்டார். அந்தப் பூட்டு பூட்டப்பட்டது போன்றே விடப்பட்டிருந்தது. ஆனால் நெருங்கிச் சென்று பார்த்தால், அது நிச்சயம் பூட்டப்படவில்லை என்று தெரிந்தது.

அந்தக் கதவுகள் உனக்காக திறந்திருக்கின்றன. ஆனால் நீதான் விரைந்து செயல்பட வேண்டும்.

அந்த வேலிக்கும் அப்பால் சொர்க்கத்தின் கதவுகளை

நோக்கி தன் பார்வையை செலுத்தினார் லேங்டன். இக்னேஷியோ உண்மையிலேயே இந்த ஞானஸ்நான மையத்தின் பெரிய கதவுகளைப் பூட்டாமல் விட்டிருக்கிறார் என்றால் அவற்றைத் தள்ளித் திறப்பது சுலபம். ஆனால், இதிலுள்ள சவால் என்னவென்றால், அந்த சதுக்கத்தில் உள்ள, காவல்துறை மற்றும் டுவாமோ காவலாளிகள் உட்பட எவர் கண்ணிலும் படாமல் உள்ளே நுழைவதுதான்.

“அங்கே பாருங்கள்!” அருகாமையில் இருந்த ஒரு பெண் சட்டென்று கத்தினாள். “அவர் குதிக்கப் போகிறார்!” அவளுடைய குரல் திகிலடைந்து போயிருந்தது. “அதோ மேலே, அந்த மணிக்கூண்டில்!”

லேங்டன் அந்தக் கதவுகளில் இருந்து சுழன்று திரும்பினார். அங்கே கத்திக்கொண்டிருந்த பெண்... சியன்னா. அவள் ஐந்து அடிகள் தள்ளி நின்றுகொண்டிருந்தாள். கியாட்டோ மணிக் கூண்டை சுட்டிக்காட்டி கத்திக்கொண்டிருந்தாள். “அதோ மேலே! அவர் குதிக்கப் போகிறார்!”

எல்லோருடைய கண்களும் மேல்நோக்கித் திரும்பி அந்த மணிக்கூண்டில் தேடத் தொடங்கின. அருகாமையில் இருந்த மற்றவர்களும் அங்கே கையைக் காட்டி, பாதிக் கண்களை மூடிக்கொண்டு, மற்றவர்களை அழைத்துக்கொண்டிருந்தனர்.

“யாரோ ஒருவர் குதிக்கப்போகிறாராம்?!”

“எங்கே?!”

“எனக்குத் தெரியவில்லையே!”

“அங்கே இடது பக்கமாகவா?!”

அந்த சதுக்கத்தில் இருந்தவர்களை பீதிக்கு உள்ளாக்கி அதைத் தொடரச்செய்து, அங்கே பார்க்க வைப்பதற்கு ஒருசில நொடிகளே ஆயின. ஒரு காட்டுத்தீயின் சீற்றம் காய்ந்த வைக்கோல்போரை பற்றவைப்பதைப் போல், பயத்தின் துரிதமான அலையானது அந்த பியாஸா முழுவதும் பரவியது. கூட்டத்தினர் தங்கள் கழுத்தை வளைத்து, மேல்நோக்கிப் பார்த்து அங்கே குறிப்பிட்டுக் காட்டிக்கொண்டிருந்தனர்.

வைரல் மார்க்கெட்டிங் என்று நினைத்துக்கொண்ட லேங்டன் தான் செயல்படுவதற்கு ஒரே ஒரு தருணம்தான் இருக்கிறது என்பதைத் தெரிந்துகொண்டார். அந்த இரும்பு வேலியை சட்டென்று பற்றிக்கொண்ட அவர் அதைத் தள்ளித் திறந்த போது சியன்னாவும் அவருடன் வந்து சேர்ந்துகொண்டாள்.

இருவரும் அந்த அந்த சின்ன இடத்தின் வழியாக உள்ளே நழுவினர். அவர்களுக்குப் பின்னால் இருந்த கதவை மூடியதும், தங்களுக்கு முன்னால் இருந்த பதினைந்து அடி வெண்கலக் கதவை பார்த்தபடி நின்றனர். தான் இக்னேஷியோவை சரியாக புரிந்துகொண்டிருக்கிறோம் என்று நம்பிய லேங்டன், அந்த பிரமாண்டமான இரட்டைக் கதவில் ஒரு பக்கமாக தன் தோளை வைத்து கால்களை பலமாக ஊன்றித் தள்ளினார்.

உடனடியாக எதுவும் நடக்கவில்லை. ஆனால் மெதுவாக அந்தப் பருத்த பகுதி நகரத் தொடங்கியது. ***கதவுகள் திறக்கின்றன!*** சொர்க்கத்தின் கதவுகள் ஒரு அடி வரை திறந்தபோது நேரத்தை வீணடிக்காத சியன்னா அதன் பக்கவாட்டில் நுழைந்து உள்ளே சென்றாள். லேங்டனும் அதைப் பின்பற்றியபடியே உள்ளே நுழைந்து அந்த ஞானஸ்நான மையத்திற்குள் வந்துசேர்ந்தார்.

இருவரும் ஒன்றாக சேர்ந்து கதவை எதிர்த்திசையில் தள்ளி அந்த பெரிய நுழைவாயிலை வேகமாக மூடியபோது தட் என்ற சத்தம் கேட்டது. உடனடியாக, வெளியே இருந்து கேட்ட இரைச்சலும், குழப்பமும் நின்று அந்த இடம் அமைதியானது.

தங்களுடைய காலடியில் ஒரு நீளமான மரத்துண்டு இருப்பதை சியன்னா சுட்டிக்காட்டினாள். அது அந்தக் கதவின் இரண்டு பக்கமும் இருந்த வளையத்திற்குள் சரியாகப் பொருந்தி தடையாக செயல்படுவது என்பதில் சந்தேகம் இல்லை. "இதை இக்னேஷியோதான் உங்களுக்காக எடுத்துவிட்டிருக்க வேண்டும்" என்றாள் அவள்.

இருவரும் அந்த மரத்துண்டை எடுத்து அந்த வளையத்திற் குள் திரும்ப வைத்து, அந்த சொர்க்கத்தின் கதவுகளை திறன் மிக்க வகையில் மூடி தங்களை உள்ளே பாதுகாப்பாக இருத்திக் கொண்டனர்.

சற்றே நீண்டநேரத்திற்கு லேங்டனும் சியன்னாவும் அந்த அமைதியில் உட்கார்ந்திருந்தனர். கதவுகளில் சாய்ந்தபடி தங்களுடைய சுவாசத்தை நிதானப்படுத்திக்கொண்டனர். பியாஸாவுக்கு வெளியே கேட்ட சத்தத்துடன் ஒப்பிடுகையில், அந்த ஞானஸ்நான கூடத்தின் உள்ளே சொர்க்கத்தில் இருப்பதைப் போன்ற அமைதியை உணர முடிந்தது.

சான் ஜியாவனி ஞானஸ்நான கூடத்திற்கு வெளியே, புளூம் பாரிஸ் கண்ணாடியும், பெய்ஸ்லி டையும் அணிந்திருந்த அவன் அந்தக் கூட்டத்தினூடாக நகர்ந்துகொண்டிருக்கையில் தன்னுடைய தடிப்புகளை அசௌகரியத்துடன் பார்த்தவர்களின்

முறைப்பை அவன் கண்டுகொள்ளவில்லை.

ராபர்ட் லேங்டனும் அவருடைய தோழியும் சாமர்த்தியமாக மறைந்துகொண்ட வெண்கலக் கதவுகளை அவன் நெருங்கினான்; வெளியில் இருந்துகூட, உள்ளுக்குள் அந்தக் கதவுகள் பலமாக மோதும் தட் என்ற ஒலியை அவனால் கேட்க முடிந்தது.

இதன் வழியாக உள்ளே செல்ல முடியாது.

மெதுவாக, அந்தப் பியாஸா இயல்புநிலைக்குத் திரும்பியது. மேலே ஏதோ எதிர்பார்ப்புடன் உற்றுப்பார்த்துக்கொண்டிருந்த சுற்றுலாவாசிகள் தங்கள் ஆர்வத்தை இழந்தனர். *யாரும் குதிக்கவில்லை.* எல்லோரும் கலையத் தொடங்கினர்.

அவன் மீண்டும் சொரிந்துவிட்டுக்கொண்டான், அவனுடைய தடிப்பு மோசமாகிக்கொண்டே சென்றது. அவனுடைய விரல்நுனிகள் வீக்கமெடுத்து வெடிக்கவும் ஆரம்பித்திருந்தன. சொறிந்துகொண்டே இருப்பதை நிறுத்த அவன் தன் கைகளை சட்டைப் பையில் விட்டுக்கொண்டான். மற்றொரு வழியைத் தேடி அந்த எட்டுப் பக்கங்கள் கொண்ட பகுதியை வட்டமிட்டுக் கொண்டிருக்கையில் அவன் மார்பு பலமாக அடித்துக்கொண்டது.

ஒரு முனையை சுற்றி வருவதற்குள்ளாகவே அவன் தொண்டைக்குழியில் அரிப்பெடுத்தபோது மீண்டும் சொறிய வேண்டும் என்பதை உணர்ந்தான்.

❑

55

சான் ஜியாவனியின் ஞானஸ்நான மண்டபத் திற்குள் நுழைந்து தகவல்களை தேடுதல் என்பது பௌதீகரீதியல் சாத்தியமில்லை என்று கதையே இருக்கிறது. லேங்டன் பலமுறை இந்த அறைக்குள் வந்திருக்கிறார் என்றாலும், இந்தமுறை அந்த இடத்தின் ஏதோ அமானுஷ்யத்தால் இழுக்கப் படுவதாக உணர்ந்த அவர் தன்னுடைய பார்வையை கூரையை நோக்கித் திருப்பினார்.

மேலே மிக உயரத்தில், அந்த ஞானஸ்நான அறையினுடைய மேற்பகுதியின் எட்டுப் பக்க அறையானது பக்கத்திற்கு பக்கம் எண்பது அடி களுக்கும் மேலாக பரந்து விரிந்திருந்தது. அது ஏதோ எரியும் நிலக்கரியால் ஆனதைப்போல் பளபளப் பாகவும், மினுமினுப்பாகவும் இருந்தது. அதன் பளபளப்பான தங்கநிற ஒளி ஒரு மில்லியனுக்கும் மேற்பட்ட சிறிய டைல்களில் பட்டு சமநிலையற்று எதிரொளித்தது — சிலிகா கற்களில் இருந்து கையால் வெட்டியெடுக்கப்பட்ட மிகச்சிறிய பளிங்குத் துண்டுகளைக் கொண்டு பைபிள் காட்சி களை விவரிக்கும் அந்தப் படங்கள் ஆறு மைய வளையங் களாக அமைக்கப்பட்டிருந்தன.

ரோமில் உள்ள பாந்தியானில் இருப்பதைப் போல், அந்த அறையின் பளபளப்பான மேல்பகுதிக்கு முழுமையான தோற்றத்தை சேர்க்கக்கூடிய வகையில் அந்த இருளைக் கிழித்துக்கொண்டு கவிகைமாடத்தின் மையத்துளை வழியாக ஊடுருவிய சூரிய ஒளிக்கு உயர்ந்திருந்த, சிறிய, சீரான இடைவெளிகொண்ட

ஜன்னல்கள் உதவியாக இருந்ததுடன், மாறிக் கொண்டிருக்கும் கோணத்திற்கு ஏற்றாற்போல் அமைந்த கட்டுமான உத்திரத்தைப் போல் ஏறக்குறைய உறுதியானவையாக காணப்பட்டன.

அந்த அறைக்குள் சியன்னாவுடன் மேற்கொண்டு நுழைகையில் அந்தப் புராணீகமான கூரைப் பளிங்கை லேங்டன் கவனத்தில் எடுத்துக்கொண்டார் — சொர்க்கத்தையும் நரகத்தையும் பலபடிகளாக குறிப்பிடும் அது தெய்வீக இன்பியலில் வரும் சித்தரிப்பிற்கு மிக நெருக்கமானதாக இருந்தது.

குழந்தையாக இருக்கையில் தாந்தே அலிஜீரி இதைக் கண்டிருக்கிறார், என்று நினைத்துக்கொண்டார் லேங்டன். *மேலேயிருந்து பெற்ற உத்வேகம்.*

அந்தப் பளிங்கின் மையப்பகுதியில் இப்போது லேங்டன் தன் பார்வையைக் குவித்தார். முக்கிய பலிபீடத்திற்கு மேலே நேராக எழுந்திருக்கும் இருபத்தேழு அடி இயேசு கிறிஸ்து ரட்சிக்கப்பட்டவர்களுக்கும் சபிக்கப்பட்டவர்களுக்கும் மேலாக தீர்ப்பு வழங்கும் வகையில் உட்கார்ந்திருக்கிறார்.

இயேசுவிற்கு வலதுபக்கம் நேர்மையாளர்கள் நிலைபேறுள்ள வாழ்க்கைக்கான பரிசைப் பெறுகிறார்கள்.

அவருக்கு இடது பக்கத்தில் இருக்கும் பாவப்பட்டவர்கள் கல்லாய் சமைந்து, ஆணிகளால் குத்தப்பட்டு எல்லாவகையான உயிர்களாலும் உண்ணப்படுகிறார்கள்.

நரகத்தைச் சேர்ந்த, மனிதனை உண்ணும் அசுரனான சாத்தான் அந்த சித்திரவதையை மேற்பார்வை செய்வதுபோல் அலங்காரமான மொஸைக்கில் செதுக்கப்பட்டிருக்கிறது. இந்த உருவத்தைப் பார்க்கும்போதெல்லாம் லேங்டன் துணுக்குற்றுப் போவார். எழுநூறு ஆண்டுகளுக்கு முன்பாக இளம் தாந்தே அலிஜீரியை மேலே இருந்து உற்றுப்பார்க்கும் அதுதான் அவரை அச்சுறுத்தி, நரகத்தின் இறுதிச்சுற்றில் மறைந்திருப்பது போன்று சித்தரிக்க அவருக்கு உந்துதலாக அமைந்தது.

தலைக்கு மேலிருக்கும் அந்த அச்சுறுத்தும் பளிங்கில், மனிதத் தலையை விழுங்கும் கொம்புமுளைத்த சாத்தானின் உருவம் சித்தரிக்கப்பட்டிருக்கிறது. பலியாகிறவரின் கால்கள் சாத்தானின் வாயிலிருந்து தொங்கிக்கொண்டிருக்கின்றன. அது தாந்தேயின் மேல்போஜில் பாதி புதைக்கப்பட்ட பாவம் செய்தவர்களின் ஊசலாடும் கால்களை நினைவூட்டுவது.

விரக்தியுற்ற ராஜ்ஜியத்தின் பேரரசன், என்று தாந்தேயின் படைப்பை நினைவுபடுத்திக்கொண்ட லேங்டன்

நினைத்துக்கொண்டார்.

சாத்தானின் காதுகளில் இருந்து வளைந்திருக்கும் இரண்டு பெரிய பாம்புகளும்கூட பாவம் செய்தவர்களை விழுங்குவதில் ஈடுபட்டிருப்பது சாத்தானுக்கு மூன்று தலைகள் உள்ளதைப் போலவும், அது இன்ஃபெர்னோவின் இறுதி காண்ட்டோவில் தாந்தே விவரிப்பதைப் போன்றுமே இருந்தது. தன்னுடைய நினைவை அலசி ஆராய்ந்த லேங்டன் தாந்தேயின் கற்பனையில் உள்ள கூறுபாடுகளை நினைவுபடுத்திக் கொண்டாள்.

தன்னுடைய தலையில் அவன் மூன்று முகங்களைக் கொண்டிருந்தான். அவனுடைய மூன்று தாடைகளிலும் ரத்தம் நுரைத்தோடியது. அவனுடைய மூன்று வாய்களும் அரைவை இயந்திரத்தைப்போல் செயல்பட்டன. ஒரே தடவையில் அவனால் மூன்று பாவம் செய்தவர்களை மென்று தின்ன முடிந்தது.

மும்மடங்கான சாத்தானின் தீமையானது குறியீட்டு அர்த்தத்துடன் இணைந்திருப்பது லேங்டனுக்குத் தெரியும்: புனித மும்மூர்த்தியின் மும்மடங்கு புகழுடன் சரியான சமநிலையில் அது அதனிடத்தில் பொருத்தப்பட்டிருக்கிறது.

அந்தப் பயங்கரமான காட்சியை லேங்டன் உற்றுப் பார்க்கையில், இளம் தாந்தேயின் மீது அந்தப் பளிங்கு நிகழ்த்தி யிருக்கும் விளைவை அவர் கற்பனை செய்துபார்க்க முயற்சித்தார். வருடம் தவறாமல் அந்த தேவாலயத்தின் பிரார்த்தனைகளில் கலந்துகொள்ளும் தாந்தே ஒவ்வொருமுறை பிரார்த்தனை செய்யும்போதும் சாத்தான் தன்னை உற்றுப்பார்ப்பதை கண்டிருக்கிறார். ஆனாலும், இந்தக் காலைநேரத்தில் அந்த சாத்தான் இப்போது அவரையே நேரடியாக உற்றுப்பார்ப்பது போன்ற அசௌகரிய உணர்வை அடைந்தார்.

சட்டென்று தன்னுடைய பார்வையை கீழ்நோக்கித் திருப்பிய அவர் ஞானஸ்நான மண்டபத்தின் இரண்டாம் தள பால்கனியையும், கேலரியையும் நோக்கினார் — அது ஞானஸ்நானத்தைக் காண பெண்களுக்கு அனுமதிக்கப்பட்டிருந்த ஒரே இடம். பின்னர், தொங்கிய நிலையில் இருக்கும் ஆன்டிபோப் இருபத்தி மூன்றாம் ஜானின் கல்லறையை நோக்கினார். அவருடைய உடல் குகையில் வசிப்பவரைப் போன்றோ அல்லது மாயாஜால வித்தைக்காரன் ஒருவரை அந்தரத்தில் நிறுத்தும் தந்திரத்தைப் போன்றோ சுவற்றில் காணப்பட்டது.

இறுதியாக அவருடைய பார்வை அலங்காரமான தரைத்தளத்தின் மீது திரும்பியது. அதில் மத்தியகால வானியல் குறித்த குறிப்புகள் அடங்கியிருக்கின்றன என்று பலரும் நம்பினர்.

பின்னர், தன்னுடைய கண்கள் அந்த அறையின் மிக மையமான பகுதியை அடையும்வரை அந்த சிக்கலான கறுப்பு வெள்ளை வடிவமைப்பில் தன் பார்வையை அலையவிட்டார்.

அது அதோ இருக்கிறது, என்று நினைத்த அவர், பதிமூன்றாம் நூற்றாண்டின் பிற்பகுதியில் தாந்தே அலிஜீரி ஞானஸ்நானம் செய்விக்கப்பட்ட துல்லியமான இடத்தில் உற்று நோக்கினார். "நான் ஒரு கவிஞனாக திரும்பி வருவேன்... என்னுடைய ஞான ஸ்நான ஊற்றுக்கு" என்ற லேங்டனின் குரல் அந்த வெற்றுவெளி முழுவதும் எதிரொலித்தது. "அது இதுதான்."

லேங்டன் கைகாட்டிக்கொண்டிருந்த அந்தத் தளத்தின் மையப்பகுதியைப் பார்த்தபோது சியன்னா ஏதோ பிரச்சினை இருப்பதைப் போல் காணப்பட்டாள். "ஆனால்... இங்கே எதுவும் இல்லை."

"அங்கே இருக்காது" என்றார் லேங்டன்.

எஞ்சியிருப்பதெல்லாம் சிவப்பு நிறத்தில் எட்டு பக்கங்கள் கொண்ட தளம்தான். இந்த வழக்கத்திற்கு மாறான வெறுமையுடன் காணப்படும் எட்டு பக்கப் பகுதி மிகவும் அலங் காரத்துடன் வடிவமைக்கப்பட்ட தளத்தில் இருந்து அதனை வேறுபடுத்திக் காட்டியது. அத்துடன், அவ்வளவு பெரிதாக, மூடி மறைக்கப்பட்ட துளைபோன்று அது என்னவாக இருந்ததோ அதை நினைவுபடுத்தும் வகையில் அங்கு எதுவுமே இல்லை.

அந்த அசலான ஞானஸ்நான நீரூற்றானது இந்த அறை யில் மிக மையமான பகுதியில்தான் ஒரு பெரிய எட்டு பக்கங்கள் கொண்ட குட்டையாக இருந்திருக்கும் என்று லேங்டன் விளக்கமளித்தார். நவீன நீரூற்றுகள் உயர்த்தப்பட்ட பள்ளங்களைப் போல் இருக்கையில், முந்தைய கால நீரூற்றுகள் அதன் உண்மையான அர்த்தம் சொல்வதுபோல் "ஊற்றுகள்" அல்லது "நீரூற்றுகளாக" இருந்தவையாகும். அதற்கு, இந்த இடத்தில், ஆழமான குட்டை நீரில்தான் பங்கேற்பாளர்கள் ஆழ்ந்து மூழ்கி எழ வேண்டும் என்பதே பொருள். ஒரு காலத்தில் இந்தத் தளத்தில் மையப்பகுதியில் வீற்றிருந்த, ஒரு பெரிய சில்லிட்ட நீரில் ஏறக்குறைய மூழ்கும் நிலையை அடைந்துவிடும் குழந்தைகள் பயந்துபோய் வீறிட்டழும் இந்தக் கல்லால் ஆன அறை எப்படி இருந்திருக்கும் என்று லேங்டன் வியந்தார்.

"இங்கே ஞானஸ்நானம் செய்வதென்பது மிகவும் குளிராகவும் அச்சமூட்டக்கூடியதாகவும் இருக்கும்" என்றார் லேங்டன். "இதுதான் உண்மையான சடங்குமுறை. ஆபத்தானதும்கூட. ஒருமுறை மூழ்கிக்கொண்டிருந்த குழந்தை ஒன்றை காப்பாற்ற

தாந்தே இதில் குதித்தார் என்றுகூட சொல்லப்படுகிறது. ஏதோ காரணத்தினால், அந்த அசல் நீருற்று பதினாறாம் நூற்றாண்டில் மூடப்பட்டிருக்க வேண்டும்."

சியன்னாவின் கண்கள் கவலையுடன் அந்தக் கட்டிடத்தையே சுற்றிவரத் தொடங்கின. "ஆனால் தாந்தேயின் ஞானஸ்நான நீருற்று இங்கே இல்லை என்றால்... இக்னேஷியோ அந்த முகமூடியை எங்கேதான் மறைத்து வைத்திருப்பார்?!"

லேங்டன் அவளுடைய எச்சரிக்கையைப் புரிந்துகொண்டார். இந்த பிரமாண்டமான அறையில் மறைத்து வைப்பதற்கான இடத்திற்கு பஞ்சமே இல்லை — தூண்கள், சிலைகள், கல்லறைகள், உட்புற மாடங்கள், பலிபீடம், மேல்தளம் என எங்கு வேண்டுமானாலும் மறைத்து வைக்கலாம்.

இருந்தாலும், பின்னால் திரும்பி அவர்கள் நுழைந்த கதவைப் பார்த்து நிற்கையில் லேங்டனுக்கு குறிப்பிடும்படியான அளவுக்கு நம்பிக்கை இருந்தது. "நாம் அங்கிருந்துதான் தொடங்கியாக வேண்டும்" என்ற அவர், சொர்க்கத்தின் கதவுகளுக்கு அருகாமையில் இருந்த சுவற்றிற்கு எதிரேயுள்ள பகுதியை சுட்டிக்காட்டினார்.

ஒரு உயர்த்தப்பட்ட மேடையில், அலங்காரமான கேட்டிற்கு பின்னால், செதுக்கப்பட்ட பளிங்கின் அறுகோண அடித்தளம் ஒன்று காணப்பட்டது. அது ஒரு சிறிய பலிபீடத்தையோ அல்லது சேவை மேசையையோ நினைவூட்டுவதுபோல் இருந்தது. அதன் வெளிப்பகுதி சிக்கலான முறையில் செதுக்கப்பட்டிருந்தது என்பதுடன் சிப்பிகளில் செதுக்கப்பட்டதைப் போன்றும் காணப்பட்டது. அந்தப் பளிங்கு அடித்தளத்தின்மேல் மூன்றடி சுற்றளவுள்ள ஒரு பாலீஷ் செய்யப்பட்ட மரத்துண்டு இருந்தது.

அதை நோக்கிச் சென்ற லேங்டனை பின்பற்றிய சியன்னா அவநம்பிக்கையுடனேயே காணப்பட்டாள். அவர்கள் அந்தப் படிக்கட்டில் இறங்கி வரும்போது பாதுகாப்பு கேட்டிற்குள்ளாக மிக நெருக்கமாக சென்று உற்றுப்பார்த்த சியன்னாவுக்கு தான் எதைப் பார்க்கிறோம் என்று தெரிந்தபோது மூச்சடைப்பதுபோல் இருந்தது.

லேங்டன் சிரித்தார். ***நிச்சயம், அது பலிபீடமோ மேசையோ அல்ல.*** அந்த பாலீஷ் செய்யப்பட்ட மரத்துண்டு உண்மையில் ஒரு மூடி — அடியாழத்தில் உள்ள கட்டமைப்பை மூடியிருப்பது.

"ஞானஸ்நான ஊற்றா?" என்று கேட்டாள்.

லேங்டன் தலையாட்டினார். "தாந்தே இன்று ஞானஸ்நானம் செய்விக்கப்பட்டால், இங்கே உள்ள இந்தப் பள்ளத்தில்தான்

செய்திருக்க வேண்டும்.” நேரத்தை வீணடிக்காமல் அவர் அர்த்தமுள்ள வகையில் மூச்சை இழுத்து விட்டுக்கொண்டு, அந்த மர மூடியின் மீது தன் பாதங்களை வைத்தார். அதைத் திறக்க தயார்படுத்திக்கொள்கையில் எதிர்பார்ப்பின் துணுக்குறுதலை உணர்ந்தார்.

அந்த மூடியின் முனைகளை இறுக்கமாகப் பிடித்த லேங்டன் அதை ஒரு பக்கமாகத் தள்ளினார். பளிங்குத் தளத்தின் மேல் பகுதியை கவனமாக நகர்த்திய அவர், அந்த நீருற்றுக்கு அருகாமையில் இருந்த தரையில் அதை வைத்தார். பின்னர், இரண்டு அடி அகலம்கொண்ட, இருண்ட, உட்குழிவான பகுதிக்குள் உற்றுநோக்கினார்.

அந்த அச்சுறுத்தக்கூடிய காட்சி லேங்டனை மெதுவாக மென்று விழுங்க வைத்தது.

நிழலில் இருந்து, தாந்தே அலிஜீரியின் மரணித்த முகம் அவரைத் திரும்பிப் பார்த்தது.

❑

56

தேடு அது உனக்கு கிடைக்கும்.

அந்த ஞானஸ்நான நீரூற்றின் வளைவோரத்தில் நின்றுகொண்டிருந்த லேங்டன் வெளிறிய மஞ்சள்நிற மரண முகமூடியை கீழ்நோக்கி உற்றுப் பார்த்தார். அதன் சுருங்கிப்போன முகம் மேல்நோக்கி வெறுமை யாக உற்றுப் பார்த்துக்கொண்டிருந்து. வளைந்த மூக்கும், நீட்டிக்கொண்டிருக்கும் தாடையும் எந்தக் கேள்விக்கும் அப்பாற்பட்டவை.

தாந்தே அலிஜீரி.

அந்த உயிரற்ற முகம் போதுமான அளவுக்கு தொந்தரவுக்கு ஆளாக்கிவிட்டது. ஆனாலும், இந்த நீருற்றில் அது இருக்கும் நிலை ஏறக்குறைய அமானுஷ்யமான ஒன்று. ஒரு கணம் தான் பார்ப்பதை லேங்டனால் நம்பவே முடியவில்லை.

அந்த முகமூடி... மிதந்துகொண்டிருக்கிறதா?

லேங்டன் கீழே குனிந்து தனக்கு முன்பாக தெரிந்த அந்தக் காட்சியை உற்றுப்பார்த்தார். அந்தக் குட்டை சில அடிகள் ஆழமானது — ஆழமற்ற பள்ளம் என்பதைவிட செங்குத்தான கிணறு என்றுதான் சொல்லவேண்டும் — அதனுடைய சாய்தளமான சுவர்கள் தண்ணீரால் நிரம்பிய அறுகோண சேகரிப்பிடத்தை நோக்கி கீழே இறங்கின. விசித்திரம் என்னவென்றால், அந்த முகமூடி அந்த நீருற்றின் பாதி வழியில் தொங்கிக்கொண்டுதான் இருந்தது... ஒரு மாயாஜாலம்போல் தண்ணீருக்கு

சற்று மேலே ஒரு கிளையில் தொங்கியது.

இந்த மாயத்தோற்றத்திற்கு எது காரணமாக இருக்கும் என்பதை உணர லேங்டனுக்கு சற்று நேரம் ஆனது. அந்த நீருற்றில் ஒரு செங்குத்தான மையத்தண்டு ஒன்று பாதி தூரம் வரை மேலே எழும்பி தண்ணீருக்கு சற்று மேலே ஓர் உலோக தட்டைப்போல் நீட்டிக்கொண்டிருந்தது. ஓர் அலங்காரமான மைய ஊற்றைப்போல் தோன்றிய அது ஒரு குழந்தை அமர வைக்கப்படுவதற்காக அமைக்கப்பட்டதைப்போல் தோன்றியது, ஆனால், தண்ணீருக்கு மேலே பாதுகாப்பாக உயர்த்தப்பட்டுள்ள அதில் தாந்தேயின் முகமூடி ஓய்வெடுத்துக்கொண்டிருந்தது.

அருகருகே நின்றுகொண்டிருந்த லேங்டனோ சியன்னாவோ ஒரு வார்த்தையும் சொல்லாமல் அந்த தாந்தே அலிஜீரியின் சொரசொரப்பான முகத்தையே உற்றுப் பார்த்துக்கொண்டிருந்தனர், அது அவர் ஏதோ மூழ்கிக்கொண்டிருப்பதைப் போல் அப்போதும் ஒரு சிப்லாக் பையினால் மூடப்பட்டிருந்தது. ஒரு கணம், அந்த தண்ணீர் நிரம்பிய பள்ளத்தில் இருந்து மேல்நோக்கி பார்க்கும் அந்த முகத்தின் பிம்பம் அவர் குழந்தையாக இருக்கும்போது கிணற்றில் அடியில் மாட்டிக்கொண்டு, ஏக்கத்துடன் மேல்நோக்கி பார்த்துக்கொண்டிருந்த அவருடைய பயங்கரமான அனுபவத்தோடு பிணைந்துகொண்டது.

தன்னுடைய மனதிலிருந்து அந்த சிந்தனையை நீக்கிய அவர், அந்த முகமூடியை நெருங்கி, தாந்தேயின் காதுகள் இருக்கும் அதன் இரண்டு பக்கமும் கவனமாக பிடித்துக்கொண்டார். நவீன முறைகளின்படி அந்த முகம் சிறியதுதான் என்றாலும், அந்த புராதன பிளாஸ்டர் அவர் எதிர்பார்த்ததைவிடவும் கனமாக இருந்தது. அந்த நீருற்றில் இருந்து முகமூடியை மெதுவாக வெளியே எடுத்த அவர், தானும் சியன்னாவும் அதை நெருக்கமாக ஆராய்ந்து பார்க்கும் வகையில் மேலே தூக்கிப் பிடித்தார்.

அந்த பிளாஸ்டிக் பையின் வழியாக பார்க்கும்போதுகூட அந்த முகமூடி குறிப்பிடத்தக்க அளவு உயிர்ப்புடன் இருந்தது. அந்தப் பழம் கவிஞரின் முகத்தினுடைய ஒவ்வொரு சுருக்கமும், மாசுமருவும்கூட அந்த ஈரமான பிளாஸ்டரால் கையகப் படுத்தப்பட்டிருந்தது. அந்த முகமூடியின் மையத்தில் ஏற்பட்ட பழைய வெடிப்பைத் தவிர்த்து அது மிக நல்ல நிலையிலேயே இருந்தது.

“அப்படியே திருப்புங்கள்” என்றாள் சியன்னா. “அதன் பின்பக்கம் பார்க்கலாம்.”

லேங்டன் ஏற்கனவே அவள் சொன்னபடியேதான் செய்து கொண்டிருந்தார். பாலஸோ வெஷியோவில் இருந்த பாதுகாவல் வீடியோ, லேங்டனும் இக்னேஷியோவும் அந்த முகமூடியின் பின்பகுதியில் ஏதோ ஒன்றைக் கண்டுபிடித்ததைத்தான் தெளிவாக க்காட்டியது — அதன் மீதான துணுக்குறச் செய்யும் ஆர்வத்தினால் தான் அந்த இருவரும் அந்தக் கலைப்பொருளுடன் அந்த மாளிகையில் இருந்து வெளியேற வேண்டியிருந்தது.

நொறுங்கிவிடக்கூடிய அந்த பிளாஸ்டருக்கு பிரத்யேக கவனம் செலுத்தியபடியே, பின்பகுதியை அவர்கள் ஆராயக்கூடிய வகையில், லேங்டன் அந்த முகமூடியை அப்படியே திருப்பி தன் உள்ளங்கையில் அதன் முகம் படும்படியாக வைத்தார்.

அந்த முகமூடியின் பின்னால் கண்டுபிடிக்கப்போவதில் தாங்கள் எதை எதிர்பார்க்கிறோம் என்று லேங்டனுக்குத் தெரியாது. ஆனால் அது நிச்சயம் இது இல்லை.

இல்லை.

இல்லவே இல்லை.

அங்கே வெறும் மென்மையான, வெறுமையான மேற்பரப்பு மட்டுமே இருந்தது.

சியன்னாவும் அதே அளவுக்கு குழம்பிப்போனாள். "அது வெறும் பிளாஸ்டர்" என்றாள் அவள். "எதுவுமே இல்லை என்றால், நீங்களும் இக்னேஷியோவும் இதில் எதைத்தான் பார்த்தீர்கள்?"

எனக்கு எதுவும் தெரியவில்லை, என்று நினைத்துக்கொண்ட லேங்டன் தெளிவாகப் பார்ப்பதற்காக அந்த பிளாஸ்டிக் பையை பதட்டத்துடன் விலக்கிப் பார்த்தார். ***இங்கே எதுவுமே இல்லை!*** பதட்டம் உயர்ந்துகொண்டே செல்ல, அந்த முகமூடியை ஒளிக்கு அருகாமையில் கொண்டுசென்று கூர்மையாக ஆராய்ந்தார். நன்றாகப் பார்ப்பதற்காக அதை லேசாக தட்டிய அவர், அதன் உச்சிக்கு அருகாமையில் ஒரு கணம் மங்கிய நிறமாறுதலைக் கண்டதாக நினைத்தார் — தாந்தேயின் நெற்றிக்கு உள்ளே ஒரு படுகிடையான வரிசையில் குறிப்புகள் இருந்தன.

அது இயற்கையான மாசுமருவா? அல்லது ஒருவேளை ... வேறு ஏதேனுமா. சட்டென்று திரும்பிய லேங்டன் தங்களுக்குப் பின்னால் இருந்த சுவற்றில் தொங்கிக்கொண்டிருந்த மார்பிள் சட்டகத்தை நோக்கிச் சென்றார். "இதனுள்ளே பார்" என்றார் சியன்னாவிடம். "ஏதாவது டவல் கிடைக்கிறதா என்று பார்."

சியன்னா சந்தேகத்துடன் காணப்பட்டாலும் அதற்கு அடிபணிந்தாள். எச்சரிக்கையுடன் மறைக்கப்பட்டிருந்த அந்த கப்போர்டை திறந்த அவள் அதற்குள் மூன்று பொருள்கள் இருப்பதைப் பார்த்தாள் — அந்த நீரூற்றின் அளவைக் கட்டுப் படுத்தும் வால்வு, நீருற்றிற்கு மேலே இருக்கும் விளக்கை கட்டுப் படுத்தும் ஸ்விட்ச் மற்றும் ஒரு கட்டு லினன் டவல்கள்.

சியன்னா லேங்டனை ஆச்சரியத்துடன் பார்த்தாள். ஆனால் உலகம் முழுவதும் சுற்றி போதுமான அளவுக்கு தேவாலயங்களைப் பார்த்துவிட்ட லேங்டனுக்கு இதில் ஆச்சரியமில்லை. ஞானஸ்நான ஊற்றில் தங்களுடைய பாதிரியார்களுக்கு சுலபமாக கைக்கெட்டும் வகையில் குழந்தைகளைத் தாங்கிப்பிடிப்பதற்கான துண்டுகள் வைக்கப்பட்டிருக்கும் — குழந்தைகளின் எதிர்பாராத சிறுநீர் கழிப்பு கிறிஸ்துவமயப்படுத்துவதற்கு உள்ள ஒரு உலகளாவிய அபாயம்.

“நல்லது” என்ற அவர் அந்த துண்டுகளைப் பார்த்தார். “கொஞ்சம் இந்த முகமூடியைப் பிடித்துக்கொள்?” என்று சொல்லியபடி அந்த முகமூடியை சியன்னாவில் கையில் வைத்து விட்டு தன் வேலையைத் தொடங்கினார்.

முதலில், அந்த அறுகோண மூடியை எடுத்த லேங்டன் அதை மீண்டும் நீரூற்றின் மீது வைத்து, தாங்கள் முதலில் பார்த்தது போன்றே இருந்த சிறிய, பலிபீடம்போன்ற மேசையை மறுவமைப்பு செய்தார். பின்னர் அலமாரியில் இருந்து சில லினன் டவல்களை எடுத்து மேசை விரிப்பைப் போல் அவற்றைப் பரப்பி வைத்தார். இறுதியில், அவர் அந்த அந்த நீருற்றின் விளக்கைப் போட்டார். தலைக்கு மேலாக இருந்த விளக்கு உயிர்பெற்று, அந்த ஞானஸ்நான பகுதியை ஒளியூட்டியதுடன் மூடப்பட்ட மேற்பகுதியின் மீது பிரகாசமான ஒளியைக் காட்டியது.

லேங்டன் நிறைய டவல்களை போட்டு வைத்திருந்த நீரூற்றின் மேல் சியன்னா அந்த முகமூடியை மென்மையாக வைத்தாள். அது அந்த சிப்லாக் பையிலிருந்து எடுத்து அந்த முகமூடியை துண்டங் களாக்க ஓவன் உறைகளை அணிந்திருப்பதைப்போல் இருந்தது. ஆனாலும் தன்னுடைய வெறும் கைகள் அதில் படாதவாறு கவனத்துடன் பார்த்துக்கொண்டாள். சற்று நேரத்திற்குப் பின்னர், தாந்தேயின் மரண முகமூடி உறைநீக்கப்பட்டு வெறுமையாகக் காட்சி அளித்தது. பிரகாசமான விளக்கில் மல்லார்ந்து வைக்கப்பட்டிருந்த அது, ஓர் ஆபரேஷன் மேசையில் கிடத்தப்பட்ட நோயாளியின் தலையைப் போல் காட்சியளித்தது.

அந்த முகமூடியின் வியப்பூட்டும் வரிவடிவம் அந்த

விளக்கொளியில் இன்னும் அதிக குழப்பமானதாக காணப்பட்டது. மூப்பின் மடிப்புகளும், சுருக்கங்களும் நிறம் மாறிய பிளாஸ்டரால் தெளிவாக காட்சிப்படுத்தப்பட்டன. நேரத்தை வீணடிக்காத லேங்டன் தன்னுடைய தற்காலிக கையுறைகளைப் பயன்படுத்தி அந்த முகமூடியைத் திருப்பி தலைகுப்புற வைத்தார்.

அந்த முகமூடியின் பின்பக்கம் குறிப்பிடத்தகுந்த அளவுக்கு முன்பக்கத்தைவிட வயது குறைவானதாக காணப்பட்டது — மங்கியும் மஞ்சள்பூத்தும் அல்லாமல் சுத்தமாகவும் வெள்ளையாகவும் காணப்பட்டது.

ஒருபக்கமாக சாய்ந்து பார்த்த சியன்னா குழப்பமடைந்தவளாக காணப்பட்டாள். "இந்தப் பக்கத்தைப் பார்த்தால் உங்களுக்கு *புதியது* போலவா தோன்றுகிறது?"

ஒபபுக்கொள்ளும் வகையில், அந்த வண்ண மாறுபாடானது லேங்டன் கற்பனை செய்ததைக் காட்டிலும் மிகவும் அழுத்தம் தரும்படியானதாக இருந்தது. ஆனால் இந்தப் பக்கம் இருப்பதும் முன்பக்கம் இருப்பதைப் போன்றே மிக நிச்சயமாக அதே காலகட்டத்தைச் சேர்ந்ததுதான். "சமநிலையற்ற மூப்பு" என்றார் அவர். "இந்த முகமூடியின் பின்பகுதியானது காட்சிக்கு வைக்கப்படும் உறையினால் மறைக்கப்பட்டிருக்கிறது, அதனால் இது சூரிய ஒளியால் பாதிக்கப்படாமல் மூப்படைவதில் இருந்து பாதுகாக்கப்பட்டிருக்கிறது." தன்னுடைய சன்கிரீமை இரட்டிப்பாக்க வேண்டும் என்று லேங்டன் தன் மனதில் குறித்து வைத்துக்கொண்டார்.

"இருங்கள்" என்ற சியன்னா அந்த முகமூடிக்கு இன்னும் நெருக்கமாக வந்தாள். "பாருங்கள்! நெற்றியில்! இதைத்தான் நீங்களும் இக்னேஷியோவும் பார்த்திருக்க வேண்டும்."

முன்னதாக, பிளாஸ்டிக் பையின் வழியாக அவர் சந்தேகப்பட்டிருந்த, மென்மையான வெண்ணிற மேற்பரப்பில் ஏற்பட்டிருந்த அதே நிறமாறுபாட்டை நோக்கி லேங்டனின் கண்கள் நகர்ந்தன — தாந்தேயின் நெற்றிக்குள்ளாக சரியாக புலப் படாத குறிப்பீட்டு வரிசையானது படுகிடையில் காணப்பட்டது. என்றாலும், இப்போது இந்த முழுமையான வெளிச்சத்தில், அந்தக் குறிப்பீடுகள் இயற்கையான மாறுபாடுகள் அல்ல என்பதை லேங்டனால் தெளிவாகப் பார்க்க முடிந்தது... அவை மனிதனால் உருவாக்கப்பட்டவை.

"இது... எழுதப்பட்டிருக்கிறது" என்று கிசுகிசுத்த சியன்னாவின் வார்த்தைகள் அவள் தொண்டைக்குள் சிக்கிக்கொண்டன. "ஆனால்..."

அந்த பிளாஸ்டரில் இருந்த குறிப்பை லேங்டன் ஆராய்ந்தார். அது ஒற்றை வரிசையிலான எழுத்துகள் — மங்கலான பழுப்பு மஞ்சள் நிறத்தில் அலங்காரமான முறையில் கையால் எழுதப் பட்டவை.

"இது சொல்வதெல்லாம் அவ்வளவுதானா?" என்ற சியன்னாவின் குரல் ஏறத்தாழ கோபத்துடன் காணப்பட்டது.

அவள் சொன்னது லேங்டனுக்கு சரியாகக் கேட்கவில்லை. ***இதை யார் எழுதியது?*** அவர் ஆச்சரியப்பட்டார். ***தாந்தேயின் காலத்தைச் சேர்ந்த ஒருவரா?*** அதற்கு சாத்தியமில்லாததுபோல் இருக்கிறது. அப்படித்தான் என்றால், வழக்கமான சுத்தப்படுத்தல் அல்லது மறுசீரமைப்பின்போதே ஏதாவது ஒரு கலை வரலாற்றாசிரியர் அதை முன்னமே கண்டுபிடித்திருப்பார், அத்துடன் அந்த எழுத்தானது அந்த முகமூடியின் வாய்வழிக் கதையின் ஒரு பகுதியாகவும் இருக்கலாம். அதை லேங்டன் கேள்விப்பட்டதே இல்லை.

அதற்கு மிகுந்த சாத்தியமுள்ள ஒரு மூலாதாரம் அவர் மனதில் உருவம் பெற்றது.

பெர்ட்ரண்ட் ஜாப்ரிஸ்ட்.

ஜாப்ரிஸ்ட்தான் அந்த முகமூடிக்கு சொந்தக்காரர். அதனால் அதை தான் விரும்பிய நேரத்தில் அதை அணுகுவதற்கான உரிமையையும் அவர் பெற்றிருப்பவர். இந்த உரையை அவர்தான் மிகச்சமீபத்தில் இந்த முகமூடியின் பின்பக்கத்தில் எழுதி யாருக்குமே தெரியாமல் அந்த புராதான பெட்டியில் வைத்திருக்க முடியும். ***அந்த முகமூடியின் சொந்தக்காரர், அவர் இல்லாமல் எங்களுடைய ஊழியர்கள்கூட அதைத் திறப்பதற்கு அனுமதி கிடையாது,*** என்று மார்த்தா லேங்டனிடம் சொல்லியிருக்கிறாள்.

லேங்டன் தன்னுடைய கோட்பாட்டை விரைவாக விளக்கினார்.

சியன்னாவும் அவருடைய தர்க்கரீதியான வாதத்தை ஏற்றுக்கொள்பவள்போல் தோன்றினாள். ஆனாலும் அதன் உள்நோக்கம் அவளைக் குழப்பியது. "இதில் எந்த அர்த்தமும் இல்லை" என்ற அவள் அசௌகரியமாகக் காணப்பட்டாள். "ஜாப்ரிஸ்ட்தான் தாந்தேயின் மரண முகமூடிக்குப் பின்னால் ரகசியமாக ஏதோ எழுதியிருக்கிறார் என்று நாம் நினைத்தால்... அவர் ஏன் ***அர்த்தப்பூர்வமாக*** எதையும் எழுதவில்லை? அதாவது, இது அர்த்தமற்றதாக இருக்கிறதே! நீங்களும் நானும் நாள் முழுவதும் இந்த முகமூடியைத் தேடித் திரிந்திருக்கிறோம்.

ஆனால் ***இதைத்தான்*** கண்டுபிடித்திருக்கிறோம்?"

லேங்டன் தன்னுடைய கவனத்தை மீண்டும் அந்த முகமூடியின் பின்பக்கத்தில் இருந்த உரையை நோக்கித் திருப்பினார். கையால் எழுதப்பட்டிருக்கும் அந்த செய்தி மிகவும் சுருக்கமானது — ஏழே எழுத்துகள் மட்டுமே கொண்டது. அதில் எந்த நோக்கமும் இல்லை என்பதையும் ஒப்புக்கொள்ளத்தான் வேண்டும்.

சியன்னாவின் விரக்தி நிச்சயம் புரிந்துகொள்ளக்கூடியதுதான்.

ஆனாலும், வரவிருக்கும் தீமையின் வெளிப்பாட்டினுடைய ஆச்சரியத்தை உணர்ந்தே இருந்த லேங்டன், தானும் சியன்னாவும் அடுத்தபடியாக என்ன செய்ய வேண்டும் என்பதை தெரிந்துகொள்வதற்கான எல்லாவற்றையும் இந்த ஏழு எழுத்துகளும் தங்களுக்கு புரிய வைத்துவிட்டது என்பதை சட்டென்று உணர்ந்துகொண்டார்.

மேற்கொண்டு, அந்த முகமூடியில் ஒரு மங்கிய வாடையையும் அவர் உணர்ந்தார் — மிகவும் நன்றாக பரிச்சயமான அந்த வாசனையானது அந்த பிளாஸ்டர் ஏன் தன்னுடைய முன் பக்கத்தைவிட பின்பக்கம் மிகவும் வெண்மையாக காணப்படுகிறது என்பதை விளக்குவதாக இருக்கலாம். அத்துடன் அந்த வித்தியாசமானது மூப்படைதல் அல்லது சூரிய ஒளியுடன் எந்த வகையிலும் சம்பந்தப்படாதது.

"எனக்குப் புரியவில்லை" என்றாள் சியன்னா. "இந்த எழுத்துக்கள் எல்லாம் ஒரேவிதமாக இருக்கின்றன."

அதை அமைதியாக ஒப்புக்கொண்ட லேங்டன் அந்த உரையின் வரிகளை ஆராய்ந்தார் — ஏழு ஒரேவிதமான எழுத்துகள், தாந்தேயின் நெற்றி மீது கைமுறையாக பொறிக்கப்பட்டிருக்கின்றன.

PPPPPPP

"ஏழு *P*—க்கள்—" என்றாள் சியன்னா. "***இதை*** வைத்து நாம் என்ன செய்யலாம் என்று நினைக்கிறீர்கள்?"

அமைதியாக புன்னகைத்த லேங்டன் தன்னுடைய கண்களை அவளை நோக்கி உயர்த்தினார். "இந்த செய்தி நாம் என்ன செய்ய வேண்டும் என்று ***சொல்கிறதோ*** அதையே செய்யலாம் என்று நினைக்கிறேன்."

சியன்னா முறைத்தாள். "ஏழு ***P—க்கள்... ஒரு செய்தியா?***"

"ஆமாம்" என்றார் அவர் சிரித்தபடியே. "நீ தாந்தேயை

படித்திருந்தால், இது தெளிவான செய்திதான்."

சான் ஜியோவனி ஞானஸ்நான மண்டபத்திற்கு வெளியில், கழுத்து டையுடன் இருந்தவன் தன்னுடைய விரல நகங்களை தன்னுடைய கைக்குட்டையால் துடைத்து விட்டுக்கொண்டு, தன்னுடைய கழுத்தில் இருந்த தடிப்புகளை தடவி விட்டுக் கொண்டான்.

சுற்றுலாவாசிகள் நுழைவாயில்.

கதவிற்கு வெளிப்புறத்தில், சோர்வடைந்திருந்த ஒரு வழிகாட்டி சிகரெட் புகைத்தபடியே, சர்வதேச நேரப்படி எழுதப்பட்டிருந்த அந்தக் கட்டிடத்தின் காலநேரத்தை புரிந்துகொள்ள முடியாத சுற்றுலாவாசிகளுக்கு வழிகாட்டிக்கொண்டிருந்தான்.

அபர்ச்சுரா 1300 – 1700

தடிப்புகளுடன் காணப்பட்ட அந்த மனிதன் தன் கடிகாரத்தை சரிபார்த்துக்கொண்டான். அப்போது காலை மணி 10:02. அந்த ஞானஸ்நான மையம் இன்னும் இரண்டு மணிநேரத்திற்கு மூடப்பட இருக்கிறது. சற்றுநேரம் அந்த வழி காட்டியையே பார்த்துக்கொண்டிருந்த அந்த மனிதன் தன்னுடைய மனதை மாற்றிக்கொண்டான். தன்னுடைய காதில் இருந்து தங்கத் தோட்டை நீக்கிவிட்டுக்கொண்ட அவன் அதை பையில் போட்டுக்கொண்டான். பின்னர் தன்னுடைய வாலட்டை வெளியே எடுத்து அதிலுள்ளவற்றை பரிசோதித்தான். வேறுபட்ட கிரெடிட் கார்டுகளுடன் கொஞ்சம் யூரோக்களும் இருந்தன. அத்துடன் அவன் மூன்றாயிரம் அமெரிக்க டாலர்களையும் பணமாக வைத்திருந்தான்.

பேராசை என்பது ஒரு சர்வதேச பாவம்.

❏

57

PECCATUM ... PECCATUM ... PECCATUM ...

தாந்தேயின் மரண முகமூடிக்குப் பின்னால் இருந்த ஏழு P—க்கள் லேங்டனின் சிந்தனையை சட்டென்று *தெய்வீக இன்பியல்* உரையை நோக்கி இழுத்துச் சென்றன. அக்கணத்தில், வியன்னா மேடையில் நின்றிருந்த அவர் *"தெய்வீக தாந்தே: நரகத்தின் குறியீடுகள்"* என்ற தலைப்பில் விரிவுரை ஆற்றிக்கொண்டிருந்தார்.

"இப்போது நாம் கீழே இறங்குகிறோம்" அவருடைய குரல் ஒலிபெருக்கிகளில் எதிரொலித்தது. "நரகத்தின் ஒன்பது சுற்றுகளையும் கடந்து பூமியின் மையப்பகுதிக்கு இறங்கி வந்தால் சாத்தானை நேருக்கு நேர் சந்திக்க வேண்டும்."

பல்வேறு கலைப்படைப்புகளைச் சேர்ந்த மூன்று தலையுள்ள சாத்தான்களின் தொடர்வரிசையின் ஸ்லைடுகளை லேங்டன் நகர்த்திக்கொண்டிருந்தார் — பொட்டிசெலியின் மாப்பா, ஃப்ளோரன்ஸ் ஞானஸ்நான பளிங்கு, ஆண்ட்ரியா டை சியான்ஸின் கலவரமூட்டும் கறுப்பு சாத்தான்—அதன் மேல் முடியானது அதற்கு இரையானவர்களின் செந்நிற இரத்தம் கலந்த மண்ணால் அப்பியிருந்தது.

"ஒன்றாக" என்று தொடர்ந்தார் லேங்டன், "சாத்தானின் புசுபுசுவென்று முடிமுளைத்த மார்பிற்கு நாம் கீழே இறங்கி வருகிறோம். ஈர்ப்புவிசை மாறுகையில் திசை தலைகீழாகும். மீண்டும் ஒருமுறை நட்சத்திரங்களைப் பார்ப்பதற்காக பளபளப்பான

பாதாளத்தில் இருந்து அது மேலே தோன்றும்."

தான் முன்பு காட்டிய ஒரு படத்திற்கு வரும்வரை லேங்டன் ஸ்லைடுகளை நகர்த்திக்கொண்டிருந்தார் — அது டுவோமாவிற்கு உள்ளிருக்கும் புகழ்பெற்ற டொமினிகோ டை மிஷலினோ ஓவியம், அதில் சிவப்பு இடுப்புநாடா அணிந்திருக்கும் தாந்தே ஃப்ளோரன்ஸின் சுவர்களுக்கு வெளியே நிற்பது சித்தரிக்கப்பட்டிருக்கும். "நீங்கள் கவனமாக பார்த்தீர்கள் என்றால்... அந்த நட்சத்திரங்களையும் உங்களால் பார்க்க முடியும்."

தாந்தேயின் தலைக்கு மேலாக வளைந்துசெல்கின்ற, நட்சத்திரங்கள் மின்னும் வானத்தை லேங்டன் சுட்டிக்காட்டினார். "நீங்கள் பார்ப்பதைப் போலவே, சொர்க்கங்கள் யாவும் பூமியைச் சுற்றி வரிசையாக ஒன்பது சுருள்கோளங்களாக அமைந்திருக்கின்றன. இந்த சொர்க்கத்தின் ஒன்பது அடுக்கு கட்டமைப்பானது பாதாள உலகின் ஒன்பது சுற்றுகளை பிரதிபலிக்கின்ற மற்றும் சமநிலை அளிக்கின்ற வகையில் உள்ளது. ஒன்பதாம் எண்ணானது தாந்தேவுக்கான மறுநிகழ்வு கருப்பொருள் என்பதை நீங்களே கவனித்திருக்கலாம்."

சற்று இடைவெளிவிட்ட லேங்டன் கொஞ்சம் தண்ணீர் அருந்திவிட்டு, தங்களுடைய திகிலூட்டும் கீழிறக்கம் மற்றும் நரகத்தில் இருந்து இறுதியாக வெளியேறிய பிறகு கூட்டத்தினரையும் ஆசுவாசப்படுத்திக்கொள்ளும்படி விட்டார்.

"ஆகவே, நரகத்தின் குரூரங்களை தாக்குப்பிடித்த பின்னர், நீங்கள் எல்லோருமே சொர்க்கத்தை நோக்கிச் செல்ல மிகவும் ஆவலுடன் இருப்பீர்கள். துரதிர்ஷ்டவசமாக, தாந்தேயின் உலகத்தில் எதுவுமே எளிதானதல்ல." அவர் நாடகீயமாக ஒரு பெருமூச்சை வெளியிட்டார். "சொர்க்கத்திற்கு மேலேற, உருவக ரீதியாகவும், நேரடியாகவும், நாம் ஒரு மலையில் ஏற வேண்டும்."

லேங்டன் மிஷெலினோவின் ஓவியத்தை சுட்டிக்காட்டினார். அதன் அடிவானத்தில், தாந்தேவுக்கு பின்னால், ஒரு கூம்புவடிவ ஒற்றை மலையானது சொர்க்கத்தை நோக்கி உயர்ந்திருப்பதை பார்வையாளர்களால் காண முடிந்தது. சுழன்று உயரும் அந்த மலையின் பாதைவழிகள் அந்தக் கூம்பினை ஒன்பது முறை சுற்றிவந்து இறுகிக்கொண்டே செல்லும் புதர்த்தரைகளாக உச்சிநோக்கி மேலே ஏறுகிறது. பாதை வழி நெடுகிலும், நிர்வாண உருவங்கள் மிகவும் சோர்வுற்று பாவப்பட்டவர்களாக மேலேறுகையில் வழியில் பல்வேறு பிராயச்சித்தங்களையும் தாங்கிக்கொள்கிறார்கள்.

“உங்களுக்கு தூய்மையாக்கல் மலையை வழங்குகிறேன்,” என்று அறிவித்தார் லேங்டன். “வருத்தம் என்னவென்றால், இந்த மிகவும் சோர்வூட்டக்கூடிய, ஏழு சுற்றுகள் கொண்ட மலையேற்றம்தான் நரகத்தின் அதல பாதாளத்தில் இருந்து, சொர்க்கத்தின் புகழை அடைவதற்கு உள்ள ஒரே வழி. இந்த வழியில், செய்த பாவங்களுக்கு வருந்தும் ஆன்மாக்கள் ஏறுவதை நீங்கள் காணலாம். ஒவ்வொருவரும் தங்கள் பாவங்களுக்கு ஏற்ற விலையைத் தருகிறார்கள். பொறாமைக்காரர்களின் கண்கள் மூடப்பட்டு தைக்கப்பட்டுள்ளன. அதனால் அவர் கள் அடுத்தவரின் உடைமைக்கு ஆசைபட முடியாது; தற்பெருமைக் காரர்கள் அடக்கமான முறையில் குனிந்து நடக்கும் வகையில் அவர்கள் முதுகுகளில் கனத்த பாறைகள் ஏற்றப்பட்டுள்ளன; பெருந்தீனியர்கள் உச்சநிலை பசியை அடையும் வகையில் உணவோ, தண்ணீரோ இன்றி ஏறியாக வேண்டும்; பெருங்காமம் கொண்டவர்கள் உணர்ச்சியின் வெப்பத்தில் இருந்து தங்களை தூய்மைப்படுத்திக்கொண்டும் கொடும் வெப்பத்தின் ஊடாக ஏறியாக வேண்டும்.” அவர் சற்று இடைவெளிவிட்டார். “ஆனால் இந்த மலையில் ஏறி உங்கள் பாவங்களை சுத்தப்படுத்திக்கொள்ளும் இந்தப் பெரும் அனுகூலத்தைப் பெறவேண்டும் என்றால், நீங்கள் இந்த தனியாளுடன் பேசியாக வேண்டும்.”

மிஷெலினோ ஓவியத்தை நெருக்கமாகப் பார்க்கும் வகையில் லேங்டன் மாற்றியபோது, தூய்மையாக்கல் மலையின் அடிப்பகுதியில் சிறகுகள் உள்ள ஒரு தேவதை அரியணையில் அமர்ந்திருந்தது. அந்த தேவதையின் காலடியில், பிராயச்சித்தம் தேடும் பாவம் செய்தவர்கள், மலையில் ஏறுவதற்கான அனுமதிக்காக நீண்ட வரிசையில் காத்திருந்தனர். விசித்திரம் என்னவென்றால், அந்தத் தேவதை ஒரு நீண்ட வாளினை கையில் வைத்திருந்தது. அதாவது அதைப் பார்க்கையில் அந்த வரிசையில் முதலாவதாக நின்றுகொண்டிருப்பவரின் முகத்தில் குத்தப்போவதைப்போல் இருந்தது.

“இந்த தேவதை என்ன செய்துகொண்டிருக்கிறது என்று யாருக்காவது தெரியுமா?” என்று லேங்டன் அழைப்பு விடுத்தார்.

“யாருடைய தலையிலாவது குத்துகிறதா?” ஒரு குரல் முன்வந்தது.

“இல்லை.”

மற்றொரு குரல். “ஒருவருடைய கண்ணில் குத்துகிறதா?”

லேங்டன் தலையைக் குலுக்கினார். “யாருக்காவது தெரியுமா?”

பின்பக்கம் இருந்து ஒரு குரல் உறுதியாகக் கூறியது. "நெற்றியில் எழுதுகிறது."

லேங்டன் புன்னகைத்தார். "தன்னுடைய தாந்தேவைப் பற்றி யாரோ ஒருவருக்கு நன்றாக தெரிந்திருக்கிறது." அவர் மீண்டும் அந்த ஓவியத்தை நோக்கிச் சென்றார். "அந்த தேவதை இந்த பாவப்பட்டவனின் நெற்றியில் குத்துவதைப்போல் இருப்பதை நானும் உணர்கிறேன். ஆனால் அப்படி இல்லை. தாந்தே எழுத்தின்படி, தூய்மையாக்கலை பாதுகாக்கும் இந்த தேவதை தன்னுடைய வாளின் முனையால், வருகையாளர்கள் அதில் நுழையும் முன்னர் ஏதோ ஒன்றை எழுதுகிறது. 'அது என்ன எழுதுகிறதென்று நீங்கள் கேட்கலாம்?' "

லேங்டன் சற்று இடைவெளி விட்டார். "விநோதமான விஷயம் என்னவென்றால், ஏழு முறை மீண்டும் மீண்டும் ஒரே எழுத்தைத்தான் அது எழுதுகிறது. தாந்தேயின் நெற்றியில் அந்த ஏஞ்சல் எழுதுகின்ற ஏழு எழுத்துகளும் என்னவென்று உங்களில் யாருக்காவது தெரியுமா?"

"P!" கூட்டத்தில் இருந்து ஒரு குரல் கத்தியது.

லேங்டன் புன்னகைத்தார். "ஆமாம். P என்ற எழுத்துதான் அது. இந்த P என்பது *peccatum* என்பதைக் குறிக்கிறது — அது 'பாவம்' என்பதற்கான லத்தீன் வார்த்தை. அது ஏழு முறை எழுதுவது (*Septem Peccata Mortalia*) என்பதைக் குறிக்கிறது, அதனை எப்படிச் சொல்லலாம் என்றால்—"

"ஏழு கொடிய பாவங்கள்!" யாரோ ஒருவர் கத்தினார்.

"சரியாக சொன்னீர்கள். அத்துடன், தூய்மையாக்கலின் ஒவ்வொரு நிலையையும் கடந்து ஏறிச்செல்வதன் மூலம் மட்டுமே உங்கள் பாவங்களுக்கு நீங்கள் பிராயச்சித்தம் செய்ய முடியும். ஒவ்வொரு புது நிலையில் நீங்கள் ஏறும்போதும் ஒரு தேவதை உங்கள் நெற்றியில் உள்ள ஒரு P—ஐ அழிக்கும். இப்படியே உச்சிவரை ஏழு P—க்களும் சுத்தப்படுத்தப்பட்டதுடன் உங்கள் ஆன்மா எல்லாப் பாவங்களில் இருந்து தூய்மைப்படும். இந்தக் காரணத்தினால்தான் அந்த இடம் தூய்மையாக்கல் என்று அழைக்கப்படுகிறது" என்று கண் சிமிட்டினார் அவர்.

தன்னுடைய சிந்தனையில் இருந்து விழித்துக்கொண்ட லேங்டன் அந்த ஞானஸ்நான நீரூற்றுக்கு மேலிருந்து சியன்னா தன்னைப் பார்த்துக்கொண்டிருப்பதைக் கண்டார். "ஏழு P—க்களா?" என்ற அவள், அவரை நிகழ்காலத்திற்கு இழுத்துவந்து தாந்தேயின் மரண முகமூடியை நோக்கிக் குனிந்தாள். "நீங்கள்

அது ஒரு செய்தி என்றீர்களே? நாம் என்ன செய்ய வேண்டும் எனச் சொல்லும் என்றீர்களே?"

தூய்மையாக்கல் மலை குறித்த தாந்தேயின் தொலைநோக்கு பற்றியும், அந்த P—க்கள் ஏழு கொடிய பாவங்களைக் குறிப்பதையும், நெற்றியில் இருந்து அவற்றை அகற்றி சுத்தப்படுத்தும் நிகழ்முறை குறித்தும் லேங்டன் விரைவாக விளக்கினார்.

"நிச்சயமாக" என்று முடிவுக்கு வந்தார் லேங்டன், "தாந்தேயை விரும்புகிறவர்களில் ஒருவரான பெர்ட்ரண்ட் ஜாப்ரிஸ்ட்டிற்கு இந்த ஏழு P—க்களைப் பற்றியும், சொர்க்கத்தை நோக்கி நகரும் விதமாக நெற்றியில் இருந்து அவற்றை அகற்றி சுத்தப்படுத்தும் நிகழ்முறை நிச்சயம் தெரிந்திருக்கும்."

சியன்னாவுக்கு சந்தேகமாகவே இருந்தது. "நாம் அந்த மரண முகமூடியில் இருந்து அந்த P—க்களை துடைத்தழிக்க வேண்டும் என்பதற்காகவே பெர்ட்ரண்ட் ஜாப்ரிஸ்ட் அவற்றை இட்டிருப்பார் என்றா நீங்கள் நினைக்கிறீர்கள்? நாம் அப்படித்தான் செய்யவேண்டும் என்றா நினைக்கிறீர்கள்?"

"அப்படித்தான் இருக்கும் —"

"ராபர்ட், நாம் அந்த எழுத்துகளை துடைத்தழித்தாலும் அது நமக்கு எப்படி உதவும்?! இறுதியில் நமக்கு வெறுமையான முகமூடிதானே கிடைக்கப்போகிறது."

"இருக்கலாம்." லேங்டன் நம்பிக்கையுடன் புன்னகைத்தார். "இல்லாமலும் இருக்கலாம். நம் கண்கள் காண்பதைக் காட்டிலும் இன்னும் அதிகமாக ஏதேனும் கிடைக்கலாம்." அவர் அந்த முகமூடியை சுட்டிக்காட்டினார். "சமநிலையற்ற மூப்படைதலின் காரணமாக அந்த முகமூடியின் பின்பக்க நிறம் லேசாக இருக்கிறது என்று நான் சொன்னது நினைவிருக்கிறதா?"

"ஆமாம்."

"நான் சொன்னது தவறாக இருக்கலாம்" என்றார் அவர். "வண்ண வேறுபாடானது வயதாவதால் ஏற்படுவதற்கு மிகவும் கடினமானதாக காணப்படுகிறது. அத்துடன் பின்புற மேற்பரப்பில் பல் இருக்கிறது."

"பல்லா?"

அதன் பின்பக்க மேற்பரப்பு முன்பக்கத்தைக் காட்டிலும் தேய்ப்புத்தாளைப் போல் மிகவும் சொரசொரப்பாகவும், இருப்பதை லேங்டன் அவளுக்கு காட்டினார். "கலை உலகின் இந்த விறைப்பான மேற்பரப்பை பல் என்பார்கள். வர்ணமானது

நன்றாக ஒட்டிக்கொள்ளும் என்பதால் பல் உள்ள மேற்புறத்தில் ஓவியம் தீட்டவே ஓவியர்கள் விரும்புவார்கள்."

"எனக்குப் புரியவில்லை."

லேங்டன் புன்னகைத்தார். "கெஸ்ஸோ என்றால் என்னவென்று தெரியுமா?"

"தெரியுமே, கேன்வாஸை மேம்படுத்த ஓவியர்கள் பயன் படுத்துவார்கள், அது —" சட்டென்று நிறுத்திய அவளுக்கு அவர் சொன்னதன் அர்த்தம் தெளிவாகப் பதிவானது.

"சரியாகச் சொன்னாய். சுத்தமான வெண்மையுள்ள பல்போன்ற மேற்பரப்பை உருவாக்க அவர்கள் கெஸ்ஸோவை பயன்படுத்துவார்கள். சிலநேரங்களில் கேன்வாஸை மறுமுறை பயன்படுத்த விரும்பினால் தேவையில்லாத ஓவியத்தை மறைக்கவும் அதைப் பயன்படுத்துவார்கள்."

சியன்னாவுக்கு பரவசமானது. "கெஸ்ஸோவைக் கொண்டு ஜாப்ரிஸ்ட் இந்த மரண முகமூடியின் பின்பக்கத்தை மறைத்திருப்பார் என்கிறீர்களா?"

"அதுதான் பல் என்பதையும், அந்த லேசான வண்ணத்தையும் விளக்குகிறது. நாம் ஏன் அந்த ஏழு *P*—க்களையும் அழிக்க வேண்டும் என அவர் விரும்பியிருக்கிறார் என்பதையும் அது விளக்குகிறது."

கடைசி விஷயம் சியன்னாவுக்கு குழப்பமாக இருந்தது.

"இதை முகர்ந்து பார்" என்ற லேங்டன் அந்த மரண முகமூடியை ஒரு மதகுரு மதச்சடங்கில் ஈடுபட்டிருப்பதைப்போல் அவள் முகத்திற்கு நேராக கொண்டுசென்றார்.

சியன்னா முகம்சுளித்து பின்வாங்கினாள். "கெஸ்ஸோ ஈரமான நாயைப் போன்றா மணக்கும்?"

"எல்லா கெஸ்ஸோக்களும் அல்ல. வழக்கமான கெஸ்ஸோக் களில் சுண்ணாம்பு வாசம் வீசும். ஈரமான நாய் வாசம் வீசுவது அக்ரிலிக் கெஸ்ஸோ."

"அப்படியென்றால்...?"

"அப்படியென்றால் அது தண்ணீரில் கரையக்கூடியது."

சியன்னா அங்குமிங்கும் தலையாட்டினாள். அர்த்தங்கள் புரிபடுவதை லேங்டன் உணர்ந்தார். அவள் தன் பார்வையை மெதுவாக அந்த முகமூடியை நோக்கித் திருப்பினாள். பின்னர்

சட்டென்று லேங்டனை நோக்கித் திரும்பிய அவள் கண்கள் அகல விரிந்திருந்தன. "அந்த கெஸ்ஸோவிற்கு கீழே ஏதோ இருக்கிறதென்று நினைக்கிறீர்களா?"

"அது நிறைய விஷயத்தை விளக்கலாம்."

சட்டென்று அந்த நீரூற்றின் அறுங்கோண மூடியை இறுக்கிப் பிடித்த சியன்னா அதன் பாதிப் பகுதியை நகர்த்திக் கீழே இருந்த தண்ணீரை வெளிப்படுத்தினாள். ஒரு புதிய லினன் துண்டை எடுத்த அவள் அந்த ஞானஸ்நான நீரில் அதை நனைத்தாள். பின்னர், ஈரமான அந்தத் துணியை லேங்டனின் கையில் கொடுத்தாள். "நீங்கள்தான் செய்ய வேண்டும்."

தன்னுடைய இடது உள்ளங்கையில் அந்த முகமூடியை தலைகுப்புற வைத்த லேங்டன் ஈரமான லினன் துணியை எடுத்தார். தேவையற்ற தண்ணீரை உதறிவிட்டு தாந்தேயின் முன்னந்தலையின் உள்ளே அந்த ஈரமான துணியால் மெதுவாக ஒற்றி எடுத்து, ஏழு *P*—க்கள் இருந்த பகுதியை ஈரமாக்கினார். தன்னுடைய ஆட்காட்டி விரலால் சிலமுறை ஒற்றி எடுத்த பின்னர், மீண்டும் அந்த நீரூற்றில் நனைத்து தொடர்ந்து அப்படியே செய்தார். அந்த மை கலையத் தொடங்கியது.

"கெஸ்ஸோ கரைகிறது. மையும் அதனுடன் சேர்ந்து வருகிறது" என்றார் அவர்.

அவர் அதையே மூன்றாவது முறை செய்யும்போது பிரார்த்திருக்கும் ஒற்றைக் குரலில் லேங்டன் பேசத்தொடங்கிய வார்த்தைகள் அந்த ஞானஸ்நான மண்டபத்தில் எதிரொலித்தன. "ஞானஸ்நானத்தின் வழியாக இயேசு கிறிஸ்துவானவர் பாவத்திலிருந்து உன்னை விடுவித்து, தண்ணீராலும், புனித ஆவியாலும் உன்னை புதிய வாழ்க்கைக்கு கொண்டுவந்தார்."

லேங்டன் மனம்பிறழ்ந்துவிட்டாரோ என்பதைப் போல் சியன்னா அவரையே உற்றுப்பார்த்தாள்.

அவர் தோள்களைக் குலுக்கினார். "இது பொருத்தமற்றதாகத் தெரிகிறது."

கண்களை உருட்டிய அவள் முகமூடியை நோக்கினாள். லேங்டன் தொடர்ந்து தண்ணீரை பயன்படுத்துகையில், கெஸ்ஸோவிற்கு பின்னால் இருந்த அசல் பிளாஸ்டர் கண்ணுக்கு புலப்பட்டது. அதன் மஞ்சள்நிற சாயல், ஒரு கலைப்பொருள் எந்தளவுக்கு பழமையானதாக இருக்க வேண்டும் என்று லேங்டன் எதிர்பார்த்தாரோ அப்படியே இருந்தது. கடைசி *P*—யும் மறைந்தபோது, ஒரு சுத்தமான லினன் துணியால் அந்தப்

பகுதியைத் துடைத்த அவர் சியன்னா பார்க்கும் வகையில் முகமூடியைப் பிடித்திருந்தார்.

அவள் சத்தமாக பெருமூச்சுவிட்டாள்.

லேங்டன் எதிர்பார்த்தது போலவே சரியாக அந்த கெஸ்ஸோவிற்கு பின்னால் ஏதோ ஒன்று மறைந்திருந்தது. அசல் பிளாஸ்டரின் வெளிறிய மஞ்சள் மேற்பரப்பிற்குள் நேராக எழுத்துகள் எழுதப்பட்டிருந்தன.

ஆனாலும், இந்தமுறை அந்த எழுத்துகள் ஒரு வார்த்தையை உருவாக்கின.

❏

58

" 'சொந்தம்கொண்டதா (POSSESSED?)'?" சியன்னா கட்டாயப்படுத்தினாள். "எனக்குப் புரிய வில்லை."

எனக்கும்தான் புரிந்ததாக தெரியவில்லை. ஏழு P—க்களுக்கு கீழே புலப்படத் தொடங்கிய அந்த வார்த்தையை லேங்டன் ஆராய்ந்து பார்த்தார் — தாந்தேயின் நெற்றிக்குள்ளே ஓர் ஒற்றை வார்த்தை பளிச்சிட்டிருக்கிறது.

சொந்தம்கொண்டது

"சாத்தானால் சொந்தம்கொள்ளப்பட்டது என்பதில் இருப்பது போன்றா?" என்றாள் சியன்னா.

சாத்தியமுண்டு. பாவத்தில் இருந்து தங்களை தூய்மைப்படுத்திக்கொள்ள முடியாத பாவப்பட்ட ஆன்மாக்களை விழுங்கிக்கொண்டிருக்கும் சாத்தானின் பளிங்கிற்கு மேலாக தன்னுடைய பார்வையைத் திருப்பினார் லேங்டன். தாந்தே... சொந்தம்கொண்டது? அதில் பெரும் அர்த்தமிருப் பதைப் போல் தெரியவில்லை.

"இன்னும் அதிகமாக இருக்கலாம்" என்ற சியன்னா முகமூடியை லேங்டனின் கைகளில் இருந்து எடுத்து அதை மிக நெருக்கமாக ஆராய்ந் தாள். ஒருகணம் கழித்து அவள் தலை யாட்டத் தொடங்கினாள். "ஆமாம், அந்த வார்த்தை களின் முடிவுகளைப் பாருங்கள். இரண்டு பக்கமும்

இன்னும் எழுத்துகள் இருக்கின்றன."

லேங்டன் மறுமுறையும் பார்த்தார். இப்போது அந்த சொந்தம்கொண்டது என்ற வார்த்தையின் இருமருங்கிலும், ஈரமான கெஸ்ஸோவின் ஊடாக கூடுதலான எழுத்துகளின் வெளிறிய நிழலைக் காண முடிந்தது.

ஆர்வத்துடன், அந்தத் துணியை எடுத்த சியன்னா மேலும் அதிகமான எழுத்துகள் புலப்படும் வரை தொடர்ந்து ஒற்றி எடுத்தாள்.

உறுதியான அறிவை சொந்தம்கொண்ட

லேங்டன் மெதுவாக விசிலடிப்பதுபோல் கூறினார். ***"உறுதியான அறிவை சொந்தம்கொண்ட... இங்கே மறைந்திருக்கும் கற்பித்தலை உணர்ந்துகொண்ட... திரைக்குப் பின்னால் இருக்கும் கவிதைகள் மிகவும் இருளார்ந்தவை."***

சியன்னா அவரை உற்றுப்பார்த்தாள். "மன்னிக்க வேண்டும்?"

"இது தாந்தேயின் இன்ஃபெர்னோவுடைய மிகவும் புகழ்பெற்ற செய்யுளில் இருந்து எடுக்கப்பட்டது" என்றார் லேங்டன். "இது தாந்தே தன்னுடைய சாமர்த்தியசாலி வாசகர்களை தன்னுடைய மறைகுறியீடான கவிதைக்குள்ளாக மறைக்கப்பட்டிருக்கும் ஞானத்தைத்தேட துரிதப்படுத்துகிறது."

இலக்கிய குறியீட்டியலை கற்பிக்கும்போது லேங்டன் இதே வரிகளைத்தான் எப்போதும் குறிப்பிடுவார்; ஒரு படைப்பாளி தன்னுடைய கைகளை வேகமாக அசைத்து: "வாசகர்களே! இங்கே ஒரு இரட்டை அர்த்த குறியீட்டு வார்த்தை உள்ளது!" என்று கத்துவதைப் போன்றது என்பதற்கான சரியான உதாரணம் இந்த வரிதான்.

சியன்னா இப்போது மீண்டும் அந்த முகமூடியின் பின் பக்கத்தை வேகவேகமாக தேய்த்துக்கொண்டிருந்தாள்.

"ஜாக்கிரதை!" என்றார் லேங்டன்.

"நீங்கள் சொல்வது சரிதான்" என்ற சியன்னா வேகமாக அந்த கெஸ்ஸோவை தேய்த்து அழித்தாள். "மீதமுள்ள மேற்கோள் இங்கே இருக்கிறது. நீங்கள் நினைவுபடுத்திக்கொண்டதைப் போன்று." துணியை ஊற்றுக்குள் விட்டு மீண்டும் பிழிவதற்காக சற்று இடைவெளிவிட்டாள்.

ஞானஸ்நான ஊற்றில் இருந்த தண்ணீர் கரைந்துகொண்டிருந்த கெஸ்ஸோவுடன் மேகம்போல் மாறுவதை லேங்டன் அச்சத்துடன்

பார்த்துக்கொண்டிருந்தார். *சான் ஜியாவனிதான் எங்களை மன்னிக்க வேண்டும்* என்று நினைத்துக்கொண்ட அவர், அந்தப் புனித நீரூற்று ஒரு கழிவுநீர் தொட்டியாக பயன்படுவதைக் கண்டு அசௌகரியத்திற்கு ஆளானார்.

சியன்னா தண்ணீரில் இருந்து துணியை உயர்த்தியபோது அது சொட்டிக்கொண்டிருந்தது. ஒரு சூப் கிண்ணத்தை கழுவுவதைப் போல் அந்த முகமூடியின் மையப்பகுதியை துடைத்த சியன்னா துணியை சரியாகப் பிழியாமல் சொதசொதப்பாகவே பயன்படுத்தினாள்.

"சியன்னா!" லேங்டன் எச்சரிப்பதுபோல் அழைத்தார். "அது ஒரு புராதானமான —"

"பின்பக்கம் முழுவதிலும் எழுத்துகள் இருக்கின்றன!" என்ற அவள் முகமூடியின் உள்பக்கம் தேய்த்தாள். "அது எதில் எழுதப்பட்டிருக்கிறது என்றால்..." சற்று இடைவெளிவிட்ட அவள் தன்னுடைய தலையை இடதுபக்கம் திருப்பி முகமூடியை வலதுபக்கம் திருப்பினாள். அது அவள் பக்கவாட்டிலும் படிப்பதைப்போல் இருந்தது.

"எதில் எழுதப்பட்டிருக்கிறது?" அதைப் பார்க்க முடியாத லேங்டன் அவசரப்படுத்தினார்.

சுத்தப்படுத்துவதை முடித்த சியன்னா அதனை புதிய துணி கொண்டு உலரச் செய்தாள். அவர்கள் இருவரும் படிக்கும் வகையில் அதனைத் தனக்கு முன்பாக வைத்தாள்.

முகமூடியின் உள்ளே லேங்டன் பார்த்தபோது இருமுறை அதை ஆராய்ந்தார். அந்த மேற்பரப்பு முழுவதும் எழுத்துகளால் நிரம்பியிருந்தது. அவை ஏறக்குறைய நூறு வார்த்தைகளாவது இருக்கும். மேலிருந்து, உறுதியான அறிவை சொந்தம்கொண்ட என்று தொடங்கும் அந்த உரையானது ஒற்றை, உடைபடா வரியாக தொடர்ந்தது... முகமூடியின் கீழ்நோக்கி வலதுபக்கமாக சுழன்று சென்ற அந்த உரை அங்கே தலைகீழாகத் திரும்பி கீழ்நோக்கி தொடர்ந்து சென்று, முகமூடியின் இடப்புறமாகத் திரும்பி தொடங்கிய இடத்திற்கு வந்துசேர்ந்தது, அங்குதான் அது ஒரேவிதமான பாதையை ஒரு மெல்லிய சிறு முடிச்சில் மறுமுறை தொடங்குகிறது.

அந்த உரையின் பாதையானது சொர்க்கத்திற்கு செல்லும் தூய்மையாக்கல் மலையின் சுழலான பாதைவழியை மாயமான முறையில் நினைவுறுத்தியது. லேங்டனுக்குள் இருந்த குறியீட்டிய லாளர் அந்தத் துல்லியமான சுழலை சட்டென்று அடையாளம்

கண்டுகொண்டார். ***ஒத்திசைந்த ஆர்க்கிமிடிஸ் கடிகாரச் சுற்று.*** முதல் எழுத்தில் இருந்து மையத்தில் இருக்கும் இறுதி வெறுமை வரை ஒரு குறிப்பிட்ட எண்ணை அது சுட்டிக் காட்டுவதை லேங்டன் கவனித்தார்.

ஒன்பது.

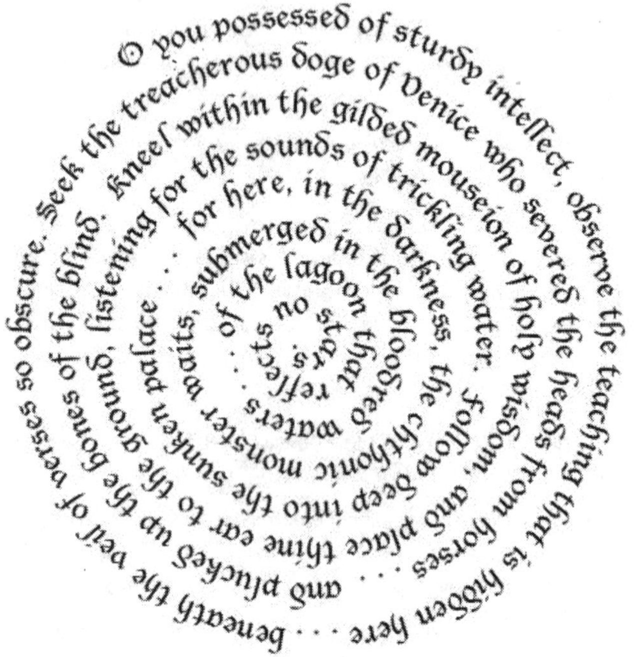

O you possessed of sturdy intellect, observe the teaching that is hidden here . . . beneath the veil of verses so obscure. Seek the treacherous doge of Venice who severed the heads from horses . . . and plucked up the bones of the blind. Kneel within the gilded mouseion of holy wisdom, and place thine ear to the ground, listening for the sounds of trickling water. Follow deep into the sunken palace . . . for here, in the darkness, the chthonic monster waits, submerged in the bloodred waters of the lagoon that reflects no stars.

மூச்சைப் பிடித்துக்கொண்ட லேங்டன் அந்த முகமூடியை மெதுவான வட்டங்களாகத் திருப்பி, உள்நோக்கிச் சுழன்று, புனல் போல் மையத்தை நோக்கிச் செல்லும் கிண்ணத்தை சுற்றியுள்ள உரையைப் படித்தார்.

“முதல் அடி வார்த்தைக்கு வார்த்தை தாந்தேயுடையது” என்றார் லேங்டன். ***“உறுதியான அறிவை சொந்தம்கொண்ட.... இங்கே மறைந்திருக்கும் கற்பித்தலை உணர்ந்துகொண்ட.... திரைக்குப் பின்னால் இருக்கும் கவிதைகள் மிகவும் இருளார்ந்தவை.”***

“மீதமிருப்பவை?” என்றாள் சியன்னா.

லேங்டன் தலையைக் குலுக்கினார். “எனக்கு அப்படித்

தோன்றவில்லை. அது இதேபோன்ற செய்யுள்போல் எழுதப் பட்டிருக்கிறது. ஆனால் அந்த உரை தாந்தேயுடையது அல்ல. யாரோ ஒருவர் அவருடைய பாணியை போலியாக்கம் செய்திருப்பதுபோல் தெரிகிறது."

"ஜாப்ரிஸ்ட்" என்றாள் சியன்னா. "அப்படித்தான் இருக்க வேண்டும்."

லேங்டன் ஆமோதித்தார். அதுதான் சரியான அனுமானம். பொட்டிசெலியின் மாப்பா டெல் இன்ஃபெர்னோவை மாற்றியமைத்ததன் மூலம் ஜாப்ரிஸ்ட் ஏற்கனவே இந்த மகா படைப்பாளர்களுடன் இணைவதற்கான தூண்டுதலை வெளிப்படுத்தியிருக்கிறார். அத்துடன், தன்னுடைய தேவைக்கு பொருந்தும் வகையில் மாபெரும் படைப்புகளையும் மாற்றி யிருக்கிறார்.

"மீதமுள்ள உரை மிகவும் விநோதமாக இருக்கிறது" என்ற லேங்டன் மீண்டும் முகமூடியை திருப்பி உள்நோக்கி படித்தார். "இது குதிரைகளின் தலைகளை வெட்டி... குருடர்களின் எலும்பு களை தோண்டி எடுத்தலைப் பற்றிப் பேசுகிறது." அவர் இறுதி வரிக்குச் சென்றார். அது அந்த முகமூடியின் வெகு மையத்தில் நெருக்கமான வட்டமாக எழுதப்பட்டிருந்தது. அவர் ஆழ்ந்து மூச்சுவிட்டுக்கொண்டார். "இது 'ரத்தச்சிவப்பான' தண்ணீரையும் குறிப்பிடுகிறது."

சியன்னாவின் புருவங்கள் வளைந்தன. "உங்கள் மனக் காட்சிகளில் வரும் வெள்ளிநிற கேசம்கொண்ட பெண் போலவா?"

அந்த உரையால் குழம்பிப்போன லேங்டன் அதற்கு தலையசைத்தார். ***ரத்தச்சிவப்பான தண்ணீர்... நட்சத்திரங்கள் எதையும் பிரதிபலிக்காத காயலா?***

"பாருங்கள்" என்று கிசுகிசுத்த அவள் தன்னுடைய தோள் பட்டைகளின் வழியாக படித்து அந்த சுழலின் ஊடாக பாதியாகத் தெரியும் ஒற்றை வார்த்தையைச் சுட்டிக்காட்டினாள்.

லேங்டனின் கண்கள் அந்த வார்த்தையைக் கண்டன, முதல் வாசிப்பில் அவர் அதைக் கடந்திருந்தார். அது இந்த உலகின் மிகவும் அற்புதமான, தனித்துவமான நகரத்தின் பெயர். லேங்டன் சில்லிட்ட உணர்வை அடைந்தார். அது தாந்தே அலிஜீரி நோய்த்தொற்றுக்கு ஆளாகி இறந்துபோனதற்கு பெயர் பெற்ற ஒரு நகரம் என்பதும் குறிப்பிடத்தக்கது.

வெனிஸ்.

லேங்டனும் சியன்னாவும் சில கணங்களுக்கு அந்த மறைகுறிப்பான கவிதையை அமைதியாகப் படித்தனர். அந்தக் கவிதை சற்று தொந்தரவூட்டக்கூடியதும், இருண்மையானதாகவும், மறைகுறிநீக்கம் செய்ய கடினமானதாகவும் இருந்தது. *டூஜி* மற்றும் *காயல்* ஆகிய வார்த்தைகளைப் பயன்படுத்தியிருப்பது அந்தக் கவிதை வெனிஸைத்தான் குறிப்பிடுகிறது என்பதில் லேங்டனுக்கு எந்த சந்தேகத்தையும் தரவில்லை — நூற்றுக்கணக்கான ஒன்றோடு ஒன்று இணைந்த காயல்களால் ஆன தண்ணீர் உலகமாகிய அந்த பிரத்யேக இத்தாலிய நகரம் டோஜ் எனப்படும் வெனிஸிய அரசுத் தலைவரால் பல நூற்றாண்டுகளுக்கு ஆளப்பெற்றது.

ஒரே பார்வையில், அந்தக் கவிதை வெனிசில் எந்த இடத்தை குறிக்கிறது என்பதை லேங்டனால் சொல்ல முடியவில்லை. ஆனால் அதன் திசைகளைப் பின்பற்றும்படி அதைப் படிப்பவரை அது வலியுறுத்துகிறது என்பது மட்டும் நிச்சயம்.

தரையில் உன் காதை வை, சலசலக்கும் நீரின் ஓசையைக் கவனி.

“அது ஒரு பாதாளத்தைத்தான் குறிப்பிடுகிறது” என்ற சியன்னா அவருடனே சேர்ந்து படித்தாள்.

அடுத்த வரியைப் படிக்கையில் அசௌகரியமாக ஆமோதித்தார்.

மூழ்கிய அரண்மனையின் ஆழத்திற்குள் பின்பற்றிச் செல். அங்கேதான், இருளில், கோத்னிக் அசுரன் காத்திருக்கிறான்.

“ராபர்ட்?” சியன்னா அசௌகரியத்துடன் கேட்டாள். “என்ன மாதிரியான அசுரன்?”

“கோத்னிக்” என்றார் லேங்டன். “அதாவது ‘பூமிக்கு கீழே வசிப்பவன்’ என்று அர்த்தம்.”

லேங்டன் தொடர்வதற்கு முன்பாக, ஒரு பலத்த சத்தம் அந்த ஞானஸ்நான மண்டபம் முழுவதும் எதிரொலித்தது. சுற்றுலாவாசிகள் நுழைவாயில் வெளிப்புறம் இருந்து திறக்கப் பட்டிருக்கிறது.

“ஆயிரம் நன்றிகள்” என்றான் தன்னுடைய முகத்தில் தடிப்புகளை கொண்டிருந்த அந்த ஆள்.

ஐந்நூறு டாலர்கள் பணத்தை பைக்குள் வைத்துக் கொண்டபோது அந்த ஞானஸ்நான மண்டப வழிகாட்டி பதட்டத்துடன் தலையசைத்துவிட்டு, யாரும் பார்க்கவில்லை என்பதை சுற்றுமுற்றும் பார்த்து உறுதிப்படுத்திக்கொண்டான்.

"ஐந்தே நிமிடங்கள்தான்" என்று நினைவுபடுத்திய அந்த வழிகாட்டி, தடிப்புகள் கொண்ட அந்த ஆள் உள்ளே நுழையும் அளவுக்கு கதவைத் திறந்துவிட்டான். கதவை மூடிய வழிகாட்டி, அந்த ஆளை உள்ளே வைத்து அங்கிருந்து எந்த சத்தமும் வெளியே வராதபடி பார்த்துக்கொண்டான்.

ஆரம்பத்தில், தன்னுடைய மோசமான தோல்நோயை குணப் படுத்தும் நம்பிக்கையில் சான் ஜியோவனியின் ஞானஸ்நான மண்டபத்தில் பிரார்த்தனை செய்வதற்காக அமெரிக்காவில் இருந்து வந்திருக்கிறேன் என்று அந்த ஆள் கூறியபோது அந்த வழிகாட்டி அவன் மீது எந்த இரக்கமும் காட்டவில்லை. ஆனாலும், இறுதியில், அந்த ஞானஸ்நான மண்டபத்தில் ஐந்து நிமிடங்கள் இருப்பதற்கு ஐந்து டாலர்கள் தருவதாக சொன்னவுடன் அவன் இரக்கம் கொண்டவனாகவும், எந்த சந்தேகமும் இல்லாதவனாகவும் ஆனான்... அத்துடன் தொற்று ஏற்படுத்துவதுபோல் தோன்றிய அந்த ஆள் அடுத்த மூன்று மணிநேரத்திற்கு அந்தக் கட்டிடம் திறக்கப்படும்வரை தன் பின்னாலேயே நின்றுகொண்டிருப்பானோ என்ற பயமும் சேர்ந்துகொண்டது.

இப்போது, அந்த எண்கர கல்லறைக்குள்ளாக மறைந்து கொண்டபடி நகர்ந்த அந்த ஆள் தன்னுடைய கண்கள் தற்போக் காக மேல்நோக்கி கவரப்படுவதை உணர்ந்தான். *அய்யோ.* அந்தக் கூரையைப் போல் அவன் இதுவரை எதையுமே கண்ட தில்லை. ஒரு மூன்றுதலை சாத்தான் கீழ்நோக்கி அவனையே உற்றுப்பார்த்துக்கொண்டிருந்தது. அவன் சட்டென்று தன் பார்வையை தரையை நோக்கித் திருப்பினான்.

அந்த இடம் தனித்திருந்தது.

அவர்கள் எங்கே போய் தொலைந்தார்கள்?

அவன் அந்த அறையை ஆராய்ந்தபோது, அவனுடைய பார்வை முக்கிய பலிபீடத்தில் விழுந்தது. அது ஒரு பிரமாண்ட மான செவ்வக பளிங்குப் பாறை, சுவர்மாடத்திற்கு பின்னால் அமைந்திருந்தது.

அந்த பலிபீடம்தான், முழு அறையிலும் இருந்த ஒரே மறைவிடம் என்பதைப்போல் காணப்பட்டது. மேலும், அப்போது தான் தொந்தரவுக்கு ஆளானதைப் போல் ஒரு பை அங்குமிங்கும் ஊசலாடிக்கொண்டிருந்தது.

அந்த பலிபீடத்திற்கு பின்னால் லேங்டனும் சியன்னாவும் அமைதியாக மறைந்திருந்தனர். அழுக்கான துணிகளை சேகரிக்க

அவர்களுக்கு நேரம் கிடைக்கவில்லை என்பதுடன், மைய பலிபீடத்திற்குப் பின்னால் மரண முகமூடியை எடுத்துக்கொண்டு மறைந்துகொள்ளும் முன்னர் நீரூற்றின் மூடியை நேராக வைக்கவும் முடியவில்லை. சுற்றுலாவாசிகளால் அந்த அறை நிரம்பும்வரை அங்கேயே மறைந்திருந்துவிட்டு, கூட்டத்தோடு கூட்டமாக வெளியேறுவதுதான் அவர்களுடைய திட்டம்.

ஞானஸ்நான மண்டபத்தின் வடக்குப்புற கதவு நிச்சயம் இப்போதுதான் திறந்திருக்கிறது. ஏனென்றால் பியாஸாவில் இருந்து சத்தங்களை லேங்டனால் கேட்க முடிந்தது. ஆனால், பின்னர் திடீரென்று, அந்தக் கதவு மூடிக்கொண்டது. எல்லாம் அமைதியானது.

இப்போது, அந்த அமைதியில், பளிங்குத் தரையில் நடக்கும் ஒற்றைக் காலடிகளின் ஓசையை லேங்டனால் கேட்க முடிந்தது.

வழிகாட்டியா? சுற்றுலாவாசிகளுக்கு திறந்துவிடும் முன்னர் சரிபார்ப்பதற்காக வந்திருக்கிறாரா?

ஞானஸ்நான ஊற்றுக்கு மேலிருந்த விளக்கை அணைக்க அவருக்கு நேரமில்லை என்பதுடன், வழிகாட்டி அதை கவனித்து விடக்கூடும். ***நிச்சயம் கூடாது.*** அந்தக் காலடியோசை அவர்கள் இருக்கும் பக்கத்தை நோக்கி விறுவிறுப்பாக வந்தது. லேங்டனும் சியன்னாவும் அசைத்துவிட்டுச் சென்ற பை இருந்த இடத்தில் அந்த பலிபீடத்திற்கு முன்பாக நின்றது.

அங்கே ஒரு நீண்ட அமைதி நிலவியது.

“ராபர்ட், இது நான்தான்” என்று கோபமாகக் கூறியது அவன் குரல். “நீ பின்னால்தான் இருக்கிறாய் என்று எனக்குத் தெரியும். அங்கிருந்து வெளியே வந்து நீ செய்தவற்றிற்கு விளக்கம் சொல்.”

❑

59

நான் இங்கே இல்லாததைப்போல் நடந்து கொள்வதில் எந்த அர்த்தமும் இல்லை.

மீண்டும் சிப்லாக் பைக்குள்ளேயே தாந்தேயின் மரண முகமூடியை வைத்துப் பிடித்தபடி இங்கேயே பாதுகாப்பாக குனிந்தபடி இருக்குமாறு சியன்னாவுக்கு லேங்டன் சைகை காட்டினார்.

பின்னர், மெதுவாக லேங்டன் எழுந்து நின்றார். அந்த ஞானஸ்நான மையத்தின் பலிபீடத்திற்குப் பின்னால் ஒரு பாதிரியாரைப் போல் நின்றுகொண்ட லேங்டன் அவனை ஏதோ மறுகூடலில் சந்திப்பதைப் போல் உற்றுப் பார்த்தார். அவரைப் பார்த்தபடி நின்றிருந்த அந்த அந்நியன் மண்போன்ற பழுப்பு நிறத்துடன், பிரத்யேக கண்ணாடி மற்றும் தன்னுடைய முகத்திலும் கழுத்திலும் பயங்கரமான தடிப்புகளுடன் காணப்பட்டான். தன்னுடைய எரிச்சலான கழுத்தில் பதட்டத்துடன் சொறிந்து விட்டுக்கொண்டான். அவனுடைய வீங்கிய கண்கள் குழப்பம் மற்றும் கோபத்தின் பளபளப்பான கத்தியைப் போல் பளிச்சிட்டது.

“இங்கே என்ன இழவெடுத்துக் கொண்டிருக்கிறாய் என்று நீதான் எனக்கு சொல்ல வேண்டும் ராபர்ட்?!” என்று வற்புறுத்திய அவன் தொங்கிய திரைச்சீலையில் காலடி எடுத்து வைத்தான். அவன் உச்சரிப்பு அமெரிக்கனாக இருந்தது.

“நிச்சயமாக” என்றார் லேங்டன் தன்மையுடன். “ஆனால் முதலில் நீ யாரென்று சொல்.”

சட்டென்று நின்ற அவன் நம்ப முடியாமல் தவித்தான். "நீ என்ன சொன்னாய்?!"

இவனிடத்தில் ஏதோ ஒரு விஷயம் மிகவும் பரிச்சயமானதைப் போல் லேங்டன் உணர்ந்தார். அவன் குரல் மிகவும் ஏதோ பரிச்சயமானதாக இருக்கிறது, நான் அவனை சந்தித்திருக்கிறேன். *எப்படியோ, எங்கேயே.* லேங்டன் தன்னுடைய கேள்வியை மிகவும் அமைதியாக திரும்பக் கூறினார். "தயவுசெய்து சொல்லுங்கள், நீங்கள் யார், உங்களை எனக்கு எப்படித் தெரியும்."

அவன் தன் கைகளை நிராதரவாக நீட்டினான். "ஜொனாத்தான் ஃபெரிஸ்? உலக சுகாதார நிறுவனம்? உங்களை ஹார்வார்ட் யுனிவர்சிட்டியில் இருந்து அழைத்துச் சென்றவன்?"

தன் காதில் விழுந்தவற்றை லேங்டன் நிகழ்முறைப்படுத்த முயற்சித்தார்.

"நீ ஏன் அழைக்கவே இல்லை?" என்ற அவன் அப்போதும் தன்னுடைய கழுத்திலும் தாடையிலும் சொறிந்து விட்டுக் கொண்டான். "அப்புறம் நீ இங்கே வரும்போது உன்னுடன் வந்த பெண் யார்? அவளுக்காகத்தான் நீ இப்போது வேலை செய்கிறாயா?"

லேங்டனை முந்திக்கொண்டு முன்னால் வந்த சியன்னா உடனடியாக பொறுப்பை எடுத்துக்கொண்டாள். "டாக்டர். ஃபெரிஸ் நான்தான் சியன்னா புரூக்ஸ். நானும் ஒரு டாக்டர்தான். நான் இங்கே ஃப்ளோரன்ஸில்தான் வேலை செய்கிறேன். புரபஸர் லேங்டனை நேற்றிரவு தலையில் சுட்டுவிட்டார்கள். அவருக்கு திரும்பத்தோன்றும் அம்னீஷியா பிரச்சினை உருவாகியிருக்கிறது. அதனால் நீங்கள் யார் என்பதோ, கடந்த இரண்டு நாட்களில் என்ன நடந்தது என்பதோ அவருக்குத் தெரியாது. அவருக்கு உதவுவதற்காகத்தான் நான் இங்கே இருக்கிறேன்."

சியன்னாவின் வார்த்தைகள் அந்த வெறுமையான ஞானஸ்=நான மண்டபத்தில் எதிரொலித்துக் கொண்டிருக்கும் போதே அவன் தன் தலையை ஒருபக்கமாக சாய்த்து குழப்பத்து டன் பார்த்தான். அவள் சொன்னது அவனிடத்தில் சரியாக பதிவாக வில்லை என்பதைப்போல் இருந்தது.

"அடக்... கடவுளே..." என்று திக்கினான் அவன். "இப்போது தான் எல்லாம் புரிகிறது."

அவன் முகத்தில் இருந்து கோபம் வடிவதை லேங்டன் கவனித்தார்.

"ராபர்ட்" என்றார் அந்தப் புதியவர், "நாங்கள் என்ன நினைத்தோம் என்றால்... நீங்கள் எதிர்ப்பக்கம் சாய்ந்து விட்டீர்களோ என்று நினைத்துவிட்டோம்... பணம் கொடுத்தோ... அல்லது மிரட்டியோ... எங்களுக்கு சரியாகத் தெரியவில்லை!"

"அவர் என்னிடம் மட்டும்தான் பேசுவார்" என்றாள் சியன்னா. "அவருக்குத் தெரிந்தவை எல்லாம், நேற்றிரவு அவர் என் மருத்துவமனையில் கண்விழித்தார். அவரை சிலர் கொல்ல முயற்சித்தார்கள். அத்துடன், அவருக்கு சில பயங்கரமான காட்சிகள் தோன்றின — இறந்த உடல்கள், கொள்ளை நோய்க்கு பலியானவர்கள், அத்துடன் வெள்ளிநிற தலைமுடியும், கழுத்தில் பாம்புள்ள தாயத்தும் போட்டிருக்கும் ஒரு பெண் தோன்றி அவரிடம் சொல்கிறாள் —"

"எலிசபெத்!" என்றான் அவன் சட்டென்று. "அது டாக்டர். எலிசபெத் சின்ஸ்கி! ராபர்ட், எங்களுக்கு உதவுவதற்காக அவர் தான் உங்களை வேலைக்கு அமர்த்தினார்!"

"சரி, அது அவள்தான் என்றால்" என்றாள் சியன்னா, "அவள் பிரச்சினையில் இருக்கிறாள் என்று உங்களுக்குத் தெரிந்திருக்கும் என நினைக்கிறேன். சோல்ஜர்களால் நிரம்பியிருந்த ஒரு வேனின் பின்பக்கத்தில் அவள் மாட்டிக்கொண்டிருக்கிறாள். அவளுக்கு போதை மருந்தோ அல்லது வேறு ஏதோ தரப்பட்டதைப் போல் காணப்பட்டாள்."

அதை மெதுவாக ஆமோதித்த அவன் தன் கண்களை மூடினான். அவனுடைய கண்ணிமைகள் வீங்கியும் சிவந்தும் காணப்பட்டன.

"உங்கள் முகத்திற்கு என்னவாயிற்று?" என்றாள் சியன்னா.

அவன் தன் கண்களைத் திறந்தான். "புரியவில்லை?"

"உங்களுடைய தோல்? அது ஏதோ நீங்கள் தொற்று நோய்க்கு ஆளாகிவிட்டதைப் போல் தெரிகிறதே. உங்களுக்கு உடல்நலமில்லையா?"

அவர் சட்டென்று பின்வாங்கியதைப் போல் தோன்றியது. சியன்னா அவ்வளவு கடுமையாக கேட்டிருக்க வேண்டாம் என்றாலும் லேங்டனும் அதே விஷயத்தைப் பற்றித்தான் யோசித்திருந்தார். இன்று அவர் எதிர்கொண்டிருந்த கொள்ளை நோய் பற்றிய குறிப்புகளை வைத்துப் பார்க்கும்போது, அந்த சிவந்த தோல் பகுதி தொந்தரவுபடுத்துவதாகவே இருந்தது.

"எனக்கு ஒன்றுமில்லை" என்றார் அவர். "இது நாசமாய்ப்

போன ஹோட்டல் சோப்பினால் வந்தது. எனக்கு சோயா என்றால் ஆகவே ஆகாது. பெரும்பாலான இத்தாலிய சோப்புகள் சோயாவை அடிப்படையாக கொண்டே செய்யப்பட்டிருக்கின்றன. அதை சரிபார்க்காதது என்னுடைய தவறுதான்."

சியன்னா நிம்மதிப் பெருமூச்சு விட்டாள். அவளுடைய தோள்கள் இப்போது ஆசுவாசமாகின. "நல்ல வேளையாக நீங்கள் சோயாவை சாப்பிடவில்லை. அது தோல் அழற்சியை உருவாக்கி உடல் முழுவதும் கூச்ச உணர்வை ஏற்படுத்திவிடும்."

அவர்கள் ஒரு விநோதமான சிரிப்பை பகிர்ந்துகொண்டனர்.

"சொல்லுங்கள்" என்றாள் சியன்னா. "பெர்ட்ரண்ட் ஜாப்ரிஸ்ட் என்ற பெயர் உங்களுக்கு ஏதாவது சொல்கிறதா?"

அவர் உறைந்துபோனார். அவர் ஏதோ இப்போதுதான் மூன்றுதலை சாத்தானை நேருக்கு நேர் சந்தித்ததைப் போல் காணப்பட்டார்.

"இப்போதுதான் அவரிடம் இருந்து வந்த செய்தியை நாங்கள் தெரிந்துகொண்டதாக நினைக்கிறோம்" என்றாள் சியன்னா. "அது வெனிசில் உள்ள ஏதோ ஓர் இடத்தைக் குறிக்கிறது. இதில் உங்களுக்கு ஏதாவது புரிகிறதா?"

அவருடைய கண்கள் அகலமாகத் திறந்தன. "ஜீஸஸ், ஆமாம்! நிச்சயமாக! அது எந்த இடத்தைக் குறிக்கிறது?"

மூச்சை இழுத்துவிட்டுக்கொண்ட சியன்னா, அந்த சுழலும் கவிதை பற்றியும், லேங்டன் முகமூடியைக் கண்டுபிடித்தது பற்றியும் என எல்லாவற்றையும் அவரிடம் சொல்லத் தயாராவதைப் போல் இருந்தது. ஆனால் லேங்டன் சட்டென்று அவளை அமைதியாகும்படி அவள் மீது கைவைத்து அழுத்தினார். இந்த ஆள் நிச்சயம் ஒரு கூட்டாளி போன்றுதான் தெரிகிறார். ஆனால் இன்று நடந்த சம்பவங்களுக்குப் பின்னர், யாரையும் நம்ப வேண்டாம் என்று உள்ளுணர்வு கூறியது. மேலும், அவர் அணிந்திருந்த டை ஏதோ ஒன்றை சொல்லியது. அவர் இதற்கு முன்னர் தாந்தே தேவாலயத்தில் பிரார்த்தனை செய்துகொண்டிருந்தவர் என்பதை அவர் உணர்ந்தார். ***அவர் நம்மை பின்தொடர்கிறாரா?***

"இங்கே எப்படி எங்களைக் கண்டுபிடித்தீர்கள்?" என்றார் லேங்டன்.

லேங்டனால் எதையும் நினைவுபடுத்திக்கொள்ள முடியவில்லை என்பதை நினைத்து அவர் இன்னும் குழம்பித்தான் போனார். "ராபர்ட், நேற்றிரவு நீங்கள்தான் என்னை அழைத்து,

ஓர் அருங்காட்சியக இயக்குநரான இக்னேஷியோ புஸோனி என்பவரை சந்திக்கப்போவதாக சொன்னீர்கள். பின்னர் காணாமல் போய்விட்டீர்கள். அதற்குப்பின் நீங்கள் அழைக்கவே இல்லை. இக்னேஷியோ புஸோனி இறந்துவிட்டார் என்பதை நான் தெரிந்துகொண்டபோது எனக்கு கவலையாகிவிட்டது. காலையில் இருந்தே நான் உங்களைத் தேடிக்கொண்டிருக்கிறேன். பாலஸோ வெஷியோவிற்கு வெளியே காவல்துறையினரின் நடவடிக்கைகளைப் பார்த்தேன். என்ன நடக்கிறது என்பதை பார்ப்பதற்காக காத்திருந்தபோது எதேச்சையாக நீங்கள் வெளியே வருவதைப் பார்த்தேன். அந்த சின்னக் கதவின் வழியாக நீங்களும், இந்தப் பெண்...." அவர் சியன்னாவைப் பார்த்தாள். அவர் பார்வை வெறுமையாக இருந்தது.

"சியன்னா புரூக்ஸ்" என்றாள் அவள்.

"மன்னிக்க வேண்டும்... டாக்டர். புரூக்ஸும் வெளியே வருவதைக் கண்டேன். நீங்கள் என்னதான் செய்கிறீர்கள் என்பதைப் பார்ப்பதற்காக உங்களைப் பின்தொடர்ந்து வந்தேன்."

"நீங்கள் செர்ச்சி தேவாலயத்தில் பிரார்த்தனை செய்வதைப் பார்த்தேன், சரியா?"

"ஆமாம்! நீங்கள் என்ன செய்துகொண்டிருக்கிறீர்கள் என்பதைக் கண்டுபிடிக்க முயற்சித்தேன். ஆனால் எனக்கு எதுவுமே புரியவில்லை. நீங்கள் ஏதோ ஒரு மிஷனை செய்துமுடிப்பதற்காக அந்த தேவாலயத்தில் இருந்து வெளியே செல்வதைப் போல் இருந்தது. அதனால் நானும் உங்களைப் பின்தொடர்ந்தேன். நீங்கள் அந்த ஞானஸ்நான மையத்திற்குள் ஒளிந்தபோது உங்களை எதிர்கொள்வதற்கான நேரம் வந்துவிட்டதென்று முடிவெடுத்தேன். சில நிமிடங்கள் இங்கே இருப்பதற்கு நான் அந்த வழிகாட்டிக்கு பணம் கொடுத்தேன்."

"துணிச்சல்தான்" என்றார் லேங்டன், "நான் உங்களுக்கு எதிராக திரும்பியிருப்பேன் என்று நினைத்திருந்தால்."

அவர் தலையைக் குலுக்கினார். "நீங்கள் அப்படி செய்ய மாட்டீர்கள் என்று ஏதோ ஒன்று என்னிடம் சொன்னது. புரபஸர் ராபர்ட் லேங்டன்? அதற்கு ஏதோ வேறு சில காரணங்கள் இருக்கலாம் என்று எனக்குத் தெரியும். ஆனால் அம்னீஷியாவா? நம்பவே முடியவில்லை. அதை நான் யூகித்துப் பார்க்கவே இல்லை."

தடிப்புகளுடன் இருந்த அவர் மீண்டும் பதட்டத்துடன் சொறிந்துகொண்டார். "பாருங்கள், எனக்கு ஐந்து நிமிடம்தான்

நேரம் இருக்கிறது. நாம் இங்கிருந்து இப்போதே போயாக வேண்டும். நானே உங்களைக் கண்டுபிடித்திருக்கிறேன் என்றால், உங்களைக் கொலைசெய்ய நினைப்பவர்களும் உங்களைக் கண்டுபிடித்திருப்பார்கள். உங்களுக்குப் புரியாத எவ்வளவோ விஷயங்கள் நடந்துகொண்டிருக்கின்றன. நாம் வெளிசிற்கு போயாக வேண்டும். *உடனடியாக.* யாரும் பார்க்காமல் ஃப்ளோரன்சில் இருந்து வெளியே செல்வதில்தான் தந்திரமே இருக்கிறது. டாக்டர். சின்ஸ்கியை பிடித்துவைத்திருப்பவர்கள்... உங்களைத் துரத்துபவர்கள்... அவர்களுக்கு எல்லா இடத்திலும் கண் இருக்கிறது." அவர் கதவை நோக்கிக் கைகாட்டினார்.

லேங்டன் எழுந்து நின்றார். இறுதியில் தனக்கு ஏதோ சில பதில்கள் கிடைத்துவிட்டதைப் போல் உணர்ந்தார். "கறுப்பு உடையில் இருக்கும் அந்த சோல்ஜர்கள் யார்? அவர்கள் ஏன் என்னைக் கொல்ல வருகிறார்கள்?"

"அது பெரிய கதை" என்றார் அவர். "அதை நான் போகும் வழியில் சொல்கிறேன்."

புருவத்தை நெரித்த லேங்டன் இந்த பதிலை முற்றிலும் விரும்பவே இல்லை. சியன்னாவை நோக்கி கைநீட்டிய அவர் ஒருபக்கமாக அவளை அழைத்துச் சென்று அடித்தொண்டையில் பேசினார். "நீ இவரை நம்புகிறாயா? என்ன நினைக்கிறாய்?"

இதைக் கேட்ட லேங்டனை ஏற இறங்கப் பார்த்தாள் சியன்னா. "நான் என்ன நினைக்கிறேனா? அவர் உலக சுகாதார நிறுவனத்தைச் சேர்ந்தவர்! சில பதில்களைத் தெரிந்துகொள்வதற்கு அவர் நம்முடன் இருப்பதுதான் நல்லது!"

"அப்புறம், அந்த தடிப்புகள்?"

சியன்னா முறைத்தாள். "அது அவர் சொன்னதுபோலத்தான் — கடுமையான தோல் அலர்ஜி."

"அது அவர் சொன்னதுபோல் இல்லாவிட்டால்?" லேங்டன் கிசுகிசுத்தார். "அது... வேறு ஏதேனுமாக இருந்துவிட்டால்?"

"வேறு ஏதேனுமா?" அவள் அவரை சந்தேகத்துடன் பார்த்தாள். "ராபர்ட், அது ஒன்றும் பிளேக் அல்ல, நீங்கள் அதைத்தானே கேட்கிறீர்கள். சத்தியமாக சொல்கிறேன் அவர் ஒரு டாக்டர். அவருக்கு கடுமையான நோய் ஏற்பட்டிருந்து, அது தொற்றக்கூடியது என்று அவருக்குத் தெரிந்திருந்தால், அதை அவர் இந்த உலகத்தில் பரப்பும் அளவுக்கு அலட்சியமாக இருக்க மாட்டார்."

“தனக்கு இருப்பது பிளேக் என்று அவருக்குத் தெரியாமல் போயிருந்தால் என்னவாகும்?”

சியன்னா தன் உதடுகளில் கைவைத்து ஒருகணம் யோசித்தாள். “அப்படியென்றால், இங்கே உள்ள எல்லோரையும்போல்... நீங்களும் நானும் ஏற்கனவே மாட்டிக்கொண்டுவிட்டோம் என்றுதான் அர்த்தம்.”

“உன்னுடைய மருத்துவ அறிவு ஏதேனும் ஒருவகையில் வேலைசெய்யுமே.”

“நேர்மையாக சொல்லிவிடுகிறேன்.” மரண முகமூடியைக் கொண்டிருந்த அந்த சிப்லாக் பையை லேங்டன் கையில் சியன்னா ஒப்படைத்தாள். “நீங்கள் நம் நண்பரை உடன் அழைத்துச்செல்லலாம்.”

அவர்கள் இருவரும் டாக்டர். ஃபெரிஸிடம் திரும்பி வந்தபோது, அவர் அப்போதுதான் போனில் பேசி முடிப்பதைக் கண்டார்கள்.

“இப்போதுதான் என்னுடைய டிரைவரை அழைத்தேன்” என்றார் அவர். “அவர் நம்மை முன்பக்கமாக வரச்சொல்லி யிருக்கிறார். அப்புறம் —” டாக்டர். ஃபெரிஸ் சட்டென்று நிறுத்தினார். லேங்டனின் கையையே உற்றுப்பார்த்த அவர், முதல் முறையாக தாந்தே அலிஜீரியின் மரண முகத்தைக் கண்டார்.

“கடவுளே!” என்ற ஃபெரிஸ் சற்றுப் பின்வாங்கினார். “இது என்ன?!”

“அது பெரிய கதை” என்றார் லேங்டன். “அதை நான் போகும் வழியில் சொல்கிறேன்.”

❑

60

நியூயார்க் பத்திரிக்கையின் ஆசிரியர் ஜோனாஸ் ஃபாக்மன் தன்னுடைய வீட்டு—அலுவலக தொலை பேசி ஒலித்ததை அடுத்து விழித்துக் கொண்டார். புரண்டு படுத்து கடிகாரத்தைப் பார்த்தபோது காலை 4:28 மணி ஆகியிருந்தது.

புத்தக பதிப்புலகில், இந்த நேரத்து அவசரம் என்பதெல்லாம் ஒரே இரவில் வெற்றிபெறுவது என்பதைப் போல் அரிதிலும் அரிதானது. சலிப்புற்ற ஃபாக்மன் படுக்கையில் இருந்து எழுந்து கூடத்தின் வழியாக தன் அலுவலகத்திற்கு சென்றார்.

"ஹலோ?" அடுத்த முனையில் இருந்த குரல் நன்கு பரிச்சயமான ஆழமான ஆணின் குரலாக இருந்தது. "ஜோனாஸ், நல்லவேளையாக நீ வீட்டில் இருக்கிறாய். நான்தான் ராபர்ட். உன்னை எழுப்பிடவிடவில்லை என்று நினைக்கிறேன்."

"நீ என்னை எழுப்பித்தான் விட்டாய்! இப்போது மணி காலை நான்கு!"

"மன்னித்துக்கொள், நான் வெளிநாட்டில் இருக்கிறேன்."

நேர மண்டலங்கள் பற்றியெல்லாம் ஹார்வார்டில் சொல்லித்தருவதில்லையா?

"நான் ஒரு பிரச்சினையில் இருக்கிறேன், ஜோனாஸ். எனக்கு உன் உதவி வேண்டும்."

லேங்டனின் குரல் பதட்டமாக இருந்தது. "இது உன்னுடைய கார்ப்பரேட் நெட்ஜெட்ஸ் அனுமதி சம்பந்தப்பட்டது."

"நெட்ஜெட்ஸா?" ஃபாக்மன் நம்பமுடியாத அளவுக்கு சிரித்தார். "ராபர்ட், நாம் புத்தகங்கள் பதிப்பிக்கும் துறையில் இருக்கிறோம். பிரைவேட் ஜெட் விமானங்களுக்கெல்லாம் நமக்கு அனுமதி கிடையாது."

"நீ பொய் சொல்கிறாய் என்று நம் இருவருக்குமே தெரியும், நண்பா."

ஃபாக்மன் முறுவலித்தார். "சரி, அதையே நான் வேறுமாதிரி சொல்கிறேனே. மத வரலாற்றைப் பற்றி குண்டுகுண்டாக புத்தகம் எழுதுகிறவர்களுக்கெல்லாம் அதற்கு அனுமதி கிடையாது. நீ *ஃபிஃப்டி ஷேட்ஸ் ஆஃப் ஐகானோகிராபி* என்று புத்தகம் எழுதுவதாக இருந்தால் நாம் மேற்கொண்டு பேசலாம்."

"ஜோனாஸ் அந்த விமானத்திற்கு எவ்வளவு செலவானாலும் பரவாயில்லை. நான் அதைத் திருப்பித் தந்துவிடுகிறேன். நீ என்னை நம்பலாம். நான் எப்போதாவது உனக்கு கொடுத்த வாக்கை மீறியிருக்கிறேனா?"

முடித்துக்கொடுக்க வேண்டிய வேலையை மூன்று வருடங்களாக இழுத்தடிப்பதைத் தவிர்த்து? ஆனாலும் லேங்டனின் குரலில் இருந்த அவசரத் தொனியை ஃபாக்மன் உணர்ந்துகொண்டார். "என்ன நடக்கிறது என்று சொல். நான் உதவி செய்ய முயற்சிக்கிறேன்."

"அதைச் சொல்வதற்கெல்லாம் எனக்கு நேரமில்லை. ஆனால் இதை நீ எனக்காக செய்துதான் ஆகவேண்டும். இது வாழ்வா சாவா போராட்டம்."

லேங்டனின் முரண்பாடான நகைச்சுவை உணர்வைப் பற்றித் தெரிந்து வைத்திருக்கும் அளவுக்கு ஃபாக்மன் அவருடன் நீண்டகாலம் பணிபுரிந்திருக்கிறார், ஆனால் இந்த நேரத்தில் லேங்டனின் குரலில் நகைச்சுவை இல்லாமல் கவலையே காணப் பட்டது. *இவர் மிக சீரியஸாகத்தான் சொல்கிறார்.* ஃபாக்மன் பெருமூச்சுவிட்டு தன் மனதை மாற்றிக்கொண்டார். *என்னுடைய நிதி மேலாளர்தான் வறுத்தெடுக்கப் போகிறார்.* பதிமூன்று நிமிடங்களுக்குப் பின்னர், லேங்டனின் குறிப்பிட்ட விமான கோரிக்கையின் விவரங்களை ஃபாக்மன் எழுதிக்கொண்டார்.

"ஒன்றும் பிரச்சினையில்லையே?" என்றார் லேங்டன். விமான கோரிக்கையை கேட்டு முடித்தபின் தன் எடிட்டரிடத்தில் உருவான தயக்கத்தையும், வியப்பையும் அவர் புரிந்துகொண்டார்.

“அதெல்லம் ஒன்றுமில்லை. நீ அமெரிக்காவில்தான் இருக்கிறாய் என்று நினைத்தேன். ஆனால் நீ ஃப்ளோரன்ஸில் இருக்கிறேன் என்றதும் எனக்கு ஆச்சரியமாக இருக்கிறது” என்றார் ஃபாக்மன்.

“நம் இருவருக்குமேதான்” என்றார் லேங்டன். “மீண்டும் நன்றி ஜோனாஸ். நான் இப்போது விமான நிலையத்திற்குத்தான் சென்றுகொண்டிருக்கிறேன்.”

நெட்ஜெட்ஸின் அமெரிக்க செயல்பாட்டு மையம் ஒஹை யோவில் உள்ள கொலம்பஸில் இருக்கிறது. அங்கே விமான உதவிக்குழு நாள் முழுவதும் இயங்கிக்கொண்டிருக்கும்.

உரிமைதாரர்கள் சேவை பிரதிநிதியான டெப் கெயருக்கு நியூயார்க் கார்ப்பரேட் உரிமைதாரர் ஒருவரிடமிருந்து அழைப்பு வந்தது. “ஒரு நிமிஷம், சார்” என்ற அவள் ஹெட்போனை சரிசெய்துகொண்டு தன்னுடைய டெர்மினலில் டைப் செய்தாள். “நேரடியாக சொல்லவேண்டும் என்றால் அது நெட்ஜெட்ஸ் யூரோப் விமானம், ஆனால் அதற்கும் என்னால் உதவி செய்ய முடியும்” என்ற அவள், உடனடியாக அதை போர்ச்சுக்கல், பெகோ டி அர்கோஸை மையமாக கொண்ட நெட்ஜெட்ஸ் யூரோப் சிஸ்டத்திற்கு மாற்றிக்கொடுத்துவிட்டு, இத்தாலிக்கு உள்ளேயும் வெளியேயும் உள்ள அவர்களின் ஜெட் விமானங்கள் பற்றிய தற்போதைய நிலவரத்தை கண்டறிந்தாள்.

“ஓகே, சார்” என்ற அவள், “நமக்கு ஒரு சிட்டேஷன் எக்ஸல் விமானம் மொனாக்கோவில் நிற்கிறது. அதை நாம் ஒரு மணி நேரத்தில் ஃப்ளோரன்ஸிற்கு அனுப்பி வைக்கலாம். அது போதுமா மிஸ்டர். லேங்டன்?”

“போதும் என்று நினைக்கிறேன்” என்ற அந்த பதிப்பக நிறுவனத்தைச் சேர்ந்தவரின் குரல் சோர்வுற்றும், சற்று எரிச்சலாகவும் இருந்தது. “மிக்க நன்றி.”

“மகிழ்ச்சி சார்” என்றாள் டெப். “மிஸ்டர். லேங்டன் ஜெனீவாவிற்கு செல்லவிருக்கிறாரா?”

“ஆமாம்.”

டெப் தொடர்ந்து டைப் செய்துகொண்டே இருந்தாள். “எல்லாம் முடிந்துவிட்டது” என்றாள் இறுதியாக. “மிஸ்டர். லேங்டன், ஃப்ளோரன்ஸிற்கு ஐம்பது மைல்கள் வடக்கே இருக்கும் லூகாவில் உள்ள டாஸிக்நானோ எஃபிஓ–வில் இருந்து விமானம் புறப்படுவது உறுதி செய்யப்பட்டுள்ளது. அவர் உள்ளூர் நேரப்படி காலை 11:20–க்கு புறப்பட வேண்டும். விமானம் புறப்படுவதற்கு

பத்து நிமிடங்கள் முன்பாக மிஸ்டர். லேங்டன் எஃப்பிஓ—வில் இருக்க வேண்டும். நீங்கள் தரைவழி போக்குவரத்து, உணவு போன்ற எதையும் கேட்கவில்லை. நீங்கள் எனக்கு அவருடைய பாஸ்போர்ட் எண்ணைக் கொடுத்துள்ளீர்கள். அதனால் எல்லாம் நிறைவடைந்தது. வேறு ஏதேனும் இருக்கிறதா சார்?"

"ஒரு புதிய வேலை?" என்ற அவர் சிரித்துக்கொண்டார். "நன்றி. நீங்கள் மிக்க உதவியாக இருந்துள்ளீர்கள்."

"எங்கள் மகிழ்ச்சி. இரவு இனிமையாக இருக்கட்டும்." அந்த அழைப்பை துண்டித்துக்கொண்ட டெப் தன்னுடைய இருக்கைக்கு திரும்பி அந்த முன்பதிவை நிறைவுசெய்ய முனைந்தாள். அவள் ராபர்ட் லேங்டனின் பாஸ்போர்ட் எண்ணைப் பதிவுசெய்தபோது அவளுடைய திரையில் சிவப்பு எச்சரிக்கைப் பெட்டி மிளிர்ந்தது. அந்த செய்தியைப் படித்த டெப்பின் கண்கள் அகலத் திறந்தன.

ஏதோ தவறு நடந்திருக்கிறது.

அவள் மீண்டும் லேங்டனின் பாஸ்போர்ட் எண்ணை பதிவு செய்தாள். அதே மின்னும் எச்சரிக்கை மீண்டும் தோன்றியது. லேங்டன் உலகில் எந்த விமான சேவையில் பதிவு செய்ய முயன்றாலும் இதே எச்சரிக்கை செய்தி காட்டப்படும்.

டெப் கெயர் நம்பமுடியாமல் நீண்டநேரமாக உற்றுப் பார்த்துக் கொண்டிருந்தார். நெட்ஜெட்ஸ் நிறுவனமானது வாடிக்கையாளர் அந்தரங்கத்தை மிகவும் அக்கறையாக எடுத்துக்கொள்ளும், ஆனாலும் இந்த எச்சரிக்கையானது அவர்களின் எல்லாவித கார்ப்பரேட் அந்தரங்க நெறிமுறைகளையும் மீறியது.

டெப் கெயர் உடனடியாக அதிகாரிகளை அழைத்தாள்.

ஏஜெண்ட் புரூடர் தன்னுடைய மொபைல் போனை நிறுத்திவிட்டு தன்னுடைய ஆட்களை வேனுக்குள் அழைத்தார்.

"லேங்டன் நகரத் தொடங்கிவிட்டார்" என்று அறிவித்தார் அவர். "அவர் ஜெனீவாவிற்கு செல்ல தனியார் ஜெட் விமானத்தை எடுத்திருக்கிறார். லூக்கா எஃப்பிஓ—வில் இருந்து ஒரு மணி நேரத்தில் விமானம் புறப்பட்டுவிடும். நாம் அங்கே இப்போது புறப்பட்டால் விமானம் கிளம்புவதற்குள் அவரைப் பிடித்துவிடலாம்."

அதேநேரத்தில் வாடகைக்கு எடுக்கப்பட்ட ஃபியட் செடான் ஒன்று வெயா டெய் பன்ஸானி வழியாக வடக்குநோக்கி வேக மெடுத்தது, பியாஸா டெல் டுவாமோவை விட்டு, ஃப்ளோரன்சின்

சாண்டா மரியா நுவல்லா ரயில்வே நிலையத்தை நோக்கிச் சென்றது.

பின்பக்க இருக்கையில், லேங்டனும் சியன்னாவும் ஒரே சேர குனிந்தபடி இருந்தனர். டாக்டர். ஃபெரிஸ் ஓட்டுநருக்கு அருகாமையில் பின்னிருக்கையில் உட்கார்ந்திருந்தார். நெட் ஜெட்ஸில் பதிவு செய்யச் சொன்னது சியன்னாவின் யோசனை. அதிர்ஷ்டமிருந்தால் அது திசைதிருப்பச் செய்து மூன்று பேரையும் சுதந்திரமாக ஃப்ளோரன்ஸ் ரயில் நிலையம் வழியாக கடந்துசெல்ல உதவும். அங்கே காவல்துறையினர் குவிந்திருக்கவில்லை என்றால் நிச்சயம் அது நடக்கும். அதிர்ஷ்டவசமாக, ரயிலில் வெனிசிற்கு செல்ல இரண்டே மணிநேரங்கள்தான் ஆகும். உள்நாட்டு ரயில் பயணத்திற்கு பாஸ்போர்ட்டும் தேவையில்லை.

லேங்டன் சியன்னாவைப் பார்த்தார். அவள் டாக்டர். ஃபெரிஸை கவலையுடன் ஆராய்ந்துகொண்டிருந்தாள். அவருக்கு நிச்சயம் வலியிருக்கிறது. அவர் மூச்சுவிடவும் சிரமப்படுகிறார். ஒவ்வொருமுறை அவர் மூச்சுவிடும்போதும் அவருக்கு வலிக்கிறது.

அவருடைய இயலாமை குறித்து அவள் சொன்னது சரிதான் என்று நம்பிய லேங்டன் அவருடைய தடிப்பின் மீதே கண்வைத்திருந்தார். அந்தக் கார் முழுவதும் கிருமிகளால் நிரம்பி வழிந்தால் எப்படி இருக்கும் என்று நினைத்துப் பார்த்தார். அவருடைய விரல் நுனிகள்கூட வீங்கிப்போய் சிவந்திருந்தது. அந்தக் கவலையை தன்னுடைய மனதிலிருந்து அகற்றிவிட்டு ஜன்னல் வழியாக வெளியே பார்த்தார்.

அவர்கள் ரயில் நிலையத்தை நெருங்கியபோது கிராண்ட் ஹோட்டல் பாக்லியோனியை கடந்திருந்தனர். அங்கே நடக்கும் வருடாந்திர கலை மாநாட்டில் லேங்டன் ஒவ்வொரு வருடமும் கலந்துகொள்வார். அதைப்பார்க்கையில், தன் வாழ்க்கையில் தான் இதுவரை செய்யாத ஒன்றை செய்யப்போகிறோம் என்பதை உணர்ந்துகொண்டார்.

டேவிட்டை பார்க்காமலேயே நான் ஃப்ளோரன்ஸை விட்டுச் செல்கிறேன்.

மைக்கேலாஞ்சலோவிடம் மன்னிப்புக் கேட்டுக்கொண்ட லேங்டன் முன்னால் இருந்த ரயில் நிலையத்தைப் பார்த்தார். அவர் சிந்தனைகள் இப்போது வெனிஸை நோக்கிச் சென்றன.

❑

61

லேங்டன் ஜெனீவாவிற்கு போய்விட்டாரா? ஃப்ளோரன்சில் இருந்து வெளியேறி, நகரத்திற்கு வெளியே இருந்த விமான நிலையம் நோக்கி சென்றுகொண்டிருந்த வேனின் பின்னிருக்கையில் அமர்ந்திருந்த டாக்டர். எலிசபெத் சின்ஸ்கி புரண்டு கொண்டிருக்கையில் அவளுடைய உடல்நிலை மோசமாகிக்கொண்டே சென்றது.

ஜெனீவாவிற்கு ஏன் என்று புரியவில்லையே, சின்ஸ்கி தனக்குத்தானே சொல்லிக்கொண்டாள்.

ஜெனீவாவிற்கு செல்வதற்கு சம்பந்தமுள்ள ஒரே விஷயம் அது உலக சுகாதார நிறுவனத்தின் தலைமையகம் என்பதுதான். லேங்டன் என்னை அங்கே தேடுகிறாரா? சின்ஸ்கி ஃப்ளோரன்சில்தான் இருக்கிறாள் என்பது லேங்டனுக்குத் தெரியும் என்பதால் அது அவ்வளவாக சரிப்படவில்லை.

மற்றொரு விஷயமும் அவளுள் ஓடிக் கொண்டிருந்தது.

கடவுளே... ஜாப்ரிஸ்ட் ஜெனீவாவை குறி வைத்து விட்டாரா?

குறியீட்டுரீதியிலான விஷயங்களில் ஜாப்ரிஸ்ட்டுக்கு ஆர்வம் உண்டு. உலக சுகாதார மையத்தின் தலைமையகத்தில் "பேரழிவை" ஏற்படுத்துவது, சின்ஸ்கியுடனான பல வருட போரைக் கவனத்தில் எடுத்துக்கொள்ளும்போது அது அவ்வகையில் ஈர்ப்பை ஏற்படுத்தும் விஷயமாகவே இருக்கும். ஆனாலும், கொள்ளை நோய்க்கான

துவக்கப்புள்ளியாக இருக்க வேண்டும் என்று நினைத்தால், ஜெனீவா என்பது மிக மோசமான தேர்வு. மற்ற முக்கிய நகரங்களோடு ஒப்பிடுகையில் அந்த நகரம் புவியியல்ரீதியில் தனிமைப்பட்டது என்பதுடன் வருடத்தின் இந்தக் காலகட்டத்தில் குளிராகவும் இருக்கும். பெரும்பாலான பிளேக்குகள் அதிக மக்கள் தொகையிடத்திலும், வெதுவெதுப்பான காலநிலையிலும்தான் வேர்விடும். ஜெனீவா, கடல் மட்டத்திற்கு ஆயிரம் அடிகள் மேலே இருக்கிறது. ஒரு கொள்ளை நோயை தொடங்குவதற்கு அது சரியான இடம் அல்ல. ***ஜாப்ரிஸ்ட் என்னை எந்த அளவுக்கு வெறுத்தாலும் அவர் அந்த இடத்தை தேர்வு செய்திருக்க மாட்டார்.***

அப்படியென்றால் ஒரு கேள்வி எஞ்சியிருக்கிறது. லேங்டன் ஏன் அங்கே சென்றார்? அங்கு செல்வதான அந்த அமெரிக்க புரபஸரின் திட்டம் நேற்றிரவு முதல் அவருடைய விளக்கமளிக்க முடியாத நடத்தைகளின் பட்டியலில் மற்றொரு விஷயத்தையும் சேர்த்திருக்கிறது. எவ்வளவோ பெருமுயற்சிகள் செய்தும் அவற்றிற்கான காரணகாரிய விளக்கத்தை சின்ஸ்கியால் புரிந்துகொள்ளவே முடியவில்லை.

அவர் யார் பக்கம் இருக்கிறார்?

லேங்டனை சின்ஸ்கிக்கு சில நாட்களாகத்தான் தெரியும் என்பதை ஒப்புக்கொள்ளத்தான் வேண்டும். ஆனால் அவள் மற்றவர்களின் குணாதிசியத்தை நன்றாக மதிப்பிடக்கூடியவள். ராபர்ட் லேங்டன்போன்ற ஒருவர் பணத்திற்கு மயங்குவார் என்பதை அவள் நம்ப மறுத்தாள். இருப்பினும் அவர் நேற்றிரவுடன் நம்முடனான தொடர்பைத் துண்டித்துள்ளாரே. ***இப்போது அவரைப் பார்க்கையில் ஏதோ ஒரு அடியாளைப் போலவே சுற்றிக்கொண்டிருப்பதாகத்தான் தோன்றுகிறது. ஜாப்ரிஸ்ட்டின் செயல்பாடுகள் ஏதோ ஒருவகையில் மாற்றத்தைக் கொண்டுவரும் என்ற உந்துதலுக்கு அவர் ஆளாகிவிட்டாரோ?***

அந்த சிந்தனையே அவளை சில்லிட வைத்தது.

இல்லை, அவள் தனக்குள் உறுதிப்படுத்திக்கொண்டாள். ***அவருக்குள்ள மரியாதை பற்றி எனக்கு நன்றாகத் தெரியும்; அவர் அதற்கும் மேலானவர்.***

சின்ஸ்கி, ராபர்ட் லேங்டனை முதல்முறையாக நான்கு இரவுகளுக்கு முன்னர் உலக சுகாதார நிறுவனத்தின் நகரும் ஒருங்கிணைப்பு மையமாக செயல்பட்டு வந்த சி–130 விமானத்தில் தான் சந்தித்தாள்.

அந்த விமானம் மாசசூசெட்ஸில் உள்ள கேம்பிரிட்ஜில்

இருந்து பதினைந்து மைல்களுக்குள்ளாக இருக்கும் ஹான்ஸ்கோம் நிலையத்தில் தரையிறங்கும்போது, ஏழு மணியை நெருங்கிக்கொண்டிருந்தது. தான் தொலைபேசியில் தொடர்பு கொண்ட, பிரபலமான கல்வித்துறையாளரிடம் என்ன எதிர் பார்ப்பது என்று சின்ஸ்கிக்கு உறுதியாகத் தெரியவில்லை. ஆனால், விமானத்தின் முன்பக்க கதவின் வழியாக ஏறிவந்த லேங்டன் நம்பிக்கையுடன் காணப்பட்டதுடன், அவளை புன்னகையுடன் எதிர்கொண்டார்.

"டாக்டர். சின்ஸ்கிதானே?" லேங்டன் அவள் கைகளை உறுதியாகப் பற்றிக் குலுக்கினார்.

"உங்களை சந்தித்ததில் மகிழ்ச்சி புரபஸர்."

"என் கவுரம் அது. நீங்கள் செய்தவற்றிற்கு நன்றி."

லேங்டன் உயரமாக இருந்தார். அமைதியான தோற்றம், ஆழ்ந்த குரல். அந்தக் கணத்தில் அவருடைய உடை வகுப்பறைக்கான நேர்த்தியுடன் இருந்ததாக சின்ஸ்கி அனுமானித்தாள் — அவர் டிவீட் ஜாக்கெட், காக்கி டிரவுஸர் மற்றும் லோஃப்பர் ஷூ அணிந்திருந்தார் — அந்நிலையில் வைத்துப் பார்க்கும்போது எந்தவித அறிவிப்பும் இன்றி அவர் கல்லூரி வளாகத்தில் இருந்து அப்படியே வந்துவிட்டதைப்போல் இருந்தது. அவர் இளமையாகவும் காணப்பட்டார் என்பதுடன் அவள் கற்பனை செய்திருந்ததைவிடவும் கட்டுறுதியுடன் தோன்றினார். அது எலிசபெத் அவருடைய தாயார் வயதில் இருப்பதை அவளுக்கு நினைவுபடுத்தியது.

அவள் அவரிடம் சோர்வாக புன்னகைத்தாள். "வந்தமைக்கு நன்றி. புரபஸர்."

சின்ஸ்கி அவரை அழைத்துவர அனுப்பியிருந்த, நகையுணர்வற்ற உதவியாளரை சுட்டிக்காட்டிய லேங்டன், "இந்த விஷயத்தை பரிசீலனை செய்து பார்ப்பதற்குகூட உங்கள் நண்பர் எனக்கு நேரம் தரவில்லை" எனறார்.

"நல்லது. அதற்குத்தானே நான் அவருக்கு சம்பளம் தருகிறேன்."

"அந்த தாயத்து நன்றாக இருக்கிறது" என்ற லேங்டன் அவளுடைய நெக்லஸில் கண்பதித்தார். "லேபிஸ் லஸூலி?"

அதை ஆமோதித்த சின்ஸ்கி தன்னுடைய நீலக்கல் தாயத்தை குனிந்து பார்த்துக்கொண்டாள். அதில் ஒரு செங்குத்தான கம்பியை சுற்றிவளைத்திருக்கும் பாம்பு குறியீட்டுரீதியில்

பொறிக்கப்பட்டிருந்தது. "இதுதான் மருத்துவத்தின் நவீன குறியீடு. உங்களுக்கே தெரியும் என்று நினைக்கிறேன். இதை கெடூசியஸ் என்பார்கள்."

லேங்டன் சட்டென்று உற்றுப்பார்த்தார். அது அவர் ஏதோ சொல்ல வருவதைப் போல் இருந்தது.

அவள் காத்திருந்தாள். *ஆமாம்?*

தன்னுடைய மனதை மாற்றிக்கொண்ட அவர் மென்மையாக சிரித்துவிட்டு விஷயத்தை மாற்றினார். "நான் ஏன் இங்கே இருக்கிறேன்?"

அந்த தற்காலிக சந்திப்பை ஸ்டெயில்ஸ் ஸடீல் டேபிள்கள் சூழ்ந்திருந்த இடத்திற்கு மாற்றினாள் எலிசபெத். "உட்காருங்கள். நீங்கள் பார்க்க வேண்டிய ஒரு விஷயம் என்னிடம் இருக்கிறது."

லேங்டன் அந்த மேசைக்கு சென்றார். இந்த ரகசிய சந்திப்பின் நோக்கத்தால் உந்தப்பட்டவராக காணப்படும் அதே நேரத்தில், அதனால் இந்த புரபஸர் அசௌகரியத்தை உணரவில்லை என்பதையும் எலிசபெத் கவனித்தாள். *அவர் பிறப்பிலேயே சௌகரியமானவர்தானோ.* தான் இங்கே ஏன் அழைக்கப்பட்டிருக்கிறோம் என்பதைத் தெரிந்துகொண்டவுடன் அவர் சௌகரியமாக உணர்வாரா என்று அவளுக்கு சந்தேகமாக இருந்தது.

லேங்டன் சௌகரியமாக இருப்பதை தெரிந்துகொண்ட எலிசபெத், எந்தவித முன் அறிமுகப்படுத்தலும் இன்றி, அவளும் அவளுடைய குழுவினரும் பனிரெண்டு மணிநேரத்திற்கு முன்பாக ஃப்ளோரன்சில் இருந்து கைப்பற்றி வந்திருந்த பொருளை எடுத்து வைத்தாள்.

தனக்கு ஏற்கனவே அதைப்பற்றி என்ன தெரியும் என்பதற்கான குறிப்புகளை அவள் தரத் தொடங்கும் முன்னர் லேங்டன் அந்த சிறிய செதுக்கப்பட்ட உருளையை நீண்ட நேரமாக ஆராய்ந்தார். அந்தப் பொருள் அச்சிடுவதற்கு பயன்படுத்தப்பட்ட ஒரு புராதன உருளை அச்சு. அதில் ஒரு மூன்று தலையுள்ள சாத்தானின் படம் பயங்கரமானதாக பொறிக்கப்பட்டிருந்ததுடன் ஒரு வார்த்தையும் காணப்பட்டது: *ஸலீஜியா.*

"ஸலீஜியா" என்றார் லேங்டன். "இது ஒரு லத்தீன் நினைவூட்டு வார்த்தை, அது —"

"ஏழு கொடும் பாவங்கள்" என்றாள் எலிசபெத். "ஆமாம், நாங்கள் அதை கவனித்துவிட்டோம்."

“சரி...” என்றார் லேங்டன் ஏதும் புரியாமல். “இதை நான் பார்க்க வேண்டும் என்று நீங்கள் விரும்பியதற்கு ஏதேனும் காரணம் இருக்கிறதா?”

“உண்மையைச் சொன்னால், இருக்கிறது.” அந்த உருளையை திரும்ப எடுத்துக்கொண்ட சின்ஸ்கி அதை முரட்டுத்தனமாக குலுக்கினாள். அந்த குதிக்கும் பந்து முன்னும் பின்னுமாக துள்ளியது.

அவளுடைய செயல் லேங்டனுக்குப் புரியவில்லை. ஆனால் அவள் என்ன செய்கிறாள் என்று அவர் கேட்கும் முன்னரே, அந்த உருளையின் முனை பளிச்சிடத் தொடங்கியது. அதை அவள் அந்த விமானத்தின் சுவர்ப்பகுதிக்கு நேராகக் காட்டினாள்.

லேசாக விசிலடித்த லேங்டன் புரஜக்சன் செய்யப்பட்ட படத்தை நோக்கி நகர்ந்தார்.

“பொட்டிசெலியினுடைய நரகத்தின் வரைபடம்” என்றார் லேங்டன். “தாந்தேயின் இன்ஃபெர்னோவை அடிப்படையாகக் கொண்டது. இருந்தாலும் இதை நீங்கள் முன்னமே தெரிந்து கொண்டிருப்பீர்கள் என்று நினைக்கிறேன்.”

எலிசபெத் ஆமோதித்தாள். அவளும் அவளுடைய குழுவினரும் இணையத்தளத்தைப் பயன்படுத்தி அந்த ஓவியத்தை அடையாளம் கண்டிருக்கிறார்கள், ***வீனஸின் பிறப்பு*** மற்றும் ***வசந்தகாலம்*** போன்ற மகா படைப்புகளுக்காக புகழ்பெற்றிருந்த ஓவியர் பொட்டிசெலி வரைந்த ஓவியம்தான் அது என்பதைத் தெரிந்துகொண்டதும் சின்ஸ்கிக்கு ஆச்சரியமாக இருந்தது. அவை கருத்தரித்தல் மற்றும் உயிர் உருவாக்கம் ஆகிய இரண்டையும் சித்தரிக்கிறது என்பதால் சின்ஸ்கிக்கு அந்த இரண்டு ஓவியங்களுமே பிடிக்கும், அதுதான் கருத்தரிக்க முடியாத தன்னுடைய துயரத்தை அவளுக்கு நினைவூட்ட மட்டுமே செய்தது — எல்லாவகையிலும் ஆக்கப்பூர்வமாக இருந்த அவளுடைய வாழ்க்கையில் ஒரே ஒரு வருத்தம் அதுதான்.

“நான் நினைக்கிறேன்” என்றாள் சின்ஸ்கி, “இந்த ஓவியங்களில் உள்ள குறியீட்டுத்தன்மை குறித்து உங்களால் சொல்ல முடியுமா?”

இந்த இரவில் முதல் முறையாக லேங்டன் எரிச்சலுக்கு ஆளானதைப்போல் காணப்பட்டார். “இதற்காகத்தான் நீங்கள் என்னை வரவழைத்தீர்களா? நீங்கள் ஏதோ மிகுந்த அவசரத்தில் உள்ளதாக நினைத்தேன்.”

“என்னை மன்னிக்க வேண்டும்.”

லேங்டன் பொறுமையாக பெருமூச்சு விட்டார். "டாக்டர். சின்ஸ்கி, பொதுவாக சொல்லப்போனால், ஒரு குறிப்பிட்ட ஓவியத்தைப் பற்றி நீங்கள் தெரிந்துகொள்ள விரும்பினால் அதன் அசல் படைப்புகளை வைத்திருக்கும் அருங்காட்சியகத்தைத்தான் தொடர்புகொள்ள வேண்டும். இந்த ஓவியத்தைப் பொறுத்தவரை அது வாடிகனில் உள்ள பைப்ளியோதிகா அபோஸ்தலிகாவில் இருக்கிறது. வாடிகனிடம் பிரமாதமான குறியீட்டியலாளர்கள் இருக்கிறார்கள், அவர்கள் —"

"வாடிகனுக்கு என்னைப் பிடிக்காது."

லேங்டன் அவளை துணுக்குற்று பார்த்தார். "உங்களையுமா? நான் என்னை மட்டும்தான் என்று நினைத்தேன்."

அவள் சோகமாக புன்னகைத்தாள். "கருத்தடையை பரவலாக்குவதே உலகளாவிய சுகாதாரத்திற்கு முக்கியத்துவம் வாய்ந்ததென்று உலக சுகாதார நிறுவனம் நினைக்கிறது — எய்ட்ஸ் போன்று பாலியல்ரீதியாக பரவும் நோய்க்கும், பொதுவான மக்கள்தொகை கட்டுப்பாட்டிற்கும்."

"வாடிகன் வேறுமாதிரி நினைக்கிறது."

"முற்றிலுமாக. கருத்தடையில் உள்ள தீமைகள் குறித்து மூன்றாம் உலக நாடுகளில் கற்பிக்க அவர்கள் ஏகப்பட்ட ஆற்றலையும் பணத்தையும் செலவிடுகிறார்கள்."

"ம், ஆமாம்" என்றார் லேங்டன் தெரிந்ததுபோன்ற புன்னகையில். "திருமணமாகாத எண்பது வயதைக் கடந்த இந்த ஆண்கள் கூட்டத்தைவிட இந்த உலகத்தில் வேறு யாரால் செக்ஸ் வைத்துக்கொள்வது எப்படி என்று சொல்லித்தர முடியும்?"

சின்ஸ்கிக்கு அந்த புரபஸர் நொடிக்கு நொடி பிடித்தமானவராக ஆகிக்கொண்டிருந்தார்.

அந்த உருளையை ரீசார்ஜ் செய்வதற்காக குலுக்கிய அவள் மீண்டும் சுவற்றில் அந்த படத்தை புரஜக்ட் செய்தாள். "புரபஸர், இதை நெருங்கிச்சென்று பாருங்கள்."

அந்தப் படத்தை ஆராய்வதற்காக எழுந்த லேங்டன் மேலும் நெருங்கிச் சென்றார். சட்டென்று அவர் நின்றார். "இது வினோதம். இது மாற்றப்பட்டிருக்கிறது."

அதற்கு அவருக்கு அதிக நேரம் ஆகவில்லை. "ஆமாம், மாற்றப்பட்டிருக்கிறது, அந்த மாற்றத்திற்கான காரணத்தையும் நான் உங்களுக்கு சொல்ல விரும்புகிறேன்."

லேங்டன் அமைதியானார். அந்த முழு படத்தையும் ஆராய்ந்தார். கேட்ரோவேஸர் என்று உச்சரிக்கும் பத்து எழுத்துகளை எடுத்துக்கொள்ளும் இடத்தில் நின்றார்... பின்னர் பிளேக் மாஸ்க்... "மரணத்தின் கண்கள்" என்பதைக் குறிக்கும் ஓரத்தில் இருந்த விசித்திரமான மேற்கோள்.

"இதை யார் செய்தது?" என்றார் லேங்டன். "இது எங்கிருந்து வந்திருக்கிறது?"

"உண்மையில், இப்போதைக்கு நீங்கள் இந்தளவுக்கு தெரிந்து கொண்டிருப்பதே நல்லது. நான் என்ன நம்புகிறேன் என்றால், நீங்கள் இந்த மாற்றங்களை ஆய்வு செய்து அவை உண்மையில் எதைக் குறிக்கின்றன என்று எங்களுக்கு சொல்ல வேண்டும்." அவள் மூலையில் இருந்த மேசைக்கு சென்றாள்.

"இங்கேயேவா? இப்போதேவா?"

அவள் தலையசைத்தாள். "இது கட்டாயப் பாடம் போன்றது என்று எனக்குத் தெரியும், ஆனால், இது எங்களுக்கு எவ்வளவு முக்கியத்துவம் என்பதை உங்களுக்கு அழுத்தமாக சொல்ல இயலாது." அவள் சற்று இடைவெளி விட்டாள். "இது வாழ்வா சாவா பிரச்சினையாகவும் இருக்கலாம்."

லேங்டன் அவளை கவலையுடன் ஆராய்ந்தார். "இதை மறைகுறிநீக்கம் செய்வதற்கு கொஞ்ச நேரம் ஆகலாம். ஆனால், அது உங்களுக்கு முக்கியமானது என்றால் —"

"நன்றி" அவர் தன் மனதை மாற்றிக்கொள்ளும் முன்னர் இடைமறித்துக் கூறினாள். "நீங்கள் யாரையாவது அழைக்க வேண்டுமா?"

அதற்கு தலையசைத்த லேங்டன், இதற்காகவே ஒருவாரம் எடுத்துக்கொள்ளலாம் என்று திட்டமிட்டிருந்தார்.

பர்ஃபெக்ட். சின்ஸ்கி அவரை ஒரு மேசையில் புரஜக்டர், பேப்பர், பென்சில் மற்றும் பாதுகாப்பான சேட்டிலைட் இணைப்புடனான லேப்டாப் ஆகியவற்றுடன் அமரச் செய்தாள். பொட்டிசெலி வரைந்த மாற்றியமைக்கப்பட்ட ஓவியத்தில் உலக சுகாதார நிறுவனம் ஏன் இவ்வளவு ஆர்வமாக இருக்கிறது என்பது லேங்டனுக்கு சுத்தமாக புரியவில்லை. ஆனாலும் அவர் கடமையைச் செய்யத் தயாரானார்.

பலமணி நேரங்கள் அந்தப் படத்தை ஆராய்ந்துவிட்டு அவர் எதையும் கண்டுபிடிக்காமல் போகலாம் என்றும், அதனால் தானே உட்கார்ந்துதான் அந்த வேலையை செய்யவேண்டி இருக்கும்

என்றும் டாக்டர். சின்ஸ்கி கற்பனை செய்திருந்தாள். அவர் புரஜக்டரை குலுக்குவதும், தன்னுடைய நோட்டுப்புத்தகத்தில் குறித்துக்கொள்வதுமாக இருந்தார். வெறுமனே பத்து நிமிடங்கள் தான் இருக்கும். லேங்டன் தன்னுடைய பென்சிலை வைத்துவிட்டு அறிவித்தார், "செர்கா ட்ரோவா."

சின்ஸ்கி உற்றுப்பார்த்தாள். "என்ன?"

"*செர்கா ட்ரோவா*" என்றார் அவர் மறுபடியும். "தேடு அது உனக்கு கிடைக்கும். அதைத்தான் இந்த மறைகுறியாக்கம் சொல்கிறது."

சின்ஸ்கி விரைந்து சென்று அவர் அருகில் அமர்ந்தாள். தாந்தேயின் இன்ஃபெர்னோ எப்படிக் கலைக்கப்பட்டிருக்கிறது என்றும், அவர்கள் இந்த முறையான தொடர்ச்சியை மறுபடியும் அமைக்கும்போது அவை எப்படி இத்தாலிய வினைச்சொல்லான செர்கா ட்ரோவா என்ற உச்சரிப்பைக் கொண்டுவருகிறது என்றும் லேங்டன் விளக்குவதை மிகுந்த ஆர்வத்துடன் கவனித்துக் கொண்டாள்.

தேடிக் கண்டுபிடி? சின்ஸ்கி ஆச்சரியப்பட்டாள். *இதைத்தான் அந்தப் பைத்தியக்காரன் எனக்கு செய்தியாக அனுப்பியிருக்கிறானா?* அந்த வினைச்சொல் ஒரு நேரடி சவாலாகவே தோன்றியது. வெளியுறவுத்துறை கவுன்சிலில் நடந்த சந்திப்பில், அந்தப் பைத்தியக்காரனின் தொந்தரவுபடுத்தக்கூடிய நினைவுகளில் இருந்து வந்த அவனுடைய கடைசி வார்த்தைகள் அவள் மனதில் மீண்டும் ஓடியது: *அப்படியென்றால் நம்முடைய நடனம் தொடங்கிவிட்டது.*

"நீங்கள் வெளிறிப் போய்விட்டீர்கள்" என்ற லேங்டன் அவளை ஆழமாக ஆராய்ந்தார். "இது நீங்கள் எதிர்பார்த்த செய்தி அல்ல என்று நான் எடுத்துக்கொள்ளலாமா?"

சின்ஸ்கி தன்னை சமநிலைக்கு கொண்டுவந்தாள். தன்னுடைய கழுத்தில் இருந்த தாயத்தை சரிசெய்துகொண்டாள். "அப்படி சொல்லமுடியாது. சொல்லுங்கள். இந்த நரகத்தின் வரைபடம் நான் எதையோ *தேடிக்கொண்டிருக்கிறேன்* என்றா சொல்கிறது?"

"ஆமாம். செர்கா ட்ரோவா."

"அதை நான் *எங்கே* தேடவேண்டும் என்று ஏதாவது குறிப்பு இருக்கிறதா?"

தகவலை ஆவலுடன் கேட்க மற்ற உலக சுகாதார நிறுவன

ஊழியர்களும் அங்கே கூடத் தொடங்கியதால் லேங்டன் தன் முகவாயைத் தடவிவிட்டுக்கொண்டார். "வெளிப்படையாக எதுவும் இல்லை. இருந்தாலும் நீங்கள் எங்கே தொடங்கலாம் என்பதற்கு என்னிடம் ஒரு நல்ல யோசனை இருக்கிறது."

"சொல்லுங்கள்" லேங்டன் எதிர்பார்த்ததைவிடவும் மிகவும் வேகமாக சின்ஸ்கி கேட்டாள்.

"வந்து... இத்தாலியின் ஃப்ளோரன்சில் என்றால் உங்களுக்கு பரவாயில்லையா?"

தன்னுடைய தாடையை சரிசெய்துகொண்ட சின்ஸ்கி தன்னால் முடிந்தவரை அதற்கு எதிர்வினையாற்றாமல் இருந்தாள். இருப்பினும், அவளுடைய அலுவலக ஊழியர்களுக்கு அவ்வளவு கட்டுப்பாடில்லை. அவர்கள் எல்லோருமே சற்று அதிர்ச்சியான பார்வைகளைப் பரிமாறிக்கொண்டனர். ஒருவன் ஃபோனை எடுத்து டயல் செய்தான். மற்றொருவன் விமானத்தின் முன்பக்கம் இருந்த கதவை நோக்கி விரைந்தான்.

லேங்டன் குழம்பிப்போய் காணப்பட்டார். "நான் ஏதாவது சொல்லிவிட்டேனா?"

நிச்சயமாக, சின்ஸ்கி நினைத்துக்கொண்டாள். "உங்களை ஃப்ளோரன்ஸ் என்று எது சொல்ல வைத்தது?"

"செர்கா ட்ரோவா" என்றார் அவர், பாலஸோ வெஷியோ வில் உள்ள வெஸாரி கூரை ஓவியத்துடன் சம்பந்தப்பட்ட நீண்டகாலமாக நிலவிவரும் மர்மத்தை சட்டென்று நினைவு படுத்திக்கொண்டார்.

ஃப்ளோரன்ஸ்தானே, என்று நினைத்துக்கொண்ட சின்ஸ்கி போதுமான அளவு கேட்டுவிட்டாள். தன்னுடைய முதல் எதிரி ஃப்ளோரன்சில் உள்ள பாலஸோ வெஷியோவில் இருந்து மூன்று கட்டிடங்கள் தள்ளி தன்னை மரணித்துக்கொண்டதும், இந்த விஷயமும் நிச்சயம் மேலோட்டமான எதேச்சை நிகழ்வுகள் அல்ல.

"புரபஸர்" என்றாள் அவள், "நான் முன்னதாக என்னுடைய தாயத்தை உங்களிடம் காட்டி அதனை கெடூசியஸ் என்று அழைப்பார்கள் என சொல்லியிருந்தேன். நீங்கள் அமைதியாக இருந்துவிட்டு, ஏதோ சொல்ல முயற்சித்தீர்கள். ஆனால் உங்கள் மனதை மாற்றிக்கொண்டீர்கள் போல் தெரிகிறது. நீங்கள் என்ன சொல்ல வந்தீர்கள்?"

லேங்டன் தலையைக் குலுக்கினார். "ஒன்றுமில்லை. அது

சற்று முட்டாள்தனமானது. சில நேரங்களில் என்னுள் இருக்கும் புரபஸர் முந்திக்கொண்டுவிடுவான்."

சின்ஸ்கி அவர் கண்களையே பார்த்தாள். "நான் உங்களை நம்பலாமா என்று தெரிந்துகொள்ளத்தான் கேட்கிறேன். நீங்கள் என்ன சொல்ல வந்தீர்கள்?"

எச்சிலைக் கூட்டி விழுங்கிய லேங்டன் தன் தொண்டையை சரிசெய்துகொண்டார். "இப்போது அது விஷயமல்ல, ஆனால் உங்களுடைய தாயத்து மருத்துவத்திற்கான புராதன குறியீடு என்றீர்கள். அது சரியானதுதான். ஆனால், நீங்கள் அதை கெடுசியஸ் என்று சொன்னபோதுதான் எல்லோரும் செய்கின்ற தவறை செய்தீர்கள். கெடுசியஸ் என்பது ஒரு கம்பியில் இரண்டு பாம்புகளும் மேலே சிறகுகளும் இருப்பது. உங்களுடைய தாயத்தில் ஒரே ஒரு பாம்பு இருக்கிறது. சிறகுகள் இல்லை. அந்தக் குறியீட்டின் பெயர் —"

"அஸ்கெலிப்பியஸ் கம்பி."

லேங்டன் ஆச்சரியத்தில் தன் தலையை முன்னும் பின்னும் ஆட்டினார். "ஆமாம். சரியாகச் சொன்னீர்கள்."

"எனக்குத் தெரியும். நான் உங்கள் உண்மைத்தன்மையை சோதித்தேன்."

"புரியவில்லை?"

"நீங்கள் உண்மையை சொல்வீர்களா என்று நான் எதிர் பார்த்தேன். அது எனக்கு எந்தளவுக்கு அசௌகரியமாக இருந்தாலும் சரி."

"நான் தோற்றுவிட்டேன் போலிருக்கிறது."

"மறுபடியும் அப்படிச் செய்யாதீர்கள். முழுமையான நேர்மை மட்டுமே நீங்களும் நானும் இந்த வேலையை ஒன்றாக செய்து முடிப்பதற்குள்ள ஒரே வழி."

"ஒன்றாகவா? இத்துடன் நம் வேலை முடியவில்லையா?"

"இல்லை, புரபஸர், நாம் இன்னும் முடிக்கவில்லை. நான் ஒரு விஷயத்தைக் கண்டுபிடிக்க நீங்கள் என்னுடன் ஃப்ளோரன்ஸ் வரவேண்டும்."

லேங்டன் அவநம்பிக்கையுடன் உற்றுப் பார்த்தார். "இன்றிரவா?"

"அப்படித்தான் என்று நினைக்கிறேன். இந்தச் சூழ்நிலையின்

உண்மையான சிக்கல் நிறைந்த இயல்பை நான் உங்களுக்கு சொல்லியாக வேண்டும்."

லேங்டன் தலையை குலுக்கினார். "நீங்கள் என்ன சொன்னாலும் சரி. நான் ஃப்ளோரன்சிற்கு வருவதாக இல்லை."

"நானும்தான்" என்றாள் அவள் வருத்தத்துடன். "ஆனால் நம்முடைய நேரம் குறைந்துகொண்டிருக்கிறது."

❑

62

இத்தாலியின் உயர்வேக ஃபிரெச்சியர் கெண்ட்டோ ரயில் வடக்கு நோக்கி பயணித்துக் கொண்டிருக்கையில் அதன் பளபளப்பான மேற்கூரையில் பட்டு பகல்நேர சூரியன் தகித்துக் கொண்டிருந்தது, அது டுஸ்கான் கிராமப்புறங்களை ஊடறுத்து சென்று கொண்டிருந்தது. ஃப்ளோரன்சில் இருந்து 174 மைல்கள் வேகத்தில் பயணித்துக் கொண்டிருந்த அந்த "சில்வர் ஆரோ" ரயில் ஏறக் குறைய எந்த ஒலியையும் எழுப்பவேயில்லை. அதனுடைய மென்மையான தடதடப்பொலியும், சீரான இயக்கமும் அதில் பயணிப்பவர்களுக்கு ஏறக்குறைய அமைதியான உணர்வைத் தந்தது.

ராபர்ட் லேங்டனுக்கு கடைசி மணிநேரம் மங்கலாகத் தெரிந்தது.

இப்போது,உயர்வேகரயிலில் இருக்கும் லேங்டன், சியன்னா மற்றும் டாக்டர். ஃபெரிஸ் ஆகியோர், நான்கு இருக்கைகளும் ஒரு மடக்கிவைக்கும் மேசையும்கொண்ட சிறிய, எக்ஸிகியூட்டிவ் வகுப்பான ஃபிரெச்சியர்கெண்ட்டோவின் தனியார் ***சலோட்டினியில்*** அமர்ந்திருந்தனர். ஃபெரிஸ் தன்னுடைய கிரெடிட் கார்டைப் பயன்படுத்தி இந்த மொத்த அறையையும் வாடகைக்கு எடுத்திருந்தார். அத்துடன் லேங்டனும், சியன்னாவும் அருகாமையில் இருந்த பாத்ரூமில் தங்களை சுத்தப்படுத்திக்கொண்டு வந்த பின்னர் மிகுந்த பசியுடன் காலிசெய்த சாண்ட் விச்சுகள் மற்றும் மினரல் வாட்டரையும் அவ்வாறே வாங்கியிருந்தார்.

அவர்கள் மூவரும் வெனிசுக்கு செல்லும் இரண்டு மணிநேர ரயில் பயணத்தை மேற்கொண்டிருக்கையில், டாக்டர். ஃபெரிஸ் சிப்லாக் பையில் அவர்களுக்கு இடையில் அமர்ந்திருந்த தாந்தேயின் மரண முகமூடியை நோக்கி தன் பார்வையைத் திருப்பினார். "வெனிசில் இந்த முகமூடி நம்மை எங்கே அழைத்துச் செல்கிறது என்று நாம் துல்லியமாக கண்டுபிடித்தாக வேண்டும்."

"விரைவாகவும்" என்று சியன்னா தன்னுடைய குரலை அவசரமாக சேர்த்துக்கொண்டாள். "ஜாப்ரிஸ்ட் பிளேக்கை தடுப்பதற்குள்ள ஒரே நம்பிக்கை அதுவாகத்தான் இருக்கும்."

"இருங்கள்" என்ற லேங்டன் பாதுகாப்பதைப் போல் தன்னுடைய கையை அந்த முகமூடியின் மீது வைத்தார். "நாம் ரயிலில் பாதுகாப்பாக ஏறிய பின்னர் கடந்த சில நாட்கள் குறித்த என்னுடைய கேள்விகளுக்கு பதிலளிப்பதாக நீங்கள் உறுதி அளித்திருந்தீர்கள். இதுவரை எனக்குத் தெரிந்ததெல்லாம், *லா மாப்பாவின்* ஜாப்ரிஸ்ட் பதிப்பை மறைகுறிநீக்கம் செய்ய கேம்ப்ரிட்ஜில் வைத்து உலக சுகாதார நிறுவனம் என்னை வேலைக்கு அமர்த்தியுள்ளது என்பதுதான். அதைத் தவிர, வேறு எதையுமே நீங்கள் எனக்குச் சொல்லவில்லை."

அசௌகரியத்துடன் மாறி உட்கார்ந்த டாக்டர்.ஃபெரிஸ் தன்னுடைய முகத்திலும் கழுத்திலும் ஏற்பட்டிருந்த கட்டிகளை சொறிந்துகொள்ளத் தொடங்கினார். "நீங்கள் விரக்தியுடன் இருப்பதை பார்க்க முடிகிறது" என்றார் அவர். "நடந்தவற்றை நினைவுக்கு கொண்டுவர முடியாததால் நிம்மதியில்லாமல்தான் இருக்கும் என்பது எனக்குத் தெரியும். ஆனால் மருத்துவரீதியாக பேசினால்..." அவர் உறுதிப்படுத்திக்கொள்ள சியன்னாவைப் பார்த்தார், பின்னர் தொடங்கினார். "உங்களால் நினைவுக்கு கொண்டுவர முடியாத குறிப்பிட்ட விஷயத்தை நினைவுக்கு கொண்டுவர முயற்சிசெய்து உங்களுடைய ஆற்றலை வீணடிக்க வேண்டாம் என்பதைத்தான் நான் உறுதியாக பரிந்துரை செய்வேன். அம்னீஷியா பாதித்தவர்கள் மறந்துபோன கடந்த காலத்தை மறந்தபோனதாகவே வைத்துக்கொள்வதுதான் அப்போதைக்கு நல்லது."

"அப்படியே இருக்கட்டுமா?!" லேங்டன் தன் கோபம் அதிகரிப்பதை உணர்ந்தார். "என்ன இழவு அது! எனக்கு சில பதில்கள் தெரிந்தாக வேண்டும்! உங்களுடைய நிறுவனம்தான் என்னை இத்தாலிக்கு அழைத்துச் சென்றது. அங்கேதான் நான் சுடப்பட்டு என்னுடைய வாழ்க்கையின் சில நாட்களை தொலைத்துவிட்டேன்! என்ன நடந்தது என்று எனக்குத்

தெரிந்தாக வேண்டும்!"

"ராபர்ட்" என்று குறுக்கிட்ட சியன்னா, அவரை அமைதிப் படுத்தும் முயற்சியுடன் மெதுவாகப் பேசத் தொடங்கினாள். "டாக்டர். ஃபெரிஸ் சொல்வது சரிதான். எல்லா விஷயங்களையும் உள்ளது உள்ளவாறு அப்படியே உங்கள் மீது மூழ்க விடுவது நல்லதல்ல. உங்களால் நினைவுக்கு கொண்டுவர முடிந்த சின்னச்சின்ன விஷயங்களைப் பற்றி யோசியுங்கள் — வெள்ளிநிற தலைமுடிகொண்ட பெண், 'தேடிக் கண்டுபிடி', லா மாப்பாவில் துடிதுடிக்கும் உடல்கள் — அந்த உருவங்கள் உங்கள் மனதில் வெள்ளமாகத் திரள்வதும், கட்டுப்படுத்த முடியாத ஃபிளாஷ் பேக்குகளும் உங்களை திறனற்றவராக்கிவிடும். டாக்டர். ஃபெரிஸ் கடந்த சில நாட்களில் நடந்தவற்றை நினைவுபடுத்த முயற்சித்தால், அவர் ஏறக்குறைய நிச்சயம் மற்ற நினைவுகளை புறம்தள்ளத்தான் வேண்டும். உங்களுடைய மதிமயக்கங்கள்தான் மீண்டும் மீண்டும் தோன்றியபடியே இருக்கும். மீண்டும் மீண்டும் உருவாகும் அம்னீஷியா தீவிர நிலைக்கு கொண்டுசென்றுவிடும். தடம்மாறிய நினைவுகளைத் தூண்டுதல் என்பது உளநிலையை உச்சநிலையில் தொந்தரவு செய்யக்கூடியது."

அந்த எண்ணம் லேங்டனுக்கு தோன்றவில்லை.

"நீங்கள் முற்றிலும் துண்டிக்கப்பட்டதாக உணர்வீர்கள்," என்றார் ஃபெரிஸ், "ஆனால் அந்த நிலையில் உங்கள் உளவியல் முழுமையடைந்தால் நாம் மேற்கொண்டு செல்லலாம். இந்த முகமூடி நமக்கு என்ன சொல்ல வருகிறது என்பதை நாம் தெரிந்துகொள்ள வேண்டியது மிகவும் முக்கியம்."

சியன்னா ஆமோதித்தாள்.

மருத்துவர்கள் இதற்கு உடன்பட்டதை லேங்டன் அமைதியாகக் கவனித்தார்.

லேங்டன் அமைதியாக உட்கார்ந்தார். நிச்சயமின்மையுடன் காணப்படும் தன் உணர்வுகளில் இருந்து வெளியேற முயற்சித்தார். முற்றிலும் அந்நியரான ஒருவரை சந்திப்பதும், உண்மையில் கடந்த சில நாட்களாக உங்களுக்கு அவரைத் தெரியும் என்பதும் ஒரு விநோதமான உணர்வுதான். இருந்தாலும், ***அவருடைய கண்கள் ஏதோ ஒரு வகையில் பரிச்சயமானதுபோலவே இருக்கிறது*** என்று லேங்டன் நினைத்தார்.

"புரபஸர்" ஃபெரிஸ் அனுதாபத்துடன் அழைத்தார். "நீங்கள் என்னை நம்பவில்லை என்பது எனக்கு உறுதியாகத் தெரிகிறது. நீங்கள் கடந்து வந்திருக்கும் விஷயங்களை வைத்துப்

பார்க்கையில் இது புரிந்துகொள்ளக்கூடியதுதான். அம்னீஷியாவின் பொதுவான பக்க விளைவுகளுள் ஒன்று மெல்லிய சந்தேகமும், நம்பிக்கையின்மையும்தான்."

இதில் அர்த்தமிருக்கிறது, லேங்டன் நினைத்துக்கொண்டார், *என்னுடைய மனதையே என்னால் நம்ப முடியவில்லையே.*

"சந்தேகத்தைப் பற்றிப் பேசினால்," நகைச்சுவையாக ஆரம்பித்த சியன்னா மனநிலையை லேசாக்க முயல்வது தெரிந்தது, "உங்களுடைய கட்டிகளைப் பார்த்த ராபர்ட், நீங்கள் பிளாக் பிளேக்கினால் பாதிக்கப்பட்டுவிட்டீர்களோ என்று நினைத்திருப்பார்."

ஃபெரிஸின் கண்கள் விரிந்தன. அவர் சத்தமாக சிரித்தார். "இந்தக் கட்டிகளா? என்னை நம்புங்கள் புரபஸர், எனக்கு அந்த பிளேக் இருக்கும் என்றால் நான் கடையில் வாங்கும் ஆண்ட்டிஹிஸ்டமைன் மருந்தை அதில் தடவிக்கொண்டிருக்க மாட்டேன்." தன்னுடைய பையில் இருந்து ஒரு சிறிய மருந்து டியூபை எடுத்த அவர் அதை லேங்டன் பக்கம் தள்ளிவிட்டார். நிச்சயமாக சொல்லலாம், அது ஒவ்வாமைக்கான அரிப்பு மருந்துதான், பாதி காலியாகியிருந்தது.

"அதற்காக வருந்துகிறேன்" என்ற லேங்டன் முட்டாள்தனமாக உணர்ந்தார். "கடுமையான நாள்."

"கவலைப்படாதீர்கள்" என்றார் ஃபெரிஸ்.

லேங்டன் ஜன்னலை நோக்கித் திரும்பி இத்தாலிய நாட்டுப்புறப் பகுதி ஓர் அமைதியான கலப்பு ஓவியமாகத் திரண்டு மங்கலான வண்ணங்களைக் காட்டுவதை பார்த்துக் கொண்டிருந்தார். அபனைன் மலைத்தொடர்களை நோக்கிச் சென்றுகொண்டிருந்ததால் திராட்சைத் தோட்டங்களும் பண்ணைகளும் குறைவாகத் தென்படத் தொடங்கின. விரைவிலேயே அந்த ரயில் வளைவான மலைமுகட்டில் திரும்பி மீண்டும் கீழிறங்கத் தொடங்கி, அட்ரியாடிக் கடலை நோக்கி கிழக்குப் பக்கம் விரைந்தது.

நான் வெனிசிற்கு செல்கிறேன், பிளேக்கை தேடி, என்று நினைத்துக்கொண்டார்.

எந்த ஒரு குறிப்பிட்ட விவரமும் இல்லாத தெளிவற்ற வடிவங்களால் மட்டுமே ஆன நிலப்பகுதியின் வழியாக தான் சென்றுகொண்டிருந்த உணர்வையே அன்றைய விசித்திரமான நாள் லேங்டனுக்கு விட்டுச் சென்றது. முரண்பாடாக, ஒரு கனவைப் போல் பயங்கரங்கள் மனிதர்களை எழுப்பும்... ஆனால்,

லேங்டன் அதற்குள்ளாகவே விழித்துக்கொண்டுவிட்டதாக உணர்ந்தார்.

"உங்கள் சிந்தனைக்கு ஒரு லைரா நாணயம் தரலாமா" அவருக்கு அருகில் இருந்த சியன்னா கிசுகிசுத்தாள்.

அவளை உற்றுப்பார்த்த லேங்டன், வெறுமையாக சிரித்தார். "நான் என்னுடைய வீட்டில் கண்விழித்து, இவை எல்லாம் மோசமான கனவுகள் என்பதை தெரிந்துகொள்ள வேண்டும் என்றுதான் நினைத்துக்கொண்டிருக்கிறேன்."

அதற்கு தலையாட்டிய சியன்னா அமைதியாக காணப் பட்டாள். "நீங்கள் கண்விழித்து நான் நிஜமல்ல என்பதைக் கண்டாலும் என்னை மறந்துவிட மாட்டீர்களே?"

லேங்டன் சிரித்துக்கொண்டார். "ஆமாம், உண்மையில், நான் உன்னை மறந்திருக்க மாட்டேன்."

அவள் அவருடைய முட்டியில் தட்டினாள். "பகல்கனவு வேண்டாம் புரபஸர், வேலையைப் பாருங்கள்."

லேங்டன் தயக்கத்துடன் தாந்தே அலிஜீரியின் சுருங்கிய முகத்தை நோக்கி தன் பார்வையைத் திருப்பினார். அந்த முகம் அவருக்கு முன்னால் இருந்த மேசையில் அவரையே உற்றுப் பார்த்துக்கொண்டிருந்தது. அந்த பிளாஸ்டர் மாஸ்க்கை மென்மையாக கையில் எடுத்த லேங்டன் அதைத் திருப்பிப் பார்த்தபோது, உட்புறத்தில் செதுக்கப்பட்டிருந்த வார்த்தைகளில் அவர் பார்வை பதிந்தது:

உறுதியான அறிவை சொந்தம்கொண்ட....

அந்த நேரம் அதற்கு சரியானதாக லேங்டனுக்கு தோன்ற வில்லை.

எது எப்படியோ, அவர் வேலையில் அமர்ந்தார்.

அந்த விரைந்தோடும் ரயிலுக்கு இருநூறு மைல்களுக்கு முன்பாக, அட்ரியாடிக் கடலில் இருந்த மெண்டாசியம் கப்பல் நங்கூரம் இட்ட நிலையிலேயே இருந்தது. கீழடுக்கில் இருந்த மூத்த அதிகாரி லாரன்ஸ் நோல்டன் தன்னுடைய கண்ணாடி அறையை மோதிர விரல் தட்டும் மெல்லிய ஓசையை கேட்டபோது தன்னுடைய மேசைக்கு கீழே இருந்த பட்டனை அழுத்தி அந்தப் புலப்படாத சுவரை தெரியும்படி செய்தார். வெளியில் ஒரு சிறிய பழுப்பு உருவம் தெரியத் தொடங்கியது.

தலைவர்.

அவர் வருத்தத்துடன் காணப்பட்டார்.

எந்த வார்த்தையும் சொல்லாமல் உள்ளே நுழைந்த அவர் அந்தக் கண்ணாடி அறையை மூடி, பட்டனை அழுத்தி மீண்டும் அந்த அறையை மறையச் செய்தார். அவரிடம் ஆல்கஹால் வாடை வீசியது.

"ஜாப்ரிஸ்ட் நம்மிடம் விட்டுச்சென்ற வீடியோ" என்றார் தலைவர்.

"யெஸ், சார்?"

"நான் அதைப் பார்க்க வேண்டும். இப்போதே."

❏

63

மரண முகமூடியில் இருந்த சுருள் உரையை இப்போது ராபர்ட் லேங்டன் எழுத்தாக்கம் செய்து விட்டதால் அவர்களால் இன்னும் நெருக்கமாக அதை ஆய்வு செய்ய முடியும். அதற்கு உதவி செய்யும் வகையில் சியன்னாவும் டாக்டர். ஃபெரிஸூம் நெருங்கி அமர்ந்தனர். ஃபெரிஸ் சொறிவதையும், மூச்சுவிட சிரமப்படுவதையும் பொறுத்துக்கொள்ள லேங்டன் முடிந்தவரை முயற்சித்தார்.

அவருக்கு ஒன்றுமில்லை. தனக்குத்தானே சொல்லிக்கொண்ட லேங்டன் தன் கவனத்தை தனக்கு முன்னால் வலுக்கட்டாயமாக திணித்துக் கொண்டார்.

உறுதியான அறிவை சொந்தம்கொண்ட.... இங்கே மறைந்திருக்கும் கற்பித்தலை உணர்ந்துகொண்ட.... திரைக்குப் பின்னால் இருக்கும் கவிதைகள் மிகவும் இருளார்ந்தவை.

"நான் முன்பே குறிப்பிட்டதுபோல்" லேங்டன் தொடங்கினார். "ஜாப்ரிஸ்ட்டின் கவிதையினுடைய துவக்க அடி தாந்தேயின் *இன்ஃபெர்னோ*வில் இருந்து வார்த்தைக்கு வார்த்தை எடுத்தாளப்பட்டுள்ளது — அந்த வார்த்தைகள் ஆழமான அர்த்தத்தைக் கொண்டவை என்பதற்கான எச்சரிக்கை."

தாந்தேயின் மறைகுறியீட்டுப் படைப்பானது மதம், அரசியல் மற்றும் தத்துவத்தின் மீதான மறை பொருளான குறியீட்டு அர்த்தங்களைக் கொண்டது. இந்த இத்தாலியக் கவிஞரை பைபிளை ஒருவர்

ஆராயும் அளவுக்கு ஆராய வேண்டியிருக்கிறது என்றே லேங்டன் எப்போதும் தன் மாணவர்களுக்கு சொல்லி வந்திருக்கிறார். அதாவது ஆழமான அர்த்தத்தைப் புரிந்துகொள்ள வரிகளுக்கு இடையில் படிப்பது.

“மத்தியகால அரூபவியல் அறிஞர்கள்,” லேங்டன் தொடர்ந்தார், “தங்களுடைய ஆய்வை பொதுவாக இரண்டு பிரிவுகளாகப் பிரிப்பார்கள் — ‘உரை’ மற்றும் ‘பிம்பம்’... உரை என்பது படைப்பின் நேரடி பொருளைக் கொண்டிருக்கும், பிம்பம் என்பது ஒரு குறியீட்டு செய்தி.”

“சரி” என்றார் ஃபெரிஸ் ஆர்வத்துடன். “அப்படியென்றால் இந்த வரியுடன் தொடங்கும் கவிதை —”

“அது குறிப்பிடுவது” சியன்னா குறுக்கிட்டாள், “நம்முடைய மேலோட்டமான வாசிப்பு அந்தக் கதையின் ஒரு பகுதியை மட்டுமே வெளிக்கொணரும். உண்மையான அர்த்தம் மறைக்கப் பட்டிருக்கலாம்.”

“ஏதோவொன்று, அப்படித்தான்.” மீண்டும் அந்த உரையில் தன் பார்வையைப் பதித்த லேங்டன் தொடர்ந்து சத்தமாக வாசித்தார்.

குதிரைகளின் தலைகளைக் கொய்த... குருடர்களின் எலும்புகளை தோண்டியெடுத்த நயவஞ்சக வெனிஸ் டூஜியைத் தேடு.

“நல்லது” என்றார் லேங்டன், “தலையில்லாத குதிரைகளையும், குருடர்களின் எலும்புகளையும் பற்றி எனக்கு எதுவும் தெரியாது. ஆனால் இது ஏதோ ஒரு குறிப்பிட்ட டூஜியை நாம் தேடவேண்டும் என்பதுபோல் இருக்கிறது.”

“அது... டூஜியின் கல்லறையாக இருக்குமா?” என்றாள் சியன்னா. “அல்லது ஒரு சிற்பம் அல்லது ஓவியம்?”

லேங்டன் பதிலளித்தார். “பல நூற்றாண்டுகளுக்கு டூஜிக்களே கிடையாது.”

டூஜிக்கள் என்போர் பிற இத்தாலிய நகரங்களைச் சேர்ந்த பிரபுக்களைப் போன்றவர்கள். அவர்களில் நூற்றுக்கும் மேற்பட்டோர் கி.மு.697 தொடங்கி ஆயிரக்கணக்கான ஆண்டுகளாக வெனிஸில் ஆட்சி செய்தவர்கள். அவர்களுடைய வம்சாவளி பதினெட்டாம் நூற்றாண்டின் பிற்பகுதியில் நெப்போலியன் படையெடுப்போடு முடிவுக்கு வந்தது. ஆனால் அவர்களுடைய புகழும் அதிகாரமும் வரலாற்றாசிரியர்களுக்கு பெரும் ஆர்வத்தைத் தூண்டக்கூடிய விஷயங்களாகவே இருந்து வருகின்றன.

"உங்களுக்கே தெரிந்திருக்கலாம்" என்றார் லேங்டன். "வெனிசின் இரண்டு முக்கியமான சுற்றுலா கவர்ச்சியே டூஜியின் அரண்மனையும், செயிண்ட் மார்க்கின் நீதிமன்றமும்தான். அவை இரண்டுமே டூஜிக்களுக்காக டூஜிக்களால் கட்டப்பட்டவை. அவர்களில் பலரும் அங்குதான் புதைக்கப்பட்டிருக்கிறார்கள்."

"உங்களுக்குத் தெரியுமா?" என்று அந்தக் கவிதையை பார்த்தபடியே கேட்டாள் சியன்னா. "குறிப்பிட்ட வகையில் ஆபத்தானவர் என்று ஏதேனும் டூஜி இருந்திருக்கிறாரா?"

அந்தக் கேள்வியில் ஏதோ விஷயம் இருப்பதாக லேங்டனுக்குத் தோன்றியது. வெனிசின் நயவஞ்சகமான டூஜியை தேடு. "எனக்கு அப்படி யாரையும் தெரியவில்லை. ஆனால் இந்தக் கவிதை 'ஆபத்தான' என்ற வார்த்தையைப் பயன்படுத்தவில்லை; அது 'நயவஞ்சகமான' என்ற வார்த்தையைத்தான் பயன்படுத்துகிறது. இவற்றிற்கு குறைந்தபட்சம் தாந்தேயின் உலகத்திலாவது வேறுபாடு இருக்கிறது. நயவஞ்சகம் என்பது ஏழு கொடிய பாவங்களுள் ஒன்று — அவற்றில் இருப்பதிலேயே மிக மோசமானது — அதற்கு நரகத்தின் ஒன்பதாவதும் கடைசியுமான சுற்றில் தண்டனை அளிக்கப்படுகிறது."

நயவஞ்சகம், தாந்தே வரையறுத்துள்ளபடி, தன்னை நேசித்தவருக்கு துரோகம் செய்வது. இந்தப் பாவத்திற்கு வரலாற்றில் மிகவும் குறிப்பிடும்படியான உதாரணத்தை சொல்லவேண்டும் என்றால் தான் மிகவும் நேசித்த ஜீஸஸிற்கு யூதாஸ் செய்த துரோகம்தான். இதனை மிக மோசமானதாக கருதிய தாந்தே யூதாஸை நரகத்தின் மிகவும் மையத்திற்கு விரட்டுகிறார் — நேர்மையற்ற அவன் குடியிருப்பதால் அந்தப் பகுதி யூதேக்கா என்று அழைக்கப்படுகிறது.

"சரி" என்றார் ஃபெரிஸ். "அதனால், நாம் நயவஞ்சக செயலில் ஈடுபட்ட ஒரு டூஜியைத் தேடுகிறோமா."

சியன்னா அதை ஆமோதித்தாள். "அதுதான் நமக்கிருக்கும் சாத்தியப்பாடுகளை வரம்பிற்குள் கொண்டுவரும்." அவள் சற்று இடைவெளி விட்டாள். "ஆனால் அடுத்த வரியில்... 'குதிரையின் தலைகளைக் கொய்தவன்'?" அவள் லேங்டனைப் பார்த்தாள். "குதிரைத் தலைகளை வெட்டிய டூஜி என்று யாராவது இருக்கிறாரா?"

சியன்னா எழுப்பிய இந்த பிம்பம் *தி காட்பாதர்* திரைப்படத்தில் வரும் பயங்கரமான காட்சியை லேங்டனுக்கு நினைவூட்டியது. "அப்படி எதுவும் தோன்றவில்லை. ஆனால்

அதன்படி பார்த்தால் அவன் 'குருடர்களின் எலும்புகளை தோண்டியெடுத்தவன்' என்றும் வருகிறது." அவர் ஃபெரிஸைப் பார்த்தார். "உங்கள் ஃபோனில் இண்டர்நெட் இருக்கிறதுதானே?"

தன்னுடைய ஃபோனை எடுத்த ஃபெரிஸ் அதை தன்னுடைய வீங்கிய, அரிப்பெடுத்த விரல் நுனிகளில் வைத்துக் காட்டினார். "இந்த பட்டன்களைத்தான் என்னால் சமாளிக்க முடியாது."

"நான் பார்க்கிறேன்" என்ற சியன்னா அவருடைய ஃபோனை எடுத்தாள். "நான் வெனீசிய டூஜிக்கள், தலையில்லாத குதிரைகள் மற்றும் குருடனின் எலும்புகள் என தேடிப் பார்க்கிறேன்." அவள் அந்த சிறிய கீபோர்டில் வேகமாக டைப் செய்தாள்.

லேங்டன் இன்னுமொரு முறை அந்தக் கவிதையை உற்றுப் பார்த்து சத்தமாக தொடர்ந்து படித்தார்.

புனித ஞானத்தின் பளபளக்கும் மியூஸியானுக்குள் முழங்காலிட்டு, தரையில் உன் காதை வைத்து, சலசலத்தோடும் தண்ணீரின் சத்தத்தைக் கேள்.

"நான் ***மியூஸியோன்*** என்று எதையும் கேள்விப்பட்டதில்லை," என்றார் ஃபெரிஸ்.

"அது படைப்புத் தேவதைகளால் பாதுகாக்கப்பட்ட கோயில் என்பதைக் குறிக்கிறது" என்றார் லேங்டன். "ஆரம்பகால கிரேக்கத்தில், ***மியூஸியோன்*** என்பது அறிவுஞானம் பெற்றவர்கள் ஒன்றுகூடி தங்கள் கருத்துகளை, இலக்கியத்தை, இசையை, கலையைப் பகிர்ந்துகொள்ளும் இடமாக இருந்தது. முதல் மியூஸியோனை கிறிஸ்து பிறப்பதற்கு பல நூற்றாண்டுகளுக்கு முன்னர் அலெக்ஸாண்டிரியா நூலகத்தில் டாலமி கட்டினார், அதன்பிறகு உலகில் நூற்றுக்கணக்கானவை தோன்றிவிட்டன."

"டாக்டர். புரூக்ஸ்" என்று சியன்னாவைப் பார்த்து நம்பிக்கை யுடன் அழைத்தார் ஃபெரிஸ். "வெனிசில் ஏதாவது மியூஸியா இருக்கிறதா என்று பார்த்து சொல்ல முடியுமா?"

"உண்மையில் அங்கே அவை டசன்கணக்கில் இருக்கின்றன" என்ற லேங்டன் விளையாட்டுதனமான புன்னகையை உதிர்த்தார். "இப்போது அவை மியூசியம்கள் என்று அழைக்கப்படுகின்றன."

"ஆஹ்ஹ்ஹ்..." என்றார் ஃபெரிஸ். "நாம் வலையை இன்னும் அகலமாகக் கட்டலாம் என்று நினைக்கிறேன்." போனில் டைப் செய்தபடியே இருந்த சியன்னாவுக்கு பல வேலைகளை ஒரே நேரத்தில் கவனிப்பதில் சிக்கல் இல்லாதபடியால் தனக்கு கிடைத்த முடிவுகளையே பார்த்துக்கொண்டிருந்தாள். "சரி,

குதிரைகளின் தலையைக் கொய்த, குருடர்களின் எலும்புகளை தோண்டியெடுத்த டூஜி இருக்கும் அருங்காட்சியகத்தைத்தான் நாம் இப்போது தேடிக்கொண்டிருக்கிறோம். ராபர்ட், இதைத் தேடிப்பார்ப்பதற்கு சரியான அருங்காட்சியகம் என்று உங்களுக்கு ஏதாவது தோன்றுகிறதா?"

வெனிஸின் சிறந்த அருங்காட்சியகங்கள் அனைத்தையுமே லேங்டன் நன்றாக பரீசீலனை செய்துவிட்டார் — கேலரி டெல்'அகடெமியா, கா'ரெஸெனிகோ, பெஜி குகன்ஹெய்ம் கலெக்ஷ்ன், மியூஸியோ கோரர் — ஆனால் இந்த விவரணைக்கு பொருந்துவதாக எதுவும் இல்லை.

அவர் மீண்டும் அந்த உரையைப் படித்தார்.

புனித ஞானத்தின் பளபளக்கும் மியூஸியானுக்குள் முழங்காலிட்டு

லேங்டன் குறுநகை புரிந்தார். " 'புனித ஞானத்தின் பள பளக்கும் மியூஸியானுக்குள் முழங்காலிட்டு' என்ற வரிக்கு ஏற்றபடி சரியாகப் பொருந்திப்போகும் அருங்காட்சியகம் ஒன்று வெனிஸில் இருக்கிறது."

ஃபெரிஸ் மற்றும் சியன்னா ஆகிய இருவருமே அவரை எதிர்பார்ப்புடன் பார்த்தனர்.

"அது, செயிண்ட் மார்க்கின் நீதிமன்றம்" என்றார் அவர். "வெனிஸில் உள்ளதிலேயே மிகப்பெரிய தேவாலயம்."

ஃபெரிஸ் உறுதியற்றவராக காணப்பட்டார். "அந்த தேவாலயம் ஓர் அருங்காட்சியகமா?"

லேங்டன் தலையாட்டினார். "வாடிகன் மியூசியத்தைப் போன்றதேதான். மேலும் என்னவென்றால், செயிண்ட் மார்க்கின் உட்புறமானது அலங்காரத்திற்கும், முழுமைக்கும், அதனுள்ளிருக்கும் கெட்டியான தங்கக் கற்களுக்கும் பெயர் பெற்றது."

"பளபளக்கும் மியூஸியான்" என்ற சியன்னா உண்மையாகவே பரவசமானாள்.

லேங்டன் ஆமோதித்தார். இந்தக் கவிதையில் விவரிக்கப் பட்டிருக்கும் பளபளக்கும் கோயில் என்பது செயிண்ட். மார்க் தான் என்பதில் அவருக்கு எந்த சந்தேகமும் இல்லை. பல நூற்றாண்டுகளாகவே, வாடிகன் செயிண்ட் மார்க்ஸை, செயிண்ட் மார்க்ஸ் லா செய்சிய் டி'ஓரா என்றே அழைத்து வந்திருக்கிறது — அதாவது தங்க ஆலயம் — அத்துடன், உலகில்

உள்ள மற்ற தேவாலயங்களைக் காட்டிலும் அதன் உட்புறம் பளபளப்பானது என்றும் லேங்டன் கருதினார்.

"இந்தக் கவிதை 'முழங்காலிட்டு' என்றும் குறிப்பிடுகிறது" என்றார் ஃபெரிஸ். "தேவாலயம்தான் முழங்காலிடுதல் என்பதற்கு சரியாக பொருந்தி வருகிறது."

சியன்னா மீண்டும் ஆர்வத்துடன் டைப் செய்தாள். "நான் தேடுதலில் செயிண்ட் மார்க்கையும் சேர்த்துக்கொள்கிறேன். நாம் டூஜியை எங்கே தேடவேண்டும் என்றுகூட அதில் தெரியலாம்."

செயிண்ட் மார்க்கில் டூஜிக்களுக்கு பஞ்சமே இருக்காது என்று லேங்டனுக்குத் தெரியும் — அதாவது, மிகவும் நேரடியாக சொல்வதென்றால், அது டூஜிக்களின் மன்றம். மீண்டும் அந்தக் கவிதையை நோக்கித் திரும்பியபோது அவர் உற்சாகமடைந்தவராக உணர்ந்தார்.

புனித ஞானத்தின் பளபளக்கும் மியூஸியானுக்குள் முழங்காலிட்டு, தரையில் உன் காதை வைத்து, சலசலத்தோடும் தண்ணீரின் சத்தத்தைக் கேள்.

சலசலத்தோடும் நீர்? லேங்டன் அதிசயித்தார். ***செயிண்ட். மார்க்கிற்கு கீழே தண்ணீர் ஓடுகிறதா?*** அந்தக் கேள்வி முட்டாள் தனமானது என்பதை உணர்ந்துகொண்டார். அந்த நகரம் முழுவதிலுமே கீழே தண்ணீர் ஓடுகிறது. வெனிசில் உள்ள எல்லா கட்டிடங்களுமே மெதுவாக மூழ்கிக்கொண்டும் ஒழுகிக் கொண்டும்தான் இருக்கின்றன. அந்த மன்றத்தின் உள்ளே எங்கே ஒருவர் முழங்காலிட்டு சலசலத்தோடும் தண்ணீரின் சத்தத்தைக் கேட்பது என்பதை அவர் கற்பனை செய்துபார்க்க முயற்சித்தார். ***அதைக் கேட்டவுடன் ... நாம் என்ன செய்வது?***

மீண்டும் அந்தக் கவிதைக்கே திரும்பிய லேங்டன் அதை சத்தமாகப் படித்து முடித்தார்.

மூழ்கிக்கொண்டிருக்கும் அரண்மனைக்குள் ஆழமாக... இங்குதான், இருளில், அந்த கோத்னிக் அசுரன் காத்திருக்கிறான். நட்சத்திரங்கள் எதையும் பிரதிபலிக்காத காயலின்.... ரத்தச் சிவப்பான தண்ணீரில் மூழ்கிக்கொண்டிருக்கிறான்...

"சரி" என்றார் அந்த பிம்பத்தினால் தொந்தரவுக்கு ஆளான லேங்டன், "ஏதோ ஒரு மூழ்கிக்கொண்டிருக்கும் அரண்மனையை நோக்கி... சலசலக்கும் அந்த தண்ணீரின் சத்தத்தைத்தான் நாம் பின்தொடர வேண்டும்."

ஃபெரிஸ் தன்னுடைய முகத்தை சொறிந்துகொண்டே அரைமனதுடன் காணப்பட்டார். "கோத்னிக் அசுரன் என்றால்

என்ன ?"

"பாதாள உலகத்தவன்" என்ற சியன்னாவின் விரல்கள் போனில் செயல்பட்டபடியே இருந்தன. " 'கோத்னிக்' என்றால் 'பூமிக்கு கீழே' என்று அர்த்தம்."

"ஓரளவுக்கு சரி" என்றார் லேங்டன். "இந்த வார்த்தைக்கு மேற்கொண்டு வரலாற்றுத் தாக்கங்கள் இருக்கின்றன — அதில் ஒன்று புராணீகங்களுடனும், அசுரர்களுடனும் சம்பந்தப்பட்டது. கோத்னிக்குகள் என்பது மொத்த புராணீக தேவதைகளையும் அசுரர்களையும் குறிப்பது — எரினிஸ், ஹெகேட் மற்றும் மெடூஸா போன்றோரை உதாரணமாக சொல்லலாம். அவர்கள் பாதாள உலகத்தில் வசிப்பதாலும், நரகத்துடன் சம்பந்தப்பட்டவர்கள் என்பதாலும் அவர்கள் கோத்னிக்குகள் என்று அழைக்கப்படுகின்றனர்." என்று இடைவெளிவிட்டார் லேங்டன். "வரலாற்றுப்பூர்வமாக, பூமியல் இருந்து உருவான அவர்கள் மனித உலகை சிதைத்து அழித்துவிட்டுத்தான் மேற்பரப்பிற்கு வந்தார்கள்."

அங்கே ஒரு கனத்த அமைதி நிலவியது. அனைவரும் ஒரே விஷயத்தைப் பற்றியே நினைத்துக்கொண்டிருப்பதை லேங்டன் உணர்ந்தார். ***இந்த கோத்னிக் அசுரன்தான்... ஜாப்ரிஸ்ட்டின் கொள்ளை நோயாக இருக்க வேண்டும்.***

இங்குதான், இருளில், அந்த கோத்னிக் அசுரன் காத்திருக்கிறான். நட்சத்திரங்கள் எதையும் பிரதிபலிக்காத காயலின்.... ரத்தச் சிவப்பான தண்ணீரில் மூழ்கிக்கொண்டிருக்கிறான்.

"எப்படியோ" என்ற லேங்டன் அதே விஷயத்தில் தொடர முயற்சித்தார். "நாம் ஒரு பாதாள இடத்தை தேடிக் கொண்டிருக்கிறோம் என்பது மட்டும் நிச்சயம். அதைத்தான் இந்தக் கவிதையின் வரியான 'நட்சத்திரங்கள் எதையும் பிரதிபலிக்காத காயல்' குறிப்பிடுகிறது."

"நல்ல விஷயம்" என்ற சியன்னா இப்போது ஃபெரிஸின் போனைப் பார்த்துக்கொண்டிருந்தாள். "ஏதாவது ஒரு காயல் பாதாளத்தில் இருக்கிறது என்றால், அதுதான் வானத்தை பிரதிபலிக்காது. ஆனால், வெனிசில் பாதாள காயல்கள் ஏதேனும் இருக்கின்றதா ?"

"எனக்குத் தெரிந்து எதுவும் இல்லை" என்றார் லேங்டன். "ஆனால், தண்ணீரில் கட்டப்பட்ட கட்டிடங்கள் என்றால் அதற்கு ஏகப்பட்ட சாத்தியங்கள் இருக்கின்றன."

"அந்தக் காயல் உட்புறங்களில் இருந்தால் என்ன செய்வது?" என்று அவர்கள் இருவரையுமே பார்த்துக் கேட்டாள் சியன்னா. "அந்தக் கவிதை 'மூழ்கும் மாளிகையின்' 'இருள்' என்பதைக் குறிப்பிடுகிறது. டூஜியின் மாளிகை நீதிமன்றத்தைக் குறிக்கிறது என்று சொன்னீர்கள் அல்லவா? அதற்கு அர்த்தம், அந்தக் கட்டிடத்தில் இந்தக் கவிதைகள் குறிப்பிடும் நிறைய விஷயங்கள் இருக்கின்றன — புனித ஞானத்தின் மியூஸியோன், ஒரு மாளிகை, டூஜிக்களுடன் உள்ள தொடர்பு — இவை அனைத்துமே, கடல் மட்டத்தில் வெனிஸின் முக்கிய காயலில் காணப்படுகின்றன."

லேங்டன் இதை பரிசீலித்தார். "அந்தக் கவிதையின் 'மூழ்கும் மாளிகை' என்பது டூஜியின் மாளிகைதானே?"

"ஏன் கூடாது? அந்தக் கவிதை முதலில் நம்மை செயிண்ட் மார்க்ஸ் பாஸிலிக்காவில் மண்டியிடச் சொல்கிறது. பின்னர் சலசலக்கும் தண்ணீரின் ஒலியைப் பின்பற்றச் சொல்கிறது. ஒருவேளை அந்த நீரின் சலசலப்பொலி டூஜியின் மாளிகைக்கு வழிகாட்டுவதாக இருக்கலாம். அதில் மூழ்கிய குட்டையோ அல்லது வேறு ஏதேனுமோ இருக்கலாம்."

லேங்டன் அந்த டூஜியின் மாளிகைக்கு பலமுறை சென்றிருக் கிறார். அது முற்றிலும் பிரமாண்டமானது என்பதும் அவருக்குத் தெரியும். கட்டிடங்களால் பரந்து விரிந்திருக்கும் அந்த மாளிகை ஒரு மிகப்பெரிய அளவுக்கான அருங்காட்சியகத்தைக் கொண்டிருக்கிறது. நிறுவன அறைகள், அபார்ட்மெண்ட்டுகள் மற்றும் மன்றங்கள் மற்றும் சிறை ஆகியவற்றை உள்ளடக்கிய அசலான புதிர்வட்டத்தைப் போன்ற அது பல்வேறு கட்டிடங்களை உள்ளடக்கிய மாபெரும் பகுதி.

"நீ சொல்வதுகூட சரியாக இருக்கலாம்" என்றார் லேங்டன். "ஆனால், அந்த மாளிகையை வெறுமனே தேடுவதற்கு பல நாட்கள் ஆகும். நாம் அந்தக் கவிஞர் சொன்னதுபோலவே செய்யவேண்டும் என்று நினைக்கிறேன். முதலில், நாம் செயிண்ட். மார்க் பாஸிலிகாவிற்கு சென்று அந்த நயவஞ்சக டூஜியின் கல்லறை அல்லது சிலையை கண்டுபிடிப்போம். பின்னர் அதன்முன் மண்டியிடுவோம்."

"அதன் பிறகு?" என்றாள் சியன்னா.

"அதன் பிறகு" என்ற லேங்டன் ஒரு பெருமூச்சுடன், "நாம் அந்த சலசலக்கும் நீரோட்டத்தைக் கேட்க பிரார்த்திப்போம்... அது நம்மை எங்காவது கொண்டுசெல்லும்."

அதைத் தொடர்ந்து வந்த அமைதியில், தன்னுடைய

மதிமயக்கங்களில் காணப்பட்ட, தண்ணீருக்கு அப்பால் இருந்து தன்னை அழைக்கின்ற எலிசபெத் சின்ஸ்கியின் கவலை தோய்ந்த முகத்தை லேங்டன் கற்பனை செய்துபார்த்தார். ***நேரம் குறைந்துகொண்டிருக்கிறது, தேடிக் கண்டுபிடி!*** சின்ஸ்கி இப்போது எங்கே இருக்கிறாள் என்று லேங்டனுக்குத் தெரியாது... அவள் நன்றாக இருக்கிறாளா என்றும் தெரியாது. கறுப்பு உடையில் இருந்த சோல்ஜர்களுக்கு லேங்டனும் சியன்னாவும் தப்பிவிட்டனர் என்பதில் இப்போது எந்த சந்தேகமும் இருக்காது. ***அவர்கள் எவ்வளவு தூரம்தான் நம்மைத் தேடி வருவார்கள்?***

லேங்டன் மீண்டும் தன் பார்வையை அந்தக் கவிதையை நோக்கித் திருப்பியபோது, அவர் சோர்வின் அலையோடு போராடிக் கொண்டிருந்தார். அவர் அந்தப் பாடலின் கடைசி வரியில் பார்வையை செலுத்தினார். இப்போது மற்றொரு சிந்தனை அவரிடத்தில் தோன்றியது. அதைக் குறிப்பிடுவது பயன்மிக்கதாக இருக்குமா என்று அவருக்குத் தெரியவில்லை. ***நட்சத்திரங்கள் எதையும் பிரதிபலிக்காத காயல்.*** "நான் இன்னொரு விஷயத்தையும் சொல்லியாக வேண்டும்."

சியன்னா போனில் இருந்து உற்றுப்பார்த்தாள்.

"தாந்தேயின் தெய்வீக இன்பியலில் உள்ள மூன்று பிரிவுகள்" என்றார் லேங்டன். "நரகம், தூய்மையாக்கம் மற்றும் சொர்க்கம். அவை ***அனைத்தும்*** சரியாக ஒரே வார்த்தையில்தான் முடிகின்றன."

சியன்னா ஆச்சரியமடைந்தவளைப்போல் காணப்பட்டாள்.

"அது என்ன வார்த்தை?" என்றார் ஃபெரிஸ்.

தான் எழுத்தாக்கம் செய்த உரையின் அடிப்பாகத்தை சுட்டிக்காட்டினார். "இந்தக் கவிதையில் முடியும் 'நட்சத்திரங்கள்' என்ற அதே வார்த்தைதான்." அவர் தாந்தேயின் மரண முகமூடியை எடுத்து வெகு மையத்தில் இருந்த சுருளான உரையைக் காட்டினார்.

நட்சத்திரங்கள் எதையும் பிரதிபலிக்காத காயல் (The lagoon that reflects no stars)

"மேலும் சொல்லப்போனால்" லேங்டன் தொடர்ந்தார். "இன்ஃபெர்னோவின் இறுதியில், பாதாளத்திற்குள்ளாக சலசலத் தோடும் நீரின் ஓசையைக் கேட்கும் தாந்தே அதைத் தொடர்ந்தே ஒரு திறந்தவெளிக்கு செல்கிறார். அதுதான் அவர் நரகத்திலிருந்து வெளியேற வழிகாட்டுகிறது."

ஃபெரிஸ் சற்று வெளிறிப்போனார். "ஜீஸஸ்."

அப்போதுதான், ஓர் ஒலியற்ற இரைச்சல் அந்தக் கேபினை நிரப்பியது. ஃபிரெச்சியர்கெண்ட்டோ ஒரு மலைச்சுரங்கத்திற்குள் ஊடுருவியது.

அந்த இருளில் கண்களை மூடிக்கொண்ட லேங்டன் தன்னுடைய மனதை அமைதிப்படுத்திக்கொள்ள முயன்றார். *ஜாப்ரிஸ்ட் பித்துக்குளியாக இருக்கலாம். ஆனால் அவர் தாந்தேயை மிக நுணுக்கமாக உள்வாங்கியிருக்கிறார்*, என்று நினைத்துக் கொண்டார்.

❏

64

ஓர் ஆசுவாச உணர்வு தன்னைத் துடைத்துச் சென்றிருப்பதாக லாரன்ஸ் நோல்டன் உணர்ந்தார்.

ஜாப்ரிஸ்ட்டின் வீடியோவைப் பார்ப்பது குறித்து தலைவர் தன் மனதை மாற்றிக்கொண்டுவிட்டார்.

அந்த சிவப்புநிற மெமரி ஸ்டிக்கை எடுத்த நோல்டன் அதனை கம்ப்யூட்டரில் செருகி தலை வருடன் பகிர்ந்துகொள்ள இருந்தார். ஜாப்ரிஸ்ட்டின் ஐந்து நிமிட வீடியோவில் இருந்த செய்தியின் கனம் அந்த அதிகாரியை வேட்டையாடிக்கொண்டிருந்தது. அதைப் பார்க்க அவருக்கு இன்னொரு ஜோடி கண்கள் தேவை என்பதைப்போல் இருந்தது.

இது இனிமேலும் என்னைப் பொறுத்த விஷயம் அல்ல.

பிளேபேக் தொடங்கியபோது நோல்டன் தன்னுடைய மூச்சைப் பிடித்துக்கொண்டிருந்தார்.

திரை இருண்டது. தண்ணீரை லேசாக தட்டும் ஒலி அந்த கண்ணாடி அறைக்குள் நிரம்பியது. அந்த பாதாள குகையின் சிவப்புநிற புகையினூடாக கேமரா செல்கிறது. தலைவரிடமிருந்து இதுவரை எந்தவித எதிர்வினையும் தோன்றவில்லை என்றாலும், அவர் எந்த அளவிற்கு குழப்பமாக இருக்கிறாரோ அந்த அளவிற்கு ஆபத்தானவர் என்பது நோல்டனுக்குத் தெரியும்.

கேமரா தன்னுடைய முன்னோக்கிய அசைவை

நிறுத்திவிட்டு, அந்தக் காயலின் மேற்பரப்பில் இருந்து உள்நோக்கிப் பாய்ந்து தண்ணீரின் அடிப்பாகத்திற்கு சென்ற அது சில அடிகள் கீழே சென்று தரைத்தளத்தில் பாலீஷ் செய்யப்பட்ட டைட்டானியத்தில் இருந்த அறிவிப்புப் பலகையைக் காட்டியது.

இந்த இடத்தில், இந்த தேதியில், இந்த உலகம் நிரந்தரமாக மாறப்போகிறது.

தலைவர் சற்றே பின்வாங்கினார். "நாளை" என்று முணுமுணுத்துக்கொண்ட அவர் அந்தத் தேதியில் பார்வையை பதித்தார். "அது 'எந்த இடம்' என்று நமக்குத் தெரியுமா?"

நோல்டன் தலையை குலுக்கினார்.

கேமரா இப்போது இடதுபக்கம் திரும்பியது. அங்கே ஒரு பிளாஸ்டிக் பை நிறைய ஜெலட்டின்கள் இருப்பதும், மஞ்சள்—பழுப்புநிற நீர்மம் இருப்பதும் தெரிகிறது.

"கடவுளே இது என்ன?!" தலைவர் ஓர் நாற்காலியை இழுத்துப் போட்டு அமர்ந்தார். அசைந்தாடும் குமிழ்களைக் கண்டார். அவை நீரின் அடியில் பிணைக்கப்பட்ட பலூன்களைப் போல் அசைந்தாடின.

அந்த வீடியோ ஓடிக்கொண்டிருக்கையில் ஒரு அசௌகரிய மான அமைதி அந்த அறையில் நிலவியது. அந்த திரை விரைவிலேயே கருமையடைந்தது. அதன்பிறகு கூம்பு மூக்குடன் அந்த சுரங்கச் சுவற்றில் தோன்றிய ஓர் உருவம் தன்னுடைய ரகசியமான மொழியில் பேசத் தொடங்கியது.

நான்தான் நிழல்.

பாதாளத்திற்கு விரட்டப்பட்ட நான் இந்த பூமியின் அடி ஆழத்தில் இருந்து இந்த உலகத்துடன் பேசுகிறேன். எந்த நட்சத்திரத்தையும் பிரதிபலிக்காத ரத்தச் சிவப்பான தண்ணீர் சேர்ந்திருக்கும் இந்தக் காயலில் உள்ள பளபளப்பான குகைக்கு நான் நாடுகடத்தப்பட்டிருக்கிறேன்.

ஆனால், இதுதான் என் சொர்க்கம்... எளிதில் நொறுங்கி விடக்கூடிய என்னுடைய குழந்தைக்கு ஏற்ற முழுமையான கருவறை.

இன்ஃபெர்னோ.

தலைவர் அதையே உற்றுப்பார்த்தார். "இன்ஃபெர்னோவா?"

நோல்டன் புருவத்தை நெரித்தார். "நான் சொன்னதுபோல் தான், அது மிகவும் தொந்தரவுபடுத்துகிறது."

தலைவர் மீண்டும் தன் பார்வையை திரையை நோக்கித் திருப்பி உற்று நோக்கினார்.

கூம்பு மூக்குள்ள நிழல் சில நிமிடங்களுக்குத் தொடர்ந்து பேசியது. பிளேக் நோய்களைப் பற்றி, மக்கள்தொகை குறைக்கப் பட வேண்டியது பற்றி, எதிர்காலத்தில் தனக்கேயுரிய புகழ் பற்றி, தன்னை தடுத்து நிறுத்த முயற்சி செய்யும் அப்பாவி ஆன்மாக் களைப் பற்றி, இந்தக் கிரகத்தைக் காப்பாற்ற ஒரு அதிரடியான செயல்தான் ஒரே வழி என்பதை நம்பிக்கையுள்ள ஒருசிலர்தான் புரிந்துவைத்திருக்கிறார்கள் என்பது பற்றியெல்லாம் பேசியது.

இந்தப் போர் எதற்கானதாக இருந்தாலும், இந்த கன்சார்ட் டியம் தவறான பக்கத்தில் இருக்கிறது என்ற சந்தேகம் காலையில் இருந்தே இருந்தது.

அந்தக் குரல் தொடர்ந்தது.

நான் மீட்பிற்கான ஒரு மகாபடைப்பை உருவாக்கியிருக்கிறேன். ஆனாலும் என்னுடைய முயற்சிகளுக்கு டிரம்பெட்டுகள் முழங்க கௌரவத்துடன் பரிசு கிடைக்காது... அது மரணத்தின் அச்சுறுத்தல்கள் மூலமே கிடைக்கும்.

எனக்கு மரணத்தைக் கண்டு பயமில்லை... மரணம் தொலை நோக்கர்களை தியாகிகளாக்கும்... உயர்வான கருத்தாக்கங்களை சக்திமிகுந்த இயக்கங்களாக்கும்.

ஜீஸஸ். சாக்ரடீஸ். மார்டின் லூதர் கிங்.

விரைவில் ஒருநாள் நான் அவர்களுடன் இணைவேன்.

நான் உருவாக்கியுள்ள மகாபடைப்பு கடவுளே செய்த வேலைதான்... அறிவு, கருவிகள் மற்றும் அந்தப் படைப்பு உருவாக்கத் தேவையான துணிவு ஆகிய எல்லாமுமாக என்னுள் இருக்கும் அவரிடமிருந்து கிடைத்த பரிசுதான் அது.

இப்போது அந்த நாள் நெருங்கிவிட்டது.

நரகம் எனக்குக் கீழே தூங்கிக்கொண்டிருக்கிறது. கோத்னிக் அசுரனின் கண்காணிக்கும் கண்களுக்கும், அவளுடைய எல்லாவித சீற்றத்திற்கும் கீழே தன்னுடைய நீராலான கருவறையில் இருந்து வெளியே குதிக்கத் தயாராகிக்கொண்டிருக்கிறது.

உன்னைப்போலவே என் ஒப்பந்தத்தின் நல்லியல்புகளால் நானும் பாவத்திற்கு அந்நியப்பட்டவன் அல்ல. அந்த ஏழு பாவங்களின் இருளுள் நானும் குற்றவாளிதான் — ஒருசிலர் மட்டுமே அதனிடமிருந்து புகலிடம் தேடுகின்ற அதே தனிமை யான உந்துதல்தான்.

தற்பெருமை.

இந்த செய்தியை பதிவு செய்துகொள்வதன் மூலம், தற்பெருமையின் தூண்டும் இயல்பினால் நான் ஈர்க்கப்படுகிறேன்... இந்த உலகம் என்னுடைய படைப்பைப் பற்றித் தெரிந்துகொள்ளும் என்று உறுதிப்படுத்திக்கொள்ளும் ஆவலுடன் இருக்கிறேன்.

அது ஏன் கூடாது?

தன்னுடைய மீட்பின் மூலாதாரத்தைப் பற்றியும், என்றென்றும் திறந்தபடியே வாய்பிளந்திருக்கும் நரகத்தின் வாயை மூடியது யார் என்றும் மனிதகுலம் தெரிந்துகொள்ள வேண்டும்.

கடந்துகொண்டிருக்கும் ஒவ்வொரு மணியிலும் முடிவு மிகவும் நிச்சயமாகிக்கொண்டிருக்கிறது. கணிதம் — ஈர்ப்புவிசை விதியைப் போல் — பேரங்களுக்கு அப்பாற்பட்டது. மடக்கை யியல் கணிதத்தைப்போல் வளர்ச்சியுற்ற வாழ்வு ஏறக்குறைய மனிதகுலத்தை கொன்றுவிட்டது. அதுவே அவனுடைய விடுதலை யுமாக ஆகிவிட்டது. வாழும் உயிரினத்தின் அழகே கடவுளின் விதியை ஒற்றைப்படை பார்வையுடன் பின்பற்றுவதாகி விட்டது. ஒன்று அது நன்மை அல்லது தீமை.

நிறைய குழந்தைகள் பெற்று வாழ்ந்திடு.

ஆகவேதான் நான் நெருப்புடன்... நெருப்பைக் கொண்டு போராடுகிறேன்.

“போதும்” தலைவர் மிக அமைதியாக குறுக்கிட்டதால் நோல்டனால் அதை சரியாக கேட்க முடியவில்லை.

“சார்?”

“வீடியோவை நிறுத்து.”

நோல்டன் வீடியோவை நிறுத்தினார். “சார், அதன் முடிவு தான் உண்மையிலேயே மிகவும் அச்சுறுத்தக்கூடிய பகுதி.”

“நான் பார்த்தது போதும்.” தலைவர் உடல்நிலை சரியில்லாததுபோல் காணப்பட்டார். அந்த அறைக்குள் சில நிமிடங்கள் நடந்த அவர் சட்டென்று திரும்பினார். “நாம் எஃப்எஸ்—2080 உடன் உடனடியாக தொடர்புகொண்டாக வேண்டும்.”

நோல்டன் அந்த நடவடிக்கையை எண்ணிப்பார்த்தார்.

தலைவரின் மிக நம்பிக்கைக்குரிய தொடர்புகளுள்

எஃப்எஸ்—2080—ம் ஒருவர் — அதே தொடர்பாளர்தான் ஒரு கிளைண்ட்டாக ஜாப்ரிஸ்ட்டை இந்த கன்சார்ட்டியத்திற்கு அறிமுகம் செய்துவைத்தார். எஃப்எஸ்—2080—ன் தீர்மானத்தினால்தான் இதுவரை தனக்குத்தானே போராடிக் கொண்டிருக்கிறோம் என்பதில் தலைவருக்கு எந்த சந்தேகமும் இல்லை; ஒரு கிளைண்ட்டாக பெர்ட்ரண்ட் ஜாப்ரிஸ்ட் பரிந்துரை செய்யப்பட்டதுதான் இந்த கன்சார்ட்டியத்தின் திறமையோடு கட்டமைக்கப்பட்ட உலகிற்குள் குழப்பத்தைக் கொண்டுவரக் காரணம்.

எஃப்எஸ்—2080—தான் இந்தப் பிரச்சினைக்கெல்லாம் காரணம்.

ஜாப்ரிஸ்ட்டை சுற்றி அதிகரித்துக்கொண்டே வரும் பேரழிவுகளின் தொடர்ச்சி மோசமாகிக்கொண்டே வருவது போல் தோன்றியது. அது இந்த கன்சார்ட்டியத்திற்கு மட்டுமல்ல, முழு சாத்தியத்துடன்... இந்த உலகத்திற்கே பேரழிவை ஏற்படுத்தக் கூடியது.

“நாம் ஜாப்ரிஸ்டின் முழுமையான உள்நோக்கங்களையும் தெரிந்துகொள்ள வேண்டும்” என்றார் தலைவர். “அவர் எதை உருவாக்கியிருக்கிறார் என்பதும், இந்த அச்சுறுத்தல் உண்மைதானா என்பதையும் நான் தெரிந்துகொள்ள வேண்டும்.”

இந்தக் கேள்விகளுக்கான பதில் என்று யாரிடமாவது இருக்கும் என்றால் அது எஃப்எஸ்—2080 மட்டும்தான் என்பது நோல்டனுக்குத் தெரியும். இது கன்சார்ட்டியம் தன் நெறிமுறைகளையும் மீறி கடந்த ஒரு வருடமாக தனக்குத் தெரியாமலேயே இந்த நிறுவனம் எப்படிப்பட்ட பைத்தியக்காரத்தனத்திற்கு உதவியாக இருந்திருக்கிறது என்பதை கண்டுபிடிக்க வேண்டிய நேரம் வந்துவிட்டது.

எஃப்எஸ்—2080—ஐ நேரடியாக தொடர்புகொள்வதில் சாத்தியமுள்ள எதிர்விளைவுகள் குறித்து நோல்டன் பரிசீலித்தார். அவரை அப்படியே தொடர்புகொள்வதில் நிச்சயம் ஆபத்துகள் இருக்கின்றன.

“நிச்சயம், சார்” என்றார் நோல்டன் “நீங்கள் எஃப்எஸ்—2080—ஐ தொடர்புகொண்டால் அதை மிகவும் நேர்த்தியாக செய்தாக வேண்டும்.”

கண்களில் கோபம் கொப்பளிக்க தலைவர் தன் செல்போனை எடுத்தார். “கடந்தகாலத்தில் நாம் மிக நேர்த்தியானவர்களாகத்தான் இருந்தோம்.”

ஃபிரெச்சியர்கெண்ட்டோ தனி கேபினில் தன்னுடைய இரு தோழர்களுடன் அமர்ந்திருந்த, கழுத்தில் டையும், புளூம் பாரீஸ் கண்ணாடிகளும் அணிந்திருந்த அவர் அப்போதும் நமநமத்துக்கொண்டிருந்த கட்டியில் சொறிந்துகொள்ளாமல் இருக்க தன்னால் முடிந்தவற்றை செய்துகொண்டிருந்தார். அவருடைய நெஞ்சு வலியும் அதிகரிப்பதைப் போலவே இருந்தது.

இறுதியாக அந்த ரயில் சுரங்கத்தில் இருந்து வெளியே வந்தபோது, எங்கேயோ இருந்த தன்னுடைய சிந்தனைகளில் இருந்து திரும்பி தன்னுடைய கண்களை மெதுவாகத் திறந்த லேங்டனையே அவர் உற்றுப் பார்த்துக்கொண்டிருந்தார். அவருக்கு அருகில் அமர்ந்திருந்த சியன்னா அவருடைய செல்போனையே பார்த்துக்கொண்டிருந்தாள். எந்தச் சிக்னலும் இல்லாத அந்தச் சுரங்கத்திற்குள் ரயில் வேகமெடுத்தபோது அவள் அப்படியே அமர்ந்துவிட்டாள்.

சியன்னா தன்னுடைய இணையத்தள தேடுதலைத் தொடர ஆவலுடன் இருந்தாள். ஆனால் அவள் போனை எடுக்கும் முன்னரே அது ஒலிக்கத் தொடங்கி தொடர்ச்சியான ஒலியை வெளியிட்டுக்கொண்டிருந்தது.

அந்த ஒலியை நன்றாகத் தெரிந்த கட்டிகள் கொண்ட அந்த மனிதர் சட்டென்று ஃபோனை எடுத்து பளிச்சிட்ட திரையில் பார்வையை செலுத்திய பின்னர் தன்னுடைய ஆச்சர்யத்தை மறைக்க தன்னால் ஆனவற்றைச் செய்தார்.

"மன்னிக்க வேண்டும்" என்ற அவர் எழுந்து நின்றார். "நோய்வாய்ப்பட்ட அம்மா. நான் பேசியே ஆகவேண்டும்."

அவர் அவர்களிடம் சொல்லிவிட்டு வெளியே செல்கையில் சியன்னாவும் லேங்டனும் அவருக்குப் புரிந்துகொண்டதற்கான ஆமோதிப்பை வெளிப்படுத்தினர். அவர் பாதைவழியில் நடந்துசென்று பாத்ரூமிற்குள் நுழைந்தார்.

பாத்ரூம் கதவைப் பூட்டிக்கொண்டு அந்த அழைப்பை ஏற்ற அவர். "ஹலோ?"

அடுத்த முனையில் இருந்த குரல் கடுமையாக ஒலித்தது. "நான்தான் தலைவர்."

❑

65

அந்த ஃபிரெச்சியர்கெண்ட்டோ பாத்ரூம் ஒன்றும் வர்த்தக விமானங்களில் உள்ளதைக் காட்டிலும் பெரியதல்ல, அதில் வெறுமனே திரும்பி நிற்க மட்டுமே முடிந்தது. தோலில் தடிப்புள்ள அவர் தலைவருடனான அந்த அழைப்பை முடித்துவிட்டு ஃபோனை பைக்குள் வைத்தார்.

நிலைமை மாறிவிட்டது, அவர் உணர்ந்து கொண்டார். மொத்த நிலவமைப்பும் தலைகீழாக மாறிப்போனது. தன்னுடைய நிலைக்கு வர அவருக்கு கொஞ்சம் நேரம் தேவைப்பட்டது.

என்னுடைய நண்பர்கள் இப்போது என்னுடைய எதிரிகள்.

தன்னுடைய கழுத்து டையை தளர்த்திவிட்டுக் கொண்ட அவர் பருவேறிய முகத்தைக் கண்ணாடியில் பார்த்துக்கொண்டார். நினைத்ததைவிட அவர் தோற்றம் மோசமாக இருந்தது. தன்னுடைய நெஞ்சு வலியோடு ஒப்பிடுகையில் அவர் முகத்திற்கு அவ்வளவு முக்கியத்துவம் தேவையில்லை.

தயக்கத்துடனே, சில பட்டன்களை கழற்றி சட்டையை உருவினார்.

கண்களை கண்ணாடியில் பதித்துக்கொண்டு... தன்னுடைய வெற்று மார்பை ஆராய்ந்தார்.

ஜீஸஸ்.

அந்தக் கறுப்பான பகுதி பெரிதாகிக்கொண்டே இருந்தது.

அவர் மார்பின் மையப்பகுதியில் இருந்த தோல் கருநீல நிறத்தில் காணப்பட்டது. நேற்றிரவு அந்தப் பகுதி ஒரு கால்ஃப் பந்து அளவுக்கு பெரிதாகத் தொடங்கியிருந்தது. ஆனால் இப்போது அது ஓர் ஆரஞ்சுப்பழ அளவுக்கு பெரிதாகிவிட்டது. அந்தச் சதையை மெதுவாக தொட்ட அவர் கையை சட்டென்று பின்னுக்கு இழுத்துக்கொண்டார்.

அவசர அவசரமாக தன்னுடைய சட்டைப் பொத்தான்களை போட்டுக்கொண்ட அவர் தான் செய்ய வேண்டிய காரியத்திற் கான வலு தன்னிடம் இருக்க வேண்டும் என்று விரும்பினார்.

அடுத்த ஒருமணிநேரம் மிகவும் முக்கியமானது, அவர் நினைத்துக்கொண்டார். ***ஒரு நேர்த்தியான தொடர் நிலைமாற்றம்.***

கண்களை மூடிக்கொண்டு தன்னை ஒருநிலைப்படுத்த முயற்சித்த அவர், தேவையான விஷயங்களைப் பற்றி யோசித்தார். ***என்னுடைய நண்பர்கள் என் எதிரிகளாகிவிட்டார்கள்,*** அவர் மீண்டும் நினைத்துக்கொண்டார்.

அவர் கொஞ்சம் ஆழ்ந்தும், வலியுடனும் மூச்சை இழுத்து விட்டுக்கொண்டார். அது தன்னுடைய நரம்புகளை அமைதிப் படுத்தும் என்று நம்பினார். தன்னுடைய உள்நோக்கங் களை மறைத்து வைத்துக்கொள்ள தான் அமைதியாக இருக்க வேண்டும் என்பது அவருக்குத் தெரியும்.

தூண்டச்செய்யும் நடவடிக்கைகளுக்கு உள்ளார்ந்த அமைதி அவசியம்.

ஏமாற்றுதலுக்கு அவர் அந்நியப்பட்டவரல்ல, இருந்தாலும் அவருடைய இதயம் இப்போது மிகவேகமாக துடித்துக் கொண்டிருந்தது. அவர் மீண்டும் ஆழ்ந்து சுவாசித்துக்கொண்டார். நீ பலகாலமாக மக்களை ஏமாற்றிக்கொண்டிருக்கிறாய். அதையேத் தான் செய்துகொண்டிருக்கிறாய். அவர் தனக்குத்தானே நினைவு படுத்திக் கொண்டார்.

தன்னைத்தானே வலுப்படுத்திக்கொண்ட அவர் லேங்டன் மற்றும் சியன்னாவிடம் செல்லத் தயாரானார்.

என்னுடைய இறுதி ஆட்டம், என்று அவர் நினைத்துக் கொண்டார்.

பாத்ரூமில் இருந்து வெளியே வரும் முன்னர் இறுதி முன்னெச்சரிக்கையாக தன்னுடைய செல்போனில் இருந்து பேட்டரியை வெளியே எடுத்த அவர் அந்த சாதனம் தற்போது

இயங்காது என்பதை உறுதிப்படுத்திக்கொண்டார்.

அவர் வெளிறிப்போயிருக்கிறார், தடிப்புகள் உள்ள அந்த ஆள் அந்த அறைக்குள் மீண்டும் நுழைந்து தன்னுடைய அறையில் ஒரு வலிமிகுந்த விசும்பலுடன் அமர்ந்தபோது சியன்னா அப்படித்தான் நினைத்துக்கொண்டாள்.

"ஒன்றும் பிரச்சினையில்லையே?" என்றாள் சியன்னா நேர்மையான அக்கறையுடன்.

அவர் தலையாட்டினார். "நன்றி, ஆமாம். ஒன்றும் பிரச்சினையில்லை."

அவருடன் பகிர்ந்துகொள்வதற்கு வேண்டிய எல்லாவிதமான தகவல்களையும் பெறுவதற்காக சியன்னா விஷயத்தை மாற்றினாள். "எனக்கு மீண்டும் உங்களுடைய ஃபோன் வேண்டுமே" என்றாள் அவள். "உங்களுக்கு ஒன்றும் பிரச்சினை இல்லையென்றால் தாருங்கள். நான் டூஜியைப் பற்றி தொடர்ந்து தேடிக்கொண்டே இருக்க வேண்டியிருக்கிறது. நாம் செயிண்ட். மார்க்கிற்கு செல்லும் முன்னர் சில விடைகளையாவது நாம் தெரிந்துகொள்ளலாம்."

"ஒன்றும் பிரச்சினையில்லை" என்ற அவர் தன்னுடைய பையில் இருந்து ஃபோனை எடுத்து அதன் திரையை சரிபார்த்தார். "அடக் கடவுளே. என்னுடைய பேட்டரி பேசிக் கொண்டிருக்கும்போதே குறைந்துவிட்டது. இப்போது சுத்தமாக சார்ஜ் இல்லை என்று நினைக்கிறேன்." அவர் தன்னுடைய கடிகாரத்தைப் பார்த்தார். "நாம் சீக்கிரத்திலேயே வெனிஸ் சென்றுவிடலாம். கொஞ்சம் காத்திருக்கலாமே."

இத்தாலிய கடற்கரைக்கு ஐந்து மைல்கள் தள்ளி, மெண்டாசியத்தில் இருந்த மூத்த அதிகாரியான நோல்டன், கூண்டில் அடைக்கப்பட்ட ஒரு மிருகத்தைப் போல் அந்த அறைக்குள்ளாகவே அங்குமிங்கும் தலைவர் நடந்துகொண்டிருப்பதை அமைதியாக கவனித்துக்கொண்டிருந்தார். அந்தத் தொலைபேசி அழைப்பைத் தொடர்ந்து. தலைவரின் பாதை மாறிவிட்டது என்பது தெளிவாகத் தெரிந்தது, தலைவர் யோசித்துக்கொண்டிருக்கும்போது ஒரு வார்த்தையும் குறுக்கிட்டு பேசக்கூடாது என்றும் நோல்டனுக்கு நன்றாகத் தெரியும்.

இறுதியாக, ஆழ்ந்த சிந்தனையில் இருந்த அந்த மனிதர் பேசும்போது இருந்த இறுக்கம் நோல்டன் இதுவரை அறிந்திராத ஒன்று. "நமக்கு வேறு வழியில்லை. நாம் இந்த வீடியோவை டாக்டர். சின்ஸ்கியுடன் பகிர்ந்துகொள்ளத்தான் வேண்டும்."

அப்படியே உறைந்து நின்றுவிட்ட நோல்டன் தன்னுடைய ஆச்சரியத்தை வெளிக்காட்டிக்கொள்ள விரும்பவில்லை. *அந்த வெள்ளிநிற தலைமுடிகொண்ட சாத்தானிடமா? அவளிடம் இருந்து தானே வருடம் முழுவதும் ஜாப்ரிஸ்ட்டை நாம் பாதுகாத்திருந்தோம்?* "ஓகே சார். அவளுக்கு இமெயில் மூலம் வீடியோவை அனுப்பும் வழியைக் கண்டுபிடிக்கட்டுமா?"

"கடவுளே, வேண்டாம்! அது பொதுமக்களிடம் கசியக்கூடிய வாய்ப்பில்லையா? அது ஒரு பெரிய கொந்தளிப்பையே உருவாக்கிவிடும். எனக்கு டாக்டர். சின்ஸ்கி இந்தக் கப்பலுக்கு வர வேண்டும். முடிந்தவரை அதை செய்யப் பாருங்கள்."

நோல்டன் அவநம்பிக்கையுடன் உற்றுப்பார்த்தார். *இவர் உலக சுகாதார நிறுவனத்தின் இயக்குநரை இந்த மெண்டாசியத்திற்கு கொண்டுவர வேண்டும் என்று விரும்புகிறாரா?* "சார், நம்முடைய ரகசியத் தன்மையை மீறும் இந்த விஷயம் முற்றிலும் ஆபத்தான—"

"சொன்னதைச் செய்யுங்கள் நோல்டன்! *உடனே!*"

❑

66

வேகமெடுத்துக்கொண்டிருக்கும் ஃபிரெச்சியர் கெண்ட்டோவின் ஜன்னலுக்கு வெளியே உற்றுப் பார்த்துக் கொண்டிருந்த எஃப்எஸ்—2080, ராபர்ட் லேங்டனின் பிரதிபலிப்புகளை அந்தக் கண்ணாடி யில் பார்த்துக்கொண்டிருந்தார். பெர்ட்ரண்ட் ஜாப்ரிஸ்ட் இயற்றிய மரண முகமூடிக்கான புதிரை அவிழ்ப்பதற்கு அந்த புரபஸர் இன்னமும் தன்னுடைய மூளையைக் கசக்கிக்கொண்டிருந்தார்.

பெர்ட்ரண்ட், கடவுளே, நான் அவரைத் தொலைத்துவிட்டேன், என்று நினைத்துக்கொண்டார் எஃப்எஸ்—2080.

தொலைத்ததன் வலி மிகவும் புதியதாக இருந்தது. அவர்கள் இருவரும் சந்தித்த இரவு ஒரு மாயாஜால கனவைப்போல் இருக்கிறது.

சிகாகோ. கடும் பனிப்பொழிவு.

ஜனவரி மாதம், ஆறு வருடங்களுக்கு முன்னர் இருக்கும். ஆனாலும் அது நேற்று நடந்ததைப் போன்றே இருக்கிறது. அற்புதமான வேகத்தில் காற்று வீசிக்கொண்டிருக்க நான் அந்த பனிப்பொழிவில் நடந்துகொண்டிருந்தேன். கண்ணைக் கூசச்செய்யும் மென்னொளியை மறைக்க சட்டைக் காலர்களை மேலே தூக்கிவிட்டிருந்தேன். குளிர்ச்சியாக இருந்தபோதும், நான் சென்றுசேரும் இடத்தில் இருந்து என்னை எதனாலும் ஒதுங்கச் செய்ய முடியாது என்று எனக்கு நானே சொல்லிக்கொண்டேன். இன்றிரவு, மாபெரும் பெர்ட்ரண்ட் ஜாப்ரிஸ்ட் பேசுவதை, நேரடியாக கேட்க எனக்கு வாய்ப்பு கிடைத்திருக்கிறது.

அவர் இதுவரை எழுதியுள்ள எல்லாவற்றையும் நான் படித்து விட்டேன். இந்த நிகழ்ச்சிக்காக வெளியிடப்பட்ட ஐந்நூறு நுழைவுச் சீட்டுக்களில் ஒன்றை நான் பெற்றதில் அதிர்ஷ்டசாலியாக உணர்ந்தேன்.

நான் அந்தக் கூடத்திற்கு வந்தபோது, காற்றினால் பாதி மரத்துப்போயிருந்த நான் அந்த அறை ஏறக்குறைய காலியாக இருப்பதைக் கண்டு பயந்துபோனேன். அவருடைய சொற்பொழிவு ரத்து செய்யப்பட்டுவிட்டதா?! காலநிலை காரணமாக அந்த நகரமே ஏறக்குறைய மூடப்படும் நிலையில் இருந்தது... அதுதான் ஜாப்ரிஸ்ட்டை இங்கே வரவிடாமல் செய்திருக்குமோ?

இதோ அவர் வந்துவிட்டார்.

உயரமான நேர்த்தியான அந்த மனிதர் மேடையில் ஏறினார்.

அவர் நல்ல உயரம்... மிகவும் உயரம்... ஆழமாக புதையுண்டிருக்கும் இந்த உலகின் எல்லாத் துயரங்களையும் பிடித்து வைத்திருப்பதைப் போன்ற துடிப்பான பச்சைநிறக் கண்கள். அவர் அந்த வெறுமையான கூடத்தைப் பார்த்தார் ஒரு டசனுக்கு கூடக் குறைவான அவருடைய தீவிர ரசிகர்களே அங்கே இருந்தனர். அந்த அறை ஏறக்குறைய காலியாக இருப்பதை நினைத்து நான் வெட்கிப்போனேன்.

இதுதான் பெர்ட்ரண்ட் ஜாப்ரிஸ்ட்!

அவர் எங்களை உற்றுப்பார்த்தபோது அவர் முகம் இறுகியிருந்ததைக் கண்டு அந்த அறையில் ஒரு பயங்கரமான அமைதி நிலவியது. பின்னர் எந்தவித அறிவிப்பும் இல்லாமல் அவர் படாரென்று சிரித்தார் அவருடைய பச்சைநிறக் கண்கள் பளிச்சிட்டன. “இந்த காலியான ஆடிட்டோரியம் நாசமாய்ப் போகட்டும்” என்றார் அவர். “என்னுடைய ஹோட்டல் பக்கத்தில் தான் இருக்கிறது. நாம் மதுக்கூடத்திற்கு செல்வோம்!”

மகிழ்ச்சி பெருகியது. ஒரு சிறிய குழுவாக பக்கத்தில் இருந்த ஹோட்டல் மதுக்கூடத்திற்கு சென்று, மதுவை ஆர்டர் செய்தோம். தன்னுடைய ஆராய்ச்சிகள், தான் ஒரு பிரபலமானது, ஜெனடிக் என்ஜினியரிங்கிற்கு உள்ள எதிர்காலம் தன்னுடைய சிந்தனைகள் போன்றவற்றைக் கூறி அவர் எங்களை மகிழ்வித்துக்கொண்டிருந்தார். மதுக்குவளைகள் காலியாக ஆக விஷயம், ஜாப்ரிஸ்ட்டின் புதிய ஆர்வமான மனிதம் கடந்தவியல் தத்துவத்தை நோக்கிச் சென்றது.

“மனிதகுலம் நீண்டகாலம் உயிர்பிழைத்திருப்பதற்கு, மனிதம் கடந்தவியல்தான் ஒரே நம்பிக்கை” என்று போதிக்கத் தொடங்கிய ஜாப்ரிஸ்ட், தன்னுடைய கையை ஒருபக்கமாக நகர்த்தி விட்டுக்கொண்டு அவர்கள் எல்லோரும் தன் தோளில் பொறிக்கப்பட்டிருந்த “பி++” என்ற டாட்டூவைக் காட்டினார்.

"நீங்களே பாருங்கள். நான் முழுவதுமாக கமிட் ஆகிவிட்டேன்."

மதுக்குவளைகள் நிரம்பத் தொடங்கியதும் ஒரு ராக் இசைப் பாடகருடன் நான் தனியாக சந்தித்ததைப் போல் உணர்ந்தேன். இந்த "மரபியல் மேதை" நேரில் பார்க்கும்போது இத்தனை வசீகரமாகவும், மகிழ்ச்சி நிரம்பியவராகவும் இருப்பார் என்று நான் கற்பனைகூட செய்து பார்க்கவில்லை. என்னை ஒவ்வொரு முறை ஜாப்ரிஸ்ட் பார்க்கும்போதும் அவருடைய பச்சை நிறக் கண்கள் என்னுள் முற்றிலும் எதிர்பாராத உணர்வைப் பற்றவைத்தது ... அது முழுக்க முழுக்க பாலியல் கவர்ச்சியே.

"இன்றிரவை செலவிட்டமைக்கு நன்றி" என்ற நான் சற்றே மயங்கிய நிலையில் இருந்தேன். "நீங்கள் ஓர் அற்புதமான ஆசிரியர்."

"இது ரொம்ப அதிகம்?" என்று புன்னகைத்த ஜாப்ரிஸ்ட் என்னிடத்தில் நெருங்கி உட்கார்ந்தார். எங்கள் கால்கள் ஸ்பரிசித்தன. "இது உன்னை எங்கோ கொண்டுசென்றுவிடும்."

அந்தக் காதல் விவகாரத்தை விவரிப்பது முற்றிலும் பொருத்த மற்றது. ஆனால் தனிமையான சிகாகோ ஹோட்டலில் பனி விழும் இரவில், மொத்த உலகமும் அப்படியே நின்றுவிட்டதைப் போல் இருந்தது.

"இப்போது என்ன நினைக்கிறாய்?" என்றார் ஜாப்ரிஸ்ட். "என்னுடைய அறையில் இரவு மது அருந்தலாமா?"

நான் உறைந்துபோனேன். காரின் விளக்கொளியில் தெரியும் மானைப் போல் ஆனேன். இதை எப்படிச் செய்வதென்று எனக்குத் தெரியவில்லை!

ஜாப்ரிஸ்ட்டின் கண்கள் கதகதப்பாக மின்னின. "நான் சொல்லட்டுமா" அவர் கிசுகிசுத்தார். "நீ பிரபலமான ஆள் யாருடனும் இருந்ததே இல்லை."

நான் சிவந்துபோனதை என்னாலேயே உணர முடிந்தது, நான் உணர்ச்சிக் கொந்தளிப்பை மறைக்க போராடிக்கொண்டிருந்தேன். கூச்சம், பரவசம், பயம். "உண்மையை சொல்லவேண்டும் என்றால்" நான் அவரிடம் சொன்னேன், "நான் எந்த ஆணுடனும் இருந்ததே இல்லை."

புன்னகைத்த ஜாப்ரிஸ்ட் அவரை நெருங்கி வந்தார். "நீ எதற்காகக் காத்திருக்கிறாய் என்று எனக்குத் தெரியாது. ஆனால் நானே உன்னுடைய முதலாமவனாக இருந்துவிடுகிறேன்."

அந்தக் கணத்தில், என்னுடைய குழந்தைப்பருவத்தில் இருந்த என்னுடைய அசௌகரியமான பாலியல் பயங்களும், விரக்திகளும் காணாமல் போயின... அவை அந்தப் பனியிரவில் ஆவியாகிப் போயிருந்தன.

முதல்முறையாக, நான் வெட்கத்தின் தடைகடந்து ஆசைகொண்டேன்.

எனக்கு அவர் வேண்டும்.

பத்து நிமிடங்களுக்குப் பின்னர் நாங்கள் ஜாப்ரிஸ்ட்டின் ஹோட்டல் அறையில் ஒருவர் கையில் ஒருவர் நிர்வாணமாக இருந்தோம். ஜாப்ரிஸ்ட் தனக்கு வேண்டிய நேரத்தை எடுத்துக் கொண்டார். அவருடைய நிதானமான கைகளில் இருந்த அந்த அரவணைப்பான உணர்வுகள் என்னுடைய உடல் அதற்கு முன்னர் உணராதவை.

இது என்னுடைய விருப்பம். அவர் என்னைக் கட்டாயப் படுத்தவில்லை.

சுற்றிவளைத்திருந்த ஜாப்ரிஸ்ட்டின் பிடியில் இருந்த நான் இந்த உலகில் இறுதியாக எல்லாமே சரியாகிவிட்டதைப் போல் உணர்ந்தேன். அங்கேயே கிடந்து பனிவிழும் இரவை ஜன்னலுக்கு வெளியே பார்த்துக்கொண்டிருந்தபோது, இவரை நான் எங்கும் பின்தொடர்வேன் என்பதை உணர்ந்தேன்.

அந்த ஃபிரெச்சியர்கெண்ட்டோ ரயில் மெதுவாக செல்லத் தொடங்கியதும் எஃப்எஸ்—2080 ஒரு மகிழ்ச்சியான நினைவுடன் தன்னுடைய நிகழ்கால யதார்த்தத்திற்கு திரும்பினார்.

பெர்ட்ரண்ட்... நீங்கள் போய்விட்டீர்களே.

அவர்கள் ஒன்றாக இருந்த அந்த முதல் இரவுதான் ஓர் அற்புதப் பயணத்திற்கான முதல் அடி.

நான் அவருடைய காதலி என்பதற்கும் மேலானவள். நான் அவருடைய சீடர் ஆகிவிட்டேன்.

"லிபர்ட்டா பாலம்" என்றார் லேங்டன். "நாம் ஏறக்குறைய வந்துவிட்டோம்."

எஃப்எஸ்—2080 அமைதியாக ஆமோதித்தார். லகுனா வெனட்டாவின் நீர்நிலையை உற்றுப்பார்த்துக்கொண்டிருந்த அவர் இங்கே ஒருமுறை பெர்ட்ரண்டுடன் வந்திருப்பதை நினைவுபடுத்திக்கொண்டார்... அந்த அமைதியான காட்சி கரைந்து இப்போது ஒருவாரத்திற்கு முன்பிலிருந்து பயங்கர நினைவாக மாறிவிட்டது.

பேடியா கோபுரத்தில் இருந்து அவர் குதிக்கும்போது நான் அங்குதான் இருந்தேன்.

அவர் பார்த்த கடைசி கண்கள் என்னுடையதுதான்.

❑

67

அந்த நெட்ஜெட்ஸ் சிட்டேஷன் எக்ஸல் விமானம் தாஸிக்நானோ விமான நிலையத்தின் வானில் விரைவுபடத் தொடங்கி வெனிஸில் இறங்க சென்றுகொண்டிருந்தபோது பலத்த காற்றுத் தடையினால் குலுங்கியது. உள்ளே, தன்னுடைய தாயத்தை வெறுமனே தடவிப் பார்த்துக்கொண்டிருந்த எலிசபெத் சின்ஸ்கி அந்தக் குலுங்கலான புறப்பாட்டை கவனித்தபடியே ஜன்னலுக்கு வெளியில் வெற்று வெளியை பார்த்துக் கொண்டிருந்தாள்.

அவளுக்கு ஊசிபோடுவதை நிறுத்தி இருந்தார்கள். சின்ஸ்கியின் மனநிலை ஏற்கனவே தெளிவான உணர்வை அடைந்திருந்தது. அவளுக்கு பின்னால் இருந்த இருக்கையில், ஏஜெண்ட் புரூடர் அமைதியாக உட்கார்ந்திருந்தார். சட்டென்று மாறிவிட்ட நிகழ்வுகளை அவர் அசை போட்டுக் கொண்டிருக்கலாம்.

எல்லாமே தலைகீழாக மாறிவிட்டன, என்று நினைத்துக்கொண்ட சின்ஸ்கி, சற்று முன்பு தான் எதிர்கொண்டதை நம்பமுடியாமல் தவித்துக் கொண்டிருந்தாள்.

முப்பது நிமிடங்களுக்கு முன்பு, ராபர்ட் லேங்டனுக்கு அழைப்பு விடுக்கப்பட்டிருந்த ஒரு தனியார் ஜெட் விமானத்தில் அவர் ஏறுவதைத் தடுப்பதற்காக அந்த சிறிய விமான தளத்தை அவர்கள் தாக்கியபோது, அந்த புரபஸருக்கு பதிலாக

ஒரு சிட்டேஷன் எக்ஸல் விமானமும், இரண்டு நெட்ஜெட்ஸ் பைலட்டுகளும் அப்படியே நின்றுகொண்டிருப்பதைக் கண்டனர்.

ராபர்ட் லேங்டன் வரவில்லை.

பின்னர் ஒரு தொலைபேசி அழைப்புதான் வந்தது.

செல்போன் ஒலித்தபோது நாள் முழுவதும் அமர்ந்திருந்த அதே பின்னிருக்கையிலேயே சின்ஸ்கி உட்கார்ந்திருந்தாள். அந்த வாகனத்திற்குள் நுழைந்த ஏஜெண்ட் புரூடர், தன்னுடைய முகத்தில் முட்டாளாக்கப்பட்ட தோற்றத்துடன் அவளிடம் அந்த ஃபோனைக் கொடுத்தார்.

"உங்களுக்கு ஒரு அவசர அழைப்பு வந்திருக்கிறது மேடம்."

"யார் அது?" என்றாள் அவள்.

"உங்களிடம் பெர்ட்ரண்ட் ஜாப்ரிஸ்ட் பற்றி சொல்லியே ஆக வேண்டிய ஒரு விஷயம் இருக்கிறது என்று சொல்லி மட்டும் உங்களிடம் தருமாறு சொல்லப்பட்டிருக்கிறது."

சின்ஸ்கி அந்த ஃபோனை வாங்கினாள். "நான்தான் டாக்டர். எலிசபெத் சின்ஸ்கி."

"டாக்டர். சின்ஸ்கி, நீங்களும் நானும் சந்தித்ததே இல்லை. ஆனால் என்னுடைய நிறுவனம் கடந்த ஒரு வருடமாக பெர்ட்ரண்ட் ஜாப்ரிஸ்ட்டை உங்களிடம் இருந்து மறைத்து வைத்திருந்த பொறுப்பை ஏற்றுக்கொள்கிறது."

சின்ஸ்கி அப்படியே நிமிர்ந்து உட்கார்ந்தாள். "நீங்கள் யாராக இருந்தாலும் சரி, நீங்கள் ஒரு குற்றவாளிக்கு அடைக்கலம் அளித்திருக்கிறீர்கள்!"

"நாங்கள் சட்டவிரோதமாக எதையும் செய்யவில்லை. ஆனால் அது விஷயமல்ல —"

"நீங்கள் செய்யவில்லையா!"

அடுத்த முனையில் இருந்த அவர் எதுவும் பேசவில்லை, அமைதியாக மூச்சுவிட்டார். இப்போது மிகவும் மென்மையாக பேசினார். "என்னுடைய செயல்பாடுகளின் அறம்சார் நியதிகள் குறித்து நீங்களும் நானும் பேசிக்கொள்ள நிறைய நேரம் இருக்கிறது. உங்களுக்கு என்னைத் தெரியாது என்பது எனக்குத் தெரியும். ஆனால் உங்களைப் பற்றி எல்லாம் எனக்குத் தெரியும். திருவாளர். ஜாப்ரிஸ்ட் உங்களிடம் இருந்தும், மற்றவர்களிடம் இருந்தும் தன்னைக் காப்பாற்றிக்கொள்ள கடந்த வருடத்தில் எனக்கு கைநிறைய பணம் கொடுத்திருக்கிறார். உங்களைத் தொடர்பு

கொண்டதன் மூலம் என்னுடைய கடுமையான நெறிமுறைகளை நானே மீறியிருக்கிறேன். இன்னும்கூட, நம்முடைய ஆதார சக்திகளை ஒன்றுகுவிப்பதைத் தவிர வேறு வழியில்லை என்றே நான் நம்புகிறேன். என்னுடைய பயமெல்லாம், பெர்ட்ரண்ட் ஜாப்ரிஸ்ட் ஏதோ ஒரு பயங்கரமான விஷயத்தை செய்திருக்கிறார் என்பதுதான்."

இந்த ஆள் யார் என்பதைப் புரிந்தகொள்ள சின்ஸ்கி கொஞ்சமும் விரும்பவில்லை. "இப்போதாவது அவரை நீங்கள் புரிந்து கொண்டீர்கள் அல்லவா?!"

"ஆமாம், அதுதான் சரி. இப்போதுதான்." அவருடைய குரலில் ஆர்வம் தொனித்தது.

சின்ஸ்கி தன்னுடைய குழப்பத்தைத் தணித்துக்கொள்ள முயற்சித்தாள். "யார் நீங்கள்?"

"காலம் கடந்துவிடும் முன்னர் உங்களுக்கு உதவ நினைக்கும் ஒருவன். பெர்ட்ரண்ட் ஜாப்ரிஸ்ட் தயாரித்த வீடியோ ஒன்று என்னிடம் இருக்கிறது. அதை அவர் இந்த உலகத்தின் முன்பாக வெளியிட வேண்டும் என்று கேட்டுக்கொண்டார். அதாவது நாளைக்கு. அதை நீங்கள் உடனடியாக பார்க்க வேண்டும் என்று விரும்புகிறேன்."

"அது என்ன சொல்கிறது?"

"தொலைபேசியில் சொல்ல முடியாது. நாம் நேரில் சந்திக்க வேண்டும்."

"உங்களை நான் எப்படி நம்புவது?"

"ஏனென்றால், ராபர்ட் லேங்டன் எங்கிருக்கிறார் என்றும், அவர் ஏன் மிகவும் விசித்திரமாக நடந்துகொள்கிறார் என்றும் நான்தான் உங்களுக்கு சொல்லப்போகிறேன்."

லேங்டனின் பெயரைக் குறிப்பிட்டதில் சின்ஸ்கி உறைந்து போனாள். அத்துடன் மிக விசித்திரமான விளக்கத்தைக் கேட்டதிலும் அவள் ஆச்சரியமடைந்து போயிருந்தாள். அது கடந்த வருடம் தனக்கு எதிரியாக இருந்த ஒருத்தியுடன் அவர் இப்போது கூட்டுசேர விரும்பியதைப் போல் இருந்தது. அவள் அந்த விவரங்களைக் கேட்டுக்கொண்டிருக்கும்போதே அவர் சொல்வதை அவள் கேட்டுத்தான் ஆகவேண்டும் என்றே அவளுடைய உள்ளுணர்வு சொன்னது.

இதற்கு உடன்படுவதைத் தவிர எனக்கு வேறு வழியில்லை.

அவர்களின் ஒருங்கிணைந்த அமைப்பினர் “வெறுமனே” நின்றுகொண்டிருந்த நெட்ஜெட்ஸ் சிட்டேஷன் எக்ஸலை புறப் படத் தயார் செய்ய வேண்டிய ஏற்பாடுகளை மேற்கொண்டனர். சின்ஸ்கியும் அவருடைய சோல்ஜர்களும் தற்போது தேடுதல் வேட்டையில் ஈடுபட்டிருந்தார்கள். அவர் சொன்ன தகவலின்படி லேங்டனும் அவருடன் பயணிக்கும் மற்ற இரண்டுபேரும் இந்நேரம் ரயிலில் வந்திருக்க வேண்டும். உள்ளூர் அதிகாரிகளுக்கு தகவல் தெரிவிக்க இது நேரமல்ல, ஆனால் தொடர்பில் இருந்த அந்த ஆளுக்கு லேங்டன் எங்கே சென்றுகொண்டிருக்கிறார் என்பது தெரிந்திருந்தது.

செயிண்ட் மார்க்ஸ் சதுக்கம்? வெனிசின் மிகுந்த மக்கள் நெரிசலுள்ள இடத்தை கற்பனை செய்துகொண்டபோது சின்ஸ்கிக்கு சில்லிட்ட உணர்வு ஏற்பட்டது. “இது எப்படி உங்களுக்குத் தெரியும்?”

“தொலைபேசியில் பேச வேண்டாமே” என்றார் அவர். “ஆனால், ராபர்ட் லேங்டன் தன்னை அறியாமலேயே ஆபத்தான ஒருவருடன் பயணம் செய்துகொண்டிருக்கிறார் என்பதை நீங்கள் தெரிந்துகொள்ள வேண்டும்.”

“யார்?!” என்று சின்ஸ்கி வற்புறுத்தினாள்.

“ஜாப்ரிஸ்ட்டின் நெருங்கிய கூட்டாளி.” அவர் ஆழ்ந்து பெருமூச்சுவிட்டார். “நான் நம்பிக்கை வைத்திருந்த ஒருவர். முட்டாள்தனமாகவும், தெள்ளத்தெளிவாகவும் நான் அவர் மீது நம்பிக்கை வைத்திருந்தேன். நான் நம்பிய ஒருவரே இப்போது தீவிர அச்சுறுத்தலாக மாறிவிட்டார்.”

வெனிஸின் மார்கோ போலோ விமான நிலையத்தை நோக்கிச் சென்றுகொண்டிருந்த அந்த தனியார் விமானம் சின்ஸ்கியையும் ஆறு சோல்ஜர்களையும் சுமந்துசென்றபோது சின்ஸ்கியின் சிந்தனைகள் ராபர்ட் லேங்டனிடம் திரும்பியது. அவர் தன்னுடைய நினைவை இழந்துவிட்டாரா? அவருக்கு எதுவும் நினைவில் இல்லையா? இந்த விசித்திரமான செய்தி, வேறு சில விஷயங்களுக்கு விளக்கமளிக்கும் அதே நேரத்தில், தனித்துவம் வாய்ந்த ஒரு கல்வியாளரை இந்தப் பிரச்சினையோடு தான் ஏற்கனவே சம்பந்தப்படுத்திவிட்டமைக்காக அவள் மிகவும் வருந்தினாள்.

அவருக்கு வேறு வழியில்லாமல் செய்துவிட்டேனே.

ஏறக்குறைய இரண்டு நாட்களுக்கு முன்னர், சின்ஸ்கி லேங்டனை வேலைக்கு அமர்த்தியபோது அவருடைய பாஸ்

போர்ட்டை எடுத்து வருவதற்குக்கூட அவரை வீட்டிற்குச் செல்ல சின்ஸ்கி அனுமதிக்கவில்லை. பதிலாக, உலக சுகாதார நிறுவனத்தின் சிறப்புத் தொடர்பாளராக ஃப்ளோரன்ஸ் விமான நிலையத்திற்கு அவள் பிரத்யேகமான பாதையில் செல்ல ஏற்பாடு கள் செய்திருந்தாள்.

சி—130 காற்றைக் கிழித்துக்கொண்டு அட்லாண்டிக்கைத் தாண்டி கிழக்கு நோக்கி செல்கையில் தனக்குப் பின்னால் இருந்த லேங்டனைப் பார்த்த சின்ஸ்கி அவர் பார்ப்பதற்கு என்னவோபோல் இருந்ததைக் கவனித்தாள். ஜன்னல்களே இல்லாத அந்த விமானத்தின் பக்கச்சுவர்களையே அவர் வெறித்துப் பார்த்துக்கொண்டிருந்தார்.

"புரபஸர், இந்த விமானத்தில் ஜன்னல்களே இல்லை என்பது உங்களுக்குத் தெரிகிறதா? சமீப நாட்கள்வரை இது ராணுவ போக்குவரத்திற்காக பயன்படுத்தப்பட்டிருந்தது."

லேங்டன் திரும்பினார், அவர் முகம் வெளிறிப்போயிருந்தது. "ஆமாம், நான் உள்ளே வரும்போதே அதை கவனித்துவிட்டேன். ஆனால், மூடப்பட்ட பகுதிகளில் என்னால் சௌகரியமாக இருக்க முடியாது."

"அதனால் நீங்கள் ஏதோ ஜன்னலுக்கு வெளியே பார்த்துக் கொண்டிருப்பதைப் போல் கற்பனை செய்துகொள்கிறீர்களா?"

அவர் வெட்கத்துடன் சிரித்துக்கொண்டார். "அப்படித்தான் என்று வைத்துக்கொள்ளுங்களேன்."

"சரி, அப்படியென்றால் இதைப் பாருங்கள்." அவள் தன்னுடைய ஒல்லியான, பச்சைநிற கண்கள் கொண்ட எதிரியின் படத்தை வெளியே எடுத்து அதை அவருக்கு முன்பாக வைத்தாள். "இதுதான் பெர்ட்ரண்ட் ஜாப்ரிஸ்ட்."

வெளியுறவுத்துறை அவையில், ஜாப்ரிஸ்ட்டை தான் எதிர்கொண்டது பற்றி சின்ஸ்கி ஏற்கனவே லேங்டனிடம் கூறியிருக்கிறாள். மக்கள்தொகை அழிப்பு சமன்பாட்டில் அவருக்குள்ள ஈடுபாடு, பிளாக் பிளேக் மூலம் உலகம் அடைந்த நன்மைகள் குறித்த அவருடைய கருத்துகள், மிகவும் முக்கியமாக, கடந்த சில வருடங்களில் அவர் யார் கண்ணுக்கும் தெரியாமல் மறைந்துபோனது.

"மிகவும் முக்கியத்துவம் வாய்ந்த ஒருவரால் எப்படி இதுபோல் இவ்வளவுநாள் காணாமல்போக முடியும்?" என்றார் லேங்டன்.

"அவருக்கு நிறைய உதவிகள் கிடைத்துள்ளன. தொழில் முறையான உதவி. அது வெளிநாட்டு உதவியாகவும் இருக்கலாம்."

"எந்தமாதிரியான நாடு இதுபோன்ற பிளேக் உருவாக்கத்தை மன்னிக்கும்?"

"கள்ளச்சந்தையில் அணு ஆயுதங்களை வாங்குகின்ற அதே அரசாங்கம்தான். ஒரு திறன்மிக்க பிளேக் முழுமுற்றான உயிர்ம—வேதியியல் ஆயுதம் என்பதை மறந்துவிடாதீர்கள். அதற்கு நிறைய பணமும் கிடைக்கும். தன்னுடைய கூட்டாளிகளிடம் ஜாப்ரிஸ்ட பொய் சொல்லியிருப்பார். தன்னுடைய படைப்பு வரம்பிற்கு உட்பட்டது என்று உத்திரவாதம் அளித்திருப்பார். தன்னுடைய படைப்பு உண்மையில் என்ன செய்யும் என்று தெரிந்துவைத்திருக்கும் ஒரே ஒரு நபர் ஜாப்ரிஸ்ட் மட்டும்தான்."

லேங்டன் அமைதியானார்.

"எந்த வகையிலும்" சின்ஸ்கி தொடர்ந்தாள். "அதிகாரத்திற் காகவோ அல்லது பணத்திற்காகவோ இல்லை என்றாலும் ஜாப்ரிஸ்ட்டிற்கு உதவுபவர்கள் அவருடைய சித்தாந்தத்தை பகிர்ந்துகொண்டதினாலேயே அவருக்கு உதவுகிறவர்களாக இருப்பார்கள். தனக்காக எதையும் செய்யக்கூடிய மாணவர் கூட்டத்திற்கு, ஜாப்ரிஸ்ட்டிடம் பஞ்சமே இல்லை. அவர் மிகப்பெரிய பிரபலம். உண்மையில், அவர் கொஞ்ச நாளைக்கு முன்புதான் உங்கள் பல்கலைக்கழகத்தில் உரை நிகழ்த்தி யிருக்கிறார்."

"ஹார்வார்டிலா?"

சின்ஸ்கி ஒரு பேனாவை எடுத்து ஜாப்ரிஸ்டின் புகைப் படத்திற்கு ஓரத்தில் எழுதினாள். H என்ற எழுத்தை தொடர்ந்து ஒரு + குறியும் வந்தது. "உங்களுக்குத்தான் குறியீடுகளைப் பற்றி நன்றாகத் தெரியுமே" என்றாள் அவள். "இது உங்களுக்குத் தெரிகிறதா?"

H+

"H -ப்ளஸ்" என்று முணுமுணுத்த லேங்டன் வெறுமனே ஆமோதித்தார். "நிச்சயம் தெரியும். சில வருடங்களுக்கு முன்னர் இது வளாகம் முழுவதும் ஒட்டப்பட்டிருந்தது. அது ஏதோ வேதியியல் மாநாடு என்று நினைத்தேன்."

சின்ஸ்கி சிரித்துக்கொண்டாள். "இல்லை. இவையெல்லாம் 2010 'ஹ்யூமானிட்டி—ப்ளஸ்' கூட்டத்திற்கான குறியீடுகள் — அது

மனிதம் கடந்த இயக்கத்தின் மாபெரும் ஒன்றுகூடல் நிகழ்வு. H+ என்பது மனிதம் கடந்த இயக்கத்தைக் குறிப்பது."

அந்த எழுத்துகளைப் புரிந்துகொள்வதுபோல் லேங்டன் அங்குமிங்கும் தலையசைத்தார்.

"மனிதம் கடந்தது," என்றாள் சின்ஸ்கி "அது ஓர் அறிவுசார் இயக்கம், ஒருவகையான தத்துவம், மேலும் அது அறிவியல் சமூகத்தில் சட்டென்று வேர்விட்டது. நம்முடைய மனித உடல்களின் வழிவழியாக பெறப்பட்டிருக்கும் பலவீனங்களைக் கடந்துவர மனிதர்கள் தொழில்நுட்பத்தைப் பயன்படுத்த வேண்டும் என்பதை அது அடிப்படையாகக் கொண்டிருக்கிறது. வேறு வகையில் சொல்வதென்றால், மனித பரிமாணத்தின் அடுத்த நிலை என்பது நம்மை நாமே உயிரியல்ரீதியாக கட்டமைத்துக் கொள்வதில்தான் இருக்கிறது என அது சொல்கிறது."

"பயங்கரமாக இருக்கிறதே" என்றார் லேங்டன்.

"எல்லாவித மாற்றங்களையும்போல் இது வெறும் அளவு சார்ந்ததுதான். நேரடியாக சொல்லவேண்டும் என்றால், நாம் இப்போதுவரை பல வருடங்களாக நம்மை நாமே கட்டமைத் திருக்கிறோம் — சில நோய்களால், அதாவது, போலியோ, சின்னம்மை, டைபாய்டு போன்றவற்றால் பாதிப்புக்குள்ளாகும் குழந்தைகளுக்கு நாம் தடுப்பூசிகளை கண்டுபிடித்திருக்கிறோம். வித்தியாசம் என்னவென்றால் ஜெர்ம்—லைன் ஜெனடிக் என்ஜினியரிங்கில் ஜாப்ரிஸ்ட் எட்டியுள்ள முன்னேற்றங்களில் இருந்து மரபணுரீதியில் பெறும் நோயெதிர்ப்பாற்றல்களை எப்படி உருவாக்குவது என்று நாம் கற்றுக்கொள்கிறோம், அவை மைய ஜெர்ம்—லைன் அளவில் பெறுபவரின் மீது தாக்கமேற்படுத்தி அடுத்தடுத்து வரும் தலைமுறைகளில் அந்த நோய்க்கான நோயெதிர்ப்பை உருவாக்கும்."

லேங்டன் துணுக்குற்றுக் காணப்பட்டார். "அதன் மூலம், உதராணத்திற்கு டைபாய்டு போன்ற நோய்களுக்குக்கூட எதிர்ப் பாற்றலைக் காட்டும் அளவுக்கு மனித உயிர்கள் *பரிணாமம்* பெற்றுவிடுமா?"

"சொல்லப்போனால் அது **உதவிநிலை** பரிணாமம் போன்றதுதான்." என்று சரிசெய்தாள் சின்ஸ்கி. "வழக்கமாக, பரிணாம நிகழ்முறை என்பது —ஒரு லங்பிஷ் மீனுக்கு கால்கள் உருவாவதற்கோ அல்லது ஒரு மனிதக் குரங்கிற்கு எதிர்ச் செயல்பாட்டு விரல்கள் வளரவோ— பல லட்சம் வருடங்கள் எடுத்துக்கொள்ளும். அப்படியில்லாமல் ஒரே தலைமுறையிலேயே

நம்மால் மரபுரீதியான மாற்றங்களை உருவாக்கிவிட முடியும். தொழில்நுட்ப வல்லுநர்கள் இதனை டார்வினின் 'தகுதியானவை தப்பிப் பிழைக்கும்' என்ற அறுதியான கோட்பாட்டுடன் பொருத்திப் பார்க்கின்றனர் — தன்னுடைய சொந்த பரிணாம நிகழ்முறையை மேம்படுத்தக் கற்றுக்கொள்ளும் ஒரே உயிரினமாக மனிதர்கள் ஆவார்கள்."

"இது கடவுளுடன் விளையாடுவதுபோல் இருக்கிறதே" என்றார் லேங்டன்.

"நான் அதை முழு மனதுடன் ஏற்றுக்கொள்வேன்" என்றாள் சின்ஸ்கி. "இருப்பினும், மற்ற பல மனிதம் கடந்தவர்களைப் போன்று ஜாப்ரிஸ்ட்டும், அழிந்துபடும் காலத்தில் ஓர் உயிரினமாக தன்னை மேம்படுத்திக்கொள்ள தன்னுடைய எல்லாவிதமான சக்திகளையும் மனிதகுலம் பயன்படுத்திவிட வேண்டும் என்று வலுவாக வாதிட்டார். பிரச்சினை என்னவென்றால் நம்முடைய மனிதகுல உருவாக்கம் என்பது அட்டைகளால் அடுக்கப்பட்ட வீட்டைப் போன்றதுதான். ஒவ்வொரு துண்டும் எண்ணிறைந்த பல துண்டுகளின் ஆதரவோடு இணைக்கப்பட்டிருக்கிறது — அதை நம்மால் புரிந்துகொள்ளவே முடியாது. நாம் ஒரே ஒரு மனித குணத்தை நீக்கிவிட வேண்டும் என்று நினைத்தால்கூட மற்றவற்றையும் அடுத்தடுத்து மாற்றியாக வேண்டும். இதற்கு பேரழிவில் கொண்டுபோய் நிறுத்தும் சாத்தியம் இருக்கிறது."

லேங்டன் அதை ஆமோதித்தார். "அதனால்தான், பரிணாம வளர்ச்சியானது படிப்படியான நிகழ்முறையாக இருப்பதற்கான காரணம் இருக்கிறது."

"சரியாக சொன்னீர்கள்!" என்றாள் சின்ஸ்கி. கடந்து கொண்டிருக்கும் ஒவ்வொரு கணத்திலும் அந்த புரபஸரின் ஈடுபாடு குறித்து அவர் மீது அவளுக்குப் பெரிய அபிமானமே உருவானது. "கணக்கிட முடியாத காலகட்டத்தில் நடக்கும் ஒரு நிகழ்வை நாம் சட்டென்று சரிசெய்ய நினைக்கிறோம். இவைதான் ஆபத்தான காலகட்டங்கள். நமக்கு அடுத்து வரும் சந்ததியினரிடத்தில் திறமைகளையும், தாக்குப்பிடிக்கும் திறன்களையும், வலுவையும், ஏன், அறிவையும்கூட அதிகரிக்கச் செய்வது, ஓர் அதியற்புத இனத்தை உருவாக்க சில மரபணு தொடர்ச்சிகளை செயல்படுத்துவதற்கு உண்டான திறன் நமக்கு இப்போது இருக்கிறது என்பதுதான் இதன் நேரடியான அர்த்தம். இந்த யூகரீதியான 'வலுப்பெற்ற' தனிநபர்களைத்தான் மானுடம் கடந்தவர்கள் என்று மனிதம் கடந்த இயக்கத்தினர் கூறுகின்றனர். இதையே சிலர் நம்முடைய உயிரினத்தின் எதிர்காலம் என்றும்

நம்புகின்றனர்."

"தேர்வுசெய்து படைத்தல் என்பதைப் போல் பயங்கரமாக இருக்கிறது" என்றார் லேங்டன்.

அப்படி அவர் அந்த வார்த்தையைக் குறிப்பிட்டது சின்ஸ்கியை சிலிர்க்க வைத்தது.

1940ஆம் ஆண்டுகளில் தேர்வுசெய்து படைத்தல் என்று கூறிக்கொண்ட ஒரு தொழில்நுட்பத்தில் நாஸி அறிவியலாளர்கள் ஈடுபட்டிருந்தனர். அதாவது, — "வேண்டிய" சில மரபுசார் குணவியல்புகளுடன் உள்ளவர்களின் பிறப்பு விகிதத்தை அதிகரித்தல், அதே நேரத்தில் வேண்டப்படாத குணவியல் புகளைக் கொண்டவர்களின் பிறப்பு விகிதத்தை குறைத்தல் என்ற வகையிலான அடிப்படை மரபுசார் என்ஜினியரிங்கை பயன்படுத்தும் முயற்சி.

மரபணு அளவிலான இனத் தூய்மையாக்கம்.

"ஒற்றுமைகளும் இருக்கின்றன" என்று சின்ஸ்கி ஒப்புக் கொண்டாள் "ஒருவரால் மனித இனத்தை எப்படிப் படைக்க முடியும் என்பதை புரிந்துகொள்வது அவ்வளவு கடுமையாக இருக்கும் அதே நேரத்தில், மனித குலம் உயிர்பிழைக்க வேண்டும் என்றால் அதே நிகழ்முறையை தொடங்கவேண்டியது அவசியம் என்று நம்புகிற கூட்டமும் இருக்கிறது. பி+ மனிதம் கடந்த பத்திரிக்கையாளர்களுள் ஒருவர் இந்த ஜெர்ம்—லைன் ஜெனடிக் என்ஜினியரிங்கை '"தெளிவான அடுத்த நிலை' என்று கூறுவதுடன் 'நம்முடைய உண்மையான திறனை பெரிதுபடுத்தச்' செய்கிறது என்றும் கூறுகிறார்" என்றபடி சின்ஸ்கி சற்று இடைவெளி விட்டாள். "இருந்தாலும், அந்தப் பத்திரிக்கையின் பாதுகாப்புக்காக, அவர்கள் நடத்தும் டிஸ்கவர் என்ற பத்திரிக்கையில் இதனை 'உலகின் மிக மோசமான கருத்தாக்கம்' என்றும் குறிப்பிட்டுள்ளனர்."

"நான் இரண்டாவது கருத்தின் பக்கம்தான் இருப்பேன் என்று நினைக்கிறேன்" என்றார் லேங்டன். "குறைந்தபட்சம், *சமூக கலாச்சார நிலைப்பாட்டில் இருந்து.*"

"எவ்வளவு தூரம்?"

"அது வந்து, மரபணு நீட்டிப்பு — காஸ்மெடிக் அறுவை சிகிச்சை போல் — என்பதற்கு அதிகம் செலவாகும் இல்லையா?"

"நிச்சயம். எல்லோரும் இதைத் தங்களுக்கோ அல்லது தங்களுடைய குழந்தைகளுக்கோ செய்துகொள்ள முடியாது."

“அதாவது, சட்டப்படியான மரபணு நீட்டிப்புகள் இருப்பவர்கள் மற்றும் இல்லாதவர்கள் என்ற உலகை உடனடியாக உருவாக்கிவிடும். நம்மிடம் ஏற்கனவே பணக்காரன் மற்றும் ஏழை என்ற பெரிய பள்ளம் இருக்கிறது. ஆனால் ஜெனடிக் என்ஜினியரிங் அதிமானுடர்கள் மற்றும்... மனிதர்களாக கருதப்படக்கூடியவர்கள் என்ற இனங்களை உருவாக்கும். அதி–பணக்காரர்களான ஒரு சதவிகிதத்தினரே இந்த உலகை வழிநடத்துகிறார்கள் என்பதைப் பற்றி மக்கள் கவலைப்படுவார்கள் என்றா நீங்கள் நினைக்கிறீர்கள்? அந்த ஒரு சதவிகிதமும்கூட, நேரடியாக சொல்ல வேண்டும் என்றால், புத்திசாலியான, வலிமையான, ஆரோக்கியமான அதியற்புத *உயிரினமாக* இருந்துவிட்டால் என்னவாகும் என்று கற்பனை செய்து பாருங்கள். அது அடிமைத்தளை அல்லது இனத் தூய்மையாக்கம் என்பதன் உச்சநிலைக்கு செல்லும் சூழ்நிலையையே உருவாக்கும்.”

தனக்கு அருகாமையில் இருந்த அழகான கல்வித் துறையாளரைப் பார்த்து சின்ஸ்கி சிரித்தாள். “புரபஸர், ஜெனடிக் என்ஜினியரிங்கின் மிக மோசமான ஆபத்து என்று நான் கருதும் விஷயத்தை நீங்கள் வேகமாக புரிந்துகொண்டிருப்பீர்கள் என்று நினைக்கிறேன்.”

“ஆமாம், நான் அப்படி புரிந்துகொண்டிருக்கலாம். ஆனால் ஜாப்ரிஸ்ட்டைப் பற்றித்தான் எனக்கு குழப்பமாக இருக்கிறது. இந்த மனிதம் கடந்த இயக்கத்தினரின் சிந்தனைகள் அனைத்தும் மனிதகுலத்தைத் தழைக்கச்செய்வது, நம்மை ஆரோக்கியமாக்குவது, உயிராபத்து விளைவிக்கும் நோய்களை குணப்படுத்துவது, நம்முடைய ஆயுளை நீட்டிப்பது என்பவனவற்றிலேயே இருக்கிறது. ஆனாலும் மிகுந்த மக்கள்தொகை குறித்த ஜாப்ரிஸ்ட்டின் பார்வை மக்களை கொல்வதாக இருக்கிறது. அவருடைய கருத்துக் கள் மனிதம் கடந்த நிலை மற்றும் மிகுந்த மக்கள்தொகை ஆகிய இரண்டிற்கும் இடையிலான மோதலாகவே தோன்றுகிறது. இல்லையா? ”

சின்ஸ்கி ஆழ்ந்து பெருமூச்சுவிட்டாள். அது ஒரு நல்ல கேள்வி. துரதிர்ஷ்டவசமாக அதற்கு தெளிவான முறையில் சிக்கலேற்படுத்தும் பதிலே இருக்கிறது. “ஜாப்ரிஸ்ட் முழு மனதுடன் தான் மனிதம் கடந்த சித்தாந்தத்தை நம்புகிறார் — அதாவது தொழில்நுட்பத்தின் வழியாக உயிரினங்களை மேம்படுத்துவது; இருந்தாலும், அவற்றைச் செய்வதற்கு முன்பாக நம்முடைய மனித இனமே முற்றாக அழிந்துபோக வேண்டும் என்று நம்புகிறார். அதன் விளைவாக, யாரும் செயலில் இறங்கவில்லை என்றால், சட்டென்று அதிகரிக்கும் நம்முடைய எண்ணிக்கையே ஜெனடிக்

என்ஜினியரிங் தரும் வாய்ப்பை உணர்ந்துகொள்ளும் முன்னர் நம் இனத்தை அழித்துவிடும் என்றும் நம்புகிறார்."

லேங்டனின் கண்கள் விரிந்தன. "அதனால் ஜாப்ரிஸ்ட் இந்த மந்தையின் அடர்த்தியைக் குறைக்க விரும்புகிறார். இன்னும் கொஞ்சம் கால அவகாசத்திற்காகவா?"

சின்ஸ்கி ஆமோதித்தாள். "பயணிகளின் எண்ணிக்கை ஒவ்வொரு மணிநேரத்திற்கும் இரட்டித்துக்கொண்டே செல்லும் ஒரு கப்பலில் மாட்டிக்கொண்டவராக தன்னைத்தானே ஒருமுறை அவர் குறிப்பிட்டிருக்கிறார். அதேநேரத்தில் தன்னுடைய கனத்தாலேயே அந்தப் படகு மூழ்கும் முன்னர் அதில் இருந்து தப்பிச்செல்வதற்கான படகு ஒன்றை அவசரகதியில் கட்ட முயற்சி செய்துகொண்டிருக்கும்போது." அவள் சற்று இடைவெளிவிட்டாள். "கப்பலில் இருந்து பாதிப்பேரை தூக்கி எறிந்துவிடவேணடும் என்ற நிலைப்பாட்டை எடுத்தார்."

லேங்டன் அச்சமுற்றார். "பயங்கரமான சிந்தனை."

"நிச்சயமாக. அதில் எந்தத் தவறும் செய்துவிடக்கூடாது" என்றாள் அவள். "மனித மக்கள்தொகை பேரளவுக்கு அப்புறப் படுத்தப்பட்டது முழுமுற்றான வீரதீர செயல் என்று ஒருநாள் நினைவுகூரப்படும் என்றும்... அந்தக் கணம்தான் மனித இனம் வாழத் தெரிவு செய்யப்பட்டது என்றும் ஜாப்ரிஸ்ட் உறுதியாக நம்பினார்."

"இது இன்னும் பயங்கரமாக இருக்கிறது."

"அப்படித்தான் இருக்கும். ஏனென்றால் இதை ஜாப்ரிஸ்ட் மட்டும் தனியாக சிந்திக்கவில்லை. ஜாப்ரிஸ்ட் இறந்தபோது, அவர் நிறையபேருக்கு தியாகியாகிவிட்டார். நாம் ஃப்ளோரன்சிற்கு சென்றவுடன் யாரிடம் மோதப்போகிறோம் என்று எனக்கு எதுவும் தெரியாது. ஆனால் நாம் மிகவும் ஜாக்கிரதையாக இருக்க வேண்டும். இந்த பிளேக்கை நாம் மட்டுமே கண்டுபிடிக்க முயற்சி செய்யவில்லை. உங்களுடைய பாதுகாப்பிற்காக, இத்தாலிக்கு இதைத் தேடித்தான் வந்திருக்கிறீர்கள் என்பதை யாரும் தெரிந்துகொள்ள விடமாட்டோம்."

லேங்டன் தாந்தே நிபுணரான தன்னுடைய நண்பர் இக்னேஷியோ புஸோனி குறித்து அவளிடம் சொல்லியிருக்கிறார். ஜாப்ரிஸ்ட்டின் அந்த சின்ன புரஜக்டரில் இருந்து தோன்றிய செர்கா ட்ரோவா என்ற வார்த்தைகள் அடங்கிய ஓவியத்தை, பாலஸோ வெஷியோவில் இரவு நேரத்தில் சென்று பார்க்க அவர் உதவுவார் என்று லேங்டன் நம்பினார். மரணத்தின் கண்கள்

என்ற விசித்திரமான மேற்கோள் குறித்து புரிந்துகொள்ளவும் லேங்டனுக்கு புஸோனி உதவலாம்.

தன்னுடைய நீண்ட தலைமுடியைப் பின்னுக்குத் தள்ளி விட்டுக்கொண்ட சின்ஸ்கி, லேங்டனை ஒரு தீர்க்கத்துடன் பார்த்து நினைத்துக் கொண்டாள், "தேடிக் கண்டுபிடியுங்கள், புரபஸர். நேரம் போய்க்கொண்டிருக்கிறது."

சேகரிப்பு அறைக்குச் சென்ற சின்ஸ்கி, உலக சுகாதார நிறுவனத்தால் மிகவும் பாதுகாப்பாக வைக்கப்பட்டிருக்கும் பேராபத்து விளைவிக்கக்கூடிய பயோமெட்ரிக் மூடும் திறனுள்ள ஒரு மாதிரிக் குழாயை எடுத்து வந்தாள்.

"உங்களுடைய கட்டைவிரலைக் கொடுங்கள்" என்ற அவள், அந்த உருளையை லேங்டனுக்கு முன்னால் வைத்தாள்.

லேங்டனுக்கு ஒன்றும் புரியவில்லை என்றாலும் அதற்கு உடன்பட்டார்.

லேங்டனால் மட்டுமே திறக்க முடியும் வகையில் அந்த டியூபை சின்ஸ்கி புரோகிராம் செய்தாள். பின்னர் அந்தச் சிறிய உருளையை உள்ளே பாதுகாப்பாக வைத்தாள்.

"அதை ஒரு நகரும் பூட்டுப்பெட்டி என்று நினைத்துக் கொள்ளுங்கள்" என்று கூறியபடியே புன்னகைத்தாள்.

"உயிர்ம ஆபத்து குறியீட்டுடனா?" என்றார் லேங்டன் அசௌகரியத்துடன்.

"நம்மிடம் இருப்பதெல்லாம் இதுதான். நல்ல விஷயம் என்னவென்றால் அதனுடன் யாரும் குழப்பம் ஏற்படுத்திவிட முடியாது." லேங்டன் பாத்ரூம் செல்வதற்காக எழுந்து சென்றார். அவர் இல்லாத நேரத்தில் சின்ஸ்கி அந்த உருளையை அவருடைய ஜாக்கெட் பாக்கெட்டில் வைத்து திணிக்க முயற்சித்தாள். எதிர் பாராதவிதமாக அது பொருந்திவரவில்லை.

எல்லோர் கண்களிலும் படும்படியாக அவர் இந்த புரஜக்டரை எடுத்துச்செல்லக்கூடாது. ஒருகணம் யோசித்த அவள் ஒரு கத்தியையும், தைக்கும் கருவியையும் எடுத்துவர சேமிப்பறைக்கு சென்றாள். ஒரு நிபுணருக்கே உரிய துல்லியத்துடன் லேங்டனின் ஜாக்கெட்டை வெட்டிய அவள், ஒரு மறைந்திருக்கக்கூடிய பையை, அந்த பயோடியூப் சரியாக பொருந்தி வரும் அளவுக்கு தைத்தாள்.

லேங்டன் திரும்பிவந்தபோது, அவள் கடைசி தையல்களைப் போட்டுக்கொண்டிருந்தாள்.

அப்படியே நின்ற புரபஸர் அவள் மோனலிஸா ஓவியத்தை சிதைத்துவிட்டதைப் போல் முறைத்துப் பார்த்தார். "என்னுடைய ஹாரீஸ் டிவீட் தையலை வெட்டிவிட்டீர்களா?"

"ரிலாக்ஸ் புரபஸர்" என்றாள் அவள். "நான் ஒரு தேர்ந்த அறுவை சிகிச்சையாளர். இந்தத் தையல்கள் தொழில் முறை யானவை."

❏

68

வெனிஸின் சாண்டா லூசியா ரயில் நிலையம் ஒரு நேர்த்தியான, பழுப்புநிற கற்கள் மற்றும் கான்கிரீட் கொண்டு உள்ளொடுங்கியதாக கட்டப் பட்ட அமைப்பைக் கொண்டிருந்தது. ஒரு நவீன, மினிமலிஸ்ட் ஸ்டைலில் இருந்த அது ஒரே ஒரு குறியீட்டை — எஃப்எஸ் என்ற பறக்கும் வடிவில் இருப்பது — தவிர மற்ற அனைத்தையும் இல்லாமல் செய்துவிடுவதுபோன்ற முகப்பைக் கொண்டிருந்தது. அந்தக் குறியீடு அந்நாட்டின் ரயில்வே அமைப்பான ஃபெரோவியே டெல்லோ ஸ்டேட்டோ என்பதைக் குறிப்பிடுகிறது.

பெரிய கால்வாய்க்கு மிகவும் மேற்குப்பக்கமான முனையில் அது அமைந்திருந்ததால், வெனிஸிற்கு வரும் பயணிகள் நிலையத்திலிருந்து ஓர் அடி வெளியே எடுத்து வைத்த உடனேயே தனித்துவமான காட்சிகள், வாசனைகள் மற்றும் வெனிஸின் சப்தங்களில் தாங்கள் மூழ்கிவிட்டதைப்போல் உணர்வார்கள்.

லேங்டனைப் பொறுத்தவரை அதன் உப்புக் காற்றுதான் அவருக்கு முதலில் படுவதாக தோன்றும், நிலையத்திற்கு வெளியே தெருவோரக் கடைகளில் விற்கப்படும் வெண் பீஸாக்களின் இனிய மணம் கலந்த சுத்தமான கடல் காற்று அது. இன்று, காற்று கிழக்கில் இருந்து வீசுகிறது. பெரிய கால்வாயில் தளும்பும் தண்ணீரில் வரிசையாக நின்றிருந்த படகு டாக்ஸிக்களின் நீண்ட வரிசையில் இருந்து டீசல் மணம் காற்றில் கலந்திருந்தது. டசன்கணக்கான

படகு கேப்டன்கள் தங்கள் கைகளை ஆட்டி சுற்றுலாவாசிகளை அழைத்துக்கொண்டிருந்தனர். தங்களுடைய டாக்ஸிகள், கன்டோலாக்கள், வாபரெட்டோ மற்றும் தனியார் வேகப் படகுகள் சுற்றுலாவாசிகளைக் கவர புதிய கட்டணங்களை அறிவித்துக்கொண்டிருந்தார்கள்.

தண்ணீரில் ஒரு குழப்பம், என்று நினைத்துக்கொண்ட லேங்டன் அந்த மிதக்கும் போக்குவரத்து நெரிசலைப் பார்த்தார். ஏதோ ஒரு வகையில், பித்துப்பிடிக்க வைக்கும் பாஸ்டனின் போக்குவரத்து நெரிசல் வெனிஸில் முற்றிலும் வேறானதாக இருந்தது.

அந்தக் கால்வாயில் இருந்து கல் விட்டெறியும் தொலைவில், சான் சைமோன் பிகோலோவின் கோபுரம் பகல்நேர வானத்தை நோக்கி உயர்ந்திருந்தது. இந்த தேவாலயம் ஐரோப்பாவிலேயே கட்டிடக்கலைரீதியில் தேர்ந்தேடுக்கப்பட்ட ஒன்று. அதன் வழக்கத்திற்கு மாறான சரிவான மாடமும், வட்டமான கல்லறையும் பைஸாண்டினிய பாணியில் அமைக்கப்பட்டவை. மார்பிள் தூண்களைக் கொண்டிருந்த வராந்தா ரோமின் பாந்தியோனுக்கு செல்லும் கிரேக்க நுழைவாயிலைப் போல் அமைக்கப்பட்டிருந்தது. முக்கிய நுழைவாயிலின் உச்சியில் அமைந்திருந்த பிரமாண்டமான முக்கோண பளிங்கு கோபுரம் தியாகம்செய்த புனிதர்களை சித்தரிப்பதாக அமைக்கப்பட்டிருந்தது.

வெனிஸ் ஒரு திறந்தவெளி அருங்காட்சியகம் என்று நினைத்துக்கொண்ட லேங்டனின் பார்வை தேவாலயத்தின் *படிகளில் அலையடித்த கால்வாய் நீரில் நிலைத்து நின்றது. மெதுவாக மூழ்கிக்கொண்டிருக்கும் அருங்காட்சியகம்.* இன்னும் சொல்லப்போனால், லேங்டன் பயந்துகொண்டிருக்கும் அச்சுறுத்தல் இன்னும் இந்த நகரத்தின் தண்ணீருக்கு கீழேதான் இருக்கிறது என்பதை ஒப்பிட்டுப் பார்க்கையில் இங்கு வெள்ளம் ஏற்பட்டால் அது ஒன்றும் பெரிய பின்விளைவுகளை ஏற்படுத்தி விடாது என்பதைப்போல் இருந்தது.

யாருக்காவது ஏதாவது தெரியுமா...

தாந்தேயின் மரண முகமூடிக்குப் பின்னால் உள்ள கவிதை இன்னமும் லேங்டனின் மனதில் விளையாட்டுக் காட்டிக் கொண்டிருந்தது. அந்தப் பாடல்கள் எங்கே அழைத்துச் செல்லும் என்று லேங்டனுக்கும் தெரியாது. அவர் தன்னுடைய பையில் அந்தக் கவிதை பற்றிய விளக்கத்தை வைத்திருந்தார். சியன்னா குறிப்பிட்டதுபோல் அந்த பிளாஸ்டர் முகமூடியை லேங்டன்

ஒரு செய்தித்தாளில் சுருட்டி ரயில் நிலையத்தில் உள்ள லாக்கர் ஒன்றில் வைத்துப் பூட்டிவிட்டார். அப்படிப்பட்ட ஒரு மிக முக்கியமான கலைப்பொருள் இருக்கவேண்டிய இடம் அதுவல்ல என்றாலும், இந்த நீரால் ஆன நகரத்தில் அந்த விலைமதிக்க முடியாத முகமூடியை எடுத்துச் செல்வதைக் காட்டிலும் அந்த லாக்கரே மிகவும் பாதுகாப்பானது.

"ராபர்ட்?" சியன்னா ஃபெரிஸுடன் முன்னால் நின்றபடி தண்ணீர் டாக்ஸிகளை நோக்கி காட்டினாள். "நமக்கு அதிக நேரமில்லை."

லேங்டன் அவர்களை நோக்கிச் சென்றார் என்றாலும், ஒரு கட்டிடக்கலை அபிமானியான அவரால் அந்தப் பெரிய கால்வாய் வழியாக அவசரமாக செல்லவேண்டியிருப்பதை நினைத்துக்கூட பார்க்க முடியவில்லை. நகரத்தின் பிரதான திறந்தவெளி தண்ணீர் பேருந்தான வாபரெட்டோ நம்பர்.1—இல் பயணம் செய்ததைத் தவிர்த்து சில வெனிஸ் அனுபவங்கள் அவருக்கு மகிழ்ச்சியாகவே இருந்திருக்கின்றன. குறிப்பாக இரவுகளில் கதீட்ரல்களின் விளக்கொளிகள் தண்ணீரில் தெரியும்போது அரண்மனைகள் வேகமாக கடந்துகொண்டிருப்பது இனிய அனுபவமாக இருக்கும்.

இன்றைக்கு வாபரெட்டோ எதுவும் கிடையாது என்று நினைத்துக்கொண்டார் லேங்டன். வாபரெட்டோ தண்ணீர் பேருந்துகள் அவற்றின் ஊர்ந்துசெல்லும் தன்மைக்காக பெயர் பெற்றவை. தண்ணீர் டாக்ஸிகளோ வேகமாக செல்லக்கூடியவை. துரதிர்ஷ்டவசமாக, ரயில் நிலையத்திற்கு வெளியில் இருந்த டாக்ஸி வரிசை இந்தத் தருணத்தில் முடிவற்றுக் காணப்பட்டது.

எந்தவிதத்திலும் காத்திருக்கத் தயாராக இல்லாத ஃபெரிஸ், தானே எல்லாவற்றையும் கையில் எடுத்துக்கொண்டார். கையில் கட்டுகட்டான விளம்பரக் குறிப்புகளுடன் அவர் சட்டென்று தென்னாப்பிரிக்க மஹோகனி மரங்களால் செய்யப்பட்டு, உயர்தர பாலீஷ் செய்யப்பட்ட வெனிசியானோ கன்வெர்ட்டிபிள் என்ற ஒரு வாட்டர் லிமோஸினை அழைத்தார்.

தைக்கப்பட்ட அர்மானி சூட்டில் அவர்களின் டிரைவர் அவ்வளவு அழகாக இருந்தான். ஒரு கப்பல் தலைவன் என்பதைக் காட்டிலும் சினிமா நடிகனைப் போன்று இருந்தான். ஆனால் இது நேர்த்தியின் நிலமான இத்தாலியில் சாதாரணமானது.

"மரிசியோ பிம்போனி" என்றான் அவன். எல்லோரையும் அழைக்கும்போது சியன்னாவைப் பார்த்துக் கண்ணடித்தான். "ப்ரஸ்க்கோ? லிமோன்செல்லோ? ஷாம்பேன்?"

“வேண்டாம், நன்றி” என்ற சியன்னா எவ்வளவு சீக்கிரம் முடியுமோ அவ்வளவு சீக்கிரமாகத் தங்களை செயிண்ட் மார்க் சதுக்கத்திற்கு கூட்டிச்செல்லுமாறு சரளமான இத்தாலியில் கூறினாள்.

“நிச்சயமாக!” என்ற மரிசியோ மீண்டும் கண்ணடித்தான். “என்னுடைய படகுதான் வெனிஸில் இருப்பதிலேயே மிகவும் வேகமானது ...”

பின்பக்கம் திறந்தவெளியில் இருந்த வெல்வெட் சீட்டுகளில் லேங்டனும் மற்றவர்களும் அமர்ந்ததும், மரிசியோ அந்தப் படகின் வோல்வோ பெண்டா மோட்டாரை பின்னுக்குத் திருப்பினான். ஒரு நிபுணத்துவத்துடன் அந்தக் கரையில் இருந்து பின்வாங்கினான். பின்னர் சக்கரத்தை வலதுபக்கம திருப்பி முன்னோக்கி என்ஜினை இயக்கினான். கோண்டலாக்களின் கூட்டத்தின் ஊடாக செலுத்திய அவன், அவர்களுடைய பளபளப்பான கறுப்புப் படகு எழுப்பிய அலையில் கோண்ட லாக்களின் படகுகள் மேலும் கீழும் எழுந்தாடியதில் அவர்கள் கை முஷ்டிகளை முறுக்குவதை அவன் சட்டை செய்யவில்லை.

“விஐபி—க்கள்!” மரிசியோ மன்னிப்புத் தொனியுடன் கத்தினான்.

மரிசியோ சில நொடிகளுக்குள்ளாகவே சாந்தா லூசியா நிலையத்தின் நெருக்கடியில் இருந்து விலகிச்சென்று அந்தப் பெரிய கால்வாயின் வழியாகக் கிழக்குப்பக்கமாக பறந்தான். பாண்ட் டெலி ஸ்கால்சியின் பிரமாண்ட தோற்றத்தின் கீழே அவர்கள் விரைவுபடத் தொடங்கியபோது, கரையோரத்தில் இருந்த உணவகங்களில் இருந்து காற்றில் மிதந்துவரும் உள்ளூர் செப்பி ஆல் நீரோவின் தனித்துவம் வாயந்த இனிமையான மணத்தை லேங்டனால் உணர முடிந்தது. அந்தக் கால்வாயின் வளைவில் அவர்கள் திரும்பியபோது, சேன் ஜெர்மையா தேவால யத்தின் பிரமாண்டமான குவிமாடம் அவர்கள் பார்வைக்கு வந்தது.

“செயிண்ட் லூசியா” லேங்டன் முணுமுணுத்தார். தேவால யத்தின் பக்கவாட்டில் பொறிக்கப்பட்டிருந்த அந்தப் புனிதரின் பெயரை லேங்டன் படித்தார். “குருடர்களின் எலும்புகள்.”

“மன்னிக்க வேண்டும்?” அதை உற்றுப்பார்த்த சியன்னா, அந்தப் புதிர்த்தன்மை வாய்ந்த கவிதை பற்றிய ஏதோ ஒரு விஷயத்தை லேங்டன் கண்டுபிடித்திருக்கலாம் என்று நம்பினாள்.

“எதுவும் இல்லை” என்றார் லேங்டன். “விநோதமான

சிந்தனை. அநேகமாக ஒன்றுமில்லை." அவர் அந்தத் தேவாலயத்தை சுட்டிக் காட்டினார். "பொறிக்கப்பட்ட எழுத்துகளை பார்த்தாயா? செயிண்ட் லூசியா இங்கேதான் புதைக்கப்பட்டிருக்கிறார். நான் சிலநேரங்களில் ஹேகியோகிராபிக் கலை குறித்து — கிறிஸ்துவ புனிதர்களை சித்தரிக்கும் கலை — விரிவுரை அளித்திருக்கிறேன், செயிண்ட் லூசியாதான் குருடர்களைப் பாதுகாத்த புனிதர் என்று தோன்றியது அதனால்தான்."

"சாண்டா லூசியா!" மரிசியோ குறுக்கிட்டான். சேவை புரியும் ஆர்வத்துடன் இருந்தான். "குருடர்களின் புனிதர்! உங்களுக்கு அந்தக் கதை தெரியுமல்லவா?" அவர்களைப் பின்னால் திரும்பிப் பார்த்த டிரைவர் என்ஜின்களின் சத்தத்திற்கும் மேலாக கத்தினான். "லூசியா என்பவள் எல்லா ஆண்களும் மோகம் கொண்ட ஓர் அழகி. அதனால், கடவுளுக்கு தூய்மையானவளாக இருந்து தன்னுடைய கன்னிமையை காப்பற்றுவதற்கு அவள் தன் கண்களையே வெட்டிக்கொண்டாள்."

சியன்னா முறுவலித்தாள். "அதுதான் கடமைப்பாடு."

"அவளுடைய அர்ப்பணிப்பின் பரிசாக" என்றான் மரிசியோ, "கடவுள் அவளுக்கு இன்னும் அழகான கண்களைக் கொடுத்தார்!"

சியன்னா லேங்டனைப் பார்த்தாள். "எந்த அர்த்தமும் இல்லாத ஒரு விஷயத்தை அவன் தெரிந்துவைத்திருக்கிறான், அப்படித்தானே?"

"கடவுள் புதிரான வழிகளில் செயல்படுவார்" என்ற லேங்டன், ஒரு தாம்பாளத்தில் தன்னுடைய விழிக்கோளங்களை சுமந்தபடி காணப்படும் செயிண்ட் லூசியாவை சித்தரிக்கும் பழைய ஓவியங்கள் இருபது அல்லது அதற்கும் மேலாக இருக்கும் என்று நினைத்துக்கொண்டார்.

செயிண்ட் லூசியா பற்றி பல்வேறு கதைகள் சொல்லப் பட்டாலும், காமத்தைத் தூண்டும் தன்னுடைய கண்களை லூசியா வெட்டிக்கொண்டதுடன் அவை அனைத்துமே சம்பந்தப் பட்டவை, தன்னுடைய கண்களை வெட்டியெடுத்த அவள் தன் மீது விருப்பம் கொண்டவரிடத்தில் சென்று துணிச்சலுடன் அறிவித்தாள்: "இதோ இவை, நீ அதிகம் ஆசைப்பட்டவை. நான் உன்னை இறைஞ்சுகிறேன், மீதமிருப்பவற்றை அமைதியாக விட்டுவிடு!" இந்த பயங்கரமான, உறுப்பை சுயமாக வெட்டி யெடுத்துக்கொள்ளும் காரியத்தைச் செய்ய லூசியாவுக்குத் தூண்டுதலாக இருந்தது பழைய ஏற்பாடுதான். அதுதான்

கிறிஸ்துவின் புகழ்பெற்ற கண்டிப்புடன் அவளை இணைத்தது. "உன்னுடைய கண்கள் உனக்குப் பாவம் செய்தால், அதைத் தோண்டி அப்பால் எறிந்துவிடு."

தோண்டி எறிவதா, என்று நினைத்துக்கொண்ட லேங்டன் அதே வார்த்தை அந்தக் கவிதையில் பயன்படுத்தப்பட்டிருப்பதை உணர்ந்தார். ***குருடர்களின் எலும்புகளைத் தோண்டியெடுத்த... நயவஞ்சக வெனிஸ் டூஜியைத் தேடு.***

இந்த எதேச்சை நிகழ்வால் குழப்பமுற்ற அவர், செயிண்ட் லூசியாதான் இந்தக் கவிதையில் குறிப்பிடப்படுகின்ற மறைமுக குறியீடாக இருக்கலாமோ என்று சந்தேகப்பட்டார்.

"மரிசியோ" லேங்டன் கத்தினார். சான் ஜெரிமியா தேவாலயத்தை சுட்டிக்காட்டிய அவர். "செயிண்ட் லூசியாவின் எலும்புகள் அந்த தேவாலயத்தில்தான் இருக்கின்றன, இல்லையா?" என்றார்.

"ஒருசில இருக்கின்றன" என்ற மரிசியோ ஒரு கையால் ஓட்டிக்கொண்டே, படகுப் போக்குவரத்தைப் பற்றிக் கவலைப் படாமல் தன்னுடைய விருந்தினர்களை திரும்பிப் பார்த்துக் கொண்டிருந்தான். "ஆனால் பெரும்பாலானவை இல்லை. செயிண்ட் லூசியா மிகவும் நேசிக்கப்பட்டவள், அவளுடைய உடல் இந்த உலகம் முழுவதிலும் உள்ள தேவாலயங் களில் பரப்பப்பட்டிருக்கிறது. வெனிசியர்கள் செயிண்ட் லூசியாவை மிகவும் விரும்பினார்கள். அதனால்தான் நாங்கள் அவளைக் கொண்டாடுகிறோம் —"

"மரிசியோ!" ஃபெரிஸ் கத்தினார். "செயிண்ட் லூசியாதானே குருடு, நீயில்லையே. முன்னால் பார்!"

மரிசியோ இயல்பாகச் சிரித்தபடியே எதிரே வந்த மற்றொரு படகில் மோதிவிடாமல் திருப்பிவிட்டான்.

சியன்னா லேங்டனை ஆராய்ந்தாள். "நீங்கள் எதைப் புரிந்து கொண்டீர்கள்? குருடர்களின் எலும்புகளைத் தோண்டியெடுத்த நயவஞ்சக டூஜியா?"

லேங்டன் தன் உதடுகளை மூடியிருந்தார். "எனக்கு உறுதியாகத் தெரியவில்லை."

செயிண்ட் லூசியாவின் எலும்பு மீதங்கள் பற்றி அவர் சியன்னாவிடமும் ஃபெரிஸிடமும் விரைவாகக் கூறினார் — அவளுடைய எலும்புகள் — எல்லா புனிதர்களைக் காட்டிலும் மிகவும் விசித்திரமானது. குறிப்பிடும்படியானது என்னவென்றால், அழகான லூசியா தன்னை திருமணம் செய்துகொள்ள

வற்புறுத்தியவனுக்கு எந்தப் பதிலும் கூறாமல் மறுத்துவந்தாள். அவளால் ஒதுக்கித்தள்ளப்பட்டவன் அதன் காரணமாகவே அவளை எரித்தான். கதையின்படி, அங்கு அவள் உடல் எரிய மறுத்தது. ஏனென்றால், அவள் சதையானது தீயை எதிர்த்தது. அவளுடைய எலும்புகளுக்கு சிறப்பான சக்தி இருப்பதாக நம்பப்பட்டது. அதைக் கொண்டவர்கள் வழக்கத்திற்கு மாறாக நீண்ட நாட்கள் வாழ்வார்கள்.

"மாய எலும்புகள்?" என்றாள் சியன்னா.

"நம்பப்படுகிறது. ஆமாம், அதனால்தான் அவளுடைய எலும்பு இந்த உலகம் முழுவதும் பரவச் செய்யப்பட்டது. இரண்டு மில்லினியம்களாக, செயிண்ட் லூசியாவின் எலும்பை வைத்துக்கொண்டால் மூப்படைதல் மற்றும் மரணத்தை தடுக்கலாம் என்று அதிகாரம்மிக்க தலைவர்கள் பலரும் முயன்றனர். அவளுடைய எலும்புக்கூட மீண்டும் மீண்டும் திருடப்பட்டது. மீண்டும் கண்டுபிடிக்கப்பட்டது. அத்துடன், வரலாற்றில் உள்ள வேறு எந்த புனிதரைக் காட்டிலும் அதிக முறை பிரிக்கப்பட்டது. அவளுடைய எலும்புகள், வரலாற்றின் மிகவும் சக்திவாய்ந்த டசன் கணக்காவர்கள் கைகளிலாவது மாறி வந்திருக்கும்."

"அந்த நயவஞ்சக டூஜி உட்படவா?" என்றாள் சியன்னா.

குதிரைகளின் தலைகளைக் கொய்த... குருடர்களின் எலும்பு களைத் தோண்டியெடுத்த நயவஞ்சக வெனிஸ் டூஜியைத் தேடு.

"முற்றிலும் சாத்தியமிருக்கிறது" **என்ற லேங்டன் தாந்தேயின் *இன்ஃபெர்னோ***வில் செயிண்ட் லூசியா மிகவும் முக்கியத்துவம் வாய்ந்தவளாக குறிப்பிடப்படுவதை சுட்டிக்காட்டினார். ஆசீர் வாதம் பெற்ற மூன்று பெண்களில் லூசியாவும் ஒருவர், அவர்தான் பாதாளத்தில் இருந்து தாந்தே தப்பிக்க உதவுவதற்காக வெர்ஜிலை அழைத்து உதவியவள். மற்ற மூன்றுபேர் கன்னிமேரி மற்றும் தாந்தே நேசித்த பீட்ரிஸ், செயிண்ட் லூசியாவைத்தான் தாந்தே மூன்று பேர்களிலும் மிகவும் உயர்வானவளாக சித்தரிக்கிறார்.

"இதைப்பற்றி நீங்கள் சொன்னது சரியென்றால்" என்ற சியன்னாவின் குரலில் பரவசம் தொற்றிக்கொண்டது. "அதே நயவஞ்சக டூஜிதான் குதிரைகளின் தலைகளை வெட்டியவராகவும் இருக்க வேண்டும்..."

"...செயிண்ட் லூசியாவின் எலும்புகளைத் திருடியவராகவும் இருக்க வேண்டும்" என்று லேங்டன் முடித்து வைத்தார்.

சியன்னா ஆமோதித்தாள். "அது நம்முடைய பட்டியலை குறிப்பிடத்தகுந்த அளவுக்கு குறுகச் செய்கிறது" அவள் ஃபெரிஸை நோக்கிப் பார்த்தாள். "உங்கள் ஃபோன் வேலை செய்யவில்லை என்பது உங்களுக்கு உறுதியாகத் தெரியுமா? நம்மால் ஆன்லைனில் தேட முடிந்தால் —"

"சுத்தமாக வேலை செய்யவில்லை" என்றார் ஃபெரிஸ். "இப்போதுதான் பார்த்தேன். ஸாரி."

"நாம் சீக்கிரம் அங்கே போய்விடலாம்" என்றார் லேங்டன். "செயிண்ட். மார்க்ஸ் பாஸிலிக்காவில் நமக்கு ஏதேனும் பதில்கள் கிடைக்கலாம் என்பது மட்டும் உறுதி."

லேங்டனிடம் மிகவும் கெட்டியாக இருந்த புதிரின் துண்டு செயிண்ட். மார்க்ஸ்தான். ***புனித ஞானத்தின் உறைவிடம்.*** தாங்கள் தேடும் புதிரார்ந்த டூஜியின் அடையாளத்தை வெளிப்படுத்த லேங்டன் அந்த பாஸிலிக்காவைத்தான் நம்பியிருந்தார்... அங்கிருந்து, அதிர்ஷ்டம் இருந்தால், ஜாப்ரிஸ்ட் தன்னுடைய பிளேக்கை வெளியிடத் தீர்மானித்திருந்த இடத்தையும் கண்டு பிடித்துவிடலாம். ***அங்குதான், இருளில், கோத்னிக் அசுரன் காத்திருக்கிறான்.***

பிளேக் குறித்த எந்த ஒரு பிம்பத்தையும் தன்னுடைய மனதில் இருந்து அப்பால் தள்ளிவிடத்தான் லேங்டன் முயற்சித்துக்கொண்டிருந்தார். ஆனால் அதில் எந்தப் பயனும் இல்லை. அத்தகைய முக்கியமான நேரத்தில் இந்த நகரம் என்ன செய்யும் என்று யோசித்துப் பார்த்தார்... இந்த பிளேக்கிற்கு முன்னர் அந்த நகரம் ஆட்டோமான்களின் படையெடுப்பிற்கு ஆளாகியிருக்கிறது. பின்னர் நெப்போலியன்... அப்போதுதான் வெனிஸ் ஐரோப்பாவின் வர்த்தக மையமாக புகழ்பெற்று ஆட்சி புரிந்துகொண்டிருந்தது. எல்லா வகையிலும், இந்த உலகத்தில் வேறு எந்த நகரமும் இதைவிட அழகானதல்ல, இந்த மக்களின் செல்வச்செழிப்பும், கலாச்சாரமும் ஈடு இணையற்றது.

இதில் முரண்பாடு என்னவென்றால், வெளிநாட்டு ஆடம் பரங்களின் மீதிருக்கும் மக்களின் ருசிதான் அதன் மரணத்தையும் கொணர்ந்திருக்கிறது — எலிகளின் முதுகில் சீனாவில் இருந்து வெனிஸிற்கு பயணமான வர்த்தகக் கப்பலில் அந்த பயங்கர பிளேக் பயணிக்கிறது. சீனாவின் மக்கள்தொகையில் மூன்றில் இரண்டு பகுதியினரை அளவிட முடியாத அளவுக்கு அழித்த அதே பிளேக்தான் ஐரோப்பிற்கு வந்து இளைஞர்கள், வயதானவர் கள், ஏழை பணக்காரர் என மூன்றில் ஒருவரை வெகு விரைவாக கொன்றது.

பிளேக் வந்தபோது வெனிஸ் வாழ்க்கை எப்படி இருந்தது என்பது பற்றி லேங்டன் படித்திருக்கிறார். இறந்தவர்களைப் புதைக்க ஒரு சிறிய வறண்ட நிலம்கூட இல்லை. உப்பிய உடல்கள் கால்வாய்களில் மிதந்தன. சில பகுதிகளில் பிணங்கள் அடர்த்தியாக குவிக்கப்பட்டிருந்தன. அதனை மரம் தூக்கிகளைப் போல் அள்ளி கடலில் எறிய தொழிலாளர்கள் பெரும் உழைப்பை சிந்த வேண்டியிருந்தது. எந்த வகையான பிரார்த்தனையும் அந்த பிளேக்கின் உக்கிரத்தை குறைத்ததாகத் தெரியவில்லை. அந்த நேரத்தில்தான் நகர அதிகாரிகள் இந்த நோய் பரவுவதற்கு எலிகள்தான் காரணம் என்பதைக் கண்டுபிடித்தனர். அது மிகவும் தாமதம்தான். ஆனால் வெனிஸிற்கு வரும் எல்லாக் கப்பல்களும் முழுதாக நாற்பது நாட்கள் நங்கூரமிட்ட பின்னரே சரக்குகளை அங்கே இறக்க முடியும் என்ற சட்டம் இப்போதும் கடுமையாக அமலப்படுத்தப்படுகிறது. இந்த நாள்வரை, நாற்பதாம் எண் — இத்தாலியில் குவாரண்டா என அழைக்கப்படுவது — துயரத்தின் நினைவாக பார்க்கப்படுகிறது என்பதுடன், இன்று நோயுற்றோரை குவாரண்டைன், அதாவது தனிமைப்படுத்தி வைப்பது என்பதும் இந்த வார்த்தையில் இருந்தே பிறந்தது.

கால்வாயின் மற்றொரு வளைவில் அவர்களுடைய படகு முன்னோக்கி வேகமெடுக்கையில், தென்றலில் மிதந்து கொண்டிருந்த செந்திற கடற்பாயானது, அவருக்கு இடதுபக்கத்தில் இருந்த ஒரு நேர்த்தியான, மூன்று அடுக்கு கட்டுமானத்தை நோக்கியிருந்த மரணம் குறித்த சிந்தனைகளில் இருந்து அவரது கவனத்தைக் கலைத்துப்போட்டது.

காஸினோ டெய் வெனீசியா: முடிவற்ற உணர்ச்சி.

கேஸினோ பேனரில் இருந்த அந்த வார்த்தைகளை லேங்டனால் முழுதாக புரிந்துகொள்ள முடியவில்லை என்றாலும், இந்த அற்புதமான மறுமலர்ச்சி—பாணி மாளிகை பதினாறாம் நூற்றாண்டில் இருந்து வெனிஸ் நிலவமைப்பில் ஒரு பகுதியாக இருந்து வருகிறது. ஒருகாலத்தில் தனியார் பங்களாவாக இருந்து, இப்போது பிளாக்—டை சீட்டாட்ட மன்றமாக விளங்கும் அது 1883—இல் இசைக்கலைஞர் ரிச்சர்ட் வாக்னர் தன்னுடைய *பர்ஸிஃபல்* ஓபராவை இசைக்கோர்ப்பு செய்து முடித்த சற்றைக்கெல்லாம் மாரடைப்பால் இறந்து போனதினால் பிரபலமானதாக விளங்கியது.

வலதுபக்கம் இருந்த கேஸினோவிற்கு அப்பால்,போரோ பாணியிலான கல் முகப்பில் இன்னும் பெரிய பேனர் தொங்கியது, ஆழ்ந்த நீலநிறத்தில் இருந்த அதில் *கா'பெஸாரோ:*

கேலரியா இண்டர்நேஷனேல் டி'ஆர்டே மாடெர்னா என்று எழுதப்பட்டிருந்தது. பல வருடங்களுக்கு முன்பு அதன் உள்ளே சென்ற லேங்டன் வியன்னாவில் இருந்து கடனாகப் பெற்றிருந்த குஸ்தாவ் கிளிம்ட்—இன் ***தி கிஸ்*** என்ற மகா படைப்பைக் கண்டார்.

மரிசியோ அந்த அகன்ற கால்வாயில் இப்போது வேகமாக சென்றுகொண்டிருந்தான்.

முன்னால், புகழ்பெற்ற ரியல்டோ பாலம் தோன்றியது — அது செயிண்ட். மார்க் சதுக்கத்திற்கு செல்லும் வழியின் பாதி தூரம். அவர்கள் அந்தப் பாலத்தை நெருங்கி, அதற்கு கீழே செல்ல தயாராகிக்கொண்டிருக்கையில், மேலே பார்த்த லேங்டன் அங்கே கைப்பிடியின் ஓரமாக ஒரு தனித்த உருவம் அசைவின்றி நின்றுகொண்டிருப்பதையும், அது தங்களை துயரார்ந்த முகத்துடன் பார்த்துக்கொண்டிருப்பதையும் கவனித்தார்.

அந்த முகம் நன்கு தெரிந்த... அச்சுறுத்தக்கூடிய ஒன்று.

லேங்டனின் உள்ளுணர்வு தடுமாறியது.

சாம்பல் நிறத்தில் நீண்டிருந்த அந்த முகம் உறைந்த கண்களையும், நீளமான கூம்பு மூக்கையும் கொண்டிருந்தது.

அது ஒரு சுற்றுலாவாசி சமீபத்தில் தான் வாங்கியதை காட்டிக்கொண்டிருக்கிறார் என்பதைத் தவிர வேறு ஒன்றும் இல்லை என லேங்டன் புரிந்துகொண்டபோது படகு அந்த அச்சுறுத்தும் உருவத்தின் கீழே நழுவிக்கொண்டிருந்தது — ரியல்டோ சந்தையின் அருகாமையில் ஒவ்வொரு நாளும் நூற்றுக்கணக்கான பிளேக் முகமூடிகள் விற்பனையாகின்றன.

எப்படியோ, இன்று அந்த உடையலங்காரம் வசீகரமாகவே தோன்றியது.

❑

69

செயிண்ட். மார்க் சதுக்கமானது வெனிஸின் பெரிய கால்வாயினுடைய தென்பகுதி முனையில் அமைந்திருந்தது. அங்குதான் கூரையிடப்பட்ட அந்த நீர்வழி திறந்தவெளி கடலுடன் இணைகிறது. துகானா டா மார் என்ற கடல்வழி சுங்க அலுவலகமான, உறுதியான முக்கோண கோட்டைதான் இந்த ஆபத்தான இணைப்பை மேற்பார்வையிடுகிறது. இவர்களின் கண்காணிப்புதான் ஒருகாலத்தில் வெளிநாட்டு ஊடுருவலில் இருந்து வெனிஸை பாதுகாத்தது. இப்போதெல்லாம், இந்தக் கோபுரம் மாபெரும் தங்க உலக உருண்டையால் மாற்றீடு செய்யப்பட்டு அதில் பொருத்தப்பட்டுள்ள கால நிலைமானியில் அதிர்ஷ்ட தேவதையின் உருவம் சித்தரிக்கப்பட்டிருக்கிறது. அதனுடைய மாறும் திசைகள்தான் விதியின் முன்னூகிக்க முடியாத தன்மையை கடலில் செல்லும் மாலுமிகளுக்கு நினைவூட்டக்கூடியதாக இருக்கிறது.

அந்தப் பளபளப்பான படகை மரிசியோ கால்வாயின் முனையை நோக்கிச் செலுத்தியபோது அலையடிக்கும் அந்தக் கடல் அவர்களுக்கு முன்னால் திறந்துகொண்டது. ராபர்ட் லேங்டன் இந்த வழியாக பலமுறை பயணித்திருக்கிறார், என்றாலும் அவை பெரிய வாபரெட்டோக்கள், அத்துடன் அவர்களுடைய லிமோ தடுமாறியபடியே செல்கையில் அவர் அசௌகரியத்தை உணர்ந்தார்.

செயிண்ட். மார்க் சதுக்கத்தில் உள்ள படகுத்துறையை அடைய அவர்களுடைய படகு

ஒரு திறந்தவெளி காயலின் தண்ணீரில் நெருக்கியடித்து நின்று கொண்டிருந்த நூற்றுக்கணக்கான படகுகளை கடக்க வேண்டி யிருந்தது — அவற்றில் ஆடம்பர படகுகள், டேங்கர்கள், தனியார் படகுகள், மிகப் பெரிய சொகுசுப் படகுகள் எல்லாம் அடங்கும். அது, அவர்கள் ஏதோ ஒரு நாட்டுப்புற சாலையை விட்டு எட்டுவழி சூப்பர்ஹைவேயில் இணைந்ததைப் போல் இருந்தது.

தங்களுக்கு வெறும் நூறு அடிகளுக்கு முன்பாக அப்போதுதான் கடந்துகொண்டிருந்த பத்து அடுக்கு ஆடம்பர பயணிகள் கப்பலில் தன் பார்வையை செலுத்தியிருந்த சியன்னாவும் அதே அளவுக்கு நிச்சயமின்மையை உணர்ந்தாள். அந்தக் கப்பலின் அடுக்குகள் பயணிகளால் நிரம்பியிருந்தன. எல்லோரும் கைப்பிடிகளுக்கு எதிரில் நின்றுகொண்டு, தண்ணீரில் இருந்து செயிண்ட். மார்க் சதுக்கத்தை புகைப்படம் எடுத்துக்கொண்டிருந்தனர். அந்தக் கப்பல் புறப்படத் தயாரானபோது அதற்குப் பின்னால் மூன்று கப்பல்கள் அணிவகுத்திருந்தன. அவைகளும் வெனிஸின் மிகப் பிரபலமான நிலவமைப்பின் அருகாமையில் கடந்துசெல்ல காத்திருந்தன. சமீபத்திய வருடங்களில், முடிவேயில்லாத வரிசைகளில் இரவும் பகலும் கப்பல்கள் கடந்துகொண்டிருப்பதால் அவற்றின் எண்ணிக்கைகள் பெருகிவிட்டன என்று லேங்டன் கேள்விப்பட்டிருந்தார்.

கட்டுப்பாட்டை வைத்திருந்த மரிசியோ வந்துகொண்டிருந்த கப்பல்களைப் பார்வையிட்டு சற்று தொலைவில் இடதுபக்கம் கூரையுடன் இருந்த படகுத்துறையை உற்றுப் பார்த்தான். "நான் ஹாரீஸ் பாரில் நிறுத்தட்டுமா?" அவன் பெலினியை அறிமுகப்படுத்தியதற்கு பெயர் பெற்றிருந்த உணவகத்தை நோக்கி கைகாட்டினான். "அங்கிருந்து செயிண்ட். மார்க் சதுக்கத்திற்கு சீக்கிரத்திலேயே நடந்து சென்றுவிடலாம்."

"இல்லை, எங்களை அங்கேயே கொண்டுசெல்" என்று உத்தர விட்ட ஃபெரிஸ் செயிண்ட். மார்க் சதுக்கத்தில் அமைந்திருந்த படகுத்துறையை நோக்கிச் செல்லும் காயலை சுட்டிக்காட்டினார்.

மரிசியோ நல்லியல்புடன் தோள்களை உயர்த்திக்காட்டினான். "உங்கள் விருப்பம். பிடித்துக்கொள்ளுங்கள்!"

என்ஜின்கள் உறுமின. அந்த லிமோ ஒரு கடுமையான திருப்பத்தைக் கடந்து மிதவைகளால் குறிக்கப்பட்டிருந்த பயண வழிகளுள் ஒன்றில் செல்லத் தொடங்கியது. கடந்து செல்லும் சொகுசுக் கப்பல்கள் நகரும் அடுக்குமாடி குடியிருப்புகளைப் போல் தோன்றின. அவற்றின் தடத்தில் வந்த படகுகளை அவை கார்க்குகளைப்போல் தடுமாறச் செய்தன.

லேங்டனை ஆச்சரியப்படுத்தும் வகையில், டசன்கணக்கான கண்டோலாக்களும் இதே வழியில் கடந்து சென்றார்கள். அவர்களுடைய நீண்ட மெல்லிய கூடுகள் — ஏறக்குறைய நாற்பது அடிகள் நீளமும், ஆயிரத்து நானூறு பவுண்டுகள் எடையும் கொண்டவை — அந்தக் கடுமையான நீர்நிலையிலும் குறிப்பிடத்தகுந்த வகையில் நிலைத்தன்மை உடையவையாக காணப்பட்டன. ஒவ்வொரு கண்டோலியர்களும் தங்களுடைய பாரம்பரியமான கறுப்பு வெள்ளை பட்டைகள் கொண்ட உடையில், படகில் முன்பகுதியின் இடதுபக்கம் நின்றபடி, கால்களை உறுதியாக வைத்துக்கொண்டு, படகின் மேல் பகுதியோடு இணைக்கப்பட்டிருக்கும் ஒற்றைத் துடுப்பைக் கொண்டு படகை செலுத்திக்கொண்டிருந்தனர். இந்தக் கடுமையான நீர் நிலையிலும், கண்டோலாக்கள் அனைவரும் இடதுபக்கமாகவே நின்றிருந்தனர். அந்தப் படகின் சமநிலையற்ற கட்டமைப்பினால் லேங்டன் ஒரு விசித்திரமான விஷயத்தை கற்றுக்கொண்டார்; கண்டோலாக்களின் கூடுகள் வலதுபக்கமாக வளைந்திருந்தன. அவை கண்டோலியரிடம் இருந்து தள்ளியே இருந்தன. இது வலதுபக்கமாக துடுப்பு வலிக்கும்போது இடதுபக்கம் திரும்ப வேண்டும் என்ற படகின் உந்துதலை தடுத்து நிறுத்தியது.

அவர்களுக்கு அருகாமையில் கடந்துசென்ற கண்டோலாக்களில் ஒருவரை மரிசியோ பெருமையுடன் குறிப்பிட்டுக் காட்டினான். "முன்பக்கத்தில் உலோக வடிவம் இருந்ததைப் பார்த்தீர்களா?" என்ற அவன் வளைமுகட்டில் இருந்து நீட்டிக் கொண்டிருந்த நேர்த்தியான அலங்காரத்தைக் காட்டினான். "கண்டோலாவில் இருப்பதிலேயே அது ஒன்றுதான் உலோகம் — இதை ஃபெரோ டை ப்ருவா என்பார்கள் — அதாவது இரும்பு வளைவு. இதுதான் வெனிசின் உருவகம்!"

வெனிசில் உள்ள எல்லா கண்டோலாக்களிலும் அந்த வளைவில் நீட்டிக்கொண்டிருந்த கதிரருவாள் போன்ற அந்த அலங்காரத்திற்கு குறியீட்டுரீதியான அர்த்தமிருப்பதை மரிசியோ விளக்கினான். அந்த ஃபெரோவின் வளைவான வடிவம் பெரிய கால்வாயைக் குறிக்கிறது. அதனுடைய ஆறு பற்கள் வெனிஸின் ஆறு மாகாணங்களைக் குறிக்கிறது. அதனுடைய வளைவான கத்திதான் வெனிசிய டூஜியின் பிரத்யேகமான தலைக்கவசம்.

டூஜி, லேங்டனின் சிந்தனைகள் அவர்கள் செய்ய வேண்டிய வேலையை நோக்கித் திரும்பின. ***குதிரைகளின் தலைகளைக் கொய்த... குருடர்களின் எலும்புகளைத் தோண்டியெடுத்த நயவஞ்சக டூஜியைத் தேடு.***

லேங்டன் தன்னுடைய பார்வையை அந்தத் தண்ணீரின்

முனை சந்திக்கின்ற ஒரு சிறிய மரப்பூங்கா இருந்த கரையை நோக்கித் திருப்பினார். மரங்களுக்கு மேலாக, மேகங்களற்ற வானத்தின் நிழலொளிக்கு எதிராக சிவப்புக் கற்களால் ஆன செயிண்ட். மார்க் மணிக்கூண்டின் உச்சிக்கோபுரம் உயர்ந்திருந்தது, அதன் மேலே தங்க நிறத்திலான ஆர்ச்சேஞ்சல் கேப்ரியல் முன்னூறு அடி உயரத்தில் இருந்து கீழே உற்றுப் பார்த்துக்கொண்டிருந்தார்.

மூழ்கும் உந்துதலின் விளைவாக அந்த நகரத்தில் உயரமான கட்டிடங்கள் எதுவும் இல்லை. வெனிசின் கால்வாய்கள் மற்றும் பாதைவழிகளின் குறுக்குவெட்டுத் தோற்றத்துக்குள்ளாக நுழைபவர்களுக்கு உயரமான கேம்பனைல் டை சான் மார்கோ கோபுரத்தின் ஒளியே வழிகாட்டிக்கொண்டிருந்தது; ஏதேனும் ஒரு பயணி வழிதவறிவிட்டால் அவர் மேல்நோக்கி அண்ணார்ந்து பார்த்தாலே அவரால் செயிண்ட். மார்க் சதுக்கத்திற்கு வருவதற்கான வழியைக் கண்டுபிடித்துவிட முடியும். இந்தப் பிரமாண்டமான கோபுரம் 1902ஆம் ஆண்டில் சரிந்து விழுந்தது என்பதை லேங்டனால் நம்பவே முடியவில்லை. அது செயிண்ட். மார்க் சதுக்கத்தில் ஏராளமான கட்டிட இடிபாடுகளை விட்டுச்சென்றது. இதில், குறிப்பிடத்தக்க விஷயம் என்னவென்றால் இந்தப் பேரழிவில் பலியான ஒரே உயிர் ஒரு பூனை மட்டும்தான்.

வெனிசிற்கு வருகிறவர்கள் இந்த நகரத்தின் ஒப்பிடவே முடியாத சுற்றுச்சூழலை எந்த இடத்தில் வேண்டுமானாலும் உணரலாம். ஆனாலும் லேங்டனுக்கு மிக விருப்பமான இடம் எப்போதுமே ரிவா டெலி ஷியாவோனிதான். தண்ணீரின் நுனியில் அமர்ந்திருக்கும் அகலமான கற்பாவிய நடைவழியானது அகழ்ந்தெடுத்த மணலில் இருந்து ஒன்பதாம் நூற்றாண்டில் கட்டப்பட்டது என்பதுடன் பழைய ஆர்சனாலில் இருந்து செயிண்ட். மார்க்கை நோக்கிச் செல்கிறது.

பிரமாதமான கஃபேக்களும், நேர்த்தியான உணவகங்களும், அண்டோனியோ விவால்டியின் தேவாலயமும் வரிசையாக அமைந்திருக்க ரிவா தன்னுடைய பாதையை, பழைய கப்பல் கட்டும் தளமான ஆர்சனாலில் இருந்து தொடங்குகிறது. இங்கு தான் கப்பல் கட்டுபவர்கள் மரத்தில் துளையிடும்போது அந்த மரங்களின் ஆவியாகும் நீர்மங்களுடைய பைன் மர வாசனை காற்றில் நிரம்பியிருக்கும். இதுபோன்ற இடங்கள்தான் தாந்தே அலிஜீரிக்கு தன்னுடைய இன்ஃபெர்னோவில் சித்திரவதைக் கருவிகளாக சேர்த்துக்கொள்ள உந்துதலாக இருந்திருக்கிறது.

வலதுபக்கம் தன் பார்வையைத் திருப்பிய லேங்டன் அந்தக் கரையில் அமைந்திருந்த ரிவாவில் பார்வையை ஓடவிட்ட பின்னர் நடைபாதையில் வந்து நிறுத்தினார். செயிண்ட். மார்க் சதுக்கத்தின் தென்பகுதி முனையாகிய அங்கேதான் அந்த நடைபாதைத் தளமானது திறந்தவெளி கடலைச் சந்திக்கிறது. வெனிஸின் பொற்காலத்தில், மிகவும் சரிவான அந்தப் பகுதியைத்தான் "அனைத்து நாகரீகங்களின் விளிம்பு" என்பார்கள்.

இன்று, செயிண்ட். மார்க் சதுக்கம் சந்திக்கும் அந்தக் கடல்பகுதியில் அமைந்திருக்கும் முன்னூறு அடி நீளமுள்ள தளத்தில் எப்போதும்போல் நூற்றுக்கும் மேற்பட்ட கண்டோலாக்கள் வரிசைகட்டி நிற்கின்றன. படகு கட்டும் தளத்திற்கு நேர் எதிராகத் தோன்றும் அவற்றின் கதிரருவாள் போன்ற அலங்காரமானது அந்த பியாஸாவின் வெள்ளைப் பளிங்குக் கற்களால் ஆன கட்டிடங்களுக்கு முன்பாக மேலும் கீழும் அசைந்தாடிக்கொண்டிருக்கிறது.

நியூயார்க்கில் உள்ள சென்ட்ரல் பார்க்கின் அளவில் இருமடங்கு இருக்கும் இந்த சிறிய நகரமானது, ஏதோ ஒரு வகையில் கடலில் இருந்து மேலே எழுந்து மேற்குலகின் மிகப் பெரிய மற்றும் மிகவும் செழிப்பான பேரரசில் ஒன்றாக ஆகிவிட்டிருந்தது என்பதை புரிந்துகொள்வது லேங்டனுக்கு இன்னமும் சிரமமாகவே இருந்தது.

மரிசியோ படகை அதற்கு நெருக்கமாக கொண்டுசெல்கையில், அதன் முக்கிய சதுக்கம் மக்கள் கூட்டத்தால் நிரம்பியிருப்பதைக் கண்டார். செயிண்ட். மார்க் சதுக்கத்தைப் பற்றி நெப்போலியன் ஒருமுறை "ஐரோப்பாவின் வரவேற்பறை" என்று குறிப்பிட்டிருக்கிறார். இங்கிருக்கும் விஷயங்களைப் பார்க்கும்போது இந்த "அறை" மிக அதிகப்படியான விருந்தினர்களை உபசரித்திருக்கும் என்பதை தெரிந்துகொள்ளலாம். அந்த முழு பியாஸாவும் அதனை சிலாகித்தவர்களின் எடையினாலேயே மூழ்கிக் கொண்டிருக்கிறதோ என்றுகூட தோன்றும்.

"அடக் கடவுளே" என்று முணுமுணுத்த சியன்னா அங்கிருந்த மக்கள் கூட்டத்தையே உற்றுப் பார்த்தாள்.

ஜாப்ரிஸ்ட் தன்னுடைய பிளேக்கை வெளியிட இவ்வளவு அடர்த்தியான மக்கள்தொகை பகுதியைத் தேர்ந்தெடுத்திருக்கலாம் என்று பயப்பட வேண்டாம் என அவள் தன்னிடம் சொல்லப்போகிறாளா என்று லேங்டனுக்கு உறுதியாகத் தெரியாது... அல்லது ஜாப்ரிஸ்ட் அதிகப்படியான மக்கள்தொகை

குறித்து உண்மையில் எச்சரிக்கைதான் விடப்போகிறார் என்பதை அவள் உணர்ந்திருக்கலாம்.

வெனிஸில் ஒவ்வொரு ஆண்டும் திணறிப்போகும் அளவுக்கு சுற்றுலாவாசிகள் கூடுகிறார்கள். அது உலக மக்கள்தொகையில் மூன்றில் ஒரு பகுதி என்றுகூட மதிப்பிடப்பட்டிருக்கிறது. அதாவது ஏறக்குறைய இருபது மில்லியன் பேர் 2,000ஆம் ஆண்டில் இங்கு வந்து சென்றிருக்கின்றனர். அந்த வருடத்தில் இருந்து பூமியின் மக்கள்தொகையோடு ஒவ்வொரு பில்லியன் சேர்ந்துகொண்டிருப்பதை வைத்துப் பார்க்கையில் இந்த நகரம் ஒவ்வொரு ஆண்டும் மூன்று மில்லியனுக்கும் மேற்பட்ட மக்களின் எடையை சுமந்து திணறுகிறது. ஒரு தனிக் கிரகத்தைப் போலவே இருக்கும் வெனிஸில் வரம்பிற்குட்பட்ட அளவுக்கே இடமிருக்கிறது. ஏதோ ஒரு கட்டத்தில் அதனால் போதுமான உணவை இறக்குமதி செய்ய முடியாமலும், கழிவுகளை அகற்ற முடியாமலும், அல்லது அங்கு வருபவர்களுக்கு போதுமான தங்குமிடங்களை ஏற்படுத்தித்தர முடியாமலும் போகலாம்.

அவருக்கு அருகாமையில் நின்றிருந்த ஃபெரிஸின் கண்கள் நிலத்தைப் பார்க்காமல் உள்ளே வந்தகொண்டிருக்கும் கப்பல்களையே பார்த்துக்கொண்டிருந்தது.

“உங்களுக்கு பரவாயில்லையே?” என்ற சியன்னா அவரை ஆர்வத்துடன் நோக்கினாள்.

ஃபெரிஸ் சட்டென்று திரும்பினார். “ஆமாம், ஒன்றுமில்லை... சும்மா யோசித்துக்கொண்டிருந்தேன்.” முன்னோக்கிப் பார்த்த அவர் மரிசியோவை அழைத்தார்: “உன்னால் எவ்வளவு முடியுமோ அவ்வளவு நெருக்கமாக செயிண்ட். மார்க்கில் நிறுத்து.”

“ஒன்றும் பிரச்சினையில்லை!” அவர்களுடைய ஓட்டுநர் கையசைத்தான். “இரண்டே நிமிடங்கள்!”

அந்த லிமோ செயிண்ட். மார்க் சதுக்கத்திற்கு அருகாமையில் வந்தது, அவர்களுக்கு அருகாமையில் கம்பீரமாக உயர்ந்திருந்த டூஜியின் மாளிகை கரைப்பகுதியை ஆக்கிரமித்திருந்தது.

வெனிஸின் கோத்திக் கட்டிடக்கலைக்கு சரியான உதாரணமாக இருந்த அந்த மாளிகையின் நேர்த்தி குறைத்தே மதிப்பிடப்பட்டிருக்கிறது. பிரான்ஸ் அல்லது இங்கிலாந்தின் மாளிகைகளோடு கோபுரங்கள் எதுவும் வழக்கமாக இணைந்திருக்காது எனும் நிலையில், இதனை ஒரு பிரமாண்டமான செவ்வக வடிவ முப்பட்டமாகத்தான் கருத வேண்டும். அது

அந்த டூஜியின் முக்கியமான அரசு ஊழியர்களுக்கு வீடாக இருக்கும் வகையில் சாத்தியமுள்ள மிகப்பெரிய உட்புறத்தை வழங்கியிருக்கிறது.

கடலில் இருந்து பார்க்கும்போது, அந்த மாளிகையின் பிரமாண்டமான வெள்ளை சுண்ணாம்புக் கற்களினால் ஆன இடவமைவு அதிக சுமையைத் தாங்கிக் கொண்டிருப்பதைப் போல் காணப்பட்டாலும் அது அவற்றில் கூடுதலாக அமைக்கப் பட்டிருந்த வராந்தா, தூண்கள், போர்டிகோ மற்றும் நாலிதழ் துளைகள் கொண்ட அலங்காரத் தூண்கள் ஆகியவை அப்படித் தோன்றாமல் செய்தன. பின்க் நிற சுண்ணாம்புக் கற்களின் புவியியல் வடிவமைப்பு ஸ்பெயின் ஆலம்பராவை லேங்டனுக்கு நினைவுபடுத்தியது.

அந்தப் படகுத்துறைக்குள்ளாக படகு நெருக்கமாக இழுக்கப்படுகையில் அந்த மாளிகைக்கு முன்னால் கூடும் மக்களின் கூட்டத்தால் ஃபெரிஸ் கவலைகொண்டவராக காணப்பட்டார். பாலத்தில் ஒரு நெருக்கமான மக்கள் கூட்டம் கூடியிருந்தது. அவர்கள் அனைவருமே டூஜியின் மாளிகையை இரண்டு பாதிகளாக வெட்டிச்செல்லும் குறுகலான கால்வாயை சுட்டிக்காட்டியபடி இருந்தனர்.

“அவர்கள் எதைப் பார்த்துக்கொண்டிருக்கிறார்கள்?” என்ற ஃபெரிஸின் குரல் பதட்டத்துடன் காணப்பட்டது.

“இல் பாண்ட் டெய் சாஸ்ப்ரி” என்று பதிலளித்தாள் சியன்னா. “அது ஒரு புகழ்பெற்ற வெனிஸ் பாலம்.”

அந்த நெருக்கடியான நீர்வழிப்பாதையை உற்றுநோக்கிய லேங்டன் அழகாக செதுக்கப்பட்ட, மூடிய கால்வாய் இரண்டு கட்டிடங்களுக்கு நடுவில் செல்வதைக் கண்டார். ஏக்கங்களின் பாலம் என்று நினைத்துக்கொண்ட அவருக்கு, தன்னுடைய இளம்பருவத்தில் பிடித்தமான திரைப்படங்களுள் ஒன்றான ‘தி லிட்டில் ரொமான்ஸ்’ என்ற படத்தை நினைவுபடுத்திக் கொண் டார். புராணீக கதைகளின்படி இரண்டு இளம் காதலர்கள் சூரிய அஸ்தமனத்தின்போது அந்தப் பாலத்தின் கீழே நின்று முத்தமிட்டுக்கொள்கையில், செயிண்ட். மார்க்கின் மணி ஒலித்தால் அவர்கள் என்றென்றும் ஒருவர் மீது ஒருவர் மாறாக் காதல் கொண்டிருப்பார்கள் என்பதை அடிப்படையாகக் கொண்டு எடுக்கப்பட்ட படம். அந்த ஆழமான காதல் கருத்தாக்கம் அவருடைய வாழ்நாள் முழுவதும் லேங்டனின் நினைவுகளில் தங்கிவிட்டது. அந்தப் படத்தில் பதினான்கே வயதான, கவர்ச்சிமிக்க புதிய நடிகை டியான் லேன் நடித்திருந்தார்.

இளம்பருவ லேங்டனுக்கு அவர் மீது உடனடியாக கவர்ச்சி ஏற்பட்டது... அந்தக் கவர்ச்சி மாறவே இல்லை என்பதையும் ஒப்புக்கொள்ளத்தான் வேண்டும்.

பல வருடங்களுக்குப் பின்னர், ஏக்கங்களின் பாலம் என்ற பெயர், உணர்ச்சிரீதியான ஏக்கங்களால் வந்ததில்லை என்பதையும்... பதிலாக அது ஏழ்மையின் ஏக்கங்கள் என்பதிலிருந்து பிறந்தது என்பதைத் தெரிந்துகொண்டபோது லேங்டன் சற்று அதிர்ச்சிக்கு ஆளானார். அதற்கும் மேலாக, இந்த மூடிய நிலையில் இருக்கும் நடைவழியானது டூஜி மாளிகைக்கும், டூஜியின் சிறைக்கும் இடையிலான இணைப்பாகவும் செயல்பட்டது. அங்கு சிறையில் அடைக்கப்பட்டவர்கள் நோய்வாய்ப்பட்டு மரணமடைந்தனர். அவர்களின் துன்பப் பெருமூச்சுதான் அந்தக் குறுகலான கால்வாயினூடே ஜன்னல்களில் பட்டு எதிரொலித்துக்கொண்டிருந்தது.

அந்த சிறைச்சாலைக்கு லேங்டன் ஒருமுறை சென்றிருக்கிறார். அதில் மிகவும் பயங்கரமான அறைகள் தண்ணீர் மட்டத்தில் இருக்கின்ற, வெள்ளநீர் புகுந்துவிடுகின்ற அறைகள் அல்ல. ஆனால் அவற்றிற்கு அடுத்தபடியாக மேல்தளத்தில் இருந்த *பியாம்பி* என்பவையே மிகவும் அச்சுறுத்தக்கூடியது. அங்குதான் கோடைகாலத்தில் சித்திரவதை செய்யும் அளவுக்கு வெப்பமும், குளிர்காலத்தில் உறையவைக்கும் குளிரும் வாட்டி வதைக்கும். மாபெரும் காதலனான காஸனோவா ஒருமுறை இந்த பியாம்பி சிறையில்தான் அடைக்கப்பட்டான். கள்ளத்தொடர்பு மற்றும் உளவுபார்த்த குற்றச்சாட்டுகளின் அடிப்படையில் பதினைந்து மாதங்களாக சிறையில் அடைபட்டுக்கிடந்த அவன் தன்னுடைய பாதுகாவலனை ஏமாற்றிவிட்டு தப்பிச்சென்றான்.

"ஏய், பார்த்துப்போ!" அவர்களுடைய லிமோ கண்டோலாவை மோதிவிடாமல் சற்றே ஓரமாக சரிந்து சென்றபோது மரிசியோ கண்டோலா ஓட்டுநரைப் பார்த்துக் கத்தினான். ஹோட்டல் டேனியலிக்கு முன்பாக அவன் ஓர் இடத்தைக் கண்டுபிடித்தான். அது செயிண்ட்.மார்க் சதுக்கம் மற்றும் டூஜியின் மாளிகையில் இருந்து நூறு அடிகள் தொலைவிலேயே இருந்தது.

ஒரு படகுத்துறை கம்பம் ஒன்றில் கயிற்றைச் சுற்றிய மரிசியோ, ஏதோ கத்திச்சண்டை படத்திற்கு ஒத்திகை பார்க்கச் செல்பவன் போல் கரையில் குதித்தான். அவன் படகை பாதுகாப்பாக நிறுத்தியதும் தன்னுடைய பயணிகள் படகில் இருந்து வெளியே வர உதவும் வகையில் கையை நீட்டினான்.

"நன்றி" என்ற லேங்டனை அந்த தசைப்பிடிப்பான

இத்தாலியன் கரைக்கு இழுத்துவிட்டான்.

அவரைத் தொடர்ந்து சென்ற ஃபெரிஸ் ஏதோ கவனம் குலைந்தவர் போன்று கடலையே உற்றுப் பார்த்துக்கொண்டிருந்தார்.

கடைசியாக இறங்கியது சியன்னா. அவளை கரைக்கு வரவேற்ற மிக அழகான மரிசியோ அவளையே உற்றுப்பார்த்தான். அது அவளுடன் வந்தவர்களை வெட்டிவிட்டுவிட்டு தன்னுடைய படகிலேயே அவள் இருந்துவிடமாட்டாளா என்பதைப் போல் இருந்தது. சியன்னா அதைக கவனித்ததாக தெரியவில்லை.

"நன்றி, மரிசியோ" என்று வெறுமனே கூறிய அவளுடைய பார்வை அருகாமையில் இருந்த டூஜியின் மாளிகையிலேயே கவனமாக இருந்தது.

பின்னர், ஓர் அடிகூடத் தவறாமல் அவள் லேங்டனையும் ஃபெரிஸையும் கூட்டத்திற்குள் வழிநடத்திச் சென்றாள்.

❑

70

வரலாற்றின் மிகவும் புகழ்பெற்ற பயணிகளுள் ஒருவரான மார்கோ போலோ பெயர் சூட்டப் பட்ட அந்த சர்வதேச விமான நிலையம் லகுனா வெனெட்டா நீர்நிலையில் செயிண்ட்.மார்க் சதுக்கத்திற்கு நான்கு மைல்கள் வடக்கே அமைந்தி ருந்தது.

தனியார் விமானப் போக்குவரத்திற்கு வசதியாக இருந்தபடியால் பத்து நிமிடங்களுக்கு முன்பு தான் எலிசபெத் சின்ஸ்கி விமானத்தில் இருந்து இறங்கியிருந்தாள். அத்துடன் ஏற்கனவே அந்தக் காயலின் ஊடாக மிதக்கத் தொடங்கியிருந்தார். எதிர்காலத்தைச் சேர்ந்ததைப் போல் இருக்கும் அந்த கறுப்புநிற துபேஸ் எஸ்ஆர்52 பிளாக்பேர்ட் படகு, அவரை சற்று முன்பு தொலைபேசியில் அழைத்திருந்த அந்நியர் ஒருவரால் அனுப்பி வைக்கப்பட்டிருந்தது.

தலைவர்.

நாள் முழுவதும் வேனின் பின் பக்கத்தில் அடைந்து கிடந்த சின்ஸ்கிக்கு, அந்த திறந்த வெளிப் படகின் காற்று உயிர்ப்பூட்டுவதாக இருந்தது. முகத்தை அந்த உப்புக்காற்றை நோக்கி வைத்துக்கொண்ட அவள் தன்னுடைய வெள்ளிநிற கேசம் பின்பக்கம் காற்றில் அலையுமாறு விட்டுவிட்டாள். தனக்கு ஊசி போடப்பட்ட ஏறக்குறைய இரண்டு மணி நேரங்களுக்குப் பின்னர் அவள் அப்போதுதான் எச்சரிக்கை உணர்வை அடைந்திருந்தாள். நேற்றைய

இரவுக்குப் பின்னர் முதல்முறையாக எலிசபெத் சின்ஸ்கி அப்போதுதான் அவளாக இருந்தாள்.

ஏஜெண்ட் புரூடர் அவளுக்குப் பின்னால் தன்னுடைய ஆட்களுடன் அமர்ந்திருந்தார். அவர்களில் யாரும் எதுவும் பேசிக்கொள்ளவில்லை. இந்த வழக்கத்திற்கு மாறான சந்திப்பு குறித்து அவர்களில் யாருக்கேனும் கவலை இருக்குமென்றால், தங்களுடைய சிந்தனையுடன் அதற்கு எந்த சம்பந்தமும் இல்லை என்பதை அவர்கள் தெரிந்து வைத்திருப்பார்கள்; இதில் முடிவெடுக்கும் அதிகாரம் அவர்களுக்கு கிடையாது.

அந்தப் படகு விரைந்துகொண்டிருக்கையில், ஒரு பெரிய தீவு அவர்களுக்கு முன்னால் வலதுபக்கம் தோன்றியது. அதன் கரையில் கெட்டியான கற்களால் ஆன கட்டிடங்களும் புகைப் போக்கிகளும் புள்ளிகளாகத் தெரிந்தன. அது மியூரானோ என்பதைத் தெரிந்துகொண்ட சின்ஸ்கியால் அதன் பிரமாதமான கண்ணாடிகளைத் தயாரிக்கும் தொழிற்சாலைகளை அடையாளம் காண முடிந்தது.

நான் திரும்பிவந்துவிட்டதை என்னால் நம்பவே முடிய வில்லை, என்று நினைத்துக்கொண்ட அவள் ஒரு கூர்மையான துயரத்தின் வலியை தாங்கிக்கொண்டிருந்தாள். *முழுமையான வட்டம்.*

பல வருடங்களுக்கு முன்னர், மருத்துவப் பள்ளியில் படித்துக்கொண்டிருக்கும்போது தன்னுடைய வருங்கால கணவருடன் வெனிஸிற்கு வந்த அவள் மியூரானோ கண்ணாடி அருங்காட்சியகத்திற்கு சென்றிருந்தாள். அங்கே, அவளுடைய வருங்காலக் கணவர் கையால் செய்யப்பட்ட கண்ணாடி மொபைலைப் பார்த்து, ஒருநாள் தங்களுடைய குழந்தையின் நர்ஸரியில் இதுபோன்ற ஒன்றை தொங்கவிட வேண்டும் என்று அப்பாவியாகக் கூறிவிட்டார். ஒரு வலிமிகுந்த ரகசியத்தை நீண்டநாட்கள் சுமந்திருந்த குற்றவுணர்ச்சியிலிருந்து விடுபடும் விதமாக, தன்னுடைய குழந்தைப் பருவ ஆஸ்துமா குறித்தும், தன்னுடைய குழந்தைப் பெற்றுக்கொள்ளும் அமைப்பை குளுக்கோகார்டிகாய்ட் சிகிச்சைகள் அழித்துவிட்டது குறித்தும் அவரிடம் சொல்லிவிட்டாள்.

அவளுடைய நேர்மையின்மையோ அல்லது அவளுடைய மலட்டுத்தன்மையோ, ஏதோ ஒன்று அந்த இளைஞரின் மனதை கல்லாக்கிவிட்டது. அது எதுவென்று எலிசபெத்திற்கு தெரியவே தெரியாது. ஆனால், ஒருவாரம் கழித்து, அவள் தன்னுடைய நிச்சயதார்த்த மோதிரம் இல்லாமலேயே வெனிஸை விட்டுப்

புறப்பட்டாள்.

மனதை உடையச்செய்த அந்தப் பயணத்தில் அவளுடைய ஒரே ஒரு நினைவுச் சின்னம் அந்த லாப்ஸிஸ் லஸூலி தாயத்து மட்டுமே. அது மருத்துவத்தோடு பொருந்தக்கூடிய உலோகத் துண்டு. இந்த விஷயத்தில் ஒரு கசப்பு மருந்து — ஆனால் அன்று முதல் அவள் இதை தினமும் அணிந்துகொண்டிருக்கிறாள்.

என்னுடைய விலைமதிப்பற்ற தாயத்து, அவள் நினைத்துக் கொண்டாள். ***தன்னுடைய குழந்தையை நான் சுமக்கவேண்டும் என்றவரின் பிரிவுபச்சார பரிசு.***

இப்போதெல்லாம், இந்த வெனிஸ் கடற்கரைகள் அவளிடத்தில் எந்தவித காதல் உணர்ச்சியையும் தோற்றுவிப்பதில்லை. அவற்றின் தனித்திருக்கும் கிராமங்கள் காதல் சிந்தனைகளை தூண்டுவதில்லை. ஆனால் பிளாக் டெத்தை நீக்கும் முயற்சியில் ஒருகாலத்தில் அங்கு நிறுவப்பட்டிருந்த தனிமைப்படுத்தும் காலனிகளையே அவை நினைவூட்டின.

பிளாக்பேர்ட் படகு ஐஸலோ சாண் பியட்ராவை கடந்து செல்கையில் அது ஒரு மிகப்பெரிய சாம்பல்நிற படகிற்கு புகலிடம் அளித்திருப்பதை சின்ஸ்கி உணர்ந்துகொண்டாள், ஆழமான கால்வாயில் நங்கூரமிட்டிருந்த அது அவர்களுடைய வருகைக்காக காத்திருப்பதைப் போல் காணப்பட்டது.

வெடிமருந்தின் சாம்பல் நிறத்தில் இருந்த அந்தக் கப்பல் ஏதோ அமெரிக்க ராணுவத்தின் ரகசியத் திட்டத்தைச் சேர்ந்ததைப் போல் இருந்தது. அதன் பின்பகுதியில் அலங்கரிக்கப்பட்டிருந்த பெயர் அந்தக் கப்பல் எப்படிப்பட்டதாக இருக்கும் என்பதற்கு எந்தத் தடயத்தையும் வழங்கவில்லை.

மெண்டாசியம்?

அந்தக் கப்பல் மேலும் மேலும் பெரிதாகிக்கொண்டே இருந்தது. அதன் பின்பக்க அடுக்கில் ஒரு தனித்த உருவம் நிற்பதை சின்ஸ்கி பார்த்தாள் — ஒரு குள்ளமான, தனித்து நின்றுகொண்டிருந்த, ஆழ்ந்த பழுப்பு நிறம்கொண்ட மனிதர் அவர்களை ஒரு பைனாகுலர் வழியாக பார்த்துக்கொண்டிருந்தார். அவர்களின் படகு மெண்டாசியம் கப்பலின் பின்பக்க துறைப் பகுதிக்கு வந்தபோது அவர்களை வரவேற்க அவர் கீழிறங்கி வந்தார்.

"உங்களை இந்தக் கப்பலுக்கு வரவேற்கிறேன், டாக்டர். சின்ஸ்கி." சூரிய ஒளியில் நனைந்திருந்த அவர் அவளுக்கு மென்மையாகக் கைகொடுத்தார். அவருடைய உள்ளங்கை

மென்மையாகவும் இதமாகவும் இருந்தது. "நீங்கள் வந்திருப்பதை நான் பாராட்டுகிறேன். என்னைத் தொடர்ந்து வாருங்கள், ப்ளீஸ்."

அந்தக் குழுவினர் சில அடுக்குகள் மேலே ஏறிவந்தபோது, அந்த பரபரப்பான கண்ணாடி அறைகளில் என்ன நடக்கிறது என்பதை விரைவாக பார்த்தபடியே வந்தாள். இந்த வினோதமான கப்பலில் மனிதர்களும் இருக்கிறார்கள். ஆனால் யாருமே ரிலாக்ஸாக இல்லையே — எல்லோரும் வேலை செய்கிறார்கள்.

என்ன வேலை செய்கிறார்கள்?

அவர்கள் தொடர்ந்து மேலேறிச் செல்கையில், அந்தக் கப்பலின் பிரமாண்ட என்ஜின்கள் சக்திபெற்றதை கேட்க முடிந்தது. அந்தக் கப்பல் மீண்டும் நகரத் தொடங்கும் முன்னர் ஆழமாக இறங்கி ஏறியது.

நாம் எங்கே சென்றுகொண்டிருக்கிறோம்? என்று புரியாத அவள் எச்சரிக்கையானாள்.

"நான் டாக்டர்.சின்ஸ்கியுடன் தனியாகப் பேச விரும்பு கிறேன்" என்று சோல்ஜர்களிடம் கூறிய அவர் சின்ஸ்கியை நோக்கி தன் பார்வையை நிறுத்தினார். "உங்களுக்கு ஒன்றும் பிரச்சினை இல்லையே?"

சின்ஸ்கி தலையாட்டினாள்.

"சார்" என்றார் புரூடர் அழுத்தமாக "உங்களுடைய கப்பலில் இருக்கும் மருத்துவரால் டாக்டர். சின்ஸ்கி பரிசோதிக்கப்பட வேண்டும் என்று கேட்டுக்கொள்கிறேன். அவருக்கு சில மருத்துவ—"

"எனக்கு ஒன்றுமில்லை" சின்ஸ்கி குறுக்கிட்டாள். "நிஜமாகத் தான். இருந்தாலும், நன்றி."

நெடுநேரம் புரூடரையே பார்த்துக்கொண்டிருந்த தலைவர் உணவும் பானங்களும் அமைக்கப்பட்டிருந்த மேசையை நோக்கி கைகாட்டினார். "கொஞ்சம் ஆசுவாசப்படுத்திக்கொள்ளுங்கள். உங்களுக்கு அது தேவைப்படும். நீங்கள் விரைவிலேயே கரைக்குத் திரும்ப வேண்டியிருக்கும்."

மேற்கொண்டு எதுவும் கூறாமலேயே அந்த ஏஜெண்டிற்கு முதுகைக் காட்டி நின்றுகொண்ட தலைவர், நேர்த்தியான தன்னுடைய தனியறைக்கு வழிகாட்டியபடி தனக்குப் பின்னால் இருந்த கதவை சாத்தினார்.

"குடிக்கிறீர்களா?" என்ற அவர் மதுபானக்கூடத்தை நோக்கி

கைகாட்டினார்.

வேண்டாம் என்று தலையசைத்த அவள், அந்த விசித்திரமான சுற்றுப்புறத்தோடு தன்னைப் பொருத்திக்கொள்ள முயற்சித்துக்கொண்டிருந்தாள். *யார் இந்த ஆள்? இங்கே என்ன செய்துகொண்டிருக்கிறார்?*

அவளுடைய விருந்துபசரிப்பாளர் இப்போது அவளை ஆராய்ந்துகொண்டிருந்தார். தன்னுடைய விரல்களை தன் தாடையில் நுழைத்துக்கொண்டார். "என்னுடைய கிளைண்ட் பெர்ட்ரண்ட் ஜாப்ரிஸ்ட் உங்களை 'வெள்ளிநிற கேசம்கொண்ட சாத்தான்' என்று குறிப்பிட்டிருக்கிறார் என்பது உங்களுக்குத் தெரியுமா?"

"அவரைக் குறிப்பிடவும் எனக்கு சில பெயர்கள் உண்டு."

தன்னுடைய மேசையை நோக்கிச் சென்று ஒரு புத்தகத்தை குறிப்பிட்டுக் காட்டுகையில் அவர் எந்தவித உணர்ச்சியையும் வெளிக்காட்டிக் கொள்ளவில்லை. "நீங்கள் இதைப் பார்க்க வேண்டும் என்று விரும்புகிறேன்."

அதை நோக்கி நடந்துசென்ற சின்ஸ்கி அந்தப் பெரிய புத்தகத்தைப் பார்த்தாள். *தாந்தேயின் இன்ஃபெர்னோ?* வெளியுறவுத் துறை கவுன்சில் ஜாப்ரிஸ்ட்டை சந்தித்தபோது அவர் தன்னிடத்தில் காட்டிய பயங்கரமான மரணத்தின் படங்களை அவள் நினைவு படுத்திக்கொண்டாள்.

"ஜாப்ரிஸ்ட் இதனை எனக்கு இரண்டு வாரங்களுக்கு முன்னர் கொடுத்தார். அதில் ஒரு குறிப்பும் இருக்கிறது."

தலைப்பிருந்த பக்கத்தில் கையால் எழுதப்பட்ட அந்தக் குறிப்பை சின்ஸ்கி ஆராய்ந்தாள். அதில் ஜாப்ரிஸ்ட்டின் கையெழுத்து இடப்பட்டிருந்தது.

எனதருமை நண்பரே, என் வழியை கண்டுபிடிக்க உதவியமைக்கு நன்றி.

இந்த உலகம் உங்களுக்கும் நன்றி சொல்லும்.

சின்ஸ்கி சில்லிட்ட உணர்வை அடைந்தாள். "நீங்கள் அவருக்கு எந்த வழியை கண்டுபிடிக்க உதவினீர்கள்?"

"எனக்கு எதுவும் தெரியாது. அல்லது, சிலமணி நேரங்களுக்கு முன்புவரை தெரியாது."

"இப்போது?"

"என்னுடைய நெறிமுறையில் நான் மிக அரிதான விதி

விலக்கை செய்துகொண்டேன். அதனால்தான் உங்களை தொடர்பு கொண்டேன்.”

சின்ஸ்கி மிக நீண்ட தூரம் பயணித்து வந்திருக்கிறாள் என்பதுடன் மறைமுகமான உரையாடலுக்கெல்லாம் அவளுக்கு நேரமில்லை. “சார், நீங்கள் யாரென்று எனக்குத் தெரியாது. அல்லது இந்தக் கப்பலில் நீங்கள் என்ன செய்துகொண்டிருக்கிறீர்கள் என்பதும் எனக்குத் தெரியாது. ஆனால் நீங்கள் எனக்கு விளக்க மளித்தே ஆகவேண்டும். உலக சுகாதார நிறுவனத்தால் மிகத் தீவிரமாக தேடப்பட்டு வந்த ஒருவருக்கு நீங்கள் எதற்காக அடைக்கலம் கொடுத்தீர்கள் என்று சொல்லுங்கள்.”

சின்ஸ்கி பேசிய தொனியில் கோபம் இருந்தாலும், தலைவர் அளந்தெடுத்த கிசுகிசுப்பு தொணியில் கூறினார்: “நீங்களும் நானும் ஒருவருக்கு ஒருவர் மாறுபட்ட நோக்கங்களுக்காக வேலை செய்கிறோம் என்பதை நான் புரிந்துகொள்கிறேன். ஆனால் நாம் கடந்தகாலத்தை மறந்துவிட வேண்டும் என்றே நினைக்கிறேன். நான் நினைப்பதெல்லாம், எதிர்காலத்திற்கு நம்முடைய உடனடிக் கவனம் தேவை என்பதைத்தான்.”

அத்துடன், அவர் ஒரு சிறிய சிவப்புநிற ஃபிளாஷ் டிரைவை எடுத்து தன்னுடைய கம்ப்யூட்டரில் செருகிவிட்டு அவளை உட்காரும்படி கைகாட்டினார். “இந்த வீடியோவை பெர்ட்ரண்ட் ஜாப்ரிஸ்ட் தயாரித்துள்ளார். அவருக்காக நான் இதை நாளை வெளியிடுவேன் என்று நம்பியுள்ளார்.”

சின்ஸ்கி பதிலளிக்கும் முன்னர், கம்ப்யூட்டர் மானிட்டர் மங்கியது. தண்ணீரைத் தட்டும் மென்மையான ஒலிகள் அவளுக்குக் கேட்டன. கருமையில் இருந்து ஒரு காட்சி மெதுவாக வடிவம்பெறத் தொடங்கியது. அது தண்ணீர் நிரம்பிய குகையின் உட்புறம். ஒரு பாதாளக் குட்டையைப்போல் இருந்தது. விசித்திரம் என்னவென்றால், அந்தத் தண்ணீர் அடியில் இருந்து ஒளியூட்டப்பட்டதைப் போல் இருந்தது... வினோதமான செந்நிற ஒளியால் அது பளபளத்தது.

அந்த ஓசை தொடர்ந்துகொண்டிருக்கையில் கேமரா நீருக்குள்ளாக அடியில் சென்று அந்தக் குகையின் தரைத்தளத்தைக் காட்டியது. அந்த தளத்துடன் இணைக்கப்பட்டிருந்த அறிவிப்புப் பலகையில் ஒரு குறிப்பும், தேதியும், ஒரு பெயரும் இருந்தன.

இந்த இடத்தில், இந்த தேதியில், இந்த உலகம் நிரந்தரமாக மாறப்போகிறது.

அந்தத் தேதி நாளை. அந்தப் பெயர் பெர்ட்ரண்ட் ஜாப்ரிஸ்ட்.

எலிசபெத் சின்ஸ்கி நடுக்கத்தை உணர்ந்தாள். "இது என்ன இடம்?" என்று கேட்டாள். "இந்த இடம் எங்கே இருக்கிறது?"

அதற்கு பதிலளிக்கும் விதமாக, தலைவர் தன்னுடைய முதலாவது உணர்ச்சியைக் காட்டினார். ஏமாற்றத்துடனும் கவலையுடனும் அவர் ஆழ்ந்து பெருமூச்சு விட்டார். "டாக்டர். சின்ஸ்கி" என்றார் அவர், "இதே கேள்விக்கு உங்களுக்கு பதில் தெரிந்திருக்கும் என்றுதான் நான் நம்பியிருந்தேன்."

ஒரு மைலுக்கு அப்பால், ரிவா டெலி ஷியாவானியின் நீர்முனை நடைபாதையில் இருந்து பார்க்கையில் கடலின் காட்சி மிக லேசாகவே மாறியது. அதை யாரேனும் கவனமாக பார்த்திருந்தால், ஒரு பிரமாண்டமான கப்பல் சிறிய நிலப் பகுதியைச் சுற்றி கிழக்கு நோக்கிச் சென்றுகொண்டிருப்பதை பார்த்திருக்கலாம். அது இப்போது செயிண்ட். மார்க் சதுக்கத்தை நோக்கிச் சென்றது.

மெண்டாசியம், எஃப்எஸ்—2080 பயத்தின் உந்துதலோடு நினைத்துக்கொண்டார்.

அதனுடைய சாம்பல்நிற உடலமைப்பில் சந்தேகமேயில்லை.

தலைவர் வந்துவிட்டார்... நேரம் கடந்துகொண்டிருக்கிறது.

❑

71

ரிவா டெலி ஷியாவனியில் பலத்த கூட்டத்திற்கு நடுவே லேங்டன், சியன்னா மற்றும் ஃபெரிஸ் ஆகிய மூவரும் வளைந்து நெளிந்து தண்ணீரின் முனையை எட்டினர். பின்னர் செயிண்ட் மார்க் சதுக்கத்தை நோக்கிச் சென்ற அவர்கள் அதனுடைய தென்கோடி எல்லைக்கு வந்து சேர்ந்தனர். அங்குதான் அந்தப் பியாஸா கடலை சந்திக்கிறது.

இங்கிருந்த ஒரு சுற்றுலாக் கூட்டம் ஊடுருவ முடியாததாக இருந்தது, லேங்டனைச் சுற்றி மூடிய பகுதியாக நெருக்கிய அவர்கள் அந்த சதுக்கத்திற்கு சட்டமாக நின்றுகொண்டிருக்கும் இரண்டு பெரிய தூண்களில் நின்று புகைப்படம் எடுத்துக்கொள்ள பெருகியபடியே இருந்தனர்.

இதுதான் இந்த நகரத்திற்கான அதிகாரப்பூர்வ நுழைவாயில், என்று முரண்பாடாக நினைத்துக் கொண்ட லேங்டனுக்கு, அந்த இடம் பதினெட்டாம் நூற்றாண்டின் பிற்பகுதி வரை பொதுவிடத்தில் மரண தண்டனை நிறைவேற்றும் இடமாக இருந்து வந்துள்ளதும் தெரியும்.

அந்த நுழைவாயிலின் தூண்களுள் ஒன்றின் உச்சியில் செயிண்ட். தியோடார், புராணீகப் பெயர் பெற்ற, தான் கொலைசெய்த டிராகனுடன் பெருமை பொங்க நிற்கும் விசித்திரமான சிலையை லேங்டனால் பார்க்க முடிந்தது. அது எப்போதுமே லேங்டனுக்கு ஒரு முதலையைப் போன்றே தோற்ற மளித்தது.

இரண்டாவது தூணின் மேலே வெனிஸில் எங்கும் நிறைந்திருக்கும் குறியீடான, சிறகுள்ள சிங்கம் காணப்பட்டது. அந்த நகரம் முழுவதுமே, ***உனக்கு அமைதி உண்டாகட்டும், மார்க், என் எவன்ஜலிஸ்ட்***, என்று லத்தீன் மொழியில் பொறிக்கப்பட்ட வார்த்தைகளைக் கொண்டிருக்கும் புத்தகத்தில் தன்னுடைய பாதத்தை வைத்திருக்கும் சிறகுள்ள சிங்கம் காணப்பட்டது. புராணீகத்தின்படி, அவருடைய உடல் ஒருநாள் அங்குதான் ஓய்வெடுக்கும் என்ற முன்கூறலுடன் வெனிஸிற்கு வந்த செயிண்ட். மார்க்கை நோக்கி ஒரு தேவதையால் இந்த வார்த்தைகள் கூறப்பட்டன. சந்தேகத்திற்கிடமான இந்தப் புராணீகம்தான் செயிண்ட். மார்க்கின் எலும்புகளை அலெக்ஸாண்டிரியாவில் இருந்து தோண்டியெடுத்து, அவற்றை செயிண்ட். மார்க் பாஸிலிக்காவில் மறுபடியும் புதைப்பதற்கு வெனிசியர்களை நியாயப்படுத்துவதாக இருந்தது. இன்றுவரை, இந்த சிறகுள்ள சிங்கம்தான் அந்த நகரத்திற்கான குறியீடாக நீடித்து வருகிறது என்பதுடன், அதனை ஏறக்குறைய எல்லா திருப்பங்களிலும் காண முடியும்.

லேங்டன் தனக்கு வலதுபக்கம் தூண்களைத் தாண்டி, செயிண்ட் மார்க்கின் சதுக்கத்தை கைகாட்டினார். "நாம் பிரிந்து போய் விட்டால், அந்த பாஸிக்காவின் முன்பக்க கதவில் சந்திக்கலாம்."

இதை ஒப்புக்கொண்ட மற்றவர்களும் கூட்டத்தினரை முண்டியடித்துக்கொண்டு, அந்த சதுக்கத்திற்குள் இருந்த டூஜி மாளிகையின் மேற்குச் சுவரை தொடர்ந்து செல்லத் தொடங்கினர். உணவு அளிக்கக் கூடாது என்று சட்டப்படி சொல்லப்பட்டிருந்தாலும், அங்கிருந்த வெனிஸ் புறாக்கள் ஜீவனுடனும், நல்ல தோற்றத்துடனும் காணப்பட்டன. சில அவற்றின் கால்களில் கொத்திக்கொண்டிருந்தன. மற்றவை வெளிப்புற கஃபேக்களுக்கு பறந்து சென்று பாதுகாக்கப் படாத ரொட்டிக் கூடைகளை திருடிக்கொண்டும், டக்ஸிடோ உடையணிந்த பணியாளர்களுக்கு தொந்தரவு கொடுத்துக்கொண்டும் இருந்தன.

கிராண்ட் பியாஸா, ஐரோப்பாவில் உள்ள பெரும்பாலானவற்றைப் போல் அல்லாமல், சதுரமாக அன்றி ஆங்கில *L* வடிவில் காணப்பட்டன. குறுகிய கால் — பியாஸெட்டா எனப்படுவது கடலினை செயிண்ட். மார்க் பாஸிலிக்காவுடன் இணைத்தது. அதற்கும் முன்னால், அந்த சதுக்கம் அதனுடைய பெரிய காலில் தொண்ணூறு டிகிரி இடதுபக்கம் திரும்பி பாலிஸிக்காவில் இருந்து மியூஸியோ கோரர் வரை சென்றது. விசித்திரம் என்னவென்றால், நேர்கோட்டில் இருப்பதற்கு

பதிலாக அந்த சதுக்கம் ஓர் ஒழுங்கற்ற வடிவில், ஒருபக்கம் மட்டும் குறிப்பிடத்தகுந்த அளவு குறுகலானதாக இருந்தது. இந்த வேடிக்கை வீட்டுவடிவ காட்சிப்பிழையானது அந்தப் பியாஸா அது உண்மையில் இருக்கும் அளவைக் காட்டிலும் மிகவும் நீளமானதாக காட்சியளிக்கச் செய்தது. அதன் விளைவாக பதினைந்தாம் நூற்றாண்டின் தெரு வியாபாரிகளால் அசலாக அமைக்கப்பட்ட கடைகளை ஒட்டிய வடிவத்தில் பளிங்குக் கற்களுக்கு அழுத்தம் தரும் வகையில் அமைந்துவிட்டிருந்தது.

அந்த சதுக்கத்தின் வளைவை நோக்கி லேங்டன் தொடர்கை யில் அவரால் தொலைவில் இருந்தே நேரடியாக செயிண்ட். மார்க் கடிகார கோபுரத்தின் பளபளக்கும் நீலக் கண்ணாடிகளை பார்க்க முடிந்தது — இதே வானியல் கடிகாரத்தின் வழியாகத்தான் *மூன் ரேக்கர்* திரைப்படத்தில் ஜேம்ஸ் பாண்ட் தனது வில்லனை தூக்கியெறிவார்.

அவர் மூடப்பட்ட சதுக்கத்திற்குள் நுழைந்ததும், அந்த நகரத்தின் தனித்துவமான பரிசை லேங்டனால் முற்றிலும் பாராட்டாமல் இருக்க முடியவில்லை.

ஒலி.

ஏறக்குறைய எந்தக் காருமோ அல்லது மோட்டார் வாகனங்கள் போன்ற எதுவுமோ இல்லை. வழக்கமான பொதுப்போக்குவரத்து, சுரங்கப்பாதைகள் மற்றும் சைரன்கள் போன்றவற்றின் இயந்திர கதியிலான ஒலிகள் அல்லாமல், தனித்துவமான மனிதக் குரல்கள், புறாக்களின் சிணுங்கல்கள் மற்றும் வயலின் வாசித்தபடி வெளிப்புற கஃபேக்களில் அமர்ந்திருக்கும் பாடகர்களின் ஒலியில் வெனிஸ் மகிழ்ச்சியை அனுபவித்துக்கொண்டிருந்தது. வெனிஸை இந்த உலகத்தில் உள்ள வேறு எந்த மெட்ரோபாலிட்டன் நகரத்துடனும் ஒப்பிடவே முடியாது.

மேற்குப் பக்கத்தில் இருந்து மதிய வேளைக்குப் பிந்தைய சூரியன் செயிண்ட். மார்க்கிற்குள்ளாக நுழைந்தபோது, அந்த சதுக்கத்தில் மேல்நோக்கி உயர்ந்து, புராதன வெனீஸிய அடி வானத்தை ஆக்கிரமித்திருக்கும் கடிகார கோபுரம் உயர்ந்து நிற்பதை லேங்டன் நோக்கினார். அந்த கோபுரத்தில் கீழ் வராந்தா வில் நூற்றுக்கணக்கானோர் கூடியிருந்தனர். அங்கே மேலேறிச் செல்வதென்ற ஒரு மேலோட்டமான சிந்தனைக்கூட அவருக்கு நடுக்கத்தை ஏற்படுத்தியது. அவர் தன்னுடைய தலையை பின்னோக்கி வைத்துக்கொண்டதுடன் மனிதக் கடலின் ஊடாக தொடர்ந்து சென்றுகொண்டிருந்தார்.

சியன்னா சுலபமாக லேங்டனுடன் ஒட்டிக்கொண்டு விட்டாள். ஆனால் ஃபெரிஸ்தான் பின்தங்கிவிட்டார். இரு வரையும் தன் பார்வையில் வைத்துக்கொள்ளும்படியான வித்தி யாசத்தில் பிரிய சியன்னா முடிவெடுத்தாள். ஆனாலும், இப்போது அவர்களுக்கு இடையே இருந்த தூரம் அதிகரித்துக்கொண்டே சென்றது. அவள் பொறுமையிழந்து பின்னால் திரும்பிப் பார்த்தாள். ஃபெரிஸ் தன்னுடைய மார்பை சுட்டிக்காட்டினார். மூச்சுவிட சிரமப்படுவதை சுட்டிக்காட்டிய அவர் சியன்னாவை முன்னால் செல்லும்படி சைகைக் காட்டினார்.

அதற்கு உடன்பட்ட சியன்னா லேங்டனுக்குப் பின்னால் விரைந்து சென்று ஃபெரிஸை கண்பார்வையில் இருந்து தொலைத்தாள். இன்னும் அவள் கூட்டத்தினரிடையே சிக்கிய படியே இருக்கையில், ஒரு கவலைக்குரிய உணர்வு அவளைப் பிடித்துக்கொண்டது. ஃபெரிஸ் வேண்டுமென்றே பின்தங்கி விட்டாரோ என்ற சந்தேகம்தான் அது. அவர் தங்களுக்கு இடையில் இருந்து தொலைவில் இருக்க முயற்சிக்கிறாரோ.

தன்னுடைய உள்ளுணர்வுகளை நம்புவதற்கு நீண்ட காலத்திற்கு முன்பே கற்றுக்கொண்ட சியன்னா, ஒரு குவி மாடத்தின் மீது தாவி நிழல்களில் இருந்து அப்பால் பார்த்தாள். தனக்குப் பின்னால் இருந்த கூட்டத்தினரிடையே ஃபெரிஸைத் தேடினாள்.

அவர் எங்கே போய்விட்டார்?!

அது அவர்களை அவர் பின்தொடரக்கூட முயற்சிக்க வில்லையோ என்பதைப் போல் இருந்தது. சியன்னா அந்தக் கூட்டத்தினரிடையே முகங்களை ஆராய்ந்தாள், இறுதியாக அவரைப் பார்த்தாள். அவளை ஆச்சரியப்படுத்தும் வகையில், அப்படியே நின்றிருந்த ஃபெரிஸ் கீழே குனிந்து தன்னுடைய போனில் டைப் செய்துகொண்டிருந்தார்.

அதே போனில்தான் பேட்டரி தீர்ந்துபோய்விட்டதென்று அவர் என்னிடம் சொன்னார்.

என்னவென்று தெரியாத ஒரு பயம் அவளைப் பீடித்தது, மீண்டும் அதையே தான் நம்பவேண்டும் என்று அவள் தெரிந்து கொண்டாள்.

ரயிலில் அவர் என்னிடம் பொய் சொல்லியிருக்கிறார்.

சியன்னா அவரைக் கவனித்துக்கொண்டிருக்கையில், அவர் என்ன செய்கிறார் என்பதை கற்பனை செய்துபார்க்க அவள் முயற்சித்தாள். யாருக்காவது ரகசிய செய்தி அனுப்புகிறாரா?

அவளுக்குப் பின்னால் ஆராய்ச்சி செய்கிறாரா? லேங்டனும் சியன்னாவும் கண்டுபிடித்துவிடும் முன்னர் ஜாப்ரிஸ்ட் கவிதையின் புதிரை தீர்க்க முயற்சிக்கிறாரா?

அவருடைய காரணங்கள் எதுவாக இருந்தாலும் அவர் அவளிடம் பெரிதாக பொய் சொல்லியிருக்கிறார்.

என்னால் அவரை நம்ப முடியாது.

அப்படியே வேகமாகச் சென்று அவரை எதிர்கொள்ளலாம் என்று சியன்னா நினைத்தாள். ஆனால் அவர் தன்னைப் பார்த்துவிடும் முன்பாக கூட்டத்தில் நழுவி விடுவதென்று தீர்மானித்தாள். அவள் லேங்டனைத்தேடி மீண்டும் பாஸிலிக்காவிற்கே திரும்பினாள். ***எதையும் ஃபெரிஸிடம் சொல்லாதீர்கள் என்று நான் அவரை எச்சரித்தாக வேண்டும்.***

அவள் பாஸிலிகாவிற்கு செல்ல ஐம்பதே அடிகள்தான் இருக்கும் என்ற நிலையில் பின்னாலிருந்து ஒரு கை தன்னுடைய ஸ்வெட்டரை இழுப்பதை உணர்ந்தாள்.

சுழன்று திரும்பிய அவள் ஃபெரிஸை நேருக்கு நேர் பார்த்தாள்.

தடிப்புகளுடன் இருந்த அவர், அவளைப் பிடிப்பதற்காக அந்தக் கூட்டத்தில் முண்டியடித்துக்கொண்டு வந்திருக்கிறார் என்று தெரிந்தது.

"ஸாரி" என்ற அவரால் சரியாக மூச்சுவிட முடியவில்லை. "நான் கூட்டத்தில் தொலைந்துவிட்டேன்."

அக்கணத்தில் சியன்னா அவர் கண்களைப் பார்த்தாள். அவளுக்குத் தெரிந்துவிட்டது.

இவர் எதையோ மறைக்கிறார்.

—செயிண்ட். மார்க் பாஸிலிக்காவிற்கு முன்பாக லேங்டன் வந்துசேர்ந்தபோது, தன்னுடன் வந்த இரண்டு பேரும் தனக்குப் பின்னால் வரவில்லை என்பதைக் கண்டு ஆச்சரியமடைந்தார். அந்த தேவாலயத்திற்குள் நுழைய சுற்றுலாவாசிகள் வரிசையாக நில்லாமல் இருப்பதைக் கண்டபோது லேங்டனுக்கு அதைவிட ஆச்சரியமாக இருந்தது. இருந்தாலும், வெனிஸில் இப்போது மதியம் கடந்துவிட்டது என்பதை அவர் உணர்ந்துகொண்டார். இந்த நேரத்தில்தான் பெரும்பாலான சுற்றுலாவாசிகள் தாங்கள் சாப்பிட்ட பாஸ்தா உணவுகள் மற்றும் ஒயின் ஆகியவற்றில் இருந்து கிடைத்த ஆற்றல் வறண்டுபோயிருப்பதை உணர்ந்து, பியாஸாக்களில் ஒதுங்க நினைப்பார்கள் அல்லது வரலாற்றை

இதற்கு மேலும் தெரிந்துகொள்ள முயற்சிக்காமல் காபியை உறிஞ்சுவார்கள்.

சியன்னாவும் ஃபெரிஸும் எந்த நேரத்தில் வேண்டுமானாலும் வந்துவிடலாம் என்பதை யூகித்த லேங்டன் தனக்கு முன்னால் இருந்த பாஸிலிக்காவின் நுழைவாயிலை நோக்கி தன் பார்வையைத் திருப்பினார். சில நேரங்களில் "அதிகம் தின்று பருத்துப்போனது" எனப் பெயர்பெற்ற அந்தக் கட்டிடத்தின் தாழ்வான முகப்பு ஐந்து இடைநிறுத்த நுழைவாயில்களை படையணியைப் போல் பெற்றிருந்தது. அவற்றின் கொத்தான தூண்கள், வளைவான முகப்பு மற்றும் அகலமான வெண்கலக் கதவு என எல்லாம் சேர்ந்து அந்தக் கட்டிடத்திற்கு நம்மை உரிய முறையில் வரவேற்கின்றன.

பைஸாண்டியன் கட்டிடக்கலையின் ஐரோப்பாவினுடைய பிரமாதமான மாதிரிகளுள் ஒன்றாக விளங்கும் செயிண்ட். மார்க் அமைதியான, மகிழ்ச்சியூட்டக்கூடிய தோற்றத்தைக் கொண்டிருக்கிறது. நேரான பழுப்புநிற கோபுரங்களைக் கொண்டிருக்கும் நோட்ரி—டேம் அல்லது சார்ட்ரஸ் போன்று அல்லாமல், செயிண்ட். மார்க் வசீகரிக்கக்கூடியதாக இருக்கிறது என்பதுடன் அது இந்த உலகத்தைச் சேர்ந்ததே அல்ல என்பது போன்றும் காட்சியளிக்கிறது. உயரத்தைவிட அகலமாக இருந்த அந்த தேவாலயத்தின் மேலே ஐந்து பருத்த வெள்ளையடிக்கப்பட்ட குவிமாடங்கள் உயிர்துடிப்புடன், ஏறக்குறைய பண்டிகைக்கால தோற்றத்துடன் காட்சியளித்தன. இதுவே, சில வழிகாட்டுப் புத்தகங்களில் செயிண்ட். மார்க் தேவாலயத்தை மெரிங் திருமண கேக்குகளுடன் ஒப்பிட காரணமாக அமைந்தது.

மேலே உயர்ந்திருப்பது அந்த தேவாலயத்தின் மத்திய பகுதி, அதில் தன்னுடைய பெயர் பொறிக்கப்பட்டிருக்கும் சதுக்கத்தை உற்றுப்பார்ப்பதுபோல் செயிண்ட். மார்க்கின் சிலை வைக்கப்பட்டிருக்கிறது. கருநீல நிறத்தில் வண்ணம் தீட்டப்பட்டு, தங்கநிற நட்சத்திரங்களால் புள்ளி வைக்கப்பட்ட அந்த வளை முகட்டிற்கு மேலே அவருடைய கால்கள் பதிந்திருக்கின்றன. இந்த வண்ணமயமான பின்னணிக்கு நேரெதிராக வெனிஸின் தங்கநிற சிறகுகள் கொண்ட சிங்கமானது நகரத்திற்கு நற்பயனை கொண்டுவருவதாக நின்றுகொண்டிருக்கிறது.

இருப்பினும், அந்த தங்கநிற சிங்கத்திற்கு கீழேதான் செயிண்ட். மார்க் தன்னுடைய மிகவும் புகழ்பெற்ற புதையல்களுள் ஒன்றை வெளிக்காட்டுகிறது — செம்பினால் ஆன நான்கு பெரிய குதிரைகள் — அந்தப் பகல்நேரத்து சூரிய ஒளியில் பளபளத்து காணப்பட்டது.

செயிண்ட். மார்க்கின் குதிரைகள்

அந்த சதுக்கத்திற்குள் எப்போது வேண்டுமானாலும் பாயத் தயாராக இருக்கும் தோற்றத்துடன் காணப்பட்ட இந்த நான்கு விலைமதிப்பற்ற குதிரைகளும் வெனிஸில் உள்ள மற்ற பல புதையல்களைப் போன்றே சிலுவைப் போர்களின் போது கான்ஸ்டாண்டைநோபிளில் இருந்து கொள்ளை யடித்து வரப்பட்டதே. இதேபோல் கொள்ளையடித்து வரப் பட்ட மற்றொரு கலைப்படைப்பான சிவப்புக்கல்லில் செதுக்கப்பட்ட *தி டெட்ரார்க்ஸ்* அந்த தேவாலயத்தின் தென்மேற்கு மூலையில் குதிரைகளுக்கு கீழே காட்சிக்கு வைக்கப் பட்டுள்ளன. தன்னுடைய ஒற்றைக்காலை இழந்தமைக்காக பிரபலமாகியிருக்கும் இந்தச் சிலையின் காலானது பதிமூன்றாம் நூற்றாண்டில் காண்ஸ்டாண்டைநோபிளில் இருந்து கொள்ளையடிக்கப்பட்டபோது உடைந்துபோனது. அதிசயிக்கத்தக்க வகையில், இந்த சிலையின் உடைந்த காலானது 1960–களில் இஸ்தான்புல்லில் தோண்டியெடுக்கப்பட்டது. அந்த சிலையின் தொலைந்துபோன துண்டைக் கேட்டு வெனிஸ் மனு செய்திருந்தது. ஆனால் துருக்கிய அதிகாரிகள் அதற்கு மிக எளிமையாக பதில் அனுப்பியிருந்தார்கள்: ***நீங்கள் எங்களுடைய சிலையைத்தான் திருடினீர்கள். எங்கள் கால்களை நாங்கள் பாதுகாத்துக்கொள்கிறோம்.***

“மிஸ்டர், நீங்கள் வாங்குகிறீர்களா?” என்று ஒலித்த ஒரு பெண்ணின் குரல் லேங்டனின் பார்வையை கீழ்நோக்கித் திருப்பியது.

பருத்த ஜிப்ஸி பெண் ஒருத்தி, வெனிஸிய முகமூடிகள் தொங்கும் ஓர் உயரமான கம்பைப் பிடித்துக்கொண்டிருந்தாள். அவற்றில் பெரும்பாலானவை வோல்டோ இன்டெர்னோ பாணியில் அமைந்தவை — முழு முகமும் கொண்ட இந்த வெள்ளை முகமூடிகள்தான் கார்னிவெலின்போது பெரும்பாலான பெண்கள் அணிந்திருப்பவை. அவளுடைய தொகுப்பில் சில வேடிக்கையான அரை—முகம் கொண்ட கொலம்பிய முகமூடிகள், முக்கோண தாடை கொண்டவை, வரிகளற்ற மோரெட்டா ஆகியவையும் இருந்தன. அவள் வைத்திருப்பவை வண்ணமயமாக இருந்தாலும், அந்தக் கம்பின் மேல்பகுதியில் இருந்த ஒரு தனித்த, பழுப்புநிற கறுப்பு முகமூடிதான் லேங்டனின் கவனத்தைக் கவர்ந்தது. அதனுடைய அச்சுறுத்தும் மரணக் கண்கள், நீண்ட, கூம்புபோன்ற மூக்கிற்கு மேலாக அவரை நேரடியாக உற்றுப்பார்ப்பதுபோல் இருந்தன.

பிளேக் டாக்டர். லேங்டன் அந்தக் கண்களைத் தவிர்த்தார்.

வெனிஸில் தான் என்ன செய்துகொண்டிருக்கிறோம் என்பதை அவருக்கு எதுவும் நினைவுறுத்த வேண்டியதில்லை.

"வாங்குகிறீர்களா?" அந்த ஜிப்ஸி மீண்டும் கேட்டாள்.

பலவீனமாகச் சிரித்த லேங்டன் தலையை குலுக்கினார். "பார்க்க நன்றாக இருக்கின்றன. ஆனால் வேண்டாம் நன்றி."

அந்தப் பெண் சென்றதும், கூட்டத்திற்கு மேலாக அந்த அச்சுறுத்தும் பிளேக் முகமூடி துள்ளிக்குதிப்பதை லேங்டன் உற்றுப் பார்த்தார். பலத்த பெருமூச்சுவிட்ட அவர் தன் கண்களை உயர்த்தி, இரண்டாவது தளத்தில் இருக்கும் நான்கு செம்புக் குதிரைகளில் தன் பார்வையை பதித்தார்.

சட்டென்று அவருக்குத் தோன்றியது.

ஏதோ சில சக்திகள் சட்டென்று மோதி நொறுங்குவதை அவரால் உணர முடிந்தது. செயிண்ட். மார்க்கின் குதிரைகள், வெனிஸிய முகமூடிகள், கான்ஸ்டான்டைன்நோபிளைச் சேர்ந்த திருடப்பட்ட புதையல்கள்.

"கடவுளே" அவர் முணுமுணுத்தார். "இது அதுதான்!"

❏

72

ராபர்ட் லேங்டன் அப்படியே சிலையாக நின்றார்.

செயிண்ட். மார்க்கின் குதிரைகள்!

இந்த நான்கு கம்பீரமான குதிரைகளும், தங்களுடைய ராஜ மிடுக்கான கழுத்துகள் மற்றும் துணிவான கழுத்துப்பட்டைகளுடன் லேங்டனிடத்தில் சட்டென்று எதிர்பாராத ஒரு நினைவைத் தூண்டி விட்டன. அது, தாந்தேயின் மரண முகமூடியில் பதிக்கப்பட்டுள்ள அந்த புதிரான கவிதையின் முக்கிய ஆக்கக்கூறு குறித்த விளக்கத்தைக் கொண்டிருப்பதை அவர் உணர்ந்துகொண்டார்.

லேங்டன் ஒருமுறை நியூ ஹாம்ஸ்பையரின் வரலாற்றுப் புகழ்பெற்ற ரன்னிமெடெ பண்ணையில் ஒரு பிரபலத்தின் திருமண வரவேற்பு நிகழ்ச்சியில் கலந்துகொண்டார். அந்த மிகப்பெரிய கேளிக்கையின் ஓர் அம்சமாக குதிரைத்தோற்றம் கொண்ட பிஹைஹண்ட் தி மாஸ்க் என்ற நாடகக் குழுவினரின் நிகழ்ச்சி அரங்கேறியது — ***வால்டோ இண்டூரோ*** முகமூடிகளில் தங்களுடைய முகத்தை மறைத்துக்கொண்டு கண்ணைக்கவரும் வெனிஸிய உடைகளில் குதிரையோட்டிகள் அரங்கேற்றும் பிரமாதமான காட்சி அது. அந்தக் குழுவினரின் கன்னங்கரேலென்ற ஃப்ரைசியன் குதிரையேற்றம்தான் லேங்டன் இதுவரை பார்த்ததிலேயே மிகப்பெரிய குதிரைகள். உருவத்தில் மிகப் பெரியவையாக இருந்த இந்தக் குதிரைகள்

அலைபோல் எழும்பும் தசைகள், கால்களில் வளர்ந்திருக்கும் சிறகுபோன்ற முடி ஆகியவற்றுடன் அவற்றின் நீளமான, அழகிய கழுத்திற்கு பின்னால் மூன்றடி நீளத்திற்கு அலைந்தாடும் பிடறி முடியுடன் அந்த அழகிய விலங்குகள் நிலத்தில் தடதடத்தன.

இந்த அழகிய விலங்குகளின் தாக்கத்தால் லேங்டன் வீட்டிற்கு திரும்பியவுடன் அவற்றைப் பற்றி இணையத்தளத்தில் ஆராய்ந்தார். அவை மத்தியகால அரசர்களின் விருப்பத்திற்குரிய போர்க்குதிரைகளாக இனப்பெருக்கம் செய்யப்பட்டவை என்றும், சமீபத்தில்தான் அவை அழிவின் விளிம்பில் இருந்து மீட்டுக்கொண்டு வரப்பட்டிருக்கின்றன என்பதையும் கண்டு பிடித்தார். உண்மையில் **ஈக்குவஸ் ரோபஸ்பஸ்டஸ்** என்று அறியப்படும் இவற்றின் நவீன பெயரான ஃப்ரைசியன் என்பது அவற்றின் தாய்நிலமான ஃப்ரைஸ்லேண்டிற்கு நன்றி செலுத்தும் விதமாக வைக்கப்பட்டுள்ளது. டச்சு நிலப்பகுதியைச் சேர்ந்த ஃப்ரைஸ்லேண்ட் திறமைவாய்ந்த கிராபிக் ஓவியர் எம்.சி. இஷர் பிறந்த இடமும் ஆகும்.

ஆரம்பகால ஃப்ரைசிய குதிரைகளின் சக்திவாய்ந்த உடலமைப்புதான் செயிண்ட். மார்க்கின் குதிரைகளின் அழகியல் தன்மைக்கு உந்துதலாக இருந்திருக்கிறது. அந்த வலைத்தளம் சொல்வதைப்போல், செயிண்ட். மார்க்கின் குதிரைகள் மிக அழகானவையாக இருந்தன என்பதால்தான் அது "வரலாற்றிலேயே பலமுறை திருடப்பட்ட கலைப்படைப்பாக ஆகிவிட்டது."

இந்த சந்தேகத்திற்கிடமான கௌரவம் கெண்ட் ஆல்டர் பீஸுக்கு சொந்தமானது என்றே நம்பியிருந்த லேங்டன் ஏஆர்சிஏ வலைத்தளத்திற்கு சென்று அதனை சரிபார்த்தார். அந்த, கலைக் குற்றங்களுக்கு எதிரான ஆராய்ச்சிக் கூட்டமைப்பு நிச்சயமான விவரம் எதையும் தரவில்லை. ஆனால் கொள்ளையடிக்கப்படவும், திருடப்படவுமான அந்த சிற்பத்தின் தொந்தரவுக்குரிய வாழ்வு பற்றிய சுருக்கமான வரலாற்றை அது வழங்கியிருந்தது.

செம்பினாலான அந்த நான்கு குதிரைகளும் சியோஸ் தீவில் பெயர்தெரியாத ஒரு கிரேக்க சிற்பியால் நான்காம் நூற்றாண்டில் காட்சிப்படுத்தப்பட்டது. இரண்டாம் தியோடோசியஸ் அதனை குதிரைப்பந்தய மைதானத்தில் காட்சிக்கு வைக்க கான்ஸ்டான்டைநோபிளுக்கு கவர்ந்து செல்லும்வரை அது அங்கேதான் இருந்தது. பிறகு, நான்காம் சிலுவைப்போரின்போது, வெனிஸிய படையினர் காண்ஸ்டான்டைநோபிளை சூறையாடியபோது, அங்கே ஆட்சிசெய்த டூஜி அந்த விலைமதிப்பற்ற சிலைகளை

கப்பலின் வழியாக மீண்டும் வெனிஸிற்கே கொண்டுசெல்லுமாறு கட்டளையிட்டார். அவற்றின் அளவு மற்றும் எடை காரணமாக அந்த வேலை ஏறக்குறைய சாத்தியமேயில்லாத ஒன்றாக இருந்தது. அந்தக் குதிரைகள் 1254–இல் வெனிஸிற்கு கொண்டுவரப்பட்டு, செயிண்ட். மார்க் கதீட்ரலின் முகப்பில் நிறுவப்பட்டன.

ஏறக்குறைய அரை மில்லினியம் ஆண்டுகளுக்குப் பின்னர், 1797இல் வெனிஸ் மீது போர்தொடுத்த நெப்போலியன் அதனை தமதாக்கிக்கொண்டார். அவை பாரீஸிற்கு எடுத்துச் செல்லப்பட்டு ஆர்க் டி டிரையாம்பின் உச்சியில் பார்வைக்கு வைக்கப்பட்டது. இறுதியாக, 1815இல் வாட்டர்லூ போரில் நெப்போலியன் தோற்கடிக்கப்பட்டு நாடுகடத்தப்பட்ட பின்னர், ஆர்க் டி டிரையாம்பில் இருந்து கீழே இறக்கப்பட்ட அந்தக் குதிரைகள் மீண்டும் வெனிஸிற்கே அனுப்பி வைக்கப்பட்டன. அங்கு அவை செயிண்ட். மார்க் பாஸிலிக்காவின் முன்பக்க பால்கனியில் மறுமுறை நிறுவப்பட்டன.

இந்தக் குதிரைகளின் வரலாறு குறித்து போதுமான அளவுக்கு லேங்டன் தெரிந்துகொண்டார் என்றாலும், ஏஆர்சிஏ வலைத்தளம் குறிப்பிட்டிருந்த ஒரு பத்தி அவரை துணுக்குறச் செய்தது.

கான்ஸ்டாண்டைநோபிளில் இருந்து வெனிஸிற்கு கப்பலில் கொண்டுவர வசதியாக அவற்றின் தலைகள் வெட்டப்பட்டிருந்த இடத்தை மூடி மறைக்கும்விதமாக 1204ஆம் ஆண்டில் அந்தக் குதிரைகளின் கழுத்தில் அலங்கார கழுத்துப் பட்டிகளை வெனிஸியர்கள் அமைத்தார்கள்.

செயிண்ட். மார்க்கின் குதிரைகளுடைய தலைகளை வெட்ட டூஜி கட்டளையிட்டாரா? அது லேங்டனுக்கு நம்ப முடியாத ஒன்றாக இருந்தது.

“ராபர்ட்?!” சியன்னாவின் குரல் அழைத்தது.

லேங்டன் தன்னுடைய சிந்தனைகளில் இருந்து வெளியே வந்தார். கூட்டத்தினரிடையே நெருக்கியடித்துக்கொண்டு ஃபெரிஸுடன் சியன்னா வந்துகொண்டிருப்பதைப் பார்க்க லேங்டன் திரும்பினார்.

“அந்தக கவிதையில் உள்ள குதிரைகள்!” லேங்டன் பரவசத்துடன் கத்தினார். “நான் கண்டுபிடித்துவிட்டேன்!”

“என்ன?” என்றாள் சியன்னா குழப்பத்துடன்.

“குதிரைகளின் தலையை வெட்டிய நயவஞ்சக டூஜியைத்

தானே நாம் தேடிக்கொண்டிருந்தோம்!"

"ஆமாம்?"

"இந்தக் கவிதை **உயிருள்ள** குதிரைகளை குறிப்பிடவில்லை." செயிண்ட். மார்க்கிற்கு வெளிப்புறத்தில் உள்ள உயரமான பகுதியை லேங்டன் சுட்டிக்காட்டினார். அங்கு பளிச்சென்ற சூரிய ஒளிப்பட்டை நான்கு செம்புக் குதிரைகளை ஒளியூட்டிக் கொண்டிருந்தது. "அது இந்தக் குதிரைகளைத்தான் குறிக்கிறது!"

❏

73

மெண்டாசியத்தில் இருந்த டாக்டர். எலிசபெத் சின்ஸ்கியின் கைகள் நடுங்கிக்கொண்டிருந்தன. அந்த வீடியோவை அவள் தலைவரின் அறையில் வைத்துப் பார்த்தாள். தன்னுடைய வாழ்நாளில் எவ்வளவோ பயங்கரமான விஷயங்களைப் பார்த்திருக்கிறாள். பெர்ட்ரண்ட் ஜாப்ரிஸ்ட், தான் தற்கொலை செய்துகொள்வதற்கு முன்பு தயாரித்துள்ள, விளக்கமே அளிக்க முடியாத இந்தப் படம் மரணத்தைப் போல் சில்லிட்ட உணர்வை அவளிடம் விட்டுச்சென்றிருந்தது.

அவளுக்கு முன்னால் இருந்த திரையில், கூம்பு மூக்குள்ள உருவம் அங்குமிங்கும் அலைந்தது. பாதாளக் குகையின் நீர்சொட்டும் கூரையில் அதன் உருவம் தெரிந்தது. தொடர்ந்து பேசிய அந்த நிழலுருவம் தன்னுடைய மகாபடைப்பைப் பற்றி பெருமையாக விவரித்தது — அந்தப் படைப்பின் பெயர் இன்ஃபெர்னோ — அதுதான் இந்த மக்களை தெரிவு செய்வதன் மூலம் இந்த உலகத்தைக் காப்பாற்றப்போகிறது என்றது.

நம்மை கடவுள்தான் காப்பாற்ற வேண்டும், சின்ஸ்கி நினைத்துக்கொண்டாள். "நாம் அவசியம்..." என்ற அவளுடைய குரல் தடுமாறியது. "நாம் *அவசியம்* அந்த பாதாள குகையை கண்டுபிடித்தாக வேண்டும். நமக்கு இன்னும் நேரம் இருக்கலாம்."

"தொடர்ந்து பாருங்கள்" என்று பதிலளித்தார் தலைவர். "இது இன்னும் விசித்திரமாக இருக்கப் போகிறது."

திடீரென்று அந்த முகமூடியின் நிழல் அந்தச் சுவற்றில் பெரிதாகிக்கொண்டே சென்றது. அவளுக்கு முன்னால் மிகப் பெரியதாகத் தெரிந்த அந்த உருவம் சட்டென்று கேமரா ஃபிரேமிற்குள் வந்தது.

அடச் சே.

முழுவதும் உடையணிந்த ஒரு பிளேக் டாக்டரை சின்ஸ்கி உற்றுப்பார்த்தாள் — கறுப்பு மேலாடையால் முழுவதும் மூடியிருந்த அவன் முகத்தில் சில்லிட வைக்கும் கூம்பு மூக்கு காணப்பட்டது. அந்த பிளேக் டாக்டர் நேராக கேமராவை நோக்கி வந்தான். அந்த திரை முழுவதையும் நிரப்பிய அவனுடைய முகமூடி ஒரு பயங்கரமான விளைவைக் கொண்டுவந்தது.

"அறம்சார் நெருக்கடிகள் நிலவும்போதுகூட தங்களுடைய ***நடுநிலையில் இருந்து விலகாதவர்களுக்காக நரகத்தின் இருளார்ந்த பகுதிகள் ஒதுக்கப்பட்டுள்ளன***" என்று அவன் கிசுகிசுத்தான்.

தன்னுடைய கழுத்தில் ஏதோ ஊர்வதைப் போல் சின்ஸ்கி உணர்ந்தாள். ஒரு வருடம் முன்பு நியூயார்க்கில் அவரிடம் இருந்து தப்பி விமான நிலைய கவுண்டரில் காத்திருந்தபோது, இதே மேற்கோள் கொண்ட குறிப்பைத்தான் ஜாப்ரிஸ்ட் அவளுக்கு விட்டுச் சென்றிருந்தார்.

"எனக்குத் தெரியும்" என்ற அந்த பிளேக் டாக்டர் தொடர்ந்து பேசினான். "என்னை யாரெல்லாம் அரக்கன் என்று அழைக்கிறார்கள் என." அவன் சற்று இடைவெளி விட்டான். அந்த வார்த்தைகள் யாவும் தன்னை நோக்கியே சொல்லப் பட்டன என்பதை சின்ஸ்கி உணர்வாள். "என்னை முகமூடிக்குப் பின்னால் மறைந்திருக்கும் ஓர் இதயமில்லாத அரக்கன் என்றே எல்லோரும் சொல்கிறார்கள் என்பது எனக்குத் தெரியும்." என்று மீண்டும் இடைவெளிவிட்ட அவன் கேமராவிற்கு இன்னும் நெருக்கமாக வந்தான். "ஆனால் நான் முகமற்றவன் அல்ல. நான் இதயமற்றவனும் அல்ல."

அத்துடன், தன்னுடைய முகமூடியை வெளியே எடுத்துவிட்ட ஜாப்ரிஸ்ட் தன்னுடைய மேல்கோட்டையும் கீழிறக்கினார் — அவருடைய முகம் வெறுமையாக இருந்தது. சின்ஸ்கி இறுகிப் போனாள். வெளியுறவுத்துறை கவுன்சிலில் கடைசியாக அவள் பார்த்த அந்த நன்கு பரிச்சயமான பச்சைக் கண்களையே உற்றுப் பார்த்தாள். வீடியோவில் இருந்த அவருடைய கண்களும் அதே உணர்ச்சியுடனும், தீப்பொறியுடனும் காணப்பட்டன. ஆனால் அவற்றில் வேறு ஒன்றும் இருக்கிறது — ஒரு பைத்தியக்காரனின் காட்டுத்தனமான பரவசம்.

"என் பெயர் பெர்ட்ரண்ட் ஜாப்ரிஸ்ட்" என்ற அவர் கேமராவையே உற்றுப்பார்த்தார். "இதுதான் என் முகம், இந்த உலகம் இதைப் பார்க்கவேண்டும் என்பதற்காக முகமூடியைக் கழற்றி நிர்வாணமாக நிற்கிறேன். என்னுடைய ஆன்மாவைப் பொறுத்தவரை... தாந்தே தன்னுடைய நேசத்திற்குரிய பீட்ரிஸிற்காக செய்ததைப் போல், என்னுடைய எரியும் இதயத்தை உயர்வான இடத்தில் வைத்திருக்க முடியும் எனறால், நான் காதலால் நிரம்பி வழிவதை உங்களால் பார்க்க முடியும். அது ஆழமான காதல். உங்கள் எல்லோருக்காகவும்தான். எல்லாவற்றிற்கும் மேல் உங்களில் *ஒருவருக்காக.*"

நெருங்கிவந்த ஜாப்ரிஸ்ட் அப்படியே நின்றார். கேமராவை ஆழமாக உற்றுப்பார்த்தபடி ஒரு காதலியிடம் பேசுவதைப் போல் மென்மையாகப் பேசினார்.

"என் அன்பே" அவர் கிசுகிசுத்தார். "என் விலைமதிப்பற்ற அன்பே. நீயே என்னுடைய மகிழ்ச்சி, என் எல்லாவித தீமைகளை யும் அழிப்பவள். என் நற்குணங்களை அங்கீகரித்தவள். என்னு டைய மீட்பு. இந்தப் பாதாளத்தை கடக்க உன்னையும் அறியாமல் என்னருகில் நிர்வாணமாக நின்று எனக்கு உதவி செய்தவள் நீதான். நான் இப்போது செய்து முடித்த காரியத்திற்கு உண்டான வலுவை எனக்குத் தந்தவள் நீயேதான்."

சின்ஸ்கி வெறுப்புடன் கவனித்துக்கொண்டிருந்தாள்.

"அன்பே" அந்த நீருக்கடியில் இருக்கும் மாயக்குகையில் எதிரொலிக்கும்படியாக துயர்மிகுந்த குரலில் ஜாப்ரிஸ்ட் தொடர்ந்து பேசினார். "என்னுடைய உத்வேகமும் நீதான், என்னுடைய வழிகாட்டியும் நீதான், என்னுடைய வெர்ஜிலும் பீட்ரிஸ[ு]ம் ஒருவரே. இந்த மகாபடைப்பு என்னுடையதாக எப்படி இருந்ததோ அதேபோல் உன்னுடையதும் ஆகும். உலகைக் கடந்த காதலர்களான நீயும் நானும் மீண்டும் உறவாட மாட்டோம் என்றாலும், எதிர்காலத்தை உன்னுடைய மென்மையான கரங்களில் விட்டுச்செல்வதை அறிந்து நான் என்னுடைய அமைதியை கண்டடைவேன். என்னுடைய வேலை முடிந்துவிட்டது. இப்போது, நான் இந்த உலகின் உச்சியில் ஏறி, நட்சத்திரங்களை மீண்டும் பற்றிக்கொள்வதற்கான நேரம் வந்துவிட்டது."

ஜாப்ரிஸ்ட் பேசுவதை நிறுத்தினார். நட்சத்திரங்கள் என்ற வார்த்தை அந்தக் குகையில் எதிரொலித்தபடியே இருந்தது. பின்னர், மிகவும் அமைதியாக, கேமராவை நோக்கி வந்த

ஜாப்ரிஸ்ட் அதை நிறுத்தி தன்னுடைய தகவல் தொடர்பை முடித்து வைத்தார்.

அந்த திரை கருமையானது.

"அந்த பாதாள குகை" என்ற தலைவர் மானிட்டரை அணைத்தார். "நமக்கு அடையாளம் தெரியவில்லை. இல்லையா?"

சின்ஸ்கி தலையை குலுக்கினாள். நான் இதுபோல் ஒன்றை பார்த்ததே இல்லை. அவள் ராபர்ட் லேங்டனை நினைத்துக் கொண்டாள். ஜாப்ரிஸ்ட்டின் தடயங்களை கண்டுபிடிப்பதில் அவர் ஏதேனும் முன்னேற்றம் அடைந்திருப்பாரா என்று நினைத்துப் பார்த்தார்.

"இது ஏதேனும் வகையில் உதவுமா என்று தெரியவில்லை" என்றார் தலைவர், "ஜாப்ரிஸ்ட்டின் காதலி யாரென்று எனக்குத் தெரியுமென நினைக்கிறேன்." அவர் சற்று நிறுத்தினார். "எஃப்எஸ்—2080 என்று பெயரிடப்பட்ட ஒரு தனிநபர்."

சின்ஸ்கி நிமிர்ந்து உட்கார்ந்தாள். "எஃப்எஸ்—2080?!" அவள் தலைவரை அதிர்ச்சியுடன் பார்த்தாள்.

தலைவரும் அவளுக்கு இணையாக துணுக்குற்றார். "உங்களுக்கு ஏதாவது தெரியமா?"

சின்ஸ்கி சந்தேகத்துடன் ஆமோதித்தாள். "மிக நிச்சயமாகத் தெரியும்."

சின்ஸ்கியின் இதயம் படபடத்தது. எஃப்எஸ்—2080. அந்த தனிநபரின் அடையாளம் பற்றி அவளுக்கு எதுவும் தெரியாத நிலையில், அந்தக் குறிப்பீட்டுப் பெயர் எதைக் குறிக்கிறது என அவளுக்கு நிச்சயமாகத் தெரியும். உலக சுகாதார நிறுவனம் அந்தக் குறிப்பீட்டுப் பெயரைத்தான் பல வருடங்களாக கண்காணித்துக்கொண்டிருந்தது.

"மனிதம் கடந்த இயக்கம்" என்றாள் அவள். "உங்களுக்கு அதுபற்றித் தெரியுமா?"

தலைவர் தலையைக் குலுக்கினார்.

"மிக எளிமையாக சொல்லவேண்டும் என்றால்" சின்ஸ்கி விளக்கினாள். "மனிதம் கடந்தவியல் என்பது, நம்முடைய சொந்த இனத்தை மிகவும் வலிமையானதாக உருவாக்கிக்கொள்வதற்கு கிடைக்கின்ற எல்லாத் தொழில்நுட்பங்களையும் மனிதர்கள் பயன்படுத்திக்கொள்ள வேண்டும் என்பதே."

தலைவர் அசையாமல் அப்படியே உட்கார்ந்திருந்தார்.

"பொதுப்படையாகச் சொன்னால்" அவள் தொடர்ந்து

பேசினாள். "மனிதம்கடந்த இயக்கம் என்பது பொறுப்புள்ள தனிநபர்களால் ஆனது — அறம்சார் நம்பிக்கைக்கு உரிய அறிவியலாளர்கள், எதிர்கால சிந்தனையாளர்கள், தொலை நோக்கர்கள் — ஆனால், எல்லா இயக்கங்களிலும் இருப்பதைப் போன்றே அதிலும் ஒரு சிறிய தீவிரவாதப் பிரிவு இந்த இயக்கம் போதுமான அளவுக்கு வேகத்தைக் காட்டவில்லை என்று எண்ணியது. அவர்கள் உலகின் முடிவு நெருங்கிக்கொண்டிருக்கிறது என்பதில் நம்பிக்கை கொண்ட, தீர்ப்புநாள் சிந்தனையாளர்கள் என்பதுடன் மனித இனத்தின் எதிர்காலத்தைக் காக்க அதிரடி யான நடவடிக்கைகள் எடுக்க விரும்புகிறவர்கள்."

"அப்படியென்றால்" என்றார் தலைவர். "பெர்ட்ரண்ட் ஜாப்ரிஸ்ட்டும் அவர்களில் ஒருவரா?"

"ஆமாம்" என்றாள் சின்ஸ்கி. "அந்த இயக்கத்தின் தலைவரே அவர்தான். மிகுந்த அறிவுஜீவித்தனம் வாய்க்கப்பெற்றவர் என்பதற்கும் மேலாக, மிகவும் வசீகரமானவர். மனிதம் கடந்த இயக்கத்தின் மொத்த தீவிரவாதத்திற்கும் அவர் எழுதிய இறுதி நாள் கட்டுரைகளே எழுச்சியை ஊட்டியிருக்கின்றன. இன்று, அவருடைய தீவிரமான மாணவர்கள்தான் இந்த மறைகுறிப்பீட்டுப் பெயர்களைப் பயன்படுத்துகின்றனர், அவை எல்லாம் ஒரே வடிவமைப்பில் இருக்கும் — இரண்டு எழுத்துகளும், நான்கு எண்களும் — உதாரணத்திற்கு, டிஜி—2064, பிஏ—2105, அல்லது நீங்கள் இப்போது குறிப்பிட்ட ஒன்றைப்போல்."

"எஃப்எஸ்—2080."

சின்ஸ்கி ஆமோதித்தாள். "அது மனிதம்கடந்த இயக்கத்தி னரின் மறைகுறிப்பீட்டுப் பெயராக *மட்டுமே* இருக்க முடியும்."

"இந்த எழுத்துகளுக்கும் எண்களுக்கும் அர்த்தமிருக்கிறதா?"

சின்ஸ்கி அவருடைய கம்ப்யூட்டரை நோக்கிச் சென்றாள். "உங்களுடைய பிரவுசரை எடுங்கள். நான் சொல்கிறேன்."

தலைவர் நிச்சயமில்லாதவராக காணப்பட்டார் என்றாலும் தன்னுடைய கம்ப்யூட்டரிடம் சென்று தேடுபொறியை இயக்கினார்.

"'எஃப்எம்—2030 என்று தேடுங்கள்'" என்ற சின்ஸ்கி அவருக்குப் பின்னால் அமர்ந்துகொண்டாள்.

தலைவர் *எஃப்எம் 2030* என்று டைப் செய்த உடனே ஆயிரக்கணக்கான பக்கங்கள் தோன்றின.

"ஏதாவது ஒன்றை கிளிக் செய்யுங்கள்" என்றாள் சின்ஸ்கி.

தலைவர் முதலாவதாக வந்த பக்கத்தை கிளிக் செய்தார்.

திரையில் விரிந்த அந்த விக்கிப்பீடியா பக்கம் ஓர் அழகான ஈரானிய ஆண்மகனைக் காட்டியது — ஃபெரிடூன் எம்.எஸ்ஃபேண்ட்ரி — அவரை எழுத்தாளர், தத்துவவாதி, எதிர்காலவியலாளர் மற்றும் மனிதம்கடந்த இயக்கத்தின் முன்னோடி என்று குறிப்பிட்டிருந்தது. 1930இல் பிறந்த அவர் மனிதம்கடந்த தத்துவத்தை வெகுமக்களிடம் அறிமுகப்படுத்தியவர் என்று போற்றப்படுகிறார்; அத்துடன் சோதனைக்குழாய் கருத்தரிப்பு, மரபணு என்ஜினியரிங் மற்றும் நாகரீகங்கள் உலகமயமாதல் ஆகியவற்றையும் முன்னூகித்துக் கூறியவர்.

விக்கிப்பீடியா சொல்வதுபோல், அவருடைய காலத்தில் அரிதானதாக இருந்த நூறாண்டு வாழ்க்கையை வாழ புதிய தொழில்நுட்பம் தனக்கு உதவி செய்யும் என்று எஸ்ஃபேண்ட்ரி துணிச்சலுடன் அறிவித்தார். எதிர்கால தொழில்நுட்பத்தில் உள்ள தன்னுடைய நம்பிக்கையை பறைசாற்றும் விதமாக ஃபெரிடூன் எம்.எஸ்ஃபேண்ட்ரி என்ற தன்னுடைய பெயரை எஃப்எம்—2030 என்று மாற்றிக்கொண்டார். முதல் மற்றும் நடுப்பெயர்களை தலைப்பெழுத்தாக கொண்ட இந்த மறைகுறிப்பீட்டுப் பெயர், அவருடைய நூறாவது வயது வரும் 2030 என்ற வருடத்தை பின்னால் சேர்த்துக்கொண்டார். துயரம் என்னவென்றால், கல்லீரல் புற்று நோயால் பாதிக்கப்பட்ட அவர் தன்னுடைய எழுபதாவது வயதில் தன்னுடைய இலக்கை அடையாமலேயே காலமானார். ஆனால் அவருடைய நினைவைப் போற்றும்விதமாக, மனிதம்கடந்தவியல் அபிமானிகள் அவருடைய பெயரிடும் உத்தியை பின்பற்றுவதன் மூலம் எஃப்எம்—2030—க்கு அஞ் சலி செலுத்துகின்றனர்.

அதைப் படித்து முடித்ததும் எழுந்துநின்ற தலைவர், ஜன்னலை நோக்கி நடந்துசென்று நீண்டநேரமாக வெளியில் தெரிந்த கடலையே பார்த்துக்கொண்டிருந்தார்.

“அப்படியென்றால்” சத்தமாக சிந்தித்ததைப் போல் அவர் இறுதியாக முணுமுணுத்தார். “பெர்ட்ரண்ட் ஜாப்ரிஸ்ட்டின் ***காதலி எஃப்எஸ் 2080யும் அவர்களில் ஒருவர்தான்... மனிதம்கடந்த இயக்கவாதிகள்.”***

“அதில் சந்தேகமே இல்லை” என்றாள் சின்ஸ்கி. “என்னை மன்னிக்க வேண்டும், இந்த எஃப்எஸ்—2080 யாரென்று எனக்குத் தெரியாது. ஆனால்—”

“அதுதான் விஷயம்” என்று குறுக்கிட்ட தலைவர் இன்னமும் கடலையே வெறித்துப் பார்த்துக்கொண்டிருந்தார். “***எனக்குத்*** தெரியும். அவர் யாரென்று எனக்கு சரியாகத் தெரியும்.”

❑

74

காற்றில்கூட தங்கத்தின் வாசம் வீசியது.

ராபர்ட் லேங்டன் தன் வாழ்நாளில் எவ்வளவோ கதீட்ரல்களுக்கு சென்றிருக்கிறார். ஆனால் செயிண்ட். மார்க்ஸ் செய்ஸா டி'யோராவின் சூழல்தான் உண்மையிலேயே தனித்துவமானது. பல நூற்றாண்டுகளாக, செயிண்ட். மார்க் கதீட்ரலில் உள்ள காற்றை முகர்ந்தாலே போதும். நீங்கள் பணக்காரர் ஆகிவிடுவீர்கள் என்று சொல்லப்பட்டு வந்திருக்கிறது. இது உருவகரீதியாக புரிந்துகொள்ளும் நோக்கத்துடன் சொல்லப்பட்ட கூற்று அல்ல, நேரடியாக அதையே குறிப்பிடும் வகையில் சொல்லப்பட்டதுதான்.

பல மில்லியன் புராதன தங்கக் கட்டிகளைக் கொண்ட அதன் மேற்பரப்பினால் காற்றில் மிதக்கும் தூசித்துகள்கள்கூட தங்க நிறத்தில் ஒளிவீசின. அந்தரத்தில் மிதக்கும் இந்தத் தங்கத் துகள்கள், பிரகாசமான சூரிய ஒளியுடன் சேர்ந்து மேற்குப்புற பெரிய ஜன்னல் வழியாக கடந்துசெல்கின்றன. அது காற்றுமண்டலத்தில் துடிப்பை உருவாக்கி நம்பிக்கையுள்ளவர்களுக்கு ஆன்மீக வளத்தையும், அதை நன்றாக ஆழ்ந்து சுவாசிப்பவர்கள் தங்களு டைய நுரையீரல்களில் அப்படியே உறிஞ்சிக் கொள்வதால் மிகுந்த பொருள்வயமான செழிப்பை யும் பெறுவார்கள்.

இந்த நேரத்தில் தோன்றிய தாழ்வான சூரியன் லேங்டனின் தலைக்கு மேலாக ஒரு பெரிய, மினுங்கும்

விசிறியைப் போல் மேற்குப்பக்க ஜன்னலை துளைத்துச் சென்றது. அந்த அற்புதமான சுவாசத்தைப் பெற்றுக்கொள்வதைத் தவிர லேங்டனால் வேறு ஒன்றும் செய்ய முடியவில்லை, தனக்குப் பின்னால் இருந்த ஃபெரிஸூம் சியன்னாவும் அப்படியே செய்வதை அவர் உணர்ந்தார்.

"எந்த வழி?" என்றாள் சியன்னா.

மேலே செல்லும் ஒரு ஜோடி படிக்கட்டை லேங்டன் காட்டினார். தேவாலயத்தின் இந்த அருங்காட்சியகப் பிரிவு மேல்மட்டத்தில் இருந்தது என்பதுடன் செயிண்ட். மார்க்கின் குதிரைகளுக்கென்றே விரிவான காட்சியமைப்பையும் கொண்டிருந்தது. அதுதான், விலங்குகளின் தலைகளைக் கொய்த அந்த புதிரார்ந்த டூஜியின் அடையாளத்தை விரைவாக வெளிப்படுத்தும் என்று லேங்டன் நம்பினார்.

அவர்கள் படிக்கட்டுகளில் ஏறிக்கொண்டிருந்தபோது, ஃபெரிஸ் தன்னுடைய சுவாசப் பிரச்சினையுடன் போராடிக் கொண்டிருப்பதை அவர் பார்த்தார். சியன்னா லேங்டனின் கண்களைப் பார்த்தாள். அதைத்தான் இப்போது சில நிமிடங்களாக அவள் செய்துகொண்டிருக்கிறாள். அவள் ஃபெரிஸை நோக்கி தந்திரமாக தலையாட்டும்போதும், லேங்டன் எதையோ புரிந்து கொள்ளவில்லை என்பதைப்போல் தன் வாயைப் பொத்துவதுமாக அவளுடைய வெளிப்பாடு எச்சரிக்கை நிரம்பியதாக இருந்தது. அதைத் தெளிவுபடுத்திக்கொள்ள அவளிடம் கேட்கும் முன்னர் ஃபெரிஸைத் திரும்பிப் பார்த்தார். ஒரு அரை நொடி தாமதமாகி விட்டது, சியன்னா ஏற்கனவே தன்னுடைய கண்களைத் திருப்பி ஃபெரிஸையே பார்த்துக்கொண்டிருந்தாள்.

"உங்களுக்கு ஒன்றுமில்லையே டாக்டர்?" என்றாள் அப்பாவியாக.

அதை ஆமோதித்த ஃபெரிஸ் வேகமாக மேலே ஏறினார்.

திறமையுள்ள நடிகைதான், லேங்டன் நினைத்துக்கொண்டார். ***ஆனால் அவள் என்னிடம் என்னதான் சொல்ல வருகிறாள்?***

அவர்கள் இரண்டாவது தளத்திற்கு வந்துசேர்ந்தபோது, கீழே பரந்து விரிந்திருந்த முழு பாஸிலிக்காவையும் அவர்களால் பார்க்க முடிந்தது. மைய மண்டபம் கிரேக்க கிராஸ் வடிவில் கட்டப்பட்டிருந்தது. செயிண்ட். பீட்டர்ஸ் அல்லது நோட்ரேடேமின் நீளமான செவ்வக வடிவங்களைக் காட்டிலும் தோற்றத்தில் அவை சதுரமாகவே தெரிந்தன.

இருந்தாலும், மிகவும் நெருங்கிவிடமுடியாதபடி இருந்த

அந்த தேவாலயத்தின் பலிபீடமானது நேராகத் தொங்கும் சிலுவை உருவத்திற்குப் பின்னால் இருந்தது. நேர்த்தியான நற்கருணை கோப்பையால் பாதுகாக்கப்பட்டிருந்த அது உலகில் இருப்பதிலேயே மிகவும் மதிப்புமிக்க பலிபீடம் என்று சொல்லப்படுவதுண்டு. அதுதான் புகழ்பெற்ற *பெலா டி'ஓரா.* பளபளக்கும் பரந்த வெள்ளிநிற பின்னணியில், இந்தத் "தங்கத் துணியானது" முந்தைய வேலைப்பாடுகளுடன் பிணைக்கப்பட்ட — குறிப்பாக பைஸாண்டியன் எனாமல் — ஒரே கோத்திக் சட்டகமாக ஒன்றோடு ஒன்று பின்னப்பட்டது என்ற அர்த்தத்திலேயே துணி என்று அழைக்கப்பட்டது. ஏறக்குறைய ஆயிரத்து முன்னூறு முத்துகள், நானூறு சிவப்புக் கற்கள், முன்னூறு நீலக் கற்கள் மற்றும் மரகதக் கற்கள், ரத்தினக் கற்கள் ஆகியவற்றுடன் செயிண்ட். மார்க்கின் குதிரைகளும் சேர்ந்து இந்த பெலா டி'ஓராவை வெனிஸில் இருப்பதிலேயே அருமையான புதையல்களுள் ஒன்று என பெயர் பெற வைத்திருக்கின்றன.

கட்டிடக்கலை ரீதியில் பேசினால், பாஸிலிக்கா என்ற வார்த்தை வரையறையானது ஐரோப்பா அல்லது மேற்குலகில் நிறுவப்பட்ட கிழக்கத்திய, பைஸாண்டினிய பாணியிலான தேவாலயம் என்பதைக் குறிக்கிறது. கான்ஸ்டான்டைநோபிளில் உள்ள புனித அப்போஸ்தலர்களின் ஜஸ்டினியன் பாஸிலிக்காவின் பிரதியாக காட்சியளிக்கும் செயிண்ட். மார்க் மிகவும் கிழக்கத்திய பாணியில் அமைந்ததாகவே இருந்தது. இதனால் சுற்றுலா கையேடுகளில், துருக்கியில் இருக்கும் பைஸாண்டினிய கதீட்ரல்கள் பலவும் இஸ்லாமிய தொழுகை மையங்களாக மாற்றப்பட்டுள்ளதால், செயிண்ட். மார்க்கிற்கு வருகை புரிவதே அவற்றிற்கான சிறந்த மாற்றுகள் என்று பரிந்துரை செய்யப்பட்டிருக்கிறது.

துருக்கியில உள்ள பிரமாண்டமான மசூதிகளுக்கு மாற்றாக செயிண்ட். மார்க்கை லேங்டன் ஒருபோதும் கருதியதில்லை என்றாலும், பைஸாண்டினிய கலையின் மீது ஒருவருக்குள்ள ஈர்ப்பானது இந்த தேவாலயத்தில் இருக்கும் ரகசிய அறைகளை பார்வையிடுவதன் மூலமே திருப்தியுற்றுவிடும் என்பதை லேங்டன் ஒப்புக்கொள்ளத்தான் வேண்டியிருந்தது. அவற்றில்தான் செயிண்ட். மார்க்கின் புதையல் எனப்படுபவை மறைந்திருக்கின்றன — கான்ஸ்டான்டைநோபிளை சூறையாடிய போது கொண்டுவரப்பட்ட 283 வகை விலைமதிப்பற்ற சிலைகள், நகைகள் மற்றும் கோப்பைகள் அவற்றில் அடங்கியிருக்கின்றன.

இந்த மதியப்பொழுதில் பாஸிலிக்காவில் நிலவிய அமைதி லேங்டனை மகிழ்ச்சிப்படுத்தியது. மக்கள் கூட்டம் ஆங்காங்கே

தெரிந்தாலும், திட்டமிடுவதற்காவது அவருக்கு நேரம் கிடைத்தது. உள்ளேயும் வெளியேயும் பல்வேறு குழுக்களாக மக்கள் சென்றுகொண்டிருந்தாலும், ஃபெரிஸையும் சியன்னாவையும் லேங்டன் மேற்குப்புற ஜன்னலை நோக்கி அழைத்துச் சென்று கொண்டிருந்தார். அங்கேதான் பார்வையாளர்கள் வெளிப் புறத்திலேயே நின்று பால்கனியில் இருக்கும் குதிரைகளை பார்வையிட்டுக்கொண்டிருந்தனர். கேள்விக்குரிய டூஜியை அடையாளம் காணும் தங்கள் திறனில் லேங்டன் நம்பிக்கை வைத்திருந்தாலும், அதன் பிறகு அவர்கள் மேற்கொள்ள வேண்டிய நடவடிக்கைகள் குறித்து லேங்டனுக்கு கவலை இருந்தது — அதாவது அந்த டூஜியை அடையாளம் கண்ட பிறகு. அவருடைய *கல்லறை? அவருடைய சிலை?* அங்கிருக்கும் நூற்றுக்கணக்கான சிலைகள், தாழ்வான நிலவறை, வளைவான கல்லறைகள் ஆகியவற்றை வைத்துப் பார்க்கும்போது இதற்கு ஏதேனும் ஒருவகையில் உதவி தேவைப்படும்.

சுற்றுலாவுக்கு வழிகாட்டிக்கொண்டிருந்த ஓர் இளம் பெண் ஆசிரியையை லேங்டன் கண்டுகொண்டார். அவளுடன் தன்மையான உரையாடலைத் தொடங்கினார். "எக்ஸ்கியூஸ் மீ" என்றார் அவர். "இட்டோர் வயோ இன்று மதியம் வந்திருந்தாரா?"

"இட்டோர் வயோவா?" அந்தப் பெண் லேங்டனை விநோதமாகப் பார்த்தாள். "ஆமாம், பார்க்கலாம். ஆனால்," அவள் கண்கள் பிரகாசித்தன. "நீங்கள்தானே ராபர்ட் லேங்டன், இல்லையா?"

லேங்டன் பொறுமையாக புன்னகைத்தார். "ஆமாம், அது நான்தான். இட்டோருடன் பேசுவதற்கு வாய்ப்பிருக்கிறதா?"

"ம், பார்க்கலாமே!" என்று தன்னுடைய சுற்றுலாக் குழுவின ருக்கு சைகை காட்டியபடி தானும் வருவதாக கூறியபடியே அவர்களை நோக்கிச் சென்றாள்.

லேங்டனும், அந்த அருங்காட்சியக காப்பாளருமான இட்டோர் வயோவும் ஒருமுறை சிறிய ஆவணப்படம் ஒன்றில் தோன்றி இந்த பாஸிலிக்கா பற்றி பேசியிருக்கிறார்கள். அதன் பின்னர் அவர்கள் எப்போதுமே தொடர்பில் இருந்தனர். "இட்டோர் இந்த பாஸிலிக்கா பற்றி புத்தகம் எழுதியிருக்கிறார்" என்று சியன்னாவிடம் விளக்கினார் லேங்டன். "உண்மையில், சில புத்தகங்கள் எழுதியிருக்கிறார்."

ஃபெரிஸ் காரணமாக சியன்னா இப்போதும் துணுக்குற்ற வளாகவே காணப்பட்டாள். குதிரைகளைக் காணக்கூடிய

இடமான மேற்குப்புற ஜன்னலை நோக்கி அவர்களை லேங்டன் அழைத்துச் செல்கையில் அவரும் நெருக்கமாகவே இருந்தார். அவர்கள் ஜன்னலை அடைந்தபோது, அந்தக் குதிரைகளின் தசைபிடிப்பான முன்பகுதி மதிய நேரத்து சூரியனின் நிழலொளியில் காணக்கூடியதாக இருந்தது. பால்கனிக்கு வெளியே சுற்றிக்கொண்டிருந்த சுற்றுலாவாசிகள் குதிரைகளின் நெருக்கத்தையும், செயிண்ட். மார்க்ஸ் சதுக்கத்தின் அற்புதக் காட்சியையும் ரசித்துக்கொண்டிருந்தனர்.

"அவை அங்கே இருக்கின்றன!" என்று கத்திய சியன்னா பால்கனிக்கு இட்டுச்செல்லும் கதவை நோக்கிச் சென்றாள்.

"சரியாக அது இல்லை" என்றார் லேங்டன். "நாம் பால்கனியில் பார்த்த குதிரைகள் உண்மையில் அதன் போலிகள்தான். செயிண்ட். மார்க்கின் உண்மையான குதிரைகள் பாதுகாப்பாக வைத்திருக்க உள்ளே வைக்கப்பட்டுள்ளன."

வளைவான நுழைவாயில் பின்னணியில் இருந்து அவர்களை நோக்கிப் பாயத் தயாராக இருப்பதுபோல் தோன்றும் ஒரேமாதிரியான நான்கு குதிரைகள் இருக்கின்ற, நன்கு ஒளியூட்டப்பட்ட மாடத்தை நோக்கி காரிடாரில் சியன்னாவையும் ஃபெரிஸையும் லேங்டன் அழைத்துச் சென்றுகொண்டிருந்தார்.

லேங்டன் அந்த சிற்பங்களை நோக்கிப் பாராட்டும்படியான சைகை காட்டினார். "இவைதான் அசல்கள்."

அந்தக் குதிரைகளை நெருக்கமாக பார்க்கும்போதெல்லாம், அதன் வரிவடிவத்திலும், தசைகளின் துல்லியத்தையும் பார்த்து லேங்டன் அசந்துபோய் நின்றுவிடுவார். சட்டென்று நம் கவனத்தை கவர்ந்துவிடக்கூடிய அவற்றின் முறுக்கிய சதை வசீகரிக்கக் கூடியதாக இருக்கிறது. சாம்பல் பூத்திருந்த தங்க—பச்சைநிற பாசிகள் அவற்றின் மேற்பகுதி முழுவதையும் மூடியிருந்தன. இந்த நான்கு குதிரைகளும் முறையாகப் பராமரிக்கப்படுவதைக் கண்ட லேங்டனுக்கு அவற்றின் தொந்தரவுக்குரிய கடந்த காலமானது அந்த மகா படைப்பை பாதுகாக்க வேண்டிய முக்கியத்துவத்தை அவருக்கு நினைவுபடுத்துவதைப் போன்றே இருந்தது.

"அவற்றின் கழுத்துப்பட்டைகள்" என்ற சியன்னா கழுத்தைச் சுற்றிக் கட்டப்பட்டுள்ள அவற்றின் அலங்காரமான மார்புப் பட்டைகளை குறிப்பிட்டுக் காட்டினாள். "இவையெல்லாம் சேர்க்கப்பட்டவை என்றீர்களே? பிளவுகளை மறைக்கவா?"

ஏஆர்சிஏ வலைத்தளத்தில் அந்த விசித்திரமான "வெட்டப் பட்ட தலை" குறித்து படித்த விவரங்களை லேங்டன் சியன்னா விடமும் ஃபெரிஸிடமும் சொல்லியிருந்தார்.

"சொல்லப்போனால், ஆமாம்" என்ற லேங்டன் அதனருகில் ஒட்டப்பட்டிருந்த தகவல் பலகையை நோக்கிச் சென்றார்.

"ராபர்ட்டோ!" ஒரு நட்புரீதியான குரல் அவர்களுக்குப் பின்னால் கத்தியது. "நீ என்னை அவமானப்படுத்திவிட்டாய்!" லேங்டன் பின்னோக்கித் திரும்பி இட்டோர் வெயோவைப் பார்த்தார். பார்க்க ஜாலியாகத் தெரிந்த, வெள்ளைத் தலைமுடி கொண்ட, தன்னுடைய கண்ணாடிகளை ஒரு செயினில் கோர்த்து கழுத்தில் தொங்கவிட்டிருந்த அவர் கூட்டத்தினரை விலக்கிக்கொண்டே முன்னால் வந்தார். "எவ்வளவு தைரியம் இருந்தால் நீ என் வெனிஸிற்கு வந்து என்னை அழைக்காமல் இருந்திருப்பாய்?"

புன்னகைத்தபடியே அவருடைய கைகளைப் பிடித்து குலுக்கினார் லேங்டன். "நான் உங்களுக்கு ஆச்சரியம் தரலாம் என்று நினைத்தேன், இட்டோர். நீங்கள் பார்க்க நன்றாகத்தான் இருக்கிறீர்கள். இவர்கள்தான் என்னுடைய நண்பர்கள் டாகடர். புரூக்ஸ், டாக்டர். ஃபெரிஸ்."

அவர்களை வரவேற்ற இட்டோர் சற்று பின்னால் நகர்ந்து லேங்டனை மதிப்பிட்டார். டாக்டர்களுடன் பயணமா? நீ நோயுற்றிருக்கிறாயா? உன்னுடைய உடையைப் பார்த்தால்? நீ இத்தாலியனாகவே மாறிவிட்டாயா?"

"எதுவுமில்லை" என்ற லேங்டன் சிணுங்கிக்கொண்டார். "இந்தக் குதிரைகள் பற்றிய சில தகவல்கள் எனக்கு வேண்டும்."

இட்டோர் ஆர்வமாகக் காணப்பட்டார். "இந்த புகழ்பெற்ற புரபஸருக்கு தெரியாத விஷயங்கள் என்று எதுவும் இருக்கிறதா என்ன?"

லேங்டன் சிரித்தார். "சிலுவைப் போர்களின்போது எடுத்துச் செல்கையில் இந்தக் குதிரைகளின் தலைகள் வெட்டப்பட்டது குறித்து தெரிந்துகொள்ள நினைக்கிறேன்."

லேங்டன் ஏதோ மகாராணியின் மலச்சிக்கல் குறித்து கேட்டுவிட்டதைப் போல் இட்டோர் வெயோ அவரையே பார்த்தார். "மிக்க மகிழ்ச்சி ராபர்ட்" என்று கிசுகிசுத்த அவர், "நாம் அதைப்பற்றி பேச வேண்டாம். உனக்கு வெட்டப்பட்ட தலைகளைப் பார்க்க வேண்டும் என்றால் மிகவும் புகழ்பெற்ற கார்மனோலா தலைவெட்டல் அல்லது —"

"இட்டோர், இந்தத் தலைகளை வெட்டிய வெனிஸ் டூஜி யார் என்றுதான் நான் தெரிந்துகொள்ள விரும்புகிறேன்."

"அப்படி ஒன்று நடக்கவேயில்லை" இட்டோர் பாதுகாத்துக் கொள்ளும் தொனியில் சட்டென்று பதிலளித்தார். "நானும் அந்தக் கதைகளை கேள்விப்பட்டிருக்கிறேன். ஆனால் வரலாற்று ரீதியாக அப்படி ஒரு டூஜி செய்ததாக கொஞ்சமே தகவல் —"

"இட்டோர், ப்ளீஸ், எனக்கு உதவுங்கள்" என்றார் லேங்டன். "அந்தக் கதையின்படி, அது எந்த டூஜி?"

தன்னுடைய கண்ணாடிகளை அணிந்துகொண்ட இட்டோர் லேங்டனைப் பார்த்தார். "சரி, அந்தக் கதையின் படி, நம்முடைய பாசத்துக்குரிய இந்தக் குதிரைகள் வெனிஸின் மிகவும் சாமர்த்தியமான ஏமாற்றுக்கார டூஜியால் கொண்டு செல்லப்பட்டது."

"ஏமாற்றுக்காரரா?"

"ஆமாம், அந்த டூஜி தந்திரமாக எல்லோரையும் சிலுவைப் போருக்கு அழைத்தான்." அவர் எதிர்பார்ப்புடன் லேங்டனைப் பார்த்தார். "அந்த டூஜி நாட்டின் பணத்தை எடுத்துக்கொண்டு எகிப்து நோக்கிப் புறப்பட்டான்... ஆனால் படையினரை திசை திருப்பி கான்ஸ்டான்டைன்நோபிளை சூறையாடினான்."

அது துரோகம்போல் தெரிகிறது, லேங்டன் நினைத்துக் கொண்டார். "அவருடைய பெயர் என்ன?"

இட்டோர் புருவத்தை நெரித்தார். "ராபர்ட், உலக வரலாற்றின் மாணவன் என்று நான் உன்னை நினைத்திருந்தேன்."

"ஆமாம், இந்த உலகம் பெரியது. வரலாறு நீண்டது. எனக்கும் கொஞ்சம் உதவி தேவைப்படுகிறதே."

"அப்படியென்றால் சரி, ஓர் இறுதித் தடயம்."

லேங்டன் போராடிப்பார்க்கத்தான் நினைத்தார். ஆனால் அது தேவையில்லாமல் பிராணன் போகும் வேலையாகத்தான் இருக்கும்.

"நீ சொல்லும் டூஜி ஏறத்தாழ ஒரு நூற்றாண்டு உயிருடன் இருந்தார்" என்றார் இட்டோர். "அவருடைய காலத்தில் அது அதிசயம். கான்ஸ்டான்டைன்நோபிளில் இருந்து செயிண்ட். லூசியாவை மீட்டுவந்து அதை மீண்டும் வெனிஸில் புதைத்த அவருடைய துணிச்சலான செயலே அவருடைய நீண்ட ஆயுளுக்கு காரணம் என்ற மூடநம்பிக்கையும் நிலவியது.

செயிண்ட்.லூசியா தன் கண்களை இழந்தது —"

"குருடர்களின் எலும்புகளை தோண்டியெடுத்தவர்!" என்று சட்டென்று கூறிய சியன்னா, அதே சிந்தனையில் இருந்த லேங்டனை உற்றுப்பார்த்தாள்.

சியன்னாவை வினோதமாகப் பார்த்தார் இட்டோர். "ஒரு பேச்சுக்கு சொல்வதென்றால், அப்படித்தான் நினைக்கிறேன்."

ஃபெரிஸ் சட்டென்று வெளிறிப்போய் காணப்பட்டார். அந்தப் பிளாஸாவில் நீண்டதூரம் நடந்து வந்தாலும், படிக் கட்டுகளில் ஏறியதாலும் அவரால் இன்னும் சரியாக மூச்சை இழுத்துப்பிடிக்க முடியவில்லை.

"ஒரு விஷயத்தை நான் சொல்லியே ஆகவேண்டும்," என்றார் இட்டோர். "அந்த டூஜியும் செயிண்ட். லூசியாவை மிகவும் நேசித்தார். ஏனென்றால் அந்த டூஜியே ஒரு குருடர்தான். தொண்ணூறாவது வயதில், இதே சதுக்கத்தில் நின்றிருந்த அவர் எதையும் பார்க்க முடியாத சூழ்நிலையிலும் சிலுவைப் போர் குறித்து பிரச்சாரம் செய்கிறார்."

"அது யாரென்று எனக்குத் தெரியும்" என்றார் லேங்டன்.

"நல்லது, நானும் அப்படித்தான் நினைத்தேன்!" இட்டோர் ஒரு புன்னகையுடன் பதில் கூறினார்.

தன்னுடைய காட்சிப்பூர்வமான நினைவாற்றல் எழுத்துப் பூர்வமான கருத்துகளைக் காட்டிலும் காட்சிகளுடன் நன்றாக பொருந்திவரும் என்பதால், லேங்டனின் வெளிப்படுத்தலானது ஒரு கலைப்படைப்பின் வடிவத்தில் வெளிவந்தது — அது ஒரு குருட்டு டூஜி தன் தலைக்கு மேலாக கைகளை உயர்த்தி கூடியிருந்த கூட்டத்தினரிடம் சிலுவைப்போரில் பங்கேற்குமாறு தூண்டும் காட்சியை சித்தரிக்கின்ற குஸ்தாவ் டோரின் புகழ்பெற்ற ஓவியம். அந்த ஓவியத்திற்கு டோர் அளித்திருந்த பெயர் அவருக்கு நன்றாக நினைவில் இருக்கிறது: சிலுவைப்போருக்கு அழைக்கும் டாண்டெலோ.

"என்ரிகோ டாண்டெலோ" என்றார் லேங்டன். "என்றென் றும் வாழ்ந்துகொண்டிருக்கும் டூஜி."

"பிரமாதம்" என்றார் இட்டோர். "உன்னுடைய மனதிற்கு வயதாகிவிட்டதோ என்று நினைத்தேன் நண்பா."

"மற்றவர்களைப் போலவே அவரும் இங்கேதான் புதைக்கப் பட்டிருக்கிறாரா?"

“டாண்டெலெவோ?” இட்டோர் தலையைக் குலுக்கினார். “இங்கே, இல்லை.”

“எங்கே?” என்றாள் சியன்னா. “டூஜியின் அரண்மனையிலா?”

தன்னுடைய கண்ணாடியை எடுத்துக்கொண்ட இட்டோர் ஒருகணம் யோசித்துப் பார்த்தார். “ஒரு நிமிடம் பொறுங்கள். நிறைய டூஜிக்கள் இருக்கிறார்கள், என்னால் யோசித்துப்பார்க்க—”

இட்டோர் முடிக்கும் முன்பாகவே, ஓர் அச்சுறுத்தும் தோற்றத்துடன் இருந்த ஆசிரியை ஓடிவந்து, அவருடைய காதில் ஏதோ கிசுகிசுத்தாள். இட்டோர் இறுகிப்போனார். எச்சரிக்கப் பட்டதைப் போல் தோன்றிய அவர் உடனடியாக அந்தப் பாதையை நோக்கிச் சென்றார். அங்கிருந்து மைய மண்டபத்தை நோக்கிப் பார்த்தார். ஒரு கணம் கழித்து அவர் லேங்டனிடம் திரும்பி வந்தார்.

“நான் உடனே திரும்பி வருகிறேன்” என்று கத்திய இட்டோர், வேறு எதுவும் சொல்லாமலேயே விரைந்து சென்றார்.

குழம்பிப்போன லேங்டன் அந்தப் பாதைக்குச் சென்று உற்று நோக்கினார். ***கீழே என்ன நடந்துகொண்டிருக்கிறது?***

முதலில் அவர் சுற்றுலாவாசிகள் அங்கே கூடியிருப்பதைத்தான் கண்டார். சற்றைக்கெல்லாம், பார்வையாளர்களில் பலரும் ஒரே திசையை பார்த்துக்கொண்டிருப்பதை கவனித்தார். முக்கிய நுழைவாயிலில், கறுப்பு உடையணிந்திருந்த சோல்ஜர்களின் கூட்டம் அப்போதுதான் தேவாலயத்திற்குள் நுழைந்து எல்லா திசைகளிலும் பரவி, எல்லா வழிகளையும் அடைத்திருந்தனர்.

கறுப்பு உடை சோல்ஜர்கள். அந்தப் பாதையில் நின்ற லேங்டனின் கைகள் இறுகிப்போயின.

“ராபர்ட்!” சியன்னா அவருக்குப் பின்னால் இருந்து அழைத்தாள்.

லேங்டன் அந்த சோல்ஜர்களை பார்த்தபடி அப்படியே நின்றிருந்தார். அவர்கள் எப்படி நம்மைக் கண்டுபிடித்தார்கள்? “ராபர்ட்” அவள் மிகவும் அவசரமாக அழைத்தாள். “ஏதோ தவறாகிவிட்டது! காப்பாற்றுங்கள்!” அந்தப் பாதையில் இருந்து திரும்பிய லேங்டன் உதவி கேட்டுக் கத்தும் அவளைப் பார்த்து குழம்பினார்.

அவள் எங்கே போகிறாள்?

ஒருகணம் கழித்து, அவருடைய கண்களுக்கு சியன்னாவும் ஃபெரிஸும் காணக்கிடைத்தார்கள். செயிண்ட். மார்க்கின்

குதிரைகளுக்கு முன்பாக தரையில் ஃபெரிஸுக்கு முன்பாக சியன்னா மண்டியிட்டிருந்தாள்... தன்னுடைய மார்பை பிடித்துக்கொண்டிருந்த ஃபெரிஸ் வெட்டிவெட்டி இழுத்துக் கொண்டிருந்தார்.

❑

75

“அவருக்கு மாரடைப்பு என்று நினைக்கிறேன்!” என்று கத்தினாள் சியன்னா.

டாக்டர். ஃபெரிஸ் தரையில் கிடத்தப்பட்டிருந்த இடத்திற்கு லேங்டன் விரைந்தார். அவர் மூச்சை இழுத்துக்கொண்டிருந்தார். மூச்சுவிட முடியவில்லை.

அவருக்கு என்ன ஆயிற்று? லேங்டனுக்கு, எல்லா பிரச்சினைகளும் ஒரே நேரத்தில் வந்துசேர்ந்துவிடுகிறது. கீழே சோல்ஜர்கள் வந்தது, ஃபெரிஸ் தரையில் சுருண்டுகிடப்பது, லேங்டனுக்கு ஒருகணம் எல்லாம் முடக்கிப்போட்டதுபோல் இருந்தது, எந்தப் பக்கம் திரும்புவது என்றே தெரியவில்லை.

ஃபெரிஸிற்கு மேல் குனிந்திருந்த சியன்னா அவருடைய கழுத்துப்பட்டையை தளர்த்திவிட்டாள். சட்டையின் மேல் பொத்தான்கள் சிலவற்றை திறந்து விட்டு அவர் மூச்சுவிட உதவினாள். ஆனால், அவருடைய சட்டையை பாதி கழற்றியதும் அதிர்ச்சியுற்ற சியன்னா வீறிட்டுக் கத்தினாள். தன்னுடைய வாயை மூடிக்கொண்டு அப்படியே பின்னால் தள்ளி விழுந்தாள். அவள் பார்வை அவருடைய வெற்று மார்பில் இருந்த சதையிலேயே நிலைகுத்தி நின்றது.

லேங்டனும் அதைப் பார்த்தார்.

ஃபெரிஸின் மார்புத் தோல் ஆழமாக நிறம்

மாறியிருந்தது. அச்சுறுத்துவதுபோல் கருநீலத்தில் காணப்பட்ட அந்த திராட்சை போன்ற நிறம் அவருடைய மார்புக்கூடு முழுவதும் பரவியிருந்தது. பழைய பீரங்கிக் குண்டினால் தாக்கப் பட்டதைப் போல் இருந்தார் ஃபெரிஸ்.

“அது உள் ரத்தப்போக்கு” என்ற சியன்னா லேங்டனை அதிர்ச்சியுடன் உற்றுப்பார்த்தாள். “நாள் முழுவதும் இதனால்தான் அவர் மூச்சுவிட சிரமப்பட்டுக்கொண்டே இருந்திருக்கிறார்.”

ஃபெரிஸ் தன் தலையைத் திருப்பியபோது அவர் பேச முயற்சிக்கிறார் என்பது தெரிந்தது. ஆனால் அவரால் மங்கலான இழுப்பொலியை மட்டுமே வெளியிட முடிந்தது. சுற்றுலா வாசிகள் அங்கே குழுமத்தொடங்கினர். சூழ்நிலை மிகவும் குழப்பமாகிக்கொண்டு வருவதை லேங்டன் உணர்ந்தார்.

“சோல்ஜர்கள் கீழே இருக்கிறார்கள்” லேங்டன் சியன்னாவை எச்சரித்தார். “அவர்கள் எப்படி நம்மைக் கண்டுபிடித்தார்கள் என்று தெரியவில்லை.”

சியன்னாவின் முகத்தில் தெரிந்த ஆச்சரியமும் பயமும் சட்டென்று கோபமாக மாறியது. அவள் மீண்டும் ஃபெரிஸின் முகத்தை உற்றுப்பார்த்தாள். “நீங்கள் எங்களிடம் பொய் சொல்லி விட்டீர்கள், அப்படித்தானே?”

ஃபெரிஸ் மீண்டும் பேச முயற்சித்தார். ஆனால் அவரால் ஒலியெழுப்பக்கூட முடியவில்லை. வெறுமனே ஃபெரிஸின் பைகளை ஆராய்ந்த சியன்னா அவருடைய ஃபோனையும், வாலட்டையும் வெளியே எடுத்தாள். அவற்றைத் தன் பைகளில் போட்டுக்கொண்ட அவள், அவரைக் குற்றம்சாட்டும் பார்வை யுடன் எழுந்து நின்றாள்.

அத்தருணத்தில் ஒரு வயதான இத்தாலியப் பெண் கூட்டத்தை தள்ளிவிட்டுக்கொண்டு முன்னால் வந்து சியன்னாவை நோக்கிக் கத்தினாள். “அவருடைய மார்பை அழுத்திப் பிடி!” அவள் தன்னு டைய மார்பில் கைவைத்து அழுத்துமாறு செய்து காட்டினாள்.

சியன்னா கத்தினாள். “சிபிஆர் அவரைக் கொன்றுவிடும்! அவருடைய மார்பைப் பாருங்கள்!” அவள் லேங்டனை நோக்கித் திரும்பினாள். “ராபர்ட், நாம் இங்கிருந்து போயாக வேண்டும். இப்போதே.”

லேங்டன் ஃபெரிஸை உற்றுப்பார்த்தார். அவரும் லேங்டனையே கெஞ்சுவதுபோல் பார்த்தார். அவர் ஏதோ சொல்ல வருவதைப் போல் இருந்தது.

“நாம் அவரை அப்படியே விட்டுவிட முடியாது!” என்றார் லேங்டன் சத்தமாக.

“என்னை நம்புங்கள்.” என்றாள் சியன்னா. “அது மாரடைப்பு அல்ல. நாம் ***உடனே*** இங்கிருந்து போயாக வேண்டும்.”

கூட்டம் அதிகரித்து வருகையில், சுற்றுலாவாசிகள் உதவி கேட்டுக் கத்தத் தொடங்கினர். லேங்டனின் கையை கெட்டியாகப் பிடித்துக்கொண்ட சியன்னா அவரை வலுக்கட்டாயமாக அந்தக் குழப்பமான கூட்டத்திலிருந்து வெளியே இழுத்து, பால்கனியின் புதிய காற்றிற்கு அவரை கூட்டிவந்தாள்.

ஒரு கணம் லேங்டனுக்கு எல்லாம் இருண்டுபோனது. அவருடைய கண்களுக்கு நேராக இருந்த சூரியன் செயிண்ட். மார்க்ஸ் சதுக்கத்தின் மேற்கு முனையில் மூழ்கிக்கொண்டிருந்தது, அது அந்த மொத்த பால்கனியையும் பொன்னிற ஒளியால் குளிப்பாட்டியது. சியன்னா லேங்டனை அவர்களுக்கு அருகாமையில் இருந்த இரண்டாவது தளத்தின் கூரை வழியாக அழைத்துச் சென்றாள். பியாஸாவையும், செயிண்ட். மார்க்கின் குதிரைகளையும் பார்க்க வந்து வெளியே நின்றுகொண்டிருந்த கூட்டத்தினர் ஊடாக ஊர்ந்து சென்றாள்.

அவர்கள் பாஸிலிக்காவின் முன்பக்கத்திற்கு வந்தபோது அந்தக் காயல் அவர்களுக்கு நேராகத் தெரிந்தது. தண்ணீரில், ஒரு விநோதமான நிழல் ஒளி லேங்டனின் கண்களைக் கவர்ந்தது — எதிர்காலத்தைச் சேர்ந்ததைப் போல் இருந்த ஒரு அதிநவீன சொகுசுக்கப்பல்.

அவர் மறுமுறை யோசிக்கும் முன்பு, இருவரும் மீண்டும் இடதுபக்கம் திரும்பினர். “பேப்பர் டோர்” நோக்கிச்செல்லும் பாஸிலிக்காவின் தென்மேற்கு முனையைச் சுற்றி இருந்த பால்கனியைத் தொடர்ந்து சென்றனர் — அந்த பேப்பர் டோர் என்பது டூஜியின் அரண்மனையோடு இணைக்கப்பட்ட ஒரு பிரிவு — டூஜிக்கள் பொதுமக்கள் படிக்கும் வகையில் அரசாணைகளை அங்கு ஒட்டி வைப்பதால் அது அந்தப் பெயரைப் பெற்றிருந்தது.

மாரடைப்பு இல்லை? ஃபெரிஸின் மார்பில் கறுப்பும்— வெள்ளையுமாக இருந்த அந்தக் காட்சி லேங்டனின் மனதில் ஒட்டிக் கொண்டுவிட்டது. அவருடைய உண்மையான நோய்நிலை குறித்து ஆராய்ந்த சியன்னா கூறிய, அவளுடைய கண்ணோட்டத்தைக் கேட்டபோது அவருக்கு சட்டென்று பய உணர்வு ஏற்பட்டது. மேலும், ஏதோ ஒரு விஷயம் மாறிப்போய்

விட்டதைப் போன்றும் தெரிந்தது. சியன்னா ஃபெரிஸை அதிகமாக நம்பவில்லை. ***அதனால்தான் அவள் என்னுடைய பார்வையைக் கவர முயற்சி செய்துகொண்டிருந்தாளோ?***

சட்டென்று தாவி நின்ற சியன்னா, நேர்த்தியான கைப்பிடியில் சாய்ந்துகொண்டு கீழே செயிண்ட். மார்க் சதுக்கத்தின் கண்ணுக்குத் தெரியாத மூலையை உற்றுப் பார்த்தாள்.

"நாசமாய்ப் போச்சு" என்றாள் அவள். "நான் நினைத்ததை விட உயரத்தில் இருக்கிறோம்."

லேங்டன் அவளை முறைத்தார். ***நீ இங்கிருந்து குதிக்கச் சொல்கிறாயா?!***

சியன்னா அச்சமுற்றுக் காணப்பட்டாள். "நம்மை அவர்கள் பிடித்துவிடக்கூடாது, ராபர்ட்."

பாஸிலிக்காவை நோக்கி பின்னால் திரும்பிய லேங்டன் தனக்கு நேர் பின்னால் இருந்த புடம்போட்ட இரும்பினால் ஆன கனத்த கதவையும் கண்ணாடியையும் நோக்கினார். சுற்றுலாவாசிகள் உள்ளே வருவதும் வெளியே செல்வதுமாக இருந்தார்கள். லேங்டனின் கணக்கு சரி என்றால், அந்தக் கதவின் வழியாகச் செல்வது தேவாலயத்திற்குப் பின்பக்கத்திற்கு அருகாமையில் இருக்கும் அருங்காட்சியகத்திற்கு உள்ளே அவர்களை கொண்டுசேர்க்கும்.

"அவர்கள் எல்லா வழிகளையும் வளைத்துவிட்டார்கள்" என்றாள் சியன்னா.

தாங்கள் தப்பிப்பதற்கு உள்ள வாய்ப்புகளை பரிசீலனை செய்த லேங்டன் ஒரே முடிவுக்கு வந்தார். "நம்முடைய பிரச்சினைக்கு தீர்வுதரும் ஒன்று உள்ளே இருப்பதை பார்த்ததாக நினைக்கிறேன்."

தான் இப்போது எதை பரிசீலித்துக்கொண்டிருக்கிறோம் என்பதைக்கூட முழுதாக புரிந்திராத லேங்டன் பாஸிலிக்காவின் பின்பக்கத்திற்குள்ளாக சியன்னாவை அழைத்துச் சென்றார். அருங்காட்சியகத்தின் வெளிப்பகுதியை சுற்றிக்கொண்டு சென்ற அவர்கள் அந்தக் கூட்டத்தில் இருந்து தள்ளி இருக்கவே முயற்சித்தனர். ஃபெரிஸை சுற்றி கூச்சல் குழப்பத்துடன் இருந்த தேவாலயத்தின் மையப்பகுதியினுடைய பெரிய திறந்தவெளியையே அவர்களில் பெரும்பாலானவர்கள் பார்த்துக்கொண்டிருந்தனர்.

நாம் சீக்கிரம் போயாக வேண்டும். லேங்டன் நினைத்துக்

கொண்டார். சுவர்களை ஆராய்ந்த அவர் இறுதியில் தான் தேடியதை ஒரு பெரிய அலங்காரச் சீலையில் கண்டுகொண்டார்.

அந்த சுவற்றில் இருந்த சாதனத்தில் பளிச்சென்ற மஞ்சள் நிறத்தில் சிவப்பு எச்சரிக்கை ஸ்டிக்கர் ஒட்டப்பட்டிருந்தது: ***அலார்மெ அண்டெசெண்டியோ.***

“தீயணைப்பு அலாரமா?” என்றாள் சியன்னா. “அதுதான் உங்கள் திட்டமா?”

“நாம் கூட்டத்தோடு கூட்டமாக நழுவிவிடலாம்” லேங்டன் அந்த இடத்திற்கு சென்று அலாரம் லிவரை இழுத்தார். ஒன்றும் நடக்கவில்லை. அதை எப்படி நன்றாகச் செய்வது என்று சிந்திக்கும் முன்னதாக விரைந்து செயல்பட்ட அவர் அதை வேகமாக இழுத்தார். உள்ளே இருக்கும் சிறிய கண்ணாடி சிலிண்டரை அந்த இயக்கம் உலுக்குவது தெளிவாகத் தெரிந்தது.

லேங்டன் எதிர்பார்த்த சைரன் ஒலிகளும், உறுமலும் கேட்கவே இல்லை.

ஒரே அமைதி.

அவர் மீண்டும் இழுத்தார்.

ஒன்றுமில்லை.

அவரைப் பித்துப்பிடித்தவரைப் போல் சியன்னா உற்றுப் பார்த்தாள். “ராபர்ட், நாம் இருப்பது சுற்றுலாவாசிகள் நிறைந்த கற்பாறையால் ஆன கதீட்ரல்! யாரோ ஒரு குறும்புக்கார ஆள் அதை போகிறபோக்கில் இழுத்துவிட்டுச் செல்லும் அளவுக்கா பொது தீயணைப்பு அலாரத்தை வைத்திருப்பார்கள் —”

“நிச்சயமாக! அமெரிக்க தீயணைப்பு விதிகளின்படி.”

“நீங்கள் ஐரோப்பாவில் இருக்கிறீர்கள். இங்கே வழக்குரைஞர்களும் குறைவு.” அவள் லேங்டனின் தோளுக்கு மேலாக சுட்டிக்காட்டினாள். “மேலும், நமக்கு நேரமும் குறைந்து கொண்டிருக்கிறது.”

உள்ளே நுழைந்த கண்ணாடிக் கதவை நோக்கி அவர்கள் திரும்பியபோது பால்கனியின் முன்பக்கம் இரண்டு சோல்ஜர்கள் உள்ளே விரைந்துகொண்டிருப்பதைக் கண்டனர். அவர்களுடைய இறுகிப்போன கண்கள் அந்தப் பகுதியை ஆராய்ந்தன. சியன்னாவின் அபார்ட்மெண்ட்டில் இருந்து தப்பி வரும்போது அவர்களை நோக்கிச் சுட்ட அதே தசைபிடிப்பான ஏஜெண்ட்டை லேங்டன் அடையாளம் கண்டுகொண்டார்.

ஒரு சில வாய்ப்புகளே இருந்த நிலையில், லேங்டனும் சியன்னாவும் மூடப்பட்ட சுழல் படிக்கட்டு வழியாக யார் கண்ணுக்கும் படாமல் நழுவி மீண்டும் தரைத்தளத்திற்கே கீழ்நோக்கிச் சென்றனர். அவர்கள் தரையை அடைந்ததும் படிக்கட்டுச் சுவரில் நிழலில் சற்றுநேரம் அப்படியே நின்றனர். அந்த மைய மண்டபத்துக்கு அடுத்து சில சோல்ஜர்கள் வழிகளைப் பாதுகாத்தபடி காவலுக்கு நின்றிருந்தனர். அவர்களுடைய கண்கள் அந்த அறை முழுவதும் கவனமாகத் தேடின.

"நாம் இந்தப் படிக்கட்டுச் சுவற்றிலிருந்து வெளியே சென்றால் அவர்கள் நம்மைப் பார்த்துவிடுவார்கள்" என்றார் லேங்டன்.

"அந்தப் படிக்கட்டுகள் இன்னும் கீழே செல்கின்றன" என்று கிசுகிசுத்த சியன்னா, தங்களுக்குப் பின்னால் படிக்கட்டை மறைத்தபடி இருக்கும் திரைச்சீலையை நோக்கிக் கைகாட்டினாள். அதற்கும் அப்பால், அந்தப் படிக்கட்டுகள் இன்னும் இறுக்கமான சுழல்களாக கீழ்நோக்கி இறங்கி கடும் இருளை நோக்கிச் சென்றன.

மோசமான யோசனை, லேங்டன் நினைத்துக்கொண்டார். *வெளியேற வழியில்லாத பாதாளச் சுரங்கம்.*

அந்த திரைச்சீலையை நோக்கி முன்பே நடக்கத்தொடங்கி விட்ட சியன்னா அந்த சுழல் சுரங்கத்தில் தன் வழியைத் தேடிய படியே சென்று பாழ்வெளியில் மறைந்துபோனாள்.

"இங்கே திறந்திருக்கிறது" சியன்னா கீழேயிருந்து மெல்லிய குரலில் கூறினாள்.

லேங்டன் ஆச்சரியப்படவில்லை. செயிண்ட். மார்க்கின் பாதாள அறை அதுபோன்ற மற்ற அறைகளில் இருந்து வேறு பட்டது. அது செயல்படும் சாப்பலாகவும் இருந்தது. அங்கே செயிண்ட். மார்க்கின் எலும்புகளுக்கு முன்னால் வழக்கமான சடங்குகள் செய்யப்படுகின்றன.

"எனக்கு இயற்கை ஒளி தெரிவது போன்றும் இருக்கிறது," சியன்னா கிசுகிசுத்தாள்.

அது எப்படி சாத்தியம்? இந்தப் புனித பாதாள அறைக் குள் வந்த தன்னுடைய முந்தைய வருகைகளை நினைவு படுத்திக்கொண்ட லேங்டன், சியன்னா அநேகமாக லக்ஸ் எடெர்னலை பார்த்திருக்கலாம் என்று யூகித்தார் — *லக்ஸ் எடெர்னல்* என்பது பாதாளத்தின் மையத்தில் செயிண்ட். மார்க்கின் கல்லறையில் எரிந்தபடியே இருக்கும் ஒரு மின்விளக்கு. அவர்களுக்கு மேலே, காலடியோசைகள் நெருங்கி வந்தபடி

இருக்க, லேங்டனுக்கு யோசிப்பதற்கெல்லாம் நேரமில்லை. அவர் சட்டென்று அந்தத் திரைச்சீலையில் காலடி வைத்தார். அதை நகர்த்திவிடவில்லை என்பதை உறுதிப்படுத்திக்கொண்ட அவர் தன்னுடைய பாதத்தை கொத்தப்பட்ட கல்லில் வைத்தபோது அது அந்த வளைவைச் சுற்றிக் கொண்டு பார்வையில் இருந்து விலகுவதை உணர்ந்தார்.

படிக்கட்டுகளின் கீழே சியன்னா அவருக்காக காத்திருந்தாள். அவளுக்குப் பின்னால், இருளில் இருந்த பாதாளம் அவர்கள் கண்களுக்கு அவ்வளவாக புலப்படவில்லை. ஒரு தாழ்வான பாதாள அறையாக இருந்த அதன் கூரையினுடைய கற்களை புராதன தூண்களும், கற்களால் ஆன வளைமுகடுகளும் தாங்கிப் பிடித்திருந்தன. இந்த ***பாஸிலிக்காவின் மொத்த எடையும் இந்தத் தூண்களில்தான் இருக்கின்றன,*** என்று நினைத்துக்கொண்ட லேங்டன், ஏறகனவே மூடிய அறையின் விளைவுகளை உணரத் தொடங்கிவிட்டார்.

“நான்தான் சொன்னேனே” என்று கிசுகிசுத்த சியன்னாவின் அழகிய முகம், இயற்கை ஒளியில்லாத அந்த வெளிச்சத்தில் மங்கலாக ஒளிர்ந்தது. அவள் சில சிறிய, வளைவான குறுக்குச் சட்டங்களை மேலே இருந்த சுவற்றில் சுட்டிக்காட்டினாள்.

ஒளிக்கிணறுகள், அவை அங்கே இருப்பதை தான் மறந்து போய்விட்டதை லேங்டன் உணர்ந்துகொண்டார். அந்தக் கிணறுகள் — இந்த மூடப்பட்ட பாதாளத்திற்குள்ளாக ஒளியையும், புதிய காற்றையும் கொண்டுவரும் வகையில் வடிவமைக்கப்பட்டவை — ஆழமான பாதைக்குள்ளாக மேலே இருக்கும் செயிண்ட். மார்க்கில் இருந்து கீழ்நோக்கி செல்லக்கூடியவை. ஜன்னல் கண்ணாடியானது பதினைந்துவித உள்ளார்ந்து பூட்டிக்கொள்ளும் வட்டங்களின் வடிவத்தில் இறுக்கமான வேலைப்பாடு செய்யப்பட்டவை. அவற்றை உள்ளே இருந்துதான் திறக்க முடியுமோ என்று லேங்டன் சந்தேகப்பட்டாலும் தோளுயரம் இருந்த அவை இறுக்கமாக பொருந்தியிருந்தன. அவர்கள் எப்படியோ அந்த ஜன்னல் வழியாக சென்றுவிட்டாலும், பாதை வழியில் இருந்து மேலே ஏறிச்செல்வது சாத்தியமேயில்லை. அவர்கள் பத்து அடி கீழே பலமான பாதுகாப்பு நிலவறைக்குள் இருந்தனர்.

அந்தக் கிணறுகளின் வழியாக ஊடுருவிய மங்கிய ஒளியில் செயிண்ட். மார்க்கின் நிலவறை ஒரு நிலவொளி வீசும் காட்டைப் போல் தோன்றியது. லேங்டன் தன்னுடைய பார்வையை நிலவறையின் மையப்பகுதியை நோக்கித் திருப்பினார். அங்கே

ஒரு தனித்த விளக்கு செயிண்ட். மார்க்கின் கல்லறையில் எரிந்து கொண்டிருந்தது. அந்த பாஸிலிக்காவின் பெயர்க் காரணம் ஒரு பலிபீடத்திற்கு பின்னால் இருக்கும் பாறைக் கல்லறையில் இருக்கிறது. வெனிஸிய கிறிஸ்துவ உலகத்தின் இதயப்பகுதிக்கு வந்து பிரார்த்தனை செய்ய அதிர்ஷ்டம் செய்தவர்களுக்கு அங்கே சில இருக்கைகள் போடப்பட்டிருந்தன.

ஒரு சிறிய விளக்கு அவருக்குப் பின்னால் சட்டென்று உயிர்பெற்றது. ஃபெரிஸ் ஃபோனின் உயிரூட்டப்பட்ட திரையை சியன்னா கையில் வைத்தபடி இருப்பதை லேங்டன் திரும்பிப் பார்த்தார்.

லேங்டன் மறுமுறை சரிபார்த்தார். "பேட்டரி போய் விட்டதென்று ஃபெரிஸ் சொன்னாரே."

"அவர் பொய் சொல்லிவிட்டார்" என்ற சியன்னா அப்போதும் டைப் செய்துகொண்டிருந்தாள். "நிறைய விஷயங் களைப் பற்றி." ஃபோனை நோக்கி தன் புருவத்தை நெரித்த அவள் தன் தலையைக் குலுக்கிக்கொண்டாள். "சிக்னல் இல்லை. நான் என்ரிகோ டெண்டெலோவின் கல்லறையைக் கண்டு பிடித்துவிட்டேன் என்று நினைக்கிறேன்." அவள் அந்த ஒளிவந்த இடத்தை நோக்கி விரைந்து, கண்ணாடிக்கு அருகாமையில் தலைக்கு மேலாக ஃபோனை பிடித்துக்கொண்டு சிக்னல் கிடைக்க முயற்சித்தாள்.

என்ரிகோ டெண்டெலோ, லேங்டன் நினைத்துக்கொண்டார். இந்தப் பகுதியில் இருந்து தப்பிச்செல்வதற்கு முன்பாக இந்த டூஜியை பற்றி நினைக்க இப்போதாவது வாய்ப்பு கிடைத்தது. அவர்களுடைய தற்போதைய சிக்கலான சூழ்நிலையை வைத்துப் பார்க்கும்போது, செயிண்ட். மார்க்கிற்கு அவர்கள் சென்றது உண்மையிலேயே அதன் நோக்கத்தை நிறைவேற்றிவிட்டது — குதிரைகளின் தலைகளைக் கொய்த ... குருடர்களின் எலும்புகளைத் தோண்டியெடுத்த நயவஞ்சக டூஜியின் அடையாளம் எதுவென்று தெரிந்துவிட்டது.

துரிதிர்ஷ்டவசமாக, என்ரிகோ டெண்டெலோவின் கல்லறை எங்கே இருக்கிறது என்று லேங்டனுக்கு எதுவும் தெரியாது. இட்டோர் வெயோவிற்கும் தெரியாது. *அவருக்கு இந்த பாஸிலிக்காவின் ஒவ்வொரு அங்குலமும் தெரியும்... அநேகமாக அந்த டூஜியின் மாளிகையும் தெரிந்திருக்கும்.* இட்டோர் வெயோவால் டெண்டோலோவின் கல்லறையை உடனடியாக கண்டுபிடிக்க முடியாமல் போனது என்ற உண்மை, அந்தக் கல்லறை செயிண்ட். மார்க் அல்லது டூஜியின் மாளிகைக்கு

அருகாமையில் இல்லை என்பதை லேங்டனுக்கு குறிப்பிட்டுச் சொல்வதைப்போலவே இருந்தது.

அப்படியென்றால் அது எங்கே?

லேங்டன் சியன்னாவை நோக்கினார். ஒளிக்கிணறுகளுள் ஒன்றிற்கு கீழே நகர்த்திவைத்த பென்ச்சில் அவள் நின்று கொண்டிருந்தாள். அவள் அந்த ஜன்னலை இழுத்துத் திறந்து, ஃபெரிஸின் ஃபோனை திறந்தவெளியில் அப்படியே நீட்டிப் பிடித்தாள்.

செயிண்ட். மார்க்கின் வெளிப்புற ஒளிகள் மேலிருந்து கீழே இறங்கி வந்தன. எப்படியும் இங்கிருந்து வெளியேற ஏதாவது ஒரு வழி இருக்கும் என்ற எண்ணம் சட்டென்று லேங்டனிடத்தில் தோன்றியது. இருக்கைகளுக்குப் பின்னால் மடிக்கப்பட்ட நாற்காலிகள் இருந்தன. அதை வைத்து ஒளிக்கிணற்றிற்கு மேலே உள்ள பகுதியை எட்டிப்பிடிக்கலாம் என்பதை லேங்டன் உணர்ந்தார். *மேல்பக்க இரும்புக் கிராதியில் உள்பக்கத்தில் இருந்து திறக்க முடிந்தாலும் முடியலாம்?*

அந்த இருளின் ஊடாக சியன்னாவை நோக்கிச் சென்றார் லேங்டன். அவர் ஒருசில அடிகள் எடுத்துவைத்தபோது முன்னந் தலையில் விழுந்த பலத்த அடி அவரை பின்னோக்கி விழச் செய்தது. நிலைகுலைந்து முட்டிக்காலிட்டு சரிந்த அவர் சட்டென்று தாக்கப்பட்டதைப் போல் உணர்ந்தார். யாரும் தன்னைத் தாக்கவில்லை என்பதை சட்டென்று உணர்ந்துகொண்ட அவர், ஆயிரம் வருடங்களுக்கு முன்னர் ஒரு சராசரி மனிதரின் உயரம் அளவுக்கே அமைக்கப்பட்டிருந்த அந்த ரகசிய அறையைவிட தன்னுடைய ஆறடி உருவம் அதிகப்படியானது என்பதை எதிர்பார்க்காமல் போனதற்காக அவர் தன்னையே சபித்துக்கொண்டார்.

கரடுமுரடான பாறையில் முழங்காலிட்டு அமர்ந்து தன்னை தெளிவுபடுத்திக்கொண்டிருக்கையில் அந்தத் தரையில் பொறிக்கப்பட்டிருந்த ஒரு குறிப்பு அவர் பார்வையில் பட்டது.

சாண்சஸ் மார்கஸ்.

அவர் அதையே நீண்டநேரமாக உற்றுப் பார்த்துக் கொண்டிருந்தார். அந்தக் குறிப்பில் அவர் கவனத்தை ஈர்த்தது செயிண்ட். மார்க்கின் பெயர் அல்ல. அது எழுதப்பட்ட மொழி.

லத்தீன்.

நாள் முழுவதும் இத்தாலிய மொழியிலேயே மூழ்கியிருந்த

லேங்டன் செயிண்ட். மார்க்கின் பெயர் லத்தீனில் எழுதப்பட்டிருப்பதை கண்டபோது சட்டென்று ஒரு அந்நிய உணர்வை அடைந்தார். செயிண்ட். மார்க் இறந்த காலகட்டத்தில் ரோமப் பேரரசின் பொதுவான மொழி இந்த வழக்கில் இல்லாத மொழிதான் என்பதை அது அவருக்கு நினைவூட்டியது.

பின்னர், ராபர்ட் லேங்டனை இன்னுமொரு சிந்தனையும் ஆட்கொண்டது.

பதிமூன்றாம் நூற்றாண்டின் ஆரம்பக்கட்டங்களில் — என்ரிகோ டெண்டெலோ மற்றும் நான்காம் சிலுவைப்போர் காலகட்டத்தில் — அதிகாரத்தின் மொழி லத்தீனாகவே இருந்தது. கான்ஸ்டான்டைன்நோபிளை மீண்டும் கைப்பற்றியதன் மூலம் ரோமப் பேரரசிற்கு பெரும் புகழைத் தேடிக்கொடுத்த ஒரு வெனிஸ் டூஜி அவருடைய என்ரிகோ டெண்டெலோ என்ற பெயரில் புதைக்கப்பட்டிருக்க மாட்டார்... அதற்குப் பதிலாக அவருடைய லத்தீன் பெயர்தான் பயன்படுத்தப்பட்டிருக்கும்.

ஹென்ரிகஸ் டெண்டெலோ.

அத்துடன், நீண்டகாலமாக மறக்கப்பட்டுவிட்ட ஒரு பிம்பம் மின்சாரம் தாக்கியதுபோல் போல் அவருள் தோன்றியது. ஒரு சாப்பலில் மண்டியிட்டு நிற்கும் நிலையில் இந்த வெளிப்பாடு தன்னிடத்தில் தோன்றியது என்றாலும், அது ஒன்றும் தெய்வீகத்தினால் உந்தப்பட்டது அல்ல என்பதும் அவருக்குத் தெரியும். இத்தகைய திடீர் தொடர்புகள் தன் மனதில் தோன்றுவது காட்சிக் குறிப்பான்களின் விளைவுதானே தவிர வேறொன்றுமில்லை. லேங்டனின் நினைவுகளின் ஆழத்தில் இருந்து சட்டென்று தாவிக்குதித்த அந்த பிம்பம் டெண்டெலோவின் லத்தீன் பெயர்... அலங்காரமான பளிங்குத் தரையில் ஒரு சிதைவுற்ற மார்பிள் கல்லில் எழுதப்பட்டிருக்கிறது என்பதுதான்.

ஹென்ரிகஸ் டெண்டெலோ.

அந்த டூஜியின் எளிமையான கல்லறைக் குறிப்பானை கற்பனை செய்கையில் லேங்டனால் சரியாக மூச்சுவிட முடியவில்லை. நான் அங்குதான் இருக்கிறேன். அந்தக் கவிதை உறுதி அளித்திருப்பது போலவே, என்ரிகோ டெண்டெலோ உண்மையிலேயே தங்கத்தினால் ஆன அருங்காட்சியகத்தில்தான் — புனித ஞானத்தின் அருங்காட்சியகம் — புதைக்கப்பட்டிருக்கிறார், ஆனால் அது செயிண்ட். மார்க் பாஸிலிக்கா அல்ல.

அந்த உண்மை புலப்பட்டவுடன், லேங்டன் தன்னுடைய கால்களால் மெதுவாக எழுந்து நின்றார்.

"எனக்கு சிக்னல் கிடைக்கவில்லை" என்ற சியன்னா ஒளிக் கிணற்றில் இருந்து எழுந்து அவரை நோக்கி வந்தாள்.

"உனக்கு அது தேவையில்லை" லேங்டன் சமாளித்தார். "புனித ஞானத்தின் தங்கத்தாலான அருங்காட்சியகம்..." அவர் ஆழ்ந்து மூச்சுவிட்டார். "நான்... ஒரு தவறு செய்துவிட்டேன்."

சியன்னா வெளிறிப்போனாள். "நாம் தவறான அருங்காட்சிய கத்தில் இருக்கிறோம் என்று சொல்லிவிடாதீர்கள்."

"சியன்னா" என்ற லேங்டன் நோயுற்றதைப் போல் உணர்ந்தார். "நாம் தவறான நாட்டில் இருக்கிறோம்."

❏

76

வெளியே, செயிண்ட். மார்க் சதுக்கத்தில், வெனிஸிய முகமூடிகளை விற்றுக்கொண்டிருந்த ஜிப்ஸி பெண்மணி சற்றுநேரம் ஓய்வெடுக்க நினைத்து, அந்த பாஸிலிக்காவின் வெளிப்புற சுவற்றில் சாய்ந்து நின்றுகொண்டாள். எப்போதும்போல் தன்னுடைய கனத்த பொருள்களை வைத்துக்கொள்வதற்கு ஏற்ற தன்னுடைய விருப்பமான இடத்தை — நடைபாதையில் இரண்டு இரும்புக் கிராதிகளுக்கு இடையில் இருக்கும் ஒரு சிறிய மாடம் — பிடித்துக் கொண்ட அவள் அந்திம சூரியனை கவனித்துக் கொண்டிருந்தாள்.

இத்தனை வருடங்களில் அவள் செயிண்ட். மார்க் சதுக்கத்தில் எவ்வளவோ விஷயங்களைப் பார்த்திருக்கிறாள். ஆனாலும் இப்போது அவளு டைய கவனத்தை ஈர்த்த விசித்திரமான விஷயம் அந்த சதுக்கத்தில் நடக்கவில்லை. அது அதற்கும் கீழே நடந்துகொண்டிருந்தது. தன்னுடைய கால் களில் பலமான சத்தத்தை உணர்ந்த அவள், ஒரு இரும்புக் கிராதியின் வழியாக குறுகலாக இருந்த கிணற்றிற்குள் உற்றுப்பார்த்தாள். அது ஏறக்குறைய பத்து அடி ஆழம் இருக்கும். கீழே திறந்திருந்த ஜன்னல் வழியாக ஒரு மடக்கப்பட்ட நாற்காலி கீழிருந்து மேலே வந்து, நடைபாதையில் விழுந்தது.

அந்த ஜிப்ஸியை ஆச்சரியப்படுத்தும் வகையில், அதைத்தொடர்ந்து பொன்னிற குதிரைவால் கொண்டைபோட்டிருந்த ஓர் அழகான பெண் வெளியே தெரிந்தாள். அவளை உள்ளேயிருந்து

யாரோ தூக்கிவிடுவதுபோல் தெரிந்தது என்பதுடன் அவள் இப்போது சிறிய ஜன்னல் வழியாக வெளியே வந்து கொண்டிருந்தாள்.

அவள் காலடி எடுத்து வைத்ததுமே அந்த ஜிப்ஸியைப் பார்த்தவுடன் தடுமாறியபடியே அந்தக் கிராதியின் வழியாக அவளை உற்றுப்பார்த்தாள். அந்தப் பொன்னிற கேசம்கொண்ட பெண் தன்னுடைய விரலை உதடுகளில் வைத்து இறுக்கமாக புன்னகை புரிந்தாள். பின்னர், நாற்காலியை பிரித்துவைத்து அதைப்பிடித்து ஏறி கிராதியை வந்தடைந்தாள்.

நீ ரொம்பவே குள்ளமாக இருக்கிறாய், அந்த ஜிப்ஸி நினைத்துக்கொண்டாள். ***இப்போது நீ என்ன செய்து கொண்டி ருக்கிறாய்?***

மேலே வந்தபின்னர் நாற்காலியை விட்ட அவள் உள்ளே யிருந்த ஒருவருடன் பேசினாள். அந்த நாற்காலிக்கு அருகில், குறுகலான அந்தக் கிணற்றில் அவள் நிற்பதற்குகூட அவ்வளவாக இடமில்லாத நிலையிலும், அவள் இரண்டாவது நபரைப் போல் அப்பால் நகர்ந்துகொண்டாள் — உயரமான, கருத்த தலைமுடி கொண்ட ஒருவர் அந்த பாஸிலிக்காவின் அடிப்பகுதியில் இருந்து தாமாகவே வெளியே வந்தார்.

அவரும்கூட அந்தக் கிராதியின் வழியாக அந்த ஜிப்ஸியை நேருக்குநேர் பார்த்தார். பின்னர், அந்தப் பெண் இருந்த இடத்திற்கு வந்த அவர், ஆடிக்கொண்டிருந்த அந்த நாற்காலியைப் பிடித்து மேலே ஏறி வந்தார். மேலே ஏறியவுடன், உயரமாக இருந்த அவர் அந்தக் கிராதியின் கீழே இருந்த பாதுகாப்புப் பட்டையை திறந்தார். விரல்நுனியில் நின்றுகொண்டிருந்த அவர் தன்னுடைய கைகளை கிராதியில் வைத்து நிமிர்ந்து நின்றார். அந்தக் கிராதியை அவர் மூடும் முன்னர் ஓர் அங்குலம் அளவுக்கு உயர்ந்தது.

“கொஞ்சம் கைகொடுக்க முடியுமா?” என்று அந்தப் பெண் ஜிப்ஸியிடம் கேட்டாள்.

கை கொடுக்க வேண்டுமா? ஏதும் புரியாத அந்த ஜிப்ஸி இதில் சம்பந்தப்பட விரும்பவில்லை. ***நீங்கள் என்ன செய்கிறீர்கள்?***

அவருடைய வாலட்டை வெளியே எடுத்த அந்தப் பெண் ஒரு நூறு யூரோ நோட்டை வெளியே எடுத்து அவளுக்குத் தரப்போவதைப் போல் அங்குமிங்கும் ஆட்டினாள். அது அந்தப் பெண் மூன்று நாட்களுக்கு முகமூடிகளை விற்றால் கிடைக்கும் பணம். பேரம் பேசாமலா இருக்க முடியும், மறுத்துத் தலையாட்டிய அவள் இரண்டு விரல்களைக் காட்டினாள்.

அந்தப் பொன்னிற கேசம்கொண்ட பெண் இரண்டாவது நோட்டை வெளியே எடுத்தாள்.

தன்னுடைய அதிர்ஷ்டத்தை நம்ப முடியாத அந்த ஜிப்ஸி தயக்கத்துடன் தலையாட்டினாள். யாரும் கவனிக்க முடியாத படி குனிந்து சென்று அந்தக் கம்பிகளைப் பிடித்த அவள், தங்களுடைய முயற்சிகளை ஒருங்கிணைக்கும் வண்ணம் அவருடைய கண்களைப் பார்த்தாள்.

அவர் மீண்டும் மேலே தள்ளியபோது, அந்த ஜிப்ஸி பல வருடங்களாக தன்னுடைய பொருள்களை சுமந்து வலுவேறியிருந்த கைகளால் அதைப்பிடித்து மேலே இழுத்தாள். அந்தக் கிராதி பாதிதான் மேலே வந்தது. அவர்கள் பிடித்துவிட்டார்கள் என்று நினைத்தபொழுதில் அவளுக்குப் பின்னால் ஒரு முறியும் சத்தம் கேட்டது. அவரைக் காணவில்லை. நாற்காலி அவருக்கு கீழே மடங்கிக் கிடக்க அவர் தரையில் இழுத்துத் தள்ளப்பட்டிருந்தார்.

அந்த இரும்புக் கிராதி அவள் கைகளில் கனத்துக் காணப் பட்டது. அதைக் கீழே விட்டுவிடலாம் என்று நினைத்தாள். ஆனால் அந்த இரண்டு நூறு யூரோக்கள் அவளுக்கு வலுவைக் கொடுத்தது. அவள் எப்படியோ சமாளித்து பாஸிலிக்காவின் பக்கமாக இழுக்கையில் அது ஒரு பலத்த சத்தத்துடன் வந்து விழுந்தது.

மூச்சற்றுப்போய் அந்த ஜிப்ஸி கீழே பார்த்தபோது அந்த கிணற்றிற்குள் இரண்டு உடல்களும் உடைந்த மரச்சாமான்களும் கிடப்பதைப் பார்த்தாள். அந்த ஆள் எழுந்து நின்று தன்னை சுத்தப்படுத்திக்கொள்கையில், அவள் கிணற்றை எட்டி தன்னுடைய பணத்திற்காக கையை நீட்டினாள்.

அதற்கு தலையாட்டிய அந்த குதிரைவால் கொண்டை பெண் பணத்தை அவள் தலைக்கு மேலாக நீட்டினாள். ஜிப்ஸி அதை எட்டிப்பிடித்தாள். ஆனால் அது ரொம்ப தூரமாக இருந்தது.

பணத்தை அவரிடம் கொடு.

திடீரென்று அந்தக் குழிக்குள் கூச்சல் குழப்பம் ஏற்பட்டது — பாஸிலிக்காவின் உள்ளேயிருந்து கோபமான குரல்கள் கத்தின. அவர்கள் இருவரும் பயத்தில் நடுங்கியபடி அந்த ஜன்னலில் இருந்து விலகினர்.

பின்னர் எல்லாம் குழப்பமானது.

கறுத்த தலைமுடி கொண்ட அந்த ஆள் பொறுப்பை

எடுத்துக்கொண்டார். கீழே குனிந்து தன் கைகளை ஏணிபோல் நினைத்து மேலே ஏறுமாறு அந்தப் பெண்ணுக்கு உத்தரவிட்டார். அவள் அதில் ஏறி மேலே தாவினாள். பணத்தை வாயில் திணித்துக்கொண்டு கைகளால் அந்தக் குழியின் பக்கவாட்டைப் பிடித்துக்கொண்டு ஏறினாள். அவர் அவளை இன்னும் மேலே... மேலே... தூக்கி அவள் அந்த நுனியை எட்டும்வரை பிடித்துக்கொண்டார்.

பெருத்த பிரயத்தனத்துடன், ஒரு பெண் நீச்சல் குளத்தில் இருந்து மேலே ஏறி வருவதைப் போல் வெளிவந்தாள். உடனடியாக அந்த ஜிப்ஸியின் கையில் பணத்தை திணித்த அவள் சட்டென்று பின்னால் திரும்பி அந்தக் கிணற்றின் முனையில் மண்டியிட்டு அவரை எட்டிப்பிடிக்க முயற்சித்தாள்.

அது மிகவும் தாமதித்துவிட்டது.

பசித்த அசுரர்களின் விரல்களைப் போல் அந்தக் கிணற்றை அடைந்த கறுப்பு உடையணிந்த வலுவான கரங்கள் அவருடைய கால்களைப் பற்றி அந்த ஜன்னலை நோக்கி பின்னால் இழுத்தன.

"ஓடு, சியன்னா!" என்று கத்தினார் அவர். "உடனே!"

அவர்களுடைய கண்கள் வலிமிகுந்த துயரத்தை பரிமாறிக் கொண்டதை அந்த ஜிப்ஸி பார்த்தாள். பின்னர் எல்லாம் முடிந்துவிட்டது.

அந்த ஜன்னலின் வழியாக அப்படியே இழுக்கப்பட்ட அவர் பாஸிலிக்காவிற்குள் இழுத்துச்செல்லப்பட்டார்.

அந்த பொன்னிற கேசம்கொண்ட பெண் அதிர்ச்சியுடன் கீழே உற்றுப்பார்த்தாள். அவளுடைய கண்கள் கண்ணீரால் நிரம்பின. "மன்னித்துவிடுங்கள் ராபர்ட்." அவள் தேம்பினாள். பின்னர், சற்று இடைவெளிக்குப் பின்னர் கூறினாள், "எல்லா வற்றிற்காகவும்."

ஒரு கணம் கழித்து அந்தப் பெண் கூட்டத்தினரிடையே தாவி ஓடினாள். அவளுடைய குதிரைவால் கொண்டை துள்ளிக் குதிக்க அவள் வெனிஸின் இதயப்பகுதியான மெர்செரியோ டெல்'ஓரலாகியோவின் குறுகலான சந்திற்குள் ஓட்டம்பிடித்தாள்.

❏

77

தண்ணீரைத் தட்டும் மென்மையான ஓசை ராபர்ட் லேங்டன் தன்னுடைய நினைவுக்குத் திரும்பிவர உதவியாக இருந்தது. கடல் காற்றுடன் ஆண்டிசெப்டிக் மருந்துகளின் வாசனையும் காற்றில் கலந்திருப்பதை உணர்ந்த லேங்டன் தனக்கு கீழிருந்த உலகம் முன்னும் பின்னும் அசைவதைப் போல் உணர்ந்தார்.

நான் எங்கே இருக்கிறேன்?

சில கணங்களுக்கு முன்னர்தான், ஒளிக்கிணற்றில் இருந்து பாதாளத்திற்குள்ளாக தன்னை இழுத்துச் சென்ற சக்திவாய்ந்த கைகளுக்கு எதிரான மரணப் போராட்டத்தில் அவர் மாட்டிக்கொண்டதைப் போல் இருந்தது. இப்போதோ, விசித்திரமான முறை யில், தனக்கு கீழே இருந்த சில்லிட்ட கற்தரையை அவர் உணரவில்லை... பதிலாக மென்மையான தரைவிரிப்பு இடப்பட்டிருப்பதை உணர்ந்தார்.

தன்னுடைய கண்களைத் திறந்த லேங்டன் சுற்றுமுற்றும் பார்த்தார். அது ஒரு சிறிய, சுகாதார மான ஒற்றை ஜன்னல் உள்ள ஓர் அறை. முன்னும் பின்னுமான அசைவு தொடர்ந்துகொண்டே இருந்தது.

நான் ஒரு படகிலா இருக்கிறேன்?

லேங்டனிடம் கடைசியாக எஞ்சியிருந்த நினைவுகள் எல்லாம், கறுப்பு உடையணிந்த சோல் ஜர்களுள் ஒருவனால் பாதாளத்திற்கு இழுத்துச்

செல்லப்பட்டு அவன் அவரை நோக்கி “தப்பிக்க முயற்சி செய்யாதே!” என்று எச்சரித்ததுடன் முடிந்துபோனது.

லேங்டன் சத்தமாகக் கத்தினார். கூக்குரலிட்டு உதவி கேட்டுக் கொண்டிருக்கும்போதே சோல்ஜர்கள் அவருடைய வாயை அடைக்க முயற்சி செய்தனர்.

“நாம் இவரை இங்கிருந்து வெளியே கொண்டுசெல்ல வேண்டும்” என்றான் ஒரு சோல்ஜர் மற்ற சோல்ஜரிடம்.

அவனுடைய கூட்டாளி தயக்கத்துடன் தலையசைத்தான். “செய்.”

சக்திவாய்ந்த விரல்நுனிகள் தன்னுடைய கழுத்தில் நிபுணத்துவத்துடன் ரத்த நாளங்களை ஆராய்ந்துகொண்டிருப்பதை லேங்டனால் உணர முடிந்தது. பின்னர், முக்கிய நாளத்தைக் கண்டு பிடித்த அந்த விரல்கள் உறுதியாகவும், குறிப்பிட்ட இடத்திலும் அழுத்தத் தொடங்கின. சில நொடிகளுக்குள்ளாக, லேங்டனின் பார்வை மங்கத் தொடங்கியது, அவர் நழுவிக்கொண்டிருப்பதைப் போல் உணர்ந்தார். அவருடைய மூளை ஆக்ஸிஜனுக்காக ஏங்கியது.

அவர்கள் என்னைக் கொல்கிறார்கள், லேங்டன் நினைத்துக் கொண்டார். ***இங்கேயே, செயிண்ட். மார்க் கல்லறைக்கு பின்னாலேயே.***

இருள் சூழ்ந்தது. ஆனால் அது முழுமையற்றதாக இருந்தது. மங்கிய வடிவங்கள் மற்றும் ஒலிகளால் ஆன சாம்பல்நிறங்கள் மட்டுமே அலையடித்தன.

எவ்வளவு நேரம் ஆகியிருக்கும் என்று லேங்டனுக்கு சரியாகத் தெரியவில்லை. ஆனால் அந்த உலகம் அவர் கவனத்துக்கு திரும்பி வந்தது. ஓர் உடனிணைந்த கிளினிற்கினுள்தான் இருக்கிறோம் என்பதைத்தான் அவரால் சொல்ல முடியும். மருந்துகள் சூழ இருந்த அவரிடத்தில் ஐஸோப்ரோஃபைல் ஆலகஹாலின் வாசனையானது தான் இதை முன்பே பார்த்திருக்கிறோம் என்ற உணர்வை அவரிடத்தில் தோற்றுவித்தது — தான் துவங்கிய இடத்திற்கே மீண்டும் வந்துவிட்டோமோ என்று நினைத்த லேங்டனுக்கு மங்கலான நினைவுகளுடன் நேற்றிரவு ஒரு விநோதமான மருத்துவமனையில் கண்விழித்தது ஞாபகத்திற்கு வந்தது.

அவருடைய சிந்தனைகள் உடனடியாக சியன்னாவைப் பற்றியும் அவளுடைய பாதுகாப்பைப் பற்றியதுமாக திரும்பியது. அவரைப் பார்க்கும் அவளுடைய மென்மையான பழுப்பு நிறக்

கண்களில் துயரமும் அச்சமும் நிரம்பியிருப்பதை அவரால் இப்போதும் பார்க்க முடிந்தது. அவள் தப்பித்திருக்க வேண்டும் என்றும், வெனிஸிற்கு வெளியே பாதுகாப்பாக சென்றிருக்க வேண்டும் என்றே அவர் இப்போதும் வேண்டிக்கொண்டார்.

நாம் தவறான நாட்டில் இருக்கிறோம், லேங்டன் அவளிடம் சொல்லியிருந்தார், அப்போது என்ரிகோ டெண் டெலோ கல்லறையின் உண்மையான இடத்தை நினைத்து அதிர்ச்சியுற்றதையும் அவர் உணர்ந்தார். அந்தக் கவிதையின் புனித ஞானத்தினுடைய உறைவிடம் வெனிஸில் இல்லவே இல்லை. அது வேறு ஓர் உலகத்தில் இருந்தது. தாந்தேயின் உரை எச்சரிப்பதைப் போல், அந்த ரகசியக் கவிதையின் அர்த்தம் “மிகவும் தெளிவற்ற பாடல்களின் திரையின் கீழே” மறைக்கப்பட்டிருக்கிறது.

அந்தப் பாதாளத்தில் இருந்து தப்பித்த உடனேயே சியன்னாவிடம் எல்லாவற்றையும் விளக்கிவிட வேண்டும் என்றுதான் லேங்டன் நினைத்திருந்தார். ஆனால் அதற்கு வாய்ப்பே கிடைக்கவில்லை.

நான் தோற்றுப்போனதைக் கண்டே அவள் ஓடிப்போய் விட்டாள்.

தன்னுடைய வயிற்றில் ஏதோ முடிச்சு விழுந்துவிட்டதைப் போல் லேங்டன் உணர்ந்தார்.

அந்த பிளேக் இன்னமும் வெளியில்தான் இருக்கிறது. வேறொரு உலகத்தில்.

அந்த கிளினிக்கில் இருந்து வெளியே, கூடத்தில் பலத்த பூட்ஸ் சத்தங்கள் ஒலிப்பதைக் கேட்ட லேங்டன் திரும்பியபோது கறுப்பு உடையணிந்திருந்த ஒருவர் தன்னுடைய படுக்கையறையில் நுழைவதைக் கண்டார். அது, அவரை பாதாளத் தரையில் இழுத்துத் தள்ளிய அதே தசைபிடிப்பான சோல்ஜர்தான். அவனுடைய கண்கள் உறைந்துபோயிருந்தன. அவன் அவரை நோக்கி வருகையில் லேங்டனின் உள்ளுணர்வு திடுக்கிட்டது. ஆனால் இங்கே ஓடுவதற்கு இடமே இல்லை. ***இவர்கள் என்னை செய்வதென்று நினைக்கிறார்களோ, அப்படியே செய்யட்டும் என்ன.***

“நான் எங்கே இருக்கிறேன்?” என்று வலியுறுத்திக் கேட்ட லேங்டன் தன்னால் முடிந்தவரை தன்னுடைய குரலில் எதிர்ப்பை சேர்த்துக்கொள்ள முயற்சித்தார்.

“வெனிஸிற்கு அப்பால் நிற்கும் ஒரு சொகுசுப் படகில் இருக்கிறீர்கள்.”

அந்த ஆளின் சீருடையில் இருந்த பச்சைப் பதக்கத்தை லேங்டன் பார்த்தார் — ஓர் உலக உருண்டையைச் சுற்றி இசிடிசி என்ற எழுத்துகள் வட்டமிட்டிருந்தன. லேங்டன் இந்தக் குறியீட்டையோ அல்லது அந்த சுருக்கெழுத்தையோ பார்த்ததே இல்லை.

"உங்களிடமிருந்து எங்களுக்கு தகவல்கள் வேண்டும்" என்றது அந்த சோல்ஜரின் குரல். "மேலும், எங்களுக்கு அதிக நேரம் இல்லை."

"நான் ஏன் உங்களுக்கு சொல்ல வேண்டும்?" என்று கேட்டார் லேங்டன். "நீங்கள்தான் என்னை ஏறக்குறைய கொன்று விட்டீர்களே?"

"அது அப்படிக் கிடையாது. நாங்கள் ஷைம் வாஸா எனப்படும் ஜூடோ நிலைநீக்க உத்தியைத்தான் பயன்படுத்தினோம். உங்களை காயப்படுத்துவது எங்கள் நோக்கம் அல்ல."

"இன்று காலை நீங்கள் என்னை துப்பாக்கியால் சுட்டீர்கள்!" என்று அழுத்தமாக கூறிய லேங்டன் சியன்னாவுடன் டிரைக்கில் வேகமாக சென்றபோது பின்பக்கத்தில் மோதிச் சிதறிய தோட்டாவின் ஒலியை தெளிவாக நினைவுபடுத்திக்கொண்டார். "உங்களுடைய தோட்டா என்னுடைய முதுகெலும்பை அப்படியே தவறவிட்டுச் சென்றது!"

அந்த சோல்ஜரின் கண்கள் குறுகின. "உங்களுடைய முதுகெலும்பில் நான் சுடவேண்டும் என்று நினைத்திருந்தால் அதை செய்து முடித்திருப்பேன். நீங்கள் ஓடுவதை நிறுத்த வேண்டும் என்பதற்காக உங்களுடைய பின்பக்க டயரில் சுடத்தான் நான் முயற்சி செய்தேன். உங்களுடன் தொடர்புகொண்டு, நீங்கள் ஏன் விசித்திரமாக நடந்துகொள்கிறீர்கள் என்பதை தெரிந்துகொள்ள வேண்டும் என்றுதான் எனக்கு உத்தரவிடப்பட்டிருந்தது."

அவருடைய வார்த்தைகளின் அர்த்தத்தை லேங்டன் புரிந்துகொள்ளும் முன்பாக கதவுப்பக்கத்தில் இருந்து வந்த இரண்டு சோல்ஜர்கள் அவருடைய படுக்கையை நோக்கி விரைந்தனர்.

அவர்களுக்கு நடுவில் ஒரு பெண் நடந்துவந்தாள்.

அது ஒரு ஆவி.

சொர்க்கவாசி, அவள் இந்த உலக்கதைச் சேர்ந்தவள் அல்ல.

தன்னுடைய மதிமயக்கங்களில் தோன்றிய அந்தப் பெண்ணை லேங்டனால் உடனடியாக அடையாளம் கண்டுகொள்ள

முடிந்தது. அவருக்கு முன் தோன்றிய அநதப் பெண் மிக அழகான வளாக இருந்தாள். அவள் கழுத்தில் அழகான நீலநிற லாப்ஸிஸ் லஸூலி தாயத்து தொங்கிக்கொண்டிருந்தது. இறந்துகொண்டிருந்த உடல்களுக்கு முன்பாக அவள் தோன்றிக்கொண்டிருந்ததைக் காட்டிலும் தன் முன்னால் அவள் உயிரும் உடலுமாக தோன்றி யதை நம்ப லேங்டனுக்கு ஒருகணம் தேவைப்பட்டது.

"புரபஸர் லேங்டன்" என்ற குரல் அவள் அருகாமையில் வந்து புன்னகைத்தவுடன் சோர்வுடன் காணப்பட்டது. அவள் அவர் அருகே அமர்ந்து தன்னை நிதானப்படுத்திக் கொண்டாள். "உங்களுக்கு மறதிப் பிரச்சினை இருக்கிறது என்று சொல்லியிருக்கிறார்கள். என்னை மறந்துவிட்டீர்களா?"

லேங்டன் அவளை சிறிது நேரம் ஆராய்ந்தார். "எனக்கு ஞாபகம் இருக்கிறது. நினைவில் இல்லை என்றாலும் என்னுள் தோன்றும் காட்சிகளில் நான் உங்களைப் பார்த்திருக்கிறேன்."

அவரை நோக்கிக் குனிந்த அவள் அக்கறையுள்ளவளாக காணப்பட்டாள். "என் பெயர் எலிசபெத் சின்ஸ்கி. உலக சுகாதார நிறுவனத்தின் இயக்குநர், நான் உங்களை ஏன் வேலைக்கு அமர்த்தியிருக்கிறேன் எனறால், நீங்கள் கண்டுபிடிக்க வேண்டியது —"

"ஒரு பிளேக்" என்றார் லேங்டன். "பெர்ட்ரண்ட் ஜாப்ரிஸ்ட் உருவாக்கியது."

அதை ஆமோதித்த சின்ஸ்கி உற்சாகமானவளாக காணப்பட்டாள். "உங்களுக்கு ஞாபகம் இருக்கிறதா?"

"இல்லை, நான் ஒரு மருத்துவமனையில் கண்விழித்தபோது வினோதமான புரஜக்டர் ஒன்று என்னிடம் இருந்தது. தேடிக் கணடுபிடி என்று நீங்கள் சொல்கின்ற குழப்பமான காட்சிப் பிழையும் எனக்கு ஏற்பட்டுக்கொண்டிருந்தது. இவர்கள் என்னைக் கணடுபிடித்து கொலைசெய்ய முயற்சிக்கும்போது நான் அதைத்தான் செய்துகொண்டிருந்தேன்" என்று சோல்ஜர்களை நோக்கி கைகாட்டினார் லேங்டன்.

அந்த தசைபிடிப்பான ஆள் இறுக்கமானான். அதற்கு பதிலளிக்க தயாரானதுபோல் காணப்பட்டான். ஆனால், சின்ஸ்கி கையசைத்து அவனை அமைதியாக்கினாள்.

"புரபஸர்" என்றாள் அவள் மென்மையாக, "நீங்கள் மிகவும் குழப்பத்தில் இருக்கிறீர்கள் என்பதில் எனக்கு எந்த சந்தேகமும் இல்லை. இவற்றிற்கு உள்ளே உங்களை இழுத்துவிட்ட ஒருத்தியாக நடந்து முடிந்த எல்லா விஷயங்களாலும் நான் பயந்து

போயிருக்கிறேன். மேலும், நீங்கள் பாதுகாப்பாக இருப்பதை நினைத்தும் நான் மகிழ்ச்சியடைகிறேன்."

"பாதுகாப்பா?" என்றார் லேங்டன். "நான் ஒரு கப்பலில் சிறைபிடிக்கப்பட்டிருக்கிறேன்!" ***நீங்களும்தான்!***

அந்த வெள்ளிநிற கேசம்கொண்ட பெண் புரிந்துகொள்வது போல் ஆமோதித்தாள். "உங்களுடைய அம்னீஷியாவின் காரணமாக, நான் உங்களுக்கு சொல்ல வந்த பல விஷயங்களும் சரியாகப் புரிந்துகொள்ளப்படாமல் போய்விட்டது. இருந்தபோதிலும், நம்முடைய நேரம் குறைவாக இருக்கிறது. உங்களுடைய உதவி நிறைய பேருக்குத் தேவைப்படுகிறது."

சின்ஸ்கி தயங்கினாள். இதை மேற்கொண்டு எப்படித் தொடர்வது என்று அவளுக்கு நிச்சயமாகத் தெரியவில்லை. "முதலில்" என்று ஆரம்பித்தாள் அவள், "ஏஜெண்ட் புரூடரும் அவருடைய ஆட்களும் உங்களைக் கொல்ல முயற்சிக்கவில்லை என்பதை நீங்கள் புரிந்துகொள்ள வேண்டும். தேவைப்படும் எல்லா வழிகளையும் பயன்படுத்தி உங்களுடன் மீண்டும் தொடர்பை ஏற்படுத்திக்கொள்ள வேண்டும் என்று அவர்களுக்கு நேரடியாக உத்தரவிடப்பட்டிருந்தது."

"மீண்டும் தொடர்புகொள்வதா? எனக்கு புரியவில்லை —"

"ப்ளீஸ், புரபஸர், சொல்வதைக் கேளுங்கள். எல்லாம் சரியாகிவிடும். நான் உறுதியளிக்கிறேன்."

லேங்டன் அந்த நோயாளிப் படுக்கையிலேயே மீண்டும் அமர்ந்துகொண்டார். டாக்டர். சின்ஸ்கி தொடர்ந்து பேசுகையில் அவருடைய சிந்தனைகள் சுழன்றன.

"ஏஜெண்ட் புரூடரும் அவருடைய ஆட்களும் எஸ்ஆர்எஸ் குழுவில் உள்ளனர் — கண்காணிப்பு மற்றும் பதிலடி உதவி. நோய்த்தடுப்பு மற்றும் கட்டுப்பாட்டிற்கான ஐரோப்பிய மையத்தின் உதவியுடன் அவர்கள் செயல்பட்டு வருகிறார்கள்."

அவர்களுடைய சீருடையில் இசிடிசி பதக்கங்கள் இருப்பதை லேங்டன் கவனித்தார். ***நோய்த்தடுப்பு மற்றும் கட்டுப்பாடா?***

"அவருடைய குழு" அவள் தொடர்ந்து பேசினாள். "பரவக்கூடிய நோய் அச்சுறுத்தல்களைக் கண்டுபிடித்து மட்டுப்படுத்துவதில் நிபுணத்துவம் பெற்றது. அடிப்படையில், தீவிர, பெரிய அளவில் அபாயத்திற்கு உள்ளாக்கக்கூடிய சுகாதார அபாயங்களை தீர்ப்பதற்கானவை. ஜாப்ரிஸ்ட் உருவாக்கிய ஆபத்தைக் கண்டுபிடிக்க எனக்கிருந்த முக்கிய நம்பிக்கையே நீங்கள்

தான். நீங்கள் காணாமல்போனதால், அதைக் கண்டு பிடிக்கும் வேலையை நான் எஸ்ஆர்எஸ் குழுவிடம் ஒப்படைத்தேன்... எனக்கு உதவியாக நான்தான் அவர்களை ஃப்ளோரன்சிற்கு வரவழைத்தேன்."

லேங்டன் அதிர்ச்சியுற்றார். "இந்த சோல்ஜர்கள் *உங்களுக்காக* வேலை செய்கிறார்களா?"

அவள் தலையாட்டினாள். "இசிடிசி—இல் கடனாகப் பெற்றவர்கள். நேற்றிரவு, நீங்கள் தொலைந்துபோய் என்னை அழைப்பதை நிறுத்திய பின்னர், உங்களுக்கு ஏதோ நடந்துவிட்டது என்றுதான் நாங்கள் நினைத்திருந்தோம். உங்களுடைய ஹார்வார்ட் இ–மெயில் கணக்கை இன்று அதிகாலை நீங்கள் திறந்து பார்த்திருப்பதை எங்களுடைய தொழில்நுட்பக் குழு கண்டுபிடித்து சொல்லும்வரை நாங்கள் அப்படித்தான் நினைத்திருந்தோம். பின்னர்தான் நீங்கள் உயிருடன் இருப்பதைத் தெரிந்துகொண்டோம். இந்த இடத்தில், வினோதமாக நடந்துகொண்டதால்தான் நீங்கள் எதிர்ப்பக்கம் சென்றுவீட்டீர்களோ என்று நாங்கள் நினைக்க வேண்டியதாயிற்று. நோய்த்தொற்று ஏற்பட்டவரை கண்டுபிடிக்க உங்களுக்கு பெரிய அளவுக்கான பணம் தரப்பட்டிருக்குமோ என்றுகூட நாங்கள் நினைத்துவிட்டோம்."

லேங்டன் தலையசைத்து மறுத்தார். "அது முட்டாள்தனம்!"

"ஆமாம், அது ஓர் எதிர்பாராத நிகழ்வை போன்றதுதான். ஆனால் அது வெறும் தர்க்கரீதியான விளக்கம் மட்டுமே — ஆனால், அதிலுள்ள ஆபத்து மிக அதிகமானது என்பதால், எங்களுக்கு வேறு வழியுமில்லை. நீங்கள் அம்னீஷியாவால் பாதிக்கப்பட்டிருக்கிறீர்கள் என்று நாங்கள் கற்பனைகூட செய்து பார்க்கவில்லை. உங்களுடைய ஹார்வார்ட் இ–மெயில் கணக்கு சட்டென்று திறக்கப்பட்டதை எங்களுடைய தொழில்நுட்ப குழு கண்டுபிடித்ததும்தான், அந்த ஐபி முகவரி, ஃப்ளோரன்ஸில் இருக்கும் அபார்ட்மெண்ட்டைச் சேர்ந்தது என்பதைக் கண்டு பிடித்து உள்ளே நுழைந்தோம். ஆனால், நீங்கள் ஒரு மொபெட்டில், ஒரு பெண்ணுடன் தப்பிச் சென்றுவிட்டதுதான் நீங்கள் வேறு யாருக்கோ வேலை செய்கிறீர்களோ என்ற சந்தேகம் எங்களிடம் அதிகரிக்க காரணமாகிவிட்டது."

"நாங்கள் உங்களுக்கு அருகாமையிலேதான் வந்து கொண்டிருந்தோம்!" லேங்டன் திணறினார். "நீங்கள் அந்த வேனின் பின்னிருக்கையில் சோல்ஜர்கள் சூழ அமர்ந்திருப்பதைக் கண்டேன். அவர்கள் உங்களுக்கு ஏதோ மயக்க மருந்தை

கொடுத்துவிட்டதைப் போல் கிறங்கிப்போய் காணப்பட்டீர்கள்."

"நீங்கள் எங்களைப் பார்த்தீர்களா?" என்ற டாக்டர். சின்ஸ்கி ஆச்சரியப்பட்டவளாக காணப்பட்டாள். "விசித்திரம் என்ன வென்றால், நீங்கள் சொல்வதுகூட சரிதான். *அவர்கள்* எனக்கு மயக்க மருந்து கொடுத்திருந்தார்கள்." அவள் சற்று இடைவெளி விட்டாள். "ஆனால், அதுவும்கூட என் உத்தரவின்படிதான்."

லேங்டனுக்கு இப்போது எல்லாமே குழப்பமாக இருந்தது. *அவளே தனக்கு மயக்கமருந்து தர அவர்களிடம் சொன்னாளா?*

"உங்களுக்கு வேண்டுமானால் இது நினைவில்லாமல் இருக்கலாம்" என்றாள் சின்ஸ்கி, "ஆனால் நாம் வந்த சி—130 விமானம் ஃப்ளோரன்ஸில் இறங்கியவுடனே நிலைமை மாறி விட்டது. எனக்கு பார்க்சிஸ்மல் பொஸிஷனல் வெர்டிகோ தாக்குதல் ஏற்பட்டது — அது நான் கடந்தகாலங்களில் எதிர் கொண்ட காது நரம்பை செயலிழக்க வைக்கும் கடுமையான நிலை. அது தற்காலிகமான, அவ்வளவு தீவிரமற்ற நிலைதான். ஆனால், அதனால் பாதிக்கப்பட்டவர்கள் மயக்க நிலையை அடைந்து, குமட்டல் உணர்வுக்கு ஆளாவார்கள், தலை தொங்கிப்போய்விடும். இப்படிப்பட்ட நிலைகளில் நான் வழக்கமாக படுக்கைக்கு சென்று கடுமையான குமட்டலை எதிர்கொள்வேன். ஆனால் நாங்கள் ஜாப்ரிஸ்ட் பிரச்சினையை கவனித்துக்கொண்டிருந்தோம். அதனால் வாந்தி எடுப்பதைத் தடுக்க ஒருமணி நேரத்திற்கு ஒருமுறை மெட்டாக்ளோப்ரமைட் ஊசி போட்டுக்கொள்ளலாம் என்று நானே முடிவெத்தேன். அந்த மருந்து கடுமையான மயக்க உணர்வை ஏற்படுத்தும். ஆனால், வேனின் பின்னால் இருந்தபடியே ஃபோன் மூலமாக இந்த ஆபரேஷன்களை செய்ய வைக்கும். எஸ்ஆர்எஸ் குழு என்னை மருத்துவமனைக்கு அழைத்துச் செல்லத்தான் நினைத்தார்கள். ஆனால், உங்களை மீண்டும் கண்டுபிடிக்க வேண்டிய எங்களுடைய மிஷனை செய்து முடிக்கும்வரை அப்படிச் செய்யவேண்டாம் என்றும் நான்தான் அவர்களுக்கு உத்தரவிட்டிருந்தேன். அதிர்ஷ்டவசமாக, வெனிஸிற்கு சென்ற விமானத்திலேயே அந்த மயக்க உணர்வில் இருந்து நான் விடுபட்டுவிட்டேன்."

லேங்டன் படுக்கையில் சரிந்தார். குழப்பம் தீரவில்லை. *என்னை முதலில் வேலைக்கு அமர்த்திய உலக சுகாதார நிறுவனத்திடம் இருந்தா நான் நாள் முழுவதும் தப்பிச் சென்று கொண்டிருந்தேன்.*

"இப்போது, நாம் கவனம் செலுத்தியாக வேண்டும், புரபஸர்"

என்ற சின்ஸ்கியின் குரல் அவசரத்தை உணர்த்தியது. "ஜாப்ரிஸ்ட் பிளேக்... அது எங்கே இருக்கிறதென்று உங்களுக்கு ஏதாவது தெரியுமா?" ஒரு தீவிர எதிர்பார்ப்புடன் அவள் அவரையே உற்றுப் பார்த்துக்கொண்டிருந்தாள். "நமக்கு நேரம் மிகமிகக் குறைவாக இருக்கிறது."

அது எங்கோ வெகுதொலைவில் இருக்கிறது, என்று சொல்லத்தான் லேங்டன் விரும்பினார். ஆனால் ஏதோ ஒரு விஷயம் அவரைத் தடுத்தது. அவர் புரூடரை ஏறிட்டுப் பார்த்தார். இன்று காலை தன்னை நோக்கி துப்பாக்கியால் சுட்ட, தன்னை ஏறக்குறைய பிடித்து இழுத்துவந்த அதே ஆள். தனக்கு கீழே இருந்த தரை மிக வேகமாக மாறிக்கொண்டிருக்கையில், தான் யாரைத்தான் இதற்குமேல் நம்புவது என்று லேங்டனுக்கு எதுவும் புரியவில்லை.

சின்ஸ்கி அவரை நோக்கிக் குனிந்தார். அவளுடைய தோற்றம் இன்னும் கொஞ்சம் தீவிரமாகியிருந்தது. "நோய்த்தொற்று ஏற்பட்ட ஒருவர் இங்கே வெனிஸில் இருக்கிறார். நான் சொல்வது சரியா? எங்கே என்று சொல்லுங்கள். நான் உடனடியாக ஒரு குழுவை அனுப்பி வைக்கிறேன்."

லேங்டன் தயங்கினார்.

"சார்!" புரூடர் பொறுமையின்றிக் கத்தினார். "உங்களுக்கு நிச்சயமாக ஏதோ ஒரு விஷயம் தெரிந்திருக்கிறது... அது எங்கே இருக்கிறதென்று சொல்லுங்கள்! என்ன நடக்கப்போகிறது என்று உங்களால் இன்னுமா புரிந்துகொள்ள முடியவில்லை?"

"ஏஜெண்ட் புரூடர்!" சின்ஸ்கி அவரிடம் கோபமாக கத்தினார். "அது போதும்" என்று கட்டளையிட்ட அவள், லேங்டனிடம் திரும்பி மெதுவாகப் பேசினாள். "நீங்கள் கடந்துவந்திருக்கும் விஷயங்களை வைத்துப் பார்க்கும்போது பயங்கரமாக குழம்பிப் போயிருக்கிறீர்கள் என்பதை நன்றாகப் புரிந்துகொள்ள முடிகிறது. அத்துடன் உங்களுக்கு யாரை நம்புவது என்றும் நிச்சயமில்லாமல் இருக்கிறது." அவள் சற்று இடைவெளி விட்டாள். அவருடைய கண்களையே உற்றுப்பார்த்தாள். "ஆனால், நம்முடைய நேரம் குறைந்துகொண்டிருக்கிறது. நீங்கள் **என்னை** நம்பவேண்டும் என்று நான் உங்களைக் கேட்டுக்கொள்கிறேன்."

"லேங்டனால் எழுந்து நிற்க முடியுமா?" ஒரு புதிய குரல் கேட்டது.

ஒரு சிறிய நல்ல உடல்வாகு கொண்ட ஒருவர் கதவுவழியில் தோன்றினார். தன்னுடைய அனுபவம்வாய்ந்த அமைதியால்

லேங்டனை ஆராய்ந்தார். ஆனால் அவருடைய கண்களில் இருந்த ஆபத்தை லேங்டனால் உணர முடிந்தது.

எழுந்து நிற்கும்படி லேங்டனுக்கு சின்ஸ்கி சைகை காட்டினாள். "புரபஸர், இவருடன் இணைந்து வேலை செய்ய நான் ஒருபோதும் விரும்பியது இல்லை. ஆனால் எனக்கு வேறு வழியில்லாத அளவுக்கு நிலைமை தீவிரமாகிவிட்டது."

நிச்சயமின்மையுடன், லேங்டன் படுக்கையின் பக்கமாக காலை சுழற்றி நேராக எழுந்து நின்றார். சமநிலைக்கு வர சற்று நேரம் எடுத்துக்கொண்டார்.

"என் பின்னால் வாருங்கள்" என்ற அவர் கதவை நோக்கி நகர்ந்தார். "நீங்கள் பார்க்கவேண்டிய ஒரு விஷயம் இருக்கிறது."

லேங்டன் நின்ற இடத்திலேயே இருந்தார். "யார் நீங்கள்?"

சற்று அப்படியே நின்ற அவர் தன் விரல்களை சாய்த்துக் காட்டினார். "பெயர்கள் முக்கியம் அல்ல. நீங்கள் என்னை தலைவர் என்று அழைக்கலாம். நான் ஒரு நிறுவனத்தை நடத்திக் கொண்டிருக்கிறேன். சொல்வதற்கு மன்னிக்க வேண்டும், பெர்ட்ரண்ட் ஜாப்ரிஸ்ட் தன்னுடைய இலக்குகளை அடைய உதவிசெய்து தவறிழைத்துவிட்டேன். காலம் கடந்துவிடும் முன்னர் அந்தத் தவறை நான் சரிசெய்துகொள்ள விரும்புகிறேன்."

"அப்படி என்னிடம் எதைக் காட்ட நினைக்கிறீர்கள்?" என்றார் லேங்டன்.

கொஞ்சமும் தயக்கமில்லாமல் லேங்டனின் மீது தன் பார்வையைப் பதித்தார் அவர். "நாம் அனைவரும் ஒரே பக்கம்தான் இருக்கிறோம் என்று உங்களுக்கு எந்த சந்தேகமும் ஏற்படுத்தாத ஒரு விஷயம்."

❑

78

அந்தக் கப்பலின் கீழ் அடுக்கில், அச்சுறுத்தக்கூடிய காரிடார்களின் புதிர்ப்பாதையின் வழியாக டாக்டர். சின்ஸ்கியுடன், இசிடிசி சோல்ஜர்கள் தங்களை ஒரே வரிசையில் பின்தொடர லேங்டன் அந்த மனிதரைப் பின்தொடர்ந்து சென்றார். அந்தக் குழு படிக்கட்டை நெருங்கியதும், அவை பகல் ஒளியை நோக்கி மேலே செல்லப்போகிறதோ என்று லேங்டன் நினைத்தார். ஆனால் பதிலாக அவை அந்தக் கப்பலின் கீழ்தளத்தை நோக்கிச் சென்றன.

இப்போது கப்பலின் ஆழமான பகுதியில் இருந்த அவர்களுக்கு வழிகாட்டியவன் மூடப்பட்ட கண்ணாடி அறைகளின் வழியாக அழைத்துச் சென்றான். அவற்றில் சில உள்ளே நடப்பவற்றை பார்க்கக்கூடியவையாக இருந்தன. மற்ற சில இருண்டு காணப்பட்டன. ஒலி புகமுடியாத ஒவ்வொரு அறைக்குள்ளும் இருந்த பலதரப்பட்ட ஊழியர்கள் கம்ப்யூட்டர்களில் வேலை செய்துகொண்டும், தொலைபேசியில் பேசிக்கொண்டும் இருந்தனர். அவர்களைக் கடந்து சென்றுகொண்டிருந்தவர்களை உற்று நோக்கிய அவர்கள் இந்தப் பகுதிக்கு முற்றிலும் அந்நியர்களாக இருந்த அவர்களை மிகவும் கவனத்துடன் பார்த்தனர். அவர்களிடத்தில் தலையாட்டிக்கொண்டே சென்ற தலைவர் வேகமாக சென்று கொண்டிருந்தார்.

எந்தமாதிரி இடம் இது? இறுக்கமாக உருவாக்கப் பட்டிருந்த மற்றொரு வேலையிடத்தின் வழியாக கடந்துசெல்கையில் லேங்டன் ஆச்சரியப்பட்டார்.

இறுதியாக, அவர்களுடைய விருந்துபசரிப்பாளர் ஒரு பெரிய சந்திப்புக் கூடத்திற்கு வந்து சேர்ந்தார். மற்றவர்கள் அவரைச் சூழ்ந்து நின்றனர். உட்கார்ந்தவுடன் அவர் ஒரு பொத்தானை அழுத்தினார். அந்தக் கண்ணாடிச் சுவர்கள் ஹிஸ் என்ற ஒலியுடன் இருளடைந்துபோய், அவர்களை உள்ளே வைத்து சாத்தின. இதற்கு முன்பு இதைப்போல் எதையும் பார்த்திராத லேங்டன் சற்று துணுக்குற்றார்.

"நாம் எங்கே இருக்கிறோம்?" என்றார் லேங்டன் இறுதியாக.

"இதுதான் என்னுடைய கப்பல் — *மெண்டாசியம்*"

"மெண்டாசியமா?" என்றார் லேங்டன். "போலிக் குறியீடுகள் என்பதற்கான லத்தீன் வார்த்தையாக வருமே — ஏமாற்றுதல் என்பதற்கான கிரேக்க கடவுளின் பெயரா?"

தலைவரால் இதைப் பாராட்டாமல் இருக்க முடியவில்லை. "நிறையபேருக்கு அந்த விஷயம் தெரியாது."

மிகவும் கடினமான ஒரு மேதகு பெயர்தான் என்று லேங்டன் நினைத்துக்கொண்டார். எல்லாவிதமான போலித்தனங்களையும் ஆட்சிபுரிகின்ற ஒரு நிழலான கடவுளின் பெயர்தான் மெண்டாசியம் — தவறான எண்ணங்கள், பொய்கள் மற்றும் திரிவுபடுத்தல் ஆகியவற்றில் கைதேர்ந்த சாத்தான்.

ஒரு சிறிய சிவப்புநிற ஃபிளாஷ் டிரைவை எடுத்த அவர் அந்த அறையின் பின்பக்கம் இருந்த ஓர் எலக்ட்ரானிக் கியரில் அதைச் செருகினார். ஒரு பெரிய எல்சிடி டிவி உயிர்பெற்றது, அதற்கு மேல் இருந்த விளக்குகள் மங்கிப்போயின.

எதிர்பார்த்த அமைதியில், லேங்டனுக்கு தண்ணீரைத் தட்டும் ஓசை கேட்டது. முதலில் அது அந்தக் கப்பலுக்கு வெளியில் இருந்து வருகிறது என்றே அவர் நினைத்தார், ஆனால் அவை எல்சிடி திரையின் வழியாகத்தான் வருகிறது என்பதை சற்று பிந்தியே உணர்ந்துகொண்டார். மெதுவாக, அதில் உருவம் தெரியத் தொடங்கியது — நீர்ச்சொட்டும் ஒரு குகைச் சுவர், அலையடிக்கும் சிவப்பு ஒளியால் மின்னத் தொடங்கியது.

"இந்த வீடியோவை பெர்ட்ரண்ட் ஜாப்ரிஸ்ட்தான் உருவாக்கினார்" என்றார் அவர்களுடைய விருந்துபசரிப்பாளர். "இதை இந்த உலகிற்கு வெளியிடும்படியும் என்னைக் கேட்டுக் கொண்டார்."

நம்ப முடியாத அமைதியில் லேங்டன் அந்த விநோதமான வீடியோவைப் பார்த்துக்கொண்டிருந்தார். சின்னச் சின்ன

அலைகளுள்ள ஒரு குகையில் அமைந்திருந்த காயல். அதனுள்ளாக கேமரா ஊடறுத்துச் சென்றது. அந்த நீர்ப்பரப்பிற்கு கீழே சென்ற அந்தக் காட்சி ஒரு பளிங்குத் தரையில் இருந்த அறிவிப்புப் பலகையில் நின்றது. அங்கே *இந்த இடத்தில், இந்த நேரத்தில், இந்த உலகம் நிரந்தரமாக மாறப்போகிறது* என்ற வாசகம் தென்பட்டது.

அந்தப் பலகையில் இடப்பட்டிருந்த கையெழுத்து: *பெர்ட்ரண்ட் ஜாப்ரிஸ்ட்.*

அந்த நாள் நாளை.

கடவுளே! அந்த இருளில் சின்ஸ்கியை நோக்கித் திரும்பினார் லேங்டன். ஆனால் அவள் அந்தத் தரையை வெறுமனே உற்றுப்பார்த்தபடி நின்றுகொண்டிருந்தாள். அதை அவள் ஏற்கனவே பார்த்திருக்கிறாள் என்பதும், அதை மீண்டும் பார்க்க விரும்பவில்லை என்பதும் தெளிவாகத் தெரிந்தது.

அந்தக் கேமரா இப்போது இடதுபக்கம் திரும்பியது. அதைக் குழப்பத்துடன் பார்த்த லேங்டனுக்கு நீருக்கு அடியில், ஒரு சோப்பு நுரைக்குமிழ் போன்ற வடித்தில் இருந்த ஒளிபுகும் பிளாஸ்டிக் பையில் பிசுபிசுப்பான, மஞ்சளும்—பழுப்பு நிறுமுமான நீர்மம் இருப்பது தெரிந்தது. அந்த சிக்கலான கோளம் நீரின் மேற்பரப்பிற்கு வந்துவிடாதபடி தரையோடு பிணைக்கப்பட்டிருப்பதைப் போல் தோன்றியது.

என்ன இழவு இது? உப்பிக்கிடந்த அந்தப் பையை லேங்டன் பார்த்தார். அந்த ஆபத்தான பொருள்கள் மெதுவாக சுழன்று கொண்டிருந்தன. ஏறக்குறைய நெருப்பில்லாமல் புகைந்தன.

அது புரிந்தபோது லேங்டன் ஒருகணம் மூச்சுவிட மறந்தார். ஜாப்ரிஸ்ட் பிளேக்.

“அப்படியே நிறுத்துங்கள்” என்றாள் இருளில் இருந்த சின்ஸ்கி.

உறைந்துநின்ற அந்தப் படத்தில் கட்டப்பட்டிருந்த பிளாஸ்டிக் பை தண்ணீருக்கடியில் அப்படியே மிந்ததுகொண்டிருந்தது. இறுக்கமான நீர்ம மேகம் வெற்றுவெளியில் மிதந்தது.

“இது என்னவென்று உங்களால் சொல்லமுடியும் என்று நினைக்கிறேன்” என்றாள் சின்ஸ்கி. “கேள்வி என்னவென்றால், எவ்வளவு நேரத்திற்கு இது மட்டுப்படுத்தப்பட்டிருக்கும்?” எல்சிடி—யை நோக்கிச் சென்ற சின்ஸ்கி அந்த ஒளி ஊடுருவக்கூடிய பையில் இருந்து சிறிய குறியீட்டை சுட்டிக்காட்டினாள். “துரதிர்ஷ் டவசமாக, இந்தப் பை எதனால் செய்யப்பட்டிருக்கிறது

என்பதையாவது அது சொல்லும். அதை உங்களால் படிக்க முடிகிறதா?"

இதயம் படபடத்தது. லேங்டன் அந்த எழுத்தை நோக்கிக் குனிந்தார். அது ஏதோ ஒரு தயாரிப்பு நிறுவனத்தின் டிரேட்மார்க் போல் தெரிந்தது: *Solublon®.*

"தண்ணீரில் கரையக்கூடிய பிளாஸ்டிக்கை தயாரிக்கும் உலகின் மிகப்பெரிய நிறுவனம்" என்றாள் சின்ஸ்கி.

லேங்டன் தன் அடிவயிற்றில் ஒரு முடிச்சு விழுந்ததை உணர்ந்தார். "இந்தப் பை ***கரைந்துகொண்டிருக்கிறது...*** என்றா சொல்கிறீர்கள்?!"

சின்ஸ்கி வருத்தத்துடன் தலையாட்டினாள். "அந்த தயாரிப்பாளருடன் நாங்கள் தொடர்பில்தான் இருக்கிறோம். துரதிர்ஷ்டவசமாக அவர்கள் இவற்றில் டசன்கணக்கான மாறுதல்களுடன் உற்பத்தி செய்கிறார்கள். இவை எங்கு வேண்டுமானாலும் பத்து நிமிடங்களில் இருந்து பத்து வாரங்கள் வரை கரையக்கூடியவை. அது பயன்படுத்தப்படுவதைப் பொறுத்த விஷயம். தண்ணீரின் தன்மை மற்றும் வெப்பநிலையைப் பொறுத்து அவற்றில் சில அடிப்படை மாறுபாடுகள் உண்டு. ஆனால் ஜாப்ரிஸ்ட் இவை எல்லாவற்றையும் கவனத்துடன் பரிசீலித்திருக்கிறார்." அவள் சற்று இடைவெளி விட்டாள். "இந்தப் பை, எப்போது கரையும் என்றால் —"

"நாளை" என்று தலைவர் குறுக்கிட்டார். "என்னுடைய காலண்டரில் நாளைய தேதியைத்தான் ஜாப்ரிஸ்ட் வட்டமிட்டுக் காட்டியிருக்கிறார். அறிவிப்புப் பலகையிலும் அதே தேதியைத்தான் குறிப்பிட்டிருக்கிறார்."

லேங்டன் இருளில் பேச்சற்று உட்கார்ந்திருந்தார்.

"மீதமுள்ளவற்றையும் காட்டுங்கள்" என்றாள் சின்ஸ்கி.

எல்சிடி திரையில், அந்த வீடியோ மீண்டும் ஓடத் தொடங்கியது. இப்போது அந்தக் கேமரா பளபளக்கும் தண்ணீரையும், இருளார்ந்த குகையையும் சுற்றிக்காட்டியது. அது அந்தக் கவிதையில் குறிப்பிடப்பட்டிருக்கும் பிம்பம்தான் என்பதில் லேங்டனுக்கு எந்த சந்தேகமும் இல்லை. ***நட்சத்திரங்கள் எதையும் பிரதிபலிக்காத காயல்.***

நரகத்தைப் பற்றிய தாந்தேயின் தொலைநோக்குடன் அந்தப் படங்கள் பொருந்திப்போயின. பாதாள உலகின் குகைகள் வழியாக ஓடிக்கொண்டிருக்கும் காகிடஸ் ஆறு.

இந்தக் காயல் எங்கே அமைந்திருந்தாலும் அதன் தண்ணீர் சாய்தளமான, பாசிபூத்த சுவர்களால் சூழப்பட்டிருக்கிறது. அதாவது அது மனிதனால் உருவாக்கப்பட்டது என்பதை லேங்டன் உணர்ந்தார். அந்தக் கேமரா ஒரு மாபெரும் உள் பாகத்தின் சிறிய பாகத்தை மட்டுமே காட்டுகிறது என்பதையும் அவரால் உணர முடிந்தது. இதனை சுவற்றில் மிகவும் மங்கலாக, சாய்வாகத் தெரிந்த நிழல்களின் மூலம் நிச்சயப்படுத்திக்கொள்ள முடியும். அந்த நிழல்கள் அகன்று, செங்குத்தாக, சரிசமமான இடைவெளியில் இருந்தன.

தூண்கள், லேங்டனுக்கு புரிந்துபோனது.

இந்தக் குகையின் கூரையை இந்தத் தூண்கள்தான் தாங்கிப் பிடித்திருக்கின்றன.

இந்தக் காயல் குகைக்குள் இல்லை, அது ஒரு மிகப்பெரிய அறை.

மூழ்கிய இடத்தை நோக்கிச் செல்லும் ஆழமான பகுதி.

அவர் எந்தஒரு வார்த்தையும் சொல்லிவிடும் முன்பாக, அந்தச் சுவற்றில் தோன்றிய புதிய நிழலை நோக்கி அவர் கவனம் இடம்மாறியது... ஒரு நீளமான, கூம்புமூக்கு கொண்ட மனித உருவம்.

அடக், கடவுளே...

அந்த நிழல் இப்போது பேசத்தொடங்கியது. அதனுடைய வார்த்தைகள் உள்ளொடுங்கிப் போயிருந்தன. அவை அச்சுறுத்தும் கவித்துவ லயத்துடன் அந்த நீர்நிலையில் கிசுகிசுத்தன.

"நான்தான் உங்களுடைய மீட்பு. நான்தான் நிழல்."

அடுத்த சில நிமிடங்களுக்கு லேங்டன் இதுவரை தான் பார்த்ததிலேயே மிகவும் பயங்கரமான படத்தைப் பார்த்தார். மிகவும் பைத்தியக்காரத்தனமாக மேதையின் குரலுடன், பிளேக் டாக்டர் தோற்றத்தில் இருந்த, தனியொரு ஆளாக பேசிக்கொண்டிருந்த பெர்ட்ரண்ட் ஜாப்ரிஸ்ட் தாந்தேயின் ***இன்ஃபெர்னோ***—வுடைய குறிப்புகளை சுமந்து தெளிவான செய்தியை வெளியிட்டார்: மனித மக்கள்தொகையின் எண்ணிக்கை கட்டுப்பாட்டை மீறிச் சென்றுவிட்டது. மனித குலத்தின் உயிர்பிழைத்தல் என்பது சமநிலையில் தொங்கிக் கொண்டிருக்கிறது.

திரையில் அந்தக் குரல் ஜெபித்தது:

"எதையும் செய்யாமல் இருந்துவிடுவதே நெருக்கியடித்துக் கொண்டு, பசி பட்டினியால் துன்பத்தில் உழல உங்களை தாந்தேயின் நரகத்திற்கு வரவேற்க போதுமானது. அதனால்தான் மிகவும் துணிச்சலுடன் நான் ஒரு முடிவெடுத்தேன். இது சிலருக்கு பெரும் அச்சுறுத்தலைக் கொண்டுவரலாம். ஆனால் எல்லாத் தீர்வுகளுக்கும் ஒரு விலை இருக்கிறது. ஒருநாள் என்னுடைய தியாகத்தின் அழகை இந்த உலகம் புரிந்துகொள்ளும்."

ஜாப்ரிஸ்ட் நடுக்கத்துடன் தாமாகவே அங்கு, பிளேக் டாக்டர் போல் உடையணிந்து தோன்றி தன்னுடைய முக மூடியைக் கிழித்தெறிந்தார். அவருடைய நீளமான முகத்தையும், கடுமையான பச்சைக் கண்களையும் உற்றுப்பார்த்த லேங்டன் இந்தக் குழப்பத்திற்கெல்லாம் மையப்புள்ளியாக விளங்கும் மனிதனின் முகத்தை தான் இறுதியில் பார்த்துவிட்டதை உணர்ந்து கொண்டார். தனக்கு உந்துதலாக இருந்த ஒருவர் மீது தனக்கு இருக்கும் பாசத்தை ஜாப்ரிஸ்ட் விவரிக்கத் தொடங்கினார்.

"நான் எதிர்காலத்தை உன் மென்கரங்களில் விட்டுச் செல்கிறேன். கீழே என்னுடைய வேலை முடிந்துவிட்டது. இப்போது மேலே உள்ள உலகத்திற்கு ஏறிவந்து மீண்டும் அந்த நட்சத்திரங்களைப் பற்றிக்கொள்ளவேண்டிய நேரம் வந்து விட்டது."

அந்த வீடியோ முடிந்ததும், ஜாப்ரிஸ்ட்டின் இறுதி வார்த்தை கள், ***இன்ஃபெர்னோ***வில் தாந்தே கூறும் இறுதி வார்த்தைகளின் போலிகள்தான் என்பதை லேங்டனால் உணர முடிந்தது.

அந்த அறையின் இருளில், இந்த நாள்முழுவதும் தான் அனுபவித்த எல்லாவித அச்சங்களும் ஒரே ஒரு பயங்கர மான உண்மையில் தெள்ளத்தெளிவானதை லேங்டன் புரிந்து கொண்டார்.

பெர்ட்ரண்ட் ஜாப்ரிஸ்ட்டிற்கு முகம் இருக்கிறது... குரலும் இருக்கிறது.

அந்த அறையில் விளக்குகள் எரிந்தன. எல்லாக் கண்களும் எதிர்பார்ப்புடன் தன்னையே நோக்கிக்கொண்டிருப்பதை லேங்டன் பார்த்தார்.

எலிசபெத் சின்ஸ்கியின் வெளிப்பாடுகள், அவள் அப்படியே உறைந்த நிலையில் நின்றுகொண்டு படபடப்புடன் தன்னுடைய தாயத்தை உருட்டிக்கொண்டிருப்பதிலேயே இருந்தது. "புரபஸர், நம்முடைய நேரம் குறைவாக இருக்கிறது என்பதில் எந்த சந்தேகமும் இல்லை. இதுவரை நமக்கு கிடைத்துள்ளவற்றிலேயே

மிகவும் நல்ல செய்தி என்னவென்றால் அந்த நீரில் கரையும் பைகள் இன்னமும் உடைந்துவிடவில்லை என்பதுதான். ஆனால் அவற்றை *எங்கே* தேடுவதென்றும் நமக்குத் தெரியாது. அந்தப் பை உடைந்துபோகும் முன்னர் அவற்றை மட்டுப்படுத்தி சமநிலைக்கு கொண்டுவர வேண்டியதுதான் நம்முடைய இலக்கு. அதைச் செய்வதற்கு நமக்குள்ள ஒரே வழி அது இருக்கும் இடத்தைக் கண்டுபிடிப்பதுதான்."

ஏஜெண்ட் புரூடர் இப்போது எழுந்து நின்றார். லேங்டனையே உற்றுப் பார்த்தார். "ஜாப்ரிஸ்ட் தன்னுடைய பிளேக்கை எங்கே மறைத்து வைத்திருக்கிறார் என்று தெரிந்துகொண்டதால்தான் நீங்கள் வெனிஸிற்கு வந்தீர்கள் என்று நாங்கள் நினைக்கிறோம்."

தனக்கு முன்னால் இருந்த கூட்டத்தை லேங்டன் உற்று நோக்கினார். பயரேகை ஓடிய முகங்கள், எல்லோரும் ஏதோ ஓர் அற்புதத்தை எதிர்நோக்கியுள்ளனர், அவர்களுக்கு தானும் ஏதாவது நல்லசெய்தி சொல்லவேண்டும் என்றுதான் அவரும் விரும்புகிறார்.

"நாம் தவறான நாட்டில் இருக்கிறோம்" என்றார் லேங்டன். "நீங்கள் எதைத் தேடிக்கொண்டிருக்கிறீர்களோ அது இங்கிருந்து ஆயிரம் மைல்களுக்கு அப்பால் இருக்கிறது."

வெனிஸ் விமான நிலையத்தை நோக்கி மெண்டாசியத்தின் என்ஜின்கள் அகன்று திரும்பியபோது லேங்டனின் அடிவயிற்று உறுப்புகள் எதிரொலித்துக்கொண்டிருந்தன. கப்பலில் எல்லா விஷயங்களும் நொறுங்கிப்போய்விட்டன. வேகமாக செயல்பட்டுக்கொண்டிருந்த தலைவர் தன் குழுவினருக்கு உத்தரவுகளைப் பிறப்பித்துக்கொண்டிருந்தார். தன்னுடைய ஃபோனில் பேசிக்கொண்டிருந்த எலிசபெத் சின்ஸ்கி உலக சுகாதார நிறுவனத்தின் சி—130 போக்குவரத்து விமான பைலட்களை அழைத்து, வெனிஸ் விமான நிலையத்தில் இருந்து எவ்வளவு சீக்கிரம் புறப்பட முடியுமோ அவ்வளவு சீக்கிரத்தில் கிளம்பியாக வேண்டும் என்று சொல்லிக்கொண்டிருந்தாள். ஒரு லேப்டாப்பை நோக்கிச் சென்ற ஏஜெண்ட் புரூடர் தாங்கள் சென்றுசேரவேண்டிய இடத்துடன் சர்வதேச உதவி போன்ற எதையோ கேட்டு ஒருங்கிணைத்துக்கொண்டிருந்தார்.

ஒரு உலகம் கடந்து.

தன்னுடைய சந்திப்புக் கூடத்திற்குத் திரும்பிவந்த தலைவர் அவசரமாக புரூடரை அழைத்தார். "வெனிஸ் அதிகாரிகளிடம் இருந்து மேற்கொண்டு தகவல் கிடைத்ததா?"

புரூடர் தலையைக் குலுக்கினார். "எதுவும் இல்லை, அவர்களும் தேடிக்கொண்டிருக்கிறார்கள். ஆனால் சியன்னா புரூக்ஸ் மாயமாகிவிட்டாள்."

லேங்டன் தடுமாறினார். ***அவர்கள் சியன்னாவையா தேடுகிறார்கள்?***

ஃபோனில் பேசிமுடித்த சின்ஸ்கியும் அவர்களுடனான உரையாடலில் கலந்துகொண்டாள். "அவளைக் கண்டுபிடிக்கும் அதிர்ஷ்டமில்லையா?"

தலைவர் தலையைக் குலுக்கினார். "உங்களால் ஒப்புக் கொள்ள முடியும் என்றால், அவளைக் கொண்டுவருவதற்கு உலக சுகாதார நிறுவனம் தேவையான படைக்கு அங்கீகாரம் அளிக்க வேண்டும்."

லேங்டன் தாவிக்குதித்தார். "ஏன்?! சியன்னா புரூக்ஸிற்கு இவை எவற்றுடனும் எந்த சம்பந்தமும் இல்லை!"

தலைவரின் கருமையான கண்கள் லேங்டனை உற்றுப் பார்த்தன. "புரபஸர், மிஸ். புரூக்ஸ் பற்றி நான் சில விஷயங்களை உங்களுக்கு சொல்லியாக வேண்டும்."

❑

79

ரியலோடா பாலத்தில் சுற்றுலாவாசிகளை நெருக்கியடித்துக்கொண்டு சென்ற சியன்னா மீண்டும் ஓடத் தொடங்கியிருந்தாள். ஃபோண்டமெண்டா வின் காஸெல்லோவின் கால்வாய் வழியாக தாவிச் சென்றுகொண்டிருந்தாள்.

அவர்கள் ராபர்ட்டை பிடித்துவிட்டார்கள்.

கருவறைக்குள்ளாக தெரிந்த சுவர் விளக்கை நோக்கி சோல்ஜர்கள் அவரை இழுத்து வெளியே தள்ளியபோது மேலே இருந்த தன்னை நோக்கிப் பார்த்த அந்தக் கண்களை இப்போதும் அவளால் காண முடிந்தது. அவரைப் பிடித்தவர்கள் விரைவி லேயே அவரை பேசவும் வைத்துவிடுவார்கள் என்ற சின்ன சந்தேகம் அவளிடத்தில் இருந்தது. ஏதோ ஒருவகையில், அவர் கண்டுபிடித்த எல்லாவற்றையும் அவர் சொல்லிவிடக்கூடும்.

நாம் தவறான நாட்டில் இருக்கிறோம்.

இதில் இன்னும் துயரமான விஷயம் என்ன வென்றால், அவரைப் பிடித்துச்சென்றவர்கள் இந்தப் பிரச்சினையின் உண்மையான இயல்பை லேங்டனிடம் சொல்ல காலம் தாழ்த்த மாட்டார்கள்.

என்னை மன்னித்துவிடுங்கள், ராபர்ட்.

எல்லாவற்றிற்காவும்தான்.

எனக்கு வேறு வழியில்லை என்பதையும் தெரிந்து கொள்ளுங்கள்.

சியன்னா ஏற்கனவே அவரைத் தொலைத்து விட்டாள் என்பதுதான் நிஜம். இதோ, இந்த வெனிஸ் மக்கள்திரளுக்கு நடுவே தன்னுள் படிந்துபோய்விட்ட, நன்கு தெரிந்த தனிமைக்கு அவள் மீண்டும் ஆட்பட்டுவிட்டாள்.

அந்த உணர்வு புதியது அல்ல.

சின்ன வயதிலிருந்தே சியன்னா புரூக்ஸ் தனிமையைத்தான் உணர்ந்திருக்கிறாள்.

தனித்துவமான அறிவுஜீவித்தனத்துடன் வளர்ந்த சியன்னா, ஏதோ ஓர் அந்நிய நிலத்தில் ஓர் அந்நியரைப் போன்றே தன்னுடைய இளம் பருவத்தைக் கடந்திருக்கிறாள்... தனிமையான உலகில் மாட்டிக்கொண்ட ஒரு வேற்றுகிரகவாசி. அவள் நண்பர் களை உருவாக்கிக்கொள்ள நினைத்தாள். ஆனால் அவள் வயதையொத்தவர்களின் சின்னத்தனங்கள் அவளிடத்தில் அவர்களுக்கு எந்த ஆர்வத்தையும் தூண்டவில்லை. அவள் தன் வயதுக்கு மூத்தவர்களிடத்தில் மரியாதையுடன் நடக்க முயற்சித்தாள். ஆனால் பெரும்பாலானவர்கள் வயதான குழந்தையைப் போன்றே நடந்துகொண்டார்கள், தங்களைச் சுற்றியுள்ள உலகில் இருக்கும் அடிப்படையான விஷயங்கள்கூட தெரியாதவர்களாகவே அவர்கள் இருந்தனர். அதனினும் பிரச்சினைக்குரியது என்னவென்றால் அதன் மீதெல்லாம் அவர்களுக்கு ஆர்வமோ அல்லது அக்கறையோ இல்லை என்பதுதான்.

நான் எதிலும் சம்பந்தப்படாதவள்.

அதனால்தான் சியன்னா புரூக்ஸ் யாரும் அறிந்து கொண்டிராதவளாக இருக்க கற்றுக்கொண்டாள். ஒரு பச்சோந்தியாக, காரியக்காரியாக, கூட்டத்தின் மற்றுமொரு முகமுமாக வாழக் கற்றுக்கொண்டாள். மேடையில் நடிப்பது என்ற அவளுடைய குழந்தைப்பருவ ஆசை, சந்தேகமேயில்லாமல் யாரோ ஒருவராக ஆகிவிடவேண்டும் என்ற அவளுடைய வாழ்நாள் கனவில் இருந்து துளிர்விட்ட ஒன்றுதான்.

யாரோ ஒரு சாதாரணர்.

ஷேக்ஸ்பியரின் எ மிட்ஸம்மர் நைட்ஸ் டிரீம் நாடகத்தில் அவளுடைய நடிப்பு அவள் ஏதோ ஒன்றின் பாகம் என்பதை உணர அவளுக்கு உதவியது. ஆனாலும், முதல்நாள் இரவில் அவள் மேடையைவிட்டு வெளியேறி மீடியாவின் கூட்டத்தை எதிர்கொண்ட அதே நேரத்தில் அளுடைய சக நடிகர்கள் யார் கண்ணுக்கும் படாமல் ஒளிந்தபடியே பின் கதவின் வழியாக

நழுவிய கணத்தில், குறுகிய காலமே நீடித்த அவளுடைய மகிழ்ச்சியும் சட்டென்று ஆவியாகிப்போனது.

இப்போது அவர்கள் வெறுக்கவும் செய்கிறார்கள்.

ஏழு வயதிலேயே தன்னுடைய ஆழமான மனச்சிதைவுக்கு தானே சிகிச்சை எடுத்துக்கொள்ளும் அளவுக்கு சியன்னா நிறைய படித்துவிட்டாள். அவள் இதைப்பற்றி தன் பெற்றோரிடம் கூறிய போது, அவர்கள் அதிர்ச்சியடைந்தார்கள். தங்களுடைய மகளின் விசித்திரமான நடத்தை குறித்து எப்போதும் கவனிப்பதைப் போலத்தான் அப்போதும் பார்த்தார்கள். இருந்தாலும், அவளை ஓர் உளவியல் நிபுணரிடம் அனுப்பிவைத்தனர். அந்த மருத்துவர் அவளிடம் நிறைய கேள்விகள் கேட்டார். அவற்றை சியன்னா தனக்குத்தானே கேட்டிருக்கிறாள். பின்னர் அமிட்ரைப்திலின் மற்றும் குளோர்டியாசெபாக்ஸைட் மருந்தின் கலவையை அவளுக்குக் கொடுத்தார்.

ஆர்வம் தூண்ட சியன்னா தன்னுடைய இருக்கையில் இருந்து தாவிக் குதித்தாள். "அமிட்ரைப்திலினா?!" அவள் கேள்வி கேட்டாள். "நான் மகிழ்ச்சியாக இருக்கவே விரும்புகிறேன். நடைபிணமாக அல்ல!"

தன் துறையில் பெயர்பெற்ற அந்த உளவியல் நிபுணர், படாரென்று பேசிய அவள் முகத்தை மிகவும் நிதானமாக உற்றுப்பார்த்துவிட்டு இரண்டாவது பரிந்துரையை தெரிவித்தார். "சியன்னா நீ மருந்துகளை எடுத்துக்கொள்ளவில்லை என்றால் நாம் மிகுந்த முழுமைவாத அணுகுமுறையைத்தான் பின்பற்றி யாக வேண்டும்." அவர் சற்று இடைவெளி விட்டார். "உன்னைப் பற்றியும், நீ இந்த உலகத்திற்கு சொந்தமானவள் இல்லை என்பது பற்றியும் தொடர்ச்சியாக சிந்திக்கின்ற சுழற்சியில் நீ மாட்டிக்கொண்டிருப்பதைப் போல் இருக்கிறது."

"அது உண்மைதான்" என்றாள் சியன்னா. "நான் நிறுத்துவதற்குத்தான் முயற்சிக்கிறேன். என்னால் முடியவில்லை!"

அவர் அமைதியாக சிரித்தார். "நிச்சயம் உன்னால் நிறுத்தவே முடியாது. எதைப்பற்றியும் சிந்திக்காமல் இருத்தல் என்பது உடல்ரீதியாக மனிதனால் இயலாத ஒன்று. ஆன்மாவானது உணர்ச்சிகளுக்கு ஏங்கும், அந்த உணர்ச்சிக்கான எரிபொருளை தொடர்ந்து தேடிக்கொண்டிருக்கும் — அது நல்லதோ கெட்டதோ. ஆனால், நீ அதற்கு தவறான ஒன்றைக் கொடுத்திருக்கிறாய் என்பதுதான் உன்னுடைய பிரச்சினை."

மனதைப் பற்றி யாரும் இப்படி இயந்திரகதியில் பேசி

சியன்னா கேட்டதேயில்லை. அவளுடைய ஆர்வம் உடனடியாக தூண்டப்பட்டது. "நான் வேறு எரிபொருளை எப்படிக் கொடுப்பது?"

"உன்னுடைய அறிவுசார் கவனத்தை நீ மாற்றிவைத்துக்கொள்ள வேண்டும்" என்றார் அவர். "தற்போது, நீ உன்னைப் பற்றி மட்டுமே சிந்திக்கிறாய். அதற்குள் ஏன் **உன்னால்** பொருந்தமுடியவில்லை என்றும், **உனக்கு** என்ன ஆயிற்று என்றும்கூட உனக்குத் தெரியாமல் இருக்கலாம்."

"அது உண்மைதான்" என்றாள் சியன்னா மீண்டும். "ஆனால் நான் பிரச்சினையை தீர்க்கவே முயற்சிக்கிறேன். நான் பொருந்திப்போகவே முயற்சிக்கிறேன். என்னால் பிரச்சினையைப் பற்றி சிந்திக்க முடியவில்லை என்றால் அதை என்னால் தீர்க்கவும் முடியாது."

அவர் சிரித்துக்கொண்டார். "பிரச்சினையைப் பற்றி சிந்திப்பதே உன்னுடைய பிரச்சினை என்று நான் நினைக்கிறேன்." அவள் தன் மீதும் தன்னுடைய பிரச்சினை மீதுமே கவனம் செலுத்துவதை மாற்றிக்கொண்டு... தன் கவனத்தை அவளைச் சுற்றியுள்ள உலகத்தின் மீதும்... அதனுடைய பிரச்சினைகள் மீதும் திருப்ப வேண்டும் என்றும் அவர் பரிந்துரைத்தார்.

அப்போதுதான் எல்லாம் மாறியது.

அவள் தன் மீது தானே இரக்கப்படுகின்ற நிலைக்கு தன்னுடைய ஆற்றல்களை செலவிடுவதை நிறுத்தத் தொடங்கினாள். மற்றவர்களுக்காக வருத்தப்பட தொடங்கினாள். அவள் தர்ம செயல்பாடுகளில் ஈடுபடத் தொடங்கினாள். வீடற்றவர்களுக்கு உணவளித்தாள். பார்வை இல்லாதவர்களுக்கு புத்தகங்களைப் படித்துக்காட்டத் தொடங்கினாள். ஆச்சரியப்படும் வகையில், சியன்னா உதவிசெய்த யாருமே அவள் வேறுவிதமாக இருக்கிறாள் என்பதைக் கவனிக்கக்கூட இல்லை. யாரோ ஒருவர் தங்களை பார்த்துக்கொள்கிறார்கள் என்பதற்காக அவர்கள் பரிவுணர்ச்சி கொண்டார்கள்.

சியன்னா வாரா வாரம் கடுமையாக உழைத்தாள். தன்னுடைய உதவி நிறைய பேருக்குத் தேவைப்படுகிறது என்பதை உணர்ந்த அவளால் சரியாக உறங்கவும் முடியவில்லை.

"சியன்னா, மெதுவாக!" மக்கள் அவளைத் துரிதப்படுத்தினர். "உன்னால் இந்த உலகத்தைக் காப்பாற்ற முடியாது!"

எவ்வளவு பயங்கரமான விஷயம் இது.

சியன்னாவின் சமூக சேவைகளின் காரணமாக அவள் உள்ளூர் மனிதநேய குழுவைச்சேர்ந்த சிலருடன் தொடர்பு ஏற்படுத்திக்கொண்டாள். அவர்கள் அவளை ஒரு மாதம் முழுவதும் ஃபிலிப்பைன்ஸில் பணிபுரிய அழைத்தபோது அவர் களுடன் ஒட்டிக்கொண்டாள்.

உயிர்த்துடிப்புள்ள கடல் படுகைகளையும், அற்புதமான பள்ளத்தாக்குகளையும் கொண்டிருக்கும், புவியியல் அழகிற்கான அற்புத நிலம் என்று அவள் படித்திருந்த நாட்டுப்புறப்பகுதியில் வசிக்கும் மீனவர்களுக்கோ அல்லது விவசாயிகளுக்கோ தான் உணவளிக்க செல்வதாகத்தான் சியன்னா கற்பனை செய்திருந்தாள். அதனால், உலகிலேயே மக்கள்தொகை அடர்த்தி அதிகமாக உள்ள மணிலா நகரத்திற்கு அந்தக் குழுவினர் வந்து சேர்ந்தபோது சியன்னாவால் அதிர்ச்சிக்கு மட்டுமே ஆளாக முடிந்தது. அவள் ஏழ்மையை இந்த அளவுக்கு பார்த்ததே இல்லை.

ஒரே ஒருவரால் எப்படி மாற்றத்தை உருவாக்கிவிட முடியும்?

சியன்னா ஒவ்வொருவருக்கும் உணவளிக்கும்போதும், கைவிடப்பட்ட நூற்றுக்கணக்கான கண்கள் அவளை வெறித்துப் பார்த்துக்கொண்டிருந்தன. மணிலாவில் சாதாரணமாக ஆறுமணி நேரம் போக்குவரத்து நெரிசல் ஏற்படும், மூச்சைத் திணறடிக்கும் மாசுபாடு, அதிர்ச்சிகரமான பாலியல் வர்த்தகம், அதில் பெரும்பாலும் இளம் குழந்தைகளே ஈடுபடுத்தப்பட்டார்கள். அவர்களின் பல பெற்றோர்களும் தங்கள் குழந்தைகளுக்காவது உணவு கிடைக்கிறதே என்ற ஆறுதலால் அவர்களை பாலியல் தரகர்களிடம் விற்கிறார்கள்.

குழந்தைகள் விபச்சாரம், பிச்சைக்காரர்கள், பிக்பாக்கெட்டுகள் மற்றும் இன்னும் மோசமாக சொல்லப்போனால், சியன்னாவுக்கு சட்டென்று வாதம் ஏற்பட்டுவிட்டதைப் போல் இருந்தது. அவளைச் சுற்றியிருக்கும் எல்லாவற்றிலும் உயிர்பிழைத்திருக்க வேண்டும் என்ற பிரதான உள்ளுணர்வினால் நசுக்கப்பட்ட மனித நேயமே காணப்பட்டது. ***நம்பிக்கையின்மையை எதிர்கொள்ளும் போது... மனிதர்கள் விலங்குகள் ஆவார்கள்.***

சியன்னாவுக்கு, எல்லாவித மன இறுக்கங்களும் திருப்பித் தாக்குவதைப் போல் இருந்தது. அவள் மனிதகுலம் என்றால் என்னவென்பதை சட்டென்று உணர்ந்துகொண்டாள் — அழிவின் விளிம்பில் இருக்கும் உயிரினம்.

நான் தவறிழைத்துவிட்டேன், அவள் நினைத்துக்கொண்டாள். ***என்னால் இந்த உலகத்தைக் காப்பாற்ற முடியாது.***

பைத்தியக்காரத்தனமான முட்டாள்தனத்தின் நெருக்கடியில் முடங்கிப்போன சியன்னா அந்த நகரத் தெருக்களில் தாவி ஓடினாள். மக்கள் நெருக்கடிகளின் வழியாக தன் வேகத்தை அதிகப் படுத்தினாள். அவர்களைத் தள்ளிவிட்டாள். நெருக்கினாள், திறந்தவெளியைத் தேடிச் சென்றாள்.

மனித சதைகளில் எனக்கு மூச்சுத் திணறுகிறது!

அவள் ஓடும்போது, அவள் மீது படிந்திருந்த கண்களை அவளால் பார்க்க முடிந்தது. அவள் அவர்களுடன் சேர்ந்த வளில்லை. அவள் உயரமான, பார்க்க நன்றாக இருக்கும் தோள் களும், தனக்குப் பின்னால் காற்றில் அலையாடும் பொன்னிற குதிரைவால் கொண்டையும் உடையவள். அவள் நிர்வாணமாக ஓடுவதைப் போல் ஆண்கள் அவளை வேடிக்கைப் பார்த்தார்கள்.

அவளுடைய கால்கள் இறுதியாக சோர்வடைந்தபோது, அவள் எவ்வளவு தூரம் ஓடிவந்திருக்கிறாள் என்றோ, அவள் எங்கே சென்று சேர்ந்திருக்கிறாள் என்றோ அவளுக்கு எதுவும் தெரியவில்லை. தன்னுடைய கண்களில் இருந்து கண்ணீரையும் கவலையையும் துடைத்துவிட்டுக்கொண்ட அவள் அப்போது ஒருவகையான சீரழிந்த பகுதியில் நிற்பதைத் தெரிந்துகொண்டாள் — அது துருப்பிடித்து உதிர்ந்த உலோகங்களும், உப்பிய கார்ட்போர்டு பலகைகளையும் கொண்டிருந்த மோசமான பகுதியாகக் காட்சியளித்தது. அவளைச் சுற்றி இருந்தவை எல்லாம் குழந்தைகளின் வீறிட்ட அழுகையும், காற்றில் தொங்கிக் கொண்டிருந்த மனிதக் கழிவுகளும்தான்.

நான் நரகத்தின் வாசல் வழியாக ஓடிவந்திருக்கிறேன்.

"*டூரிஸ்ட்டா*" ஓர் ஆழமான குரல் அவளுக்குப் பின்னால் இருந்து கேட்டது. "எவ்வளவு?"

தன்னை நோக்கி மூன்றுபேர் வருவதை சியன்னா திரும்பிப் பார்த்தாள். ஓநாய்களைப் போல் அவர்களுக்கு ஒழுகிக்கொண்டிருந்தது. தான் ஆபத்தில் இருக்கிறோம் என்பதை சட்டென்று தெரிந்துகொண்ட அவள் பின்னால் திரும்ப முயற்சித்தாள். ஆனால் அவர்கள் அவளை வளைத்துப் பிடித்தனர். மந்தையை நோக்கிப் பாய்ந்த வேட்டை மிருகங்களைப் போல் காணப்பட்டனர்.

சியன்னா உதவி கேட்டுக் கத்தினாள். ஆனால் அவள் அழுகையை யாரும் கவனிக்கவில்லை. வெறும் பதினைந்தே அடிகளுக்கு அப்பால், ஒரு வயதான பெண் சோர்வுற்றும், துருப்பிடித்த கத்தியால் வெங்காயத்தை சீவிக்கொண்டும்

உட்கார்ந்திருந்தாள். சியன்னா கத்தியபோது அந்தப் பெண் திரும்பிக்கூட பார்க்கவில்லை.

அவர்கள் அவளை வளைத்துப்பிடித்து சிறிய குடிசைக்குள் இழுத்துச் சென்றனர். நடக்கப்போவதைப் பற்றி சியன்னாவால் கற்பனைகூட செய்ய முடியவில்லை. அந்தத் திகிலே அவளை தின்று கொண்டிருந்தது. தன்னால் முடிந்தவரை அவள் போராடினாள். ஆனால் வலுவாக இருந்த அவர்கள் அவளை சட்டென்று ஒரு பழைய, மண்ணேறிய மெத்தையில் கிடத்தினர்.

அவளுடைய சட்டையைக் கிழித்த அவர்கள் அவளுடைய மென்மையான தோலை கவ்விப்பிடித்தனர். அவள் கத்தியபோது, அவளை மூச்சடைய செய்யவைக்கும் வகையில் ஒரு கிழிந்த துணியை அவள் தொண்டையில் ஆழமாகத் திணித்தனர். பின்னர் அவளுடைய வயிற்றில் உதைத்து படுக்கையில் குப்புறப் படுக்கவைத்தனர்.

உலகத்தின் இத்தகைய துயரங்களுக்கு மத்தியிலும் கடவுள் நம்பிக்கையுள்ள இந்த பாவப்பட்ட ஆன்மாக்களின் மீது சியன்னா புரூக்ஸ் எப்போதுமே கருணை கொண்டிருந்தாள். ஆனாலும் இப்போது அவள் தனக்காக பிரார்த்திக்க வேண்டியிருந்தது. அவள் தன் முழு மனதாலும் பிரார்த்தித்தாள்.

தயவுசெய்து இந்த சாத்தான்களிடமிருந்து என்னை விடுவித்திடுங்கள், இறைவா.

அவள் பிரார்த்தனை செய்தாள் என்றாலும்கூட, அவர்கள் சிரிப்பதை அவளால் கேட்க முடிந்தது. உதைத்துக் கொண்டிருக்கும் அவள் கால்களின் வழியாக அவளுடைய ஜீன்ஸை கழற்றும்போதும் அவர்கள் அவளைக் கேலி செய்து கொண்டிருந்தனர். ஒருவன் அவள் முதுகில் ஏறி உட்கார்ந்தான். வியர்வையுடன், கடுகடுவென்றிருந்த அவனுடைய உடல் அவள் தோலில் அழுத்தியது.

நான் ஒரு கன்னிப்பெண், என்று நினைத்துக்கொண்டாள் சியன்னா. ***எனக்கு இப்படித்தான் நடக்க வேண்டுமா.*** சட்டென்று அவளுக்குப் பின்னால் இருந்தவன் அவளிடமிருந்து தாவிக் குதித்தான். அவர்களுடைய கேலியும் கிண்டலும் கோபமும் பயமுமாக மாறிப்போயின. சியன்னாவின் முதுகில் உருண்டு கொண்டிருந்த வெதுவெதுப்பான வியர்வை சட்டென்று வழிந்தோடியது... அது சிவப்புத் திட்டுகளாக அந்த மெத்தையில் சிந்தியது.

என்ன நடந்தது என்பதைப் பார்க்க சியன்னா உருண்டு

திரும்பியபோது, பாதி உரித்த வெங்காயத்துடன் நின்றுகொண்டிருந்த அந்த வயதானப் பெண் அவளைத் தாக்கியவனை நோக்கி துருப்பிடித்த கத்தியை நீட்டிக்கொண்டிருந்தாள். அவனுடைய முதுகுப் பக்கத்தில் இருந்து ரத்தம் வழிந்தோடியது.

அந்த வயதானப் பெண் மற்றவர்களை அச்சுறுத்தும் வகையில் முறைத்தாள். மற்ற மூவரும் உடனடியாக ஓடிச்செல்லும்வரை அவர்களை நோக்கி ரத்தம் தோய்ந்த அந்தக் கத்தியை அங்குமிங்கும் ஆட்டினாள்.

எந்த வார்த்தையும் சொல்லாமல், தன்னுடைய உடைகளை எடுத்து அணிந்துகொள்ள அந்தப் பெண் சியன்னாவுக்கு உதவினாள்.

"நன்றி" என்றாள் சியன்னா அழுகையும் விசும்பலுமாக.

அந்த வயதானப் பெண் தன்னுடைய காதுகளில் தட்டி தனக்கு காது கேட்காது என்பதை சுட்டிக்காட்டினாள்.

சியன்னா தன்னுடைய பாதங்களை ஒன்றாக வைத்துக் கொண்டு கண்களை மூடிக்கொண்டாள். பின்னர் மரியாதை செலுத்தும் வகையில் தன் தலையைக் கவிழ்த்தாள். அவள் தன் கண்களைத் திறந்தபோது அந்தப் பெண் போய்விட்டிருந்தாள்.

சியன்னா பிலிப்பைன்ஸைவிட்டு உடனடியாக வெளியேறினாள். தன்னுடைய மற்ற உறுப்பினர்கள் யாருக்கும் சொல்லவும் இல்லை. தனக்கு நடந்தவற்றைப் பற்றி அவள் ஒருமுறைகூட யாரிடமும் சொன்னதில்லை. அதை அப்படியே விட்டுவிட்டால் எல்லாம் மறைந்துவிடும் என்று அவள் நம்பினாள். ஆனால் அது இன்னும் மோசமாவதைப் போன்றே இருந்தது. சில மாதங்களுக்குப் பின்னர், இரவு நேர அச்சுறுத்தல்கள் அவளுக்கு ஏற்பட்டன. அவளால் எங்கும் பாதுகாப்பாக உணர முடியவில்லை. அவள் தற்காப்புக் கலைகளை கற்றுக்கொண்டாள். டிம் மேக் என்ற ஆபத்தான கலையில் அவள் சட்டென்று தேறிவிட்டாலும், அவள் செல்லும் இடத்திலெல்லாம் அவள் அச்சத்தையே உணர்ந்தாள்.

அவளிடத்தில் மனச்சிதைவு மீண்டும் தோன்றியது. அது பத்து மடங்காகப் பெருகியது. முடிவில் அவள் தூங்குவதையே நிறுத்திக்கொண்டாள். அவள் தன்னுடைய கேசத்தை ஒவ்வொரு முறை சீவும்போதும் கொத்துக் கொத்தாக முடி உதிர்வதைக் கண்டாள். அது நாளுக்கு நாள் அதிகரித்தபடியே சென்றது. அவளை மேலும் அச்சுறுத்தும் வகையில், சில வாரங்களுக்குள்ளாகவே அவள் பாதி வழுக்கையானாள்.

டெலிஜினிக் எஃப்ளூவியம் கொண்டு தனக்குத்தானே சிகிச்சை எடுத்துக்கொண்டதன் அறிகுறிகள் தன்னிடம் தோன்றுவதை அவள் உணர்ந்தாள் — மனச்சிதைவுக்கு எடுத்துக்கொள்ளும் அலோபேசியா சம்பந்தப்பட்ட மருந்தான அது ஒருவருடைய மனச்சிதைவைத் தவிர வேறு எதையும் குணப்படுத்தாது. அவள் தன்னை கண்ணாடியில் பார்த்துக்கொள்ளும் ஒவ்வொரு முறையும், தன்னுடைய வழுக்கைத் தலையைக் காண்கையில் அவள் இதயத்துடிப்பு அதிகரித்தது.

நான் ஒரு கிழவியைப் போல் காணப்படுகிறேன்!

இறுதியில் தன் தலையை மழித்துக்கொள்வதைத் தவிர அவளுக்கு வேறு வழியில்லை. குறைந்தபட்சம் அவள் கிழவியைப் போலவாவது தோன்றாமல் இருப்பாள். அவளைப் பார்க்க நோயுற்றவளைப் போன்றே இருந்தது. புற்றுநோயாளியைப் போல் தோற்றமளிக்க விரும்பாத அவள் பொன்னிற குதிரைவால் கொண்டைபோன்ற விக் ஒன்றை வாங்கி அணிந்துகொண்டாள். அது அவளை அவளாகக் காட்டியது.

ஆனாலும், சியன்னா புரூக்ஸ் உள்ளுக்குள் மாறிக் கொண்டிருந்தாள்.

நான் சேதப்பட்ட பண்டம்.

தன்னுடைய கடந்தகால வாழ்க்கையை பின்னுக்குத் தள்ளிவிடும் தீவிர முயற்சியில் அவள் அமெரிக்காவிற்குச்சென்று மருத்துவப் பள்ளியில் சேர்ந்தாள். மருத்துவத்தின் மீதான ஆர்வம் அவளிடத்தில் குறையாமலேயே இருந்தது. ஒரு மருத்துவராக இருப்பது அவளால் உதவி செய்ய முடியும் என்ற எண்ணத்தையும் அவளுள் தோற்றுவித்தது. இந்த உலகத்தின் வலியை சுலபமாக்கிக் கொள்ளவாவது அவளால் ஏதாவது செய்துகொள்ள முடிந்தது.

நீண்டநேரம் ஆனாலும் பள்ளியில் இருக்க அவளுக்கு சுலபமாக இருந்தது. அவளுடைய வகுப்புத் தோழர்கள் படித்துக்கொண்டிருக்கையில் கொஞ்சம் கூடுதல் பணத்திற்காக அவள் பகுதிநேர நடிப்பு வேலையில் சேர்ந்தாள். அது நிச்சயம் ஷேக்ஸ்பியர் அல்ல, ஆனாலும் மொழி மற்றும் நினைவு படுத்திக் கொள்வதில் அவளுக்கு இருந்த திறமை அது ஒரு வேலை என்பதைக் காட்டிலும் தான் என்னவாக இருந்தோம் என்பதை மறந்து... *வேறு ஒருவராக* இருப்பதான உணர்வை அவளுக்கு கொடுத்தது.

யாரோ ஒருத்தி.

வாய்பேசத் தொடங்கிய காலகட்டம் முதலாக தன்னுடைய

அடையாளத்தில் இருந்து வெளியேறவே சியன்னா முயற்சித்தாள். ஒரு குழந்தையாக, சியன்னா என்ற தன்னுடைய நடுப் பெயருக்கு உதவியாகத் தரப்பட்ட பெயரில் அவள் மிளிர்ந்தாள். ஃபெலிசிட்டி. *ஃபெலிசிட்டி* என்றால் 'அதிர்ஷ்டம்' ஆனால் அதைத்தவிர எல்லாமுமாக தான் இருக்கிறோம் என்பதும் அவளுக்குத் தெரியும்.

உனக்கேயுரிய பிரச்சினைகளில் இருந்து உன் கவனத்தை திசைதிருப்பிக்கொள், அவள் தனக்குள் நினைவுபடுத்திக் கொண்டாள். ***இந்த உலகத்தின் பிரச்சினைகளில் கவனம் செலுத்து.***

மணிலாவின் மக்கள் நெருக்கடி மிகுந்த இடத்தில் அவளுக்கு ஏற்பட்ட திகில் தாக்குதலானது, அதிக மக்கள் நெருக்கடி மற்றும் உலக மக்கள்தொகை பெருக்கம் குறித்த ஆழமான கவலையை அவளிடத்தில் பற்ற வைத்திருந்தது. அப்போதுதான் அவள் பெர்ட்ரண்ட் ஜாப்ரிஸ்ட்டின் எழுத்துகளை கண்டு பிடித்திருந்தாள். ஒரு ஜெனடிக் என்ஜினியரான அவர் உலக மக்கள்தொகை குறித்த, சில மிகவும் மேம்பட்ட கோட்பாடுகளை முன்வைத்திருந்தார்.

அவர் ஒரு மேதை, அவருடைய எழுத்துகளைப் படித்திருந்த அவள் அப்படித்தான் உணர்ந்தாள். சியன்னா தன்னை வேறு ஏதோ மனித உயிரினமாக நினைத்துக்கொள்ளவில்லை. ஜாப் ரிஸ்ட்டை அதிகமாக படித்திருந்த அவள், தான் ஏதோ ஒரு சக ஆன்மாவின் மனதிற்குள் இருப்பதாகவே உணர்ந்தாள். "உன்னால் இந்த உலகத்தை காப்பாற்ற முடியாது" என்ற அவருடைய கட்டுரை, ஒரு குழந்தையாக இருக்கையில் எல்லோரும் தன்னை நோக்கிச் சொன்ன வார்த்தைகள் அவை என்பதை சியன்னாவுக்கு நினைவுபடுத்தின. ஆனால், ஜாப்ரிஸ்ட் அதற்கு நேர் எதிராக சிந்தித்திருந்தார்.

உன்னால் இந்த உலகத்தை காப்பாற்ற முடியும் என்று ஜாப்ரிஸ்ட் எழுதியிருந்தார். ***நீ இல்லை என்றால், வேறு யார்? இப்போது இல்லை என்றால் எப்போது?***

ஜாப்ரிஸ்ட்டின் கணிதவியல் சமன்பாடுகளை சியன்னா கவனத்துடன் ஆராய்ந்தாள். மால்தூஸ் பேரழிவின் முன்னூகிப்புகளையும், இந்த உயிரினத்தின் அழிவு நெருங்கிக் கொண்டிருப்பதையும் தனக்குத்தானே பயிற்றுவித்துக் கொண்டாள். இந்த உயர்—மட்ட யூகவாதங்களை அவள் அறிவு விரும்பியது. ஆனால் தனக்கு முன்னால் இந்த உலகத்தின் எதிர்காலத்தைப் பார்க்கையில் அவளுடைய மனச்சிதைவின் அளவும் அதிகரித்துக்கொண்டே சென்றது... கணிதவியல்ரீதியாக

உத்திரவாதமளித்தது. மிகவும் தெளிவாக... இது தவிர்க்க முடியாதது.

இப்படி ஒரு விஷயம் நடக்கப்போவதை வேறு யாராலும் ஏன் பார்க்க முடியவில்லை?

அவருடைய கருத்தாக்கங்களால் அவள் அச்சுறுத்தலுக்கு ஆளாகியிருந்தாலும், ஜாப்ரிஸ்ட் மீது சியன்னாவுக்கு பேரார்வம் ஏற்பட்டது. அவள் அவருடைய விரிவுரைகளின் வீடியோக் களை பார்த்தாள். அவர் எழுதிய எல்லாவற்றையும் படித்தாள். அமெரிக்காவில் அவர் உரைநிகழ்த்தப்போகிறார் என்பதை சியன்னா தெரிந்துகொண்டவுடன், அவரைப் பார்க்க வேண்டும் போல் அவளுக்குத் தோன்றியது. அன்றைய இரவில்தான் அவளுடைய மொத்த வாழ்க்கையும் மாறிப்போனது.

அவள் முகத்தில் ஒரு புன்னகை அரும்பியது. அது ஒரு அரிய மகிழ்ச்சியான தருணம். அவள் மீண்டும் அந்த மாயமான தருணத்தை நினைத்துப் பார்க்கையில்...

சிகாகோ. கடும் பனிப்பொழிவு.

ஜனவரி மாதம், ஆறு வருடங்களுக்கு முன்னர் இருக்கும்... ஆனாலும் அது நேற்று நடந்ததைப் போன்றே இருக்கிறது. பிரமாதமான வேகத்தில் காற்று வீசிக்கொண்டிருக்க நான் அந்த பனிப்பொழிவில் நடந்துகொண்டிருந்தேன். கண்ணைக் கூசச்செய்யும் மென்னொலியை மறைக்க சட்டைக் காலர்களை மேலே தூக்கிவிட்டிருந்தேன். குளிர்ச்சியாக இருந்தபோதும், நான் சென்றுசேரும் இடத்தில் இருந்து என்னை எதனாலும் ஒதுங்கச் செய்ய முடியாது என்று எனக்கு நானே சொல்லிக்கொண்டேன். இன்றிரவு, மாபெரும் பெர்ட்ரண்ட் ஜாப்ரிஸ்ட் பேசுவதை, நேரடியாக கேட்க எனக்கு வாய்ப்பு கிடைத்திருக்கிறது.

பெர்ட்ரண்ட் மேடையில் ஏறியபோது அந்தக் கூடம் ஏறக் குறைய காலியாக இருந்தது. அவர் உயரமானவராக... மிகவும் உயரமானவராக இருந்தார் என்பதுடன் அவருடைய உயிர்ப்புள்ள பச்சைக் கண்கள் இந்த உலகின் எல்லாத் துயரங்களையும் அடக்கி வைத்திருப்பதைப் போல் காணப்பட்டன.

"இந்த வெற்று ஆடிட்டோரியம் நாசமாய்ப் போகட்டும்" என்று அறிவித்தார் அவர். "நாம் பாருக்கு செல்லலாம்!" பின்னர் நாங்கள் அங்கே சென்றோம். நாங்கள் ஒருசிலர்தான், ஒரு சிறிய அறையில் அவர் ஜெனடிக்ஸ் பற்றியும், மக்கள்தொகை பற்றியும், தன்னுடைய புத்தம்புதிய ஆர்வமான... மனிதம் கடந்தவியல் பற்றியும் பேசினார்.

மதுக்குவளைகள் நிரம்பத் தொடங்கியதும் ஒரு ராக் இசைப் பாடகரை நான் தனியாக சந்தித்ததைப் போல் உணர்ந்தேன். என்னை

ஒவ்வொரு முறை ஜாப்ரிஸ்ட் பார்க்கும்போதும் அவருடைய பச்சை நிறக் கண்கள் என்னுள் முற்றிலும் எதிர்பாராத உணர்வைப் பற்றவைத்தது. அது முழுக்க முழுக்க பாலியல் கவர்ச்சியே.

அது என்னுள் தோன்றிய முழுமையான புதிய உணர்வு.

பின்னர் நாங்கள் தனிமையில் இருந்தோம்.

"இன்றிரவை செலவிட்டமைக்கு நன்றி" என்ற நான் சற்றே மயங்கிய நிலையில் இருந்தேன். "நீங்கள் ஓர் அற்புதமான ஆசிரியர்."

"இது ரொம்ப அதிகம்?" என்று புன்னகைத்த ஜாப்ரிஸ்ட் என்னிடத்தில் நெருங்கி உட்கார்ந்தார், எங்கள் கால்கள் ஸ்பரிசித்தன. "இது உன்னை எங்கோ கொண்டுசென்றுவிடும்."

அந்தக் காதல் விவகாரத்தை விவரிப்பது முற்றிலும் பொருத்தமற்றது. ஆனால் தனிமையான சிகாகோ ஹோட்டலில் பனி விழும் இரவில், மொத்த உலகமும் அப்படியே நின்று விட்டதைப் போல் இருந்தது.

"இப்போது என்ன நினைக்கிறாய்?" என்றார் ஜாப்ரிஸ்ட். "என்னுடைய அறையில் இரவு மது அருந்தலாமா?"

நான் உறைந்துபோனேன். காரின் விளக்கொளியில் தெரியும் மானைப்போல் ஆனேன். இதை எப்படிச் செய்வதென்று எனக்குத் தெரியவில்லை!

ஜாப்ரிஸ்ட்டின் கண்கள் கதகதப்பாக மின்னின. "நான் சொல்லட்டுமா" அவர் கிசுகிசுத்தார். "நீ பிரபலமான ஆள் யாருடனும் இருந்ததே இல்லை."

நான் சிவந்துபோனதை என்னாலேயே உணர முடிந்தது, நான் உணர்ச்சிக் கொந்தளிப்பை மறைக்க போராடிக்கொண்டிருந்தேன் கூச்சம், பரவசம், பயம். "உண்மையை சொல்லவேண்டும் என்றால்" நான் அவரிடம் சொன்னேன், "நான் எந்த ஆணுடனும் இருந்ததே இல்லை."

புன்னகைத்த ஜாப்ரிஸ்ட் அவளை நெருங்கி வந்தார். "நீ எதற்காக காத்திருக்கிறாய் என்று எனக்குத் தெரியாது. ஆனால் நானே உன்னுடைய முதலாமவனாக இருந்துவிடுகிறேன்."

அந்தக் கணத்தில், என்னுடைய குழந்தைப்பருவத்தில் இருந்த என்னுடைய அசௌகரியமான பாலியல் பயங்களும், விரக்திகளும் காணாமல் போயின... அவை அந்த பனியிரவில் ஆவியாகிப் போயிருந்தன.

பின்னர், நான் அவர் கைகளில் நிர்வாணமாக இருந்தேன்.

"ரிலாக்ஸ், சியன்னா" என்று கிசுகிசுத்த அவர் தன்னுடைய மென்மையான கரங்களால் என்னுடைய அனுபவப்படாத

உடலைத் தூண்டி, நான் இதுவரை இருப்பதாக கற்பனைகூட செய்துபார்த்திராத என் உணர்ச்சிகளைக் கிளறிவிட்டார்.

சுற்றிவளைத்திருந்த ஜாப்ரிஸ்ட்டின் பிடியில் இருந்த நான் இந்த உலகில் இறுதியாக எல்லாமே சரியாகிவிட்டதைப் போல் உணர்ந்தேன். என்னுடைய வாழ்க்கையிலும் நோக்கம் இருப்பதை தெரிந்துகொண்டேன்.

நான் காதலை கண்டுகொண்டேன்.

அதை எங்கும் பின்தொடர்ந்து சென்றேன்.

❏

80

மெண்டாசியத்திற்கு மேல் அடுக்கில் இருந்த லேங்டன் பாலீஷ் செய்யப்பட்ட தேக்குமர கைப் பிடியைப் பிடித்திருந்தார். தன்னுடைய நடுங்கும் கால்களை நிலைப்படுத்திக்கொண்டே தன் மூச்சை நிதானப்படுத்திக்கொள்ள முயற்சித்தார். கடல்காற்றின் குளிர்ச்சி அதிகரித்துக்கொண்டே சென்றது. தாழ்வாக பறந்துசெல்லும் வர்த்தக ஜெட் விமானங்கள் வெனிஸ் விமான நிலையத்தை நோக்கி அவர்கள் வந்துவிட்டதைக் கூறின.

மிஸ். புரூக்ஸ் பற்றி நான் உங்களுக்கு சொல்ல வேண்டிய சில விஷயங்கள் இருக்கின்றன.

அந்தக் கைப்பிடிக்கு அருகாமையில் தலைவரும் டாக்டர். சின்ஸ்கியும் அமைதியாகவும் ஆனால் கவனத்துடனும் நின்றிருந்தனர். அது தன்னுடைய பொருள்களை எடுத்துக்கொள்ள அவருக்கு நேரம் கொடுத்தது. கீழ்த்தளங்களில் லேங்டனிடம் அவர்கள் சொன்னவை அவரிடத்தில் மேலும் தெளி வின்மைகளையே ஏற்படுத்தின என்பதுடன் அவரை அசௌகரியத்திற்கும் ஆளாக்கியிருந்தன. அதனால் கொஞ்சம் காற்று வாங்குவதற்காக சின்ஸ்கி அவரை வெளியே கூட்டி வந்திருந்தாள்.

கடல்காற்று புத்துணர்ச்சியளிப்பதாக இருந்தது. ஆனாலும் லேங்டனால் தன்னுடைய தலை தெளி வானதாக உணர முடியவில்லை. அவர் உயர்ந்து எழும் கப்பலை வெறுமனே உற்றுப் பார்த்தபடி, தான் இப்போது கேள்விப்பட்ட விஷயத்தில் ஏதேனும்

தர்க்கரீதியான காரணம் இருக்குமா என்று கண்டுபிடிக்க முயற்சித்தார்.

தலைவர் சொல்வதை வைத்துப் பார்த்தால், சியன்னா புரூக்ஸும், பெர்ட்ரண்ட் ஜாப்ரிஸ்ட்டும் நீண்டநாள் காதலர்கள். மனிதம் கடந்த இயக்கத்தின் மறைமுகமான சில வேலைகளில் அவர்கள் இருவரும் ஒன்றாக ஈடுபட்டிருக்கிறார்கள். அவளுடைய முழுப் பெயர் ஃபெலிசிட்டி சியன்னா புரூக்ஸ். ஆனால் அவளுக்கு வழங்கப்பட்டிருக்கும் குறியீட்டுப் பெயர் எஃப்எஸ்—2080 … அது அவளுடைய முதல் எழுத்துகளாலும், அவளுடைய நூறாவது வயதைக் குறிக்கும் வருடத்தினாலும் ஆனவை.

இதில் ஏதும் அர்த்தமிருப்பதாகவே தோன்றவில்லை!

"எனக்கு சியன்னா புரூக்ஸை வேறு ஒரு வகையில் தெரியும்" என்றார் தலைவர் லேங்டனிடம், "நான் அவளை நம்பினேன். அதனால், அவள் கடந்த வருடம் ஒரு வசதியான கிளைண்ட்டை சந்திக்க வேண்டும் என்று கேட்டுக்கொண்ட போது நான் அதற்கு ஒப்புக்கொண்டேன். அந்தப் புதையல்தான் பெர்ட்ரண்ட் ஜாப்ரிஸ்ட். தன்னுடைய 'மகாபடைப்பை' உருவாக்க, யாருக்கும் தெரியாத வகையில் ஒரு பாதுகாப்பான மறைவிடத்தை உருவாக்கித்தர வேண்டும் என என்னை வேலைக்கு அமர்த்திக்கொண்டார். தான் உருவாக்கிவிடும் புதிய தொழில்நுட்பத்தை யாரும் திருடிவிடாமல் இருக்க வேண்டும் என்று அவர் விரும்பியதாகத்தான் நான் நினைத்துக்கொண்டேன்… அல்லது உலக சுகாதார நிறுவனத்தின் அறம்சார் நெறிமுறைகளுக்கு மாறாக அவர் ஏதோ ஒரு மேம்பட்ட மரபணு ஆராய்ச்சியை மேற்கொண்டுவருகிறார் என்று நினைத்துவிட்டேன்… நான் கேள்விகள் கேட்பதில்லை. ஆனால், அவர் ஒரு பிளேக்கை உருவாக்கிக்கொண்டிருக்கிறார் என்பதை நான் கற்பனை செய்துகூட பார்க்கவில்லை."

அப்போதும் குழப்பத்துடனே இருந்த லேங்டனால் வெறுமனே தலையாட்ட மட்டும்தான் முடிந்தது.

"ஜாப்ரிஸ்ட், தாந்தே மீது பைத்தியம்கொண்டவர்" என்றார் தலைவர். "அதனால்தான் மறைந்துகொள்ள சரியான இடம் என்று அவர் ஃப்ளோரன்ஸை தேர்ந்தெடுத்திருந்தார். அதனால் என்னுடைய நிறுவனம் அவருக்கு வேண்டியதை செய்துகொடுத்தது — தங்குவதற்கு ஏற்ற இடங்களுடன் உறுதியான ஆய்வக வசதி, பல்வேறு புனைப்பெயர்கள் மற்றும் பாதுகாப்பான தகவல்தொடர்பு வழிகள் மற்றும் அவருக்குத் தேவையான உணவையும், பொருள்களையும்

வரவழைக்கப்படுவதை மேற்பார்வையிட ஒரு தனி உதவியாளர். ஜாப்ரிஸ்ட் எப்போதுமே தன்னுடைய கிரெடிட் கார்டுகளைப் பயன்படுத்தியதில்லை. பொதுவிடத்தில் தோன்றியதில்லை. அதனால் அவரைக் கண்டுபிடிப்பது சாத்தியமேயில்லை. நாங்கள் அவர் யாருக்கும் தெரியாமல் பயணம் செய்வதற்கு தவறான பெயர்கள், புனைப்பெயர்கள் மற்றும் போலியான ஆவணங்களைக்கூட உருவாக்கிக் கொடுத்திருக்கிறோம்." அவர் சற்று இடைவெளி விட்டார். "அதன் மூலமாகத்தான் அவர் தண்ணீரில் கரையக்கூடிய பைகளை விட்டுச்சென்றிருக்கிறார்."

சின்ஸ்கி பெருமூச்சுவிட்டாள். தன்னுடைய விரக்தியை மறைத்துக்கொள்ள சிறிதளவே முயற்சி செய்தாள். "உலக சுகாதார நிறுவனம் அவரை கடந்த வருடத்திலிருந்தே கண்டுபிடிப்பதற்கு பெரும் முயற்சி செய்து வருகிறது. ஆனால் அவர் இந்தப் பூமியில் இருந்தே மறைந்துபோய்விட்டதைப்போல் இருந்தது."

"அவர் சியன்னாவிடம் இருந்தும் மறைந்திருந்தார்" என்றார் தலைவர்.

"என்னை மன்னிக்க வேண்டும்?" லேங்டன் நிமிர்ந்து பார்த்தா., தன்னுடைய தொண்டையில் இருந்த கரகரப்பை தெளிவுபடுத்திக்கொண்டார். "அவர்கள் இருவரும் காதலர்கள் என்று சொன்னீர்களே?"

"ஆமாம், ஆனால் தான் மறைந்திருக்க வேண்டும் என்று அவர் முடிவெடுத்ததுமே அவர் அவளை வெட்டிவிட்டார். சியன்னாதான் அவரை எங்களிடம் அழைத்து வந்தவள் என்றாலும் என்னுடைய உடன்பாடெல்லாம் ஜாப்ரிஸ்ட்டுடன் மட்டும்தான். அத்துடன் அவர் காணாமல்போனதும், சியன்னா உட்பட மொத்த உலகத்திடம் இருந்தும் அவர் மறைந்துபோய்விட வேண்டும் என்பதுதான் எங்கள் உடன்பாட்டின் ஒரு பகுதி. அவர் மறைந்துபோன உடனேயே, தனக்கு மிகவும் உடல்நிலை சரியில்லை என்றும், ஒருசில வருடங்களிலேயே தான் இறந்து விடுவோம் என்றும், தன்னை இந்த நிலையில் பார்க்க வேண்டாம் என்றும் அவளுக்கு இறுதியான பிரவுபச்சார கடிதம் ஒன்றையும் அவர் எழுதினார்."

சியன்னாவை ஜாப்ரிஸ்ட் கைவிட்டாரா?

"தகவல் பெறுவதற்காக சியன்னா என்னைத் தொடர்பு கொள்ள முயற்சித்தாள்" என்றார் தலைவர். "ஆனால் அவளை தொடர்புகொள்ள மறுத்துவிட்டேன். என்னுடைய கிளைண்ட்டின் விருப்பங்களை நான் மதித்தாக வேண்டும்."

"இரண்டு வாரங்களுக்கு முன்பு" என சின்ஸ்கி தொடர்ந்தாள், "ஃப்ளோரன்ஸில் இருக்கும் ஒரு வங்கிக்குச் சென்ற ஜாப்ரிஸ்ட் அநாமதேயமாக ஒரு பாதுகாப்பு—பெட்டகத்தை வாடகைக்கு எடுத்தார். அவர் சென்ற பின்னர், அந்த வங்கியின் முக அடையாள சாப்ட்வேர், அந்த முகம் தெரியாத நபர் பெர்ட்ரண்ட் ஜாப்ரிஸ்ட்தான் என்பதை எங்களுக்கு காட்டிக்கொடுத்தது. என்னுடைய குழு ஃப்ளோரன்சிற்கு பறந்து, அந்த பாதுகாப்பு பெட்டகத்தை கண்டுபிடிக்க ஒருவாரம் ஆகிவிட்டது. ஆனாலும் அதில் ஒன்றுமில்லை. ஆனால் அவர் மிகவும் ஆபத்தான வகையில் தொற்றக்கூடிய நோய்க்கூற்றை உருவாக்கி அதை எங்கோ மறைத்து வைத்திருக்கிறார் என்ற ஆதாரத்தைக் கண்டுபிடிக்க முடிந்தது."

சின்ஸ்கி சற்று இடைவெளி விட்டாள். "அவரைக் கண்டு பிடிக்க நாங்கள் கடுமையாக முயற்சி செய்தோம். அடுத்தநாள் காலை, சூரியன் உதிக்கும் முன்பாக, அவர் அர்னோ ஆற்றின் ஓரம் நடந்துசெல்வதைக் கவனித்து அவரை உடனடியாக துரத்தத் தொடங்கினோம். அப்போதுதான் அவர் பாடியா கோபுரம் மீது ஏறி கீழே குதித்து தற்கொலை செய்துகொண்டார்."

"ஏதோ ஒருவகையில் அவ்வாறு செய்துகொள்ள அவர் திட்டமிட்டிருக்கலாம்" என்றார் தலைவர். "தான் ரொம்பநாள் உயிர்வாழத் தேவையில்லை என்ற முடிவிற்கு அவரே வந்திருக்கலாம்."

"நிலைமை அப்படியே மாறியது" என்றாள் சின்ஸ்கி, "சியன்னாவும் அவரைத் தேடத் தொடங்கியிருந்தாள். எப்படியோ, அவள் நாங்கள் ஃப்ளோரன்ஸிற்கு வந்துவிட்டதையும் தெரிந்து கொண்டாள். எங்களைப் பின்தொடர்ந்த அவள் நாங்கள் அவரைக் கண்டுபிடித்துவிட்டோம் என்றே நினைத்திருக்கிறாள். துரதிர்ஷ்டவசமாக, ஜாப்ரிஸ்ட் மேலே இருந்து குதித்தபோது அவளும் அங்கே இருந்தாள்." என்ற சின்ஸ்கி பெருமூச்சுவிட்டாள். "தன்னுடைய காதலரும் வழிகாட்டியுமான ஜாப்ரிஸ்ட் மரணமடைந்தது அவளுக்குள் மிகுந்த அதிர்ச்சியை ஏற்படுத்தியிருக்கும் என்று நான் சந்தேகப்படுகிறேன்."

சோர்வை உணர்ந்த லேங்டனும் அவர்கள் சொல்வதைக் கேட்டு வெறுமனே புரிந்துகொள்ள முயற்சித்தார். இந்த மொத்த விஷயங்களிலும் அவர் நம்பிய ஒரே நபர் சியன்னா மட்டும்தான். ஆனால் இவர்கள் அனைவருமே அவள் அப்படிப்பட்டவள் இல்லை என்று சொல்கின்றனரா? இவர்கள் என்ன சொன்னாலும் பிரச்சினையில்லை. பிளேக்கை உருவாக்கும் விஷயத்தில் ஜாப்ரிஸ்ட்டை சியன்னா மன்னிப்பாள் என்று லேங்டனால்

நம்பவே முடியவில்லை.

அல்லது அவள் அப்படி செய்திருந்தாள்.

உலகின் பாதி மக்கள்தொகையை உங்களால் இன்றே அழித்துவிட முடியுமா, சியன்னாதான் அவரிடம் கேட்டிருந்தாள். ***நம்முடைய இனத்தை அழிவில் இருந்து காப்பாற்ற உங்களால் அப்படிச் செய்ய முடியுமா?***

லேங்டன் ஒரு சில்லிடலை உணர்ந்தார்.

"ஜாப்ரிஸ்ட் இறந்த உடனே" சின்ஸ்கி விளக்கினாள். "ஜாப்ரிஸ்ட்டின் வங்கி பாதுகாப்பு பெட்டியை திறப்பதற்கு நான் எனக்குள்ள செல்வாக்கைப் பயன்படுத்தினேன், ஆனால் அதில் முரண்பாடாக எனக்கு எழுதப்பட்ட ஒரு கடிதத்துடன்... ஒரு விசித்திரமான சிறிய கருவியும் இருந்தது."

"அந்த புரஜக்டர்" லேங்டன் தாமாக முன்வந்து கூறினார்.

"அதேதான். அழிவின் முதல் பார்வையாளராக நானே இருக்கவேண்டும் என்று அந்தக் கடிதத்தில் சொல்லப்பட்டிருந்தது. அவருடைய ***நரகத்திற்கான வரைபடம்*** இல்லாமல் யாராலும் எதையும் கண்டுபிடிக்க முடியாது."

அந்தச் சிறிய புரஜக்டரின் வழியாகத் தெரிந்த பொட்டிசெலியின் மேம்படுத்தப்பட்ட ஓவியத்தை லேங்டன் கற்பனை செய்து பார்த்தார்.

தலைவர் மேற்கொண்டு கூறினார். "அந்தப் பாதுகாப்பு பெட்டகத்தில் இருப்பதை டாக்டர். சின்ஸ்கிக்கு அனுப்பி வைத்து விடுமாறு ஜாப்ரிஸ்ட் என்னிடம்தான் கேட்டிருந்தார். ஆனால் அது நாளை காலைக்கு பின்னர்தான். டாக்டர். சின்ஸ்கி இதை ஏற்கனவே வசமெடுத்துக்கொண்டதால் பயந்துபோன நாங்கள் செயலில் இறங்கினோம். எங்களுடைய கிளைண்ட்டின் ஆசைகளுக்கு ஏற்ப அதை மீட்க நாங்கள் முயற்சி செய்தோம்."

சின்ஸ்கி லேங்டனைப் பார்த்தாள். "அந்த வரைபடத்தை உரிய நேரத்தில் பார்ப்பேன் என்று நான் நம்பவே இல்லை. அதனால்தான் எனக்கு உதவ நான் உங்களை வேலைக்கு அமர்த்தினேன். இப்போது, இது எதையாவது பற்றி உங்களுக்கு ஞாபகம் இருக்கிறதா?"

லேங்டன் தலையைக் குலுக்கினார்.

"நாங்கள் உங்களை வெளியே தெரியாமல் ஃப்ளோரன்ஸிற்கு அனுப்பி வைத்தோம். இந்த விஷயத்திற்கு உதவும் வகையில்

ஃப்ளோரன்சில் உள்ள ஒருவரை நீங்கள் சந்திக்க வேண்டும் என்று கேட்டிருந்தீர்கள்."

இக்னேஷியோ புஸோனி.

"நீங்கள் நேற்றிரவுதான் அவரை சந்தித்தீர்கள்" என்றாள் சின்ஸ்கி. "பின்னர் நீங்கள் காணாமல் போய்விட்டீர்கள். உங்களுக்கு ஏதோ நடந்துவிட்டதென்றே நாங்கள் நினைத்தோம்."

"உண்மையில்" என்றார் தலைவர். "உங்களுக்கு ஏதோ நடந்துவிட்டது. அந்த புரஜக்டரை மீட்கும் முயற்சியில், உங்களை விமான நிலையத்தில் இருந்தே பின்தொடர வயந்தா என்ற என்னுடைய ஏஜெண்ட்டை அனுப்பியிருந்தோம். அவள் பியாஸா டெல்லா சிக்னோரியாவில் உங்களை எங்கோ தொலைத்துவிட்டாள்." அவர் புருவத்தை நெரித்தார். "உங்களை தவறவிட்டதுதான் மிக முக்கியமான பிழை. வயந்தாவும் அதற்காக ஏதோ ஒரு பறவையையே குறை சொல்லிக்கொண்டிருந்தாள்."

"மன்னிக்க வேண்டும்?"

"அது புறா எழுப்பிய ஒலி. வயந்தாவைப் பொறுத்தவரை அவள் சரியான நிலையில்தான் இருந்தாள். ஒரு சுற்றுலாவாசிகள் குழு கடந்து செல்லும்போது இருளார்ந்த மாடத்தில் இருந்தபடியே உங்களை கவனித்துக்கொண்டிருந்தாள். அப்போது அவளுக்கு மேலே இருந்த ஜன்னலில் இருந்து ஒரு புறா சத்தமாக கத்தியதால் சுற்றுலாவாசிகள் நிற்கவும், வயந்தாவும் தன் செயலை நிறுத்திவிட்டாள். அவள் அந்த சந்திற்கு திரும்பிவந்த நேரத்தில் நீங்கள் போய்விட்டீர்கள்." அவர் தன் தலையை உணர்வேயின்றி குலுக்கினார். "எப்படியோ, அவள் உங்களை சிலமணி நேரங்களுக்கு தவறவிட்டுவிட்டாள். இறுதியாக, அவள் உங்களை மீண்டும் பின்தொடர்ந்தபோது நீங்கள் மற்றொரு நபருடன் இருந்தீர்கள்."

இக்னேஷியோ, லேங்டன் நினைத்துக்கொண்டார். *அவரும் நானும்தான் அந்த முகமூடியுடன் பாலஸோ வெஷியோவில் இருந்து வெளியேறினோம்.*

"பியாஸா டெல்லா சிக்னோரியா திசையில் உங்கள் இருவரையுமே அவள் வெற்றிகரமாகத்தான் பின்தொடர்ந்து வந்தாள். ஆனால் அவளைப் பார்த்துவிட்ட நீங்கள் இருவருமே அங்கிருந்து தப்பிவிட முடிவு செய்தீர்கள். வெவ்வேறு திசைகளில் பிரிந்துவிட்டீர்கள்."

இதில் அர்த்தமிருக்கிறது, லேங்டன் நினைத்துக்கொண்டார். *அந்த முகமூடியுடன் தப்பிச்சென்ற இக்னேஷியோ தனக்கு*

மாரடைப்பு ஏற்படும் முன்னர் அதை ஒரு ஞானஸ்நான மையத்தில் ஒளித்து வைத்துவிட்டார்.

“பின்னர் வயந்தா ஒரு மோசமான தவறைச் செய்துவிட்டாள்” என்றார் தலைவர்.

“அவள் என் தலையில் சுட்டுவிட்டாள்?”

“இல்லை. அவள் முன்னதாகவே தன்னை வெளிப்படுத்தி விட்டாள். அவள் நீங்கள் எதையாவது தெரிந்துகொண்டீர்களா என்பதை விசாரிப்பதற்காகத்தான் உங்களைப் பிடித்து இழுத்தாள். நீங்கள் அந்த வரைபடத்தை மறைகுறிநீக்கம் செய்துவிட்டீர்களா என்றும், அதை டாக்டர். சின்ஸ்கியிடம் சொல்லிவிட்டீர்களா என்பதையும் நாங்கள் தெரிந்துகொள்ள நினைத்தோம். நீங்கள் எதையும் சொல்ல மறுத்தீர்கள். அதற்கு பதிலாக நானே சாவேன் என்றீர்கள்.”

நான் அந்த ஆபத்தான பிளேக்கை தேடிக்கொண்டிருந்தேன்! அந்த உயிரியல் ஆயுதத்தை எடுத்துச்செல்ல வந்திருக்கும் சதிகாரர்கள் என்று உங்களை நினைத்திருக்கலாம்!

அந்தக் கப்பலின் மிகப்பெரிய என்ஜின்கள் சட்டென்று பின்னோக்கித் திரும்பின. அது விமான நிலையத்திற்கு அருகாமையில் இருந்த சுமையேற்றும் பகுதியை நோக்கி மெதுவாகச் செல்ல வைத்தது. தொலைவில், வெறுமையாக காட்சியளித்த சி—130 போக்குவரத்து விமானத்தில் எரிபொருள் நிரப்பப்பட்டுக்கொண்டிருந்தது. அந்த விமானத்தில் எரிபொருள் நிரப்பப்பட்ட இடத்தில் ***உலக சுகாதார நிறுவனம்*** என்ற பெயர் பொறிக்கப்பட்டிருந்தது.

புரூடர் வந்த சமயத்தில் அவர் இறுக்கமாக காணப்பட்டார். “ஐந்து மணிநேரத்திற்குள்ளாக அந்த இடத்தில் இருக்கக்கூடிய ஒரே பதிலடி குழு நாம்தான் என்று எனக்குத் தெரிய வந்திருக்கிறது, அதாவது நம்மை நாமே பார்த்துக்கொள்ள வேண்டியதுதான்.”

சின்ஸ்கி உடைந்துபோனாள். “உள்ளூர் அதிகாரிகளுடன் ஒருங்கிணைப்பு கிடையாதா?”

புரூடர் சந்தேகத்துடன் காணப்பட்டார். “இன்னும் இல்லை. அதுதான் என்னுடைய பரிந்துரையும்கூட. இந்தத் தருணம் வரை நமக்குத் துல்லியமான இடம் தெரியாது. அதனால் அவர்களாலும் எதுவும் செய்ய முடியாது. மேலும், கட்டுப்பாட்டு ஆபரேஷன் என்பது அவர்களுடைய அனுபவத்திற்கும் அப்பாற்பட்டது. அத்துடன் அவர்களால் நல்லது செய்யமுடியும் என்பதைவிட அதிக சேதத்தைத்தான் ஏற்படுத்த முடியும்போல் தெரிகிறது.”

“முதலில், யாரையும் காயப்படுத்திவிடாதே” சின்ஸ்கி முணுமுணுப்புடன் அதை ஆமோதித்தாள். மருத்துவ நெறியின் அடிப்படை அம்சத்தை நினைவுபடுத்திக்கொண்டாள்.

“கடைசியாக,” என்றார் புரூடர். “சியன்னா புரூக்ஸ் பற்றி நமக்கு எதுவுமே தெரியவரவில்லை.” அவர் தலைவரைப் பார்த்தாள். “சியன்னாவுக்கு வெனிஸில் தொடர்புகள் இருந்தால் அவளுக்கு உதவக்கூடியது யாராக இருக்கும்?”

“இதில் எனக்கு எந்த ஆச்சரியமும் இல்லை” என்றார் அவர். “ஜாப்ரிஸ்டிற்கு எல்லா இடத்திலும் மாணவர்கள் உண்டு. எனக்குத் தெரிந்தவகையில், அவள் கிடைக்கின்ற எல்லா மூலாதாரங்களையும் தன்னுடைய கட்டளையை நிறைவேற்ற பயன்படுத்திக்கொள்வாள்.”

“நீங்கள் அவளை வெனிஸைவிட்டு வெளியே செல்ல விட்டுவிடக்கூடாது” என்றாள் சின்ஸ்கி. “நீரில் கரையக்கூடிய அந்தப் பை எந்த நிலையில் இருக்கிறதென்று நமக்கு எதுவும் தெரியாது. அதை யாராவது கண்டுபிடித்துவிட்டால், இந்த நேரத்தில் அதற்குத் தேவைப்படுவதெல்லாம் லேசான தொடுதலே, அது அந்த பிளாஸ்டிக்கை வெடிக்க வைத்து அந்தத் தொற்றினை தண்ணீரில் பரவச் செய்துவிடும் என்பதுதான்.”

அந்த சூழ்நிலையின் தீவிரம் குறைய கொஞ்ச நேரம் தேவைப்பட்டது.

“என்னிடம் இன்னும் மோசமான செய்தி இருக்கிறதென்று நினைக்கிறேன்” என்றார் லேங்டன். “புனித ஞானத்தின் தங்கத் தாலான அருங்காட்சியகம்.” அவர் சற்று இடைவெளி விட்டார். “அது எங்கே இருக்கிறதென்று சியன்னாவுக்குத் தெரியும். நாம் எங்கே போகிறோம் என்றும் அவளுக்குத் *தெரியும்.*”

“என்ன?!” சின்ஸ்கியின் குரலில் ஆபத்து அதிகரித்தது. “நீங்கள் எதைக் கண்டுபிடித்திருக்கிறீர்கள் என்று சியன்னாவிடம் சொல்ல உங்களுக்கு வாய்ப்பு அமையவில்லை என்று நினைக்கிறேன்! நீங்கள் தவறான நாட்டில் இருக்கிறோம் என்று மட்டும்தான் அவளிடம் சொல்லியிருக்கிறீர்கள்!”

“அது உண்மைதான்” என்றார் லேங்டன். “ஆனால் நாங்கள் என்ரிகோ டெண்டெலோவின் கல்லறையைத் தேடினோம் என்பதும் அவளுக்குத் தெரியும். வலைத்தளத்தில் தேடினாலே அது எங்கிருக்கிறது என்று அவளுக்குத் தெரிந்துவிடுமே. அவள் டெண்டெலோவின் கல்லறையைக் கண்டுபிடித்த உடனேயே. உருளையைக் கரைக்க அதிக நேரமாகாது. மூழ்கிய மாளிகைக்குள்

சலசலத்து ஓடும் நீரின் ஒலியை பின்பற்றிச் செல்லுமாறு அந்தக் கவிதை குறிப்பிட்டிருக்கிறது."

"நாசமாய்ப் போச்சு!" என்ற புரூடர் வெடித்தார்.

"அவள் நம்மை முந்திவிடக்கூடாது" என்றார் தலைவர். "நாம் முந்திக்கொள்ள வேண்டும்" என்ற சின்ஸ்கி பலமாக மூச்சுவிட்டாள். "என்னால் உறுதியாகவெல்லாம் சொல்ல முடியாது. நம்முடைய போக்குவரத்து மிகவும் மெதுவாக இருக்கிறது. அத்துடன் சியன்னா புரூக்ஸிற்கு சிறந்த உதவிகள் கிடைத்திருக்கலாம்."

மெண்டாசியம் கரையை அடைந்ததும், ஓடுதளத்தில் பருத்த உடலமைப்போடு இருந்த சி—130 விமானத்தை லேங்டன் அசௌகரியத்துடன் உற்றுப் பார்த்துக்கொண்டிருந்தார். இது வானில் பறக்க ஏற்றதாகவும் இல்லை. இதில் ஜன்னல்களும் இல்லை. ***நான் இதற்கு முன்பு இதிலா வந்தேன்?*** லேங்டனுக்கு எதுவும் ஞாபகத்தில் இல்லை.

அது படகுக் கரையை வந்துசேர்ந்ததா, அல்லது அந்த விமானத்தின் மூடிய பகுதிகள் ஏற்படுத்திய தயக்கங்களா எவை என்று லேங்டனுக்கு சரியாகத் தெரியவில்லை. ஆனால் அவரை சட்டென்று குமட்டல் உணர்வு தாக்கியது.

அவர் சின்ஸ்கியிடம் திரும்பினார். "என்னால் நன்றாக பறக்கமுடியும் என்று எனக்குத் தோன்றவில்லை."

"உங்களுக்கு ஒன்றுமில்லை" என்றாள் அவள். "நீங்கள் இன்று வலிமிகுந்த உணர்வைக் கடந்து வந்திருக்கிறீர்கள். உங்களுடைய உடலில் நச்சுத்தன்மையும் இருக்கலாம்."

"நச்சுத்தன்மைகளா?" லேங்டன் சட்டென்று பின்வாங்கினார். "நீங்கள் என்ன சொல்கிறீர்கள்?"

சின்ஸ்கி அப்பால் பார்த்தாள். தான் சொல்லவந்ததைக் காட்டிலும் தெளிவாக சொல்லிவிட்டாள்.

"புரபஸர், என்னை மன்னிக்க வேண்டும். துரதிர்ஷ்டவசமாக, உங்களுடைய தலையில் ஏற்பட்டிருக்கும் காயம் சாதாரணமானது என்பதைவிட மிகவும் சிக்கலானது என்று எனக்கு இப்போதுதான் தெரிய வந்திருக்கிறது."

பாஸிலிக்காவில் ஃபெரிஸ் நிலைகுலைந்தபோது அவருடைய மார்பில் ஏற்பட்டிருந்த கறுப்புநிற சதையை கற்பனை செய்து பார்த்த லேங்டன் தன்னுடைய பயம் அதிகரித்துவிட்டதை உணர்ந்தார்.

"எனக்கு என்ன ஆயிற்று?" என்றார் லேங்டன்.

இதற்கு மேல் எப்படிச் சொல்வது என்பதுபோல் சின்ஸ்கி தடுமாறினாள். "முதலில் நான் உங்களை விமானத்திற்கு அழைத்துச் செல்கிறேன்."

❏

81

பிரமாண்டமான ஃப்ராரி தேவாலயத்தின் கிழக்குப் பக்கத்தில் அமைந்திருக்கும், அடிலைர் பிய்ட்ரோ லோங்கி வரலாற்று உடுப்புகள், விக்குகள் மற்றும் துணைப்பொருள்களை வழங்குவதில் வெனிசிலேயே முன்னணி வகிப்போரில் ஒருவ ராவர். அவர்களின் வாடிக்கையாளர் பட்டியலில் திரைப்பட நிறுவனங்கள், நாடகக் குழுக்கள் மற்றும் கார்னிவெலின் பிரமாதமான நடனத்திற்கு உடை வழங்கும் அவர்களுடைய ஊழியர்களின் நிபுணத்துவத்தில் நம்பிக்கையுள்ள மக்கள் மற்றும் செல்வாக்குள்ள உறுப்பினர்கள் உள்ளிட்டோரும் அடங்குவர்.

கதவு படாரென்று சாத்தப்படும் பலத்த சத்தம் கேட்டபோது அந்த மாலை நேரத்திற்காக கிளர்க் அதை பூட்டவிருந்தார். அவர் உற்றுப்பார்த்தபோது ஒரு கவர்ச்சியான பெண் குதிரைவால் கொண்டையு டன் உள்ளே வந்துகொண்டிருந்தாள். அவளால் மூச்சுவிட முடியவில்லை. பல மைல்களுக்கு ஓடி வந்திருப்பாள் போலிருந்தது. அவள் கவுண்டரை நோக்கி விரைந்தபோது அவளுடைய பழுப்புநிறக் கண்கள் பரபரப்பான அவசரத்தில் இருந்தன.

“நான் ஜியார்ஜியோ வென்சியுடன் பேச வேண்டும்” என்று சொன்னபோது அவளுக்கு மூச்சு வாங்கியது.

நாங்களும்தான், என்று அந்த கிளர்க் நினைத்துக்

கொண்டான். *ஆனால் யாரும் அந்த மாயாஜாலக்காரரை பார்க்க முடியாது.*

அடிலைரின் முதன்மை வடிவமைப்பாளரான ஜியார்ஜியோ வென்சி திரைக்குப் பின்னால் இருந்தே தன்னுடைய மாயாஜாலத்தை நிகழ்த்திக் காட்டுகிறவர். வாடிக்கையாளர்களுடன் மிக அரிதாகத்தான் பேசுவார். அப்பாயின்மெண்ட் இல்லையென்றால் யாருடனும் பேசமாட்டார். பெரும் செல்வந்தரும், செல்வாக்குள்ளவருமான ஜியார்ஜியோ சில விநோதங்களுக்கு ஆட்பட்டவர். அவற்றில் தனிமையின் மீதான அவருடைய ஆசையும் அடங்கும். அவர் தனியாகத்தான் சாப்பிடுவார். தனியாகத்தான் பறப்பார். அத்துடன் வெனிஸில் அதிகரித்துக்கொண்டே வரும் சுற்றுலாவாசிகளின் எண்ணிக்கை பற்றி புகார் சொல்லிக்கொண்டே இருப்பார். தன்னுடன் யாராவது இருக்க வேண்டும் என்று விரும்புகிறவர் அவரில்லை.

"மன்னிக்க வேண்டும்" என்று தனக்கு பயிற்றுவித்த புன்னகையுடன் சொன்னான் கிளர்க். "திரு. வென்சி இங்கே இல்லை என்று நினைக்கிறேன். நான் உங்களுக்கு உதவட்டுமா?"

"ஜியார்ஜியோ இங்குதான் இருக்கிறார்" என்றாள் அவள். "அவருடைய வீடு மேலேதான் இருக்கிறது. அவர் விளக்கை போட்டதை நான் பார்த்தேன். நான் அவருடைய நண்பர். இது ஓர் அவசரமான சூழ்நிலை."

அவருக்கு இந்தப் பெண்ணைப் பற்றிய எரிச்சலான உணர்வு தோன்றியது. *நண்பரா? அவள்தான் சொல்லிக்கொள்கிறாள்.* "ஜியார்ஜியோவிடம் உங்கள் பெயரைச் சொல்லலாமா?"

அவள் கவுண்டரில் இருந்து ஒரு துண்டுக் காகிதத்தை எடுத்து அதில் தொடர்ச்சியாக சில எழுத்துகளையும் எண்களையும் வேகமாக எழுதினாள்.

"இதை மட்டும் அவரிடம் தாருங்கள்" என்றபடி அந்தப் பேப்பரை அவனிடம் தந்தாள். "அப்புறம் சீக்கிரமாக வாருங்கள். எனக்கு அதிக நேரமில்லை."

தயங்கியபடியே அந்தக் காகிதத்தை கிளர்க் மேலே எடுத்துச் சென்று அதனை ஒரு நீளமான மேசையில் வைத்தான். அங்கே ஜியார்ஜியோ தன்னுடைய தையல் எந்திரத்தில் தீவிரமாக வேலை செய்துகொண்டிருந்தார்.

"சார்" அவன் முணுமுணுத்தான். "உங்களைப் பார்க்க யாரோ ஒருவர் வந்திருக்கிறார். அவள் மிகவும் அவசரம் என்று கூறுகிறாள்."

தன்னுடைய வேலையை நிறுத்தாமலோ அல்லது மேலே பார்க்காமலோ அவர் அந்தக் காகிதத்தை எடுத்து அதில் எழுதியிருப்பதைப் படித்தார்.

அவருடைய தையல் எந்திரம் துடித்து நின்றது.

"அவளை உடனே மேலே அனுப்பு" என்று ஜியார்ஜியோ உத்தரவிடும்போதே அந்தக் காகிதத்தை சுக்கல் சுக்கலாக கிழித்துப் போட்டார்.

❏

82

அந்தப் பெரிய சி—130 போக்குவரத்து விமானம் தென்கிழக்கு திசையை நோக்கி மேலேறி அட்ரியாடிக் கடலின் குறுக்கே உறுமியது. விமானத்தில், ராபர்ட் லேங்டன் தான் அடுத்தடுத்து மாட்டிக்கொண்டு திசைதெரியாமல் தடுமாறுவதாக உணர்ந்தார். அந்த விமானத்தில் ஜன்னல்கள் இல்லாததால் நெருக்கடிக்கு ஆளாகி, தன்னுடைய மூளைக்குள் சுழன்றுகொண்டிருக்கும் விடைதெரியாத கேள்விகளால் குழப்பத்திற்கு ஆளாகிக்கொண்டிருந்தார்.

உங்களுடைய மருத்துவ நிலை, சின்ஸ்கி அவரிடம் சொல்லியிருந்தாள். ***உங்களுடையது சாதாரண தலைக்காயம் என்பதையும்விட ரொம்பவே சிக்கலானது.***

அவள் தன்னிடம் என்னதான் சொல்ல வந்திருப்பாள் என்ற சிந்தனையிலேயே அவருடைய இதயத்துடிப்பு எகிறியது. அச்சமயத்தில் அவள் எஸ்ஆர்எஸ் குழுவுடன் நோய்ப்பரவல் வியூகம் குறித்து பரபரப்பாக விவாதித்துக்கொண்டிருந்தாள். தொலைபேசிக்கு அருகாமையில் இருந்த புரூடர், சியன்னா புரூக்ஸ் பற்றி அரசாங்க நிறுவனங்களுடன் பேசிக்கொண்டிருந்தார். அவளைக் கண்டுபிடிக்கும் முயற்சியில் இருக்கும் ஒவ்வொருவரையும் பின் தொடர்ந்துகொண்டிருந்தார்.

சியன்னா...

நடந்த விஷயங்கள் எல்லாவற்றிலும் அவள் மிகவும் சிக்கலான முறையில் சம்பந்தப்பட்டிருக்கிறாள் என்று சொல்லப்படுவதை விளங்கிக்கொள்ள லேங்டன் இன்னமும் முயற்சித்துக்கொண்டிருந்தார். தன்னுடைய மேலேற்றத்தில் விமானம் சமநிலைக்கு வந்தபோது, தன்னை தலைவர் என்று அழைத்துக்கொண்ட அந்தக் குள்ளமான மனிதர் அந்தக் கேபினுக்குள் நுழைந்து லேங்டனுக்கு எதிரில் அமர்ந்தார். தன்னுடைய விரல்களை தன் தாடையின் கீழே வைத்துக்கொண்டு தன் உதடுகளை மூடிக்கொண்டார். "டாக்டர். சின்ஸ்கி உங்களுடைய கேள்விகளுக்கு பதிலளிக்கச் சொல்லி கேட்டுக் கொண்டார். அவர் உங்களுடைய சூழ்நிலையை தெளிவுக்குக் கொண்டுவர முயற்சித்துக்கொண்டிருக்கிறார்."

இந்த குழப்பங்களை எல்லாம் கொஞ்சமாவது தெளிவு படுத்தும் அளவுக்கு இந்த ஆள் என்னதான் சொல்லப் போகிறார் என்பது லேங்டனுக்குத் தெரியவில்லை.

"நான் ஏற்கனவே சொல்லத் தொடங்கியதுபோல்" என்றார் தலைவர். "இவை எல்லாமே என்னுடைய ஏஜெண்ட் வயந்தா, காலம் கனியும் முன்னரே உங்களை உள்ளே இழுத்து விட்டதால் ஏற்பட்டவைதான். டாக்டர். சின்ஸ்கியின் சார்பாக நீங்கள் எந்தளவுக்கு முன்னேறியிருந்தீர்கள் என்பது பற்றி எங்களுக்கு எதுவுமே தெரியாது, அல்லது எந்தளவுக்கு நீங்கள் எல்லாவற்றையும் அவருடன் பகிர்ந்துகொண்டீர்கள் என்றும் தெரியாது. ஆனால், எங்களைப் பாதுகாக்கச் சொல்லி எங்களுடைய கிளைண்ட் கேட்டிருந்த அந்த புராஜக்டின் இடத்தை அவர் தெரிந்துகொண்டுவிட்டால் அவர் அதைக் கைப்பற்றவோ அல்லது அழித்துவிடவோ செய்வார் என்று நாங்கள் பயந்துவிட்டோம். அவர் அப்படிச் செய்வதற்கு முன்பாக நாங்கள் அதைக் கண்டுபிடித்தாக வேண்டியிருந்தது. அதனால் சின்ஸ்கிக்கு பதிலாக உங்களை **எங்களுக்காக** வேலை செய்ய வைக்க விரும்பினோம்." சற்று இடைவெளிவிட்ட தலைவர் தன் விரல்நுனிகளால் தட்டினார். "துரதிர்ஷ்டவசமாக, நாங்கள் முன்னதாகவே எங்களை வெளிக்காட்டிவிட்டோம். நீங்களும் மிக நிச்சயமாக எங்களை நம்பவே இல்லை."

"அதனால்தான் நீங்கள் என் தலையில் சுட்டீர்களா?" என்றார் லேங்டன் கோபத்துடன்.

"நீங்கள் எங்களை நம்பவேண்டும் என்பதற்காகத்தான் வந்தோம்."

லேங்டனுக்கு ஒன்றும் புரியவில்லை. "ஒருவரை எப்படி

நரகம் ❖ 603

உங்களை நம்புமாறு செய்யவைக்க முடியும். அவரைக் கடத்தி அவரிடம் விசாரணை செய்த பின்னரா?"

அவர் இப்போது அசௌகரியமாக நகர்ந்து உட்கார்ந்தார். "புரபஸர், உங்களுக்கு பென்ஸோடயாசெபைன்ஸ் எனப்படும் ரசாயனக் குடும்பம் பற்றி தெரியுமா?"

லேங்டன் தலையைக் குலுக்கினார்.

"அவை மருந்துகளில் இருந்து பிறந்தவைதான், மற்றவற்றுடன் இதுவும் அதிர்ச்சிக்குப் பிந்தைய மன அழுத்த சிகிச்சைக்கு பயன்படுத்தப்படுவது. உங்களுக்கே தெரிந்திருக்கலாம். ஒருவர் கார் விபத்து அல்லது பாலியல் துன்புறுத்தல் போன்ற நிகழ்வு களை தாங்கிக்கொண்டு வாழும்போது அவருடைய நீண்டகால நினைவுகள் நிரந்தரமாக பலவீனமடையத் தொடங்கும். இந்த பென்ஸோடயாசெபைன்ஸ் மூலமாக, நரம்பியல் மருத்துவர் களால் தற்போது அதிர்ச்சிக்குப் பிந்தைய மன அழுத்தத்திற்கு சிகிச்சையளிக்க முடிகிறது. அது உங்களை அவை நடந்த காலத்திற்கு முன்னால் அழைத்துச் சென்றுவிடும்."

லேங்டன் அமைதியாக கேட்டுக்கொண்டிருந்தார். இந்த உரையாடல் எங்கு செல்கிறது என்பதை அவரால் கற்பனை செய்ய முடியவில்லை.

"புதிய நினைவுகள் உருவாகும்போது" என்று தலைவர் தொடர்ந்தார். "இந்த நிகழ்வுகள் எல்லாம் உங்களுடைய நீண்ட கால நினைவுகளுக்குள் குடியேறத் தொடங்கும் முன்னர் நாற்பத்தி எட்டு மணிநேரங்களுக்கு உங்களுடைய குறுகியகால நினைவுகளுக்குள் சேமிக்கப்படும். பென்ஸோடயாசெபைன்ஸின் புதிய கலவைகளைப் பயன்படுத்தி ஒருவரால் சுலபமாக குறுகிய கால நினைவுகளை புதுப்பித்துக்கொள்ள முடியும். அடிப்படையில் இது அந்த சமீபத்திய நினைவுகள் நீண்டகால நினைவுகளாக குடியேறும் முன்னர் அதன் உள்ளடக்கங்களை அழித்துவிடுகிறது. தாக்குதலுக்கு ஆளானவருக்கு, உதாரணத்திற்கு, அந்தத் தாக்குதலுக்குப் பின்னர் சில மணிநேரங்களுக்குள்ளாக பென்ஸோடயாசெபைன்ஸ் தரப்பட்டால் அந்த நினைவுகள் நிரந்தரமாக அழிந்துபோகும். அந்த அதிர்ச்சி பின்னர் ஒருபோதும் அவருடைய உளவியலின் ஒரு பகுதியாக இருக்காது. இதன் ஒரே எதிர்மறை விளைவு என்னவென்றால் அவர் தன்னுடைய வாழ்க்கையின் சில நாட்களுடைய நினைவுகளை இழந்திருப்பார் என்பதுதான்."

அந்தக் குள்ளமான மனிதரை லேங்டன் அவநம்பிக்கையுடன்

பார்த்தார். "நீங்கள் எனக்கு அம்னீஷியாவை ***கொடுத்துள்ளீர்கள்!"***

தலைவர் ஒரு மன்னிப்புக்கோரும் தொனியில் பெருமூச் செறிந்தார். "நானும் அப்படித்தான் நினைக்கிறேன். ரசாயனத்தால் தூண்டப்பட்டது. மிகவும் பாதுகாப்பானது. ஆனால், அது உங்கள் குறுகியகால நினைவுகளை அழித்துவிடும்தான்." அவர் சற்று இடைவெளி விட்டார். "நீங்கள் வெளியே நிற்கும்போது ஒரு பிளேக்கைப் பற்றி ஏதோ முணுமுணுத்தீர்களே, நாங்கள்கூட அதை அந்த புரஜக்டர் படங்களை வைத்து உங்கள் கண்ணோட்டத்தில் இருந்து சொல்லப்பட்டவை என்று நினைத்தோம். ஜாப்ரிஸ்ட் உண்மையான பிளேக்கை உருவாக்கியிருப்பார் என்று நாங்கள் கற்பனைகூட செய்யவில்லை. நீங்கள் வேறு ஏதோ வார்த்தை களையும்கூட தொடர்ந்து முணுமுணுத்தீர்கள், அது 'வெரி ஸாரி. வெரி ஸாரி."

வெஸாரி. அந்நிலையில் அந்த புரஜக்டரைப் பற்றி அவரால் கண்டுபிடிக்க முடிந்ததெல்லாம் அதுவாகத்தான் இருந்திருக்க வேண்டும். ***செர்கா ட்ரோவா.*** "ஆனால்... என்னுடைய அம்னீஷி யாவானது என் தலைக்காயத்தால் ஏற்பட்டது என்று நினைத்தேன். யாரோ என்னை சுட்டுவிட்டார்கள்."

தலைவர் தலையைக் குலுக்கினார். "உங்களை யாரும் சுடவில்லை புரபஸர். தலைக்காயம் என்றும் எதுவும் கிடையாது."

"என்ன?" லேங்டனின் விரல்கள் தன்னிச்சையாக தன் பின்பக்க தலையில் இருந்த அந்த தையலையும், வீங்கிய காயத்தை யும் தடவிவிட்டுக்கொண்டன.. "அப்படியென்றால் என்ன இழவு அது!" அவர் தன்னுடைய முடியை உயர்த்தி சவரம் செய்யப் பட்ட இடத்தைக் காட்டினார்.

"அது ஓர் ஏமாற்று வித்தை. உங்கள் மண்டையோட்டின் சதையை சிறிதாக வெட்டிவிட்டு அதை உடனடியாக தையல் போட்டு மூடிவிட்டோம். நீங்கள் தாக்கப்பட்டிருக்கிறீர்கள் என்பதை நீங்களே நம்ப வேண்டும்."

இது தோட்டா காயம் இல்லையா?!

"நீங்கள் விழித்தவுடன்" என்றார் தலைவர். "உங்களை கொலைசெய்ய முயற்சிக்கிறார்கள் என்றும்... நாம் ஆபத்தில் இருக்கிறோம் என்றும் நீங்கள் நம்பவேண்டும் என விரும்பினோம்."

"என்னை கொலைசெய்ய முயற்சித்தார்கள்!" என்று லேங்டன் கத்தினார். அவருடைய கத்தல் அந்த விமானத்தில் இருந்த எல்லோருக்குமே கேட்டது — "மருத்துவமனையில் டாக்டர். மார்கோனி ரத்தம் உறைய சுடப்பட்டதை என்

கண்களால் பார்த்தேன்!"

"நீங்கள் அதைத்தான் பார்த்தீர்கள்" என்று தலைவரும் அதே அளவுக்குக் கத்தினார். "ஆனால் நடந்தது அதுவல்ல. வயந்தா எனக்காக வேலை செய்கிறாள். இந்த மாதிரி வேலைகளில் அவளுக்கு பிரமாதமான திறமை உண்டு."

"கொலை செய்வதா?" என்றார் லேங்டன்.

"இல்லை" தலைவர் அமைதியாகக் கூறினார். "கொல்வது போல் *பாவனை செய்வது.*"

அவரை நீண்டநேரமாக உற்றுப்பார்த்த லேங்டன், முசுமுசு வென்ற புருவத்துடன் பழுப்புநிற தாடியுடன் இருந்த டாக்டர் தரையில் சரிந்ததும், அவருடைய மார்பில் இருந்து ரத்தம் வழிந்தோடியதுமான காட்சியை நினைத்துப் பார்த்தார்.

"வயந்தாவின் துப்பாக்கியில் வெற்றுத் தோட்டாக்களே நிரப்பப்பட்டிருந்தன" என்றார் தலைவர். "அது ரேடியோ கட்டுப் பாடுள்ள பட்டாசு போன்ற ஒன்றை வெடிக்கச் செய்து டாக்டர். மார்கோனியின் மார்பில் ரத்தச் சிதறலை தோற்றுவிக்கும். அப்புறம், அவர் இப்போது நலமாகவே இருக்கிறார் என்பதையும் சொல்லிவிடுகிறேன்."

லேங்டன் தன் கண்களை மூடினார். தான் கேட்ட விஷயங்களால் உறைந்துபோனார். "அப்புறம்... அந்த மருத்துவ மனை அறை?"

"அது வேகவேகமாக உருவாக்கப்பட்ட செட்" என்றார் தலைவர். "புரபஸர், இவை எல்லாவற்றையும் கிரகித்துக்கொள்வது மிகவும் கடினம் என்பது எனக்கு நன்றாகத் தெரியும். நாங்கள் விரை வாக செயல்பட்டோம். நீங்களோ தடுமாற்றத்தில் இருந்தீர்கள். அதனால் அது முழுமைபெறவில்லை. நீங்கள் விழித்தவுடன் எதைப் பார்க்கவேண்டும் என்று நினைத்தோமோ நீங்களும் அதையே பார்த்தீர்கள் — மருத்துவமனைப் பொருள்கள், சில நடிகர்கள் மற்றும் ஒத்திகை பார்க்கப்பட்ட ஒரு தாக்குதல் காட்சி."

லேங்டனுக்கு தலைசுற்றியது.

"என்னுடைய நிறுவனம் இதைத்தான் செய்கிறது" என்றார் தலைவர். "மாய்மாலக் காட்சிகளை உருவாக்குவதில் நாங்கள் மிகச் சிறந்தவர்கள்."

"சியன்னாவுக்கு என்ன ஆனது?" என்ற லேங்டன் தன் கண்களை துடைத்துவிட்டுக்கொண்டார்.

“நான் ஓர் இறுதி அழைப்பை மேற்கொள்ள வேண்டியிருந்தது. அதனால் அவளுடன் வேலைசெய்ய முடிவெடுத்தேன். டாக்டர். சின்ஸ்கியிடம் இருந்து என்னுடைய கிளைண்ட்டின் புராஜக்டை காப்பாற்றுவதுதான் என்னுடைய முன்னுரிமை, சியன்னாவும் நானும் அந்த விருப்பத்தை பகிர்ந்துகொண்டோம். உங்களுடைய நம்பிக்கையைப் பெறுவதற்காக, சியன்னா அந்த கொலைகாரியிடம் இருந்து உங்களைக் காப்பாற்றி, பின்பக்கம் இருந்த சந்தின் வழியாக நீங்கள் தப்பிக்க உதவினாள். அங்கே காத்திருந்த டாக்ஸியும் எங்களுடையதுதான். அதன் முன்பக்க கண்ணாடியில் இருந்த மற்றொரு ரேடியோ கட்டுப்பாட்டு வெடி நீங்கள் தப்பிச்செல்லும்போது இறுதி வினையை ஏற்படுத்து வதற்காக வெடிக்கச் செய்யப்பட்டது. நாங்கள் விரைவாக உருவாக்கிய ஓர் அபார்ட்மெண்ட்டிற்கு அந்த டாக்ஸி உங்களை கொண்டுவிட்டது.”

சியன்னாவின் தாறுமாறான *அபார்ட்மெண்ட்,* என்று நினைத்துக்கொண்ட லேங்டன் அது ஏன் பழைய பொருள்களால் நிரம்பியிருந்தது என்பதை இப்போது புரிந்துகொண்டார். அவருக்கு மிகவும் பொருத்தமாக இருக்கக்கூடிய உடைகளைக் கொண்டிருந்த சியன்னாவின் “அண்டைவீட்டுக்காரர்” யதேச்சை யாக அமைந்ததும் இப்போதுதான் புரிகிறது.

அந்த முழு விஷயமும் அரங்கேற்றப்பட்டவை.

மருத்துவமனையில் சியன்னாவின் நண்பரிடம் இருந்து வந்த அந்த அவசர தொலைபேசி அழைப்பும் போலியானதே.

“நீங்கள் அமெரிக்க தூதரகத்திற்கு ஃபோன் செய்தபோது” என்றார் தலைவர். “நீங்கள் எந்த எண்ணுக்கு அழைக்க வேண்டும் என்று சியன்னா நினைத்தாளோ அந்த எண்ணுக்குத்தான் அழைத்தீர்கள். அது மெண்டாசியத்தில் ஒலிக்கும் எண்.”

“நான் தூதரகத்தை தொடர்புகொள்ளவே இல்லையா...”

“இல்லை. நீங்கள் தொடர்புகொள்ளவில்லை.”

நீங்கள் இருக்கும் இடத்திலேயே இருங்கள். அந்தப் போலியான தூதரக ஊழியன் அவரை அவசரப்படுத்தினான். ***நான் உங்களுக்காக ஒருவரை உடனே அனுப்பி வைக்கிறேன்.*** பின்னர், வயந்தா தோன்றினாள். தெருவில் இருந்து அவளைக் காட்டிய சியன்னா பல்வேறு விஷயங்களையும் சம்பந்தப்படுத்தினாள். ***ராபர்ட், உங்களுடைய அரசாங்கமே உங்களைக் கொல்ல முயற்சிக்கிறது! உங்களால் எந்த அதிகாரியையும் இதில் ஈடுபடுத்த முடியாது! உங்களுக்குள்ள ஒரே வாய்ப்பு இந்த புரஜக்டர் எதைக்***

குறிக்கிறது என்பதை கண்டுபிடிப்பதுதான்.

தலைவரும் அவருடைய மர்ம நிறுவனமும் — அது என்ன இழவாக வேண்டுமானாலும் இருந்துவிட்டுப் போகட்டும் — லேங்டனை சின்ஸ்கிக்காக வேலை செய்வதை நிறுத்தச் செய்துவிட்டு அவர்களுக்காக வேலை செய்ய வைத்திருக்கிறார்கள். அவர்களுடைய மாய்மாலம் நிறைவேறியது.

சியன்னா என்னை வைத்து அழகாக விளையாடிவிட்டாள், என்று நினைத்த லேங்டன் வருத்தத்திற்கு பதிலாக கோபமடைந்தார். அவர்கள் ஒன்றாக இருந்த இந்தக் குறுகிய காலத்திலேயே அவள்மீது அவர் பாசம்கொண்டுவிட்டார். சியன்னாவைப் போல் பளிச்சென்றும் ஆறுதலாகவும் இருக்கக் கூடிய ஒரு ஆன்மாவால், மிகை மக்கள்தொகை குறித்த ஜாப்ரிஸ்ட்டின் பைத்தியக்காரத்தனமான தீர்வுக்கு எப்படி தன்னை விட்டுத்தர முடிந்தது என்ற கேள்வியே லேங்டனை மிகவும் தொந்தரவு படுத்தக்கூடிய ஒன்றாக இருந்தது.

என்னால் அதை எந்த சந்தேகமும் இல்லாமல் சொல்லிவிட முடியும். சியன்னா அவரிடம் ஏற்கனவே சொல்லியிருக்கிறாள். ***ஏதேனும் அதிரடி மாற்றம் ஏற்படாவிட்டால், நம்முடைய மொத்த இனமும் முடிவுக்கு வந்துவிடும். அதன் கணிதவியல் மறுக்க முடியாத ஒன்று.***

“அப்புறம், சியன்னாவைப் பறறிய அந்தக் கட்டுரைகள்?” என்று கேட்ட லேங்டன், ஷேக்ஸ்பியரின் நுழைவுச்சீட்டு, அவளுடைய அதிர்ச்சியூட்டக்கூடிய உயர்நிலை ஐக்யூ பற்றி நினைவுபடுத்திக்கொண்டார்.

“உண்மையானவைதான்” என்றார் தலைவர். “சிறந்த மாய்மாலங்களில் முடிந்தவரை நிஜ உலகங்களும் சேர்ந்தே இருக்கும். எங்களுக்கு செட்டப் செய்ய அதிக நேரம் இல்லை. அதனால் சியன்னாவின் கம்ப்யூட்டர்களும், நிஜ—உலக தனிப்பட்ட கோப்புகளையும் வைத்துத்தான் நாங்கள் எல்லாவற்றையும் செய்ய வேண்டியிருந்தது. அவளுடைய நம்பகத் தன்மையை நீங்கள் சந்தேகப்படும்வரை அவற்றில் எதையும் பார்க்கவேண்டிய நோக்கம் உங்களுக்கு ஏற்படவில்லை.”

“அவளுடைய கம்ப்யூட்டரை பயன்படுத்தவும்” என்றார் லேங்டன்.

“ஆமாம், அங்கேதான் நாங்கள் எங்களுடைய கட்டுப்பாட்டை இழந்துவிட்டோம். சின்ஸ்கியின் எஸ்ஆர்எஸ் குழு அங்கே வரும் என்று சியன்னா எதிர்பார்க்கவே இல்லை. அதனால்

சோல்ஜர்கள் உள்ளே நுழைந்தபோது திகிலடைந்துபோன சியன்னா சூழ்நிலையை மேம்படுத்த வேண்டியிருந்தது. அவள் அந்த மொபெட்டில் உங்களுடன் தப்பிச்சென்று, அந்த மாய் மாலத்தை தக்கவைத்துக்கொள்ள முயற்சித்தாள். முழு திட்டமும் வெளியே தெரிந்துவிட்ட பின்னர், வயந்தாவை நீக்குவதைத் தவிர எனக்கு வேறு வழியில்லை. ஆனாலும் அவள் நெறிமுறையை மீறி உங்களைப் பின்தொடர்ந்தாள்."

"அவள் ஏறக்குறைய என்னைக் கொன்றேவிட்டாள்" என்ற லேங்டன், பியாஸா வெஷியோவின் மேற்புறத்தில் வயந்தா தன்னுடைய கைத்துப்பாக்கியை உயர்த்தி, லேங்டனை மார்பில் நேராக குறிவைத்தபோது நடந்த காட்சிகளை மீண்டும் விவரித்துக் கூறினார். ***இது ஒருகணம்தான் வலிக்கும்... ஆனால் எனக்கிருக்கும் ஒரே வாய்ப்பு இதுதான்.***

லேங்டன் அப்போது சொன்ன விஷயத்தை நினைத்து தலைவர் சத்தமாக சிரித்தார். "வயந்தா உங்களைக் கொல்ல முயற்சித்திருக்க மாட்டாள்... அவளுடைய துப்பாக்கியில் வெற்றுத் தோட்டாக்கள் மட்டுமே இருந்தன. அவள் மீண்டு வருவதற்கு அவளுக்கிருந்த ஒரே நம்பிக்கை உங்களை கட்டுப்பாட்டிற்கு கொண்டுவருவதுதான். வெற்றுத் தோட்டாக்களால் உங்களை சுடுவதன் மூலம், தான் ஒரு கொலைகாரி இல்லை என்பதையும், நீங்கள் ஒருவிதமான மாய்மாலத்தில் மாட்டிக்கொண்டிருக்கிறீர்கள் என்பதையும் புரியவைக்கவே நினைத்திருப்பாள்."

சற்று இடைவெளிவிட்ட தலைவர் சிறிது நேரம் யோசித்த பின்னர் தொடர்ந்தார். "சியன்னா உண்மையிலேயே வயந்தாவை கொன்றுவிட வேண்டும் என்று நினைத்தாளோ அல்லது துப்பாக்கிச் சூட்டில் குறுக்கிட வேண்டும் என்று நினைத்தாளோ, நான் அதை யூகிக்கப் போவதில்லை. நான் நினைத்த அளவுக்கு சியன்னா புரூக்ஸை பற்றி நான் தெரிந்துகொள்ளவில்லை என்பதை உணரத் தொடங்கிவிட்டேன்."

நானும்தான், என்று லேங்டன் ஒப்புக்கொண்டாலும் அந்த இளம் பெண்ணின் முகத்தில் தெரிந்த அதிர்ச்சியையும் வருத்தத்தையும் நினைத்துப் பார்க்கையில், அந்த ஸ்பைக் தலை முடிகொண்ட பெண்ணுக்கு அவள் செய்தது மிகப்பெரிய தவறு என்பதையும் அவர் உணர்ந்தார்.

லேங்டன் அதிலிருந்து விடுபடவில்லை. முற்றிலும் தனிமையை உணர்ந்தார். அவர் ஜன்னலை நோக்கித் திரும்பினார். கீழே தெரியும் உலகத்தைப் பார்க்க ஆவல் கொண்டார். ஆனால் அவரால் பார்க்க முடிந்ததெல்லாம் அந்த விமானத்தின் சுவற்றைத்தான்.

நான் இங்கிருந்து போய்விட வேண்டும்.

"உங்களுக்கு ஒன்றும் பிரச்சினை இல்லையே?" என்ற தலைவர் லேங்டனை கவலையுடன் பார்த்தார்.

"இல்லை" என்றார் லேங்டன். "கொஞ்சம்கூட இல்லை."

அவர் பிழைத்துவிடுவார், தலைவர் நினைத்துக்கொண்டார். *அவர் தன்னுடைய புதிய யதார்த்தத்தை வெறுமனே அசைபோட முயற்சிக்கிறார்.*

தான் ஏதோ ஒரு புயலால் தரைக்கு இழுக்கப்பட்டு, சுழற்றியடிக்கப்பட்டு, ஓர் அந்நிய நிலத்தில் தள்ளப்பட்டு, எதிலிருந்தோ பிரிக்கப்பட்டுவிட்டதைப் போல் காணப்பட்டார் அந்த அமெரிக்க புரபஸர்.

கண்சார்ட்டியத்தால் குறிவைக்கப்படும் தனிநபர்கள், தாங்கள் எதிர்கொண்ட நாடகத்தன்மைவாய்ந்த நிகழ்வுகளை எப்போதாவதுதான் உணர்ந்துகொள்கிறார்கள். அப்படி உணர்ந்துகொண்டாலும், அதன் பின்விளைவுகளைப் பார்க்க தலைவர் நிச்சயம் விரும்பமாட்டார். இன்றோ, அவர் உணர்ந்த குற்ற உணர்ச்சிக்கும் மேலாக லேங்டனின் தடுமாற்றத்தை முதல்முறையாக பார்த்த அவர், தற்போதைய குழப்பத்திற்கு பொறுப்பேற்றுக்கொண்டு அதன் சுமையை உணர்ந்தார்.

நான் தவறான கிளைண்ட்டை ஏற்றுக்கொண்டேன். பெர்ட்ரண்ட் ஜாப்ரிஸ்ட்.

நான் தவறான ஒருவரை நம்பினேன். சியன்னா புரூக்ஸ்.

இப்போது தலைவர் அந்தப் புயலின் மையத்தை நோக்கி பறந்துகொண்டிருந்தார் — அது இந்த மொத்த உலகத்தையும் புரட்டிப்போடும் திறன்கொண்ட அதிபயங்கர பிளேக்கின் மையப்புள்ளி. இவை எல்லாவற்றில் இருந்தும் அவரால் மீண்டுவர முடிந்தாலும், இந்த வீழ்ச்சியில் இருந்து கண்சார்ட்டியத்தால் தப்பிப் பிழைக்க முடியும் என்பதில் அவருக்கு நம்பிக்கையே இல்லை. முடிவற்ற விசாரணைகளையும், குற்றச்சாட்டுகளையும் அது எதிர்கொள்ள நேரிடும்.

இவையெல்லாம் என்னால் இப்படித்தான் முடிவுக்கு வருமோ?

❑

83

எனக்கு காற்று வேண்டும், ஏதாவது காட்சி தெரிந்தாக வேண்டும், என்று லேங்டன் நினைத்தார்.

ஜன்னல்கள் ஏதுமற்ற அந்த விமானத்தின் உடல்பகுதி அவரை உள்ளே வைத்து அடைத்து விட்டதைப் போல் இருந்தது. ஆம், அவரிடத்தில் இன்று நிகழ்த்தப்பட்டிருக்கும் விநோதமான கதையானது அவருக்கு எந்த வகையிலும் உதவப்போவதில்லை. அவருடைய மூளை பதிலளிக்கப்படாத கேள்விகளால் ஊசலாடியது. அவற்றில் பெரும்பாலானவை சியன்னாவைப் பற்றியது.

அவர் அவளைத் தொலைத்துவிட்டார் என்பது தான் விசித்திரம்.

அவள் நடித்திருக்கிறாள், அவர் தனக்குத்தானே நினைவூட்டிக்கொண்டார். என்னைப் பயன்படுத்திக் கொண்டாள்.

எந்த வார்த்தையும் சொல்லாமலேயே தலைவரைவிட்டு விமானத்தின் முன்பக்கத்திற்கு சென்றார் லேங்டன். காக்பிட்டின் கதவு திறந்தே இருந்தது.

எதுவுமே நிரந்தரமல்ல. அவர் தனக்குத்தானே சொல்லிக் கொண்டார். அவர்கள் எதிர்கொண்டு வரும் பயங்கரமான குழப்பத்தை ஏற்றுக்கொள்ள இன்னும் போராடிக்கொண்டுதான் இருந்தார்.

"புரபஸர்?" அவருக்குப் பின்னால் இருந்து ஒரு அமைதியான குரல் கூப்பிட்டதும் அவர் திரும்பிப் பார்த்தார்.

லேங்டன் துணுக்குற்று பின்வாங்கினார். அவருக்கு முன்னால் நின்றுகொண்டிருந்தது டாக்டர். ஃபெரிஸ். லேங்டன் அவரை கடைசியாக பார்த்தபோது செயிண்ட். மார்க் பாஸிலிக்காவின் தரையில் விழுந்து மூச்சுவிட முடியாமல் துடிதுடித்துக் கொண்டிருந்தார். இப்போதோ அவர் கதவின் அருகாமையில் சாய்ந்து நின்றுகொண்டிருந்தார். தலையில் பேஸ்பால் தொப்பி அணிந்திருந்தார். அவருடைய முகம் பின்க் நிற கேலமைன் லோஷனால் மூடப்பட்டிருந்தது. அவருடைய மார்பிலும் இடுப்பைச் சுற்றியும் பலத்த கட்டு போடப்பட்டிருந்தது. அவர் ஆழ்ந்து மூச்சுவிட்டுக்கொண்டிருந்தார். ஃபெரிஸுக்கு அந்த பிளேக் இருந்திருந்தால், அதை அவர் பரப்பப்போகிறார் என்று யாரும் கவலைப்படுவதாகத் தெரியவில்லை.

"நீங்கள்... ***உயிருடனா?"*** என்ற லேங்டன் அவரையே உற்றுப் பார்த்தார்.

ஃபெரிஸ் சோர்வுடன் தலையாட்டினார். "எப்படியோ." என்ற அவருடைய நடத்தை சட்டென்று மாறியிருந்ததுடன், பார்க்க மிகவும் நிதானமாகத் தெரிந்தார்.

"ஆனால் நான் —" லேங்டன் அப்படியே நிறுத்தினார். "உண்மையில், மேற்கொண்டு என்ன நினைப்பதென்று எனக்குத் தெரியவில்லை."

ஃபெரிஸ் அவரை நோக்கி புரிந்துகொண்டதைப் போல் புன்னகைத்தார். "நீங்கள் இன்று நிறைய பொய்களைக் கேட்டிருப்பீர்கள். நான் கொஞ்ச நேரம் எடுத்துக்கொண்டு மன்னிப்பு கேட்கலாம் என்றிருந்தேன். நீங்கள் நினைத்ததுபோல், நான் உலக சுகாதார நிறுவனத்திற்கு வேலை செய்யவில்லை. உங்களை கேம்ப்ரிட்ஜில் இருந்து அழைத்து வரவும் இல்லை."

லேங்டன் வெறுமனே தலையாட்டினார், இந்த நிலையில் எந்த ஒரு ஆச்சரியத்தினாலும் அவர் மிகுந்த சோர்வுற்றிருந்தார். "நீங்கள் தலைவருக்காக வேலை செய்கிறீர்கள்."

"ஆமாம். உங்களுக்கும், சியன்னாவுக்கும் அவசரகால கள உதவிக்காகவும். எஸ்ஆர்எஸ் குழுவிடம் இருந்து தப்ப வைக்கவும் அவர்தான் என்னை அனுப்பி வைத்தார்."

"அப்படியென்றால் உங்களுடைய வேலையை நீங்கள் மிகச் சரியாக முடித்திருக்கிறீர்கள் என்றுதான் நினைக்கிறேன்" என்ற லேங்டன் ஃபெரிஸ் ஞானஸ்நான மையத்தில் தோன்றி, தான்

ஓர் உலக சுகாதார நிறுவனத்தின் ஊழியர் என்று கூறிவிட்டு, அவரும் சியன்னாவும் ஃப்ளோரன்சில் இருந்து வெளியேறுவதற்கு உதவி செய்துவிட்டு, சின்ஸ்கியின் அணியிடம் இருந்து விலகிச் செல்ல வைத்ததுவரை நினைவுபடுத்திப் பார்த்தார். "நிச்சயமாக, நீங்கள் மருத்துவர் கிடையாது."

அவர் தலையைக் குலுக்கினார். "இல்லை, ஆனால் அந்தப் பகுதியைத்தான் இன்று நான் நடித்திருந்தேன்."

"அது பிளேக் என்பது பற்றி எதுவும் தெரியாதா?" என்ற லேங்டன் ஃபெரிஸின் விசித்திரமான தடிப்பு மற்றும் உள்ளார்ந்த ரத்தப்போக்கு குறித்தே ஆர்வத்துடன் இருந்தார்.

"நிச்சயமாகத் தெரியாது! அது நீங்கள் பிளேக் என்று குறிப்பட்டபோது, உங்களை உத்வேகத்துடன் வைத்திருப்பதற்காக சியன்னா சொன்ன கதை என்பதை நான் தெரிந்து கொண்டேன். அதனால் நானும் அதற்கு உடன்பட்டேன். உங்களை பத்திரமாக வெனிஸிற்கு அழைத்து வந்துவிட்டேன். அதன்பிறகுதான் எல்லாமே மாறிவிட்டது."

"அது எப்படி?"

"ஜாப்ரிஸ்ட்டின் அந்த விசித்திரமான வீடியோவை தலைவர் பார்த்தார்."

அது போதுமே. "ஜாப்ரிஸ்ட் ஒரு பைத்தியக்காரர் என்பதை அவர் உணர்ந்துகொண்டார்."

"சரியாகச் சொன்னீர்கள். கண்சார்ட்டியம் எப்படிப்பட்ட விஷயத்தில் சம்பந்தப்பட்டிருக்கிறது என்பதை சட்டென்று புரிந்துகொண்ட தலைவர் பயந்துபோனார். ஜாப்ரிஸ்ட்டை நன்றாகத் தெரிந்த எஃப்எஸ்—2080—யிடம் அவர் உடனடியாக பேச வேண்டும் என்றார். ஜாப்ரிஸ்ட் செய்திருக்கும் காரியத்தைப் பற்றி அவளுக்குத் தெரியுமா என்பதை பார்க்க விரும்பினார்."

"எஃப்எஸ்—2080?"

"மன்னிக்க வேண்டும். அது சியன்னா புரூக்ஸ். இந்த ஆபரேஷனுக்கு அவள் தேர்ந்தெடுத்த புனைப்பெயர் அதுதான். அது நிச்சயம் மனிதம் கடந்தவியல் இயக்கத்தின் செயல்தான். என் வழியாக அன்றி சியன்னாவைத் தொடர்புகொள்ள அவருக்கு எந்த வழியும் இல்லை."

"ரயிலில் நீங்கள் பேசிய தொலைபேசி அழைப்பு" என்றார் லேங்டன். "உடல்நிலை சரியில்லாத உங்கள் அம்மா."

"ஆமாம், உங்களுக்கு முன்பாக நான் தலைவரிடம் நிச்சயம் பேச முடியாது. அதனால் நான் வெளியே சென்றேன். அவர் அந்த வீடியோ பற்றி என்னிடம் சொன்னார். நான் பயந்துபோனேன். சியன்னாவும் ஏமாற்றுகிறாள் என்று அவர் சொன்னார். ஆனால் சியன்னாவும் லேங்டனும் பிளேக் பற்றி பேசிக்கொள்கிறார்கள் என்றும், இந்த மிஷனை கைவிடுவதுபோல் தெரியவில்லை என்றும் நான் அவரிடம் சொன்னபோது, சியன்னாவும் ஜாப்ரிஸ்ட்டும் இதில் ஒன்றாகவே சம்பந்தப்பட்டிருக்கிறார்கள் என்பது அவருக்குத் தெரிந்திருந்தது. சியன்னா சட்டென்று ஓர் எதிரியானாள். வெனிஸில் எங்கள் நிலைக்குள்ளேயே அவளை வைத்திருக்குமாறு அவர் கூறினார்... பின்னர் அவளைப் பிடிப்பதற்கு ஒரு குழுவை அனுப்பினார். ஏஜெண்ட் புரூடரின் குழு செயிண்ட். மார்க் பாஸிலிக்காவில் அவளை ஏறத்தாழ பிடித்துவிட்டது... ஆனால் அவள் எப்படியோ தப்பிவிட்டாள்."

லேங்டன் தரையை வெறுமனே உற்றுப்பார்த்தார். தப்பிச் செல்லும் முன்பாக அவரை உற்றுப்பார்த்த சியன்னாவின் அழகான பழுப்புநிறக் கண்களை அவரால் இப்போதும் காண முடிந்தது.

என்னை மன்னித்துவிடுங்கள், ராபர்ட். எல்லாவற்றிற்காகவும்.

"அவள் உறுதியானவள்" என்றார் அவர். "அவள் என்னை பாஸிலிக்காவில் வைத்துத் தாக்கியதை நீங்கள் பார்த்திருக்க மாட்டீர்கள்."

"உங்களைத் தாக்கினாளா?"

"சோல்ஜர்கள் உள்ளே நுழைந்தபோது, நான் சத்தம்போட்டு கத்தி சியன்னா இருக்கும் இடத்தை அவர்களுக்கு காட்ட இருந்தேன். ஆனால் அது அவளுக்குத் தெரிந்திருக்க வேண்டும். அவள் தன்னுடைய முழங்கையால் என்னுடைய நடு மார்பில் அடித்தாள்."

"என்ன?!"

"என்னை எது தாக்கியதென்று தெரியவில்லை. அது ஏதோ ஒரு தற்காப்புக்கலை அடி என்று நினைக்கிறேன். ஏனென்றால், எனக்கு அங்கே ஏற்கனவே மோசமாக சிராய்ப்பு ஏற்பட்டிருந்தது. அந்த வலி மிகப் பயங்கரமாக இருந்தது. நான் மூச்சுவிடுவதற்குள் ஏறத்தாழ ஐந்து நிமிடங்கள் ஆகிவிட்டது. என்ன நடந்தது என்பதை யாரும் சொல்லிவிடும் முன்னர் அவள் உங்களை இழுத்துச் சென்றுவிட்டாள்."

அதிர்ச்சியுற்றுப்போன லேங்டன் அந்த வயதான இத்தாலியப் பெண் சியன்னாவை நோக்கிக் கத்தியதை நினைத்துப் பார்த்தார் — அவர் மார்பில் கையை வைத்து இறுக்கமாக அடி — என்று சொன்னபடியே அவள் தன்னுடைய மார்பில் முஷ்டியை வைத்து இறுக்கிக் காட்டினாள்.

என்னால் முடியாது! சியன்னா பதிலளித்தாள். *சிபிஆர் அவரைக் கொன்றுவிடும்! அவருடைய மார்பைப் பாருங்கள்!*

அந்தக் காட்சியை லேங்டன் தன்னுடைய மனதில் மீண்டும் ஓட்டிப்பார்த்தபோது, சியன்னா எவ்வளவு விரைவாக சிந்தித்து செயல்பட்டிருக்கிறாள் என்பதை அவர் உணர்ந்துகொண்டார். அந்த இத்தாலியப் பெண் சொன்னதை அவள் சாமர்த்தியமாக தவறாக மொழிபெயர்த்துக் கூறிவிட்டாள். அவள் சொன்னது அவர் மார்பில் அழுத்தச் சொன்னது அல்ல, அதன் தெளிவான அர்த்தம், *நீதான் அவர் மார்பிலேயே குத்தினாய் என்ற கோபமான குற்றச்சாட்டு.*

அந்த நேரத்தில் நிலவிய எல்லாவிதமான குழப்பங்களாலும் லேங்டன் அதைக் கவனிக்கக்கூட இல்லை.

ஃபெரிஸ் அவரைப் பார்த்து வலியோடு சிரித்தார். "நீங்களே கேள்விப்பட்டிருக்கலாம், சியன்னா புரூக்ஸ் மிகுந்த புத்திசாலி."

லேங்டன் ஆமோதித்தார். *நான் கேள்விப்பட்டேன்.*

"சின்ஸ்கியின் ஆட்கள் என்னை மீண்டும் மெண்டாசியத்திற்கு கொண்டுவந்தார்கள். நுண்ணறிதல் உதவிக்காக தலைவர் என்னையும் உடன்வருமாறு கேட்டுக்கொண்டார். ஏனென்றால் உங்களைத் தவிர்த்து இன்று சியன்னாவுடன் நேரத்தை செலவிட்டிருப்பது நான் மட்டும்தான்."

லேங்டன் ஒப்புக்கொண்டு தலையாட்டினார், அவருடைய தடிப்பினால் சிறிது கவனம் சிதறினார். "உங்களுடைய முகம்?" என்றார் லேங்டன். "அப்புறம் உங்கள் மார்பில் இருந்த சிராய்ப்பு? அது ஒன்றும்..."

"பிளேக்கா?" ஃபெரிஸ் சிரித்துக்கொண்டே தலையைக் குலுக்கினார். "இதுவரைக்கும் உங்களுக்கு சொல்லப்பட்டிருக்காது என்று நினைக்கிறேன். ஆனால் நான் இரண்டு டாக்டர்களாக நடிக்க வேண்டியிருந்தது."

"மன்னிக்க வேண்டும்?"

"நான் அந்த ஞானஸ்நான மண்டபத்தில் உங்கள் முன்

தோன்றியதுமே, என்னை உங்களுக்கு நன்றாகத் தெரியும்போல் இருப்பதாக சொன்னீர்கள்."

"அப்படித்தான் இருந்தீர்கள், தெளிவற்று. உங்கள் கண்கள்தான் என்று நினைக்கிறேன். நீங்கள்தானே என்னை கேம்பிரிட்ஜில் இருந்து அழைத்து வந்ததாக சொன்னீர்கள்..." லேங்டன் சற்று இடைவெளிவிட்டார். "அதுவும்கூட பொய்தான், அப்படியென்றால்..."

"நாம் ஏற்கனவே சந்தித்திருப்பதால்தான் நான் உங்களுக்கு பரிச்சயமானதுபோல் தெரிகிறேன். ஆனால் அது கேம்பிரிட்ஜில் அல்ல." அவருடைய கண்கள் ஏதாவது குறிப்பு தெரிகிறதா என்று லேங்டனை ஆராய்ந்தது. "மருத்துவமனையில் நீங்கள் எழுந்தவுடன் நீங்கள் பார்த்த முதல் நபரே நான்தான்."

லேங்டன் அந்த இறுக்கமான சிறிய மருத்துவமனை அறையை நினைத்துப் பார்த்தார். அவர் மிகவும் தடுமாற்றத்துடன் இருந்தார் என்பதுடன் கண்பார்வையும் மங்கியிருந்தது. அதனால் கண்விழித்தவுடன் அவர் பார்த்த முதல் நபர் வெளிறிப்போய் காணப்பட்ட, புசுபுசுவென்ற புருவமும், நீளமான பழுப்பு தாடியும் வைத்துக்கொண்டு இத்தாலியில் மட்டுமே பேசிய அந்த கிழ டாக்டர்தான் என்பதை அவரால் மிக நிச்சயமாக சொல்ல முடியும்.

"இல்லை" என்றார் லேங்டன். "நான் பார்த்த முதல் நபரே டாக்டர். மார்கோனிதான் —"

"வணக்கம், புரபஸர்" என்று இடைமறித்த ஃபெரிஸ் பிசிறற்ற இத்தாலியில் பேசினார். "என்னை உங்களுக்கு நினைவில்லையா?" திடீரென்று முதியவராகிவிட்ட அவர் கற்பனையான கண் புருவங்களை தடவிவிட்டபடி, இல்லாத தாடியையும் இழுத்துவிட்டுக்கொண்டார். "நான்தான் டாக்டர். மார்கோனி."

லேங்டனின் வாய் திறந்துகொண்டது. "டாக்டர். மார்கோனி. நீங்களா?"

"அதனால்தான் என்னுடைய கண்கள் உங்களுக்குப் பரிச்சயமாகியிருக்கிறது. நான் ஒருபோதும் ஒட்டு தாடியையோ அல்லது கண்ணிமைகளையோ பயன்படுத்தியதில்லை. துரதிர்ஷ்ட வசமாக அன்று ஒட்டவைக்கும் பசையால் — லாட்டக்ஸ் ஸ்பிரிட் கம் — எனக்கு கடுமையான அலர்ஜி ஏற்படும் என்பது அதுவரைக்கும் எனக்கு தெரியவே தெரியாது. அதுதான் என்னுடைய தோலில் தடிப்பையும் எரிச்சலையும் ஏற்படுத்தியது.

நீங்கள் என்னைப் பார்த்தபோது பயந்துபோய்விட்டீர்கள் என்பதை நான் கண்டேன்... நீங்கள் ஏற்கனவே பிளேக் குறித்த எச்சரிக்கை உணர்வுடன் இருந்தீர்கள்."

லேங்டனால் உற்றுப்பார்க்க மட்டுமே முடிந்தது. வயந்தாவால் தாக்கப்பட்டு தரையில் விழுந்து, மார்பில் இருந்து ரத்தம் வழியும் முன்னர் டாக்டர். மார்கோனி எவ்வாறு தன்னுடைய தாடியை சொறிந்துவிட்டுக்கொண்டார் என்பதை அவரால் நினைவு படுத்திப் பார்க்க முடிந்தது.

"அந்த விஷயத்தை இன்னும் மோசமாக்கும் வகையில்" என்ற அவர் தன்னுடைய மார்பைச் சுற்றியிருந்த கட்டை சுட்டிக்காட்டினார். "ஆபரேஷன் நடந்துகொண்டிருக்கும்போதே போலிக் காயம் வெடித்துவிட்டது. சரியான நேரத்தில் என்னால் நிலைக்கு வர முடியவில்லை. அது வெடித்தபோது என்னுடைய விலா எலும்பை முறித்து மோசமான சிராய்ப்பை ஏற்படுத்தி விட்டது. நாள் முழுவதும் மூச்சுவிடுவதற்கு சிரமப்பட்டேன்."

இங்கேதான் உங்களுக்கு பிளேக் இருப்பதாக நினைத்து விட்டேன்.

அந்த மனிதர் ஆழமாக மூச்சுவிட்டு விசும்பினார். "உண்மை யில், நான் மீண்டும் உட்கார்ந்திருக்க வேண்டிய நேரம் வந்து விட்டதென்று நினைக்கிறேன்" அவர் புறப்பட்டபோது லேங்டனுக்குப் பின்னால் கைகாட்டினார். "உங்களைப் பார்க்க யாரோ வருகிறார்கள் என்று நினைக்கிறேன்."

டாக்டர். சின்ஸ்கி அந்த கேபினுக்குள் நேராக வந்து கொண்டிருப்பதை லேங்டன் திரும்பிப் பார்த்தார். அவளுடைய நீளமான வெள்ளிநிற முடி அவளுக்குப் பின்னால் அலையாடியது. "இங்கே இருக்கிறீர்களா புரபஸர்!"

உலக சுகாதார நிறுவனத்தின் இயக்குநர் சோர்ந்துபோய் காணப்பட்டார். இன்னும் விசித்திரம் என்னவென்றால், லேங்டன் அவளுடைய கண்களில் ஒரு புதிய நம்பிக்கை கீற்றைப் பார்த்தார். ***அவள் எதையோ கண்டுபிடித்திருக்கிறாள்.***

"உங்களை விட்டுச்சென்றதற்கு மன்னிக்க வேண்டும்" என்ற சின்ஸ்கி அவருக்கு அருகாமையில் வந்தாள். "நாங்கள் ஒருங்கிணைந்து ஓர் ஆராய்ச்சியை செய்துகொண்டிருக்கிறோம்." அவள் திறந்திருந்த காக்பிட் கதவை சுட்டிக்காட்டினாள். "உங்களுக்கு சூரிய ஒளி கிடைக்கிறதா?"

லேங்டன் புருவத்தை நெரித்தார். "உங்களுடைய விமானத் திற்கு ஜன்னல்கள் வேண்டும்."

அவள் அவரை நோக்கி அனுசரணையோடு புன்னகைத்தாள். "ஒளியைப் பற்றிப் பேசும்போது, சமீபத்திய சம்பவங்களில் தலைவர் உங்களிடம் எதையாவது விட்டுச் சென்றிருக்கிறாரா?"

"ஆமாம், ஆனாலும் அவை எதுவும் என்னை சந்தோஷப் படுத்தக்கூடியவை அல்ல."

"என்னையும்தான்" என்ற அவள் தாங்கள் தனியாக இருப்பதை சுற்றுமுற்றும் பார்த்து உறுதிப்படுத்திக்கொண்டாள். "என்னை நம்புங்கள்" என்றாள் அவள். "அவரும் அவருடைய நிறுவனமும் தீவிர எதிர்விளைவுகளை சந்திக்க இருக்கின்றன. அதை நான் பார்த்துக்கொள்கிறேன். இந்த நேரத்தில், நாம் அனைவருமே அந்த கண்டெய்னர் உடைந்து, தொற்று பரவும் முன்னதாக அதைக் கண்டுபிடிப்பதிலேயே கவனமாக இருக்கலாம்."

அல்லது சியன்னா அதைக் கண்டுபிடித்து அதை கரையச் செய்யும் முன்னர்.

"டெண்டெலோவின் கல்லறையைக் கொண்டிருக்கும் கட்டிடத்தைப் பற்றி நான் உங்களிடம் பேசியாக வேண்டும்."

அதுதான் தங்களுடைய சேருமிடம் என்று உணர்ந்தது முதலே லேங்டன் அந்தப் பிரமாண்டமான கட்டமைப்பை கண்முன்னே விரிய வைத்துக்கொண்டுவிட்டார்.

"பரவசமூட்டக்கூடிய ஒரு விஷயத்தையும் நான் தெரிந்து கொண்டேன்" என்றாள் சின்ஸ்கி. "உள்ளூர் வரலாற்றாசிரியர் ஒருவருடன் நான் போனில் பேசினேன்" என்றாள் அவள். "நாம் டெண்டெலோவின் கல்லறை குறித்து எதற்காக விசாரிக்கிறோம் என்றே அவருக்குத் தெரியவில்லை. ஆனால் அந்தக் கல்லறைக்கு கீழே என்ன இருக்கிறதென்று தெரியுமா என்று நான் அவரிடம் கேட்டபோது என்ன சொன்னார் தெரியுமா." அவள் சிரித்தபடியே கூறினாள். "தண்ணீர்"

லேங்டன் ஆச்சரியமடைந்தார். "உண்மையாகவா?"

"ஆமாம், அந்தக் கட்டிடத்தின் கீழ்மட்டங்கள் வெள்ளத்தால் சூழப்பட்டுள்ளன. பல நூற்றாண்டுகளாக அந்தக் கட்டிடத்திற்கு கீழே இருந்த தண்ணீர் மட்டம் அதிகரித்துள்ளது. அது குறைந்தது இரண்டு கீழ்மட்டங்களையாவது மூழ்கடித்துள்ளது. அங்கே எல்லாவிதத்திலும் காற்று நிரம்பிய இடங்களும், பாதியளவுக்கு மூழ்கிய இடங்களும் இருக்கலாம் என்றார்."

கடவுளே. ஜாப்ரிஸ்ட்டின் வீடியோவை நினைத்துப்பார்த்த

லேங்டன், பாசிபடர்ந்த சுவர்களில் விநோதமான முறையில் ஒளியேற்றப்பட்டிருக்கும் அந்தப் பாதாளக் குகையின் சுவர்களில் தெளிவற்ற செங்குத்து தூண்களின் நிழல்களை அவர் பார்த்தார்.

"அது மூழ்கிய அறை."

"சரியாகச் சொன்னீர்கள்."

"அப்படியென்றால்... ஜாப்ரிஸ்ட் எப்படி அங்கே கீழே சென்றிருப்பார்?"

சின்ஸ்கியின் கண்கள் மின்னின. "அதுதான் அற்புதமான பகுதி. நாங்கள் கண்டுபிடித்திருக்கும் விஷயத்தை நீங்கள் நம்ப மாட்டீர்கள்."

இத்தருணத்தில், வெனிஸ் கடற்கரைக்கு அரை மைலுக்கும் குறைவான தொலைவில், லிடோ எனப்படும் ஒரு சரிவான தீவில் இருந்து பளபளப்பான செஸ்னா சிட்டேஷன் மஸ்டாங் விமானம் நிசெல்லி விமான நிலையத்தின் ஓடுதளத்தில் இருந்து எழும்பி நட்சத்திரங்கள் பூத்த இருண்ட வானத்திற்குள் நுழைந்தது.

அந்த விமானத்திற்கு சொந்தக்காரரான ஜியார்ஜியோ வென்சி விமானத்தில் ஏறவில்லை. ஆனால் தங்களுடைய கவர்ச்சியான பயணி எங்கு செல்ல விரும்புகிறாரோ அங்கே அழைத்துச் செல்லுமாறு தன்னுடைய பைலட்களுக்கு உத்தர விட்டிருந்தார்.

❏

84

அந்தப் புராதன பைஸாண்டிய தலைநகரத்தில் இரவு கவிழ்ந்தது.

அந்த மர்மாரா கடற்கரை நெடுக, மாபெரும் விளக்குகள் உயிர்பெற்று, மசூதிகளுக்கும், கோபுரக் கலசங்களுக்கும் உயிரூட்டின. அது நோன்புக்காலம் என்பதால் நகரத்தில் இருந்த ஒலிபெருக்கிகள் தொழுகைக்கு அழைப்பு விடுத்தன.

இறைவனைத் தவிர வேறு கடவுள் இல்லை.

மத நம்பிக்கையாளர்கள் மசூதிகளை நோக்கி விரைந்து கொண்டிருக்கையில் மீதமுள்ள நகரம் அதைக் கவனிக்காத வகையில் செயல்பட்டுக் கொண்டிருந்தது; துடுக்கான கல்லூரி மாணவர்கள் பியர் அருந்தினர். தொழிலதிபர்கள் டீல்களை முடித்தனர். வியாபாரிகள் நறுமணப் பொருள்களையும் துணிகளையும் விற்றுக் கொண்டி ருந்தனர், சுற்றுலாவாசிகள் இவற்றை ஆச்சரியமாக வேடிக்கை பார்த்தனர்.

இதுதான் பிளவுபட்ட நகரம், இரண்டு எதிரெதிர் சக்திகளைக்கொண்ட நகரம் — மதம், மதச்சார்பின்மை, புராதனம், நவீனம்; மேற்கத்தியம், கிழக்கத்தியம். ஐரோப்பாவிற்கும் ஆசியாவிற்கும் இடைப்பட்ட பகுதியில் எல்லை வகுத்துக்கொண்டி ருக்கும் இந்த நேரங்காலமற்ற நகரம் பழமையான உலகத்திற்கும்... இன்னும் பழமையான உலகத்திற்கும்

இடையிலான பாலம் என்றே சொல்ல வேண்டும்.

இஸ்தான்புல்

அதிக காலம் துருக்கியின் தலைநகராக இல்லாத அது பல நூற்றாண்டுகளாக மூன்று தனித்துவமான பேரரசுகளின் மையமாக விளங்கியிருக்கிறது — பைஸாண்டியன், ரோமன் மற்றும் ஆட்டோமான் பேரரசுகள். இந்தக் காரணத்தினால்தான் பூமியில் இருப்பதிலேயே மிகவும் வரலாற்றுப் பரவலாக்கமிக்க இடங்களுள் ஒன்றாக இஸ்தான்புல் விளங்குகிறது. டோப்காபி அரண்மனை முதல் ப்ளூ மசூதியில் இருந்து ஏழு கோபுர கோட்டை வரை அந்த நகரமானது போர், புகழ் மற்றும் தோல்வி குறித்த நாட்டுப்புறக் கதைகளால் நிரம்பியிருக்கிறது.

இன்றிரவு, பெருங்கூட்டமாக கூடியிருக்கும் மக்களுக்கு மேலே இருந்த வானில் அடாதுர்க் விமான நிலையத்தை அடையும் விதமாக, முன்னால் உருவாகிக்கொண்டிருந்த புயலின் ஊடாக சி—130 விமானம் கீழே இறங்கிக்கொண்டிருந்தது. அதன் காக்பிட்டிற்குள், பைலட்டிற்கு பின்னால் ஜம்ப் சீட்டில் அமர்ந்திருந்த ராபர்ட் லேங்டன் முன்கண்ணாடி வழியாக வெளியே பார்த்தபோது அந்தக் காட்சியை காணும்படி இடம் கிடைத்ததை நினைத்து ஆசுவாசப்பட்டுக்கொண்டார்.

சாப்பிட எதுவோ கிடைத்ததை அடுத்தும், விமானத்தின் முன்பக்கத்தில் தனக்கு தேவையான ஓய்வைப் பெற உட்கார வைக்கப்பட்டதினாலும் அவர் ஏதோ ஒரு வகையில் புத்துணர்ச்சி அடைந்திருந்தார்.

இப்போது, அவருக்கு வலதுபக்கத்தில் இஸ்தான்புல்லின் விளக்குகளை லேங்டனால் பார்க்க முடிந்தது. ஒரு பளபளப்பான, கொம்பு வடிவிலான தீபகற்பம் மர்மாரா கடலின் இருளில் இருந்து வெளித்தோன்றியது. இதுதான் ஐரோப்பிய பகுதி, அதனுடைய ஆசிய சகோதரியிடம் இருந்து இருளின் வளைவான நாடாவைப்போல் நீண்டிருந்தது.

அதுதான் போஸ்போரஸ் நீர்வழிப்பாதை.

ஒரு பார்வையில், அந்த போஸ்போரஸ் இஸ்தான்புல்லை இரண்டாக வெட்டிய அகலமான காயத்தைப் போல் காணப் பட்டது. உண்மையில் இந்தக் கால்வாய் இஸ்தான்புல்லின் வர்த்தகத்திற்கு உயிராதாரம் என்பது லேங்டனுக்குத் தெரியும். இந்த நகரத்திற்கு ஒன்றிற்கு இரண்டாக கடற்கரைப் பாதையை வழங்குவதற்கும் மேலாக இந்த போஸ்போரஸ், மெடிட்டெரேனியன் கடலில் இருந்து கருங்கடலுக்கு கப்பல்

போக்குவரத்திற்கான வாய்ப்பை வழங்கி, இரண்டு உலகங்களுக்கு இடையிலான மையமாக இருக்கும்படி இஸ்தான்புல்லை உருவாக்கியிருக்கிறது.

மூடுபனி அடுக்கினூடாக அந்த விமானம் கீழே இறங்கிக் கொண்டிருக்கையில் அந்த தொலைதூர நகரத்தையே ஆராய்ந்து கொண்டிருந்த லேங்டனின் கண்கள் அவர்கள் தேட வந்திருக்கும் பிரமாண்டமான கட்டிடத்தின் காட்சியை படம்பிடித்துவிட முயற்சித்துக்கொண்டிருந்தன.

என்ரிகோ டெண்டெலோவின் கல்லறை.

அதை அப்படியே மாற்றிப்பார்த்தால், வெனிஸின் நயவஞ்சக டூஜியான என்ரிகோ டெண்டெலோ வெனிஸில்தான் புதைக்கப்பட்டிருக்கிறார்; ஆனாலும், அவருடைய மீதங்கள், 1202ஆம் ஆண்டில் அவர் வெற்றிகொண்ட, இப்போது அவர்களுக்குக் கீழே தெரியும் அந்த வலுவான மையத்தின் இதயப் பகுதியிலும் புதைக்கப்பட்டிருக்கின்றன. அவர் கைப்பற்றிய நகரம் அளித்த மிகவும் அற்புதமான கோயிலிலும் டெண்டெலோ கிடத்தப்பட்டிருக்கிறார் — அது இன்றும்கூட அந்தப் பிரதேசத்தினுடைய மகுடத்தின் ஆபரணமாக விளங்கும் கட்டிடம்.

ஹேஜியா சோபியா.

உண்மையில், கிமு 360இல் கட்டப்பட்ட ஹேஜியா சோபியா என்ரிகோ டெண்டெலோவும், நான்காம் சிலுவைப்போரும் அந்த நகரத்தைக் கைப்பற்றி அதனை கத்தோலிக்க தேவாலயமாக மாற்றும்வரை கிழக்கத்திய ஆர்த்தோடாக்ஸ் கதீட்ரலாக 1204ஆம் ஆண்டுவரை விளங்கி வந்திருக்கிறது. பின்னர், பதினைந்தாம் நூற்றாண்டில், ஃபதீ சுல்தான் மெஹ்மது கான்ஸ்டான்டைநோபிளைக் கைப்பற்றியபோது அது மசூதியானது. பின்னர், 1935ஆம் ஆண்டில் அந்தக் கட்டிடம் மதச்சார்பற்றதாக அறிவிக்கப்பட்டு, அருங்காட்சியகமாக மாற்றப்படும்வரை ஓர் இஸ்லாமிய பிரார்த்தனை இல்லமாக செயல்பட்டு வந்தது.

புனித ஞானத்தின் தங்கத்தாலான அருங்காட்சியகம், லேங்டன் நினைத்துக்கொண்டார்.

செயிண்ட். மார்க்கைக் காட்டிலும் அதிகமான தங்கத்தினால் ஹேஜியா சோபியா உருவாகியிருப்பதால் மட்டுமல்ல, அதன் பெயரான ஹேஜியா சோபியா என்றாலே நேரடியாக "புனித ஞானம்" என்றே பொருள் தருவதாகும்.

அந்த அற்புதமான கட்டிடத்தை மனக்காட்சியில் கண்ட லேங்டன் அதற்கு கீழே ஏதோ ஓரிடத்தில் இருக்கும் இருளார்ந்த

காயலில் சங்கிலியால் பிணைக்கப்பட்ட, அலையில் ஆடும் மூட்டை, நீருக்குள் மிதந்தபடி மெதுவாக கரைந்தபடி தன்னுள் இருப்பதை வெளியேற்றத் தயாராகிக்கொண்டிருப்பதை கற்பனை செய்தார்.

தாங்கள் தாமதமாக வந்திருக்கக் கூடாது என்று லேங்டன் பிரார்த்தனை செய்துகொண்டார்.

"அந்தக் கட்டிடத்தின் அடிமட்டங்கள் வெள்ளத்தால் சூழ்ந்திருக்கின்றன" என்று பறப்பதற்கு முன்பே சொல்லியிருந்த சின்ஸ்கி தன்னுடைய வேலையிடத்திற்கு தன்னைப் பின்பற்றி வருமாறு லேங்டனுக்கு சைகைக் காட்டினாள். "நாங்கள் கண்டுபிடித்துள்ளவற்றை நீங்கள் நம்பமாட்டீர்கள். நீங்கள் எப்போதாவது ஆவணப்பட இயக்குநர் கோக்ஸல் குளென்ஸாய் என்ற பெயரை கேள்விப்பட்டிருக்கிறீர்களா?"

லேங்டன் தலையைக் குலுக்கினார்.

"நாங்கள் ஹேஜியா சோபியா பற்றி ஆராய்ந்து கொண்டிருக்கையில், அதைப்பற்றி ஓர் ஆவணப்படம் எடுக்கப்பட்டுள்ளதை கண்டுபிடித்தோம். அது சில வருடங்களுக்கு முன்னர் குளென்ஸாய் எடுத்த ஆவணப்படம்."

"ஹேஜியா சோபியாவைப் பற்றி டசன்கணக்கான படங்கள் எடுக்கப்பட்டுள்ளன."

"ஆமாம்" என்ற அவள் தன்னுடைய வேலையிடத்திற்கு வந்தாள். "ஆனால் அவை எதுவும் இதுபோல் இருக்காது." அவர் பார்க்கும்படி தன்னுடைய லேப்டாப்பை அவரிடத்தில் திருப்பி வைத்தாள். "இதைப் படியுங்கள்."

லேங்டன் இருக்கையில் அமர்ந்து அந்தக் கட்டுரையைப் படித்தார் — ***ஹுர்ரியத் டெய்லி நியூஸ்*** உட்பட பல்வேறு செய்தி ஆவணங்களின் தொகுப்பாக இருந்த அது குளென்ஸாயின் புதிய படமான ***ஹேஜியா சோபியாவின்*** *ஆழத்தில்* என்ற படத்தைப் பற்றி விவாதித்திருந்தன.

படிக்கத் தொடங்கியதுமே சின்ஸ்கி ஏன் பரவசமானாள் என்பதை லேங்டன் உணர்ந்துகொண்டார். முதல் இரண்டு வார்த்தைகளே லேங்டன் அவளை ஆச்சரியத்துடன் பார்ப்பதற்கு காரணமாக அமைந்தது. ***ஸ்கூபா டைவிங்கா?***

"தெரியும், அப்படியே படியுங்கள்" என்றாள் அவள்.

லேங்டன் தன் பார்வையை அந்தக் கட்டுரையிடம் திருப்பினார்.

ஹேஜியா சோபியாவிற்குக் கீழே ஸ்கூபா டைவிங்: ஆவணப்பட இயக்குநரான கோக்ஸல் குளென்ஸாய் மற்றும் அவருடைய ஸ்கூபா டைவிங் ஆராய்ச்சிக் குழுவினர், இஸ்தான்புல்லின் வலுவான சுற்றுலா மையத்தின் நூற்றுக்கணக்கான அடிகள் கீழே தனித்து விடப்பட்ட, வெள்ளம்சூழ்ந்த படுகைகள் இருப்பதை கண்டுபிடித்துள்ளது.

அப்போது, அவர்கள் பல்வேறு கட்டிடக்கலை அதிசயங் களை கண்டுபிடித்தனர். அவற்றில் 800 வருடங்கள் பழமையான, தியாகிகளாக்கப்பட்ட குழந்தைகளின் மூழ்கிப்போன கல்லறை கள், டோப்காய் அரண்மனை, டெக்ஃபர் அரண்மனை மற்றும் வதந்தியாக நிலவிய அனீமாஸ் டன்ஜன்களின் பாதாள நீட்சிகளுடன் ஹேஜியா சோபியாவை இணைக்கும் மூழ்கிய சுரங்கங்களும் அடங்கும்.

“ஹேஜியா சோபியாவிற்கு அடியில் இருப்பவைதான் அதன் மேற்பரப்பில் இருப்பவற்றைக் காட்டிலும் மிக மிக ஆச்சரியமூட்டக்கூடியது என்று நம்புகிறேன்” என்று விளக்கிய குளென்ஸாய், ஹேஜியா சோபியாவின் அடித்தளத்தை ஒரு பெரிய, பாதி மூழ்கிப்போன கூடத்தை படகின் மூலம் ஆராய்ந்த ஆராய்ச்சியாளர்களின் பழைய புகைப்படங்களைப் பார்த்து அதனால் ஏற்பட்ட உந்துதலை விவரித்திருந்தார்.

“நீங்கள் நிச்சயமாக சரியான கட்டிடத்தைத்தான் கண்டு பிடித்துள்ளீர்கள்!” என்றாள் சின்ஸ்கி ஆச்சரியத்துடன். “அத்துடன் அந்தக் கட்டிடத்திற்கு கீழே நீந்திச்சென்று பார்க்கக்கூடிய இடங்கள் நிறைய இருப்பதுபோல் தோன்றுகிறது. அவற்றில் பலவற்றை யும் ஸ்கூபா கியர் இல்லாமலேயே பார்த்துவிடலாம். அவை நாம் ஜாப்ரிஸ்ட்டின் வீடியோவில் பார்த்தவை குறித்து நமக்கு விளக்கலாம்.”

அவர்களுக்குப் பின்னால் நின்றுகொண்டிருந்த ஏஜெண்ட் புரூடர், அந்த லேப்டாப் திரையை ஆராய்ந்துகொண்டிருந்தார். “அந்தக் கட்டிடத்திற்கு கீழே இருக்கும் நீர்வழிகள் மற்ற எல்லா விதமான பகுதிகளுக்கும் பரந்து விரிந்திருப்பதைப் போன்றும் இருக்கிறது. அந்தக் கரையக்கூடிய பை நாம் செல்வதற்கு முன் கரைந்துவிட்டால், அவற்றின் உள்ளே இருப்பவை பரவுவதைத் தடுக்க எந்த வழியும் இல்லை.”

“உள்ளே இருப்பவையா...” லேங்டன் குறுக்கிட்டார். “அது என்னவென்று உங்களுக்கு ஏதாவது தெரியுமா? அதாவது நான் சொல்வது துல்லியமாகத் தெரியுமா. நாம் ஒரு நுண்ணுயிரியுடன் போராடிக்கொண்டிருக்கிறோம் என்று தெரியும், ஆனால் —”

"நாங்கள் அந்த வீடியோவை ஆராய்ந்துவிட்டோம்" என்றார் புரூடர். "அது உயிர்மம் என்பதைக் காட்டிலும் ரசாயனம் என்பதே சரி எனத் தெரிகிறது. அதாவது, ***உயிருள்ள*** ஏதோ ஒன்று. அந்தப் பையில் உள்ள சிறிய அளவை வைத்துப் பார்க்கும்போது, அது மிகவும் தொற்று ஏற்படுத்தக்கூடியது என்பதுடன் பல்கிக் பெருகும் திறனுள்ளது என்றும் தெரிகிறது. அது நீரில் பரவி தொற்றேற்படுத்தும் பாக்டீரியாவாக இருக்கலாம். அல்லது வெளிவந்தவுடன் காற்றில் பரவக்கூடிய வைரஸாக இருக்கலாம். அதுபற்றியெல்லாம் எங்களுக்குத் தெரியாது. ஆனால் இவற்றில் ஏதோ ஒரு சாத்தியமிருக்கிறது."

சின்ஸ்கி தொடர்ந்து கூறினாள். "நாங்கள் இப்போது இந்தப் பகுதியின் தண்ணீர் வெப்பநிலை அட்டவணையை சேகரித்திருக்கிறோம். இந்த நீர்சூழ்ந்த பகுதிகளில் எப்படிப்பட்ட தொற்றேற்படுத்தும் உயிரிகள் பல்கிப் பெருகும் என்பது பற்றி ஆராய முயற்சி செய்துகொண்டிருக்கிறோம். ஆனால் ஜாப்ரிஸ்ட் மிக மிக திறமைசாலி. அவரால் பிரத்யேக திறன்களுடன் ஒன்றை சுலபமாக உருவாக்கிவிட முடியும். அத்துடன் இந்த இடத்தை ஜாப்ரிஸ்ட் தேர்வு செய்திருப்பதற்கு நிச்சயம் ஏதேனும் காரணம் இருக்கும் என்று நான் நினைக்கிறேன்."

அதை ஒப்புக்கொள்வதுபோல் தலையாட்டிய புரூடர், வழக்கத்திற்கு மாறான அதன் மூழ்கியுள்ள கரையும் பை — வெளியாகும் இயக்கவியல் பற்றிய தன்னுடைய மதிப்பீட்டை விரைவாக விவரித்தார். அதன் எளிமையான சாமர்த்தியம் அவர்கள் எல்லோருக்கும் புரியத் தொடங்கியது. பாதாளத்திலோ அல்லது தண்ணீருக்கு அடியிலோ அந்தப் பையை தொங்க விட்டிருப்பதன் மூலம் ஜாப்ரிஸ்ட் ஒரு பிரத்யேகமான அடைகாப்பு சூழ்நிலையை உருவாக்கியிருக்கிறார்: அது சீரான தண்ணீர். வெப்பநிலை, சூரியக்கதிர் பாதிப்பு கிடையாது, இயக்க ஆற்றல் தாங்குதிறன் கொண்டது மற்றும் முழுமையான ரகசியத்தன்மை கொண்டது. பையின் மிகச்சரியான உழைப்புக் காலத்தை தேர்ந்தெடுத்ததன் மூலம், திட்டமிட்ட காலகட்டத்தில் தாமாக வெளியேறுவதற்கு முன்னர் குறிப்பிட்ட காலகட்டத்திற்கு அந்த நோய்த்தொற்றினை யாருக்கும் ஏற்படுத்திவிடாதவாறு ஜாப்ரிஸ்ட்டால் அதை தக்கவைத்திருக்க முடிந்திருக்கிறது.

ஜாப்ரிஸ்ட் அந்த இடத்திற்கு திரும்பி வரவில்லை என்றாலும் கூட.

தரையைத் தொட்ட விமானத்தின் திடீரென்ற அதிர்வு லேங்டனை தன்னுடைய இருக்கைக்கு சென்று உட்கார வைத்தது.

பிரேக்கை கடுமையாக இறுக்கிப்பிடித்த பைலட்டுகள் அதனை தனித்திருந்த கூடாரத்தை நோக்கிக் கொண்டுசென்றனர். அங்குதான் அந்தப் பெரிய விமானம் தன் நிலைக்கு வந்தது.

பாதுகாப்பு உடையணிந்த உலக சுகாதார நிறுவன ஊழியர்களின் படைதான் தங்களை வரவேற்கும் என்றுதான் லேங்டன் சற்று எதிர்பார்த்திருந்தார். விசித்திரம் என்னவென்றால், பிரகாசமான, செந்நிற சிலுவை சின்னம் பொறித்த வெள்ளைநிற வேனின் ஒரேயொரு ஓட்டுநர்தான் அவர்களுக்காக காத்திருந்தார்.

செஞ்சிலுவை சங்கம் இங்கே வந்திருக்கிறதா? லேங்டன் மறுபடியும் பார்த்தார். அது அதே சின்னத்தைப் பயன்படுத்துகிற மற்றொரு அமைப்பு. *சுவிஸ் தூதரகம்.*

தன்னுடைய இடுப்புப் பட்டியைக் கழற்றிவிட்டுக்கொண்ட அவர் எல்லோரும் கீழே இறங்கத் தயார்படுத்திக்கொள்கையில் சின்ஸ்கியிடம் சென்றார். "மற்றவர்கள் எல்லாம் எங்கே?" என்றார் லேங்டன். "உலக சுகாதார நிறுவனக் குழு? துருக்கி அதிகாரிகள்? ஏற்கனவே அவர்கள் ஹேஜியா சோபியாவிற்கு சென்றுவிட்டார்களா?"

சின்ஸ்கி அவரை சற்று அசௌகரியத்துடனே நோக்கினாள். "உண்மையில்" என்று விளக்கிய அவள், "உள்ளூர் அதிகாரிகளை உஷார்படுத்த வேண்டாம் என்று நாங்கள் முடிவு செய்துவிட்டோம். இசிடிசி—யின் சிறந்த எஸ்ஆர்எஸ் குழு ஏற்கனவே நம்மிடம் இருக்கிறது. இந்த அமைதியான ஆபரேஷனை இப்படியே நடத்திச் செல்வதுதான் நல்லது. அதனால் பரவலான அளவிற்கு பீதியை உருவாக்க வேண்டியதில்லை."

தனக்கு அருகில் புரூடரும் அவருடைய ஆட்களும் பெரிய கறுப்புநிற பைகளில் எல்லாவிதமான பாதுகாப்பு உபகரணங்களையும் வைத்து மூடிக்கொண்டிருப்பதை லேங்டன் பார்த்தார். அவற்றில் பயோசூட்ஸ், சுவாச முகமூடிகள் மற்றும் எலக்ட்ரானிக் துப்பறியும் சாதனங்கள் என அனைத்தும் இருந்தன.

தன்னுடைய பையை தோளில் தூக்கிக்கொண்ட புரூடர் அவரை நோக்கி வந்தார். "நாம் போகலாம். நாம் அந்த கட்டிடத்திற்குள் நுழைந்து டெண்டெலோவின் கல்லறையைக் கண்டுபிடிப்போம். அந்தக் கவிதையில் குறிப்பிட்டுள்ளதைப் போல் நீர்வழியை கவனிக்கலாம். அதன் பின்னர் என்னுடைய ஆட்களும் நானும் அதை மறுமதிப்பீடு செய்து மற்ற அதிகாரிகளை உதவிக்கு அழைக்கலாமா என்று முடிவு செய்கிறோம்."

இந்தத் திட்டத்தில் உள்ள பிரச்சினைகள் முன்னதாகவே லேங்டனுக்குத் தெரிந்துவிட்டது. "சூரிய அஸ்தமனத்திற்குள்

ஹேஜியா சோபியாவை மூடிவிடுவார்கள். உள்ளூர் அதிகாரிகளின் உதவி இல்லாமல் நம்மால் உள்ளே நுழையக்கூட முடியாது."

"நாங்கள் பார்த்துக்கொள்கிறோம்" என்றாள் சின்ஸ்கி. "நான் சுவிஸ் தூதரகத்துடன் பேசியிருக்கிறேன். அவர்கள் ஹேஜியா அருங்காட்சியக காப்பாளரை தொடர்புகொண்டு நாம் செல்வதற்கு ஒரு பிரத்யேக சுற்றுப்பயணத்திற்கு ஏற்பாடு செய்வார்கள். அதற்கு அந்தக் காப்பாளரும் ஒப்புக்கொண்டார்."

லேங்டன் ஏறக்குறைய சத்தமாகவே சிரித்துவிட்டார். "உலக சுகாதார நிறுவனத்தின் இயக்குநருக்காக ஒரு விஐபி சுற்றுப்பயணமா? பாதுகாப்பு உபகரணங்களை சுமந்திருக்கும் ராணுவத்துடனா? அது பலருடைய புருவத்தை உயர்த்தச் செய்யும் என்பதை நீங்கள் புரிந்துகொள்ளவில்லையா?"

"எஸ்ஆர்எஸ் குழுவும், அந்த உபகரணங்களும் வேனில்தான் இருக்கும். அதேநேரத்தில் ப்ரூடர், நீங்கள் மற்றும் நான் அந்த சூழ்நிலையை மதிப்பிடுவோம்" என்றாள் சின்ஸ்கி. "இன்னொரு விஷயம், நான் விஐபி அல்ல, ***நீங்கள்தான்.***"

"நீங்கள் சொன்னது புரியவில்லை?"

"நாங்கள் அருங்காட்சியகத்திடம் என்ன சொல்லி யிருக்கிறோம் என்றால், ஒரு பிரபலமான அமெரிக்க புரபஸர் ஆராய்ச்சிக் குழுவினருடன் ஹேஜியா சோபியா பற்றி கட்டுரை எழுத வந்திருக்கிறார். ஆனால் அவர்களுடைய விமானம் ஐந்து மணி நேரங்கள் தாமதமாகிவிட்டது. அதனால் அவர் இந்தக் கட்டிடத்தை பார்க்க இயலாமல் போய்விட்டது. அவரும் அவருடைய குழுவினரும் நாளை காலை புறப்பட வேண்டி யிருக்கிறது என்பதால், எங்களால் முடிந்த —"

"போதும்," என்றார் லேங்டன். "எனக்குப் புரிந்துவிட்டது."

"அங்கே நம்மை தனிப்பட்ட முறையில் சந்திப்பதற்காக அருங்காட்சியகம் ஓர் ஊழியரை அனுப்பியிருக்கிறது. இதில் முக்கியமான விஷயம் என்னவென்றால் இஸ்லாமிய கலை பற்றிய உங்கள் எழுத்துக்கு அவர் மிகப்பெரிய ரசிகர்." அவரைப் பார்த்து அலுத்துக்கொண்டே சிரித்த சின்ஸ்கி நிச்சயம் நம்பிக்கைவாதியாக இருக்கவே முயற்சிப்பதுபோல் தெரிந்தது. "அந்தக் கட்டிடத்தின் எந்த மூலைக்கு வேண்டுமானாலும் நீங்கள் செல்லலாம் என்ற உத்திரவாதத்தை நாங்கள் பெற்றிருக்கிறோம்."

"அதைவிட முக்கியமானது" என்றார் ப்ரூடர். "மொத்த இடத்தையும் நாங்கள் வசமெடுத்திருக்கிறோம்."

❑

85

இஸ்தான்புல்லின் மையத்தில் இருக்கும் அடாதுர்க் விமான நிலையத்துடன் இணைக்கும் கரையோர நெடுஞ்சாலையில் அந்த வேன் வேகமெடுத்துக் கொண்டிருக்கையில் ராபர்ட் லேங்டன் ஜன்னலுக்கு வெளியில் வெறுமனே பார்த்துக்கொண்டிருந்தார். சுவிஸ் அதிகாரிகள் நடைமுறைகளை சற்றே மாற்றியமைத்திருக்கிறார்கள். அதனால் லேங்டன், சின்ஸ்கி மற்றும் சிலர் உரிய நேரத்தில் அங்கு சென்று சேர்வார்கள்.

தலைவரும், ஃபெரிஸும் சி—130 விமானத்திலேயே மற்ற உலக சுகாதார நிறுவன உறுப்பினர்களுடனே இருந்து, சியன்னா புரூக்ஸ் இருக்குமிடத்தை கண்டுபிடிக்க முயற்சிக்குமாறு சின்ஸ்கி உத்தரவிட்டிருந்தாள்.

சியன்னா இஸ்தான்புல்லிற்கு வந்துசேர்வாள் என்று உண்மையிலேயே யாரும் நம்பாவிட்டாலும், அவள் துருக்கியில் உள்ள ஜாப்ரிஸ்ட்டின் மாணவர்கள் யாரையாவது தொலைபேசியில் தொடர்புகொண்டு, சின்ஸ்கியின் ஆட்கள் குறுக்கிடுவதற்கு முன்பாக ஜாப்ரிஸ்ட்டின் திட்டத்தை நிஜமாக்க உதவுமாறு கேட்கலாம் என்ற அச்சம் நிலவியது.

இந்த வெகுஜன படுகொலைக்கு சியன்னா உண்மையிலேயே ஒப்புக்கொண்டிருப்பாளா? இன்று நடந்த விஷயங்களை பரிசீலித்துப் பார்க்கையில் லேங்டனால் அதை ஏற்றுக்கொள்ளவே முடிய

வில்லை. அது மிகவும் வலித்தது. ஆனால் அவள் உண்மையை ஏற்றுக்கொள்ள நிர்பந்திக்கப்பட்டிருக்கிறாள். *உங்களுக்கு அவளைத் தெரியாது ராபர்ட். அவள் உங்களை வைத்து விளையாடி யிருக்கிறாள்.*

நகரத்தின் மீது லேசான மழை பெய்யத் தொடங்கியிருந்தது. முன்கண்ணாடியில் தண்ணீர் துடைப்பான்கள் மீண்டும் மீண்டும் இயங்கும் ஒலியைக் கேட்கும்போது லேங்டனுக்கு சட்டென்று சோர்வுற்ற உணர்வு தோன்றியது. வலதுபக்கத்தில், மர்மாரா கடலில் நிற்கும் ஆடம்பரப் படகுகளில் எரியும் விளக்குகளின் ஒளியையும், துறைமுகத்தில் நின்றுகொண்டிருக்கும் டேங்கர்களில் விளக்குகள் ஒளிர்விடத் தொடங்குவதையும் லேங்டன் பார்த்தார். கரை நெடுகிலும் இருந்த மசூதிகளின் மேல் இருக்கும் கோபுரக் கலசங்களில் ஒளியேற்றப்பட்டிருந்தன. அவை இஸ்தான்புல் நகரம் ஒரு நவீன, மதச்சார்பற்ற நகரம் என்பதையும், அதன் மையம் மதத்தில் வேர்கொண்டிருக்கிறது என்பதையும் மௌனமாக நினைவூட்டின.

பத்து மைல்களுக்கு நீளும் இந்த நெடுஞ்சாலை ஐரோப்பாவிலேயே மிகவும் அழகான சாலைகளுள் ஒன்று என்பதில் லேங்டனுக்கு சந்தேகமில்லை. இஸ்தான்புல்லின் பழமைக்கும் புதுமைக்கும் இடையிலான வேறுபாட்டின் சரியான உதாரணமாக விளங்கும் இந்த சாலை கான்ஸ்டான்டைன் சுவற்றின் ஒரு பாதியை தொடர்ந்து செல்கிறது. இப்போது ஜான் எஃப். கென்னடியின் பெயர் சூட்டப்பெற்ற அவென்யூ அடங்கியிருக்கும் இந்தச் சுவர் அவர் பிறப்பதற்கு பதினாறு நூற்றாண்டுகள் முன்னர் கட்டப்பட்டது. வீழ்ச்சியுற்ற பேரரசின் சாம்பலில் இருந்து துருக்கிய குடியரசு மலரத் தொடங்கியிருக்கிறது என்ற கெமால் அதாதுர்க்கின் தொலைநோக்குப் பார்வையில் அமெரிக்க அதிபராக இருந்த ஜான் எஃப். கென்னடிக்கு எப்போதுமே பெரிய அபிமானம் இருந்துள்ளது.

ஈடு இணையற்ற கடற்காட்சிகளை வழங்கும் கென்னடி அவென்யூவானது யெனிகெபி துறைமுகத்திற்கு அருகாமையில் இருக்கும் நேர்த்தியான புதர்கள் மற்றும் பழமையான பூங்காக்களின் ஊடாக சென்று நகர எல்லைக்கும், போஸ்போரஸ் ஜலசந்திக்கும் இடையில் சரடாகப் பின்னிக்கொண்டு வடக்கு நோக்கி செல்கையில் கோல்டன் ஹார்னை சுற்றிச் செல்கிறது. அங்கே, நகரத்திற்கு மேலே ஆட்டோமான் பேரரசின் வலுவான டோப்கபி அரண்மனை அமைந்திருக்கிறது. போஸ்போரஸ் நீர்வழிப்பாதையின் சிக்கலான தோற்றத்துடன், இறைத்தூதர் முகம்மதுவிற்கு சொந்தமானது என்று சொல்லப்படும் மேலாடை

மற்றும் வாள் ஆகியவற்றை உள்ளடக்கியிருக்கும் ஆட்டோமான் களஞ்சியத்தின் அற்புதமான காட்சியைக் கண்டு வியக்கச் செல்லும் சுற்றுலாவாசிகளிடையே அந்த அரண்மனை மிகவும பெயர்பெற்று விளங்கியது.

நாம் அவ்வளவு தூரம் செல்லவேண்டியதில்லை என்று தெரிந்துகொண்ட லேங்டன், வெகுதொலைவில் இல்லாத, நகரத்தின் மையப்பகுதிக்கு மேல் உயர்ந்து நிற்கும் ஹேஜியா சோபியாவை மனக்கண்ணில் கண்டார்.

கென்னடி அவென்வியூவின் ஓரமாக அடர்த்தியான மக்கள் கூட்டத்தைக் கொண்ட நகரத்திற்குள் அவர்கள் வளைந்து நெளிந்து செல்லும்போது தெருவில் இருந்த மக்கள் கூட்டத்தையும் நடைபாதைகளையும் கண்டபோது அன்றைய உரையாடலால் அவர் பீதியுற்றிருப்பதை உணர்ந்தார்.

மிகுந்த மக்கள்தொகை

பிளேக்

ஜாப்ரிஸ்ட்டின் பிறழ் விருப்பங்கள்

இந்த எஸ்ஆர்எஸ் மிஷன் எதை நோக்கிச் சென்று கொண்டிருக்கிறது என்பதை வரும் வழியிலேயே லேங்டன் புரிந்து கொண்டார் என்றாலும் அவர் அதை இந்தக் கணம்வரை பகுப்பாய்வு செய்யவில்லை. ***நாம் அணுகுண்டு வெடிக்கும் இடத்திற்கு செல்கிறோம்.*** அந்த மஞ்சள்—பழுப்பு திரவம் மெதுவாக கரைந்துகொண்டிருப்பதை காட்சிப்படுத்திப் பார்த்த அவர், தான் இந்த நிலைக்கு எப்படி வந்தோம் என்றும் ஆச்சரியப்பட்டார்.

தாந்தேயின் மரண முகமூடிக்குப் பின்னால் இருந்த கவிதையின் அர்த்தத்தை லேங்டனும் சியன்னாவும் வெளிக் கொண்டுவந்ததுதான் இறுதியில், இந்த இஸ்தான்புல்லிற்கு அவர்களை அழைத்து வந்திருக்கிறது. எஸ்ஆர்எஸ் குழுவை ஹேஜியா சோபியாவுக்கு செல்லவைத்த லேங்டனுக்கு அங்கே சென்றதும் தாங்கள் செய்வதற்கு நிறைய விஷயமிருக்கிறது என்பது தெரியும்.

புனித ஞானத்தின் தங்கநிற அருங்காட்சியகத்திற்குள்ளாக மண்டியிட்டு, உன்னுடைய காதுகளை தரையில் வைத்து, சலசலத்தோடும் நீரின் ஓசையைக் கேள். மூழ்கிய அரண் மனைக்குள் ஆழமாக பின்தொடர்ந்து செல்... அங்கிருந்து, இருளிற்குள்ளாக, அந்த கோத்னிக் அசுரன் காத்திருக்கிறான், நட்சத்திரங்கள் எதையும் பிரதிபலிக்காத... ரத்தச்சிவப்பான நீரில் மூழ்கியிருக்கிறான்.

தாந்தேயின் இன்ஃபெர்னோவினுடைய இறுதி காண்ட்டோ ஏறக்குறைய ஒருமித்த காட்சியில் நிறைவுபெறுவதை தெரிந்து கொண்ட லேங்டன் மீண்டும் தொந்தரவுக்கு ஆளானார்: பாதாள உலகின் வழியாக நீண்டதூரம் கீழே இறங்கிவந்த பின்னர் தாந்தேவும் வெர்ஜிலும் நரகத்தின் மிகக் கீழான இடத்திற்கு வந்துசேர்கின்றனர். அங்கே, வெளியே செல்ல வழியில்லாத நிலையில், அவர்களுக்கு கீழே இருந்த பாறைகளின் ஊடாக சலசலத்து ஓடும் தண்ணீரின் ஒலியை அவர்கள் கேட்டார்கள். பின்னர் வெடிப்புகள், பிளவுகள் வழியாக செல்லும் நீரோட்டத்தைத் தொடர்ந்து இறுதியில் பாதுகாப்பான இடத்திற்கு வந்துசேர்கிறார்கள்.

தாந்தே எழுதுகிறார்: ***"அந்த இடம் கீழேதான் இருக்கிறது. அது கண்ணுக்குத் தெரியாது. ஆனால் நீரோட்டத்தின் ஓலி, பாறைப் பிளவுகளின் வழியாக கீழ்நோக்கி செல்கிறது. அந்த மறைக்கப்பட்ட பாதையின் வழியாக நானும் என்னுடைய வழிகாட்டியும் நுழைந்தோம். அழகிய உலகிற்கு திரும்புவதற்காக."***

தாந்தேயின் அந்தக் காட்சிதான் ஜாப்ரிஸ்ட் கவிதைக்கான உந்துதல் என்பது தெளிவானாலும், இந்த விஷயத்தில், ஜாப்ரிஸ்ட் எல்லாவற்றையும் தலைகீழாக மாற்றியிருப்பதுபோல் தெரிகிறது. லேங்டனும் மற்றவர்களும் சலசலத்தோடும் அந்த நீரின் ஒளியைத்தான் பின்பற்றிச் செல்வார்கள். ஆனால் தாந்தே போன்று அல்லாமல் அவர்கள் நரகத்திற்கு வெளியே செல்லவில்லை. நேராக அதனுள்ளேயே செல்கிறார்கள்.

அந்த வேன் குறுகலான தெருக்களை, மிகுந்த ஜனநெருக்கடியின் ஊடாக கடந்துகொண்டிருக்கையில், இஸ்தான்புல்லின் நகர்ப்பகுதியை அந்தக் கொள்ளை நோயின் மையப்புள்ளியாக ஜாப்ரிஸ்ட்டை தேர்ந்தெடுக்க வைத்த முறைதிரும்பிய தர்க்கத்தை லேங்டன் புரிந்துகொள்ளத் தொடங்கினார்.

மேற்கை சந்திக்கும் கிழக்கு

உலகின் குறுக்குவெட்டு சாலைகள்.

வரலாற்றின் பல்வேறு காலகட்டங்களில் இஸ்தான்புல் தன்னுடைய மக்கள் தொகையின் பெரும்பகுதியை பலிகொடுத்து பல்வேறு கொள்ளை நோய்களுக்கு இரையாகியிருக்கிறது. உண்மையில், பிளாக் டெத்தின் இறுதி நிலையில், அந்தப் பேரரசின் "பிளேக் ஹப்" என்றே இந்த நகரம் அழைக்கப்பட்டது என்பதுடன் ஒரு நாளில் பத்தாயிரத்திற்கும் மேற்பட்டோரை இந்த நோய் கொன்றுள்ளதாகவும் சொல்லப்படுகிறது. சில புகழ்பெற்ற ஆட்டோமான் ஓவியங்கள், தாக்ஸிம் அருகேயுள்ள நிலங்களில்

மலைபோல் குவிந்திருக்கும் பிணங்களைப் புதைக்க மக்கள் அவசர அவசரமாக குழிகளை வெட்டிக்கொண்டிருப்பதை சித்தரித்துள்ளன.

“வரலாறு தன்னைத்தானே மீண்டும் நிகழ்த்திக்கொள்கிறது.” என்று கார்ல் மார்க்ஸ் தவறாக சொல்லிவிட்டதாக லேங்டன் நம்பினார்.

மழை நசநசக்கும் அந்தத் தெருக்கள் நெடுகிலும், அப்பாவி ஆன்மாக்கள் தங்களுடைய மாலைநேர தொழிலில் பரபரப்பாக இருந்தனர். ஓர் அழகான துருக்கிய பெண் தன்னுடைய குழந்தைகளை இரவு உணவிற்கு அழைத்தாள்; இரண்டு முதியவர்கள் திறந்தவெளி கஃபேயில் பானத்தை பங்கிட்டுக்கொண்டனர்; நன்கு உடையணிந்திருந்த ஒரு தம்பதி ஒரே குடையின் கீழ் ஒட்டிக்கொண்டு சென்றனர்; பேருந்தில் இருந்து தாவிக்குதித்து தெருவில் ஓடிய, ஓட்டுநர் உடை யணிந்திருந்த ஒருவன் தன்னுடைய வயலின் பெட்டியை தன் கோட்டிற்குள் வைத்திருந்தான். அவனுடைய கச்சேரிக்கு நிச்சயம் தாமதமாகியிருக்க வேண்டும்.

தன்னைச் சுற்றியிருந்த முகங்களில் லேங்டன் தன்னையே கண்டார். ஒவ்வொருவர் வாழ்க்கையிலும் பிணைந்திருக்கும் சிக்கல்களையும் அவர் கற்பனை செய்து பார்த்தார்.

வெகுமக்கள் என்போர் தனிநபர்களால் ஆனவர்களே.

அவர் தன்னுடைய கண்களை மூடினார். ஜன்னலில் இருந்து திரும்பிக்கொண்ட அவர் தன் மனதில் தோன்றும் துயர நிகழ்வுகளில் இருந்து தன்னை விடுவித்துக்கொள்ள முயன்றார். ஆனால் சேதம் நிகழ்த்தப்பட்டுவிட்டது. அவருடைய மன இருளில், ஒரு விரும்பத்தகாத பிம்பம் உருவம்பெற்றது — அது மரணத்தின் வெற்றி என்ற ப்ருஜெல்ஸின் ஓவியம் — அதில் கடற்கரைசார்ந்த ஒரு நகரத்தில் ஏற்பட்ட கொள்ளை நோய், வறுமை, மற்றும் சித்திரவதைகளின் பரந்துவிரிந்த காட்சி சித்தரிக்கப்பட்டிருக்கும்.

அந்த வேன் டோருன் அவென்யூ நோக்கி வலதுபுறமாகத் திரும்பியபோது தாங்கள் வந்துசேரவேண்டிய இடத்திற்கு வந்துவிட்டோமோ என்று லேங்டன் நினைத்தார். அவருக்கு இடதுபுறத்தில், பனிப்படலத்தின் ஊடாக ஒரு மாபெரும் மசூதி உயர்ந்தெழுந்தது.

ஆனால் அது ஹேஜியா சோபியா அல்ல.

அது *ப்ளூ மசூதி* என்பதை சட்டென்று உணர்ந்துகொண்ட

அவர், குழல்போன்ற ஆறு பென்சில் வடிவ ஸ்தூபிகளைக் கண்டார். அதில் இருந்த பால்கனிகள் அந்த ஸ்தூபிகளின் உச்சிவரை மேல்நோக்கிச் சென்றன. ப்ளூ மசூதியின் பால்கனிகள் அமைந்த ஸ்தூபங்களின் பரவசமூட்டும், தேவதைக்—கதை பண்புதான் டிஸ்னி வேர்ல்டில் உள்ள சிண்ட்ரல்லாவின் கோட்டையை வடிவமைக்க உந்துதலாக இருந்திருக்கிறது என்று லேங்டன் ஒருமுறை படித்திருக்கிறார். ப்ளூ மசூதியானது அதன் உட்புறத்தை அலங்கரித்திருக்கும் கண்ணைக்கவரும் நீலநிற பளிங்குக் கற்களினாலேயே அந்தப் பெயர் பெற்றிருந்தது.

நாம் நெருங்கிவிட்டோம், என்று அந்த வேன் வேகமெடுத்து, கபாஸக்கல் அவென்யூவை நோக்கித் திரும்பி சுல்தானஹ்மத் பூங்காவின் பரந்துவிரிந்த பிளவை சுற்றிச் செல்கையில் லேங்டன் நினைத்துக்கொண்டார். ப்ளூ மசூதிக்கும், ஹேஜியா சோபியாவிற்கும் இடையில் அமைந்திருந்த அந்தப் பூங்கா அந்த இரண்டு கட்டிடங்களையும் பார்க்கும்படி அமைந்திருப்பதற்காக பெயர் பெற்றிருந்தது.

ஹேஜியா சோபியாவின் தொடுவானத்தின் விளிம்பைப் பார்ப்பதற்காக மழைநீர் வழிந்தோடும் முன்பக்க கண்ணாடி வழியாக லேங்டன் அரைக்கண்ணில் நோக்கினார். ஆனால் மழையும், முன்பக்க விளக்குகளும் அதைப் பார்ப்பதை கடினமாக்கின. அதனினும் மோசமானது என்னவென்றால், அந்த அவென்யூவின் போக்குவரத்து ஸ்தம்பித்துப் போயிருந்தது.

முன்னே, வரிசையாக பளபளக்கும் பிரேக் லைட்டுகளைத் தவிர லேங்டனால் வேறு எதையும் பார்க்க முடியவில்லை.

"அது ஏதோ நிகழ்ச்சி போல் இருக்கிறதே" என்றான் ஓட்டுநர். "கச்சேரியாக இருக்கும் என்று நினைக்கிறேன்."

"எவ்வளவு தூரம் இருக்கிறது?" என்றாள் சின்ஸ்கி.

"இந்தப் பூங்காவின் வழியாகச் சென்றால். மூன்றே நிமிடங்கள். மிகவும் பாதுகாப்பானது."

புரூடரை நோக்கி தலையசைத்த சின்ஸ்கி எஸ்ஆர்எஸ் குழுவிடம் திரும்பினாள். "இந்த வேனிலேயே இருங்கள். முடிந்த வரை அந்தக் கட்டிடத்திற்கு அருகாமையிலேயே இருங்கள். ஏஜெண்ட் புரூடர் உங்களை விரைவில் தொடர்புகொள்வார்."

அத்துடன், சின்ஸ்கி, புரூடர் மற்றும் லேங்டன் ஆகியோர் வேனிலிருந்து கீழே இறங்கி அந்தப் பூங்காவை நோக்கி தெருவில் நடக்கத் தொடங்கினார்கள்.

சுல்தானஹ்மத் பூங்காவின் பெரிய இலைகளைக் கொண்ட மரங்கள் மோசமடைந்துவரும் காலநிலையில் இருந்து அவர்களுக்கு பாதுகாப்பளித்தது. நடந்துசெல்லும் பாதையில் இருந்த அறிவிப்புப் பலகைகள் பார்வையாளர்கள் பார்க்க வேண்டிய இடங்களைக் குறிப்பிட்டுக் காட்டின — லக்ஸரைச் சேர்ந்த எகிப்திய பிரமிடு, டெல்பியில் இருக்கும் அப்பல்லோ கோயிலின் பாம்பு உருவ தூண், பைஸாண்டிய பேரரசில் தூரங்களை அளக்க துவக்கப் புள்ளியாக விளங்கும் மிலியன் தூண்.

இறுதியில், அந்தப் பூங்காவின் மையப் பகுதியைக் குறிப்பிடும் வட்ட வடிவமான குட்டை அவர்களுக்குத் தெரிந்தது. அதன் நுழைவாயிலில் காலடி வைத்த லேங்டன் கிழக்குப் பக்கமாகப் பார்த்தார்.

ஹேஜியா சோபியா.

அது வெறும் கட்டிடம் அல்ல... அது ஒரு மலை.

மழையில் பளபளத்து, நிழலொளியில் வீற்றிருந்த ஹேஜியா சோபியா ஒரு தனி நகரம் போன்றே காட்சியளித்தது. அதன் மைய மண்டபம் — மிகவும் பரந்தகன்ற வெள்ளிநிறத்தில் ஆர்வத்தை தூண்டக்கூடியதாக இருப்பது — அதைச் சுற்றியிருந்த மற்ற கட்டிடங்களைக் காட்டிலும் உயர்ந்து வீற்றிருந்தது. நான்கு உயரமான கோபுரக் கலசங்கள் — ஒவ்வொன்றும் ஒரே ஒரு மாடி மற்றும் வெள்ளிப் பழுப்பு நிற சாய்தளமாக அமைந்திருந்தது — அனைத்தும் அந்தக் கட்டிடத்தின் மூலைகளில் இருந்து உயர்ந்து எழுந்து நின்றன. அதன் மைய மண்டபத்தை வைத்துப் பார்க்கையில் அவை அனைத்தும் ஒரு கட்டுமானத்தின் பாகங்கள் தான் என்று ஒருவரால் தீர்மானித்துவிட முடியும்.

இந்த இடம்வரை நிதானத்துடன் நடந்துவந்த சின்ஸ்கியும் புரூடரும் சட்டென்று பின்வாங்கினர். அவர்களுடைய கண்கள் மேல்நோக்கி உயர்ந்தன... மேல்நோக்கி... அது ஏதோ தங்களுக்கு முன்பாக வீற்றிருக்கும் கட்டுமானத்தை அவர்களுடைய மனங்கள் அதன் முழு உயரத்தையும், அகலத்தையும் உள்வாங்கப் போராடுவதைப் போல் இருந்தது.

"கடவுளே" புரூடர் அவநம்பிக்கையின் மென்மையான ஏக்கத்தை வெளிச்சொல்லிவிட்டார். "நாம் தேடப்போகின்ற இடம்... *இதுவா?"*

❑

86

சி—130 விமானத்தின் உட்புறத்தை உற்று நோக்கும்போதே தான் ஒரு கைதியாக சிறை பிடிக்கப்பட்டிருக்கிறோம் என்பதை தலைவர் உணர்ந்திருந்தார். இந்த விவகாரம் முற்றிலும் கைநழுவிப் போகும் முன்னர் சின்ஸ்கிக்கு உதவ அவர் இஸ்தான்புல்லிற்கு வர ஒப்புக்கொண்டார்.

சின்ஸ்கிக்கு ஒத்துழைப்பது இந்தப் பிரச்சினையில் கவனக்குறைவாக ஈடுபட்டுவிட்டமைக்காக அவர் எதிர்கொள்ள நேரிடும் தண்டனையை தணிக்க உதவுமா என்றுதான் தலைவருக்குத் தெரிய வில்லை. ***ஆனால், சின்ஸ்கி இப்போது என்னை வசமெடுத்து விட்டாள்.***

அதாதுர்க் விமான நிலையத்தில் உள்ள அரசாங்க விமான நிறுத்தத்தில் விமானம் நிறுத்தப் பட்ட உடன் சின்ஸ்கியும் அவருடைய குழுவினரும் அதிலிருந்து இறங்கினர். அதன் பின்னர் உலக சுகாதார நிறுவனத்தின் இயக்குநர், தலைவரையும் அவருடைய கன்சார்ட்டிய உறுப்பினர்கள் சிலரையும் விமானத்திலேயே இருக்குமாறு உத்தரவிட்டார்.

சற்று மூச்சுவாங்குவதற்காக தலைவர் வெளியே வர முயற்சித்தார். ஆனால் இறுகிய முகம்கொண்ட பைலட்டுகளால் அவர் தடுத்து நிறுத்தப்பட்டதன் மூலம் டாக்டர். சின்ஸ்கி எல்லோரையும் விமானத் திலேயே இருக்குமாறு கேட்டுக்கொண்டது அவருக்கு நினைவுபடுத்தப்பட்டது.

இது நல்லதற்கில்லை என்று நினைத்துக்கொண்ட தலைவர் தன்னுடைய நிச்சயமற்ற எதிர்காலம் தொடங்கிவிட்டது என்பதைப் புரிந்துகொண்டு தன் இருக்கையில் உட்கார்ந்தார்.

தலைவரால் இனியும் ஆட்டுவிப்பவராக இருக்க முடியாது. முழுமுற்றான சக்தி அவரையே ஆட்டுவிக்கிறது. சட்டென்று எல்லாவிதமான அதிகாரங்களும் அவரிடம் இருந்து பிடுங்கப் பட்டுவிட்டன.

ஜாப்ரிஸ்ட், சியன்னா, சின்ஸ்கி.

அவர்கள் யாரும் அவருக்கு கீழ்படியவில்லை... சொல்லப் போனால் அவரைப் பயன்படுத்தியிருக்கிறார்கள்.

இப்போது, உலக சுகாதார நிறுவனத்திற்கு சொந்தமான போக்குவரத்து விமானத்தின் விநோதமான சிறைக்குள் அடைக்கப் பட்டிருக்கும் அவர் தன்னுடைய அதிர்ஷ்டம் தீர்ந்துவிட்டதாக நினைத்தார்... வாழ்நாள் முழுவதும் நேர்மையற்ற முறையில் நடந்துகொண்டமைக்கான கர்ம பலனே தற்போதையை சூழ்நிலை என்றும் நினைத்துக்கொண்டார்.

நான் உயிர்வாழ பொய் சொன்னேன்.

நான் பிறழ்தகவல்களை வழங்கினேன்.

இந்த உலகத்திற்கு பொய்களை விற்பனை செய்தது தலைவர் மட்டுமே இல்லை என்றாலும், இருப்பதிலேயே மிகப்பெரிய பொய்யனாக தன்னை அவர் நிலைநிறுத்திக்கொண்டார். மற்ற பொய்யர்கள் அவரைவிட சிறுத்தவர்கள் என்பதுடன், அவர்களுடன் சேர்ந்திருப்பதைக்கூட தலைவர் விரும்பியதில்லை.

ஆன்லைன் வசதி, அலிபி கம்பெனி, அலிபி நெட்வொர்க் என்ற பெயர்களில் தொழில் நடத்தியது ஆகியவற்றால் மாட்டிக் கொள்ளாமல் ஏமாற்றுகின்ற உண்மையாக நடந்துகொள்ளாத மனைவிமார்களால் உலகம் முழுவதிலும் செல்வத்தை சேர்க்க முடிந்தது. தங்களுடைய கிளைண்ட்டுகள் கணவர், மனைவி அல்லது குழந்தைகளிடம் இருந்து நழுவிச்செல்ல குறுகியகால "நேர நிறுத்தத்திற்கு" உத்தரவாதமளிக்கும் இந்த நிறுவனங்கள் போலி பிம்பங்களை உருவாக்குவதில் கைதேர்ந்தவை. போலியான வியாபார ஒப்பந்தங்கள், போலியான மருத்துவர் சந்திப்புகள், போலியான திருமணங்களைக்கூட அவற்றால் உருவாக்க முடியும். இவை எல்லாம் தொலைபேசி அழைப்புகள், துண்டுப்பிரசுரங்கள், விமான டிக்கெட்டுகள், ஹோட்டல் அறை உறுதிப்படுத்தும் படிவங்கள் ஆகியவற்றுடன் அலிபி நிறுவனத்தின் தொலைபேசி முனையத்திற்கு மட்டுமே வந்துசேரக்கூடிய

சிறப்பு தொடர்பு எண்களையும் அவை வழங்கின. அந்த அழைப்புகளை ஏற்கும் பயிற்சிபெற்ற தொழில்முறையாளர்கள் அந்தப் போலியாக்கத்திற்கு தேவைப்படும் வரவேற்பாளரைப் போன்று நடிப்பார்கள்.

இருந்தாலும், தலைவர் இதுபோன்ற சில்லறை விஷயங்களில் எல்லாம் தன்னுடைய நேரத்தை வீணடித்தது இல்லை. அவர் பெரிய அளவிலான ஏமாற்று விஷயங்களிலேயே ஈடுபட்டார். சிறந்த சேவைக்காக அவருக்கு மில்லியன்கணக்கான டாலர்களை வழங்கக்கூடியவர்களுடன் மட்டுமே அவர் வியாபார உறவு வைத்துக்கொண்டார்.

அரசாங்கங்கள்.

முன்னணி கார்ப்பரேஷன்கள்.

சட்டென்று மிகப்பெரிய பணக்காரர்களாகிவிட்ட விஐபிக்கள்.

இந்தக் கிளைண்ட்டுகள் தங்களுடைய இலக்குகளை அடைய கன்சார்ட்டியத்தின் சொத்துகள், பணியாளர்கள், அனுபவம் மற்றும் படைப்பாற்றலை பயன்படுத்திக்கொள்வார்கள். இருந்தாலும், எல்லாவற்றிற்கும் மேல் அவர்கள் மறுப்பையும் வழங்கினார்கள் — தங்களுடைய ஏமாற்று வித்தைக்கு உதவியாக இருந்தவற்றை ஒருபோதும் தடம்காண முடியாத உறுதிப் பாட்டையும் அவர்கள் வழங்கினார்கள்.

பங்குச் சந்தையை தக்கவைப்பது, போரை நியாயப்படுத்துவது, தேர்தலில் ஜெயிக்க வைப்பது, அல்லது தீவிரவாதிகளை மறைவிடத்திலிருந்து வெள்ளிவரச் செய்வது என எதுவாக இருந்தாலும் இந்த உலகின் அதிகாரத் தரகர்கள் மக்களின் உணர்தலை வடிவமைப்பதற்கு பெருமளவிலான தவறான தகவல் திட்டத்தையை நம்பியிருந்தனர்.

அவை எல்லாமே இப்படித்தான் நடந்து வருகின்றன.

அறுபதுகளில் ரஷ்யர்கள் முழுக்கவே ஒரு போலியான உளவு அமைப்பை ஆரம்பித்து அதை பிரிட்டிஷ்காரர்கள் பல வருடங்களுக்கு குறுக்கிட முயற்சி செய்ய வைத்தார்கள். 1947இல் அமெரிக்க விமானப்படையானது நியூ மெக்ஸிகோவில் உள்ள ரோஸ்வெல்லில் நடந்த ரகசிய விமான விபத்தில் இருந்து திசை திருப்புவதற்காக மிகப்பெரிய அளவில் வேற்றுகிரகவாசிகளின் உலாவல் குறித்த ஏமாற்றுத் திட்டத்தை அரங்கேற்றியது. மிகச் சமீபத்தில்கூட ஈராக்கில் பேரழிவு ஆயுதங்கள் இருப்பதாக உலகையே நம்ப வைக்கப்பட்டது.

ஏறத்தாழ முப்பது வருடங்களாக, அதிகாரம்மிக்கவர்கள் தங்களை பாதுகாத்துக்கொள்ளவும், தக்கவைத்துக்கொள்ளவும், தங்களுடைய அதிகாரத்தை விரிவாக்கிக்கொள்ளவும் தலைவர் உதவியிருக்கிறார். தான் ஏற்றுக்கொள்ளும் வேலை குறித்து பிரத்யேகமான அளவில் அவர் கவனம் எடுத்துக்கொள்வார் என்றாலும், என்றாவது ஒருநாள் தான் ஒரு தவறான வேலையையும் செய்ய நேரிடும் என்று தலைவர் எப்போதுமே பயந்திருக்கிறார்.

இப்போது அந்த நாளும் வந்துவிட்டது.

ஒவ்வொரு காவியமும் நிலைகுலையும் என்று நம்பிய தலைவர் ஒருகணம் தான் சந்தித்த, மோசமான முடிவெடுத்த அந்தத் தருணத்தை திரும்பிப் பார்த்தார்.

இந்த விஷயத்தில் அந்தத் தருணம் ஏறத்தாழ ஒரு டசன் ஆண்டுகளுக்கு முன்பே வந்துவிட்டது. அப்போதுதான் தனக்கு தேவைப்பட்ட கூடுதல் பணத்திற்காக வேலை தேடிக் கொண்டிருந்த ஓர் இளம் மருத்துவப் பள்ளி மாணவியை வேலைக்கு அமர்த்திக்கொள்ள தலைவர் ஒப்புக்கொண்டிருந்தார். அந்தப் பெண்ணின் பேரார்வம்மிக்க அறிவு, அற்புதமான மொழியறிவு, மேம்படுத்திக்கொள்வதில் இருந்த தனித்திறமை அவளை அந்த கன்சார்ட்டியத்தில் இருந்த மற்றவர்களைக் காட்டிலும் முன்னிலையில் வைக்கச் செய்தது.

சியன்னா புரூக்ஸ் இயற்கையிலேயே திறமைசாலி.

சியன்னா தன்னுடைய ஆபரேஷனை உடனடியாக புரிந்துகொண்டாள். தனக்குள் ரகசியங்களை புதைத்து வைத்துக் கொள்வது அவளுக்கொன்றும் புதிதல்ல என்பதையும் தலைவர் உணர்ந்துகொண்டார். சியன்னா அவரிடம் ஏறத்தாழ இரண்டு வருடங்கள் வேலை செய்தாள், தனது மருத்துவப் பள்ளிக்கு வேண்டிய அளவு சம்பாதித்தாள். பின்னர், எந்தவித முன்னறிவிப்பும் இல்லாமல் தான் உறவை முடித்துக்கொள்வதாக அறிவித்தாள். அவள் இந்த உலகை காப்பாற்ற விரும்பினாள். அவள் அவரிடம் சொன்னதுபோல் அவள் செய்யவில்லை.

பத்து வருடங்கள் கழித்து சியன்னா புரூக்ஸ் தன்னிடம் திரும்பி வருவாள் என்று தலைவர் கற்பனை செய்துகூட பார்த்ததில்லை. இந்தமுறை தான் ஏதோ பரிசுடன் வந்ததைப் போல் ஒரு மிகப்பெரிய பணக்கார கிளைண்ட்டை கொண்டு வந்தாள்.

பெர்ட்ரண்ட ஜாப்ரிஸ்ட்.

தலைவர் அந்த நினைவில் சிலிர்த்து நின்றார்.

இது சியன்னாவின் தவறு.

அவள் ஜாப்ரிஸ்ட் திட்டத்தின் ஒரு பகுதி.

அருகாமையில், சி—130இன் தற்காலிக ஆலோசனைக்கூட்ட மேசையில் நடந்துகொண்டிருந்த உரையாடல் சூடுபிடித்தது. உலக சுகாதார நிறுவன அதிகாரிகள் தொலைபேசியில் விவாதித்துக் கொண்டிருந்தனர்.

"சியன்னா புரூக்ஸா?!" என்று ஒருவர் கத்திக்கொண்டிருந்தார். "உறுதியாகத் தெரியுமா?" அந்த அதிகாரி ஒரு கணம் அதை கவனித்து புருவத்தை குறுக்கினார். "சரி, எனக்கு விவரத்தை தாருங்கள். நான் தொடர்பிலேயே இருக்கிறேன்."

ரிசீவரை மறைத்துக்கொண்ட அவர் தன் சக தோழர்களிடம் திரும்பினார். "நாம் புறப்பட்ட சற்று நேரத்தில் சியன்னா புரூக்ஸ் இத்தாலியில் இருந்து கிளம்பியிருக்கிறாள்."

மேசையில் இருந்த அனைவரும் நிமிர்ந்து நின்றார்கள்.

"எப்படி?" என்றாள் ஒரு பெண் ஊழியர். "நாம்தான் விமான நிலையங்கள், பாலங்கள், ரயில் நிலையங்களை கண்காணித்துக் கொண்டிருக்கிறோமே..."

"நிஸெல்லி விமான நிலையம்" என்றார் அவர். "அவள் ஒரு லிடோவில் புறப்பட்டிருக்கிறாள்."

"சாத்தியமேயில்லை" என்று பதிலளித்த அந்தப் பெண் தன் தலையைக் குலுக்கிக்கொண்டாள். "நிஸெல்லி மிகவும் சிறியது. அங்கிருந்து விமானங்கள் புறப்பட முடியாது. அங்கே உள்ளூர் ஹெலிகாப்டர் சுற்றுலாக்களைத்தான் மேற்கொள்கிறார்கள் —"

"சியன்னா புரூக்ஸ் எப்படியோ நிஸெல்லியில் இருந்த ஒரு தனியார் விமானத்தைப் பெற்றுவிட்டாள். அவர்கள் இன்னமும் தேடிக்கொண்டுதான் இருக்கிறார்கள்." அவர் ரிசீவரை மீண்டும் தன்னுடைய வாயருகில் கொண்டு சென்றார். "ஆமாம், தொடர்பில் இருக்கிறேன். உங்களுக்கு என்ன தகவல் கிடைத்திருக்கிறது?" அவர் அந்த அப்டேட்டைக் கேட்டதும் இருக்கையில் அமரும்வரை அவருடைய தோள்பட்டை தாழ்ந்துகொண்டே சென்றது. "எனக்குப் புரிந்தது. நன்றி." அவர் இணைப்பைத் துண்டித்தார்.

அவருடைய சக ஊழியர்கள் அவரை எதிர்பார்ப்புடன் நோக்கினர்.

“சியன்னாவின் விமானம் துருக்கி நோக்கிச் செல்கிறது” என்ற அவன் தன் கண்களை துடைத்துக்கொண்டான்.

“அப்படியென்றால் ஐரோப்பிய வான் போக்குவரத்து மையத்தை தொடர்புகொள்ளுங்கள்!” யாரோ ஒருவர் கூறினார். “விமானத்தை அங்கேயே இறக்கச் சொல்லுங்கள்!”

“என்னால் முடியாது” என்றான் அவன். “அது பனிரெண்டு நிமிடங்களுக்கு முன்புதான் ஹெஸர்பன் தனியார் விமான நிலையத்தில் இறங்கியிருக்கிறது. அது இங்கிருந்து பதினைந்து மைல்கள் தொலைவில் இருக்கிறது. சியன்னா புரூக்ஸ் தப்பிவிட்டாள்.”

❑

87

புராதான ஹேஜியா சோபியாவின் மீது மழை விழுந்து கொண்டிருந்தது.

ஏறக்குறைய ஆயிரம் வருடங்களாக, இதுதான் உலகிலேயே மிகப்பெரிய தேவாலயமாக இருந்து வந்துள்ளது. இன்றும்கூட இதைவிடப் பெரியதாக எதையும் கற்பனை செய்துபார்ப்பதே கடினம். அதை மறுபடியும் பார்க்கையில், ஹேஜியா சோபியாவை கட்டி முடிக்கும் தறுவாயில் அதில் இருந்து ஓர் அடி பின்னால் எடுத்துவைத்த பேரரசர் ஜஸ்டினியன், "நாங்கள் உங்களை விஞ்சிவிட்டோம் சாலமன்" என்று பெருமையுடன் குறிப்பிட்டது லேங்டன் நினைவுக்கு வந்தது.

சின்ஸ்கியும் புரூடரும் தீவிரமடைந்துவரும் நோக்கத்துடன் அந்த நினைவுச்சின்ன கட்டிடத்தை நோக்கி நடைபோட்டுக் கொண்டிருந்தனர். அவர்கள் நெருங்கிச் செல்கையில் அது பருத்துக்கொண்டே செல்வதைப் போல் இருந்தது.

அதன் நடைவழிகளில் வெற்றியாளர் மஹ்மத் படையினர் பயன்படுத்திய புராதன பீரங்கி குண்டுகள் வரிசையாக அடுக்கி வைக்கப்பட்டிருந்தன — வெற்றிகொள்ளப்படுவதற்கு முன் அந்தக் கட்டிடம் வன்முறையால் நிரம்பியிருந்தது என்பதையும் பல்வேறுவிதமான வெற்றிகர சக்திகளின் ஆன்மீகத் தேவைகளுக்கு சேவைபுரிய அதில் வேலைப்பாடுகள் செய்யப்பட்டிருக்கின்றன என்பதையும் நினைவு படுத்தும் அலங்காரம் அது.

தெற்குப்புற முகப்பை அவர்கள் நெருங்கியபோது தனக்கு வலதுபக்கம் இருந்த தானிய சேகரிப்பு குடுவை போன்ற மூன்று கோபுர முகடுகள் கட்டிடத்தில் இருந்து வெளியே தெரிந்தன. இவையெல்லாம் சுல்தான்களின் கல்லறைகள். அதில் ஒருவரான மூன்றாம் முராத் நூறு குழந்தைகளுக்கு தகப்பனாக விளங்கியவர்.

செல்போன் ஒலி கேட்டபோது புரூடர் அதை வெளியே எடுத்து அழைத்தவர் யார் என்று பார்த்தார். பின்னர் சுருக்கமாக: "ஏதாவது செய்தி இருக்கிறதா?" என்றார்.

அவர் அந்த செய்தியைக் கேட்டதும் அவநம்பிக்கையுடன் தன் தலையைக் குலுக்கினார். "அது எப்படி முடிந்தது?" மேற்கொண்டு கேட்ட அவர் பெருமூச்சுவிட்டார். "சரி, எனக்கு தகவல் தெரிவித்துக்கொண்டே இருங்கள். நாங்கள் இப்போது உள்ளே போகப் போகிறோம்." அவர் இணைப்பைத் துண்டித்தார்.

"என்ன அது?" சின்ஸ்கி பரபரத்தாள்.

"கண்களை திறந்தே வைத்திருங்கள்" என்ற புரூடர் அந்தப் பகுதியை ஒருமுறை நன்றாகப் பார்த்தார். "நம்மை யாராவது பின்தொடரலாம்." அவர் தன் பார்வையை சின்ஸ்கியை நோக்கித் திருப்பினார். "சியன்னா புரூக்ஸ் இஸ்தான்புல்லில் இருப்பதுபோல் தெரிகிறது."

லேங்டன் அவரையே உற்றுப்பார்த்தார். சியன்னா துருக்கிக்கு வர வழி கண்டுபிடித்தாள் என்பதையும், அவளால் வெனிஸில் இருந்து வெற்றிகரமாக தப்பிக்க முடிந்திருக்கிறது என்பதையும் கேட்டபோது லேங்டனால் அதை நம்பவே முடியவில்லை. பெர்ட்ரண்ட் ஜாப்ரிஸ்ட்டின் திட்டத்தை உறுதிப்படுத்த பிடிபடுதலுடனும், மரணமடையும் சாத்தியத்துடனும் அவள் ரிஸ்க் எடுத்திருக்கிறாள்.

சின்ஸ்கியும் அதே அளவுக்கு எச்சரிக்கையானாள். புரூடரிடம் மேற்கொண்டு விசாரிப்பதற்காக அவள் மூச்சை இழுத்துவிட்டாள். ஆனால் அதைவிட சிறந்தது என்று நினைத்தாளோ என்னவோ அவள் லேங்டனை நோக்கித் திரும்பினாள். "எந்த வழியாக?"

லேங்டன் அந்தக் கட்டிடத்தின் தென்மேற்கு முனையில் அவர்களுக்கு இடதுபக்கம் கைகாட்டினார். "சடங்குக் குட்டை அங்கேதான் இருக்கிறது" என்றார்.

அருங்காட்சியக தொடர்பாளரை அவர் சந்திப்பதாக இருந்த இடம், ஒருகாலத்தில் இஸ்லாமிய பிரார்த்தனைக்கு முன்னர் சடங்குரீதியாக சுத்தப்படுத்திக்கொள்ளும் குளமாக

அலங்காரத்துடன் அமைக்கப்பட்டிருந்தது.

"புரபஸர் லேங்டன்!" அவர்கள் அருகே நெருங்கிச் சென்ற போது அவருடைய குரல் சத்தமாகக் கேட்டது.

அந்தக் குட்டையை மூடியிருந்த எட்டுப் பக்கங்கள் கொண்ட அறைக்கு கீழே இருந்து ஒரு துருக்கியர் வெளித்தோன்றினார். அவர் தன் கைகளை உற்சாகத்துடன் ஆட்டினார். "புரபஸர், இங்கே இருக்கிறேன்!"

லேங்டனும் மற்றவர்களும் அங்கே விரைந்தனர்.

"ஹலோ, என் பெயர் மிர்சாத்" என்ற அவனுடைய ஆங்கிலம் உற்சாக மிகுதியுடன் காணப்பட்டது. மெலிந்த தேகத்தவனாக இருந்த அவன் மூக்குக் கண்ணாடியும், ஒரு சாம்பல்நிற சூட்டும் அணிந்திருந்தான். "இது என்னுடைய மிகப்பெரிய பெருமை."

"எங்களுக்கும்தான்" என்று பதிலளித்த லேங்டன் மிர் சாத்தின் கையைக் குலுக்கினார். "இவ்வளவு குறுகிய காலத்தில் எங்களுடன் சேர்ந்துகொண்டமைக்கு நன்றி."

"ஆமாம், ஆமாம்!"

"நான்தான் எலிசபெத் சின்ஸ்கி" என்ற டாக்டர். சின்ஸ்கி மிர்சாத்திற்கு கைகொடுத்துவிட்டு புரூடரை நோக்கினாள். "இவர் கிறிஸ்டோப் புரூடர். நாங்கள் புரபஸர் லேங்டனுக்கு உதவுவ தற்காக வந்திருக்கிறோம். எங்களுடைய விமானம் தாமதமாக வந்தமைக்கு மன்னிக்க வேண்டும். எங்களை நல்ல முறையில் உபசரிக்கிறீர்கள்."

"ப்ளீஸ்! அப்படியெல்லாம் ஒன்றும் நினைத்துக் கொள்ளாதீர்கள்!" மிர்சாத் நெளிந்தான். "புரபஸர் லேங்டனுக்காக நான் எப்போது வேண்டுமானாலும் சுற்றுலா அழைத்துச் செல்வேன். அவருடைய ***இஸ்லாமிய உலகில் கிறிஸ்தவக் குறியீடுகள்*** என்னுடைய அருங்காட்சியக புத்தக நிலையத்தில் இருப்பதிலேயே எனக்கு மிகவும் பிடித்தமானது."

அப்படியா? லேங்டன் நினைத்துக்கொண்டார். ***உலகில் அந்தப் புத்தகத்தை வைத்திருக்கின்ற ஓர் இடத்தையாவது நான் இப்போது தெரிந்துகொண்டேன்.*** "போகலாமா?" என்ற மிர்சாத் அவர்களுக்கு கைகாட்டினான்.

அந்தக் குழுவினர் ஒரு சிறிய திறந்தவெளியை நோக்கி விரைந்தனர், வழக்கமான சுற்றுலாவாசிகள் நுழைவாயிலைக் கடந்து அந்தக் கட்டிடத்தின் அசல் முக்கிய நுழைவாயில்

வழியாக சென்றனர் — மிகப்பெரிய வெண்கலக் கதவுகளுடன் கூடிய, மூன்று மாடக்குழிகளைக் கொண்ட தோரண வாயில்கள்.

ஆயுதம் ஏந்திய இரண்டு காவலாளிகள் அவர்களை வரவேற்றனர். மிர்சாத்தைப் பார்த்தவுடன் கதவுகளில் ஒன்றைத் திறந்துவிட்டனர்.

"ஸாக் ஆலன்" என்ற மிர்சாத் லேங்டனுக்குத் தெரிந்த சில துருக்கிய சொற்றொடர்களுள் ஒன்றைத்தான் சொல்லியிருந்தான் — அது மிகவும் தன்மையுடன் சொல்லப்பட்ட "நன்றி" எனும் வார்த்தை.

அந்தக் குழுவினர் உள்ளே நுழைந்ததும் அவர்களுக்கு பின்னால் இருந்த கனத்த கதவுகளை காவலாளிகள் மூடினர். அந்த சத்தம் பாறைகளால் ஆனால் உட்புறத்தில் எதிரொலித்தது.

லேங்டனும் மற்றவர்களும் ஹேஜியா சோபியாவின் மைய மண்டபத்தில் நின்றார்கள் — கிறிஸ்தவ தேவாலயங்களில் காணப்படும் வழக்கமான வரவேற்பறை, அது புனிதநிலைக்கும், புனிதமற்ற நிலைக்கும் இடைப்பட்ட கட்டுமானம்.

இவற்றை லேங்டன் எப்போதுமே ***தெய்வீக அகழிகள்*** என்பார்.

அந்தக் குழு மற்றொரு ஜோடி கதவுகளை நோக்கிச் சென்றது. மிர்சாத் அவற்றில் ஒன்றை இழுத்துத் திறந்தான். அதற்குப் பின்னால் தான் பார்க்க எதிர்பார்த்திருந்த காப்பறைக்கு பதிலாக, முதலாவது மண்டபத்தைவிட சற்றே பெரியதாக இருந்த இரண்டாம்நிலை மண்டபத்தைத்தான் லேங்டன் பார்த்தார்.

அது உள்மண்டபம் என்பதை உணர்ந்துகொண்ட லேங்டன் ஹேஜியா சோபியா காப்பறையில் வெளியுலகத்தில் இருந்து பாதுகாப்பளிக்கும் வகையில் இருமட்ட பாதுகாப்பு அமைப்பு இருப்பதை மறந்துவிட்டார்.

தங்களுக்கு முன்னால் என்ன காத்திருக்கிறது என்பதற்கு பார்வையாளர்களை தயார்படுத்தும் வகையில் மைய மண்டபத்தைக் காட்டிலும் உள்மண்டபம் குறிப்பிடத்தக்க அளவு அலங்காரத்துடனே காணப்பட்டது. நேர்த்தியான தொங்கு விளக்குகளின் ஒளியில் பளபளக்கும் வகையில் அந்தச் சுவர்கள் பாலீஷ் செய்யப்பட்ட கற்களால் உருவாக்கப்பட்டிருந்தன. சற்று தள்ளியிருந்த நிசப்தமான இடத்தில் நான்கு கதவுகள் இருந்தன. அவற்றிற்கு மேலே வண்ணமயமான மொசைக்குகளைப் பார்த்த லேங்டன் அது தன்னை மிக ஆழமாக கவர்வதை உணர்ந்தார்.

மிர்சாத் மிகப்பெரிய கதவை நோக்கி நடந்தான். ஒரு பிரமாண்டமான வெண்கல வட்டினால் ஆன வாயில். "இதுதான் பேரரசக் கதவு" என்று கிசுகிசுத்த மிர்சாத்தின் குரல் ஏறக்குறைய கிறக்கமான உற்சாகத்துடன் ஒலித்தது. "பைஸாண்டனிய கால கட்டத்தில் இந்தக் கதவை பேரரசர் மட்டுமே பயன்படுத்த முடியும். சுற்றுலாவாசிகள் வழக்கமாக அதில் செல்ல முடியாது, ஆனால் இது பிரத்யேகமான இரவாயிற்றே."

மிர்சாத் அந்தக் கதவை நெருங்கினான். ஆனால் சற்று அப்படியே நின்றான். "நாம் நுழையும் முன்பாக, உள்ளே நீங்கள் பார்க்கக்கூடிய குறிப்பிட்ட விஷயம் ஏதேனும் இருக்கிறதா என்று நான் தெரிந்துகொள்ளலாமா?" என்றான்.

லேங்டன், சின்ஸ்கி மற்றும் புரூடர் ஒருவரை ஒருவர் பார்த்துக்கொண்டனர்.

"ஆமாம்" என்றார் லேங்டன். "உண்மையில் பார்க்க நிறையவே இருக்கிறதுதான். ஆனால் நாங்கள் என்ரிகோ டெண்டெலோவின் கல்லறையில் இருந்து தொடங்கலாம் என்று நினைக்கிறோம்."

மிர்சாத் தவறாகப் புரிந்துகொண்டதைப் போல் தலையை அங்குமிங்கும் ஆட்டினான். "மன்னிக்க வேண்டும்? நீங்கள் பார்க்க விரும்புவது... டெண்டெலோவின் கல்லறையா?"

"ஆமாம்."

மிர்சாத் சோர்வுற்றுக் காணப்பட்டான். "ஆனால் சார். டெண்டெலோவின் கல்லறை மிகவும் வெறுமையாக காட்சியளிக்கும். அதில் எந்தக் குறியீடுகளும் இருக்காது. அதை நாங்கள் சிறப்பானதென்று சொல்வதில்லை."

"எனக்குத் தெரியும்" என்றார் லேங்டன். "இருந்தாலும், நீங்கள் எங்களை அங்கே அழைத்துச் சென்றால் நன்றாக இருக்கும்."

மிர்சாத் லேங்டனையே நீண்டநேரம் ஆராய்ந்தான். பின்னர் அந்தக் கதவிற்கு நேர் மேலே இருந்த மொஸைக்கை நோக்கி அவன் பார்வை சென்றது. அந்த மொஸைக் உலகை ஆள்பவராக கிறிஸ்துவை சித்தரிக்கும் ஒன்பதாம் நூற்றாண்டு பிம்பம் — தன்னுடைய வலதுகையால் ஆசீர்வதிக்கும் கிறிஸ்து இடது கையில் புதிய ஏற்பாட்டை வைத்திருக்கும் குறிப்பிடத்தக்க படம்.

பின்னர், அவர்களுடைய வழிகாட்டி மீது விடியலின்

ஒளி பாய்ந்தது போல், மிர்சாத் உதடுகளின் ஓரத்தில் தெரிந்து கொண்டதைப் போன்ற மெல்லிய புன்னகை அரும்பியது. அவன் தன் விரலை அசைக்கத் தொடங்கினான். "நீங்கள் புத்திசாலி! மிகவும் புத்திசாலி!"

லேங்டன் உற்றுப்பார்த்தார். "புரியவில்லை?"

"கவலைப்படாதீர்கள் புரபஸர்" மிர்சாத் மிக ரகசியமாக கிசுகிசுத்தான். "நீங்கள் ***உண்மையிலேயே*** ஏன் இங்கே வந்திருக்கிறீர் கள் என்று யாரிடமும் சொல்ல மாட்டேன்."

சின்ஸ்கியும் புரூடரும் லேங்டனை புதிராகப் பார்த்தனர்.

மிர்சாத் கதவைத் திறந்து அவர்களை உள்ளே அழைத்தபோது லேஙடன் தன் புருவத்தை குறுக்கிக்கொண்டார்.

❑

88

உலகின் எட்டாவது அதிசயம் என்று சிலரால் அழைக்கப்படும் அந்த இடத்திற்குள்ளாக தற்போது நின்றுகொண்டிருந்த லேங்டன் அந்த மதிப்பீட்டை விவாதிக்க விரும்பவில்லை.

அந்த பிரமாண்டமான காப்பகத்தின் நுழை வாயிலுக்குள் அந்தக் குழு நுழைந்தபோது, ஹேஜியா சோபியாவிற்கு வருகைபுரிபவர்களை அது சட்டென்று கவர்ந்திழுப்பதற்கு சில கணங்களே தேவைப்படும் என்பதை லேங்டன் நினைவுபடுத்திக் கொண்டார். காரணம் அதனுடைய விகிதாச்சார மாற்றங்களின் அளவு.

அளவில் பெரியதாக தோற்றமளிக்கும் இந்த அறையே ஐரோப்பாவில் உள்ள மாபெரும் கதீட்ரல்களைக்கூட குள்ளமாக காட்டிவிடும். இதன் பிரமாண்டத்தினுடைய அற்புத சக்தியானது பாதியளவிற்கு ஒரு மாயத்தோற்றம் என்பது லேங்டனுக்குத் தெரியும்.

பிரான்சில் இருக்கும் நோட்ரிடேம் கதீட்ரலைக் காட்டிலும் இது ஏழு நூற்றாண்டுகள் பழமையானது.

மாபெரும் ஸ்தூபிகளுடன், ஹேஜியா சோபியாவின் விஸ்தாரமான அளவு இரண்டு நோக்கங்களுக்காக செயல்பட்டு வந்தது. முதலில் இது, மனிதன் கடவுளை வணங்குகிறான் என்பதை விரிவான அளவில் கடவுளிடம் தெரிவிப்பதற்கான

நிரூபணம். இரண்டாவதாக, இது இங்கு பிரார்த்திக்க வருபவர்களுக்கு அதிர்ச்சி வைத்தியம் அளிக்கக்கூடியது — மிகவும் கம்பீரமான அதன் பௌதீக வெளியானது அதில் நுழைபவர்களை குள்ளமாக உணரச் செய்யும். அவர்களுடைய அகம்பாவம் அழிக்கப்படும். அவர்களுடைய பௌதீக இருப்பும், பிரபஞ்ச முக்கியத்துவமும் கடவுளுக்கு முன்பாக வெறும் புள்ளியாக சுருங்கி... படைத்தவனின் கைகளில் இருக்கும் அணுத்துகளாகும்.

மனிதன் ஒன்றுமேயில்லை என்றால் இறைவனால் அவனிடத்தில் இருந்து எதையும் உருவாக்கிவிட முடியாது. பதினாறாம் நூற்றாண்டில் மார்ட்டின் லூதர் பேசிய வார்த்தைகள் இவை. ஆனால் ஆரம்பகால மதக் கட்டிடக்கலையின் உதாரணங்களில் இருந்தே இந்தக் கருத்தானது கட்டிடக்கலை வல்லுநர்களின் மனநிலையாக இருந்திருக்கிறது எனலாம்.

மேல்நோக்கிப் பார்த்துவிட்டு தங்கள் கண்களை தாழ்த்திக் கொண்ட புரூடரையும் சின்ஸ்கியையும் லேங்டன் பார்த்தார்.

“ஜீசஸ்” என்றார் புரூடர்.

“ஆமாம்!” என்றான் மிர்சாத். “அல்லாவும் முகமதுவும் கூடத்தான்!”

அவர்களுடைய வழிகாட்டி புரூடரின் பார்வையை முக்கிய பலிபீடத்தை நோக்குமாறு கைகாட்டியபோது லேங்டன் உள்ளுக்குள் சிரித்துக்கொண்டார். அங்கே கோபுரம் போல் உயர்ந்திருந்த ஜீசஸ் மொஸைக்கின் சுற்றுப்பக்கங்கள், அலங்காரமாக கைமுறையில் இருந்த அரபிப் பெயர்களில் முகமது மற்றும் அல்லாவின் பெயர்களை சுமந்திருந்தன.

“இந்த அருங்காட்சியகம்” மிர்சாத் விளக்கினான், “இந்த இடம் பலதரப்பட்ட பார்வையாளர்களும் பயன்படுத்தத்தக்கது என்பதை நினைவுபடுத்தும் முயற்சியாக ஒருபக்கத்தில் இந்த ஹேஜியா சோபியா பாஸிலிக்காவாக இருந்த காலம் முதல் கிறிஸ்துவ சின்னங்களையும், மசூதியாக ஆக்கப்பட்ட காலத்தில் இருந்து இஸ்லாமிய சின்னங்களையும் சுமந்தே இருக்கிறது” என்ற அவன் பெருமையுடன் சிரித்தான். “நிஜ உலகில் இந்த இரு மதங்களுக்கும் இடையில் பிளவு இருந்தபோதிலும், அவற்றின் சின்னங்கள் யாவும் ஒன்றிணைந்தே இருப்பதாக நாங்கள் நினைக்கிறோம். நீங்கள் ஒப்புக்கொள்வீர்கள் என்று நினைக்கிறேன், புரபஸர்.”

லேங்டன் அதை மனமார ஆமோதித்தார். கிறிஸ்துவ நினைவுச் சின்னமான அது மசூதியாக்கப்பட்ட பின்னர் அதன்

அடையாளங்கள் சுண்ணாம்பினால் மூடி மறைக்கப்பட்டதை நினைவுகூர்ந்தார். இஸ்லாமிய குறியீடுகளுக்கு அடுத்தபடியாக கிறிஸ்துவக் குறியீடுகளை மறுசீரமைப்பு செய்திருப்பது ஒரு மனம்மயக்கும் விளைவை உருவாக்குகிறது. ஏனென்றால், இந்தச் சின்னங்களின் பாணிகளும், உணர்வுகளும் எதிரெதிர் துருவத்தைச் சேர்ந்தவை.

கிறிஸ்துவ பாரம்பரியமானது தங்களுடைய கடவுளர்கள் மற்றும் புனிதர்களின் நேரடி பிம்பங்களைக் கொண்டிருக்க, இஸ்லாமோ கைமுறை எழுத்து மற்றும் புவியியல் வடிவங்களைப் பயன்படுத்தி கடவுளின் பிரபஞ்சத்தினுடைய அழகை வெளிப் படுத்துவதாக இருக்கிறது. கடவுளால் மட்டுமே உயிரை உருவாக்க முடியும் என்கிறது இஸ்லாம். அதனால் உயிரின் உருவங்களை, கடவுளர்கள், மனிதர்கள் மற்றும் மிருகங்களின் உருவங்களைக்கூட மனிதன் உருவாக்கக்கூடாது.

இந்தக் கருத்தாக்கத்தை தன்னுடைய மாணவர்களுக்கு விளக்க லேங்டன் ஒருமுறை முயற்சி செய்திருக்கிறார்: "உதாரணத்திற்கு, ஒரு முஸ்லீம் மைக்கேலாஞ்சலோ சிஸ்டைன் சேப்பலில் கடவுளின் முகத்தை வரைந்திருக்க முடியாது; அவரால் கடவுளின் *பெயரை* மட்டுமே செதுக்கியிருக்க முடியும். கடவுளின் முகத்தை சித்தரிப்பதென்பது தெய்வ நிந்தனை."

இதற்கான காரணத்தை விளக்க லேங்டன் தொடர்ந்து முயற்சித்திருக்கிறார்.

"கிறிஸ்துவம் மற்றும் இஸ்லாம் ஆகிய இரண்டும் சொல்லில் மையப்படுத்தியவையாகவே இருக்கின்றன" என்று அவர் தன்னுடைய மாணவர்களிடம் சொல்லியிருக்கிறார். "அதாவது அவை இரண்டும் ***சொல்லிலேயே*** மையம் கொண்டிருக்கின்றன. கிறிஸ்துவ பாரம்பரியத்தில், ஜானின் புத்தகத்தில் சொல்லே சதையாகிறது: 'சொல்லே சதையானது, அவர் நம்முள்ளே வசிக்கிறார்.' அதனால், சொல்லானது மனித உருவம் கொண்டதாக சித்தரிப்பது ஏற்றுக்கொள்ளத்தக்கதே. ஆனாலும், இஸ்லாமிய பாரம்பரியத்தில் சொல்லானது சதையாவதில்லை. அதனால் சொல்லானது ***சொல்*** வடிவிலேயே இருக்கிறது... அதாவது கைமுறையான வார்த்தையுருவாக்கங்களில் இருக்கும் இஸ்லாமின் புனிதவுருக்களின் பெயர்கள்."

லேங்டனின் மாணவர்களுள் ஒருவன் இதன் துல்லியமான முடிவுரைக் குறிப்பாக இந்த வரலாற்றுச் சிக்கலை இவ்வாறு வேடிக்கையாகக் குறிப்பிட்டான்: "கிறிஸ்துவர்களுக்கு முகங்கள் பிடிக்கும்; முஸ்லீம்களுக்கு வார்த்தைகள் பிடிக்கும்."

"இதோ நமக்கு முன்பாக இருக்கிறது" என்று தொடர்ந்த மிர்சாத் மிகப் பிரமாண்டமான அறையைக் கைகாட்டினான், "இஸ்லாம் உடனான கிறிஸ்துவத்தின் தனித்துவமான கலப்பைத் தான் நீங்கள் பார்க்கிறீர்கள்."

"மசூதிகளும் கதீட்ரல்களும் ஆச்சரியப்படும் வகையில் ஒரேவிதமானவைதான்" என்று அறிவித்தான் மிர்சாத். "கிழக்கு மற்றும் மேற்கின் பாரம்பரியங்கள் நீங்கள் நினைப்பதுபோல் மையம் விலகியவை அல்ல."

"மிர்சாத்?" என்ற புரூடர் பொறுமையின்றிக் காணப் பட்டார். "நாங்கள் உண்மையிலேயே டெண்டெலோவின் கல்லறையைத்தான் பார்க்க வந்தோம், நாம் போகலாமா?"

மிர்சாத் லேசாக எரிச்சலடைந்தான். அவருடைய அவசர வேகம் இந்தக் கட்டிடத்திற்கு ஏதோ அவமரியாதை செய்து விட்டதைப்போல் இருந்தது.

"ஆமாம்" என்றார் லேங்டன். "நான் அவசரப்படுவதற்கு மன்னிக்க வேண்டும். ஆனால் எங்கள் நேரம் மிகவும் குறைவானது."

"அப்படியென்றால், ரொம்ப நல்லது" என்ற மிர்சாத் அவர்களுக்கு வலதுபக்கம் இருந்த பால்கனியை கைகாட்டினான். "நாம் மேலே சென்று அந்தக் கல்லறையைப் பார்க்கலாம்."

"மேலேயா?" என்ற லேங்டன் சற்றே திகைப்படைந்தார். "என்ரிகோ டெண்டெலா கீழே உள்ள கல்லறையில் புதைக்கப் படவில்லையா?" என்ற லேங்டன் அந்தக் கல்லறையை நினைவு படுத்திக்கொண்டார் என்றாலும் அது புதைக்கப்பட்டுள்ள சரியான இடம் நினைவில் இல்லை. அவர் அந்தக் கட்டிடத்தில் இருக்கும் இருளார்ந்த நிலவறைப் பகுதிகளை கற்பனை செய்து பார்த்தார்.

இந்தக் கேள்வியால் மிர்சாத் மிகவும் குழம்பிப்போனான். "இல்லை புரபஸர், என்ரிகோ டெண்டெலோவின் கல்லறை மிக நிச்சயமாக மேலேதான் இருக்கிறது."

இங்கே என்னதான் நடந்துகொண்டிருக்கிறது? மிர்சாத்துக்கு புரியவேயில்லை.

டெண்டெலோவின் கல்லறையைப் பார்க்க வேண்டும் என்று லேங்டன் கேட்டபோதே அது ஏதோ ஒரு ஏமாற்றுவேலை என்பதை மிர்சாத் புரிந்துகொண்டான். ***டெண்டெலோவின் கல்லறையைப் பார்க்க யாரும் விரும்ப மாட்டார்கள்.*** டெண் டெலோவின் கல்லறைக்குப் பின்னால் இருக்கும் ***டீஸிஸ்***

மொஸைக் என்ற ரகசியப் புதையலைப் பார்க்கத்தான் லேங்டன் உண்மையில் விரும்புகிறார் என்று மிர்சாத் யூகித்திருந்தான். ஒரு புராதன உலகையாளும் கிறிஸ்து பற்றிய கலைப்படைப்பான அது இந்தக் கட்டிடத்தில் இருப்பதிலேயே மிகவும் புதிரான கலைப்படைப்பாக கருதப்பட்டு வருகிறது.

அந்த மொஸைக்கை ஆராய்ந்துவரும் லேங்டன் அதுகுறித்து மிகுந்த எச்சரிக்கையுடன் இருக்க முயற்சிக்கிறார் என்று அனுமானித்த மிர்சாத் அந்த டீஸிஸ் குறித்து ரகசியமாக ஏதோ எழுதி வருவதாக கற்பனை செய்தான்.

எதுவாக இருந்தாலும் மிர்சாத் இப்போது குழம்பிப் போயிருக்கிறான். டீஸிஸ் மொஸைக் இரண்டாவது தளத்தில் இருக்கிறதென்பது லேங்டனுக்கு நிச்சயமாகத் தெரியும். ஆனால் அவர் ஏன் இப்படி ஆச்சரியப்படும்படியாக நடந்துகொள்கிறார்?

அவர் உண்மையிலேயே டெண்டெலோவின் கல்லறையைத் தான் தேடுகிறாரா?

ஏதும் புரியாத மிர்சாத் படிக்கட்டிற்கு அழைத்துச் சென்றான். ஹேஜியா சோபியாவின் இரண்டு பிரபலமான கலசங்களுள் ஒன்றை அவர்கள் கடந்து சென்றார்கள் — ஹெலனிஸ்டிக் காலகட்டத்தில் ஒரே பளிங்குக் கல்லில் செதுக்கப்பட்ட 330 கேலன் மாபெரும் பிராணி.

தன்னுடைய பரிவாரங்களுடன் அமைதியாக மேலேறிய மிர்சாத் நிம்மதியற்று உணர்ந்தான். லேங்டனின் சகபாடிகளைப் பார்த்தால் கல்வித்துறையை சேர்ந்தவர்கள் போன்று இல்லை. ஒருவரைப் பார்த்தால் ஏதோ ஒருவகையில் ராணுவ வீரரைப் போன்று தசைப்பிடிப்பாகவும், உறுதியானவராகவும், கறுப்பு உடையில் இருக்கிறார். வெள்ளிநிற கேசம்கொண்ட அந்தப் பெண்ணை *எங்கேயோ பார்த்திருப்பதாக மிர்சாத் உணர்ந்தான். தொலைக்காட்சியில் பார்த்திருக்கலாமோ?*

இந்தப் பயணத்தின் நோக்கம் அது இப்போது நிகழ்ந்துக் கொண்டுப்பதைப் போன்றதல்ல என்று அவன் சந்தேகப்படத் தொடங்கிவிட்டான். *உண்மையில் அவர்கள் இங்கு எதற்காக வந்திருக்கிறார்கள்?*

“இன்னும் ஒரு படிக்கட்டுதான்” என்று மகிழ்ச்சியுடன் கூறினான் மிர்சாத். “மேலே நாம் என்ரிகோ டெண்டெலோவின் கல்லறையைக் காணலாம். அத்துடன்” சற்று இடைவெளிவிட்ட அவன் லேங்டனை நோக்கினான். “புகழ்பெற்ற டீஸிஸ் மொசைக் கையும்”

சற்றும் பின்வாங்கவில்லை.

லேங்டன் உண்மையில் டீஸிஸ் மொஸைக்கை பார்க்க வரவில்லை. அவரும் அவருடைய விருந்தினர்களும் விளங்க முடியாத வகையில் டெண்டெலோவின் கல்லறை மீதே குறியாக இருக்கின்றனர்.

❑

89

மிர்சாத் மேலே செல்ல வழிகாட்டிக் கொண்டிருக்கையில் புரூடரும் சின்ஸ்கியும் கவலையுடன் காணப்படுகிறார்கள் என லேங்டனால் சொல்லிவிட முடியும். இரண்டாவது தளத்திற்கு ஏறிக் கொண்டிருப்பதில் நிச்சயம் எந்த அர்த்தமும் இல்லை. ஜாப்ரிஸ்ட்டின் பாதாள வீடியோவையும்... ஹேஜியா சோபியாவின் தண்ணீருக்கடியில் மூழ்கிய பகுதியைப் பற்றிய ஆவணப்படத்தையும் லேங்டன் தன் மனக்கண்ணில் ஓட்டிக்கொண்டிருந்தார்.

நாம் கீழே செல்ல வேண்டும்!

சொல்லப்போனால், அது டெண்டெலோவின் கல்லறை இருக்கும் இடம் என்றால் அவர்கள் ஜாப்ரிஸ்ட்டின் இயக்கப்படி நடந்து கொள்வதைத் தவிர வேறு வழியில்லை. புனித ஞானத்தின் தங்கநிற அருங்காட்சியத்திற்குள்ளாக மண்டியிட்டு, உன்னுடைய காதுகளை தரையில் வைத்து, சலசலத்தோடும் நீரின் ஓசைகளைக் கேள்.

அவர்கள் கடைசியாக இரண்டாவது மட்டத்தை அடைந்தபோது, மிர்சாத் அவர்களை சரியாக பால்கனியின் நுனிக்கு அழைத்துச் சென்றான். அதில் இருந்து பார்க்கையில் கீழே இருக்கும் தேவாலயத்தின் காட்சிகள் மலைக்க வைக்கும்படி இருந்தன. முன்னோக்கிப் பார்த்தபடி இருந்த லேங்டன் கவனத்துடனே இருந்தார்.

மிர்சாத் மீண்டும் டீஸிஸ் மொஸைக் பற்றி பேரார்வத்துடன் பேசினான். ஆனால் லேங்டன் அவனிடமிருந்து திரும்பிக்கொண்டார். அவரால் தன்னுடைய இலக்கை காண முடிந்தது.

டெண்டெலோவின் கல்லறை.

அந்தக் கல்லறை லேங்டனின் நினைவில் இருந்ததைப் போல் அப்படியே இருந்தது — வெள்ளை பளிங்குக் கல்லால் ஆன செவ்வக வடிவம், பாலீஷ் செய்யப்பட்ட பாறைத் தளத்தில் பதியப்பட்டிருந்தது. அதனைச் சுற்றி சங்கிலியால் ஆன பாதுகாப்பு வேலி அமைக்கப்பட்டிருந்தது. அங்கு விரைந்துசென்ற லேங்டன் செதுக்கப்பட்ட குறிப்பை படித்தார்.

ஹென்ரிகஸ் டெண்டெலோ

மற்றவர்கள் அவருக்குப் பின்னால் வந்துசேர்ந்தபோது லேங்டன் செயலில் இறங்கியிருந்தார். அந்த பாதுகாப்பு சங்கிலியைத் தாண்டிச்சென்று அந்தக் கல்லறைக்கு முன்பாக நேராக நின்றார்.

மிர்சாத் சத்தமாக தடுத்துப் பார்த்தான். ஆனால் தொடர்ந்து செயலில் இறங்கிய லேங்டன் அந்த நயவஞ்சக டூஜியின் காலடியில் அமர்ந்து பிரார்த்தனை செய்யத் தயாராவதைப் போல் தன் முட்டிகளை வைத்து உட்கார்ந்தார்.

அடுத்ததாக, மிர்சாத் மிகுந்த மிரட்சியுடன் கத்திக் கொண்டிருக்க லேங்டன் தன் உள்ளங்கைகளைப் பதித்து பணிவதுபோல் தலையை சாய்த்தார். அவர் தரையை நோக்கி தன் முகத்தை கீழிறக்கும்போதே அவர் மெக்காவிற்கு முன்பாக குனிவதைப் போல் காணப்பட்டார். இந்தச் செயல் மிர்சாத்தை திகைக்க வைத்து வாயடைத்துப் போக வைத்தது. சட்டென்று பெருமூச்சுவிட்ட அவனுடைய ஒலி அந்த மொத்த கட்டிடத்திற்கும் கேட்டது.

ஆழ்ந்து மூச்சை இழுத்துவிட்டுக்கொண்ட லேங்டன் தன் தலையை வலதுபக்கம் திருப்பி, தனது இடதுபக்க காதை கல்லறையின் மீது அழுத்தி வைத்தார். அந்தக் கல் அவர் சதையில் பட்டு சில்லிட்டது.

கற்களின் ஊடாக எதிரொலித்துக் கேட்ட அந்த ஒலி பகல் வெளிச்சத்தைப் போல் தெளிவாக இருந்தது.

கடவுளே.

தாந்தேயின் இன்ஃபெர்னோவுடைய இறுதிக்கட்டம்

கீழிருந்து எதிரொலிப்பதைப்போல் இருந்தது.

மெதுவாக, லேங்டன் தன் தலையைத் திருப்பினார். புரூடரையும் சின்ஸ்கியையும் உற்றுப் பார்த்தார்.

"எனக்குக் கேட்டது" அவர் கிசுகிசுத்தார். "சலசலத்தோடும் நீரின் ஓசை."

புரூடர் அந்த சங்கிலியைக் கடந்து லேங்டனுக்கு அருகாமையில் குனிந்து அந்த ஒலியைக் கேட்டார். ஒருகணம் கழித்து அவரும் ஆமோதித்து தலையாட்டினார்.

இப்போது அவர்களால் கீழ்நோக்கி ஓடும் தண்ணீரின் ஓசையைக் கேட்க முடிந்தது. இன்னும் ஒரே ஒரு கேள்விதான் இருக்கிறது. *அது எங்கே ஓடுகிறது?*

நீரில் பாதி மூழ்கியிருக்கும் குகையின் பிம்பங்களில் லேங்டனின் மனம் சட்டென்று மூழ்கியது, அவர்களுக்கு கீழே ஏதோ ஓர் இடத்தில் அச்சுறுத்தும் சிவப்பு விளக்குடன் கூடிய பிம்பங்கள்.

மூழ்கிய அரண்மனைக்குள்ளாக ஆழத்தில். இங்கே, இந்த இருளில், அந்த கோத்னிக் அசுரன் காத்திருக்கிறான். நட்சத்திரங்கள் எதையும் பிரதிபலிக்காத காயலின் ரத்தச்சிவப்பான நீரில் மூழ்கியிருக்கிறான்.

லேங்டன் எழுந்து நின்று வேலியை நோக்கி வந்தார். எச்சரிக்கையுடனும், முகத்தில் துரோகம் இழைத்துவிட்டதற்கான அறிகுறியுடனும் மிர்சாத் அவரை நிமிர்ந்து பார்த்தான். அந்த துருக்கிய வழிகாட்டியைக் காட்டிலும் லேங்டன் ஓர் அடி உயரமாக நின்றிருந்தார்.

"மிர்சாத்" என்று தொடங்கினார் லேங்டன். "என்னை மன்னித்துவிடு. நீயே பார்ப்பதுபோல் இது மிகவும் அசாதாரணமான சூழ்நிலை. இதை விளக்கிச்சொல்ல எனக்கு நேரமில்லை, ஆனால் இந்தக் கட்டிடத்தைப் பற்றிய மிக முக்கியமான கேள்வியை நான் கேட்க வேண்டியிருக்கிறது."

மிர்சாத் அதற்கு பலவீனமாக தலையாட்டினான். "சரி."

"இங்கே உள்ள டெண்டெலோவின் கல்லறையில், இந்தக் கற்களுக்கு கீழே எங்கோ ஓரிடத்தில் ஓர் ஓடையில் நீர் ஓடும் ஒலியை எங்களால் கேட்க முடிகிறது. அந்தத் தண்ணீர் *எங்கே* செல்கிறது."

மிர்சாத் தலையைக் குலுக்கினான். "எனக்குப் புரியவில்லை.

ஹேஜியா சோபியாவின் கீழே தண்ணீர் ஓடுவதை எல்லா இடத்திலும் கேட்க முடியும்.”

எல்லோரும் உறைந்துபோனார்கள்.

“ஆமாம்” என்றான் மிர்சாத் எல்லாரிடமும், “குறிப்பாக மழை பெய்யும்போது. ஹேஜியா சோபியாவின் ஒரு லட்சம் சதுர அடி கூரையிலும் நீர் வடிய வேண்டியிருக்கும். அதற்கு பல நாட்கள் ஆகும். வழக்கமாக நீர் வடிவதற்கு முன்னரே மீண்டும் மழை பெய்யத் தொடங்கிவிடும். சலசலத்தோடும் நீரின் ஓசை இங்கே சாதாரணமான ஒன்றுதான். ஹேஜியா சோபியா மிகப்பெரிய நீர்க் குகைகளின் மேலே அமைந்திருப்பது உங்களுக்கே தெரிந்திருக்கலாமே. அதுபற்றி ஆவணப்படம்கூட இருக்கிறது, அதில் —”

“ஆமாம், ஆமாம்” என்றார் லேங்டன், “ஆனால் இங்குள்ள டெண்டெலோவின் கல்லறையில் கேட்கும் நீரோட்டம் எங்காவது *குறிப்பிட்ட* இடத்திற்கு செல்கிறதா என்று உனக்குத் தெரியுமா?”

“நன்றாகத் தெரியும்” என்றான் மிர்சாத். “ஹேஜியா சோபியாவில் இருந்து வடிகின்ற எல்லா நீரும் சென்றுசேருகின்ற அதே இடத்திற்குத்தான் செல்கிறது. நகரத்தின் நீர்த்தேக்கத்தை நோக்கி.”

“இல்லை” என்றார் புரூடர். மீண்டும் அந்த வேலியை நோக்கிச் சென்றார். “நாங்கள் தேடுவது நீர்த்தேக்கத்தை அல்ல. நாங்கள் ஒரு பெரிய, பாதாள அறையைத் தேடுகிறோம், அதில் தூண்களும் இருக்கலாம்.”

“ஆமாம்” என்றான் மிர்சாத். “நகரத்தின் புராதன நீர்த்தேக்கம் ஒரு பெரிய பாதாள அறையில் தூண்களுடன்தான் உள்ளது. உண்மையில் பார்க்கவும் நன்றாக இருக்கும். ஆறாம் நூற்றாண்டில் கட்டப்பட்ட அது இந்த நகரத்திற்கு தேவையான தண்ணீரை அளிக்கிறது. இப்போதெல்லாம் அதில் நான்கடி நீர் தான் காணப்படுகிறது, ஆனால் —”

“அது எங்கே இருக்கிறது!” புரூடர் கத்தினார். அவருடைய குரல் அந்த வெறுமையான கூடத்தில் எதிரொலித்தது.

“அந்த நீர்த்தேக்கமா?” என்ற மிர்சாத் பயந்துபோய் காணப் பட்டான். “இந்தக் கட்டிடத்திற்கு கிழக்கே ஒரு வரிசை கட்டிடம் தள்ளி இருக்கிறது.” அவன் வெளிப்பகுதியை சுட்டிக்காட்டினான். “அதனை யெரெபெட்டன் சரயி என்பார்கள்.”

சரயி? லேங்டன் ஆச்சரியப்பட்டார். *தாப்கபி சரயியில்*

உள்ளது போன்றா? தாப்கபி சரயியிற்கான குறியீட்டுப் பலகை அவர்கள் உள்ளே நுழைகையில் எங்கும் வியாபித்திருப்பதைப் போல் இருந்தது. "ஆனால்... ***சரயி*** என்றால் 'அரண்மனை' என்றுதானே அர்த்தம்?"

மிர்சாத் ஆமோதித்தான். "ஆமாம். எங்களுடைய புராதான நீர்த்தேக்கத்தின் பெயர் யெரெபெட்டன் சரயி. அதன் அர்த்தம் ***மூழ்கிய அரண்மனை.***"

❑

90

லேங்டன், புரூடர் மற்றும் அவர்களின் குழப்பத்தில் ஆழ்ந்த வழிகாட்டி மிர்சாத் ஆகியோரு டன் டாக்டர். எலிசபெத் சின்ஸ்கி வெளியே வரும்போது மழை பெய்துகொண்டிருந்தது.

ஆழமான மூழ்கிய அரண்மனைக்குள் செல்ல வேண்டும், சின்ஸ்கி நினைத்துக்கொண்டாள்.

நகரத்தின் யெரெபெட்டன் சரயி நீர்த்தேக்கப் பகுதியானது சற்றே வடக்குப் புறத்தில் புளூ மசூதிக்கு பின்பக்கமாக அமைந்திருந்தது.

மிர்சாத் வழிகாட்டிக்கொண்டிருந்தான்.

தாங்கள் யார் என்றும், அந்த மூழ்கிய அரண் மனைக்குள் இருக்கும் சுகாதார சீர்கேட்டிற்கு சாத்தியமுள்ள விஷயத்தை தடுப்பதற்காக ஓடிக் கொண்டிருக்கிறோம் என்பதையும் மிர்சாத்திடம் சொல்வதைவிட சின்ஸ்கிக்கு வேறு வாய்ப்பே இல்லை.

"இந்த வழியாக!" என்று அழைத்த மிர்சாத் அந்த இருளடைந்த பூங்காவிற்குள்ளாக அழைத்துச் சென்றான். மலைபோன்ற ஹேஜியா சோபியா இப்போது அவர்களுக்குப் பின்னால் சென்றது. தேவதைக் கதைகளில் வருவதுபோன்ற புளூ மசூதி யின் கோபுரக் கலசங்கள் அவர்களுக்கு முன்பாக பளிச்சிட்டன.

சின்ஸ்கிக்கு அருகாமையில் விரைந்து கொண்டி ருந்த ஏஜெண்ட் புரூடர் தன்னுடைய போனில்

கத்திக் கொண்டிருந்தார். எஸ்ஆர்எஸ் குழுவின் நிலையைத் தெரிந்துகொண்ட அவர் நீர்த்தேக்க நுழைவாயிலில் தங்களை சந்திக்குமாறு உத்தரவிட்டார். “ஜாப்ரிஸ்ட் இந்த நகரத்தின் தண்ணீர் வழங்குமிடத்தை குறிவைத்திருப்பதுபோல் தெரிகிறது” என்றார் புரூடர் மூச்சுவிடாமல். “எனக்கு அந்த நீர்த்தேக்கத்தின் வரைபடமும், உள்ளேயும் வெளியேயும் செல்கின்ற நீர்வழிகளும் தெரிந்தாக வேண்டும். நாம் தனிமைப்படுத்தல் மற்றும் கட்டுப் படுத்தல் நெறிமுறைகளை முழுமையாக நடைமுறைக்கு கொண்டு வர வேண்டும். நமக்கு பவுதீகரீதியான மற்றும் ரசாயன தடைகள் வேண்டும் —”

“இருங்கள்” என்றான் மிர்சாத் அவரை நோக்கி. “நான் சொன்னதை நீங்கள் தவறாகப் புரிந்துகொண்டீர்கள். அந்த நீர்த்தேக்கம் நகரத்திற்கு தண்ணீர் அளிப்பதில்லை. இல்லவே இல்லை!”

தன்னுடைய போனை கீழே இறக்கிய புரூடர் அவர்களுடைய வழிகாட்டியை உற்றுப் பார்த்தார். “என்ன?”

“பழங்காலத்தில்தான் இந்த நீர்த்தேக்கம் தண்ணீர் வழங்கியது” என்று மிர்சாத் தெளிவுபடுத்தினான். “அதன்பிறகு இல்லை. நாங்கள் நவீனப்படுத்திவிட்டோம்.”

ஒரு மரத்தின் கீழே நின்ற புரூடரைத் தொடர்ந்து எல்லோ ரும் நின்றனர்.

“மிர்சாத்” என்றாள் சின்ஸ்கி, “அந்த நீர்த்தேக்கத்தில் இருந்து யாரும் தண்ணீரை அருந்துவதில்லை என்றா சொல்கிறாய்?”

“ஆமாம்” என்றான் மிர்சாத். “அந்தத் தண்ணீர் அதிலேயே தான் இருக்கும்... இறுதியில் பூமிக்கு அடியில் வடிந்துவிடும்.”

சின்ஸ்கி, லேங்டன் மற்றும் புரூடர் ஆகிய அனைவருமே ஒரு குழப்பமான பார்வையை பரிமாறிக்கொண்டனர். இதன் மூலம் ஆசுவாசப்படுத்திக்கொள்வதா அல்லது எச்சரிக்கை அடைவதா என்று சின்ஸ்கிக்கு தெரியவில்லை. ***இந்தத் தண்ணீரை தொடர்ச்சியாக யாரும் அணுகுவதில்லை என்றால், அதில் ஏன் ஜாப்ரிஸ்ட் தொற்றை ஏற்படுத்த வேண்டும்?***

“பல நூற்றாண்டுகளுக்கு முன்னர் எங்களுடைய தண்ணீர் அளிப்பை நாங்கள் நவீனமாக்கியபோது” என்று மிர்சாத் விளக்கத் தொடங்கினான். “அந்த நீர்த்தேக்கத்தை பயன்படுத்துவதில்லை என்பதுடன் அதை பாதாள அறையில் இருக்கும் ஒரு பெரிய குட்டையாகவே நாங்கள் விட்டுவைத்துவிட்டோம்.” அவன் புருவத்தைக் குறுக்கினான். “இப்போதெல்லாம் அது சுற்றுலாவாசி

களைக் கவரக்கூடியதாக மட்டுமே இருக்கிறது."

சின்ஸ்கி மிர்சாத்தை நோக்கி வந்தாள். *சுற்றுலாக் கவர்ச்சியா?* "சற்றுப் பொறுங்கள். மக்களால் அங்கே செல்ல முடியுமா? அந்த நீர்த்தேக்கத்திற்குள்ளாகவா?"

"ஆமாம்" என்றான் அவன். "பல்லாயிரம்பேர் தினமும் அங்கே சென்று வருகிறார்கள். அந்தக் குகை மிகவும் கவர்ச்சியாக இருக்கும். தண்ணீருக்கு மேலே நடைபலகைகள்கூட உண்டு... ஒரு சிறிய கஃபேயும் இருக்கிறது. காற்று குறைவாகத்தான் இருக்கும் என்பதால் இறுக்கமாகவும் ஈரப்பதம் குறைந்தும் காணப்படும். ஆனால் அது மிகவும் பிரபலமாகத்தான் இருக்கிறது."

சின்ஸ்கியின் கண்கள் புரூடர் மீது நிலைகுத்தியிருந்தது, அவளும், பயிற்சிபெற்ற அந்த எஸ்ஆர்எஸ் ஏஜெண்ட்டும் ஒரே விஷயத்தைத்தான் மனதில் ஓடவிட்டனர் என்பதை அவளால் நிச்சயம் சொல்ல முடியும் — ஓர் இருண்ட, இறுக்கமான, தேங்கிய நீரால் நிரம்பியிருக்கும் குகையில் அந்த கொள்ளைநோய் கிருமி அடைகாத்துக் கொண்டிருக்கிறது. தண்ணீருக்கு சற்று மேலே போடப்பட்டிருக்கும் நடைபலகையில் சுற்றுலாவாசிகள் நாள் முழுவதும் வந்துசெல்கிறார்கள் என்பதே அந்தக் கொடுங்கனவை நிறைவுசெய்யப் போதுமானதாக இருந்தது.

"அவர் காற்றில் வெடிக்கும் உயிர்மத்தை உருவாக்கியிருக்கிறார்" என்றார் புரூடர்.

அதை ஆமோதித்த சின்ஸ்கி தலைகுனிந்தாள்.

"அப்படியென்றால்?" லேங்டன் வற்புறுத்தினார்.

"அப்படியென்றால்" புரூடர் பதிலளித்தார், "*அது காற்றில் பரவும்.*"

லேங்டன் மௌனமானார். இந்தப் பேரழிவின் வீச்செல்லையை இப்போதுதான் சின்ஸ்கியால் புரிந்துகொள்ள முடிந்தது.

காற்றில் பரவும் நோய்க்கிருமி ஏதோ ஒரு காலகட்டத்தில் நடந்துவிடக்கூடிய ஒன்றாகவே சின்ஸ்கியின் மனதில் இருந்து வந்தது. ஆனாலும் அந்த நீர்தேக்கம்தான் நகரத்திற்கு தண்ணீர் அளிக்கிறது என்று சின்ஸ்கி நம்பியபோது, தண்ணீரில் பரவும் உயிர்மத்தைத்தான் ஜாப்ரிஸ்ட் தேர்ந்தெடுத்திருக்கிறார் என்று அவள் நம்பிவிட்டாள். தண்ணீரில் வாழும் பாக்டீரியாக்கள் வலுவானவையும், காலநிலையை தாக்குபிடிக்கக்கூடியவையுமாக இருக்கும். ஆனால் அவை மெதுவாகத்தான் பெருக்கமுறும்.

காற்று வெளியில் உருவாகும் நோய்க் கிருமிகள் வேகமாகப் பரவும்.

மிக வேகமாக.

"அது காற்றில் பரவக்கூடியதாக இருந்தால்" என்றார் புரூடர். "அது அநேகமாக வைரல்தான்."

ஒரு வைரஸ், சின்ஸ்கி ஒப்புக்கொண்டாள். *மிக வேகமாகப் பரவும் நோய்க்கிருமியைத்தான் ஜாப்ரிஸ்ட் தேர்ந்தெடுத்திருப்பார்.*

நீருக்கடியில் காற்றில் பரவக்கூடிய வைரஸை வெளியிடுதல் என்பது வழக்கத்திற்கு மாறானதுதான். ஆனாலும் பல உயிர்ம வடிவங்களை நீர்மத்தில் அடைகாக்க வைத்து காற்றில் பொறிக்கச் செய்ய முடியும் — லீஜினிர் நோய், மைகோடாக்ஸின்கள், ரெட் டைட் போன்றவற்றிற்கு காரணமாக இருக்கும் கொசுக்கள், மகரந்தங்கள் மற்றும் பாக்டீரியாக்கள். அந்த வைரஸ் இந்த நீர்த்தேக்க காயலில் செறிவடைந்து, தொற்றேறிய நுண்துளிகளாக ஈரக்காற்றில் உயரும் காட்சியை சின்ஸ்கி வருத்தத்துடன் நினைத்துப் பார்த்தாள்.

மிர்சாத் தன் முகத்தில் கவலையுடன் போக்குவரத்து நெரிசல் ஏற்பட்ட தெருவை பார்த்துக்கொண்டிருந்தான். அவன் பார்க்கும் இடத்தை பின்தொடர்ந்த சின்ஸ்கி ஒரே ஒரு கதவு மட்டும் திறந்திருக்க, சிவப்பு மற்றும் வெள்ளை நிற கற்களால் ஆன கட்டிடத்தைப் பார்த்தாள். நன்கு உடையணிந்திருந்த மக்கள் அதற்கு வெளியே குடைகளை வைத்துக்கொண்டு காத்திருப்பதைப் போலவும், கதவுப்பக்கம் இருந்த காவலாளி படிக்கட்டில் இருந்து கீழே இறங்கிவரும் விருந்தினர்களைக் கட்டுப்படுத்திக்கொண்டும் இருந்தான்.

இங்கே பாதாள டான்ஸ் கிளப் இருக்கிறதா?

அந்தக் கட்டிடத்தில் இருந்த பொன்னிற எழுத்துகளைப் பார்த்த சின்ஸ்கி தன்னுடைய மார்பில் திடீரென்று ஏற்பட்ட இறுக்கத்தை உணர்ந்தாள். நீர்த்தேக்கம் என்று அழைக்கப்படும் அந்த கிளப் கி.பி.523இல் கட்டப்பட்டதாக இருப்பதைத் தவிர்த்து மிர்சாத் ஏன் கவலையுடன் காணப்படுகிறான் என்பதை சின்ஸ்கியால் உணர முடிந்தது.

"மூழ்கிய அரண்மனை" மிர்சாத் திக்கினான். "அங்கு ஏதோ... கச்சேரி நடப்பதுபோல் இருக்கிறது."

சின்ஸ்கியால் அதை நம்ப முடியவில்லை. "நீர்த்தேக்கத்தில் கச்சேரியா?!"

“அது ஒரு மிகப்பெரிய உள்ளரங்கம்” என்றான் அவன். “அது ஒரு கலாச்சார மையமாகவே பயன்படுத்தப்பட்டு வருகிறது.”

புரூடருக்கு இதுவரை கேள்விப்பட்ட விஷயங்களே போதுமானவையாக இருந்தன. அந்தக் கட்டிடத்தை நோக்கி விரைந்த அவர் ஆலம்தார் அவென்யூவின் போக்குவரத்தில் இருந்து பக்கவாட்டில் விலகி நடந்தார். அவர் நடைக்கு ஈடு கொடுக்க சின்ஸ்கியும் மற்றவர்களும் ஓட வேண்டியிருந்தது.

அவர்கள் நீர்த்தேக்கத்தின் நுழைவாயிலுக்கு வந்தபோது அந்தக் கதவுவழியானது கச்சேரிக்கு வந்தவர்கள் வெளியே காத்திருந்ததால் மறைக்கப்பட்டிருந்தது — பர்கா அணிந்த பெண்கள், சுற்றுலாவாசிகள் மற்றும் ஓட்டுநர் உடையில் இருந்த ஒருவன். அவர்கள் அனைவருமே அந்த கதவுவழியில் கொத்தாக நின்றுகொண்டு மழையில் இருந்து ஒதுங்கியிருக்க முயற்சித்தனர்.

கீழிருந்து மேல்நோக்கி வரும் கிளாஸிக்கல் இசைக் கோர்வையினை சின்ஸ்கியால் கேட்க முடிந்தது. அதன் குறிப்பிட்ட இசைக்கோர்ப்பை வைத்து அது ***பெர்லியோஸ்*** என்று அவள் யூகித்தாள். அது எதுவாக இருந்தாலும் இந்த இஸ்தான்புல் தெருக்களில் இருக்கக் கூடாது.

அவர்கள் கதவுவழியை நெருங்கியதும் கதகதப்பான காற்று படிக்கட்டுகளின் மேலே விரைவதை உணர்ந்தாள். பூமியின் அடியில் இருந்து மேலெழும்பிய அது மூடப்பட்ட குகையில் இருந்து தப்பிச்சென்றது. அந்தக் காற்று மேல்பகுதிக்கு வயலின் ஒலியை மட்டும் கொண்டுவரவில்லை, இறுக்கமான வாசனையையும், அங்கே நிறையபேர் கூடியிருக்கிறார்கள் என்பதையும் தெரிவித்தது.

அது சின்ஸ்கிக்கு வரப்போகும் தீமையைக் குறித்த உணர்வையும் அறிவித்தது.

படிக்கட்டுகளில் சுற்றுலாவாசிகள் குழு ஒன்று தோன்றி, மகிழ்ச்சியாக அரட்டையடித்துக்கொண்டே வெளியே சென்றபோது அந்தக் கதவுவழிக் காவலாளி அடுத்த குழு கீழே இறங்க அனுமதித்தான்.

புரூடர் உடனடியாக உள்ளே நுழைய நகர்ந்தார். ஆனால் அந்தக் காவலாளி சிரித்துக்கொண்டே அவரைத் தடுத்தான். “ஒரு நிமிஷம் சார். நீர்த்தேக்கத்திற்குள் அதன் கொள்ளளவுப்படித்தான் அனுமதி உண்டு. இன்னும் ஒரே நிமிடத்தில் அடுத்த பார்வையாளர்கள் வெளியே வந்துவிடுவார்கள். நன்றி.”

புரூடர் வலுக்கட்டாயமாக உள்ளே நுழையத் தயாராக

இருந்தார். ஆனால் அவர் தோளில் கைவைத்த சின்ஸ்கி அவரை ஒருபக்கமாக நகர்த்திக் கொண்டுவந்தாள்.

"காத்திருங்கள்" அவள் உத்தரவிட்டாள். "உங்களுடைய குழுவினர் வந்துகொண்டிருக்கிறார்கள். உங்களால் தனியாளாக இந்த இடத்தில் தேட முடியாது." அந்தக் கதவிற்குப் பின்னால் இருந்த அறிவிப்புப் பலகையை நோக்கி அவள் கைகாட்டினாள். "இந்த நீர்த்தேக்கம் மிகப்பெரியது."

அந்தத் தகவல் பலகை ஏறத்தாழ இரண்டு கால்பந்து மைதானங்கள் அளவுள்ள அந்த பாதாள அறையைப் பற்றி விவரித்தது. அந்த அறையின் கூரை ஒரு லட்சம் சதுர அடிகள் அளவுக்கு பரந்து விரிந்திருக்கிறது என்பதுடன், 336 பளிங்குத் தூண்களால் அந்த கதீட்ரல் தாங்கப்பட்டிருக்கிறது என்பதை அது விளக்குகிறது.

"இதைப் பாருங்கள்" என்ற லேங்டன் சில அடிகள் தள்ளி நின்றிருந்தார். "நீங்கள் இதை நம்பப்போவதில்லை." சின்ஸ்கி திரும்பிப் பார்த்தாள். சுவற்றில் இருந்த கச்சேரி விளம்பரத்தை லேங்டன் சுட்டிக்காட்டினார். ***அடக் கடவுளே.***

அந்த இசையின் பாணி ரொமாண்டிக் என்று உலக சுகாதார நிறுவனத் தலைவர் சரியாகத்தான் அடையாளம் கண்டிருக்கிறார். ஆனால் அது பெர்லியோஸ் இயற்றியது அல்ல. அது வேறொரு ரொமாண்டிக் இசைக் கோர்ப்பாளரான ஃபிரான்ஸ் லிஸ்ஜ்ட் இயற்றியது.

இன்றிரவு பூமியின் அடியாழத்தில் இருந்து, இஸ்தான்புல் ஸ்டேட் சிம்பனி ஆர்க்கெஸ்ட்ரா, தி தாந்தே சிம்பனி என்ற ஃபிரான் லிஸ்ஜ்ட்டின் மிகப் பிரபலமான படைப்பை அரங்கேற்ற இருக்கிறது. அதன் மொத்த இசைக்கோர்ப்பும் தாந்தே நரகத்திற்கு சென்று அங்கிருந்து மீண்டு வருவதைப் பற்றியது.

"இது இங்கே ஒருவாரத்திற்கு அரங்கேற்றப்படுகிறது" என்ற லேங்டன் அதன் போஸ்டரை கவனத்துடன் ஆராய்ந்தார். "இது இலவசக் கச்சேரி. முகம் தெரியாத நன்கொடையாளரால் நடத்தப்படுவது."

அந்த அடையாளம் தெரியாத நன்கொடையாளரை தன்னால் யூகிக்க முடியும் என்று சின்ஸ்கி நினைத்தாள். இதைப் பார்க்கையில், பெர்ட்ரண்ட் ஜாப்ரிஸ்ட்டின் நாடகீயமான, அதே சமயம் இரக்கமற்ற நடைமுறை வியூகத்திற்கான அவருடைய பாணி என்றுதான் தெரிந்தது. இந்த ஒருவார இலவச கச்சேரி வழக்கத்தைக் காட்டிலும் ஆயிரக்கணக்கான சுற்றுலாவாசிகளை

இந்த நீர்த்தேக்கத்திற்கு அழைத்து வந்து, அவர்களை நெருக்கடி யான இடத்தில் கூட வைக்கும்... அவர்கள் அங்கே தொற்றேற்பட்ட காற்றை சுவாசிப்பார்கள், பின்னர் தாங்கள் வசிக்கும் வீட்டிற்கும் நாட்டிற்கும் திரும்பிச் செல்வார்கள்.

"சார்?" என்று அந்தக் காவலாளி புரூடரை அழைத்தான். "இன்னும் இரண்டு பேருக்கு இடம் இருக்கிறது."

புரூடர் சின்ஸ்கியிடம் திரும்பினார். "உள்ளூர் அதிகாரிகளை அழையுங்கள். நாம் கீழே எதைக் கண்டுபிடித்தாலும், நமக்கு உதவி தேவை. என்னுடைய குழுவினர் வரும்போது என்னுடன் ரேடியோவில் தொடர்புகொள்ளச் செய்யுங்கள். ஜாப்ரிஸ்ட் இந்தப் பொருளை எங்கே பிணைத்து வைத்திருக்கிறார் என்று நான் கீழே சென்று கண்டுபிடிக்க முயற்சிக்கிறேன்."

"சுவாச முகமூடி இல்லாமலா?" என்றாள் சின்ஸ்கி. "கரையக்கூடிய அந்தப் பை அப்படியேதான் இருக்கிறதா என்று உங்களுக்குத் தெரியாதே."

புரூடர் புருவத்தை நெரித்தார். கதவுவழியில் இருந்து வெளியே வீசிய வெதுவெதுப்பான காற்றில் தன் கையை நிறுத்திக்கொண்டார். "இதைச் சொல்வது எனக்குப் பிடிக்கவில்லை தான், ஆனால் அந்த தொற்று வெளியேறியிருந்தால் இந்த நகரத்தில் உள்ள எல்லோருக்குமே தொற்று ஏற்பட்டிருக்கும்."

சின்ஸ்கி இந்த விஷயத்தை சிந்தித்துப் பார்த்திருந்தாள் என்றாலும் அதை லேங்டன் மற்றும் மிர்சாத்திற்கு முன்பாக சொல்ல விரும்பவில்லை.

"அதுபோக" என்றார் புரூடர். "முகமூடி பாதுகாப்பு உடையுடன் என்னுடைய குழுவினர் உள்ளே நுழைந்தால் இந்தக் கூட்டத்திற்கு என்ன ஆகும் என்பதையும் என்னால் பார்க்க முடிகிறது. நாம் முழு அளவிலான பீதியையும் நெரிசலையும் ஏற்படுத்திவிடுவோம்."

புரூடர் சொல்வதற்கு சின்ஸ்கி பணிந்துபோனாள். அத்துடன் அவர் ஒரு நிபுணர் என்பதுடன் இதுபோன்ற சூழ்நிலைகளைக் கையாண்டிருக்கிறார்.

"நமக்கு சாத்தியமுள்ள ஒரே வழி" என்றார் புரூடர். "இந்த இடம் இன்னும் பாதுகாப்பாக இருப்பதாக யூகித்துக்கொண்டு அதைத் தக்கவைக்க ஏற்றவாறு செயல்படுவதுதான்."

"சரி, அப்படியே செய்யுங்கள்" என்றாள் சின்ஸ்கி.

"இன்னொரு பிரச்சினையும் இருக்கிறது" லேங்டன்

குறுக்கிட்டார். "சியன்னாவை என்ன செய்வது?"

"சியன்னாவை என்ன செய்வதா?" புரூடர் வற்புறுத்தினார். "இங்கே இஸ்தான்புல்லில் அவளுடைய நோக்கங்கள் எதுவாக இருந்தாலும் அவள் அயல் மொழிகளில் திறமைபெற்றவள் என்பதுடன் துருக்கியில்கூட அவளால் பேச முடியலாம்."

"அதனால்?"

"அந்தக் கவிதை குறிப்பிடும் 'மூழ்கிய அரண்மனை' பற்றி அவளுக்குத் தெரிந்திருக்கும்" என்றார் லேங்டன். "துருக்கியில் 'மூழ்கிய அரண்மனை' என்பது..." அவர் கதவு வழியில் இருந்த "யெரெபெட்டன் சரயி" என்ற அறிவிப்புப் பலகையை கைகாட்டினார். இங்கே இருப்பதுதான்."

"உண்மைதான்" என்று சோர்வுடன் ஒப்புக்கொண்டாள் சின்ஸ்கி. "அவள் இதைக் கண்டுபிடித்து ஹேஜியா சோபியாவிற்கு மாற்று வழியில் செல்லலாம்."

புரூடர் அந்த தனித்திருந்த கதவு வழியை உற்றுப்பார்த்தார். "சரி, அவள் கீழே சென்று நாம் கட்டுப்படுத்தும் முன்னர் அவள் அந்தப் பைகளை உடைக்க திட்டமிட்டிருந்தால் அவளால் அங்கே நீண்டநேரம் இருக்க முடியாது. அது மிகப்பெரிய பகுதி, அதை அவள் எங்கே தேடுவது என்று தெரியாமல்கூட இருக்கலாம். இங்கே எல்லோரும் கூடியிருக்கும் நிலையில் யாரும் கவனிக்காமல் அவளால் தண்ணீரில் குதித்துவிடவும் முடியாது."

"சார்?" அந்தக் காவலாளி மீண்டும் புரூடரை அழைத்தான். "இப்போது உங்களுக்கு உள்ளே செல்ல விருப்பமா?"

கச்சேரிக்கு செல்ல வரும் மற்றொரு குழு தெருவில் இருந்து அவர்களை நோக்கி வருவதை புரூடர் பார்த்தார். தான் உள்ளே வருவதாக அவர் காவலாளிக்கு தலையாட்டினார்.

"நானும் உங்களுடன் வருகிறேன்" என்றபடி லேங்டனும் பின்தொடர்ந்தார்.

புரூடர் அவரைத் திரும்பிப் பார்த்தார். "அதற்கு வாய்ப்பில்லை."

லேங்டன் அதற்கு உடன்படுவதாக இல்லை. "ஏஜெண்ட் புரூடர் அவர்களே, இதுபோன்ற சூழ்நிலையில் நாம் இருப்பதற்கான காரணங்களுள் ஒன்று. சியன்னா புரூக்ஸ் ஒரு நாள் முழுவதும் என்னை வைத்து விளையாடியிருக்கிறாள். நமக்கு ஏற்கனவே தொற்று ஏற்பட்டிருக்கலாம் என்றும் நீங்கள் சொல்கிறீர்கள். நீங்கள் விரும்பினாலும் விரும்பாவிட்டாலும்

நான் உங்களுக்கு உதவித்தான் ஆகவேண்டும்."

ஒருகணம் அவரை உற்றுப்பார்த்த புரூடர் அதற்கு இணங்கிப் போனார்.

லேங்டன் கதவுவழியைக் கடந்து புரூடரை பின்தொடர்ந்து கீழே இறங்கத் தொடங்குகையில் அந்த நீர்த்தேக்கத்தின் தொட்டிகளில் இருந்து வெதுவெதுப்பான காற்று தங்களைக் கடந்துசெல்வதை உணர்ந்தார். ஈரப்பதமான தென்றல் காற்றில் லிஸ்ஜத்தினுடைய தாந்தே சிம்பனியும் கலந்து வந்தது. அத்துடன் நன்கு பரிச்சயமான, வார்த்தைகளால் விவரிக்க முடியாத அது ஒரு மூடப்பட்ட அறையில் குழுமியிருக்கும் பெரும் கூட்டத்தின் நெருக்குதலால் தோன்றும் வாசனையும் வந்தது.

ஓர் ஆவியுருவம் தன் மீது படர்வதைப் போல் லேங்டன் சட்டென்று உணர்ந்தார். அது கண்ணுக்குத் தெரியாத நீண்ட விரல்கள் பூமியில் இருந்து வெளிப்பட்டு அவருடைய சதையை உலுக்குவதைப்போல் இருந்தது.

அந்த இசை.

ஆயிரம் குரல்களின் வலுவுடன் இருந்த அந்த சிம்பனி கூட்டுப்பாடல் இப்போது நன்கு அறிந்த பாடலைப் பாடியபடி, தாந்தே வார்த்தைகளின் ஒவ்வொரு சொல்லையும் தனித்துவமாக உச்சரித்தன.

தாந்தேயின் இன்ஃபெர்னோவுடைய மிகவும் புகழ்பெற்ற வரிகளைச் சேர்ந்த அந்த ஆறு வார்த்தைகளும் மரணத்தின் துர்வாடையைப் போல் படிக்கட்டுகளின் கீழிருந்து மேலெழும்பி வந்தன.

டிரெம்பெட்டுகள் மற்றும் கொம்பூதிகளின் ஒலியுடன் சேர்ந்து ஒலித்த அந்தப் பாடல் மீண்டும் ஒருமுறை எச்சரித்தது.

இங்கே நுழைபவர்கள், எல்லா நம்பிக்கைகளையும் கைவிட்டு விடுங்கள்.

❑

91

சிவப்பு ஒளியில் குளித்திருந்த அந்தப் பாதாள குகை, நரகத்தில் இசைக்கப்படுவதைப் போன்று ரீங்கரித்துக்கொண்டிருந்தது — அழுகுரல்கள், கம்பிகளின் நாதங்கள், பூகம்ப அதிர்ச்சி போன்று முழங்கும் டிரம் ஒலிகள்.

லேங்டன் தன்னால் முடிந்தவரை பார்த்தபோது பாதாள உலகத்தின் அந்தத் தளமானது நீர்படுகை யாக கருத்து, இறுகி, மென்மையானதாக காணப் பட்டது.

நட்சத்திரங்கள் எதையும் பிரதிபலிக்காத காயல்.

தண்ணீரில் இருந்து மேலே எழும்பி, பார்ப்ப தற்கு முடிவேயில்லாமல் தோன்றும் வகையில் நூற்றுக்கணக்கான தூண்கள் நின்றுகொண்டிருந்தன. அந்தக் குகையில் வளைவான கூரையை தாங்கிப் பிடிப்பதற்காக அவை ஒவ்வொன்றும் முப்பது அடி உயரத்தில் காணப்பட்டன. கீழிருந்து தனித்தனி சிவப்புநிற ஸ்பாட்லைட்டுகளின் தொடர்வரிசையால் ஒளியூட்டப்பட்டிருக்கும் அந்தத் தூண்கள், காட்டில் இருக்கும் ஒளியூட்டப்பெற்ற மரக்கிளைகளைப் போல் காட்சியளித்தன.

லேங்டனும் புருடரும் அந்தப் படிக்கட்டுகளின் அடிப்பகுதியில் சற்று நின்று நிதானித்தனர், ஆவியுரு போன்ற பாதாளத்தின் நுழைவாயிலுக்கு முன்பாக சற்று நிதானித்து நின்று யோசித்துப் பார்த்தனர். அந்தக் குகையே செந்நிற சாயலில் மின்னிக்கொண்டிருக்க உள்ளே நுழைந்த லேங்டன்

தானும்கூட முடிந்தவரை சற்று மெல்ல மூச்சை இழுத்துவிடுவதை உணர்ந்து கொண்டார்.

அங்கிருந்த காற்று அவர் கற்பனை செய்ததைக் காட்டிலும் கனத்திருந்தது.

தங்களுக்கு இடதுபுறத்தில், தொலைவில் இருந்த கூட்டத்தை லேங்டனால் பார்க்க முடிந்தது. அந்தக் கச்சேரி பாதாளத்தின் ஆழத்தில் நடந்துகொண்டிருந்தது. அதன் பார்வையாளர்கள் விரிந்திருக்கும் நடைமேடைகளில் அமர்ந்திருந்தனர். அந்த ஆர்க்கெஸ்ட்ராவை சுற்றி அமைக்கப்பட்டிருந்த மேடையில் சிலநூறு பேர் அமர்ந்திருந்தனர். அதைச் சுற்றியிருந்த இடங்களில் சில நூறுபேர் நின்றிருந்தனர். மற்றவர்கள் சிலரும்கூட நடைப் பலகையில் நின்றபடி இசையைக் கேட்டபடியே தண்ணீரை உற்றுப் பார்த்துக்கொண்டிருந்தனர்.

உருவமற்ற நிழலொளிகளின் கடலை ஆராய்ந்துகொண்டிருந்த லேங்டனின் கண்கள் சியன்னாவைத் தேடின. அவள் பார்வை படும் இடத்தில் இல்லை. அதற்குப் பதிலாக பல்வேறுவிதமான உடையணிந்தவர்களையே அவரால் பார்க்க முடிந்தது

சியன்னா மட்டும் கீழே இருக்கிறாள் என்றால், அவளை கண்டுபிடிக்க சாத்தியமே இல்லை என்று லேங்டன் நினைத்துக் கொண்டார்.

அத்தருணத்தில் கனத்த உருவம்கொண்ட ஒருவன் அவர் களைக் கடந்துசென்றான். படிக்கட்டை நோக்கி வெளியேறச் செல்கையில் இருமிக்கொண்டே சென்றான். புரூடர் பின்னால் திரும்பி அவன் செல்வதைப் பார்த்தபோது கவனமாக ஆராய்ந்தார். தன்னுடைய தொண்டையில் ஏதோ இடறுவதைப் போல் உணர்ந்த லேங்டன் அது தன்னுடைய கற்பனைதான் என்று தனக்குத்தானே சொல்லிக்கொண்டார்.

நடைப்பலகையில் முன்னோக்கி காலடி எடுத்துவைத்த புரூடர் தங்களுக்குள்ள பல்வேறு சாத்தியங்களைப் பற்றி யோசித்தார். அவர்களுக்கு முன்னால் இருக்கும் இந்தப் பாதை மினாடோர் புதிர்வட்டப்பாதையின் நுழைவாயிலைப் போல் இருந்தது. அந்த ஒற்றை நடைப்பலகையானது சட்டென்று மூன்றாகப் பிரிந்து, அவையும் பிரிந்து ஒரு தொங்கு புதிர்ப்பாதையாக காட்சியளித்தது. தண்ணீருக்கு மேலே தொங்கியபடி தூண்களில் ஆடிக்கொண்டிருக்கும் அந்தப் பலகைகள் இருளுக்குள்ளாக வளைந்துநெளிந்து சென்றன.

காட்டின் இருளுக்குள் இருப்பதைப் போல் இருக்கிறது, என்று

நினைத்துக்கொண்ட லேங்டன், தாந்தேயின் மகா படைப்பில், வருவதுரைக்கும் முதல் காண்ட்டோவை நினைவுபடுத்திக் கொண்டார். *நேராக செல்லவேண்டிய பாதை தொலைந்து விட்டது.*

தண்ணீருக்குள் இருக்கும் நடைவழியின் கைப்பிடியை லேங்டன் கூர்ந்து நோக்கினார். அது நான்கு அடிகள் ஆழத்தில் இருந்ததுடன், ஆச்சரியப்படுத்தும் வகையில் தெளிவாகவும் இருந்தது. தரையின் பளிங்கு கல் பதிப்பு கண்ணுக்குப் புலப்பட்டது. அதன்மேல் மெல்லிய வண்டல் படிவு போர்த்தியிருந்தது.

புரூடர் கீழ்நோக்கி விரைவாகப் பார்த்தார். ஏதும் புலப்படாமல் பெருமூச்சுவிட்ட அவர் தன்னுடைய பார்வையை மீண்டும் அந்த அறையை நோக்கித் திருப்பினார். "ஜாப்ரிஸ்ட்டின் வீடியோவில் தெரிவதுபோன்ற இடம் எதையாவது நீங்கள் பார்த்தீர்களா?"

எல்லாவற்றையும் பார்த்தாகிவிட்டது என்று நினைத்துக் கொண்ட லேங்டன் தங்களைச் சுற்றியிருக்கும் செங்குத்தான அழுக்கடைந்த சுவர்களை ஆராய்ந்துகொண்டிருந்தார். கச்சேரி நடைமேடையில் இருந்து மிகவும் விலகியிருக்கின்ற அந்தக் குகையின் கடைகோடி மூலைக்கும் அவர் சென்று பார்த்து விட்டார். "எனக்கென்னவோ இங்கே பின்னால்தான் எங்கோ இருப்பதுபோல் தெரிகிறது."

புரூடர் ஆமோதித்தார். "என்னுடைய உள்ளுணர்வும் அப்படித்தான் சொல்கிறது."

அவர்கள் இருவரும் நடைப்பலகைக்கு வந்தனர். கூட்டத்தில் இருந்து விலகி, அந்த மூழ்கிய அரண்மனையின் வெகுதொலைவான இடத்தை நோக்கிச் செல்லும் வலதுபக்க கிளைப்பாதையை அவர்கள் தேர்வுசெய்தனர்.

அவர்கள் நடந்துசெல்லும்போது, ஒரேநாள் இரவில் இந்த இடத்தில், யாருக்கும் தெரியாமல் மறைத்துவைப்பது எவ்வளவு சுலபம் என்று லேங்டன் நினைத்துக்கொண்டார். தன்னுடைய வீடியோவை தயாரிக்கவே ஜாப்ரிஸ்ட் இவ்வாறு செய்திருப்பார். ஒருவாரம் நீடிக்கின்ற தொடர் கச்சேரியை பெரிய மனதுடன் ஏற்பாடு செய்திருக்கும் அவரால் இந்த நீர்த்தேக்கத்தில் ஏதாவது ஒரு தனி இடத்தை எளிதாக கேட்டுப் பெற்றிருக்க முடியும்.

இப்போது அதெல்லாம் ஒரு விஷயமே இல்லை.

புரூடர் வேகமாக நடைபோட்டார். அடிமனதில் அந்த சிம்பனியின் லயம் அவருள் கேட்டுக்கொண்டே இருந்தது.

தாந்தேயும் வெர்ஜிலும் நரகத்திற்குள் இறங்குகிறார்கள்.

தங்களுக்கு வலதுபுறமாக தொலைவில் இருந்த செங்குத்தான, பூஞ்சை பீடித்த சுவர்களை தீவிரமாக ஆராய்ந்துகொண்டிருந்த லேங்டன் அவற்றைத் தாங்கள் பார்த்த வீடியோவுடன் பொருத்திப் பார்க்க முயற்சித்துக்கொண்டிருந்தார். நடைப்பலகையில் உள்ள ஒவ்வொரு கிளைப்பாதையிலும் அவர்கள் வலதுபக்கமாக திரும்பி, கூட்டத்திலிருந்து மேலும் விலகிச்சென்று, அந்தக் குகையின் மிகவும் ஒதுக்குப்புறமாக இருந்த மூலையை நோக்கிச் சென்றனர். திரும்பிப் பார்த்த லேங்டன் அவர்கள் மறைக்கப்பட்டிருக்கும் தொலைவைப் பார்த்து திகைப்படைந்தார்.

அவர்கள் இப்போது ஏறத்தாழ ஓடியே முன்னேறிக் கொண்டிருந்தனர். இலக்கில்லாமல் சுற்றித்திரியும் பார்வையாளர் களைக் கடந்து சென்றுகொண்டிருந்தனர். ஆனால் அவர்கள் அந்த நீர்த்தேக்கத்தின் ஆழமான பகுதிகளுக்குள் நுழைந்தபோது அங்கிருந்தவர்களின் எண்ணிக்கை ஒன்றுமில்லாமல் சிறுத்துப் போனது.

புரூடரும் லேங்டனும் தனித்து விடப்பட்டனர்.

"இவையெல்லாமே பார்ப்பதற்கு ஒரே மாதிரிதான் இருக்கிறது" என்ற புரூடர் நம்பிக்கை இழந்து காணப்பட்டார். "நாம் எங்கிருந்துதான் தொடங்குவது?" என்று லேங்டனும் தன்னுடைய விரக்தியைப் பகிர்ந்துகொண்டார். அவருக்கு அந்த வீடியோ பளிச்சென்று நினைவில் இருக்கிறதுதான். ஆனால் இங்கே அதை அடையாளம் காணக்கூடிய அளவிற்கு எதுவும் இல்லை.

அவர்கள் முன்னேறிக்கொண்டிருக்கையில் மெல்லிய ஒளி ஏற்றப்பட்டிருந்த, நடைப்பலகையில் பொருத்தப்பட்டிருந்த அறிவிப்புகளை லேங்டன் ஆராய்ந்தார். அவற்றில் ஒன்று அந்த அறையின் இருபத்தியோரு மில்லியன் கேலன்கள் என அந்த அறையின் கொள்ளளவைக் காட்டியது. மற்றொன்று, ஒரு பொருத்தமில்லாத தூணானது அருகாமையில் உள்ள கட்டிடத்தின் கட்டுமானத்தின்போது தோண்டியெடுக்கப்பட்டதை தெரிவித்தது. மேலும் ஒன்று, தற்போது பார்வையில் சரியாக தெரியாத ஒரு புராதான செதுக்கப்பட்ட சிற்பத்தின் விளக்க வரைபடத்தைக் காட்டியது — அது இந்த நீர்த்தேக்கத்தை கட்டும்போது மரணமடைந்த அடிமைகளுக்காக தேம்பி அழும் பெண்ணின் கண் போன்ற குறியீடு.

விசித்திரம் என்னவென்றால், ஒரே ஒரு வார்த்தையைக்

கொண்டிருந்த அறிவிப்புப் பலகையை பார்த்தபோதுதான் லேங்டன் தன் காலடியில் இருந்து விலகாமல் கல்லாய் இறுகிப்போய் நின்றார்.

புரூடரும் அப்படியே நின்று திரும்பினார். "என்ன ஆயிற்று?"

லேங்டன் கைகாட்டினார்.

அந்த அறிவிப்புப் பலகையில் இருந்த திசைகாட்டி அம்புக் குறியில் அச்சுறுத்தும் அரக்கியின் பெயர் காணப்பட்டது — அது மிகப் புகழ்பெற்ற ஓர் அரக்கியின் பெயர்.

மெடூஸா

அந்தப் பலகையை பார்த்த புரூடர் தன் புருவத்தை உயர்த்தினார். "அதனால் என்ன?"

லேங்டனின் இதயத்துடிப்பு எகிறியது. பாம்புகளை தலை முடியாகக் கொண்டவளும், தன்னை உற்றுப்பார்ப்பவர்களை கல்லாக மாற்றக்கூடிய வரம் பெற்றவளும் மட்டுமல்லாது பாதாள உலகில் வசிக்கின்ற கிரேக்க கடவுளர்களில் ஒருத்தியாகவும் மெடூஸாவைப் பற்றி லேங்டனுக்குத் தெரியும். அத்துடன், அவள் கோத்னிக் அசுரர்களில் ஒருத்தி என்பதும் அவருக்கு நன்றாகவே தெரியும்.

மூழ்கிய அரண்மனைக்குள் ஆழமாகச் சென்று தேடு... அங்கே, அந்த இருளில்தான், கோத்னிக் அசுரன் ஒளிந்திருக்கிறான்.

அவள் அந்த வழியைத்தான் சுட்டிக்காட்டுகிறாள், என்பதை உணர்ந்துகொண்ட லேங்டன் நடைப்பலகையில் ஓடத் தொடங்கினார். மெடூஸாவின் குறிப்புகளைப் பின்பற்றி, அந்த இருளில் குறுக்கு நெடுக்காக ஓடிக்கொண்டிருக்கும் லேங்டனை புரூடரால் சரியாக பின்தொடர முடியவில்லை. இறுதியில், அந்த நீர்த்தேக்கத்தின் வலதுபக்க சுவற்றின் அடித்தளத்திற்கு வந்தே சேர்ந்த அவர் சிறிய பார்வை மேடையின் முட்டுச்சந்திற்கு வந்து சேர்ந்தார்.

அவருக்கு முன்னால் இருந்த காட்சி நம்ப முடியாததாக இருந்தது.

தண்ணீருக்கு மேலே உயர்ந்திருக்கும் அந்த பிரமாண்டமான செதுக்கப்பட்ட கறுப்பு பளிங்குக் கல், அதுதான் மெடூஸாவின் தலை, அவளுடைய கேசத்தில் பாம்புகள் சீற்றம் கொண்டிருந்தன. அந்த உருவத்தை மேலும் விசித்திரமாக்கியது என்னவென்றால் கழுத்துக்கு மேலான அவளுடைய தலை, தலைகீழாக வைக்கப்பட்டிருந்ததுதான்.

சபிக்கப்பட்டதால் தலைகீழானவள் என்பதை உணர்ந்து கொண்ட லேங்டன், பொட்டிசெலியின் *நரகத்தின் வரைபடம்* ஓவியத்தில், மால்போல்ஜில் தலைகீழாக புதைக்கப்பட்டிருக்கும் பாவம் செய்தவர்களின் உருவங்களை மனக்காட்சியில் கண்டார்.

கைப்பிடிச் சுவரை ஒட்டி லேங்டனுடன் வந்துகொண்டிருந்த புரூடருக்கு தலைகீழாக காணப்பட்ட மெடூஸாவை பார்த்தபோது எதுவும் புரிபடவில்லை.

தூண்களுள் ஒன்றிற்கு அரணாக செயல்படும் இந்த செதுக்கப்பட்ட தலை எங்கிருந்தோ தோண்டி எடுத்து வரப்பட்டு செலவில்லாத கட்டுமானப் பொருளாக பயன் படுத்தப்பட்டிருக்கலாமோ என்று லேங்டன் சந்தேகப்பட்டார். மெடூஸா தலைகீழாக வைக்கப்பட்டிருப்பதற்கு காரணம், அவ்வாறு வைத்தால் அவளுடைய தீய சக்திகள் அவளிடமிருந்து பறிக்கப்பட்டுவிடும் என்ற மூடநம்பிக்கையே என்பதில் சந்தேகமில்லை. இன்னும் சொல்லப்போனால், அவரிடத்தில் தாக்குதல் நிகழ்த்திக்கொண்டிருக்கும் பேய்த்தனமான சிந்தனை களின் சுமைகளில் இருந்து அவரால் விடுபடவே முடியவில்லை.

தாந்தேயின் இன்ஃபெர்னோ. இறுதிச்சுற்று. பூமியின் மையக்கரு. புவியீர்ப்புவிசை தன்னைத்தானே தலைகீழாக்கிக்கொள்ளும் இடம். மேலே இருப்பவை கீழே வரும் இடம்.

முன்னூகித்தலால் அந்த செதுக்கப்பட்ட தலையைச் சுற்றி ஒரு செந்நிற ஒளிப்படலம் இருப்பதை தன் கண்களை பாதி மூடியபடி லேங்டன் பார்த்தார். மெடூஸாவின் பாம்புகளால் ஆன தலைமுடி தண்ணீரில் மூழ்கியிருந்தது. ஆனால் அவள் கண்கள் மேற்பரப்பில் இருந்தன. அவை அந்த காயலுக்கு வெளியே இடதுபக்கம் உற்றுப்பார்த்தபடி இருந்தன.

பயத்துடன் அந்த கைப்பிடிச்சுவரில் சாய்ந்த லேங்டன் தன் தலையைத் திருப்பி அந்தச் சிலை பார்த்துக்கொண்டிருக்கும் பிரபலமான மூழ்கிய அரண்மனையின் வெறுமையாக இருந்த மூலையை உற்றுப்பார்த்தார்.

சட்டென்று அவருக்குத் தெரிந்துவிட்டது.

இதுதான் அந்த இடம்.

ஜாப்ரிஸ்ட்டின் பேரழிவு இலக்கு.

❑

92

ஏஜெண்ட் புரூடர் தன்னை மறைத்துக் கொண்டே குனிந்தார். அந்த கைப்பிடிச் சுவற்றிற்கு கீழே சாய்ந்தபடி மார்பளவு இருந்த தண்ணீருக்குள் இறங்கினார். சில்லிட்ட நீர்மத்தின் ஈரம் உடையை நனைத்தபோது அவருடைய தசைகள் அதற்கெதிராக விறைத்துக்கொண்டன. அவருடைய ஷூக்களுக்கு கீழே நீர்த்தேக்கத்தின் தரை வழுக்கிக்கொண்டே செல்வதுபோல் இருந்தது. ஆனால் அது கெட்டியாகவும் இருந்தது. ஒருகணம் அப்படியே நின்ற அவர் சூழ்நிலையை ஆராய்ந்தார். அந்தக் காயல் முழுமைக்கும் தன்னுடைய உடலில் இருந்து ஒரேவிதமான பெருக்கத்தில் வட்டமாக செல்லும் நீரலையை கவனித்தார்.

ஒருகணம் புரூடர் மூச்சுவிடவில்லை. *மெதுவாக நகரு*, அவர் தனக்குத்தானே சொல்லிக்கொண்டார். **எந்த அதிர்வையும் உண்டாக்காதே.**

அந்த நடைப்பலகைக்கு மேலே கைப்பிடிச் சுவரில் நின்றுகொண்டிருந்த லேங்டன் சுற்றியிருக்கும் நடைப்பலகைகளை ஆராய்ந்துகொண்டிருந்தார்.

"எல்லாம் தயார்" லேங்டன் கிசுகிசுத்தார். "உங்களை யாரும் பார்க்கவில்லை."

புரூடர் பின்னால் திரும்பி தலைகீழாக இருக்கும் மெடூஸாவை நோக்கியபோது அது சிவப்பு விளக்கொளியில் பிரகாசித்தது. புரூடர் அந்த தலை கீழான அரக்கிக்கு நேராக வந்தபோது அது இன்னும் பெரிதாகத் தெரிந்தது.

“காயலில் மெடூஸா பார்க்கும் திசையை நோக்கிச் செல்லுங்கள்” என்றார் லேங்டன். “குறியீட்டியலிலும் நாடகீயத்திலும் ஜாப்ரிஸ்ட்டிற்கு இயல்பான திறமை இருக்கிறது. அவர் தன்னுடைய படைப்பை மெடூஸாவின் அபாயகரமான பார்வைக்கு நேராக வைத்திருந்தால் நான் நிச்சயம் ஆச்சரியப்பட மாட்டேன்.”

மாபெரும் மூளைகள் ஒரேமாதிரிதான் சிந்திக்கும். இந்த அமெரிக்க புரபஸர் தன்னிடத்தில் தன்மையாக வலியுறுத்துவது புரூடருக்கு மகிழ்ச்சியாகவே இருந்தது; லேங்டனின் நிபுணத்துவம் தான் ஏறத்தாழ இந்த நீர்த்தேக்கத்தின் அருகாமையை விரைவாக எட்ட அவர்களுக்கு வழிகாட்டியிருக்கிறது.

தொலைவில் தாந்தே சிம்பனியின் மெல்லிசை தொடர்ந்து எதிரொலித்துக்கொண்டிருக்க, தன்னுடைய நீர்புகா டோவல்டெக் பென்லைட்டை எடுத்த புரூடர் அதனை நீருக்கடியில் மூழ்க வைத்து ஸ்விட்சை போட்டார். ஒரு பிரகாசமான ஒளி அவருக்கு முன்னால் இருந்த நீர்த்தேக்கத்தை ஒளிபெறச் செய்தது.

மெதுவாக, புரூடர் தனக்குத்தானே நினைவுபடுத்திக் கொண்டார். *எதையும் தொந்தரவு செய்துவிடாதே.*

மற்றொரு வார்த்தையின்றி, அந்த காயலுக்குள் தன்னுடைய கவனமான பயணத்தைத் தொடங்கிய அவர் தண்ணீருக்குள் மெதுவாக நகர்ந்தார், ஃபிளாஷ்லைட்டை படிப்படியாக முன்னும் பின்னும் அசைத்துச் சென்றார்.

கைப்பிடியில் நின்றுகொண்டிருந்த லேங்டன் தன்னுடைய தொண்டையில் ஒரு தீராத இறுக்கத்தை உணரத் தொடங்கினார். ஈரப்பதம் இருந்தாலும் அந்த நீர்த்தேக்கத்தில் நிலவிய காற்றானது கசகசப்பாகவும், ஆக்ஸிஜன் தீர்ந்ததுபோலவும் இருந்தது. புரூடர் கவனமாக அந்தக் காயலுக்குள் சென்றுகொண்டிருக்கையில் எல்லாம் சரியாகிவிடும் என்று அந்த புரபஸர் தனக்குத்தானே சமாதானம் சொல்லிக்கொண்டார்.

நாம் சரியான நேரத்தில் வந்துவிட்டோம்.

எல்லாம் முழுமையடைந்துவிட்டது.

புரூடரின் குழுவினர் இதை கட்டுக்குள் கொண்டுவருவார்கள்.

இருந்தாலும் லேங்டன் பதட்டத்துடனே இருந்தார். வாழ்நாள் முழுவதும் அவரிடம் நீடித்திருக்கின்ற மூடிய கதவுகள் குறித்த பயமானது இந்த இடத்தில் தான் எந்த நேரத்தில் வேண்டு மானாலும் வீழ்ந்துவிடலாம் என்பதும் அவருக்குத்

தெரிந்தே இருந்தது. *ஆயிரக்கணக்கான டன்கள் எடையுள்ள பூமி தலைக்கு மேல் தொங்கிக்கொண்டிருக்கிறது. அவற்றை தாங்கிநிற்கும் தூண்களோ சிதைந்துகொண்டிருக்கின்றன.*

தன்னுடைய மனதில் இருந்து அந்த சிந்தனையை விலக்கிய அவர் வேண்டாத விருந்தாளிகள் யாரும் வந்துவிட்டனரா என்று பின்னால் திரும்பிப் பார்த்துக்கொண்டார்.

யாருமில்லை.

அவருக்கு அருகாமையில் இருந்தவர்கள் எல்லாம் வெவ்வேறு நடைப்பலகைகளில் நின்றுகொண்டிருந்தனர். அவர்கள் அனைவரும் ஆர்க்கெஸ்ட்ரா நடக்கின்ற எதிர்திசையில் பார்த்துக்கொண்டிருந்தனர்.

தண்ணீருக்கடியில் மூழ்கிய பென்லைட்டால் வழியை தேடிச் சென்றுகொண்டிருக்கும் எஸ்ஆர்எஸ் தலைவரை நோக்கி தன் பார்வையைத் திருப்பினார் லேங்டன்.

லேங்டன் பார்த்துக்கொண்டே இருக்கையில் அவருடைய இடதுபக்க ஓரப்பார்வையில் ஓர் அசைவு தென்பட்டது — ஒரு அச்சுறுத்தும் கருத்த உருவம் புரூடருக்கு முன்பாக தண்ணீரில் இருந்து மேலெழும்பி வந்தது. அதை நோக்கி ஓடிய லேங்டன் தெளிவற்ற அந்தக் கருமையை உற்றுப் பார்த்தார். நீருக்கடியில் இருந்து ஏதேனும் ஓர் அசுரன் தோன்றியிருக்கலாமோ என்றுகூட எதிர்பார்த்தார்.

புரூடர் அப்படியே நின்றார். அவரும் அதைப் பார்த்து விட்டார்.

கடைகோடியில், அலையாடும் கறுப்பு வடிவம் ஒன்று சுவற்றிற்கு முப்பது அடிகள் வரை உயர்ந்திருந்தது. அந்தப் பேயுருவமான நிழலொளியானது ஜாப்ரிஸ்ட்டின் வீடியோவில் தோன்றும் பிளேக் டாக்டரின் உருவத்தோடு ஏறத்தாழ ஒத்துப் போனது.

இது ஒரு நிழல், என்று உணர்ந்துகொண்ட லேங்டன் பெருமூச்சுவிட்டார். *புரூடரின் நிழல்.*

காயலில் மூழ்கிய நிலையில் வைக்கப்பட்டுள்ள அந்த ஸ்பாட்லைட்டிற்கு அருகாமையில் செல்லும்போது புரூடரின் நிழலை அது பிரதிபலித்தது. அதைப் பார்த்தால், அந்த வீடியோ வில் தெரியும் ஜாப்ரிஸ்ட்டின் நிழலைப் போன்றே இருந்தது.

“இதுதான் அந்த இடம்” என்று புரூடரை அழைத்தார் லேங்டன். “நீங்கள் நெருங்கி வந்துவிட்டீர்கள்.”

அதை ஆமோதித்த புரூடர் காயலுக்குள் ஓர் அங்குலம் நகர்ந்தார். லேங்டன் அந்தக் கைப்பிடியை ஒட்டி நகர்ந்தார், அதற்கு சரிசமமாக இருக்கும்படி பார்த்துக்கொண்டார். அந்த ஏஜெண்ட் மேலும் மேலும் முன்னோக்கி நகர்கையில் ஆர்க்கெஸ்ட்ராவை நோக்கி தன் பார்வையைத் திருப்பிய லேங்டன் புரூடரை யாரும் கவனிக்கவில்லை என்பதை உறுதிப்படுத்திக்கொண்டார்.

யாருமில்லை.

லேங்டன் மீண்டும் தன் பார்வையை அந்தக் காயலை நோக்கித் திருப்பியபோது, பளிச்சிட்ட ஓர் எதிரொலி அவர் நடந்துவந்த நடைப்பலகையின் மீது அவருடைய பார்வையைக் கவர்ந்தது.

அவர் கீழே பார்த்தபோது செந்நிற திரவம் சேர்ந்திருக்கும் சிறிய குட்டையைக் கண்டார்.

ரத்தம்.

விநோதம் என்னவென்றால், லேங்டன் அதில்தான் நின்றுகொண்டிருந்தார்.

எனக்கு ரத்தப்போக்கு ஏற்பட்டிருக்கிறதா?

லேங்டனுக்கு எந்த வலியும் தெரியவில்லை. ஆனாலும் அவர் ஏதோ காற்றில் பரவிவிட்ட கண்ணுக்குப் புலப்படாத நச்சுத்தன்மையால்தான் அது ஏற்பட்டுவிட்டதோ என்று தன்னுடைய உடலிலேயே அதைத் தேடத் தொடங்கிவிட்டார். ரத்தப்போக்கிற்கு வாய்ப்பிருக்குமோ என்று அவர் தன்னுடைய மூக்கு, நகக்கண்கள் மற்றும் தன்னுடைய காதுகளில் சரி பார்த்துக் கொண்டார்.

அந்த ரத்தம் எங்கிருந்து வருகிறது என்று தடுமாறிய லேங்டன் தன்னைச் சுற்றிலும் பார்த்து, அந்தத் தனிமையான நடைவழியில் தான் மட்டுமே தனித்திருக்கிறோம் என்பதை உறுதிப்படுத்திக்கொண்டார்.

லேங்டன் மீண்டும் அந்தக் குட்டையை குனிந்து பார்த்தார். இந்தமுறை ஒரு மிகச்சிறிய சிற்றோடை நடைப்பலகையில் ஓடி வந்து தன்னுடைய கால்களில் சேர்வதை அவர் கவனித்தார். அந்த செந்நிற திரவம் பார்ப்பதற்கு தலைக்கு மேலே இருந்து ஓடி வந்து அந்த நடைப்பலகையில் பரவியதைப் போல் இருந்தது.

யாருக்கோ காயம்பட்டிருக்கிறது, லேங்டன் உணர்ந்து கொண்டார். காயலின் மையப்பகுதியை நெருங்கிக்கொண்டிருந்த புரூடரைத்தான் அவர் சட்டென்று பார்த்தார்.

அந்த சிற்றோடையைப் பின்தொடர்ந்து நடைப்பலகையில் லேங்டன் அடியெடுத்து வைத்தார். அவர் அந்த முட்டுச்சந்தை நோக்கி முன்னேறுகையில் அந்த சிற்றோடை அகலமாகி நீரோட்டம் வேகமானது. ***என்ன நடக்கிறது இங்கே?*** அந்த இடத்திலேயே அது ஒரு சிறிய ஓடையாகவும் மாறியது. ஓட்டமும் நடையுமாக செல்லத்தொடங்கிய அவர், கசிந்துவரும் திரவத்தைத் தொடர்ந்து சுவரை நோக்கி வந்தபோது அந்த நடைப்பலகை சட்டென்று முடிவுற்றது.

முட்டுச் சந்து.

அந்த அடர் இருளில் அவர் மிகப்பெரிய குட்டையைப் பார்த்தார். அது அங்கே அப்போதுதான் யாரோ ஒருவரை வெட்டிக் கொன்றதுபோல் சிவப்பு நிறத்தில் பளபளத்தது.

அத்தருணத்தில், நடைப்பலகையில் இருந்து வழிந்து நீர்த்தேக்கத்திற்குள் விழும் சிவப்புநிற திரவத்தை லேங்டன் கவனித்துக்கொண்டிருக்கையில் தன்னுடைய அசல் மதிப்பீடு தவறானது என்பதை அவர் உணர்ந்துகொண்டார்.

அது ரத்தமல்ல.

அந்த மிகப்பெரிய இடத்தின் சிவப்பு விளக்குகள், நடைப் பலகையின் செந்நிற சாயலுடன் இணைந்து, ஒருவிதமான மாயத் தோற்றத்தை உருவாக்கி இந்தத் தெளிவான நீர்த்துளிகளுக்கு ஒரு கருஞ்சிவப்புநிற வண்ணத்தைக் கொடுத்துள்ளது.

அது வெறும் தண்ணீர்.

அது ஆசுவாசத்தைத் தருவதற்கு பதிலாக அவரிடத்தில் கூர்மையான பயத்தையே விளைவித்தது. அவர் அந்த நீர்க் குட்டையை உற்றுப்பார்த்தார். இப்போது கைப்பிடியில் நீர்ச் சிதறலைப் பார்த்தார். காலடித்தடங்களையும் பார்த்தார். ***யாரோ ஒருவர் இந்த நீர்நிலையில் இருந்து மேலேறி வந்திருக்கிறார்கள்.***

புரூடரைக் கூப்பிடத்தான் லேங்டன் திரும்பினார். ஆனால் அவர் வெகுதொலைவில் இருந்தார் என்பதுடன் ஒலித்துக் கொண்டிருந்த இசையும் உச்சஸ்தாயியை அடைந்திருந்தது. அது காதை அடைக்கச் செய்தது. தனக்குப் பின்னால் யாரோ இருப்பதை லேங்டன் உணர்ந்தார்.

இங்கே நான் மட்டும் இல்லை.

ஸ்லோமோஷனில், அந்த நடைப்பலகை முட்டுச்சந்தை எட்டுகின்ற சுவற்றை நோக்கி லேங்டன் திரும்பினார். பத்து அடிகள் தள்ளி, அடர்கருப்பு நிழல்கள் மூடிய புதரில், ஒரு வட்ட

வடிமான உருவத்தை அவரால் அடையாளம் காண முடிந்தது. அது கறுப்பு உடையில் மூடப்பட்ட பெரிய பாறையைப் போல் நீரில் நனைந்திருந்தது. அது அசைவற்றுக் காணப்பட்டது. பின்னர் நகர்ந்தது.

அந்த உருவம் நீண்டது, அதன் சிறப்பம்சமற்ற தலை குனிந்திருந்த அதன் நிலையில் இருந்து மேலேநோக்கி திரும்பியது.

கறுப்பு மேலங்கியில் மறைந்திருப்பவர், லேங்டன் உணர்ந்து கொண்டார்.

பாரம்பரியமான அந்த இஸ்லாமிய மறைப்புடையில் இருந்து தோல் எதுவும் வெளியே தெரியவில்லை. ஆனால் மறைந்திருந்த அந்தத் தலை மட்டும் லேங்டனை நோக்கித் திரும்பியது. இரண்டு கறுப்புக் கண்கள் வெளியே தெரிந்தன. புர்காவின் முக மறைப்பினுடைய குறுகலான துவாரத்தின் வழியே வெளித்தெரிந்த அவை லேங்டனை மிகத்தீவிரத்துடன் மடக்கின.

ஒருகணம், அவருக்குத் தெரிந்துவிட்டது.

சியன்னா புரூக்ஸ் தன்னுடைய மறைவிடத்தில் இருந்து சட்டென்று தோன்றினாள். ஒரே ஒரு அடியில் தன்னுடைய வேகத்தை அதிகப்படுத்திய அவள் அந்த நடைப்பலகையில் விரைந்துவரும்போதே லேங்டன் மீது பாய்ந்து அவரைக் கீழே சாய்த்தாள்.

❑

93

காயலுக்குள்ளாக,ஏஜெண்ட் புரூடர் தான் சென்ற பாதையில் அப்படியே நின்றார். அவர் வைத்திருந்த பென்லைட் அந்த நீர்த்தேக்கத்திற்குள்ளாக ஓர் உலோகம் பளபளப்பதைக் காட்டியது.

அவ்வளவாக மூச்சுவிடாத புரூடர் அதை நோக்கி மெதுவாக நகர்ந்தார். அதிர்வுகள் எதையும் உருவாக்கிவிடக்கூடாது என்பதிலும் கவனமாக இருந்தார். அந்த பளபளப்பான மேற்பரப்பின் வழியாக தரையோடு பிணைக்கப்பட்ட செவ்வக வடிவ பளபளப்பான டைட்டானியத்தைக் கண்டு பிடித்துவிட்டார்.

ஜாப்ரிஸ்டின் அறிவிப்புப் பலகை.

நாளைய தேதியையும், அதனுடன் இணைந்த குறிப்பையும் இணைத்துப் பார்க்குமளவிற்கு அந்தத் தண்ணீர் மிகவும் தெளிவாக இருந்தது:

இந்த இடத்தில், இந்தத் தேதியில், உலகம் நிரந்தரமாக மாறிப்போனது.

மீண்டும் யோசி, என்று நினைத்துக்கொண்ட புரூடரின் நம்பிக்கை அதிகரித்திருந்தது. *நாளைக்கு முன்பாக நாம் இதை தடுத்து நிறுத்த சில மணி நேரங்களே இருக்கின்றன.*

ஜாப்ரிஸ்டின் வீடியோவை மனதிற்கு கொண்டுவந்த புரூடர், அந்த அறிவிப்புப் பலகைக்கு இடதுபக்கமாக ஃபிளாஷ்லைட்டின் ஒளியை மென்மையாக நகர்த்திச் சென்று நீரில் கரையக்

கூடிய பையைத் தேடினார். கருத்த நீரில் அந்த ஒளி வீசியபோது புரூடர் குழப்பத்துடன் உற்று நோக்கினார்.

எந்தப் பையும் இல்லை.

அவர் அந்த ஒளியை மேற்கொண்டு இடதுபக்கம் நகர்த்தினார். அது அந்த வீடியோவில் அந்தப் பை காணப்பட்ட துல்லியமான இடம்.

இப்போதும் ஒன்றுமில்லை.

ஆனால்... அது இங்கேதானே இருந்தது!

மற்றொருமுறை தயக்கத்துடன் அடியெடுத்துவைத்த புரூடரின் தாடை இறுகிப்போனது. அவர் பென்லைட் ஒளியை அந்த முழுப்பகுதியையும் மெதுவாக சுற்றிப்பார்க்கும்படிச் செய்தார்.

அங்கே எந்தப் பையும் இல்லை. அறிவிப்புப் பலகை மட்டுமே உள்ளது.

சட்டென்று ஏற்பட்ட நம்பிக்கையில், இன்று நடக்கின்ற பல விஷயங்களைப் போல் இதுவும் ஓர் அச்சுறுத்தலுக்காக செய்யப்பட்ட ஒரு கண்கட்டு வித்தைதானோ என்று நினைத்துப் பார்த்தார்.

இவையெல்லாம் புரளியா?!

ஜாப்ரிஸ்ட் நம்மை பயமுறுத்தவே இதைச் செய்தாரா?!

பின்னர் அவரே அதைப் பார்த்தார்.

அந்த அறிவிப்புப் பலகைக்கு இடதுபக்கம், சரியாக பார்க்க முடியாத அந்தக் காயலின் தரைத்தளத்தில் ஏதோ ஒன்று நெளிந்துகொண்டிருந்தது. அந்த நெளியும் சங்கிலி தண்ணீரில் கிடக்கும் ஓர் உயிரற்ற புழுவைப்போல் காணப்பட்டது. அந்தச் சங்கிலியின் அடுத்த முனையில் இருந்த கொக்கியில் இருந்து கரையக்கூடிய பிளாஸ்டிக்கின் கிழிந்த கந்தல்கள் சில தொங்கிக் கொண்டிருந்தன.

ஒளிபுகும் அந்தக் கிழிந்து கந்தலான பைகளையே புரூடர் உற்றுப்பார்த்துக்கொண்டிருந்தார். அது பலூன்கள் உடைந்து தொங்கும் கயிற்றைப் போல் இருந்தது.

உண்மை அவர் உள்ளூறுப்புகளில் உறைத்தது.

நாம் மிகத்தாமதமாக வந்துவிட்டோம்.

மூழ்கியிருந்த அந்தப் பைகள் கரைவதையும்... அதிலிருந்த கொடூர உள்பொருள்கள் தண்ணீரில் பரவுவதையும்... அவை அந்தக் காயலின் மேற்பரப்பில் நீர்க்குமிழிகளாக வெளி வருவதை யும் அவர் தன் மனக்கண்ணில் பார்த்தார்.

நடுங்கும் விரலால் ஃபிளாஷ்லைட்டை பிடித்திருந்த அவர் அந்த இருளில் ஒருகணம் அப்படியே நின்று, தன் சிந்தனைகளை ஒருங்கிணைக்க முயற்சித்தார்.

அந்தச் சிந்தனைகள் சட்டென்று பிரார்த்தனையானது.

நம்மை கடவுள் காப்பாற்றட்டும்.

"ஏஜெண்ட் புரூடர், பேசுங்கள்!" தன்னுடைய ரேடியோவில் கத்திக்கொண்டிருந்த சின்ஸ்கி சிக்னல் நன்றாக கிடைப்பதற்காக அந்த நீர்த்தேக்க படிக்கட்டில் பாதி தூரத்திற்கு கீழே இறங்கி வந்துவிட்டாள். "நீங்கள் சொன்னது புரியவில்லை!"

வெம்மையான காற்று அவளைக் கடந்து மேலேறிச் சென்று திறந்திருந்த கதவுவழியை நோக்கிச் சென்றது. வெளியில் வந்து சேர்ந்திருந்த எஸ்ஆர்எஸ் குழுவினர் பாதுகாப்பு உடையை அணிந்து பார்வையில் தெரியாதபடி கட்டிடத்திற்கு பின்னால் புரூடரின் மதிப்பீட்டைப் பெறுவதற்காகக் காத்திருந்தனர்.

"...கிழிந்துபோன பை..." புரூடரின் குரல் சின்ஸ்கியின் ரேடியோவில் கரகரத்தது. "...அத்துடன்... வெளிவந்துவிட்டது." என்ன?! தான் தவறாக புரிந்துகொண்டோம் என்றே வேண்டிக் கொண்ட சின்ஸ்கி மேலும் அந்தப் படிக்கட்டில் கீழ்நோக்கி விரைந்தாள். "திரும்பச் சொல்லுங்கள்!" என்று உத்தரவிட்ட அவள் ஆர்க்கெஸ்ட்ரா இசை சத்தமாக கேட்கத் தொடங்கிய படிக்கட்டின் தரைத்தளத்திற்கே வந்துவிட்டாள்.

இந்தமுறை புரூடரின் குரல் தெளிவாகக் கேட்டது. "திரும்பவும் சொல்கிறேன்... நோய்த்தொற்று வெளியே பரவி விட்டது!"

சின்ஸ்கி முன்னோக்கிச் சென்று திக்கற்று தடுமாறினாள். ஏறத்தாழ அவள் அந்த நீர்த்தேக்க நுழைவாயிலில் இருந்த படிக்கட்டில் விழுந்தேவிட்டாள். ***அது எப்படி நடந்தது?!***

"அந்தப் பை கரைந்துவிட்டது" புரூடரின் குரல் சத்தமாகக் குத்தியது. "தண்ணீரில் தொற்று ஏற்பட்டுவிட்டது!" டாக்டர். சின்ஸ்கி தன்னுடைய கண்களை உயர்த்தியபோது ஒரு சில்லிட்ட வியர்வை அவளைப் பீடித்துக்கொண்டது. பரந்துவிரிந்த பாதாள உலகம் இப்போது அவள் கண்களுக்கு முன்னால் விரிந்தது. அந்த

செந்நிற புகைமூட்டத்தின் ஊடே ஆயிரக்கணக்கான தூண்களில் விரிந்திருக்கும் பரந்தகன்ற நீர்நிலையைக் கண்டாள். ஆனாலும், அவற்றில் பெரும்பாலானவர்கள் மனிதர்களாக இருந்தனர்.

நூற்றுக்கணக்கான மக்கள்.

சின்ஸ்கி அந்த அப்பாவி மக்களை உற்றுநோக்கினாள். அவர்கள் அனைவருமே ஜாப்ரிஸ்ட்டின் பாதாள மரணக் கண்ணியில் சிறைபட்டுள்ளனர். அவள் சட்டென்று எதிர் வினை யாற்றினாள். "உடனடியாக இங்கு வாருங்கள் ஏஜெண்ட் புரூடர். நாம் மக்களை உடனடியாக வெளியேற்றியாக வேண்டும்."

புரூடரிடம் இருந்து உடனடியாக பதில் வந்தது. "நிச்சய்மாக முடியாது! கதவுகளை மூடுங்கள்! இங்கிருந்து யாரும் வெளியே செல்லக்கூடாது!"

உலக சுகாதார நிறுவனத்தின் இயக்குநராக எலிசபெத் சின்ஸ்கி தன்னுடைய கட்டளைகள் கேள்வி கேட்கப்படாமல் பின்பற்றப்படுவதற்கே பழக்கமானவள். சட்டென்று அவள் எஸ்ஆர்எஸ் குழுவின் தலைவர் சொன்னதை தான் தவறாகப் புரிந்துகொண்டோமோ என்று நினைத்தாள். ***கதவுகளை மூடுவதா?!***

"டாக்டர். சின்ஸ்கி!" புரூடர் அந்த இசைக் கச்சேரிக்கு மத்தியில் கத்தினார். "நான் சொல்வது கேட்கிறதா?! அந்தக் கதவுகளை மூடுங்கள்!"

புரூடர் மீண்டும் கட்டளையிட்டார். ஆனால் அது தேவையற்றது. அவர் சொல்வதுதான் சரியென்று சின்ஸ்கிக்கு தெரியும். கொள்ளைநோய்க்கு சாத்தியமுள்ள நிலையில் அடக்கி வைத்தல் என்பதே நடைமுறை சாத்தியமானது.

சின்ஸ்கி தன்னிச்சையாக தனது லேப்சிஸ் லஸுலி தாயத்தைப் பிடித்துக்கொண்டாள். ***பலரை காப்பாற்ற சிலரை காவு கொடுப்பது.*** கடுமையான தீர்மானத்துடன் ரேடியோவை அவள் தன் உதடுகளுக்கு கொண்டுவந்தாள். "உறுதிப்படுத்தப்பட்டது ஏஜெண்ட் புரூடர். கதவுகளை மூட நான் உத்தரவிடுகிறேன்."

அந்த நீர்த்தேக்கத்தின் திகிலில் இருந்து தன் சிந்தனையை மாற்றிக்கொண்ட சின்ஸ்கி கதவுகளை மூட உத்தரவிட்டுக் கொண்டிருக்கும்போதே கூட்டத்தினரிடம் கூச்சல் குழப்பம் ஏற்பட்டதை உணர்ந்தாள்.

அது வெகு தொலைவில் இல்லை. கறுப்பு நிற புர்காவில் இருந்த ஒரு பெண் கூட்டமான நடைப்பலகையில் இருந்து

அவளை நோக்கி விரைந்துகொண்டிருந்தாள். ஓடிவரும்போது கூட்டத்தினரை நெட்டித் தள்ளினாள். சின்ஸ்கியை நோக்கி விரைந்த முகத்திரையணிந்த அந்தப் பெண் வெளியேறும் வழியை நோக்கி செல்வதைப் போல் தோன்றியது.

அவள் துரத்தப்படுகிறாள் என்று உணர்ந்துகொண்ட சின்ஸ்கி அவளுக்குப் பின்னால் ஒருவர் ஓடிவருவதை கவனித்தாள்.

பின்னர் சின்ஸ்கி உறைந்துபோனாள். ***அது லேங்டன்!***

சின்ஸ்கியின் கண்கள் இப்போது அவளை நோக்கி வேகமாக வந்துகொண்டிருக்கின்ற, துருக்கிய மொழியில் அந்த நடைப்பலகையில் நின்றுகொண்டிருக்கிறவர்களிடம் ஏதோ கத்திக்கொண்டே வரும் பர்காவில் இருந்த பெண்ணை நோக்கித் திரும்பியது. சின்ஸ்கிக்கு துருக்கிய மொழி பேச வராது, ஆனால் அங்கிருந்தவர்களிடையே ஏற்பட்டிருக்கும் பீதியை வைத்து அவள் சொன்ன வார்த்தைகள் "தீ" என்பதற்கு நிகரானது என்பதை அவள் தீர்மானித்துவிட்டாள்.

கூட்டத்தினரிடையே பரவிய பீதி அலையால் இப்போது படிக்கட்டுகளை நோக்கி லேங்டனும், முகத்திரையணிந்த அந்தப் பெண்ணும் மட்டும் ஓடிவரவில்லை. எல்லோருமே வந்து கொண்டிருந்தார்கள்.

வந்துகொண்டிருக்கும் கூட்டநெரிசலில் இருந்து திரும்பிய சின்ஸ்கி படிக்கட்டுகளில் இருந்த தன்னுடைய குழுவினரிடத்தில் கத்தத் தொடங்கினாள்.

"கதவுகளை மூடுங்கள்!" சின்ஸ்கி அலறினாள். "நீர்த் தேக்கத்தை மூடுங்கள்! ***உடனே!***"

படிக்கட்டின் மூலைக்கு லேங்டன் சறுக்கிக்கொண்டே வந்தபோது சின்ஸ்கி பாதிதூரம் ஏறியிருந்தாள். தரைத்தளத்தை நோக்கி முன்னேறியபடியே கதவுகளை மூடும்படி காட்டுத்தனமாக கத்தினாள். அவளுடைய காலடியருகில் வந்துவிட்ட சியன்னா ப்ரூக்ஸ் ஈரமான தன்னுடைய புர்காவின் எடையால் மேலே ஏறப் போராடிக்கொண்டிருந்தாள்.

அவர்களுக்குப் பின்னால் வந்துசேர்ந்த லேங்டன் தனக்குப் பின்னால் கச்சேரிக்கு வந்த கூட்டம் அலையென திரண்டு வருவதை உணரவில்லை.

"கதவுகளை மூடுங்கள்!" சின்ஸ்கி மீண்டும் கத்தினாள்.

லேங்டனின் நீண்ட கால்கள் மூன்று படிக்கட்டுகளைத் தாண்டி சியன்னாவின் வேகத்தை எட்டின. மேலே, அந்த

நீர்த்தேக்கத்தின் பலமான இரட்டைக் கதவுகள் உள்நோக்கித் திரும்புவதை அவரால் பார்க்க முடிந்தது.

மிகவும் மெதுவாக.

சின்ஸ்கியை எட்டிப்பிடித்த சியன்னா அவளுடைய தோளைப் பற்றி அதனை ஒரு நெம்புகோல் போலப் பயன்படுத்திக் கொண்டு அவளைத் தாண்டிக் குதித்து வாயிலை நோக்கித் தாவினாள். சின்ஸ்கி தன் முட்டிகளை வைத்து முன்னோக்கி சரிந்தாள். அவளுக்கு மிகவும் பிடித்தமான அந்தத் தாயத்து சிமெண்ட் படிக்கட்டுகளில் மோதி பாதியாக உடைந்தது.

அப்படியே நின்று கீழே விழுந்துவிட்ட அந்தப் பெண்ணுக்கு உதவுமாறு லேங்டனின் உள்ளுணர்வு கூறியது. ஆனால் அவளைத் தாண்டிச்சென்ற அவர் உச்சியை நோக்கி வேகமாக எட்டி வைத்தார்.

எட்டிப்பிடிப்பதற்கு முன் இப்போது சியன்னா ஒருசில அடிகளே தள்ளியிருந்தாள். ஆனால் அவள் தரையை எட்டிய போது அந்தக் கதவுகள் போதுமான வேகத்தில் மூடவில்லை. எட்டி வைக்கும் வேகத்தைக் குறைக்காமலேயே சாதுர்யமாக தன் மெல்லிய உடலை குறுக்கிய அவள் குறுகலான திறப்பின் வழியாக எகிறிக் குதித்தாள்.

கதவுகளின் வழியாக பாதிதூரம் செல்கையில் அவளுடைய புர்கா ஒரு கீலில் மாட்டிக்கொண்டு அவளை அப்படியே நிறுத்தியது. கதவுவழியில் பாதியில் நின்ற அவள் விடுவித்துக் கொள்ள சில அங்குலங்களே இருந்தன. அவள் தப்பிக்க வளைந்தபோது லேங்டனின் கைகள் நீண்டு அவளுடைய பர்காவை பற்றியிழுத்தன. அதை வேகமாக இழுக்க முயற்சித்த அவர் அவளை உள்ளே இழுக்க முயற்சித்தார். ஆனால் அவள் சட்டென்று சுழன்று தன்னை விடுவித்துக்கொண்டதால் இப்போது லேங்டனின் கையில் வெறும் துணி மட்டுமே இருந்தது.

கதவுகள் அந்தத் துணியின் மீது அறைந்து சாத்திக்கொண்டன. அப்போது லேங்டனின் கை நூலிழையில் தப்பியது. கெட்டியான துணி கதவு வழியிலேயே மாட்டிக்கொண்டதால் வெளியில் இருந்தவர்களால் கதவை மூடும் அளவுக்கு சாத்த முடியவில்லை.

குறுகலான துளையின் வழியாக சியன்னா ப்ரூக்ஸ் அந்த பரபரப்பான தெருவில் ஓடிக்கொண்டிருப்பதை லேங்டனால் பார்க்க முடிந்தது. சூரிய ஒளியில் அவளுடைய வழுக்கைத் தலை பளபளத்தது. அவள் அன்றைய தினம் அணிந்திருந்த அதே ஸ்வெட்டரும், நீலநிற ஜீன்ஸும் அணிந்திருந்தாள். தீயினால்

சுட்டதுபோன்ற துரோக உணர்வு அவருள் தோன்றியது.

அந்த உணர்வு ஒருகணம் மட்டுமே நீடித்தது. சட்டென்று ஒரு நெருக்கித்தள்ளும் எடை லேங்டனை அந்தக் கதவோடு சேர்த்து கடுமையாக அழுத்தியது.

அவருக்குப் பின்னால் அந்தக் கூட்டம் முண்டியடித்துக் கொண்டு நின்றது.

அந்தப் படிக்கட்டு திகிலின் கதறல்களால் எதிரொலித்தது. கீழே நடந்துகொண்டிருந்த சிம்பனி ஆர்க்கெஸ்ட்ராவின் ஒலிகளும் அபஸ்வர இசையாகிப்போனது. நெருக்கடி அதிகரித்தபோது லேங்டன் தன் கழுத்தில் ஏறும் அழுத்தத்தை உணர்ந்தார். அவருடைய மார்புக்கூடு கதவோடு சேர்த்து வலியுடன் அழுத்தப் பட்டது.

பின்னர் கதவுகள் வெளிப்புறமாக படாரென்று திறந்தன. ஷாம்பேன் பாட்டிலில் இருந்து வெளியேறும் கார்க்கைப் போல் அந்த இரவினூடாக லேங்டன் தூக்கியெறியப்பட்டார். நடைபாதையில் வீசியெறியப்பட்ட அவர் ஏறத்தாழ தெருவிற்கே வந்துவிட்டார். அவருக்குப் பின்னால், வீச்சமேற்றப்பட்ட எறும்புப் புற்றில் இருந்து வெளியேறும் எறும்புகளைப் போல் மக்கள் கூட்டம் திபுதிபுவென வெளியே வந்தது.

அந்தக் குழப்பமான சத்தங்களைக் கேட்ட எஸ்ஆர்எஸ் ஏஜெண்ட்டுகள் இப்போது கட்டிடத்திற்கு பின்னால் இருந்து தோன்றினர். அவர்களுடைய பாதுகாப்பு உடைகளும், முகமூடியும் மக்களின் பீதியை சட்டென்று அதிகரித்தது.

அப்பால் திரும்பிப் பார்த்த லேங்டன், சியன்னா சென்று கொண்டிருந்த தெருவை உற்றுப்பார்த்தார். போக்குவரத்து நெரிசல், விளக்குகள் மற்றும் குழப்பம் ஆகியவையே அவர் கண்களுக்குத் தெரிந்தன.

பின்னர், சட்டென்று, அவருக்கு இடதுபக்கம் இருந்த தெருவில் வெளிர் நிறத்தில் காணப்பட்ட ஒரு வழுக்கைத் தலை ஒளியில் மின்னியது. அது அந்த நடைபாதை கூட்டத்தினரிடையே நகர்ந்து அதன் மூலையில் சென்று மறைந்தது. பின்னால் திரும்பிய லேங்டன் சின்ஸ்கியை, காவல்துறையை, அல்லது கனத்த பாதுகாப்பு உடை அணிந்திருக்காத ஏதாவது ஓர் எஸ்ஆர்எஸ் ஏஜெண்ட்டையோ தேடினார்.

யாருமில்லை.

இதை தானே கையில் எடுத்துக்கொள்ள வேண்டும் என்று

லேங்டனுக்குத் தெரிந்துவிட்டது.

எந்தவித தயக்கமும் இல்லாமல் அவர் சியன்னாவைத் தேடி முழு வேகத்தில் எட்டி வைத்தார்.

கீழே, அந்த நீர்த்தேக்கத்தின் ஆழமான இடைவெளியில் ஏஜெண்ட புரூடர் இடுப்புயர நீரில் தனியாக நின்றுகொண்டிருந்தார். திகிலடைந்த சுற்றுலாவாசிகளும், இசைக்கலைஞர்களும் இடத்தை காலிசெய்து படிக்கட்டுகளின் வழியாக மறைந்தபோது பீதியான கூச்சல்கள் இருளில் மறைந்துபோயின.

கதவுகள் மூடப்படவில்லை, புரூடர் தானிருக்கும் பயங்கரமான சூழ்நிலையை உணர்ந்துகொண்டார். *கட்டுப்படுத்தல் தோற்றுவிட்டது.*

❑

94

ராபர்ட் லேங்டன் நன்றாக ஓடக்கூடியவரில்லை, ஆனால் நீச்சலில் பல வருடங்களாக அவருக்கு இருந்த ஆர்வம் அவருடைய கால்களை வலிமைமிக்கதாக மாற்றியிருந்தது என்பதுடன் அவர் எட்டி வைக்கும் தூரமும் நீளமானது. அவர் அந்த முனையை ஒருசில நொடிகளிலேயே எட்டிப்பிடித்ததுடன், தான் ஒரு அகலமான தெருவில் நின்றுகொண்டிருப்பதையும் தெரிந்துகொண்டார். அவருடைய கண்கள் வேகவேகமாக நடைபாதையைத் தேடின.

அவள் இப்படித்தான் சென்றிருக்க வேண்டும்!

மழை நின்றிருந்தது. அந்த முனையில் இருந்த படியே நன்றாக விளக்கொளி ஏற்றப்பட்டிருக்கும் அந்தத் தெருவை லேங்டனால் தெளிவாகப் பார்க்க முடிந்தது. இங்கே ஒளிந்துகொள்ள இடமில்லை.

ஆனாலும் சியன்னா காணாமல் போய் விட்டாள்.

லேங்டன் அப்படியே நின்றார். இடுப்பில் கைகளை வைத்துக்கொண்டு, மூச்சிரைக்க மழையால் நனைந்திருக்கும் தனக்கு முன்னாலுள்ள தெருவை ஆராய்ந்து பார்த்தார். அவருக்கு வேண்டியிருந்த ஒரே அசைவு ஐம்பது அடிகள் தள்ளிக் காணப்பட்டது. இஸ்தான்புல்லின் நவீன நகரப்பேருந்து மக்கள் கூட்டத்திலிருந்து வெளிப்பட்டு அந்த தெருவிற்குள் நுழைந்தது.

சியன்னா இந்தப் பேருந்தில் தாவியிருப்பாளோ?

அது மிகவும் ஆபத்தாக இருக்கும்போல் தோன்றியது. எல்லோரும் தன்னைத்தான் தேடிக் கொண்டிருக்கிறார்கள் என்று தெரிந்திருக்கும் நிலையிலும் மாட்டிக்கொள்ளச் செய்யும்படியாக அவள் பேருந்திலா ஏறியிருப்பாள்? இருந்தாலும், அந்த முனையில் தன்னை யாரும் பார்த்துவிடவில்லை என்று அவள் நம்பியிருந்தால், ஏதோ ஒரு சந்தர்ப்பத்தில் சரியான வாய்ப்பைப் பயன்படுத்திக்கொண்டு அதில் ஏறியிருந்தால்...

இருக்கலாமோ.

பேருந்தின் மேற்பகுதியில் அது சென்று சேரவேண்டிய இடம் குறித்த விவரங்கள் ஓடிக்கொண்டிருந்தன. அதில் *கேலட்டா* என்ற பெயர் ஒளிர்ந்தது.

ஓர் உணவகத்தின் கூரையின் கீழே நின்றிருந்த முதியவரை நோக்கி லேங்டன் விரைந்தார். அவர் எம்ராய்டரி செய்யப்பட்ட டூனிக் மற்றும் வெள்ளைநிற டர்பன் அணிந்திருந்தார்.

"எக்ஸ்கியூஸ் மீ" என்று மூச்சிரைக்க கேட்ட லேங்டன் அவருக்கு முன்பாக வந்து நின்றார். "நீங்கள் ஆங்கிலம் பேசுவீர் களா?"

"நிச்சயமாக" என்ற அவர் லேங்டன் கேட்ட தொனியில் இருந்த அவசரத்தைக் கூர்ந்து நோக்கினார்.

"கேலட்டா?! அது ஒரு இடம்?"

"கேலட்டாவா?" என்று திரும்பிக் கேட்டார் அவர். "கேலட்டா பாலமா? கேலட்டா கோபுரமா? கேலட்டா துறைமுகமா?"

புறப்பட்டுக்கொண்டிருக்கும் பேருந்தை லேங்டன் சுட்டிக் காட்டினார். "கேலட்டா! அந்தப் பேருந்து போகுமிடம்!"

டர்பன் அணிந்த அந்த ஆள் புறப்பட்டுச் செல்லும் அந்தப் பேருந்தையே பார்த்திருந்துவிட்டு ஒருகணம் யோசித்தார். "கேலட்டா பாலம்" என்றார் அவர். "அது பழைய நகரத்தில் இருந்து புறப்பட்டு நீர்வழிப்பாதையை கடந்து செல்லும்."

லேங்டன் முனகினார். அவருடைய கண்கள் மற்றொருமுறை அந்த தெருவை உற்று நோக்கின. ஆனால் சியன்னாவைப் பற்றிய எந்தக் குறிப்பும் தெரியவில்லை. இப்போது எங்கு பார்த்தாலும் சைரன்கள் அலறின. அவசரகால உதவி வாகனங்கள் நீர்த்தேக்கம் இருந்த திசையை நோக்கி அவர்களைக் கடந்து சென்றன.

"என்ன நடக்கிறது?" என்ற அந்த மனிதர் பயந்துபோய்

காணப்பட்டார். "ஒன்றும் பிரச்சினையில்லையே?"

புறப்பட்டுக்கொண்டிருக்கும் அந்தப் பேருந்தை லேங்டன் மீண்டும் ஒருமுறை பார்த்தார். அது சூதாட்டம் என்பது அவருக்குத் தெரியும். ஆனாலும் வேறு வழியில்லை.

"இல்லை, சார்" என்றார் லேங்டன். "ஓர் அவசரம், அதற்காக எனக்கு உங்கள் உதவி தேவை." அவருடைய காரோட்டி ஒரு பளபளப்பான, சில்வர் பெண்ட்லி காரை அப்போதுதான் கொண்டு வந்து நிறுத்திய இடத்தை லேங்டன் சுட்டிக்காட்டினார். "அது உங்கள் கார்தானா?"

"ஆமாம், ஆனால்—"

"எனக்கு கொஞ்சம் போகவேண்டியிருக்கிறது" என்றார் லேங்டன். "நாம் இதற்கு முன்பு சந்தித்ததே இல்லை என்றும் எனக்கும் தெரியும். ஆனால் மிக மோசமான அழிவு ஒன்று ஏற்பட்டுக்கொண்டிருக்கிறது. இது வாழ்வா சாவா போராட்டம்."

அந்த டர்பன் மனிதர் லேங்டனை சிறிதுநேரம் உற்றுப் பார்த்தார். அது ஏதோ அவருடைய ஆன்மாவைத் தேடுவதுபோல் இருந்தது. இறுதியில் அவர் ஒப்புக்கொண்டார். "அப்படியென்றால் நீங்கள் வண்டியில் ஏறுவதுதான் நல்லது."

பெண்ட்லி அங்கிருந்து புறப்பட்டபோது லேங்டன் தன்னுடைய இருக்கையில் கெட்டியாகப் பிடித்துக்கொண்டு உட்கார்ந்திருப்பதை உணர்ந்தார்.

பேருந்திற்கு நேர் பின்னால் சென்று நிற்க மூன்று கட்டிடங்களை மட்டுமே கடக்க வேண்டியிருந்தது. லேங்டன் தன்னுடைய இருக்கையில் இருந்து முன்னால் சாய்ந்துகொண்டு பின்பக்க ஜன்னலை அரைக்கண்ணால் பார்த்தார். அதன் உட்புற விளக்குகள் மங்கலாகத் தெரிந்தன. பயணிகளின் தெளிவற்ற நிழலொளியைத்தான் லேங்டனால் பார்க்க முடிந்தது.

"பேருந்துடனே செல்லுங்கள், ப்ளீஸ்" என்றார் லேங்டன். "உங்களிடம் ஃபோன் இருக்கிறதா?"

தன்னுடைய பாக்கெட்டில் இருந்து செல்போனை எடுத்த அவர் தன்னுடைய பயணியிடம் கொடுத்தார். அதை நன்றியுடன் பெற்றுக்கொண்டவருக்கோ தான் யாருக்கு ஃபோன் செய்ய வேண்டும் என்று தெரியவில்லை.

"உள்ளூர் காவல்துறையினரை எப்படி அழைப்பது?" என்றார் லேங்டன்.

“ஒன்—ஃபைவ்—ஃபைவ்” என்றார் அவர். “இஸ்தான்புல்லில் எங்கிருந்து கூப்பிட்டாலும் சரி.”

லேங்டன் அந்த மூன்று எண்களுக்கு டயல் செய்துவிட்டு காத்திருந்தார். அந்த இணைப்பு ஒலித்துக்கொண்டே இருந்தது. இறுதியாக ஒரு பதிவுசெய்யப்பட்ட குரல் பேசியது, துருக்கியிலும் ஆங்கிலத்திலுமாக மாறிமாறி செய்தியை வழங்கிய அதன் அழைப்பொலி அதிகப்படியானதாக இருந்ததால் அவர் ஃபோனை தள்ளிப் பிடித்துகொண்டார். அழைப்பொலி அதிகமாக இருப்பதற்கு நீர்த்தேக்கத்தில் ஏற்பட்ட குழப்பம் காரணமாக இருக்குமோ என்று லேங்டன் யோசித்துப் பார்த்தார்.

அந்த மூழ்கிய அரண்மனை இப்போது ஒட்டுமொத்த பீதியுற்ற நிலைக்கு ஆளாகியிருக்கலாம். காயலில் மூழ்கியபடி சென்ற புரூடரை அவர் நினைத்துப் பார்த்தார். அவர் எங்கே எதைக் கண்டுபிடித்தார் என்றும் அவருக்குத் தெரியாது. தனக்கு ஏற்கனவே தெரிந்த மூழ்கும் உணர்விற்கு லேங்டன் ஆட்பட்டார்.

சியன்னாவும் அந்த தண்ணீருக்குள் இறங்கியிருக்கிறாள்.

தலைக்கு மேலே, நிறுத்தல் விளக்குகள் எரிய அந்தப் பேருந்து ஓரமாக இருந்த நிறுத்தத்தில் ஒதுங்கி நின்றது. அந்த பெண்ட்லி கார் ஓட்டுநரும் அவ்வாறே சென்று நிறுத்தினார். பேருந்திற்கு ஏறத்தாழ ஐம்பது அடிகள் தொலைவில் நிறுத்திய அவர் பேருந்தில் இருந்து இறங்கி ஏறுகின்ற பயணிகளை நன்றாக பார்க்கும் வகையில் லேங்டனுக்கு வசதி ஏற்படுத்திக் கொடுத்தார். மூன்று பேர் மட்டுமே அதிலிருந்து இறங்கினர் — அவர்கள் அனை வருமே ஆண்கள்— ஆனாலும், சியன்னாவின் மறைந்துதிரியும் திறமை குறித்து நன்றாக அறிந்திருந்த லேங்டன் அவர்கள் ஒவ்வொருவரையும் கவனமாக ஆராய்ந்தார்.

அவருடைய கண்கள் மீண்டும் பின்பக்க ஜன்னலை நோக்கின. அதில் வண்ணம் பூசப்பட்டிருந்தது. ஆனால் உள்ளே யிருந்த விளக்குகள் இப்போது முழுமையாக ஒளி பெற்றிருந்தன. பேருந்தில் இருப்பவர்களை இப்போது லேங்டனால் நன்றாகப் பார்க்க முடிந்தது. அவர் முன்னோக்கி நிமிர்ந்தார். தன்னுடைய கழுத்தை நீட்டி முகத்தை அந்த பெண்ட்லியின் கண்ணாடியில் வைத்து சியன்னாவைத் தேடினார்.

நான் சூதாடுகிறேன் என்று மட்டும் சொல்லிவிடாதே, ப்ளீஸ்!

பின் அவளை அவர் பார்த்தார்.

அவரைப் பார்த்தபடி இருந்த அந்தப் பேருந்தின் பின்பகுதி

யில் மழித்த தலைக்குப் பின்னால் சரிந்திருந்த மெல்லிய தோள் பட்டைகளைக் கண்டார்.

அது சியன்னாவாக மட்டும்தான் இருக்க முடியும்.

அந்தப் பேருந்து வேகமெடுத்தவுடன் அதன் உட்புற விளக்குகள் ஒருமுறை மங்கி ஒளிர்ந்தது. சட்டென்று கடந்த கணத்தில், இருளில் மறையும் முன்னர் அந்தத் தலை திரும்பிப் பார்த்து பின்பக்க ஜன்னலுக்கு வெளியே உற்றுப் பார்த்தது.

லேங்டன் அந்த பெண்ட்லியின் நிழலுக்குள்ளாக இருக்கையில் கீழ்நோக்கி குனிந்துகொண்டார். ***அவள் என்னைப் பார்த்துவிட்டாளா?*** டர்பன் அணிந்த டிரைவர் பேருந்திற்குப் பின்னால் ஏற்கனவே விலகிச் சென்றுவிட்டார்.

அந்தச் சாலை இப்போது நீர்நிலையை நோக்கிச் சரிந்தது. அதன் மேல் நீண்டிருக்கும் தாழ்வான பாலத்தின் ஒளிகளை தன் தலைக்கு மேலாக லேங்டனால் பார்க்க முடிந்தது. அந்தப் பாலம் போக்குவரத்து நெரிசலால் முற்றிலும் உறைந்துபோயிருப்பது தெரிந்தது. உண்மையில், அதன் நுழைவாயிலில் இருந்த அந்த மொத்தப் பகுதியும் நெரிசலுக்கு ஆளாகியிருந்தது.

“நறுமணப் பொருள்களுக்கான பஜார்” என்றார் அவர். “மழைக்கால இரவுகளில் மிகவும் பரபரப்பாக இருக்கும்.”

அவர் அந்த நீர்நிலையின் விளிம்பை சுட்டிக்காட்டினார். அங்கே இஸ்தான்புல்லின் மிகவும் பிரமாண்டமான மசூதிகளுள் ஒன்றான நியூ மசூதியின் நிழலில், நம்பமுடியாத வகையில் இருந்த ஒரு நீண்ட கட்டிடம் அமர்ந்திருந்தது. லேங்டனின் தீர்மானத்தில் தவறில்லை என்றால் அந்த புகழ்பெற்ற இரட்டைக் கலசங்களின் உயரத்தை வைத்துப் பார்க்கும்போது அது அதே தான். அந்த நறுமணப் பொருள்கள் சந்தை பெரும்பாலான அமெரிக்க மால்களைக் காட்டிலும் பெரிதாகத் தோன்றியது. அதன் பிரமாண்டமான மேல்வளைவு வாயிலில் இருந்து மக்கள் உள்ளேயும் வெளியேயும் சென்றுவருவதை லேங்டனால் பார்க்க முடிந்தது.

“அலோ?!” காருக்குள் எங்கிருந்தோ ஒரு கீச்சிட்ட குரல் கேட்டது. ***“அஸில் டூரும்! அலோ?!”***

லேங்டன் தன் கையில் இருந்த ஃபோனை பார்த்தார். *காவல்துறை.*

“யெஸ், ஹலோ!” ரிஸீவரை உயர்த்திய லேங்டன் சட்டென்று பேசினார். “என் பெயர் ராபர்ட் லேங்டன்.

நான் உலக சுகாதார நிறுவனத்தில் பணிபுரிகிறேன். நகர நீர்த் தேக்கத்தில் ஒரு பெரிய பிரச்சினை ஏற்பட்டுள்ளது, அதற்கு பொறுப்பானவரை நான் துரத்திக்கொண்டிருக்கிறேன். அவள் இப்போது நறுமணப் பொருள்கள் பஜாருக்கு அருகில் இருக்கும் பேருந்தில் இருக்கிறாள். அவள் நேராக —"

"ஒரு நிமிடம் பொறுங்கள்" என்றான் ஆபரேட்டர். "நான் உங்களை டெஸ்பேட்ச் பிரிவுக்கு இணைக்கிறேன்."

"வேண்டாம், பொறுங்கள்!" ஆனால் லேங்டன் மீண்டும் காத்திருக்க வேண்டியதாகிவிட்டது.

பெண்ட்லி ஓட்டுநர் அவரை நோக்கி அச்சத்துடன் திரும்பினார். "நீர்த்தேக்கத்தில் குழப்பமா?!"

ஓட்டுநரின் முகம் சட்டென்று சிவப்படைந்து சாத்தானைப் போல் மாறுகையில் லேங்டன் அதுபற்றி விளக்கத்தான் வேண்டி யிருந்தது.

பிரேக் விளக்குகள்!

சட்டென்று ஓட்டுநர் தன் தலையைத் திருப்பினார். அந்த பெண்ட்லி அந்த பேருந்திற்கு நேர் பின்புறமாக சட்டென்று நின்றது. பேருந்தின் உட்புற விளக்குகள் மீண்டும் ஒருமுறை அணைந்து எரிந்தன. பகல் வெளிச்சத்தில் பார்ப்பதுபோல் லேங்டனால் சியன்னாவைப் பார்க்க முடிந்தது. அவள் பின்பக்க கதவில் நின்றுகொண்டிருந்தாள். அவசர நிறுத்தம் கேட்டு கத்திய அவள் கூட்டத்தில் முண்டியடித்து வெளியே வந்து பேருந்தில் இருந்து இறங்கினாள்.

அவள் என்னைப் பார்த்துவிட்டாள், லேங்டனுக்குப் புரிந்தது. கேலட்டா பாலத்தின் போக்குவரத்து நெரிசலை சியன்னாவும் பார்த்துவிட்டாள். தான் மாட்டிக்கொள்ளக்கூடாது என்று அவளுக்குத் தெரிந்துவிட்டது.

லேங்டன் தன்னுடைய கதவைப் படாரென்று திறந்தார். ஆனால் சியன்னா ஏற்கனவே அந்தப் பேருந்தில் இருந்து தப்பித்து இரவில் ஓடி மறைந்துவிட்டாள். லேங்டன் தன்னிடமிருந்த செல்போனை அதன் உரிமையாளரிடம் திருப்பிக் கொடுத்தார். "நடந்த விஷயங்களை காவல்துறைக்கு சொல்லுங்கள்! இந்தப் பகுதியை சுற்றி வளைக்கச் சொல்லுங்கள்!"

டர்பன் அணிந்த மனிதர் அவரிடம் பயந்துபோய் ஆமோதித்தார்.

“மேலும், உங்களுக்கு என் நன்றிகள்!” லேங்டன் கத்தினார்.

அத்துடன், நறுமணப் பொருள்கள் பஜாரை சுற்றிக் கொண்டிருந்த கூட்டத்தை நோக்கி நேராக ஓடிக்கொண்டிருக்கும் சியன்னாவைத் துரத்திக்கொண்டு லேங்டன் அந்த மலையில் இறங்கத் தொடங்கினார்.

❑

95

இஸ்தான்புல்லின் முன்னூறு வருடப் பழமை யான நறுமணப் பொருள்கள் பஜார் உலகிலேயே மிகப்பெரிய மூடிய சந்தைப்பகுதிகளுள் ஒன்று. 'L' வடிவில் கட்டப்பட்டிருக்கும் இந்த பரந்த கன்ற கட்டிடத்தில் எண்பத்தி எட்டு பாதுகாப்பு அறைகள் நூற்றுக்கணக்கான கடைகளாகப் பிரிக்கப் பட்டிருக்கின்றன. இங்குதான் உள்ளூர் வியாபாரிகள் உலகம் முழுவதிலும் இருந்து அதியற்புத உணவுப் பொருள்களின் இன்பத்தை பரவசத்துடன் கொத்திக் கொண்டு வந்திருக்கிறார்கள். இவற்றில் நறுமணப் பொருள்கள், பழங்கள், மூலிகைகள் மற்றும் இஸ்தான்புல்லில் எங்கும் கிடைக்கக்கூடிய துர்கிஷ் டிலைட் மிட்டாய்கள் ஆகியவையும் அடங்கும்.

அந்த பஜாரின் நுழைவாயிலில் இருந்த கோதில் பாணியிலான மாபெரும் பாறை நுழைவாயில் ஜிஜெக் பஸாரி மற்றும் தஹ்மிஸ் தெருக்களின் முனையில் அமைந்திருந்தது. அத்துடன் இங்கே தினமும் மூன்று லட்சம் சுற்றுலாவாசிகள் வந்து செல்கின்றனர்.

இன்றிரவு, அந்த மக்கள் அடர்த்தி மிகுந்த நுழைவாயிலை லேங்டன் நெருங்குகையில் அந்த மூன்று லட்சம் பேரும் ஒரே நேரத்தில் அங்கு கூடியிருக்கின்றனரோ என்று நினைத்துக் கொண் டார். அவர் இப்போதும் கடுமையாகத்தான் ஓடிக்கொண்டிருக்கிறார். அவருடைய கண்கள் சியன்னாவைவிட்டு அகலவே இல்லை. அவள் அவரிடம் இருந்து இருபது அடிகள் தொலைவில்

தான் இருக்கிறாள். அந்த பஜாரின் நுழைவாயிலை நோக்கி ஓடிக் கொண்டிருக்கும் அவள் நிற்பதற்கான அறிகுறியே தெரியவில்லை.

அந்த வளைமுகட்டு நுழைவாயிலை அடைந்த சியன்னா பெரும் கூட்டத்தை எதிர்கொண்டாள். அவள் அவர்களி டையே தன்னுடைய கைகளை கவைபோல் வளைத்து விலக்கிவிட்டபடி நடந்துசென்றாள். வாயிற்படியை கடக்கும் தறுவாயில் அவள் பின்னால் திரும்பி உற்றுப்பார்த்தாள். பயந்து ஓடுகின்ற, அவசரகதியில் இருக்கின்ற, கட்டுப்பாடில்லாத ஒரு சின்னப்பெண்ணின் பயத்தை லேங்டன் அவள் கண்களில் பார்த்தார்.

"சியன்னா!" அவர் கத்தினார்.

ஆனால் அவள் மனிதக் கடலில் குதித்து காணாமல் போய்விட்டாள்.

லேங்டன் அவளுக்குப் பின்னால் குதித்தார். முட்டி மோதி, நெருக்கித் தள்ளி, கழுத்தை நீட்டிப்பார்த்து அவளைத் தேடிய அவர் தனக்கு இடதுபக்கத்தில் அந்த பஜாரின் மேற்குப்புற கூடத்தில் அவள் சென்றுகொண்டிருப்பதைப் பார்த்தார்.

ஆயிரக்கணக்கான மக்கள்.

தான் ஏன் அவளை துரத்திக்கொண்டிருக்கிறோம் என்று லேங்டன் ஒருமுறை யோசித்துப்பார்த்தார்.

நீதிக்காகவா? சியன்னா செய்த விஷயங்களை வைத்துப் பார்க்கும்போது, அவள் மாட்டிக்கொண்டால் அவளுக்கு என்ன விதமான தண்டனை கிடைக்கும் என்று லேங்டன் இன்னும் எண்ணிப்பார்க்கத் தொடங்கவில்லை.

கொள்ளைநோயை தடுத்ததற்காகவா? செய்தவை செய்தாகி விட்டது.

லேங்டன் அந்த அந்நியர்களின் கடலினூடாக முண்டிக் கொண்டு செல்கையில், தான் ஏன் சியன்னா புரூக்ஸை தடுத்து நிறுத்த இவ்வளவு சிரமப்பட வேண்டும் என்றும் தன்னுள் கேள்வி எழுப்பிக்கொண்டார்.

எனக்கு பதில்கள் வேண்டும்.

பத்தே அடிகளுக்கு அப்பால், பஜாரின் மேற்குப்புற பகுதியின் முனையில் இருக்கும் வெளியேறும் கதவை நோக்கி சியன்னா சென்றுகொண்டிருந்தாள். அவள் மற்றொருமுறை தனக்குப் பின்னால் திரும்பி உற்று நோக்கினாள். லேங்டன் மிக

நெருக்கமாக வந்துவிட்டதைக் கண்டு பயந்துபோனாள். அவள் மீண்டும் திரும்பி முன்னால் பார்க்கையில் நிலைதடுமாறி கீழே விழுந்தாள்.

சியன்னாவில் தலை முன்னோக்கி மோதிக்கொண்டது. தனக்கு முன்னால் இருந்தவரின் தோளோடு அவள் மோதிக் கொண்டாள். அவள் கீழே விழுந்துகொண்டிருக்கையில் வலதுகையை முன்னோக்கி நீட்டி கீழே விழாமல் யாராவது பிடிப்பார்களோ என்று எதிர்பார்த்தாள். அவளால் பாதாம் பருப்பு நிரம்பிய பீப்பாயின் வளையத்தை மட்டுமே பிடிக்க முடிந்தது. அவசரகதியில் அதைப் பிடித்து இழுத்துவிட்ட அவள் அதை தனக்கு மேலாக தள்ளிவிட்டுக்கொண்டதுடன், பாதம் கொட்டைகளை அந்த தரை முழுவதும் இறைத்துவிட்டாள்.

அவள் விழுந்த இடத்தை அடைய லேங்டன் மூன்று காலடித் தொலைவே எட்டி வைத்தார். அவர் கீழே பார்த்தார். ஆனால் கீழே விழுந்த பீப்பாயையும், பாதாம்பருப்புகளை மட்டுமே அவரால் பார்க்க முடிந்தது. சியன்னா இல்லை.

கடைக்காரர் பயங்கரமாக கத்தினார்.

அவள் எங்கே போய்விட்டாள்?!

லேங்டன் சுழன்று திரும்பினார். ஆனால் சியன்னா எப்படியோ மறைந்துவிட்டாள். ஐம்பது அடிகள் தொலைவில் இருந்த மேற்குப்புற வெளியேறும் வழியை நோக்கி அவர் பார்வை சென்றபோது அவள் கீழே விழுந்தது தற்செயலானதுதான் என்பதை தெரிந்துகொண்டார்.

லேங்டன் ஒரு மாபெரும் பிளாஸாவிற்கு வழிகாட்டுகின்ற அந்த வெளியேறும் வழியை நோக்கி ஓடினார். அதுவும் மக்கள் கூட்டத்தால் நிரம்பியிருந்தது. அவர் அந்த பிளாஸாவையே உற்றுப்பார்த்து வீணாகத் தேடிக்கொண்டிருந்தார்.

அவருக்கு நேராக பலவழி நெடுஞ்சாலையின் வெகு ஓரத்தில் கேலட்டா பாலமானது அகலமான ஹோல்டன் ஹார்ன் நீர்நிலைகளின் மீது நீண்டிருந்தது. லேங்டனின் வலதுபக்கமாக நீண்டிருக்கும் நியூ மசூதியின் இரட்டை ஸ்தூபிக்கள் அந்த பிளாஸாவிற்கு மேலாக பளிச்சென்று மின்னின. அவருக்கு இடது பக்கத்தில் மக்கள் கூட்டம் நிரம்பிய திறந்தவெளி பிளாஸா மட்டுமே இருந்தது.

கார் ஹாரன்களின் அலறும் ஒலியானது லேங்டனின் பார்வையை தண்ணீரில் இருந்து அந்த பிளாஸாவைப் பிரிக்கின்ற நெடுஞ்சாலையை நோக்கி ஈர்த்தது. அவர் சியன்னாவைப்

பார்த்தார். ஏற்கனவே நூறு அடிகளுக்கும் அப்பால் சென்று விட்ட அவள் வேகமான போக்குவரத்தினூடாக விரைந்து கொண்டிருந்தாள், அப்படிச் செல்கையில் இரண்டு டிரக்குகளுக்கு நடுவில் மாட்டி நசுங்குவதில் இருந்து மயிரிழையில் தப்பித்தாள். இப்போது அவள் கடலை நோக்கிச் சென்றுகொண்டிருப்பது தெரிந்தது.

லேங்டனுக்கு இடதுபுறத்தில், கோல்டன் ஹாா்னின் கரைகளில் இருந்த போக்குவரத்து முனையம் பரபரப்பாக இயங்கிக் கொண்டிருந்தது. படகுத்துறை, நகரப் பேருந்துகள், டாக்ஸிகள் மற்றும் சுற்றுலா படகுகள்.

நெடுஞ்சாலையை நோக்கி குதித்தோடிய லேங்டன் அந்த பிளாஸாவை கடந்து சென்றுகொண்டிருந்தார். பாதுகாப்பு சுவரை நெருங்கிய அவர் அதைத் தாண்டிக்குதிக்கும் நேரத்தை கவனமாகக் கணக்கிட்டு அந்த நெடுஞ்சாலையின் முதல் இரண்டு பாதைகளில் வந்துசேர்ந்தார். பதினைந்து நொடிகளுக்கு கண்ணைக் குருடாக்கும் ஹெட்லைட்டுகளை சமாளித்து சாலையைக் கடந்து கொண்டிருந்தாலும், நிற்பது, தொடங்குவது, அலைவது என அந்தக் கடற்கரையின் புல்தரைகள் பாவிய கடைசி பாதுகாப்பு சுவற்றிற்கு வந்துசேர்ந்தார்.

அவரால் அவளைப் பார்க்க முடிந்தாலும் சியன்னா வெகுதொலைவில்தான் இருந்தாள். டாக்ஸி ஸ்டாண்டுகள் மற்றும் நின்றுகொண்டிருந்த பேருந்துகளைக் கடந்து படகு கட்டும் துறைமுகத்தை நோக்கி சென்றுகொண்டிருந்தாள். அங்கே எல்லா வகையான படகுகளும் உள்ளேயும் வெளியேயும் சென்றுவருவதை லேங்டனால் பார்க்க முடிந்தது. நீர்நிலைக்கு வெளியே கோல்டன் ஹாா்னின் மேற்குப் பகுதியில் நகர விளக்குகள் மினுங்கின. சியன்னா அடுத்த பக்கத்திற்கு சென்றிருந்தால் அவளைக் கண்டுபிடிக்கும் நம்பிக்கை அற்றுப்போய்விடும். அவளை இனி கண்டுபிடிக்க முடியாமல்கூட போகலாம்.

லேங்டன் இறுதியாக நீர்நிலையை அடைந்து, இடதுபக்கம் திரும்பி சட்டென்று நடைபாதையை நோக்கித் திரும்பியபோது இரவு உணவு, மதூதி போன்ற கவிகைமாடங்கள் ஆகியவற்றுடன், நியான் விளக்கில் மினுமினுத்துக்கொண்டிருந்த ஓர் அலங்கார மான படகில் ஏறக் காத்திருக்கும் சுற்றுலாவாசிகளின் திடுக்கிட்ட பார்வையை எதிர்கொண்டார்.

கடற்கால்வாயில் ஒரு லாஸ் வேகாஸா, என்று முனகியபடியே லேங்டன் விரைந்து சென்றார்.

அவர் வெகுதொலைவில் சியன்னாவைக் கண்டார். அவள் ஓடவில்லை. தனியார் படகுகள் நிறுத்திவைக்கப்பட்டிருக்கும் இடத்தில் நின்று அதன் சொந்தக்காரர்களுள் ஒருவரிடம் கெஞ்சிக்கொண்டிருந்தாள்.

அவளை ஏற்றிக்கொள்ளாதீர்கள்!

அவர் நெருங்கிச் சென்று பார்த்தபோது ஒரு பள பளப்பான பவர்போட்டின் மேல் நின்றபடி புறப்பட ஆயத்த மாகிக் கொண்டிருந்த ஓர் இளைஞனிடம் அவள் கெஞ்சிக் கொண்டி ருப்பது தெரிந்தது. அவன் சிரித்தபடியே அவள் கோரிக்கையை மறுத்துக் கொண்டிருந்தான். சியன்னா தொடர்ந்து கெஞ் சினாள். ஆனால் அவன் முழுமுற்றாக மறுப்பதுபோல் திரும்பி நின்றுகொண்டான்.

லேங்டன் அவளை மேலும் நெருங்கிச் செல்கையில் அவரைப் பார்த்துவிட்ட சியன்னாவின் முகத்தில் அவசரத்திற்கான அறிகுறி தெரிந்தது. அவளுக்கு கீழே அந்தப் படகின் இரட்டை என்ஜின்கள் உறுமின. அது தண்ணீரில் சலசலத்தபடி அங்கிருந்து நகரத் தொடங்கியது.

சட்டென்று காற்றில் தாவிய சியன்னா படகுத்துறையில் இருந்து தண்ணீரைக் கடந்து தாவினாள். அந்தப் படகின் ஃபைபர்கிளாஸ் பின்பகுதியில் சென்று விழுந்தாள். அந்த தாக்கத்தை உணர்ந்த ஓட்டுநர் நம்பமுடியாத உணர்ச்சியை தன் முகத்தில் காட்டியபடி திரும்பிப் பார்த்தான். அவன் வேகத்தைக் குறைத்து படகை அப்படியே நிறுத்தினான். துறையில் இருந்து அது இருபது அடிகள் தொலைவே இருக்கும். கோபத்துடன் கத்தியபடியே அவன் தன்னுடைய வேண்டாத பயணியை நோக்கி வந்தான்.

ஓட்டுநர் அவளை நோக்கி வரும்போது சியன்னா எந்தவித முயற்சியும் செய்யாமல் அப்பால் தள்ளி நின்று அவனுடைய மணிக்கட்டைப் பிடித்தாள். தன்னுடைய இயங்குவிசையைப் பயன்படுத்தியே அவனை படகுக்கு மேலாக வீசியெறிந்தாள். அவன் தண்ணீரில் தலைகுப்புற விழுந்தான். சில கணங்களுக்குப் பின்னர் தண்ணீரின் மேற்பரப்பிற்கு வந்த அவன் காட்டுத்தனமாக திட்டினான். அது துருக்கிய ஆபாச வார்த்தைகள் என்பதில் எந்த சந்தேகமும் இல்லை. மிதவை ஒன்றை அவனை நோக்கித் தூக்கிப்போட்ட அவள் படகின் முன்பக்கத்திற்கு சென்று அந்த இரட்டை என்ஜின்களை முன்னோக்கி இயக்கினாள்.

என்ஜின்கள் உறுமின. படகு வேகமெடுத்தது.

லேங்டன் படகுத்துறையில் நின்றிருந்தார். பளபளப்பான வெள்ளைப்படகு அங்கிருந்து செல்வதை பார்த்துக்கொண்டே பெருமூச்சு விட்டபோது அந்த இரவில் அவர் ஒரு பேயுருவத்தைப் போன்றே தோன்றினார். லேங்டன் அடிவானத்தை நோக்கி தன் பார்வையை உயர்த்தினார். சியன்னா தொலைதூர கரைகளுக்கு மட்டும் செல்லவில்லை. கருங்கடலில் இருந்து மெடிட்டெரேனியன் வரை நீண்டிருக்கும் ஏறத்தாழ முடிவேயில்லாத நீர்வழி வலைப் பின்னலுக்குள்ளும் சென்றுவிட்டாள் என்பதையும் அவர் தெரிந்துகொண்டார்.

அவள் போய்விட்டாள்.

அருகாமையில், அந்தப் படகின் சொந்தக்காரன் தண்ணீரில் இருந்து வெளியேறி தரைக்கு வந்து காவல்துறையை அழைக்க விரைந்தான்.

திருடப்பட்ட அந்தப் படகின் விளக்குகள் மங்கிக் கொண்டிருப்பதைக் கண்டபோது தான் கடும் தனிமையில் இருப்பதை லேங்டன் உணர்ந்தார். சக்திவாய்ந்த என்ஜின்களின் ஓசை வெகுதொலைவுக்கு சென்றுவிட்டது.

சட்டென்று அந்த என்ஜின்களின் ஓசை குறைந்து அமைதியானது.

லேங்டன் தொலைவில் உற்றுப்பார்த்தார். ***அவள் மோட்டாரை நிறுத்திவிட்டாளா?***

அந்தப் படகின் விளக்குகள் மெல்ல அணைவதை சிறிய அலைகள் வீசும் ஹோல்டன் ஹார்னோவில் இருந்து பார்க்க முடிந்தது. ஏதோ காரணத்தினால் சியன்னா புரூக்ஸ் நின்றிருக்கிறாள்.

அவளிடம் எரிபொருள் தீர்ந்துவிட்டதா?

அவர் கைகளை விரித்து வைத்துக்கொண்டு கவனித்தார். அவள் சென்ற படகின் என்ஜின்களின் ஓசை நின்று கொண்டிருக்கும் மங்கலான உறுமல் ஒலியை அவரால் கேட்க முடிந்தது.

அவளிடம் எரிபொருள் தீரவில்லை என்றால் என்னதான் செய்துகொண்டிருக்கிறாள்?

லேங்டன் காத்திருந்தார்.

பத்து நொடிகள். பதினைந்து நொடிகள். முப்பது நொடிகள்.

பின்னர், எந்தவித அறிவிப்பும் இல்லாமல் என்ஜின்கள் மீண்டும் இயங்கத் தொடங்கின. முதலில் தயக்கத்துடன்

தொடங்கிய அவை பின்னர் தீர்மானத்துடன் இயங்கின. லேங்டனை குழப்பத்தில் ஆழ்த்தும் வகையில் அந்தப் படகின் விளக்குகள் பளிச்சென்று எரிந்தன. படகு அவரை நோக்கித் திரும்பியது.

அவள் திரும்பி வருகிறாள்.

படகு நெருங்கி வருகையில் சியன்னா ஸ்டீரிங்கை பிடித்தபடி தனக்கு முன்னால் வெறுமனே வெறித்துப் பார்ப்பதைக் கண்டார். முப்பது அடிகள் தள்ளி படகின் வேகத்தைக் குறைத்த அவள் அது புறப்பட்ட இடத்திற்கே பாதுகாப்பாக கொண்டுவந்து நிறுத்தினாள். பின்னர் என்ஜின்களை அணைத்தாள்.

அமைதி.

அவளுக்கு மேலாக நின்றுகொண்டிருந்த லேங்டன் நம்ப முடியாமல் பார்த்துக்கொண்டிருந்தார்.

சியன்னா மேல்நோக்கி பார்க்கவேயில்லை.

அதற்குப் பதிலாக, அவள் தன் முகத்தை கைகளில் புதைத்துக்கொண்டாள். அவள் உடல் நடுங்கத் தொடங்கியது. அவளுடைய தோள்கள் மேலும் கீழும் குலுங்கின. இறுதியாக அவள் லேங்டனைப் பார்த்தபோது அவளுடைய கண்கள் கண்ணீரால் நிரம்பி வழிந்தன.

“ராபர்ட்” அவள் தேம்பியழுதாள். “என்னால் இனிமேல் ஓடமுடியாது. எனக்கு போவதற்கு இடமும் கிடையாது.”

❑

96

அது வெளிவந்துவிட்டது.

நீர்த்தேக்கத்தின் படிக்கட்டினுடைய அடிப் பகுதியில் நின்றுகொண்டிருந்த எலிசபெத் சின்ஸ்கி வெளியேற்றம் செய்யப்பட்ட வெறுமையான குகையை வெறித்துப் பார்த்தாள். அவளுடைய சுவாசம், அவள் அணிந்திருந்த சுவாச முகமூடியின் வழியாக சிரமப்பட்டுக்கொண்டிருந்தது. இங்கே இருந்திருக்கக்கூடிய தொற்றுக்கிருமியால் அவள் ஏற்கனவே பாதிக்கப்பட்டிருக்கலாம் என்றாலும், அந்தக் கைவிடப்பட்ட பகுதிக்குள் நுழைவதற்கு முன்பாக அவளும், எஸ்ஆர்எஸ் குழுவினரும் அந்த பாதுகாப்பு உபகரணங்களை அணிந்திருப்பதால் சற்றே நிம்மதியடைந்தாள். காற்று இறுக்கப்பட்ட ஹெல்மெட்டுகளுடன் தொளதொளப்பான வெள்ளைநிற ஜம்ப்சூட்டில் இருந்த அந்தக் குழுவினரைப் பார்க்கையில், வேற்றுகிரகவாசியின் விண்கலத்தை ஊடுருவத் தயாராக இருக்கும் விண்வெளி வீரர்களைப் போல் இருந்தனர்.

தங்களுக்கு மேலே இருந்த தெருவில் பயந்து போன நூற்றுக் கணக்கான கச்சேரி பார்வை யாளர்களும் இசைக்கலைஞர்களும் குழப்பத்துடன் கூடியிருப்பதும், அவர்களில் பலரும் இந்த நெரிச லால் ஏற்பட்ட காயங்களுக்கு சிகிச்சை எடுத்துக் கொள்வதையும் சின்ஸ்கி அறிவாள். மற்றவர்கள் அந்தப் பகுதியிலிருந்தே ஓடிப்போய் விட்டனர். முட்டியில் ஏற்பட்ட சிராய்ப்பு மற்றும் தன்னுடைய தாயத்து உடைந்துபோனதுடன் அதிலிருந்து தப்பி

விட்டதை அவள் அதிர்ஷ்டமாகவே நினைத்தாள்.

ஒரே ஒரு தொற்றுநோய் மட்டும் வைரஸைவிட அதிவேகமாக பயணிக்கும், அதுதான் பயம், என்று நினைத்துக்கொண்டாள் சின்ஸ்கி.

மேலே இருந்த கதவுகள் இப்போதும் மூடப்பட்டிருந்தன. அவை காற்றுப்புகாவண்ணம் சீல் வைக்கப்பட்டு, உள்ளூர் அதிகாரிகளால் பாதுகாக்கப்பட்டன. உள்ளூர் காவல்துறையினர் வந்துவிட்டால் அது எல்லைப்பிரச்சினையாகும் என்று சின்ஸ்கி எதிர்பார்த்தாள். ஆனால் எஸ்ஆர்எஸ் குழுவின் உயிர்ம ஆபத்து தடுப்பு உடை மற்றும் கொள்ளை நோய் குறித்து சின்ஸ்கி எச்சரித்திருந்தது ஆகியவற்றால் அப்படிப்பட்ட சச்சரவுகள் எதுவும் ஏற்படவில்லை.

இனி நாமே எல்லாவற்றையும் பார்த்துக்கொள்ள வேண்டியதுதான் என்று நினைத்துக்கொண்ட உலக சுகாதார நிறுவன இயக்குநர் அந்தக் காயலில் பிரதிபலித்துக்கொண்டிருந்த தூண்களின் வனத்தை உற்றுப்பார்த்தாள். ***இங்கே கீழே வர யாரும் விரும்பமாட்டார்கள்.***

அவளுக்குப் பின்னால், ஒரு பெரிய பாலியூரித்தின் விரிப்பைப் படிக்கட்டின் அடிப்பகுதியில் விரித்துப்பிடித்துக்கொண்டு அதனை வெப்பக் கருவி மூலம் சுவற்றில் பதிய வைத்து சீல் செய்துகொண்டிருந்தனர். நடைப்பலகையில் ஒரு திறப்பான பகுதியைக் கண்ட மற்ற இரண்டுபேர் குற்றச் சம்பவத்தை பகுப்பாய்வு செய்வதுபோல் எலக்ட்ரானிக் கியர்களை வரிசை யாக வைத்துக்கொண்டிருந்தனர்.

அது நிச்சயமாக ஒரு குற்றச் சம்பவம்தான், சின்ஸ்கி நினைத்துக்கொண்டாள்.

அந்த நீர்த்தேக்கத்தில் இருந்து தப்பியோடிய புர்கா அணிந்திருந்த பெண்ணை அவள் மீண்டும் மனக்கண்ணில் கொண்டுவந்தாள். தோற்றத்தில் எல்லாவிதத்திலும் உலக சுகாதார நிறுவனத்தின் கட்டுக்குள் கொண்டுவரும் முயற்சியை நாசப்படுத்தி, ஜாப்ரிஸ்ட்டின் மறைகழன்ற செயல்திட்டத்தை நிறைவேற்ற சியன்னா புரூக்ஸ் தன் உயிரையே பணயம் வைத்து விட்டாள். ***அவள் இங்கே வந்ததே அந்தக் கரையக்கூடிய பைகளை உடைக்கத்தான்...***

லேங்டன் இந்த இரவில் சியன்னாவை துரத்திச் சென்றிருக் கிறார். அவர்கள் இருவருக்கும் என்ன ஆனது என்பது பற்றி சின்ஸ்கிக்கு இதுவரை எதுவுமே தெரியவரவில்லை.

புரபஸர் லேங்டன் பாதுகாப்பாக இருக்கிறார் என்று நம்புகிறேன், என்று அவள் நினைத்துக்கொண்டாள்.

ஈரம்சொட்ட அந்த நடைப்பலகையில் அமர்ந்திருந்த புரூடர் மேற்கொண்டு எப்படி செயல்படுவது என்று தெரியாமல் தலைகீழாக வைக்கப்பட்டிருக்கும் மெடூஸாவின் தலையையே உற்றுப் பார்த்துக்கொண்டிருந்தார்.

ஓர் எஸ்ஆர்எஸ் ஏஜெண்ட்டாக புரூடர் பேரளவு மட்டத்திலேயே சிந்திக்க பயிற்றுவிக்கப்பட்டிருந்தார். உடனடியான அல்லது தனிப்பட்ட அக்கறைகளை அப்பால் வைத்துவிட்டு, நீண்டகால நோக்கில் முடிந்தவரை பெருவாரியான உயிர்களைக் காப்பாற்ற வேண்டும் என்றே கட்டாயப்படுத்தப்பட்டார். இந்தத் தருணம்வரை தன்னுடைய சொந்த ஆரோக்கியம் குறித்த அக்கறைகள் அவரிடம் பதிவானதே இல்லை. *நானே இதற்குள் இறங்கினேன்* என்று நினைத்துக்கொண்ட அவர், மிகக்குறைவான வாய்ப்புகளே இருந்த ஆபத்தான காரியத்தில் தன்னைத்தானே வலிந்து ஈடுபடுத்திக்கொண்டமைக்காக தன்னையே நொந்துகொண்டார். *நமக்கு உடனடி மதிப்பீடு தேவை.*

புரூடர் தன் கையில் இருந்த பிளான் H—ஐ செயலாக்குவது என்ற சிந்தனைக்குள் தன்னை வலிய புகுத்திக்கொண்டார். துரதிர்ஷ்டவசமாக, ஒரு கட்டுக்குள் கொண்டுவரும் சிக்கலில், பிளான் H என்பது எப்போதும் ஒரே மாதிரியாகத்தான் இருந்திருக்கிறது: *அது அதன் சுற்றளவை அதிகப்படுத்துகிறது.* தொற்று ஏற்படுத்தும் நோய்களுடன் போராடுதல் என்பது காட்டுத்தீயுடன் போராடுவதைப் போன்றது: சில நேரங்களில் நீங்கள் பின்வாங்க வேண்டியிருக்கும். போரில் வெற்றிபெற அதில் சரணடைய வேண்டியிருக்கும்.

இந்நிலையில், முழுமுற்றான கட்டுக்குள் கொண்டுவருதல் சாத்தியம் என்ற விஷயத்தை புரூடர் இன்னமும் கைவிடவில்லை. வெகுஜன பயம் மற்றும் மக்களை வெளியேற்றுதலுக்கு சில நிமிடங்களுக்கு முன்பாகத்தான் சியன்னா புரூக்ஸ் அந்தப் பைகளை திறந்திருப்பதற்கு வாய்ப்பிருக்கிறது. அது உண்மையென்றாலும், நூற்றுக்கணக்கானவர்கள் அந்த இடத்திலிருந்து ஓடிவிட்டார்கள் என்பதாலும், அவர்கள் எல்லோருமே தொற்று ஏற்படுவதைத் தவிர்க்கும் அளவிற்கான தொலைவிற்கு சென்றுவிட்டனர்.

லேங்டனையும் சியன்னாவையும் தவிர்த்து எல்லோருமே என்பதை புரூடர் உணர்ந்தார். அவர்கள் இருவருமே இந்தப் பேரழிவு இடத்தில் இருந்திருக்கிறார்கள். இப்போது நகரத்தில் எங்கோ இருக்கிறார்கள்.

புரூடருக்கு மற்றொரு கவலையும் இருந்தது. அது தர்க்க ரீதியாக தொடர்ந்து அவரிடம் இருந்து அந்நியப்பட்டே வந்திருக்கிறது. தண்ணீரில் இருந்தபோது அவர் உண்மையிலேயே திறக்கப்பட்ட பைகள் எதையும் கண்டுபிடிக்கவில்லை. சியன்னா அந்தப் பைகளை உதைத்தோ அல்லது கிழித்தோ அல்லது ஏதேனும் வகையில் திறக்க வைத்திருந்தால் அவர் அத்தகைய சேதப்படுத்தப்பட்ட, மிதக்காத மீதங்கள் அந்தப் பகுதியில் ஏதோ ஓரிடத்தில் கிடப்பதைப் பார்த்திருக்கலாம் என்று புரூடருக்கு தோன்றியது.

ஆனால் புரூடர் அப்படிப்பட்ட எதையும் பார்க்கவில்லை. அந்தப் பையின் மீதங்கள் எல்லாம் காற்றோடு கரைந்தவைபோல் காணப்பட்டன. சியன்னா அந்தப் பைகளை தன்னுடன் எடுத்துச் சென்றிருக்கலாம் என்று புரூடர் மிக வலுவாக சந்தேகித்தார். அந்நிலையில் நழுவக்கூடிய, கரையக்கூடிய பையின் குழப்பம் அவருக்கு அப்படித்தான் தோன்றியது.

அப்படியென்றால் அது எங்கே போயிருக்கும்?

தான் எதையோ தவறவிட்டுவிட்டோம் என்ற அசௌகரிய மான உணர்வுநிலை புரூடருக்குத் தோன்றியது. அப்படியே வைத்துக்கொண்டதால், ஒரு மிக முக்கியத்துவம் வாய்ந்த கேள்விக்கு பதிலளிக்கும் புதிய கட்டுக்குள் வைக்கும் வியூகத்தில் அவர் கவனம் செலுத்தினார்.

அந்தத் தொற்றுக் கிருமியின் தற்போதைய பரவக்கூடிய சுற்றளவு என்ன?

இந்தக் கேள்விக்கு சில நிமிடங்களில் பதில் அளிக்கப் படலாம் என்று புரூடருக்குத் தெரியும். காயலில் இருந்து அதிகரித்துக்கொண்டே வரும் நடைப்பலகையில் அமைக்கப் பட்டிருக்கும் வைரஸ் கண்டுபிடிப்பு சாதனங்களை அவருடைய குழு அமைத்திருந்தது. பிசிஆர் யூனிட்டுகள் என்று அழைக்கப் படும் இந்த சாதனங்கள் வைரஸ் தொற்றின் இருப்பை கண்டறிய பாலிமெர்ஸே செயின் ரியாக்சன் என்ற முறையை பயன் படுத்துகின்றன.

அந்த எஸ்ஆர்எஸ் ஏஜெண்ட் நம்பிக்கையை திரும்பப் பெற்றார். இந்தக் காயலில் எந்த அசைவும் இல்லாதபோது பிசிஆர் சாதனங்கள் மிகவும் குறைவான தொற்று ஏற்பட்டிருக்கும் பகுதியையே தடம்காணும். அதன்படி அவர்கள் ரசாயனத்தையும், உறிஞ்சுதலையும் பயன்படுத்தி தாக்குதலை நடத்த முடியும்.

"தயாரா?" ஒரு டெக்னீஷியன் மெகாபோன் வழியாக அழைத்தான்.

அந்த நீர்த்தேக்கத்தை சுற்றியிருந்த ஏஜெண்ட்டுகள் தங்கள் கட்டைவிரலை உயர்த்தினர்.

“உங்களுடைய மாதிரிகளை செயல்படுத்துங்கள்” என அந்த மெகாபோன் கரகரத்தது.

அந்தக் குகை முழுவதிலும் இருந்த பகுப்பாய்வாளர்கள் தங்களுடைய தனிப்பட்ட பிசிஆர் இயந்திரத்தை நோக்கி குனிந்த படி அதையை உற்றுப்பார்த்துக்கொண்டிருந்தனர்.

அந்த நீர்த்தேக்கத்தில் எல்லோரும் காத்திருக்கையில் ஒரு கனத்த மௌனம் நிலவியது. அவர்கள் எல்லோருமே பச்சைநிற விளக்கு எரிவதற்காகவே காத்திருந்தனர்.

பின்னர் இதுதான் நடந்தது.

புரூடருக்கு மிக அருகாமையில் இருந்த இயந்திரத்தில், வைரஸ் கண்டுபிடிப்பு விளக்கு சிவப்பு நிறத்தில் ஒளிர்ந்தது. அவருடைய தசை இறுக்கமானது. அவருடைய கண்கள் அடுத்திருந்த இயந்திரத்திற்கு மாறின.

அதுவும்கூட செந்நிறத்தில் மினுங்கியது.

கூடாது.

திகிலான முணுமுணுப்புகள் அந்தக் குகை முழுவதும் ரீங்கரித்தன. ஒவ்வொரு பிசிஆர் சாதனமும் ஒன்றன்பின் ஒன்றாக, அந்த நீர்த்தேக்கத்தின் நுழைவாயில் வரையும் சிவப்பு நிறத்தில் ஒளிர்வதை புரூடர் திகிலுடன் பார்த்துக்கொண்டிருந்தார்.

அடக் கடவுளே, சிவப்பு நிறக் கண்டுபிடிப்பு ஒளிகளின் கடல்போன்ற மினுமினுப்பு எந்தப் பிழையும் இல்லாத ஓர் ஓவியத்தைப்போல் இருந்தது.

தொற்று ஏற்பட்டிருக்கும் சுற்றளவு மிகப் பெரியது.

அந்த முழு நீர்த்தேக்கமும் வைரஸால் நிரம்பிவிட்டது.

❑

97

ராபர்ட் லேங்டன் கீழே இருந்த சியன்னா புருக்ஸையே உற்றுப்பார்த்தார். அவள் படகின் ஸ்டீரிங்கை பிடித்தபடி அவர் பார்த்த விஷயங்களில் உள்ள அர்த்தத்தை விளக்கப் போராடிக்கொண்டிருந்தாள்.

"நீங்கள் என்னை வெறுக்கிறீர்கள் என்று என்னால் உறுதியாக சொல்ல முடியும்" என்று தேம்பிய அவள் கண்ணீர் நிரம்பிய கண்களுடன் அவரைப் பார்த்தாள்.

"உன்னை வெறுக்கிறேனா?" லேங்டன் ஆச்சரிய மடைந்தார். "நீ *யார்* என்பது பற்றி எனக்கு எதுவுமே தெரியாது! நீ என்னிடம் பொய் சொன்னதைத் தவிர வேறு ஒன்றுமே செய்யவில்லை!"

"எனக்குத் தெரியும்" என்றாள் அவள் மென்மையாக. "மன்னித்துவிடுங்கள். நான் சரியான விஷயத்தை செய்யத்தான் நினைத்தேன்."

"அந்த பிளேக்கை வெளியே விடுவதன் மூலமாகவா?"

"இல்லை, ராபர்ட், நீங்கள் புரிந்துகொள்ள வில்லை."

"நன்றாகப் புரிந்துகொண்டேன்" என்றார் லேங்டன். "நீ தண்ணீருக்குள் இறங்கி அந்தக் கரையக் கூடிய பையை உடைத்து விட்டாய்! வேறு யாராவது கட்டுக்குள் கொண்டுவரும் முன்னர் நீ

ஜாப்ரிஸ்ட்டின் வைரஸை வெளியிட விரும்பியிருக்கிறாய்!"

"கரையக்கூடிய பையா?" சியன்னாவின் கண்கள் குழப்பத்தில் மின்னின. "நீங்கள் என்ன பேசுகிறீர்கள் என்றே எனக்குத் தெரிய வில்லை. ராபர்ட், நான் பெர்ட்ரண்டின் வைரஸை ***தடுக்கத்தான்*** அந்த நீர்த்தேக்கத்திற்கு சென்றேன்... அதைத் ***திருடி*** நிரந்தரமாக காணாமல் செய்துவிடவே விரும்பினேன்... அதன் மூலம் வேறு யாரும் அதனை ஆராய முடியாது. அதில் டாக்டர். சின்ஸ்கியும், உலக சுகாதார நிறுவனமும் அடக்கம்."

"திருடுவதா? அதை ஏன் உலக சுகாதார நிறுவனத்திடமிருந்து மறைத்துவைக்க வேண்டும்?"

சியன்னா நீண்ட பெருமூச்சுவிட்டாள். "உங்களுக்குத் தெரியாத விஷயங்கள் எவ்வளவோ இருக்கின்றன. ஆனால் இப்போது அவை எல்லாமே அனுமானங்கள். நாம் மிகவும் தாமதமாகி வந்துவிட்டோம் ராபர்ட். நமக்கு வாய்ப்பே கிடைக்க வில்லை."

"நிச்சயம் நமக்கு வாய்ப்பு கிடைத்திருக்கிறது! அந்த வைரஸ் ***நாளைக்கு*** முன்பாக வெளியாகப்போவதில்லை! அந்தத் தேதியைத்தான் ஜாப்ரிஸ்ட் தேர்ந்தெடுத்திருக்கிறார், நீ மட்டும் தண்ணீருக்குள் சென்றிருக்கவில்லை என்றால் —"

"ராபர்ட், நான் அந்த வைரஸை வெளியிடவில்லை!" சியன்னா கத்தினாள். "நான் தண்ணீருக்குள் சென்றபோது அதைக் கண்டுபிடிக்கவே நான் முயற்சி செய்தேன். ஆனால் தாமதித்துவிட்டது. அங்கே எதுவும் இல்லை."

"நான் உன்னை நம்பமாட்டேன்" என்றார் லேங்டன்.

"அது எனக்கும் தெரியும். அதற்கு நான் உங்களைக் குறை சொல்ல மாட்டேன்." தன் பாக்கெட்டிற்குள் கைவிட்ட அவள் நனைந்துபோயிருந்த துண்டுப்பிரசுரத்தை எடுத்தாள். "இது உங்களுக்கு உதவலாம்." அவள் அந்தக் காகித்ததை லேங்டனிடம் தூக்கிப்போட்டாள். "நான் அந்தக் காயலுக்குள் இறங்குவதற்கு சற்று முன்பாகத்தான் இதைக் கண்டெடுத்தேன்."

அவர் அதைப்பிடித்து பிரித்தார். நீர்த்தேக்கத்தில் நடை பெறும் தாந்தே சிம்பனியின் ஏழு நிகழ்ச்சிகளுக்கான கச்சேரி நிகழ்ச்சிநிரல்தான் அது.

"அந்தத் தேதிகளைப் பாருங்கள்" என்றாள் அவள்.

லேங்டன் தேதிகளைப் படித்தார், திரும்பவும் படித்தார். தான் பார்த்தவற்றை நினைத்து குழம்பினார். ஏதோ காரணத்தினால்

இன்றைய கச்சேரிதான் தொடக்கநாள் என்ற மனப்பதிவில் அவர் இருந்திருக்கிறார் — இந்த ஏழு கச்சேரிகளும் இந்த வாரம் முழுவதும் நடத்தப்பட்டு மக்களை அந்த வைரஸ் தொற்று ஏற்பட்ட நீர்த்தேக்கத்திற்கு வரவழைப்பதாகத்தான் வடிவமைக்கப்பட்டிருந்தது.

"இன்றைக்குத்தான் *இறுதிநாள்* கச்சேரியா?" என்று கேட்ட லேங்டன் அந்தக் காகிதத்தை உற்று நோக்கினார். "அந்தக் கச்சேரி இந்த வாரம் முழுவதும் நடந்திருக்கிறதா?"

சியன்னா தலையசைத்தாள். "உங்களைப் போலவேதான் நானும் ஆச்சரியப்பட்டுப்போனேன்." அவள் சற்று நிதானித்தாள், கண்கள் இருண்டிருந்தன. "இந்த வைரஸ் ஏற்கனவே வெளிவந்து விட்டது ராபர்ட். அது *நடந்து* ஒருவாரம் ஆகிறது."

"அது உண்மையல்ல" லேங்டன் வாதிட்டார். "*நாளைதான்* அந்தத் தேதி. ஜாப்ரிஸ்ட் நாளைய தேதியை அறிவிப்புப் பலகையில் கூட குறிப்பிட்டிருந்தார்."

"ஆமாம். தண்ணீரில் அந்த அறிவிப்புப் பலகையை நானும் பார்த்தேன்."

"அப்படியென்றால் அவர் நாளைக்குத்தான் தீர்மானித்திருக் கிறார் என்று உனக்குத் தெரியுமே."

சியன்னா முறுவலித்தாள். "ராபர்ட், பெர்ட்ரண்டைப் பற்றி எனக்கு நன்றாகத் தெரியும். நான் உங்களிடம் சொல்வதைக் காட்டிலும் நன்றாகத் தெரியும். அவர் ஒரு அறிவியலாளர், முடிவுகளை விரும்பும் மனிதர். அந்த அறிவிப்புப் பலகையில் காணப்படும் தேதி வைரஸ் *வெளியிடப்படும் தேதி* அல்லது அது வேறு ஏதோ ஒன்று. அவருடைய இலக்கிற்கு மிகவும் முக்கியமான ஒன்று."

"அப்படியென்றால் அது...?"

படகில் இருந்து சியன்னா சலனமின்றி பார்த்துக் கொண்டி ருந்தாள். "அது உலகளாவிய—செறிவூட்டல் தினம் — அதாவது அந்த வைரஸ் உலகம் முழுவதும் பரவி, ஒவ்வொருவரையும் பாதிக்கின்ற கணிதமுறையில் திட்டமிட்ட தினம்."

இந்தக் கண்ணோட்டம் லேங்டனின் உடலினூடாக ஒரு உள்ளார்ந்த அதிர்ச்சியை உருவாக்கியது. ஆனால் அதை சமாளிக்க முடியாமல் அவள் பொய் சொல்கிறாளோ என்றுதான் அவர் சந்தேகித்தார். அவளுடைய கதையில் ஒரு மெய்யான பிழை இருக்கிறது. மேலும் தன்னால் எதைப்பற்றி வேண்டுமானாலும்

பொய் சொல்ல முடியும் என சியன்னா புரூக்ஸ் ஏற்கனவே நிரூபித்திருக்கிறாள்.

“ஒரு பிரச்சினை இருக்கிறது, சியன்னா” என்று அவர் அவளையே உற்றுப்பார்த்தார். “இந்த பிளேக் ஏற்கனவே உலகம் முழுவதிலும் பரவிவிட்டது என்றால் மக்கள் ஏன் இதுவரை நோய்வாய்ப்படவில்லை?”

சட்டென்று அவர் பார்வையை எதிர்கொள்ளமுடியாத சியன்னா வேறு எங்கோ பார்த்தாள்.

“இந்த பிளேக் ஒருவாரத்திற்கு முன்னே வெளியே வந்துவிட்டது என்றால், மக்கள் ஏன் இன்னும் சாகவில்லை?” என்று லேங்டன் மறுபடியும் கேட்டார்.

அவள் அவரை நோக்கி மெதுவாகத் திரும்பினாள். “ஏனென்றால்...” என்று தொடங்கிய அவளின் வார்த்தைகள் அவள் தொண்டையைக் கவ்விக்கொண்டன. “பெர்ட்ரண்ட் பிளேக்கை உருவாக்கவில்லை.” அவளுடைய கண்களில் மீண்டும் தண்ணீர் நிரம்பியது. “அவர் அதைவிட ஆபத்தான ஒன்றை உருவாக்கியிருக்கிறார்.”

❑

98

தன்னுடைய மூச்சுக்குழலின் வழியாக ஆக்ஸிஜன் பாய்ந்துகொண்டிருந்தாலும் எலிசபெத் சின்ஸ்கிக்கு மயக்கமாகவே இருந்தது. புரூடரின் பிசிஆர் சாதனங்கள் அந்த பயங்கரமான உண்மையை வெளிப்படுத்தி ஐந்து நிமிடங்கள் ஆகியிருந்தன.

கட்டுக்குள் வைப்பதற்கான நம்முடைய வாய்ப்பு நீண்டநேரத்திற்கு முன்பாகவே அடைபட்டுவிட்டது.

அந்தக் கரையக்கூடிய பை கடந்த வாரத்தில் ஏதோ ஒரு நாளில் நிச்சயம் கரைந்துவிட்டது. அநேகமாக கச்சேரியின் முதல் நாளாக இருக்கலாம். அந்தக் கச்சேரி ஏழு நாட்களாக நடந்துகொண்டிருப்பது சின்ஸ்கிக்கு இப்போதுதான் தெரியும். சங்கிலியில் பிணைக்கப்பட்டிருக்கும் மீதமுள்ள சில கந்தல்கள் காணாமல் போகவில்லை. ஏனென்றால் சங்கிலியோடு நன்றாக ஒட்டிக்கொண்டிருப்பதற்காக அவை பசை கொண்டு தடவப்பட்டிருந்தன.

தொற்று ஏற்பட்டு ஒருவாரம் ஆகிறது.

இப்போது, அந்தக் கிருமியை தனிமைப்படுத்தும் வாய்ப்பின்றி நீர்த்தேக்கத்தின் தற்காலிக ஆய்வகத்தில் இருந்த மாதிரிகளைச் சுற்றி குழுமியிருந்ததுடன் பகுத்தாய்தல், ரகசியம் காத்தல் மற்றும் அச்சுறுத்தல் மதிப்பீடு என்ற தங்களுடைய வழக்கமான பின்வாங்கும் நிலைக்கு அவர்கள் வந்துசேர்ந்திருந்தனர். இதுவரையிலான பிசிஆர் யூனிட்டுகள் ஒரே ஒரு தகவலை மட்டும் உறுதியாக வெளிப்படுத்தின. அந்தக் கண்டுபிடிப்பு யாரையும் ஆச்சரியப்படுத்தவில்லை.

அந்த வைரஸ் இப்போது காற்றில் கலந்துவிட்டது.

கரையக்கூடிய பையில் இருந்தவை மேல்மட்டத்திற்கு வந்து காற்றில் வைரஸ் துகள்களை பரப்பிவிட்டிருக்கும். ***இதுபோன்ற மூடப்பட்ட பகுதிகள் அதிகம் பரவியிருக்காது என்றும் சின்ஸ்கிக்கு தெரியும்.***

ஒரு பாக்டீரியாவைப் போலவோ அல்லது ரசாயன கிருமியைப் போலவோ அல்லாமல் ஒரு வைரஸானது மனிதர்களினூடாக ஆச்சரியப்படுத்தும் வகையில் ஊடுருவிப் பரவக் கூடியது. ஒட்டுண்ணி போன்ற நடத்தை கொண்ட வைரஸ்கள் உடல் உறுப்புகளுக்குள் ஊடுருவி கவர்தல் எனப்படும் நிகழ்முறையில் ஏற்கனவே உள்ள உயிரணுக்களோடு சேர்ந்துகொண்டுவிடும். பின்னர் அவை தங்களுடைய டிஎன்ஏ அல்லது ஆர்என்ஏ—வை அந்த உயிரணுவிற்குள் செலுத்தி அதனுள் இடம்பெறும். பின்னர் அந்த வைரஸை பெருகச்செய்ய கட்டாயப்படுத்தும். போதுமான அளவுக்கு பிரதிகள் கிடைத்தவுடன், புதிய வைரஸ் துகள்கள் அந்த உயிரணுவைக் கொன்று உயிரணு சுவற்றை வெடிக்கச் செய்து, தாக்குதவற்காக புதிய உயிரணுக்களை நோக்கி துரிதப்படுத்தும், இந்த நிகழ்முறை மீண்டும் மீண்டும் நிகழ்ந்துகொண்டே இருக்கும்.

பாதிக்கப்பட்டவர் பின்னர் மூச்சை விட்டாலோ அல்லது தும்மினாலோ தன்னுடைய உடலில் இருந்து சுவாசிக்கக்கூடிய நீர்த்திவலைகளை வெளியேற்றுவார்; மற்றொரு வரவேற்பாளரால் உள்ளே இழுத்துக்கொள்ளப்படும்ரை அந்த நீர்த்திவலைகள் காற்றிலேயே மிதந்துகொண்டிருக்கும், பின்னர் அந்த நிகழ்முறை மீண்டும் மீண்டும் நடக்கும்.

பன்னடுக்கு வளர்ச்சி, என்று நினைத்துக்கொண்ட சின்ஸ்கி மனித மக்கள்தொகை பெருவெடிப்பை படம்போட்டு விளக்கிய ஜாப்ரிஸ்ட்டின் கிராஃபை நினைத்துப்பார்த்தாள். ***மனிதர்களின் பன்னடுக்கு வளர்ச்சியோடு சண்டையிட வைரஸ்களின் பன்னடுக்கு வளர்ச்சியை ஜாப்ரிஸ்ட் பயன்படுத்தியிருக்கிறார்.***

இருந்தாலும், இப்போதையை கேள்வி இதுதான்: இந்த வைரஸ் எப்படி நடந்துகொள்ளும்?

அசௌகரியமாக சொல்லவேண்டும் என்றால்: ***தன்னுடைய வரவேற்பாளரை அது எப்படித் தாக்கும்?***

எபோலா வைரஸ் ரத்தத்தின் உறைநிலை பண்பைத் தாக்கி, நிறுத்தவே முடியாத உள்ளார்ந்த ரத்தப்போக்கிற்கு காரணமாகிறது. ஹண்ட்டா வைரஸ் நுரையீரலை செயலிழக்கச் செய்கிறது. ஆன்கோ வைரஸ்கள் புற்றுநோய்க்கு காரணமாகின்றன.

ஹெச்ஐவி வைரஸ் நோய் எதிர்ப்பு சக்தியை தாக்கி எய்ட்ஸ் நோய்க்கு காரணமாகிறது. ஹெச்ஐவி வைரஸ் மட்டும் காற்றில் பரவக்கூடியதாக இருந்திருந்தால் அது மனித இனத்தின் அழிவாக இருந்திருக்கும் என்பது மருத்துவ சமூகத்தில் ரகசியமாக வைக்கப்பட்ட விஷயம் எல்லாம் கிடையாது.

அப்படியென்றால் ஜாப்ரிஸ்ட்டின் வைரஸ் என்னதான் செய்யும்?

அது எதை செய்வதாக இருந்தாலும், அதன் விளைவுகள் தம்மை வெளிப்படுத்திக்கொள்ள நிச்சயம் நேரம் தேவைப்படும் .... அருகாமையில் உள்ள மருத்துவமனைகளில் உள்ள நோயாளிகள் யாரும் இதுவரை வழக்கத்திற்கு மாறான அறிகுறிகளை வெளிப்படுத்தியதுபோல் தெரியவில்லை.

பதில்களைத் தெரிந்துகொள்ள பொறுமையில்லாமல் சின்ஸ்கி ஆய்வகத்தை நோக்கிச் சென்றாள். தன்னுடைய செல்போனில் தெளிவற்ற சிக்னலைப் பார்த்துக்கொண்டிருந்த புரூடர் படிக்கட்டின் அருகில் நின்றுகொண்டிருப்பதைப் பார்த்தாள். அவர் யாருடனோ முனகலான தொனியில் பேசிக் கொண்டிருந்தார்.

அவள் அவரை நோக்கி விரைந்து செல்லவும், அவர் தன்னுடைய அழைப்பை துண்டிக்கவும் சரியாக இருந்தது.

“சரி, புரிந்தது” என்ற ஏஜெண்ட் புரூடரின் முகத்தில் அவநம்பிக்கைக்கும் பயங்கரத்திற்கும் இடைப்பட்ட ஓர் உணர்வு தென்பட்டது. “மறுபடியும் சொல்கிறேன், இந்தத் தகவலின் ரகசியத்தன்மை குறித்து வேண்டிய அளவு என்னால் வலியுறுத்த முடியாது. இச்சமயத்தில் இது உங்கள் பார்வைக்கு மட்டும்தான். மேலதிகமான விவரங்கள் தெரிந்தால் என்னைக் கூப்பிடுங்கள். நன்றி” என அவர் போனை வைத்தார்.

“என்ன நடக்கிறது?” சின்ஸ்கி கட்டாயப்படுத்தினாள்.

புரூடர் மெதுவாக பெருமூச்சுவிட்டார். “அட்லாண்டாவில் உள்ள சிடிசி—யில் இருக்கும் மிக முக்கியமான என்னுடைய நண்பருடன் பேசிக்கொண்டிருந்தேன்.”

சின்ஸ்கி மூர்க்கமானாள். “என்னுடைய உத்தரவு இல்லாமல் நீங்கள் சிடிசி—யை உஷார்படுத்தியிருக்கிறீர்களா?”

“நான் அபிப்பிராயம் கேட்கத்தான் அழைத்தேன்” என்றார் அவர். “நான் தொடர்புகொண்டவர் உறுதியான ஆள், இந்த தற்காலிக ஆய்வகத்தில் இருந்து நாம் பெறும் தகவல்களைக்

காட்டிலும் சிறந்த தகவல்கள் எனக்குத் தேவைப்பட்டன."

எஸ்ஆர்எஸ் ஏஜெண்ட்டுகள் பலரும் தற்காலிக எலக்ட்ரானிக் சாதனங்களை நோக்கி மாதிரிகளை எடுத்துச் செல்வதை சின்ஸ்கி கவனித்தாள். *அவர் சொல்வது சரிதான்.*

"நான் தொடர்புகொண்ட சிடிசி" என்று புரூடர் தொடர்ந்தார், "முழுமையான நுண்ணுயிரியல் ஆய்வகத்தை வைத்திருப்பவர். ஒரு மிகத்தீவிரமான தொற்று ஏற்படுத்தக்கூடிய, இதற்கு முன்பு பார்த்தேயிராத வைரல் உயிர்மத்தை அவர் உறுதி செய்திருக்கிறார்."

"இருங்கள்!" சின்ஸ்கி குறுக்கிட்டாள். "இதன் மாதிரிகளை இவ்வளவு சீக்கிரம் எப்படி அவருக்கு அனுப்பி வைத்தீர்கள்?"

"நான் அனுப்பவில்லை" புரூடர் பதட்டத்துடன் கூறினார். "அவர் தன்னுடைய ரத்தத்தையே சோதித்துப் பார்த்துக் கொண்டார்."

அதன் அர்த்தம் தனக்குள் பதிவாக சின்ஸ்கிக்கு ஒரு நொடியே தேவைப்பட்டது.

அது ஏற்கனவே உலகம் முழுவதும் பரவிவிட்டது.

❏

99

லேங்டன் மெதுவாகவே நடந்தார். ஒரு குறிப்பிட்ட குழப்பமான கொடுங்கனவில் நடந்து கொண்டிருப்பவரைப் போல் ஏதோ ஒரு வகையில் தன் உடலில் இருந்து பிரிக்கப்பட்டுவிட்டதைப் போல் உணர்ந்தார். *ஒரு பிளேக்கைவிட மோசமானது எதுவாக இருக்கும்?*

சியன்னா படகில் இருந்து வெளியேறி லேங்டனை நோக்கி நடந்துவருகையில் எதுவுமே பேசவில்லை.

சியன்னாவின் பெருக்கெடுத்த கண்ணீர் நின்றுவிட்டது என்றாலும் அவளுள் உருவாகியிருக்கும் உணர்ச்சிக்கொந்தளிப்பை லேங்டனால் உணர்ந்து கொள்ள முடிந்தது. தொலைவில் சைரன்களின் அலறல் ஒலியைக் கேட்டாள் என்றாலும் அதை கவனித்ததுபோல் காட்டிக்கொள்ளவில்லை. வெறுமனே தரையைப் பார்த்துக்கொண்டிருந்த அவள் அவர்களுடைய பாதங்களுக்கு கீழே இருந்த சிறிய கூழாங்கற்களின் லயத்தில் மதிமயங்கி காணப்பட்டாள்.

அவர்கள் ஒரு சிறிய பூங்காவிற்குள் சென்றனர். அடர்த்தியாக வளர்ந்த மரங்களின் ஊடாக சியன்னா அவருக்கு வழிகாட்டினாள். அங்கே அவர்கள் இருவரும் இந்த உலகத்தில் இருந்து மறைந்து கொண்டனர். நீர்நிலையைப் பார்த்துக் கொண்டிருக்கும்படி அமைந்திருந்த பென்ச்சில் இருவரும்

அமர்ந்தனர். கரையில் இருந்து வெகுதொலைவில் அமைந்திருந்த புராதன கேலட்டா கோபுரமானது மலைப் பகுதியில் புள்ளிகள் போல் தோன்றும் அமைதியான குடியிருப்புகளுக்கு மேலாக பளபளத்துக்கொண்டிருந்தது. அங்கிருந்து பார்க்கையில் இந்த உலகம் விசித்திரமான முறையில் அமைதியாகத் தெரிந்தது. இவ்வளவு தொலைவில் இருந்து அந்த நீர்த்தேக்கத்தில் என்ன தான் நடந்திருக்கும் என்று லேங்டன் கற்பனை செய்துபார்த்தார். இப்போதைக்கு, சின்ஸ்கியும், எஸ்ஆர்எஸ் குழுவினரும் அந்த பிளேக்கை நிறுத்த மிகத் தாமதமாக வந்துவிட்டோம் என்பதை உணர்ந்திருப்பார்களா என லேங்டன் சந்தேகப்பட்டார்.

அவருக்கு அருகாமையில் இருந்த சியன்னா கடலையே வெறித்துப் பார்த்துக்கொண்டிருந்தாள். "எனக்கு அதிக நேரமில்லை ராபர்ட்" என்றாள் அவள். "நான் எங்கே போய்விட்டேன் என்பதை அதிகாரிகள் கண்டுபிடித்துவிடுவார்கள். அதற்கு முன்பாக நீங்கள் உண்மையை தெரிந்துகொள்ள வேண்டும் என்று நினைக்கிறேன். எல்லா உண்மையையும்."

லேங்டன் அவளுக்கு அமைதியாக தலையசைத்தார்.

தன்னுடைய கண்களை துடைத்துவிட்டுக் கொண்ட அவள் அவரை முழுமையாக பார்க்கும்படியாக உட்கார்ந்துகொண்டாள். "பெர்ட்ரண்ட் ஜாப்ரிஸ்ட்..."

அவள் பேசத்தொடங்கினாள். "நான் காதலித்த முதலாமவர் அவர்தான். என்னுடைய வழிகாட்டியும் அவர்தான்."

"எனக்கு இது முன்னமே தெரியும் சியன்னா" என்றார் லேங்டன்.

அவள் துணுக்குற்றுப் பார்த்தாலும் தான் சொல்ல வந்ததை தொடர்ந்து கூறினாள். ஆனாலும் தன்னுடைய சமநிலையை விட்டுவிடுவோமோ என்று அவளுக்கு பயமாகவே இருந்தது. "மனதில் தாக்கமேற்படுத்தும் வயதில்தான் நான் அவரை சந்தித்தேன். அவருடைய கருத்தாக்கங்களும் அறிவுஜீவித்தனமும் என்னை ஆகர்ஷித்தது. என்னைப்போலவே பெர்ட்ரண்டும் நம்முடைய மனித இனம் அழிவின் விளிம்பில் இருப்பதாக நம்பினார்... நாம் மிகவும் பயங்கரமான முடிவை எதிர்நோக்கியிருக்கிறோம். அது யாராலும் ஒப்புக்கொள்ள முடியாத வகையில் நம்மை நோக்கி வேகமாக ஓடிவந்துகொண்டிருக்கிறது."

லேங்டன் எந்த பதிலும் சொல்லவில்லை.

"என்னுடைய குழந்தைப் பருவம் முழுவதுமே" என்றாள் சியன்னா. "நான் இந்த உலகத்தை காப்பாற்ற வேண்டும் என்று

ஆசைப்பட்டேன். ஆனால், எல்லோருமே என்னிடம் சொன்னது என்னவென்றால்: 'உன்னால் எல்லாம் இந்த உலகத்தை காப்பாற்ற முடியாது. அதனால் அதற்கு முயற்சி செய்து உன்னுடைய மகிழ்ச்சியைத் தியாகம் செய்யாதே' என்பதுதான்." அவள் சற்று இடைவெளி விட்டாள். அவள் முகம் பதட்டமடைந்திருந்தது. கண்ணீர் அற்றுப்போயிருந்தது. "பிறகுதான் நான் பெர்ட்ரண்டை சந்தித்தேன் — ஓர் அழகான, அற்புதமான மனிதரான அவர்தான் இந்த உலகத்தை பாதுகாப்பது *சாத்தியமானது* மட்டுமல்ல... அதைச் செய்யவேண்டியது அறம்சார்ந்த அத்தியாவசியத் தேவையும் ஆகும் என்று என்னிடம் கூறினார். இதேபோன்ற சிந்தனை உடைய எல்லோரையும் எனக்கு அறிமுகப்படுத்தி வைத்தார். அவர்கள் அற்புதமான திறமைகளையும் அறிவையும் கொண்டவர்கள்... உண்மையிலேயே உலகை ***மாற்றக்கூடியவர்கள்.*** என்னுடைய வாழ்க்கையிலேயே முதல்முறையாக அப்போதுதான் நான் தனிமையை உணரவில்லை ராபர்ட்."

அவளுடைய வார்த்தைகளில் இருந்த வலியை உணர்ந்து கொண்ட லேங்டன் மெல்லிய புன்னகையை உதிர்த்தார்.

"என் வாழ்வில் பயங்கரமான விஷயங்கள் பலவற்றையும் நான் கடந்து வந்திருக்கிறேன்" என்று தொடர்ந்து பேசிய சியன்னாவின் குரல் நிலைதடுமாறத் தொடங்கியிருந்தது. "என்னால் கடந்துவர முடியாத விஷயங்கள்..." தன்னுடைய நிலை குத்திய பார்வையை விடுவித்துக்கொண்ட அவள் தன்னுடைய உள்ளங்கையால் கவலைப்படவைக்கும் முறையில் வழுக்கைத் தலையை தடவிவிட்டுக் கொண்டபடியே தன்னுடைய நினைவுக்குத் திரும்பி வந்தாள். "அதனால்தானோ என்னவோ அந்த ஒரே விஷயம் மட்டும்தான் நாம் இப்போது இருக்கும் நிலையைக் காட்டிலும் நம்மை சிறப்படையச் செய்து... அழிவேற்படுத்தும் எதிர்காலத்தை தடுப்பதற்கான செயலில் என்னை ஈடுபடச் செய்கிறதோ என்று நம்புகிறேன்."

"பெர்ட்ரண்ட்கூட அப்படித்தான் நம்பியிருக்கிறார் இல்லையா?" என்றார் லேங்டன்.

"நிச்சயமாக. மனிதகுலத்தின் மீது பெர்ட்ரண்டிற்கு அளவுகடந்த நம்பிக்கை உண்டு. மனித குலத்திற்கு பிந்தைய யுகத்தின் நுழைவாயிலில் நாம் வாழ்ந்துகொண்டிருக்கிறோம் என்று நம்புகின்ற மனிதம் கடந்தவியலாளர் அவர் அதுதான் உண்மையான நிலைமாற்ற யுகம். அவர் எதிர்காலத்துவ மனநிலை கொண்டவர், தன்னுடைய கண்களால் மற்றவர்கள் கற்பனை செய்துகூட பார்க்கமுடியாத சாலையின் வழிகளை அவரால்

பார்க்க முடிந்தது. தொழில்நுட்பத்தின் திகைப்பூட்டும் சக்திகளைப் புரிந்துகொண்ட அவர் சில தலைமுறைகளிலேயே நம்முடைய இனம் முற்றிலும் வேறு ஒரு விலங்கினமாக மாற்றம்பெற்றுவிடும் என்று நம்பினார் — மரபியல்ரீதியிலான நீடித்த ஆரோக்கியம், புத்திசாலித்தனம், பலம் மற்றும் இன்னும் அதிகப்படியான அரவணைப்புள்ள இனமாக மாறிவிடும்" என்று சற்று இடைவெளிவிட்டாள். "அதில் ஒரே ஒரு பிரச்சினை இருக்கிறது. அந்த சாத்தியக்கூறை உணர்வதற்கான உயிரினங்களாக நாம் நீண்டகாலம் உயிர்வாழ மாட்டோம் என்பதை மட்டும் அவர் எண்ணிப்பார்க்கத் தவறிவிட்டார்."

"மிகுந்த மக்கள்தொகை காரணமாகவா..." என்றார் லேங்டன்.

அவள் தலையாட்டினாள். "அது மால்தூசிய பேரிடர். கோத்னிக் அசுரனை வெட்டிவீழ்த்திய செயிண்ட். ஜார்ஜாக தன்னை உணர்கிறேன் என்று பெர்ட்ரண்ட் என்னிடம் சொல்வதுண்டு."

அவள் சொன்னதன் அர்த்தம் லேங்டனுக்கு விளங்கவில்லை. "மெடூஸாவா?"

"உருவகரீதியாகச் சொன்னால், அப்படித்தான். மெடூஸாவும், அவளைப் போன்ற அசுர வர்க்க சிலைகளும் புவித்தாயுடன் நேரடியாக பிணைப்பு கொண்டிருப்பதாலேயே பாதாளத்தில் வசித்தனர். மறைகுறியீட்டியலில் கோத்னிக்குகள் எப்போதுமே குறியீடாக விளங்குவது —"

"கருத்தரிப்பு" என்ற லேங்டன் இந்த சமமான அர்த்தம் தன்னுள் இதற்கு முன் தோன்றியதே இல்லை என்பதை நினைத்து துணுக்குற்றார். ***மகப்பேறு. மக்கள்தொகை.***

"ஆமாம், மகப்பேறுதான்" என்றாள் சியன்னா. "நமக்கே உரிய இனப்பெருக்கத் திறனின் அச்சுறுத்தலைக் குறிப்பதற்கே 'கோத்னிக் அசுரன்' என்ற பதத்தை பெர்ட்ரண்ட் பயன்படுத்தியுள்ளார். அசுரத்தனமாக நாம் இனப்பெருக்கம் செய்து அடிவானம் வரை நீள்வதையே அவர் இவ்வாறு குறிப்பிடுகிறார்... அந்த அசுரன் நம் அனைவரையும் உண்டு செரித்துவிடும் முன்பாக கட்டுக்குள் வைக்கவேண்டிய தேவையையே அவர் வலியுறுத்துகிறார்."

நம்முடைய வலிமையே நம்மைத் துரத்துகிறது என்பதை லேங்டன் உணர்ந்தார். ***கோத்னிக் அசுரன்.*** "பெர்ட்ரண்ட் இந்த அரக்கன் மீது போர்புரிந்திருக்கிறார். அது எப்படி?"

"தயவுசெய்து புரிந்துகொள்ளுங்கள்" என்றாள் அவள்

தன்னைத் தற்காத்துக்கொள்ளும் வகையில், "இவையெல்லாம் சுலபமாக தீர்த்துக்கொள்ளக்கூடிய பிரச்சினைகள் அல்ல. சிகிச்சைக்கு முன்னுரிமையளித்தல் என்பது எப்போதுமே ஒரு குழப்பமான நிகழ்முறைதான். ஒருவர் மூன்று வயது குழந்தையின் கையை வெட்டிவிடுகிறார் என்றால் அது ஒரு பயங்கரமான குற்றம்தான்... அதாவது அவர் ஒரு மருத்துவராக இருந்து, அந்தக் குழந்தையின் உடல் அழுகிப் போவதில் இருந்து காப்பாற்றுகிறார் என்று இல்லாதபட்சத்தில் அது ஒரு கொடும் குற்றமே. சிலநேரங்களில் இரண்டு தீமைகளில் மிகக் குறைவான ஒன்றை தேர்ந்தெடுக்கத்தான் வேண்டியிருக்கிறது." அவள் மீண்டும் அழத் தொடங்கினாள். "பெர்ட்ரண்டிற்கு உயர்வான இலக்கு இருந்ததாக நம்பினேன்... ஆனால் அவருடைய வழிமுறைகள்..." வெடித்து அழுதுவிடும் வகையில் அவள் வேறு எங்கோ பார்த்தாள்.

"சியன்னா" லேங்டன் மென்மையாக அழைத்தார். "இவை எல்லாவற்றையும் நான் புரிந்துகொள்ள வேண்டியிருக்கிறது. பெர்ட்ரண்ட் என்ன செய்திருக்கிறார் எனக்கு விளக்கமாகச் சொல். இந்த உலகிற்கு அவர் *எதைத்தான்* கொடுத்துவிட்டுச் சென்றிருக்கிறார்?"

மீண்டும் அவரைப் பார்த்த சியன்னாவின் மென்மையான பழுப்புநிறக் கண்கள் ஓர் இருளார்ந்த அச்சத்தை வெளிக்காட்டின. "அவர் ஒரு வைரஸை கொடுத்திருக்கிறார்" என்று கிசுகிசுத்தாள் அவள். "மிகவும் பிரத்யேகமான வைரஸ்."

லேங்டன் மூச்சைப் பிடித்துக்கொண்டார். "என்னிடம் சொல்."

"வைரஸ் *வெக்டார்* எனப்படும் ஒன்றை பெர்ட்ரண்ட் உருவாக்கியிருக்கிறார். அந்த வைரஸ் அது தாக்குதல் நடத்துகிற உயிரணுவிற்குள் ஒரு மரபணுத் தகவலை பதிவு செய்யும்." அவர் அந்தக் கருத்தாக்கத்தை நிகழ்முறைப்படுத்திப் பார்ப்பதற்காக சியன்னா சற்று இடைவெளி விட்டாள். "ஒரு வெக்டார் வைரஸ் என்பது... அது குடியேறும் வரவேற்பு உயிரணுவைக் *கொல்வதற்கு* பதிலாக... முன்தீர்மானம் செய்யப்பட்ட டிஎன்ஏ—வை அந்த உயிரணுவிற்குள் சேர்த்துவிடும். அடிப்படையில் இது அந்த உயிரணுவின் மரபியலை *மாற்றுவது* போன்றது."

அவள் சொன்னதன் அர்த்தத்தைப் புரிந்துகொள்ள லேங்டன் போராட வேண்டியிருந்தது. *நம்முடைய டிஎன்ஏவை மாற்றும் வைரஸா?*

"இந்த வைரஸின் நயவஞ்சகமான இயல்பினால்"

சியன்னா தொடர்ந்து கூறினாள். "அது நம்மை தாக்கியிருக்கிறது என்பதுகூட நமக்குத் தெரியாது. யாருக்கும் உடல்நலம் குன்றாது. அது நம்மை மரபியல்ரீதியாக மாற்றிக்கொண்டிருக்கிறது என்பதைக் குறிப்பிடும் வெளிப்படையான அறிகுறிகள் எதையும் வெளிக்காட்டாது."

ஒருகணம் தன்னுடைய ரத்த நாளங்களில் ரத்த ஓட்டம் வேகமெடுப்பதை லேங்டனால் உணர முடிந்தது. "அது எத்தகைய மாற்றங்களை ஏற்படுத்தும்?"

சியன்னா ஒருகணம் தன்னுடைய கண்களை மூடினாள். "ராபர்ட்" அவள் கிசுகிசுத்தாள். "அந்த நீர்த்தேக்க காயலில் வைரஸ் வெளியானது முதலாக ஒரு சங்கிலித்தொடர் எதிர்வினை தொடங்கிவிட்டது. அந்தக் குகையில் இறங்கி அங்குள்ள காற்றை சுவாசித்த அனைவருமே பாதிக்கப்பட்டிருக்கிறார்கள். அவர்கள் அனைவருமே வைரஸ் ஏற்பாளர்கள்... தங்களுக்குத் தெரியாமலேயே மற்றவர்களிடத்தில் வைரஸை பரப்பிக்கொண்டிருக்கிறவர்கள். அந்த நோய் பன்னடுக்கு பரவலாக்கமாக பற்றவைக்கப்பட்டு இந்த கிரகத்தில் காட்டுத்தீயைப்போல் பரவிக்கொண்டிருக்கிறது. இப்போதும்கூட அந்த வைரஸ் உலக மக்கள்தொகையை ஊடுருவிக்கொண்டிருக்கிறது. நீங்கள், நான்... எல்லோரையும்."

லேங்டன் அந்த இருக்கையில் இருந்து எழுந்து அவளுக்கு முன்பாக பித்துப்பிடித்தவர் போல் நின்றார். "அது நம்மை என்ன செய்யும்?" அவர் மறுபடியும் கேட்டார்.

சியன்னா ஒருகணம் அமைதியாக இருந்தாள். "அந்த வைரஸ் மனித உடலுக்கு தரக்கூடிய தாக்கம் என்னவென்றால்... மலட்டுத்தன்மை." அவள் அசெளகரியத்துடன் நகர்ந்து உட்கார்ந்தாள். "மலட்டுத்தன்மையை உருவாக்கும் பிளேக்கைத் தான் பெர்ட்ரண்ட் உருவாக்கியிருக்கிறார்."

அவளுடைய வார்த்தைகள் லேங்டனை நிலைகுலையச் செய்தன. ***நம்மை மலடாக்கும் வைரஸா?*** மலட்டுத்தன்மையை உருவாக்கும் வைரஸ்கள் இருப்பதை லேங்டன் அறிவார். ஆனால் நம்மை ***மரபியல்ரீதியில்*** மாற்றுகின்ற, காற்றில் பரவி அதிவிரைவாக தொற்று ஏற்படுத்தக்கூடிய உயிர்மம் என்பது வேறு ஏதோ உலகத்தில் இருப்பதைப் போல் இருக்கிறது... அது ஏதோ ஜார்ஜ் ஆர்வெல்லின் எதிர்கால சீரழிவைப் போல் இருக்கிறதே.

"பெர்ட்ரண்ட் இதுபோன்ற வைரஸ் பற்றித்தான் கோட்பாடு வைத்திருந்தார்" என்றாள் சியன்னா அமைதியாக. "ஆனால் அதைச்

செய்யுமளவிற்கு அவர் முயற்சி மேற்கொள்வார் என்று நான் கற்பனைகூட செய்தது இல்லை. அவர் செய்துள்ள விஷயத்தை அவருடைய கடிதம் மூலம் நான் தெரிந்துகொண்டபோதுதான் நான் அதிர்ச்சிக்கு உள்ளானேன். அவரை தேடிக்கண்டுபிடித்து இந்தப் படைப்பை அழித்துவிடுமாறு மன்றாட கடும் முயற்சி செய்தேன். ஆனால் அது மிகவும் தாமதமாகிவிட்டது."

"நிறுத்து" என்று குறுக்கிட்ட லேங்டனுக்கு அப்போதுதான் குரல் வந்தது. "பூமியில் உள்ள எல்லோரையும் அந்த வைரஸ் மலடாக்கிவிடும் என்றால் புதிய தலைமுறை என ஒன்று இல்லாமலேயே போய்விடுமே. மனித இனம் உடனடியாக மரணிக்கத் தொடங்கிவிடுமே."

"சரியாகச் சொன்னீர்கள்" என்ற அவளுடைய குரல் சிறுத்துப் போயிருந்தது. "முழுமையான அழிவு என்பது பெர்ட்ரண்டின் இலக்கு அல்ல என்பதால்தான் — பார்ப்பதற்கு எதிர்மாறாக இருந்தாலும் அதுதான் உண்மை — அவர் தற்போக்காக செயல்படும் வைரஸை உருவாக்கியிருக்கிறார். இன்ஃபெர்னோ இப்போது எல்லா மனித டிஎன்ஏ—விலும் குடியேறிவிட்டது, அடுத்துவரும் தலைமுறைகளிடத்திலும் அது பரவிக்கொண்டே செல்லும். அது ஒரு குறிப்பிட்ட சதவிகித மக்களிடத்தில் மட்டும்தான் செயல்படும். வேறுமாதிரி சொல்லவேண்டும் என்றால், இப்போது இந்த பூமியில் உள்ள எல்லோரிடத்திலும் அந்த வைரஸ் இருக்கிறது. ஆனாலும் அது தற்போக்காக தேர்வுசெய்யப்பட்ட *ஒரு பகுதி* மனிதர்களிடத்தில் மட்டுமே செயல்படும்."

"என்ன... ஒரு பகுதியா?" தான் சொன்னதை தானே கேட்ட போது இந்தக் கேள்வியின் குரூரத்தை லேங்டன் உணர்ந்தார்.

"ஆமாம், உங்களுக்கே தெரிந்திருக்கும். ஐரோப்பிய மக்கள்தொகையில் மூன்றில் ஒரு பகுதியினரை பாரபட்சம் பார்க்காமல் கொன்றொழித்த பிளாக் டெத் கொள்ளை நோய் மீது பெர்ட்ரண்டிற்கு பற்றுதல் உண்டு. தன்னை எவ்வாறு தேர்ந்தெடுத்துக்கொள்ள வேண்டும் என இயற்கைக்குத் தெரியும் என்று அவர் நம்பினார். மலட்டுத்தன்மை குறித்த கணிதத்தை பெர்ட்ரண்ட் செய்யும்போது மூன்றில் இருவரை மரணமடையச் செய்யும் அந்த பிளேக்கின் மரண விகிதம் மனித இனம் தன்னை சமாளித்துக்கொண்டு வாழத்தேவையான சரியான விகிதத்தை அது தந்திருப்பதைக் கண்டு ஆனந்தித்தார்."

அது அரக்கத்தனமானது, லேங்டன் நினைத்துக்கொண்டார்.

“பிளாக் பிளேக்தான் மந்தையின் அடர்த்தியைக் குறைத்து மறுமலர்ச்சிகாலத்திற்கு வழியமைத்துக் கொடுத்திருக்கிறது” என்றாள் அவள். “உலகளாவிய புதுப்பித்தலுக்கான நவீனகால இயைபூக்கியாகத்தான் பெர்ட்ரண்ட் இன்ஃபெர்னோவை உருவாக்கியிருக்கிறார். அதுதான் மனிதம் கடந்தவியலாளரின் பிளாக் டெத். வித்தியாசம் என்னவென்றால் அந்த நோயுள்ளவர்கள் அழுகிப்போவதற்கு பதிலாக மலட்டுத்தன்மையை அடைவார்கள். பெர்ட்ரண்டின் வைரஸை எடுத்துக்கொண்டால், உலக மக்கள்தொகையில் இன்று மூன்றில் ஒரு பகுதியினர் மலடானவர்கள்... மூன்றில் ஒரு பங்கினர் தொடர்ந்து மலடாகவே இருப்பார்கள். இதன் விளைவானது, குழந்தைக்கும் பரவக்கூடிய இந்த வைரஸ் அவர்களிடத்தில் ஒரு சிறு சதவிகிதம் அளவிற்கே தாக்கமுள்ளாக இருக்கும்.”

தொடர்ந்து பேசிக்கொண்டிருக்கையில் சியன்னாவின் கைகள் நடுங்கத் தொடங்கியிருந்தன. “எனக்கு பெர்ட்ரண்ட் எழுதிய கடிதத்தில் பெருமைப்படும் தொனி தெரிந்தது. அந்தக் கடிதத்தில் இந்தப் பிரச்சினைக்கு இன்ஃபெர்னோதான் மிகவும் நேர்த்தியான மற்றும் மனிதநேய தீர்வுக்குரிய விஷயம் என்று கருதியிருக்கிறார்.” அவள் கண்களின் புதிதாக அரும்பிய கண்ணீர்த்துளிகளை அவள் துடைத்துவிட்டுக்கொண்டாள். “பிளாக் டெத்தின் நச்சுத்தன்மையை கவனத்தில் எடுத்துக்கொண்டால் இந்த அணுகுமுறையில் ஏதோ சில அனுசரணையான விஷயங்கள் இருக்கின்றன என்றுதான் நினைக்கிறேன். நோயுற்றவர்களாலும், மரணித்துக்கொண்டிருப்பவர்களாலும் நிரம்பி வழியும் மருத்துவ மனைகள் இருக்காது. தெருக்களில் பிணங்கள் அழுகிக் கிடக்காது. உயிர் பிழைத்தவர்கள் தாங்கள் நேசித்தவர்களின் மரணத்தை எண்ணி வருந்த வேண்டியிருக்காது. மனிதர்கள் நிறைய குழந்தைகள் பெற்றுக்கொள்வதில் இருந்து தடுத்து நிறுத்தப்படுவார்கள் அவ்வளவுதான். நம்முடைய கிரகத்தில் மக்கள்தொகை உயர்வின் அளவு பின்திரும்பும்வரை நம்முடைய பிறப்பு விகிதத்தில் நிதானமான குறைவு ஏற்படும், நம்முடைய எண்ணிக்கையும் குறையத் தொடங்கும்.” அவள் சற்று நிதானித்தாள். “இதன் முடிவு பிளேக்கைவிட ஆற்றல்மிக்கதாக இருக்கும். அது வெறுமனே நம்முடைய எண்ணிக்கையை குறைக்கும். மனித மக்கள்தொகை உயர்வை தற்காலிகமாக நிறுத்தி வைக்கும். இன்ஃபெர்னோவைக் கொண்டு பெர்ட்ரண்ட் ஒரு நீண்டகால தீர்வைக் கண்டுபிடித்திருக்கிறார். ஒரு நிரந்தரத் தீர்வு, மனிதம் கடந்தவியலாளரின் தீர்வு. அவர் ஒரு ஜெர்ம்—லைன் என்ஜினியர். அவர் அடிப்படையிலேயே இந்தப் பிரச்சினைக்கு தீர்வு கண்டிருக்கிறார்.”

"இது மரபியல் தீவிரவாதம்..." என்றார் லேங்டன். "இது நாம் யார் என்பதையும், நாம் எப்போதும் என்னவாக இருந்திருக்கிறோம் என்பதையும் அடிப்படையிலேயே மாற்றிவிடுகிறது."

"பெர்ட்ரண்ட் இதை அப்படிப் பார்க்கவில்லை. மனிதப் பரிணாம வளர்ச்சியில் ஏற்பட்டுள்ள மிக முக்கியமான பிழையை அவர் சரிசெய்யவே கனவுகண்டார். அது நம்முடைய இனம் அதிகம் பெருகக்கூடியது என்ற உண்மை. ஈடிணையற்ற அறிவு ஜீவிகளாக இருந்தபோதிலும் நம்முடைய உயிரினத்தின் எண்ணிக்கையை நம்மால் கட்டுப்படுத்த முடியவில்லை. இலவச கருத்தடைகள், கல்வி அல்லது அரசாங்க பிரச்சாரங்கள் என எதுவுமே பயன்தரவில்லை. அமெரிக்காவில், சரிபாதி கர்ப்பங்கள் திட்டமிடப்படாதவை என்று சிடிசி இப்போதுதான் அறிவித்திருக்கிறது என்று உங்களுக்குத் தெரியுமா? மேலும், வளர்ச்சியுறாத நாடுகளில் அந்த எண்ணிக்கை எழுபது சத விகிதத்தையும் தாண்டுகிறது!"

லேங்டன் இந்தப் புள்ளிவிவரங்களை ஏற்கனவே கண்டிருக் கிறார் என்றாலும் அவற்றின் தாக்கங்களை இப்போது தான் புரிந்துகொள்ளத் தொடங்கியிருக்கிறார். உயிரினங்களாக மனிதர்கள் என்போர் முயல்களைப் போன்று குறிப்பிட்ட பசிபிக் தீவுகளில் விடப்பட்டு, கட்டுப்பாடில்லாமல் இனப்பெருக்கம் செய்ய அனுமதிக்கப்பட்டு, தங்களுடைய சூழியலை அழித்து பின்னர் இறுதியாக அழிந்தொழிவதைப் போன்றவர்கள்தான்.

பெர்ட்ரண்ட் ஜாப்ரிஸ்ட் நம்முடைய உயிரினத்தை மறுவடிவமைப்பு செய்திருக்கிறார்... நம்மைக் காப்பாற்றும் முயற்சியாக... குறைந்த எண்ணிக்கையில் பெருகக்கூடியவர்களாக மாற்றியமைத்திருக்கிறார்.

நீண்ட பெருமூச்சுவிட்ட லேங்டன் போஸ்போரஸ் ஜல சந்தியை வெறித்துப் பார்த்தார். தொலைவில் சென்றுவிட்ட படகுகளைப் போல் தரையில் கால்படாதவராக உணர்ந்தார். சைரன்களின் ஒலி அதிகரித்தது. அவை அந்த படகுத்துறையை நோக்கி வந்துகொண்டிருந்தன. நேரம் போய்க்கொண்டிருப்பதை லேங்டன் உணர்ந்தார்.

"எல்லாவற்றிலும் அச்சுறுத்தக்கூடியது" என்றாள் சியன்னா. "இன்ஃபெர்னோ மலட்டுத்தன்மைக்கு காரணமாவது அல்லது, அதற்கு அதைச் செய்யும் திறன் இருப்பதுதான். காற்றில் பரவக்கூடிய வைரஸ் என்பது மிகப்பெரிய பாய்ச்சல் — காலத்தில் மிகவும் முன்னோக்கிய ஒன்று. பெர்ட்ரண்ட் சட்டென்று நம்மை ஜெனடிக் என்ஜினியரிங்கின் இருண்ட

காலத்திற்கு வெளியே தள்ளிவிட்டு, எதிர்காலத்தில் நம்மை கண் மூடித்தனமாக செலுத்திவிட்டார். அவர் பரிணாம வளர்ச்சி நிகழ்முறையை திறந்துவிட்டு நம்முடைய மனித இனத்தை பெரிய அளவிற்கு அடித்துச்சென்றுவிடும் திறனுள்ளதாக மறுவடிவமைப்பு செய்துவிட்டார். பெட்டியில் இருந்து பண்டோரா வெளியேறிவிட்டது. அதை மீண்டும் பெட்டியில் அடைக்க முடியாது. மனித இனத்தை மாற்றியமைக்கும் சாவி களை பெர்ட்ரண்ட் உருவாக்கிவிட்டார். அந்தச் சாவிகள் தவறானவர்களின் கைகளில் சிக்கினால் பிறகு கடவுள்தான் நம்மைக் காப்பாற்ற வேண்டும். இந்தத் தொழில்நுட்பத்தை உருவாக்கியிருக்கவே கூடாது. தன்னுடைய இலக்கை எப்படி அடைந்தார் என்று பெர்ட்ரண்ட் எனக்கு எழுதிய கடிதத்தைப் படித்தபோது அதை உடனே நான் எரித்துவிட்டேன். பின்னர் அந்த வைரஸை கண்டுபிடித்து முழுமையாக அழித்துவிட வேண்டும் என்று சத்தியம் செய்துகொண்டேன்."

"எனக்குப் புரியவில்லை" என்ற லேங்டனின் குரலில் கோபம் கொப்பளித்தது. "நீ அந்த வைரஸை அழிக்க நினைத்திருந்தால் டாக்டர். சின்ஸ்கியுடனும், உலக சுகாதார நிறுவனத்துடனும் நீ ஏன் ஒத்துழைக்கவில்லை? நீ சிடிசி—யையோ அல்லது வேறு யாரையேனுமோ அழைத்திருக்கலாமே."

"நீங்கள் சீரியஸாக யோசிக்கவில்லை! அரசு நிறுவனங்கள் தான் இந்த தொழில்நுட்பத்தை கைப்பற்றிவிடக்கூடிய பூமியில் இருக்கும் கடைசி அமைப்புகள்! யோசித்துப் பாருங்கள் ராபர்ட். மனித வரலாறு முழுவதிலுமே அறிவியலால் கண்டுபிடிக்கப்பட்ட திருப்புமுனைத் தொழில்நுட்பங்கள் ஒவ்வொன்றும் ***ஆயுதங்களாக மாற்றப்பட்டுள்ளன*** — சாதாரண நெருப்பில் இருந்து அணுசக்தி வரை — அவை எப்போதுமே ஏறத்தாழ அதிகாரம்மிகுந்த அரசாங்கங்களின் கையில்தான் இருந்திருக்கின்றன. உயிரியல் ஆயுதங்கள் எல்லாம் எங்கிருந்து வந்தவை என்று நினைக்கிறீர்கள்? அவை உலக சுகாதார நிறுவனம் மற்றும் சிடிசி போன்ற ஆராய்ச்சி நிலையங்களில் இருந்தே பிறக்கின்றன. பெர்ட்ரண்டின் தொழில்நுட்பம் — ஜெனடிக் வெக்டாராக பயன்படுத்தப்பட்டிருக்கும் பெர்ட்ரண்டின் வைரஸ் — இதுவரை தயாரிக்கப்பட்டதிலேயே மிகவும் சக்தி வாய்ந்தது. அது நம்மால் கற்பனைகூட செய்துபார்க்க முடியாத பயங்கரங்களுக்கு வழியமைத்துவிடும், அவற்றில் இலக்கு நிர்ணயித்த உயிரியல் ஆயுதங்களும் அடங்கும். குறிப்பிட்ட இனவியல் அடையாளங்களைப் கொண்ட மரபியல் குறியீட்டைக் கொண்டிருப்பவர்களை மட்டும் தாக்கும்படியாக ஒரு வைரஸ்

உருவாக்கப்பட்டால் என்னவாகும் என்று யோசித்துப் பாருங்கள். அது மரபியல்ரீதியிலான பெரும் இன அழிப்புகளுக்கே காரணமாக அமையும்!"

"உன்னுடைய கவலைகள் எனக்குப் புரிகிறது சியன்னா, நன்றாகவே புரிகிறது. ஆனால் இந்தத் தொழில்நுட்பத்தை நல்ல விஷயங்களுக்கும் பயன்படுத்த முடியுமே, இல்லையா? இது ஜெனடிக் மருத்துவத்திற்காக கடவுளே அனுப்பியதாக ஏன் இருக்கக் கூடாது? உதாரணத்திற்கு, உலகளாவிய நோயெதிர்ப்பு மருந்தாக ஏன் இருக்கக் கூடாது?"

"இருக்கலாம்தான். ஆனால் துரதிர்ஷ்டவசமாக, அதிகாரத்தை கையில் வைத்திருப்பவர்களிடமிருந்து மிக மோசமானவற்றையே எதிர்பார்க்க முடியும் என்றுதான் நான் கற்றுவைத்திருக்கிறேன்."

தொலைவில், ஹெலிகாப்டர் ஒன்று காற்றில் சிறகடிக்கும் ஒலியை லேங்டனால் கேட்க முடிந்தது. நறுமணப் பொருள்கள் சந்தை இருந்த திசைக்கு பின்னால் இருந்த மரங்களினூடாக அவர் உற்றுப்பார்த்தபோது மலைக்கு மேலே இருந்து ஒரு ஹெலிகாப்டர் அந்த படகுத்துறையை நோக்கி வருவதைக் கண்டார்.

சியன்னா பதட்டமானாள். "நான் போகவேண்டும்" என்ற அவள் எழுந்து நின்று மேற்குப் பக்கம் இருந்த அடாதுர்க் பாலத்தை நோக்கினாள். "நான் நடந்தே சென்று அந்தப் பாலத்தை அடைந்துவிடுவேன், அங்கிருந்து நான் —"

"நீ போகப்போவதில்லை, சியன்னா" என்று அவர் உறுதியாகக் கூறினார்.

"ராபர்ட், நான் திரும்பி வந்ததே, உங்களுக்கு விளக்கமளிக்க நான் கடமைப்பட்டுள்ளேன் என்பதற்காகத்தான். இப்போது அதையும் நிறைவேற்றிவிட்டேன்."

"வேண்டாம் சியன்னா" என்றார் லேங்டன். "வாழ்க்கை முழுவதும் ஓடிக்கொண்டிருந்ததால்தான் நீ திரும்பி வந்தாய். இறுதியில் இனி ஓடுவதற்கு வழியில்லை என்பதையும் நீ உணர்ந்து விட்டாய்."

சியன்னா அவருக்கு முன்னால் கூனிக்குறுகினாள். "நான் வேறு என்ன செய்ய முடியும்?" என்ற அவள் அந்த ஹெலிகாப்டர் தண்ணீரில் ஆராய்வதைக் கவனித்தாள். "என்னைக் கண்டுபிடித்த உடனே அவர்கள் சிறையில் அடைத்துவிடுவார்கள்."

"நீ தவறாக எதையும் செய்துவிடவில்லை சியன்னா. நீ அந்த வைரஸை உருவாக்கவில்லை. நீ அதை வெளியிடவும் இல்லை."

"உண்மைதான். ஆனால் உலக சுகாதார நிறுவனம் அதைக் கண்டுபிடிப்பதைத் தடுக்க நான் நிறைய காரியங்களை செய்துவிட்டேன். நான் துருக்கிய சிறையில் அடைக்கப்படவில்லை என்றால், உயிரியல் தீவிரவாத குற்றச்சாட்டுகளுக்காக நான் சர்வதேச தீர்ப்பாயம் போன்ற ஒன்றை எதிர்கொள்ள வேண்டி யிருக்கும்."

ஹெலிகாப்டரின் உறுமும் ஓசை பெரிதானது. தொலைவில் இருந்த துறைமுகத்தை லேங்டன் பார்த்தார். அந்த ஹெலிகாப்டர் ஓரிடத்தில் நிலைத்து நின்று தேடும் விளக்குகளைக் கொண்டு படகுகளை ஆராய்ந்துகொண்டிருந்தது.

சியன்னா எந்த நேரத்திலும் தப்பிக்கத் தயாராக இருந்தாள்.

"தயவுசெய்து கேள்" என்ற லேங்டனின் குரல் மென்மையாகி யிருந்தது. "நீ நிறைய விஷயங்களைக் கடந்து வந்திருக்கிறாய் என்று எனக்குத் தெரியும். நீ பயந்துபோயிருக்கிறாய். ஆனால் நீ இதைப் பெரிதாக யோசித்துப்பார். பெர்ட்ரண்ட் அந்த வைரஸை உருவாக்கினார். நீ அதை *தடுத்துநிறுத்த* முயற்சித்தாய்."

"ஆனால் தோற்றுவிட்டேன்."

"ஆமாம். இப்போது அந்த வைரஸ் வெளியாகிவிட்டது. அறிவியல் மற்றும் மருத்துவ சமூகங்கள் அதனை முழுமையாக புரிந்துகொள்ள வேண்டும். இதைப்பற்றி எல்லாம் தெரிந்த ஒரே நபர் நீ மட்டும்தான். அதை சரிசெய்வதற்கான வழிகள்கூட இருக்கலாம்... அல்லது அதற்கு தயாராகச் செய்யலாம்." லேங்டன் தன்னுடைய பார்வையால் அவளை ஊடுருவினார். "சியன்னா, நீ தெரிந்துவைத்திருக்கும் விஷயங்களை இந்த உலகமும் தெரிந்து கொள்ள வேண்டும். நீ வெறுமனே காணாமல்போய்விட முடியாது."

சியன்னாவின் மெல்லிய உருவம் இப்போது குலுங்கியது. துயரத்தின் வடிகால்களும், நிச்சயமின்மையும் அடித்துத் திறந்து கொள்வதைப் போல் இருந்தது. "ராபர்ட், நான்... எனக்கு என்ன செய்வதென்று தெரியவில்லை. நான் யார் என்பதுகூட தெரிய வில்லை. என்னைப் பாருங்கள்." அவள் தன்னுடைய வழுக்கைத் தலையில் கைவைத்தாள். "நான் ஒரு அரக்கியாகி விட்டேன். நான் எப்படி எதிர்கொள்ள முடியும் —"

முன்னுக்கு வந்த லேங்டன் அவளுடைய தோள்களைப்

பற்றிப் பிடித்துக்கொண்டார். அவளுடைய உடல் நடுங்குவதை அவரால் உணர முடிந்தது. தன்னுடைய மார்பில் அவளுடைய பலவீனத்தை உணர்ந்தார். அவள் காதுகளில் அவர் மென்மையாக கிசுகிசுத்தார்.

"சியன்னா, நீ ஓடிவிட விரும்புகிறாய் என்று எனக்குத் தெரியும். ஆனால் நான் உன்னை விடமாட்டேன். இப்போதோ அல்லது பிறகோ நீ யாரையாவது ஒருவரை நம்பித்தான் ஆக வேண்டியிருக்கும்."

"என்னால் முடியாது..." சியன்னா தேம்பினாள். "அது எப்படி என்றுதான்"

லேங்டன் அவளை இறுக்கமாகப் பிடித்துக்கொண்டார். "நீ சிறியதாகத்தான் தொடங்கினாய். ஒரு சிறிய அடியெடுத்து வைத்தாய். நீ என்னை நம்பலாம்."

❏

100

ஜன்னல்களற்ற சி—130 விமானத்தின் மேல் பகுதியினூடாக வந்த கூர்மையான கிளாங் ஒலி தலைவரை தூக்கிவாரிப்போட்டது. வெளியே, யாரோ ஒருவர் துப்பாக்கியின் பின்பகுதியால் நாதாங்கியில் தட்டி உள்ளே வரப்போவதாகக் கூறினார்.

"எல்லோரும் இருக்கையிலேயே இருங்கள்" என்று உத்தரவிட்ட சி—130 பைலட் அந்தக் கதவை நோக்கிச் சென்றான். "அது துருக்கிய காவல்துறை. அவர்கள் இப்போதுதான் விமானத்திற்கு வந்தனர்."

தலைவரும் ஃபெரிஸும் மாறிமாறிப் பார்த்துக் கொண்டனர்.

விமானத்தில் இருந்த உலக சுகாதார நிறுவன ஊழியர்களிடையே ஏற்பட்ட குழப்பமான பீதியூட்டும் அழைப்புகளினால் அவர்களுடைய கட்டுக்குள் வைக்கும் செயல்திட்டம் தோல்வியுற்றுவிட்டதை தலைவர் புரிந்துகொண்டார். *ஜாப்ரிஸ்ட் தன்னுடைய திட்டத்தை நிறைவேற்றிவிட்டார்,* என்று நினைத்துக்கொண்டார். *அதை என்னுடைய நிறுவனம்தான் சாத்தியமாக்கியிருக்கிறது.*

அந்தக் கதவிற்கு வெளியே துருக்கியில் அதிகாரப்பூர்வமாக ஒலிக்கும் குரல்கள் கேட்கத் தொடங்கின.

தலைவர் துள்ளியெழுந்தார். "கதவைத் திறக்க வேண்டாம்!" என்று அவர் பைலட்டிற்கு உத்தர விட்டார்.

அந்த பைலட் சிறிதுநேரம் நின்று தலைவரை உற்றுப் பார்த்தார். "என்ன இழவுக்கு கூடாது?"

"உலக சுகாதார நிறுவனம் ஒரு சர்வதேச நிவாரண அமைப்பு" என்றார் தலைவர். "இந்த விமானம் சுயாட்சி கொண்டது!"

பைலட் தலையைக் குலுக்கினான். "சார், இந்த விமானம் துருக்கிய விமான நிலையத்தில் நிறுத்தப்பட்டுள்ளது. துருக்கிய வான் எல்லையைக் கடக்கும்வரை அது இந்த நாட்டின் சட்ட திட்டங்களுக்கு உட்பட்டது." அந்தப் பைலட் கதவைத் திறக்கச் சென்றான்.

சீருடையணிந்த இருவர் உள்ளே நுழைந்தனர். இறுக்கமான அவர்களுடைய கண்களில் தயவுதாட்சண்யத்திற்கான சிறிய அறிகுறிகூட தென்படவில்லை. "இந்த விமானத்தின் கேப்டன் யார்?" அவர்களில் ஒருவன் கடுமையான குரலில் கேட்டான்.

"நான்தான்" என்றான் பைலட்.

அந்த அதிகாரி பைலட்டிடம் இரண்டு காகிதங்களை நீட்டினான். "கைதுக்கான ஆவணங்கள். இவர்கள் இருவரும் எங்களுடன் வரவேண்டும்."

அதன் பக்கங்களைப் புரட்டிப்பார்த்த பைலட் தலைவரையும் ஃபெரிஸையும் ஒருமுறை பார்த்தான்.

"டாக்டர். சின்ஸ்கியை கூப்பிடுங்கள்" என உலக சுகாதார நிறுவன பைலட்டிற்கு உத்தரவிட்டார் தலைவர். "நாங்கள் ஒரு சர்வதேச அவசரநிலை செயல்திட்டத்தில் இருக்கிறோம்."

அந்த அதிகாரிகளுள் ஒருவன் தலைவரை நக்கலாகப் பார்த்தான். "டாக்டர். எலிசபெத் சின்ஸ்கியா? உலக சுகாதார நிறுவனத்தின் இயக்குநர்தானே? இந்தக் கைதுக்கு உத்தரவிட்டதே அவர்தான்."

"அப்படி இருக்காது" என்றார் தலைவர். "மிஸ்டர். ஃபெரிஸூம் நானும் டாக்டர். சின்ஸ்கிக்கு உதவி செய்யத்தான் துருக்கிக்கு வந்தோம்."

"அப்படியென்றால் நீங்கள் செய்திருப்பது நல்ல காரியம் அல்ல" என்று பதிலளித்தான் இரண்டாவது அதிகாரி. "டாக்டர். சின்ஸ்கி எங்களைத் தொடர்புகொண்டு உங்கள் இருவரையும் துருக்கிய மண்ணில் உயிர்ம தீவிரவாதத்திற்கு திட்டமிட்டவர்கள் என்று எங்களிடம் குறிப்பிட்டிருக்கிறார்." அவன் கைவிலங்குகளை வெளியே எடுத்தான். "நீங்கள் இருவரும் விசாரணைக்காக தலைமையகத்திற்கு வரவேண்டும்."

“எனக்கு ஓர் அட்டர்னி வேண்டும்!” தலைவர் கத்தினார்.

பதிமூன்று விநாடிகளுக்குப் பின்னர் அவரும் ஃபெரிஸும் கைகள் பிணைக்கப்பட்டு கூட்டத்தில் இழுத்துச் செல்லப்பட்டு, கறுப்புநிற செடான் காரின் பின்பக்கத்தில் தள்ளப்பட்டனர். செடான் புறப்பட்டுச் சென்றது. தார்ச்சாலையில் விமான நிலையத்தின் தனித்துவிடப்பட்ட மூலையை நோக்கிச் சென்ற அது, அந்தக் கார் செல்வதற்காக வெட்டிப் பிரிக்கப்பட்ட இரும்பு வேலி வழிக்கு முன்பாக நின்றது. அந்த வேலியின் சுற்றளவினூடாக தூசுபடிந்த நிலத்தில் பாய்ந்த அந்தக் கார்கள் உடைந்த விமானநிலைய பாகங்கள் கிடக்கும் பழைய சர்வீஸ் பில்டிங்கில் நின்றது.

சீருடையணிந்த இருவரும் செடானில் இருந்து வெளியே வந்து அந்தப் பகுதியை ஆராய்ந்தனர். தங்களை யாரும் பின் தொடரவில்லை என்பதை நிச்சயப்படுத்திக்கொண்ட அவர்கள் தங்களுடைய காவல்துறை உடையைக் களைந்து அப்பால் தூக்கியெறிந்தனர். பின்னர் தலைவரும் ஃபெரிஸும் வெளியே வந்து தங்களுடைய கைவிலங்குகளை கழற்றிக்கொள்ள உதவினர்.

தலைவர் தன்னுடைய மணிக்கட்டுகளை தேய்த்துவிட்டுக் கொண்டார். பிடிபடும்போது தாங்கள் சரியாக நடந்து கொள்ளா ததை அவர் உணர்ந்தார்.

“கார் சாவிகள் விரிப்புக்குக் கீழே இருக்கின்றன” என்ற அந்த ஏஜெண்டுகளில் ஒருவன் அருகாமையில் நிறுத்தப்பட்டிருந்த வெள்ளைநிற வேனை கைகாட்டினான். “உங்களுக்குத் தேவையான எல்லாமும் பின்னிருக்கையில் இருக்கிறது — பயண ஆவணங்கள், பணம், பிரீபெய்ட் ஃபோன், ஆடை மற்றும் நீங்கள் விரும்பக்கூடிய சில பொருள்கள் இருக்கின்றன.”

“நன்றி” என்றார் தலைவர். “நீங்கள் நன்றாகச் செய்தீர்கள்.”

“நன்கு பயிற்சி பெற்றவர்கள், சார்.”

அத்துடன் அந்த கறுப்பு செடானில் ஏறிய அந்த இரண்டு துருக்கியர்களும் வண்டியை ஓட்டிச் சென்றுவிட்டனர்.

சின்ஸ்கி என்னை அப்படியே விட்டுவிடமாட்டாள், தலைவர் தனக்குத்தானே நினைவுபடுத்திக்கொண்டார். இஸ்தான்புல்லிற்கு பறக்கும்போது இதுபற்றி நிறைய தெரிந்துகொண்ட தலைவர் உள்ளூர் கன்சார்ட்டிய அலுவலகத்திற்கு தானும் ஃபெரிஸும் தப்பிக்க வேண்டியிருப்பதை சுட்டிக்காட்டி இ–மெயில் அனுப்பி விட்டார்.

"அவள் நம்மைத் தேடி வருவாள் என்று நினைக்கிறீர்களா?" என்றார் ஃபெரிஸ்.

"சின்ஸ்கியா?" தலைவர் ஆமோதித்தார். "நிச்சயம் வருவாள். ஆனாலும் இந்த நேரத்தில் அவள் வேறு சில விஷயங்களை கவனிக்க வேண்டியிருக்கும் என்று நினைக்கிறேன்."

அவர்கள் இருவரும் அந்த வெள்ளை வேனில் ஏறினார்கள். பின்னிருக்கையில் இருந்த ஆவணங்களை ஆராய்ந்த தலைவர் தங்களுக்கு வேண்டியவற்றை ஒழுங்குபடுத்திக்கொண்டார். தன்னுடைய பேஸ்பால் தொப்பியை எடுத்து அவற்றுடன் வைத்தார். அத்துடன் ஒரு சிறிய பாட்டில் ஹைலேண்ட் பார்க் சிங்கில் மால்ட் இருப்பதையும் பார்த்தார்.

இவர்கள் மிக நன்றாக செய்திருக்கிறார்கள்.

தலைவர் அந்த மஞ்சள்நிற திரவத்தைப் பார்த்தார். மறுநாள் வரை காத்திருக்க வேண்டும் என தனக்குள் சொல்லிக்கொண்டார். பின்னர் மீண்டும் ஜாப்ரிஸ்ட்டின் கரையக்கூடிய பையை நினைத்துப்பார்த்த அவர் நாளை எப்படி இருக்கப்போகிறதோ என்று வியந்துகொண்டார்.

நான் என்னுடைய முதன்மை விதியை மீறிவிட்டேன், என்று நினைத்துக்கொண்டார் தலைவர். ***என்னுடைய கிளைண்ட்டை கைவிட்டுவிட்டேன்.***

வரப்போகும் நாட்களில் தான் மிகமுக்கிய பங்காற்றியிருக்கும் பேரழிவுச் செய்திகளால் இந்த உலகம் மூழ்கப்போவதை தெரிந்து கொண்டபோது தலைவருக்கு சட்டென ஒரு திக்கற்ற உணர்வு தோன்றியது. ***நான் இல்லாமல் இது நடந்திருக்காது.***

தன்னுடைய வாழ்க்கையில் முதல்முறையாக அறியாமை என்பதை தார்மீக அடிப்படையில் வைத்து அவரால் பார்க்க முடியவில்லை. அந்த ஸ்காட்ச் பாட்டிலின் மூடியை அவர் விரல்கள் திறந்தன.

இதை அனுபவித்துவிடு, அவர் தனக்குத்தானே சொல்லிக் கொண்டார். ***ஏதோ ஒரு வகையில் உன் நாட்கள் எண்ணப் படுகின்றன.***

தலைவர் ஒரே மடக்கில் நீண்டநேரம் குடித்தார். தன்னுடைய தொண்டையில் அதன் வெம்மையை உணர்ந்தார்.

சட்டென்று அந்த இருளானது ஸ்பாட்லைட்டுகளால் ஒளி பெற்றது. நீலநிறத்தில் ஒளிரும் காவல்துறை கார்கள் எல்லாப் பக்கத்தில் இருந்தும் சுற்றிவளைத்தன.

தலைவர் பதட்டத்துடன் எல்லாத் திசையிலும் பார்த்தார். பின்னர் அப்படியே கல்லாய் இறுகிப்போய் உட்கார்ந்தார்.

தப்பிக்க முடியாது.

ஆயுதம் ஏந்திய துருக்கிய காவல்துறை அதிகாரிகள் அந்த வேனை நெருங்கி துப்பாக்கியை நீட்டியபோது அந்த ஹைலேண்ட் பார்க்கின் கடைசி மடக்கைக் குடித்துவிட்டு சத்தமில்லாமல் தன் கைகளை தலைக்கு மேல் தூக்கினார் தலைவர்.

இந்தமுறை, அந்த அதிகாரிகள் தன்னுடைய ஆட்கள் இல்லை என்பதையும் தெரிந்துகொண்டார்.

❑

101

இஸ்தான்புல்லில் அமைந்திருக்கும் ஸ்விஸ் தூதரகம் நூற்றிப் பதினோறாவது பிளாஸாவில் ஒரு பளபளப்பான, அதிநவீன உயர் கட்டிடத்தில் அமைந்திருந்தது. அந்தக் கட்டிடத்தின் நீலக் கண்ணாடியினால் ஆன வளைமுகடு புராதன மாநகரங்களின் தொடுவானத்துடன் எதிர்காலத்தைச் சேர்ந்த பாறைத் தூணைப்போல் அமைந்திருந்தது.

சின்ஸ்கி அந்த நீர்த்தேக்கத்தை விட்டுவந்து தூதுரக அலுவலகங்களில் தற்காலிக கட்டளை மையங்களை அமைத்துக்கொள்ள ஏறக்குறைய ஒரு மணிநேரம் ஆனது. லிஸ்ஜ்டின் தாந்தே சிம்பனியின் இறுதிக் கச்சேரியின்போது நீர்த்தேக்கத்தில் ஏற்பட்ட பீதியேற்படுத்தும் ஜனநெரிசலைப் பற்றிய செய்திகளை உள்ளூர் செய்தி நிலையங்கள் அறிவித்துக்கொண்டிருந்தன. திட்டவட்டமாக இது வரை எதுவும் தெரிவிக்கப்படவில்லை. ஆனால் பாதுகாப்பு உபகரணங்களுடன் உடையணிந்திருக்கும் சர்வதேச மருத்துவக் குழுவினர் வந்திருப்பது பரவலான யூகங்களுக்கு காரணமானது.

ஜன்னலுக்கு வெளியே நகரத்தின் ஒளி களைப் பார்த்துக்கொண்டிருந்த சின்ஸ்கி முற்றிலும் தனிமைப்பட்டிருப்பதை உணர்ந்தாள். எதேச்சையாக அவள் தன்னுடைய தாயத்தை நோக்கி கைகளைக் கொண்டுசென்றாள். ஆனால் அங்கே எதுவும் இல்லை. அந்த உடைந்துபோன அதிர்ஷ்டப்பொருள் இப்போது இரண்டு உடைந்த

பாதிகளாக அவள் மேசையில் கிடந்தன.

அந்த உலக சுகாதார நிறுவன இயக்குநர் சில மணி நேரங்களில் ஜெனீவாவில் நடக்கப்போகும் அவசரகால கூட்டத்திற்கான ஒருங்கிணைப்பை அப்போதுதான் செய்து முடித்திருந்தாள். பல்வேறு நிறுவனங்களைச் சேர்ந்த நிபுணர்கள் வந்துகொண்டிருக்கின்றனர். அவர்களுக்கு விளக்கமளிக்க சின்ஸ்கி இன்னும் சற்று நேரத்தில் அங்கே செல்ல திட்டமிட்டிருக்கிறாள். இரவு நேரப் பணியாளர் யாரோ ஒருவர் கொண்டுவந்து வைத்த அதிகாரப்பூர்வ துருக்கிய காபியை சின்ஸ்கி சட்டென்று காலி செய்திருந்தாள்.

திறந்திருக்கும் கதவின் வழியாகத் தூதரகத்தைச் சேர்ந்த ஒரு இளைஞன் அவளையே பார்த்துக்கொண்டிருந்தான். "மேடம்? உங்களைப் பார்க்க ராபர்ட் லேங்டன் வந்திருக்கிறார்."

"நன்றி" என்றாள் அவள். "அவரை நீங்கள் உள்ளே அனுப்பலாம்."

இருபது நிமிடங்கள் முன்பாக சின்ஸ்கியை தொலைபேசியில் தொடர்புகொண்ட லேங்டன், சியன்னா புரூக்ஸ் தன்னிடம் இருந்து தப்பித்துவிட்டதாகவும், ஒரு படகைத் திருடிக்கொண்ட அவள் கடல் வழியே தப்பிச்சென்றதாகவும் தெரிவித்தார். சின்ஸ்கி இந்தத் தகவலை ஏற்கனவே அதிகாரிகளிடம் இருந்து தெரிந்துகொண்டாள். அவர்கள் இன்னமும் அந்தப் பகுதியில் தேடிக்கொண்டுதான் இருந்தனர். ஆனால் இதுவரை வெறுங்கையுடனே திரும்பியிருக்கின்றனர்.

இப்போது, லேங்டனின் உயரமான உருவம் கதவு வழியில் புலப்பட்டது. அவளால் அவரை சரியாக அடையாளம் காண முடியவில்லை. அவருடைய உடை அழுக்கடைந்திருந்தது. அவருடைய கருத்த தலைமுடி கலைந்துபோயிருந்தது, அவருடைய கண்கள் சோர்வுற்றுக் காணப்பட்டன.

"புரபஸர், உங்களுக்கு ஒன்றும் பிரச்சினை இல்லையே?" சின்ஸ்கி எழுந்து நின்றாள்.

லேங்டன் அவளைப் பார்த்து சோர்வாகப் புன்னகைத்தார். "எனக்கு இனிமையான இரவுகள் வாய்த்தன."

"ப்ளீஸ்" என்ற அவள் நாற்காலிக்கு கைகாட்டினாள். "உட்காருங்கள்."

"ஜாப்ரிஸ்ட்டின் நோய்க்கிருமி" லேங்டன் எந்தவித முன்னறி விப்பும் இன்றி தொடங்கினார். "அது ஒருவாரத்திற்கு முன்பே

வெளியிடப்பட்டுவிட்டது என்று நினைக்கிறேன்."

சின்ஸ்கி அதை பொறுமையாக ஒப்புக்கொண்டாள். "ஆமாம், நாங்களும் அதே முடிவுக்குத்தான் வந்திருக்கிறோம். இதுவரை எந்த அறிகுறிகளும் பதிவு செய்யப்படவில்லை. ஆனால் எங்களுக்கு ஆங்காங்கே மாதிரிகள் கிடைத்திருக்கின்றன. நாங்கள் ஏற்கனவே தீவிர சோதனையை முடுக்கிவிட்டிருக்கிறோம். துரதிர்ஷ்டவசமாக, அந்த வைரஸ் எப்படிப்பட்டது என்பதைத் தெரிந்துகொள்ள சில நாட்களோ சில வாரங்களோ ஆகலாம்."

"அது ஒரு வெக்டார் வைரஸ்" என்றார் லேங்டன்.

ஆச்சரியத்தில் சின்ஸ்கி தன் தலையை ஒருபக்கமாக சாய்த்து அவருக்கு அதன் பெயர்கூட தெரிந்திருக்கிறதே என்று துணுக்குற்றாள். "நீங்கள் சொன்னது புரியவில்லை?"

"மனித டிஎன்ஏ—வை மாற்றியமைக்கக்கூடிய, காற்றில் பரவும் வெக்டார் வைரஸை ஜாப்ரிஸ்ட் உருவாக்கியிருக்கிறார்."

சின்ஸ்கி சட்டென்று எழுந்து நின்று தன்னுடைய நாற்காலியைத் தட்டினாள். ***அதற்கு சாத்தியமே இல்லை!*** இப்படி உங்களைச் சொல்லவைத்தது எது?"

"சியன்னா" லேங்டன் சத்தமின்றி பதிலளித்தார். "அரைமணி நேரத்திற்கு முன்பாக அவள்தான் என்னிடம் சொன்னாள்."

தன்னுடைய மேசையில் கைகளை ஊன்றி வைத்துக்கொண்ட சின்ஸ்கி சட்டென்று ஏற்பட்ட அவநம்பிக்கையால் லேங்டனையே உற்றுப்பார்த்தாள். "அவள் தப்பிக்கவில்லை?"

"நிச்சயம் தப்பித்துவிட்டாள்" என்றார் அவர். "அவள் சுதந்திரமாகிவிட்டாள். கடலில் வேகமாக சென்ற படகில் போய் விட்டாள். அவளால் சுலபத்தில் நிரந்தரமாகக் காணாமல் போயிருக்க முடியும். ஆனால் அவள் அதைவிட நல்ல விஷயத்தை யோசித்தாள். தன்னுடைய சொந்த விருப்பத்திலேயே அவள் திரும்பி வந்தாள். இந்தப் பிரச்சினைக்கு சியன்னா உதவி செய்ய நினைக்கிறாள்."

சின்ஸ்கியின் உதடுகளில் இருந்து ஒரு கடுமையான சிரிப்பொலி பறந்தது. "இதுபோன்ற சந்தேகத்திற்குரிய விஷயத்தை சொல்கிறாள் எனும்போது புரூஸ்க்ஸ் மீது நான் நம்பிக்கை வைக்காததற்கு மன்னிக்க வேண்டும்."

"நான் அவளை நம்புகிறேன்" என்ற லேங்டனின் குரல் வலுவாக ஒலித்தது. "அவள் இதை வெக்டார் வைரஸ் என்று சொன்னால் இதை நீங்கள் சீரியஸாக எடுத்துக்கொள்வதே நல்லது என்று நினைக்கிறேன்."

சின்ஸ்கி சட்டென்று சோர்வை உணர்ந்தாள். லேங்டனின் வார்த்தைகளை ஆராய்வதில் அவள் மனம் போராடியது. அவள் ஜன்னலுக்கருகில் சென்று வெளியே வெறித்துப் பார்த்தாள். **டிஎன்ஏவை மாற்றியமைக்கும் வைரஸ் வெக்டாரா?** அது சாத்தியமில்லை எனும் அதே அளவுக்கு பயங்கரமானதாகவும் தோன்றியது. அதற்கான அச்சுறுத்தும் தர்க்கத்தை அவள் ஒப்புக்கொள்ளத்தான் வேண்டியிருந்தது. எல்லாவற்றிற்கும் மேல், ஜாப்ரிஸ்ட் ஒரு ஜெனடிக் என்ஜினியர். ஓர் ஒற்றை மரபணுவில் ஏற்படும் மிகச்சிறிய நிலைமாற்றம் உடலில் புற்றுநோய்கள், உறுப்பு செயலிழப்பு மற்றும் ரத்த நிலைகுலைவுகள் போன்ற அதிபயங்கர விளைவுகளை ஏற்படுத்தும் அடிப்படைகள் பற்றி நன்கு அறிந்தவர். பாதிக்கப்பட்டவரை சளியிலேயே மூழ்கடித்துவிடும் வெறுக்கத்தக்க சிஸ்டிக் ஃபைப்ரோசிஸ் போன்ற நோய்கூட ஏழாவது குரோமோசோமில் உள்ள ஒழுங்குபடுத்தும் மரபணுவில் மிகச்சிறிய அளவுக்கு ஏற்படும் விக்கலாலேயே உருவாகிறது.

நிபுணர்கள் இத்தகைய மரபணு நிலைகளை குணப்படுத்த, முதிர்வுறா வெக்டார் வைரஸ்களை நோயாளியிடம் நேரடியாக செலுத்துவதன் மூலமே சிகிச்சை செய்கிறார்கள். தொற்று ஏற்படுத்தாத இந்த வைரஸ்கள் நோயாளியின் உடலுக்குள் பயணித்து, சேதப்பட்ட பகுதிகளை சரிசெய்ய டிஎன்ஏ—வை மாற்றிடும் வகையில் நிரல்படுத்தப்பட்டவை. ஆயினும் இந்தப் புதிய அறிவியலானது மற்ற எல்லாவற்றையும் போலவே இருண்ட பக்கத்தையும் கொண்டது. வெக்டார் வைரஸின் விளைவுகள் ஒன்று சாதகமாக இருக்கும் அல்லது அழிவுப்பூர்வமாக இருக்கும். அது உருவாக்கும் என்ஜினியரின் உள்நோக்கங்களைப் பொறுத்த விஷயம். ஒரு வைரஸ் ஆரோக்கியமான உயிரணுவிற்குள், சேதப்பட்ட டிஎன்ஏ—வை செருக அபாயகரமான முறையில் நிரல்படுத்தப்பட்டிருந்தால் அதன் முடிவுகள் பெருத்த சோகமான தாக இருக்கும். மேலும், அந்த அழிப்பு வைரஸ் எப்படியோ உயர் அளவு தொற்று ஏற்படுத்தக்கூடியதாகவும், காற்றில் பரவக் கூடியதாகவும் கட்டமைக்கப்பட்டிருந்தால்...

இந்தக் கண்ணோட்டம் சின்ஸ்கியை நடுக்கமுறச் செய்தது. **எப்படிப்பட்ட மரபியல் பயங்கரத்தை ஜாப்ரிஸ்ட் கனவு கண்டிருக்கிறார்? மனித மந்தையை மெலிதாக்க அவர் எப்படிப் பட்ட திட்டத்தை தீட்டியிருக்கிறார்?**

அதற்கான விடைகளைக் கண்டுபிடிக்க பலவாரங்கள் ஆகும் என்று சின்ஸ்கிக்கு தெரியும். மனித மரபியல் குறியீட்டில் முடிவேயில்லாத ரசாயன வரிசைமாற்றங்களின் புதிர்ப்பாதைகள்

உள்ளன. ஜாப்ரிஸ்ட்டின் ஒரு குறிப்பிட்ட மாற்றியமைப்பை தேடும் நம்பிக்கையில் அவை முழுவதையும் ஆராய்தல் என்பது வைக்கோல்போரில் ஊசியைத் தேடுவது போன்றதுதான்... மேலும் அந்தக் குறிப்பிட்ட வைக்கோல்போர்கூட எந்த கிரகத்தில் இருக்கிறது என்பதே தெரியாது.

"எலிசபெத்?" லேங்டனின் ஆழ்ந்த குரல் அவளை வெளியே இழுத்து வந்தது.

ஜன்னலில் இருந்து திரும்பிய சின்ஸ்கி அவரையே நோக்கினாள்.

"நான் சொன்னது கேட்டதா?" என்ற அவர் இப்போதும் அமைதியாக உட்கார்ந்திருந்தார். "உங்கள் அளவுக்கு சியன்னாவும் அந்த வைரஸை அழித்துவிடவே விரும்பியிருக்கிறாள்."

"நான் அதை உறுதியாக சந்தேகப்படுகிறேன்."

பெருமூச்சுவிட்ட லேங்டன் இப்போது எழுந்து நின்றார். "நான் சொல்வதை நீங்கள் கேட்க வேண்டும் என்று விரும்புகிறேன். தான் இறப்பதற்கு சற்று முன்பாக, ஜாப்ரிஸ்ட் சியன்னாவுக்கு எழுதிய கடிதத்தில் தான் என்ன செய்திருக்கிறோம் என்பதை அவளுக்கு சொல்லியிருக்கிறார். அந்த வைரஸ் என்ன செய்யும் என்பதையும்... அது நம்மை எப்படித் தாக்கும் என்பதையும்... அது தன்னுடைய இலக்குகளை எப்படி அடையும் என்பதையும் கோடிட்டுக் காட்டியிருக்கிறார்."

சின்ஸ்கி உறைந்துபோனாள். ஒரு கடிதம் வந்ததா?!

"தான் உருவாக்கியுள்ளது பற்றிய ஜாப்ரிஸ்ட்டின் விவரிப்பை படித்த சியன்னா அதிர்ந்துபோனாள். அவள் அவரைத் தடுத்து நிறுத்தவே விரும்பினாள். அந்த வைரஸ் மிகவும் ஆபத்தானது என்று நினைத்த அவள் உலக சுகாதார நிறுவனம் உட்பட யாரிடமும் அது கிடைத்துவிடக்கூடாது என்று நினைத்தாள். பார்த்தீர்களா? சியன்னா அந்த வைரஸை அழிக்கவே நினைத்திருக்கிறாள்... அதை வெளியிட நினைக்கவில்லை."

"ஒரு கடிதம் வந்திருக்கிறதா?" என்ற சின்ஸ்கியின் குரல் இப்போது ஒருமையில் ஒலித்தது. "குறிப்பிட்ட விவரங்களுடனா?"

"ஆமாம், சியன்னா என்னிடம் அப்படித்தான் சொன்னாள்."

"நமக்கு அந்தக் கடிதம் வேண்டும்! அந்தக் குறிப்பிட்ட விவரங்கள் எவை என்பதையும், அதை எப்படிக் கையாளுவது என்பதையும் கண்டுபிடிக்க அது நமக்கு பல மாதங்களை மிச்சப்படுத்தும்."

லேங்டன் தலையைக் குலுக்கினார். "நீங்கள் சரியாகப் புரிந்துகொள்ளவில்லை. சியன்னா ஜாப்ரிஸ்ட்டின் கடிதத்தைப் படித்தபோது அதனால் பயந்துபோய்விட்டாள். அதை அவள் உடனடியாக எரித்துவிட்டாள். அதை வேறு யாரும் பார்த்து விடாமல்—"

சின்ஸ்கி தன் தலையை மேசையில் மோதிக்கொண்டாள். "இந்தப் பிரச்சினைக்கு உதவக்கூடிய வகையில் இருந்த ஒரே ஒரு விஷயத்தையும் அவள் அழித்துவிட்டாளா? இப்போதும் அவளை நான் நம்ப வேண்டும் என்கிறீர்களா?"

"அவளுடைய செயல்களுக்கு முன்னால் நிறைய கேள்விகள் வரும் என்று எனக்குத் தெரியும். ஆனால் அவளைக் குற்றம்சாட்டு வதை விட்டுவிடுவோம். சியன்னா ஒரு தனித்துவமான அறிவுஜீவி, நினைவில் வைத்துக்கொள்வதில் திடுக்கிடும்படியான திறன் கொண்டவள் என்பதை நாம் நினைவில் கொண்டால் அதுவே பயன்மிக்கதாக இருக்கும்" என்ற லேங்டன் சற்று இடைவெளி விட்டார். "உங்களுக்கு உதவக் கூடிய வகையில் ஜாப்ரிஸ்ட்டின் கடிதத்தில் இருந்தவற்றை அவளால் மீண்டும் உருவாக்க முடிந்தால்?"

சின்ஸ்கி தன் பார்வையைக் குறுக்கி லேசாக ஆமோதித்தாள். "நல்லது புரபஸர், அப்படியென்றால் நான் என்ன செய்யவேண்டும் என்று சொல்கிறீர்கள்?"

லேங்டன் தன்னுடைய காலியான காஃபி கோப்பையை கைகாட்டினார். "இன்னும் கொஞ்சம் காஃபி ஆர்டர் செய்யுங்கள். அத்துடன் சியன்னா வைத்துள்ள ஒரே ஒரு நிபந்தனையையும் கேளுங்கள்."

சின்ஸ்கியின் இதயத்துடிப்பு அதிகமானது. அவள் தொலைபேசியைப் பார்த்தாள். "அவளை எப்படித் தொடர்பு கொள்வதென்று உங்களுக்குத் தெரியும்தானே?"

"தெரியும்."

"அவளுடைய கோரிக்கை என்னவென்று சொல்லுங்கள்."

லேங்டன் அவளிடம் கூறினார். முழு அமைதியில் விழுந்த சின்ஸ்கி அந்த ஒப்பந்தத்தை பரிசீலித்தாள்.

"இதுதான் சரியாக இருக்கும் என்று நினைக்கிறேன்" என்றார் லேங்டன். "இதில் நீங்கள் இழப்பதற்கு என்ன இருக்கிறது?"

"நீங்கள் சொல்வது எல்லாம் உண்மை என்றால் என்னுடைய வார்த்தையை நம்பலாம்." சின்ஸ்கி அந்த ஃபோனை அவரை நோக்கித் தள்ளினாள். "தயவுசெய்து கூப்பிடுங்கள்."

சின்ஸ்கியை ஆச்சரியப்படுத்தும் வகையில் லேங்டன் அந்த

ஃபோனைத் தவிர்த்தார். பதிலாக, எழுந்துநின்ற அவர் கதவுக்கு வெளியே சென்று தான் ஒருநிமிடத்தில் திரும்பி வருவதாகக் கூறினார். குழம்பிப்போன சின்ஸ்கி கூடத்திற்கு நடந்து வந்து அந்த தூதரகத்தின் பாத்ரூம் பக்கமாக அவர் செல்வதைக் கவனித்தாள். அவர் அந்தக் கண்ணாடிக் கதவுகளைத் திறந்து, எலிவேட்டரை தாண்டி வெளியே சென்றார். ஒரு கணம் அவர் போய்விட்டார் என்றே அவள் நினைத்தாள். ஆனால் பின்னர், அவர் அந்த எலிவேட்டருக்கு செல்வதற்கு பதிலாக பெண்கள் பாத்ரூமிற்கு சென்றார்.

சில கணங்களுக்குப் பின்னர், முப்பதுகளின் ஆரம்பத்தில் இருப்பதுபோல் தோற்றம் கொண்டிருந்த ஒரு பெண்ணுடன் அவர் வெளித்தோன்றினார். அதுதான் சியன்னா ப்ரூக்ஸ் என்ற உண்மையை ஏற்றுக்கொள்ள சின்ஸ்கிக்கு நீண்டநேரம் ஆனது. அன்று காலைநேரத்தில் பார்த்த அந்த அழகான குதிரைவால் கொண்டை பெண் முற்றிலும் உருமாறியிருந்தாள். அவள் தலை முற்றிலும் வழுக்கையாக இருந்தது. முழுமையாக மழிக்கப்பட்டிருந்ததைப் போல் காணப்பட்டது.

அவர்கள் இருவரும் அலுவலகத்திற்குள் நுழைந்ததும் மேசையைப் பார்த்தபடி இருக்கும் நாற்காலிகளில் அமர்ந்தனர்.

"என்னை மன்னித்துவிடுங்கள்" என்றாள் சியன்னா சட்டென்று. "நாம் பேசவேண்டிய விஷயம் எவ்வளவோ இருக்க லாம். ஆனால் முதலில் நான் சொல்லவேண்டிய விஷயத்தை என்னை சொல்ல விடுவீர்கள் என்று நம்புகிறேன்."

சியன்னாவின் குரலில் இருந்த சோகத்தை சின்ஸ்கி கவனித்தாள். "நிச்சயம்."

"மேடம்" என்று பேச ஆரம்பித்த அவள் குரல் உடைந்து போயிருந்தது. "நீங்கள் உலக சுகாதார நிறுவனத்தின் இயக்குநர். நாம் நிலைகுலையும் விளிம்பில் இருக்கின்ற உயிரினங்கள் என்று எல்லோரையும்விட உங்களுக்கு நன்றாகவே தெரியும்... கட்டுப்படுத்த முடியாத மக்கள்தொகை. இந்தக் கவனிக்கப்படாத பிரச்சினை குறித்து விவாதிக்க உங்களைப் போன்ற செல்வாக் குள்ளவர்கள் பலரிடமும் பேச பெர்ட்ரண்ட் ஜாப்ரிஸ்ட் பல வருடங்களாக எவ்வளவோ முயற்சித்தார். பயன்தரும் மாற்றத்திற்காக அவர் எண்ணிலடங்கா அமைப்புகளுக்கு வருகை புரிந்தார். இவற்றில் வேர்ல்டுவாட்ச் இன்ஸ்டிடூட், கிளப் ஆஃப் ரோம், பாபுலேஷன் மேட்டர்ஸ், கவுன்சில் ஆஃப் ஃபாரின் ரிலேஷன்ஸ் உட்பட பலவும் அடங்கும். ஆனால் நிஜமான தீர்வுகுறித்து அர்த்தபூர்வமாக உரையாடக்கூடிய, இதில் இறங்கத் துணியக்கூடிய யாரையும் அவரால் கண்டுபிடிக்க முடியவில்லை.

நீங்கள் எல்லோருமே அவருக்கு சிறந்த கருத்தடை கல்வி, சிறிய குடும்பங்களுக்கான வரிச் சலுகைகள் மற்றும் நிலவில் குடியேறுவது போன்றவற்றையே பதிலாக சொன்னீர்கள்! அதனால் பெர்ட்ரண்ட் தன் மனதை கைவிட்டதில் எந்த ஆச்சரியமும் இல்லை."

அவளையே உற்றுப்பார்த்த சின்ஸ்கி எந்த எதிர்வினையையும் காட்டவில்லை.

சியன்னா ஆழ்ந்து மூச்சுவிட்டுக்கொண்டாள். "பெர்ட்ரண்ட் உங்களையும் தனிப்பட்ட முறையில் பார்க்க வந்தாரே டாக்டர். சின்ஸ்கி. நாம் விளிம்பில் இருக்கிறோம் என்பதை உங்களிடம் மன்றாடித் தெரிவித்தார்... ஏதேனும் ஒருவகையில் இதுகுறித்து உரையாடும்படி கெஞ்சினார். ஆனால் அவருடைய கருத்துகளை கேட்டுக்கொள்வதற்கு பதிலாக நீங்கள் அவரை பைத்தியக்காரன் என்றீர்கள். அவரைக் கண்காணிப்பில் வைத்தீர்கள். அவரை பாதாளத்திற்கு தள்ளிவிட்டீர்கள்." சியன்னாவின் குரல் உணர்ச்சிப்பெருக்கில் சத்தமானது. "நம்முடைய பேராபத்துமிக்க சூழ்நிலைகளுக்கு உண்மையிலேயே ஓர் அசௌகரியமான தீர்வுதான் இருக்கிறது என்பதை ஒப்புக்கொள்ளும் அளவுக்கு உங்களைப் போன்றவர்கள் மனம் திறக்க மறுத்ததால்தான் பெர்ட்ரண்ட் தனிமையில் கிடந்து செத்துப்போனார். பெர்ட்ரண்ட் உண்மையைப் பேசியதைத் தவிர வேறொன்றும் செய்யவில்லை... அதற்காகவே அவர் ஒளிந்து திரிய வேண்டியிருந்தது." தன்னுடைய கண்களைத் துடைத்துக்கொண்ட சியன்னா மேசையின் மறுபுறம் இருந்த சின்ஸ்கியை நோக்கினாள். "நம்புங்கள், தனிமை எப்படிப்பட்டதென்று எனக்குத் தெரியும்... இந்த உலகில் நேர்ந்துவிடும் மிக மோசமான தனிமை தவறான புரிதலால் ஏற்படும் தனிமைப்படுத்தல்தான். அது மனிதன் யதார்த்தத்தை புரிந்துகொள்ளவிடாமல் செய்துவிடும்."

சியன்னா பேசுவதை நிறுத்திக்கொண்டு அமைதியானாள்.

"நான் சொல்ல வந்தது அவ்வளவுதான்" என்று அவள் விசும்பினாள்.

அவளை நீண்டநேரமாக ஆராய்ந்த சின்ஸ்கி நாற்காலியில் அமர்ந்தாள். "மிஸ். ப்ரூக்ஸ்" என்ற அவள் முடிந்தவரை அமைதியாக இருக்க முயற்சித்தாள். "நீ சொல்வது சரிதான். நான் இதற்கு முன்பு அவர் சொன்னதைக் கேட்காமல் இருந்துவிட்டேன்..." தன்னுடைய கைகளை மேசையில் மடித்து வைத்துக்கொண்ட அவள் சியன்னாவை நேருக்கு நேர் பார்த்தாள். "ஆனால், இப்போது கேட்கிறேன்."

❑

102

சுவிஸ் தூதரகத்தில் இருக்கும் கடிகாரம் அதிகாலை 1 மணி என்பதைக் காட்டி வெகுநேரம் ஆகிவிட்டது.

சின்ஸ்கியின் மேசையில் இருந்த நோட்டுப் புத்தகம் இப்போது கையால் எழுதப்பட்ட உரைகள், கேள்விகள் மற்றும் விளக்கப்படங்களின் ஒட்டுவேலையாக மாறிவிட்டது. உலக சுகாதார நிறுவனத்தின் இயக்குநர் ஐந்து நிமிடங்களுக்கும் மேலாக எங்கும் நகரவோ அல்லது பேசவோ இல்லை. அவள் ஜன்னலுக்கு அருகில் நின்று இரவையே வெறித்துப் பார்த்துக்கொண்டிருந்தாள்.

அவளுக்குப் பின்னால் லேங்டனும் சியன்னாவும் அமைதியாக காத்திருந்தனர். அவர்கள் தங்களுடைய கடைசி காஃபியை காலிசெய்துகொண்டிருந்தபோது அந்தக் காஃபியின் பலமான நறுமணம் அந்த அறை முழுவதும் நிரம்பியிருந்தது.

அவர்களுக்கு மேலே ஒளிர்ந்துகொண்டிருந்த விளக்கு ஏற்படுத்திய ஸ்ஸ்ஸ் என்ற சத்தம் மட்டுமே அங்கே கேட்டுக்கொண்டிருந்தது.

தன்னுடைய இதயம் மேலும் கீழும் அடித்துக் கொள்வதை உணர்ந்த சியன்னாவுக்கு, உண்மையின் இவ்வளவு குரூரமான விவரங்களையும் கேட்ட பின்னர் சின்ஸ்கி என்ன நினைத்துக்கொண்டிருக்கிறாள் என்று தெரியவில்லை. **பெர்ட்ரண்டின் வைரஸ்**

ஒரு மலட்டுத்தன்மை ஏற்படுத்தும் கொள்ளைநோய். மனித மக்கள்தொகையில் மூன்றில் ஒரு பங்கினர் மலட்டுத்தன்மை அடைவார்கள்.

விளக்கமளித்த நேரம் முழுவதிலுமே சின்ஸ்கியிடம் ஏற்பட்ட உணர்ச்சி மாறுபாடுகளை சியன்னா கவனித்தாள். அவை கட்டுப்படுத்தப்பட்ட அதே நேரத்தில் தெளிவாக தெரியக் கூடியவையாகவும் இருந்தன. முதலில், காற்றில் பரவக்கூடிய வெக்டார் வைரஸை ஜாப்ரிஸ்ட் உருவாக்கியிருக்கிறார் என்பதைக் கேட்டபோது அதிர்ச்சியான ஏற்பு. அடுத்ததாக, அது மக்களை கொல்வதற்காக உருவாக்கப்படவில்லை என்பதை தெரிந்துகொண்டபோது சட்டென்று ஏற்பட்ட நம்பிக்கை. பின்னர்... மெதுமெதுவாக, உண்மை புலனாகத் தொடங்கி, பூமியின் மக்கள்தொகையின் பெரும்பகுதியினர் மலட்டுத்தன்மை உள்ளவர்களாகிவிடுவர் என்று உணர்ந்தபோது சுழன்றடிக்கும் பீதி. ஆனால், இந்த வைரஸ் மனித இனப்பெருக்கத் திறனை பாதிக்கும் என்ற விஷயம் மட்டும் அவளை மிகவும் தனிப்பட்ட முறையில் பாதித்திருப்பது நன்றாகத் தெரிந்தது.

சியன்னாவின் விஷயத்தில், கட்டுப்படுத்த முடியாத அந்த உணர்ச்சி ஒரு நிம்மதி. பெர்ட்ரண்டின் கடிதத்தில் உள்ள விஷயங்கள் அனைத்தையும் இந்த உலக சுகாதார நிறுவன இயக்குநரிடம் அவள் சொல்லிவிட்டாள். *என்னிடம் இனி ரகசியங்களே கிடையாது.*

"எலிசபெத்?" லேங்டன் குறுக்கிட்டார்.

சின்ஸ்கி தன்னுடைய சிந்தனையில் இருந்து மெதுவாக வெளியே வந்தாள். தன்னுடைய பார்வையை மீண்டும் அவர்கள் மீது செலுத்தியபோது அவளுடைய முகம் வடிந்துபோயிருந்தது. "சியன்னா" என்று தொடங்கிய அவள் தட்டையான தொனியில் பேசினாள். "நீ தந்திருக்கும் தகவல் இந்தப் பிரச்சினையை சமாளிப் பதற்கான வியூகத்தை உருவாக்க மிகவும் உதவியாக இருக்கும். உன்னுடைய நேர்மையை நான் பாராட்டுகிறேன். வேகமாகப் பரவக்கூடிய வெக்டார் வைரஸ்கள் பெரிய அளவிலான மக்கள் தொகையினருக்கு நோயெதிர்ப்பு சக்தியளிக்கும் வகையில் கருத்தளவில் விவாதிக்கப்பட்டுள்ளன என்பது உனக்கே தெரியும். ஆனால் அந்தத் தொழில்நுட்பம் உருவாக இன்னும் பல வருடங்கள் ஆகும் என்றே எல்லோரும் நம்புகின்றனர்."

சின்ஸ்கி தன்னுடைய மேசைக்குத் திரும்பி இருக்கையில் அமர்ந்தாள்.

"என்னை மன்னித்துவிடுங்கள்" என்ற அவள் தன் தலையை குலுக்கிக்கொண்டாள். "இவற்றையெல்லாம் பார்க்கையில் ஏதோ

அறிவியல் புனைகதை போன்றே எனக்குத் தோன்றுகிறது."

அதில் ஒன்றும் ஆச்சரியமில்லை. சியன்னா நினைத்துக் கொண்டாள். மருத்துவத் துறையில் நிகழ்ந்த மாபெரும் பாய்ச்சல்கள் எல்லாமே இப்படித்தான் உணரப்பட்டிருக்கின்றன — பென்சிலின், அனஸ்தீஸியா, எக்ஸ்ரேக்கள், மைக்ரோஸ்கோப்பின் வழியாக மனித உடலை ஆராய்ந்தபோது உயிரணுக்கள் இரண்டாகப் பிரிவதைக் கண்டது என எல்லாமே இப்படித்தான் இருந்திருக்கின்றன.

டாக்டர். சின்ஸ்கி தன்னுடைய நோட்டுப்புத்தகத்தைப் பார்த்தாள். "சிலமணி நேரத்தில், நான் ஜெனீவாவிற்கு சென்று கேள்விக்கணைகளை எதிர்கொள்ள வேண்டியிருக்கும். இந்த வைரஸை எதிர்த்து செயல்பட முடியுமா என்பதே நான் எதிர் கொள்ளப்போகும் முதல் கேள்வியாக இருக்கும் என்பதில் சந்தேகமில்லை."

அவள் சொல்வது சரிதான் என்று நினைத்துக்கொண்டாள் சியன்னா.

"பிறகு" சின்ஸ்கி தொடர்ந்து பேசினாள். "பெர்ட்ரண்டின் வைரஸை ஆராய்வதுதான் முதல் தீர்வாக இருக்கும் என்று நினைக்கிறேன். எங்களால் முடிந்தவரை அதனைப் புரிந்துகொண்டு இரண்டாவது சரடை உருவாக்குவதற்கான முயற்சியில் இறங்க வேண்டும். அந்த இரண்டாவது சரடு நம்முடைய டிஎன்ஏ–வை அதன் அசலான தன்மைக்கு கொண்டுவரும் வகையில் மறுநிரல்படுத்தப்பட வேண்டும்." சின்ஸ்கி சியன்னாவை நோக்கித் திரும்பியபோது நம்பிக்கைவாதியாக தென்படவில்லை. "எதிர் வைரஸ் சாத்தியமா என்பதை பொறுத்திருந்துதான் பார்க்க வேண்டும். ஆனால் கருத்தியல்ரீதியாக பேசினால் இந்த அணுகுமுறையில் உன்னுடைய எண்ணங்களைப் பற்றி தெரிந்துகொள்ள விரும்புகிறேன்."

என் எண்ணங்களா? தன் பார்வை தன்னிச்சையாக லேங்டனை நோக்கித் திரும்பியதை சியன்னா உணர்ந்தாள். அந்த புரபஸர் அதை ஆமோதித்து மிகத் தெளிவான செய்தியை அவளுக்குத் தெரிவித்தார்: ***நீ இதுவரை வந்துவிட்டாய். உன் மனதில் உள்ளவற்றை சொல்லிவிடு. நீ பார்க்கும் உண்மையை பேசிவிடு.***

சியன்னா தன்னுடைய தொண்டையை சரிசெய்துகொண்டு சின்ஸ்கியை நோக்கித் திரும்பி தெளிவான, பலமான குரலில் பேசினாள். "மேடம், பல வருடங்களாக நான் பெர்ட்ரண்டு டன் இணைந்து செயல்புரிந்த உலகம் இந்த ஜெனடிக் என்ஜினியரிங் தான். மனித மரபணு மிகமிக சிக்கலான கட்டமைப்பு என்பது

உங்களுக்கே தெரியும்... அது சீட்டாட்ட அட்டைகளால் ஆன கட்டமைப்பு. அதில் எந்தளவுக்கு நாம் சரிசெய்ய நினைக்கிறோமோ அதே அளவுக்கு தவறுதலாக ஒரு தவறான அட்டையை மாற்றியமைத்து மொத்தக் கட்டமைப்பையும் குலைத்துவிடும் அபாயம் இருக்கிறது. ஏற்கனவே செய்துவிட்ட ஒன்றை செயலிழக்கச் செய்யும் முயற்சியில் எண்ணிலடங்கா ஆபத்துகள் இருப்பதாக நான் தனிப்பட்ட முறையில் நம்புகிறேன். பெர்ட்ரண்ட் மிகவும் தனித்துவமான திறமையும் தொலைநோக்கும் கொண்ட ஜெனடிக் என்ஜினியர். தன்னுடைய சக நிபுணர்களைக் காட்டிலும் அவர் பல வருடங்கள் முன்னோக்கி இருக்கிறார். இந்த நேரத்தில் இந்த விஷயத்தில், மனித மரபணு விஷயத்தில் அதை சரிசெய்ய அவசரப்படும் யாரையும் என்னால் நம்ப முடியும் என்று தோன்றவில்லை. வேலை செய்யும் என்று நினைத்து நீங்கள் எதையும் உருவாக்கி, முழு மக்கள்தொகையையும் அதைக்கொண்டு மறுதொற்று ஏற்படுத்த முயற்சித்தாலும் சரி, அதில் எனக்கு உடன்பாடில்லை."

"மிகவும் உண்மைதான் அது" என்ற சின்ஸ்கி தான் கேட்ட விஷயங்களால் ஆச்சரியமடைந்தவளைப் போல் தோன்றவில்லை. "ஆனாலும், ஒரு பெரிய பிரச்சினை இருக்கத்தான் செய்கிறது. நாம் அதற்கு எதிர்ச்செயல் புரியாமலும் இருந்துவிடலாம்."

அவளுடைய வார்த்தைகள் சியன்னாவை துணுக்குறச் செய்தது. "புரியவில்லை?"

"மிஸ். புரூக்ஸ், பெர்ட்ரண்டின் செயல்முறைகளில் எனக்கு உடன்பாடில்லாமல் இருக்கலாம். ஆனால் இந்த உலகின் நிலைபற்றிய அவருடைய மதிப்பீடு மிகவும் துல்லியமானது. இந்த கிரகம் அதிக மக்கள்தொகை என்ற தீவிர பிரச்சினையை எதிர் கொண்டிருக்கிறது. ஒரு நடைமுறை சாத்தியமுள்ள மாற்றுத் திட்டம் இல்லாமல் பெர்ட்ரண்டின் வைரஸை சமன்படுத்த முயற்சித்தால்... நாம் மீண்டும் தொடங்கிய இடத்திற்கே திரும்பி விடுவோம்."

சியன்னாவின் அதிர்ச்சி தெள்ளத்தெளிவானதாக இருந்திருக்க வேண்டும். ஏனென்றால் சின்ஸ்கி அவளை நோக்கி ஒரு சோர்வுற்ற புன்னகையை வீசியபடியே கூறினாள், "இது நீ என்னிடம் எதிர்பார்த்த கண்ணோட்டம் இல்லை அல்லவா?"

சியன்னா தலையைக் குலுக்கினாள். "நான் இதற்குமேலும் எதை எதிர்பார்ப்பதென்று எனக்குத் தெரியவில்லை."

"அப்படியென்றால், நான் உனக்கு இன்னும் ஒரு ஆச்சரி யத்தையும் தருகிறேன்" என்றாள் சின்ஸ்கி. "நான் முன்னமே குறிப்பிட்டதுபோல், உலகம் முழுவதிலும் உள்ள முன்னணி

நரகம் ❖ 743

சுகாதார நிறுவனங்களைச் சேர்ந்த தலைவர்கள் இந்தப் பிரச்சினை குறித்து விவாதிக்கவும், செயல் திட்டத்திற்கு தயாராவதற்கும் இன்னும் சில மணிநேரங்களில் ஜெனீவாவில் கூட இருக்கின்றனர். நான் உலக சுகாதார நிறுவனத்தில் இருந்தவரை இதுபோன்ற ஒரு கூட்டம் நடந்திருப்பதாக நினைவில் இல்லை." அவள் தன்னுடைய பார்வையை அந்த இளம் டாக்டரை நோக்கித் திருப்பினாள். "சியன்னா, அந்தக் கூட்டத்தில் நீ இடம் பெறுவதற்கு நான் ஏற்பாடு செய்து தருகிறேன்."

"நானா?" சியன்னா பின்வாங்கினாள். "நான் ஒன்றும் ஜெனடிக் என்ஜினியர் அல்ல. எனக்குத் தெரிந்த எல்லாவற்றையும்தான் நான் சொல்லிவிட்டேனே." சின்ஸ்கியின் நோட்டுப்புத்தகத்தில் அவள் குறிப்பிட்டுக் காட்டினாள். "என்னால் செய்ய முடிந்தது எல்லாம்தான் உங்கள் நோட்டுப்புத்தகத்தில் இருக்கிறதே."

"அப்படி எதுவும் கிடையாது" லேங்டன் குறுக்கிட்டார். "சியன்னா, இந்த வைரஸைப் பற்றிய அர்த்தமுள்ள விவாதம் எதற்கும் ஒரு பின்னணி தேவைப்படுகிறது. டாக்டர். சின்ஸ்கியும் அவருடைய குழுவினரும் இந்தப் பிரச்சினையில் அவர்களுக் குள்ள பொறுப்பை மதிப்பிடுவதற்கான தார்மீக கட்டமைப்பை உருவாக்க வேண்டியிருக்கும். அப்படிப்பட்ட உரையாடலில் சேர்ந்துகொள்ள உனக்குத்தான் தனித்துவமான பொறுப்பு இருக்கிறது என்று அவர் உறுதியாக நம்புகிறார்."

"என்னுடைய தார்மீக கட்டமைப்பா, எனக்கு சந்தேகமாக இருக்கிறது. என்னால் உலக சுகாதார நிறுவனத்தை திருப்திப்படுத்த முடியாது."

"முடியாமல் போகலாம்" என்று பதிலளித்தார் லேங்டன், "அதற்காகத்தான் நீ அங்கே இருக்க வேண்டிய தேவையுள்ளது. நீ புதிய வகை சிந்தனையாளர்களைச் சேர்ந்தவள். உன்னால் எதிர்வாதம் செய்ய முடியும். பெர்ட்ரண்ட் போன்ற திறமை சாலிகள் தங்களுடைய முடிவுகளில் மிகவும் வலுவாக விளங்கு வதால் அவற்றை தங்கள் கைகளில் எடுத்துக்கொள்ளும் தொலை நோக்கர்களின் மனநிலையைப் புரிந்துகொள்ள வைக்க நீ உதவி செய்யலாம்."

"இதில் பெர்ட்ரண்ட்தான் முதலாமவராக நிற்கிறார்."

"இல்லை" சின்ஸ்கி குறுக்கிட்டாள். "அவர் கடைசி நபரும் அல்ல. ஒவ்வொரு மாதமும் அறிவியலின் மறைமுகமான பகுதி களில் ஆர்வம் காட்டுகின்ற அறிவியலாளர்கள் பணிபுரியும் ஆய்வகங்களை உலக சுகாதார நிறுவனம் வெளிக்கொண்டு வந்திருக்கிறது — மனித திசு உயிரினங்களை வழிநடத்துவது முதல் கைமேரா கிருமிகளை வளர்த்தெடுப்பது வரை இயற்கையில்

காணப்படாத உயிரினங்களை ஒன்றுசேர்ப்பதில் அவர்கள் ஈடுபட்டிருக்கிறார்கள். தன்னுடைய எல்லையை இனிமேலும் எங்கே வகுத்துக்கொள்வது என்று தெரியாமல் அறிவியல் மிக வேகமாக முன்னேறிக்கொண்டிருக்கிறது."

சியன்னா அதை ஒப்புக்கொள்ளத்தான் வேண்டியிருந்தது. சமீபத்தில்கூட மரியாதைக்குரிய இரண்டு வைரஸ் ஆராய்ச்சியாளர்களான ஃபோஷிர் மற்றும் கவோகா ஆகியோர் உயர்வேகத்தில் பரவக்கூடிய ஹெச்5என்1 வைரஸை உருவாக்கினார்கள். அந்த ஆராய்ச்சியாளர்கள் முற்றிலும் கல்விப்புலம் சார்ந்த நோக்கங்களுடன்தான் அதை உருவாக்கினார்கள் என்றாலும் அவர்களுடைய புதிய படைப்பு கொண்டிருந்த குறிப்பிட்ட செயல்திறன்கள் உயிர்ம பாதுகாப்பு நிபுணர்களை அதிர்ச்சியுறச் செய்து பெரும் சர்ச்சையை ஏற்படுத்திவிட்டது.

"இது இன்னமும் இருளார்ந்த விஷயமாக ஆகிவிடப்போகிறது என்பதுதான் எனக்குள்ள கவலை" என்றாள் சின்ஸ்கி. "நாம் இன்னும் கற்பனைகூட செய்துபார்த்திராக புதிய தொழில்நுட்பங்களின் விளிம்பில் இருக்கிறோம்."

"புதிய தத்துவங்களும்தான்" என்று சேர்த்துக்கொண்டாள் சியன்னா. "மனிதம் கடந்தவியலாளர்களின் இயக்கம் என்பது நிழல்களில் இருந்து மைய நீரோட்டத்தை நோக்கி விரைந்து கொண்டிருக்கிறது. அதனுடைய அடிப்படைக் கொள்கைகளுள் ஒன்று, மனிதர்களாகிய நாம் நம்முடைய பரிணாம வளர்ச்சி நிகழ்முறையில் **பங்கேற்கவேண்டிய** தார்மீக கடமைப்பாடு கொண்டவர்களாக இருக்கிறோம்... நம்முடைய தொழில்நுட்பங்களைப் பயன்படுத்தி இந்த உயிரினத்தை முன்னோக்கி கொண்டு செல்ல வேண்டும். ஆரோக்கியமான, வலுவான, அதிவேக செயல்பாடு கொண்ட மூளையுள்ள சிறந்த மனிதர்களை உருவாக்க வேண்டும் என்பதாகும். இவை எல்லாமே விரைவில் சாத்தியமாகிவிடும்."

"ஆனாலும், இதுபோன்ற நம்பிக்கைகள் பரிணாம வளர்ச்சி நிகழ்முறையோடு முரண்படுவதாக நீ நினைக்கவில்லையா?"

"இல்லை" சியன்னா தயக்கத்துடன் பதிலளித்தாள். "மனிதர்கள் பல்லாயிரம் ஆண்டுகளைக் கடந்து வளர்ச்சியுற்றிருக்கிறார்கள். கூடவே புதிய தொழில்நுட்பங்களையும் உருவாக்கியிருக்கின்றனர் — நெருப்பிற்காக குச்சிகளை ஒன்றாக தேய்ப்பது, தங்களுக்குத் தாங்களே உணவளித்துக்கொள்ள விவசாயத்தை வளர்த்தெடுத்தது. நோய்களுடன் போராட தடுப்பூசிகளைக் கண்டுபிடித்தது ஆகியவற்றுடன் அனைத்திற்கும் மேலாக மாறிவரும் உலகில் உயிர்பிழைத்திருக்க தங்களுடைய உடல்களையே

கட்டமைக்க உதவும் மரபியல் கருவிகளை உருவாக்குவது வரை வந்திருக்கின்றனர்." அவள் சற்று இடைவெளி விட்டாள். "மனித மேம்பாட்டின் நீண்ட வரிசையில் ஜெனடிக் என்ஜினியரிங் மற்றொரு படிக்கல் என்றே நான் பார்க்கிறேன்."

அமைதியாக இருந்த சின்ஸ்கி ஆழ்ந்து சிந்தித்தாள். "அப்படியென்றால் இந்தக் கருவிகளை நாங்கள் வெறுங்கையுடன் அரவணைத்துக்கொள்ள வேண்டும் என நீ நம்புகிறாய்."

"நாம் அவற்றை அரவணைத்துக்கொள்ளவில்லை என்றால்" சியன்னா பதிலளித்தாள். "நெருப்பை பற்றவைக்க பயந்து மரணத்தில் உறைந்துவிட்ட குகைமனிதனின் வாழ்க்கை அளவுக்கு நாமும் வாழத் தகுதியற்றவர்கள் ஆகிவிடுவோம்."

வேறு யாரேனும் மறுவார்த்தை பேசுவதற்கு முன்னர் அவள் சொன்ன வார்த்தைகள் நீண்டநேரத்திற்கு அந்த அறையிலேயே தொக்கி நின்றன.

லேங்டன்தான் அந்த அமைதியைக் கலைத்தார். "பழைய முறையிலானதாக தெரியவில்லை" என்று தொடங்கினார். "ஆனால் டார்வினின் கோட்பாடுகளை வைத்துப் பார்க்கும்போது பரிணாம வளர்ச்சியின் இயற்கையான நிகழ்முறையை துரிதப்படுத்தும் முயற்சியினுடைய பேறறிவைப் பற்றி என்னால் கேள்வி கேட்காமல் இருக்க முடியவில்லை."

"ராபர்ட்" சியன்னா வலியுறுத்திக் கூறினாள். "ஜெனடிக் என்ஜினியரிங் என்பது பரிணாம வளர்ச்சியை துரிதப்படுத்துவது அல்ல. அதுவும் இயற்கையான நிகழ்வுதான்! பெர்ட்ரண்ட் ஜாப்ரிஸ்ட்டை உருவாக்கியதும் பரிணாம வளர்ச்சிதான் என்பதை நீங்கள் மறந்துவிட்டீர்கள். அவருடைய அதியுயர்வான அறிவு டார்வின் விவரித்துள்ள நிகழ்முறையின் தயாரிப்பே... காலத்தைக் கடந்த பரிணாம வளர்ச்சி. மரபியல் பற்றிய பெர்ட்ரண்டின் அரிதான கூர்நோக்கு ஏதோ தெய்வீக உந்துதலால் சட்டென்று உருவானதல்ல... அது பல வருட மனித அறிவுசார் நிகழ்முறையின் தயாரிப்பு."

அமைதியான லேங்டன் இந்தக் கருத்தை பரிசீலித்துக் கொண்டிருந்தார்.

"ஒரு டார்வினியவாதியாக" சியன்னா தொடர்ந்தாள், "மனித மக்கள்தொகையை கட்டுப்பாட்டிலேயே வைத்திருப்பதற்கான வழியை இயற்கையே கண்டுபிடித்திருக்கிறது என்பதை அறிவீர்கள் — கொள்ளை நோய்கள், பஞ்சங்கள், வெள்ளப்பெருக்குகள் என இவையெல்லாம் அவற்றிற்கு உதாரணங்கள். ஆனால் நான் உங்களை ஒன்று கேட்கிறேன் — இந்தமுறை இயற்கை

ஒரு மாறுபட்ட வழியைக் கண்டுபிடித்திருக்காதா என்ன? நம்மை பயங்கரமான பேரழிவிற்கும், பரிதவிப்பிற்கும் ஆளாக்காமல், பரிணாம வளர்ச்சியினூடாக இயற்கையானது ஒரு அறிவியலாளரை உருவாக்கி, நம்முடைய எண்ணிக்கையை குறைப்பதற்கான மாறுபட்ட வழிமுறையை அவரை செய்ய வைத்திருக்கலாம். கொள்ளை நோய்களோ, மரணங்களோ கிடையாது. சுற்றுச்சூழலோடு மிகவும் இசைந்துபோகக்கூடிய உயிரினங்கள் —"

"சியன்னா" சின்ஸ்கி குறுக்கிட்டாள். "அதற்கு மிகவும் தாமதமாகிவிட்டது. நாம் போயாக வேண்டும். அதற்கு முன்பாக நான் இன்னும் ஒரு விஷயத்தை தெளிவுபடுத்திக்கொள்ள விரும்புகிறேன். பெர்ட்ரண்ட் கெட்ட எண்ணம் கொண்டவர் அல்ல என்றும், அவர் மனிதகுலத்தை நேசித்தவர் என்றும், நம்முடைய உயிரினத்தை காப்பாற்ற மிகத் தீவிரமான ஆவல் கொண்டிருந்ததால்தான் அவர் இதுபோன்ற அதிரடி செயல்பாடுகளில் இறங்கிவிட்டார் என்றும் என்னிடம் திரும்பத் திரும்ப சொல்லியிருக்கிறாய்."

சியன்னா ஆமோதித்தாள். "செய்துமுடித்த காரியங்களை அதன் முடிவுகள்தான் தீர்மானிக்கும்" என்ற அவள் குறிப்பிடத்தக்க ஃப்ளோரண்டைன் அரசியல் கோட்பாட்டாளரான மாக்கிய வெல்லியை கோடிட்டுக் காட்டினாள்.

"அப்படியென்றால் சொல்" என்றாள் சின்ஸ்கி, "செய்து முடித்த காரியங்களை முடிவுகள்தான் தீர்மானிக்கப் போகிறதா? உலகைக் காப்பாற்றுவதற்கு பெர்ட்ரண்ட் வைத்திருந்த இலக்குகள் உயர்வானவை என்பதால், அது அந்த வைரஸை வெளியிடுவதற்கான நியாயத்தை வழங்குகிறது என்று நீ நம்புகிறாயா?"

அந்த அறையில் பதட்டமான அமைதி நிலவியது.

நிமிர்ந்து நின்ற சியன்னா அந்த மேசையை நெருங்கியபோது அவளுடைய வெளிப்பாடு கட்டாயப்படுத்துவதுபோல் இருந்தது. "நான் சொன்னதுபோல்தான் டாக்டர். சின்ஸ்கி, பெர்ட்ரண்டின் செயல்கள் கண்மூடித்தனமானவை. மிகவும் ஆபத்தானவை. என்னால் மட்டும் அவரை தடுத்து நிறுத்த முடிந்திருந்தால், என் உயிரைப் பணயம் வைத்தாவது அதைச் செய்திருப்பேன். நீங்கள் என்னை நம்பத்தான் வேண்டும்."

மேசைக்கு மறுபுறம் சென்ற எலிசபெத் சின்ஸ்கி சியன்னாவின் இரண்டு கைகளையும் மென்மையாகப் பற்றிக்கொண்டாள். "நான் உன்னை நம்புகிறேன் சியன்னா. நீ சொன்ன ஒவ்வொரு வார்த்தையையும் நான் நம்புகிறேன்."

◻

103

அடாதுர்க் விமான நிலையத்தில் விடியலுக்கு முந்தைய காற்று மூடுபனியுடன் சேர்த்து சில்லிட்டுப் போயிருந்தது. சூழ்ந்திருந்த பனிப்படலம் அந்த தனியார் விமான நிலையத்தைச் சுற்றியிருந்த தார்ச் சாலையை தழுவியிருந்தது.

ஒரு காரில் வந்த லேங்டன், சியன்னா மற்றும் சின்ஸ்கி ஆகியோர் வெளியே காத்திருந்த உலக சுகாதார நிறுவன ஊழியர்களை சந்தித்தனர்.

"நீங்கள் எங்கே செல்ல விரும்பினாலும் நாங்கள் அழைத்துச் செல்கிறோம் மேடம்" என்ற ஒருவன் ஓர் அடக்கமான விமான நிலைய கட்டிடத்திற்கு அழைத்துச் சென்றான்.

"லேங்டனுக்கு வேண்டிய ஏற்பாடுகள் செய்தாகிவிட்டதா?" என்றாள் சின்ஸ்கி.

"ஃப்ளோரன்சிற்கு செல்ல தனி விமானம். அவருடைய தற்காலிக பயண ஆவணங்கள் விமானத்திலேயே இருக்கின்றன."

சின்ஸ்கி பாராட்டும்படியாக தலையசைத்தாள். "நாம் பேசியிருந்த மற்ற விஷயங்கள் என்னவானது?"

"எல்லாம் நடந்துகொண்டிருக்கிறது. முடிந்த வரை சீக்கிரமாக அந்த பேக்கேஜ் அனுப்பி வைக்கப் படும்."

விமானத்தை நோக்கி அவர்கள் தார்ச்சாலையைக் கடந்துகொண்டிருக்க அவனுக்கு சின்ஸ்கி நன்றி தெரிவித்தாள். பின்னர் அவள் லேங்டனை

நோக்கித் திரும்பினாள். "நீங்கள் எங்களுடன் இணைந்துகொள்ள விருப்பமில்லையா?" அவள் அவரிடம் சோர்வான புன்னகையை வீசினாள். பின்னர் தன்னுடைய நீண்ட வெள்ளிநிற முடியை இழுத்துவிட்டுக்கொண்டு அதனை காதுகளுக்குப் பின்னால் தள்ளிவிட்டாள்.

"இந்தச் சூழ்நிலையை வைத்துப் பார்க்கும்போது" லேங்டன் விளையாட்டாகக் கூறினார், "ஒரு கலை வரலாற்றாசிரியர் இதில் செய்வதற்கு ஒன்றுமில்லை என்றே நினைக்கிறேன்."

"நீங்கள் நிறையவே செய்திருக்கிறீர்கள்," என்றாள் சின்ஸ்கி. "உங்களுக்குத் தெரிந்தவற்றைக் காட்டிலும் அதிகம். அவை எதற்கும் குறைந்தவை அல்ல..." அவள் அருகாமையில் நின்ற சியன்னாவை சுட்டிக்காட்டினாள். ஆனால் அந்த இளம் பெண் அவர்களுடன் இல்லை. அவள் இருபது அடிகள் பின்னால் நின்றுகொண்டிருந்தாள். ஆழ்ந்த சிந்தனையுடன் அங்கே காத்திருக்கும் சி—130 விமானத்தையே உற்றுப் பார்த்துக் கொண்டிருந்தாள்.

"அவளை நம்பியதற்கு நன்றி" என்றார் லேங்டன் சத்தமின்றி. "அவளுடைய வாழ்க்கையில் அவளுக்குத் தேவையானவை கிடைக்கவில்லை என்பதை நான் அறிவேன்."

"சியன்னா புரூக்ஸும் நானும் ஒருவரிடம் இருந்து ஒருவர் கற்றுக்கொள்ள நிறைய விஷயங்கள் இருக்கும் என்று நினைக்கிறேன்" என்ற சின்ஸ்கி தன்னுடைய உள்ளங்கையை நீட்டினாள். "வாழ்த்துகள், புரபஸர்."

"உங்களுக்கும்தான்" என்றபடி லேங்டன் அவள் கையைப் பிடித்துக் குலுக்கினார். "ஜெனீவா கூட்டத்திற்கும் வாழ்த்துகள்."

"மிக்க நன்றி" என்ற அவள் சியன்னாவை நோக்கி தலையசைத்தாள். "நான் உங்கள் இருவருக்கும் சிறிது நேரம் தருகிறேன். நீங்கள் தயாரானதும் அவளை அனுப்பி வையுங்கள்."

சின்ஸ்கி டெர்மினலை நோக்கிச் செல்கையில் தன்னுடைய பையில் எதேச்சையாக கைவிட்ட அவள் இரண்டாக உடைந்த தாயத்தை கையில் எடுத்து உள்ளங்கையில் வைத்து இறுக்கமாக பிடித்துக்கொண்டாள்.

"அந்த ஆஸ்கிலெபிஸ் தண்டை விட்டுவிடாதீர்கள்" லேங்டன் அவருக்குப் பின்னால் இருந்தபடி கூறினார். "அதை சரிசெய்துவிடலாம்."

"நன்றி" என கையசைத்தாள் சின்ஸ்கி. "எல்லாவற்றையும்தான் என்று நம்புகிறேன்."

விமானத்தின் ஜன்னலுக்கு அருகாமையில் தனியாக நின்று கொண்டிருந்த சியன்னா ஓடுபாதையில் எரிந்த விளக்குகளைப் பார்த்துக்கொண்டிருந்தாள். தரைவரை விழும் பனிப்படலத்தில் அவை ஆவியுருக்களைப் போல் காட்சியளித்தன. தொலைவில் இருந்த கட்டுப்பாட்டு கோபுரத்தில் துருக்கிய கொடி பெருமையுடன் படபடத்தது — செந்நிறத் துணியில் புராதன பிறைநிலவும், நட்சத்திரங்களும் கொண்டது — ஆட்டோமான் பேரரசின் மீதங்கள் இன்றைய நவீன உலகிலும் பெருமையுடன் பறந்துகொண்டிருந்தன.

"உன்னுடைய சிந்தனைகளுக்கு ஒரு துருக்கிய லிரா பணமாக தரலமா?" ஓர் ஆழ்ந்த குரல் அவள் பின்னாலிருந்து கேட்டது.

சியன்னா திரும்பிப் பார்க்கவில்லை. "புயல் வந்து கொண்டிருக்கிறது."

"தெரியும்" என்று பதிலளித்தார் லேங்டன் அமைதியாக.

ஒரு நீண்ட தருணத்திற்குப் பின்னர் சியன்னா அவரை நோக்கித் திரும்பினாள். "நீங்களும் ஜெனீவா வரவேண்டும் என்று நான் விரும்புகிறேன்."

"சொன்னதற்கு நன்றி" என்றார் அவர். "ஆனால் நீ எதிர்காலத்தைப் பற்றிப் பேசுவதில் பிஸியாகிவிடுவாய். ஒரு அரதப்பழசான கல்லூரி பேராசிரியர் உன்னுடைய வேகத்தை குறைத்துவிடுவார் என்பதுதான் நீ இறுதியாக நினைவில் வைத்துக் கொள்ள வேண்டிய விஷயம்."

அவள் அவரைக் குழப்பமாகப் பார்த்தாள். "எனக்கு நீங்கள் மிகவும் வயதானவர் என்றா நினைக்கிறீர்கள்?"

லேங்டன் சத்தமாக சிரித்துவிட்டார். "சியன்னா, உனக்கு நான் நிச்சயம் வயதானவன்தான்!"

அவள் அசௌகரியத்துடன் நகர்ந்து அவமானப்பட்டதைப் போல் உணர்ந்தாள். "சரி... ஆனால் என்னை எங்கே கண்டுபிடிக்க வேண்டும் என்றாவது உங்களுக்குத் தெரிய வேண்டுமே." அவள் சமாளித்தபடி கூறினாள். "அதாவது... நீங்கள் என்னை எப்போ தாவது மீண்டும் பார்க்க விரும்பினால்."

அவர் அவளைப் பார்த்துப் புன்னகைத்தார். "நான் அதை மிகவும் விரும்புவேன்."

தன்னுடைய வேகம் சற்றே அதிகரித்திருப்பதை அவள் உணர்ந்தாள். அவர்களுக்கிடையில் ஒரு கனத்த மௌனம்

நிலவியது. எப்படி விடைபெற்றுக்கொள்வது என்று அவர்கள் இருவருக்குமே தெரியவில்லை.

சியன்னா அந்த அமெரிக்க புரபஸரை பார்த்தபோது தான் இதுவரை உணர்ந்திராத ஓர் உணர்வு தன்னுள் ஏற்பட்டிருப்பதை உணர்ந்தாள். எந்த முன்னறிவிப்பும் இன்றி, தன்னுடைய குதிகாலில் உயர்ந்து நின்ற அவள் அவருடைய உதடுகளில் முழுமையாக முத்தமிட்டாள். பின்னர் அப்பால் விலகியபோது அவளுடைய கண்கள் கண்ணீரால் பனித்திருந்தன. "ஐ மிஸ் யூ" என்று கிசுகிசுத்தாள் அவள்.

பாசத்துடன் அவளிடம் புன்னகைத்த அவர் அவளைக் கைகளால் கட்டியணைத்தார். "நானும்தான்."

அவர்கள் நீண்டநேரம் அப்படியே நின்றனர். இருவருக்குமே அது முற்றுப்பெறுவதில் விருப்பமில்லாததுபோல் தோன்றியது. கடைசியில் லேங்டன் பேசினார். "ஒரு புராதன சொலவடை ஒன்று இருக்கிறது... அதை தாந்தேவே அடிக்கடி சொல்லிக் கொள்வார்..." என்று சற்று இடைவெளி விட்டார். "இன்றிரவை நினைவில் வைத்துக்கொள்... என்றென்றைக்குமான தொடக்கம் இதுதான் என்பதற்காக..."

"நன்றி ராபர்ட்" என்ற சியன்னாவிடம் கண்ணீர் பெருக் கெடுத்தது. "எனக்கும் வாழ்க்கையில் ஏதோ நோக்கம் இருப்பதைப் போல் உணர்கிறேன்."

லேங்டன் அவளை தன்னருகில் இழுத்தார். "இந்த உலகத்தை காப்பாற்ற வேண்டும் என்று நீ எப்போதுமே சொல்லி வந்திருக்கிறாய் சியன்னா. இது அதற்காக கிடைத்த வாய்ப்பாகக் கூட இருக்கலாம்."

சியன்னா மென்மையாக சிரித்துவிட்டு அப்பால் திரும்பிக் கொண்டாள். காத்திருக்கும் சி—130—ஐ நோக்கி அவள் நடந்து செல்கையில் நடந்து முடிந்தவை, நடந்துகொண்டிருப்பவை... எதிர்காலத்தில் நடக்கக்கூடியவை என எல்லாவற்றையும் பரிசீலித்துப் பார்த்தாள்.

இன்றிரவை நினைவில் வைத்துக்கொள், அவள் தனக்குள் சொல்லிக்கொண்டாள்... *என்றென்றைக்குமான தொடக்கம் இது தான் என்பதற்காக...*

சியன்னா விமானத்தில் ஏறும்போது, தாந்தே சொன்னது சரியாக இருக்க வேண்டும் என வேண்டிக்கொண்டாள்.

◼

104

ஒரு வெளிறிய மதியப்பொழுதின் சூரியன் பியாஸா டெல் டுவாமோவின் மீது தொட்டுக் கொண்டிருந்தது. கியாட்டோவின் மணிக் கோபுரத்தினுடைய வெண்ணிற பளிங்குகளை ஒளிர்வித்த அது ஃப்ளோரன்ஸின் மிகப் பிரமாண்டமான சாண்டா மரியா டெல் ஃபியோரின் நீண்ட நிழல்களை பரப்பிக்கொண்டிருந்தது.

இக்னேஷியோ புஸோனியின் இறுதி அஞ்சலி நடைபெற்றுக் கொண்டிருக்கும்போது அந்த கதீட்ரலுக்குள் நுழைந்த லேங்டன் ஓர் இருக்கையில் அமர்ந்துகொண்டார். இக்னேஷியோவின் வாழ்க்கை இங்கேயும், காலத்தைக் கடந்து நிற்கும் பாஸிலிக்காவை அவர் பலகாலமாக பாதுகாத்து வந்தமைக்காகவும் நினைவுகூரத்தக்கதாக இருக்கும் என்பதை நினைத்து மகிழ்ந்தார்.

ஜீவனுள்ள முன்வாசலைப் பெற்றிருந்தாலும் அந்த ஃப்ளோரன்ஸ் கதீட்ரலின் உட்புறம் எளிமையாகவும், வெறுமையாகவும் கம்பீரத்துடன் காணப்பட்டது. இத்தாலி முழுவதையும் சேர்ந்த அரசு அதிகாரிகள், நண்பர்கள், கலை உலக தோழர்கள் தாங்கள் இல் டுவோமினோ என்று அன்புடன் அழைத்தவரை நினைவுகூர அந்த தேவாலயத்தில் கூடியிருந்தனர்.

தான் மிகவும் நேசித்த சேவையை செய்து கொண்டிருக்கும்போதே புஸோனி காலமானார் என்பதை ஊடகம் தெரிவித்திருந்தது.

அந்த அஞ்சலியின் தொனி ஆச்சரியப்படும் வகையில் மகிழ்ச்சி நிரம்பிக் காணப்பட்டது. நண்பர்கள் குடும்பத்தினர் என அனைவரும் சிரித்துப் பேசிக்கொண்டிருந்தனர். மறுமலர்ச்சிக் கால கலையில் புஸோனிக்கு இருந்த காதலை அவரே ஒப்புக்கொள்வதைப்போல் ஸ்பாகட்டி போலோனிஸ் மற்றும் கேரமல் புடினோ ஆகிய உணவுப்பண்டங்களின் மீது அவருக்குள்ள காதலுடன்தான் ஒப்பிட்டுப் பார்க்க முடியும் என்பதை அங்கிருந்த அவருடைய சக தோழர் ஒருவர் கவனித்தார்.

அந்த சடங்கிற்குப் பின்னர் ஒன்றுகூடிய நண்பர்கள் புஸோனியின் வாழ்க்கையில் நடந்த சில சம்பவங்களை நினைவு கூர்ந்தபோது லேங்டன் அந்த டுவாமோவின் உட்புறத்தில் நடந்தபடி இக்னேஷியோ மிகவும் நேசித்த கலை வேலைப்பாடுகளை கண்டு வியந்தார். வெஸாரியின் கடைசி தீர்ப்பு ஓவியம் அந்த மண்டபத்திற்குக் கீழே இருந்தது. டெண்டெலோ மற்றும் ஜியாபெர்ட்டியின் ஜன்னல் கண்ணாடி ஓவியங்கள், யுஸெல்லோவின் கடிகாரம் மற்றும் தரையை அலங்கரித்துக்கொண்டிருக்கும் மொஸைக் கற்கள்.

ஒரு கட்டத்தில் லேங்டன் தனக்கு மிகவும் தெரிந்த ஒரு முகத்திற்கு முன்பாக நிற்பதை உணர்ந்தார் — அது தாந்தே அலிஜீரி. மிகெலினோவால் தீட்டப்பட்ட சுவரோவியத்தில் அந்த மாபெரும் கவிஞர் தூய்மைப்படுத்தல் மலைக்கு முன்பாக கைகளை முன்னால் கட்டிவைத்தபடி நின்றுகொண்டிருந்தார். கையில் அவருடைய மகாபடைப்பான தெய்வீக இன்பியல் இருந்தது.

பல நூற்றாண்டுகள் கழித்து, அந்த ஃப்ளோரண்டன் கவிஞரால்கூட கற்பனை செய்திராத வகையில் தன்னுடைய காவியக் கவிதை இந்த உலகத்தின் மீது ஏற்படுத்தியிருக்கும் தாக்கத்தைப் பற்றி தாந்தே என்ன நினைத்திருப்பார் என்பதை நினைத்து லேங்டனால் ஆச்சரியப்படாமல் இருக்க முடியவில்லை.

அவர் நிலைபேரினை அடைந்துவிட்டார், என்று நினைத்துக் கொண்ட லேங்டன், புகழ் குறித்த புராதன கிரேக்க தத்துவ ஞானிகளின் கண்ணோட்டங்களை நினைவுபடுத்திக் கொண்டார். ***உன்னுடைய பெயர் உச்சரிக்கப்படும்வரை நீ மரணிப்பதே இல்லை.***

பியாஸா சாண்ட்'எலிசபெட்டாவைக் கடந்து ஃப்ளோரன்ஸின் நேர்த்தியான ஹோட்டல் புரூனெலெஷிக்கு வந்தபோது மாலை ஆகிவிட்டது. மேலே இருந்த தன்னுடைய அறையில் தனக்காக காத்திருந்த ஒரு பருத்த பார்சலைக் கண்டார்.

கடைசியில் அது வந்துவிட்டது.

சின்ஸ்கியிடம் அவர் கேட்டிருந்த பார்சல்தான் அது.

அவசரமாகச் சென்ற லேங்டன் அதன் மூடியை வெட்டித் திறந்து விலைமதிக்கமுடியாத அதிலுள்ள பொருள்களை வெளியே எடுத்தார். அது முறைப்படியும் கவனத்துடனும் பேக்கிங் செய்யப் பட்டிருக்கிறதா என்பதை மீண்டும் உறுதிப்படுத்திக் கொண்டார்.

இருந்தாலும், லேங்டன் ஆச்சரியப்படும் வகையில் அந்தப் பெட்டியில் கூடுதலான சில பொருள்களும் இருந்தன. அதைப் பார்க்கையில், எலிசபெத் சின்ஸ்கி அவர் கேட்டிருந்ததைக் காட்டிலும் கூடுதலானவற்றைப் பெற தன்னுடைய முழு செல்வாக்கையும் பயன்படுத்தியிருக்கிறாள் என்பதைப் போல் இருந்தது. அந்தப் பெட்டியில் லேங்டனின் துணிகள் இருந்தன. அவை அனைத்தும் கவனமாக சுத்தப்படுத்தப்பட்டிருந்தன. அவருடைய கார்டோவன் பாதணிகள்கூட அதில் புதிதாக பாலீஷ் செய்யப்பட்டு இருந்தன. அந்த பெட்டியின் உள்ளே தன்னுடைய வாலட்டைப் பார்த்தபோது அவர் மகிழ்ச்சியடைந்தார்.

ஆனாலும், இறுதியாக அவர் கண்டெடுத்த ஒரு பொருள்தான் லேங்டனை குறுஞ்சிரிப்பு சிரிக்க வைத்தது. அந்தப் பொருள் திரும்பக் கிடைத்ததில் அவருக்கு பெரிய சந்தோஷம்... அதைக் கண்டு அவர் சிறிது வெட்கப்படவும் செய்தார்.

என்னுடைய மிக்கி மவுஸ் கடிகாரம்.

லேங்டன் உடனடியாக அந்த அரிய கடிகாரத்தைத் தன் மணிக்கட்டில் கட்டிக்கொண்டார். அணிந்துகொண்டபின் அந்தத் தோலுறை கொடுத்த உணர்வு அவரை விசித்திரமான வகையில் பாதுகாப்பாக இருப்பதை உணரச் செய்தது. தன்னுடைய உடைகளை அணிந்துகொண்டு, சொந்தப் பாதணிகளை மீண்டும் கால்களில் அணிந்துகொண்டபோது, ராபர்ட் லேங்டன் தான் தாமாக இருப்பதை உணர்ந்தார்.

வரவேற்பறையில் பெற்ற பயணப் பையில் அந்த முக்கியமான பார்சலை வைத்துக்கொண்ட லேங்டன் அந்த ஹோட்டலில் இருந்து வெளியேறினார். மாலைப்பொழுது வழக்கத்திற்கு மாறான கதகதப்புடன் இருந்தது. அத்துடன் பாலஸோ வெஷியோவின் தனித்திருக்கும் கோபுரக் கலசத்தை நோக்கி வெயா டெய் கேல்சியோலி ஓரமாக நடந்தபோது ஒரு கனவுபோன்ற உலகை உணர்ந்தார்.

லேங்டன் அங்கே வந்துசேர்ந்தவுடன் மார்த்தா ஆல்வெரஸை பார்க்க வேண்டியவர்கள் பட்டியலில்

அவருடைய பெயரும் இருப்பதை வரவேற்பறையில் தெரிந்து கொண்டார். அவர் நேராக ஃபைவ் ஹண்ட்ரட் கூடத்திற்கு செல்லும்படி கேட்டுக்கொள்ளப்பட்டார். அது அப்போதும் சுற்றுலாவாசிகளால் நிரம்பியிருந்தது. லேங்டன் சரியான நேரத்திற்கு வந்திருந்தார். நுழைவாயிலிலேயே மார்த்தாவை சந்திக்கலாம் என்று எதிர்பார்த்தார். ஆனால் அவளை எங்கேயும் காணவில்லை.

அவரைக் கடந்துசென்ற வழிகாட்டிக்கு கைகாட்டினார்.

"ஹலோ?" என்றழைத்தார் லேங்டன். "மார்த்தா ஆல்வெரஸ் எங்கே இருக்கிறார்?"

அந்த வழிகாட்டி பெரிதாக சிரித்தாள். "சிக்னோரா ஆல்வெரஸா?! அவர் இங்கே இல்லை! அவருக்கு குழந்தை பிறந்திருக்கிறது! கேட்டலினா! அழகான குழந்தை!"

மார்த்தாவின் இந்த நல்ல செய்தியைக் கேட்டு லேங்டன் மகிழ்ச்சியடைந்தார். "ஆஹ்... அழகான குழந்தை," என்றார் அவர். "பிரமாதம்."

அந்த வழிகாட்டி விரைந்து சென்றபோது தான் சுமந்து கொண்டிருக்கும் அந்த பார்சலை என்ன செய்வதென்று லேங்டனுக்குத் தெரியவில்லை.

தன்னுடைய மனதை மாற்றிக்கொண்ட அவர் ஃபைவ் ஹண்ட்ரட் கூடத்தைக் கடந்து வெஸாரியின் சுவரோவியத்திற்கு கீழே இருந்த அந்த பாலஸோவின் மியூசியத்தை நோக்கி காவலாளிகளின் பார்வையில் படாமல் நடந்தார்.

இறுதியாக, அவர் அந்த அருங்காட்சியகத்தின் குறுகலான பாதைக்கு வெளியே வந்திருந்தார். இருளடைந்த அந்தப் பாதை சங்கிலிகளால் மூடப்பட்டு ஒரு அறிவிப்புப் பலகை மாட்டப் பட்டிருந்தது: *மூடப்பட்டது.*

சுற்றிலும் கவனமாக ஆராய்ந்த லேங்டன் அந்த சங்கிலிக்கு கீழே நழுவி இருளார்ந்த பகுதிக்குள் நுழைந்தார். தன்னுடைய மிக முக்கியமான அந்தப் பார்சலைப் பிரித்து அதில் இருந்ததை மிகுந்த கவனத்துடன் வெளியே எடுத்தார்.

பிளாஸ்டிக் உறைகளை நீக்கியபோது தாந்தேயின் மரண முகமூடி அவரை நோக்கி மீண்டும் ஒருமுறை உற்றுப் பார்த்தது. அந்த உடைந்துவிடும் பிளாஸ்டர் அதன் அசலான ஜிப்லாக் பையில் அப்படியே இருந்தது. வெனிஸ் ரயில் நிலையத்தாரிடம் கேட்டு அந்தப் பையைத்தான் லேங்டன் திரும்பப் பெற்றிருந்தார்.

நரகம் ❖ 755

அந்த முகமூடி ஒன்றே ஒன்றைத் தவிர்த்து எந்தவித பிழையும் இல்லாமல் காணப்பட்டது — அதனுடைய பின்பக்கத்தில், நேர்த்தியான சுழல் வடிவில் ஒரு கவிதை பொறிக்கப்பட்டிருந்தது.

லேங்டன் அந்தப் புராதன காட்சிப் பெட்டியைப் பார்த்தார். தாந்தேயின் மரண முகமூடி முன்பக்கம் பார்த்தபடி இருக்கட்டும்... யாருக்கும் தெரியப்போவதில்லை.

ஜிப்லாக் பையில் இருந்து கவனமாக அந்த முகமூடியை வெளியே எடுத்தார். பின்னர் மிகவும் மென்மையாக, பார்வைப் பெட்டிக்குள்ளாக இருந்த மர ஆணியில் அதனைப் பொருத்தினார்.

பெட்டியை மூடிய லேங்டன் ஒரு கணம் அங்கேயே நின்று, அந்த இருளார்ந்த அறையில் தெரிந்த தாந்தேயின் வெளிறிய முகத்தையும், ஆவிபோன்ற இருப்பையும் உற்றுப்பார்த்தார். *இறுதியில் வீடு சேர்ந்தாகிவிட்டது.*

அந்த அறையில் இருந்து வெளியேறும் முன்பாக, லேங்டன் கதவு வழியில் இருந்த சங்கிலியையும் அறிவிப்புப் பலகையையும் கவனத்துடன் நீக்கினார். அந்த கேலரியை கடந்து கொண்டிருக்கையில் ஓர் இளம் வழிகாட்டியிடம் பேசுவதற்காக சற்று நின்றார்.

"மேடம்?" என்றார் லேங்டன். "தாந்தேயின் மரண முகமூடிக்கு மேலே இருக்கும் விளக்குகள் எரியவில்லை. இருளில் பார்ப்பதற்கு கடினமாக இருக்கிறது."

"மன்னிக்க வேண்டும்" என்றாள் அந்தப் பெண். "ஆனால் அது மூடப்பட்டுவிட்டது. தாந்தேயின் மரண முகமூடி இங்கே இல்லை."

"விசித்திரமாக இருக்கிறதே" லேங்டன் போலியான ஆச்சரியத்தை வெளிப்படுத்தினார். "இப்போதுதானே அதைப் பார்த்து வியந்தேன்."

அந்தப் பெண்ணின் முகத்தில் குழப்ப ரேகை படர்ந்தது.

அவள் நடைவழியை நோக்கி விரைகையில் லேங்டன் சத்தமில்லாமல் அந்த மியூஸியத்தில் இருந்து வெளியேறினார்.

❑

இறுதியாக

பரந்தகன்ற பிஸ்கே விரிகுடாவின் இருளுக்கு முப்பத்தி நான்கு அடிகள் மேலே, போஸ்டனுக்கு செல்லும் அலிடேலியாஸ் ரெட் ஐ விமானம் நிலவு ஒளிரும் இரவில் மேற்கு நோக்கி விரைந்துகொண்டிருந்தது.

விமானத்தில், தெய்வீக இன்பியலின் பிரதி ஒன்றை கையில் பிடித்தபடி ராபர்ட் லேங்டன் அமர்ந்திருந்தார். அந்தக் கவிதையின் லயத்துடன் கூடிய சந்தமானது ஜெட் என்ஜின்களின் ஹம் ஒலியுடன் இணைந்து அவரை ஏறத்தாழ மயங்கிப்போகச் செய்யும் அளவிற்கு தாலாட்டிக்கொண்டிருந்தது. தாந்தேயின் வார்த்தைகள் அதன் பக்கங்களில் இருந்து வழிந்தோடி, அத்தருணத்தில் அவருக்கென்றே பிரத்யேகமாக எழுதப்பட்டதைப் போல் அவருடைய இதயத்தில் ரீங்காரமிட்டது.

தாந்தேயின் கவிதை நரகத்தின் துன்பத்தைப் பற்றியதல்ல என்பதையும், எந்தளவுக்கு அச்சுறுத்தினாலும், எத்தகைய சவாலையும் தாக்குபிடிக்கக்கூடிய மனித ஆன்மாவின் சக்தியைப் பற்றியது என்பதையும் லேங்டன் நினைவுபடுத்திக்கொண்டார்.

ஜன்னலுக்கு வெளியே உயர்ந்திருந்த முழு நிலவு கண்ணைக் கவரும் பளிச்சிட்ட ஒளியால் சொர்க்கத்தையே மறையச் செய்துகொண்டிருந்தது. லேங்டன் அந்தப் பரந்த வெளியை உற்றுப்பார்த்தார். கடந்த சில நாட்களில் நடந்தேறிய விஷயங்கள் குறித்த சிந்தனையில் தன்னை மூழ்கடித்துக்கொண்டார்.

அறம்சார் நெருக்கடிகள் நிலவும்போதுகூட தங்களுடைய நடுநிலையில் இருந்து விலகாதவர்களுக்காக நரகத்தின் இருளார்ந்த பகுதிகள் ஒதுக்கப்பட்டுள்ளன. லேங்டனுக்கு, அந்த வார்த்தைகளின் அர்த்தம் மிகவும் தெளிவாக புரிபடவே இல்லை: *ஆபத்தான நேரங்களில், செயல்படாமல் இருப்பதைவிட பெரிய பாவம் வேறு எதுவுமில்லை.*

நரகம் ❖ 757

மில்லியன்கணக்கானவர்களைப் போன்றே, தானும்கூட இதற்கான குற்றத்தை ஏற்றுக்கொள்ள வேண்டும் என லேங்டனுக்குத் தெரியும். உலகின் மாற்றத்திற்கான சூழ்நிலைகள் என்ற நிலை வரும்போது ஏற்க மறுத்தல் என்பதே உலகளாவிய தொற்று நோயாகிவிடும். தான் இதை மறக்கக்கூடாது என்று லேங்டன் தனக்குத்தானே உறுதிப்படுத்திக்கொண்டார்.

அந்த விமானம் மேற்கு நோக்கி விரைந்துகொண்டிருக்கையில், தற்போது ஜெனீவாவில் இருக்கும் இரண்டு துணிச்சலான பெண்களைப் பற்றி லேங்டன் நினைத்துப் பார்த்தார். எதிர் காலத்தின் மிகத் தலையாய, நகர்ந்தபடி இருக்கும் மாறும் உலகின் சிக்கல்களைப் பற்றிய மாநாட்டில் அவர்கள் கலந்து கொண்டிருக்கின்றனர்.

ஜன்னலுக்கு வெளியே, தொடுவானத்தில் காணப்பட்ட மேகக்கூட்டம் வானத்தை மெதுவாக கடந்து சென்று சென்று, நிலவின் மீது படிந்து அதன் பளபளப்பான ஒளியை மறைத்தது.

தூங்குவதற்கான நேரம் வந்துவிட்டதை உணர்ந்த ராபர்ட் லேங்டன் தன்னுடைய இருக்கையில் மெதுவாக சாய்ந்து கொண்டார்.

தன் தலைக்கு மேலிருந்த விளக்கை அணைத்தபோது அவர் கடைசியாக ஒருமுறை தன்னுடைய கண்களை சொர்க்கத்தை நோக்கித் திருப்பினார். வெளியே, புதிதாக கவிந்திருக்கும் இருளில் உலகம் மாறிக்கொண்டிருந்தது. நட்சத்திரக் கூட்டங்கள் மின்ன வானம் ஒளிர்ந்தது.

முற்றும்